மணி ஒலிப்பது யாருக்காக?

எர்னெஸ்ட் ஹெமிங்வே
தமிழில்: சி. சீனிவாசன்

நற்றிணை பதிப்பகம்

மணி ஒலிப்பது யாருக்காக? * எர்னெஸ்ட் ஹெமிங்வே * தமிழில் : சி. சீனிவாசன் * முதல் பதிப்பு: ஜூலை 2024 * வெளியீடு: நற்றிணை பதிப்பகம் (பி) லிமிடெட் * எண். 136, தரைத்தளம், சோழன் தெரு, ஆழ்வார்திருநகர், சென்னை–600 087.

* மின்னஞ்சல் : natrinaipathippagam@gmail.com
* கைபேசி : 94861 77208
* தொலைபேசி : 044 – 4273 2141
* அச்சாக்கம் : தி பிரிண்ட் பார்க், சென்னை – 600 117.

1

“பழுத்து விழுந்து பழுப்பேறிய பைன் மர இலைகள் அந்தக் காட்டுத்தரையைக் கம்பளம் போலப் போர்த்திருந்தன. அந்த ஊசியிலை விரிப்பின் மீது கைகளை மடித்துத் தாடையைத் தாங்கிய வாறு குப்புறப் படுத்துக் கிடந்தான் அவன். சுற்றிலும் உயர்ந்தோங்கி நின்ற பைன் மரங்களின் உச்சிகளைக் காற்று அலைத்தது. அவன் படுத்திருந்த இடத்தில் அந்த மலைப்பகுதி சிறிதளவுதான் சரிவாக இருந்தது; ஆனால் அதற்கு இப்பாலோ செங்குத்தான பள்ளம். கீழேயிருந்த கணவாய் வழியே வளைந்தோடிய சாலையை அங்கிருந்த வாறே அவனால் நன்கு நோக்க முடிந்தது. எண்ணெயேறிக் கறுத் திருந்த அந்தச் சாலையின் ஓர் ஓரத்தில் ஓடையொன்று ஓடியது. கணவாயிலே தொலைவில், அந்த ஓடையின் கரையில் ஓர் ஆலை அமைந்திருந்ததை அவன் கண்டான். மரம் அறுக்கும் அந்த ஆலைக்காக அமைக்கப்பட்டிருந்த, அணையிலிருந்து விழுந்த தண்ணீர் அந்தக் கோடைகாலக் கதிரவனொளியில் வெண்ணிறமாகப் பளிச்சிட்டதையும் அவன் பார்த்தான்.

“அதுதான் ஆலையோ?” என வினவினான் ராபர்ட் ஜார்டன் என்னும் அந்த இளைஞன்.

“ஆமாம்” என்றான் அருகிலிருந்த கிழவன் அவன் பெயர் ஆன்ஸெல்மோ.

“முன்பு அதைப் பார்த்ததாகவே எனக்கு நினைவில்லையே!”

“நீங்கள் போனமுறை இங்கே வந்துபோன பிறகுதான் அது கட்டப்பட்டது. பழைய ஆலை இன்னும் தூரத்தில், கணவாய்க்கு அந்தப் பக்கத்தில் இருக்கிறது.”

புகைப்படமொன்றைத் தரையில் விரித்துக் கவனமாகப் பார்த் தான் இளைஞன். ராணுவம் தயாரித்திருந்த நிலவரைவுப் படத்தின் பிரதி அது. அவனுடைய தோளுக்கு மேலாக ஆன்ஸெல்மோவும் அதை நோக்கினான். அந்தக் கிழவன் கட்டை குட்டையாக இருந் தான். குடியானவர் அணியும் கருநிற மேலங்கியையும், விறைத்து நின்ற பழுப்பு வண்ணக் கால் சராய்களையும் அவன் தரித்திருந்தான், கால்களிலோ, கயிற்றால் முடையப்பட்ட அடிப்பாதப் பகுதியைக் கொண்ட ஜோடுகள். மலையேறியதால் அவனுக்கு மேல்மூச்சு வாங்கியது. கனமான இரு மூட்டைகளை அவர்கள் சுமந்து வந்திருந் தார்கள்.

“அப்படியானால் இங்கிருந்து பாலத்தைப் பார்க்க முடியாதோ?” என இளைஞன் கேட்டான்.

“முடியாது” என்று கிழவன் தொடர்ந்தான். “கணவாயில் இது தான் கரடுமுரடில்லாத பகுதி. இங்கேதான் இந்த ஆறு அடக்கமாக ஓடுகிறது. இதற்கப்பால் சாலை திரும்புகிறது; இங்கிருந்து பார்க்க முடியாமல் மரங்கள் மறைத்துக் கொண்டிருக்கும் அந்த இடத்தில் இந்த ஆறு திடீரென்று இறங்குகிறது. அங்கே ஆழமான மலைப்பள்ளமொன்று இருக்கிறது.”

“அதைப் பார்த்திருக்கிறேன், நினைவிருக்கிறது எனக்கு.”

“அந்தப் பள்ளத்தின் மீதுதான் பாலம் போட்டிருக்கிறார்கள்.”

“அந்தப் பாலக் காவலர் நிலையங்கள் எங்கே இருக்கின்றன?”

“அதோ பார்க்கிறீர்களே, அந்த ஆலையில் ஒரு சாவடி உண்டு.” சுற்றுப்புறத்தை உற்று நோக்கிக்கொண்டிருந்த அந்த இளைஞன், சாயம் மங்கிவிட்ட தன் காக்கிநிற ஃப்ளானெல் சட்டையின் ஜேபியிலிருந்து ஒரு தொலைநோக்கிக் கருவியை வெளியிலெடுத்தான். அதன் கண்ணாடி வில்லைகளைக் கைக்குட்டையினால் துடைத்தான். பின்னர், அதைக் கண்களில் வைத்துக்கொண்டு அதன் மரைகளைச் சுற்றினான்; ஆலையின் சுவர்ப்பலகைகள் திடுமெனத் தெளிவாகத் தெரியும்வரையில் சுற்றிக்கொண்டே இருந்தான். சுவர்களை மட்டுமல்ல, கதவருகில் கிடந்த மரப்பெஞ்சியையும், வட்ட ரம்பம் வேலை செய்த திறந்த கொட்டகையின் பின்புறத்தில் பெருங்குவியலாகக் கிடந்த மரத்தூளையும் அவன் கண்டான். ஓடையின் மறுகரையில் இருந்த மலைப்புறத்திலிருந்து மரக்கட்டைகளைக் கீழே கொண்டுவரப் பயன்பட்ட வாய்க்காலின் ஒரு பகுதியைக் கூடப் பார்த்தான். ஓடை தெளிவாகவும் அமைதியாகவும் தென்பட்டது. அணையிலிருந்து விழுந்த தண்ணீரினின்று தெரித்த திவலைகள் காற்றுவாக்கில் பறந்து பரவின.

“காவலர் எவரையும் காணோமே?” என்றான் வாலிபன்.

“ஆலைக் கூட்டத்திலிருந்து புகை வருகிறது. பாருங்கள், அங்கே இருக்கும் கொடியில் உடைகள் கூட உலர்த்தப்பட்டிருக்கவில்லையா?”

“அவையெல்லாம் தெரியத்தான் தெரிகின்றன. ஆனால் காவலர் எவரையும்தான் காணமுடியவில்லை.”

“அங்கே இருக்கவேண்டிய காவலன் எங்காவது மரநிழலில் நின்று கொண்டிருக்கிறானோ என்னவோ! இப்போது அங்கே வெயில் கடுமை. நம்மால் இங்கே இருந்து பார்க்கமுடியாத திருப்பத்தில் அவன் நிழலில் நிற்கிறான் போலிருக்கிறது.”

“அப்படியும் இருக்கலாம்... அது சரி, அடுத்த காவல் நிலையம் எங்கே இருக்கிறது?”

“பாலத்தடியில்தான்; கணவாய்த் தலைப்பிலிருந்து ஐந்து கிலோ மீட்டர் தூரத்தில் இருக்கும் சாலை மராமத்துக்காரனின் குடிலில் அது இருக்கிறது.”

“இங்கே எவ்வளவு பேர் இருக்கிறார்கள்?” – ஆலையைச் சுட்டிக்காட்டி இளைஞன் கேட்டான்.

“நாலு சிப்பாய்கள் இருக்கலாம். ஒரு கார்ப்பொரலும் இருக்கக் கூடும்.”

“கீழே எத்தனை பேரோ?”

“இன்னும் அதிகம் பேர் இருக்கலாம். பார்த்து வந்து சொல்கிறேன்.”

“பாலத்தில் எவ்வளவு பேர்?”

“எப்போதும் இரண்டு பேர்தான். ஒவ்வொரு கோடியிலும் ஒருவன் இருப்பான்.”

“நமக்கு உதவி செய்ய ஆட்கள் தேவை. எவ்வளவு பேரை உம்மால் திரட்டமுடியும்?”

“நீங்கள் விரும்புமளவு ஆட்களை என்னால் கொண்டுவர முடியும். இப்போது இந்த மலைப் பகுதியில் பல பேர் இருக்கிறார்கள்.”

“எவ்வளவு பேர்?”

“நூற்றுக்கு மேலேயே இருக்கிறார்கள். ஆனால் அவர்கள் சிறுசிறு கோஷ்டிகளாகச் சிதறிக் கிடக்கிறார்கள். உங்களுக்கு எத்தனை பேர் தேவையாக இருக்கும், சொல்லுங்கள்.”

“பாலத்தைப் பரிசீலித்த பிறகு சொல்கிறேன்.”

“அதை இப்போதே பார்க்க விரும்புகிறீர்களா?”

“இல்லை. தகுந்த தருணம் வரும் வரையில் இந்த வெடி மருந்தை நாம் ஒளித்துவைக்கக்கூடிய இடத்துக்குத்தான் இப்போது போக விரும்புகிறேன். மிகுந்த பாதுகாப்புள்ள இடத்தில் இதை மறைத்துவைக்க வேண்டும்; சாத்தியமானால், பாலத்தை அரை மணி நேரத்தில் அடையக்கூடிய இடமாக அது இருப்பது நல்லது.”

“அது மிகவும் சுலபம். நாம் இப்போது போகவிருக்கும் இடத்திலிருந்து பாலம் வரையில் ஒரே இறக்கம்தான். ஆனால் அந்த இடத்தை அடைவதற்கு நாம் சற்றுச் சிரமப்பட்டுச் சிறிது தூரம் ஏறியாக வேண்டும்... அது இருக்கட்டும். உங்களுக்குச் பசியெடுத்து விட்டதா என்ன?”

"ஆமாம். ஆனாலும் பரவாயில்லை; சாப்பாட்டை அப்புறம் வைத்துக்கொள்வோம். உம் பெயர் என்னவென்று சொன்னீர்? - எனக்கு மறந்து போய்விட்டது" - அப்படித் தான் மறந்தது தவறு, நட்புறவுக்கு நல்லறிகுறியாகாது அது என்பது தெரிந்தே அவன் கேட்டான்.

"ஆன்ஸெல்மோ என்பது என் பெயர். அப்படியேதான் எல்லாரும் என்னை அழைப்பார்கள். பார்க்கோடி ஆவிலா பகுதியைச் சேர்ந்தவன் நான்... எங்கே. உங்கள் மூட்டையை முதுகில் தூக்கிவைக்கட்டுமா?" உயர்ந்து மெலிந்திருந்த அந்த இளைஞனின் தலைமயிரைக் கதிரவன் தகதகக்க வைத்துக் கொண்டிருந்தான். காற்றிலும் வெயிலிலும் காய்ந்து தீய்ந்திருந்தது அவனுடைய முகம். அவன் போட்டிருந்த ஃப்ளானெல் சட்டையும்கூட வெயிலால் வெளுத்திருந்தது. குடியானவர் அணியும் கால்சராய்களையும், அடிப்பாதப் பகுதியில் கயிறு வேய்ந்த ஜோடுகளையும் தரித்திருந்த அவன் குனிந்து, மூட்டையின் தோல்பட்டைகளிலொன்றில் கையை நுழைத்தான். பின்னர், அந்தக் கனமான மூட்டையைச் சட்டெனத் தூக்கித் தோளில் தொங்க வைத்துக் கொண்டான். அடுத்து இன்னொரு கையையும் மற்றொரு தோல்வாரில் புகுத்தி மூட்டையைத் தன் முதுகில் சரிவரப் பொருத்திக்கொண்டான். முன்பு மூட்டையைத் தாங்கியிருந்த முதுகுப் பகுதியில் சுரந்த வியர்வை அப்போதும்கூட உலர்ந்திருக்கவில்லை.

"மூட்டையைத் தூக்கிக்கொண்டு விட்டேன். எப்படிச் செல்வது இனி?"

"மலைமேலே ஏறவேண்டும்" என்றான் ஆன்ஸெல்மோ.

மூட்டைகளின் சுமை அவர்களுடைய முதுகுகளை வளைத்தது. வியர்த்து விறுவிறுத்தவாறு, மலைப்புறத்தைப் போர்த்திருந்த பைன்மரக் காட்டினூடே அவர்கள் ஏறலாயினர். இளைஞனுக்குப் பாதையேதும் புலப்படவில்லை. எனினும் மேன்மேலும் ஏறியவர்களாய் மலை முகப்பைச் சுற்றிச் சென்றனர். சிறிய ஓடையொன்று குறுக்கிட்டது. பாறைமயமான அதைக் கடந்ததும், அதன் கரையோரமாகவே கிழவன் தொடர்ந்து நடந்தான். முன்னைவிடப் பாதை ஏறுமுகமாகி அதிகச் சிரமம் தந்தது. இறுதியில், அவர்களுடைய தலைக்கு மேலாகப் பிதுங்கி நின்று வழுவழுப்பாகவிருந்த பாறை விதானமொன்றின் விளிம்பிலிருந்து அந்த ஓடை திடுமெனக் கீழே விழுவது போலத் தோன்றியது. இளைஞன் வந்து சேரும் வரையில் அந்த மலை முகட்டின் அடியிலேயே முதியவன் காத்திருந்தான். "ஏறுவது கடினமாக இருக்கிறதா?" என்று கேட்டான் பிறகு.

"அப்படியொன்றும் கஷ்டமில்லை" என ஜார்டன் பதிலளித்தான். ஆயினும் அவன் மேலிருந்து வியர்வை ஆறாகப் பெருகி

யோடியது. செங்குத்தான பாதையில் ஏறிவந்ததால் அவனுடைய துடைத் தசைகள் புடைத்துத் துடித்துக் கொண்டிருந்தன. "இங்கேயே சிறிது நேரம் தங்கியிருங்கள்; நான் முன்னால் போய் அவர்களுக்குத் தகவல் தெரிவித்துவிட்டு வருகிறேன். இல்லாவிட்டால் சுட்டாலும் சுட்டுவிடுவார்கள். முதுகில் வெடிமருந்து வேறு வைத்திருக்கிறீர்கள்; வேறு வினையே வேண்டாம்."

"வினை என்ன, விளையாட்டுக்குக் கூட அப்படி நேருவதை நான் விரும்பவில்லை. இங்கிருந்து அதிக தூரமோ அந்த இடம்?"

"இல்லை, மிகவும் அருகில்தான் இருக்கிறது... ஆமாம், உங்கள் பெயரையே சொல்லவில்லையே!"

"ராபர்ட்டோ" என்று கூறிய இளைஞன் தன் முதுகில் இருந்த மூட்டையைக் கழற்றினான்; பிறகு அதை ஆற்றுப் படுகையில் இருந்த இரு பாறைகளுக்கிடையே மெதுவாக இறக்கிவைத்தான்.

"அப்படியானால் இங்கேயே இருங்கள், ராபர்ட்டோ; உங்களை அழைத்துப்போகத் திரும்பி வருகிறேன்."

"அப்படியே ஆகட்டும்... ஆமாம், பாலத்துக்கு இந்த வழியாக இறங்கிப்போவது என்பதா உம்முடைய திட்டம்?"

"இல்லையில்லை. வேறு வழியில்தான் இறங்கிச் செல்வோம். இதைவிட அது சுருக்குவழி. சுளுவானதும்கூட."

"இந்த வெடிமருந்தைப் பாலத்திலிருந்து அதிக தூரத்தில் ஒளித்துவைக்க நான் விரும்பவில்லை என்பதைத்தான் முன்பே சொன்னேனே; நினைவிருக்கிறது அல்லவா?"

"அருகிலுள்ள இடம்தான்; நீங்களே பார்க்கப் போகிறீர்கள். அது திருப்தி தராவிட்டால் வேறிடம் பார்ப்போம்."

"சரி. பார்ப்போம்" என்று கூறி மூட்டைகளின் பக்கத்தில் உட்கார்ந்த ஜார்டன், அந்தக் கிழவன் பாறைச் சார்ப்பின் மீதேறிச் செல்வதைக் கவனித்தான். ஏறுவதற்குக் கடினமாக அது தோன்ற வில்லை. தேடித் துழாவாமல் கைப்பிடிப்புகளைப் பற்றிக் கொண்டதி லிருந்து அதன்மீது கிழவன் பலமுறை ஏறிச் சென்றிருக்கிறான் என்பதை அவன் கண்டுகொண்டான். எனினும், மேலே எவர் இருந்தபோதிலும் அங்கு எவ்விதச் சுவடும் ஏற்படவிடாமல் எச்சரிக்கையாக இருந்திருப்பதும் அவனுக்குப் புலப்பட்டது.

அப்போது அவனுக்குக் கடும்பசி; அதோடு கவலை வேறு. பசியெடுப்பது அவனுக்கு இயல்பு; ஆனால் கவலைப்படுவது அபூர்வமே. ஏனெனில், தனக்கு என்ன நேரக்கூடும் என்பதை அவன் எண்ணிப் பார்த்துப் பொருட்படுத்தியதேயில்லை. அந்தப் பகுதி நெடுகிலும் எதிரியணிக்குப் பின்புறத்தில் நடமாடுவது எவ்வளவு

எளிது என்பதையும் அனுபவத்தின் மூலம் அவன் அறிந்திருந்தான். சுற்றித்திரிவது போலவே எதிரியணியை ஏமாற்றிக் கடப்பதும் சுலபமானதே, அதற்குத் தேவையெல்லாம் நல்லவொரு வழிகாட்டியே என்பதும் அவனுக்குத் தெரியும். பிடிபட்டால் நம் கதி என்னாகும் என்று நினைத்துக் கலங்குவதால்தான் கஷ்டமெல்லாம். அதைப் போலவே சிரமம் தருவது. தான் எவரை நம்புவது என்ற பிரச்சனை யும், எவருடன் சேர்ந்து செயலாற்றுகிறோமோ, அவர்களை முற்றிலும் நம்பவேண்டும்; அது இயலாவிடில், அறவே நம்பக்கூடாது. இந்த நம்பகத்தன்மை பற்றிய முடிவுகளையும் நாமேதான் செய்ய வேண்டும் – இவற்றில் எதையும் பற்றி அப்போது அவன் எண்ணிக் கலங்க வில்லை. அவனுடைய கவலையெல்லாம் வேறு விஷயங்களைப் பற்றியேதான்.

ஆன்ஸெல்மோ அருமையான வழிகாட்டிதான்; மலைப் பகுதியில் மளமளவென நடக்கக் கூடியவன். ஜார்டனாலும் நன்றாகவே நடக்க முடியும்; இருந்தும், விடியற்காலை முதல் பின்தொடர்ந்ததிலிருந்து கிழவனோடு தன்னால் போட்டி போட இயலாது என்பதை அவன் அறிந்திருந்தான். அதுவரை அவன் நடந்துகொண்ட முறையினால் அவனிடம் நம்பிக்கையும் ஏற்பட்டிருந்தது – பகுத்தறிந்து முடிவெடுக்கும் திறன் ஒன்று மட்டும் தவிர மற்றனைத்திலும். ஆனால் அந்தத் திறனைப் பரிசோதனை செய்து பார்க்க அதுவரையில் அவனுக்குச் சந்தர்ப்பமேதும் வாய்க்கவில்லை. எப்படியும், முடிவெடுப்பது முற்றிலும் ஜார்டனின் பொறுப்பே அல்லவா? இல்லை. ஆன்ஸெல்மோவைப் பற்றி அவன் கவலைப்படவில்லை. பாலத்தைப் பற்றிய பிரச்சனையும் மற்றும் பல பிரச்சனைகளைவிடக் கடினமானதல்ல. எவ்விதப் பாலமாயினும் அதை வெடிவைத்துத் தகர்ப்பது எப்படி என்பது அவனுக்குத் தெரியும். பல பாணிகளில் கட்டப்பட்டப் பற்பல அளவுகளிலான பாலங்களை அவன் பிளந்திருக்கிறான். ஆன்ஸெல்மோ வர்ணித்த தைப் போல இரு மடங்கு பெரிய பாலத்தையும்கூடச் சரிவர உடைப்பதற்குப் போதிய வெடி மருந்தும் இதர சாதனங்களும் இரு மூட்டைகளிலும் இருந்தன. 1933ஆம் ஆண்டில் நடைப் பயணமாக லாகிரஞ்ஜாவுக்குச் சென்றபோது அந்தப் பாலத்தைக் கடந்துபோனது அவனுக்கு நினைவிருந்தது. எஸ்கோரியலுக்கு வெளியே அமைந்திருந்த வீட்டின் மாடியறையில் இரு இரவுகளுக்கு முன் கோல்ஸ் படித்துக் காட்டிய வர்ணனையும் அவனுக்கு ஞாபகம் வந்தது. காய வடுக்கள் கூடியதாய் மழுங்கச் சிரைத்திருந்த மண்டையில் விளக்கொளி விளையாட, பெரிய தேசப் படத்தில் பென்ஸிலால் சுட்டிக்காட்டிய வாறு, 'பாலத்தைப்' பிளப்பதொன்றும் பிரமாத விஷயமல்ல – புரிகிறதல்லவா?" என்று கோல்ஸ் கேட்டார்.

"புரிகிறது" என்றான் ஜார்டன்.

"அது மிகவும் அற்பமான காரியமே. இழிவான பாலத்தை மட்டும் தகர்ப்பது தோல்வியேயாகும்."

"தெரிகிறது. தோழர் ஜெனரல் அவர்களே!"

"தாக்குதலுக்கான தருணத்தையொட்டிக் குறித்த நேரத்தில் பாலத்தை உடைப்பதுதான் உண்மையில் தேவைப்படுவது. இதுதான் இயல்பாக நடக்கவேண்டிய முறை. இப்படித்தான் நடக்க வேண்டுமென எதிர்பார்ப்பது உன் உரிமையும் கூட." – பென்ஸிலைச் சற்று நேரம் உற்றுப்பார்த்த கோல்ஸ் பின்னர் அதனால் தன் பற்களைத் தட்டலானார். ஜார்டன் வாயைத் திறக்கவில்லை. அவனை நோக்கித் தலையை ஆட்டியவாறு கோல்ஸ் தொடர்ந்தார். "இப்படி நடக்க வேண்டுமென எதிர்பார்ப்பது உன் உரிமை என்பது விளங்குகிற தல்லவா?"... "உம், நானாயிருந்தால் இப்படித்தான் செல்வேன். ஆனால் அதுதான் இங்கு சாத்தியமில்லையே."

"ஏன், தோழர் ஜெனரலே?"

"ஏனா?" – கோபத்துடன் கேட்டார் கோல்ஸ். "எவ்வளவோ முறை படையெடுப்புகளைப் பார்த்திருந்துமா நீ என்னை ஏன் என்று கேட்கிறாய்? என் கட்டளைகள் மாற்றப்படமாட்டா என்பது என்ன நிச்சயம்? தாக்குதலே ரத்து செய்யப்படாது அல்லது தள்ளிப் போடப்படாது என்பதற்கு என்ன உத்தரவாதம் உண்டு? எப்போது தொடங்க வேண்டுமோ அதற்கு ஆறுமணி நேரத்துக்குள்ளாவது அது துவக்கப்படும் என்பதை எப்படித் திட்டமாகச் சொல்ல முடியும்? எந்தத் தாக்குதலாவது சரியான முறையில் நடந்திருக்கிறதா, சொல்லு."

"தாக்குதலை நீங்கள் நடத்தினால் குறித்த நேரத்தில்தான் அது துவங்கும்."

"எந்தத் தாக்குதலும் ஒருபோதும் என்னுடையதாக இருந்த தில்லை. தாக்குதல்களை நடத்துபவன் நான்தான், உண்மையே; ஆயினும் என்னுடைய படையெடுப்புகளல்ல அவை. பீரங்கிப்படை என் வசத்தில் இல்லை. அதை நான் பிறரிடம் கேட்டுத்தான் பெற வேண்டும். நான் கோருவது கைவசம் இருந்தாலும் ஒருமுறைகூட எனக்குக் கொடுக்கப்பட்டதில்லை. இது சிறிய உதாரணம்தான்; இன்னும் பல இன்னல்களும் இருக்கின்றன. மேலிடத்தார் எப்படிப் பட்டவர்கள் என்பது உனக்குத் தெரியும்; எல்லாவற்றையும் நான் விரிவாகக் கூற வேண்டியதில்லை. எப்போதும் ஏதாவது இடைஞ் சல் இருந்துகொண்டே இருக்கும்: எவராவது தலையிட்டே தீருவர். ஆகவே, விஷயத்தைச் சந்தேகமில்லாமல் புரிந்துகொண்டுவிடு."

"சரி. எப்போது பாலத்தைப் பிளக்கவேண்டும், சொல்லுங்கள்."

"தாக்குதல் தொடங்கியதும் தகர்க்க வேண்டும்; அது ஆரம்பமான பிறகுதானேயன்றி முன்னாலல்ல. அப்போது தான் அந்தப் பாலத்தின் வழியாகத் துணைப் படைகள் வராமல் தடுக்க முடியும்." – பென்ஸிலால் படத்தை அவர் மீண்டும் சுட்டிக் காட்டினார்.

"அந்தச் சாலை வழியாக எதுவும் வராது என்று தான் நிம்மதியாக இருக்க வேண்டும்."

"தாக்குதல் எப்போது துவங்கும்?"

"சொல்கிறேன், பொறு. ஆனால் நான் கூறும் நாளையும் நேரத்தையும் முடிவானவையாக நீ நினைத்து விடக்கூடாது; அநேகமாக நடக்கக்கூடிய தருணமாகவே கருத வேண்டும். அந்தச் சமயத்தை எதிர்நோக்கி நீ சித்தமாக இருக்கவேண்டும். தாக்குதல் தொடங்கியபிறகே நீ தகர்க்கப் புகவேண்டும், இதோ பார்" என்று கூறியவாறு மறுபடியும் பென்ஸிலால் கோல்ஸ் சுட்டிக் காட்டலானார், "துணைப்படைகளை எதிரிகள் கொண்டுவரக் கூடிய ஒரே சாலை இது தான். நான் தாக்கும் கணவாயை நோக்கி டாங்கிகள், பீரங்கிகள், ஏன், லாரிகளைக் கூட அவர்கள் அனுப்பக்கூடிய ஒரே வழி அதுவே. ஆகவே, அந்தப் பாலம் அழிந்தாக வேண்டும். ஆனால் முன்னதாகவே அல்ல; படையெடுப்பு ஒத்திவைக்கப்பட்டால் செப்பனிட அப்போது அவகாசம் கிடைத்துவிடும். அதனால் அப்படிச் செய்யவே கூடாது. தாக்குதல் துவங்கியபின் தான் அது தாக்கப்பட வேண்டும்; அது முறிந்து, சரிந்துவிட்டது என்பது எனக்குத் திட்டமாகத் தெரிவதும் அவசியம். அங்கே இரண்டே யிரண்டு காவலர்கள் தான் இருக்கிறார்கள். உன்னோடு வரப் போகிறவன் இப்போது தான் அங்கிருந்து வந்திருக்கிறான். அவன் மிகவும் நம்பகமானவன் என்று சொல்கிறார்கள்; நீயேதான் பார்க்கப் போகிறாயே? அவனுடைய தோழர்கள் மலைப் புறத்தில் இருக்கிறார்கள். அவர்களிடையே தேவைப்படுமளவு ஆட்களைத் திரட்டிக் கொள். கூடுமான வரையில் குறைந்த நபர்களையே பயன்படுத்து; ஆனால் போதுமானபேர் இருக்கும்படியும் நீ பார்த்துக்கொள்ள வேண்டும் – இதெல்லாம் உனக்குத் தெரியாதா? என்ன?"

"தாக்குதல் தொடங்கிவிட்டது என்பதை எப்படி நான் அறிவது?"

"ஒரு முழுப் பட்டாளத்தைக் கொண்டே அது நடத்தப்படும். அதற்குப் பூர்வாங்கமாக விமானங்கள் குண்டு வீசும். நீ செவிடு அல்லவே, குண்டுச் சப்தம் காதில் விழாமல் இருக்க?"

"அப்படியானால் விமானங்கள் குண்டு வீசும்போது தாக்குதல் தொடங்கிவிட்டதாக நான் முடிவு கட்டலாமா?"

"எல்லாச் சந்தர்ப்பங்களிலும் நீ அப்படித் தீர்மானம் செய்துவிட முடியாதுதான்." தலையசைத்தவாறே கோல்ஸ் கூறினார். "ஆனாலும்

இம்முறை நீ அப்படியே முடிவு கட்டலாம். இது நான் நடத்தப் போகும் படையெடுப்பு அல்லவா?"

"புரிகிறது எனக்கு. ஆனால் இந்த ஏற்பாடு எனக்குப் பிடித்த மானது என்று கூறமாட்டேன்."

"எனக்கும்தான் பிடிக்கவில்லை... அது கிடக்கட்டும், இந்த வேலையில் உனக்கு விருப்பம் உண்டா, இல்லையா, சொல்லு, உனக்கு இது அசாத்தியமாகத் தோன்றினால் இப்போதே சொல்லி விடு."

"நானே செய்கிறேன்; சரியாகவே செய்து முடிக்கிறேன்."

"அதுதான். நான் தெரிந்துகொள்ள வேண்டியதெல்லாம் அந்தப் பாலம் வழியாக ஒன்றும் வராது என்பதுதான். ஆமாம், ஒன்றுமே வரக்கூடாது; தெரிகிறதா?"

"தெரிகிறது."

"எவரையும் இந்த மாதிரிக் காரியங்களை இந்த வகையில் செய்யும்படிச் சொல்ல எனக்கு இஷ்டமில்லை. உனக்கு நான் கட்டளையிட முடியாது. இப்பேர்ப்பட்ட நிபந்தனைகளை நான் போடுவதனால் நீ எவ்வளவு நிர்ப்பந்தங்களுக்கு ஆளாக நேரும் என்பது எனக்குத் தெரியும். உனக்குப் புரிய வேண்டும். ஏற்படக்கூடிய எல்லா இடைஞ்சல்களையும் இந்தக் காரியத்தின் முக்கியத்துவத்தையும் நீ தெரிந்துகொள்ள வேண்டும் என்பதற்காகவே இவ்வளவு விரிவாக விளக்குகிறேன்."

"பாலம் தகர்ந்து விட்டால் லாகிராஞ்ஜாவை நோக்கி நீங்கள் எப்படி முன்னேறுவீர்கள்?"

"கணவாயைத் தாக்கிப் பிடித்தபிறகு பாலத்தைப் பழுது பார்ப்பதற்கு முஸ்தீப்புடனேயே முன்னேறுவோம். மிகவும் சிக்கலான நடவடிக்கை அது, அருமையானதும் கூட, எப்போதும் போலவே சிக்கலும் சிறப்பும் கூடியது. மாட்ரிட்டில் வகுக்கப்பட்ட திட்டம் அது; இதுவரை வெற்றி வாசனையே காணாத பேராசிரியரான வின்ஸெண்ட் ரோஜோ வரைந்த மற்றொரு மகத்தான திட்டம். தாக்குதலை நடத்துபவன் நான்! எப்போதும் போலக் குறைந்த அளவு படைகளுடனேயே அதை நடத்தப் போகிறேன். எனினும் அது வெற்றிபெற அதிக வாய்ப்பு உண்டு; ஆகவே அதுபற்றி வழக்கத்தைவிட மகிழ்கிறேன். பாலம் போய்விட்டால் வெற்றி சாத்தியம். ஸிகோவியாவை நாம் பிடித்துவிட முடியும். இதோ இங்கே பார். படையெடுப்புப் போக்கைக் காட்டுகிறேன். பார்த்தாய் அல்லவா? கணவாயின் தலைப்பிலிருந்து நாம் தாக்கப் போவதில்லை. அதை நம் வசத்தில் வைத்துக்கொண்டு, அங்கிருந்து தொலைவிலேயே தாக்குவோம். இதோ – இங்கே – இப்படி."

“வேண்டாம், அதை நான் – அறிந்துகொள்ளாமல் இருப்பதே நல்லது.”

“அப்படியானால் சரி. எதிரித்தரப்பின் பின்புறத்தில் இந்தத் திட்டத்தையும் மனத்தில் சுமப்பானேன் என்றுதானே எண்ணுகிறாய்?”

“தெரியாமல் இருக்க வேண்டும் என்பதே எப்போதும் என் விருப்பம். அப்போது என்ன நேர்ந்தாலும் என்னால் விஷயம் வெளி வராது அல்லவா?”

“அறியாமல் இருப்பது நல்லதுதான்” பென்ஸிலால் தன் தலையில் தட்டியவாறு கோல்ஸ் தொடர்ந்தார். “எவ்வளவோ முறை எனக்கே தெரியாமல் இருந்திருக்கலாகாதா என்று ஏங்கு கிறேன்... இருக்கட்டும், பாலம் பற்றி நீ கட்டாயம் அறியவேண்டி யதைப் புரிந்து கொண்டுவிட்டாய் அல்லவா?”

“ஆகா, புரிந்துகொண்டுவிட்டேன்.”

“உனக்குப் புரிந்திருக்கும் என்பதே என நம்பிக்கையும், பிரசங்கம் எதுவும் புரிந்து பொழுதை நான் வீணடிக்கப்போவதில்லை. வா, கொஞ்சம் மது குடிப்போம். இவ்வளவு நேரம் பேசியது என் தொண்டையைத் தளரச் செய்துவிட்டது. தோழர் ஹார்டனே ஸ்பானிஷ் மொழியில் உன் பெயர் வேடிக்கையாகத்தான் இருக்கிறது, ஹார்டெளனே.”

“ஸ்பானிஷ் மொழியில் கோல்ஸை எப்படிக் கூறுவது, ஜெனரலே?”

“ஹோட்ஸ் என்பார்கள்” ஜலதோஷத்துடன் பேசுவது போல கரகரத்த குரலில், சிரித்தவாறே கூறினார் கோல்ஸ், “ஹோட்ஸ், தோழர் ஜெனரல் ஹோட்ஸ்! – கோல்ஸ் என்பதை ஸ்பானிஷ் மொழியில் இப்படி அழைப்பார்கள் என்பது தெரிந்திருந்தால் இங்கே போராட வருமுன் இன்னும் நல்ல பெயரைப் பொறுக்கி யெடுத்திருப்பேன். இங்கே ஒரு பட்டாளத்துக்குத் தலைமை வகிக்கப் போகிறோம். விரும்பிய பெயரை வகிக்கலாம் என்பது தெரிந்ததும் ஹோட்ஸ் என்ற பெயரைப் பொறுக்கி விட்டேன், யோசிக்காமல். இனிமேல் அதை மாற்ற வழியில்லை! காலம் கடந்துவிட்டது... அது சரி, இந்தத் தேச பக்தத் தொண்டு பிடித்திருக்கிறதா உனக்கு?” – எதிரியணிக்குப் பின் கொரில்லா முறையில் போராடுவதையே ‘தேசபக்தத் தொண்டு’ என்று ரஷ்யர் அழைத்தனர். “மெத்தப் பிடித்திருக்கிறது. திறந்தவெளியில் வேலை செய்வதால் மிகுந்த உடல்வலிமையும் பெறுகிறேன்” என்று சிரித்தவாறே ஜார்டன் பதிலளித்தான்.

"உன் வயதில் எனக்கும் இந்த வேலை மிகமிகப் பிடித்திருந்தது. பாலங்களை நீ நன்றாகத் தகர்ப்பதாகக் கூறுகிறார்கள்; விஞ்ஞான முறையில் மிக நன்றாகச் செய்கிறாயாம். கேள்விப்பட்டதைத்தான் உரைக்கிறேன்; நீ எந்த வேலையும் செய்து நான் நேரில் பார்த்ததில்லை – ஒருவேளை உண்மையில் எதுவும் நடப்பதில்லையோ? நிஜமாகவே நீ பாலங்களைத் தகர்க்கத்தான் செய்கிறாயா?" ஸ்பானிஷ் பிராந்திக் கோப்பையொன்றைக் கொடுத்தவாறே அவர் வேண்டுமென்றே சீண்டத் தொடங்கிவிட்டார், "உண்மையிலேயே நீ அவற்றைத் தகர்க்கிறாயா, என்ன?"

"சில சமயம் தகர்ப்பதுண்டு தான்."

"அந்தச் 'சில' சமயம் என்ற சந்தேகப் பேச்சு எதுவும் இந்தப் பாலத்தைப் பொறுத்தவரையில் கூடாது... வேண்டாம், இந்தப் பாலம் பற்றி இனி நாம் பேச வேண்டாம். இவ்விஷயமாகப் போதிய அளவு புரிந்து கொண்டுவிட்டாய் அல்லவா? வேடிக்கை சமாச்சாரமல்ல இது, மிகவும் முக்கியமான வேலை. அதனாலேயே இதைப் பற்றி எவ்வளவு வேண்டுமானாலும் வேடிக்கையாகப் பேசலாம். எங்கே சொல்லு, பார்ப்போம். எதிரியணிக்குப் பின்னால் உனக்கு நிறைய சிநேகிதைகள் உண்டா?"

"கிடையாது, அதற்கெல்லாம் எனக்கு நேரமில்லை."

"அதை நான் ஒப்புக்கொள்ளமாட்டேன். வேலை எத்தனைக் கெத்தனை ஒழுங்கற்ற ரீதியில் இருக்கிறதோ, அத்தனைக்கத்தனை வாழ்க்கையும் முறையற்றதாகத்தான் இருக்கும். உன் வேலையில் ஒழுங்கு முறையே கிடையாது. இருந்தாலும் நீ தலைமயிர் வெட்டிக் கொள்வது அவசியம்."

"தேவைப்படும்போது வெட்டிக்கொள்கிறேன்" என்று பதிலளித்த ஜார்டன், தலையை கோல்ஸைப் போல் மொட்டையடித்துக் கொள்வதைவிட மோசமானது வேறென்ன இருக்கமுடியுமென எண்ணினான். "பெண்களையன்றிச் சிந்திப்பதற்கு எனக்கு எவ்வளவோ இருக்கின்றன" என்றான். பின்னர் சுணக்கத்துடன் "எவ்வித உடையைத் தான் அணிய வேண்டும்?" என்று வினவினான்.

"குறிப்பிட்ட உடையேதும் கிடையாது... உன் தலைமயிர் சரியாகத்தான் இருக்கிறது; வீணுக்குத்தான் சீண்டினேன். எனக்கும் உனக்குமிடையே நிறைய வித்தியாசம் உண்டு" என்று கூறியபடியே கோப்பைகளை கோல்ஸ் மறுபடியும் நிரப்பினார். "பெண்களைப் பற்றி மட்டும் நீ ஒருபோதும் சிந்திப்பதில்லை. எனக்கு அந்தச் சிந்தனையே கிடையாது. எதற்காகச் சிந்திக்க வேண்டும்? நான் தான் சோவியத் ஜெனரலாயிற்றே! ஆகவே யோசனையே தேவையில்லை. என்னையும் சிந்தனை வலையில் சிக்கவைத்து விடாதே!"

கோல்ஸின் உதவியாளர்களில் ஒருவர் தேசப்படமொன்றை மேஜைமீது விரித்து வைத்துக்கொண்டு அமர்ந்திருந்தார். அவ்வமயம் அவர் ஜார்டனுக்குப் புரியாத மொழியில் ஏதோ முணுமுணுத்தார் – உடனே ஆங்கிலத்தில் "சட், வாயை மூடு!" என்றார் கோல்ஸ், "நான் விரும்பும் போது வேடிக்கையாகப் பேசத்தான் பேசுவேன். வேலை முக்கியமாக இருப்பதால்தான் என்னால் இப்படி வேடிக்கை யாகப் பேச முடிகிறது... சரி, இதைக் குடித்துவிட்டுப் போ. எல்லாம் புரிந்துவிட்டது, இல்லையா?"

"ஆகா, பூராவும் புரிந்து கொண்டேன்" என்றான் ஜார்டன். இருவரும் கைகுலுக்கினர். பின்னர் கோல்ஸுக்கு வணக்கம் செலுத்திவிட்டு வெளியே வந்த ஜார்டன், ராணுவ மோட்டார் காரில் கிழவன் ஆன்ஸெல்மோ தூங்கியவாறு காத்துக் கிடந்ததைக் கண்டான். அந்தக் காரில் இருவரும் கிளம்பினார்கள். காடர்ரா மாவைக் கடந்த பிறகும் கூடக் கிழவன் விழித்துக் கொள்ளவில்லை. நவஸெர்ராடா சாலைவழியே சென்று ஆல்பைன் கழகத்தில் இருந்த குடிலை அடைந்த பிறகுதான் ஜார்டனுக்கு ஓய்வு கிடைத்தது. அங்கு அவன் மூன்று மணி நேரம் தூங்கியபின் இருவரும் மீண்டும் புறப்பட்டார்கள்.

வெய்யிலால் பழுப்பேறியிராத விசித்திரமான வெள்ளை முகமும், கழுகுப் பார்வையும், பெரிய மூக்கும், மெல்லிய உதடுகளும், வடுக்களும் சுருக்கங்களும் மண்டிய மொட்டைத் தலையும் கூடிய கோல்ஸை ஜார்டன் கடைசி முறையாகப் பார்த்தது அப்போதுதான். 'நாளை மாலை எஸ்கோரலுக்கு வெளியே, இருள் மண்டிய சாலையில் நம் துருப்புகள் புறப்பட்டாக வேண்டும். அந்த இருளிலேயே அச்சிப்பாய்களை ஏற்றிக்கொள்ள லாரி வரிசைகள் நீண்டு நெளிந்து நிற்கும்; கனத்த சுமையும் வீரர்கள் அவற்றில் ஏறிக்கொள்வர். இயந்திர பீரங்கிப் படையினர் தங்கள் ஆயுதங்களை அந்த லாரிகளில் ஏற்றுவர். டாங்கிகளைச் சுமந்து கொள்வதற்கான நீண்ட லாரிகளில் சரிவுப் பலகைகள் மூலம் டாங்கிகள் ஏற்றப்படும். பிறகு கணவாயைத் தாக்குவதற்காக இரவோடிரவாகப் படை நகர்த்தப்படும் – ஊஹூம், இதையெல்லாம் பற்றி நான் சிந்திக்கப் போவதில்லை. அது என் வேலையல்ல. கோல்ஸின் வேலையல்லவா அது? எனக்கு இருப்பது ஒரேயொரு வேலை தான். அதைப் பற்றித் தான் நான் யோசித்தாக வேண்டும். தெளிவான முறையில் அதை நான் சிந்திப்பது அவசியம். வருவன வரட்டும் என்று இருக்க வேண்டுமே தவிர வீணாகக் கவலைப்பட்டுக் குழம்பக்கூடாது. அச்சப்படுவதைப் போலவே அலட்டிக் கொள்வதும் கெடுதலானது தான். காரியத்தைக் கடினமாக்குவதே கவலையால் ஆகக்கூடிய தெல்லாம்?"

இப்படியெல்லாம் எண்ணமிட்டபடியே பாறைகளுக்கிடையே தெளிந்த நீர் ஓடுவதை பார்த்தவாறு ஓடைக்கரையில் ஜார்டன் அமர்ந்திருந்தான். அக்கரையில் நீர்ப்பூண்டு செழித்து வளர்ந்து அடர்த்தியாகப் படர்ந்திருந்ததை அவன் கண்டான். ஓடையில் இறங்கிச் சென்று இரு கை நிறைய அதைப் பறித்தான்; சேறுபடிந் திருந்த அதன் வேர்களை ஆற்று நீரில் அலசிச் சுத்தம் செய்தான். திரும்பக் கரையேறி வந்து மூட்டைகளின் அருகில் அமர்ந்தபின் அந்தப் பூண்டைக் கடித்துத் தின்னலானான். அதன் இலைகள் தூய்மையாகவும் குளிர்ந்தும் இருந்தன; தண்டுகளோ மொரமொரப் பாக இருந்ததுடன் சற்றே உறைத்தன. பின்னர், கரையில் இருந்தவாறே ஆற்று நீரை நோக்கிக் குனிந்தான். இடைப்பட்டையில் இருந்த கைத்துப்பாக்கி நனைந்துவிடாமலிருக்க அதை முதுகுப்பக்கம் தள்ளி விட்டுக்கொண்ட பின் இரு கைகளையும் பாறைகளில் ஊன்றியபடி ஆற்று நீரைக் குடிக்கலானான். சுள்ளெனச் சில்லிட்டிருந்தது அந்தத் தண்ணீர். கைகளை உயர்த்தி எழுந்து தலையைத் திருப்பியதும் பாறை விதானத்தின் வழியே கிழவன் இறங்கி வருவதைக் கண்டான். அவனோடு இன்னொருவன் வந்தான். அந்தப் புதியவனும் குடியானவர் அணியும் கறுப்பு மேலங்கியையும், கரும் பழுப்பு நிறச் சராய்களையும் தரித்திருந்தான் – அப்பகுதியில் அநேகமாக அனை வருமே இத்தகைய உடுப்பைத்தான் அணிகின்றனர் – அடிப்பாதத்தில் கயிறு முடைந்த காலணிகளைப் போட்டிருந்த அவனுடைய முதுகில் ஒரு துப்பாக்கி தொங்கியது. தலையில் குல்லாய் ஏதுமில்லை. இருவரும் ஆடுகளைப் போல் பாறையில் தாவிக் குதித்து இறங்கி வந்தனர். அவர்கள் அருகில் வந்ததும் ஜார்டன் எழுந்து நின்றான். துப்பாக்கி வைத்திருந்தவனை நோக்கிச் சிரித்தவாறு “வணக்கம், தோழரே!” என்றான்.

“வணக்கம்” என்றான் அவனும், அரை மனத்துடன். மயிர் மண்டியிருந்த அவனுடைய மொந்தை முகத்தை ஜார்டன் நோக்கி னான். அது ஏறக்குறைய வட்டமாக இருந்தது. தலையும் உருண்டை தான். கழுத்தே இல்லாததுபோலத் தோள்களுக்கிடையே அது நெருங்கிப் புதைந்திருந்தது. கண்கள் சிறுத்திருந்தன; அவை மிகுந்த இடைவெளி விட்டு அமைந்திருந்தன. காதுகளும் சிறியனவாய், மண்டைக்கு அண்மையில் இருந்தன. சற்றுப் பருமனான அந்த மனிதனின் உயரம் சுமார் ஐந்து அடி பத்து அங்குலம் இருக்கும். அவனுடைய கை கால்களும் பெரியனவாகவே இருந்தன. மூக்கோ உடைந்திருந்தது. ஒரு கடைவாயும் கிழிந்திருந்தது. மேல்உதட்டுக்கும் கீழ்த் தாடைக்குமிடையே ஓடிய வடுவொன்று தாடியையும் மீறித் தெரிந்தது. இப்படிக் காட்சி தந்த புதியவனை நோக்கித் தலையை ஆட்டியவாறு கிழவன் சிரித்தான். “இவர் தான் இங்கு தலைவர்”

என்று கூறித் தன் புஜங்களைப் புடைத்தெழச் செய்வதற்கே போலக் கைகளை நீட்டினான். ஓரளவு விஷமத்துடன் கூடிய வியப்புடன் புதியவனைப் பார்த்துக்கொண்டே, "பெருவலிமை படைத்தவர் இவர்" என்றான்.

"அது நன்றாகத் தெரிகிறது" என்று கூறி ஜார்டனும் மீண்டும் சிரித்தான். புதியவனை அவனுக்குப் பிடிக்கவில்லை. ஆகவே, மேலுக்குத்தான் சிரித்தானேயன்றி உள்ளூர அவனுக்கு மகிழ்ச்சி யில்லை.

"அடையாளம் காட்ட உங்களிடம் என்ன இருக்கிறது?" என்று அந்தத் துப்பாக்கிக்காரன் கேட்டான். உடனே, தன் ஃப்ளானெல் சட்டையின் இடதுபுற ஜேபியைப் பிணைத்திருந்த ஒரு ஊசியை ஜார்டன் கழற்றினான். அதில் மடித்து வைக்கப்பட்டிருந்த ஒரு காகிதத்தை வெளியில் எடுத்துப் புதியவனிடம் கொடுத்தான். அவன் அதைப் பிரித்து ஐயத்தோடு பார்த்தபின் கழற்றலானான். 'ஓஹோ, இவனுக்குப் படிக்கத் தெரியாது போலிருக்கிறது' என்று மனத்துள் குறித்துக்கொண்ட ஜார்டன் அவனை நோக்கி, "முத்திரையைப் பாருங்கள்" என்றான். கிழவனும் முத்திரையைச் சுட்டிக்காட்டினான். துப்பாக்கிக்காரன் ஊன்றிப் பார்த்தபின் அதையும் விரல்களால் வருடிவிட்டு, "என்ன முத்திரை இது?" என்று கேட்டான்.

"இதற்கு முன் இதை நீங்கள் பார்த்ததே கிடையாதா?" என்று ஜார்டன் வினவினான்.

"கிடையாது."

"இரண்டு முத்திரைகள் உண்டு. ஒன்று எஸ்.ஐ.எம் என்பது. அது ராணுவ வேவுப் பிரிவைக் குறிக்கும். இன்னொன்று, தலைமை யகத்தைக் குறிக்கும்."

"ஆமாம், அந்த முத்திரையை நான் பார்த்திருக்கிறேன். ஆனால் இங்கு என்னைத்தவிர வேறு எவருடைய கட்டளையும் செல்லாது" என்று குமுறிக்கூறிய புதியவன், "மூட்டைகளில் என்ன இருக்கிறது?" என்று கேட்டான்.

"வெடிமருந்து" என்றான் கிழவன், பெருமிதத்துடன். "நேற்றிரவு இருளிடையே எதிரியணியைக் கடந்தோம். இன்று பகல் பூராவும் இந்த வெடி மருந்தைச் சுமந்து கொண்டு மலைமேல் ஏறி வந்திருக்கிறோம்."

"வெடிமருந்தை என்னால் உபயோகிக்க முடியும்" என்று கூறியவாறு காகிதத்தை ஜார்டனிடம் திருப்பித்தந்த துப்பாக்கிக்காரன் அவனை உற்றுக் கவனித்தான். "ஆமாம், எனக்கு வெடிமருந்து தேவையாக இருக்கிறது. எவ்வளவு கொண்டுவந்திருக்கிறீர்?"

"உங்களுக்காக ஏதும் கொண்டுவரவில்லை" நிதானம் தவறாமல் ஜார்டன் பதிலிறுத்தான். "வேறு காரியத்துக்காக இது இங்கு வந்திருக்கிறது... அது இருக்கட்டும். உங்கள் பெயரென்ன?"

"அதைப்பற்றி உமக்கென்ன கவலை?"

"இவர் பெயர் பாப்லோ" குறுக்கிட்டுக் கூறிய கிழவனையும், ஜார்டனையும் குமுறலுடன் நோக்கினான்.

"அப்படியா? உங்களைப்பற்றி நல்ல செய்திகளை நிறையக் கேள்விப்பட்டிருக்கிறேன்" என்றான் ஜார்டன்.

"என்ன கேள்விப்பட்டிருக்கிறீர்?"

"நீங்கள் அரியவொரு கொரில்லாத் தலைவர். குடியரசினிடம் பற்றுமிக்கவர். உங்கள் செயல்கள் மூலம் அந்த விசுவாசத்தை நிரூபிப்பவர், கருமமே கண்ணாயிருக்கும் தீரர் என்றெல்லாம் கேள்விப்பட்டிருக்கிறேன். ராணுவத் தலைமையினர் உங்களுக்கு அனுப்பிய வாழ்த்துடன் இங்கு வந்திருக்கிறேன்."

"எங்கே கேள்விப்பட்டீர் இவ்வளவையும்?" முகஸ்துதி எதையும் அவன் ஏற்கவில்லை என்பதை ஜார்டன் கண்டான்.

"பூயிட்ரோகோவிலிருந்து எஸ்கோரியல் வரையில் நெடுகக் கேட்டேன்" என்று பதிலளித்த ஜார்டன், எதிரியணிக்கு அப்பாலிருந்த பகுதி முழுமையையும் விவரித்தான்.

"பூயிட்ராகோவிலோ, எஸ்கோரியலிலோ எனக்குத் தெரிந்தவர் எவரும் கிடையாதே!"

"மலைகளுக்கு அப்பால் புதியதாகப் பலர் போயிருக்கிறார்களே, உங்களுக்குத் தெரியாதா...? அது சரி நீங்கள் பிறந்து வளர்ந்தது எங்கேயோ?"

"ஆவிலாவில்... ஆமாம், வெடிமருந்தை எதற்கு உபயோகப் படுத்துவீர்?"

"பாலத்தைத் தகர்க்கப் போகிறேன்."

"எந்தப் பாலத்தை?"

"அது என் விவகாரம், கேட்க வேண்டாம்."

"இந்தப் பகுதியில் அந்தப் பாலம் இருக்கிறதென்றால் அது என் விவகாரமே. நீர் வசித்த இடத்திற்கு அருகில் உள்ள பாலங்களை நீர் உடைப்பீரா, என்ன? வசிப்பது ஓரிடம், வேலை செய்வது இன்னொரு இடமாகத்தான் இருக்க வேண்டும். என் வேலை என்ன என்பது எனக்குத் தெரியும். ஒரு வருடம் பூராவும் பல காரியங்களைப் புரிந்த பிறகும் உயிரோடு இருப்பவனுக்கு அது தெரியாமலா இருக்கும்?"

“இந்த விவகாரம் என்னுடையது. இதைப்பற்றி பிறகு இருவரும் பேசுவோம். இப்போது இந்த மூட்டைகளை என் முதுகில் ஏற்றிவிடுகிறீரா?”

“முடியாது” என்று மறுத்துத் தலையை ஆட்டினான் பாப்லோ. அவனை நோக்கித் திடுமெனத் திரும்பிய கிழவன், ஜார்டனுக்கு அதிகம் விளங்காத மொழியொன்றில் மளமளவெனப் பொறிந்து தள்ளினான். ‘குவிவேடோ’வைப் படிப்பது போலிருந்தது அந்த பாஷை. அது பழைய காஸ்டிரிய மொழிதான். “நீ மூர்க்கனா என்ன? ஆமாம்... இல்லை. ஒருவேளை நீ மிருகமோ... உனக்கு மூளை இருக்கிறதா? கிடையவே கிடையாது... மிக முக்கியமான காரியத்துக்காக இங்கு வந்திருக்கிறோம். நீயோ உன் இருப்பிடத்தில் தொல்லை கூடாது என்பதற்காக மனித குலத்தின் நன்மையை மாய்க்கப் பார்க்கிறாய். உன் மக்களின் நலனை ஒதுக்கித் தள்ளுகிறாய்! நீ நாசமாய்ப்போக! உன்னைப் பெற்றவன் புழுத்துப்போக! உன் தலையில் இடிவிழ! தூக்கு மூட்டையை! – இந்த ரீதியில் கிழவன் பேசினான்.

தரையை நோக்கியபடியே பாப்லோ சொன்னான். “தன்னால் முடிந்ததையே ஒவ்வொருவனும் செய்ய வேண்டும்; எது சிறந்ததோ அந்த வழியிலேயே செய்வது அவசியம்... நான் வசிப்பது இங்கே. ‘கொரில்லா’ வேலை புரிவதோ ஸிகோவியாவுக்கு அப்பால். இங்கே நீர் ஏதாவது கலகம் மூட்டினால் இந்த மலைகளிலிருந்து நாங்கள் விரட்டியடிக்கப்பட்டு விடுவோம். சுற்றுவட்டத்தில் ஏதும் செய் யாமல் இருப்பதால் தான் இந்த மலைகளில் நாங்கள் வசிக்க முடிகிறது. நரியின் வேலை முறைதான் இது.”

“ஆமாம், நரியின் தந்திரமே இது. ஆனால் நமக்கு இப்போது வேண்டுவதோ ஓநாய்க் குணம்தான்” என்று கசப்புடன் கூறினான் ஆன்ஸெல்மோ.

“ஓநாயின் தன்மை உன்னைவிட என்னிடம் அதிக அளவில் உண்டு” என்று பாப்லோ பதிலளித்தான். மூட்டையை இனி அவனே தூக்குவான் என்பதில் ஜார்டனுக்கு ஐயமில்லை.

“ஓஹோ, சரி தான் என்னைவிடச் சிறந்த ஓநாயோ நீ! எனக்கு அறுபத்தெட்டு வயதாகிறது. தெரியுமல்லவா?” என்று கூறிக் காறித்துப்பித் தலையை ஆட்டினான் கிழவன்.

“அப்படியா! அவ்வளவு வயதாகி விட்டதா உமக்கு?” என்று கேட்ட ஜார்டன், அப்போதைக்குச் சமாதானம் சித்தியாகிவிட்டதை உணர்ந்தான்; ஆனால் அதை இன்னும் உறுதிப்படுத்தவே அவ்விதம் வினவினான்.

“ஜூலை மாதத்தில் அறுபத்தெட்டு நிறைந்துவிடும்.”

"அதாவது, அந்த மாதம் வரை நாம் உயிரோடு இருந்தால்" என்று கூறிய பாப்லோ, அடுத்து ஜார்டன் பக்கம் திரும்பி, "மூட்டையை முதுகிலேற்றிக் கொள்கிறேன். வாரும். இன்னொன்றைக் கிழவனிடமே விட்டு விடும். இவன் பலம் மிகுந்த கிழவனாக்கும்!" என்றான். அவன் குரலில் சினச் சுணக்கமில்லை; மாறாக, வருத்தமே தொனித்தது.

"வேண்டாம், நானே தூக்குகிறேன்" என்றான் ஜார்டன்.

"கூடாது. இன்னொரு பலசாலியான இவனிடமே விட்டுவிடுங்கள்" என்று கிழவன் குறுக்கிட்டுக் கூறினான்.

"நானே தூக்கிக்கொள்கிறேன்" என்று முன்வந்த பாப்லோவின் சிணுங்கிய குரலில் தேங்கிய துக்கத்தின் சாயல் ஜார்டனைக் கலக்கியது. அந்த வருத்தம் அவன் அறிந்த ஒன்று. அதை இங்கு கண்டதே அவனுக்குக் கலக்கமூட்டியது.

"அப்படியானால் துப்பாக்கியை என்னிடம் கொடுங்கள்" என்று மொழிந்தான் ஜார்டன். பாப்லோ தந்ததும் அதைத் தன் முதுகில் மாட்டிக் கொண்டான். அவ்விருவரும் அவனுக்கு முன் சென்றனர். சிரமப்பட்டுப் பாறைப் பிதுக்கத்தின் மீதேறிக் கடந்ததும் காட்டில் பசும் வெளியொன்று குறுக்கிட்டது. அதையொட்டியே அவர்கள் சென்றார்கள். முன்பு சுமந்து வியர்த்த கனமான மூட்டைக்குப் பதில் இப்போது இதம் தரும் முறையில் துப்பாக்கி தோளில் தொங்கியதால் எளிதாக நடக்க இயன்ற ஜார்டன் சில இடங்களில் புல் கத்தரிக்கப்பட்டிருந்ததைக் கவனித்தான்; குதிரைகளை வளைத்துப் போடுவதற்கான முளைகள் அடிக்கப்பட்டிருந்ததன் அறிகுறிகளையும் தரையில் கண்டான். தண்ணீர் குடிப்பதற்காகக் குதிரைகள் ஆற்றுக்கு அழைத்துச் செல்லப்பட்ட பாதையையும் புற்களூடே அவனால் பார்க்க முடிந்தது. சில குதிரைகள் சமீபத்தில் போட்டிருந்த சாணமும் அங்குமிங்கும் சிதறிக் காணப்பட்டது. 'மேய்வதற்காக இரவில் இங்கே குதிரைகளைக் கட்டிப் போட்டுவிட்டு பகலில் காட்டில் மறைத்து வைக்கிறார்கள் போலிருக்கிறது. இந்த பாப்லோவிடம் எவ்வளவு குதிரைகள் இருக்குமோ?, என்று அவன் எண்ணலானான்.

பாப்லோவின் சராயில் முழங்கால் முட்டுக்களும், துடைப் பகுதியும் அழுக்கேறி நைந்து பளபளத்தது இப்போது அவனுக்கு ஞாபகம் வந்தது; முன்பே கவனித்திருந்த போதிலும் இப்போது அதை அவன் நினைத்துப் பார்க்கவேயில்லை. 'இவனிடம் சவாரி ஜோடுகள் உண்டா? இல்லை இந்தக் கயிற்றுக் காலணிகளுடனேயே தான் இவன் சவாரி செய்கிறானா? இவனுக்கு ஆள்கட்டு இருக்கத் தான் வேண்டும். ஆனால் இவனுடைய இந்த வருத்தப்போக்கு

எனக்குப் பிடிக்கவில்லை. இப்படிப்பட்ட துக்கம் தீங்கானது. பணியை விடுமுன்போ, அல்லது சகாக்களைக் காட்டிக் கொடுக்கும் முன்போதான் இப்படிப்பட்ட துக்கம் தோன்றுவது வழக்கம். ஆமாம், துரோகத்துக்குப் பூர்வாங்கமான மனநோய்தான் இது' – இவ்விதமெல்லாம் ஜார்டன் சிந்தித்துக் கொண்டிருந்தான்.

அப்போது, அவர்களுக்கு முன்னால் இருந்த காட்டினுள் ஒரு குதிரை கனைத்தது. அதையடுத்து, இலைகள் அடர்ந்து கிட்டத்தட்ட தொட்டுக் கொண்டிருந்த உச்சிகளின் வழியே சிறிது கதிரவன் ஒளி பாயும் அடர்ந்த பைன் மரங்களினூடே தெரிந்த குதிரைப் பட்டியை ஜார்டன் கண்டான். மரங்களைச் சுற்றிக் கயிற்றைக் கட்டி அந்தப் பட்டி அமைக்கப்பட்டிருந்தது. அருகில் மனிதர் வந்ததும் அங்கிருந்த குதிரைகள் நிமிர்ந்து நோக்கின. பட்டிக்கு வெளியே ஒரு மரத்தின் அடியில் சேணங்கள் குவிக்கப்பட்டு ஒரு கித்தானால் மூடப்பட்டிருந்தன. பட்டியை அணுகியதும், முன்னால் சென்ற இருவரும் நின்றனர்; அக்குதிரைகளை தான் வியந்து பாராட்ட வேண்டும் என்பதை அதிலிருந்து ஜார்டன் கண்டுகொண்டான். "ஆமாம், இந்தக் குதிரைகள் லட்சணமாக இருக்கின்றன" என்ற அவன் பாப்லோ பக்கம் திரும்பி, "பெரிய குதிரைப்படையே வைத்திருக்கிறீர்களே!" என்று பாராட்டினான். ஆனால் பட்டியினுள் ஐந்து குதிரைகள் தான் இருந்தன. அவற்றில் மூன்று செம்பழுப்பு நிறமானவை; ஒன்று மஞ்சள் பழுப்பு வண்ணம் உடையது; இன்னொன்று இளமஞ்சள் நிறம் கொண்டது. முதலில் சேர்த்துப் பார்த்தபின் கவனமாகக் கணித்த ஜார்டன் அடுத்து அவற்றைத் தனித்தனியே நோக்கலானான். அவை எத்தனை நேர்த்தியானவை என்பது பாப்லோவுக்கும் ஆன்ஸெல்மோவுக்கும் தெரியும். ஆகவே பெருமிதத்துடனும் முன்னைவிடக் குறைந்த அளவு துக்கக் குறியுடனும் நின்ற பாப்லோ அவற்றை அன்புடன் நோக்குகையில், கிழவனோ ஏதோ அதிசயத்தைத் திடீரெனத் தானே தோற்றுவித்து விட்டதைப்போல நடந்து கொண்டான்.

"இவை உங்களுக்கு எப்படித் தோன்றுகின்றன?" என அவன் வினவினான்.

"இவை அனைத்தும் நான் பிடித்தவை" இவ்வாறு பாப்லோ பெருமையுடன் கூறியது ஜார்டனுக்குத் திருப்தி தந்தது. நெற்றியும் ஒரேயொரு காலும் வெண்ணிறமாக இருந்த பெரியதொரு குதிரையைக் காட்டி, "அது சிறந்ததொரு குதிரை" என்றான் அவன். வெலாஸ்க்வெஸ் வரைந்த ஓவியமொன்றிலிருந்து, உயிர்பெற்று வந்ததுபோல இருந்தது அந்த அழகான குதிரை.

"எல்லாக் குதிரைகளுமே நேர்த்தியானவை தாம்... குதிரைகளைப் பற்றி உமக்குத் தெரியுமல்லவா?" என்று பாப்லோ கேட்டான்.

"தெரியும்."

"அப்படியானால் நீர் முழுமோசமில்லை... சரி, இந்தக் குதிரைகளில் ஒன்றிடம் ஏதாவது குறை காண்கிறீரா, சொல்லும்."

படிக்கத் தெரியாத ஒருவனால் தன் அத்தாட்சிப் பத்திரங்கள் இப்போது வேறு வகையில் பரிசீலிக்கப்படுகின்றன என்பதை ஜார்டன் உணர்ந்தான். எல்லாக் குதிரைகளும் அவர்களை இன்னமும் நிமிர்ந்து நோக்கியவாறே இருந்தன. பட்டியின் இரட்டைக் கயிறுகளினூடே நுழைந்த ஜார்டன், இளமஞ்சள் நிறக் குதிரையின் பின்புறத்தில் தட்டினான். பின்னர் கயிறுகளின் மீது சாய்ந்து கொண்டு, அக்குதிரைகள் பட்டியினுள் சுற்றிவருவதைக் கவனித்தான். அவை நின்றதும் மேலும் ஒரு நிமிட நேரம் நின்று நோக்கியபின் குனிந்து வெளியே வந்தான். "மஞ்சள் பழுப்பு நிறக் குதிரையின் இடதுபுறப் பின்னங்காலில் ஊனம் இருக்கிறது" பாப்லோவைப் பார்க்காமலே அவன் தொடர்ந்து சொன்னான், "குளம்பு பிளந்திருக்கிறது. சரிவர லாடம் அடித்தால் மேலும் மோசமாகாமல் இருக்கும். ஆனாலும்கூடக் கரடுமுரடான பாதையில் அதிக தூரம் நடந்தால் அது நொண்டியாகி விடும்."

"நாங்கள் பிடித்தபோதே அதன் குளம்பு அப்படித்தான் இருந்தது" என்று பாப்லோ கூறினான்.

"உங்களிடம் உள்ளவற்றில் சிறந்தது அந்த வெள்ளை முகக் குதிரை தான். ஆனால் அதன் முன்கால் எலும்புக்கு மேல் வீக்கம் கண்டிருக்கிறது. அது நல்லதல்ல."

"அது ஒன்றும் பிரமாதமில்லை. மூன்று நாட்களுக்கு முன் எதிலோ இடறியதால் வீக்கம் கண்டிருக்கிறது. பெரிய கோளாறு என்றால் அது இதற்குள் மோசமாகியிருக்கும்" என்றவாறு கித்தானை அகற்றி சேணங்களைக் காட்டினான் பாப்லோ. அவற்றில் இரண்டு சாதாரணமானவை; மாடு மேய்ப்பவர்கள் உபயோகிப்பவை. ஒன்று பகட்டாக இருந்தது; கையால் தைக்கப்பட்ட தோல் ஆசனமும், கனமான பாதமுடுக்கிகளும் உடையதாயினும் அதுவும் மேய்ப்போர் உபயோகித்ததுதான். மற்ற இரண்டும் கருப்புத்தோலினாலான ராணுவ சேணங்கள். பாப்லோ அவற்றைச் சுட்டிக்காட்டி, "இரண்டு சிவில் காவலரைக் கொன்றபோது கிடைத்தவை இவை" என்றான்.

"அப்படியா? பெரிய சாதனையாயிற்றே அது!"

"ஸிகோவியாவுக்கும் ஸாண்டா மேரியா டெல்ரியலுக்கும் இடையில் செல்லும் சாலையில் அந்த இருவரும் இறங்கி, யாரொ வொரு வண்டியோட்டியிடம் அத்தாட்சிப் பத்திரங்களைக் கேட்டுக் கொண்டிருந்தனர். அப்போது இந்தக் குதிரைகளுக்கு எவ்விதத் தீங்கும் நேராத முறையில் அவர்களைத் தீர்த்துக்கட்டினோம்."

"ஏராளமான காவலர்களைக் கொன்றிருக்கிறீர்களா, என்ன?"

"சிலரைச் சாகடித்திருக்கிறோம். ஆனால் குதிரைகளுக்குக் காயம் ஏற்படாத முறையில் கொல்ல முடிந்தது அந்த இரண்டு பேரையும் தான்."

"ஆவிலாவில் ரயில் வண்டிக்கு வெடி வைத்துத் தகர்த்தது பாப்லோ தான்... ஆமாம், இவனே தான்" என்றான் ஆன்ஸெல்மோ.

"ஒரு அந்நியர்தான் வெடிக்க வைத்தார். அவரைத் தெரியுமா உமக்கு?" என்று பாப்லோ கேட்டான்.

"அவர் பெயரென்ன?"

"எனக்கு நினைவில்லை; மிகவும் அபூர்வமான பெயர் அது."

"உம்மைப் போலவே வெள்ளைவெளேர் என்று இருந்தார். ஆனால் உம்மளவு உயரமில்லை. கைகள் பெரியவை. மூக்கும் உடைந்திருந்தது."

"காஷ்கின்... ஆம், காஷ்கினாகத்தான் இருக்க வேண்டும்" என்றான் ஜார்டன்.

"ஆமாம், அது மிகவும் அபூர்வமான பெயர், அப்படித்தான் அது தொனித்தது. அவர் இப்போது எங்கே இருக்கிறார்?"

"ஏப்ரல் மாதத்தில் இறந்துவிட்டார்."

"அனைவருக்கும் நடப்பது அதுதான். நம் எல்லாரின் முடிவும் அதுவே" என்று மனமுடைந்தவனாய் மொழிந்தான் பாப்லோ.

"எல்லா மனிதர்களுக்கும் அது தான் முடிவு; அப்படித்தான் எப்போதும் நடந்துவந்திருக்கிறது. புதிதாக என்ன கண்டுவிட்டாய், பாப்லோ? உன்னை என்ன வாட்டுகிறது, சொல்லு" என்றான் ஆன்ஸெல்மோ.

"அவர்கள் பலம் மிகுந்தவர்கள்" தனக்குத்தானே பேசிக் கொள்வது போல பாப்லோ பதிலிறுத்தான். குதிரைகளைக் கலக்கத்துடன் நோக்கியவனாய்த் தொடர்ந்தான். "எதிரிகள் எவ்வளவு பலமுடையவர்கள் என்பதை நீங்கள் உணரவில்லை. நம்மைவிட அவர்களிடம் எப்போதும் பலமும் ஆயுதமும் அதிகம். என்றுமே அவர்களிடம் அதிக தளவாடங்கள் இருந்து வந்திருக் கின்றன. இங்கோ இந்த மாதிரிக் குதிரைகள் தான் என்னிடம் இருக்கின்றன. நான் என்ன எதிர்பார்க்க முடியும்? வேட்டையாடப் பட்டு வதைபடுவதைத்தான்; வேறொன்றையுமில்லை."

"எந்த அளவுக்கு வேட்டையாடப்படுகிறாயோ அந்த அளவுக்கு நீயும் வேட்டையாடுவதில்லையா?" என்று ஆன்ஸெல்மோ வினவினான்.

“இல்லை. அந்த அளவுக்கு இனி முடியாது. இப்போது இந்த மலைகளிலிருந்து கிளம்புவதென்றால் நாங்கள் எங்கே செல்லமுடியும்? அதைச் சொல்லுங்கள், எங்கே போகமுடியும்?”

“ஸ்பெயினில் மலைகளுக்கா பஞ்சம்? இதைவிட்டால் ஸியராடி கிரிடோஸ் இருக்கவே இருக்கிறதே!”

“ஊஹூம், எனக்கல்ல அது. துரத்தப்பட்டு களைத்துவிட்டேன் நான். இங்கே நாங்கள் வசதியாக வாழ்கிறோம். இந்நிலையில் நீர் பாலத்தைப் பிளந்தால் எங்களை வேட்டையாட முற்படுவார்கள். நாங்கள் இங்கே இருக்கிறோம் என்பதை அறிந்து விமானங்களைக் கொண்டு தேடினால் எங்களைக் கண்டுபிடித்து விடுவார்கள், மூர்களை அவர்கள் அனுப்பினால் எங்களைத் தேடிப் பிடித்துவிடுவது நிச்சயம். ஆகவே நாங்கள் இங்கிருந்து ஓடியே தீரவேண்டும். இந்த ஓடுகாலிப் பிழைப்பை என்னால் இனியும் தாங்கமுடியாது.” ஜார்டன் பக்கம் திரும்பி அவன் கேட்டான், “என்னிடம் வந்து, நான் என்ன செய்ய வேண்டும் என்பதைச் சொல்ல அந்நியரான உமக்கு ஏது உரிமை?”

“நீர் என்ன செய்யவேண்டும் என்று நான் கூறவேயில்லையே!”

“இதுவரை சொல்லாவிட்டாலும் இனிச் சொல்லத்தான் சொல்வீர். அதோ இருக்கின்றன தீமை மூட்டைகள்.” குதிரைகளை நோக்கியபோது கீழிறக்கி வைத்த இரு மூட்டைகளையும் காட்டியவாறு பாப்லோ கூறினான். குதிரைகளைக் கண்டதும் தான் அவனிடம் கலக்கம் முற்றிவிட்டது என்பதை ஜார்டன் உணர்ந்தான்; அவன் நாவைக் கட்டவிழ்த்தவை அவையேயெனத் தேர்ந்தான். அவற்றில் மூன்று குதிரைகள் இப்போது கயிற்றுக்கருகில் நின்றன. அங்குமிங்குமாக விழுந்த சூரியன் விரிகதிர், செம்பழுப்பு வண்ணக் குதிரையின் மேனியை மினுமினுக்க வைத்தது. அந்த ஆண் குதிரையைப் பாப்லோ பார்த்ததும் அந்தக் கனமான மூட்டைகளிலொன்றைக் காலால் உரசினான். “இதோ இருக்கிறது தீமை!” என்றபடி.

“கடமையைக் கருதித்தான் இங்கு வந்திருக்கிறேன். போரை நடத்துபவர்களின் கட்டளைப்படி தான் வந்துள்ளேன். உம்மை நான் உதவி கேட்டால் தாராளமாக மறுக்கலாம்; உதவத் தயாராக இருக்கக் கூடிய வேறு யாரையாவது தேடிக்கொள்கிறேன். உதவும்படி உம்மை நான் இன்னும் கேட்கக் கூட இல்லை. கட்டளையிடப்பட்டபடி நான் நடந்தாக வேண்டும்; அது முக்கியமான காரியமே என்று நான் உறுதியாகக் கூறமுடியும். நான் அந்நியனாக இருப்பது என் தவறல்ல. இங்கேயே பிறந்திருந்தால் அதை என் அதிருஷ்டமாகவே கருதுவேன்.”

“இங்கிருந்து நாங்கள் விரட்டப்படலாகாது என்பதே எனக்கு இப்போது எல்லாவற்றிலும் முக்கியமானது. என்னையும், என்னைச் சார்ந்திருப்பவர்களையும் காப்பதே இப்போது என் கடமை.”

“ஆமாம், உன்னை நீ காப்பாற்றிக் கொள்ளத்தான் வேண்டும். பல நாட்களாகவே அதைத்தான் செய்து வருகிறாய். நீயும், உன் குதிரைகளும் தான் இப்போது உனக்கு முக்கியம். குதிரைகள் கிடைக்குமுன் எங்களில் ஒருவனாகவே இருந்தாய். இப்போதோ இன்னொரு முதலாளியாகி விட்டாய்” என்றான் ஆன்ஸெல்மோ.

“அநியாயமாகப் பழி சுமத்துகிறாயோ! நம் போராட்டத்துக்காகத் தானே எப்போதும் குதிரைகளைப் பயன்படுத்துகிறேன்?”

“எப்போதும் எங்கே? ஏதோ சொற்ப நேரம் தான் கொடுக்கிறாய். மிக அற்பநேரம் தான் தருகிறாய் என்பேன்.” ஆன்ஸெல்மோ வெறுப்புடன் தொடர்ந்தான். “திருடுவதற்குத் தருகிறாய், உண்மை தான். நன்றாகச் சாப்பிடுவதற்குப் பொருள் தேடத் தருகிறாய். வாஸ்தவமே. கொலைகள் புரியக் கொடுக்கிறாய் என்பதையும் ஒப்புக் கொள்கிறேன். ஆனால் சண்டை செய்வதற்குத் தருவ தில்லையே!”

“துக்கிரிக் கிழவன் நீ. வாயாலேயே கேடு தேடிக் கொள்ளப் போகிறாய், பார்த்துக் கொண்டேயிரு.”

“நான் கிழவன் தான்; ஆனால் யாருக்கும் பயப்படாத கிழவன், குதிரையேதும் இல்லாத கிழவனும்கூட.”

“நீ சாகும் நாள் அதிக தூரத்திலில்லை, கிழவா, ஜாக்கிரதை!”

“இருக்கும்வரை இருந்துவிட்டு இறக்கப்போகும் கிழவனேதான், ஆனால் இந்த நரிகளின் சலசலப்புக்கு அஞ்சாத கிழவன் நான்.”

மேற்கொண்டு ஏதும் பேசாமல் மூட்டையைத் தூக்கிக் கொண்டான் பாப்லோ, ஆனால் ஆன்ஸெல்மோ ஓய்ந்துவிடவில்லை; இன்னொரு மூட்டையைத் தூக்கியவாறே, “ஓநாய்களுக்கும் நான் பயப்படமாட்டேன். அதாவது, நீ ஓநாயாக இருந்தால்” என்றான்.

“சட், வாயை மூடு, அதிகப்பிரசங்கிக் கிழவா!”

“செய்யப் போவதாகச் சொல்வதைச் செய்தே தீருபவன் நான்” மூட்டையினால் முதுகு வளைந்தவாறு ஆன்ஸெல்மோ தொடர்ந் தான், “இப்போது எனக்குப் பசி. தாகமும் கூட. அழுமூஞ்சி கொரில்லாத் தலைவா, புறப்படு. ஏதாவது சாப்பிடக் கிடைக்கு மிடத்துக்கு அழைத்துப்போ.”

“ஏதேது, ஆரம்பமே நன்றாகயில்லையே!” என்று ஜார்டன் எண்ணலானான். ஆயினும் ஆன்ஸெல்மோ சரியான ஆள்தான். நல்லவராக இருக்கும் வரையில் இந்தமாதிரி ஆசாமிகள் வல்லவரே;

அப்படி உள்ள வரையில் இவர்களுக்கு ஈடு கிடையாது. கெட்டு விட்டாலோ, இவர்களைப்போல மோசமானவர்களையும் பார்க்க முடியாது. தான் செய்வதென்ன என்பதை அறிந்தே ஆன்ஸெல்மோ இங்கு என்னை அழைத்து வந்திருக்க வேண்டும். ஆனால் இப்போது இங்கு நடப்பது எனக்குப் பிடிக்கவில்லை. கட்டோடு பிடிக்கவில்லை. மூட்டையை பாப்லோ தூக்கிக் கொண்டிருப்பதுதான் இந்தக் காரிருளில் ஒரே ஒளிக்கீற்று. தன் துப்பாக்கியை அவன் என்னிடம் கொடுத்திருப்பதையும் ஒரு நல்ல அறிகுறியாகக் கொள்ளலாம். எப்போதுமே இவன் இப்படிப்பட்டவன்தானா? ஆமாம், உம்மணா மூஞ்சி வர்க்கத்தில் ஒருவனாகவே இவன் இருக்கக்கூடும். ஊஊம், இம்மாதிரியெல்லாம் எண்ணி ஏமாறாதே! முன்பு இவன் எப்படி இருந்தான் என்பது உனக்குத் தெரியாது. ஆயினும் அவன் வரவர மோசமாகிறான், அதை இவன் மூடி மறைக்கவுமில்லை என்பதை நீ அறிவாய். அதை எப்போது மூடிமறைக்க முற்படுகிறானோ, அப்போது இவன் ஒரு முடிவுக்கு வந்து விட்டான் என்பது தெளிவாகிவிடும். மறக்காதே! எப்போது முதல் முறையாக நேசம் காட்டத் தொடங்குகிறானோ. அப்போது முடிவுக்கு வந்தே யிருப்பான்', இவ்வாறு தன்னைத்தானே எச்சரித்துக்கொண்ட ஜார்டனின் எண்ணப்போக்கு அடுத்து குதிரைகள்மீது லயித்தது. 'எப்படியும், அந்தக் குதிரைகள் அருமையானவை, அழகானவை தான். பாப்லோவைப் போல என்னையும் அவை எண்ணி ஏங்கச்செய்து எது தேவையோ, தெரியவில்லை. கிழவன் கூறியது சரியே; குதிரைகள் இவனைப் பணக்காரனாக்கி விட்டன. அப்படி ஆனதும் வாழ்க்கையை அனுபவித்து ஆனந்திக்க இவன் விரும்பத் துவங்கிவிட்டான். குதிரைவீரர் கழகத்தில் சேர இயலவில்லையே என்று இவன் விரைவில் வருந்தப் போவது நிச்சயம். ஆஹா! குதிரை வீரன் பாப்லோ! வீரமரபில் வந்த பாப்லோ!...'

இந்த மாதிரி நினைவோட்டம் ஜார்டனின் மனக்கவலைகளை மறக்கடித்தது. சற்றே களிப்பு மூட்டியது. நாள் முழுதும் தமாஷிலேயே அவன் இறங்கவில்லை. ஆகவே, முதல்முறையாக வேடிக்கையாக எண்ணியதும் அவனுடைய உள்ளம் குளிர்ந்தது. 'மற்ற அனைவரையும் போலவே நீயும் ஆகிவருகிறாய். நீயும் அழுமூஞ்சியாகத் தொடங்கு கிறாய்' என்று திரும்பவும் தனக்குத்தானே பேசிக் கொள்ளலானான். கோல்ஸுடன் இருந்தபோது அவன் உற்சாகமற்று நின்றது உண்மையே. அவர் இட்ட பணியின் முக்கியத்துவமே அவனை அப்படி இடியச் செய்தது. இல்லை, ஓரளவுதான் என் உள்ளம் அஞ்சியது... இல்லையில்லை, மிகமிகத்தான் நடுங்கிவிட்டாய். கோல்ஸ் குஷியாகத்தானே இருந்தார். கிளம்பு முன் நானும் குதூகலமாக இருக்க வேண்டும் என்று அவர் விரும்பவில்லையா?

நான் தானே உற்சாகமற்று இருந்தேன்? எண்ணிப் பார்த்தால், சிறந்தவர் அனைவருமே சந்தோஷமாகத்தான் இருந்திருக்கின்றனர். ஆனந்தமுடன் இருப்பதே தரமானது; இன்னொன்றுக்கும் அது அறிகுறி. வாழும்போதே அமரத்துவம் அடைந்துவிடுவதைப் போல அது... சேச்சே, சிக்கல் மிக்கச் சிந்தனையாக இருக்கிறதே!... ஆனால் இப்போது அதிகம் பேர் எங்கே வாழ்கின்றனர்? ஆமாம், ஆனந்த புருஷர்களில் அநேகர் இறந்துவிட்டனர். மிகச் சிலர், மிகமிகச் சிலர் தான் இன்னமும் இருக்கின்றனர்... இப்படி நீ தொடர்ந்து சிந்திப்பாயானால் நீயும் இல்லாதவர் பட்டியலில் சேர்ந்து விடுவாய். பையா... நீ தான் அனுபவசாலியாயிற்றே, விட்டுவிடு இந்தச் சிந்தனையை, இப்போது நீ பாலம் தகர்ப்பவன், தோழா! சிந்தனையாளன் அல்ல... இதென்ன ஒரேயடியாகப் பசிக்கிறதே? வயிறு புடைக்கச் சாப்பிடுபவனாகவாவது பாப்லோ இருக்க வேண்டுமே!

2

அடர்ந்த காட்டைக் கடந்ததும் சிறியதொரு பள்ளத்தாக்கின் மேல்கோடியை மூவரும் அடைந்தனர். கோப்பை போலிருந்த அந்தக் கோடியிலிருந்து பார்த்தபோது உள்வாங்கினாற் போல இன்னொன்று எழும்பி நிற்பது தெரிந்தது. அந்தக் குன்றின் அடியில்தான் முகாம் இருக்க வேண்டுமென ஜார்டன் முடிவு செய்தான். அதுவேதான் முகாம்; அதற்கு ஏற்ற இடமாகவும் அது இருந்தது. அருகில் செல்லும் வரையில் அதைப் பார்க்க முடிய வில்லை; விமானத்திலிருந்து பார்த்தாலும் அதைக் கண்டுவிட இயலாது. மேற்பரப்பில் தெரியக் கூடியதாக ஏதுமில்லை. கரடிக் குகையைப் போலவே நல்லபடி மறைந்திருந்தது அது. ஆனால் போதுமான அளவு பாதுகாப்பு இருந்ததாகத் தோன்றவில்லை. அருகிற்சென்ற ஜார்டன் கவனமுடன் ஆராயலானான். உள்வாங்கி யிருந்த குன்றினுள் பெரியதொரு குகை இருந்தது. அதன் வாயிலில், பாறை மீது சாய்ந்தவாறு கால்களைத் தரையில் நீட்டிக்கொண்டு ஒருவன் உட்கார்ந்திருந்தான். தன் துப்பாக்கியைப் பாறையில் சாத்திவைத்துவிட்டுக் கத்தியினால் குச்சி ஒன்றை அவன் சீவிக் கொண்டிருந்தான். நெருங்கி வந்த அவர்களைச் சற்றே நோக்கி விட்டுத் தொடர்ந்து சீவ முற்பட்ட அவன், "ஹலோ, உங்களுடன் ஏதோ கொண்டு வந்திருக்கிறீர்கள் போலிருக்கிறதே?" என்றான்.

"கிழவனும் வெடி வைப்பவன் ஒருவனும் வந்திருக்கிறார்கள்" என்று கூறியபடியே குகை வாயிலினுள் மூட்டையை இறக்கி வைத்தான் பாப்லோ. தன் முதுகிலிருந்த மூட்டையை ஆன்ஸெல்மோ வும் இறக்கிவைக்க ஜார்டனோ துப்பாக்கியைக் கழற்றிப் பாறைமீது சாய்த்து வைத்தான்.

"குகைக்கு அவ்வளவு கிட்டத்தில் மூட்டைகளை வைக்காதீர்கள். உள்ளே நெருப்பு எரிகிறது" என்றான் குச்சியைச் சீவிக் கொண்டிருந்தவன். புகையில் வாட்டப்பட்ட தோலைப்போலக் கரும் பழுப்பு நிறமும், நாடோடிகளான ஜிப்ஸி இனத்தவருக்குரிய சோம்பலும் செறிந்து காணப்பட்ட அழகான முகமும் நீலக் கண்களும் உடையவனாக அவன் இருந்தான்.

"எழுந்திரு. நீயே அதை அப்பால் எடுத்துவை. அதோ அந்த மரத்தினருகே கொண்டுபோய்ப் போடு" என்று பாப்லோ கட்டளையிட்டான். அந்த ஜிப்ஸியோ சற்றும் அசைந்து கொடுக்காமல், சொல்லக்கூடாத வசைமொழிகளைப் பொழிந்தான். பின்னர், "அதை அங்கேயே வைத்திரேன், எனக்கென்ன? வெடித்தால் சிதறிச் சின்னாபின்னமாகப் போகிறாய். அதோடு உன்னைப் பிடித்த கேடுகளும் ஒழிந்து போகும்" என்றான், சோம்பிய முறையில்.

அவனருகில் ஜார்டன் அமர்ந்து, "என்ன செய்து கொண்டிருக்கிறாய்?" என்று வினவினான். தன் கை வேலையை ஜிப்ஸி அவனுக்குக் காட்டினான். பிராணிகளைப் பிடிப்பதற்கான பொறியே அது. அதன் குறுக்குச் சட்டத்துக்காகத்தான் குச்சியை அவன் அப்போது சீவிக் கொண்டிருந்தான். "குள்ளநரியைப் பிடிப்பதற்காக இதைத் தயாரிக்கிறேன். இதில் அது விழுந்ததும் மரணப்பிடியாக அழுத்த ஒரு கட்டையையும் பொருத்தியிருக்கிறேன். நரியின் முதுகை அது முறித்துவிடும்" என்று கூறிச் சிரித்தபடி அவன், "இதோ பாருங்கள், இப்படி!" என்று விளக்கப் புகுந்தான். பொறியின் சட்டங்கள் மூடிக்கொள்வது போலவும், கட்டை விழுவது போலவும் காட்டியபின் தலையை ஆட்டிக் கையையும் இழுத்தான்; பிறகு முதுகொடிந்த நரியைக் குறிக்கக் கைகளை விரித்துக் காட்டினான். "காரியத்தை முடிக்கக் கனகச்சிதம் இது" என்றான் முடிவாக.

"முயல் பிடிக்கும் ஜிப்ஸி இவன். அதைத்தான் இவன் நரி என்பான். மெய்யாகவே நரியைப் பிடித்து விட்டாலோ, யானையைப் பிடித்துவிட்டதாகப் பீற்றிக் கொள்வான்" என்று ஆன்ஸெல்மோ குறுக்கிட்டுக் கூறினான்.

"நான் யானையைப் பிடித்தாலோ!" என்று கேட்டுத் தன் வெண் பற்கள் தெரிய அந்த ஜிப்ஸி சிரித்ததோடு ஜார்டனை நோக்கிக் கண்களையும் சிமிட்டினான்.

"அப்போது டாங்கியைப் பிடித்ததாகக் கூறுவாய்" என்றான் ஆன்ஸெல்மோ.

"நான் டாங்கியைப் பிடிக்கத்தான் போகிறேன். பிடித்தே தீருவேன். அப்போது அதை நீ என்ன வேண்டுமானாலும் கூறிக் கொள்ளலாம்."

"ஜிப்ஸிகள் வாய்ப்பேச்சில்தான் வீரர்கள்; காரியத்தில் காட்டுவது அபூர்வம்" என்று ஆன்ஸெல்மோ கூறவும், ஜார்டனை நோக்கிக் கண்ணடித்துவிட்டு மறுபடியும் ஜிப்ஸி சீவலானான். இதற்கிடையில் பாப்லோ குகையினுள் சென்றுவிட்டான். உணவு எடுத்து வரவே அவன் போயிருப்பான் என்ற நம்பிக்கையுடன் ஜிப்ஸியின் பக்கத்தில் ஜார்டன் உட்கார்ந்தான். மாலைக் கதிரவனின் கதிர்கள் மரக்கிளைகளினூடே பாய்ந்து அவனுடைய கால்களைக் கதகதக்க வைத்தன. குகையிலிருந்து வந்த சமையல் மணம் அவனுடைய மூக்கை எட்டியது. வெங்காயமும் இறைச்சியும் எண்ணெயில் வதக்கப்படும் மணம் அது. நாசியில் நுழைந்ததுமே அவன் பசியை அது கிண்டிவிட்டது. "நம்மால் டாங்கியைப் பிடிக்க முடியும். அது அப்படியொன்றும் சிரமமான வேலையல்ல" என்றான்.

"இதைக் கொண்டா பிடிக்க முடியும் என்கிறீர்கள்?" என்று வெடிமருந்து மூட்டைகளைச் சுட்டிக்காட்டி ஜிப்ஸி கேட்டான்.

"ஆமாம், எப்படிப் பிடிப்பது என்பதை உனக்குச் சொல்லித் தருகிறேன். அதற்கும் ஒரு பொறியைத் தயாரித்துவிடு. கடினமேயல்ல அது."

"நீங்களும் நானுமா பிடிக்கப் போகிறோம்?"

"சந்தேகமில்லாமல்! ஏன் முடியாது?"

உடனே, "ஏய், பத்திரமான இடத்துக்கு இந்த மூட்டைகளை நகர்த்து, அவை மதிப்பு மிகுந்தவை" என்று ஆன்ஸெல்மோவை நோக்கி ஜிப்ஸி கூறினான். அவனோ பதிலுக்கு ஏதோ முணுமுணுத்தான். பின்னர் "ஒயினைத் தேடி நான் போகிறேன்" என்றான் ஜார்டனைப் பார்த்து. எனவே, ஜார்டனே எழுந்து, குகை வாயிலில் இருந்த அந்த மூட்டைகளைத் தூக்கினான். ஒரு மரத்தின் இரு புறத்திலும் அவற்றைச் சாய்த்து வைத்தான். அவற்றினுள் என்ன இருந்தது என்பது தான் அவனுக்குத் தெரியுமே?

"எனக்கு ஒரு கோப்பைக் கொண்டுவா" என ஆன்ஸெல்மோ விடம் ஜிப்ஸி கூறவும், அவனருகில் மீண்டும் உட்கார்ந்த ஜார்டன், "இங்கே மது இருக்கிறதா என்ன?" என்று கேட்டான்.

"ஒயினுக்கு இங்கே என்ன பஞ்சம்? ஒரு தோல்கூடு நிறைய இருக்கிறது. எப்படியும் அரைக்கூட்டுக்குக் குறைவில்லை."

"சாப்பிடுவதற்கு என்ன கிடைக்கிறது?"

"எல்லாம் கிடைக்கும். தளபதிகளைப் போலவே சாப்பிடு கிறோம்."

"போரில் ஜிப்ஸிகளின் பங்கு என்ன?"

“நாடோடிகளாக நீடிப்பதுதான்.”

“அதுநல்ல வேலையாயிற்றே.”

“அனைத்திலும் சிறந்தது அதுதான்... அது இருக்கட்டும், உங்கள் பெயர் என்ன?”

“ராபர்ட்டோ... உன் பெயர் என்னவோ?”

“ராஃபேல்... ஆமாம், அந்த டாங்கி விஷயம் நிஜம்தானா?”

“சந்தேகம் எதற்கு? ஏன் அதைக் கைப்பற்ற முடியாது?”

அப்போது குழிந்த கற்பாண்டமொன்றில் நிறைய செம்மதுவுடன் குகையினுள்ளிருந்து ஆன்ஸெல்மோ வெளிப்பட்டான். மூன்று கோப்பைகளின் பிடிகளையும் அவனுடைய விரல்கள் பற்றியிருந்தன. “பார்த்தீர்களா? கோப்பைகளுக்கும்கூட இங்குக் குறைவில்லை” என்றான் அவன்.

அவனுக்குப் பின்னாலேயே வந்த பாப்லோ, “சீக்கிரம் சாப்பாடு வந்துவிடும். உங்களிடம் புகையிலை இருக்கிறதா?” என்று கேட்டான். மூட்டைகளினிடம் சென்ற ஜார்டன் அவற்றிலொன்றை அவிழ்த் தான். உள்ளே இருந்த பையில் கையை விட்டுத் துழாவி, கோல்ஆன் தலைமையகத்தில் வாங்கிய ரஷ்ய சிகரெட் பெட்டிகளிலொன்றை வெளியிலெடுத்தான். அந்தத் தட்டையான பெட்டியின் ஓரத்தை நகத்தினால் கீறி மூடியைப் பிரித்த பின் பாப்லோவிடம் தந்தான். அவன் அப்பெட்டியிலிருந்து அரைடஜன் சிகரெட்டுகளை எடுத்துக் கொண்டான். பிறகு அவற்றைத் தன் கைகளில் பிடித்து அதில் ஒன்றைமட்டும் பொறுக்கியெடுத்து வெளிச்சத்தில் உற்று நோக் கினான். நீண்டு குறுகிய சிகரெட்டுகள் அவை; வாய் வைக்கும் இடத்தில் அவற்றை அட்டைக் குழாய்கள் பொருந்தியிருந்தன. “இதில் புகையிலை குறைவு” காலியிடம்தான் அதிகம். இந்த ரக சிகரெட்டை எனக்கு நன்றாகத் தெரியும். அந்த அபூர்வப் பெயர் உடைய ஆசாமி இதை வைத்திருந்தார்” என்றான் அவன்.

“காஷ்கின் என்று சொல்லுங்கள்” என்று கூறிய ஜார்டன், ஜிப்ஸியினிடமும் ஆன்ஸெல்மோவிடமும் சிகரெட் பெட்டியை நீட்டினான். அவர்கள் ஆளுக்கொரு சிகரெட்தான் எடுத்துக் கொண்டனர். “இன்னும் எடுத்துக்கொள்ளுங்கள்” என்று கூறவும் அவர்கள் மீண்டும் ஆளுக்கொன்று எடுத்துக் கொண்டனர். ஜார்டன் விடவில்லை. மேலும் தலைக்கு நான்கு சிகரெட்டுகளைக் கொடுத்தான். அந்தச் சிகரெட்டுகளை அவர்கள் ஒரு கையில் பிடித்தவாறே இரு முறை தலையாட்டினர். அவனுக்கு நன்றி செலுத்தும் வகையில்; அப்போது வாயால் வணக்கம் செலுத்துவது போல, அவர்களுடைய வாய்களில் இருந்த சிகரெட்டுகளும் தாழ்ந்து பணிந்தன.

“ஆம் அது அபூர்வமான பெயர்தான்” என்றான் பாப்லோ.

“இதோ, இந்த ஒயினைக் குடியுங்கள்” என்று ஆன்ஸெல்மோ கூறி, கற்பாண்டத்தில் ஒரு கோப்பையை முக்கியெடுத்து ஜார்டனிடம் கொடுத்தான். பிறகு மீதமிருந்த இரு கோப்பைகளாலும் தனக்கும் ஜிப்ஸிக்கும் சேந்தினான். அப்போது அவர்கள் நால்வரும் குகை வாயிலில் அமர்ந்திருந்தனர்.

“எனக்கு ஒயின் கிடையாதா” என்று பாப்லோ கேட்கவும், அவனிடம் ஒரு கோப்பையைக் கொடுத்து விட்டான் ஆன்ஸெல்மோ. பிறகு தனக்காக இன்னொன்று எடுத்து வருவதற்காகக் குகையினுள் சென்றான். அதை எடுத்து வந்ததும் குனிந்து பாண்டத்தினுள் அமிழ்த்தியெடுத்தான். குடிக்குமுன் அவர்கள் தங்கள் கோப்பைகளால் பிறரின் கோப்பை விளிம்புகளைத் தொட்டனர், சம்பிரதாயப்படி. தோல் கூட்டில் இருந்ததால் இலேசாகப் பிசின்வாடை அடித்த போதிலும் அந்த மது நேர்த்தியாக இருந்தது. தூசு தும்பு இல்லாமல், தித்திப்பாக இருந்த அதை ஜார்டன் மெதுவாகப் பருகி, களைத்துச் சலித்திருந்த தன் உடலில் உஷ்ணம் பரவச் செய்தான்.

“சாப்பாடும் சீக்கிரத்தில் வந்துவிடும்” என்று மீண்டும் பேச்சைத் துவக்கிய பாப்லோ, “அபூர்வப் பெயர் கொண்ட அந்த அந்நியர் எப்படி இறந்தார்?” என்று கேட்டான்.

“எதிரியிடம் அவர் பிடிபட்டதால் தற்கொலை செய்து கொண்டார்.”

“எப்படி நேர்ந்தது அது?”

“அவருக்குக் காயம் பட்டுவிட்டது. கைதியாக இருக்க அவருக்கு விருப்பமில்லை.”

“காயம் எப்படி ஏற்பட்டது?”

“எனக்கு விவரம் தெரியாது” – ஜார்டனுக்கு அது தெரியும். எனினும் தெரியாதெனப் புளுகினான். ஏனெனில், அந்த நிலையில் அதை விவரிப்பது உசிதமாகாது என்று அவன் கருதினான்.

“ரயில் வண்டிக்கு வெடி வைத்தோம் அல்லவா? அப்போது தனக்குக் காயமேற்பட்டுத் தன்னால் தப்பியோட முடியாமல் போனால் தன்னைச் சுட்டுவிடும்படி அவர் சொன்னார். எங்களை அப்படி உறுதிமொழி கொடுக்கும்படி வைத்தார். அவருடைய பேச்சும் அசாதாரணமாகவே இருந்தது.”

“ஓஹோ? அப்போதே காஷ்கினுக்குக் கிலிபிடித்து விட்டது போலிருக்கிறது” என்று ஜார்டன் எண்ணிக்கொண்டான்.

“தற்கொலை அவருக்குப் பிடிக்கவில்லை. அப்படி என்னிடமே சொன்னார். சித்திரவதை பற்றியும் பயந்து நடுங்கினார்” என்று பாப்லோ தொடர்ந்தான்.

"அதையும்கூட உங்களிடம் அவர் சொன்னாரா?"

"ஆமாம், எங்கள் எல்லாரிடமும் அப்படித்தான் அவர் பேசினார்" என்றான் ஜிப்ஸி.

"நீயும்கூட ரயில் வண்டிச் சம்பவத்தில் சம்பந்தப்பட்டிருந்தாயா?"

"ஆமாம் எல்லாரும் போயிருந்தோம்."

"அவர் அசாதாரண முறையில் பேசினார். என்ன இருந்தாலும் அவர் மிகவும் தைரியசாலிதான்" என்றான் பாப்லோ மீண்டும்.

பாவம், காஷ்கின்! இங்கே நன்மையை விடத் தீமையைத்தான் அவன் அதிகமாக விளைவித்திருக்க வேண்டும். அவன் அவ்வளவு அஞ்சி நடுங்கினான் என்பது அப்போதே தெரியாமல் போய் விட்டதே! அவனை முன்பே கழற்றியிருக்க வேண்டும். இம்மாதிரி வேலையைச் செய்பவர்கள் அப்படியெல்லாமா பேசுவது? எடுத்த காரியத்தைச் செய்து முடித்தாலும்கூட அத்தகைய பேச்சினால் நன்மையைவிட அதிகத் தீமையையே அப்படிப்பட்டவர்கள் செய்கிறார்கள் என்று எண்ணிக்கொண்ட ஜார்டன், "அவர் ஒரு மாதிரி ஆசாமி; சிறிது சித்தப்பிரமை உடையவர் என்றே நினைக்கிறேன்" என்றான்.

"அது எப்படியோ, வெடி வைப்பதில் வல்லவர் அவர்; மிகுந்த தைரியசாலியும்கூட!" என்று ஜிப்ஸி உரைத்தான்.

"உங்கள் சேதி எப்படி? பாலத்துக்கு வெடி வைக்கப் போவதாகச் சொல்கிறீர்களே, அதில் காயம்பட்டால் உங்களை அங்கேயே விட்டுவிட விரும்புகிறீர்களா?" என்று பாப்லோ வினவினான்.

"இதைக் கேட்டுக்கொள்ளுங்கள். தெளிவாகக் கேட்டுக் கொள்ளுங்கள்" குனிந்து மற்றொரு கோப்பை மதுவைச் சேந்திய படியே ஜார்டன் சொன்னான், "எவரிடம் எந்தச் சிறு உதவியைக் கேட்பதாயிருந்தாலும் சரியான சமயம் வரும்போதுதான் கேட்பேன்."

"நன்றாகச் சொன்னீர்கள்!" என்று ஜிப்ஸி பாராட்டினான். "சிறந்தவர்கள் இப்படித்தான் பேசுவார்கள்!... ஆகா, இதோ சாப்பாடு வருகிறதே!"

"நீதான் சாப்பிட்டுவிட்டாயே" என்றான் பாப்லோ.

"அதனால், என்ன இன்னும் இரண்டுமுறை வேண்டுமானாலும் என்னால் சாப்பிட முடியும். சாப்பாடு கொண்டுவருவது யார் என்பதைப் பார்."

இரும்பிலான ஒரு பெரிய வட்டிலை எடுத்துக்கொண்டு குனிந்தவாறு குகை வாசலிலிருந்து வெளிவந்த பெண்ணின் முகத்தை ஓரளவுக்குத்தான் ஜார்டனால் பார்க்க முடிந்தது. எனினும் அவளிடம் விசித்திரமாக ஏதோவொன்று இருந்ததை அப்போதே

அவன் கண்டுபிடித்துவிட்டான். சிரித்தபடியே, “ஹலோ தோழரே” என்றாள் அவள். “வணக்கம்” என்று பதிலுரை கூறிய ஜார்டன் அவளை உற்றுநோக்கவுமில்லை. உதாசீனமாக வேறுபுறம் பார்வையைத் திருப்பவுமில்லை. தட்டையான வட்டிலைத் தனக்கு முன் வைத்தபோது அவளுடைய பழுப்புநிறக் கரங்கள் அழகாக இருந்ததை அவன் கவனித்தான். இப்போதுதான் அவள் அவனை நேருக்கு நேராக நோக்கிச் சிரித்தாள். அவளுடைய பழுப்பு வண்ண முகத்தில் வெண்பற்கள் பளிச்சிட்டன. அவளுடைய மேனியும் கண்களும்கூட அதே பொன் பழுப்பாகப் பிரகாசித்தன. அந்தக் கண்களில் ஒரு குறுகுறுப்பு. கன்னத்து எலும்புகள் எழும்பி நிற்க, அவள் வாயோ தேசலில்லா உதடுகளுடன் நேராக இருந்தது. பகலவனொளி பட்டுக் காய்ந்துவிட்ட தானிய வயல்போல அவளுடைய முடியும் தங்கப் பழுப்பாகத் தகதகத்தது. ஆனால் பிய்க்கப்பட்ட பீவர் தோலைப் போலத் தலைநெடுகிலும் அவளுடைய கேசம் குட்டையாக வெட்டப்பட்டிருந்தது. ஜார்டனை நோக்கிச் சிரித்தவாறு தலைமயிரைத் தன் கைகளினால் தடவி விட்டுக் கொண்டாள் அவள் கைப்பட்டதும் வளைந்து பின் எழும்பிய அதை மறுபடியும் தட்டியமுத்தினான். ‘இவள் முகம் அழகாக இருக்கிறது. முடியை மட்டும் வெட்டாமல் இருந்திருந்தார்களானால் இவள் இன்னும் எழிலோடு காண்பாள்’ என்று ஜார்டன் எண்ண மிடலானான்.

“நான் தலைவாரிக் கொள்வது இப்படித்தான்” என்று ஜார்டனை நோக்கி அவள் கூறிச் சிரித்தாள் “அது கிடக்கட்டும், சாப்பிடத் துவங்குங்கள். என்னையே பார்த்துக் கொண்டிருக்காதீர்கள். வால்லடாலிட்டில்தான் என் தலைமயிரை இப்படிச் செய்தார்கள். இப்போது அநேகமாகப் பழையபடி வளரத் தொடங்கிவிட்டது” என்று மொழிந்தவாறு ஜார்டனுக்கு எதிரே அமர்ந்து அவனை நோக்கலானாள். அவனும் திரும்பி அவளைப் பார்த்தான். உடனே அவள் சிரித்தபடி தன் முழங்கால்கள் மேல் கைகளைக் கோத்துக் கொண்டாள். சராயின் கீழிருந்து சாய்ந்து நீண்டு சுத்தமாக இருந்த அவளுடைய கால்கள் அவனுடைய கண்ணில் பட்டன. பழுப்பு வண்ணச் சட்டையினுள் மேல் நோக்கியவாறு இருந்த அவளுடைய சிறிய மார்பகங்களின் வடிவையும் அவனால் காண முடிந்தது. ஒவ்வொரு முறை அவளைப் பார்த்தபோதும் தன் நெஞ்சில் ஏதோ அடைத்துக்கொள்வதைப் போல இருந்தது அவனுக்கு.

“இங்கே தட்டுகள் கிடையாது. உங்கள் சொந்தக் கத்தியைத்தான் உபயோகிக்க வேண்டும்” என்றான் ஆன்ஸெல்மோ. இரும்பு வட்டிலின் பக்கவாட்டில் நான்கு முட்கரண்டிகளை அப்பெண் கவிழ்த்துச் சாய்த்து வைத்திருந்தாள். அவற்றை எடுத்துக்கொண்ட

அந்நால்வரும் அந்த ஒரே பாத்திரத்திலிருந்து எடுத்துச் சாப்பிடத் தொடங்கினர்; ஸ்பானிய மரபுப்படி அவர்கள் பேசாமலேயே உண்டனர். வெங்காயம், பச்சை மிளகாயுடன் வதக்கப்பட்ட முயல்கறிதான் அந்தக் கறி வட்டியில் இருந்தது. செம்மதுவினாலான குழம்பில் பிஞ்சுப் பட்டாணி போடப்பட்டிருந்தது. முயல் நன்கு பக்குவப்படுத்தப்பட்டிருந்தது; எலும்புகளிலிருந்து மாமிசம் எளிதாகப் பிரிந்து வந்தது. குழம்பும் மிக ருசியாக இருந்தது. சாப்பாட்டுக்கு இடையே இன்னொரு கோப்பை மதுவை ஜார்டன் பருகினான். அந்தநேரம் முழுவதும் அவனையே அவள் கவனித்துக் கொண்டிருந்தாள், மற்ற மூவரும் தத்தம் பங்கு உணவையே கவனித்துச் சுவைத்து வந்தனர். தனக்கு முன்னால் இருந்த குழம்பில் மிச்சமிருந்ததை ஒரு ரொட்டித் துண்டினால் துடைத்தபின் முயல் எலும்புகளை ஒருபுறம் குவித்தான் ஜார்டன். தன் முட்கரண்டியையும் ரொட்டித் துண்டினால் ஒத்தியெடுத்தான். பிறகு கத்தியைச் சுத்தம் செய்து அப்பால் வைத்துவிட்டு ரொட்டித் துண்டைத் தின்றான். மறுபடி மதுபாண்டத்தை நோக்கிக் குனிந்து தன் கோப்பையை நிரப்பினான்; அப்போதும் அவனையே அப்பெண் கவனித்துக் கொண்டிருந்தாள். அந்தக் கோப்பையில் பாதியளவை ஜார்டன் குடித்து முடித்த பிறகும்கூட அவளுடன் பேசப் புகுந்தபோது அவனுக்குத் தொண்டையை அடைத்தது. "உன் பெயர் என்ன?" என்று வினவியபோது அவனுடைய கம்மிய குரலைக் கேட்டுச் சட்டென பாப்லோ நிமிர்ந்து பார்த்தான். பின்னர் அவன் எழுந்து அப்பால் சென்றுவிட்டான்.

"மேரியா உங்கள் பெயர் என்னவோ?"

"ராபர்ட்டோ... இந்த மலைப்பகுதியில் பல நாளாகவா இருக்கிறாய்?"

"இங்கு நான் வந்து மூன்று மாத காலம் ஆகியது."

"மூன்று மாதங்களா?" என்று ஜார்டன் கேட்டு அவளுடைய முடியை உற்றுப்பார்த்தான். அதைக் கண்டதும் அவள் சங்கடத்துடன் தன் கூந்தலைக் கோதலானாள். மலைப்புரத்தில் காற்றடிக்கும் போது தாழ்ந்து நிமிரும் பயிர்களைப் போல, கட்டை குட்டையான அந்தத் தலைமயிர் அப்போது அலைபாய்ந்தது. மழுங்க மொட்டை யடித்து விட்டார்கள். வல்லடாலிடில் இருக்கும் சிறையில் அன்றாட காரியம் அது. இந்த அளவுக்கு மீண்டும் வளர மூன்று மாதம் பிடித்திருக்கிறது. வெடி வைத்து தகர்க்கப்பட்ட ரயில் வண்டியில் நான் இருந்தேன். அப்போது எதிரிகள் என்னை தெற்கு நோக்கி அழைத்துச் சென்றுகொண்டிருந்தார்கள். தகர்க்கப்பட்டதும் வண்டியில் இருந்த பல கைதிகளை அவர்கள் திரும்பப் பிடித்துவிட்டார்கள்.

ஆனால் நான் அவர்களிடம் மறுபடி சிக்கவில்லை. இவர்களுடன் இங்கே வந்துவிட்டேன்" என்றாள் மேரியா.

"பாறைகளுக்கிடையே இவள் பதுங்கியிருப்பதைப் பார்த்தேன். அங்கிருந்து நாங்கள் திரும்பப் புறப்பட்டபோது இவளைக் கண்டோம்" – ஜிப்ஸி தொடர்ந்தான், "அப்பப்பா, இவள்தான் எவ்வளவு விகாரமாக இருந்தாள்! எங்களுடன் இவளையும் அழைத்து வர முற்பட்டோம். ஆனால் இவளை நடுவழியிலேயே விட்டுவிட நேருமோ என்று பலமுறை நினைத்தேன்."

"ரயில்வண்டியைக் கவிழ்த்த இவர்களுடன் இருந்த இன்னொருவர் எங்கே? – உங்களைப் போல வெள்ளைத் தலைமயிர் கொண்டிருந்த அந்த அந்நியரைத்தான் கேட்கிறேன். இப்போது அவர் எங்கே இருக்கிறார்?"

"இறந்துவிட்டார், ஏப்ரல் மாதத்தில்" என்று ஜார்டன் பதிலளித்தான்.

"ஏப்ரலிலா? அந்த மாதத்தில்தானே ரயில் வண்டி தகர்க்கப்பட்டது."

"ஆமாம் அதற்குப் பத்துநாட்கள் கழித்து அவர் காலமாகி விட்டார்."

"பாவம்... அவர் மிகவும் துணிச்சல்காரர்... ஆமாம், நீங்களும் அதே காரியம் செய்பவர்தானோ?"

"ஆமாம்."

"நீங்கள் ரயில் வண்டிகளையும் கூடத் தகர்த்திருக்கிறீர்களோ?"

"மூன்று தொடர்களைத் தகர்த்திருக்கிறேன்."

"இங்கேயா?"

"இல்லை எஸ்ட்ரெமடுராவில். இங்கு வருமுன் அங்கேதான் இருந்தேன். அங்கே நாங்கள் மும்முரமாக வேலை செய்கிறோம். என்னைப்போல ஏராளமானவர்கள் அங்கு இருக்கிறார்கள்."

"இப்போது எதற்காக இந்த மலைப்பகுதிக்கு வந்திருக்கிறீர்கள்?"

"அந்த அந்நியருக்குப் பதிலாகவே வந்திருக்கிறேன், அது தவிர போர் தொடங்குமுன்பே இந்தப் பகுதியை அறிந்தவன் நான்."

"நன்றாக சுற்றிப் பார்த்திருக்கிறீர்களா?"

"இல்லை முழுவதும் அறிந்திருப்பதாகக் கூறுவதற்கில்லை. ஆனாலும் கண்டதும் கற்றுவிடுபவன்தான். நல்ல தேசப்படமொன்று என்னிடம் இருக்கிறது. நல்ல வழிகாட்டியும் எனக்குக் கிடைத்திருக்கிறார்."

"கிழவரைத்தானே சொல்கிறீர்கள்? மிகவும் கெட்டிக்காரர் இவர்."

“நன்றியம்மா உனக்கு” என்று அவளிடம் ஆன்ஸெல்மோ கூறினான். அப்போதுதான் அங்கு தானும் அந்தப் பெண்ணும் தனித்திருக்கவில்லை என்பதை ஜார்டன் திடுமென உணர்ந்தான். தன் குரலைக் கம்மிக் கரகரக்க வைத்தபடியால் அவளைப் பார்ப்பது கடினம் என்பதையும் கண்டுகொண்டான். ஸ்பானியமொழி பேசுவோரின் நல்லெண்ணத்தைப் பெறுவதற்கான இரு விதிகளில் ஒன்றை நான் மீறுவது அவனுக்குத் தெரியாமலில்லை. ஆண்களானால் புகையிலை வழங்கவேண்டும்; பெண்களென்றால் பேச முற்படக் கூடாது. இவையே அவ்விரு விதிகளும். ஆனால் அந்தவிதிகள் தனக்குப் பொருட்டேயில்லை என்று தான் நினைக்கத் தொடங்கிவிட்டதை அவன் கண்டான். அவன் பல விஷயங்களை லட்சியம் செய்யவில்லை. அப்படியிருக்க அந்த இரண்டு விதிகளை மட்டும் பெரிதாக எண்ணுவானேன்?

“உன் முகம் மிகவும் அழகாக இருக்கிறது. உன் முடிவெட்டப்படு முன் உன்னைக் காணும் அதிருஷ்டம் எனக்கு வாய்க்கவில்லையே என்று வருந்துகிறேன்” என மேரியாவிடம் அவன் மீண்டும் மொழிந்தான்.

“அது மறுபடியும் வளர்ந்துவிடும்; ஆறே மாதத்தில் நீண்டுவிடும்.”

“ரயில் வண்டியிலிருந்து இட்டுவந்தபோது இவளை நீங்கள் பார்த்திருக்க வேண்டும். வயிற்றைக் குமட்டுமளவுக்கு விகாரமாக இருந்தாள்.”

“சரி இங்கு யாருக்கு உரியவன் நீ பாப்லோவுக்கா?” கண்டதும் கொண்ட காமத்திலிருந்து தன்னை விடுவித்துக் கொள்ள முயன்றவனாய் ஜார்டன் கேட்டான்.

அவனை நோக்கி மேரியா சிரித்தாள். பின்னர் அவனுடைய முழங்காலில் தட்டினாள். “பாப்லோவா? அவரைத்தான் நீங்கள் பார்த்திருப்பீர்களே? அப்புறமுமா இப்படிக் கேட்கிறீர்கள்?”

“அப்படியானால் ரஃபேலுக்கு உரியவளோ? அவனையும் நான் பார்த்திருக்கிறேன்.”

“ஊஹும், அவர்களுக்கும் எனக்கும் ஒரு தொடர்பும் கிடையாது.”

“எவருக்கும் இவள் சொந்தமில்லை” என்றான் ஜிப்ஸி. “இவள் மிகவும் விசித்திரமானவள்; எவருடனும் தொடர்பில்லை. ஆனால் நன்றாகச் சமைக்கிறாள்.”

“உண்மையிலேயே யாருக்கும் சொந்தமானவளில்லையா?” இப்படிக் கேட்டபோது தன் தொண்டை மீண்டும் அடைத்துக் கொண்டதை ஜார்டன் கண்டான்.

“அப்படியானால் நல்லதுதான். ஆனால் எந்தப் பெண்ணுடனும் கொஞ்சிக் குலாவ எனக்கு நேரமில்லை; நிஜமாகவே சொல்கிறேன்.”

“பதினைந்து நிமிஷம் கூடவா?” ஜிப்ஸி சீண்டினான், “கால்மணி நேரம் கூடவா கிடையாது!”

ஜார்டன் பதிலேதும் உரைக்காமல் மேரியாவையே பார்த்துக் கொண்டிருந்தான், பேசுவது இயலாது என்று எண்ணுமளவுக்கு ஏதோவொன்று அவனுடைய தொண்டையை அடைத்தது. அவனை நோக்கி மேரியா சிரித்தாள். பிறகு திடுமென நாணத்தால் முகம் சிவந்தாள். எனினும் தொடர்ந்து அவனையே பார்த்தவாறு இருந்தாள்.

“ஏது, நாணுகிறாய் போலிருக்கிறதே! அடிக்கடி முகம் சிவக்குமா உனக்கு?”

“ஒருபோதும் சிவப்பதில்லை.”

“ஆனால் இப்போது குப்பென்று சிவந்திருக்கிறதே!”

“அப்படியானால் குகைக்குப் போகிறேன்.”

“இங்கேயே சற்று இரு, மேரியா.”

“மாட்டேன்” என்று கூறிய அவள் முகத்தில் சிரிப்பு மறைந்தது.

“குகைக்குள் செல்லப்போகிறேன்” என்றவாறு அவர்கள் சாப்பிட்ட இரும்பு வட்டிலையும் நான்கு முட்கரண்டிகளையும் எடுத்துக் கொண்டாள். குதிரைக்குட்டிபோலச் சீரின்றி நடக்கலானாள்; ஆனால் அந்த நடையில் ஒயிலும் இருக்கத்தான் இருந்தது. “கோப்பைகள் இங்கேயே இருக்கட்டுமா?” என்று அவள் கேட்டாள். அப்போதும் அவளையே ஜார்டன் நோக்கியிருந்தான். அதைக் கண்டதும் அவளுடைய முகம் மீண்டும் சிவந்தது. “என்னை இப்படி வெட்கப்பட வைக்காதீர்கள்; முகம் சிவப்பது எனக்குப் பிடிக்க வில்லை” என்றாள்.

“கோப்பைகளை வைத்துவிட்டுப் போ” என்ற ஜிப்ஸி, கற்பாண்டத்தில் ஒரு கோப்பையை அமுக்கி, “இதோ, பிடியுங்கள்” எனக் கூறியபடி ஜார்டனிடம் நீட்டினான். அவனோ, கனமான இரும்பு வட்டிலை ஏந்தியபடி தலை குனிந்தவாறு குகையினுள் மேரியா நுழைவதையே கண் இமைக்காமல் நோக்கிக் கொண் டிருந்தான்.

“நன்றி” என்று கூறிக் கோப்பையைப் பெற்றுக்கொண்ட அவன் குரல், அவள் அப்பால் போய்விட்டதால் பழையபடி ஆகிவிட்டது. “இதுதான் கடைசிக் கோப்பை. நாம் நிறையவே குடித்துவிட்டோம்.”

“பாண்டத்தைக் காலிசெய்தேயாகவேண்டும் இன்னும் அரைக் கூட்டுக்கு மேல் பாக்கியிருக்கிறது. இறந்த குதிரையின் தோல் கூட்டில் ஒயினை நிறைத்துவைத்தோம்.”

“பாப்லோ நடத்திய கடைசித் தாக்குதலின் போது அது கிடைத்தது. அப்புறம் அவன் அசையவேயில்லை” என்றான் ஆன்ஸெல்மோ.

“இங்கே நீங்கள் எவ்வளவு பேர் இருக்கிறீர்கள்?” என்று ஜார்டன் கேட்டான்.

“ஏழு ஆண்களும் இரண்டு பெண்களும்.”

“இரண்டு பெண்களா?”

“ஆமாம், பாப்லோவின் ‘பெண்பிள்ளை’ ஒருத்தி.”

“எங்கே அவள்?”

“குகைக்குள் இருக்கிறாள். மேரியாவுக்கு சரியாகச் சமையல் செய்யத் தெரியாது. அவளைத் திருப்திப்படுத்தவே நன்றாக சமைப்பாள் என்று சொன்னேன். பெரும்பாலும் பாப்லோவின் ‘பெண்பிள்ளை’க்கு உதவுவதே அவள் வேலை.”

“அந்தப் ‘பெண்பிள்ளை’ எப்படிப்பட்டவள்?”

“அநாகரிகமான காட்டுமிராண்டிப் பெண்பிள்ளை என்றே சொல்லவேண்டும்.” நகைத்தவாறு ஜிப்ஸி தொடர்ந்தான், “பாப்லோவை அவலட்சணமானவன் என்று நீங்கள் நினைத்தால் அவன் ‘பெண்பிள்ளை’ அவனைத் தூக்கியடிப்பவளாகவே இருப்பாள். ஆனால் அவள் துணிச்சல்காரி: பாப்லோவைவிட நூறு பங்கு துணிச்சல் உடையவள். ஆனாலும் சுத்தக்காட்டு மிராண்டி தான்.”

“பாப்லோவும் ஆரம்பத்தில் தைரியம் மிகுந்தவனாகவே இருந்தான், காரியத்திலேயே கண்ணாயிருப்பான்” என்றான் ஆன்ஸெல்மோ.

“காலராவைவிட அதிகம் பேரை அவன் கொன்றிருக்கிறான்.” ஜிப்ஸி குறுக்கிட்டுக் கூறினான்: “இயக்க ஆரம்ப நாளில் டைபாய்ட் காய்ச்சலையும் விட அதிகப்பேரை அவன் கொன்று குவித்திருக்கிறான்.”

“ஆனால் நெடுநாளாகக் கோழையாக இருக்கிறான். ஆனால் இப்போதோ ஒரேயடியாக ஒடுங்கிவிட்டான் சாவை நினைத்து நடு நடுங்கினான்.”

“ஆரம்பத்தில் ஏராளமானவர்களை அவன் கொன்றதாலேயே இந்த ஒடுக்கம் ஏற்பட்டிருக்கலாம்” என்று தத்துவ விசாரணையில் ஈடுபடத் தொடங்கிய ஜிப்ஸி, “பிளேக்கையும்விட அதிகமான பேரை அவன் சாகடித்திருக்கிறான்” என்றான்.

“கொன்றது மட்டுமல்ல, அவன் பணக்காரனாகி விட்டதும் ஒரு காரணம். அது தவிர நிறையக் குடிக்கவும் தொடங்கிவிட்டான்.”

– ஆன்ஸெல்மோ மேலும் சொன்னான்: “காளைச் சண்டை வீரனைப்போல ஓய்வெடுக்கவே இப்போது விரும்புகிறான்... ஆமாம் அவனால் ஓய்வெடுக்கவே முடியாது.”

“எதிரிப் பகுதிக்குச் சென்றானானால் அவனுடைய குதிரை களைப் பிடுங்கிக் கொண்டு ராணுவத்தில் சேர்த்து விடுவார்கள். ஆனால் எனக்கும் கூட ராணுவத்தில் சேர இஷ்டமில்லைதான்” என்றான் ஜிப்ஸி.

“உனக்கு மட்டுமென்ன, எந்த ஜிப்ஸிக்குமே அது பிடிக்காது.”

“ஏன் பிடிக்கவேண்டும்? யாருக்குத்தான் ராணுவத்தில் சேர ஆசை இருக்கும்? நாம் புரட்சி நடத்துவது ராணுவத்தில் சேருவ தற்காகவா? சண்டையிட எனக்குச் சம்மதமே; ஆனால் ராணுவத்தில் சேர்வதல்ல.”

“மற்றவர்கள் எங்கே போய்விட்டார்கள்?” என்று ஜார்டன் கேட்டான். மதுவைப் பருகியதன் பயனாக அயர்வு அகன்றுவிட்டது. உறக்கமும் கண்ணைச் செருகியது. அந்தக் காட்டுத்தரையில் அப்படியே மல்லாந்து படுத்தபடி உயர்வானில் மலைப்புற மாலை நேரச் சிறுமுகில்கள் மெதுவாகச் செல்வதை மர இருக்கைகளினூடே நோக்கலானான். “இரண்டு பேர் குகைக்குள் தூங்குகிறார்கள். உயரே நாங்கள் பீரங்கி வைத்திருக்கும் இடத்தில் இரண்டு பேர் காவலுக்கு நிற்கிறார்கள். இன்னொருவன் கீழே காவல் வேலை செய்கிறான், அவர்கள் எல்லாருமே இப்போது தூங்கிக் கொண்டிருந் தாலும் இருக்கலாம்” என்று ஜிப்ஸி பதிலளித்தான்.

ஒருக்களித்துப் படுத்தப்படி, “அது எந்த வகை பீரங்கி?” என்று ஜார்டன் கேட்டான்.

“ஏதோவொரு அசாதாரணப் பெயர் கொண்டது; சட்டென ஞாபகம் வரவில்லை. இயந்திர பீரங்கி அது” என்றான் ஜிப்ஸி.

தானே இயங்கும் துப்பாக்கியாகத்தான் அது இருக்கவேண்டு மென எண்ணிய ஜார்டன் “அதன் எடை எவ்வளவு?” என்று விசாரித்தான்.

“ஒரு ஆள் அதைத் தூக்கிவிட முடியும், ஆனாலும் பளு ஜாஸ்தி. மடக்கக் கூடிய மூன்று கால்கள் உண்டு. கடைசி முறை யாகப் பெரிய தாக்குதலை நடத்திய போது அதைக் கைப்பற்றினோம் – ஒயின் கிடைத்த தாக்குதலுக்கு முந்தியது அது.”

“அதில் சுடுவதற்கு எத்தனை சுற்று ரவைகள் உங்களிடம் உள்ளன?”

“ஏராளமாக உண்டு; நம்பமுடியாத அளவு கனமான பெட்டி நிறைய உண்டு” என்று ஜிப்ஸி விடையளிக்கவும், சுமார் ஐநூறு

சுற்றுகள் இருக்கும் போலிருக்கிறது என ஜார்டன் எண்ணினான். பிறகு, "பட்டையிலிருந்து அதற்குள் ரவைகள் செல்கின்றனவா, அல்லது தட்டிலிருந்தா?" என்று கேட்டான்.

"பீரங்கி மேலிருக்கும் வட்டமான இரும்பு டப்பாக்களிலிருந்தே நுழைகின்றன" என்று பதில் கிடைத்ததும், "அட சே! லூயி துப்பாக்கி அல்லவா அது?" எனத் தெளிவு பெற்றான் ஜார்டன். பின்னர் கிழவனை நோக்கி, "இயந்திர பீரங்கியைப்பற்றி உமக்கு ஏதாவது தெரியுமா?" என்று வினவினான். "தெரியாது" என்று அவன் கூறவும், "உனக்குத் தெரியுமா?" என ஜிப்ஸியையும் கேட்டான்.

"மிக விரைவாக அவை சுடுகின்றன என்பதும், தொட்டால் கை வெந்து போய்விடும் அளவுக்கு அதன் குழல் சூடேறிவிடுகிறது என்பதும் எனக்குத் தெரியும்" என்று பெருமிதத்துடன் ஜிப்ஸி பதிலளித்தான். "அதுதான் எல்லாருக்கும் தெரியும்!" என்றான் ஆன்ஸெல்மோ, இகழ்ச்சியாக.

"தெரிந்திருக்கக் கூடும். ஆனால் இயந்திரப் பீரங்கியைப்பற்றி எனக்கு என்ன தெரியும் என்று இவர் கேட்டார். சொன்னேன்" என்று இயம்பிய ஜிப்ஸி தொடர்ந்தான்: "சாதாரணத் துப்பாக்கியைப் போலில்லாமல், கொக்கியை அழுத்திக்கொண்டிருக்கும் வரையில் அது தொடர்ந்து சுட்டுத்தள்ளுகிறது என்பதும் எனக்குத் தெரியும்."

"கொக்கியை அழுத்திக் கொண்டிருந்தாலும் உள்ளே சிக்கல் ஏற்பட்டாலோ, ரவைகள் தீர்ந்து விட்டாலோ சுடுவது நின்றுவிடும்; உருகும் அளவுக்கு வெப்பம் ஏறிவிட்டாலும் அப்படி நடக்கும்" என்றான் ஜார்டன். ஆனால் ஸ்பானிய மொழியிலன்றி ஆங்கிலத்தில் இதை அவன் கூறவும், "என்ன சொன்னீர்கள்?" என்று ஆன்ஸெல்மோ கேட்டான். "ஒன்றுமில்லை, வருங்காலம்பற்றி ஆங்கிலத்தில் எண்ணமிட்டேன், அவ்வளவுதான்" என்று ஜார்டன் மழுப்பினான்.

"அடேடே, அது மிகவும் அபூர்வமாச்சே! ஆங்கிலத்தில் எதிர் காலத்தைப் பார்ப்பது மிகமிக அபூர்வம்தான்... அது சரி, கைரேகை பார்த்து ஆரூடம் சொல்லத் தெரியுமா உங்களுக்கு?" என்று ஜிப்ஸி வினவினான்.

"தெரியாது" என்று பதிலளித்தவாறு பாண்டத்தில் கோப்பையை மீண்டும் முக்கியெடுத்தான் ஜார்டன். "உன்னால் முடியுமானால் என் கையைப் பார்த்து, அடுத்த மூன்று நாட்களில் என்ன நடக்கும் என்பதைச் சொல்லேன்."

"பாப்லோவின் 'பெண்பிள்ளை' ரேகை பார்ப்பாள். ஆனால் அவள் எரிந்துவிழுவாள்; காட்டுமிராண்டித்தனம் மிகுந்தவள். ஆகவே, அவள் பார்த்துச் சொல்வாளா என்பது எனக்குத் தெரியாது."

எழுந்தமர்ந்து மதுவை ஒருவாய் குடித்த ஜார்டன் "அவளை இப்போதே பார்த்துவிடுவோம். அந்த அளவுக்கு அவள் மோசமான வள் என்றால் இந்தக் கணமே பார்த்துத் தீர்த்து விடுவது தான் நல்லது" என்றான்.

"நான் போய் அவளைக் கிளறிவிடமாட்டேன். என்னை அவள் கட்டோடு வெறுக்கிறாள்."

"ஏன் அப்படி?"

"நான் வெட்டிப்பொழுது போக்குபவன் என்பது அவள் நினைப்பு."

"அடடா, எப்படிப்பட்ட அநியாயத்தை அவள் செய்கிறாள்!" என்று எகத்தாளமாகச் சொன்னான் ஆன்ஸெல்மோ.

"ஜிப்ஸிகளை அவளுக்குப் பிடிப்பதில்லை."

"சே, பெரிய தப்பாச்சே அது!" என்று ஆன்ஸெல்மோ மீண்டும் சீண்டினான்.

"அவள் உடம்பிலும் ஜிப்ஸி ரத்தம் ஓடுகிறது. தனக்குப் பிடிக்காததற்குக் காரணம் என்ன என்பது அவளுக்குத் தெரியும்" என்று கூறி ஜிப்ஸி நகைத்தான்.

"அவளுடைய நாக்கு, சாட்டை போல, சுரீரெனச் சாடும். அந்த நாக்கைக் கொண்டு எல்லாரையும் குதறியெறிந்துவிடுவாள். நம்பமுடியாத அளவுக்கு மிருகத்தனம் மிகுந்தவள் அவள்."

"மேரியாவுடன் அவள் எப்படிப் பழகுகிறாள்?" என ஜார்டன் விசாரித்தான்.

"நல்லபடித்தான் நடந்துகொள்கிறாள். அந்தப் பெண்ணை அவளுக்குப் பிடித்திருக்கிறது. யாராவது மேரியாவை நெருங்கி வளைக்க முயன்றால் போதும்." தலையை ஆட்டி நாக்கைச் சொடுக்கினான் ஜிப்ஸி.

"அந்தப் பெண்ணிடம் அவள் நல்ல முறையில்தான் நடந்து கொள்கிறாள். நன்றாகக் கவனித்துக் கொள்கிறாள்" என்றான் ஆன்ஸெல்மோவும்.

"ரயில் வண்டியிலிருந்து நாங்கள் அழைத்துவந்த போது அந்தப் பெண் விசித்திரமான முறையில் நடந்து கொண்டாள். பேசவே மாட்டாள். எப்போதும் அழுதுகொண்டே இருப்பாள். யாராவது அவளைத் தொட்டால், நனைந்த நாயைப் போல நடுங்குவாள். சமீபத்தில்தான் மாறினாள்; சில நாளாக மிகவும் திருந்தியிருக்கிறாள். இன்றோ நேர்த்தியாகிவிட்டாள். சற்றுமுன் உங்களுடன் பேசியபோது நல்லதனமாக நடந்து கொள்ளவில்லையா?" என்று வினவிய ஜிப்ஸி ஒரு சிறு சொற்பொழிவையே நிகழ்த்தத் தொடங்கிவிட்டான், "ரயில்

வண்டியைத் தகர்த்தபின் அவளை அங்கேயே விட்டு வந்திருப்போம். அவளைப்போல அவலட்சணம் பிடித்த அவலப் பெண்ணினால் – எதற்கும் உபயோகமில்லாத அவளால் எங்கள் திரும்பு பயணம் துவக்கப்படுவது அர்த்தமற்றதாகவே பட்டது. ஆனால் கிழவி கயிறு கட்டி அவளை நடக்க வைத்தாள்; தன்னால் மேற்கொண்டு நடக்க முடியாது என்று அந்தப் பெண் எண்ணியபோது அந்தக் கயிற்றினாலேயே அவளை அடித்து நடக்கச் செய்தாள். மெய்யாகவே அவளால் ஓரடிகூட எடுத்து வைக்க முடியாமல் போனபோது அவளைத் தன் தோளிலேயே தூக்கி வைத்துக்கொண்டு நடந்தாள். அவளால் முடியாத சமயத்தில் அந்தப் பெண்ணை நான் சுமந்தேன். மார்பளவுக்குப் புற்களும் புதர்களும் மண்டியிருந்த மலைவழியே நாங்கள் வந்து கொண்டிருந்தோம். என்னாலும் சுமக்க முடியாமல் போனபோது பாப்லோ அவளைத் தூக்கிக் கொண்டான். ஆனால் அப்படி நாங்கள் சுமப்பதற்காக அவள் என்னென்ன வசவுகளை வாரி வீசினாள் தெரியுமா?" அந்த நினைவு வந்ததும் ஜிப்ஸியின் தலை ஒரேயடியாக ஆடியது. "அந்தப் பெண் உயரமாக இருந்தாலும் அதிக பளுவானவளல்ல. எலும்புகள் லேசானவை: எனவே, எடை மிகவும் குறைவு. ஆனாலும் அவளைச் சுமந்தவாறே நடந்தபோது சற்றைக்கொருதரம் நின்று திரும்பிச் சுடநேர்ந்தது. மறுபடியும் அவளைத் தூக்கிக்கொண்டு போகவேண்டி வந்தபோது பாறையாகத் தான் கனத்தாள். கிழவியோ அவளைக் கயிற்றினால் அடித்துக் கொண்டே துப்பாக்கியைத் தூக்கித் தந்தாள். அந்தப் பெண்ணை அவன் இறக்கி வைத்ததும் துப்பாக்கியை அவன் கையில் அவள் கொடுப்பாள். சுடுவதை நிறுத்தியதும் அவளைத் திரும்பவும் தூக்கிக் கொள்ளச் சொல்வாள். அவனைத் திட்டியபடியே துப்பாக்கியைக் கட்டிப்பாள். அவனுடைய பைகளிலிருந்து ரவைகளை எடுத்து நிரப்புவாள், ஓயாமல் வைதபடியே. அப்போது அஸ்தமன சமயம். இரவு வந்ததும் விரைவாகத் தப்பிவிட்டோம். நல்லவேளை, எதிரிகளிடம் குதிரைப்படை இல்லை."

"அந்த ரயில் வண்டிச் சம்பவம் மிகவும் சிரமத்தைத்தான் தந்திருக்க வேண்டும்" என்று ஆமோதித்த ஆன்ஸெல்மோ, "நான் அதில் கலந்துகொள்ள நேரவில்லை" என்று ஜார்டனுக்கு விளக்கி னான். "பாப்லோ கோஷ்டியாரும், இன்றிரவு நாம் சந்திக்கப் போகும் எல்ஸோர்டோவின் ஆட்களும் தவிர இந்த மலைப்பகுதியைச் சேர்ந்த இன்னும் இரண்டு குழுக்களும் அதில் பங்கெடுத்தன. அப்போது நான் எதிரியணிக்கும் பின்புறம் போயிருந்தேன்."

"அசாதாரணப் பெயர் கொண்ட அந்த வெள்ளைத் தலையர் தவிர..." என்று ஜிப்ஸி தொடங்கவும் "காஷ்கின் என்று சொல்லு" என்றான் ஜார்டன். "ஆமாம், அந்தப் பெயர் என் வாயில் நுழையவே

மாட்டேன் என்கிறது. ஒரு இயந்திரப் பீரங்கியுடன் மேலும் இரண்டு பேரும் வந்திருந்தார்கள். அவர்களையும் ராணுவமே அனுப்பி வைத்திருந்தது. அவர்களால் அந்தப் பீரங்கியை அங்கே இருந்து அகற்ற முடியவில்லை; ஆகவே அதை இழக்கும்படியாகி விட்டது. அந்தப் பெண்ணைவிட அது அப்படியொன்றும் கனமானதல்ல. அவர்களையும் கிழவி சாடியிருந்தால் அதுவும் வந்து சேர்ந்திருப்பது நிச்சயம்." நினைவூட்டிக் கொண்டவனாய்த் தலையாட்டிவிட்டு ஜிப்ஸி தொடர்ந்தான், "அப்போது வெடித்ததைப் போல என் வாழ்நாளில் ஒருபோதும் கண்டதில்லை. ரயில் வண்டி நிதானமாக வந்துகொண்டிருந்தது. தூரத்திலிருந்து அதைப் பார்த்தோம். விவரிக்க முடியாத அளவு பரபரப்புக்கு நான் ஆளாகிவிட்டேன். ரயில் எஞ்சினிலிருந்து நீராவி கிளம்பியதைக் கண்டோம்; அதைத் தொடர்ந்து அதன் ஊதுகுழல் ஒலிக்கக் கேட்டோம். சக்–சக் என்று அது எழுப்பிய சப்தம் வரவரப் பெரிதாகி வந்தது. கடைசியில் வெடித்த போதோ, எஞ்சினின் முன் சக்கரங்கள் திடுமென மேலெழும்பின. பெரிய கருமேகமொன்றுக்குள் பூமியே எகிறிப் பாய்ந்துவிட்டது போலத் தோன்றியது. அந்த மண் மேகத்தில் எஞ்சின் எம்பிப் பறந்தது; பாதையில் போட்டிருந்த கட்டைகளும் காற்றில் மிதந்தன. எல்லாம் கனவில் நடப்பது போலவே இருந்தன. அப்புறம், படுகாயமடைந்த பெரிய மிருகம் போலப் பக்கவாட்டில் அந்த எஞ்சின் சாய்ந்தது. மற்றப் பெட்டிகள் சரிந்ததால் எழுந்த வெடியொலி வரிசை ஓயுமுன்பே வெண்ணிற நீராவியும் சீறி வெடித்தது. அதையடுத்து பட்பட் படபடவென இயந்திரப் பீரங்கி குண்டுகளைப் பொழியத் தொடங்கிவிட்டது."

தன்முன் ஏதோ இயந்திரப் பீரங்கி இருந்ததாகக் கற்பனை செய்துகொண்டு, அதை இயக்குவதைப் போலக் கட்டை விரல்களை உயர்த்தியவாறு மூடிய முஷ்டிகளைப் பலமாக ஆட்டிக்கொண்டே 'பட்பட் படபட' என்று பொறிந்து தள்ளிப் பரவசப்பட்ட ஜிப்ஸி மேலும் சொன்னான்; "என் ஆயுளில் அதற்குமுன் அத்தகைய காட்சியை நான் கண்டதே கிடையாது. ரயில் வண்டியிலிருந்து சிப்பாய்கள் விரைந்தோடி வந்தார்கள்; இயந்திரப் பீரங்கி அவர்களைச் சுட்டுத்தள்ளியது. அந்தப் பரபரப்பில்தான் அந்தப் பீரங்கிமீது கை வைத்தேன்; நெருப்பைப்போல அது கொதித்தது. அப்போது கிழவி என் கன்னத்தில் அறைந்து, "சுடுடா, முட்டாளே! சுடாவிட்டால் உன்னை நான் உதைக்கிற உதையில் உன்மூளை சிதறிவிடும்!" என்று சீறினாள். உடனே சுடத் தொடங்கிவிட்டேன். ஆனால் துப்பாக்கியைப் பதறாமல் பிடித்துக்கொள்வது பெரும் பாடாக இருந்தது. சிப்பாய்களோ தூரத்தில் இருந்த மலைக்கு ஓட்டமாக ஓடி ஏறிக்கொண்டிருந்தார்கள். அப்புறம், எதைக்

கைப்பற்றலாம் என்பதைக் கண்டுபிடிக்க ரயில் வண்டியை நாங்கள் நெருங்கி ஆராய்ந்தபோது, கைத்துப்பாக்கியைக் காட்டி மிரட்டிச் சில சிப்பாய்களைத் திரும்பக் கொண்டு வந்தான் ஓர் அதிகாரி. அவர்களை நோக்கி அந்தத் துப்பாக்கியை ஆட்டியபடியே அவன் ஏதோ கூவிக்கொண்டிருந்தான். நாங்கள் அவனையே குறி வைத்துச் சுடலானோம்; ஆனால் ஒரு ரவைகூட அவன் மீது படவில்லை. அதையடுத்துச் சில சிப்பாய்கள் தரையில் படுத்துச் சுடத் துவங் கினார்கள். அவர்களுக்குப் பின்னால் தன் கைத்துப்பாக்கியுடன் அந்த அதிகாரி அங்குமிங்கும் திரிந்தான்; அப்போதும் எங்களால் அவனைச் சுட்டு வீழ்த்த முடியவில்லை. ரயில் வண்டி குறுக்கே கிடந்தபடியால் இயந்திரப் பீரங்கியாலும் அவனை ஏதும் செய்ய இயலவில்லை. படுத்திருந்த அவர்களில் இரண்டு பேரை அவன் சுட்டான்; அப்போதும் அவர்கள் எழுந்திருக்கவில்லை. அவர்களை அவன் திட்டித் தீர்த்தான். அதற்கு அப்புறம்தான் அவர்கள் ஓரிருவ ராக எழுந்து எங்களையும் ரயில் வண்டியையும் நோக்கி ஓடி வந்தார்கள். மறுபடியும் தரையில் படுத்துச் சுட்டார்கள். அதன் பேரில்தான் நாங்கள் அங்கிருந்து கிளம்பினோம்; எங்கள் தலைக்கு மேலாக அப்போதும் இயந்திரப் பீரங்கி சுட்டுத்தள்ளிக் கொண் டிருந்தது. அதன் பிறகே ரயில் வண்டியிலிருந்து தப்பிப் பாறைகளுக் கிடையில் பதுங்கிக் கிடந்த மேரியாவைப் பார்த்தேன். அவளும் எங்களுடன் ஓடி வரலானாள். பிறகு இரவு கவியும் வரையில் எங்களைத் துரத்தி வந்தது அந்தச் சிப்பாய்கள்தான்."

"மிகமிகக் கஷ்டமாகத்தான் அது இருந்திருக்க வேண்டும்" என்றான் ஆன்ஸெல்மோ. அப்போது, "நாம் செய்த ஒரே நல்ல காரியம் அதுதான்" என்று ஆழ்ந்த குரலொன்று ஒலித்தது. தொடர்ந்து, "கலியாணம் கட்டாத அனாமதேய ஜிப்ஸிப் பிண்டத்தின் தண்டப்பிள்ளையே, குடிகாரச் சோம்பேறியே இங்கே இப்போது என்ன செய்து கொண்டிருக்கிறாய்? என்னதான் செய்து கொண் டிருக்கிறாய்?" என்ற சீறல் எழுந்தது.

பாப்லோவைப் போலவே பருமனான பெண் ஒருத்தி நிற்பதை ஜார்டன் கண்டான். அவளுக்கு ஏறக்குறைய ஐம்பது வயது இருக்கும். உயரத்துக்கேற்ற பருமன் உடையவளாக இருந்தாள். குடியானவப் பெண்டுகள் அணியும் கருநிறச் சட்டையையும் ரவிக்கையையும் அவள் தரித்திருந்தாள். தடித்த கால்களில் கனமான காலுறைகளும், கயிறு முடைந்த கருநிற ஜோடுகளும் காணப்பட்டன. கருங்கல் சின்னத்துக்கான மாதிரி போல அவள் முகம் பழுப்பா யிருந்தது. பெரியவையாக இருந்தபோதிலும் அவளுடைய கைகளில் நேர்த்தி துலங்கியது. கறுத்துச் சுருண்ட தடித்த மயிரைக் கழுத்தருகில் முடிச்சுப் போட்டிருந்தாள். மற்றவர்கள் அங்கு இருந்ததை அறவே

அசட்டை செய்தவளாய் ஜிப்ஸியை நோக்கி, "எனக்குப் பதில் சொல்லு" என்றாள் அவள்.

"இந்தத் தோழர்களுடன் பேசிக்கொண்டிருந்தேன். இதோ இருக்கிறாரே இவர் வெடிமருந்து வைக்க வந்திருக்கிறார்."

"அதெல்லாம் எனக்குத் தெரியும். நீ உடனே இங்கேயிருந்து கிளம்பு. போய், ஆண்ட்ரேஸுக்குப் பதிலாக மலைக்கு மேலே காவலிரு."

"அட கஷ்டமே, போய்த் தொலைகிறேன்" என்ற அவன் ஜார்டன் பக்கம் திரும்பி, "சாப்பாட்டு நேரத்தில் உங்களை மறுபடி சந்திக்கிறேன்" என்றான்.

"சாப்பாடா? சொப்பனம்கூடக் காணாதே! எனக்குத் தெரிந்து இன்று மூன்று முறை கொட்டிக் கொண்டிருக்கிறாய்... உம், கிளம்பு சீக்கிரம். போய் ஆண்ட்ரேஸை அனுப்பு" என்றவள் அடுத்து ஜார்டனை நோக்கிச் சிரித்தவாறு கைநீட்டி "ஹலோ, சுகம்தானே? குடியரசில் எப்படி இருக்கிறது எல்லாம்?" என்று கேட்டாள்.

"எல்லாம் நல்லபடிதான் – நானும் சரி, குடியரசும் சரி" என்று அவன் பதிலளித்தவாறே அவளுடைய கையை, அவளைப் போலவே, பலமாக அழுத்தினான்.

"மிகவும் சந்தோஷம்" என்று அவனை உற்றுப் பார்த்துச் சிரித்தாள் அவள்; அப்போது அவளுடைய பழுப்புநிறக் கண்கள் நேர்த்தியாக இருந்ததை அவன் கவனித்தான். "இன்னொரு ரயில் வண்டியைத் தகர்க்கவா வந்திருக்கிறீர்?" என்ற வினாவையும் அவள் தொடுத்தாள்.

"இல்லை. பாலத்தைப் பிளக்கவே வந்திருக்கிறேன்" – அவளை உடனேயே அவனால் நம்ப முடிந்து விட்டது.

"பூ, பாலமா? அற்ப வேலையாச்சே அது! இப்போதுதான் எங்களிடம் குதிரைகள் உண்டே? இன்னொரு ரயில் வண்டியை எப்போது தகர்க்கலாம், சொல்லும்."

"அதை அப்புறம் செய்வோம். பாலம் தான் இப்போது மிக முக்கியம்."

"போன முறை ரயில் வண்டியைத் தாக்கியபோது இருந்த உம் தோழர் இறந்துவிட்டதாக அந்தக் குட்டி சொன்னாள்."

"ஆமாம்."

"அட பாவமே! அந்தமாதிரி வெடித்து நான் கண்டதே கிடையாது. அவர் திறமைசாலி. அவரை எனக்கு மிகவும் பிடித்திருந்தது. இப்போது இன்னொரு ரயில் வண்டியைத் தாக்குவது அசாத்தியமா என்ன? இந்த மலைப்பகுதியில் இப்போது நிறையபேர் இருக்கிறார்கள்;

அளவுக்கு அதிகமானவர்கள் இருக்கிறார்கள். இப்போதே சாப்பாட்டுக்குத் திண்டாட்டமாக இருக்கிறது. இங்கிருந்து போய் விடுவதே நல்லது. அதற்கு எங்களிடம் குதிரைகள் உண்டு."

"அது சரி, முதலில் அந்தப் பாலத்தை உடைத்தாக வேண்டுமே."

"எங்கே இருக்கிறது அது?"

"மிக அருகில்தான்."

"அப்படியானால் இன்னும் நல்லது... இந்தப் பக்கத்தில் இருக்கும் எல்லாப் பாலங்களையும் பிளந்துவிட்டுப் போவோம். இந்த இடம் எனக்குப் போதும்போதும் என்றாகிவிட்டது. ஏகப்பட்ட பேர் இங்கே குவிந்துவிட்டார்கள். இது நல்லதுக்கல்ல; வெறுப்பூட்டும் தேக்கம் இது." அப்போது மரங்களினூடே பாப்லோவைப் பார்த்ததும், "ஏ குடிகாரா, குடிவெறியா, கேடுகெட்ட குடியா!" என்று கூவினாள். பிறகு ஜார்டன் பக்கம் திரும்பி உற்சாகத்துடன் தொடர்ந்தாள். "காட்டில் தனியாகக் குடிக்க ஒரு தோல்புட்டி நிறைய ஒயினை எடுத்துப் போயிருக்கிறான் அவன். எப்போதும் அவன் குடித்தபடியே இருக்கிறான். இப்படிப்பட்ட வாழ்க்கை அவனைக் குலைத்து வருகிறது. ஆகவே, நீர் வந்தது எனக்கு மிகவும் திருப்தி தருகிறது, இளைஞரே!" என்று அவனுடைய முதுகில் அவள் தட்டிக் கொடுத்தாள். "ஆகா, மேலுக்குத் தெரிவதைவிடப் பலசாலியாக இருக்கிறீரே!" என்று கூறி அவனுடைய தோளைத் தடவினாள். ஃப்ளானெல் சட்டைக்குள் மறைந்திருந்த புஜங்களைத் தொட்டுப் பார்த்தாள். "நல்லது, நீர் வந்ததில் மிகமிக மகிழ்ச்சி" என்றாள், பின்னர்.

"எனக்கும் ஆனந்தமே!"

"நாமிருவரும் ஒருவரையொருவர் புரிந்துகொள்வோம். ஒரு கோப்பை ஒயின் குடியுமேன்."

"முன்பே சில கோப்பைகள் குடித்தாகிவிட்டது. இருந்தாலும், நீங்களும் குடிப்பதானால்..."

"ஊஹூம், சாப்பாட்டுக்கு முன் நான் குடிப்பதில்லை. குடித்தால் குடல் எரியும்" என்று கூறிய அவள் பாப்லோவை மீண்டும் கண்டதும் மறுபடிக் குரல் கொடுத்தாள். "ஏ குடிகாரா, குடிவெறியா!" என்று. பிறகு ஜார்டனை நோக்கித் தலையாட்டினாள். "அருமை யானவனாக அவன் இருந்தான். ஆனால் இப்போதோ அடியோடு பாழாகிவிட்டான். இன்னொரு விஷயம் சொல்லுகிறேன், கேளும். அந்தக் குட்டியிடம் மிகவும் நல்லபடி நடந்துகொள்ளும், எச்சரிக்கையாக இரும்... மேரியாவைத்தான் சொல்லுகிறேன்: மிகவும் கஷ்டப்பட்டுவிட்டாள் அவள். என்ன, நான் சொன்னது புரிந்ததா?"

“புரிந்தது. ஆனால் இப்படி எச்சரிக்க இப்போது என்ன அவசியம் வந்தது?”

“உம்மைக் கண்டதும் அவள் என்னவானாள் என்பதைப் பார்த்தேன். குகைக்குள் அவள் வந்தபோது அதைக் கவனித்தேன். குகையிலிருந்து வெளிவரும் முன்பே அவள் உம்மை நோக்கிக் கொண்டிருந்ததையும் கண்டேன்.”

“அவளிடம் நான் சிறிது தமாஷ் செய்தது மெய்தான்.”

“அவள் மிகவும் மோசமான நிலையில் இருந்தாள். இப்போது சிறிது தேறிவிட்டபடியால் அவள் இங்கிருந்து வெளியேறியே ஆகவேண்டும்.”

“ஏன், அவளை ஆன்ஸெல்மோவுடன் எல்லைக்கு அப்பால் அனுப்பலாமே.”

“பாலம் தகர்க்கும் வேலை முடிந்ததும் நீரும் ஆன்ஸெல்மோவும் அவளை அழைத்துச் செல்லலாம்.”

தன் தொண்டை அடைத்துக்கொண்டு குரல் கம்முவதை ஜார்டன் உணர்ந்தான். “அப்படிச் செய்வது சாத்தியம்தான்” என்றான், சிரமப்பட்டு.

“ஐயையே! ஆண்பிள்ளைகள் எல்லோருமே இப்படித்தானா?” என்று அவனை நோக்கித் தலையை ஆட்டியவாறு கேட்டாள் கிழவி.

“நான் ஏதும் சொல்லவில்லையே! அவள் அழகானவள்; அது தான் உங்களுக்கும் தெரியுமே.”

“இல்லை, அவள் அழகியல்ல. ஆனால் அழகிடத் தொடங்கி யிருக்கிறாள்; அப்படித்தானே சொல்கிறீர் நீர்? இந்த ஆண் பிள்ளைகளே பொல்லாதவர்கள்; போயும் போயும் அவர்களைப் பிறப்பிப்பது எங்கள் பெண்குலத்துக்கே வெட்கக்கேடு, இல்லை. வேடிக்கைக்குச் சொல்லவில்லை, நிஜமாகவே சொல்கிறேன். அவளைப் போல உள்ளவர்களைக் கவனிக்கக் குடியரசில் விடுதிகளே கிடையாதா?”

“ஏன் இல்லாமல்? நல்ல விடுதிகள் நிறைய இருக்கின்றன. கடற்கரையில் வாலென்ஸியாவுக்கு அருகில் ஒன்று இருக்கிறது. மற்ற இடங்களிலும் உண்டு. அங்கெல்லாம் அவளை நல்லபடி நடத்துவார்கள். காலி செய்யப்பட்ட கிராமங்களிலிருந்து கொண்டு வரப்பட்ட குழந்தைகள் அங்கே இருக்கிறார்கள், அவர்களுக்கிடையே அவள் பணி செய்யலாம். அதை அங்கே அவளுக்குச் சொல்லித் தருவர்.”

“அதுதான் நான் வேண்டியதெல்லாம். அவள் மீது ஒரு கண் வைத்திருக்கிறான் பாப்லோ. அவனை நாசமாக்கும் இன்னொரு

சீக்கு அது. அவளைப் பார்த்தால் போதும். தலை கிறுகிறுக்கத் துவங்கிவிடுகிறது அவனுக்கு. அதனால், இப்போதே அவள் போய்விடுவதுதான் நல்லது."

"எடுத்த காரியத்தை முடித்ததும் அழைத்துச் செல்கிறோம்."

"உம்மை நம்புகிறோம்; இனிமேல் அவளைக் கவனமாகப் பார்த்துக்கொள்வீர் அல்லவா? – நெடுநாளாகத் தெரிந்தவர் போலவே உம்மிடம் சொல்லுகிறேன்."

"ஒருவரையொருவர் நன்றாகப் புரிந்துகொள்ளும் போது இப்படிப்பட்ட நம்பிக்கை இயற்கையானதே."

"உட்காரும். நடப்பது நடந்துதான் தீரும். ஆகவே உம்மிடம் வாக்குறுதி கேட்கப் போவதில்லை. அவளை இட்டுச்செல்ல நீர் இசையாவிட்டால்தான் கேட்பேன்."

"அப்போது மட்டும் கேட்பானேன்?"

"நீர் இங்கிருந்து போன பிறகு அவள் பித்துப் பிடித்து அலைவதைப் பார்க்க விரும்பாததால் கேட்டேன். இவ்வளவு நாளும் அவள் மூளைகலங்கிக் கிடந்தது போதும். எனக்கு இருக்கிற தொல்லை போதாதா? புதிதாக அது வேறு சேரவேண்டுமா?"

"பாலத்தைப் பிளந்ததும் அவளை அழைத்துச் செல்வோம். அதாவது, அந்த வேலை முடிந்த பிறகு உயிருடன் இருந்தால் கட்டாயம் இட்டுச் செல்வோம்."

"இப்படி நீர் பேசுவது எனக்குப் பிடிக்கவில்லை. இந்த மாதிரிப் பேச்சு துரதிருஷ்டத்துக்குத்தான் அறிகுறி."

"வாக்குறுதியை வலுப்படுத்தத்தான் அப்படிச் சொன்னேன். அழுமூஞ்சி வர்க்கத்தைச் சேர்ந்தவனல்ல நான்."

"எங்கே, உம் ரேகையைக் காட்டும், பார்ப்போம்" என்று அவள் கூறியதும் ஜார்டன் தன் கையை நீட்டினான். அதை அவள் பிரித்துத் தன் பெரிய கையில் பிடித்துக்கொண்டாள். தன் கட்டை விரலினால் தடவிக் கவனமாக உற்றுப் பார்த்தபின் கையை விட்டுவிட்டு எழுந்தாள். அவனும் எழுந்தான். அவள் முகத்தில் மலர்ச்சி மறைந்து விட்டது.

"என் கையில் என்ன கண்டீர்கள்? இதிலெல்லாம் எனக்கு நம்பிக்கை கிடையாது. ஆகையால் நீங்கள் என்ன கூறினாலும் கலங்கமாட்டேன்."

"எதையும் காணவில்லை. அதில் எதையுமே கண்டு பிடிக்க வில்லை."

"இல்லை. ஏதோ பார்த்திருக்கிறீர்கள். அது என்ன என்பதை அறியத்தான் எனக்கு ஆவல். மற்றபடி இதில் எனக்கு நம்பிக்கை இல்லை."

நற்றிணை பதிப்பகம் ✱ 47

“எதில்தான் உமக்கு நம்பிக்கை உண்டு.”

“மற்றும் பலவற்றில் உண்டு. ஆனால் இதில் கிடையாது.”

“மற்றவை என்றால் எவை?”

“என் வேலையில் எனக்கு நம்பிக்கை இருக்கிறது.”

“அதை நானும் பார்த்தேன்.”

“அதைத் தவிர வேறு எதை என் கையில் கண்டீர்கள்?”

“வேறெதையும் பார்க்கவில்லை” என்று கசப்புடன் கூறிய அவள், “பாலம் தகர்க்கும் வேலை மிகவும் கஷ்டமானது என்று தானே சொன்னீர்?” எனக் கேட்டாள்.

“இல்லை, மிகவும் முக்கியமானது என்றுதான் சொன்னேன்.”

“அது கஷ்டமாகவும் இருக்கலாம் அல்லவா?”

“இருக்கலாம்தான். இப்போதே கீழே போய் அதைப் பார்த்து விட்டு வருகிறேன்... அது சரி இங்கே உங்களிடம் எவ்வளவுப் பேர் இருக்கிறார்கள்?”

“அருமையானவர்களாக ஐந்து பேர் உண்டு. ஜிப்ஸி நல்லவன் தான் என்றாலும் உதவாக்கரை. பாப்லோவையோ இப்போதெல்லாம் நான் நம்புவதேயில்லை.”

“உபயோகப்படும்படியாக எல்ஸோர்டோவிடம் எவ்வளவு பேர் உண்டு?”

“எட்டுப் பேர் இருக்கலாம். இன்றிரவு அவன் இங்கு வருகிறான்; அப்போது அது திட்டமாகத் தெரியும். அவன் காரியத்திலேயே குறியாக இருப்பவன். அவனிடமும் கொஞ்சம் வெடிமருந்து உண்டு... ஆமாம், அவனிடம் நீர் பேசுவீர் அல்லவா?”

“அவருக்குச் சொல்லியனுப்பியிருக்கிறீர்களா, என்ன?”

“ஒவ்வொரு இரவும் அவன் அங்கு வருவான். பக்கத்தில்தான் அவன் வசிக்கிறான். அவன் சிநேகிதன் மட்டுமல்ல, எங்கள் வேலை களில் சகாவும் கூட.”

“அவரைக் குறித்து உங்கள் கருத்து என்ன?”

“மிகவும் நல்லவன். காரியவாதி. ரயில் வண்டிக்கு வெடிவைத்த போது மிகவும் பாடுபட்டான்.”

“மற்ற கோஷ்டிகளில் எவ்வளவு பேர் இருக்கிறார்கள்?”

“சரியான சமயத்தில் சொல்லியனுப்பினால் ஐம்பது துப்பாக்கிக் காரர்களைத் திரட்ட முடியும். ஓரளவுக்கு அவர்களை நம்பிக் காரியத்தில் இறங்கலாம்.”

“எந்த அளவுக்கு?”

"காரியத்தின் தீவிரத்தன்மையைப் பொறுத்திருக்கிறது அது."

"ஒவ்வொரு துப்பாக்கிக்காரனிடமும் எவ்வளவு ரவைகள் உண்டு?"

"இருபது வரையில் இருக்கலாம். இந்த வேலைக்கு அவர்கள் எடுத்துவர முடிவு செய்வதைப் பொறுத்து இருக்கிறது அந்த எண்ணிக்கை. அவர்கள் வருவது என்று தீர்மானித்தால்தான் அதையும் கொண்டு வருவார்கள். பாலத்தைப் பிளப்பதால் அவர்களுக்குப் பணம் காசு கிடைக்காது இல்லையா? கொள்ளைப் பொருளுக்கே இதில் இடமில்லை? நீர் வெளிப்படையாகப் பேசாததால் வேறு பெரிய ஆபத்து இருக்கிறது. வேலை முடிந்ததுமே இந்த மலைப்பகுதி யிலிருந்து வெளியேறியுமாக வேண்டும். ஆகவே, பாலத்தைத் தகர்ப்பதைப் பலர் எதிர்ப்பது நிச்சயம்."

"நிச்சயம்தான்."

"அதனால் அனாவசியமாக அதைப்பற்றிப் பேசாதிருப்பதே நல்லது."

"நீங்கள் சொல்வது சரியே."

"பாலத்தை நீர் பார்த்த பிறகு இரவில் எல்ஸோர்டோவுடன் பேசுவோம்."

"சரி, ஆன்ஸெல்மோவுடன் இப்போதே புறப்படுகிறேன்."

"அப்படியானால் அவனை எழுப்பும். உமக்குத் துப்பாக்கி தேவையா என்ன?"

"நன்றி, நான் உபயோகிக்கப் போவதில்லை என்றாலும் அது என் கைவசம் இருப்பதும் நல்லதுதான். பாலத்தைப் பார்க்கத்தான் போகிறேன், கலாட்டா செய்வதற்காக அல்ல. நீங்கள் சொன்னதற் கெல்லாம் மிக்க நன்றி. நீங்கள் பேசும் முறை எனக்கு மிகவும் பிடிக்கிறது."

"ஒளிக்காமல் பேச முயலுகிறேன், அவ்வளவுதான்."

"அப்படியானால் என் கையில் கண்டதென்ன, சொல்லுங்கள்."

"ஊஹூம், நான் எதையுமே பார்க்கவில்லை" என்று அவள் தலையாட்டினாள். "புறப்படும், பாலத்தைப் பார்க்க. உம் மூட்டை களை நான் கவனித்துக் கொள்கிறேன்" என முடுக்கினாள்.

"அவற்றை மூடிவையுங்கள். எவரும் தொடாமலும் பார்த்துக் கொள்ளுங்கள். குகையில் இருப்பதைவிட அது அங்கேயே இருப்பது தான் நல்லது."

"மூடி வைக்கிறேன். எவரும் தொடாமலும் கவனித்துக் கொள்கிறேன். சரி, புறப்படும் பாலத்துக்கு."

"ஆன்ஸெல்மோ!" என்று ஜார்டன் கூவி, கைகளை தலையணையாக வைத்துத் தூங்கிக் கொண்டிருந்த கிழவனின் தோளைத் தொட்டான். கிழவன் ஏறிட்டு நோக்கியவனாய், "ஆமாம், புறப்பட வேண்டும். வாருங்கள், போவோம்" என்றான்.

3

நிழலில் பதுங்கியவாறே மரத்துக்கு மரம் தாவியவர்களாய்க் கடைசி இருநூறு கஜ தூரத்தை அவர்கள் கவனமுடன் இறங்கிக் கடந்தார்கள். செங்குத்தான அந்தக் குன்றுச் சரிவில் இறுதியாக இருந்த மரங்களுக்கு ஐம்பதே கஜ தூரத்துக்கு அப்பால் அப்பாலம் இருந்தது. மலையின் பழுப்பு நிற முதுகின் மீது இன்னமும் பின் அந்திநேர வெயில் அடித்துக் கொண்டிருந்தது. அந்த ஒளியின் விளைவாக அப்பாலம் அந்தக் கிடுகிடுப் பள்ளப் பின்னணியில் கருமையாகக் காணப்பட்டது. உருக்கினாலான பாலம் அது; ஒரே விட்டம்தான். இரு கோடிகளிலும் காவலர் பெட்டி இருந்தது. இரண்டு மோட்டார் வண்டிகள் கடந்து செல்லக்கூடிய அளவுக்கு அப்பாலம் அகலமாக இருந்தது. ஆழ்ந்த ஆற்றுப் பள்ளத்தின் இரு புறங்களை உறுதியும், உலோகத்துக்கு உரிய அழகும் கூடியதாய் அது இணைத்து நின்றது. பள்ளத்திலோ, பேராழத்தில் பாறைகளுக்கிடையே வெண்ணிறத் தண்ணீர் குதித்தோடியது. சிறிது தூரத்துக்கப்பால் கணவாயின் பிரதான ஆற்றுடன் சேர்ந்து கொண்டது அந்தச் சிற்றருவி.

சூரியன் நேரெதிரே ஒளிர்ந்து கொண்டிருந்தான். எனவே, ஜார்டனால் பாலத்தைப் பூராவாகக் கடந்து பார்க்க முடியவில்லை. கதிரவனொளி சிறிது சிறிதாகக் குறைந்தது; உருண்டு பழுப்பாகவிருந்த மலை முதுகுக்குப்பின் அது மறைந்தது. கண்களைக் கூசச்செய்த ஒளி அவ்வாறு அகன்றதும் மலைச்சரிவு புத்தம் புதிய பசுமையுடன் பொலிந்ததையும், சிகரத்தின் கீழே நாள்பட்ட பனிப்படிவம் அங்குமிங்கும் சிதறியிருந்ததையும் ஜார்டன் கண்டான். அடுத்து பாலத்துப் பக்கம் தன் பார்வையைத் திருப்பினான்; விரைவில் திடுமென மறையவிருந்த அந்தச் சிற்றொளியில் அதன் அமைப்பை ஆராய்ந்தான். அதைத் தகர்ப்பது கடினமான பிரச்சனையாக அவனுக்குத் தோன்றவில்லை. அதை நோக்கியபோதே ஜேபிப் பையிலிருந்து ஒரு குறிப்புப் புத்தகத்தை எடுத்துத் துரிதமாகச் சில வரைபடங்களைப் போட்டான். அப்படித் தீட்டுகையில், எவ்வளவு வெடிமருந்து தேவைப்படும் என்பதை அவன் கவனிக்கவில்லை; அதைப் பிறகு செய்துகொள்ளலாமெனத் தீர்மானித்தான். விட்டத்தைத் தாங்கி நின்ற ஆதாரத்தைத் தகர்த்து அதன் ஒரு

பகுதியைப் பள்ளத்தில் சரிக்க எங்கெங்கு வெடிமருந்தை வைக்க வேண்டும் என்பதையே அப்போது அவன் குறித்தான். அவசர மில்லாமல், சாஸ்திரீயமான முறையில் சரியான ஐந்தாறு இடங்களில் வெடிமருந்தை வைத்து, எல்லா இடங்களும் ஒரே நேரத்தில் பற்றிக்கொள்ள வைக்கலாம்; இல்லையேல், அவசரமானால் இரண்டே இடங்களில் அதிக அளவில் அதைக் குவித்தும் வெடிக்க வைக்கலாம் என்பதை அவன் கண்டான். அப்படிச் செய்வதானால் இரு கோடிகளிலும்தான் வைக்க வேண்டும். நிறையவும் வைப்பது அவசியம். இரு முனைகளும் ஏககாலத்தில் வெடிப்பதும் முக்கியம் என்று தேர்ந்தான். விரைவாக, மகிழ்ச்சியுடன் வரைந்தான். சுளுவாகத் தென்பட்ட அந்த வேலை தனக்குக் கிடைத்ததில்தான் அத்தனை களிப்பு; இறுதியில் அதில் தான் இறங்கிவிட்டதிலும் அவனுக்கு ஆனந்தம். குறிப்புப் புத்தகத்தை மூடினான்; அதன் மேலுறையின் முனையில் இருந்த தோல் உறையினுள் பென்ஸிலைச் செருகினான். பின் அப்புத்தகத்தை ஜேபியினுள் வைத்துப் பித்தானைப் போட்டான்.

ஜார்டன் படம் போடுகையில் சாலையையும் பாலத்தையும் காவலர் குடில்களையுமே ஆன்ஸெல்மோ நோக்கிக் கொண்டிருந்தான். பாலத்துக்கு அத்தனை அருகில் தாங்கள் வந்துவிட்டது ஆபத்து என்று அவனுக்குத் தோன்றியது: ஆகவே, படம் போட்டு முடிக்கப்பட்டதும் பேராறுதல் அடைந்தான். ஜேபிப் பித்தானைப் போட்டபின் மரத்திற்குப்பின்னால் படுத்தவாறு ஜார்டன் பார்க்கத் துவங்கியதும் அவனுடைய முழங்கையை ஆன்ஸெல்மோ பிடித்துக் கொண்டு சுட்டிக்காட்டினான்; அவர்களை நோக்கியவாறு இருந்த காவல் பெட்டியையே அவன் காண்பித்தான். அதைச் சேர்ந்த காவலன், ஈட்டி பொருந்திய துப்பாக்கியைத் தன் கால்களுக்கிடையில் பிடித்துக் கொண்டு அமர்ந்திருந்தான். சிகரெட் பிடித்துக்கொண்டிருந்த அவன், கையால் பின்னப்பட்ட குல்லாயையும், போர்வை போலிருந்த மேலங்கியையும் போட்டிருந்தான். ஐம்பது கஜ தூரத்தில் இருந்தபடியால் அவனுடைய முகம் தெரியவில்லை. எனவே, தன் தொலைநோக்கிக் கருவியை ஜார்டன் வெளியில் எடுத்தான். பிரதிபலித்துப் பளிச்சிடப் பகலவனொளி இல்லாவிடினும்கூட அதன் கண்ணாடிகளைக் கைகளைக் குவித்துக் கவனமாக மூடிக் கொண்டான். அதன் வழியே அவன் நோக்கிய போது கைகளினால் தொடக்கூடிய அளவுக்கு அருகில் இருப்பதுபோலப் பாலத்தின் பக்கவாட்டில் இருந்த தண்டவாளம் தெரிந்தது; காவலனின் மூக்கும் தெளிவாகப் புலப்பட்டது. குழிவிழுந்த அவனுடைய கன்னங்கள், சிகரெட் நுனியில் இருந்த சாம்பல், ஈட்டியின் எண்ணெய் மினுக்கு ஆகியவைகூட நன்கு தெரிந்தன. அது குடியானவ முகமாகத்

தோன்றியது. எழும்பி நின்ற தாடை எலும்புகளினிடை கன்னங்கள் ஒட்டியிருந்தன. முகம் சவரம் செய்யப்படாமல் மயிர் மண்டியிருந்தது. மயிர் அடர்ந்த புருவங்கள் அவனுடைய கண்களை மறைத்தன. துப்பாக்கியைப் பிடித்திருந்த கைகள் பெரியனவாகத் தெரிந்தன. மேலங்கி மடிப்புகளிடையே அவன் கால்களில் போட்டிருந்த கனமான ஜோடுகளும் தென்பட்டன. காவற்குடிலின் சுவரில் கறுத்து நைந்திருந்த தோலினாலான மதுப்புட்டி தொங்கியது. சில பத்திரிகைகளும் கிடந்தன. ஆனால் டெலிபோன் எதையும் காண வில்லை. தன் கண்ணுக்குத் தெரியாத குடிலின் மறுபுறத்தில் டெலிபோன் இருந்தாலும் இருக்கலாமென ஜார்டன் எண்ணினான். ஆனால் அதைக் குறிக்கக்கூடிய கம்பியேதும் அங்கிருந்து கிளம்பிச் சென்றதை அவனால் காணக்கூடவில்லை. எனினும் சாலையோடு டெலிபோன் கம்பிகள் சென்றது தெரிந்தது. அவை பாலத்துக்கு மேலாகப் போனதும் புலப்பட்டது. காவல் பெட்டிக்கு வெளியே பழைய தகரமொன்றினாலான கரிக் கணப்பு தெரிந்தது. தகரத்தின் மேல் புறத்தை அகற்றிவிட்டுப் பக்க வாட்டில் துளைகள் போட்டிருந்தார்கள். ஆனால் இரு கற்கள் மீது வைக்கப்பட்டிருந்த அந்தக் குமுட்டியில் நெருப்பு இல்லை. அதன் கீழிருந்த சாம்பலில் கரியேறிய காலித் தகர டப்பாக்கள் சில கிடப்பதும் காணப்பட்டன.

தன் பக்கத்தில் படுத்திருந்த ஆன்ஸெல்மோவிடம் தொலை நோக்கியை ஜார்டன் கொடுத்தான். கிழவனோ சிரித்துத் தலையாட்டினான்! ஒரு விரலினால் தன் நெற்றிப் பொட்டில் தட்டிக் காட்டினான். "நான் அவனை முன்பே பார்த்திருக்கிறேன்" என்று ஸ்பானிஷ் மொழியில் கூறினான். உதடுகளை அசைக்காமலே வாயின் முன்புறத்தால் அவன் முணுமுணுத்தான்; கிசுகிசுப் பேச்சையும் விட மெல்ல ஒலித்தது அவன் குரல். தன்னை நோக்கி ஜார்டன் சிரித்தபோது அவன் அந்தக் காவலனைப் பார்த்தவாறு ஒரு விரலைச் சுட்டிக்காட்டினான். இன்னொரு விரலால் கழுத்தை அறுப்பதுபோல் சைகை செய்தான். ஜார்டன் தலையை ஆட்டியபோதிலும் பதிலுக்குச் சிரிக்கவில்லை.

பாலத்தின் மறுமுனையில் இருந்த காவல் நிலையத்தின் வாயில் எதிர்த் திசையை நோக்கியவாறு இருந்தது; ஆகவே, அதனுள் என்ன இருந்தது என்பதை அறிய இயலவில்லை. அகலமாகவும் உறுதி யாகவும் அமைக்கப்பட்டிருந்த சாலையில் எண்ணெய் பூசியிருந் தார்கள். பாலத்தின் எதிர்முனையில் இடதுபுறம் திரும்பிய அது அப்பால் வலப்புறத் திருப்பமொன்றுக்குப் பின் பார்வையிலிருந்து மறைந்தது. அந்த இடத்தில் முன்பு சாலை குறுகலாகத்தான் இருந் தது; ஓடைப் பள்ளத்தின் பாறைச் சுவரைப் பிளந்து அதை இப்போது அகலப்படுத்தியிருந்தார்கள். பாலத்திலிருந்து பார்த்தால் இடப்புறத்

தில் இருந்த அதன் மேற்குப் பக்க ஓரத்தில் பாறைக் கற்களை நிமிர்த்தி நட்டிருந்தார்கள், பாதுகாப்பாகப் பயன்பட்ட அந்தப் பாறை வரிசைக்கு அப்பால் அருவிப் பள்ளம் செங்குத்தாகக் கீழிறங்கி யது. அந்த இடத்தில் அது ஒரு பாறைக் குடைவு போலவே இருந்தது; அங்குதான் கணவாயின் பிரதான ஆற்றுடன் அந்தச் சிற்றாறு கலந்தது.

"இன்னொரு காவல் நிலையம் எங்கே இருக்கிறது?" என்று ஆன்ஸெல்மோவை ஜார்டன் வினவினான்.

"அந்தத் திருப்பத்துக்கு ஐநூறு மீட்டர்களுக்கு அப்பால் இருக்கிறது பாறைச் சுவரில் அமைந்துள்ள சாலைக் கொத்தனின் குடிலில் இருக்கிறது."

"அங்கே எவ்வளவு பேர் உள்ளனர்?" – தொலைநோக்கியால் திரும்பவும் பாலக் காவலனைப் பார்த்தபடியே ஜார்டன் கேட்டான். நிலையத்தின் மரச்சுவரில் சிகரெட்டைத் தேய்த்து அணைத்தான் அந்தக் காவலன். அதன்பின் தன் ஜேபியிலிருந்து தோலினாலான புகையிலைப் பையை எடுத்தான். அணைந்து விட்ட சிகரெட்டைச் சுற்றியிருந்த காகிதத்தைப் பிரித்தான். அதில் பாக்கியிருந்த புகை யிலையை அந்தப் பையினுள் கொட்டிய பின் எழுந்தான். துப்பாக்கியைச் சாவடிச் சுவரின் மீது சாய்த்து வைத்துச் சோம்பல் முறித்தான். மறுபடி துப்பாக்கியை எடுத்துத் தோளில் மாட்டிக் கொண்டதும் பாலத்தை நோக்கி நடந்தான். உடனே தரையோடு தரையாக ஆன்ஸெல்மோ படுத்தான். ஜார்டனும் தொலை நோக்கியைத் தன் ஜேபியினுள் போட்டுவிட்டு மரத்தின் பின்னால் தலையை நன்றாக மறைத்துக் கொண்டான்.

"ஏழு சிப்பாய்களும் ஒரு கார்ப்பொரலும் இருக்கிறார்கள் – ஜிப்ஸி தந்த தகவலைத்தான் சொல்கிறேன்" என்று காதோடு கூறினான் ஆன்ஸெல்மோ.

"இந்தக் காவலனின் சுறுசுறுப்பு சற்று அடங்கியதும் நாம் இங்கிருந்து கிளம்பி விடுவோம். ஆனாலும் அளவுக்கு அதிகமாகத் தான் அணுகிவிட்டோம்" என்றான் ஜார்டன்.

"உங்களுக்கு வேண்டிய விவரங்களையெல்லாம் கவனித்து விட்டீர்களா?"

"தேவைப்பட்டவை அனைத்தையும் தெரிந்து கொண்டு விட்டேன்."

சூரியன் மறைந்துவிட்டதால் திடுமெனக் குளிர் கவ்வத் தொடங்கியிருந்தது. மலைமீதும் மாலையொளி மங்கிவிட்டபடியால் இருளும் கவியத் துவங்கியிருந்தது. "நிலவரம் எப்படி இருக்கிறது என்று நினைக்கிறீர்கள்?" – மாலையிறுதியொளியில் ஈட்டி பிரகாசிக்க

போர்வை போன்ற மேல் அங்கியில் தன் உடல் பொதி மாடுபோலக் காண மறுகுடிலை நோக்கிக் காவலன் சென்றதைக் கவனித்தபடியே ஆன்ஸெல்மோ வினவினான்.

"மிக நன்றாக, மிகமிக நல்லபடியாகத்தான் இருக்கிறது."

"எனக்கு மிகவும் மகிழ்ச்சி... புறப்பட வேண்டியதுதானே? காவலனால் இனி நம்மைப் பார்க்க முடியாது."

அவர்களுக்கு முதுகைக் காட்டிக்கொண்டு பாலத்தின் மறுகோடியில் காவலன் நின்றான். பாறைகளிடையே பாய்ந்தோடிய நீரின் சலசலப்புச் சப்தம் ஓடைப் பள்ளத்திலிருந்து ஒலித்தது. அடுத்து அந்த ஒலியினூடே இன்னொரு சப்தம் எழுந்தது. இடையறாத ரீங்கார ஒலி அது. உடனே, தன் குல்லாயைப் பின்னுக்குத் தள்ளிக்கொண்டு அந்தக் காவலன் மேலே நோக்கியதை அவர்கள் கண்டனர்; தாமும் தலையைத் திருப்பி ஆகாயத்தைப் பார்த்தனர். அங்கே மிக உயரத்தில், V என்ற அமைப்பில் மூன்று விமானங்கள் பறந்ததை அவர்கள் கண்டனர். மிகச் சிறியவையாகத் தென் பட்டாலும் அந்த உயரத்தில் இன்னமும் படர்ந்திருந்த பகலவ னொளியில் அவை பளபளத்தன. விரைவில், நம்ப முடியாத அளவு வேகத்தோடு அவை அவர்களைக் கடந்து சென்றுவிட்டன.

"நம்முடைய விமானங்கள்?" என்று ஆன்ஸெல்மோ வின வினான்.

"அப்படித்தான் தோன்றுகிறது" என்று ஜார்டன் பதிலளித்தான், அத்தனை உயரத்தில் பறந்தவை பற்றித் திட்டமாகக் கூற முடியாது என்பது தெரிந்திருப்பினும், "இரு தரப்பில் எதனுடைய மாலைநேர விமானங்களாகவும் அவை இருக்கலாம். ஆனால் பின்னோடி விமானங்கள் நம்முடையவை என்று கூறுவதே எப்போதும் வழக்கம்; அதனால் கேட்பவர்களுக்கு ஒரு நிம்மதி கிடைக்கிறதல்லவே? வெடிவீசும் விமானங்கள் என்றாலோ முற்றிலும் வேறு விஷயம்" என்றெல்லாம் ஜார்டன் எண்ணலானான்.

ஆன்ஸெல்மோவின் நினைவுப் போக்கும் அவ்வாறே இருந்தது போலும். "அவை நம்முடையவையே. என்னால் நன்றாக அடை யாளம் கண்டுகொள்ள முடிந்தது. அவை 'மோஸ்கா' விமானங்கள் தாம்" என்றான் அவன்.

"ஆமாம், எனக்கும் அப்படித்தான் தோன்றுகிறது."

"சந்தேகமேயில்லை. அவை 'மோஸ்கா' விமானங்களே."

தொலைநோக்கி மூலம் பார்த்து அக்கணமே அதை ஜார்டனால் திட்டமாகத் தெரிந்துகொண்டிருக்க முடியும். ஆனால் அவ்விதம் செய்ய அவன் முற்படவில்லை. எந்தத் தரப்பு விமானங்களாயினும் அவை பற்றி இன்று அவனுக்கு அக்கறை இருக்கவில்லை.

தங்கள் தரப்பைச் சேர்ந்தவை என்று கிழவன் கருதிக் களித்ததால் அதைக் குலைத்துவிட அவன் விரும்பவில்லை. ஸிகோவியா பக்கமாக அவை சிறுகச் சிறுக மறைந்து வருகையில் பார்த்தபோது 'மோஸ்கா' என்று ஸ்பானியர்கள் அழைத்த ரகத்தைச் சேர்ந்தவையாக அந்த விமானங்கள் தோன்றவில்லை. தாழ்ந்த இறக்கைகளின் முனையில் உள்ள சிவப்பு நிறம் தவிர மற்றபடிப் பச்சை வண்ணமான அவை, ரஷ்யர் மாற்றியமைத்த 'போயிங் பி–32' ரக விமானங்களே. ஜார்டனுக்கு அந்த நிறங்கள் தெரிய வில்லை. அது மட்டுமல்ல, அமைப்பும் வேறு விதமாக இருந்தது – 'ஆமாம், வேவு பார்க்கச் சென்றுவிட்டு நிலையத்துக்குத் திரும்பிக் கொண்டிருந்த ஃபாஸிஸ்ட் விமானங்களே அவை' என்று அவன் முடிவு கட்டினான்.

இன்னமும் திரும்பாமல் பாலத்தின் மறுகோடியிலேயே காவலன் நின்றுகொண்டிருந்தான். "வாருங்கள் போவோம்" என்று ஜாக்கிரதையாக மலையேறத் தொடங்கினான். பார்வையிலிருந்து மறையும் தொலைவு வரையில் மரங்களின் மறைவிலேயே அவன் சென்றான். அவனுக்கு நூறு கெஜ தூரத்துக்குப் பின் ஆன்ஸெல்மோ தொடர்ந்தான். பாலத்திலிருந்து புலப்படாத தொலைவுக்குச் சென்றதும் ஜார்டன் நிற்க, கிழவன் வந்து சேர்ந்துகொண்டான். பின்னர் அவன் முன்னால் வழிகாட்டிச் செல்ல, செங்குத்தான குன்றுச் சரிவில் இருளினூடே ஜார்டன் ஏறிச் சென்றான்.

"வலிமை மிக்க விமானப்படை நம்மிடம் இருக்கிறது" கிழவன் களிப்புடன் கூறினான்.

"ஆமாம்" என்றான் ஜார்டனும்.

"நாம் வென்றே தீருவோம்."

"வென்றேயாக வேண்டும்."

"ஆமாம் வென்றபின் வேட்டையாட நீங்கள் வர வேண்டும்."

"எதை வேட்டையாட?"

"காட்டுப்பன்றி, கரடி, ஓநாய், காட்டாடுகளையெல்லாம்."

"வேட்டையில் உமக்கு மிக்க பிரியமோ?"

"ஆமாம், ஐயா, வேறெதையும்விட அதிலேயே எனக்கு அதிக ஆசை, என் கிராமத்தில் எல்லாருமே வேட்டையாடுவோம். உங்களுக்கு அதில் விருப்பமில்லையோ ஒருவேளை?" என்று ஆன்ஸெல்மோ கிழவன் கேட்டான்.

"ஆமாம், மிருகங்களைக் கொல்வது எனக்குப் பிடிக்காது."

"நான் அதற்கு நேர் எதிர் – மனிதர்களைக் கொல்வதில் எனக்குப் பிரியம் கிடையாது."

"மூளை கலங்கியவர்களைத் தவிர வேறு யாருக்குமே அதில் இஷ்டம் இருக்காதுதான். ஆனால் அவசியப்படும்போது அதைச் செய்வதில் எனக்கு ஆட்சேபணை இல்லை. ஒரு லட்சியத்துக்காக நடக்க வேண்டும், அந்தக் கொலை வேலை."

"ஆமாம், அது வேறு விஷயம்தான். எனக்கு ஒரு காலத்தில் ஒரு வீடு இருந்தது. அதில், கீழ்க்காட்டில் நான் கொன்ற காட்டுப் பன்றிகளின் தந்தங்கள் இருந்தன. நான் சுட்ட ஓநாய்களின் தோல் களும் இருந்ததுண்டு. அந்த மிருகங்களைக் குளிர்காலத்தில் பனி யிடையே வேட்டையாடுவேன். ஒரு சமயம் நவம்பர் மாதத்தில் ஒரு நாளிரவு வீட்டுக்குத் திரும்பி வந்து கொண்டிருந்தபோது என் கிராமப்புறத்தில் ஒரு பெரிய ஓநாயைச் சுட்டு வீழ்த்தினேன். என் வீட்டுத்தரையில் நாலு ஓநாய்த் தோல்களை விரித்திருந்தேன். மிதித்து மிதித்து அவை நைந்துவிட்டன; ஆனாலும் ஓநாய்த் தோல்களே அவை. ஸியரா மலைத்தொடரின் உயரமான பகுதிகளில் நான் கொன்ற காட்டாடுகளின் கொம்புகளும் என் வீட்டில் இருந்தன. இறக்கைகளை விரித்தபடி ஒரு கழுகும் உண்டு; அதன் கண்கள் உயிருள்ள கழுகுக்கு உள்ளவை போலவே மஞ்சளாக இருக்கும். ஆவிலாவில் உள்ள பதன வேலைக்காரன் ஒருவன் அதைக் கெடா மல் பாதுகாத்துத் தந்தான். மிகவும் அழகானது அது. அங்கிருந்த எல்லாமே பார்க்கும் போதெல்லாம் என்னைப் பரவசப்படுத்தும்."

"இருக்கும், இருக்கும்" என்றான் ஜார்டன்.

"நான் கொன்ற கரடியின் பாதம் என் கிராமத்தில் இருந்த கோயிலின் கதவில் பதிக்கப்பட்டிருந்தது. வசந்த காலத்தில் மலைப் புறத்தில் அதே பாதத்தினால் ஒரு கட்டையை அது உருட்டிக் கொண்டிருந்தபோது அதைச் சுட்டேன்."

"எப்போது நடந்தது அது?"

"ஆறு வருஷங்களுக்கு முன்னால், நீளமான நகங்கள் தவிர மற்றபடி மனிதனின் கைபோலவே இருந்த அந்தச் சுருங்கிய பாதம் ஆணி அறையப்பட்டுக் கதவில் காட்சி தந்ததைப் பார்க்குந்தோறும் என் உள்ளம் கிளுகிளுக்கும்."

"பெருமிதத்தாலா?"

"வசந்தகால ஆரம்பத்தில் மலைப்புறத்தில் அந்தக் கரடியுடன் நான் சண்டைபோட்ட ஞாபகத்தினால் ஏற்பட்ட பெருமையால் தான். ஆனால் நம்மைப் போலவேயுள்ள இன்னொரு மனிதனைக் கொல்வதால் அப்படிப்பட்ட இனிய நினைவுகள் மிஞ்சுவதில்லை."

"ஆனால் மனிதனின் கரத்தை ஆலயக் கதவில் அறைய முடியாதே!"

"முடியாதுதான், அந்த மாதிரிக் காட்டுமிராண்டித்தனத்தை நினைத்தே பார்க்க முடியாது. இருந்தாலும் மனிதனின் உள்ளங்கை கரடியின் பாதம்போலத்தான் இருக்கிறது?"

"அப்படியானால் மனிதனின் மார்பும் கரடியின் நெஞ்சு போலத்தானே இருக்கிறது? கரடியின் மார்பகத் தோலை நீக்கி விட்டால் தசைகளில் பல ஒற்றுமைகளைக் காணலாமே!"

"யார் இல்லையென்றார்கள்? அதனால்தானே மனிதனின் சகோதரனாகவே கரடியை ஜிப்ஸிகள் மதிக்கிறார்கள்!"

"அமெரிக்காவிலுள்ள செவ்விந்தியர்களும் அப்படித்தான் நினைக்கிறார்கள். கரடியைக் கொன்றால் உடனே மன்னிப்புக் கோருகிறார்கள். ஒரு மரத்தில் அதன் மண்டையை வைத்துத் தங்களை மன்னிக்குமாறு வேண்டிவிட்டுச் செல்கிறார்கள்."

"தோலுக்குக் கீழ் மனிதனைப் போலவே கரடியின் உடல் இருக்கிறது. அதுவும் கள் குடிப்பதுடன் சங்கீதத்தை ரசிக்கிறது. நடனத்திலும் நாட்டம் காட்டுகிறது – இதனாலெல்லாம்தான் அதை மனிதனின் சகோதரன் என்று ஜிப்ஸிகள் கருதுகிறார்கள்."

"செவ்விந்தியர்களும் அப்படித்தான் எண்ணுகிறார்கள்" என்றான் ஜார்டன்.

"அப்படியானால் அவர்களும் ஜிப்ஸிகளா, என்ன?"

"இல்லை, ஆனால் கரடியைப் பற்றிய வரையில் அப்படிப் பட்டதே அவர்கள் கருத்தும்."

"புரிகிறது. அதோடு, இன்பம் பெறவே திருடுவதாலும் கரடியைச் சகோதரனாக ஜிப்ஸிகள் நினைக்கிறார்கள்" என்றான் கிழவன்.

"உம் உடலிலும் ஜிப்ஸி ரத்தக்கலப்பு உண்டோ, ஒரு வேளை?"

"கிடையாது. ஆனால் அவர்களோடு நிறையப் பழகியவன் நான். இயக்கம் ஆரம்பமான பிறகு அவர்களுடன் தொடர்பு இன்னும் அதிகம். இந்த மலைப்பகுதியிலேயே அநேக ஜிப்ஸிகள் இருக்கிறார்கள். தங்கள் கூட்டத்தைச் சேர்ந்தவர்களைத் தவிர மற்றவர்களைக் கொல்வதை அவர்கள் பாவமாகக் கருதுவதில்லை. அவர்கள் மறுத்தாலும் இது உண்மையே."

"மூர்களைப்போல என்று சொல்லும்."

"ஆமாம். அதேமாதிரி இன்னும் பல சட்டதிட்டங்கள் தங்களிடையே இருப்பதையும் ஜிப்ஸிகள் மறுக்கிறார்கள். இந்தப் போரில் ஜிப்ஸிகள் பலர் பழைய நாளைப் போலவே பாழாகி விட்டார்கள்."

"சண்டை எதற்காக என்பது அவர்களுக்குத் தெரியவில்லை. நாம் எதற்காகப் போரிடுகிறோம் என்பது அவர்களுக்குப் புரியவில்லை."

"ஆமாம், சண்டை நடக்கிறது, பழைய காலத்தைப் போலவே தண்டனை பற்றிய பயமின்றி மறுபடி கொல்லலாம் என்பதே அவர்கள் அறிந்ததெல்லாம்."

"நீர் யாரையாவது கொன்றதுண்டா?" – இருளினாலும், நாள் முழுதும் பழகியதாலும் ஏற்பட்டிருந்த நெருக்கத்தில் இவ்வாறு ஜார்டன் கேட்டான்.

"கொன்றிருக்கிறேன். சிலரைத் தீர்த்திருக்கிறேன். ஆனால் சந்தோஷத்துடன் அல்ல. மனிதனைக் கொல்வது பாவம் என்பதே என் நினைப்பு. நாம் கொன்றே தீரவேண்டிய ஃபாஸிஸ்டுகளைப் பற்றிக்கூட அப்படித்தான் கருதுகிறேன். கரடிக்கும் மனிதனுக்கு மிடையே நிறைய வேற்றுமை உண்டு என்றே நான் எண்ணுகிறேன். மிருகங்களுடன் சகோதரத்துவம் கொண்டாடும் ஜிப்ஸிகளின் மாயவாதத்தை நான் நம்பவில்லை... ஆமாம், எந்த மனிதனைக் கொல்வதையும் நான் எதிர்க்கிறேன்."

"எதிர்த்தும்கூடக் கொன்றிருக்கிறீரே!"

"ஆமாம், அவசியம் நேர்ந்தால் மறுபடியும் கொல்வேன். ஆனால் அதற்குப் பிறகும் எனக்கு உயிர் இருந்தால் அந்தப் பாவம் மன்னிக்கப்படக் கூடிய வகையில், எவருக்கும் தீங்கு செய்யாத முறையிலேயே வாழ்வேன்."

"எவரால் மன்னிக்கப்பட வேண்டுமென எதிர்பார்க்கிறீர்?"

"அது யாருக்குத் தெரியும்? இப்போதோ இங்கே கடவுள் கிடையாது; அவருடைய திருமகனும் புனித ஆவியும் இல்லை. ஆகவே, எவர் மன்னிப்பாரோ, எனக்குத் தெரியாது" என்றான் கிழவன்.

"அப்படியானால் ஆண்டவனிடம் இப்போது உமக்கு நம்பிக்கை இல்லையா?"

"இல்லவேயில்லை. ஐயா, கடவுள் என்று ஒருவன் இருந்தால், என் கண்கள் கண்ட கொடுமைகளை ஒருநாளும் அனுமதித்திருக்க மாட்டான். எதிரிகளே வைத்துக்கொள்ளட்டும், அந்த ஆண்டவனை."

"அவர்கள்தான் அவனுக்கு உரிமை கொண்டாடுகிறார்கள்."

"மதத்தில் ஊறி வளர்ந்தவன் நான். ஆகவே, கடவுள் இல்லாதது எனக்குப் பெரிய சூனியமாகத்தான் படுகிறது. அதை இட்டு நிரப்ப மனிதன் தன் செயல்களுக்குத் தானே பொறுப்பேற்க வேண்டும்."

"அப்படியென்றால் நீர் புரியும் கொலைகளுக்காக உம்மை நீரேதானே மன்னித்துக்கொள்ள வேண்டி வரும்?" என ஜார்டன் வினவினான்.

"அப்படித்தான் ஆகுமென்று நினைக்கிறேன். நீங்கள் மிகத் தெளிவாக விளக்கிவிட்டீர்கள். ஆகவே, அந்தப் படிதான் ஆகு மென்று திடமாக நம்புகிறேன். ஆனாலும், ஆண்டவன் இருந் தாலும் சரி, இல்லாவிட்டாலும் சரி, மனிதனைக் கொல்வது பாவம் என்பதே என் கருத்து. மற்றவனின் உயிரைப் பறிப்பது மகாபாதகம் தான். அவசியம் ஏற்படும்போது அப்படிச் செய்வேன் என்றாலும் நான் பாப்லோவின் வர்க்கத்தைச் சேர்ந்தவனல்ல."

"போரில் வெற்றிபெற எதிரிகளைக் கொன்றேயாக வேண்டும். எல்லாக் காலத்திலும் அதுவே நியதி."

"உண்மைதான். போரில் தீர்த்துக்கட்டித்தான் தீரவேண்டும். இருந்தாலும் என் உள்ளத்தைப் பல அசாதாரண எண்ணங்கள் உளைக்கின்றன." அந்த இருளில் இருவரும் நெருக்கமாக நடந்து கொண் டிருந்தனர். ஏறுகையில் அவ்வப்போது தலையைத் திருப்பியவாறு கிழவன் மெதுவாகச் சொன்னான்; "மதகுருவைக்கூட நான் கொல்ல மாட்டேன். எந்தவித முதலாளியையும் மாய்க்க மாட்டேன். நாங்கள் அன்று வயல்களில் வேலை செய்தது போல, இன்று மலைகளில் மரத்தை அறுப்பதுபோல, மீதமுள்ள ஆயுள் முழுதும் அவர்களைப் பாடுபடச் செய்வேன். அதன்மூலம், மனிதன் எதற்குப் பிறந்திருக் கிறான் என்பதை அவர்களை உணரச்செய்வேன். நாம் தூங்குமிடத் திலேயே அவர்களும் தூங்கும்படியும், நாம் சாப்பிடுவதையே அவர்களும் சாப்பிடும்படியும் செய்வேன். முக்கியமாக, நம்மைப் போலவே அவர்கள் வேலை செய்ய வேண்டும். அப்போதுதான் அவர்கள் அறிந்து கொள்வார்கள்."

"அப்படியெல்லாம் நீர் செய்தால் அத்தனைக்கும் அவர்கள் ஈடுகொடுத்து உயிர் வாழ்ந்து உம்மை மறுபடியும் அடிமைப்படுத்தத் தான் செய்வார்கள்."

"சொல்வதால் அவர்கள் எதையும் அறிந்து கொண்டுவிட மாட்டார்கள். அவர்களை அழித்தொழித்துவிட முடியாது. ஏனென் றால், அவர்களைவிடக் குரோதம் மிகுந்தவர்களே அவர்களிடையி லிருந்து தோன்றுவார்கள். சிறைச்சாலையினால் ஏதும் செய்துவிட முடியாது; வெறுப்பைத்தான் விளைத்து வளர்க்கும் அது. நம் எதிரிகள் எல்லோரும் பாடம் கற்க வேண்டும் என்பதே என் விருப்பம்."

"அப்படி விரும்பியும்கூடக் கொலை செய்திருக்கிறீரே!"

"ஆமாம். பலமுறை கொன்றிருக்கிறேன், இனியும் கொல்வேன். ஆனால் மகிழ்ச்சியுடன் அல்ல; பாவம் என்று கருதியே கொலை செய்திருக்கிறேன்."

“காவலன் விஷயம் என்ன? அவனைக் கொல்ல வேண்டுமெனத் தமாஷ் செய்தீரே!” என்று மீண்டும் ஜார்டன் சீண்டினான்.

“தமாஷ்தான் அது. ஆனாலும் அந்தக் காவலனைக் கொல்வேன் நான். ஆமாம். நம் காரியத்தைக் கருதித் தெளிந்த மனத்துடன் திண்ணமாகச் சொல்வேன். இருந்தாலும் களிப்புடன் அல்ல.”

“சரி, அந்தக் காரியத்தை ரசித்து மகிழ்பவர்களுக்கே அதை விட்டுவிடுவோம். எட்டும் ஐந்தும் ஆகப் பதின்மூன்று பேர் இருப்பதாகத்தானே சொன்னீர்? அவர்கள் ஆனந்தத்துடன் அதைச் செய்யட்டும்.”

“அனுபவித்து ஆனந்தப்படக் கூடியவர்களாக எங்களிடையே இன்னும் பலர் இருக்கிறார்கள். சண்டை போடச் சித்தமாக இருப்பவர்களைவிட அந்தமாதிரி ஆசாமிகள்தான் அதிகம்.”

“போகட்டும், நீர் எப்போதாவது போரில் பங்கெடுத்த துண்டா?”

“கிடையாது. இயக்கம் துவங்கியபோது சண்டையிட்டோம். ஆனால் தோற்கடிக்கப்பட்டதால் ஓடிவிட்டோம். மற்றவர்களோடு நானும் ஓடினேன். நாங்கள் செய்து வந்தது என்ன என்பதோ, அதை எப்படிச் செய்ய வேண்டும் என்பதோ எங்களுக்குச் சரியாகப் புரியவில்லை. என்னிடம் ஒரு குண்டுத் துப்பாக்கியும், பெரிய ரவை களும்தான் இருந்தன. சிவில் காவலர்களோ ‘மௌஸர்’ துப்பாக் கிகளை வைத்திருந்தார்கள். அவர்களை நூறு கஜ தூரத்திலிருந்துகூட என் துப்பாக்கியால் சுட முடியவில்லை. அவர்களோ, முந்நூறு கஜ தூரத்திலிருந்தும் முயல்களைப் போல எங்களை நினைத்தபடிச் சுட்டார்கள். நிறையச் சுட்டார்கள். நன்றாகவும் சுட்டார்கள். அவர்களுக்கு எதிரே நாங்கள் ஆடுகள் போலவே ஆனோம்.” சிறிது நேர மௌனத்துக்குப் பின் ஆன்ஸெல்மோ கேட்டான். “பாலத்தில் சண்டை மூளும் என்றா எதிர்பார்க்கிறீர்கள்?”

“அதற்கும் சந்தர்ப்பம் உண்டுதான்” என்றான் ஜார்டன்.

“நான் ஓடியபடித்தான் சண்டையைப் பார்த்திருக்கிறேன். எனவே, எப்படி நடந்துகொள்வேன் என்பது எனக்கே தெரியாது. நானோ கிழவன், என்னால், இப்போது ஓடக்கூட முடியாது என்றே எண்ணுகிறேன்.”

“உமக்காக நான் பதில்வேட்டுத் தீர்க்கிறேன், பயப்படாதீர்.”

“பல சண்டைகளில் பங்கெடுத்தவரோ நீங்கள்?”

“சில சண்டைகளில் ஈடுபட்டிருக்கிறேன்.”

“இந்தப் பாலத்தைப் பொறுத்து என்ன நடக்குமென நினைக் கிறீர்கள்?”

“முதலில் பாலம் பற்றித்தான் எண்ணுகிறேன்; அதுவே என் வேலை. இந்தப் பாலத்தைப் பிளப்பது பிரமாதமல்ல. மற்றவர்களின் வேலைகளைப் பிறகு முடிவு செய்வோம், அவை பூர்வாங்க வேலைகளே. எல்லாமே எழுத்துப்பட இருக்கும்.”

“ஆனால் இவர்களில் மிகச் சிலருக்குத்தானே படிக்கத் தெரியும்?”

“எல்லோரும் அறிந்துகொள்வதற்காகவே எழுதப்படும். அது தெளிவாக விளக்கியும் கூறப்படும்.”

“எனக்கு என்ன வேலை கொடுக்கப்படுகிறதோ, அதைச் செய்வேன். ஆனால் ஸிகோவியாவை என்னால் மறக்கமுடியவில்லை. சண்டை மூளுமானாலும் சரி, துப்பாக்கிப் பிரயோகம் பலமாக நடந்தாலும் சரி, ஓடுவதைத் தவிர்க்க எல்லாச் சந்தர்ப்பங்களிலும் நான் என்ன செய்யவேண்டும் என்பது தெளிவாகக் கூறப்பட்டுவிட வேண்டும் என்பதே என் விருப்பம். ஆமாம்; ஸிகோவியாவில் ஓடுவதில் நான் காட்டிய ஆர்வம் இன்னமும் நினைவிருக்கிறது!”

“நாம் இருவரும் சேர்ந்துதான் இருப்போம். நீர் என்னென்ன செய்ய வேண்டும் என்பதை எல்லாச் சமயங்களிலும் நான் கூறி வருவேன்.”

“அப்படியானால் தொல்லையே இல்லை; என்ன கட்டளை இடப்பட்டாலும் நிறைவேற்றுவேன்.”

“பாலமே நம் இலக்கு. அவசியம் நேர்ந்தால் சண்டையும் போடுவோம்.” – அந்த இருளில் தான் இப்படிச் சொன்னது நாடகப் பேச்சுப் போலச் சிறிது செயற்கையாகத்தான் ஜார்டனுக்குத் தோன்றி யது. ஆயினும் இதை ஸ்பானிய மொழியில் சொன்னது காதுக்கு இனிமையாகவும் இருந்தது.

“அது மிக மிக முக்கியமானதாகவே இருக்க வேண்டும்” என்றான் கிழவன். அந்தரங்க சுத்தியுடன் தெளிவாகவும் அவன் அப்படிக் கூறினான்; ஆங்கில வழக்குப்படிக் குறைபடவோ, லத்தீன் மரபுப்படி மிகை படவோ கூறாமல் இயற்கையாக அவன் அப்படிப் பேசியதைக் கேட்டபோது அவனைத் தன் சகாவாக அடைந்தது தன் நல்லதிருஷ்டமே என்று ஜார்டனுக்குத் தோன்றியது. பாலத்தைப் பார்த்துச் செய்ய வேண்டிய காரியத்தைச் சிந்தித்துச் சிக்கறுத் திருந்தான் அவன். காவலரைத் தாக்கித் திகைக்க வைத்து பாலத்தைச் சாதாரண முறையில் வெடிவைத்துத் தகர்ப்பது அவனுக்கு எளிதாகவே தோன்றியது. ஆகவே, கோல்ஸின் கட்டளைகளையும், அவற்றுக்கான அவசியத்தையும் அவன் அடியோடு வெறுத்தான். அவற்றினால் தனக்கும் கிழவனுக்கும் ஏற்படக்கூடிய விளைவுகளை எண்ணியே மனம் மறுகினான் – ஆம், நிறைவேற்ற வேண்டியவர் களுக்குத் தீமை செய்பவையாகவே அவ்வுத்தரவுகள் இருந்தன.

'ஊஹூம், இப்படியெல்லாம் நீ நினைக்கக் கூடாது. உனக்கோ மற்றவருக்கோ ஏதும் நேரக்கூடாது என்று எண்ணலாகாது. நீயோ இந்தக் கிழவனோ ஒரு பொருட்டல்ல. உங்கள் கடமையைச் செய்வதற்கான கருவிகளே நீங்கள்' என்று தனக்குத் தானே ஜார்டன் கூறிக் கொண்டான். அந்த ஆத்ம விசாரணை தொடர்ந்தது, 'கட்டாயத்தின் பேரில் கட்டளைகள் பிறந்திருக்கின்றன. அவற்றுக்கு நீ எவ்விதத்திலும் பொறுப்பாளியல்ல. மனிதகுலத்தின் வருங் காலத்துக்கே இந்தப் பாலம் திருப்புமுனையாக இருக்கலாம். யார் கண்டது? இந்த போரில் நடக்கும் எல்லா நிகழ்ச்சிகளுமே அப்படிப் பட்ட திருப்பங்களாக அமையக்கூடுமே! நீ செய்ய வேண்டிய வேலை ஒன்றேயொன்றுதான்; அதை நீ செய்தேயாக வேண்டும் – ஒரேயொரு வேலையா? நாசமாய்ப் போயிற்று போ! அப்படி ஒரே வேலையாக இருந்தால் எவ்வளவோ சுளுவாயிற்றே?... சரிதான், கவலைப்படாமல் கிடடா, அதிகப்பிரசங்கி! வேறு எதையாவது பற்றி எண்ணித் தொலையேன்.'

இவ்விதம் அவன் தனக்குத் தானே கட்டளையிட்டுக் கொண்டதன் விளைவாக மேரியாவைப்பற்றி அவன் சிந்தனை திரும்பியது. 'அவளுடைய மேனி, முடி, கண்கள், எல்லாமே அல்லவா ஒரே பொன் பழுப்பாக பிரகாசிக்கின்றன! இல்லை, மற்றவைகளைவிட முடி சற்றுக் கறுப்புதான். இருந்தாலும் என்ன, அடியில் கறுப்பாகவும், மேலே வெளிர்த் தங்க நிறமாக ஒளிரும் அவள் மேனி மேலும் காய்ந்து பழுப்பேறினால் முடி அவ்வளவு கறுப்பாகக் காணாது அல்லவா? தங்கத் தக தகப்பு மட்டுமா, அவளுடைய மேனி முழுவதுமே! எவ்வளவு மிருதுவாகவும் இருக்குமே, தன்னில் ஏதோ வொன்று வெளித்தெரிவது போலத் தர்மசங்கடப்பட்டு 'ததக்கா பிதக்கா'வென்று அவள் நடக்கிறாள். அப்படி அவளிடம் எதுவுமே அம்பலமாகவில்லை; வீண்பிரமையே அது. நாம் நோக்கும் போதெல்லாம் அவள் நாணி முகம் சிவக்கிறாளே? முழங்கால்களைக் கட்டிக்கொண்டு உட்கார்ந்திருக்கும்போதோ, கழுத்துத் திறந்த சட்டை வழியாக அவளுடைய தனங்கள் நிற்பது நன்றாகத் தெரிகிறது,' – இவ்வாறு அவளைப்பற்றி நினைக்கும்போதே அவனுடைய தொண்டை அடைத்துக்கொண்டது. நடப்பதும் சிரமமாக இருந்தது; பேச்சு அறவே நின்றுவிட்டது. "இந்தப் பாறைகள் வழியாக இப்போது இறங்கிச்சென்று முகாமை அடையப்போகிறோம்" என்று கூறிக் கிழவன்தான் அந்த மௌனத்தைக் கலைத்தான்.

அந்த இருளில் பாறைகளினூடே அவர்கள் நடந்த போது திடுமென ஒரு குரல் கேட்டது. "நில்! யார் செல்வது அங்கே?" என்று. அதையடுத்து துப்பாக்கிக் குதிரை பின்னுக்குத் தள்ளப்பட்ட 'கிளிக்' ஒலியும், பின்னர் அது முன்னால் தள்ளப்பட்ட மரத்தண்டில் மோதிய சப்தமும் கேட்டன.

“தோழர்கள்தான்” என்று ஆன்ஸெல்மோ பதிலளித்தான்.

“எந்தத் தோழர்கள்?”

“பாப்லோ கூட்டத் தோழர்கள். எங்களைத் தெரியாதா உனக்கு?”

“தெரியும்தான். ஆனாலும் கட்டளைப்படியே நாங்கள் நடக்க வேண்டும். அனுமதிச் சொல்லை அறிவீரா நீங்கள்?”

“தெரியாது; நாங்கள் கீழேயிருந்து வருகிறோம்.”

“அதுவும் எனக்குத் தெரியும்; பாலத்திலிருந்துதான் நீங்கள் வருகிறீர்கள். எல்லாமே அறிவேன். ஆனாலும் மேலிடத்து உத்தரவுப் படிதானே நான் நடக்க வேண்டும்? அனுமதிச் சொல்லின் பின்பகுதி உங்களுக்குத் தெரிந்திருக்க வேண்டும்.”

“அப்படியானால் அதன் முன்பகுதி என்ன?” என்று ஜார்டன் கேட்டான்.

“அது எனக்கு மறந்துபோய்விட்டது” என்று கூறி, இருளிடையே மறைந்திருந்த அம்மனிதன் சிரித்தான்.

“உம் கேடுகெட்ட வெடிமருந்துடன் முகாம் கணப்புக்குப் போய்க் குளிர் காய்ந்து தொலையும்” என்றான் பிறகு.

“இதுதான் கெரில்லாக் கட்டுப்பாடு” என்று கூறிய ஆன்ஸெல்மோ அந்த மனிதனை நோக்கி, “உன் துப்பாக்கிக் கொக்கியைத் திரும்ப இழுத்து மாட்டு” என்றான்.

“மாட்டித்தான் இருக்கிறேன். கட்டை விரலும் ஆள்காட்டி விரலும் அதை முன்பே மாட்டி விட்டன!”

“என்றாவது மௌஸர் துப்பாக்கியில் நீ இப்படித்தான் செய்யப் போகிறாய். கொக்கியில் தடை கிடையாதாகையால் அது சுட்டுத் தொலைக்கப் போகிறது, பார்த்துக்கொண்டேயிரு!”

“இதுவும் மௌஸர்தான். ஆனால் என் கட்டை விரலும் ஆள்காட்டி விரலும் கெட்டியாக பிடிப்பவை. எப்போதும் இப்படித்தான் நான் கொக்கியை இறக்குவது வழக்கம்.”

“துப்பாக்கி எந்தப் பக்கம் நோக்கியிருக்கிறது?”

“உன்னைத்தான். கொக்கியை இறக்கியபோதிலிருந்தே உன்னைத் தான் குறிவைத்தேன். முகாமுக்கு போனதும் எனக்குப் பதிலாகக் காவல்காக்க யாரையாவது அனுப்பு. எனக்குச் சொல்லமுடியாத அளவு பசி. அதோடு, அனுமதிச்சொல்லை வேறு மறந்துவிட்டேன்.”

“உம்பெயர் என்ன?” என்று ஜார்டன் வினவினான்.

“அகஸ்டின், அப்படியேதான் என்னை அழைப்பார்கள். இந்த இடத்தில் நின்று நின்று எனக்கு அலுத்துவிட்டது.”

"செய்தியை அங்கே போய்ச் சொல்கிறோம்" என்ற ஜார்டன், 'அலுப்பு' என்பதற்கு ஸ்பானிய மொழியில் அவன் கூறிய வார்த்தை யைக் கவனித்தான். எந்த ஸ்பானிய வர்க்கத்தினனும் மிக சகஜமாகக் கையாளும் சாதாரணப் பதமே அது; ஆயினும் அது மாதிரி வேறு எம்மொழியிலும் எந்த விவசாயியும் கூற முடியாது என்றே எண்ணி னான்.

"நான் சொல்வதைச் சற்றுக் கேளுங்கள்" என்று கூறியவாறு அருகில் வந்த அகஸ்டின் அவனுடைய தோளில் கை வைத்தான், பிறகு சிக்கிமுக்கிக் கல்லையும் உருக்கையும் உரசி நெருப்புப் பொறி மூட்டினான். அதை அடைப்பான் முனையில் ஊதினான். அதனால் ஏற்பட்ட ஒளியில் இளைஞனின் முகத்தைக் கூர்ந்து நோக்கினான். "அந்த மற்றவனைப்போலவே நீரும் இருக்கிறீர். ஆனாலும் ஏதோ வித்தியாசமும் தெரிகிறது... அது இருக்கட்டும், இதைச் சொல்லும்; பாலத்தைப் பற்றி நான் கேள்விப்பட்டது நிஜம்தானா?" என்று விளக்கை அணைத்துவிட்டுத் துப்பாக்கியைப் பிடித்தவாறு அவன் வினவினான்.

"அந்தப் பாழாய்ப்போன பாலத்தைப் பிளக்கப் போகிறோம்; அதற்குப் பிறகு நாம் இந்த நாசமாய்ப் போகிற மலையிலிருந்து கிளம்புவோம் என்பது மெய்யா என்றுதான் கேட்கிறேன்."

"எனக்குத் தெரியாது."

"உமக்கா தெரியாது?" எத்தனை கேடுகெட்ட பச்சைப் புளுகு? அப்படியானால் அந்த வெடிமருந்து யாருடையதாம்?"

"என்னுடையதுதான்."

"அது எதற்காக என்பது உமக்கே தெரியாதா? ஏன் கதை அளக்கிறீர்?"

"எதற்காக அது என்பது எனக்குத் தெரியும். தருணம் வரும் போது நீரும் அறிவீர். இப்போது நாங்கள் முகாமுக்குப் போக வேண்டும்."

"அந்தப் பாழாய்ப்போன இடத்துக்குப் போய்த் தொலையுமேன். யார் தடுக்கிறார்கள்? ஆனால் அதற்கு முன் உமக்கு உபயோகமான ஒன்றைச் சொல்கிறேன். கேட்கிறீரா?"

"சொல்லுமேன். பாழாய்ப் போவதாக அது இல்லாமல் இருந்தால்" என்று ஜார்டன் பதிலளித்தான். அகஸ்டினின் பேச்சில் அதிகமாக அடிபட்ட 'சொல்லக் கூடாத' வார்த்தைகளில் பிரதான மானதையே அப்போது அவனும் சொன்னான். ஒவ்வொரு சொல்லுக்கும் முன்னும் பின்னும் சரம் கோத்தாற்போல அசிங்கமான வார்த்தைகளை அகஸ்டின் அள்ளி வீசினான்; அதனால் நேரிடையாக ஒரு வரிகளைக் கூட அவனால் பேச முடியாதோ என்று ஜார்டன்

நினைக்க வேண்டியதாயிற்று. முக்கியமான அந்தக் கெட்ட வார்த்தையைக் கேட்ட போது அந்த இருட்டில் அகஸ்டின் உரக்க நகைத்தான். "என் பேச்சுத் தோரணை அது. அவலட்சணமாக அது இருக்கலாம்தான். ஆனால் ஒவ்வொருவரும் அவரவர் பாணியில்தான் பேசுகிறார்கள். அது கிடக்கட்டும், நான் சொல் வதைக் கேளும்; பாலத்தைப்பற்றி எனக்கு அக்கறையில்லை; மற்ற எதையும் போலவேதான் அது எனக்கு. இந்த மலைப்பகுதி என்னை அலுத்துச் சலிக்க வைத்துவிட்டது. அவசியமானால் இங்கிருந்து போகத்தான் வேண்டும். நான் போகிறேனே என்று இந்த மலை என்னிடம் அழப்போவதில்லை. ஆனால் ஒன்று சொல்வேன்: உமது வெடிமருந்தை நீர் கவனமாகக் காவல் காக்கவேண்டும்."

"நன்றி. உம்மிடமிருந்தா அதைக் காப்பாற்றச் சொல்கிறீர்?"

"இல்லை, என்னைவிடக் கேடு கெட்டவர்களிடமிருந்தே காக்க வேண்டும்."

"அப்படி என்றால்?"

"ஸ்பானிய பாஷைதான் உமக்குத் தெரியுமே – அந்த நாசமாய்ப் போகிற வெடிமருந்தைக் காப்பாற்றிக் கொள்ளும் என்று நான் சொல்கிறேன்."

"மறுபடியும் உமக்கு நன்றி" என்றான் ஜார்டன்.

"வேண்டாம், எனக்கு நன்றி சொல்லாதீர். உம் மருந்தைக் காப்பாற்றும், போதும்."

"ஏன், அதற்கு ஏதாவது நேர்ந்துவிட்டதா?"

"இல்லை, அப்படி நேர்ந்திருந்தால் இப்படி உம்மை இங்கே நிறுத்திவைத்து உம்நேரத்தை வீணாக்குவேனா?"

"எப்படியும் உமக்கு என் நன்றி... சரி, முகாமுக்குச் செல்கிறோம்."

"செய்யுங்கள். அங்கிருந்து அனுமதிச் சொல்லை அறிந்தவனாக ஒருவனை இங்கே அனுப்புங்கள்" என்றான் அகஸ்டின்.

"உம்மை முகாமில் பார்க்க முடியாது அல்லவா?"

"பார்க்கலாம், விரைவிலேயே."

"வாரும், போகலாம்" என்று கிழவனை அழைத்துக் கொண்டு ஜார்டன் கிளம்பினான். புல்வெளியின் ஓரத்தில் அவர்கள் அப்போது நடந்து சென்று கொண்டிருந்தனர். பழுப்பான பனிப்படலம் போர்த் திருந்தது. காட்டின் ஊசி இலைத் தரைக்குப் பிறகு அந்தப் புல்வெளி மெத்தென இருந்தது. அதில் படுத்திருந்த பனிநீர், கயிறு வேய்ந்த அவர்களுடைய ஜோடுகளை ஊடுருவிப் பாதங்களை நனைத்தது. முன்னால் இருந்த மரங்களூடே ஒரு விளக்கின் ஒளியை ஜார்டன் கண்டான்; அதுதான் குகையின் வாயிலாக இருக்க வேண்டும் என்று முடிவு கட்டினான்.

“அகஸ்டின் மிகவும் நல்லவன். எப்போதும் அசிங்கமாகவும் வேடிக்கையாகவும் பேசுபவன்தான். இருந்தாலும் விட்டேற்றி அல்ல” என்றான் கிழவன்.

“அவனை உமக்கு நன்றாகத் தெரியுமா?” என ஜார்டன் வினவினான்.

“தெரியும். அவனுடன் எனக்கு நெடுநாள் பழக்கம். அவனிடம் எனக்கு நிறைய நம்பிக்கை உண்டு.”

“அவன் பேச்சிலுமா?”

“ஆமாம். ஆனால், இந்த பாப்லோவோ இப்போது கேட்டு விட்டான்; நீங்களே கவனித்திருப்பீர்கள்!”

“அப்படியானால் நாம் இப்போது செய்யவேண்டியது என்ன?”

“வெடிமருந்தை ஒருவர் எப்போதும் காவல் காக்க வேண்டும்”

“அந்த வேலையை யார் செய்வது?” என்று ஜார்டன் கேட்டான்.

“ஏன், நீங்களே செய்யலாம்; நானும் செய்யலாம். பிலாரோ, அகஸ்டினோகூடக் காவல் காக்கலாம். அவன்தானே அபாயத்தை அறிந்து சொன்னான்?”

“முன்பு இங்கு நிலைமை இத்தனை மோசமாகவா இருந்தது?”

“இல்லை. சமீபத்தில் தான் கெட்டுவிட்டது; சீக்கிரமாகவே மோசமாகியிருக்கிறது. ஆனாலும் நாம் இங்கு வராமல் இருந்திருக்க முடியாது. இது பாப்லோ, எல்ஸோர்டோவின் வட்டாரம். தனியாகச் செய்ய முடிவதைத் தவிர மற்ற காரியங்களுக்கு இந்தப் பகுதியில் அவர்களை நாம் அணுகியே ஆகவேண்டும்.”

“எல்ஸோர்டோ எப்படிப்பட்டவர்?”

“நல்லவனே. பாப்லோ எந்த அளவுக்குக் கெட்டவனோ அந்த அளவுக்கு அவன் நல்லவன்.”

“மெய்யாகவே பாப்லோ அத்தனை மோசமானவன் என்றா எண்ணுகிறீர்?”

“அதுபற்றியே பகல் பூராவும் யோசித்தேன். இப்போது நாம் கேட்டதையும் கருத்தில் கொண்டால் அப்படித்தான் நினைக்க வேண்டி இருக்கிறது. நிஜமாகவே அவன் மோசமானவன்தான்!”

“வேறு பாலம் என்று கூறிவிட்டு இங்கிருந்து சென்று வேறு கோஷ்டியின் துணையை நாடுவது நல்லதோ?”

“அல்லவே அல்ல. இது அவன் வட்டாரம். இங்கு உமது ஒவ்வொரு நடமாட்டத்தையும் அவன் அறியாமல் இருக்கமாட்டான். அதனால் மிகுந்த முன் ஜாக்கிரதையுடனேயே எதையும் செய்ய வேண்டும்” என்கிறான் கிழவன்.

4

குகையின் வாயிலைக் கிழவனும் ஜார்டனும் அடைந்தனர். அந்த வாசலை மூடியிருந்த விரிப்பொன்றின் ஓரங்கள் வழியாக விளக்கு வெளிச்சம் வீசியது. மரத்தின் அடியில் கிடந்த இரு மூட்டைகளும் கித்தானால் மூடப்பட்டிருந்தன. அவற்றின் அருகில் முழந்தாளிட்டு அமர்ந்த ஜார்டன் கித்தானைத் தடவிப் பார்த்தான். மூட்டைகளை இறுக்கமாக மூடியிருந்த அது ஈரமாக இருந்ததை அவன் கண்டான். கையைக் கித்தானுக்கு அடியில் நுழைத்தான்! ஒரு மூட்டையின் வெளிப்புறத்தில் இருந்த பையிலிருந்து தோலினாலான ஒரு குப்பியைத் தேடியெடுத்துத் தன் ஜேபியில் போட்டுக் கொண்டான். மூட்டைகளின் வாயை மூடிய பட்டைகளைச் சேர்த்துக் கோத்திருந்த பூட்டுகளைத் திறந்தான். மேலே இருந்த இழுகயிறுகளையும் அவிழ்த்து விலக்கியபின் மூட்டைகளினுள் கையைவிட்டு அனைத்தும் சரியாக இருக்கின்றனவா என்று பார்த்தான். ஒரு மூட்டையின் அடியில் படுக்கைச் சுருளினால் சுற்றப்பட்டவையாக வெடிமருந்துக் கட்டிகள் இருந்தன. கோணிகளினால் அக்கட்டிகள் பத்திரமாகக் கட்டப்பட்டிருந்தன. அம்மூட்டையின் இழுகயிற்றை முடிந்து மீண்டும் வாயைப் பூட்டியபின் மற்றொரு மூட்டையில் கையை விட்டான். மரத்தாலான திரிப்பெட்டி தட்டுப் பட்டது. சுருட்டுப் பெட்டியே அது; மேலே இருந்த குமிழ்களை இரு கம்பிகளால் பலமுறைச் சுற்றியிருந்தனர். (அந்தச் சாதனம் முழுதும், அவன் சிறுவனாக இருந்தபோது காட்டுப் பறவைகளின் முட்டைகளை எவ்வளவு கவனமாகக் காப்பாற்றினானோ அவ்வளவு பத்திரமாகச் சிப்பம் செய்யப்பட்டிருந்தன.) அடுத்து, சிறிய ரக இயந்திரப் பீரங்கியின் தண்டு அவன் கையில் பட்டது; குழுவிலிருந்து பிரிக்கப்பட்டு அவனுடைய தோல் சட்டையினால் அது சுற்றி வைக்கப்பட்டிருந்தது. அந்தப் பெரிய மூட்டையின் உட்புற ஜேபி யொன்றில் அந்தப் பீரங்கியின் இரு தோட்டாத் தட்டுகளும் ஐந்து கொக்கிகளும் கிடந்தன. இன்னொரு ஜேபியிலோ சிறிய செப்புக் கம்பிச் சுருளும் இருந்தது. அந்த ஜேபியிலேயே அவனுடைய இடுக்கியும், வெடிமருந்துக் கட்டிகளின் ஓரங்களில் ஓட்டையிடுவ தற்கான இரு மரத்துளைப்பான்களும் கிடந்தன. இறுதியாகக் கடைசி ஜேபியில் கைவிட்டு, கோல்ஸின் தலைமையகத்தில் தனக்குக் கிடைத்த ரஷ்ய சிகரெட்டுகள் அடங்கிய பெரிய பெட்டிகளை அவன் எடுத்தான். பிறகு அந்த மூட்டையின் வாயை மூடிப் பூட்டினான். அந்த வாயை மறைக்கும் துணியை இழுத்து மாட்டிக் கொக்கியும் போட்டபின் இரண்டு மூட்டைகளையும் கித்தானால் மீண்டும் மூடினான்.

இதற்கிடையில், குகையினுள் ஆன்ஸெல்மோ சென்றிருந்தான். அவனைத் தொடரும் கருத்துடன் ஜார்டன் எழுந்தான். ஆனால் மறுபடி சிறிது சிந்தித்ததும் அந்த உத்தேசத்தை மாற்றிக் கொண்ட வனாய் அந்த மூட்டைகளைக் கையில் எடுத்துக் கொண் டான். அவை மிகவும் பளுவாக இருந்தபடியால் சிரமப்பட்டு நடந்து குகை வாயிலை அடைந்தான். ஒரு மூட்டையைக் கீழே வைத்துவிட்டு மறைப்பை விலக்கினான். பிறகு அந்த முட்டையை மறுபடி தூக்கிக்கொண்டு குனிந்தவாறு உள்ளே நுழைந்தான்.

உள்ளே கதகதப்பாக இருந்தது; புகையும் மண்டியிருந்தது. ஒரு சுவரோரத்தில் மேஜையொன்று கிடந்தது; அதன் மீதிருந்த புட்டியில் ஒரு மெழுகுவர்த்தி செருகப்பட்டிருந்தது. பாப்லோவையும் ரஃபேலையும் தவிர அவன் சந்தித்திராத மற்றும் மூவரும் அந்த மேஜையைச் சுற்றி உட்கார்ந்திருந்தனர். வத்தி வெளிச்சம் அவர் களுக்குப் பின்னால் இருந்த சுவரில் நிழலாட வைத்தது. மேஜைக்கு வலப்புறத்தில் ஆன்ஸெல்மோ நின்றுகொண்டிருந்தான். குகையின் கோடியில் திறந்தபடி இருந்த கரியடுப்பின் முன் பாப்லோவின், 'சேர்ப்பான' பிலார் நின்றாள். அவளுக்கு அருகில் குனிந்து அமர்ந்த வாறு இரும்புப் பாத்திரமொன்றில் எதையோ கிளறிக் கொண் டிருந்தாள் மேரியா. குகை வாயிலில் நின்ற ஜார்டனை, மரக் கரண்டியைக் கையில் பிடித்தபடியே அவள் பார்த்தாள். தோல் துருத்தியை பிலார் அழுத்திக் காற்று வீசச் செய்து தணலைக் கனிய வைத்துக் கொண்டிருந்ததை நெருப்பு வெளிச்சத்தில் ஜார்டன் கண்டான். மேரியாவின் முகம், கரம், அவள் பிடித்திருந்த கரண்டியி லிருந்து திரவத்துளிகள் இறங்கிப் பாண்டத்தினுள் கொட்டியது. இவ்வளவையும் அவன் கவனித்தான்.

"கையில் என்ன?" என்று பாப்லோ கேட்டான்.

"என்னுடைய சாமான்கள்" என்று கூறியவாறு இரு மூட்டை களையும் மேஜைக்கு எதிர்ப்புறத்தில் குகை விரிந்த இடத்தில் ஜார்டன் வைத்தான்.

"அவை வெளியில் இருப்பதே நல்லதல்லவா?"

"இருட்டில் எவராவது அவை மீது தடுக்கி விழக் கூடுமே" என்று சொன்னபடி மேஜையை அணுகிய ஜார்டன், சிகரெட் பெட்டியை அதன் மீது வைத்தான்.

"குகையினுள் வெடிமருந்து இருப்பதை நான் விரும்பவில்லை."

"தீயிலிருந்து தொலைவிலேயே அது இருக்கிறது... இந்தாருங்கள், சிகரெட்டுகளை எடுத்துக் கொள்ளுங்கள்." – போர்க்கப்பலொன்றின் பெரிய வர்ணப்படம் அச்சிடப்பட்ட அந்தச் சிகரெட் பெட்டியின் ஓரத்தை நகத்தினால் கீறிக் கிழித்துவிட்டு அதை பாப்லோவை

நோக்கி ஜார்டன் நகர்த்தினான். அவன் அமர்வதற்காகத் தோல் தைக்கப்பட்டிருந்த முக்காலியொன்றை ஆன்ஸெல்மோ எடுத்துவந்து போட்டான். அதன்மீது உட்கார்ந்த ஜார்டனை பாப்லோ உற்று நோக்கினான். அவன் ஏதோ பேசப்போவது போலிருந்தது. ஆயினும் வாய்திறவாமல் சிகரெட்டுகளை எடுத்துக்கொண்டான். பின்னர் அப்பெட்டியை மற்றவர்களை நோக்கி ஜார்டன் நகர்த்தினான். அவர்களை நிமிர்ந்து பார்க்காமலேயே, ஆயினும் அவர்களில் ஒருவனே சிகரெட்டுகளை எடுத்துக் கொண்டதையும் மற்ற இருவரும் வாளாவிருந்துவிட்டதையும் அவன் காணத்தவறவில்லை. அவன் கவனம் முழுவதும் பாப்லோ பேரிலேயே லயித்திருந்தது. "நிலவரம் எப்படி இருக்கிறது, ஜிப்ஸி?" என்று ரஃபேலை அவன் வினவினான்.

"எல்லாம் நல்லபடிதான்" என்று ஜிப்ஸி பதிலளித்தான். ஆனால் தான் உள்ளே புகுந்தபோது தன்னைப் பற்றித்தான் அவர் கள் பேசிக்கொண்டு இருந்திருக்கவேண்டுமென ஜார்டன் ஊகம் செய்தான். ஜிப்ஸிகூடச் சங்கடப்பட்டதை அவன் கண்டுகொண்டான். "என்ன இது, உனக்கு மறுபடியும் சாப்பாடு போடச் சம்மதித்து விட்டாள் போலிருக்கிறதே?" என்று விசாரித்தான் வேடிக்கையாக.

"ஆமாம், ஏன் சாப்பிடக் கூடாது?" என்று கேட்ட ஜிப்ஸியின் குரலில் அன்று மாலை அவனிடம் ஜார்டன் கண்ட நேசம் மிக்க நகையொலியைக் காண முடியவில்லை. பாப்லோவின் 'சேர்ப்பு' ஏதும் பேசாமலே நெருப்பை விசிறிக்கொண்டிருந்தாள்.

"அகஸ்டின் என்பவர் அலுத்துச் சலித்துவிட்டதாகச் சொன்னார்; அவரை மலை மேலே சந்தித்தேன்" என்றான் ஜார்டன்.

"சலிப்பினால் சாவு ஏற்பட்டுவிடுமா, என்ன? அப்படியே நேர்ந்தாலும் அவனும்தான் சிறிதளவு சாகட்டுமே!" என்று பாப்லோ கூறினான்.

"ஒயின் இருக்கிறதா?" – மேஜைமீது முழங்கைகளை ஊன்றி முன்புறம் சாய்ந்தவாறு யாரையும் குறிப்பாகக் கேட்காமல் பொதுப்படையாக ஜார்டன் வினவினான்.

"அநேகமாகத் தீர்ந்த மாதிரித்தான்" என்று சிணுங்கியபடி பாப்லோ பதிலளித்தான்.

மற்ற மூவரையும் பார்த்துப் பழகிய தன் நிலை என்ன என்பதைத் தெரிந்துகொள்ளத் தருணம் வந்துவிட்டதெனத் தீர்மானித்தவனாய். "அப்படி என்றால் தண்ணீரைக் குடித்து வைக்கிறேன்" என்று ஜார்டன் கூறினான்; அடுத்து, "இந்தா எனக்கு ஒரு கோப்பைத் தண்ணீர் கொண்டுவா" என்று மேரியாவை ஏவினான். உடனே அவள் பிலாரைப் பார்த்தாள். அவளோ ஏதும் கூறவில்லை; ஜார்டன் கேட்டது காதில் விழுந்ததாகவே காட்டிக்

கொள்ளவில்லை. அதன் பேரில் தண்ணீர் இருந்த ஒரு பாத்திரத்தினிடம் மேரியா சென்று அதில் ஒரு கோப்பையை அமுக்கியெடுத்தாள். பிறகு அதை மேஜையில், அவன்முன் வைத்தாள். அப்போது அவளை நோக்கி அவன் முறுவலித்தான். அதே சமயத்தில் வயிற்றுத்தசைகளைக் குறுக்கிச் சிறிது இடதுபுறமாகச் சாய்ந்தான்; அதன் விளைவாக அவனுடைய இடுப்பைச் சுற்றியிருந்த பட்டையில் செருகியிருந்த கைத்துப்பாக்கி அவன் விரும்பிய இடத்தில் வாகாகச் சரிந்து வந்து நின்றது. தன் இடுப்புப் புறத்தில் இருந்த ஜேபியை நோக்கி அவன் கை சென்றது. அதை பாப்லோ கவனித்தான். மற்றவர்களும் தன்னையே நோக்கிக்கொண்டிருந்ததை ஜார்டன் உணர்ந்தான். எனினும் கவனம் முழுதும் பாப்லோ பேரிலேயே குவிந்திருந்தது. அந்த இடுப்பு ஜேபியிலிருந்து தோலாலான குப்பியை எடுத்து, அதன் மூடியைத் திருகிக் கழற்றினான், பின்னர் கோப்பையை எடுத்து அதிலிருந்த நீரைப் பாதியளவு பருகியதும், பாக்கியிருந்ததில் மதுவை மெதுவாகச் சொட்டவிட்டான். "இது மிகவும் காட்டமான சரக்கு. இல்லா விட்டால் உனக்கும் கொஞ்சம் தருவேன்" என்று மேரியாவை நோக்கிக் கூறிவிட்டு மீண்டும் சிரித்தான். "இருப்பது சொற்பம் தான்; இல்லையேல், உங்களுக்கும் சிறிதளவு கொடுக்க முன்வந்திருப்பேன்" என்று பாப்லோவையும் பார்த்துச் சொன்னான்.

"அனிஸ் கலந்தது எனக்குப் பிடிக்காது" என்றான் பாப்லோ. அந்த மதுவின் நெடி மேஜையின் மறுபுறத்தை அதற்குள் எட்டி விட்டது; ஆகவே, அவனால் அதில் கலந்திருந்த சரக்கைச் சுலபமாகக் கண்டுகொள்ள இயன்றது.

"அப்படியானால் மிகவும் நல்லது. ஏனென்றால், என்னிடம் எஞ்சியிருப்பது கொஞ்சமே!"

"என்ன மது இது?" என்று ஜிப்ஸி வினவினான்.

"மதுவல்ல, மருந்து... கொஞ்சம் ருசி பார்க்கிறாயா?"

"எந்த வியாதிக்கு இந்த மருந்து?"

"எல்லா நோய்களுக்கும்தான். எந்தப் பிணியையும் இந்த மருந்து குணப்படுத்திவிடும். உன்னிடம் ஏதாவது கோளாறு இருந்தால் கட்டாயம் பறந்தோடிவிடும்."

"அப்படியானால் கொஞ்சம் மாதிரி பார்க்கிறேனே!" என்று ஜிப்ஸி கூறியதும் கோப்பையை அவன் பக்கமாக ஜார்டன் நகர்த்தினான். நீருடன் கலந்ததும் மஞ்சள் பூத்த பால்போல் அது மாறியிருந்தது. அதில் ஒரு வாய்க்கு மேல் ஜிப்ஸி அருந்தாமல் இருக்கவேண்டுமே என்று அவன் தவித்தான். ஏனெனில், அவனிடம்

மெய்யாகவே சொற்ப அளவுதான் இருந்தது. அதில் ஒரு கோப்பை யைப் பருகிவிட்டால் போதும், உலகமே மாறிவிடும். மாலைநேரத்தைக் கழிக்கப் பத்திரிகையே தேவையில்லை. பற்பல ஓட்டல்களில் கழித்த மாலை வேளைகளெல்லாம் நினைவுக்கு வந்துவிடும், இந்த மாதத்தில் பூத்துக் குலுங்கும் செஸ்ட்நட் மரங்கள் அவ்வளவும் அணி அணியாகக் காட்சி தரும். நகரின் சுற்றுப்புறச் சாலைகளில் மெதுவாகச் செல்லும் பெரிய குதிரைகளும், புத்தகக் கடைகளும், பெட்டிக் கடைகளும், சித்திரக் கூடங்களும் சிந்தையில் வட்டமிடும். மான்ட்ஸூரிஸ் பூங்கா, மாட்டுச் சண்டை அரங்கம், மற்றும் ஷாமாண்ட் சிகரம், காரண்டி டிரஸ்ட் கம்பெனி, நகரமன்றம் போன்ற கட்டடங்கள் கண்முன் காட்சியளிக்கும். ஃபேயோட்டின் ஓட்டலும், அங்கே மாலை நேரத்தில் படித்துப் பொழுது போக்க முடிந்த சந்தர்ப்பங்களும் ஞாபகம் வரும் – ஆம், அவன் அனுபவித்து மகிழ்ந்து பின் மறந்துவிட்ட அத்தனையும் நினைவுக்கு வந்துவிடும்: அடர்த்தியாகக் கலங்கிக் கசந்ததும், நாக்கை மரக்கடித்ததும், மூளையில் சுறுசுறுப்பும் குடலிலே சூடும் ஏற்றியதும், சிந்தனைப் போக்கையே சக்கரவட்டம் அடிக்க வைத்ததுமான அந்த 'மருந்தை' அருந்தியதுமே அவ்வளவும் அவன் மனக்கண் முன் விரிந்துவிடும்.

முகத்தைச் சுளித்தவாறு கோப்பையை அவனிடம் திருப்பித்தந்த ஜிப்ஸி, "அனிஸ் வாசனை அடித்த போதிலும் எட்டியாகக் கசக்கிறது; இதைக் குடிப்பதைவிட நோயால் அவதிப்படுவதே மேல்" என்றான்.

"இதில் கலந்துள்ள மரப்பட்டைகள்தான் அப்படிக் கசக்க வைக்கிறது. இதுதான் மெய்யான ஆப்ஸிந்த் பானம். இதிலுள்ள இந்தப் பட்டை நம் மூளையை உளுக்கச் செய்துவிடுவதாகக் கூறுகிறார்கள். ஆனால் அதை நான் நம்பவில்லை. நம் எண்ணப் போக்கின் திசையைத்தான் இது திருப்புகிறது. இதில் தண்ணீரை மிக மெதுவாக, சொட்டு சொட்டாகச் சேர்க்க வேண்டும். ஆனால் நானோ அந்த முறையை மாற்றி நீரில் இதைக் கலந்துவிட்டேன்."

இந்தப் பேச்சில் தொனித்த கிண்டலை பாப்லோ கண்டு கொண்டான். "என்னய்யா சொல்கிறீர் நீர்?" என்று அவன் சீறினான்.

"மருந்துக் கலவையைத்தான் விளக்குகிறேன்" என்று கூறி ஜார்டன் சிரித்தான். "மாட்ரிட் நகரில் இதை வாங்கினேன். கடைசிப் புட்டி இதுதான். திறந்து குடிக்கத் தொடங்கி மூன்று வாரமாகிறது." பெரிய மிடறாக ஒன்றை உட்கொண்டான்; மென்மையான மதமதப்புடன் நாவின் வழியே அது இறங்கி அளித்த இன்பத்தை மாந்தினான். மீண்டும் பாப்லோவை நோக்கிச் சிரித்தவாறே, "எப்படி இருக்கிறது உங்கள் நிலவரமெல்லாம்?" என்று வினவினான்.

பாப்லோ பதிலேதும் கூறவில்லை. மேஜையின் மறுபுறத்தில் அமர்ந்திருந்த மற்ற மூவரையும் ஜார்டன் கூர்ந்து நோக்கினான். அவர்களில் ஒருவனின் முகம் பெரியதாகவும் தட்டையாகவும் பழுப்பாகவும் இருந்தது வறட்டியைப்போல. அவனுடைய மூக்கும் உடைந்து சப்பையாகக் காட்சி தந்தது; வாயிலிருந்து துருத்தி நின்ற நீளமான ரஷ்ய சிகரெட் அவனுடைய முகத்தை இன்னும் தட்டையாகக் காட்டியது. தலைமயிரும் குட்டை. அதுவும் முகத்தில் அடர்ந்திருந்த ரோமமும் பழுப்பு நிறமே. அனைவரையும் போலவே அவனும் கருநிற மேலங்கி அணிந்து கழுத்துப் பித்தானைப் போட்டிருந்தான். ஜார்டன் தன்னை உற்றுப் பார்த்தபோது மேஜையையே அவன் நோக்கினான் என்றாலும் அவனது கண்கள் அலைபாய்ந்து விடவில்லை; குற்றக் குறுகுறுப்பினால் இமைக்கவுமில்லை. மற்ற இருவரும் சகோதரர்கள் போலவே காணப்பட்டனர். இருவரும் ஏறத்தாழ ஒரேமாதிரியாக, கட்டை – குட்டையாக இருந்தார்கள். இருவருக்கும் முன்நெற்றியிலேயே மயிர் முளைத்திருந்தது. அதுவும், கண்களும் கறுப்பாக இருந்தன. இருவருமே பழுப்பு நிறத்தவர். அவர்களில் ஒருவனின் முகத்தில் மட்டிலும் இடது நெற்றிப்பொட்டின் குறுக்காக ஒரு வடு ஓடியது. ஜார்டன் தங்களைக் கூர்ந்து கவனித்த போது அவ்விருவரும் சற்றும் தயக்கமின்றி நன்றாகத் திரும்பி அவனை நோக்கினர். ஒருவனுக்கு இருபத்தாறு அல்லது இருபத்தெட்டு வயதாகியிருக்குமெனத் தோன்றியது. இன்னொருவன் இரண்டு வயது மூத்தவனாக இருக்கலாம். "என்ன பார்க்கிறீர்கள்?" என்று அவர்களில் தழும்பு விழுந்தவன் வினவினான்.

"உங்களைத்தான்" என்றான் ஜார்டன்.

"ஏதாவது விசித்திரமாகத் தென்படுகிறதோ?"

"ஒன்றுமில்லை... சிகரெட் பிடிக்கிறீர்களா?"

"தாராளமாய்" என்று கூறிய அவன் ஒரு சிகரெட்டை எடுத்துக் கொண்டான். சற்று முன் ஜார்டன் நீட்டியபோது சும்மாவிருந்த போதிலும், "அந்த இன்னொருவர் வைத்திருந்தவை போலவே இவை இருக்கின்றன – ரயில் வண்டியைத் தகர்த்தவரைத் தான் சொல்கிறேன்."

"நீங்களும் அதில் பங்கு கொண்டீர்களா?"

"எல்லாருமே கலந்துகொண்டோம். கிழவனைத் தவிர மீதியெல்லாருமே" என்றான் மற்றொரு சகோதரன், அமைதியாக.

"அதைத்தான் இப்போது நாம் செய்யவேண்டும்; இன்னொரு ரயில் வண்டியைத் தாக்க வேண்டும்" என்று பாப்லோ குறுக்கிட்டுக் கூறினான்.

“செய்வோம், பாலத்தைப் பிளந்த பிறகு” என்றான் ஜார்டன். பாப்லோவின் ‘சேர்ப்பு’ அடுப்பிலிருந்து திரும்பித் தங்கள் பேச்சைக் கவனிப்பதை அவன் கண்டான். பாலம் என்று இவன் கூறிய மாத்திரத்தில் அங்கு நிசப்தம் குடிகொண்டது. “பாலத்திற்குப் பிறகு” என்று வேண்டுமென்றே திரும்பக் கூறிவிட்டு மதுவை மீண்டும் ஒருவாய் பருகினான். ‘வரவிருப்பதை நானேதான் வலுவில் வரவழைக்கிறேனே! எப்படியும் அது வரத்தானே போகிறது?’ என்று அவன் தனக்குள் கூறிக்கொண்டான்.

“பால விவகாரத்தில் நான் பங்குகொள்ளப் போவதில்லை; நான் மட்டுமல்ல, என் கோஷ்டியினரும் கலந்து கொள்ளமாட்டார்கள்” என்று கீழ்நோக்கி மேஜையைப் பார்த்தவாறு பாப்லோ தெரிவித்தான்.

ஜார்டன் ஏதும் சொல்லவில்லை. ஆன்ஸெல்மோவை நோக்கி விட்டுக் கோப்பையை உயர்த்தினான். “அப்படியானால் நாமிருவருமே தனித்து நின்று அதைச் செய்து முடித்துவிடுவோம், கிழவா” என்று கூறிச் சிரித்தான்.

“இந்தக் கோழை இல்லாமலே நாம் அதைச் செய்வோம்” என்றான் ஆன்ஸெல்மோ.

“என்ன சொன்னாய்?” என்று அவனை நோக்கி பாப்லோ கேட்டான். அவனோ, “உனக்கொன்றுமில்லை; உன்னுடன் நான் பேசவில்லை” என்றான்.

மேஜைக்கப்பால் நெருப்பருகில் நின்றுகொண்டிருந்த பிலாரை ஜார்டன் அப்போது நோக்கினான். அதுவரையில் அவள் வாயே திறக்கவில்லை. தன் கருத்து என்ன என்பதற்கு எக்குறியும் காட்ட வில்லை. ஆனால் இப்போது மேரியாவிடம் அவள் ஏதோ கூறினாள். அது ஜார்டனின் காதில் விழவில்லை. உடனே அடுப்படியிலிருந்து எழுந்த மேரியா, சுவரோரமாகவே சென்று படுதாவை விலக்கிவிட்டு குகைக்கு வெளியே போய்விட்டாள் “சரிதான். விவகாரம் இப்போது வெடிக்கும் போலிருக்கிறது. அப்படித்தான் நடக்குமென நினைக் கிறேன். அந்தமாதிரி நடப்பதை நான் விரும்பவில்லைதான்; ஆயினும் இதைத் தவிர்க்க முடியாது போலவே தோன்றுகிறது” என்று ஜார்டன் எண்ணலானான். அதையடுத்து, “உங்கள் உதவியின்றியே பாலத்தை உடைப்போம்” என்று பாப்லோவிடம் கூறினான்.

“கூடாது. இந்த வட்டாரத்தில் எந்தப் பாலத்தையும் நீர் தகர்க்கக்கூடாது” என்று கூறிய பாப்லோவின் முகத்தில் வியர்வை அரும்பியதை ஜார்டன் கண்டான். உடனே, “கூடாதா?” என்று கேட்டான்.

“ஆமாம். கூடாதுதான்” என்றான் பாப்லோ, அழுத்தமாக.

“உங்கள் சமாச்சாரம் என்ன?” என்று அவனுடைய ‘சேர்ப்பை’ நோக்கி ஜார்டன் வினவினான். இன்னும் நெருப்பருகிலேயே நெடுமரம் போல பிலார் நின்று கொண்டிருந்தாள். அவன் கேட்டவுடன் அவள் திரும்பி, “பாலத்தைப் பிளப்பதை நான் ஆதரிக்கிறேன்” என்றாள். நெருப்பு அவள் முகத்தில் ஒளிவெள்ளத்தைப் பாய்ச்சியது. அதனால் அம்முகம் தகதகத்தது. ஆங்காங்கு நிழலாடியும் அதற்கு எழில் கூட்டியது.

“என்ன சொல்கிறாய் நீ?” என்று அவளை நோக்கி பாப்லோ கேட்டான். நம்பிக்கை மோசம் போய் விட்ட பாவம் அவனது கண்களில் குடிகொண்டிருந்ததை அவன் திரும்பியபோது ஜார்டன் கண்டான். வியர்வையால் அவனுடைய நெற்றி நிறைந்திருந்ததையும் கவனித்தான்.

“பாலத்தை உடைப்பதை நான் ஆதரிக்கிறேன். அதாவது, உன் கருத்தை எதிர்க்கிறேன் – அவ்வளவுதான்” என்றாள் அவள்.

“நானும் பாலத்தைத் தகர்ப்பதை ஆதரிப்பவன்தான்” என்று சிகரெட் நுனியை மேஜைமீது அழுத்தி அணைத்தவாறே சப்பைமூக்கு ஆசாமி கூறினான்.

“பாலம் இருப்பதும் இல்லாததும் எனக்கு ஒன்றுதான். ஆகவே, பிலாரையே நான் ஆதரிக்கிறேன்” என்றான். சகோதரர்களில் ஒருவன், “நானும் அப்படியே” என அவனது சகோதரன் கூற, “என் நிலையும் அதுவே” என்று ஜிப்ஸியும் ஒத்துப் பாடினான்.

பாப்லோவை ஜார்டன் கவனித்துக் கொண்டிருந்தான். அதே நேரத்தில் அவசியம் நேர்ந்தால் சட்டென்று தன் கைத்துப்பாக்கியை உருவியெடுக்கும் பொருட்டு தன் வலது கரத்தைச் சிறுகச் சிறுகத் தாழ்த்திக் கொண்டே போனான். அவ்வித அவசியம் எழ வேண்டுமென அவனுடைய மனத்தின் ஒரு பாதி விரும்பியது. (அப்படிச் செய்வதுதான் மிகச் சுலபமென்ற எண்ணத்தால் போலும் அது!) அதே சமயத்தில் பாப்லோ தவிர மற்றனைவரும் கூடிவந்த வேளையைக் கெடுக்கலாகாதென மறுபாதி கூறியது. (மாற்றானொருவனுடன் மோதல் மூண்டால் குடும்பத்திலாகட்டும், கோஷ்டியிலாகட்டும், சடுதியில் சகலரும் ஒருமித்து எதிர்ப்பார் என்பதை அவன் அறிந்திருந்ததே அதற்குக் காரணம்) ஆயினும் நிலைமை அவ்வளவு தூரம் முற்றிவிட்டபின் துப்பாக்கியைக் கையாள்வதுதான் எளியது, சிறந்தது, கோளாறைக் களைந்தெறிய வல்லது என்றும் அவனால் எண்ணாமல் இருக்க முடியவில்லை. இருந்த இடத்திலேயே இன்னமும் நின்ற பிலாரையும் அவன் பார்த்தான். தன்னிடம் மற்றவர்கள் காட்டிய விசுவாசத்தைக் கண்டு அவளது முகத்தில் பெருமையும் செம்மையும் படர்ந்து சீர்ச்செழுமைக் கோலம் பூண்டதையும் அவன் கவனித்தான்.

"குடியரசையே நான் ஆதரிக்கிறேன். இப்போதைக்கு பாலத்தைப் பிளப்பதுதான் குடியரசுக்கான சேவை, மற்ற வேலைகளுக்கு அப்புறம் வேண்டிய அவகாசம் இருக்கும்" என்று களிப்புடன் கூறினாள் அவள்.

"அடச்சீ! உன் மண்டை முழுதும் களிமண்தான் என்பதைக் காட்டிவிட்டாயே! மூளை கிடக்கட்டும், குணத்திலும், கேடுகெட்ட குச்சுக்காரி நீ! பாலத்துக்குப் பிறகு நமக்கு வாழ்வுண்டு என்றா நினைக்கிறாய்?" என்று கசப்புடன் கேட்டான் பாப்லோ.

"என்ன நடக்குமோ, நடக்க வேண்டுமோ, அது நடந்துதான் தீரும்."

"நமக்கு எந்தவித லாபமும் இல்லாத அந்த வேலை முடிந்த பிறகு நாம் மிருகங்களைப்போல வேட்டையாடப்படுவது விளையாட்டாகவா உனக்குத் தோன்றுகிறது? அதில் நாம் கொல்லப்படுவது கூடவா உனக்குப் பெரிதில்லை?"

"எதுவும் எனக்கும் பெரிதில்லை. என்னை வீணாகப் பயமுறுத்தப் பார்க்காதே, கோழையே?"

"கோழையே?" – கசப்பைக் கக்கினான் பாப்லோ, "எண்ணித் துணிவதற்காகவா என்னைக் கோழை என்கிறாய்? முட்டாள்தனமான செயலின் முடிவை முன்கூட்டிக் காணக்கூடிய ஒருவனையா கோழை என்பது? எது பைத்தியக்காரத்தனம் என்பதைப் பகுத்தறிவது ஒருநாளும் கோழைத்தனம் ஆகாது, தெரிந்துகொள்" என்றான் தொடர்ந்து.

"எது கோழைத்தனம் என்பதைத் தெரிந்து தேர்வதும் முட்டாள் தனமாகாது" என்று குறுக்கிட்டுக் குறிப்பிட்டான் ஆன்ஸெல்மோ. தானும் ஒரு வார்த்தைக் கோவையை வீசவேண்டும் என்ற சபலத்தை அவனால் அடக்க முடியவில்லை.

"இறப்பதிலா உனக்கு ஆசை?" என்று அவனை நோக்கி பாப்லோ கடுமைத் தொனியில் கேட்டான். அந்தக் கேள்வி அசட்டுப் பிசட்டென்று அமைந்திருந்ததாகவே ஜார்டனுக்குப் பட்டது.

"இல்லைதான்."

"அப்படியானால் வாயை மூடிக்கொண்டிரு, உனக்குப் புரியாத விஷயங்களைப் பற்றி அனாவசியமாக அதிகம் பேசுகிறாய் நீ. இது மிகவும் முக்கியமான விஷயம் என்பது உனக்கு விளங்கவில்லையா?" – அழாக் குறையாக பாப்லோ கேட்டான். "இங்கே நான் ஒருவன் தான் இதன் முக்கியத்துவத்தை உணர்ந்திருக்கிறேன்" என்றான், பின்னர்.

"அப்படித்தான் என்று நினைக்கிறேன். ஆமாம், பாப்லோ பையா! அந்தமாதிரித்தான் என்றே எண்ணுகிறேன். அதாவது, என் ஒருவரைத் தவிர வேறு யாரும் உணரவில்லை; நீயும் நானும்தான் அறிந்திருக்கிறோம். உன் சேர்ப்பும் என் கையைப் பார்த்து உன் உயிருக்குக் கெடு கண்டுவிட்டாலும் இந்த வேலையிலுள்ள ஆபத்தை இன்னும் தெரிந்து கொள்ளவில்லை" என்று எண்ணமிடலானான் ஜார்டன்.

"தலைவனென்றால் தலையாட்டியா என்ன? பேசுவது என்ன என்பதைப் புரிந்துகொண்டுதான் பேசுகிறேன். உங்களுக்கெல்லாம் அது தெரியாது. இந்தக் கிழவன் சொல்வது வெறும் பிதற்றல். மூப்பு முற்றி விட்டவன் இவன். கேவலம் செய்திகளைக் கொண்டு செல்லும் கிளிப்பிள்ளை. அந்நியர்களுக்கு வழிகாட்டுவதைத் தவிர இவனுக்கு வேறெதுவும் தெரியாது. தங்கள் நன்மைக்கான ஒரு காரியத்தைச் செய்யவே இந்த அந்நியர் இங்கே வந்திருக்கிறார். இவரது நலனுக்காக நாம் பலியாக வேண்டுமாம். எனக்கோ உங்கள் எல்லோரது நலனிலேயே நாட்டம்; உங்கள் பத்திரமே நான் வேண்டுவது" என்றான் பாப்லோ.

"பத்திரமாம் பத்திரம்! அப்படி எதுவுமே கிடையாது இங்கே. அதை நாடி இங்கே ஏராளமான பேர் குவிந்துவிட்டார்கள். அதனாலேயே அபாயமெல்லாம், இப்போது பத்திரமாக இருக்க வேண்டுமென்று மந்திரம்போல் உபதேசிப்பதனால் எல்லாருக்குமே நீ உலைவைக்கப் பார்க்கிறாய்" என்று அவன் 'சேர்ப்பான பிலார்' பதிலிறுத்தாள்; கையில் பெரிய கரண்டியைப் பிடித்தவளாய், மேஜைக்கு அருகிலேயே அவள் இப்போது வந்திருந்தாள்.

"இப்போது நாம் பத்திரமாகத்தான் இருக்கிறோம். எவ்வளவு ஆபத்துதான் வரட்டுமே; அந்நிலையில் எந்த வழியைப் பின்பற்றுவது என்பதை அறிவதில்தான் இருக்கிறது பாதுகாப்பு – தான் செய்வது என்ன என்பதை அறிந்து, உயிரைப் பணயம் வைப்பதை மாட்டுச் சண்டை வீரன் விலக்கி வெற்றியும் வாழ்வும் பெறுவதைப்போல."

"கொம்பு குத்திக் குடல் கிழிகிற வரையில்தான் இந்த மாதிரி வாய்வீச்செல்லாம். வயிறு சரியுமுன் எவ்வளவு மாட்டுச் சண்டைக் காரர்கள் இப்படி வாய் கிழியப் பேசிக் கேட்டிருப்பவன் நான்!" என்றாள் அவள், கசப்புடன். "அனுபவ அறிவில்தான் எல்லாம் இருக்கிறது; மனிதனை மாடு முட்டுவதில்லை, மனிதன் தான் கொம்பில் மோதிக் கிழிபடுகிறான் என்று ஃபினிடோ எத்தனை முறை என்னிடம் சொல்லியிருப்பான் தெரியுமா? கொம்பினால் குதறப்படுமுன் அவர்கள் எல்லாருமே ஆணவத்தால் அப்படித்தான் பேசுவார்கள். அப்புறம் அவர்களை ஆஸ்பத்திரியில்தான் நாம் பார்க்க வேண்டியிருக்கும்" – அந்த ஆஸ்பத்திரி விஜயத்தை அவள் அப்படியே நடித்துக் காட்டத் துவங்கிவிட்டாள்.

“ஹலோ, அன்பனே, ஹலோ!” என்று முதலில் முழக்கினாள். அடுத்து, காயமுற்ற மாடுபிடி வீரனின் ஈனஸ்வரத்தில் “ஹலோ, அன்பே! சௌக்கியம்தானே பிலார்?” என்றாள். பிறகு தன் சொந்தக் குரலுக்குத் திரும்பி, “இது எப்படி நேர்ந்தது, ஃபினிடோ? இந்தப் படுகோரம் உனக்கு எப்படி ஏற்பட்டது, அன்பா?” என்று கேட்டாள். உடனே சுருதியை இறக்கிக்கொண்டு “இது அப்படியொன்றும் பிரமாதமில்லை, பிலார். தற்செயலாகத்தான் இப்படி ஆகிவிட்டது. காளையை நன்றாகத்தான் குத்தினேன்; வேறு எவராலும் அவ்வளவு சிறப்பாகத் தீர்த்துக் கட்டியிருக்க முடியாது. அப்படிச் சரியான வகையில் குத்தி அதைக் குற்றுயிராகக் குதறிவிட்டுக் கம்பீரமாகக் கிளம்பினேனா, அப்போது பார்த்துப் பின்பக்கத்திலிருந்து அது என்னைத் தாக்கிவிட்டது. நான் புறப்பட்டபோது அது சரிந்துவிழுந்து சாகத்தான் இருந்தது; ஆனாலும் எப்படியோ சமாளித்துக்கொண்டு என் சப்பைப் பிளவில் கொம்பைக் கொடுத்துவிட்டது. அங்கே புகுந்த அந்தக் கொம்பு எப்படியோ என் ஈரலைத் துளைத்து இப்புறமாக வெளி வந்துவிட்டது போயேன்!” – பலவீனப்பட்டதால் கிட்டத்தட்டப் பெண்டிருடையதைப்போல நலிந்து ஒலித்த மாடுபிடி வீரனின் குரலைக் கிண்டல் செய்வதைக் கைவிட்டுவிட்டுச் சிரிக்கத் தொடங்கிய அவள் மீண்டும் பெருங்குரலில் பேசலானாள்: “நீயும், உன் பத்திரப் பல்லவியும் பாழாய்ப்போக! உலகத்திலேயே குறைந்த சன்மானம் பெற்ற மாட்டுச் சண்டைக்காரர்கள் மூன்று பேருடன் ஒன்பது வருஷம் வாழ்ந்த பிறகுமா எனக்குப் பயத்தையும் பத்திரத் தையும் பற்றித் தெரியாமல் இருக்கும்? புரிகிறதா, பாதுகாப்பைத் தவிர வேறு ஏதாவது இருந்தால் என்னிடம் பேசு... ஹூம், உன்னைப் பற்றித்தான் எத்தனை மனக்கோட்டைகள் கட்டியிருந்தேன்! அத்தனையும் இடிந்துவிட்டன. ஒரு வருடச் சண்டைக்குள்ளாகவே சோம்பேறியாகி விட்டாயே! அது மட்டுமா, குடிகாரனாகவும் கோழையாகவும் அல்லவா ஆகிவிட்டாய்!”

“இப்படிப் பேச உனக்கு எந்தவித உரிமையும் கிடையாது. அதிலும், மற்றவர்களின் முன்னிலையில், வேற்றாளின் எதிரில் பேச அடியோடு உரிமையில்லை” என்றான் பாப்லோ.

“அப்படித்தான் பேசுவேன். இவர்கள் சொன்னதெல்லாம்தான் கேட்டாயே! அப்புறம் இங்கே நீதான் தலைவன் என்றா நினைக் கிறாய்?”

“ஆமாம், நானே தலைவன்.”

“நல்ல வேடிக்கைதான்!... போதும், இங்கே தலைமை தாங்குவது நான்தான். இவர்கள் கூறியதைக் கேட்டாயல்லவா? இங்கே என் கட்டளை மட்டும்தான் செல்லும். இஷ்டப்பட்டால் இங்கேயே இருந்து தின்று தொலை. மிதமிஞ்சிப் பேசாதவரையில் ஒயினுக்கும்

உனக்குப் பஞ்சம் இருக்காது. விரும்பினால் வேலைகளைச் செய். ஆனால் நானே இங்கு தலைவி என்பதை மட்டும் மறந்துவிடாதே?"

"உன்னையும் இந்த அந்நியரையும் நான் சுட்டுத் தள்ளுவதே சரி!" என்று பாப்லோ பொருமினான்.

"முடியுமானால் முயன்று பாரேன்; என்ன நடக்கிறது என்பதை நீயே தெரிந்துகொள்வாய்?" என்றாள் பிலார்.

"எவராவது எனக்கு ஒரு கோப்பைத் தண்ணீர் தாருங்களேன்!" என்றான் ஜார்டன், பாப்லோவின் பொருமிப் புடைத்த முகத்திலிருந்து தன் பார்வையைத் திருப்பாமலே; அதே நேரத்தில், ஏதோ குண்டாந்தடி போல அதிகார ஆணவத்துடன் அவனெதிரே கரண்டியை வைத்துக்கொண்டு, பெருமிதத்துடனும் தன்னம்பிக்கையுடனும் நின்ற கிழவியையும் அவன் கவனிக்காமலில்லை. உடனே, "மேரியா" என்று அவள் குரல் கொடுத்தாள். வாயிற்படியில் அவள் வந்து நின்றதும்,

"இந்தத் தோழருக்குத் தண்ணீர் எடுத்து வா" என ஏவினாள்.

இடுப்பு ஜேபியிலிருந்து மதுக்குப்பியை எடுக்கக் கையை அந்தப் பக்கம் கொண்டு போனான் ஜார்டன். அதை வெளியிலெடுத்த அதே சமயத்தில் இடுப்புப் பட்டையில் தொங்கிய கைத் துப்பாக்கியைத் தளர்த்தித் துடைமீது வைத்துக்கொண்டான். கோப்பையில் இன்னும் சிறிது மதுவை ஊற்றினான். மேரியா கொண்டு வந்து கொடுத்த கோப்பையைப் பெற்றுக்கொண்டு அதிலிருந்த தண்ணீரை மதுக்கிண்ணத்தில் சொட்டுச் சொட்டாக விழவைத்தான். அவன் செய்வதைக் கவனித்தவளாக அவனருகிலேயே மேரியா நின்றாள். அதைக் கண்ட பிலார் கரண்டியை ஆட்டி "வெளியே போ" என்று உத்தரவிட்டாள்.

"வெளியே மிக்க குளிராக இருக்கிறதே!" என்றாள் மேரியா. ஜார்டனின் கன்னத்தருகில் நின்றபடி கோப்பையில் பால்போல மது மாறுவதையே அவள் கவனித்துக்கொண்டிருந்தாள்.

"அங்கே குளிராக இருக்கலாம்தான். ஆனால் இங்கே சூடு பறக்கிறது" என்றாள் கிழவி. பிறகு பரிவுடன், "அதிக நேரம் வெளியில் நிற்க நேராது. பயப்படாதே" என்று சொன்னாள். அதையடுத்து தலையை ஆட்டியவாறு மேரியா வெளியில் சென்றாள்.

'இனிமேல் அதிகநேரம் பாப்லோ பொறுத்திருக்க மாட்டான் என்றே நினைக்கிறேன்' என்று எண்ணமிட்டபடிக் கோப்பையை ஒரு கையில் எடுத்துக் கொண்டான் ஜார்டன். இன்னொரு கையோ இப்போது வெளிப்படையாகவே கைத்துப்பாக்கி மீது படிந்திருந்தது. அது தானாகவே வெடித்துவிடாமல் தடுக்கும் கொக்கியைக் கூட

அவன் நீக்கிவிட்டான். மேடும் பள்ளமுமான அதன் பிடி பழகிப்பழகி பெருமளவுக்கு வழுவழுப்பாகியிருந்தது. அது தன் விரல்களில் பட்டது அவனுக்கு இதமாக இருந்தது. துப்பாக்கிக் குதிரையின் உருண்டையான, குளிர்ச்சியான தடுப்பானையும் நேசமுடன் தடவிப் பார்த்தான். அப்போது அவனைக் காண்பதை விடுத்துத் தன் சேர்ப்பான பிலாரையே பாப்லோ நோக்கிக் கொண்டிருந்தான். “காதில் விழுந்ததா, குடிகாரா? இங்கே தலைமை தாங்குவது யார் என்பதைப் புரிந்து கொண்டாயா?” என்று அடுக்கிக் கொண்டே போனாள் அவள்.

“நான்தான் இங்கு தலைவன்!”

“இல்லவேயில்லை. நன்றாகக் கேட்டுக் கொள். உன் கேடுகெட்ட காதைத் தீட்டிக்கொண்டு கேள் – நானே இங்கு தலைவி” என்றாள் பிலார்.

அவளையே இன்னமும் பார்த்துக் கொண்டிருந்தான் பாப்லோ. அவன் என்ன எண்ணினான் என்பதை அவனுடைய முகபாவங் களிலிருந்து அறிந்துகொள்ளக் கூடவில்லை. அவளைத் தீர்க்கமாகப் பார்த்த பிறகு ஜார்டனை நோக்கினான். ஏதோ சிந்தனை வசப்பட்டவனாக நீண்ட நேரம் உன்னிப்பாகப் பார்த்தான். பிறகு மீண்டும் தன் சேர்ப்பான பிலாரின் பக்கம் பார்வையை ஓட்டினான்.

“சரி சரி, நீதான் இங்கு தலைமை தாங்குகிறாய். உனக்குப் பிடித்தமென்றால் இந்த அந்நியரும் இங்கு தலைமை வகிக்கட்டும். இரண்டு பேருமாகச் சேர்ந்து நாசமாய்ப் போங்கள்” எவ்விதத் தயக்கமுமின்றி கிழவியையே அவன் பார்த்துக்கொண்டிருந்தான். அவளுக்கு அஞ்சியதாகவோ, அவளுடைய பேச்சினால் அதிகமாகப் பாதிக்கப்பட்டவனாகவோ அவன் தோன்றவில்லை. “நான் சோம் பேறியாக இருக்கலாம். அளவுக்கு அதிகமாகக் குடிக்கவும் குடிக்க லாம். ஆனால் என்னைக் கோழை என்று எண்ணுகிறாயே, அதுதான் தவறு. நான் முட்டாளுமல்ல!” சற்று நிறுத்திவிட்டு அவன் தொடர்ந் தான்: “தலைமை வகிக்க விரும்பினால் தாராளமாகத் தாங்கிவிட்டுப் போ. ஆனால் தலைவி என்பதோடு நீ ஒரு பெண் பிள்ளையும்கூட. ஆகவே இப்போது நாங்கள் சாப்பிட ஏதாவது கொடு.”

“மேரியா” என்று கிழவி குரல் கொடுத்தாள். குகை வாயிலில் இருந்த படுதாவை விலக்கிக்கொண்டு தலையைக் காட்டினாள் அந்தப் பெண். “உள்ளே வா. வந்து சாப்பாடு பரிமாறு” என்று அடுத்து வந்த கட்டளையைக் கேட்டதும் உள்ளே நுழைந்த மேரியா கணப்பின் அருகே இருந்த குட்டை மேஜைக்குச் சென்றாள். அதன் மேல் இருந்த தட்டுகளை அவர்கள் அமர்ந்திருந்த மேஜைக்குக் கொண்டு வந்தாள்.

"எல்லாரும் குடிப்பதற்குப் போதுமான ஒயின் இருக்கிறது" என்று ஜார்டனை நோக்கி பிலார் கூறினாள். "இந்தக் குடிகாரனின் பேச்சைக் காதில் போட்டுக் கொள்ளாதீர்கள். இந்தப் பாண்டம் தீர்ந்ததும் வேறொன்று கொண்டு வருகிறேன். நீங்கள் குடித்துக் கொண்டிருக்கும் அபூர்வ மதுவை முதலில் முடியுங்கள். அப்புறம் இந்த ஒயினில் ஒரு கோப்பை குடியுங்கள்."

தன் கையிலிருந்த கோப்பையை ஒரே மடக்கில் ஜார்டன் காலி செய்தான். தொண்டைக் குழியில் புகையெழுப்பியவாறு அது துளித் துளியாக உள்ளே இறங்கியதை அனுபவித்தான்; தன்னுள்ளே ரசாயன மாறுதலொன்றைத் தோற்றுவிக்கும் வெப்பத்தை அது பரப்பியதை உணர்ந்தான். அது காலியானதும் கோப்பையைக் கொடுத்தான். அதைப் பாண்டத்தில் அமிழ்த்தி வழியவழிய மதுவைச் சேந்தித் தந்தாள் மேரியா, முறுவலித்தபடியே.

"என்ன, பாலத்தைப் பார்த்துவிட்டீர்கள் அல்லவா?" என்று ஜிப்ஸி கேட்டான். பாப்லோவிடமிருந்து கிழவிக்குத் தங்கள் விசுவாசத்தை மாற்றிய பிறகு வாயையே திறவாமலிருந்த மற்றவர் அனைவரும் ஜார்டனின் பதிலைக் கேட்க ஆவலுடன் முன்புறம் சாய்ந்தனர்.

"பார்த்தேன். அதைப் பிளப்பது மிகச் சுலபம். எப்படி என்பதைப் பார்க்க விரும்புகிறீர்களா?" என்று அவன் வினவினான்.

"ஆமாம், ஐயா. ரொம்பவும் விரும்புகிறோம்."

உடனே, தன் சட்டைப் பையில் இருந்த குறிப்புப் புத்தகத்தை ஜார்டன் வெளியிலெடுத்து அதில் தான் வரைந்திருந்த படங்களைக் காட்டினான்.

"எப்படி இருக்கிறது பார். அசல் பாலம் போலவே இல்லை?" என்றான். பிரிமிடிவோ என்று பெயர் படைத்த தட்டை மூஞ்சிப் பேர்வழி.

தன் பென்ஸில் முனையால் சுட்டிக்காட்டியவாறு அந்தப் பாலத்தை எப்படித் தாக்க வேண்டும். எங்கே வெடி வைக்க வேண்டும் என்பவற்றையெல்லாம் ஜார்டன் விளக்கினான்.

"எவ்வளவு சுளுவான வேலை!... ஆமாம், அந்தக் கட்டிகளை எப்படி வெடிக்கவைக்கப் போகிறீர்கள்?" என்று கேட்டான், வடுவிழுந்த முகமுடையவன்.

அதையும் அவர்களுக்கு ஜார்டன் விளக்கிக் கூறினான். அப்படி அவன் சொன்னபோது மேரியாவின் கை தன் தோள்மீது படிந்திருந்ததைக் கண்டான். கிழவியும், அவனுடைய விளக்கத்தைக் கவனித்தாள். பாப்லோ மட்டுமே எவ்வித அக்கறையும் கொள்ளாமல் மதுக்கோப்பையும் கையுமாகத் தனியே அமர்ந்திருந்தான். குகை

வாயிலுக்கு இடப்புறத்தில் தொங்கிய தோல் கூட்டிலிருந்து மேரியா எடுத்து மறுபடி நிறைத்து வைத்திருந்த மதுப்பாண்டத்தில் அக்கோப் பையைத் திரும்பத் திரும்ப அமுக்கியெடுத்துக் குடித்துக் கொண் டிருந்தான் அவன்.

"இந்த மாதிரி வேலையை நீங்கள் அடிக்கடி செய்திருக்கிறீர் களோ?" என்று ஜார்டனிடம் மேரியா விசாரித்தாள்.

"ஆமாம்."

"இங்கே அது நடக்கும்போது நாங்கள் பார்க்கலாமா?"

"தாராளமாக."

"பார்க்கத்தான் போகிறாய்... ஆமாம். அதை நீ பார்த்தே தீருவாய் என்பதில் எனக்குச் சந்தேகமில்லை" என்றான் பாப்லோ.

"சட், வாயை மூடு!" என்று சீறிய பிலாருக்கு அன்று பிற்பகல் அவன் கையில் தான் கண்டது திடுமென ஞாபகம் வந்தது. உடனே வரையிலாக்கோபம் கொண்டவளாய், "கோழையே, வாயை மூடு! துக்கிரியே, மூடு வாயை! வாயை மூடடா! கொலைகாரா" என்றெல் லாம் கொதித்துக் கூவினாள்.

"அப்படியே, தாயே! வாயை மூடிக்கொள்கிறேன். இங்கே இப்போது நீதான் தலைமை தாங்குகிறாய். அதனால் இந்த அழகான படங்களை நீ தொடர்ந்து பார்த்தே தீரவேண்டும். ஆனால் நான் முட்டாளல்ல என்பது மட்டும் நினைவிருக்கட்டும்."

தன் ஆத்திரம் விரைவில் வருத்தமாகவும், எல்லா நம்பிக்கையும் சரிந்து விழுந்ததன் விளைவான மனச்சோர்வுமாக மாறியதைக் கிழவி கண்டாள். சிறுமியாக இருந்தபோதிலிருந்தே அந்த நம்பிக்கைக் குலைவை அவள் நன்கறிவாள்; அதற்கான காரணங்களும் அவளுக்குத் தெரியும். இப்போது திடுமென அது அவளைப் பற்றிக் கொண்டது. அதைத் தன்னிடமிருந்து விலக்க முற்பட்டால், தன்னை மட்டுமின்றிக் குடியரசையும் அது பீடிக்காமல் தடுக்க முடிவு செய்தவளாய், "சரி, சாப்பிடுவோம், வாருங்கள்... சட்டியிலிருந்து கிண்ணங்களில் போடு, மேரியா" என்றாள்.

5

குகை வாயிலை மறைத்திருந்த சேணத் துணியை விலக்கிக் கொண்டு வெளியே வந்த ஜார்டன், இரவு நேரக் குளிர் காற்றை நெஞ்சு முட்ட இழுத்தான். பனிப் படலம் விலகி, விண்மீன்கள் ஒளிரத் தொடங்கியிருந்தன. மாதிரிக்குக்கூட காற்றில்லை. புகையிலை நெடியும், கரிப்புகையும் பரவி வெது வெதுப்பாயிருந்த குகையினின்று

வெளிவந்தாகி விட்டது. அவை மட்டுமல்ல அரிசிச்சோறு, வெந்த இறைச்சி, குங்குமப்பூ, மற்றும் பிரமண்டோப் பருப்பு, எண்ணெய் ஆகியவற்றின் மணங்களும் அந்தக் குகையில் மண்டியிருந்தன. அவற்றோடு வாயிலருகே தொங்கிக் கொண்டிருந்த தோல்கூடு அடித்த நாற்றமும் சேர்ந்திருந்தது. மேலே மதுத் துளிகள் பட்டதால் ஏற்பட்ட மணத்தோடு தார் நாற்றத்தையும் கலந்து வீசிய அந்தக் கூடு, கழுத்தில் சுருக்குப் போட்டுத் தொங்கவிடப்பட்டிருந்தது. நீட்டி வைக்கப்பட்டிருந்த அதன் நான்கு கால்களில் ஒன்றில் இருந்த அடைப்பானை நீக்கியே மதுவை வெளியிலெடுத்தார்கள். அப்படி ஊற்றும்போது தரையில் சிறிது சொட்டிச் சொட்டி மண்ணைக் கெட்டிப்படுத்தியிருந்ததோடு அதற்கும் ஒரு வாசம் அளித்திருந்தது அந்த மது. அது தவிர கூரையிலிருந்து கொத்துக் கொத்தாகத் தொங்கிய பல்வேறு மூலிகைகளின் மணங்களும் அந்தக் குகையில் கவிந்திருந்தன. அந்த மூலிகைகளின் பெயர்களை அவன் அறியான். நீளக் கொடியாகத் தொங்கிய உள்ளிப் பூண்டை மட்டுமே அடையாளம் கண்டுகொண்டான். அந்தப் பண்டங்களின் கந்தம் தவிர குதிரை வியர்வையின் நாற்றமும், உடைகளில் காய்ந்து கலந்திருந்த மனித வியர்வையின் வாடையும் அங்கு வீசியது. (மனித வியர்வையின் நாற்றம் காரமானது; தேய்த்தகற்றிக் காய்ந்துவிட்ட குதிரை வியர்வையின் நெடியோ இனியதாயினும் குமட்டலூட்டுவதாகும்) அவற்றையும், மேஜையைச் சுற்றி அமர்ந்திருந்த மனிதர்களையும் உள்ளேயே விட்டுவிட்டு வெளி வந்த ஜார்டன், மலைப்புறக் காற்றை மார்பு கொண்ட மட்டும் உள்ளுக்கிழுத்தான். பைன் மரங்களின் மணமும் ஓடையோரத்தில் இருந்த வெளியில் வளர்ந்திருந்த பசும்புல் மீது பனிநீர் படிந்ததால் எழுந்த மணமுமாகக் கலந்திருந்தன. காற்று வீசுவது நின்றவுடன் அடர்த்தியாகப் பனி பெய்திருந்தது. சாலைக்குள் பனிமழை பொழியத் தொடங்கிவிடுமென அவன் அஞ்சினான்.

தெளிவான அக்காற்றை அவன் இயன்ற மட்டும் இழுத்தபடி இரவு நேர ஒலிகளைச் செவிமடுத்துக் கொண்டிருக்கையில் தூரத்தில் துப்பாக்கியின் வெடிச் சப்தத்தைக் கேட்டான். அடுத்து, கீழே குதிரைப் பட்டி இருந்த காட்டில் ஓர் ஆந்தை அலறியது அவன் காதில் விழுந்தது. அதன்பின் குகையினுள் ஜிப்ஸி பாடத் துவங்கியதையும், கிடார் வாத்தியம் மெல்ல இசைக்கப்படுவதையும் கேட்டான். வேண்டுமென்றே சாரீரத்தைக் கனமாக்கிக்கொண்டு கர்ணகடூரமாக உச்சஸ்தாயிக்கு ஏற்றிப் பாடினான் ஜிப்ஸி:

“சொத்தொன்று தந்தார் என் தந்தை
நித்தம் நிலவும் மதி, கதிரவனே அவை;
திசையெதில் திரிந்த போதினும்

அசையாச் செல்வம் அவையே!"

அந்தப் பாட்டைப் பாராட்டும் முகமாகப் படபடவென ஒலித்தன, கிடார் வாத்தியத்தின் தந்திகள். "சபாஷ்! கடலான் பாட்டைப் பாடடா, ஜிப்ஸி" என்றான் எவனோ ஒருவன்.

"முடியாது."

"இல்லை, அதைப் பாடித்தானாக வேண்டும்."

"சரிசரி, பாடுகிறேன்" என்ற ஜிப்ஸி அவலகீதம் இசைக்கலானான்:

"மூக்கோ சப்பை, என்

முகமோ கறுப்பு, எனினும்

முழுமனிதனே, யான்!"

"பலே பலே! தொடர்ந்து பாடு, ஜிப்ஸி" என்றான் ஒருத்தன். ஜிப்ஸியின் குரல் சோக சிகரத்தை எட்டிக் கெக்கலி கொட்டியது:

"நானொரு நீக்ரோவே,

நல்லவேளை கடலானல்ல,

நன்றியுனக்கு ஆண்டவனே!

"ஊளை தாங்க முடியவில்லையே! ஏ ஜிப்ஸி, மூடடா வாயை!" என்று சீறினான் பாப்லோ.

"ஆமாம், குரல் பலமானதுதான், அதைக் கொண்டு இங்கிருந்த படியே நீ சிவில் காவலரைக் கூப்பிட்டு விடலாம். ஆனால் பலம் தான் இருக்கிறதே தவிர தரம் இல்லையே!" என்றாள் பிலார்.

"இன்னொரு பாட்டும் எனக்குத் தெரியும்" என்று ஜிப்ஸி கூறவே, மறுபடியும் கிடார் ஒலிக்கலாயிற்று.

"வேண்டாம், இப்போதைக்குப் போதும்" என்று அக்கிழவி கூறவும்தான் அந்த கிடார் ஒலி ஓய்ந்தது.

"இன்று என் சாரீரம் சரியாக இல்லை. அதனால், நான் பாட்டை நிறுத்திவிட்டதால் பிரமாத நஷ்டமில்லை" என்று கூறியவனாய் மறைப்பை விலக்கிக் கொண்டு வெளியே வந்தான் ஜிப்ஸி. ஒரு மரத்தை நோக்கிச் சென்ற அவன், பின்னர் தம் பக்கம் திரும்பி வந்ததை ஜார்டன் கவனித்தான்.

"ராபர்ட்டோ" என்று மெதுவாகக் கூப்பிட்டான் ஜிப்ஸி.

"என்ன, ரஃபேல்?" – மதுவினால் ஜிப்ஸி தடுமாறினான் என்பதை அவனுடைய குரலிலிருந்தே ஜார்டன் கண்டுகொண்டான். அவனும் இரு கோப்பை ஆப்ஸிந்தையும் சிறிதளவு மதுவையும் குடித்திருந்த போதிலும் அவனுடைய மூளையில் கலக்கமில்லை: பாப்லோவுடன் மூண்ட தகராறினால் அது உறைந்தே போயிருந்தது எனலாம்.

“பாப்லோவை நீர் ஏன் கொல்லவில்லை?” என்று ஜிப்ஸி கேட்டான்.

“எதற்காகக் கொல்ல வேண்டும்?”

“இன்றில்லாவிட்டாலும் நாளை நீர் அவனைக் கொன்றேயாக வேண்டும். இந்தச் சந்தர்ப்பத்தை ஏன் நழுவவிட்டீர்?”

“நீ பேசுவது விளையாட்டாக அல்லவே?”

“நாங்கள் எல்லாரும் எதை எதிர்பார்த்துக் காத்திருந்தோம் என்று எண்ணுகிறீர்? மேரியாவை அவனுடைய சேர்ப்பு, பிலார் ஏன் வெளியில் அனுப்பினாள் என்று நினைக்கிறீர்? இத்தனை நேரம் நடந்த பேச்சுக்குப் பிறகும் அவனை விட்டு வைப்பது சாத்தியமா?”

“அதாவது, அவனை நீங்களனைவரும் கொல்ல வேண்டும் என்று கூறுகிறாய்?”

“அழகுதான், போம்!” என்றான் ஜிப்ஸி. அமைதியாக. “அது உமது வேலையே. அவனை நீர் கொல்வதற்காக மூன்று நான்குமுறை நாங்கள் காத்திருந்தோம். பாப்லோவுக்கு இப்போது நண்பரே கிடையாது.”

“கொல்லவேண்டும் என்ற எண்ணம் எனக்கும் ஏற்படத்தான் செய்தது. ஆனால் பிறகு அதைக் கைவிட்டுவிட்டேன்.”

“எங்கள் எல்லாருக்கும் அது தெளிவாகவே தெரிந்தது. அதற்கான ஏற்பாடுகளை நீர் செய்வதை எல்லாருமே பார்த்தோம். அப்புறமும் அதை நீர் ஏன் செய்து முடிக்கவில்லை?”

“நீங்களோ, அந்தக் கிழவியோ என்னை எதிர்த்தெழும்படி அது செய்துவிடுமென எண்ணினேன்” என்றான் ஜார்டன்.

“நன்றாயிருக்கிறதே! பிலார் எப்படிப்பட்டவள் தெரியுமா? பெரிய புள்ளி யாவதற்குக் காத்திருக்கும் வேசியைப் போலத்தான்... ஊஹூம், உம் தோற்றம் காட்டுவதைவிடச் சிறுபிள்ளையாகத்தான் நீர் இருக்கிறீர்.”

“இருக்கலாம்.”

“இப்போதே அவனைக் கொன்றுவிடும்” என்று ஜிப்ஸி வற்புறுத்தினான்.

“அது படுகொலையைப் போலல்லவா ஆகும்?”

“அப்படி நடந்தால் இன்னும் நல்லது. அதில் ஆபத்தும் குறைவு. போம், உடனேயே தீர்த்துக்கட்டும்” என்று மெதுவாகத் தூண்டினான் ஜிப்ஸி.

“அம்மாதிரி என்னால் செய்ய முடியாது. எனக்குப் பிடிக்காத விஷயம் அது. மேலும், அது நம் இயக்கத்துக்கும் முரணான முறை.”

"அப்படியானால் அவனைக் கொதித்து குதிக்கச் செய்யும். எப்படியும் அவனை நீர் கொன்றாக வேண்டும். வேறு பரிகாரமே கிடையாது."

அவர்கள் அப்படிப் பேசிக்கொண்டிருக்கையில் சந்தடியே செய்யாத முறையில் மரங்களினிடையே பறந்து திரிந்தது அந்த ஆந்தை. தாழப் பறந்தும் உயர எழும்பியும் அது வேட்டையாடியது. இறக்கைகள் துரிதமாக அடித்துக் கொண்ட போதிலும் எவ்வித ஒலியும் எழவில்லை.

"அந்த ஆந்தையைப் பாரும். அப்படித்தான் மனிதர்களும் நடமாட வேண்டும்" என்று அந்த இருளினூடே ஜிப்ஸி சுட்டிக் காட்டினான்.

"ஆனால் பொழுது விடிந்துவிட்டாலோ கண் குருடாகி, மரத்தில் பதுங்கிக் காகங்களாற் கொத்திப் பிடுங்கப்பட வேண்டியதுதான்."

"அப்படி நடப்பது அபூர்வம்தான். தானாக அபாயத்தைத் தேடினாலே தொல்லைதான்! அது கிடக்கட்டும் அவனைக் கொன்று தீரும். அந்தக் காரியம் கடினமாகி விட அனுமதிக்காதீர்."

"அதற்குத் தகுந்த தருணம் போய்விட்டது."

"போனாலென்ன? அவனுக்கு ஆத்திரமூட்டும். தகராறைத் தூண்டிவிடும். அதற்கு மனமில்லாவிட்டால் இப்போது நிலவும் அமைதியைப் பயன்படுத்தி அவனைத் தீர்த்துக்கட்டும்."

குகை வாயிலை மறைத்திருந்த படுதா விலகி, உள்ளேயிருந்த மெழுகுவர்த்திகளின் வெளிச்சம் வெளியே வீசியது. அவர்கள் நின்ற இடத்தை நோக்கி யாரோ வந்தனர். "அழகான இரவு இது, நமக்கு நல்ல காலநிலை கிடைக்கப் போகிறது" என்றான் அந்த ஆசாமி-பாப்லோவின் குரலே அது. அப்போது ரஷ்ய சிகரெட்டுகளிலொன்றை அவன் புகைத்துக் கொண்டிருந்தான். புகையை உள்ளே இழுத்தபோது சிகரெட் நுனி பரப்பிய ஒளியில் அவனுடைய வட்ட முகம் நன்கு தெரிந்தது. நீண்ட கைகளுடன் கூடிய அவனது பருமனான உடலையும் நட்சத்திர ஒளி கோடிட்டுக் காட்டியது.

"அந்தக் கிழவி சொன்னதைக் காதில் போட்டுக் கொள்ளாதீர்" என்று ஜார்டனை நோக்கி அவன் கூறினான். அந்த இருளில் சிகரெட் பிரகாசமாகத் தெரிந்தது. அடுத்து அவன் கையைக் கீழே இறக்கியதும் புலப்பட்டது. "சில சமயங்களில் பிலார் இப்படித்தான் முரண்டு செய்வாள். மற்றபடி நல்லவளே, குடியரசினிடம் அவளுக்கு ஆழ்ந்த பற்று உண்டு." இப்படி அவன் கூறுகையில் சிகரெட் ஒளி சற்றே ஆடியது. அதைக் கடைவாயில் வைத்துக் கொண்டே அவன் பேசியிருக்க வேண்டும் என்று அதிலிருந்து ஜார்டன் ஊகித்தான்.

"இனி எங்களுக்கிடையே தகராறு எதுவும் இருக்காது: ஒத்துப் போய் விட்டோம். நீர் இங்கு வந்ததில் எனக்கு மிக்க மகிழ்ச்சி" சிகரெட் இப்போது பிரகாசமாக எரிந்தது. "வாக்கு வாதங் களை லட்சியம் செய்யாதீர். உம்மை நெஞ்சார வரவேற்கிறேன்... நான் போவதை மன்னியுங்கள்; குதிரைகள் எப்படிக் கட்டப்பட் டிருக்கின்றன என்பதை நான் போய்ப் பார்த்தாக வேண்டும்." இப்படிக் கூறிவிட்டு மரங்களினூடே புகுந்து புல்வெளியை நோக்கிச் சென்றான் பாப்லோ. சற்றுக் கழித்துக் கீழே குதிரையொன்று கனைப்பது கேட்டது.

"பார்த்தீரா? பார்த்துக்கொண்டீர் அல்லவா? நல்ல சமயம் நழுவிவிட்டது ஐயா!" என்றான் ஜிப்ஸி. ஜார்டன் பதிலேதும் கூறாமற் போகவே, "நான் இப்போது கீழே போகப் போகிறேன்" என்று அவன் கோபத்துடன் கூறினான்.

"எதற்காக?"

"நன்றாய்க் கேட்டீரே! அவன் இங்கேயிருந்து போய்விடாமல் தடுப்பதற்காகவே போகப்போகிறேன்."

"கீழேயுள்ள குதிரைகளில் ஏதாவதொன்றின் மீது ஏறி அவன் இங்கிருந்து போய்விட முடியுமா, என்ன?"

"முடியாது."

"அப்படியானால், அவனைத் தடுத்து நிறுத்தக்கூடிய இடத் துக்குப் போ."

"அங்கே அகஸ்டின் இருக்கிறான், தடுப்பதற்கு."

"சரி, அவனிடம் போய்ச் சொல்லு. இங்கே நடந்ததைக் கூறு."

"பாப்லோவைக் களிப்புடன் கொல்வான் அகஸ்டின்."

"அது இன்னும் நல்லதுதான்... சரி, மேலே போய், இங்கு நடந்தவை எல்லாவற்றையும் அவனிடம் அப்படியே சொல்லு."

"அதற்குப் பிறகு."

"இப்போது நான் புல்வெளிக்கு இறங்கிச்சென்று பார்க்கப் போகிறேன்."

"சபாஷ், ஐயா, சபாஷ்!" – இப்படிப் பாராட்டிய ரஃபேலின் முகத்தை அந்த இருளில் ஜார்டனால் பார்க்க முடியவில்லை. ஆயினும் அவன் சிரித்ததை ஊகிக்க முடிந்தது. "இப்போதுதான் நீர் வரிந்து கட்டிக் கொண்டிருக்கிறீர்!" என்று கூறி அதை மேலும் ஆதரித்தான் ஜிப்ஸி.

"சரி நீ அகஸ்டினிடம் போ."

"போகிறேன், ராபர்ட்டோ, போகிறேன்."

ஒவ்வொரு மரமாகத் தடவித் தாண்டிப் புல்வெளியின் ஓரத்தை ஜார்டன் அடைந்தான். அந்த இருளில் அங்கு பார்வையை ஓடவிட்டான். மரங்கள் இல்லாத திறந்தவெளியாதலால் அங்கே நட்சத்திர வெளிச்சம் அதிக அளவில் வீசியது. வளைத்துக் கட்டப் பட்டிருந்த குதிரைகளின் பெரிய உடல்கள் கருநிழல்களாகத் தெரிந்தன. தனக்கும் ஓடைக்கும் இடையில் இருந்த பரப்பில் சிதறிக்கிடந்த அந்தக் குதிரைகளை அவன் கணக்கிடலானான். மொத்தம் ஐந்து குதிரைகள் இருந்தது தெரிந்தது. அங்கேயே ஒரு மரத்தின் அடியில் இருந்த பாறைமீது அமர்ந்தவாறு அந்தப் புல் வெளியையே ஜார்டன் நோக்கினான். சிந்தனை விரிந்தது: 'நான் களைத்துவிட்டேன். நிலைமைகளைக் கணிக்கும் திறனும் ஒடுங்கி விட்டாற் போலிருக்கிறது. எனினும் பாலத்தைத் தகர்ப்பது என் கடமை. அதை முடிக்கும் வரையில் அனாவசிய அபாயமெதையும் வலுவில் வரவழைத்துக்கொள்ளக் கூடாது. சில சமயங்களில் அவசியமான சில செயல்களைப் புரியாமல் இருப்பதே ஆபத்துத் தான். ஆயினும் நிலைமை தன் போக்கில் செல்லட்டும் என்று சும்மாயிருந்து விட்டேன். பாப்லோவை நான் கொல்ல வேண்டுமென அவர்கள் மெய்யாகவே எதிர்பார்த்தார்களானால் அதை நான் செய்தேயிருக்க வேண்டும். ஆனால் அதை அவர்கள் எதிர்பார்த்ததாக எனக்குத் திட்டமாகத் தெரியவில்லை. பிற்பாடு, தான் பழகிப் பணிபுரிய வேண்டியவர்களிடையே ஒரு கொலையை வேற்றாள் செய்வது பெரும் கெடுதலையே விளைக்கும். போரில் அப்படிச் செய்யலாம்தான்; போதிய கட்டுப்பாடு இருந்தாலும் செய்யலாம், ஆனால் இந்தச் சந்தர்ப்பத்தில் அதுபெரும் பாதகமேயாகும். அப்படிச் செய்ய வேண்டுமென எனக்குச் சபலம் ஏற்பட்டு, அது சுளுவான சுருக்கு வழியாகத் தோன்றிய போதிலும்கூட அதில் நான் இறங்கியிருக்கவே கூடாது. ஆனாலும் இந்த நாட்டில் ஏதுவும் அவ்வளவு சுலபமானதோ சுருக்கமானதோ அல்ல என்றே எண்ணுகிறேன். அந்தக் கிழவியை நான் பூரணமாக நம்பியபோதிலும் அவள் அத்தகைய தீவிர நடவடிக்கையைக் கண்டதும் எப்படி நடந்து கொண்டிருப்பாள் என்பதை என்னால் கூறவியலாது. இம்மாதிரி இடத்தில் ஒருவன் இறந்தால் அவன் கோரமாகவே, அசிங்கம் பிடித்தவனாகவே, அருவருக்கத் தக்கவனாகவே தோன்று வான்; ஆகவே, அவள் எவ்விதம் நடந்துகொள்வாள் என்பதைக் கூறவே முடியாது. அந்தக் கிழவி பிலார் இல்லாவிட்டால் இந்த இடத்தில் இயக்கமோ கட்டுப்பாடோ அசாத்தியம். அவள் இருந்தால் இரண்டுமே மிகச் சிறப்பாக இருக்கும். அவளோ, அல்லது ஜிப்ஸியோ (ஊஹூம் அவன் செய்யமாட்டான்), அன்றி காவல் காக்கும் அகஸ்டினோ பாப்லோவைக் கொன்றால் மிகமிகப் பொருத்தமா யிருக்கும். கொலையைக் கட்டோடு வெறுப்பதாக ஆன்ஸெல்மோ

கூறினாலும் நான் சொன்னால் அவன் கட்டாயம் கொன்றே தீருவான். பாப்லோவை அவன் வெறுக்கிறான் என்றே நினைக்கிறேன். அவன் முன்பே என்னை நம்புகிறான்; தனக்கு நம்பிக்கையுள்ள லட்சியத்தின் பிரதிநிதி என்றே என்னைக் கருதுகிறான். அவனுக்கும் அந்தக் கிழவிக்கும்தான் குடியரசிடம் நிஜமான நம்பிக்கை உள்ளதுபோலக் காண்கிறது. ஆனால் அதையும் இத்தனை விரைவில் திட்டமாக கூறிவிடுவதற்கில்லை!

இப்படியெல்லாம் எண்ணமிட்ட அவனுடைய கண்கள் விண்மீன் ஒளிமட்டுமே வீசிய அந்த இருளில் இதற்குள் பார்க்கப் பழகிவிட்டன. எனவே, குதிரைகளிலொன்றின் பக்கத்தில் பாப்லோ நிற்பதை அவனால் காண முடிந்தது. மேய்ந்துகொண்டிருந்த குதிரை தலையை நிமிர்த்திப் பார்த்தது; பிறகு பொறுமை தீர்ந்ததாய்த் தலையைத் திரும்பத் தொங்கப்போட்டது. அதன்மீது சாய்ந்திருந்த பாப்லோ, அதன் கழுத்தில் தட்டிக் கொடுத்தான்; அப்படியே, அது தன்னைக் கட்டியிருந்த கயிற்றோடு அங்குமிங்கும் சென்றபோது கூடவே போனான். தான் மேய்ந்து கொண்டிருக்கும் போது இவ் விதம் குலாவப்பட்டதில்தான் குதிரைக்கு எரிச்சல். பாப்லோ என்ன செய்து கொண்டிருந்தான் என்பதை ஜார்டனால் பார்க்க முடிய வில்லை; எனினும் குதிரையை அவன் அவிழ்த்து விடவில்லை, சேணத்தையும் போடவில்லை என்பதை அவனால் காண முடிந்தது. அவனையே நோக்கியவனாய் அமர்ந்து, தன்னை எதிர்ப்பட்ட பிரச்சனையைச் சிக்கறுக்க முற்படலானான்.

“என் அரும்பெரும் குதிரையே. நல்ல செல்லக் குட்டியே!” என்றெல்லாம் அந்த இருளில் கொஞ்சிக் கொண்டிருந்தான் பாப்லோ, அந்தப் பெரிய செம்பழுப்புநிற ஆண் குதிரையை நோக்கி, “வெள்ளைமுகக் கொள்ளையழகுக் குதிரையே! என் கிராமப்புற வாய்க்காலைப்போல வளைந்த கழுத்துடைய குதிரையே! ஊஹூம்! அதைவிட உன் கழுத்து அழகாக வளைந்திருக்கிறது” அவன் இப்படிப் பிதற்றியதைக் காதில் போட்டுக்கொள்ளாமல் அப்புறமும் இப்புறமும் தலையைத் திருப்பியவாறு குதிரை தொடர்ந்து புல்லை மேய்ந்து கொண்டிருந்தது. பாப்லோவினிடமும், அவனுடைய பேச்சினாலும் அதற்கு எரிச்சல் என்பது தெளிவாகத் தெரிந்தது. ஆயினும் அவன் தொடர்ந்தான்: “நீ பெண்பிள்ளையோ, முட்டாளோ அல்ல. என்னருமைப் பெரிய குதிரையே! கொதிக்கும் கல்லைப் போன்ற பெண்ணல்ல நீ, வெட்டிய தலைமயிரும், இப்போதே பிறந்த குட்டியைப் போலத் தள்ளாடிய நடையுமுடைய சின்னக் குதிரையுமல்ல. வசைகளை நீ வீசுவதில்லை, பொய் பேசுவதில்லை, புரிந்து கொள்ளாமலும் இருப்பதில்லை. ஆஹா, என் அருமந்தப் பெருங்குதிரையே, செல்லக் குட்டியே, சீனிக்கட்டியே!”

அந்தப் பேச்சு காதில் விழுந்திருந்தால் ஜார்டனுக்குச் சுவையாக இருந்திருக்கும் என்பதில் சந்தேகமில்லை. ஆனால் அது அவன் காதில் விழவில்லை. குதிரைகளைக் கவனிக்கவே பாப்லோ கீழே சென்றிருக்கிறான் என்று அவன் திடமாக நம்பினான். அப்போது அவனைக் கொல்வது உசிதமல்ல என்ற முடிவுக்கும் வந்துவிட்டான். எனவே, எழுந்து குகைக்குத் திரும்பினான். பாப்லோவோ, குதிரை யிடம் கொஞ்சிக் குலாவியவாறு புல்வெளியிலேயே மிகுந்த நேரம் இருந்தான். அவன் கூறியது எதையும் அந்தக் குதிரை புரிந்துகொள்ள வில்லை. அவன் குரலிலிருந்து அவ்வளவும் கொஞ்சு மொழிகள் என்பதை மட்டும் கண்டு கொண்டது. நாள் முழுதும் பட்டியில் அடைபட்டிருந்ததாலும், பெரும் பசி எடுத்திருந்ததாலும் கயிற்றை இயன்றமட்டும் இழுத்து மளமளவென மேய்ந்துகொண்டிருந்தது. அந்நிலையில் பாப்லோ குறுக்கிட்டது தான் அதற்குப் பிடிக்கவில்லை. முடிவில் மூளையை மற்றோரிடத்துக்கு பாப்லோ மாற்றினான்; மேற்கொண்டு எதுவும் பேசாமல் குதிரையின் பக்கத்திலேயே தொடர்ந்து நின்றான். அவ்வாறு அவன் தொல்லை தருவதை நிறுத்திவிட்டதால் குதிரையும் நிம்மதி அடைந்ததாய்த் தொடர்ந்து மேயலாயிற்று.

6

குகையினுள் புகுந்த ஜார்டன் கணப்பருகே ஒரு மூலையில் கிடந்த தோலாசன முக்காலியில் அமர்ந்தவனாய் பிலாரின் பேச்சைக் கேட்கலானான். பாத்திரங்களைக் கழுவியவாறே அவள் பேசினாள். அவளிடமிருந்து அந்தப் பாத்திரங்களை மேரியா வாங்கித் துடைத்த பின் சுவரில் குடையப்பட்டிருந்த பொந்தொன்றில் குனிந்து குனிந்து அவற்றை அடுக்கிக் கொண்டிருந்தாள்.

“எல்ஸோர்டோ இன்னும் வராதது ஆச்சரியம்தான்! அவன் இங்கே வந்து ஒருமணி நேரம் ஆகியிருக்க வேணுமே” என்றாள் பிலார்.

“அவரை இங்கு வரும்படிச் சொன்னீர்களா?”

“இல்லை, ஒவ்வோர் இரவும் அவன் இங்கு வருவது வழக்கம்.”

“இன்றிரவு அவர் வேறேதாவது செய்துகொண்டிருக்கிறாரோ, என்னவோ? வேறு ஏதாவது வேலை இருக்கலாம் அல்லவா?”

“இருக்கலாம்தான், அப்படி இன்றிரவு அவன் வராவிட்டால் நாளை நாமே போய்ப் பார்க்க வேண்டும்.”

“போவோம். அவர் இருப்பிடம் இங்கிருந்து தூரமோ?”

"இல்லை. நல்ல நடையாக இருக்கும் அது. என் கால்களுக்குப் பயிற்சி கொடுத்துப் பல நாளாகிவிட்டது."

"நானும் வரலாமா? வரட்டுமா, பிலார்?" என்று மேரியா கேட்டாள்.

"வரலாமடி, கிளியே!" என்று அவளை நோக்கிக் கூறியவள், பின்னர் ஜார்டனின் பக்கம் தன் பெரிய முகத்தைத் திருப்பி, "இவள் அழகிதானே? உமக்கு எப்படிப்படுகிறாள்? – கொஞ்சம் ஒல்லி யாகவோ?" என வினவினாள்.

"இல்லை, மிக நன்றாக இருப்பதாகத்தான் எனக்குத் தோன்று கிறது" என்று பதிலளித்த ஜார்டனின் கோப்பையை மதுவினால் மேரியா நிரப்பினாள். "இதைக் குடியுங்கள். குடித்து முடித்ததும் இன்னும் நன்றாகக் கூட உங்கள் கண்களுக்குத் தோன்றுவேன். நான் அழகாகக் காண வேண்டுமானால் நீங்கள் நிறைய நிறையக் குடித்தாக வேண்டும்!" என்றாள் அவள்.

"அப்படியானால் இதோடு நிறுத்திக் கொள்கிறேன். ஏனென் றால், நீ இப்போதே கொள்ளை அழகியாகத்தான் தென்படுகிறாய்."

"ஆகா, இதுதான் பேசவேண்டிய முறை! நல்ல ஆண்பிள்ளை களைப் போலவே நீர் பேசுகிறீர். சொல்லும். அழகைத் தவிர இவளிடம் வேறென்ன பார்க்கிறீர்?" என்று பிலார் கேட்டாள்.

"இவள் புத்திசாலியும்கூட" என்று ஜார்டன் இட்டுக் கட்டலா னான். அதுகேட்டு மேரியா நகைக்க, பிலார் தலையை ஆட்டியபடி, "எவ்வளவு நன்றாக ஆரம்பித்து, எத்தனை மோசமாக முடித்துவிட்டீர், திருவாளர் ராபர்ட்டோ!" என்று கூறினாள்.

"என்னைத் 'திருவாளர்' என்று தயவுசெய்து அழைக்காதீர்கள்."

"வேடிக்கைக்குத்தான் அப்படிச் சொன்னேன். இங்கே பாப்லோ வைச் சீண்ட அவ்விதம்தான் அழைப்போம். ஏன், மேரியாவையும் கூடத் திருமதி, திருவாட்டி என்று கூறுவதுண்டு."

"நான் இப்படியெல்லாம் தமாஷ் செய்வதில்லை. இந்தப் போரில் 'தோழர்' என்று அழைப்பதே சரி, அதுவே முறை. வேடிக்கை செய்தால் வினைதான் தொடங்கும்."

"ஆனாலும் அரசியலைக் கட்டிக்கொண்டு அழுகிறீர் நீர், அது ஏதோ புனிதமான மதத்தைப்போல" என்று சீண்டிய கிழவி, "தமாஷே கிடையாதோ உம்மிடம்?" என்று வினவினாள்.

"இல்லாமலென்ன? வேடிக்கைப் பேச்சை விரும்பி ரசிப்பவன் தான் நான். ஆனால் என்னை அழைக்கும் முறையில் மட்டும் தமாஷ் செய்வதை நான் விரும்புவதில்லை. நமது கொடியைப்போல அந்த முறையும் புனிதமானது என்று கருதுகிறேன்."

"கொடி மட்டும் என்ன கொம்போ? அதைப்பற்றியும் நான் தமாஷ் செய்வதுண்டு. எந்தக் கொடியானாலும் எனக்குப் பெரிதில்லை" என்று கூறிப் பிலார் சிரித்தாள். "எந்தக் கொடியுமே எனக்குப் பரிகாசப் பொருளாகத்தான் படுகிறது. மஞ்சளும் தங்க நிறமும் சேர்ந்த பழைய கொடியைச் சீழும் ரத்தமுமெனச் சொன்னோம். சிவப்பும் சேர்ந்த குடியரசுக் கட்சியையோ சீழ், ரத்தத்துடன் சிந்தூரமும் சேர்ந்தது என்கிறோம். எல்லாம் வேடிக்கை தான்" என்றாள், தொடர்ந்து.

"இவர் ஒரு கம்யூனிஸ்ட், அந்தக் கட்சியைச் சேர்ந்தவர் களுக்குத்தான் தமாஷே பிடிக்காதே!" என்றாள் மேரியா

"என்ன இது, நீர் கம்யூனிஸ்டா என்ன?" என வினவினாள் பிலார்.

"இல்லை, ஃபாஸிஸத்தை எதிர்ப்பவனே!" என்றான் ஜார்டன்.

"நெடு நாளாகவே எதிர்க்கிறீரோ?"

"எப்போது ஃபாஸிஸத்தைப் புரிந்து கொண்டேனோ அது முதல்."

"எவ்வளவு நாளாயிற்று, நீர் புரிந்து கொண்டு?"

"ஏறக்குறையப் பத்து வருஷம் ஆகியிருக்கலாம்."

"பத்து வருஷம் அப்படியொன்றும் பிரமாதமில்லை. நான் இருபது வருஷமாகக் குடியரசுவாதியாக இருக்கிறேனாக்கும்!"

"என் அப்பா ஆயுள் பூராவும் குடியரசுவாதியாக இருந்தார். அதற்காகவே அவரைச் சுட்டுக் கொன்றுவிட்டார்கள்" என்று மேரியா குறுக்கிட்டுக் கூறினாள்.

"என் தந்தையும்தான் வாழ்நாள் முழுதும் குடியரசுவாதியாக இருந்தார். ஏன், என் பாட்டனாரும் கூடத்தான் அப்படி" என்றான் ஜார்டன்.

"எந்த நாட்டில்?"

"அமெரிக்காவில்."

"அவர்களையும் சுட்டுக் கொன்றுவிட்டார்களாக்கும்?" என்று பிலார் வினவினாள்.

"நன்றாகக் கேட்டீர்களே! குடியரசுவாதிகள் நிறைந்த நாடு அமெரிக்கா, அங்கே அப்படி இருப்பதற்காக யாரையும் சுட்டுக் கொல்வதில்லை" என்றாள் மேரியா.

"எப்படியும் குடியரசுவாதியாக ஒரு தாத்தா இருந்தது நல்லது தான். நல்ல பரம்பரைக்கு அது ஒரு ருசு!"

“குடியரசுவாதிகளின் தேசியக் கமிட்டியில் என் பாட்டனார் ஒரு அங்கத்தினர்” என்று ஜார்டன் கூறியது மேரியாவைக்கூட மலைக்க வைத்தது.

“குடியரசில் உம் தகப்பனார் இன்னமும் தீவிரமாக வேலை செய்து வருகிறாரா?” என்று பிலார் விசாரித்தாள்.

“இல்லை, அவர் இறந்து விட்டார்.”

“எப்படிச் செத்தார் என்று கேட்கலாமோ?”

“தன்னைத் தானே சுட்டுக்கொண்டுவிட்டார்!”

“சித்திரவதையிலிருந்து தப்பத்தான் அப்படிச் செய்தாரோ?”

“ஆமாம், சித்திரவதையைத் தவிர்க்கத்தான்.”

கண்களில் நீர்முட்ட மேரியா அவனை நோக்கி, “என் அப்பாவுக்கு ஆயுதமெதுவும் கிடைக்கவில்லை. அந்த அதிருஷ்டம் உங்கள் அப்பாவுக்கு இருந்ததில் எனக்கு மிகவும் சந்தோஷம்” என்றாள்.

“ஆமாம், அது பேரதிருஷ்டம்தான்... சரி, வேறு ஏதாவது பேசுவோமே.”

“அப்படியானால் நீங்களும் நானும் ஒன்றுதான்” என்று கூறியபடி ஜார்டனின் புஜத்தின்மீது கை வைத்தவாறு அவனை உற்றுப் பார்த்தாள், மேரியா. அவனும் அவளது பழுப்புநிற முகத்தையும் கண்களையும் நோக்கினான். முகத்தைவிடக் கண்கள் முத்தி முதிர்ந்திருந்தனபோல முன்பு பார்த்தபோது அவனுக்குத் தோன்றியது. இப்போதோ, அவற்றில் திடுமென ஒரு வேட்கையும் இளமையும் கூடியிருக்கக் கண்டான்:

“உங்களைப் பார்த்தால் அண்ணன் – தங்கை போலவே இருக்கிறது. நல்லவேளை, நீங்கள் அப்படியில்லை” என்றாள் பிலார்.

“என் மனம் அடித்துக்கொண்டது என்பது இப்போது தெரிகிறது. தெளிவாகத் தெரிகிறது” என்றாள் மேரியா.

“நன்றாகத் தெரிகிறதே!” என்று கூறியபடியே அவளை எட்டிப் பிடித்த ஜார்டன் அவளுடைய தலையைத் தடவிக் கொடுக்கத் தொடங்கினான். அன்று பகல் முழுதும் அப்படிச் செய்ய அவனது கைகள் பரபரத்தன. அது இப்போது இயன்றதும், தன் தொண்டையை ஏதோ அடைத்துக் கொள்ளத் துவங்கியது போல உணர்ந்தான். அவளோ அவனுடைய தடவலுக்கேற்பத் தலையை வாட்டமாக அசைத்துக் கொடுத்துச் சிரித்தாள். குட்டையாக இருந்த போதிலும் பட்டுப் போல இருந்த அவள் முடியைத் தன்விரல்கள் அலைத்ததால் ஆனந்தப்பட்டான் அவன். அடுத்து அவளுடைய கழுத்தை அடைந்தது அவன் கை, அப்புறம் திடுமெனக் கீழே விழுந்தது.

“மறுபடியும் அப்படிச் செய்யுங்களேன். தடவித் தரமாட்டீர்களா என்று நாள் பூராவும் ஏங்கினேன்.”

“அப்புறம் செய்கிறேன்” என்று கூறிய ஜார்டனின் குரல் கரகரத்தது.

“என் சேதி என்ன? இத்தனை கூத்தையும் நான் பார்த்துக் கொண்டிருக்க வேண்டும். இல்லையா? பார்த்தும், எதுவும் நடக்காததுபோல இருக்க வேண்டும்’ அப்படித்தானே? ஊஹும், என்னால் அது முடியாது. இது நிற்பதற்கு இப்போது பாப்லோவாவது வரக் கூடாதா!” என்றாள் பிலார். ஆனால் அவளையோ, மெழுகு வத்தி வெளிச்சத்தில் மேஜையைச் சுற்றி அமர்ந்து சீட்டாடிய மற்றவர்களையோ மேரியா சட்டை செய்யவில்லை. “இன்னொரு கோப்பை ஒயின் வேணுமா, ராபர்ட்டோ” என்றே கேட்டாள்.

“கொடேன். தாராளமாய்” என்றான் ஜார்டன்.

“இதோ பாரடி. என்னைப்போலவே உனக்கு வாய்ப்பவனும் குடிகாரப் பேர்வழிதான். அந்த அபூர்வ மதுவை இந்த ஆசாமி மடக்கென்று குடித்ததைத்தான் பார்த்தாயே? இதோ பாரய்யா, இங்கிலீஷ்காரரே!” பிலார் இப்படி அழைத்ததும், “நானொன்றும் ஆங்கிலேயனில்லை, அமெரிக்கன்தான்” என்று ஜார்டன் விளக்கினான்.

“சரி, கேளும் ஐயா, அமெரிக்கரே! இரவில் எங்கே தூங்க உத்தேசம்?”

“வெளியில்தான். என்னிடம் படுக்கைச் சுருள் இருக்கிறது.”

“நிரம்ப நல்லது. பனிமூட்டம் இல்லையே?”

“குளிராகத்தான் இருக்கும்.”

“அப்படியானால் பரவாயில்லை. வெளியிலேயே படுக்கையைப் போடும். அங்கேயே தூங்கும். உம் மூட்டைகள் என்னிடமே இருக்கட்டும்.”

“சரி” என்று சொன்ன ஜார்டன் “சற்று நேரம் அப்பால் போயிரு” என்று மேரியாவைப் பார்த்துக் கூறி அவள் தோளில் கை போட்டான்.

“எதற்காக?”

“பிலாருடன் பேச விரும்புகிறேன்.”

“அதற்காக நான் இதைவிட்டு அப்பால் போகத்தான் வேண்டுமா?”

“ஆமாம்.”

குகைவாயிலுக்கு அருகே சென்று மதுக்கூட்டின் பக்கத்தில் மேரியா நின்றாள். அங்கிருந்தபடி சீட்டாட்டக்காரர்களை அவள்

பார்த்துக் கொண்டிருந்தபோது "என்ன விஷயம்?" என்று ஜார்டனை பிலார் வினவினாள்.

"ஜிப்ஸி சொன்னான், எடுத்த காரியத்தை நான்–" என்று அவன் தொடங்கினான்.

"ஊஹும், அவன் நினைப்பது பிசகு" என்று அவள் குறுக்கிட்டுக் கூறினாள்.

"அவசியமானால் நான்." அமைதியாகத்தான் ஆயினும் சிரமத்துடன் ஜார்டன் தொடர்ந்தான்.

"நீர் செய்திருப்பீர் என்பதில் எனக்குச் சந்தேகமில்லை. ஆனால் நீர் அதைச் செய்யாமல் சும்மாவிருந்தது சரியே."

"இருந்தாலும் அது தேவையானால்–"

"இல்லை. அதுதான் அவசியமில்லை என்று சொல்கிறேனே?" ஜிப்ஸியின் மூளை உளுத்துவிட்டது.

"மனம் பலவீனப்பட்ட நிலையில் பாப்லோ பேராபத்தானவன் தான், இல்லையா?"

"இல்லை, உமக்குத் தெரியாது. அவனால் அபாயம் ஏற்பட இடமே கிடையாது; அந்தச் சக்தி அவனிடம் அற்றுப் போய்விட்டது."

"எனக்குப் புரியவில்லையே."

"உமக்கு இன்னும் வயசாகவில்லை; போகப் போகத்தான் புரியும்" என்று கூறிய பிலார் பின்னர் மேரியாவை நோக்கி, "இங்கே வா, மேரியா, பேச்சை முடித்துவிட்டோம்" என்றாள்.

அதையடுத்து மேரியா வந்ததும் ஜார்டன் கை நீட்டி மறுபடியும் அவளுடைய தலையைத் தடவிக் கொடுத்தான். அவனுடைய விரல்கள் பட்டதும் அவள் பூனைக்குட்டியைப் போலச் சிலிர்த்தாள். அவளுக்கு அழுகை வரும்போல இருந்ததாக அவனுக்குத் தோன்றியது. ஆயினும் அவளுடைய உதடுகள் மீண்டும் இறுகின. அவனை நோக்கி அவள் புன்முறுவல் பூத்தாள்.

"சரி சரி, நீர் படுக்கப்போக நேரமாகிவிட்டது. நாள் பூராவும் நீர் நடந்து வேறு வந்திருக்கிறீரே?" என்றாள் பிலார்.

"சரி, என் படுக்கையை எடுத்துக்கொண்டு போகிறேன்" என்று கூறி ஜார்டன் எழுந்தான்.

7

சுருளினுள் படுத்து ஜார்டன் துயின்று கொண்டிருந்தான். குகைவாயிலுக்கு அப்பால் பாறைகள் உள்வாங்கியிருந்த இடத்தில் தரைமீது அந்தச் சுருள் படுக்கையை அவன் போட்டிருந்தான்.

தூங்கத் துவங்கி நேரமாகிவிட்டதென அவன் நினைத்தபோது பக்க வாட்டில் திரும்பிப் படுத்தான். அப்போது, மணிக்கட்டுடன் பிணைத்திருந்த தன் கைத்துப்பாக்கியின் பேரில் அவன் புரள நேர்ந்தது. தோளும் முதுகும், கால்களும் தசைகளும் களைத்தவனாய் அவன் படுத்தபோது அந்தக் கைத்துப்பாக்கி அவன் பக்கத்தில் சுருளினுள் கிடந்தது. அவனுக்கு ஏற்பட்டிருந்த சோர்வில் சுருளின் உட்புறம் தைக்கப்பட்டிருந்த ஃப்ளானெல் துணியுடன் ஒட்டுமளவு நீட்டிப் படுத்ததே பெரிய இன்ப நுகர்ச்சியாக இருந்தது. துப்பாக்கி மீது புரண்டதும் அவனுக்கு விழிப்பு ஏற்பட்டுவிட்டது. எங்கு இருக்கிறோம் என்று சிறிதுநேரம் சிந்தித்துக் குழம்பிய பிறகுதான் அவனுக்கு நினைவு வந்தது. துப்பாக்கியை அப்பால் நகர்த்திவிட்டு மீண்டும் துயிலில் ஆனந்தமுடன் ஆழ முற்பட்டான். கயிற்றுப் பாத ஜோடுகளைச் சுற்றிக் கச்சிதமாகக் கட்டப்பட்டிருந்த ஆடைகள் மீது அவனுடைய கைகளிலொன்று படிந்திருந்தது. இன்னொரு கையோ தலையணையைக் கட்டிக் கொண்டிருந்தது. அப்போதுதான் மேரியாவின் கை அவனுடைய தோளைத் தொட்டது. சுருளினுள் துப்பாக்கியை வலது கையில் பிடித்துக் கொண்டவனாய்ச் சட்டெனத் திரும்பினான். வந்திருந்தது யார் என்பதைக் கண்டு கொண்டதும் 'ஓ! நீயா?' என்றவாறு துப்பாக்கியைக் கீழே போட்டான். பின் இரு கைகளையும் உயர்த்தி அவளைப் பிடித்துக் கீழ் நோக்கி இழுத்தான். அவளை அவ்விதம் தன் கைகளால் அணைந்த போது அவள் நடுங்கிக் கொண்டிருந்ததை அவன் உணர்ந்தான். "உள்ளே வா, வெளியே குளிருகிறது" என்றான் மெள்ள.

"கூடாது. நான் உள்ளே வருவது சரியல்ல" என்றாள் மேரியா.

"சரிதான் வா, சரியா, அல்லவா என்பதைப்பற்றி அப்புறம் பேசிக் கொள்ளலாம்" என்றான். அவளோ நடுங்கினாள். ஒரு கையால் அவளது மணிக்கட்டைப் பிடித்துக் கொண்டு, இன்னொரு கையால் அவள் தோளைப் பற்றியிருந்தான். அப்போது அவள் தன் தலையைத் திருப்பிக் கொண்டிருந்தாள். "உள்ளே வாயேன், குட்டி முயலே!" என்று கூறி அவளுடைய கழுத்தின் பின்புறத்தில் ஒரு முத்தத்தைப் பதித்தான்.

"ஊஹும், எனக்குப் பயமாயிருக்கிறது."

"எதற்காக? பயப்படாதே. உள்ளே வா."

"எப்படி வருவது?"

"குனிந்தால் புகுந்துவிடலாம். இங்கே நிறைய இடம் இருக்கிறது. வேண்டுமானால், நீ நுழைந்துவர உதவட்டுமா?"

"வேண்டாம்" என்று கூறியபடிச் சட்டெனச் சுருளினுள் புகுந்து விட்ட மேரியாவை ஜார்டன் இறுக்கமாக அணைத்துக் கொண்டு அவளது உதடுகளை முத்தமிட முயன்றான். அவளோ அவனுடைய

கழுத்தைக் கட்டிக் கொண்டிருந்தபோதிலும் உடை மூட்டையில் முகத்தைப் புதைத்திருந்தாள். சற்றுப் பொறுத்து அவளது பிடி தளர்ந்ததையும், அவள் மீண்டும் நடுங்கியதையும் அவன் உணர்ந்தான். "வேண்டாம், பயப்படாதே, அது என் கைத்துப்பாக்கிதான்" என்று கூறிச் சிரித்த அவன் அதை எடுத்துத் தனக்குப் பின்னால் வைத்துக் கொண்டான்.

"எனக்கு வெட்கமாக இருக்கிறது" என்று கூறித் தன் முகத்தை அப்பால் வைத்துக்கொண்டாள் மேரியா.

"கூடாது, நீ வெட்கப்படலாகாது. இதோ பார், இந்தப் பக்கம் திரும்பு!"

"ஊஹும், மாட்டேன். எனக்குப் பயமாகவும் இருக்கிறது!"

"பயப்படக்கூடாது. என் முயல்குட்டி அல்லவா நீ? திரும்பு, தயவுசெய்து."

"கூடாது, நான் அப்படிச் செய்யலாகாது. நீங்கள் என்னைக் காதலிக்காவிட்டால் நான் அப்படிச் செய்யக்கூடாது."

"நான் உன்னைக் காதலிக்கத்தான் செய்கிறேன்" என்றான் ஜார்டன்.

"நானும் உங்களைக் காதலிக்கிறேன்... ஆமாம், உங்கள்மீது எனக்குக் கொள்ளைக் காதல்... எங்கே, என் தலைமீது கையை வையுங்கள்" அவளிடமிருந்து எட்ட இருந்தபடி தொடர்ந்து தலையணையில் முகத்தைப் புதைத்தவாறே அவள் கூறினாள்.

அவளுடைய தலைமீது அவன் கைவைத்து லேசாகத் தட்டிக் கொடுத்தான். அடுத்து, திடுமெனத் தலையணையிலிருந்து அவள் முகம் திரும்பியது. அவனுடைய கரங்களினுள் வந்தவளாய் உடலோடு உடல் ஒட்டினாள். அவளுடைய முகமும் அவன் முகத்தோடு பதிந்தது. ஆனந்தக் கண்ணீர் சிந்தலானாள். உடனே அவளை அவன் இன்னும் இறுக்கமாக அணைத்தான். அவளுடைய இளம் உடலின் நெடுநீளம் முழுவதும் தன் உடலுடன் ஒட்டியிருந்ததை உணர்ந்தான். அவளது தலையைத் தொடர்ந்து தட்டித் தந்தவாறு, நனைந்து கரித்த அவளுடைய கண்ணிமைகள் மீது முத்தம் கொடுத்தான். அவள் விம்மி அழுதபோது அவள் அணிந்திருந்த சட்டையினூடே உருண்டு திரண்ட அவளுடைய தனங்கள் முட்டி நின்றதையும் அவனால் உணர முடிந்தது.

"என்னால் முத்தம் கொடுக்க முடியாது. அதை எப்படிக் கொடுப்பது என்பது எனக்குத் தெரியாது."

"நீ முத்தம் தரத் தேவையேயில்லை!"

"இல்லை, தந்துதானாகவேண்டும். அனைத்தையும் செய்தே தீரவேண்டும்."

"எதையும் செய்ய அவசியமில்லை. எல்லாம் சரியாகத்தான் இருக்கிறது. ஆனாலும் உடைகளைத்தான் அளவுக்கதிகமாக அணிந்து இருக்கிறாய்."

"நான் என்ன செய்யவேண்டும். சொல்லுங்கள்."

"இதோ நான் உதவுகிறேன்."

"இப்போது வசதியாக இருக்கிறதா?" என்று மேரியா கேட்டாள்.

"ஆம், சுகமாக இருக்கிறது. உனக்கும் அப்படித்தானே?"

"ஆமாம், மிகவும் சுகமாக இருக்கிறது... அது சரி, பிலார் சொன்னபடி நான் உங்களுடன் வரலாம் அல்லவா?"

"தாராளமாக" என்றான் ஜார்டன்.

"ஆனால் உங்கள் வீட்டுக்கல்ல. உங்களுடன் வசிக்கலாம், அவ்வளவுதானே?"

"இல்லை, வீட்டுக்குத்தான் போகப் போகிறோம்."

"இல்லை, இல்லவேயில்லை. உங்களுடன் தங்குவேன் உங்களுடைய சேர்மானமாக இருப்பேன், அவ்வளவே."

அவர்கள் அவ்விதம் பேசியபடிப் படுத்திருக்கையில் முன்னர் மூடி மறைக்கப்பட்டிருந்தவையெல்லாம் விடுபட்டு விடுதலையாகி விட்டன. முரட்டுத் துணிக்குப் பதில் வழுவழுப்பான மேனியும், உருண்டு திரண்ட மார்பகமும் மென்மையாக அழுத்தின. குளிர்ச்சியும் கதகதப்பும் கூடிக்குலவி நிலைத்தன. வெளியே தண்மை, உள்ளேயோ இதமான வெப்பம். லேசானதும், அதே சமயம் இறுக்கமானதுமாக நீடித்த பிணைப்பு. நெருக்கமான பிடியிலும் ஒரு தனிமை. மேடுகளிடை பள்ளங்கள். களிப்பில் திளைப்பு. கட்டிளமையும் காதலும் கூடிக்கனிந்தன. அனைத்துமே இனிய சூட்டுடன் கூடிய மென்மையாகி விட்டது. இறுக்கத்திலே பிறந்த அந்தத் தனிமை ஜார்டனின் மனத்தைக் குடைந்து, மார்பைத் துளைத்தது. தன்னால் இனியும் அதைத் தாங்கமுடியாதெனக் கருதியவனாய், "வேறு எவரையாவது நீ காதலித்ததுண்டா?" என்று கேட்டான்.

"கிடையாது" என்று கூறிய அவள் திடீரெனக் கட்டை போலானாள். "ஆனால் என்னை என்னென்னவோ செய்திருக்கிறார்கள்" என்றாள், தொடர்ந்து.

"எவர்?"

"எவ்வளவோ பேர்" என்று பதிலளித்த அவள் செத்துவிட்டதே போலச் சற்றும் சலனமற்றுக் கிடந்தாள். தலையையும் அவனிடமிருந்து திருப்பிக் கொண்டாள். "இனி என்னை நீங்கள் காதலிக்க மாட்டீர்கள்" என்றாள்.

"காதலிக்கத்தான் செய்கிறேன்" – எனினும் இப்படிக் கூறிய போதிலும் அவனுக்கு ஏதோ நேர்ந்துவிட்டது. அதை அவளும் உணர்ந்தாள்.

"இல்லை, நீங்கள் காதலிக்க மாட்டீர்கள்" – அவள் குரலில் உணர்ச்சியே இல்லை. "இருந்தாலும் என்னை நீங்கள் வீட்டுக்கு அழைத்துப்போனாலும் போவீர்கள். நானும் உங்களுடன் வருவேன். ஆனால் உங்கள் சேர்மானமாகவோ, வேறு யாராகவுமோ நான் இருக்கப் போவதில்லை."

"உன்னை நான் காதலிக்கிறேன், மேரியா."

"இல்லை, நீங்கள் கூறுவது உண்மையல்ல" என்று அவள் இறுதிக் கோரிக்கை போலப் பரிதாபமாகவும் நம்பிக்கையுடனும் கூறினாள். "ஆனாலும் நான் யாரையும் முத்தமிட்டதில்லை."

"அப்படியானால் இப்போது எனக்கு முத்தம் கொடு."

"கொடுக்கத்தான் விரும்பினேன். ஆனால் அதை எப்படிச் செய்வது என்பது எனக்குத் தெரியாது. என்னைக் கற்பழித்தபோது கண்களை மறைக்குமளவுக்குக் கடும் சண்டை போட்டேன். ஒருவன் என்... என் தலைமீது உட்கார்ந்த வரையில் போராடினேன். அவனை நான் கடித்துவிடவே, என் வாயைக் கட்டினார்கள். அப்புறம், என் தலைக்குப் பின்னால் என் கைகளைப் பிணைத் தார்கள்... அதற்கப்புறம் மற்றவர்கள் என்னைக் கெடுத்தார்கள்."

"உன்னை நான் காதலிக்கிறேன், மேரியா. உன்னை எவரும் எந்தவகையிலும் கெடுத்துவிடவில்லை. உன்னை அவர்கள் தொட் டிருக்கக்கூட முடியாது. யாரும் உன்னைத் தொடவேயில்லை, என் செல்லக்கிளியே!"

"இதை நீங்கள் நம்பித்தான் சொல்கிறீர்களா?"

"நம்புவதென்ன, எனக்கு இது நன்றாகத் தெரியும்."

"உங்களால் என்னைக் காதலிக்க முடியுமா?" என்று கேட்டபடி அவன் உடலோடு அவள் மீண்டும் இழைந்தாள்.

"இன்னும் அதிகமாக அளவிலும் காதலிக்க முடியும்."

"உங்களுக்கு நன்றாக முத்தம் தர முயல்கிறேன் நானும்."

"எங்கே, ஒன்று கொடு, பார்ப்போம்."

"எப்படி என்பது எனக்குத் தெரியாதே."

"முத்தமிட்டுப் பாரேன்" என்று அவன் கூறியதும் அவள் அவனுடைய கன்னத்தில் ஒரு முகத்தைப் பதித்தாள்.

"ஊஹூம், அப்படியில்லை" என்றான் ஜார்டன்.

"பின் எப்படி? மூக்கை எங்கே வைத்துக்கொள்வது? அது எப்போதுமே எனக்குப் புதிராக இருந்துவந்திருக்கிறது."

"இதோபார், இந்தப் பக்கம் தலையைத் திருப்பு" என்று அவன் கூறியதும் அவர்களுடைய உதடுகள் இறுக இணைந்தன. அவனுடன் ஒட்டிப் படுத்த அவளுடைய வாய் சிறுகச் சிறுகத் திறந்தது. அடுத்து, அவளை அணைத்திருந்த அவன் ஒருபோதும் அனுபவித்திராத ஆனந்தத்தைத் திடுமென அடைந்தான். நெஞ்சம் பஞ்சுமஞ்சமாகியது. அதில் காதல் கரை புரண்டது. மகிழ்ச்சி மடைதிறந்து மனத்தை நிறைத்தது. கவலைகளும் களைப்பும் கழன்றோடின: நினைப்பே நீங்கிவிட்டது. பெருங்களிப்பில் மட்டுமே திளைத்தவனாய்: "என் முயல்குட்டியே, கற்கண்டுக் கட்டியே! என் கண்ணின் மணியே, கவினுறு ஓவியமே!" என்றெல்லாம் பொழியலானான்.

"என்ன சொன்னீர்கள்?" – எங்கோ நெடுந்தொலைவில் இருந்தவள் போல் மேரியா கேட்டாள்.

"என் எழிலோவியமே என்றேன்" – ஒட்டிப் படுத்திருக்கையில் அவள் இதயம் தன் இதயத்தோடு ஒத்து இசை பாடக் கேட்டான் அவன். தன் பாதத்தால் அவள் கால்களை லேசாகத் தட்டிப் பார்த்தான். "வெறுங்காலுடனா வந்தாய்?" என்று வினவினான்.

"ஆமாம்."

"அப்படியானால் இங்கு படுப்பதாக முன்பே உனக்கு உத்தேசமோ?"

"ஆம்."

"இதைப்பற்றி உனக்கு அச்சமே இருக்கவில்லையா?"

"இருந்தது. நிறையவே இருந்தது. ஆனாலும் ஜோடுகளை எப்படிக் கழற்றுவது என்பது பற்றி இன்னும் அதிகமாகப் பயந்தேன்."

"அது சரி... இப்போது என்ன மணி இருக்கும்? உனக்குத் தெரியுமா?"

"தெரியாது. உங்களிடம் கடிகாரம் கிடையாதா?"

"உண்டுதான். ஆனால் அது உன் முதுகுக்குப் பின்னால் அல்லவா இருக்கிறது!"

"அங்கேயிருந்து அதை எடுத்துப் பாருங்களேன்."

"முடியாது."

"அப்படியானால் என் தோளுக்கு மேலாகப் பாருங்கள்."

அப்போது இரவு ஒரு மணி ஆகியிருந்தது; படுக்கைச்சுற்றினுள் கவிந்திருந்த இருட்டில் கடிகார வட்டம் பிரகாசமாகத் தெரிந்தது.

"உங்கள் தாடை என் தோளில் உரசிச் சிராய்க்கிறது."

"நீ பொறுத்துக்கொள்ளத்தான் வேண்டும். என்னிடம் சவர சாமான்கள் கிடையாது."

“இப்படி இருப்பதுதான் எனக்குப் பிடிக்கிறது. உங்கள் தாடியும் பொன்னிறமானதா?”

“ஆமாம்”

“அது நீளமாக வளருமோ?”

“பாலம் பிளக்கப்படுமுன் நீளாது... மேரியோ, கேள். உனக்கு...”

“எனக்கு என்ன?”

“உனக்கு விருப்பமுண்டா?”

“உண்டுதான். அனைத்திலும்தான். தயவு செய்யுங்கள். நாம் எல்லாவற்றையும் செய்தோமானால் ஒருவேளை அந்தப் பழைய சம்பவம் நடந்தேயிருக்காதது போலாகலாம்.”

“அதைப்பற்றி நினைத்தாயா என்ன?”

“இல்லை, எனக்குள்ளேயே அந்த எண்ணம் இருக்கிறது. பிலாரும் சொன்னாள்.”

“அவள் மிகவும் புத்திசாலிதான்.”

“இன்னொரு விஷயம்” என்றாள் மேரியா மெள்ள. “என் உடம்பில் கோளாறில்லை என்று உங்களிடம் சொல்லச் சொன்னாள். இந்தமாதிரி விஷயங்களெல்லாம் அவளுக்குத் தெரியும். அதையும் தெரிவிக்கச் சொன்னாள்.”

“என்னிடம் தெரிவிக்கும்படியா சொன்னாள்?”

“ஆமாம். அவளுடன் நான் பேசிக்கொண்டிருந்தேன். உங்களைக் காதலிப்பதாகச் சொன்னேன். இன்று உங்களைப் பார்த்தபோதே காதலிக்கத் தொடங்கிவிட்டேன். எப்போதும் உங்களிடம் காதலுண்டு. முன்னதாகப் பார்த்திருக்காவிட்டாலும், பிலாரிடம் அதைச் சொன்னேன். அப்போதுதான் உங்களிடம் எதைப் பற்றி யாவது நான் பேசினால் என்னிடம் கோளாறு எதுவும் கிடையாது என்று தெரிவிக்கச் சொன்னாள். இன்னொரு விஷயத்தையும் பலநாள் முன்பே, ரயில் வண்டிச் சம்பவத்துக்குச் சில நாள் கழித்துச் சொன்னாள்.”

“என்ன அது?” என ஜார்டன் வினவினான்.

“ஒருவர் மனமொப்பி ஏற்காத காரியமொன்று நடந்திருக்கு மானால் அவரைப் பொறுத்தவரை அது நடந்ததாகவே ஆகாது: நான் யாரையாவது காதலித்தவுடன் அந்தக் காரியம் அடியோடு கரைந்து போய்விடும் என்று சொன்னாள். அது நடந்ததும் நான் செத்துவிடத் துடித்தேன்.”

“அவள் கூறியது மெய்தான்.”

"அப்படிச் சாகாதது பற்றி இப்போது சந்தோஷப்படுகிறேன். உயிரோடு இருப்பதில் கொள்ளை மகிழ்ச்சி அடைகிறேன்... அது சரி, என்னை உங்களால் காதலிக்க முடியுமா?"

"முடியும். இப்போது உன்னைக் காதலிக்காமலா இருக்கிறேன்?"

"அப்படியானால் நான் உங்கள் சேர்மானமாக இருக்க முடியும் அல்லவா?"

"ஊஹூம், நான் செய்யும் வேலைக்குப் பெண்பிள்ளை யாரையும் கூட வைத்துக்கொள்ள முடியாது. இருந்தாலும் இப்போதைக்கு நீ என்னவள்தான்."

"ஒரு முறை அப்படி இருந்தேனானால் எப்போதும் அப்படியே இருப்பேன்... இப்போது நான் உங்களுடையவள்தானே, சொல்லுங்கள்."

"ஆமாம், மேரியா! ஆம், என் முயல்குட்டியே!"

அவனை இறுகத் தழுவிக்கொண்ட அவளுடைய அதரங்கள் அவன் உதடுகளைத் தேடித் துழாவின. அவற்றைக் கண்டுபிடித்ததும் ஒட்டிக்கொண்டன. நூதனமும் புதுமலர்ச்சியும், மென்மையும் இளமையும் அழகுறக் கூடியவளாய் அவளை அவன் கண்டான். வெதுவெதுப்பையும் சுரீரென உறைத்த தட்பத்தையும் ஒருங்கே உணர்ந்தான். தன் உடைகள், ஜோடுகள் கடமைகள் ஆகியவை போலவே நன்கு பழக்கப்பட்டவள் மாதிரி அவள் தன் படுக்கைச் சுற்றினுள் இருந்ததை அவனால் நம்பமுடியவில்லை. அப்போது அவள் அச்சத்துடன் கூறினாள்: "நாம் செய்யவேண்டியதைச் சடுதியில் செய்துவிடுவோம்; அதன் மூலம் அந்த இன்னொரு சம்பவம் அடியோடு அடித்துச் செல்லப்படட்டும்."

"மெய்யாகவே அதை நீ விரும்புகிறாயா?"

"ஆமாம்" என்றாள் அவள். அதில் ஒரு ஆவேசம் தொனித்தது.

"ஆமாம், ஆமாம், ஆமாம்!" என்று மும்முறை மொழிந்தாள். முத்தாய்ப்பு வைக்கும் முறையில்.

8

குளிர் கடுமையாக இருந்தது. ஜார்டனை ஆழ்ந்த உறக்கம் ஆட்கொண்டது. அந்த இரவில் அதன்பின் ஒரே முறைதான் அவன் விழித்துக்கொண்டான். அவ்வமயம் கால் கைகளை நீட்டிய போது படுக்கைச் சுற்றினுள் இருள் மண்டிய ஒரு மூலையில் மேரியா சுருண்டு கிடந்ததை உணர்ந்தான். லேசாக, நிதானமாக மூச்சு விட்டுக் கொண்டிருந்தாள் அவள். நட்சத்திரங்களின் ஒளியோடு தெளிந்து உறைந்திருந்த வானத்தை நோக்கிய அவன், அந்தக் குளிரி

லிருந்து கதகதப்பான படுக்கைச் சுற்றினுள் தன் தலையை இழுத்துக் கொண்டான். நாசித் துவாரங்களில் இன்னமும் குளிர் ஊடாடிய வாறே அவளுடைய மென்தோளின் மீது முத்தமிட்டான். இச்செயல் அவளுக்கு விழிப்பூட்டி விடவில்லை. ஆகவே அவளிடமிருந்து திரும்பிப் பக்கவாட்டில் படுத்தபடித் தலையைத் திரும்பவும் படுக்கைச் சுருளுக்கு வெளியே நீட்டினான். தன் உடலில் இதமாகத் தோய்ந்திருந்த களைப்பை அனுபவித்தவாறும், தங்களிரு உடல்களும் உரசியதால் எழுந்த மென்சுகத்தை மாந்தியபடியும் அந்தக் குளிரில் ஒருகணம் விழித்துக்கொண்டு கிடந்தான். பின்னர் படுக்கைச் சுற்றினுள் எட்டிய மட்டும் கால்களை நீட்டியவனாய் மறுபடியும் துயிலில் ஆழ்ந்தான்.

கதிரவன் உதித்ததுமே அவன் கண்விழித்து விட்டான். ஆனால் அதற்கு முன்பே அவள் எழுந்து போயிருந்தாள். விழிப்புக் கொடுத்ததுமே அது அவனுக்குத் தெரிந்துவிட்டது. கையால் தொட்டுத் தடவிப் பார்த்தபோது அவள் படுத்திருந்த இடம் வெதுவெதுப்பாக இருந்தது. குகை வாயிலை நோக்கினான். அதை மூடியிருந்த விரிப்பின் விளிம்புகளில் பனி படிந்திருந்தது. மேலே பாறைப் பிளவிலிருந்து பழுப்புநிறப் புகை சன்னமாக எழக் கண்டான்; அடுப்பு மூடப்பட்டு விட்டது என்பதை அதிலிருந்து ஊகித்தான்.

காட்டிலிருந்து யாரோ ஒருவன் வந்தான்; கம்பளியொன்றினால் அவன் தலையைப் போர்த்திருந்தான். சிகரெட்டைப் புகைத்தபடி வந்த அவன் பாப்லோதான் என்பதைக் கண்டதும், குதிரைகளைக் கட்டிப் போடக் காட்டுக்குப் போயிருந்தான் போலும் என ஜார்டன் எண்ணினான். பாப்லோவோ அவன் பக்கம் திரும்பிப் பார்க்காமலே நடந்து, வாயிலை மறைத்திருந்த திரையை விலக்கிக்கொண்டு குகைக்குள் போய்விட்டான்.

லேசாகப் பனி படர்ந்திருந்த தன் படுக்கைச் சுற்றின் மேல் புறத்தை ஜார்டன் தடவிப்பார்த்தான். பச்சை வண்ணப் பட்டினாலானது அந்த மேல்புறம். வாங்கி ஐந்து ஆண்டுகள் ஆகியிருந்ததால் நைந்திருந்ததுடன் அங்குமிங்கும் அழுக்குக் கறைகளும் பட்டிருந்தன. அடுத்து, அந்தச் சுருளுக்குள்ளேயே அவன் மீண்டும் முடங்கிக் கொண்டான். கால்களை விரித்து உட்புற ஃப்ளானெல் துணியோடு உரசினான்; பழகிப் போயிருந்த அந்தத் தழுவலை அனுபவித்தபோது தனக்குத் தானே 'பரமசுகம்' என்று கூறிக் கொண்டான். பிறகு, விரித்த கால்களைச் சேர்த்துக் கொண்டு, பக்கவாட்டில் திரும்பிப் பார்த்தான்; அதன் மூலம் சூரியனின் ஒளி தன் கண்களைக் குத்தாமல் தவிர்த்துக் கொண்டான். 'இன்னும் கொஞ்சநேரம்தான் தூங்குவோமே! அதனால் குடி முழுகியா போய்விடும்?' என்று முடிவு செய்து மறுபடி தூங்கத் துவங்கிய அவன், விமான எஞ்சின்

களின் ஒலி கேட்டதும்தான் விழித்தான். மல்லாந்து படுத்தபடியே அந்த விமானங்களை அவன் நோக்கினான். மொத்தம் மூன்று விமானங்கள் பறந்தன. அந்த மலைப்புற வானத்தில் மிக உயரத்தில் சிறு புள்ளிகளாகப் பிரகாசித்தவாறு அவை வேகமாகச் சென்றன. ஃபியட் தயாரிப்புகளான அவை ஃபாஸிஸ்டுகளின் ரோந்து விமானங்களே என்பதை அவன் கண்டு கொண்டான். அவனும் ஆன்ஸெல்மோவும் விட்டுவந்த திசையை நோக்கி அவை சென்றன. அவற்றையடுத்து மேலும் ஒன்பது விமானங்கள் வந்தன. மும்மூன்றாக அணி வகுத்தபடி இன்னும் உயரத்தில் அவை பறந்தன.

பாப்லோவும் ஜிப்ஸியும் குகை வாயிலில் படிந்திருந்த நிழலில் நின்றவாறு ஆகாயத்தை அண்ணாந்து பார்த்துக் கொண்டிருந்தனர். எஞ்சின்களின் பேரொலியால் நிறைந்திருந்த வானத்தையே நோக்கிய படி ஆடாமல் அசையாமல் ஜார்டன் படுத்துக்கிடந்த போது மேலும் மூன்று விமானங்கள் வந்தன; மரமற்ற வெளிமீது ஆயிரம் அடிகளுக்கும் குறைவான உயரத்தில் அவை பறந்தன. இரட்டை எஞ்சின்கள் உடைய அவை ஹீன்கெல் தயாரிப்புகளான வெடி வீசி விமானங்கள் என்பதை அவன் அறிந்துகொண்டான். பாறை களின் நிழலில் தன் தலை இருந்தபடியால் அவற்றால் தன்னைக் காண முடியாது என்பது அவனுக்குத் தெரியும். அப்படியே அவை தன்னைப் பார்த்தாலும் பாதகமில்லை என்றே அவன் எண்ணினான். 'இந்த மலைப்புறத்தில் எதையாவது தேட இவ்விமானங்கள் வந்திருக்குமானால் பட்டியில் இருந்த குதிரைகளைக் காணக்கூடும். எதையும் தேடி வராவிட்டாலும்கூட அக்குதிரைகளை இவை பார்க்கலாம். அப்படிக் கண்ணில் படுமானால் அவற்றைத் தங்கள் படையைச் சேர்ந்த குதிரைகளேயென இவை நினைக்கலாம்' என்று கருதினான். அடுத்து, புதிதாகப் பின்னும் பெருத்த ஒலி கேட்டது; மேலும் மூன்று ஹீன்கெல் விமானங்கள் எழுப்பிய பேரொலியே அது. அணி வகுத்து வந்த அவை செங்குத்தாக இறங்கி இன்னும் தாழப்பறந்தன. திறந்த வெளியருகே வந்தபோது இடியோசை போல முழங்கிக் காது செவிடுபடச் செய்த அவை விரைவில் அப்பால் சென்றுவிட்டன.

தலையணையாகப் பயன்பட்ட உடை மூட்டையைப் பிரித்துத் தன் சட்டையை எடுத்துப் போட்டுக் கொண்டான் ஜார்டன். தலையை மூடியிருந்த அதைக் கீழே இழுக்கவிருந்த தருணத்தில் இன்னொரு விமான அணியின் சப்தம் கேட்டது. படுக்கைச் சுற்றினுள் இருந்தவாறே சராயை இழுத்துப் போட்டுக்கொண்டான். அந்த மூன்று ஹீன்கல் விமானங்கள் நேர் உயரே பறந்தபோது அப்படியே அசையாமல் கிடந்தான். ஆயினும் அவை மலை முகட்டைத் தாண்டிச் செல்வதற்குள் இருப்புப் பட்டையில் கைத்துப்

பாக்கியைச் செருகிக்கொண்டதுடன் படுக்கைச் சுற்றையும் சுருட்டிப் பாறைமீது சாய்த்து வைத்துவிட்டான். பிறகு பாறையோடு நெருங்கி உட்கார்ந்தபடி ஜோடுகளை மாட்டிக் கொண்டான். தூரத்தே கேட்ட ஒலி அப்போது அருகில் வந்தது; முந்திய சப்தங்கள் அனைத்தையும் அது மிஞ்சியது. நிமிர்ந்து பார்த்தபோது மேலும் ஒன்பது லேசுரக ஹீன்கல் வெடிவீசி விமானங்கள் அணி வகுத்து அணுகியதைக் கண்டான். விண்ணையே விண்டுவிடுவது போலச் சென்றன அவை. பாறையோடு ஒட்டிச் சென்றபடியே குகைவாயிலை அவன் அடைந்தான். அங்கு உயரே நோக்கியவாறு பாப்லோ, ஜிப்ஸி, ஆன்ஸெல்மோ, அகஸ்டின், பிலார், சகோதரர்களில் ஒருவன் ஆகியோர் நின்றனர். "இந்த மாதிரி இதற்குமுன் இங்கு விமானங்கள் வந்ததுண்டா?" என்று ஜார்டன் வினவினான்.

"கிடையாது... சரி சரி, உள்ளே வாரும். அவை உம்மைப் பார்த்துவிட நேரலாம்" என்றான் பாப்லோ. குகை வாயிலில் இன்னும் கதிரவனொளி வீசத் தொடங்கியிருக்கவில்லை; புல்வெளி யில், ஓடையை ஒட்டித்தான் அது ஒளிர்ந்து கொண்டிருந்தது. மரங்களின் அதிகாலைக் கருஞ்சாயையிலும், பாறைகளின் அடர்ந்த நிழலிலும் தங்களை எவரும் காண முடியாது என்பதை ஜார்டன் அறிவான். எனினும் மற்றவர்கள் அச்சமுறுவதைத் தவிர்ப்பதற்காகக் குகையினுள் சென்றான்.

"ஏராளமாக விமானங்கள் பறக்குதே!" என்றாள் பிலார்.

"இன்னும் பல வரும்" என்று ஜார்டன் சொன்னான்.

"அது உமக்கு எப்படித் தெரியும்?" – ஐயத்துடன் பாப்லோ கேட்டான்.

"இப்போது போனவற்றைத் தொடர்ந்து பின்னணி விமானங்கள் பறப்பதே வழக்கம்" – ஜார்டன் பதில் கூறி வாய் மூடுமுன் இன்னும் பலமான கிறீச்சொலி கேட்டது. பின்னோடி விமானங்களின் ஒலியே அது. அந்த ஃபியட் விமானங்கள் சுமார் ஐயாயிரம் அடி உயரத்தில், காட்டுவாத்துக் கூட்டம்போல 'V' உருவில் மும்மூன்றாக அணி வகுத்துச் சென்றன. அவ்விதம் மொத்தம் பதினைந்து விமானங்கள் பறந்ததை ஜார்டன் பார்த்தான். குகை வாயிலில் நின்றவர்களின் முகங்களில் கவலைக் குறியைக் கண்ணுற்றதும் "இத்தனை விமானங்களை நீங்கள் கண்டதில்லை அல்லவா?" என்று கேட்டான்.

"ஒருநாளுமில்லை" என்றான் பாப்லோ.

"ஸெகோவியாவில் நிறைய விமானங்கள் கிடையாதே?"

"கிடையாது. சாதாரணமாக மூன்று விமானங்களைத்தான் அங்கே பார்த்திருக்கிறோம். சில சமயங்களில் ஆறு பின்னணி விமானங்கள் இருக்கும். மூன்று எஞ்சின் பொருந்திய பெரிய

விமானங்களான ஜங்கர்களில் மூன்றும், பின்னணி விமானங்களுமாக அவை இருக்கலாம். ஆனால் இவ்வளவு விமானங்களை ஒருநாளும் நாங்கள் பார்த்ததில்லை."

'நிலவரம் மோசமாக இருக்கும் போலிருக்கிறதே' என்று எண்ணத் துவங்கிய ஜார்டன், 'ஆமாம், மெய்யாகவே மோசம்தான்' என்று முடிவு கட்டினான். 'இத்தனை விமானங்கள் இங்கே குவிந்திருப்பது ஏதோ விபரீதத்தைத்தான் குறிக்கிறது. இவை குண்டுவீசும் ஒலி எழுகிறதா என்று நான் கவனமாகக் கேட்டாக வேண்டும்... ஊஹூம், தாக்குதலுக்கான துருப்புகளை இதற்குள் கொண்டு வந்திருக்க முடியாது. நாளையிரவுக்கு முன் அவை வருவது சிரமம். இன்றிரவு வருவது இயலாத காரியமே. ஆகவே, எப்படியும் இப்போது வந்திருக்க முடியாது. இந்த நேரத்தில் எதையும் தகர்க்கத் தொடங்கியிருக்க மாட்டார்கள் என்கிறவரையில் நிச்சயம்."

இப்படிச் சிந்தித்த அவன் காதுகளில், விலகிச் சென்ற விமானங்களின் ஒலி இன்னமும் விழுந்து கொண்டிருந்தது. கைக்கடிகாரத்தைப் பார்த்தான். இதற்குள் அவை படையணியைக் கடந்திருக்க வேண்டுமெனக் கணித்தான். எப்படியும் முதல் வரிசை விமானங்களாவது கடந்திருக்க வேண்டுமெனக் கருதினான். வினாடி முள்ளைச் சுழலவைக்கும் மரையைத் திருகினான். அந்த முள் வட்டமிடுவதைக் கவனிக்கலானான். 'ஊஹூம், இதற்குள் போயிருக்க முடியாது... இதோ, இப்போதுதான் கடந்திருக்கும்... ஆம், கட்டாயம் கடந்திருக்க வேண்டும். அந்த ஹீன்கல் விமானங்கள் மணிக்கு இருநூற்றைம்பது மைல் வேகத்தில் பறப்பவை. எனவே, எல்லைக்குச் செல்ல அவற்றுக்கு ஐந்து நிமிடம் போதும். இதற்குள் கணவாய்க்கு அப்பால் அவை சென்றிருக்க வேண்டும்; இந்தக் காலை நேரத்தில், கீழேயிருக்கும் காஸ்டில் பகுதி ஒரே மஞ்சளும் பழுப்புமாக அவற்றுக்குக் காட்சியளிக்கும், மஞ்சளூடே வெண்ணிறச் சாலைகள் தென்படும். ஆங்காங்கு சிறிய கிராமங்களும் தெரியும். கடலின் மணல்தரை மீது சுறா மீன்களின் நிழல்கள் விழுவதுபோல அந்த ஹீன்கல் விமானங்களின் நிழல்கள் அந்தத் தரை நெடுகிலும் படியும்' – இப்படி நினைப்பை ஓடவிட்ட அவன் காதில், குண்டுவீச்சு ஒலியேதும் விழவில்லை; அவனுடைய கடிகாரத்தின் டிக்டிக் ஒலி தான் கேட்டது. எண்ண அலைகள் தொடர்ந்தன; 'கால்மினாருக்கோ எஸ்கோரியலுக்கோ இவை சென்று கொண்டிருக்கலாம். அல்லது, மான்ஸானெரெஸ் எல்ரியலில் இருக்கும் விமானத் தளத்திற்குச் செல்கின்றனவோ என்னவோ? அங்கே, நாணல்களிடையே நீந்தும் வாத்துகள் நிறைந்த ஏரியின் கரையில் பழங்காலக் கோட்டை உள்ளது. மெய்யான விமானத் தளத்துக்குப் பின்னால் போலித் தளமும் உண்டு. இந்தப் பொய் தளத்தில் போலி விமானங்கள்

அரைகுறையாக மறைக்கப்பட்டு நிற்கும். அவற்றின் விசிறிகள் காற்றில் சுழன்று கொண்டிருக்கும். ஆம், அங்கேதான் இந்த விமானங்கள் இப்போது போய்க்கொண்டிருக்க வேண்டும். தாக்கு தலைப்பற்றி எதிராளிக்குத் தெரிந்திருக்க முடியாது'– இப்படி அவன் தனக்குத் தானே கூறிக்கொள்கையிலேயே 'ஏன் அறிந்திருக்க முடியாது?' என்ற கேள்வியும் அவன் மனத்துள் எழுந்தது. முந்தையத் தாக்குதல்கள் அவர்களுக்குத் தெரிந்திருக்கவில்லையா?

"விமானங்களில் இருந்தவர்கள் குதிரைகளைப் பார்த்திருப் பார்கள் என்று நினைக்கிறீரா?" என்று கேட்டு அவன் சிந்தனையைக் கலைத்தான் பாப்லோ.

"குதிரைகளைத் தேடிக் கொண்டிருந்ததாகத் தோன்றவில்லை. தேடாவிட்டாலும் பார்த்திருப்பார்கள் அல்லவா?"

"தேடச் சொல்லப்பட்டிருந்தாலன்றிப் பார்த்திருக்க மாட் டார்கள்."

"அவர்களால் பார்த்திருக்க முடியுமோ?"

"முடிந்திருக்காது என்றே எண்ணுகிறேன். மரங்கள்மீது வெயில் வீசத் துவங்கியிருந்தாலன்றி அது சாத்தியமல்ல."

"விடியற்காலையிலேயேதான் நல்ல வெளிச்சம் வீசுகிறதே" என்று சங்கடத்துடன் பாப்லோ கூறினான்.

"உமது குதிரைகளையன்றிச் சிந்திப்பதற்கு அவர்களுக்கு வேறு விஷயங்கள் வேண்டிய மட்டும் இருக்கின்றன என்றே நினைக்கிறேன்" என்று கூறிய ஜார்டன், தன் கைக்கடிகாரத்தை நோக்கினான். மரையைத் திருகி வினாடிமுள்ளை அவன் ஓடவிட்டு அப்போது எட்டு நிமிடங்கள் ஆகியிருந்தும் வெடிகுண்டுச் சப்தமேதும் கேட்கவில்லை.

"கடிகாரத்தை என்ன செய்கிறீர்?" என்று பிலார் வினவினாள்.

"விமானங்கள் போன இடத்திலிருந்து ஏதாவது ஒலி வருகிறதா என்று கேட்டுக் கொண்டிருந்தேன்." – பத்து நிமிடமானதும் கடிகாரத்தினின்று அவன் பார்வையைத் திருப்பினான். ஏனெனில், ஒலி வருவதற்கு ஒரு நிமிடமாகும் என்றே வைத்துக் கொண்டாலும் கேட்க முடியாத தூரத்துக்கு அவை போய்விட்டன என்று தேர்ந் தான். பின்னர் ஆன்ஸெஸ்மோவை நோக்கி, "உம்முடன் கொஞ்சம் பேசவேண்டும்" என்றான். உடனே குகை வாயிலிலிருந்து ஆன்ஸெல்மோ வெளிவர, இருவரும் சிறிது தூரம் நடந்து சென்று ஒரு பைன் மரத்தின்கீழ் நின்றனர். "எப்படி இருக்கிறது நிலவரம்?" என்று அவனை ஜார்டன் கேட்டான்.

"எல்லாம் நல்லபடித்தான்."

"சாப்பிட்டு விட்டீரோ?"

"இல்லை, இன்னும் யாருமே சாப்பிடவில்லை."

"அப்படியானால் போய்ச் சாப்பிடும். பகல் உணவுக்காகவும் ஏதாவது கையில் எடுத்துக்கொள்ளும். நீர் போய்ச் சாலையில் நடப்பதைக் கவனித்துவிட்டு வரவேண்டும் என்பது என் விருப்பம். அதில் இருபுறமும் போய்வரும் எல்லா வண்டிகளையும் குறித்துக் கொண்டு வாரும்."

"எனக்கு எழுதத் தெரியாதே."

"எழுதவே தேவையில்லை" என்று கூறிய ஜார்டன் தன் குறிப்புப் புத்தகத்திலிருந்து இரு தாள்களை எடுத்தான். தன் பென்ஸிலின் நுனியிலிருந்து கத்தியால் ஒரு அங்குல அளவுக்கு ஒரு துண்டை வெட்டினான். "இதை எடுத்துப்போய், டாங்கிகளை இப்படிக் குறியும்" என்றபடி; சாய்வாக ஒரு டாங்கியின் படத்தை வரைந்தான். "ஒவ்வொன்றுக்கும் ஒரு குறி போடும். நான்கு ஆகிவிட்டால் ஐந்தாவதைக் குறிக்க அவற்றின் குறுக்கே ஒரு கோடு இழும்."

"இந்த மாதிரித்தான் இங்கேயும் எண்ணுகிறோம்."

"அப்படியானால் நல்லது. மோட்டார் லாரிகளைக் காட்ட இரண்டு சக்கரங்களையும் ஒரு பெட்டியையும் கொண்ட இன்னொரு குறியைப் போடும். அவை காலியாக இருந்தால் ஒரு வட்டமிடும்; துருப்புகள் இருந்தால் நேரான கோடு போடும். பெரிய பீரங்கிகளை இப்படிக் குறியும். சிறியரக பீரங்கிகள் என்றால் இவ்விதம் குறி போடவேண்டும். இதர கார்களுக்கு இதோ இப்படி, ஆம்புலன்ஸ் வண்டிகள் என்றால் இந்த மாதிரி இரு சக்கரங்களையும் சிலுவைக் குறியுடன் கூடிய பெட்டியையும் போட வேண்டும். காலாட்படையின் ஒவ்வொரு பிரிவையும் இத்தகைய சிறிய சதுரத்தைப் போட்டுப் பக்கத்தில் இப்படிக் குறிப்பிடுவது அவசியம். குதிரைப்படை என்றாலோ இதோ இந்தக் குதிரை மாதிரிக் குறி. நான்கு கால்களுடன் கூடிய பெட்டியைப் போட்டால் இருபது குதிரைகள் கொண்ட பிரிவைக் குறிக்கும்... புரிகிறதா? ஒவ்வொரு பிரிவுக்கும் ஒரு குறி."

"சரி, கெட்டிக்காரத்தனமான குறிப்பு முறைதான் இது."

அடுத்து, இரண்டு பெரிய சக்கரங்களையும், அவற்றைச் சுற்றிலும் வட்டங்களையும் ஜார்டன் வரைந்தான். பீரங்கிக் குழலைக் குறிக்கச் சிறியதொரு கோடு போட்டான். "இவை டாங்கிகளைச் சுடும் பீரங்கிகள். ரப்பர் சக்கரங்கள் உடைய இந்தப் பீரங்கிகளை இங்கே, குறியும்." இரு சக்கரங்கள் போட்டு, அவற்றின்மீது சாய்வாக பீரங்கிக் குழலை வரைந்து, "இது விமானங்களைச் சுடும் பீரங்கி களைக் குறிக்கும். அந்த பீரங்கிகளின் தொகையை இங்கே குறியும்... புரிந்ததல்லவா? அந்த பீரங்கிகளைப் பார்த்திருக்கிறீரா?"

"பார்த்திருக்கிறேன், இப்போது எல்லாம் தெளிவாகப் புரிகிறது."

"கூடவே ஜிப்ஸியை அழைத்துச் சென்று, நீர் எங்கிருந்து கவனிக்கப் போகிறீரோ, அந்த இடத்தைக் காட்டும்; பிறகு அவன் வந்து உமக்குப் பதிலாகக் கண்காணிப்பதற்காகவே அவனை இட்டுச் செல்லச் சொல்கிறேன். பாதுகாப்பான இடமாகத் தேர்ந்தெடும். அதிக அருகில் போய்விடாதீர். நன்றாகவும் வசதியாகவும் நீர் பார்க்கக்கூடிய இடமாகப் பொறுக்கியெடும். ஜிப்ஸி வந்து பொறுப் பேற்கும்வரை அங்கேயே இரும்."

"புரிந்து கொண்டேன்" என்றான் ஆன்ஸெல்மோ.

"நல்லது. சாலை வழியே போனவை அனைத்தையும் பற்றி நீர் திரும்பி வந்ததும் எனக்கு விவரம் சொல்ல வேண்டும். அதில் போகும் எல்லாவற்றையும் குறிக்க ஒரு தாள்! வருபவை அனைத் தையும் காட்ட இன்னொரு தாள்."

இருவரும் குகையை நோக்கிச் சென்றனர். "உள்ளே போய் ரஃபேலை என்னிடம் அனுப்பும்" என்று ஜார்டன் கூறி, மரத் தினருகில் காத்து நின்றான். குகையினுள் ஆன்ஸெல்மோ செல்வதை யும், அவனுக்குப் பின் வாயில் விரிப்பு விழுந்ததையும் அவன் கவனித்துக் கொண்டிருந்தான். அப்போது, வாயைக் கையால் துடைத்தபடி ஜிப்ஸி வெளியே வந்தான். "நிலவரம் எப்படி? ராத்திரி குஷியாகப் பொழுதுபோக்கினீரா?" என்று அவன் கேட்டதற்கு, "தூங்கினேன்" என்று ஜார்டன் பதிலளித்தான்.

"பரவாயில்லை" என்றுகூறிச் சிரித்த ரஃபேல், "உம்மிடம் சிகரெட் இருக்கிறதா?" என வினவினான்.

"அதைக் கேள்" என்றபடி சிகரெட்டுகளுக்காகத் தன் ஜேபியில் ஜார்டன் கைவிட்டுத் துழாவினான். "சாலையில் செல்வதையெல்லாம் கவனித்து வரக் கிழவன் போகும் ஓர் இடத்துக்கு நீயும் சென்று வரவேண்டும் என்பது என் விருப்பம். அந்த இடத்தைப் பார்த்துக் கொண்டதும் நீ திரும்பி வந்துவிட வேண்டும். பிறகு என்னையோ, கிழவனுக்குப் பதிலாக அனுப்பப்படும் ஆளையோ நீ வழிகாட்டி இட்டுச் செல்வதற்காகவே போய்வரச் சொல்கிறேன், அப்புறம் அறுவை ஆலையைப் பார்க்கக்கூடிய இடத்துக்குப் போய், அங்குள்ள காவல் நிலையத்தில் ஏதாவது மாறுதல் உண்டா என்பதை அறிந்து வரவேண்டும்" என்றான்.

"எந்தமாதிரி மாறுதலை!"

"அங்கே இப்போது எத்தனை

பேர் இருக்கிறார்கள்?"

"எட்டு, கடைசித் தடவையாக நான் பார்த்தபோது அத்தனை பேர்தான் இருந்தார்கள்" என்றான் ஜிப்ஸி.

“இப்போது எத்தனை நேரம் இடைவெளி விட்டுக் காவலர்கள் மாறுகிறார்கள் என்பதைக் கண்டறிந்து வா.”

“இடைவெளியா?”

“ஒவ்வொரு காவலனும் எவ்வளவு நேரம் அங்கே இருக்கிறான், எப்போது மாற்றப்படுகிறான் என்பதைத்தான் பார்த்துவரச் சொல்கிறேன்.”

“என்னிடம் கடிகாரம் கிடையாதே.”

“என்னுடையதை எடுத்துப்போ” என்று கூறித் தன் கையில் கட்டியிருந்த கைக்கடிகாரத்தை ஜார்டன் கழற்றிக் கொடுத்தான்.

“ஆகா, எத்தனை அழகான கடிகாரம்!” என்று வியப்புடன் ஜிப்ஸி நோக்கினான். “எவ்வளவு சிக்கலான ஏற்பாடுகள்! இந்த மாதிரி கடிகாரத்துக்கு எழுதுவதும் படிப்பதும்கூடச் சுலபமாச்சே! இதிலேதான் எத்தனை எண்களைப் போட்டு நிறைத்திருக்கிறார்கள்! கடிகாரங்களுக்கெல்லாம் முடிவு கட்டி முத்தாய்ப்பு வைக்க வந்தது போலல்லவா இது இருக்கிறது!” எனத் தொடர்ந்து வியந்தான் அவன்.

“அதை ஒன்றும் விஷமம் செய்யாதே! நேரம் பார்க்கத் தெரியுமல்லவா உனக்கு?”

“ஏன் தெரியாமல்? பசியெடுத்தால் பகல் பன்னிரண்டு மணி. தூக்கம் வந்தால் ராத்திரி பன்னிரண்டு மணி. மறுபடிப் பசித்தால் காலை ஆறு மணி, மாலை ஆறு மணி என்றாலோ மது மயக்கம். ராத்திரி பத்து மணியானால்”–

“போதும், கோமாளிப்பேச்சை நிறுத்து, அறுவை ஆலையிலும் சிறிய பாலத்திலும் உள்ள நிலையத்தையும் காவலரையும் போலவே பெரிய பாலத்தில் இருக்கும் காவலரையும் நீ கவனித்துவர வேண்டும். அதோடு, கீழேயுள்ள சாலையில் இருக்கும் நிலையத்தையும் பார்த்து வந்தாக வேண்டும்.”

“ஏதேது, ஏகப்பட்ட வேலைகளை என் தலையில் கட்டுகிறீரே!” என்று கேட்டுச் சிரித்த ஜிப்ஸி, “என்னைத் தவிர வேறு யாரையும் அனுப்ப இஷ்டமில்லையா உமக்கு?” என்று கேட்டான்.

“இல்லை, ரஃபேல்; இது மிகவும் முக்கியமான வேலை. அதிகவனமாக நீ செய்து முடிக்கவேண்டும். யார் கண்ணிலும் பட்டுவிடவும் கூடாது.”

“படமாட்டேன் என்றே நினைக்கிறேன். அதை நீர் எனக்குச் சொல்ல வேணுமா என்ன? யாராவது என்னைச் சுட்டுத் தள்ளுவதிலா எனக்கு ஆசை இருக்கும்?”

“தமாஷை நிறுத்து. தராதரமறிந்து பேசு – இது முக்கியமான வேலை.”

“தராதரம்பற்றி நீரா பேசுகிறீர்! நேற்று ராத்திரி நடந்து கொண்டதற்குப் பிறகு அதைப்பற்றி நீர் எப்படிப் பேசலாம்? அப்போது நீர் ஒருவனைக் கொன்றிருக்க வேண்டும்; ஆனால் நீரோ அப்படிச் செய்யத் தவறிவிட்டீர். ஓர் உயிருக்கு நீர் உலை வைக்க வேண்டும் என்றே எதிர்பார்த்தோம்; அதற்குப் பதிலாக இன்னொரு உயிரை உருவாக்கவல்லவா முற்பட்டீர்? நம் பாட்டன் முப்பாட்டன், நம் பேரன்–பேத்தியர், ஏன், எல்லாப் பூனைகள், ஆடுகள், மூட்டைப்பூச்சிகளையும்கூடக் கொல்லுமளவுக்கு இங்கே விமானங்கள் வட்டமிட்டபோதுதானா நீர் அப்படிச் செய்வது? ஆகாயத்தை அப்படியே மூடி மறைத்துக்கொண்டு போன அந்த விமானங்கள் அம்மாக்களின் மாரிலுள்ள பாலையெல்லாம் திரியச் செய்யுமளவுக்குச் சிங்கம்போலச் சீறவில்லையா? இந்த நேரத்திலா என்னைப் பகுத்தறிந்து பேசச் சொல்கிறீர்...? அளவுக்கு அதிகமாகவே அறிந்துதான், பேசுகிறேன்; தெரிந்து கொள்ளும்.”

“சரி சரி” என்று சொல்லிச் சிரித்தவாறு ஜிப்ஸியின் தோளில் ஜார்டன் தட்டிக்கொடுத்தான். “அப்படியானால் அளவுக்கதிகமாக அலட்டிக்கொண்டு விடாதே. போய்ச் சாப்பிட்டுவிட்டுப் புறப்படு.”

“உம் சமாச்சாரம் என்ன? நீர் என்ன செய்யப் போகிறீர்?”

“எல் ஸோர்டோவைப் பார்க்கப் போகிறேன்.”

“அந்த விமானங்கள் வந்துபோன பிறகு இந்த மலைப்பிரதேசம் பூராவிலுமே யாரையும் நீர் சந்திப்பது சந்தேகம்தான். அவை பறந்து போனபோது இங்கே பல பேருக்கு வியர்த்து விறுவிறுத்திருப்பது நிச்சயம்.”

“கொரில்லாக்களை வேட்டையாட அந்த விமானங்கள் வரவில்லை.”

“வாஸ்தவம்தான்” என்று ஜிப்ஸி தலையை ஆட்டினான். “ஆனால் வேட்டையாட அவை முற்பட்டால் என்ன ஆகும்?” என வினவினான்.

“அப்படியெல்லாம் நடக்காது. ஜெர்மன் லேசு ரக வெடிவீசி விமானங்களிலேயே சிறந்தவை அவை, கேவலம் ஜிப்ஸிகளை வேட்டையாட அந்த விமானங்களை அனுப்பமாட்டார்கள்.”

“எப்படியோ, அவை என்னைக் குலைநடுங்க வைக்கின்றன. ஆமாம், அம்மாதிரி விமானங்களிடம் எனக்குப் பயம்தான்.”

“ஏதோவொரு விமானத் தளத்தின்மீது குண்டு வீசத்தான் அவை போகின்றன. எனக்கென்னவோ அநேகமாக அப்படித்தான் இருக்கும் என்று தோன்றுகிறது.” குகையினுள் புகும்போது ஜார்டன் இப்படிக் கூறியதும், “என்ன சொன்னீர்?” என்று பிலார் வினவினாள்.

ஒரு கோப்பையில் காப்பியை ஊற்றி அவனிடம் கொடுத்த அவள், கூடவே கட்டிப்பால் டப்பியொன்றையும் தந்தாள்.

"அடடா, பால்கூட இருக்கிறதா? இங்கேதான் எவ்வளவு வசதி யான வாழ்க்கை!" என்று ஜார்டன் பிரமித்தான்.

"இங்கே எல்லாமே உண்டு. விமானங்கள் வந்துபோன பிறகு புதிதாகப் பயமும் சேர்ந்திருக்கிறது... அவை எங்கே போனதாகச் சொன்னீர்?"

டப்பியில் போட்டிருந்த ஓட்டை வழியாகக் கெட்டிப்பாலில் சிறிதளவைக் காப்பிக் கோப்பையில் சொட்டவிட்டான் ஜார்டன். துளையில் ஒட்டிக்கொண்டிருந்த பாலைக் கோப்பை விளிம்பினால் வழித்தபின் வெளிர்பழுப்பு வண்ணமாகும்வரை காப்பியைக் கலக்கியபடி, "ஏதோவொரு விமானத் தளத்தின்மீது குண்டு வீசத் தான் அவை போவதாக நினைக்கிறேன். எஸ்கோரியலுக்கும் கால்மினாருக்கும் அவை போகலாம். மூன்று அணிகளுமே அந்த இடங்களுக்குச் செல்லலாம்" என்றான்.

"எப்படியோ, தொலைதூரம் போய்த் தொலைந்து இங்கே தொல்லை தராமல் இருந்தால் போதும் எனக்கு" என்றான் பாப்லோ.

"அப்படியானால் அவை இங்கே ஏன் வரவேண்டும்? எதற்காக இப்போது வந்தன? அந்த ரக விமானங்களை இங்கே நாங்கள் பார்த்ததே கிடையாது. இவ்வளவு எண்ணிக்கையும் வந்ததில்லை. ஏதாவது தாக்குதலுக்காக அவை ஆயத்தம் செய்கின்றனவோ?"

"நேற்றிரவு சாலையில் போக்குவரத்து பலமோ?'' என்று ஜார்டன் கேட்டபோது அவனருகே மேரியா நின்று கொண்டிருந்தாள். ஆனால் அவளை அவன் பார்க்கவேயில்லை. "ஏய் ஃபெர்னாண்டோ! நேற்று ராத்திரி லாகிராஞ்ஜாவுக்குப் போயிருந்தாயே, அங்கே என்ன பார்த்தாய்?"

"எதையும் பார்க்கவில்லை" என்று பதிலளித்தான், அதற்குமுன் ஜார்டன் கண்டிராத ஒருவன். குட்டையான அவனுக்குச் சுமார் முப்பத்தைந்து வயது இருக்கும். பார்த்தால் அப்பாவி முகமாக இருந்தது. அவன் கண்களிலொன்று மாறு விழியாக இருந்தது. "வழக்கம்போலச் சில கமியான்களைக் கண்டேன். சில கார்களையும் பார்த்தேன். நான் அங்கே இருந்த வரையில் துருப்பு நடமாட்டமே கிடையாது."

"ஒவ்வொரு இரவும் நீர் லாகிராஞ்ஜாவுக்குப் போவதுண்டா?" என்று ஜார்டன் விசாரித்தான்.

"நானோ, வேறு யாராவதோ போவதுண்டு, எவராவது ஒருத்தர் செல்வது வழக்கம்."

"செய்திகளைச் சேகரிக்கவும், புகையிலை வாங்கவும், மற்ற சில்லறைக் காரியங்களுக்காகவும் செல்வார்கள்" என்றாள் பிலார். "நம் ஆட்கள் அங்கே இருக்கிறார்களா?" என்று ஜார்டன் வின வினான்.

"பேஷாக! ஏன் இருக்கக்கூடாது? மின்சார நிலையத்தில் அவர்கள் வேலை செய்கிறார்கள். இன்னும் சிலரும் உண்டு."

"நேற்றிரவு என்ன செய்தி கிடைத்தது?"

"ஏதுமில்லை. வடக்கே நிலைமை இன்னமும் மோசமாகவே இருக்கிறது – அது ஒரு புதுச் செய்தியா என்ன? முன்னைவிட இப்போது அங்கே நிலைமை மோசம்தான்" என்றான் ஃபெர்னாண்டோ.

"ஸெகோவியாவிலிருந்து ஏதாவது செய்தி கிடைத்ததா?"

"இல்லை, ஐயா. நான் யாரையும் கேட்கவில்லை."

"நீர் ஸெகோவியாவுக்குப் போவதுண்டா?"

"சில சமயங்களில் போவேன். ஆனால் அதில் ஆபத்து இருக்கிறது. அங்கே இருக்கும் எல்லைச்சாவடிகளில் நம் அத்தாட்சிக் கடிதாசுகளைக் கேட்டுத் துளைத்தெடுத்து விடுவார்கள்."

"இந்த விமானங்களைப்பற்றி நேற்றிரவு யாரும் பேசிக் கொள்ள வில்லையே?"

"லாகிராஞ்ஜாவில்தானே? இல்லை, யாரும் பேசவில்லை. ஆனால் இன்று கட்டாயம் பேசுவார்கள்... க்வீபோ டிலானோவின் ரேடியோ பேச்சுபற்றிப் பேசினார்கள். அவ்வளவுதான்... ஆமாம், ஞாபகம் வருகிறது... ஏதோ தாக்குதல் நடத்த குடியரசுத் தரப்பு தயார் செய்கிறது போலிருக்கிறது!"

"என்னது?" அதிர்ந்தவனாய் ஜார்டன் கேட்டான்.

'தாக்குதல் நடத்தக் குடியரசு தயாராகிறது என்றே சொன்னேன்."

"எங்கே தாக்குதல்?"

"அது திட்டமாகத் தெரியவில்லை. ஒருவேளை இந்தப் பக்கத்திலேயே இருக்கலாம். இல்லாவிட்டால், ஸியராவின் இன்னொரு பக்கத்தில் தாக்கலாம்... உங்கள் காதிலும் அந்தச் செய்தி விழுந்ததோ?"

"அப்படியா பேசிக்கொள்கிறார்கள், லாகிராஞ்ஜாவில்?"

"ஆமாம், ஐயா, முதலில் அதைச் சொல்ல மறந்துவிட்டேன். அங்கே எப்போதும் படையெடுப்புகளைப் பற்றிய பேச்சு பலமாக இருக்கும்."

"யாரிடையே அடிபடுகிறது அந்தப் பேச்சு?"

“யாரிடையிலா? எல்லாரிடையிலும்தான். ஸெகோலியாவிலும் ஆவிலாவிலும் இருக்கும் ஓட்டல்களில் அதிகாரிகள் பேசுவார்கள். அந்த ஓட்டல்களில் பரிமாறுகிறவர்கள் அந்தப் பேச்சுகளைக் கவனித்துக் கொள்வார்கள். அப்புறம் வதந்திகள் இறக்கை கட்டிக் கொண்டு பறக்கும்... இந்தப் பக்கத்தில் குடியரசுத்தரப்பு படை யெடுக்கும் என்று சில நாளாகவே பேச்சு அடிபடுகிறது.”

“தாக்கப்போவது குடியரசுத் தரப்பு என்கிறார்களா, அல்லது ஃபாஸிஸ்டுகள் படையெடுக்கப் போவதாகப் பேசிக் கொள் கிறார்களா?”

“குடியரசு என்றுதான் சொல்கிறார்கள், ஃபாஸிஸ்டுகள் என்றால் இதற்குள் எல்லாருக்கும் தெரிந்திருக்குமே... இல்லை, நடக்கப்போவது பெரிய படையெடுப்பு என்றுதான் தோன்றுகிறது. சில பேர் இரண்டு தாக்குதல் நடக்கும் என்றும் பேசுகிறார்கள், ஒன்று இங்ஙனம், இன்னொரு படையெடுப்பு எஸ்கோரியலுக்குப் பக்கத்தில், ஆல்டோடெல்லியான் மலைப்பகுதியில் நடக்குமாம்... இதைப்பற்றியெல்லாம் நீங்கள் எங்கேயாவது கேள்விப்பட்டதுண்டா?”

“உம் காதில் வேறென்ன விழுந்தது?”

“வேறொன்றுமில்லை, ஐயா, இல்லை, ஒன்றுமேயில்லை... இருங்கள்... படையெடுப்பு நடக்குமானால் பாலங்களைக் குடியரசு வாதிகள் தகர்க்க முயற்சி செய்வார்கள் என்றும் பேசிக்கொண்டார்கள். ஆனால் பாலங்களுக்கெல்லாம்தான் காவல் போடப்பட்டிருக்கிறதே.”

“நீர் கூறுவதெல்லாம் நிஜம்தானா? இல்லை, தமாஷ் செய்கிறீரோ?” காப்பியை உறிஞ்சியவாறே ஜார்டன் கேட்டான்.

“இல்லை, ஐயா. நிஜம்தான் நான் சொல்வது.”

“இந்தப் பேர்வழி வேடிக்கையாகவே பேசுவது கிடையாது அதுவும் நம் துரதிருஷ்டம்தான்” என்றாள் பிலார்.

“அப்படியானால் நீர் தெரிவித்த தகவல்களுக்காக உமக்கு நன்றி. அதைத் தவிர நீர் வேறொன்றையும் கேள்விப்படவில்லையே?” என ஜார்டன் வினவினான்.

“இல்லை. இந்த மலைப்பகுதியிலிருந்து கொரில்லாக்களை விரட்டுவதற்காகத் துருப்புகள் அனுப்பப்போவதாக வழக்கம்போலப் பேசிக்கொள்கிறார்கள். துருப்புகள் வந்து கொண்டிருப்பதாகச் சொல்கிறார்கள். வல்லடாலிடிலிருந்து முன்பே அனுப்பப்பட்டு விட்டதாகவும் பேசுகிறார்கள். ஆனால் இதெல்லாம் எப்போதும் அடிபடுகிற பேச்சுதான்; நாம் பெரிதாக நினைக்கக்கூடாது.”

“ஏய், உன்னைத்தானே? ஏதோ பத்திரம். அது, இது என்றெல் லாம் பேசினாயே, கேட்டாயா?” என்று பாப்லோவைப் பார்த்துச் சீற்றத்துடன் வினவினாள் பிலார், அவளைச் சிந்தனை தேங்கிய

முகத்துடன் பாப்லோ நோக்கினான். பின்னர், தாடையைச் சொறிந்த வாறே "ஏன், உன் சேதிமட்டுமென்ன? பாலங்களைப்பற்றிப் பிரமாத மாகப் பேசினாயே, பார்த்துக்கொள்" என்றான்.

"எந்தப் பாலங்கள்?" என ஃபெர்னாண்டோ கேட்டான். அவன் குரலில் ஒரு உற்சாகம்.

"மடையா! உன் மண்டை முழுவதும் களிமண்தான். இன்னொரு கோப்பை காப்பி குடித்துத் தொலை, முட்டாளே! இன்னும் ஏதாவது செய்தி இருந்தால் ஞாபகப்படுத்திப்பார்" என்று ஃபெர்னாண்டோவை நோக்கி பிலார் பொறிந்தாள்.

"கோபித்துக் கொள்ளாதே, பிலார்" உற்சாகத்துடன் அமைதியும் கூடியவனாய் ஃபெர்னாண்டோ பேசினான். வதந்திகளைக் கேட்டுக் கலங்கவும் கூடாது. எனக்கு நினைவிருந்த எல்லாச் செய்திகளையும் உன்னிடமும் இந்தத் தோழரிடமும் சொல்லிவிட்டேன்."

"வேறு எதுவும் உமக்கு நினைவில்லையே?" ஜார்டன் வின வினான்.

"இல்லை" என்று சற்று அழுத்தலாக ஃபெர்னாண்டோ பதிலளித்தான். "இந்த அளவுக்கு எனக்கு ஞாபகமிருந்ததே பெரிய அதிருஷ்டம்தான். ஏனென்றால், அவை வெறும் வதந்திகளேயான படியால் நான் கவனமாகக் காது கொடுத்துக் கேட்கவேயில்லை."

"அப்படியானால் இன்னும் பல செய்திகளும் இருக்கலாம் என்கிறீரா?"

"ஆமாம், அது சாத்தியம்தான். ஆனால் நான் காதில் போட்டுக் கொள்ளவில்லை. ஒரு வருஷமாக வதந்திகளைக் கேட்டுக் கேட்டு எனக்கு அலுத்துவிட்டது."

தனக்கு அருகில் நின்ற மேரியா சட்டெனச் சிரித்தது ஜார்டனின் காதில் விழுந்தது; கட்டுப்பாட்டை உடைத்துக்கொண்டு வெடித்த சிரிப்பு அது. "இன்னும் ஒரேயொரு வதந்தியை மட்டும் சொல்லிவிடு, ஃபெர்னாண்டோ" என்று கூறிய அவளது தோள்கள் மீண்டும் குலுங்கலாயின.

"எனக்கு ஞாபகமிருந்தாலும் சொல்லமாட்டேன். வதந்திகளைக் கேட்பதும், பெரிதாக நினைப்பதும் கௌரவக் குறைவானவை."

"இந்தச் செய்திகள் போதும், குடியரசைக் காப்பாற்றிவிட" என்று குறுக்கிட்டுக் குறிப்பிட்டாள் பிலார்.

"அது முடியாது. பாலங்களைப் பிளந்தால்தான் உன்னால் அதைக் காப்பாற்ற முடியும்" என்றான் பாப்லோ.

"சாப்பிட்டாகிவிட்டதென்றால் புறப்படுங்கள்" என்று ரஃபேலை யும், ஆன்ஸெல்மோவையும் நோக்கி ஜார்டன் சொன்னான்.

“இதோ கிளம்புகிறோம்” என்று கிழவன் பதிலளித்தான். அவனும் ரஃபேலும் எழுந்து நின்றனர். அப்போது தன் தோள்மீது ஒரு கை படிந்ததை ஜார்டன் உணர்ந்தான். அப்படித் தொட்டவள் மேரியாதான். “நீங்கள் சாப்பிடவில்லையே! நன்றாகச் சாப்பிடுங்கள், அப்போதுதான் இன்னும் பல வதந்திகளை உங்களால் ஜீரணிக்க முடியும்” அவன் தோளில் தொடர்ந்து இருந்தது அவளுடைய கை.

“வதந்திகள் என் பசியை இருந்த இடம் தெரியாமலடித்து விட்டன” என்று ஜார்டன் பதிலளித்தான்.

‘ஊஹும், அப்படி நடக்க நீங்கள் விடக்கூடாது. மேலும் வதந்திகள் வருவதற்குமுன் இதைச் சாப்பிடுங்கள்” என்று கூறி அவனுக்குமுன் வட்டிலை வைத்தாள் அவள்.

“என்னைக் கேலி செய்யாதே, மேரியா. நான் உன் சிநேகிதன் என்பது ஞாபகமிருக்கட்டும்” என்றான் ஃபெர்னாண்டோ.

“உன்னைக் கிண்டல் செய்யவில்லை ஃபெர்னாண்டோ. இவரிடம்தான் தமாஷ் செய்கிறேன். இவர் சாப்பிட்டாக வேண்டும்; இல்லாவிட்டால் பசி பிய்த்துவிடும்.”

“ஏன், நாம் எல்லாரும்தான் சாப்பிடவேண்டும்... என்ன, யோசிக்கிறாய், பிலார்? ஒன்றுமே பரிமாறாமல் நிற்கிறாயே?”

“ஒன்றுமில்லை, அப்பனே! சாப்பிடு. அது ஒன்றுதான் உன்னால் செய்யமுடியும். சாப்பிட்டுத் தீரு” என்று கூறி ஃபெர்னாண்டோவின் கிண்ணத்தை இறைச்சிக் குழம்பினால் பிலார் நிரப்பினாள்.

“பேஷ், ரொம்ப நன்றாயிருக்கிறது பிலார்.” அப்போதும் அவனுடைய கம்பீரம் குன்றவில்லை.

“உன் பாராட்டுக்கு நன்றி... நன்றி... நன்றி... போதுமா? என்னிடம் உனக்குக் கோபமா, என்ன?”

“கோபமுமில்லை, மண்ணுமில்லை... சாப்பிடு... நாக்கைத் தீட்டிக்கொண்டு சாப்பிடு.”

‘இதோ அப்படியே செய்கிறேன். அதற்குமுன் இதோ என் நன்றி.’

மேரியாவை ஜார்டன் நோக்கினான். அவளுடைய தோள்கள் திரும்பவும் குலுங்கத் தொடங்கின. உடனே அவள் தன் முகத்தைச் சட்டென மறுபுறம் திருப்பிக் கொண்டாள். ஃபெர்னாண்டோவோ நிதானமாக உண்ணலானான். அவன் முகத்தில் ஒரு பெருமிதம். பெரிய கரண்டியைப் பயன்படுத்த நேர்ந்ததோ, கடைவாயிலிருந்து குழம்பு வழிந்து ஒழுகியதோகூட அவனுடைய மிடுக்கைக் குறைக்க முடியவில்லை.

“சாப்பாடு உனக்குப் பிடிக்கிறதா?” பிலார் அவனைக் கேட்டாள்.

"பிடிக்கிறது பிலார். வழக்கம்போலவே இருக்கிறது." வாய் நிறைய குழம்புடன் அவன் பதிலளித்தான். திரும்பவும் மேரியாவின் கரம் தன்பேரில் படிவதையும், மகிழ்ச்சியால் அவள் பிடி இறுகி யதையும் ஜார்டன் உணர்ந்தான்.

"வழக்கம்போலவே இருப்பதால்தானே உனக்குப் பிடிக்கிறது?" பிலார் மறுபடியும் கேட்டாள். அந்த வினாவுக்குத் தானே பதிலளித்த வளாய்த் தொடர்ந்தாள்: "ஆமாம், நன்றாகத் தெரிகிறது எனக்கு, குழம்பு வழக்கம்போல, வடக்கே நிலைமை மோசம்; எப்போதும் போல, இங்கே ஒரு படையெடுப்பு என்றும்போல, நம்மைத் துரத்தி யடிக்கத் துருப்புகள் வருகின்றன; தினமும்போல, நீயும் மூளையில் லாத மொட்டைமரமாக நிற்கலாம், என்றுமே."

"நான்தான் சொன்னேனே, கடைசி இரண்டு செய்திகளும் வெறும் வதந்திகளாக இருக்கலாமென்று."

"இதுதான் ஸ்பெயினின் விசேஷம் என்பது" கசப்புடன் பிலார் கூறிவிட்டு ஜார்டின் பக்கம் திரும்பியவளாய்க் கேட்டாள், "இந்த மாதிரி ஆசாமிகள் மற்ற நாடுகளில் உண்டா?"

"ஸ்பெயினைப்போல ஒரு நாடும் கிடையாது" மரியாதையுடன் அவன் மறுமொழி கூறினான்.

"நீங்கள் சொல்வது நூற்றுக்கு நூறு சரி, ஸ்பெயினைப்போல உலகத்திலேயே ஒரு நாடும் இல்லை" என்றான் ஃபெர்னாண்டோ.

"வேறெந்த நாட்டையாவது நீ பார்த்ததுண்டா?" பிலார் வினவினாள்.

"கிடையாதுதான்.பார்க்க எனக்கு ஆசையும் கிடையாது. பார்த்துக்கொள்ளும்" என்று ஜார்டனிடம் அவள் மீண்டும் கூறினாள்.

"நீ வாலென்ஸியாவுக்குப் போய்வந்தது பற்றிக் கொஞ்சம் சொல்லேன், ஃபெர்னாண்டோ" என்றாள் மேரியா.

"எனக்கு வாலென்ஸியாவைப் பிடிக்கவில்லை."

"ஏனாம்? எதனால் உனக்குப் பிடிக்கவில்லை?" என மறுபடியும் மேரியா கேட்டாள். அதே சமயம் ஜார்டனின் கரத்தை அவள் அழுத்தினாள்.

"அங்கே இருக்கிறவர்களுக்குப் பழகவே தெரியாது. அவர்களை என்னால் புரிந்துகொள்ளவே முடியவில்லை. ஒருவரைப் பார்த்து மற்றொருவர் கூவுவதுதான் அவர்கள் செய்வதெல்லாம்."

"அவர்களால் உன்னைப் புரிந்துகொள்ள முடிந்ததா?"
"முடியவில்லை போலப் பாசாங்கு செய்தார்கள்."

“அப்புறம் அங்கே நீ என்ன செய்தாய்?”

“கடலைக்கூடக் காணாமல் திரும்பிவிட்டேன். அந்த ஊர்ப் பேர்வழிகளை எனக்குப் பிடிக்கவேயில்லை.”

“போடா வெளியே, போக்கற்றவனே!” என்று பாய்ந்தாள் பிலார். “எனக்குத் தலைவலி வருவதற்கு முன் எங்கேயாவது தொலைந்துபோ. வாலென்ஸியாவா பிடிக்கவில்லை என்கிறாய்? அங்கேதானடா என் ஆயுசிலேயே அதிக ஆனந்தத்தை அனுபவித்தேன்... வாலென்ஸியா அதைப்பற்றி இனிமேல் பேசினாயோ, தெரியும் சேதி!” எனச் சீறினாள்.

“அங்கே நீங்கள் என்ன செய்தீர்கள்?” என்று பிலாரை மேரியா விசாரித்தாள். அவ்வளவுதான், ஒரு காப்பிக் கோப்பை, கொஞ்சம் ரொட்டி, குழம்பு வட்டில் ஆகியவற்றை மேஜைமீது வைத்துக்கொண்டு உட்கார்ந்தவளாய் பிலார் ஆரம்பித்து விட்டாள். “என்ன செய்தேனாவது! அங்கே விடுமுறைக் காலத்தில் மாட்டுச் சண்டைகள் போட ஃபினிடோவுக்கு மூன்று ஒப்பந்தம் கிடைத்திருந்தது. அப்போது நான் அங்கேதான் இருந்தேன். அந்த ஊரைப்போல வேரெங்கும் அவ்வளவு பேரை நான் பார்த்ததில்லை. அங்கே போல ஓட்டல்களில் கூட்டம் நெறிபட்டதைக் கண்டதேயில்லை. உட்கார இடம் கிடைக்க மணிக்கணக்கில் தவம் கிடக்க வேண்டும். டிராம் வண்டிகளிலும் அதே கதைதான். அங்கே ராத்திரியும் பகலும் ஒரே ஓட்டசாட்டம் தான், போயேன்!”

“அது சரி, அங்கே நீங்கள் என்ன செய்தீர்கள்? அதைச் சொல்லவில்லையே?”

“எல்லாம்தான் செய்தேன். கடற்கரைக்குப் போய்த் தண்ணீரில் இருந்தேன். பாய்மரப்படகுகளைக் கடலிலிருந்து காளை மாடுகள் தான் இழுத்துக் கரை சேர்க்கும். அதற்காக அந்தக் காளைகளைத் தண்ணீருக்கு ஓட்டி நீந்தச் செய்வார்கள். அப்புறம் படகுகளுடன் பிணைப்பார்கள். அவை எப்படியோ சமாளித்துக் காலூன்றியதும் மணலில் தட்டித் தடுமாறிக் கரைசேரும். கூடவே படகையும் இழுத்துவரும். ஒரு படகை அப்படி இழுப்பதென்றால் பத்து ஜோடிக் காளைகள் தேவை. கடற்கரையில், காலை வேளையில், அலை அடங்கிக்கிடக்கும்போது அந்த வேலையை அவை செய்யும். வாலென்ஸியாவில் மட்டுமே காணக்கூடிய காட்சி அது.”

“அந்தக் காளைகளைக் கவனித்ததைத் தவிர அங்கே வேறென்ன செய்தீர்கள், சொல்லுங்கள்.”

“கடல் மணலில் போட்டிருந்த கொட்டகைகளில் உட்கார்ந்து சாப்பிட்டோம். வேகவைத்த மீன், மிளகாய், அரிசி போலச் சிறிய விதைகள், இத்தனையும் கலந்து தயாரிக்கப்பட்ட பணியாரங்களைத்

தின்றோம். தொட்டால் ஒடியும்படி நளினமாக அந்தப் பணியாரங்கள் இருக்கும்; மீனோ, நம்பமுடியாத அளவுக்கு நன்றாக இருக்கும். கடலிலிருந்து அப்போதான் பிடிக்கப்பட்ட செம்மீன்கள் மீது எலுமிச்சைச் சாறு ஊற்றித் தருவார்கள்; அந்த மீன்களும் மிகவும் ருசியாக இருக்கும். நாலுமுறை கடித்தால் போதும், மீன் முழுதும் தீர்ந்துவிடும். அந்த மீன்களை ஏராளமாகத் தின்றோம். அப்புறம் நண்டுகள், சிறிய வழுக்குமீன் போல அப்போதே பிடித்துவரப்பட்ட ஜலஜீவராசிகளுடன் அரிசிச்சோறு சாப்பிட்டோம். பிறகு இன்னும் சிறிய வழுக்குமீன்களை மட்டும் எண்ணெயில் பொறிந்து விழுங்கினோம். அவரை முளைகள் மாதிரி அவ்வளவு சிறிதாக அவை இருக்கும்; நாலாபக்கமும் சுருட்டிக் கொண்டு கிடக்கும். வாயில் போட்டதும் கடிக்காமலேயே கரைந்துவிடும் அளவுக்கு அவை மிருதுவானவை. சாப்பிடும் நேரம் பூராவும் கூடவே வெள்ளை ஒயினைக் குடிப்போம். குளுகுளுவென்று தித்திப்பதாக இருக்கும். அந்த மதுவின் விலை ஒரு புட்டி முப்பது ஸெண்டிமேதான். கடைசியாக முலாம் பழம் சாப்பிடுவோம். முலாம் பழங்களின் உற்பத்தி இடமே அதுதான்.”

“காஸ்டிலில் கிடைக்கும் முலாம்பழங்கள் இன்னும் தரமானவை” என்று ஃபெர்னாண்டோ குறுக்கிட்டுக் கூறினான்.

“சரிதான், வாயை மூடு. காஸ்டிலில் கிடைப்பவை மட்டரகமானவையே, சாப்பிடுவதென்றால் வாலென்ஸியா பழம்தான் சிறந்தது. கடலைப் போலப் பச்சை நிறத்துடன் ஒரு கையளவு நீளத்துக்கு அவை தளதளவென்று இருக்கும். வெட்டினால் நிறையச் சாறு வடியும். இனிப்போ, வர்ணிக்க முடியாது. கோடை காலக் காலைநேர இனிமை கூட அதன் கிட்டே வரமுடியாது; போங்கள்! அந்தச் சன்னமான சின்னஞ்சிறு வழுக்கு மீன்கள் என் தட்டில் குவிந்து கிடந்ததை நினைத்துப் பார்த்தால் இப்போதும் என் நாக்கில் ஜலம் ஊறுகிறது. பகல் பூராவும் தட்டின்றிக் கள்ளைக் குடித்துக் களிக்கலாம். தண்ணீர்க் கூஜா அளவு பெரிதான ஜாடிகளில் ஜில்லென்று அது வரும்.”

“சாப்பிடவோ குடிக்கவோ நேராத வேளைகளில் என்ன செய்தீர்கள்?”

“வேறென்ன செய்வோம்?... அறைக்குள்ளே கொஞ்சிக் குலாவுவோம். தெருப்பக்கம் இருந்த திறப்பை மரச்சட்டத் திரையினால் மூடிவிடுவோம். அறைக் கதவுக்கு மேலிருந்த ஓட்டை வழியாகக் காற்று வீசும். திரையைப் போட்டதும் அறை இருட்டாகி விடுமாகையால் பகல் நேரத்திலேயே கூடிக்களிப்போம். கீழே தெருவில் இருந்த பூக்கடைகளிலிருந்து ஜம்மென்று வாசனை வீசும்... விடுமுறைக் காலத்தில் உச்சி வேளையின்போது தெருப் பாட்டைகளில்

வெடிக்கும் வெடிச்சரங்களின் கருகிய நெடியும் கலந்தடிக்கும். நகரம் நெடுகிலும் அந்த வெடிப்பாதை ஓடியது. வெடிச்சரங்கள் ஒன்றுடன் மற்றொன்று இணைக்கப் பட்டிருக்கும். டிராம் கம்பிகள், கம்பங்களின் வழியாகவே வெடிகள் தொடரும். பலத்த சப்தத்துடன் வெடிக்கும் அவை, கம்பத்துக்குக் கம்பம் தாவும். நேரிடக் கேட்காதவரையில் நம்பமுடியாத அளவுக்குப் பலமாக அந்த ஒலி இருக்கும்...கூடிக் குலாவியானதும் இன்னொரு ஜாடி கள் கொண்டு வரச்சொல்வேன். குளிர்ச்சியினால் மேல்புறத்தில் தண்ணீர் முத்துக்கள் கோத்திருக்கும் அந்த ஜாடியைப் பணிப்பெண்ணிடமிருந்து கதவுக் கருகிலேயே வாங்கிக்கொள்வேன். கள் வந்ததே தெரியாமல் ஃபினிடோ தூங்கிக் கொண்டிருப்பான். அவன் முதுகில் அந்தக் குளிர்ந்த ஜாடியை வைத்ததும், “வேண்டாம், பிலார் என்னைத் தூங்கவிடு பெண்ணே” என்பான். “கூடாது, எழுந்திரு. இது எவ்வளவு ஜில்லென்று இருக்கிறது, பார்” என்பேன். கண்ணைத் திறக்காமலேயே அதைக் குடித்துவிட்டு அவன் மறுபடியும் தூங்கத் தொடங்கிவிடுவான். அவன் தூங்கும் கோலத்தை கட்டிலடியில் ஒரு தலையணை மீது முதுகைச் சாய்ந்தபடிப் பார்த்துக் கொண்டிருப்பேன். பழுப்பு மேனியும், கறுப்பு முடியும், இளமையும் சேர்ந்தவனாய் அவன் அமைதியாகத் தூங்குவான். அவனைப் பார்த்தபடியும், கீழே வாத்திய கோஷ்டி வாசித்துக்கொண்டு செல்லும் பாட்டைக் கேட்டபடியும் பாக்கிக் கள்ளைக் குடித்துத் தீர்ப்பேன்” என்று கூறி முடித்த பிலார்; “நீயும் இருக்கிறாயே, இந்த மாதிரியெல்லாம் செய்ததுண்டா? அறிந்தது தான் உண்டா?” என்று பாப்லோவைக் கேட்டாள்.

“நாமும் தான் சேர்ந்து எத்தனையோ செய்திருக்கிறோம்!”

“மெய்தான், செய்யத்தான் செய்திருக்கிறோம்... ஃபினிடோவை விட நீ அதிக அனுபவமும் உடையவன்தான். இருந்தாலும் நாம் வாலென்ஸியாவுக்குப் போனதேயில்லை. படுக்கையில் சேர்ந்து படுத்தபடி வாத்தியக் கோஷ்டியின் வாசிப்பைக் கேட்டதில்லை.”

“அது எப்படிச்சாத்தியம்? நமக்குத்தான் வாலென்யாஸியாவுக்குப் போகச் சந்தர்ப்பமே கிடைக்கவில்லையே. அறிவு நிதானத்துடன் யோசித்துப் பார்த்தால் உனக்கே அது விளங்கும்...சரி அது கிடக் கட்டும். ஃபினிடோவுடன் என்னென்னவோ செய்ததாகச் சொல் கிறாயே, என்னைப்போல் அவன் உன்னுடன் ரயில் வண்டியைத் தகர்த்தானா, என்ன?”

‘இல்லைதான். ஆனால் அது ஒன்றைத்தான் நீ சொல்ல முடியும். ரயில் வண்டி எப்போதும் அதே பல்லவிதான். யாரும் அதை மறுத்துப் பேச முடியாது. இத்தனை சோம்பேறித்தனம், அசட்டை, சோடைகளுக்கும் மிஞ்சி நிற்பது அது ஒன்றுதான். இந்த நேரத்தில் உன்னைப் பிடித்தாட்டுகிற கோழைத் தனத்துக்கும் அது

ஒன்றுதான் சால்ஜாப்பு. அந்தத் தாக்குதலுக்கு முன்னாலேயே இன்னும் பல காரியங்களை நீ செய்ததுண்டு தான்; அநியாயமாகப் பழிக்க நான் விரும்பவில்லை. அதே மாதிரி, வாலென்ஸியாவையும் யாரும் மட்டம் தட்டிப் பேசக்கூடாது... என்ன, நான் சொல்வது புரிகிறதா?"

"எனக்கென்னவோ வாலென்ஸியாவைப் பிடிக்கத்தான் இல்லை" என்று மெதுவாகச் சொன்னான், ஃபெர்னாண்டோ.

"சண்டி மாடு என்கிறார்களே, அது இவன் பிடிவாதத்துக்கு உறை போடக்காணுமா?... சரி சரி, மேரியா, தட்டுகளை எடு, போவோம்." பிலார் இப்படிக் கூறி முடிப்பதற்குள் விமானங்கள் திரும்பிவரும் ஒலி கேட்கத் தொடங்கிவிட்டது.

9

குகை வாயிலில் நின்றவாறு அந்த விமானங்களை அவர்கள் பார்க்கலானார்கள். விண்ணில் மிக உயரத்தில், அதிவேகமாக அந்த வெடி வீசி விமானங்கள் பறந்தன; அவலட்சணமான அம்பு நுனியைப்போலக் கிழித்துக்கொண்டு சென்ற அவை, தாம் எழுப்பிய பேரொலியால் வானத்தையே பிளந்துவிடும் போல் இருந்தன. "சுறாமீன்கள் போலவே இவை இருக்கின்றன. – கல்ஃப் ஸ்ட்ரீம் பகுதியில் காணப்படும் அகலமான செதில்களும், கூரிய மூக்கும் உடைய சுறாமீன்களைப் போலவே இவை உள்ளன. ஆனால் வெள்ளி போலத் தகதகக்கும் அகலமான இறக்கைகள் இவற்றுக்கும் இருக்கின்ற போதிலும், கதிரவனொளியில் காற்றாடி சுற்றுவதால் ஆவிப்படலத்துடன் பேரொலியும் எழுப்பும் இவை பறப்பது சுறாமீன் நீந்துவதுபோல இல்லவேயில்லை. இவைபோல எந்த வஸ்து, அல்லது ஜந்துவின் நடமாட்டமும் இருக்க முடியாது. இயந்திர ரூபமான மரண தேவனே போலத்தான் இவை இயங்கு கின்றன... அடடா. நீ எழுதுவதை விட்டுவிட்டாயே? இதையெல்லாம் எழுதினால் எவ்வளவு நன்றாக இருக்கும்! ஒரு வேளை இனி நீ எப்போதாவது மறுபடி எழுதத் துவங்குவாயோ, என்னவோ?" இப்படியெல்லாம் தனக்குத் தானே கூறிக்கொண்ட ஜார்டன், தன் கையை மேரியா பிடித்தவாறு நிற்பதை உணர்ந்தான்... வானத்தை நோக்கிக் கொண்டிருந்த அவளை, "இவற்றைப் பார்த்தால் எதுபோல உனக்குத் தோன்றுகிறது, அழகு ராணியே?" என வினவினான்.

"எனக்குச் சொல்லத் தெரியவில்லை மரணதேவன் போலவே இருக்கிறது என்று நினைக்கிறேன்" என்றாள் அவள்.

“எனக்கோ விமானங்கள் போலத்தான் படுகிறது... ஆமாம், கூடவரும் சிறிய விமானங்களை எங்கே காணோம்?” என்று பிலார் கேட்டாள்.

“எல்லையை வேறெங்காவது அவை கடந்துகொண்டிருக்கலாம். இந்த வெடி வீசி விமானங்கள் வேகம் மிகுந்தவை. அவற்றுக்காக இவை காத்துக்கொண்டிருக்க முடியாது. அதனால்தான் இவை தனியாகத் திரும்பி வருகின்றன. இந்த விமானங்களுடன் மோதுவதற்காக நம் தரப்பு விமானங்கள் எல்லையைக் கடந்து தொடர்வதில்லை. அப்படிப் பயணம் வைக்கும் அளவுக்கு நம்மிடம் விமானங்கள் அதிகமில்லை” என்று ஜார்டன் பதிலளித்த அதே நேரத்தில் முக்கோணம் போல அணி வகுத்து மூன்று ஹீன்கெல் சண்டை விமானங்கள் தாழப்பறந்து வந்தன. காட்டில் இருந்த திறந்தவெளி வழியாக, மரங்களின் உச்சிகளைக் கிட்டத்தட்டத் தொட்டவாறு அவை வந்தன. இறக்கைகளை ஆட்டிச் சடசடவெனச் சப்தமிடும் விகாரமான விளையாட்டுப் பொம்மைகள் போல இருந்த அவை அண்மையில் வந்ததும் திடுமெனப் பெரிதாகித் தம் சுயரூபத்தைக் காட்டி அச்சமூட்டின; அதிரவைக்கும் முழக்கத்துடன் அவை அப்பால் ஓடின. விமான ஓட்டிகளைக் குகைவாயிலில் இருந்தவர் அனைவரும் தெளிவாகக் காணுமளவுக்கு அவை தாழ்வாகப் பறந்தன. தலைகளிலே கவசத்தொப்பிகளையும், கண்களிலே வண்ணக் கண்ணாடிகளையும் அந்த விமான ஓட்டிகள் அணிந்திருந்தார்கள்; அவர்களுடைய தலைவன் தரித்திருந்த கழுத்துக் குட்டை காற்றில் அலைபட்டுப் பின்பக்கம் பறந்ததையும் கூட அவர்களால் பார்க்க முடிந்தது.

“ஐயோ, அவர்கள் நம் குதிரைகளைப் பார்த்து விடுவார்களே!” என்று பதறினான் பாப்லோ.

“குதிரைகளை என்ன, உன் சிகரெட்டுத் துண்டுகளைக்கூட அவர்களால் பார்க்க முடியும்... சரிதான், படுதாவைப்போடு” என்றாள் பிலார்.

அதன் பிறகு வேறு விமானங்கள் வரவில்லை; மற்றவை அந்த மலைத் தொடரின் மேற்புறத்திலேயே கடந்து சென்றிருக்க வேண்டும் என்று தோன்றியது, விமான ஒலி ஓய்ந்ததும் குகையிலிருந்து அவர்கள் வெளி வந்தார்கள். வானம் இப்போது விமானமேதுமற்ற நீல விதானத்துடன் நிர்மலமாகத் துலங்கியது.

“ஏதோ கனவு கண்டுவிட்டு விழித்தெழுந்து வந்ததுபோல இல்லை?” என ஜார்டனை மேரியா வினவினாள். தொட்டு விலகிவிட்டுத் திரும்பத் தொடும் விரல் விளைக்கும் உணர்வுபோல, காதுக்கு எட்டாத தொலைவுக்கு ஒலி விலகிப்போன பிறகும் மிகச் சன்னமாக ரீங்கரிக்கும் சப்தம்கூட அப்போது கேட்கவில்லை.

"அது ஒன்றும் கனவில்லை; நிஜமாகவேதான் விமானங்கள் வந்தன. நீ உள்ளே போய்ப் பாத்திரங்களைக் கழுவு" என்று உத்தர விட்டாள் பிலார். பிறகு ஜார்டன் பக்கம் திரும்பி, "என்ன செய்யலாம்? நடப்போமா, அல்லது குதிரை மீதேறிச் செல்வோமா?" என்று கேட்டாள்.

அவளைப் பார்த்துச் செருமிய ஜார்டன், "உங்கள் இஷ்டம் போலச் செய்யலாம்" என்றான்.

"அப்படியானால் நடந்தே செல்வோம்; என் ஈரலுக்கு நல்லது அது."

"குதிரைச் சவாரியும் அதற்கு நல்லதுதானே?"

"மெய்தான். ஆனாலும் குதிரைச் சவாரியில் குண்டிப் பகுதியில் வலியெடுத்து விடுகிறது. ஆகவே நடந்தே போவோம்" என்றவள் பாப்லோவின் புறம் திரும்பி "கீழே போய் உன் குதிரைகளைக் கணக்குப்பார். விமானங்களுடன் அவையும் பறந்துபோய் விடாமல் இருக்கின்றனவா என்று சரி பார், போ" என்று கிண்டல் செய்தாள்.

பாப்லோவோ, "சவாரி செய்ய உமக்குக் குதிரை ஏதாவது தேவையா?" என்று ஜார்டனை நோக்கிக் கேட்டான்.

"வேண்டாம். கொடுக்க முன்வந்ததற்கு நன்றி... ஆமாம், மேரியாவும் நடந்தே வரவேண்டுமா, என்ன?"

"நடப்பதுதான் அவளுக்கும் நல்லது. நடக்கா விட்டால் அவளுடைய எலும்பு முட்டுகள் எல்லாம் இறுகிவிடும்; எதற்கும் பிரயோசனப் படமாட்டாள்" என்று பிலார் பதிலளித்ததைக் கேட்ட தும் தன் முகம் சங்கடத்தால் சிவந்ததை ஜார்டன் உணர்ந்தான். அவளோ "நீர் நேற்றிரவு நன்றாகத் தூங்கினீரா?" என்று கேட்டபின் வெளிப்படையாகயே பேசலானாள்; "மேரியாவுக்கு வியாதியேதும் கிடையாது என்பது நிஜமே. அவளை ஏதாவது நோய் பற்றிக்கொண் டிருக்கக்கூடும்தான். ஆனால் அப்படியேதும் இல்லை. ஏன் என்பது தான் எனக்கு விளங்கவில்லை. ஆண்டவன் என்று ஒருவன் இருக்கிறான் போலிருக்கிறது, நாம் அவனை நீக்கிவிட்ட போதிலும்." பின்னர் அவள் பாப்லோவின் பக்கம் திரும்பினாள்: "போ அப்பால். இதற்கும் உனக்கும் சம்பந்தமில்லை. உன்னைவிட இளையவர்களைப் பற்றியே இப்போது சொல்கிறேன். இளையவர்கள் மட்டுமல்ல, நல்ல சரக்குகளும் கூட – உன்னைப் போலில்லாமல். நட இங்கிருந்து." பிறகு ஜார்டனிடம் அவள் மீண்டும் சொன்னாள்; "உமது சாமான் களை அகஸ்டின் பார்த்துக்கொள்வான், அவன் வந்ததும் நாம் புறப்படுவோம்."

கதிரவன் பிரகாசமாக ஒளிர்ந்து எங்கணும் இதமான வெப்பம் பரப்பினான். அந்த நிர்மலமான நேரத்தில் பிலாரின் புடைத்த

பெரு முகத்தை ஜார்டன் நோக்கினான். சதுரமான அந்தப் பழுப்பு நிற முகத்தில் ஆங்காங்கு கோடுகள் விழுந்திருந்தன. நிறைய இடைவெளி விட்டு அமைந்திருந்த அவளுடைய கண்களில் கருணையும் குறும்பும் கலந்திருந்தன. இப்படி இனிய வகையில் அமைந்த அந்த அவலட்சணமான முகத்தில் வருத்தமும் உறைந்திருந்தது. உதடுகள் அசைந்தபோதுதான் அந்த வருத்தப்படலம் விலகியது. அவளை நோக்கியபின், பட்டியை நோக்கிச் சென்று கொண்டிருந்த பாப்லோவை அவன் பார்த்தான். அவளும் பாப்லோவையே கவனித்தவாறு, "என்ன, ராத்திரி சரசமாடினீர் அல்லவா?" என்று கேட்டாள்.

"மேரியா என்ன சொன்னாள்?" என்று ஜார்டன் வினவினான் பதிலுக்கு.

"ஒன்றும் சொல்லமாட்டேன் என்கிறாள்."

"நானும் சொல்வதற்கில்லை."

"அப்படியானால் நீர் சல்லாபம் செய்திருக்கத்தான் வேண்டும் எப்படியோ உம்மால் முடிந்த அளவு ஜாக்கிரதையுடன் அவளிடம் நடக்கவேண்டும்."

"அவள் கர்ப்பமாகிவிட்டால் என்ன செய்வதாம்?"

"அதனால் பாதகமில்லை; குடிமுழுகிவிடாது."

"கருவுற்றால் இந்த இடம் ஏற்றதில்லையே?"

"அவள்தான் இங்கே தங்கப் போவதில்லையே? உம்முடனேயே வந்துவிடுவாள்."

"அவளை நான் எங்கே அழைத்துப் போக முடியும்? நான் போகுமிடத்துக்கு எந்தப் பெண்பிள்ளையையும் இட்டுச் செல்ல முடியாதே."

"யார் கண்டது? ஒன்றென்ன, இரண்டுபேரைக்கூட நீர் அழைத்துப் போக முடியலாம்" என மறைபொருளுடன் பிலார் பேசினாள்.

"என்ன இது, நீங்கள் இப்படி நம்பிக்கையில்லாமல் சாவுப் பேச்சை எடுப்பது?"

"இதோ பாரும், நான் கோழையல்ல. ஆனாலும் அதிகாலையில் என்னால் எல்லா விஷயங்களையும் தெளிவாகக் கண்டு கூறமுடியும். இப்போது உயிரோடு இருக்கும் நம்மவர் பலர் இன்னொரு ஞாயிற்றுக் கிழமை வரையில் இருக்கமாட்டார்கள் என்பதே என்னுடைய எண்ணம்."

"இன்றைக்கு என்ன கிழமை?" என்று ஜார்டன் வினவினான்.

"ஞாயிற்றுக்கிழமை."

“பரவாயில்லை. அடுத்த ஞாயிற்றுக்கிழமை தூரத்திலேயே இருக்கிறது. புதன் வரையில் இருந்து விட்டோமானால் அப்புறம் பயமில்லை. இருந்தாலும் இந்தமாதிரி நீங்கள் பேசுவது எனக்குப் பிடிக்கவில்லைதான்.”

“ஒவ்வொருவருக்கும் யாராவது ஒருத்தரிடம் பேச வேண்டிய அவசியம் இருக்கிறது. முன்பெல்லாம் நமக்கு மதமும் மற்ற முட்டாள் தனங்களும் இருந்தன, மனம் விட்டுப் பேச அவை தந்த சந்தர்ப்பங்கள் இப்போது இல்லை. அதனால், என்னதான் துணிச்சல் இருந்தாலும் தனிமை தின்று தீர்த்து விடுகிறது.”

“நமக்கேது தனிமை? எல்லோரும் ஒன்றாக அல்லவா இருக் கிறோம்.”

“இப்போது பார்த்தோமே விமானங்கள், அவை என் மூளை யைக் கலக்கிவிட்டன. அந்த மாதிரி இயந்திரங்களுக்கு முன் நாம் எம்மாத்திரம்?”

“இருந்தாலும் அந்த விமானங்களையும் கூட நம்மால் எதிர்த் தடிக்க முடியும்.”

“கேளும், என் மனக்கஷ்டத்தைதான் உம்மிடம் சொன்னேன். ஆனால் எனக்குத் திடநம்பிக்கை கிடையாது என்று அதிலிருந்து முடிவு கட்டிவிடாதீர். அதற்கு இன்னும் ஒன்றும் ஆகிவிடவில்லை” என்றாள் பிலார்.

“சூரியன் ஏறஏறப் பனி உருகுவதுபோல அந்தக் கஷ்டமும் கரைந்துவிடும்.”

“அதை நான் மறுக்கவில்லை; நீர் விரும்பினால் அப்படியே வைத்துக்கொள்ளும். வாலென்ஸியாவைப் பற்றிய மடப்பேச்சுதான் அந்த வருத்தத்தைக் கிளறிவிட்டது போலிருந்தது. தன் குதிரைகளைப் பார்க்கப் போனானே, அந்தப் பாப்லோ பாழாகிவிட்டதும் என் வேதனைக்கு ஒரு காரணம் என்று சொல்லலாம். வாலென்ஸியாவில் நடந்ததைக் கூறி அவன் நெஞ்சத்தை நோகச் செய்துவிட்டேன். அவனைக் கொல்லலாம், திட்டலாம்: ஆனால் நோகடிக்க மட்டும் கூடாது.”

“இப்படிப்பட்டவனுடன் நீங்கள் எப்படிச் சேர நேர்ந்தது?”

“எப்படிச் சேருகிறோம் எல்லாரும்?... இயக்கத்தின் ஆரம்ப நாளிலும், அதற்கு முன்னாலும்கூட அவன் பெரிய புள்ளியாக இருந்தான், காரியத்திலேயே அவனுக்குக் குறி. இப்போதோ அத்தனைத் தீவிரமும் போய்விட்டது, அடைப்பானை எடுத்ததும் தோல் கூட்டிலிருந்த அவ்வளவு ஒயினும் வெளியேறி வீணாகி விட்டதைப்போல.”

“இவனை எனக்குச் சற்றும் பிடிக்கவில்லை” என்றான் ஜார்டன். “அவனுக்கும்தான் உம்மைப் பிடிக்கவில்லை. அதற்குக் காரணமும் உண்டு. நேற்று ராத்திரி அவனுடன்தான் நான் படுத்தேன்.” சிரித்து விட்டுத் தலையை ஆட்டினாள் பிலார். ‘அப்போது என்ன பேசினோம் என்பதைக் கேட்கிறீரா? இதோ: ‘அந்த அந்நியனை நீ ஏன் கொல்லவில்லை, பாப்லோ?’ என்று நான் கேட்டேன். அதற்கு அவன். ‘அந்தப் பையன் நல்லவன் பிலார்: நிஜமாகவே நல்லவன்’ என்றான். ‘அதன் பேரில் நான், இப்போது நான்தான் இங்கே தலைமை தாங்குகிறேன் என்பது புரிந்துவிட்டதல்லவா?’ என்று அடுத்த கேள்வியைப் போட்டேன். ‘ஆமாம், புரிகிறது பிலார்’ என்று அவன் பதில் சொன்னான். பாதி ராத்திரியில் நான் விழித்த போது அவன் அழுதுகொண்டிருந்ததைப் பார்த்தேன். உள்ளே ஏதாவது மிருகம் இருந்து உலுக்கினால் எப்படி இருக்குமோ அப்படிக் கேவிக் கேவிக் கோரமாக அழுதான் ‘உனக்கு என்ன நேர்ந்துவிட்டது. பாப்லோ?’ என்று கேட்டபடி அவனைக் கட்டியணைத்துக் கொண்டேன். ‘ஒன்றுமில்லை, பிலார், ஒன்றுமேயில்லை’ என்றான் அவன், ‘இல்லை, ஏதோ நடந்திருக்கிறது’ என்றேன், விடாப்பிடியாக. ‘நம் ஆட்கள் இருக்கிறார்களே, அவர்கள் என்னைக் கைவிட்ட விதம்தான் என் உள்ளத்தை உடைத்துவிட்டது’ என்று பாப்லோ விளக்கினான். ‘அதனாலென்ன? அவர்கள் என்கீழே தானே இருக்கிறார்கள்? நான்தான் உன்னுடைய சேர்மானமாச்சுதே?’ என்று ஆறுதலாகச் சொன்னேன். ‘நான் ரயிலைத் தகர்த்ததை மறந்து விடாதே, பிலார், கடவுள் உனக்கு உதவட்டும்’ என்றான் அவன். பதிலுக்கு, ‘எதற்காக இப்போது ஆண்டவனைப் பற்றிப் பேசுகிறாய்? இதெல்லாம் என்ன பேச்சு?’ என்று கண்டித்தேன். ‘ஆமாம், கடவுளையும் கன்னிமேரியையும் பற்றித்தான் பேசவேண்டும்’ என்று அவன் சொன்னதும், ‘உன் ஆண்டவனும் மாதாவும் நாசமாய்ப் போகட்டும்! இப்படியெல்லாம் இனிமேல் பேசாதே’ என்றேன். ‘சாவதற்கு எனக்குப் பயமாயிருக்கிறது, பிலார். தெரிந்து கொண்டாயா?’ என்று அவன் கேட்கவே, ‘உடனே படுக்கையை விட்டுக் கீழே இறங்கு! இங்கே எனக்கும் உனக்கும்தான் இடமுண்டு: உன் அச்சங்களை அடுக்க இடமில்லை’ என்று சூடு கொடுத்தேன். அவ்வளவுதான், அவன் கூசிக் குறுகிவிட்டான். அப்புறம் வாயே திறக்கவில்லை. நான் தொடர்ந்து தூங்கினேன்... அது என்னவோ, அவன் அடியோடு நாசமாகித்தான் விட்டான்.”

ஜார்டன் ஏதும் பேசவில்லை. பிலார் தொடர்ந்தாள்: “என் வாழ்க்கை பூராவிலும் இந்த மனவேதனை அவ்வப்பொழுது தலைகாட்டுவது வழக்கமாகவே இருந்து வந்திருக்கிறது. ஆனால் என் வருத்தம் பாப்லோவின் துக்கத்தைப் போன்றதில்லை. என் மன உறுதியை அது பாதிப்பதேயில்லை.”

"உங்கள் பேச்சில் எனக்கு நம்பிக்கையுண்டு" என்றான் ஜார்டன்.

"பெண்பிள்ளைகளின் மாதவிடாய் போன்றதோ என்னவோ அது? உண்மையில் அது ஒன்றும் பிரமாதமானதாக இல்லாமலும் இருக்கலாம்" சற்று நிறுத்திவிட்டு அவள் மீண்டும் பேசினாள்: "குடியரசைப்பற்றிப் பலப்பல கனவுகள் கண்டேன், அதனிடம் எனக்கு உறுதியான நம்பிக்கை உண்டு. மதநம்பிக்கை உள்ளவர்களுக்கு அற்புதச் சாதனைகளிடம் இருப்பதுபோலக் குடியரசினிடம் எனக்கு நம்பிக்கையும் ஆசையும் உண்டு."

"அதில் எனக்குச் சந்தேகமேயில்லை."

"உமக்கும் அதேபோல ஆழ்ந்த நம்பிக்கை உண்டா?"

"குடியரசைப் பற்றித்தானே கேட்கிறீர்கள்?"

"ஆமாம்."

"ஆம், நம்பிக்கை உண்டு" என்றான் ஜார்டன், அது நிஜமாக இருக்கவேண்டுமே என்றான் தாபத்துடன்.

"அதைக் கேட்க எனக்கு ரொம்ப சந்தோஷம்... அது சரி, உமக்குப் பயமேதுமே கிடையாதோ?"

"சாவைப் பொறுத்துக் கிடையாது". இப்போது அவன் கூறியது மெய்தான்.

"அப்படியானால் வேறுவித அச்சங்கள் உண்டோ?"

"நான் செய்யவேண்டிய வகையில் என் கடமையைச் செய்யாமல் போய்விடுவேனோ என்றுதான் பயம்."

"அந்த மற்றொரு அந்நியரைப் போல எதிரியிடம் பிடிபடுவதைப் பற்றிப் பயம் இல்லையே?"

"இல்லை. அப்படி அஞ்சினால் அதுவே மனம் முழுவதையும் ஆக்கிரமித்துக்கொண்டு நம்மை உதவாக்கரைகளாக்கிவிடும்" இம்முறையும் அவன் கூறியது வாஸ்தவமே.

"ஆனாலும் உணர்ச்சியற்ற மரக்கட்டைதான் நீர்."

"இல்லை நான் அப்படி நினைக்கவில்லை."

"இல்லை, உம்மூளை மரத்துத்தான் போயிருக்கிறது."

"என் வேலையிலேயே சிந்தனை முழுவதையும் செலுத்துவதால் அப்படி இருக்கலாம்."

"ஆனால் வாழ்க்கைச் சுகங்களை அனுபவிக்க உமக்குப் பிடிக்காது போலிருக்கிறதே?"

"இல்லை, மிகவும் பிடிக்கும். ஆனால் அவை என் வேலையில் குறுக்கிடுவதை நான் விரும்புவதில்லை" என்றான் ஜார்டன்.

“குடிப்பதில் உமக்குப் பிரியமுண்டு என்பது எனக்குத் தெரியும். நானேதான் நேரில் பார்த்தேனே!”

“ஆமாம், பிடிக்கும்தான். ஆனால் மதுவும்கூட என் வேலைக்குத் தடையாக விடமாட்டேன்.”

“பெண்களைப் பிடிக்குமல்லவா?” என்று கேட்டாள் பிலார்.

“ஆமாம் அவர்களை எனக்கு மெத்தப் பிடிக்கும். ஆனால் அதற்காக அவர்களுக்கு நான் அதிக முக்கியத்துவம் அளித்துவிடுவதில்லை.”

“அதாவது பெண்களிடம் அதிக அக்கறை இல்லை என்கிறீர்?”

“ஆமாம். அதோடு என் உள்ளத்தைக் கவரக்கூடியவளாக இது வரையில் எவளையும் நான் கண்டதுமில்லை.”

“நீர் சொல்வது பொய்யே என்பேன்.”

“அப்படியும் இருக்கலாம்தான், ஒரு அளவுக்கு” என்றான் ஜார்டன்.

“சொல்லும், மேரியாவிடம் உமக்கு அக்கறை உண்டல்லவா?”

“ஆமாம். ஏகப்பட்ட அக்கறை திடீரெனத் தோன்றிவிட்டது.”

“எனக்கும்தான். அவளிடம் எனக்கு அபார அக்கறை... ஆமாம், அபாரம்தான்.”

“எனக்கும்கூட” என்று கூறுகையில் தன் தொண்டை அடைத்துக் கொண்டதை ஜார்டன் கண்டான். “எனக்கும்தான்... ஆமாம்” என்று கூறுவதில் இன்பம் கண்ட அவன் சம்பிரதாய பூர்வமான ஸ்பானிஷ் மொழியில் மீண்டும் சொன்னான், ‘அவளிடம் அபார அக்கறை எனக்கு” என்பதாக.

“எல்ஸோர்டோவை நாம் பார்த்த பிறகு உங்கள் இருவரையும் தனித்திருக்க விட்டுவிடுகிறேன்” என்று பிலார் கூறியதற்கு அவன் முதலில் பதிலேதும் சொல்லவில்லை. பிறகு “அது அனாவசியமே” என்றான்.

“இல்லை, ஐயா. அது அவசியம்தான்... அதிக அவகாசம் இல்லை.”

“அதை என் கைரேகையிலிருந்து கண்டுகொண்டீர்களாக்கும்?”

“இல்லையில்லை, அந்த ரேகைப் பிதற்றலையெல்லாம் மறந்து விடும்” குடியரசுக்குத் தீமை புரியக்கூடிய மற்றவற்றுடன் அந்த விவரத்தையும் அவள் ஒதுக்கித் தள்ளியிருந்தாள்.

ஜார்டன் ஏதும் பேசவில்லை. குகையினுள் சாப்பாட்டுத் தட்டுகளை மேரியா எடுத்து அடுக்கி வைப்பதையே அவன் பார்த்துக் கொண்டிருந்தான். அவள் தன் கைகளைத் துடைத்துக் கொண்டபின்

திரும்பி அவனை நோக்கிச் சிரித்தாள். பிலார் கூறியது எதுவும் அவள் காதில் விழுந்திருக்க முடியாது. எனினும் ஜார்டனை நோக்கிச் சிரித்தபோது அவளுடைய பழுப்புக் கன்னம் கருஞ்சிவப் பாகியது. திரும்பவும் அவனைப் பார்த்து முறுவலித்தாள் அவள்.

“ஏன், பகல்பொழுதுகூட இருக்கிறது” என்றாள் பிலார். “ராத்திரி மட்டுமில்லை, பகலும் உண்டு என்றேன். என் காலத்தில் வாலென்ஸியாவில் இருந்ததுபோல இப்போது சுகசௌகரியங்கள் இல்லை என்பது மெய்தான். இருந்தாலும் ரோஜாவுக்குப் பதிலாக ஊமத்தைப் பூவாவது இங்கே கிடைக்காமல் போய்விடுமா?” என்று கேட்டுச் சிரித்த அவளது பருத்த தோளில் கைவைத்த ஜார்டன், “உங்களிடமும் எனக்கு அக்கறை உண்டு; ஆமாம், அபார ஆர்வம் உண்டுதான்” என்றான்.

“அப்படியானால், டான் ஜுவானேதான் நீர்!” அவன் காட்டிய அன்பினால் திணறியவளாக அவள் மொழிந்தாள், “எதற்கும் ஓர் ஆரம்பம் உண்டு எல்லாரிடமும் நாட்டம் காட்டுவதற்கும் கூடத் தான்... சரி சரி, அதோ அகஸ்டின் வருகிறான், சும்மாயிரும்.”

உடனே குகையினுள் நுழைந்த ஜார்டன், அங்கே மேரியா நின்ற இடத்தை நோக்கிச் சென்றான். தன்னை அவன் அணுகுவதைக் கண்களில் ஒரு பிரகாசத்துடன் அவள் பார்த்தாள். கன்னங்களிலும் கழுத்திலும் மீண்டும் நாணச்சிவப்பு. “ஹலோ, என் முயல் குட்டியே?” என்றவாறு அவள் வாயில் முத்தமிட்டான் ஜார்டன். அவளும் அவனை இறுகத் தழுவிக்கொண்டு அவன் முகத்தையே ஆர்வமுடன் நோக்கியபடி. “ஹலோ, ஓ ஹலோ, ஹலோ” என்றாள்.

சிகரெட்டைப் புகைத்தவாறு இன்னமும் மேஜை முன்பே அமர்ந்திருந்த ஃபெர்னாண்டோ அந்தக் குலாவலைக் கண்டதும் எழுந்தான்; அதை ஆட்சேபிக்கும் முறையில் தலையை ஆட்டினான், பின்னர், சாய்த்து வைத்திருந்த தன் துப்பாக்கியை எடுத்துக் கொண்டு வெளியே வந்தான். “வரைமுறையே இல்லையே! ஹும்... இது எனக்குக் கட்டோடு பிடிக்கவில்லை. அந்தக் குட்டியை நீ கவனமாகப் பார்த்துக்கொள்ள வேண்டும்” என்றான், பிலாரிடம்.

“பார்த்துக்கொண்டுதான் இருக்கிறேன். அந்தத் தோழர் அவளுடைய காதலராக்கும்” என்று அவள் பதிலளித்தாள்.

“ஓஹோ, அப்படியா? அந்தமாதிரி அவர்கள் பிணைத்துக் கொண்டிருந்தால் இந்தமாதிரிச் செய்வது இயற்கைதான்!”

“எனக்கென்னவோ இதைப் பார்க்கச் சந்தோஷமாக இருக்கிறது.”

“எனக்கும்தான்” என்று சொன்ன ஃபெர்னாண்டோ, “சரி, போய் வருகிறேன், பிலார்” என விடை பெற்றான்.

“எங்கே போகிறாய்?”

“பிரிமிடோவுக்குப் பதிலாகக் காவலுக்கு நிற்க மேல்புற நிலையத்துக்குப் போகிறேன்” என்று கூறிப் புறப்பட்ட அவனை, “எங்கேயடா கிளம்பிவிட்டாய்?” என அகஸ்டினும் கேட்டான்.

“என் கடமையைச் செய்ய” என்று கம்பீரத்துடன் ஃபெர்னாண்டோ விடையிறுத்தான்.

“கடமையாமே கடமை! அந்த மடமையிலே இடி விழ!” என்று கிண்டல் செய்த அகஸ்டின், பின்னர் பிலாரைப் பார்த்து, “நான் காவல் காத்துத் தொலைக்க வேண்டிய அந்த நாசமாய்ப் போனது எங்கே?” என வினவினான்.

“குகைக்குள்ளே இரண்டு மூட்டையில் இருக்கிறது. அது கிடக்கட்டும், உன் நாராசப் பேச்சை மூட்டைக் கட்டிவை. அதைக் கேட்டுப் புளித்துவிட்டது எனக்கு.”

“அந்தப் புளிப்பும் நாசமாய்ப் போகட்டும்!”

“ஏன், நீதான் நாசமாய்ப் போயேன்” பதட்டமின்றிப் பார்த்தாள் பிலார்.

“நீ மட்டுமில்லை, உன் அம்மாவும் நாசமாய்போனவள்தான்.”

“எனக்காவது அம்மா உண்டு. உனக்கேதடா அப்படி ஒருத்தி?” இத்தனை நாசங்களும் ‘நாராசம்’ கலந்தே கூறப்பட்டன, ஸ்பானிஷ் மொழியில். அதிலும் வரைமுறை மிகுந்த வகையில் அந்த ‘வரை முறை’யில் செயல்களை நேரிடக் கூறுவதில்லை, சூசகமாகவே சொல்வார்கள்.

“அந்த ஜோடி அங்கே என்ன செய்து கொண்டிருக்கிறது?” என்று ரகசியக் குரலின் பேச்சைத் திருப்பினான் அகஸ்டின்.

“ஒன்றுமில்லை, உனக்கு ஒன்றுமில்லை. இது வசந்த காலம் என்பது உனக்கு எங்கே தெரியப்போகிறது, மிருகமே?”

“மிருகமா? ... ஆமாம், மிருகம்தான்” என்று அந்தச் சொல்லை அகஸ்டின் அனுபவித்துக் கூறினான். “நான் மிருகமென்றால் நீ என்னவாம்? தட்டுவாணியிலும் கேடுகெட்ட குச்சுக்காரியின் மகள்தானே நீ? இந்த வசந்தமும்தான் நாசமாய்ப் போகட்டுமே!”

அவனுடைய தோளைத் தட்டிய பிலார், “நீயும் உன் வசவுகளும்! அதில்கூட மாறுதல் காட்ட உனக்கு மூளையில்லையே!” என்று பெரிதாகச் சிரித்தாள்.

“ஆனாலும் உன்னிடம் ஆவேசம் இருக்கிறது... அது கிடக் கட்டும் விமானங்களைப் பார்த்தாயா?”

“அந்த விமானங்களின் எஞ்சின்களும்தான் நாசமாய்ப் போக வேண்டும்” தலையை ஆட்டிக் கீழுதட்டைக் கடித்தபடி அகஸ்டின் பதிலளித்தான்.

"இப்போது திட்டினாயே, அது சரி, நிஜமாகவே அதில் கொஞ்சம் அர்த்தம் உண்டு. ஆனால் அதைச் செய்து முடிப்பது தான் சிரமம்."

"அந்த உயரத்தில் முடியாது" என்று கூறி அகஸ்டின் இளித் தான். "அதில் சந்தேகமில்லைதான். ஆனாலும் இப்படி வேடிக்கை யாகப் பேசுவது நல்லதில்லையா?"

"நல்லதுதான். தமாஷ் செய்வது தரமானதுதான். நீயோ நல்லவன் வேறு. அதனால் வேடிக்கை வசவுகளையும் வெறியுடன் தான் வீசுகிறாய்."

"இதைக் கேள், பிலார். ஏதோ முஸ்தீபு நடந்து வருகிறது. இல்லையா" ஏதோ சிந்தனைக்குறியுடன் அகஸ்டின் வினவினான்.

"உனக்கு எப்படித் தோன்றுகிறது?"

"அதைவிடக் கேடு கெட்டது வேறெதும் இருக்க முடியாது என்றே எனக்குப்படுகிறது. வந்த விமானங்கள் ஏராளம், தாயே, ஏராளம்!"

"ஓஹோ, மற்றவர்களைப் பிடித்த பயம் உன்னையும் பற்றிக் கொண்டு விட்டது போலிருக்கிறதே!"

"பிடித்தால் பிடித்து விட்டுப் போகிறது, போயேன். அந்த விமானங்கள் எதற்கு முஸ்தீபுச் செய்வதாக நினைக்கிறாய், அதைச் சொல்லு."

"இதோ பார், பாலத்தைப் பிளக்க எப்போது இந்தப் பையன் இங்கே வந்திருக்கிறனோ, அதிலிருந்தே நம் குடியரசு ஒரு படை யெடுப்புக்குத் தயாராகிறது என்பது புரியவில்லையா? இப்போது வந்துபோன விமானங்களிலிருந்து அந்தத் தாக்குதலைச் சமாளிக்க ஃபாஸிஸ்டுகள் தயாராகிறார்கள் என்பதும் விளங்குகிறது. ஆனால் அதற்காக விமானங்களை ஏன் காட்டிப் பயமுறுத்த வேண்டும் என்பதுதான் புதிராக இருக்கிறது."

"இந்தச் சண்டையில் மர்மமான மடச்செயல்கள் எத்தனையோ நடக்கின்றன. மூடத்தனத்துக்கு எல்லையே இல்லை."

"ஆமாம், சந்தேகமில்லை. அந்த விமானங்கள் கண்மூடித் தனமாகப் போனதால்தானே இப்போது இங்கே நாம் பிழைத்துப் பேசிக்கொண்டிருக்க முடிகிறது?" என்றாள் பிலார். "சரியாகச் சொன்னாய்! இப்போது மட்டுமென்ன, ஒரு வருஷமாகவே மடச் செயல்களின் மத்தியில்தான் நாம் கும்மாளம் போடுகிறோம். ஆனாலும் பாப்லோவும் பல விஷயங்களை அறிந்தவன்தான். அபாரத் தந்திரசாலிதான்."

"எதற்காக அவன் பிரதாபத்தைப் பேசுகிறாய் இப்போது?"

"பேசவேண்டும் என்பதால்தான் பேசுகிறேன்.'

"ஆனால் ஒரு விஷயத்தை நீ புரிந்து கொள்ள வேண்டும். தந்திரத்தினால் நாம் இப்போது தப்பிப் பிழைத்துவிட முடியாது. இன்னொன்று சொன்னாயே, அந்த அறிவும் அவனிடம் இப்போது அற்றுப்போய் விட்டது."

"புரிகிறது எனக்கு. நாம் இங்கிருந்து போயாக வேண்டும் என்பது எனக்குத் தெரிகிறது. நாம் உயிர் பிழைக்க வேண்டுமானால் வெற்றி பெற்றேயாக வேண்டும்; இப்போது எவ்வளவோ கோழையாகி விட்டாலும் பாப்லோ கெட்டிக்காரன்தான் என்பதை நீ ஒப்புக் கொண்டேயாக வேண்டும்" என்றான் அகஸ்டின்.

"நானும்தான் கெட்டிக்காரி."

"இல்லை, பிலார், நீ கெட்டிக்காரியில்லை. உன்னிடம் துணிச்சல் உண்டு, விசுவாசமும் உண்டு என்பதை ஒப்புக்கொள்கிறேன். தீர்மானமெடுக்கும் திறமையும், ஞானதிருஷ்டியும் உன்னிடம் இருப்பதும் உண்மைதான். அந்தத் திறமைகளும் தைரியமும் உன்னிடம் நிறையவே உண்டு. ஆனாலும் கெட்டிக்காரத்தனம் கிடையாது."

"நிஜமாகவே அப்படியா நினைக்கிறாய்?" என்று சிந்தனை தேங்கிய முகத்தோடு பிலார் கேட்டாள்.

"ஆமாம், பிலார்."

"அந்தப் பையன் கெட்டிக்காரனில்லையா? படு சுட்டித் தனத்தோடு அவனிடம் பாறாங்கல் இருதயமும் இருக்கிறது. உணர்ச்சி வசப்படுவதேயில்லை; மூளை முறுக்கிக் கொள்வதே கிடையாது."

"ஆமாம். செய்யவேண்டியது என்ன என்பது அவனுக்குச் சரியாகத் தெரிந்திருக்கவேண்டும். இல்லாவிட்டால் இங்கே அனுப்புவார்களா? இருந்தாலும் அவன் கெட்டிக்காரனா என்பது எனக்குத் தெரியாது. பாப்லோ சாமர்த்தியசாலி என்பது மட்டும் சந்தேகமில்லாமல் தெரியும்."

"ஆனால் பயத்தினாலும், எதையும் செய்ய ஆர்வம் இல்லாத தாலும்தான் அவனுடைய கெட்டிக்காரத்தனம் குட்டிச்சுவராகி விட்டதே!"

"இருந்தாலும்கூட அவன் கெட்டிக்காரன்தான்" என அகஸ்டின் சாதித்தான்.

"என்னதான் சொல்கிறாய் நீ? விளக்கமாகவே சொல்லித் தொலையேன்."

"ஒன்றுமில்லை. புத்தியைச் செலுத்தி யோசித்துப் பார்க்க முயற்சி செய்கிறேன், அவ்வளவுதான். இப்போது இருக்கும் நிலையில்

 நற்றிணை பதிப்பகம் ★ 131

நாம் புத்திசாலித்தனமாக நடந்து கொள்ள வேண்டும். பாலத்தைப் பிளந்ததும் நாம் உடனடியாக இங்கிருந்து போவது அவசியம். அதற்கு எல்லாம் தயாராக இருக்கவேண்டும். எங்கே, எப்படிப் போவது என்பதை அறிந்திருப்பது முக்கியம்."

"அது முக்கியம்தான்" என்று பிலார் ஆமோதித்தாள்.

"அதற்கு பாப்லோதான் சரியான ஆசாமி. கெட்டிக்காரத்தனமாக நாம் அதைச் செய்தாக வேண்டுமே?"

"எனக்கென்னவோ பாப்லோவிடம் நம்பிக்கை கிடையாது."

"இருந்தாலும் இந்த விஷயத்தில் நம்பியேயாக வேண்டும்."

"முடியாது. எந்த அளவுக்கு அவன் பாழாகி விட்டான் என்பது உனக்குத் தெரியாது."

"அப்படியும் அவன் கெட்டிக்காரன்தான். இந்தக் காரியத்தை நாம் புத்திசாலித்தனத்துடன் செய்யா விட்டால் குடிகெட்டுத்தான் போகும்."

"சரிசரி, ஆலோசித்துப் பார்க்கிறேன். அதற்குத்தான் பகல் பூராவும் இருக்கிறதே"

"பாலத்தைப் பொறுத்தவரையில் பையனின் பொறுப்பு இதைப் பாப்லோ தெரிந்துகொண்டாக வேண்டும். அந்த இன்னொரு அந்நியன்தான் ரயில் வண்டியை எத்தனை நேர்த்தியாகக் கவிழ்த் தான்! ஞாபகமிருக்கிறதா ?"

"இருக்கிறது. அவன்தான் எல்லாத் திட்டங்களையும் போட்டவன்."

"முடிவெடுக்கவும் முடுக்கிவிடவும் நீ. இடம் மாறவோ பாப்லோ. ஆமாம், அவனே வாபஸுக்குப் பொறுப்பேற்க வேண்டும்; அதைப்பற்றி அவனை இப்போதே யோசிக்க வைத்துவிடு."

"என்ன இருந்தாலும் நீயும் புத்திசாலிதான்" என்றாள் பிலார்.

"புத்திசாலியா...? ஆமாம், ஆமாம்... ஆனால் தந்திரமில்லாத கெட்டிக்காரத்தனம்தான் என்னிடம் உண்டு. யுக்திக்காரன் பாப்லோ தான்."

"அத்தனைப் பயங்கொள்ளியாக இருந்துமா அவனை அப்படி என்கிறாய்?"

"ஆமாம், பயத்துக்கிடையிலும் அவனிடம் புத்திசாதுரியம் உண்டு."

"அது கிடக்கட்டும், பாலங்களைப்பற்றி என்ன நினைக்கிறாய்?" என்று பிலார் கேட்டாள்.

"பாலங்களைப் பிளந்துதானாக வேண்டும். அது அவசியம் என்பது எனக்குத் தெரியும். இரண்டு விஷயங்களை நாம் செய்வது

அவசியம். இங்கிருந்து நாம் போவது ஒன்று. நாம் வெற்றி பெற்றாக வேண்டும் என்பது மற்றொன்று. நாம் வெற்றி பெறப் பாலங்களைத் தகர்த்தே தீரவேண்டும்."

"நீ சொல்கிறபடி பாப்லோ அவ்வளவு சாமர்த்தியசாலி என்றால் இது ஏன் அவனுக்குப் புரியமாட்டேன் என்கிறது?"

"அவனுடைய பலவீனம்தான் காரணம். அதனால்தான் இப்போது உள்ளபடியே எல்லாம் இருக்க வேண்டும் என்று அவன் ஆசைப்படுகிறான். பலவீனத்திலேயே தேங்கித் துளையவேண்டும் என்பது அவன் விருப்பம். ஆனால் அவன் நீந்தும் ஆற்றின் நீர் மட்டமோ நிமிஷத்துக்கு நிமிஷம் ஏறிக்கொண்டிருக்கிறது. மாற வேண்டிய கட்டாயம் வரும்போது அந்த மாற்றத்தில் அவன் மறுபடியும் கெட்டிக்காரனாகவே இருப்பான். அவனுடைய சாமர்த்தியம் அடியோடு முழுகிவிடுமா, என்ன?"

"அப்படியானால் அவனை அந்தப் பையன் கொல்லாததும் நல்லதுக்குத்தான்!"

"நிச்சயமாய் நல்லதே. பாப்லோவை நானாவது நேற்று ராத்திரி கொல்ல வேண்டும் என்று ஜிப்ஸி துடித்தான். சேச்சே, அந்த ஜிப்ஸி சுத்தக் காட்டுமிராண்டியாக இருக்கிறான்!"

"நீயும்தான் காட்டுமிராண்டி ஆனால் அந்த மிருகத்தனத்திலும் உன்னிடம் மூளையும் இருக்கிறது" என்று மெச்சினாள் பிலார்.

"நம் இரண்டு பேருக்குமே மூளை உண்டு. ஆனால் திறமை இருப்பது பாப்லோவிடம் மாத்திரமே."

"இருந்தாலும் அவனைச் சகிப்பது சிரமமாக இருக்கிறது. எந்த அளவுக்கு அவன் கெட்டுவிட்டான் என்பது தெரியாமலே நீ பேசுகிறாய்."

"கெட்டுத்தான் விட்டான். ஆனாலும் அவன் கெட்டிக்காரன். இதோ பார் பிலார், சண்டை போட மூளை போதும். ஆனால் ஜெயம் பெறவோ தந்திரமும் தளவாடமும் தேவை."

"சரிசரி, யோசித்துப் பார்க்கிறேன். இப்போது நாங்கள் கிளம்ப நேரமாகிவிட்டது, காலம் கடந்து விட்டது" என்று பிலார் உரத்த குரலில், "ஓய் இங்கிலீஷ்காரரே, ஆங்கிலேயரே! வாரும், புறப்படுவோம்" என்று கூவினாள்.

10

"சிறிது நேரம் ஓய்வெடுப்போம்" என்று ஜார்டனை நோக்கிக் கூறிய பிலார், பின்னர் மேரியாவின் பக்கம் திரும்பி, "இங்கேயே உட்காரு, மேரியா; கொஞ்ச நாழி களைப்பாறுவோம்" என்றாள்.

"கூடாது, நாம் தொடர்ந்து நடந்தே தீர வேண்டும். அங்கே போய்ச் சேர்ந்ததும் ஓய்வெடுக்கலாம். அந்த ஆளை நான் பார்த்தாக வேண்டும்" என்றான் ஜார்டன்.

"பார்க்கத்தான் போகிறீர். அவசரத்துக்கு அவசியமில்லை. இங்கேயே உட்காரு, மேரியா" என்று பிலார் மறுபடியும் கூறினாள்.

ஜார்டனோ, "வேண்டாம். வாருங்கள், நடப்போம். மலை யுச்சிக்குப் போனதும் இளைப்பாறுவோம்" என்றான், திரும்பவும்.

ஆனால் பிலார் மசியவில்லை. "ஊஹூம், இப்போதே இங்கேயே தான் களைப்பாறப் போகிறேன்" என்று கூறியபடி ஓடைக்கரை யிலேயே உட்கார்ந்து விட்டாள். அவள் அருகில் காட்டுப்பூண்டுகளின் மீது மேரியாவும் அமர்ந்தாள், அவள் தலைமயிரெல்லாம் பகலவனொளியில் பளபளத்தது. மீன் மண்டிய ஓடைக்கப்பால் மலையினூடே பரந்திருந்த புல்வெளியைப் பார்த்தபடி ஜார்டன் மட்டுமே நின்றான். அவன் நின்ற இடத்திலும் காட்டுப்பூண்டுகள் கவிந்திருந்தன. புல்வெளியின் கீழ்புறத்தில் பூண்டுகளுக்குப் பதிலாக வளர்ந்திருந்த மஞ்சள் நிற முட்செடிகளிடையிலிருந்து பழுப்புநிறப் பாறைகள் தலை நீட்டின. அதற்கும் கீழே பைன் மரங்கள் அடர்ந்திருந்தன.

"எல்ஸோர்டோவின் இருப்பிடம் இங்கிருந்து எவ்வளவு தூரம்?" என்று அவன் வினவினான்.

"அதிக தூரமில்லை" என்று பிலார் பதிலளித்தாள்.

"இந்தத் திறந்தவெளிக்கு அப்பால் இருக்கும் பள்ளத்தாக்கில் இந்த ஓடையின் தலைப்பு இருக்கிறது. அந்தக் காட்டுப் பிரதேசத்தில் தான் அவன் இருப்பிடம். அப்புறம் அங்கே போகலாம். இப்போது கவலைப்படாமல் இங்கேயே உட்காரும்" என்றாள், தொடர்ந்து.

"அவரைப் பார்த்து இந்த விவகாரம்பற்றி விரைவில் பேசி முடிக்கவேண்டும் என்ற பரபரப்பு எனக்கு."

"எனக்கோ இந்த ஓடையில் என் கால்களைக் குளிப்பாட்ட வேண்டும் போலிருக்கிறது" – இப்படிக் கூறியவாறே தன் கால்களி லிருந்து ஜோடுகளைக் கழற்றினாள் பிலார். அடுத்தபடியாக தன் வலது பாதத்திலிருந்து தடிமனான கம்பளிக் காலுறையை நீக்கினாள். ஆனால் அந்தப் பாதத்தை ஓடை நீரில் நனைத்ததுமே, "அம்மாடியோ, எத்தனை ஜில்லென்று இருக்கிறது!" என்றாள்.

"நாம் நடந்துவராமல் குதிரைகள் மீது வந்திருக்க வேண்டும்" என்றான் ஜார்டன்.

"இப்படி நீராடுவது எவ்வளவு இதமாக இருக்கிறது தெரியுமா? இத்தனை நாளும் இந்த மாதிரி அனுபவம் எனக்குக் கிடைக்காமலே

இருந்தது... ஆமாம், எதற்காக இன்னமும் நிற்கிறீர்? என்ன வந்து விட்டது உமக்கு?"

"ஒன்றுமில்லை, போகவேண்டும் என்ற அவசரம் தவிர வேறில்லை."

"எல்லாம் போகலாம், அலட்டிக் கொள்ளாதேயும். நிறைய நேரம் இருக்கிறது... ஆஹா, இங்கேதான் எவ்வளவு இன்பமாக இருக்கிறது! அந்தப் பைன் மரங்களிடையிலிருந்து விலகி வந்ததில் எனக்கு எத்தனை ஆனந்தம் தெரியுமா? அந்த மரங்களையே எப்போதும் பார்த்துக் கொண்டிருப்பதால் எவ்வளவு சலிப்பு ஏற்படும் என்பது உமக்குத் தெரியுமா?... உனக்கும் அலுப்புதானே குட்டி?"

"எனக்கென்னவோ அந்த மரங்களைப் பிடிக்கத்தான் செய்கிறது."

"பிடிக்கும்படி என்னதான் அபூர்வமாக இருக்கிறதோ?"

"பைன் வாசனை எனக்குப் பிடிக்கிறது. அந்த மரத்தின் இலைகளை மிதிப்பதும் இதமாக இருக்கிறது. உச்சியிலே காற்று புகுந்து விளையாடுவதையும் அப்போது அவை உரசி எழுப்பும் சப்தத்தையும் நான் ரசிக்கிறேன்."

"எதைத்தான் ரசிக்கவில்லை நீ? ஆனால் சரியாகச் சமைக்க மட்டும் தெரியாது. அதையும் கற்றுக் கொண்டு விட்டால் எவனுக்கும் வரப்பிரசாதமாக அல்லவா ஆகிவிடுவாய்! ஆனாலும் பைன் மரம் அலுப்புத் தருவதாகத்தான் இருக்கிறது. பீச், ஓக், அல்லது செஸ்ட்நட் மரக்காடுகளை நீ கண்டதில்லை. காடு என்றால் அவைதான்! அந்தக் காடுகளில் ஒவ்வொரு மரமும் ஒவ்வொருவிதமாக இருக்கும். அழகு சொட்டும், தனித்தன்மை இருக்கும். பைன் மரக்காடு என்றாலோ எல்லாம் ஒரேமாதிரியாக அமைந்து சலிப்புத்தான் தரும்... என்ன இங்கிலீஷ்காரரே, நான் சொல்லுவது சரிதானே?"

"இல்லை, எனக்கும் பைன் மரங்களைப் பிடிக்கும்."

"அதுதானே பார்த்தேன்! இரண்டு பேரும் ஒத்துப் போகாமல் எப்படி இருப்பீர்கள்? அப்படியானால் எனக்கும் பைன் மரங்கள் பிடிக்கத்தான் வேண்டும். ஆனாலும் இந்த மரங்களுக்கு மத்தியில் நான் அதிக நாள் இருந்துவிட்டேன். மலைகளும் என்னை அலுத்துச் சலிக்க வைத்துவிட்டன. மலைகளில் இரண்டேயிரண்டு திசைகள் தான் உண்டு, மேலும் கீழுமாக. கீழே சென்றாலோ, ஃபாஸிஸ்டுகளின் பாதைகளுக்கும் பட்டணங்களுக்கும்தான் போக வேண்டும்."

"ஸெகோவியாவுக்கு நீங்கள் செல்வதுண்டா?"

"சரிதான், போங்கள்! இந்த முகத்துடனா நான் போவது? இதுதான் எல்லாருக்கும் தெரிந்த முகமாச்சே!... அதுசரி, என்னைப்

போல அவலட்சணமாக இருக்க நீயும் ஆசைப்படுகிறாயா, அழகுப் பெண்ணே?" என்று மேரியாவைக் கேட்டாள் பிலார்.

"நீங்களொன்றும் விகாரமில்லை"

"போட்டாயே ஒரு போடு! நானா விகாரமில்லை? அவலட்சண மாகவே பிறந்தவளல்லவா நான்? வாழ்க்கை முழுதும் விகாரமேதான் என் விதி, ஓய்! இங்கிலீஷ்காரரே, பெண்களைப்பற்றி உமக்கு எதுவுமே தெரியாது; அவலட்சணப் பிண்டத்தின் உள்ளம் மட்டும் உமக்கு எப்படித் தெரியும்? வாழ்க்கை பூராவும் விகாரமாகவே இருந்து, மனத்துக்குள் மாத்திரம் தான் அழகாக இருப்பதாக எண்ணுவது எப்படி இருக்கும் என்பது உமக்குத் தெரியுமா? அந்த மாதிரி அமைவது அபூர்வத்திலும் அபூர்வம்தான்." மறு பாதத்தைத் தண்ணீரில் வைத்தவள், சட்டென அதை இழுத்துக் கொண்டாள். "அடேயப்பா, எத்தனை ஜில்லிப்பு! அதோ அந்தப் பறவையைப் பாருங்கள்" என்றவள், மேல்புறத்தில் ஒரு பாறைமீது மேலும் கீழும் தாவிக் கொண்டிருந்த பழுப்பு வண்ண மீன்கொத்தியைச் சுட்டிக் காட்டினாள். "இந்தமாதிரிப் பட்சிகள் எதற்கும் பிரயோசனமில்லை. பாடத் தெரியாது, தின்னவும் தெரியாது. தங்கள் வாலிறகுகளை மேலும் கீழும் ஆட்டுவதுதான் இந்தப் பறவைகளுக்குத் தெரிந்த தெல்லாம்... சரி சரி, ஒரு சிகரெட் கொடும், இங்கிலீஷ்காரரே."

சிகரெட்டைப் பெற்றுக்கொண்டதும் தன் சட்டைப்பையில் இருந்த கொளுத்தியைக் கொண்டு அதை அவள் பற்றவைத்தாள்; உருக்கும் சிக்கிமுக்கிக் கல்லும் உரசுவதால் எரியும் சுடர்ப்பெட்டி அது. பின்னர் சிகரெட்டைப் புகைத்தபடியே மேரியாவையும் ஜார்டனையும் நோக்கினாள். "வெகு வேடிக்கையானதுதான் வாழ்க்கை" என்று கூறியபடி மூக்கு வழியால் புகையை வெளி விட்டவாறு தொடர்ந்தாள்: "ஆண்பிள்ளைச் சிங்கமாகப் பிறந்திருக்க வேண்டியவள் நான். ஆனால் ஜன்மம் எடுத்ததோ அசிங்கம் பிடித்த பெண்பிள்ளையாக, இருந்தாலும் எத்தனையோ புருஷர்கள் என்னைக் காதலித்திருக்கிறார்கள். நானும் பல பேரிடம் காதல் கொண்டிருக் கிறேன். விந்தைதான், இல்லையா? கேளும் இங்கிலீஷ்காரரே, சுவாரசியமான ஒரு சேதி சொல்கிறேன். இதோ என்னைப் பாரும் இங்கிலீஷ்காரரே, அவலட்சணப் பிண்டமான என்னை உற்றுப் பாரும்."

"இல்லை, நீங்கள் குரூபியல்ல."

"குரூபியில்லையா! எதற்காக என்னிடம் புளுகுகிறீர்? இல்லா விட்டால், உம்மையும் என் உருவம் மயக்கத் தொடங்கிவிட்டதோ ஒருவேளை?" என்று கேட்டுப் பெரிதாகச் சிரித்தாள் பிலார். "இல்லை, விளையாட்டுக்குத்தான் சொன்னேன். என் விகார

ரூபத்தைப் பாரும். இப்படி இருந்தாலும்கூட என்னைப் போன்றவளுக்குள் ஏற்படும் ஓர் உணர்வு, காதலிப்பவனின் கண்களைக் குருடாக்கிவிடுகிறது. அவனை மட்டுமல்ல, என்னைப் போலிருப்பவளின் கண்களையும் அது கட்டிவிடுகிறது. அப்புறம் ஒருநாள் எந்தக் காரணமும் இல்லாமலேயே எங்கள் நிஜ சொரூபத்தை அவன் கண்டுபிடித்து விடுகிறான். அதற்குப் பிறகு அவன் குருடாக இருப்பதில்லை. நாங்களும் அவன் எங்களைக் காண்கிறபடியே குரூபியாக இருப்பதை உணர்கிறோம். அவனை நாங்கள் இழந்துவிடுகிறோம்; அந்த உணர்வும் எங்களை விட்டு விலகிவிடுகிறது... என்ன, நான் சொன்னது புரிந்ததா குட்டி?" மேரியாவின் தோளைத் தட்டிக் கேட்டாள் அவள்.

"இல்லை, காரணம் என்ன தெரியுமா? நீங்களொன்றும் விகாரமில்லை."

"உன் உள்ளத்தை மறந்துவிட்டு மூளையை உபயோகித்துப்பார். அது சொல்வதைக் காது கொடுத்துக் கேள். ரொம்பச் சுவாரசியமான விஷயங்களைத்தான் நான் சொல்கிறேன்... என்ன இங்கிலீஷ்காரரே, இதெல்லாம் உமக்குச் சுவாரசியமாகத் தோன்றவில்லையா?"

"தோன்றத்தான் செய்கிறது. ஆனால் இங்கிருந்து நாம் கிளம்பியாக வேண்டும்."

"ஓஹோ, போகவேண்டுமோ? ஆனால் இங்கே எனக்கு ஏகச் சௌகரியமாக இருக்கிறதே!" என்ற பிலார், ஏதோ பள்ளி வகுப்பில் பேசுவதுபோல ஜார்டனை நோக்கிச் சொல்லலானாள்: "அப்புறம் கொஞ்சகாலம் கழித்து, என்னைப்போல ஒரு பெண்பிள்ளை ஆகக்கூடிய அளவுக்கு அவலட்சணமாகி விடுகிறோம். அப்போது, நாங்கள் அழகாக இருக்கிறோம் என்ற முட்டாள் நினைப்பு மறுபடியும் மெள்ளமெள்ள ஏற்படுகிறது. முட்டைக்கோசைப்போல மண்டி வளர்கிறது அந்த எண்ணம். அப்படி அது வளர்ந்த பிறகு இன்னொருவன் எங்களைப் பார்க்கிறான்; அழகி என்று நினைக்கிறான். அவ்வளவுதான் பழைய படலம் பூராவும் திரும்பவும் நடக்கத் துவங்கிவிடுகிறது. அந்தப் பருவத்தை நான் இப்போது கடந்துவிட்டதாகவே கருதுகிறேன். இருந்தாலும் அந்த நினைப்பு மீண்டும் ஏற்பட்டாலும் ஏற்படலாம்... என்னைப்போல விகாரமாக இல்லாத வரையில் நீ அதிருஷ்டக்காரிதான் குட்டி"

"ஆனால் நானென்னவோ அவலட்சணம்தான்" என அறிவுறுத்தினாள் மேரியா.

"ஏன், 'அவரை' வேண்டுமானால் கேளேன்... சரி சரி உன் கால்களைத் தண்ணீரில் அலையவிடாதே. குளிர்ந்து விறைந்து உறைந்துவிடும் அவை."

“நாம் போகவேண்டும் என்று ராபர்ட்டோ சொன்னால் புறப் பட்டுவிட வேண்டியதுதான்.”

“நான் சொல்வதைக் கேட்கப்போகிறாயா இல்லையா? இதோ பார், உன் ராபர்ட்டோவுக்கு இருக்கிற அளவு அக்கறையும் கவலை யும் எனக்கும் இதில் உண்டு. அப்படிப்பட்டவளான நான் சொல் கிறேன், வேண்டிய நேரம் இருக்கிறது; இந்த ஓடைக்கரையில் நாம் ஓய்வெடுப்பதால் குடிமுழுகிவிடாது” என்று. அதுதவிர, பேசுவதென் றால் எனக்குப் பிடிக்கும். பேச்சு ஒன்றுதான் நம்மிடையே பாக்கி யிருக்கும் ஒரே நாகரிகச் சின்னம். ஒன்று அதை விட்டால் நம் சிந்தையை வேறு எதில் திருப்புவது? என்ன இங்கிலீஷ்காரரே, என் பேச்சில் உமக்குச் சுவாரசியமே இல்லையா?”

“நன்றாகத்தான் பேசுகிறீர்கள். ஆனாலும் அழகு அவலட்சணம் பற்றிய பேச்சைவிட எனக்கு அதிக ஆர்வமுள்ள மற்ற விஷயங்கள் உண்டு.”

“அப்படியானால் உமக்கு அக்கறையுள்ள விஷயங்கள் பற்றிப் பேசுவோமே.”

“போராட்டம் துவங்கியபோது நீங்கள் எங்கே இருந்தீர்கள்?”

“ஏன், என் ஊரில்தான்.”

“ஆவிலாவா?”

“ஆம். ஆவிலாவில்தான்.”

“தன் ஊர் ஆவிலா என்று பாப்லோ கூறியதால்தான் கேட்டேன்.”

“அவன் சொன்னது பொய். தன் ஊர் பெரிய பட்டணம் என்று காட்டுவதற்காகவே அவன் அப்படிப் புளுகினான். அவன் பிறந்தது அங்கில்லை” என்று கூறிவிட்டு வேறொரு ஊரின் பெயரை பிலார் சொன்னாள்.

“அப்புறம் என்ன நடந்தது?”

“எவ்வளவோ, எத்தனையோ நடந்தது. அவ்வளவும் அசிங்கம் பிடித்தவையே. பெருமை மிகுந்த போராட்டம் என்றார்களே, அது கூட அப்படித்தான் ஆரம்பித்தது.”

“அதைப்பற்றிக் கொஞ்சம் சொல்லுங்களேன்.”

“காட்டுமிராண்டித்தனமானது அது. இந்தக் குட்டி இருக்கும் இடத்தில் அந்த அநாகரிகத்தைச் சொல்ல எனக்கு மனமில்லை.”

“பரவாயில்லை, சொல்லுங்கள் – இவள் கேட்கக் கூடாதது என்றால் கேட்காமல் இருக்கட்டுமே.”

“நானும் அதைக் கேட்பதால் ஒன்றும் மோசமாகி விடாது. என்னால் கேட்டுக் கொள்ள முடியாதது எதுவுமில்லை” என்றாள் மேரியா.

“உன்னால் கேட்க முடியாதது என்பதில்லை; உன் காது கேட்கச் வைக்க சொல்லி உன்னைக் கெட்ட சொப்பனங்கள் காண வேண்டுமா என்று நான் யோசிக்கிறேன்.”

“கதை கேட்பதால் நான் கெட்ட சொப்பனம் கண்டுவிட மாட்டேன். எனக்கு எத்தனையோ நேர்ந்திருக்கிறபோது கேவலம் கதையினாலா கெட்ட சொப்பனம் ஏற்பட்டு விடும்?”

“உனக்கில்லா விட்டாலும் இந்த இங்கிலீஷ்காரருக்கு ஏற்பட லாமே.”

“சொல்லித்தான் பாருங்களேன்” என்றான் ஜார்டன்.

“இல்லை, இங்கிலீஷ்காரரே, வேடிக்கைக்காக நான் சொல்ல வில்லை. எந்தச் சின்ன ஊரிலாவது இயக்கம் துவங்கிப் பார்த்திருக் கிறீரா நீர்?”

“கிடையாது”

“அப்படியானால் அறியாப்பிள்ளையே நீர். இன்று பாப்லோ பாழாகிக் கிடப்பதைத்தான் பார்க்கிறீர்.”

“ஆனால் அன்று அவன் இருந்த இருப்பை நீர் கண்டிருக்க வேண்டும்.”

“அதைத்தான் சொல்லுங்களேன்,”

“ஊஹூம், கதையெல்லாம் சொல்ல எனக்கு இஷ்டமில்லை.”

“சொல்லுங்கள் என்றால்...”

“சரி சரி, சொல்லி விடுகிறேன். அப்போது நடந்ததை நடந்த படியே சொல்கிறேன். ஆனால் இதோ பார், குட்டி, உன் மனசைக் கலக்கும்படியாக நான் ஏதாவது சொன்னால் உடனே எனக்குத் தெரிவித்து விடவேண்டும், ஆமாம்.”

“கலக்கினால் காது கொடுத்துக் கேட்கமாட்டேன். ஆனாலும் நான் பட்ட பல கஷ்டங்களைவிட அது அப்படியொன்றும் மோச மாக இருக்க முடியாதுதான்.”

“இருக்கமுடியும் என்றே நினைக்கிறேன்... எங்கே, ஒரு சிகரெட் கொடும், இங்கிலீஷ்காரரே, கதையைச் சொல்ல ஆரம்பிக்கிறேன்.”

ஓடைக்கரையில் இருந்த பூண்டுப் புதரின் மீது மேரியா சாய்ந்து கொண்டாள். ஜார்டனோ, பூண்டுக்கொத்து ஒன்றின் மீது தலை வைத்துப் படுத்தான். அப்படியே கையை நீட்டி மேரியாவின் கரமொன்றைப் பற்றிக் கொண்டான். அந்த இரு கரங்களையும் சேர்த்து வைத்துப் பூண்டுகள் மீது தேய்த்தான், தன் கையை அவள் விரித்து அவன் கை மீது வைத்துக் கொள்ளும் வரையில் அந்நிலை யிலேயே இருவரும் செவி மடுக்கலாயினர்.

“படை வீட்டில் விடியற்காலை வேளையில் சிவில் காவலர்கள் சரணடைந்தார்கள்” என்று பிலார் தொடங்கியதும்,

“அப்படியானால் அந்தப் படை வீட்டை நீங்கள் தாக்கினீர்களா, என்ன?” என ஜார்டன் வினவினான்.

“விடியுமுன்பே அதைப் பாப்லோ வளைத்துக் கொண்டு டெலிபோன் கம்பிகளை அறுத்துவிட்டான். ஒரு சுவரின் அடியில் வெடிமருந்தையும் வைத்த பிறகு, தன்னிடம் சரணாகிவிடும்படி அந்தக் காவலர்களிடம் சொன்னான். அவர்கள் அதற்குத் தயாராயில்லை. அதனால் விடிந்ததும் வெடிமருந்துக்குத் தீவைத்து அந்தச் சுவரைப் பிளந்து விட்டான். அதைத் தொடர்ந்து சண்டை நடந்தது. இரண்டு சிவில் காவலர்கள் கொல்லப்பட்டார்கள். நாலு பேருக்குக் காயம். இன்னொரு நாலுபேர் சரணானார்கள். அந்த அதிகாலை வேளை அரை வெளிச்சத்தில் வீட்டுக் கூரைகளிலும் தரையிலும் சுவர்க்கோடிகளிலும் கட்டிட முனைகளிலுமாகப் படுத்தபடி நாங்களெல்லாரும் பார்த்துக் கொண்டிருந்தோம். வெடியால் கிளம்பிய புழுதி இன்னும் அடங்கியிருக்கவில்லை– வெகு உயரத்துக்கு அது பரவிப் படர்ந்திருந்தும்; அதைக் கலைக்கக் காற்றும் கிடையாது. சுவர் இடிந்து விழுந்த இடத்தின் வழியாக நாங்களெல்லாரும் சுட்டோம், புகை நடுவிலேயே துப்பாக்கிகளைக் கெட்டித்துச் சுட்டுக்கொண்டிருந்தோம். உள்புறத்திலிருந்து பதிலுக்குச் சுட்டார்கள்; புகை மூட்டத்திலும் பளிச்சென்று தெரிந்தது. அவர்கள் ஒவ்வொரு முறை சுட்டபோதும், சற்றுக் கழித்து, இனிமேல் சுடவேண்டாம் என்று உள்ளேயிருந்து யாரோ கூவினார்கள். அதைத் தொடர்ந்து அந்த நாலு காவலர்களும் கைகளை உயரத்தூக்கியபடியே வெளியில் வந்தார்கள். கட்டிடச் சுவரின் பெரும் பகுதி இடிந்து விழுந்திருந்தது. சுவர் இருந்த சுவடே தெரியவில்லை, அதனால்தான் அவர்கள் வெளியே வந்தார்கள்...

“உள்ளே இன்னும் யாராவது இருக்கிறார்களா?” என்று பாப்லோ கேட்டான்.

“காயமடைந்தவர்கள் இருக்கிறார்கள்” என்று பதில் வந்தது.

“இவர்களை வளைத்துக் கொள்ளுங்கள்” என்று நாங்கள் சுட்டுக் கொண்டிருந்த இடத்திலிருந்து வந்திருந்த நாலு பேரைப் பார்த்துக் கட்டளையிட்ட பிறகு அந்த நாலு காவலரையும் நோக்கிய பாப்லோ, ‘அப்படியே நில்லுங்கள், சுவரை ஒட்டினாற்போல’ என்றான்; அதன்படியே அந்த நாலு பேரும் நின்றார்கள்; தூசியும் புகையும் படிந்து அழுக்கேறியிருந்த அவர்களை நோக்கித் துப்பாக்கி களை நீட்டியபடி எங்களவர் நாலுபேரும் நிற்கலானார்கள். பாப்லோ வும் மற்றவர்களுமோ, பட்டவர்களை ஒழித்துக்கட்ட உள்ளே

போனார்கள். அங்கே அவர்கள் வேட்டுகளைத் தீர்த்தவுடன், காய மடைந்தவர்களின் முனகலும் கதறலும், ஓய்ந்து போய்விட்டன. அப்பறம் மற்றவர்களோடு வெளியில் வந்த பாப்லோவின் கையில் ஒரு மெளஸர் கைத்துப்பாக்கி இருந்தது. அவனுடைய துப்பாக்கியோ தோளில் தொங்கியது.

"பார்த்தாயா, பிலார்? தன்னைத் தானே சுட்டுக் கொண்ட ஒரு அதிகாரியின் கையில் இந்தத் துப்பாக்கி இருந்தது. இப்படிப் பட்டதை இது நாளும் நான் சுட்டதில்லை... டேய், இதை எப்படிச் சுடுவது என்பதை எனக்குக் காட்டு, என்று அந்த நாலு சிவில் காவலர்களில் ஒருத்தனை நோக்கி அவன் சொன்னான். உடனேயே, 'வேண்டாம். செய்துகாட்ட வேண்டாம். சொல்லு, போதும்' என் றான். படைவீட்டிற்குள் வேட்டுகள் தீர்க்கப்பட்டபோது வியர்த்து விறுவிறுத்தாலும் வாயே திறக்காதவர்களாய் அந்த நாலு பேரும் சுவரோரம் ஒட்டி நின்றார்கள். அவர்கள் எல்லாருமே உயரமானவர் கள். அவர்களது முகங்களோ, சிவில் காவலர்களின் முகங்களைப் போலவே இருந்தன. அதாவது, என் முகத்தைப் போலவே இருந்தன. அதாவது, என் முகத்தைப் போலவே விகாரம்; அவர்களது கடைசிநாளான அந்தக் காலையில் அவர்கள் இன்னும் க்ஷவரம் செய்து கொண்டிருக்கவில்லை அதனால் அந்த முகங்களில் சிறிய அளவுக்கு மயிர் மண்டியிருந்தது மட்டும்தான் வித்தியாசம். சுவரை ஒட்டினாற் போல நின்ற அவர்கள் வாயே திறக்காததைக் கண்டதும், 'ஏய், உன்னைத்தானே? இது எப்படி வேலை செய்கிறது என்பதை எனக்கு விளக்கிச் சொல்லு' என்று தனக்கு அருகில் நின்றவனை பாப்லோ ஏவினான்.

"சின்ன லீவரைக் கீழே இழுங்கள். ரிஸீவரையும் பின்பக்கம் இழுத்து, மறுபடி முன்னால் பாயவிடுங்கள்" என்று வறண்ட குரலில் அந்தக் காவலன் சொன்னான்.

'ரிஸீவர் என்றால் எது?' என்ற பாப்லோ, அந்த நாலு பேரையும் பார்த்துப் பொதுவாக 'ரிஸீவர் எங்கே இருக்கிறது?' என்று கேட்டான்.

'கொக்கிக்கு மேலே இருக்கிற பகுதி' என்று பதில் வந்தது. உடனே அந்தப் பகுதியைப் பாப்லோ பிடித்து இழுத்தான். ஆனால் அது அசையவேயில்லை. 'இப்போது என்ன செய்கிறது? நகரவே மாட்டேன் என்கிறதே. என்னிடம் பொய்தானே சொன்னீர்கள்?' என்று பாப்லோ சீறினான்.

'இன்னும் பின்னால் இழுங்கள். அப்புறம் மெதுவாக முன்னால் போக விடுங்கள்' என்றான் அந்தச் சிவில் காவலன். அவன் குரலைப்போல வறண்டு கிடந்ததை நான் கேட்டதே கிடையாது.

சூரியனே உதிக்காத காலைவேளை போலச் சீவனற்று அது இருந்தது. அவன் சொன்னபடியே அந்தப் பகுதியை பாப்லோ பின்பக்கம் இழுத்த பிறகு மறுபடி முன்னால் போகவிட்டான். உரிய இடத்தில் போய் அது பொருந்திக் கொண்டதும் கொக்கி பின்னால் வந்து பாயத் தயாராக இருந்தது. விவகாரமான துப்பாக்கி அது. உருண்டை யாகவும் சின்னதாகவும் அதன் பிடி இருந்தது. குழாயோ பெரிசு; அதோடு தட்டையாகவும் இருந்த அதைக் கையாள்வது கஷ்டமாகவும் காணப்பட்டது. இப்படி பாப்லோ செய்து பார்த்த நேரம் பூராவும் அவனையே அந்தக் காவலர்கள் பார்த்துக்கொண்டிருந்தார்கள். ஏதும் பேசவேயில்லை. கடைசியில், 'எங்களை என்ன செய்யப்போ கிறீர்கள்?' என்று அவர்களில் ஒருவன் கேட்டான்.

'வேறென்ன? சுடத்தான் போகிறேன்?' என்று பாப்லோ பதிலளித்தான்.

'எப்போது?' இப்போதே!' 'எங்கே?'

'இங்கேயே, இப்போதேதான். அதற்கு முன்னால் நீங்கள் ஏதாவது சொல்லிக் கொள்ள விரும்புகிறீர்களா?'

'இல்லை, ஒன்றுமில்லை. ஆனால் இது குரூரம் என்று மட்டும் சொல்லுவோம்!'

'உங்களிடம் மட்டும் கொடூரம் இல்லையா? விவசாயிகளைக் கொன்ற கல் நெஞ்சக்காரர்களாச்சே நீங்கள்! சொந்தத் தாயைக்கூடக் கொல்வீர்களே!'

'நான் யாரையும் ஒருநாளும் கொன்றதில்லை, என் தாயார் பற்றிய பேச்சும் வேண்டாம்!'

'எப்படிச் சாவது என்பதை எங்களுக்குக் காட்டுங்கள், பார்ப் போம். மற்றவர்களைச் சாகடிப்பதில்தான் எப்போதும் சாமர்த்தியம் காட்டியிருக்கிறீர்களே!'

எங்களை அனாவசியமாக அவமதிக்கவேண்டாம். எப்படிச் சாவுஎன்பது எங்களுக்குத் தெரியும்' என்று இன்னொருவன் குறுக்கிட்டுச் சொன்னான்.

'உங்கள் முகங்களைச் சுவரோடு ஒட்டியபடி மண்டி போடுங்கள்' என்று பாப்லோ உத்தரவிட்டதும் அவர்கள் ஒருவரையொருவர் பார்த்துக்கொண்டார்கள். 'மண்டி போடுங்கள் என்று சொன்னேன்... உம், குனியுங்கள் உடனே' என்றான் பாப்லோ மறுபடியும்.

துப்பாக்கி பற்றி பாப்லோவுக்கு விளக்கியவனை, "நீ என்ன நினைக்கிறாய் பாகோ?" என்று இன்னொருத்தன் கேட்டான். அந்த பாகோதான் அவர்கள் எல்லாரிலும் நெட்டையானவன். சட்டையில் கார்ப்பொரல் பதவிக்கான கோடுகளைக் குத்தியிருந்தான். அந்தக்

காலை வேளையில் இன்னமும் குளிர் இருந்தாலும் அவனுக்கு ஒரேயடியாக வியர்த்துக் கொட்டியது.

‘மண்டியிட்டால் போச்சு. எப்படிச் செத்தால்தான் என்ன?’ என்று அவன் பதில் சொன்னான்.

‘எப்படியும் தரையை அது இன்னும் அதிக அளவில் நெருங்கியிருக்கும்’ என்று மற்றவன் தமாஷ் செய்யத் தொடங்கினான். ஆனால் வேடிக்கைப் பேச்சை ரசிக்கும் நிலையில் அவர்கள் இல்லை. ஆகவே யாரும் சிரிக்கவில்லை.

‘அப்படியானால் மண்டியிட்டு விடுவோம்’ என்று முதல் ஆசாமி சொன்னதும் நாலுபேரும் மண்டி போட்டார்கள். முகங்களைச் சுவரில் பதித்துக் கொண்டு கைகளைப் பக்கவாட்டில் தொங்கவிட்டபடி அவர்கள் இருந்த நிலை கண்றாவியாக இருந்தது. அவர்களுக்குப் பின்னால் பாப்லோ போய் ஒவ்வொருத்தனாகச் சுட்டான். ஒருத்தனின் பின் மண்டையில் குழாயை வைத்துச்சுட்டதும் அந்தப் பேர்வழி சுருண்டு விழுவான். உடனே அடுத்த ஆசாமியிடம் போவான், இப்படி அவன் சுட்ட சப்தம் இன்னும் என் காதில் கேட்டுக்கொண்டே இருக்கிறது. பட்டென வெடிக்கும்; ஆனால் பேரொலியாக அது இருக்காது குழாய் எகிறிக் குதித்ததையும், ஒவ்வொருவனின் தலையும் முன்பக்கம் சாய்ந்ததையும் கூட இப்போது என் மனக்கண்ணால் பார்க்க முடிகிறது. துப்பாக்கி தன் பின்மண்டைமீது பட்டபோது அவர்களில் ஒருத்தன் சிறிதுகூடத் தலையசைக்கவில்லை. இன்னொருவன் தன் தலையை முன்புறம் தள்ளி நெற்றியைக் கல் மீது பதித்துக்கொண்டான். மற்றொருவனின் தேகமெல்லாம் நடுங்கியது; அவன் தலையும் ஆடியது. ஒரே ஒருவன் மட்டும் கைகளால் கண்களை மறைத்துக்கொண்டான்; சுடப்பட்ட கடைசி ஆள் அவன்தான். அந்த நாலு பிணங்களும் சுவர் மீதே சாய்ந்து கிடக்க விட்டுவிட்டுத் துப்பாக்கியை இன்னும் கையிலேயே பிடித்தபடி எங்களை நோக்கி பாப்லோ திரும்பிவந்தான். ‘இதைச் சற்றுப்பிடி பிலார், கொக்கியை எப்படிக் கீழே விடுவது என்பது எனக்குத் தெரியவில்லை’ என்று சொன்னபடி துப்பாக்கியை என் கையில் கொடுத்தான். அப்புறம் சுவரின் மீது சாய்ந்திருந்த நாலு பிணங்களையும் பார்த்துக் கொண்டு நின்றான். எங்களோடு இருந்த எல்லாருமே அந்த நாலு பிரேதங்களையும் பார்த்துக் கொண்டிருந் தார்கள். யாரும் வாய் திறக்கவில்லை...

“அந்த அதிகாலை வேளைலேயே அந்த ஊரை நாங்கள் பிடித்தாகிவிட்டது. அதுவரை எவரும் எதுவும் சாப்பிட்டிருக்கவில்லை; காப்பிகூடக் குடிக்கவில்லை. ஒருத்தரையொருத்தர் பார்த்துக்கொண்டு நின்ற எங்கள் மீதெல்லாம் அந்தப் படைவீடு தகர்ந்ததால் கிளம்பிய புழுதிபடிந்திருந்தது. களத்தில் கதிரடிக்கும் போது எப்படி இருக்குமோ

அந்தக் கோலத்தில் இருந்தோம், நான் பிடித்துக்கொண்டு நின்ற கைத்துப்பாக்கி கனத்தது. சுவரின் மீது சாய்ந்திருந்த அந்தச் சவங்களைப் பார்த்தபோது என் வயிற்றை என்னவோ செய்தது. எங்களைப்போலவே அவர்கள் மீதும் தூசி படிந்திருந்தது. ஆனால் ஒரு வித்தியாசம், எங்களைப் போலில்லாமல் அவர்கள் சுவரருகே இருந்த வறண்ட தரையைத் தங்கள் ரத்தத்தால் நனைத்துக் கொண்டிருந்தார்கள். நாங்கள் அப்படி நின்றபோது தூரத்தில் இருந்த மலைக்கு மேலே சூரியன் கிளம்பினான்; சற்றைக்கெல்லாம் நாங்கள் நின்ற சாலை மீதும், படை வீட்டின் வெள்ளைச் சுவர் பேரிலும் வெளிச்சம் வீசினான். கதிரவனின் அந்த முதலொளியில் புழுதிப் படலம் பொன்போலப் பளபளத்தது. என் பக்கத்தில் இருந்த ஒரு குடியானவன் அந்தப் படை வீட்டுச் சுவரையும், அதன் மீது சாய்ந்திருந்த பிணங்களையும் பார்த்தான்; பிறகு எங்களையும் சூரியனையும் நோக்கிவிட்டு, 'அப்பாடா, இன்னொரு நாள் ஆரம்பித்து விட்டது' என்றான். 'சரி, வாருங்கள். போய்க் காப்பி சாப்பிடுவோம்' என்று அழைத்தேன் 'நல்ல யோசனை பிலார், வா, போவோம்' என்று அவன் ஆமோதித்ததும் அந்த ஊரின் பிரதான சதுக்கத்துக்குப் போனோம். அந்தக் கிராமத்தில் கடைசியாக நாங்கள் சுட்டது அங்கேதான்."

"மற்றவர்கள் என்னவானார்கள்? அந்தக் கிராமத்தில் வேறு ஃபாஸிஸ்டுகளே இல்லையா?" என்று ஜார்டன் கேட்டான்.

"நன்றாகக் கேட்டீர்கள்! வேறு ஃபாஸிஸ்டுகள் இல்லையாவது! இருபது பேருக்கு மேலேயே இருந்தார்கள். ஆனால் அவர்களில் யாரும் சுடப்படவில்லை."

"அப்படியானால் அவர்களுக்கு என்ன நேர்ந்தது?"

"கதிரடிக் கோலைக்கொண்டு குற்றுயிராகப் புடைக்கப்பட்டபின் பாறையுச்சியிலிருந்து அவர்களை ஆற்றில் தூக்கிப்போட வைத்தான் பாப்லோ."

"இருபது பேரையுமா?"

"விவரமாகச் சொல்ல வேண்டும். சாதாரணச் சமாச்சாரம் அல்ல அது. ஆற்றின் கரையிலிருந்த குன்றின் உச்சிமீது அமைந்த சதுக்கத்தில் அவர்கள் கதிரடிக்கோலால் அடிக்கப்பட்டனர். அந்தக் காட்சியைப்போல இன்னொன்றைப் பார்க்க என் ஆயுள் பூராவும் ஆசைப்படவே மாட்டேன். அந்த ஊரே உயரமான ஆற்றங்கரைமீது அமைந்திருக்கிறது. சதுக்கத்தில் ஒரு நீரூற்று உண்டு. அங்கே உட்காரப் பெஞ்சிகள் போட்டிருக்கிறார்கள். அந்தப் பெஞ்சிகளுக்கு நிழல்தரப் பெரிய மரங்களும் இருக்கின்றன. அந்தச் சதுக்கத்தைச் சுற்றியுள்ள வீடுகளின் மாடிகளில் முன்மாடங்கள் உண்டு. மொத்தம் ஆறு தெருக்கள் அந்தச் சதுக்கத்துடன் சேருகின்றன. வீடுகளுக்கு

முன்புறம் விதானத்துடன் கூடிய வீதியொன்று அந்தச் சதுக்கத்தைச் சுற்றிச் செல்கிறது. வெயில் கடுமையாக இருக்கும்போது அந்தப் பாதை நிழலில் நடந்து போகலாம். சதுக்கத்தின் மூன்று புறங்களில் தான் அது அமைந்திருக்கிறது. நான்காவது பக்கத்திலோ இருபுறங் களிலும் மரங்கள் கொண்ட நடைபாதை உண்டு. குன்றின் ஓரத்தில் அது இருக்கிறது. கீழே அதலபாதாளத்தில் ஆறு ஓடுகிறது. நதியின் மட்டத்துக்கும் அந்த நடைபாதைக்கும் முன்னூறு அடி இடைவெளி இருக்கும்...

“படை வீட்டின்பேரில் தாக்குதலைப் போலவே அதையும் திட்டமிட்டே பாப்லோ செய்தான். சதுக்கத்தில் ஏதோ காளைச் சண்டை நடத்தப்போவதைப் போல எல்லாத் தெருக்களின் நுழை வாயில்களையும் வண்டிகளைக்கொண்டு அடைக்கச் செய்தான். சதுக்கத்தின் ஒரு பக்கத்தில் இருந்த கட்டடங்களிலெல்லாம் பெரியதான நகர மன்றத்தில் அந்த ஃபாஸிஸ்டுகள் வைக்கப்பட் டிருந்தார்கள். அந்தக் கட்டடச்சுவரில்தான் கடியாரம் பதிக்கப்பட் டிருந்தது. விதான வீதியில் இருந்த கட்டடமொன்றில் ஃபாஸிஸ்டு களின் பொழுதுபோக்குச் சங்கம் இருந்தது. அந்தச் சங்கத்துக்கு முன் நடைபாதையிலே அவர்கள் மேஜை, நாற்காலிகளைப் போட்டுக்கொண்டு உட்கார்ந்திருப்பார்கள். போராட்டம் ஆரம்ப மாவதற்கு முன்னால் அங்கேதான் அவர்கள் மது குடிப்பது வழக்கம். பிரம்பினாலான மேஜை, நாற்காலிகள் அவை. பார்த்தால் ஓட்டலைப் போலவே இருக்கும். ஆனால் ஓட்டலைவிட நேர்த்திதான்.”

“அந்தக் கட்டடங்களையெல்லாம் கைப்பற்றச் சண்டையேதுமே நடக்கவில்லையா?”

“படைவீட்டைத் தாக்குவதற்கு முன்னால் ராத்திரியிலேயே அந்தக் கட்டடங்களை பாப்லோ பிடித்துவிட்டான்; அப்போதே அவன் படைவீட்டை வளைத்துக் கொண்டிருந்தான். அங்கே தாக்குதல் ஆரம்பித்த அதே நேரத்தில் அந்த ஃபாஸிஸ்டுகளை அவரவருடைய வீடுகளிலேயே பிடிக்கவைத்தான். புத்திசாலித் தனமான நடவடிக்கை அது. திட்டமிட்டு வேலைசெய்வதில் கெட்டிக்காரன்தான் பாப்லோ. அப்படி அவன் செய்திருக்கா விட்டால் சிவில் காவலர்கள் இருந்த படை வீட்டை அவன் தாக்கிய போது பக்கவாட்டிலும் பின்னாலும் அவன் தாக்கப்பட்டிருப்பானே” அவனுக்குப் புத்தி நிறைய உண்டுதான்; அதே சமயத்தில் கொடூர குணமும் அவனிடம் அதிகமுண்டு. அந்த ஃபாஸிஸ்டுகளை ஒழித்துக்கட்டும் வேலையைத் திட்டமிட்டு ஒழுங்கான முறையிலேயே அவன் செய்தான்... தாக்குதல் வெற்றிபெற்றுவிட்டது; கடைசி நாலு காவலர்களும் சரணாகிச் சுட்டுக் கொல்லப்பட்டார்கள். அதன் பிறகு காலை வேளையில் முதல் பஸ் கிளம்பும் மூலையில் முதல்

முதலாகத் திறக்கப்படும் ஓட்டலில் காப்பி குடித்தோம். அதற்கப் புறம்தான் சதுக்கத்தில் தன் சாமர்த்தியத்தை பாப்லோ காட்டத் தொடங்கினான். காளை பிடிச் சண்டைக்குப் போலவே தெருக்கள் சேருமிடங்களில் வண்டிகள் குவிக்கப்பட்டன. ஆற்றோரமாக இருந்த பாதை மட்டும் தான் அப்படி அடைக்கப்பட வில்லை. அது திறந்தே வைக்கப்பட்டிருந்தது. பிறகு, அந்த ஃபாஸிஸ்டு களின் பாவ ஒப்புதலைப் பெற்றுக் கொண்டு கடைசிக் கிரியைகளைச் செய்து வைக்கும்படி பாதிரியாருக்கு பாப்லோ கட்டளையிட்டான்."

"அது எங்கே நடந்தது?"

"நகர மன்றத்தில்தான் என்று முன்பே சொன்னேனே? அந்தக் கட்டடத்துக்கு வெளியே ஏராளக் கும்பல் கூடியிருந்தது. உள்ளே பாதிரியார் பிரார்த்தனை செய்தபோது வெளியில் இருந்தவர்களில் சிலர் கும்மாளம் போட்டார்கள், கெட்ட வார்த்தைகளைக் கூவி னார்கள். இருந்தாலும் பெரும்பாலானவர்கள் மரியாதையுடனேயே நடந்து கொண்டார்கள். படைவீட்டைப் பிடித்ததைக் குடித்துக் கொண்டாடியவர்களும், எந்த நேரத்திலும் குடித்துக் கூத்தடிக்கக்கூடிய உருப்படாப் பேர்வழிகளும்தான் வேடிக்கை செய்தார்கள்... உள்ளே கடைசிப் பிரார்த்தனையைப் பாதிரியார் நடத்திக் கொண்டிருந்த போது சதுக்கத்தில் இருந்தவர்களை இரண்டு அணிகளாக பாப்லோ பிரித்தான். கயிறு இழுக்கும் போட்டிக்கு நிறுத்தி வைப்பதுபோல இரண்டு வரிசைகளாக அவர்களை அவன் நிறுத்தினான்; சைக்கிள் பந்தயம் முடியும் இடத்தில் கூடியிருப்பவர்கள் சைக்கிள்கள் செல்வ தற்கு வழி விடுவதுபோலவோ திருச்சிலை ஊர்வலம் போக மக்கள் இடம் அளிப்பது போலவோ அவர்கள் பிரிந்து நின்றார்கள் என்றும் கூறலாம். அந்த வரிசைகளுக்கிடையே இரண்டு மீட்டர் இடைவெளி இருந்தது, நகர மன்றக் கட்டடத்தின் வாசலிலிருந்து குன்றின் ஓரம் வரையில் அவர்கள் நின்றார்கள். ஆகவே, நகர மன்றத்திலிருந்து வெளியே வரும் ஒருவன் சதுக்கத்தைப் பார்த்தால் தனக்காக இரண்டு அடர்த்தியான ஜனக்கூட்டங்கள் காத்திருப்பதைக் காணும் வகையில் அந்தக் காட்சி இருந்தது.

"அந்தக் கூட்டத்தில் இருந்தவர்கள் கதிரடிக்கழிகளை வைத்திருந்தார்கள். ஒரு கம்பு அளவுக்கு இடைவெளி விட்டுத்தான் அவர்கள் நின்றார்கள். போதுமான அளவுக்குக் கொம்புகள் கிடைக்காதபடியால் எல்லாரிடமும் அவை இல்லை. பின் கில்லெர்மோ மார்ட்டினின் கடையிலிருந்தே அவர்களில் பெரும்பா லானவர்கள் அந்தக் கழிகளை எடுத்துவந்திருந்தார்கள். ஃபாஸிஸ் டான அந்த மார்ட்டின் எல்லாவித விவசாயக் கருவிகளையும் விற்று வந்தான். கழிகள் இல்லாதவர்கள் கனமான சாட்டைக் கம்புகள், தார்க்குச்சிகளை வைத்திருந்தார்கள். சிலரிடம் மரத்தாலான

முறக்கம்புகள் இருந்தன; கோல்களால் கதிர்களை அடித்த பிறகு பதரையும் வைக்கோலையும் காற்றில் வீசியெறிய இந்த முறங்களைக் கையாள்வது வழக்கம். சிலரிடம் வெட்டருவாள்கள் இருந்தன; ஆனால் அவர்களைக் குன்றின் கோடியிலேயே பாப்லோ நிறுத்தினான்.

"இரண்டு வரிசைகளிலும் இருந்தவர்கள் அப்போது அமைதியாகவே நின்றார்கள். இன்று போலவே அன்றும் பகல் பொழுது பளிச்சென்று இருந்தது. இப்போது போலவே அப்போதும் ஆகாயத்தில் அதி உயரத்தில் மேகங்கள் மிதந்தன. முதல் நாள் ராத்திரி அடர்த்தியாகப் பனி பெய்திருந்ததால் சதுக்கத்தில் இன்னும் புழுதி புறப்பட்டிருக்கவில்லை. வரிசைகளில் நின்று கொண்டிருந்தவர்கள் மீது மரங்கள் நிழல் வீசின. சதுக்கத்தில் இருந்த சிங்கத்தின் வாயில் இருந்த பித்தளைக் குழாயிலிருந்து தண்ணீர் கொட்டும் சப்தம் தெளிவாகக் கேட்டது. அது விழுந்த சிறு தேக்கத்திலிருந்துதான் பெண்டுகள் நீர் மொண்டு கொண்டு போவார்கள்... ஃபாஸிஸ்டுகளுக்குக் கடைசிக் கடமைகளை முடித்துக் கொடுத்துக் கொண்டிருந்த நகரமன்றக் கட்டடத்துக்குப் பக்கத்தில் கிண்டலொலி கேட்டது. முன்பே குடித்திருந்த உதவாக்கரைகள் தான் அப்படி ஊளையிட்டார்கள்; கட்டட ஜன்னல்களுக்குப் பக்கத்தில் நெருக்கியடித்து நின்றபடி இரும்புக் கிராதிகளின் வழியாகக் கெட்டவார்த்தைகளையும் மட்டரகத் தமாஷ்களையும் அவர்கள் கூவினார்கள். இரண்டு வரிசைகளிலும் நின்ற மற்றவர்களோ வாயே திறக்காமல் அமைதியாக காத்து நின்றனர். 'பெண்டுகளையும் நாம் புடைக்க நேருமோ?' என்று அப்போது அவர்களில் ஒருத்தன் கேட்டான்; 'அப்படி எவரும் வெளிவராதிருக்க கிறிஸ்து கருணை காட்டட்டும்' என்று இன்னொருத்தன் வேண்டிக்கொண்டான். அந்த வேளையில் மற்றொருத்தன் குறுக்கிட்டு, 'இதோ பாப்லோவின் சேர்த்தாளி வருகிறாள், என்ன பிலார், பெண்பிள்ளைகளையும் தாக்கவேண்டி நேருமோ? என்று கேட்டான்.

திரும்பிப் பார்த்தேன். அவன் ஒரு குடியானவன். ஞாயிற்றுக் கிழமைகளில் அணியும் தன் சிறந்த உடுப்பைப் போட்டிருந்தான். வியர்த்துக் கொட்டிக்கொண்டிருந்த அவனை நோக்கி, 'நேராது ஜோகின். உள்ளே பெண்பிள்ளைகளே இல்லை. ஆகவே எந்தப் பெண்ணையும் கொல்லப் போவதில்லை. அவர்களுடைய பெண்டாட்டிகளைச் சாகடிப்பது அனாவசியம் தான்' என்றேன். உடனே அவன் உள்ளே பெண்பிள்ளை யாரும் இல்லாததற்காகக் கிறிஸ்து நாதருக்கு நன்றி செலுத்திவிட்டு 'அடித்து நொறுக்குவது எப்போது ஆரம்பமாகும்?' என்று கேட்டான். 'பாதிரியார் பிரார்த்தனை நடத்தி முடித்ததும்' என்று பதிலளித்தேன். 'பாதிரியார்

கதி என்ன?' என்று அவன் கேட்கவே, 'எனக்குத் தெரியாது' என்று சொல்லிவிட்டு அவன் முகத்தைப் பார்த்தேன், அந்த முகம் புடைத்துத் துடித்ததுடன் நெற்றியில் வியர்வை வழிந்ததையும் கண்டேன். 'ஒருத்தனையும் ஒரு நாளும் நான் கொன்றது கிடையாது' என்றான் அவன்.

'அப்படியானால் அதை இப்போது கற்றுக்கொண்டு விடுவாய்' என்று பக்கத்தில் நின்றவன் சொன்னான். 'ஆனால் இதைக் கொண்டு ஒரு முறை அடிப்பதால் எவனும் சாவான் என்று நான் நினைக்கவில்லை' என்று கூறித் தன் கோலை இரு கைகளாலும் பிடித்துக்கொண்டு சந்தேகத்துடன் பார்த்தான் அவன். 'அதுதான் இந்த ஏற்பாட்டின் சிறப்பு. நிறைய அடி கொடுத்தாக வேண்டும்' என்றான் இன்னொரு குடியானவன். 'எதிரிகள் வல்லடாலிடைப் பிடித்து விட்டார்கள். ஆவிலாவும் அவர்கள் வசமாகிவிட்டது இந்த ஊரில் நாம் நுழையும் முன் அதைக் கேள்விப்பட்டேன்' என்று அப்போது யாரோ இன்னொருத்தன் சொன்னான். உடனே நான், 'இந்த ஊரை அவர்கள் ஒருநாளும் பிடிக்கப்போவதில்லை. இது நம்முடையது. நாம் அவர்களை முந்திக்கொண்டு தாக்கிவிட்டோம். அவர்கள் தாக்கும்வரை காத்துக் கிடப்பவனல்ல பாப்லோ' என்றான்.

'பாப்லோ திறமைசாலிதான். ஆனால் அந்தச் சிவில் காவலர்களைத் தீர்த்துக் கட்டியபோது அகம்பாவத்தோடு தான் நடந்துகொண்டான். 'நீ என்ன நினைக்கிறாய், பிலார்?' என்று கேட்டான். 'ஆமாம். நீ சொல்வது சரிதான். ஆனால் இப்போது நடக்கப் போவதிலோ எல்லாரும் பங்கு கொள்வோம்' என்றேன். 'மெய்தான். இது நன்றாகத் திட்டமிட்டுத்தான் நடக்கிறது... இது இருக்கட்டும், போராட்டம் பற்றி இன்னும் அதிகத் தகவல்கள் ஏன் நமக்குக் கிடைப்பதில்லை?' என்று அவன் கேட்டபோது, 'படைவீட்டைத் தாக்கத் தொடங்கு முன் தந்திக் கம்பிகளை பாப்லோ துண்டித்துவிட்டான். அவை இன்னும் சரி செய்யப் படவில்லை' என நான் விளக்கினேன். 'அப்படியா? அதனால்தான் செய்திகள் வருவதில்லையோ? ஆனால் எனக்கோ இன்று விடியற்காலையிலேயே சாலைகளைப் பழுது பார்க்கும் நிலையத்தில் செய்தி கிடைத்து விட்டது' என்று அவன் சொன்னான்.

அப்போது ஜோகின், 'சாகடிக்கும் வேலையை இப்படிச் செய்வானேன், பிலார்?' என்று கேட்டான். 'துப்பாக்கி ரவைகளை மிச்சம் பிடிக்கத்தான் இந்த ஏற்பாடு. அது தவிர இதில் எல்லாருக்கும் பங்கு இருக்கும் அல்லவா?' என்றேன். 'அப்படியானால் அது ஆரம்பிக்கட்டும். உடனே தொடங்கட்டும்' என்று சொன்ன அவன் முகத்தைப் பார்த்தேன். அவன் அழுதுகொண்டிருந்தான். 'ஏன்

அழுகிறாய், ஜோகின்? இது அழக் கூடியகாரியமல்லவே?' என்று கேட்டேன். 'என்னால் அழாமல் இருக்க முடியாது. நான் யாரையும் கொன்றதேயில்லை' என்றான் அவன்.

"சின்ன ஊரில் வேற்று முகம் என்பதே இருக்காது. எல்லாரையும் எல்லாரும் எப்போதும் அறிந்திருப்பார்கள்! அப்படிப்பட்ட ஊரில் புரட்சி நாளைப் பார்க்காதவர்கள் வேறு எதைப் பார்த்திருந்தாலும் பிரயோசனமில்லை என்றே சொல்வேன். அன்று அந்த ஊர்ச் சதுக்கத்தில் இரட்டை வரிசையாக நின்றவர்களில் பெரும்பாலான வர்கள் அவசரமவசரமாக வந்திருந்தவர்கள்; ஆகவே, வயலில் வேலை செய்யும்போது அணியும் உடுப்பைத்தான் தரித்திருந்தார்கள். போராட்டத்தின் முதல் நாளன்று என்ன உடை அணிவது என்பதை அறிந்திராத மற்றும் சிலரோ ஞாயிற்றுக்கிழமை, அல்லது விடுமுறை நாட்களில் தரிக்கும் நேர்த்தியான உடுப்புகளைப் போட்டிருந்தார்கள். படை வீட்டைத் தாக்கியவர்கள் உள்பட மற்றவர்கள் தங்கள் படு பழசான ஆடைகளையே அணிந்திருந்ததைப் பார்த்ததும் சரிவர உடுக்காததை எண்ணி அவர்கள் வெட்கப்பட்டார்கள். ஆனால் அதற்காகத் தங்கள் உடைகளைக் கழற்றிவிட அவர்கள் தயாரா யில்லை. அவை காணாமல் போய்விடலாம். அல்லது உதவாக்கரைப் பேர்வழிகளால் களவாடப்பட்டு விடலாம் என்ற பயம் அவர்களுக்கு. ஆகவே, அந்த வெயிலில் வியர்த்தவர்களாய் சாகடிக்கும் வேலை ஆரம்பிப்பதற்காகக் காத்து நின்றார்கள்.

அப்போது காற்றடிக்கத் தொடங்குகிறது. பலர் நடந்து கிளறி விட்டதால் சதுக்கத்தில் இருந்த மண்காய்ந்து கிளம்பிக் காற்றோடு கலந்தடிக்க ஆரம்பித்து விட்டது. உடனே கருநீல ஞாயிறு உடுப்பு தரித்திருந்த ஒருத்தன், 'அகுவா, அகுவா' என்று கூவத் தொடங் கினான். அது காதில் விழுந்ததும், தினசரி காலையில் குழாய் மூலம் சதுக்கத்தில் தண்ணீர் தெளிக்கும் வேலையைச் செய்பவன் வந்து, குழாயைத் திருகிவிட்டான்;

முதலில் சதுக்கத்தின் ஓரங்களில் தண்ணீர் தெளித்துப் புழுதியை அடக்கியபின் மையப் பகுதியை நாடிச் சென்றான் அவன். இரண்டு அணிகளும் விலகி வழிவிட்டதும் மத்தியில் குழாயைத் திருப்பிவிட்டான். பெரும் வட்டமடித்தது அந்தக் குழாய். அதிலிருந்து பாய்ந்த தண்ணீர் வெயிலில் பளபளத்தது. அந்தத் தண்ணீர்த் தாரையைப் பார்த்தபடித் தங்கள் கதிரடிக் கோல்கள், கம்புகள்மீது எல்லாரும் சாய்ந்து நின்று கொண்டிருந்தார்கள். சதுக்கம் பூராவும் தண்ணீர் தெளிக்கப்பட்டுப் புழுதி அடங்கியதும் மறுபடியும் இரண்டு வரிசைகளாகப் பிரிந்து நின்றார்கள். அப்போது ஒரு குடியானவன், 'புடைப்பதற்கு முதல் ஃபாஸிஸ்டு எப்போது கிடைப்பான்? அந்தக் கட்டடத்திலிருந்து அவன் எப்போது வெளிவருவான்?' என்று கத்தினான்.

'விரைவில் வருவான். சீக்கிரத்திலேயே முதல் ஆசாமி வெளியே வந்துவிடுவான்' என்று ஊர்மன்றக் கட்டட வாயிலிலிருந்து பாப்லோ பதிலுக்குக் கூவினான். தாக்குதலின்போது கத்தியதாலும், படை வீட்டில் எழுந்த புகையாலும் பாதிக்கப்பட்டு அவன் குரல் கமறியது. 'ஏன் தாமதம்?' என்று எவனோ ஒருத்தன் கேட்டான். 'தங்கள் பாவங்களை இன்னும் அவர்கள் கூறிமுடித்த பாடில்லை' என்றான் பாப்லோ. 'இருபது பேர் இல்லையா? நேரம் ஆகத்தானே ஆகும்?' என ஒருத்தன் சொல்ல, 'இருபது பேருக்கு மேலேயே இருக்கிறார்கள்' என்றான் இன்னொருத்தன். 'இருபது பேராகவே இருந்தாலும் கூட ஏராளப் பாவங்களைச் சொல்லியாக வேண்டுமே!' என்றான் மற்றொருத்தன். 'அது மெய்தான் ஆனாலும் அதிக அவகாசம் பெறவே அவர்கள் தந்திரம் செய்கிறார்கள் என்றுதான் நினைக்கிறேன். இந்தமாதிரி நெருக்கடி நேரத்தில் பெரிய பாவங்களைத் தவிர வேறெது நினைவுக்கு வரும்?' என்றான் முதலாமவன் 'அப்படி இருந்தாலும்கூட நாம் பொறுத்துக் கிடந்தே ஆகவேண்டும். உள்ளே இருபது பேருக்கு மேலேயே இருக்கிறார்கள்; அவர்கள் பெரிய பாவங்களை நிறையவே செய்திருக்கிறார்கள். சொல்லி முடிக்கச் சிறிது நேரம் ஆகத்தான் ஆகும் என்றான் இரண்டாமவன். 'என்னிடம் பொறுமைக்குப் பஞ்சமில்லை. ஆனாலும் இந்த வேலை யைச் சீக்கிரம் முடிப்பது நல்லது. அவர்களுக்கும் சரி, நமக்கும் சரி, அதுதான் வசதியானது. இது ஜூலை மாதம். வேலை நிறையக் கிடக்கிறது. அறுத்து முடித்துவிட்டோமானாலும் இன்னும் கதிரடிக்க வில்லை. வீண் பொழுது போக்க இது திருவிழாக் காலம் அல்லவே?' என்றான் ஒருத்தன். 'ஆனால் இன்று நடக்கப்போவது திருவிழாதான். சுதந்திரத் திருவிழா இது. அந்த ஃபாஸிஸ்டுகள் இன்று ஒழிக்கப் பட்டதும் இந்த ஊரும் நாடும் நம்முடையதே' என்றான் மற்றவன். 'இன்று ஃபாஸிஸ்டுகளைப் புடைக்கப் போகிறோம். அந்த உமியி லிருந்து உதயமாகப் போகிறது ஊராரின் சுதந்திரம்' என்று இன்னொருத்தன் சொல்ல, 'அந்தச் சுதந்திரத்துக்குத் தகுதிபெற நாம் செம்மையாகப் புடைக்கவேண்டும்' என்று மற்றொருத்தன் கூறிவிட்டு என்னை நோக்கி, 'ஏன் பிலார்' ஏற்பாடுகளைச் செய்ய எப்போது கூட்டம் நடக்கும்? என்று கேட்டான். 'இந்த வேலை முடிந்ததுமே அது நடக்கும்; ஊர்மன்றக் கட்டடத்திலேயே நடைபெறும்' என்று நான் பதிலளித்தேன்.

"சிவில் காவலர்கள் போடும் முக்கோண வடிவத் தோல் தொப்பியை நான் வேடிக்கைக்காக அணிந்து கொண்டிருந்தேன். கொக்கியைக் கீழே இழுத்து மாட்டிவிட்டுக் கைத்துப்பாக்கியை என் இடுப்பில் சுற்றியிருந்த கயிற்றில் செருகியிருந்தேன். அந்தத் துப்பாக்கியின் தோலுறையையும் எடுத்திருக்கக்கூடாதா என்று

பிற்பாடு நான் ஏங்கியபோதிலும் அதற்குப் பதிலாக அந்தக் குல்லாயை எடுத்துப் போட்டுக் கொண்டபோது படு தமாஷாகவே எனக்குப்பட்டது. ஆனால் அந்த வரிசைகளில் இருந்த ஒருத்தனோ, 'பெண்ணே, பிலார்! அந்தக் குல்லாயை நீ போட்டிருப்பது சரியல்ல என்றே எனக்குத் தோன்றுகிறது, நாம்தான் சிவில் காவலர் படலத்தை முடித்தாகி விட்டதே' என்றான். 'அப்படியானால் சரி. இதை எடுத்துவிடுகிறேன்' என்று சொல்லி அப்படியே செய்தேன். அவனோ, 'அதை என்னிடம் கொடு, அதை அழித்தொழித்தாக வேண்டும்' என்று கூறிப் பெற்றுக் கொண்டான்.

வரிசையின் கோடியில், நதிக்கு மேலே எழும்பி நிற்கும் குன்றின் ஓரத்திலுள்ள நடைபாதையில் நாங்கள் நின்று கொண்டிருந்தோம். குல்லாயை வாங்கிக்கொண்ட அவன் அதை நதிப் பக்கமாக வீசினான்; மாடுகளை ஒன்றுகூட்டக் கல்லெறியும் மேய்ப்பவனைப் போலவே இருந்தது அவனுடைய கைவீச்சு. வெகுதூரம் பறந்து சென்றது அந்தத் தொப்பி; வரவரச் சிறிதாகத் தெரிந்தாலும் தோலா லானதால் வெயிலில் பளபளத்தபடியே நதியை நோக்கி இறங்கியது. திரும்பிச் சதுக்கத்தைப் பார்த்தேன். எல்லா வீட்டு ஜன்னல்கள், மாடங்களிலும் மக்கள் நெருக்கியடித்து நின்றார்கள். சதுக்கத்தின் குறுக்காக, ஊர்மன்றக் கட்டட வாசல் வரையில் இரட்டை வரிசை நீண்டு நின்றது. அந்தக் கட்டட ஜன்னல்களுக்கு எதிரிலும் ஏகக் கும்பல். ஏராளமானவர்கள் ஏககாலத்தில் பேசியதால் எங்கும் ஒரே சப்தம். அப்போது, 'இதோ முதல் ஆசாமி வருகிறான்' என்று எவனோ கூவினான். உடனே ஊர் மேயரான ஃபெனிடோ கார் ஸியா வருவதைப் பார்த்தேன். தலையில் தொப்பியேதும் தரிக்காமல் கட்டடத்தினுள்ளிருந்து மெதுவாக வெளியே வந்தார் அவர். விதான வாசலைக் கடந்தார்; அதுவரை ஏதும் நடக்கவில்லை. அப்புறம், கைகளில் கதிரடிக்கோல்களை வைத்திருந்த வரிசைகளிடையே நடந்தார்; அப்போதும் எதுவும் நடக்கவில்லை. முதல் இரண்டு பேரைக் கடந்தார்; அப்புறம் நாலு, எட்டு, பத்துப்பேரையும் தாண்டி விட்டார்; ஒன்றுமே நடக்கக் காணோம். தலையை நிமிர்த்தியபடி நிதானமாகவே அவர் நடந்தார். அவருடைய பருத்த முகம் பழுப் பேறிக் கிடந்தது. நேர் எதிரே நோக்கியவர் அவ்வப் பொழுது இரு வரிசையிலும் பார்வையை ஓடவிட்டார்; ஒன்றுமே நடக்கவில்லை, அப்போதும்.

அந்த நேரத்தில், ஒரு வீட்டு மேல்முகப்பிலிருந்து 'ஏன் சும்மா இருக்கிறீர்கள், கோழைகளே?' என்று எவனோ ஒருத்தன் கூப்பாடு போட்டான். அப்போதும் அந்த இரு வரிசைகளிடையே ஃபெனிடோ தொடர்ந்து நடந்தாரே தவிர ஏதும் நடக்கவில்லை. அப்போது நான் இருந்த இடத்திலிருந்து மூன்று பேருக்கு அப்பால் நின்ற ஒருத்

தனின் முகம் துடித்ததைப் பார்த்தேன். உதடுகளைக் கடித்துக் கொண்டிருந்தான் அவன். கோலை இறுகப் பற்றியிருந்த அவன் கைகள் வெளிறிக் கிடந்தன. ஃபெனிடோ வருவதையே கவனித்தபடி அவன் நின்றதைப் பார்த்தேன். தன்னை ஃபெனிடோ நெருங்கியதும் கோலை உயர்த்தினான் அவன். பக்கத்தில் நின்றவன்பேரில் பட்டதைப் பொருட்படுத்தாமல் ஃபெனிடோவின் மீது ஓங்கிப் போட்டான். தலையின் பக்கவாட்டில் விழுந்தது அந்த அடி. ஃபெனிடோ அவனை ஏறிட்டுப் பார்த்தார். அவனோ மறுபடி அடித்தபடி, 'உனக்குத்தானடா கோழையே' என்று கத்தினான். அந்த அடி ஃபெனிடோவின் முகத்திலேயே விழுந்தது. உடனே கைகளை உயர்த்தி முகத்தை மறைத்துக் கொள்ள முற்பட்டார் அவர். மற்றவர்களும் சேர்ந்து அடிக்கத் தொடங்கினார்கள். அவர் கீழே விழும் வரையில் அவர்கள் அடிப்பதை நிறுத்தவில்லை. முதலில் அவரை அடித்தவன் மற்றவர்களை உதவிக்கு அழைத்தான். ஃபெனிடோவின் கழுத்துப்பட்டியை அவன் பிடித்துக் கொள்ள, மற்றவர்கள் அவருடைய கைகளைப் பற்றியிருந்தார்கள். சதுக்க மண்ணை அவருடைய முகம் தேய்த்தது. அப்படியே இழுத்து வந்தபடி நடைபாதையையும் தாண்டிக் குன்றின் கோடியை அடைந்ததும் அவரைத் தூக்கி ஆற்றில் எறிந்தார்கள். அவரை முதலில் புடைத்தவன் குன்றின் ஓரத்தில் மண்டியிட்டுக் குந்தியபடிக் கீழே குனிந்து பார்த்தான்; 'கோழை! கோழை நீ! கோழையே!' என்று கூவினான், ஃபெனிடோவின் பண்ணைக்காரர்களில் ஒருத்தனாக இருந்தவன் அவன். இரண்டு பேருக்கும் ஒருநாளும் ஒத்துக் கொண்டதில்லை. ஆற்றோரமாக இருந்த சிறு நிலமொன்றுபற்றி இரண்டு பேருக்கும் சச்சரவு மூண்டது. அந்த நிலத்தை அவனிட மிருந்து ஃபெனிடோ பிடுங்கி வேறொருத்தனிடம் குத்தகைக்கு விட்டு விட்டார். அதனால் அவரை நெடுநாளாகவே அவன் வெறுத்து வந்தான். அவரை அடித்துப்போட்ட பிறகு அவன் மறுபடி வரிசையில் வந்து சேர்ந்துகொள்ளவில்லை; ஃபெனிடோ விழுந்த இடத்தையே பார்த்தபடி குன்றின் கோடியிலேயே குந்திக் கிடந்தான்.

ஃபெனிடோவைத் தொடர்ந்து வேறு யாரும் வெளியே வரவில்லை. அடுத்த முறை எவருடையது என்பதை அறிய எல்லாரும் ஆவலுடன் காத்திருந்தனர். சதுக்கத்தில் சப்தமே இல்லை. அப்போது ஒரு குடிகாரன், 'வெளியே விடுங்கள், காளையை!' என்று பெரிதாகக் கத்தினான். ஊர்மன்றக் கட்டட ஜன்னல்களுக்குப் பக்கத்தில் நின்ற ஒருத்தன், 'யாரும் அசையமாட்டேன் என்கிறார்கள். பிரார்த்தனை செய்கிறார்கள்' என்று பதிலுக்குக் கூவினான். 'வெளியே இழுங்கள் அவர்களை, வாருங்கள், இழுத்தெறிவோம்.

பிரார்த்தனைக்குப் போதிய நேரம் கொடுத்தாகிவிட்டது' என்று இன்னொரு குடிகாரன் கூச்சல் போட்டான். அப்புறமும் உடனே யாரும் வெளியே வந்துவிடவில்லை; சற்றுக் கழித்துத்தான் யாரோ ஒருத்தன் வந்ததைப் பார்த்தேன்.

மாவாலையின் சொந்தக்காரரான ஃபெடெரிகோ கான்ஸா ஸெஸ்தான் அவர். சாப்பாட்டுச் சாமான் கடையையும் நடத்திவந்த அவர் தேர்ந்த ஃபாஸிஸ்டாக இருந்தார். ஒல்லியாகவும் உயரமாகவும் இருப்பார். தலையில் விழுந்திருந்த வழுக்கையை மறைக்க முடியை ஒருபுறமிருந்து மறுபுறக் கோடிவரையில் அவர் இழுந்து வாரிக் கொள்ளுவது வழக்கம். ராத்திரிவேளையில் போட்டுக்கொள்ளும் சட்டையைச் சராய்க்குள் விட்டுக் கொண்டிருந்தார். வீட்டில் பிடிபட்டபோது ஜோடு போட்டிருக்க வில்லை: அதனால் வெறுங் காலுடனேயே நடந்தார். கைகளைத் தலைக்குமேல் தூக்கிப் பிடித்த படி அவர் வெளியேவர, அவர் முதுகில் தன் துப்பாக்கிக் குழாயை அழுத்தி வைத்தபடி பாப்லோ பின்னால் வந்தான். இரட்டை வரிசையில் அவர் நுழைந்த பிறகு தான் துப்பாக்கியை எடுத்துக் கொண்டு கட்டட வாசலுக்கு அவன் திரும்பிப் போனான். ஆனால் அதற்குப் பிறகு ஃபெடெரிகோவினால் ஓர் அடிகூட முன்னால் வைக்க முடியவில்லை. ஆகாயத்தை அண்ணாந்து பார்த்தபடி அங்கேயே நின்றார்; கைகளும் தூக்கியபடியே இருந்தன, வானத்தைப் பிடிக்கத் துடிப்பவைப்போல.

'நடக்கக் காலில்லை போலிருக்கிறது இவருக்கு' என்று எவனோ ஒருத்தன் சொன்னான். 'என்ன விஷயம், ஃபெடெரிகோ? உம்மால் நடக்க முடியாதா?' என்று இன்னொருத்தன் கூவினான். ஆனால் ஃபெடெரிகோ அசையவில்லை. உதடுகள் மட்டும் அசைந்தன. கைகள் தலைக்குமேல் தூக்கியபடியே இருந்தன. 'உம், நட! சீக்கிரம் போ' என்று வாயிற்படியில் இருந்தபடி பாப்லோ குரல் கொடுத்தான். அப்போதும் ஃபெடெரிகோ நகரவில்லை; அவரால் அடியெடுத்து வைக்கவே முடியவில்லை, குடிகாரர்களில் ஒருத்தன் தன் கோலினால் அவருடைய முதுகில் குத்தினான். சண்டிக்குதிரை போலத் துள்ளிக் குதித்தாரே தவிர அதே இடத்திலேயே அவர் நின்றார். கைகளும் கண்களும் ஆகாயத்தை நோக்கியபடியே இருந்தன. அப்போது என் பக்கத்தில் நின்ற குடியானவன், 'இது சுத்த வெட்கக்கேடு. இவனைப் பொறுத்து எனக்கு எந்தப் புகாரும் இல்லைதான். இருந்தாலும் இந்தநிலை நீடிக்கக்கூடாது' என்று சொன்னபடி நடந்தான். வரிசை கள் வழியே சென்று ஃபெடெரிகோ இருந்த இடத்தை அடைந்ததும், 'உமது அனுமதியுடன்' என்று கூறிவிட்டுத் தன்கையிலிருந்த கட்டையினால் அவர் தலையின் பக்கவாட்டில் ஓங்கி அடித்தான். உடனே அவர் தன் கைகளைத் தாழ்த்தி, வழுக்கை விழுந்த இடத்தை

மூடிக்கொண்டார். அந்த வழுக்கைப் பகுதியில் முளைத்திருந்த மெல்லிய மயிரிழைகள் தன் விரல்களின் வழியாக நீண்டு நிற்க, தலையைத் தாழ்த்தியபடியே அந்த வரிசைகளிடையே விரைவாக ஓடினார்.

அவருடைய முதுகையும் தோள்களையும் கதிரடிக் கோல்கள் தாக்கின. அடி தாங்க முடியாமல் அவர் விழுந்ததும், கோடியில் நின்றவர்கள் அவரைத் தூக்கி ஆற்றில் எறிந்தார்கள். பாப்லோவின் துப்பாக்கியால் தள்ளப்பட்டவராய் வெளியே வந்ததிலிருந்து அவர் ஒரு தடவைகூட வாயைத் திறக்கவில்லை. முன்னால் அடியெடுத்து வைப்பதுதான் அவருக்குக் கஷ்டமாக இருந்தது. கால்களை இயக்கும் சக்தியையே அவர் இழந்து விட்டது போலிருந்தது.

ஃபெடெரிகோ தூக்கியெறியப்பட்டதும் குன்றின் கோடியில் முரடர்கள் குவிந்திருந்ததைக் கண்டேன், அங்கிருந்து புறப்பட்டு ஊர்மன்றக் கட்டடத்தின் முன்னால் இருந்த விதானப் பாதையை அடைந்தேன். அங்கே நின்ற இரண்டு குடிகாரர்களை விலக்கித் தள்ளிவிட்டு ஜன்னல் வழியாக உள்ளே பார்த்தேன். அங்கே இருந்த பெரிய அறையில் அவர்கள் எல்லாரும் அரைவட்ட வடிவத்தில் மண்டியிட்டுப் பிரார்த்தனை செய்து கொண்டிருந்தார்கள். பாதிரியும் மண்டியிட்டபடி அவர்களோடு சேர்ந்து தொழுதார். பாப்லோவும் அப்போது அவனுடன் நெருக்கமாக இருந்த குவாட்ரோ டிடோஸ் என்ற செருப்பு தைப்பவனும் அங்கே நின்று கொண்டிருந்தார்கள். அவர்கள் தவிர இன்னும் இரண்டுபேரும் துப்பாக்கிகளுடன் காணப்பட்டார்கள். 'இப்போது யார் முறை?' என்று பாதிரியைப் பாப்லோ கேட்டான், அவரோ பதில் கூறாமல் தொடர்ந்து தொழுதார். 'கேளுமய்யா, இப்போது யார் முறை? தயாராயிருப்பது யார், சொல்லும்' என்று தன் கம்மிய குரலில் பாப்லோ மறுபடியும் கேட்டான். அவனுடன் பாதிரி பேசாதது மட்டுமல்ல, அங்கே அவன் இருந்ததைக் கவனிக்காதது போலவே காணப்பட்டார். பாப்லோ கோபித்துக் கொதிக்கத் தொடங்கியதைக் கண்டேன். அப்போது, 'நாங்கள் எல்லோருமே சேர்ந்துபோகிறோம்' என்று ரிகார்டோ மான்டால்வோ சொன்னார். பாப்லோவோ பேசுவ தற்காகப் பிரார்த்தனையை நிறுத்திவிட்டு நிமிர்ந்து பார்த்த அந்த நிலச்சுவான்தாரை நோக்கி, 'அதெப்படி முடியும்? நீங்கள் தயா ரானதும் ஒவ்வொருத்தராகத்தான் போகவேண்டும்' என்றான். 'அப்படியானால் இப்போது நான் புறப்படுகிறேன். இப்போதைவிட வேறெப்போதும் நான் அதிக அளவில் சித்தமாக இருக்க முடியாது' என்று அவர் சொன்னார். அவர் பேசியபோது தொழுகையை நிறுத்தாமலே ஆசீர்வதித்த பாதிரி, அவர் எழுந்து நின்றதும் திரும்பவும் வாழ்த்தினார்; அவர் முத்தமிடுவதற்காக ஒரு சிலுவை

யையும் தூக்கிப் பிடித்தார். அதை முத்தமிட்டதும் பாப்லோவின் பக்கம் திரும்பிய ரிகார்டோ, 'இனி ஒருநாளும் இவ்வளவு தயாராக இருக்கமாட்டேன். கேடுகெட்டவளின் கோழை மகனே, வாடா போவோம்' என்று கிளம்பினார்.

குட்டையானவர் ரிகார்டோ. தலை நரைத்து விட்டது. கழுத்து புடைத்திருக்கும். கழுத்துப்பட்டி இல்லாத சட்டை போட்டிருந்ததால் அது நன்றாகத் தெரிந்தது. நெடுங்காலம் குதிரைச் சவாரி செய்து கால்கள் வளைந்திருந்தன. மண்டியிட்டிருந்த எல்லாரையும் அவர் நோக்கி 'விடைபெறுகிறேன். வருந்தாதீர்கள் நாம் சாவதால் குடி முழுகிவிடாது. அதில் உள்ள ஒரேயொரு மோசமான அம்சம், இந்தக் கும்பலின் கையில் சிக்கிச் சாகப்போகிறோமே என்பது தான்' என்று சொல்லிவிட்டு, 'என்னைத் தொடாதே. உன் துப்பாக்கியால் என்னைத் தொடாதே' என்று பாப்லோவை நோக்கிக் கூறினார். அதையடுத்து அந்த நரைமுடிமனிதர் அந்தக் கட்டடத்தி லிருந்து வெளியே வந்தார். சாம்பல்நிறச் சிறு கண்களும் புடைத்த கழுத்துமாகக் குட்டையாகக் காணப்பட்ட அவர் கோபத்தால் கொதித்தார். குடியானவர்களின் இரட்டை வரிசையைப் பார்த்ததும் காறியுமிழ்ந்தார். எச்சிலையைத் துப்பினார். அவர் இருந்த அந்த நிலையில் அது அசாதாரணமானது என்பது உமக்கே தெரியும், இங்கிலீஷ்காரரே! அப்புறம், 'ஸ்பெயின் தழைத்தோங்கட்டும், அனைத்துக்கும், மேலாக! குடியரசு என்று திரித்தழைக்கப்படுவது தொலைந்தொழியட்டும்! உங்கள் அத்தனைப் பேரின் தத்தாரி அப்பன்மாரும் செத்துச் சுண்ணாம்பாகட்டும்!' என்று பொழிந்தார். அப்படி அவர் திட்டியது காரணமாக அவரை அவர்கள் சீக்கிரத்தில் அடித்துப் புடைத்துச் சாகடித்துவிட்டனர். வரிசைகளில் நின்ற முதல் ஆசாமிகளை அவர் நெருங்கியதுமே அடிக்க ஆரம்பித்து விட்டனர். தலை நிமிர்ந்தபடியே அவர் தொடர்ந்து நடக்க முயன்ற போது சரமாரியாக அடித்தனர். கீழே விழுந்த பிறகும் அவரை விடவில்லை; கதிர்வாள்களையும் வெட்டரிவாள்களையும் அவர் மீது வீசினார்கள். ஆற்றில் எறிவதற்காக அவரைப் பலபேர் குன்றின் விளிம்புக்குத் தூக்கிச் சென்றார்கள். அப்போது அவர்களுடைய கைகளிலும் ஆடைகளிலும் அவருடைய ரத்தம் படிந்தது. ஊர்மன்றக் கட்டடத்திலிருந்து வெளி வந்தவர்கள் தங்கள் உண்மையான விரோதிகள், அவர்களைக் கொன்றேயாக வேண்டும் என்ற கருத்து அதன்பிறகு ஊன்றத் தொடங்கி விட்டது.

ஆங்காரத்துடன் வெளியே வந்து அத்தனை வசவுகளையும் ரிகார்டோ வீசியதற்கு முன்னால் அந்த வரிசைகளில் இருந்த பலபேர் அங்கே நிற்பதற்குப் பதிலாக எதை வேண்டுமானாலும் கொடுக்க தயாராகவே இருந்திருப்பார்கள் என்பதில் எனக்குச் சந்தேகமில்லை.

‘மற்றவர்களை மன்னித்துவிடுவோம், வாருங்கள்; தேவையான படிப்பினையை அவர்கள் பெற்றுவிட்டார்கள்’ என்று அப்போது யாராவது சொல்லியிருந்தால் பலர் அதற்குச் சம்மதித்திருப்பார்கள் என்றே திட்டமாகச் சொல்வேன். ஆனால் ரிகார்டாவோ தன் துணிச்சல் மூலமே மற்றவர்களுக்குப் பெரும் பாதகம் செய்துவிட்டார். வரிசைகளில் நின்றிருந்தவர்களை உசுப்பி விட்டார். அவர் ஏதோ கடமை என்று நினைத்து விருப்பமில்லாமலேயே அடித்த அவர்களை ஆத்திரம் கொள்ளச் செய்துவிட்டார். முன்னைக்கு இப்போது இருந்த வித்தியாசம் நன்றாகவே விளங்கியது. ‘பாதிரியை வெளியே விடுங்கள், வேலை விரைவாக நடக்கும்’ என்று எவனோ ஒருத்தன் கூப்பாடு எழுப்பினான். உடனே, ‘பாதிரியை அனுப்புங்கள், மூன்று திருடர்களைத் தீர்த்துவிட்டோம்; மாதிரிக்குப் பாதிரியும் வரட்டும்’ என்று கோஷங்கள் கிளம்பின. ‘இல்லை, இரண்டு திருடர்கள்தான். அந்த இரண்டு களவாணிகளோடு நம் ஆண்டானும் என்று சொல்லு’ என்று குட்டைக் குடியானவனொருவன் குறுக்கிட்டுக் கூவினான். ‘யாருடைய ஆண்டான்?’ என்று சீற்றத்தால் முகம் சிவந்தவனாய் முதலில் கத்தியவன் கேட்டான். ‘நம் ஆண்டான் என்றுதானே சாதாரணமாகச் சொல்வது வழக்கம்?’ என்று திருப்பிக் கேட்டான், குடியானவன். ‘அவன் ஒன்றும் என் ஆண்டானல்ல; விளையாட்டுக்குக் கூட ஒப்புக்கொள்ள மாட்டேன். இதோ பார், இப்படியெல்லாம் கண்டபடிப் பேசினாயோ, நீயும் வரிசைகளுக் கிடையே நடக்கவேண்டி வந்துவிடும், ஜாக்கிரதை!’ என்று மற்றவன் அவனை எச்சரித்தான். ‘உன்னளவு சுதந்தரப் பிரியனான குடியரசுவாதிதான் நானும். திரு. ரிகார்டோவின் வாயில் அடித்தேன் நான். திரு ஃபெடரிகோவின் முதுகில் போட்டேன். திரு. ஃபெனிடோவைத்தான் என்னால் அடிக்கமுடியாமல் போய் விட்டது. ஆனாலும் அந்தக் குறிப்பிட்ட மனிதரை ‘எங்கள் ஆண்டான்’ என்று அழைப்பதே சம்பிரதாயம். ஆகவே அவரும் இரண்டு திருடர்களும் என்று சொல்வதே சரி’ என்றே குடியானவன் சாதித்தான். ‘நீ குடியரசுவாதியல்ல, குடிகேடன்தான், ஒவ்வொரு திருடனுக்கும் ‘திரு’ என்று மரியாதைமொழி சேர்த்தல்லவா பேசுகிறாய்!’ என்று மற்றவன் சொல்ல, ‘அதுதான் இந்தப் பக்கத்துப் பழக்கம்’ என்றான் குடியானவன். ‘அது என்னால் முடியாது. இந்தக் கோழைகளை நான் அப்படி அழைக்கவே மாட்டேன். நீயும் உன் ஆண்டானும், சேச்சே! அடேடே, இதோ புதிதாக இன்னொருத்தன் வருகிறானே!’ என்று கூவிப் பேச்சைத் திருப்பினான் மற்றவன்.

அப்போதுதான் வெட்கக்கேடான காட்சியொன்றைக் கண்டோம். ஊர்மன்றக் கட்டடத்திலிருந்து ஃபாஸ்டினா ரிவீரோ வெளியே வந்தான். நிலச்சுவானான ஸெலெஸ்டினோ ரிவீரோவின்

மூத்த மகன் அவன். நெட்டையானவன்; அவன் மஞ்சள் நிற முடி கொண்டவன். நெற்றியிலிருந்து பின்புறம் நோக்கி அவ்வப்போது சீவிக்கொள்ளத் தன் சட்டைப் பையில் அவன் எப்போதும் ஒரு சீப்பு வைத்திருப்பான். பெண்களைக் கண்டால் வம்பு செய்யாமல் விடமாட்டான். இத்தனைக்கும் அவன் கோழை. தொழிலாகக் கொள்ளாமலே காளைச் சண்டையில் ஈடுபடவேண்டும் என்று எப்போதுமே அவனுக்கு ஓர் ஆசை. அதனால் நாடோடிகளுடனும், மாடுபிடி வீரர்களுடனும், சண்டைக் காளைகளை வளர்ப்பவர் களுடனும் சதா சுற்றித்திரிவான்; ஆண்டலூஸிய ஆடையை அணிவதில் அகமகிழ்வான். ஆனால் அவனிடம் துணிச்சல் கிடை யாது; ஆகவே அவனை வெற்றுவேட்டு என்றே எல்லாரும் எண்ணி னார்கள். ஆவிலாவில் அமைந்திருக்கும் வயோதிகர் விடுதிக்கு நிதி சேர்ப்பதற்காக நடந்த காளைச் சண்டையில் அவன் பங்கு கொள் வான் என்று ஒரு சமயம் அறிவிக்கப்பட்டிருந்தது. அவன் பலநாள் பயின்ற ஆண்டலூஸிய பாணியில் குதிரை மேலிருந்தபடியே ஒரு காளையை அவன் தீர்த்துக் கட்டுவான் என்று தெரிவித்திருந்தார்கள். ஆனால் அவனே பொறுக்கியிருந்த சோனிக்கால் சின்னக் காளைக்குப் பதிலாக நிறுத்தப்பட்டிருந்த பெரிய மாட்டைப் பார்த்ததும் அவன் பயந்துவிட்டான். தனக்கு உடல்நிலை சரியில்லை என்று அவன் சொல்லிச் சண்டையைத் தவிர்த்துவிட்டான்; அந்தச் சாக்கு நிஜமானதென்று நம்பவைப்பதற்காக வாந்தியெடுக்கும் பொருட்டு தன் தொண்டைக்குள் அவன் மூன்று விரல்களை விட்டுக் கொண்டதாகவும் சிலர் சொன்னார்கள்.

ஆகவே, அந்த இரட்டை வரிசைகளில் இருந்தவர்கள் அவனைப் பார்த்ததும், 'ஹலோ, ஃபாஸ்டினோ. இப்போது வாந்தி யெடுத்து விடாமல் பார்த்துக் கொள்' என்று கூவலானார்கள். 'இதைக்கேள், ஃபாஸ்டினோ, குன்றுக்கு அப்பால் அழகான பெண்கள் இருக் கிறார்கள்! ஃபாஸ்டினோ, சற்றுப்பொறு. அந்த இன்னொரு காளையைவிடப் பெரிதான ஒன்றைக் கொண்டு வருகிறோம்' என்ன ஃபாஸ்டினோ, சாவைப்பற்றி நீ எப்போதாவது கேள்விப் பட்டதுண்டா?' என்றெல்லாம் குரல்கள் கிளம்பின. துணிச் சலுள்ளவனே போல ஃபாஸ்டினோ அங்கேயே நின்றான். தான் வெளியே போவதாக உள்ளே இருந்தவர்களிடம் தன்னைச் சொல்ல வைத்த உணர்ச்சி உந்துதலின் வசத்திலேயே அவன் இன்னமும் இருந்தான். காளையுடன் சண்டை போடுவதாக அவனை அறிவிக்க வைத்த அதே உணர்ச்சித் தூண்டுதல்தான் அது. தான் மாடுபிடி வீரனாக முடியும் என்று அவனை நம்பச் செய்ததும் அதுவே. அப்போது ரிகார்டோ காட்டிய உதாரணம் தான் அதை ஊக்கி விட்டது. அழகும் துணிவும் கூடியவனாய் அவன் அங்கே நின்றான். தன் முகத்தில் வெறுப்பை வரவழைத்துக் கொண்டான். ஆனால்

அவனால் வாயே திறக்கமுடியவில்லை. அப்போது ஒருத்தன், 'வா ஃபாஸ்டினோ, வா வா. எல்லாக் காளைகளிலும் பெரியது இங்கே இருக்கிறது' என்றான். ஆனால் ஃபாஸ்டினோ அசையவில்லை; அங்குமிங்கும் பார்த்தபடியே நின்றான். அப்படி அவன் பார்த்தபோது அந்த வரிசைகளில் எதிலும் அவனிடம் கடுகளவுகூட அனுதாபம் இருக்கவில்லை என்றே நினைக்கிறேன். இருந்தாலும், அழகு, நேர்த்தியுடனேயே அவன் காணப்பட்டான். ஆனால் அதற்கு முடிவு காலம் நெருங்கி வந்தது; அவன் போவதற்கு ஒரே திசை தான் சாவுப் பாதைதான் இருந்தது.

"ஃபாஸ்டினோ, எதற்காகக் காத்துக் கொண்டிருக்கிறாய்?" என்று இன்னொருத்தன் பதிலளிக்கவே, எல்லாரும் சிரித்தார்கள். 'உனக்கு அது ஆனந்தம் தரும் என்றால் தாராளமாக வாந்தியெடு, ஃபாஸ்டினோ, என்னைப் பொறுத்தவரையில் எல்லாம் ஒன்றுதான்' என்று ஒரு குடியானவன் சொன்னான். ஃபாஸ்டினோவை நாங்கள் கவனித்துக்கொண்டிருந்தோம். அவனோ இரண்டு வரிசைகளையும் பார்த்தபிறகு குன்றின் கோடியை நோக்கினான். அதையும், அதற்கு அப்பாலிருந்த வெற்றுவெளியையும் பார்த்ததும் சட்டெனத் திரும்பி ஊர்மன்றக் கட்டட வாயிலுக்குள் திரும்ப நுழைய முற்பட்டான். அதைக்கண்டதும் இரண்டு வரிசைகளிலும் இருந்தவர்கள் விழுந்து விழுந்து சிரித்தார்கள். 'எங்கே போகிறாய், ஃபாஸ்டினோ?' என்று யாரோ ஒருத்தன் உரத்த குரலில் கேட்டான். 'காளையைத் தூக்கி யெறியத்தான் போகிறான்' என்று இன்னொருத்தன் பதிலுக்குக் கூவியதும் எல்லாரும் மறுபடியும் நகைத்தார்கள். அப்போது, பின்னால் பாப்லோ துப்பாக்கியைப் பிடித்தபடி வர, அவன் திரும்பவும் வெளியில் வந்ததைக் கண்டோம். அவனிடம் இருந்த மிடுக்கெல்லாம் போய்விட்டது. வரிசைகளைப் பார்த்ததுமே சப்த நாடியும் ஒடுங்கிவிட்டது. பாப்லோ ஏதோ தெருவைச் சுத்தம் செய்வது போலவும், ஃபாஸ்டினோவோ அவன் துடைத்துத் தள்ளும் தூசு போலவுமே அப்போது தோன்றியது. அந்தக் கோலத்தில் வெளியே வந்த அவன், தன் கைகளால் சிலுவைக்குறி செய்தபடிப் பிரார்த்தித்தான். பிறகு அந்தக் கைகளாலேயே தன் கண்களை மறைத்தபடிப் படிகளில் இறங்கி வந்தான்.

'அவனை ஒன்றும் செய்யாதீர்கள். தொடவே தொடாதீர்கள்' என்று எவனோ ஒருத்தன் கத்தினான். இரண்டு வரிசைகளிலும் இருந்தவர்கள் அவன் சொன்னதன் அர்த்தத்தைப் புரிந்து கொண்டார்கள். ஆகவே யாரும் ஃபாஸ்டினோவைத் தொட முயற்சி செய்யவேயில்லை. நடுங்கும் விரல்கள் அவன் கண்களை மறைத்திருக்க, கோணக்கோண வாய் இழுத்தபடி வரிசைகளுக்கிடையே அவன் நடந்தான். எவரும் எதுவும் செய்யாததோடு வாயைக் கூடத்

திறக்கவில்லை. ஆனால் பாதி தூரம் வந்ததும் ஃபாஸ்டினோவினால் மேற்கொண்டு நடக்கமுடியவில்லை. அப்படியே மண்டியிட்டு உட்கார்ந்துவிட்டான். அப்போதும் அவனை எவனும் அடிக்க வில்லை. அவனுக்கு என்ன நேரப்போகிறது என்பதைப் பார்ப்ப தற்காக வரிசைக்கு வெளியில் கூடவே நான் வந்து கொண்டிருந்தேன். ஒரு குடியானவன் குனிந்து அவனைத் தூக்கிப் பிடித்ததைப் பார்த்தேன். 'நில், ஃபாஸ்டினோ, தொடர்ந்து நட காளை இன்னும் வெளியில் வரவில்லை' என்று அந்தக் குடியானவன் சொன்னான். ஆனால் ஃபாஸ்டினோவினால் தானாக நடக்க முடியவில்லை. அதனால் கறுப்பு ஆடை அணிந்திருந்த அந்தக் குடியானவன் ஒரு பக்கமும் அவனைப் போலவே ஆடையுடன் இடையர் ஜோடும் போட்டிருந்த இன்னொரு குடியானவன் மறுபக்கத்திலுமாக அவனுடைய கைகளைத் தாங்கிப் பிடித்து நடத்தி வந்தார்கள். அப்போதும் கைகளால் கண்களை மறைத்தபடியே அவன் நடந்தான். உதடுகள் ஓயாமல் துடித்தன. அவனுடைய மஞ்சள்நிறமுடி தலையோடு இழையப் படிந்து, வெயிலில் பளபளத்தது. தங்களை அவன் நெருங்கியபோது அந்தக் குடியானவர்கள், 'உனக்கு நன்றாகப் பசிக்கட்டும், ஃபாஸ்டினோ வயிறு புடைக்கச் சாப்பிடு', 'உன் கட்டளைப்படி நடக்கக் காத்திருக்கிறோம், ஃபாஸ்டினோ' என்றெல் லாம் கிண்டல் செய்தார்கள். மாடுபிடிப் போரில் தோற்றிருந்த ஒருத்தன், 'காளை வீரா, காத்திருக்கிறோம் உன் கட்டளைக்கு' என்றான். இன்னொருத்தன், 'சுவர்க்கத்தில் நல்ல அழகிகள் நிறைய உண்டு, ஃபாஸ்டினோ' என்று கேலி செய்தான். இப்படிச் சீண்டிய படியே அவனை அவர்கள் நெருங்கிப் பிடித்து நடத்தி அழைத்து வந்தார்கள். அப்போதும் அவன் தன் கண்களிலிருந்து கைகளை எடுக்கவில்லை. இருந்தாலும் விரல்களின் இடைவெளிகள் வழியாக அவன் பார்த்திருக்க வேண்டும். ஏனென்றால், குன்றின் கோடிக்கு வந்ததும் அவன் மறுபடியும் மண்டியிட்டான். தரையில் படுத்து மண்ணையும் புல்லையும் பிடித்துக்கொண்டபடி, 'வேண்டாம், வேண்டாம், தயவு செய்யுங்கள்! வேண்டாம், கருணை காட்டுங்கள்' என்று கூவினான்.

அப்போது, அவனை நடத்தியழைத்து வந்த குடியானவர்களும், வரிசைக் கோடியில் இருந்த முரடர்களும் அவனுக்குப் பின்னால் சட்டென உட்கார்ந்து வேகமாகத் தள்ளிவிட்டார்கள். அடிபடா மலேயே குன்றின் கோடியை அடைந்த அவன் பெருங்குரலில் உளறியபடியே பொத்தென்று விழுந்தான். அந்த வரிசைகளில் இருந்தவர்களின் இதயம் இரும்பாகி விட்டது என்பதை அப்போது தான் உணர்ந்தேன். ரிகார்டோவின் வசை மொழிகளும் ஃபாஸ்டி னோவின் பயங்கொள்ளித்தனமும்தான் அப்படி அவர்களை மாற்றி

விட்டன என்றும் ஊகித்தேன். 'இன்னொருத்தன் வரட்டும்' என்று அந்நேரம் ஒருவன் கத்தினான். அவன் முதுகில் இன்னொரு குடியானவன் ஓங்கித் தட்டி, 'ஃபாஸ்டினோ! அடாடா, எப்படிப் பட்டவன் அவன், பார்த்தாயா' என்றான். 'இப்போது பெரிய காளையை அவன் பார்த்திருப்பான். இனித் தூக்கியெறிவது துணை செய்யாது' என்றான் இன்னொருத்தன். 'என் ஆயுளில் இவனைப் போன்ற பிண்டத்தைப் பார்த்ததேயில்லை' என்றான் மற்றொருத்தன். 'சற்றுப் பொறு இன்னும் பலர் இருக்கிறார்கள். அவர்களெல்லாம் எப்படியோ, யார் கண்டார்கள்?' என்று இன்னொரு குடியானவன் குறிப்பிட்டான். 'ராட்சஸர்கள் இருக்கலாம், சித்திரக்குள்ளர்கள் வரலாம், நீக்ரோக்கள் இருக்கலாம், அபூர்வ ஆப்ரிக்க மிருகங்கள் கூட வந்தாலும் வரலாம். யாராக இருந்தபோதிலும் சரி, இனிமேல் ஃபாஸ்டினோ அளித்த காட்சியைப் போலக் காட்டவே முடியாது... சரி சரி, இன்னொருத்தன் வரட்டும், உடனே வெளியில் வரட்டும்' என்று முதல் குடியானவன் முழக்கினான்.

ஃபாஸிஸ்டுகளின் பொழுதுபோக்கு நிலையத்தில் கொள்ளை யடித்த அனிஸ், காக்நாக் சாராயப் புட்டிகளைக் குடிகாரர்கள் பரிமாறிக் கொண்டிருந்தார்கள். திராட்சை மதுவைப் போலவே அந்தச் சாராயத்தை எல்லாம் அவர்கள் அப்படியே குடித்தார்கள். ஃபெனிடோ, ஃபெடெரிகோ, ரிகார்டோ, குறிப்பாக ஃபாஸ்டினோ ஆகியவர்கள் வெளிப்படுத்திய உணர்ச்சிகளைக் கண்ட பிறகு வரிசைகளில் இருந்த பலரால் குடிக்காமல் இருக்கமுடியவில்லை. அவர்களுக்கெல்லாம் தலை கிறுகிறுக்கத் தொடங்கியிருந்தது. சாராயப் புட்டிகளில் வாய் வைக்காதவர்கள், அங்குமிங்குமாக அனுப்பப்பட்ட தோல் குப்பிகளில் இருந்த ஒயினைக் குடிக்கலா னார்கள். யாரோ ஒருவன் என்னிடம் அந்தத் தோல் குப்பிகளில் ஒன்றைக் கொடுத்தான். அதை நான் வாய் நிறையக் குடித்தேன். எனக்குக் கடும் தாகம் வேறு; ஆகவே, அந்த மது என் தொண்டையில் ஜில்லென்று தங்கி இறங்க வைத்தேன். 'சாகடிப்பதென்றால் தாகமெடுத்துத்தான் தீரும்' என்றான், என்னிடம் அந்தப் குப்பியைக் கொடுத்தவன். 'அதனாலென்ன, பரவாயில்லை, நீ எவனையாவது கொன்றாயா?' என்று அவனை நான் கேட்டேன். 'நாலு பேரை நாங்கள் தீர்த்துக்கட்டிவிட்டோம்' என அவன் பெருமிதத்துடன் பதிலளித்தான். 'சிவில் காவலரைச் சேர்க்காமல் தான் சொல்கிறேன்... ஆமாம், ஒரு காவலனை நீ கொன்றாய் என்பது நிஜமா, பிலார்?' என்று அவன் கேட்டான். 'இல்லை, சுவர் விழுந்தபோது மற்றவர் களைப் போலவே புகையை நோக்கிச் சுட்டேன், அவ்வளவுதான்' என்று சொன்னேன். 'உனக்குக் கைத்துப்பாக்கி எங்கே கிடைத்தது, பிலார்?' என அவன் கேட்டதும், 'காவலரைக் கொன்றதும் பாப்லோ

கொடுத்தான்' என்றேன். 'இந்தத் துப்பாக்கியால்தான் அவர்களை அவன் கொன்றானா?' என்பது அவனது அடுத்த கேள்வி. 'வேறெதனால்? இதைக்கொண்டுதான் சுட்டான். அப்புறம் என்னிடம் தந்தான்' என்று நான் சொல்லவே, 'எங்கே, இதை நான் பார்க்கலாமா, பிலார்? பிடித்துப் பார்க்கலாமா?' என்று கேட்டான். 'தடையென்ன? தாராளமாகப் பாரேன்' என்று கூறி என் இடுப்பில் கயிற்றுக்கு அடியில் செருகப்பட்டிருந்த அந்தக் கைத்துப்பாக்கியை உருவியெடுத்து அவனிடம் கொடுத்தேன்.

ஊர்மன்றக் கட்டடத்திலிருந்து அதற்கப்புறம் ஏன் எவரும் வரவில்லை என்று நான் யோசித்துக் கொண்டிருந்தபோது யார் வெளி வந்தார் என்று நினைக்கிறீர்கள்? கதிரடிக்கோல்கள், இடையர் சாட்டைக் கட்டைகள், மர முறக் கம்புகள் முதலியவையெல்லாம் எங்கிருந்து எடுக்கப்பட்டனவோ, அந்தக் கடையின் சொந்தக்காரரான கில்லெர்மோ மார்ட்டின்தான் வெளியே வந்தார். ஃபாஸிஸ்ட் என்பதைத் தவிர அவரைப் பற்றிச் சொல்வதற்கு வேறு குறை யொன்றும் கிடையாது. கதிரடிக் கோல்களைத் தயாரித்தவர்களுக்கு அவர் கொடுத்த கூலி கொஞ்சமே என்பது மெய்தான். ஆனாலும் அதையெல்லாம் அவர் மலிவு விலைக்கே விற்றார். அவரிடம் வாங்க விருப்பமில்லாதவர்கள் தாங்களே கோலைத் தயாரித்து விடலாம்; கம்புக்கும் தோலுக்கும் மேல் சொற்பம்தான் அதற்குச் செலவாகும். அவர் திமிரோடு பேசினார், சந்தேகமில்லாமல் ஃபாஸிஸ்டாக இருந்தார் என்பதையெல்லாம் யாரும் மறுக்க முடியாது. ஃபாஸிஸ்டுகளின் பொழுதுபோக்குக் கழகத்தில் அவர் சேர்ந்திருந்தார். மதியத்திலும் மாலையிலும் அந்த நிலையத்தின் பிரம்பு நாற்காலியில் உட்கார்ந்தபடி 'எல்டிபேட்' பத்திரிகையைப் படிப்பார், அல்லது தன் ஜோடுகளுக்கு மெருகிடச் செய்தார், இல்லாவிட்டால் வெர்மூத், ஸெல்ட்ஸெரைக் குடித்துக் கொண்டு வறுத்த பாதாம் பருப்பு, உலர்ந்த மீன்களையெல்லாம் சாப்பிடுவார் என்பதையும் ஒப்புக்கொள்கிறேன். ஆனால் இதற்கெல்லாம் யாரை யாவது கொல்வார்களா? ரிகார்டோ திட்டாமலும், ஃபாஸ்டினோ பயந்து நடுங்காமலும் அவர்களும் மற்றவர்களும் கொட்டிய உணர்ச்சிகளைக் கண்ட பிறகு அந்த வரிசைகளில் இருந்தவர்கள் குடிக்காமலும் இருந்திருந்தால் 'கில்லெர்மோவைத் தொந்தரவு செய்யாமல் இருந்து விடுவோம். அவனுடைய கோல்களைத்தான் நாம் வைத்திருக்கிறோம். போனால் போகட்டும், சும்மா விட்டு விடுவோம்' என்று எவனாவது குரல் எழுப்பியிருப்பான் என்று நிச்சயமாகச் சொல்வேன். ஏனென்றால், அந்த ஊர்க்காரர்களால் எந்த அளவுக்குக் கொடுமையாக நடந்துகொள்ள முடியுமோ அந்த அளவுக்குக் கருணையும் காட்டமுடியும். அவர்களிடம் இயற்கை

யாகவே நியாய உணர்வு உண்டு. சரியானதையே செய்ய வேண்டும் என்ற ஆர்வமும் அவர்களிடம் இருந்தது. ஆனால் அந்த வரிசைகளில் நின்றவர்களிடம் அப்போது கொடூர மனப்பான்மை குடிகொண்டு விட்டது. போதாக் குறைக்குக் குடிவெறி வேறு. வெறி இல்லா விட்டாலும் மயக்கமாவது இருந்தது என்பதில் சந்தேகமில்லை. ஆகவே ஃபெனிடோ வந்தபோது இருந்ததைப் போல அப்போது அந்த வரிசைகள் இருக்கவில்லை. மற்ற நாடுகளில் எப்படியோ எனக்குத் தெரியாது – குடித்துக் களிப்பதை என்னைப்போல விரும்பக்கூடியவரும் வேறு யாருமில்லை– இருந்தாலும் மதுவல்லாமல் மற்ற பானங்களைக் குடிப்பதால் ஸ்பெயினில் ஏற்படும் கிறக்கம் இருக்கிறதே, அதைப்போல விகாரமானது வேறில்லை. தாங்கள் ஒருநாளும் செய்திருக்க முடியாததையெல்லாம் அந்த வெறியில் இந்த நாட்டு மக்கள் செய்வார்கள். உமது நாட்டில் அப்படி நடக்காதல்லவா, இங்கிலீஷ்காரரே?"

"அப்படித்தான் அங்கும் நடக்கும். எனக்கு ஏழு வயதானபோது நடந்ததை உதாரணத்துக்குச் சொல்கிறேன். அப்போது ஒஹையோ ராஜ்யத்தில் இருந்தோம். அங்கே ஒரு கலியாணத்துக்கு என் தாயாருடன் சென்றேன். திருமணத்தில் ஒரு சிறுவனும் சிறுமியும் மலர்களை ஏந்திச் செல்வது எங்கள் நாட்டு வழக்கம். அந்தச் சிறுவனாக நான் இருக்க வேண்டும் என்று ஏற்பாடு."

"அப்படிச் செய்தீர்களா என்ன? ஆஹா, எவ்வளவு அழகாக இருந்திருக்கும். அந்தக் காட்சி!" என்றாள் மேரியா.

"அந்த ஊரில் ஒரு விளக்குக் கம்பத்தில் நீக்ரோ ஒருவனைச் சுருக்கிட்டுக் கொன்றபின் சுட்டுப் பொசுக்கினார்கள். கரித்துண்டு களிடையே மின்சாரம் பாய்வதால் எரியும் விளக்கு அது. கம்பத்திலிருந்து தரைமட்டத்துக்கு இறக்கித் துண்டுகளைப் பொருத்தி அதை ஏற்றுவார்கள். அதற்காக இருந்த சகடை ஏற்பாட்டைக் கொண்டு அந்த நீக்ரோவை மேலே ஏற்ற முற்பட்டார்கள். ஆனால் சகடை முறிந்துவிட்டது."

"நீக்ரோவையா அப்படிச் செய்தார்கள்? சேச்சே, சுத்த காட்டு மிராண்டித்தனம்!" என்று மீண்டும் மேரியா குறுக்கிட்டுக் கூறினாள்.

"அப்படிச் செய்தவர்கள் குடித்திருந்தார்களா? நீக்ரோவை அந்த மாதிரி எரிப்பதென்றால் குடித்திருக்க வேண்டுமே?" என்று பிலார் வினவினாள்.

"அது எனக்குத் தெரியாது. ஏனென்றால், அந்த விளக்குக் கம்பம் நின்ற தெரு முனையில் இருந்த வீட்டின் ஜன்னல் திரைக்குக் கீழாகத்தான் அக்காட்சியை நான் பார்க்க முடிந்தது. தெரு நிறைய மக்கள். நீக்ரோவை இரண்டாம் முறையாக அவர்கள் தூக்கிய

போது. உமக்கு எழு வயதுதான் ஆகியிருந்தது என்றீர். வீட்டுக் குள்ளிருந்து பார்த்ததாகவும் சொன்னீர். அப்படியானால் அவர்கள் குடித்திருந்தார்களா, இல்லையா, என்பதை உம்மால் கூறமுடியாது தான்" என்றாள் பிலார்.

"இரண்டாம் முறையாக ஏற்ற முற்பட்டார்கள் என்று சொன் னேன் அல்லவா? அப்போது என் தாயார் என்னை ஜன்னலிலிருந்து இழுத்துப் போய்விட்டாள், அதனால் மேற்கொண்டு நடந்ததை என்னால் பார்க்க முடியாமல் போய்விட்டது. ஆனாலும் அதற்குப் பிறகு என் நாட்டில் எத்தனையோ அனுபவங்களை அடைந்திருக் கிறேன்; குடிவெறி ஏற்பட்டால் அங்கும் இப்படித்தான் என்பதை அப்போதெல்லாம் அறிந்திருக்கிறேன். அது அசிங்கமானது, மிருகத் தனமானதுதான்."

"ஏழு வயதென்றால் அறியாப் பருவம்தான். அந்தச் சின்ன வயதில் நீங்கள் காணத்தக்கதல்ல அந்தக் காட்சி. சர்க்கஸில் தவிர வேறெங்கும் நீக்ரோக்களை நான் பார்த்ததில்லை அதாவது, மூர்களை நீக்ரோக்கள் என்று சொல்ல முடியாதென்றால்" என்றாள் மேரியா.

"அவர்களில் சிலர்தான் நீக்ரோக்கள். மற்றவர்கள் அப்படி யில்லை. மூர்களைப் பற்றி நான் உனக்கு எவ்வளவோ சேதிகள் சொல்லமுடியும்" என்று பிலார் கூறினாள்.

"ஊஹூம், முடியாது. அவர்களைப் பற்றி என்னைவிட உங்களுக்கு அதிகமாகத் தெரிந்திருக்க முடியாது."

"போதும், மேரியா. அந்தக் கெட்ட விஷயத்தைப் பற்றிப் பேச வேண்டாம்... ஆமாம், எதைப்பற்றி நாம் பேசிக்கொண்டிருந்தோம்?"

"வரிசைகளில் இருந்தவர்களின் குடிவெறியைப் பற்றிப் பேசினோம். மேலே சொல்லுங்கள்" என்றான் ஜார்டன்.

பிலார் மறுபடியும் விவரிக்கத் தொடங்கினாள்: "அதைக் குடிவெறி என்று சொல்வது சரியல்லதான்; அந்த நிலையை அவர்கள் அடைய வெகு தூரம் இருக்கத்தான் இருந்தது. ஆனாலும் அதற்குள்ளாக அவர்களிடையே ஒரு மாறுதல் ஏற்பட்டிருந்தது. கிட்டப்பார்வைக்காரர் கில்லெர்மோ. நரைத்த தலை. நடுத்தர உயரம். சட்டையில் கழுத்துப்பட்டி கிடையாது. இருந்தாலும் அதற் கான பித்தான் இருந்தது. நிமிர்ந்து நின்றவராய் ஒரு தடவை சிலுவைக்குறியிட்டார். நேர் எதிரே நோக்கினார். ஆனால் மூக்குக் கண்ணாடி போடாததால் அவரால் தெளிவாகப் பார்க்க முடிய வில்லை – இருந்தபோதிலும் நிதானம் தவறாமல் அடியெடுத்து வைத்து முன்னேறினார். அனுதாபத்தைத் தூண்டுவதாகவே அவருடைய தோற்றம் இருந்தது. ஆனால் அந்த வரிசைகளில்

இருந்த ஒருத்தனோ, 'இங்கே வாரும், கில்லெர்மோ! இதோ இங்கே, இந்தப் பக்கம்தான், உன் சாமான்களைத்தான் நாங்கள் எல்லாரும் வைத்திருக்கிறோம்' என்று கூவினான். ஃபாஸ்டினோவைக் கிண்டல் செய்து ருசி கண்டவர்கள் அவர்கள், அந்த ருசி காரணமாக அவனுக்கும் கில்லெர்மோவுக்கும் வித்தியாசம் உண்டு என்பதை அவர்கள் உணரத் தவறிவிட்டார்கள். கில்லெர்மோவைக் கொல்வதானால் சீக்கிரமாகவே, கௌரவமாகவே தீர்த்துக்கட்ட வேண்டும் என்பதும் அவர்களுக்குத் தெரியவில்லை. ஆகவே, 'உம் மூக்கு கண்ணாடியைக் கொண்டுவரும்படி வீட்டுக்குச் சொல்லி யனுப்பட்டுமா?' என்று கத்தினான் இன்னொருத்தன்.

"ஆனால் வீடு என்று வர்ணிக்கும்படியாக கில்லெர்மோவுக்குப் பெரிய ஜாகை கிடையாது. அவர் பணக்காரரேயல்ல. டம்பமடித்துக் கொள்ளத்தான் அவர் ஃபாஸிஸ்டாக இருந்தார். மரக்கருவித் தொழிற்சாலை நடத்திவந்த அவர், சொற்ப ஆதாயத்துக்கேதான் வேலை செய்யவேண்டும் என்று தனக்குத் தானே ஆறுதல் கூறிக் கொள்ளத்தான் அப்படி இருந்தார். அவருடைய மனைவியின் மதபக்தியும் அவர் ஃபாஸிஸ்டாக இருக்க மற்றொரு காரணம். அவளிடம் வைத்திருந்த அன்பு காரணமாகவே அந்த மதபக்தியை அவரும் பகிர்ந்துகொண்டார். அவர் அப்போது சதுக்கத்தில் நின்ற இடத்திலிருந்து மூன்று வீடுகளுக்கு அப்பால்தான் அவருடைய ஜாகை இருந்தது; பல குடும்பங்கள் ஒண்டுக் குடித்தனம் நடத்திய கட்டடம் அது. தான் நுழைந்தே தீரவேண்டுமென அவர் அறிந்திருந்த அந்த இரட்டை வரிசையைத் தன் அரைக்குருட்டுக் கண்களால் உற்றுப் பார்த்துக் கொண்டு அவர் நின்றபோது அவர் வசித்த கட்டடத்தின் மாடி முகப்பிலிருந்து ஒரு பெண்பிள்ளை அலறியழ ஆரம்பித்தாள். அவருடைய மனைவிதான் அவள். அந்த மாடி யிலிருந்து அவளால் அவரை நன்றாகப் பார்க்க முடிந்தது. 'கில்லெர்மோ, சற்றுப்பொறுங்கள், கில்லெர்மோ! நானும் உங்களுடன் வந்து சேர்ந்து கொள்கிறேன்' என்று கூவியழுதாள் அவள், அந்தக் கதறல் வந்த திசையை நோக்கித் தலையைத் திருப்பினார் கில்லெர்மோ. அவரால் அவளைப் பார்க்க முடியவில்லை. ஏதோ பேச முயன்றார்; வாயிலிருந்து வார்த்தை வெளிவரவில்லை. அதன் பேரில் அவள் இருந்த திசைப் பக்கமாகக் கையைத் தூக்கி ஆட்டி விட்டு அந்த வரிசைகளுக்கிடையே நுழைந்து நடக்கலானார். 'கில்லெர்மோ, ஓ கில்லெர்மோ!' என்று திரும்பவும் கூவினாள் அவள். மாடி முகப்புப் பிடியைப் பிடித்தபடி முன்னும் பின்னுமாக ஆடியலறிய அவளை நோக்கி மறுபடியும் கையை ஆட்டிவிட்டுத் தலை நிமிர்ந்தபடியே தொடர்ந்து நடந்தார், கில்லெர்மோ, வாயே திறக்கவில்லை; அவருடைய மனநிலை அப்போது எப்படி இருந்தது என்பதை முக நிறத்திலிருந்தே ஊகிக்க முடிந்தது.

“அப்போது, அவருடைய பெண்டாட்டியைக் கிண்டல் செய்யும் முறையில் அவளைப்போலவே கீச்சுக் குரலில் ‘கில்லெர்மோ’ என்று உரக்கக் கத்தினான், எவனோ ஒரு குடிகாரன். அதைக் கேட்டதும் கில்லெர்மோவுக்கு ஆத்திரமும் அழுகையும் பொத்துக்கொண்டு வந்துவிட்டன. கன்னங்களில் கண்ணீர் வழிந்தோட அவனை நோக்கிக் குருட்டாம்போக்கில் பாய்ந்தார். உடனே, தன் கையிலிருந்த கதிரடிக்கோலினால் அவர் முகத்தில் ஓங்கி அடித்தான் அவன். அந்த அடியைத் தாங்க முடியாமல் அவர் அப்படியே உட்கார்ந்து கதறத் தொடங்கிவிட்டார். ஆனால் அவர் அப்படி அழுதது, பயத்தினாலல்ல. அந்தக் குடிகாரர்களோ அவரை விடாமல் அடித்தார்கள். அவர்களில் ஒருத்தன் அவர்மீது தாவித் தோளில் உட்கார்ந்து ஒரு புட்டியினால் அவரை மொத்தினான். அந்தக் காட்சியைக் காணச் சகிக்காமல் வரிசைகளிலிருந்து பலர் வெளியே வந்துவிட்டார்கள், ஆனால் அதனால் அவர்களுடைய இடங்கள் காலியாகிவிடவில்லை; ஊர்மன்றக் கட்டட ஜன்னல்கள் வழியாகக் கேலி செய்து கெட்ட வார்த்தைகளை வீசிய குடிகாரர்கள் அந்த இடங்களை நிரப்பி விட்டார்கள்.

“சிவில் காவலர்களைப் பாப்லோ சுட்டுக் கொன்றபோது நானே கலங்கிக் குலைந்து போய்விட்டேன். அத்தனை கோரத்தனமான காட்சி அது. ஆனாலும், ‘இப்படித்தான் இது நடக்கமுடியும் என்றால் நடந்து தொலையட்டும்’ என்று தேற்றிக் கொண்டுவிட்டேன். ஆனால் அதில் கொடூரமாவது கிடையாது; உயிரைப் பறித்ததோடு சரி. அப்படிக் கொல்வது கோரம்தான் என்றாலும் நாம் வெற்றி பெறவும், குடியரசு தரிக்கவும் அது அவசியமே என்பதைத்தான் இந்தச் சில வருஷங்களில் அனுபவபூர்வமாக அறிந்துவிட்டோமே? ஆகவே, சதுக்கத்தில் சேர்ந்த தெருக்களை அடைத்து, வரிசைகளும் வகுத்து நிறுத்தப்பட்டபோது அது பாப்லோவின் திட்டம்தான் என்பதை நான் புரிந்துகொண்டு பாராட்டினாலும் அது என்னவோ சிறிது விசித்திரமாகத்தான் எனக்குப் பட்டது. அருவருப்பூட்டுவதாக இல்லாமல் இருக்க வேண்டுமானால் செய்ய வேண்டியதெல்லாமல் நல்ல முறையில் நிறைவேற்றப்படுவது அவசியம் என்றும் எனக்குத் தோன்றியது. மக்களால் ஃபாஸிஸ்டுகள் கொல்லப்பட்டேயாக வேண்டும் என்றால் அதில் எல்லாருக்குமே பங்கு இருப்பதுதான் நல்லது என்று நினைத்தேன். அந்த ஊர் எங்களுக்குச் சொந்தமானதும் அதன் சுக சௌகரியங்களில் எனக்குப் பங்கு கிடைக்கும் என்பதும் என் நம்பிக்கை. ஆகவே, அந்தக் கொலைக்குற்றத்தில் மற்றவர்களின் அளவுக்கு நானும் பங்கு கொள்ள விரும்பினேன். ஆனால் கில்லெர்மோ அடிபட்ட காட்சியைக் கண்டதுமே, என் மனத்தில் அவமானமும் அருவருப்பும் மூண்டுவிட்டன. அந்த வரிசைகளில்

குடிகாரர்களும் மற்ற உதவாக்கரைப் பேர்வழிகளும் வந்து சேர்ந்து கொண்டதையும், கில்லெர்மோ நடத்தப்பட்ட முறையை ஆட்சேபித்துப் பலர் விலகியதையும் பார்த்ததும் நானும் அடியோடு ஒதுங்கி விடுவதே நல்லதென்று நினைத்தேன். அந்தப்படியே அங்கிருந்து கழற்றிக்கொண்டு சதுக்கத்தைக் கடந்து, பெரிய மரமொன்றின் நிழலில் இருந்த பெஞ்சியில் வந்து உட்கார்ந்தேன்.

என்னைப்போலவே வரிசையிலிருந்து விலகிவந்த இரண்டு குடியானவர்கள் பேசிக்கொண்டபடியே என்னிடம் வந்தார்கள்.

'உனக்கு என்ன வந்துவிட்டது' என்று அவர்களில் ஒருத்தன் கேட்டான். 'ஒன்றுமில்லை அப்பா' என்று பதில் சொன்னேன். 'இல்லை, ஏதோ நடந்திருக்கிறது. என்ன விஷயம், சொல்லு' என்றான் அவன், விடாப்பிடியாக. 'வயிற்றைக் குமட்டுமளவுக்கு வேண்டிய மட்டும் பார்த்தாகிவிட்டது என்று நினைக்கிறேன்' என்றேன். 'எங்கள் நிலையும் அதுதான்' என்று சொன்னபடி அவர்களும் பெஞ்சியில் உட்கார்ந்தார்கள். அவர்களில் ஒருத்தனிடம் தோலாலான மதுக் குடுவை இருந்தது. அதை அவன் என்னிடம் கொடுத்து, 'இதைக் கொண்டு வாயைக் கொப்புளித்துக் குமட்டலை நிறுத்தப்பார்' என்றான். இன்னொருத்தனோ, அவர்கள் அதுவரையில் ஈடுபட்டிருந்த பேச்சைத் தொடர்ந்தான். 'இந்தமாதிரி நடப்பதால் துரதிருஷ்டம்தான் வந்து தொலையும்; கில்லெர்மோவை இப்படிக் கொன்றதால் கெடுதல் நேராது என்று எவர் சொன்னாலும் என்னால் நம்ப முடியாது' அவன் சொல்ல, மற்றவன், 'அவர்கள் எல்லாரையும் கட்டாயம் கொன்றுதான் தீரவேண்டும் என்று நான் கருதவில்லை. அப்படிக் கட்டாயம் இருந்தாலும்கூட கௌரவமாக, கிண்டலேதும் இல்லாமல் கொல்லட்டுமே' என்றான். ஃபாஸ்டினோவைப் பொறுத்தவரையில் பரிகாசத்துக்குப் பொருத்தமுண்டுதான்; அவன் எப்போதுமே வேடிக்கையான பேர்வழியாக இருந்திருக்கிறான். ஆனால் கில்லெர்மோவைப் போலக் காரியத்திலேயே குறியாக இருந்தவரைக் கேலி செய்தது சற்றும் சரியாகாது' என்றான், முதலில் பேச்சைத் தொடர்ந்தவன், 'போதும், போதும் வயிற்றைப் புரட்டுகிறது எனக்கு' என்றேன். கெட்டுவிட்ட கடல் ஜந்துவைத் தின்றுவிட்டது போல நிஜமாகவே என் குடல் முழுவதும் கலங்குவதை உணர்ந்தேன். வியர்த்து கொட்டியதோடு தலையை வேறு சுற்றியது. 'அப்படியானால் இத்தோடு சரி. இனிமேல் இதில் நாங்கள் பங்கெடுத்துக் கொள்ளமாட்டோம்... இது இருக்கட்டும், மற்ற ஊர்களில் என்ன நடந்திருக்கிறதோ என்று எனக்கு யோசனையாக இருக்கிறது' என்று ஒரு குடியானவன் கூறினான். 'தந்திக் கம்பிகளை இன்னும் பழுதுபார்க்கவில்லை. உடனடியாகச் சரி செய்யப்பட வேண்டிய விஷயம் அது' என்றேன். 'நிச்சயம் செய்தேயாக வேண்டும். இங்கே

இப்படி இவர்களை மெதுவாகவும் மிருகத்தனமாகவும் கொல்லும் நேரத்தில் இந்த ஊரின் தற்காப்பு ஏற்பாடுகளைத் தயார்படுத்துவதே நாம் செய்யவேண்டிய வேலையாக இருந்தாலும் இருக்கலாம்' என்றான் அவன். 'சரி, நான் போய் பாப்லோவிடம் பேசுகிறேன்' என்று சொல்லி பெஞ்சியிலிருந்து எழுந்தேன்.

வரிசைகள் தொடங்கிய ஊர்மன்றக் கட்டடவாயில் இருந்த விதானப்பாதையை நோக்கி நடக்கத் தொடங்கினேன். முன்போல அந்த வரிசைகள் நேராகவோ ஒழுங்காகவோ இருக்கவில்லை. நின்றவர்களில் பலருக்குக் குடிவெறியும் தலைக்கேறியிருந்தது. சதுக்கத்தின் மையத்தில் இரண்டு பேர் மல்லாந்து விழுந்து கிடந்தவர்களாய்த் தங்களுக்கிடையே ஒரு புட்டியைப் பரிமாறிக் கொண்டிருந்தார்கள். ஒருத்தன் ஒருவாய்க் குடித்ததும், 'கலகம் வாழட்டும்!' என்று பைத்தியக்காரனைப்போலக் கத்துவான்; கறுப்பும் சிவப்புமான கைக்குட்டையொன்று அவனுடைய கழுத்தைச் சுற்றிக் கட்டப்பட்டிருந்தது. உடனே மற்றவன். 'விடுதலை வாழ்க!' என்று முழக்குவான்; கால்களை ஆகாயத்தை நோக்கி உதைத்தபடியே திரும்பத் திரும்பக் கர்ஜிப்பான். அவனும் சிவப்பும் கறுப்பும் கலந்த கைக்குட்டையை வைத்திருந்தான். ஒரு கையால் அதையும், மறுகையால் சாராயப்புட்டியையும் அவன் ஆட்டுவான். வரிசையிலிருந்து விலகி வந்து விதான நிழலில் நின்றுகொண்டிருந்த குடியானவன் ஒருத்தன், அவர்களை வெறுப்புடன் பார்த்துவிட்டு, 'குடிவெறி நீடூழி வாழட்டும்' என்றுதான் இவர்கள் கத்தவேண்டும். அதில் மட்டும்தான் இவர்களுக்கு நம்பிக்கையெல்லாம்' என்றான். 'அதில் கூட இவர்களுக்கு நம்பிக்கை கிடையாது. இப்படிப்பட்டவர்கள் எதையும் புரிந்துகொள்வதுமில்லை, நம்புவதுமில்லை' என்று இன்னொரு குடியானவன் கூறினான். அந்தச் சமயத்தில் ஒரு குடிகாரன் எழுந்து, இரண்டு முஷ்டிகளையும் கோத்தபடித் தலைக்கு மேலே தூக்கிப் பிடித்துக்கொண்டு, 'குழப்பமும் சுதந்தரமும் நீடூழி வாழட்டும்! குடியரசு நாசமாய்ப் போகட்டும்' என்று கூப்பாடு போட்டான். மல்லாந்தபடியே கிடந்த மற்றொரு குடிகாரன், அவனுடைய கணுக்காலைப் பிடித்துக் கொண்டபடி திரும்பினான். அப்படி அவன் செய்ததால் கத்திக்கொண்டிருந்தவன் கீழே விழுந் தான். இரண்டு பேருமாகச் சற்று நேரம் சேர்ந்து உருண்டார்கள். அப்புறம் எழுந்து உட்கார்ந்து கொண்டார்கள். கூவியவனின் கழுத்தை காலைவாரி விட்டவன் கட்டிக்கொண்டு ஒரு புட்டியைக் கொடுத்தான்; அவன் அணிந்திருந்த கைக்குட்டையை முத்தமிட்டான். பிறகு இரண்டுபேருமாகக் கூடிக் குடிக்கத் தொடங்கினார்கள்.

"அப்போது அந்த வரிசைகளிலிருந்து ஒரு பெருங்கூச்சல் கேட்டது. விதானப் பாதையை நோக்கினேன். வெளியே வந்தது

யார் என்பது எனக்குத் தெரியவில்லை. ஏனென்றால், ஊர்மன்றக் கட்டட வாசலில் கூடியிருந்தவர்களின் தலைகளுக்கு மேலாக அந்த ஆசாமியின் தலை தென்படவில்லை. யாரோ ஒருத்தரைத் தங்கள் துப்பாக்கிகளால் பாப்லோவும் க்வாட்ரோ டிடோஸூம் நெட்டித் தள்ளுவதுதான் தட்டுப்பட்டது. பேர்வழி யார் என்பது புலப்பட வில்லை. ஆகவே, அது யார் என்பதை அறிய முயலலாம் என் றெண்ணி வரிசைகளை நெருங்கினேன். கட்டடக் கதவருகில் கூட்டம் நெருக்கியடித்துக் கொண்டிருந்தது. எங்கு பார்த்தாலும் ஒருவரை யொருவர் பிடித்துத் தள்ளிக்கொண்டிருந்தார்கள். ஃபாஸிஸ்டுகளின் விடுதியில் இருந்த நாற்காலி, மேஜைகளில் ஒன்றேயொன்றைத் தவிர மற்றவையெல்லாம் தலைகீழாகக் கவிழ்க்கப்பட்டிருந்தன. நேராக நின்ற அந்த ஒரேயொரு மேஜையிலும் தலை தொங்கியவனாய் வாயைப் பிளந்துகொண்டு ஒரு குடிகாரன் கிடந்தான். ஒரு நாற்காலியை எடுத்து பக்கத்தில் இருந்த தூணின் பக்கவாட்டில் வைத்து விட்டு அதன்மேல் ஏறி நின்றவளாய்க் கும்பலுக்கு மேலாகப் பார்க்க முற்பட்டேன். பாப்லோவும் டிடோஸூம் தள்ளிக்கொண்டு வந்தது அனஸ்டாஸியோ ரிவாஸ்தான் என்பது தெரிந்தது. சந்தேக மில்லாமல் அவர் ஒரு ஃபாஸிஸ்டுதான். ஊரிலேயே பருமனானவர். தானியங்களை வாங்கி விற்ற அவர் சில இன்ஷ்யூரன்ஸ் கம்பெனி களுக்கு ஏஜண்டாகவும் இருந்தார். அதோடு அதிக வட்டிக்குக் கடனும் கொடுத்து வந்தார். நாற்காலிமீது நின்ற நான், அவர் படிகளில் இறங்கி வரிசைகளை நோக்கி வந்ததைப் பார்த்தேன். அவருடைய கொழுத்த கழுத்து, சட்டையின் கழுத்துப் பட்டிக்கு மேலாகப் பின்புறத்தில் பிதுங்கி நின்றது; அவரது வழுக்கைத்தலை அந்த வெயிலில் பளபளத்தது. வரிசைகளின் பக்கத்தில் வந்ததும் அவர் நின்றுவிட்டார்; உள்ளே நுழையவில்லை. ஒரு பெருங்கூப்பாடு கிளம்பியதே அதற்குக் காரணம். பலபேரின் குரல்கள் கொண்ட கூச்சலாக அது இருக்கவில்லை; எல்லாரும் ஒத்தாற்போலச் சேர்ந் தெழுப்பிய சப்தம் அது. குடிகாரர்களின் அந்த ஊளை அருவருப்பு ஊட்டியது. மறு நிமிஷம் அவர்களெல்லாரும் அவரை நோக்கிப் பாய்ந்தார்கள். தலையைக் கைகளால் மறைத்துக் கொண்டவராய் அனஸ்டாஸியோ பொத்தென விழுந்ததைப் பார்த்தேன். அப்புறம் அவரை என்னால் பார்க்க முடியவில்லை. ஏனென்றால், பலர் அவர்மீது கவிந்துகொண்டு விட்டார்கள். அப்படித் துகைத்த பிறகு, அவர் மேலிருந்து அவர்கள் இறங்கியதும் அவர் இறந்து கிடந்ததைக் கண்டேன். விதானப் பாதையின் தளவரிசைக் கற்களில் மோதிண்டு அவருடைய மண்டை உடைந்திருந்தது. அதன் பிறகு அங்கே ஒழுங்கற்ற கும்பல்தான் இருந்ததே தவிர வரிசைகள் இருக்கவில்லை. ‘உள்ளே போகப்போகிறோம். அங்கே இருப்பவர்களைப் பிடித்து

அடிக்க உள்ளே போவோம்' என்று அவர்கள் கத்தத் தொடங் கினார்கள். 'இவனைத் தூக்குவது சிரமம். இங்கேயே கிடக்கட்டும்' என்று கூறியவனாய்க் கீழே குப்புறக் கிடந்த அனஸ்டாஸியோவின் உடலை ஒருத்தன் உதைத்தான். 'இந்த மாமிச மூட்டையை எதற்காகக் குன்றின் கோடிக்கு எடுத்துப்போவது? இங்கேயே இருக்கட்டும்' என்று இன்னொருத்தன் ஆமோதித்தான். 'உள்ளே புகுந்து அங்கே இருப்பவர்களை ஒழித்துக்கட்டுவோம்' என்று மற்றொருத்தன் கூப்பாடு எழுப்பினான். 'எதற்காக நாள் முழுதும் இந்த வெயிலில் காத்துக் கிடக்க வேண்டும்? வாருங்கள், உள்ளே போவோம்' என்று ஊளையிட்டான் இன்னொருவன்.

முண்டியடித்துக்கொண்டு விதானப் பாதைக்குள் நுழையத் தொடங்கிவிட்டது அந்தக் கும்பல். அது போட்ட கூச்சல் காட்டு மிருகங்களின் கர்ஜனை போலவே இருந்தது. வரிசை கலைந்ததுமே வாயிற்காப்பவர்கள் கதவை அடைத்து விட்ட படியால், 'திறவுங்கள், கதவைத் திறவுங்கள்' என்று எல்லாருமாகச் சேர்ந்து கத்தினார்கள். நாற்காலியின் மீது நின்றபடியால் ஜன்னல் கம்பிகளின் இடைவெளி கள் வழியாகக் கட்டடத்திற்குள் என்னால் பார்க்க முடிந்தது. அங்கே எல்லாம் முன்போலவே இருந்தன. பாதிரி நின்று கொண் டிருக்க, பாக்கியிருந்தவர்கள் அவரைச் சுற்றி அரைவட்டமாக மண்டியிட்டபடிப் பிரார்த்தனை செய்தார்கள். மேயரின் நாற்காலிக்கு முன்னால் இருந்த பெரிய மேஜை மீது பாப்லோ உட்கார்ந்திருந்தான். முதுகில் துப்பாக்கியைத் தொங்கவிட்டபடி உயரத்தில் உட்கார்ந் திருந்தபடியால் அவனுடைய கால்களும் தொங்கின. சிகரெட்டைச் சுருட்டித் தயாரித்துக் கொண்டிருந்தான் அவன். மேஜை மீது காலைப் போட்டபடி மேயரின் நாற்காலியில் டிடோஸ் உட்கார்ந்து சிகரெட் குடித்துக் கொண்டிருந்தான். காப்பாளர் எல்லோரும் ஊர் நிர்வாகிகளின் நாற்காலிகளில் உட்கார்ந்திருந்தார்கள்; அவர்கள் எல்லாரிடமும் துப்பாக்கிகள் இருந்தன. கதவின் சாவியோ மேஜை மீது பாப்லோவின் பக்கத்தில் கிடந்தது. 'திறவுங்கள், கதவைத் திறவுங்கள்,' என்று ஏதோ மந்திரம் போலக் கும்பல் செய்த கோஷம் தன் காதில் விழவேயில்லை போல பாப்லோ உட்கார்த்திருந்தான், பாதிரியிடம் அவன் ஏதோ சொன்னான்; ஆனால் கும்பல் எழுப்பிய கூச்சலில் அது என் காதில் விழவில்லை. முன்போலவே பாதிரி அவனுக்குப் பதிலேதும் சொல்லாமல் தொடர்ந்து தொழுதார்.

பலர் என்னைத் தள்ளியதால் நாற்காலியைச் சுவரோரமாக நகர்த்தினேன்; அவர்கள் என்னைப் பின்னாலிருந்து தள்ளத்தள்ள அதை நான் முன்னால் நகர்த்திக்கொண்டே போனேன். ஜன்னல் கம்பிகளோடு முகத்தை ஒட்டிவைத்தபடி நாற்காலி மீது நின்றேன்; மோதலில் கீழே விழுந்துவிடாமல் இருப்பதற்காக அந்தக் கம்பிகளைக்

கெட்டியாகப் பிடித்துக் கொண்டேன். அப்போது எவனோ ஒருத்தன் அந்த நாற்காலியின் மீது ஏறினான்; என் கைகளை ஒட்டியபடியே ஜன்னலின் அகலமான குறுக்குக் கம்பிகளைப் பிடித்துக்கொண்டு நின்றான். 'நாற்காலி உடைந்து விடும் போலிருக்கிறதே' என்றேன் நான், 'உடைந்தால் என்ன மோசம்? உள்ளே பார். அவர்கள் பிரார்த் தனை செய்வதைப் பார்' என்றான் அவன். என் கழுத்தின் பேரில் பட்ட அவனுடைய மூச்சுக்காற்று அந்தக் கும்பலின் புளித்த வாடை போலவே நாறியது; தெருக்கற்களின் மீது வாந்தி விழுந்தால் எப்படி இருக்குமோ, அப்படி இருந்தது அந்தச் சாராய நெடி. அப்புறம் என் தோளுக்கு மேலாகத் தலையைக் கொடுத்து வாயைக் கம்பிகளுடன் பொருத்திக்கொண்டவனாய், 'திறவுங்கள், கதவைத் திறவுங்கள்' என்று கத்தினான் அவன். கும்பல் முழுதுமே என் முதுகின் மீது குந்திவிட்டது போல இருந்தது, அவன் அப்படிச் சாய்ந்ததும் சொப்பனத்தில் நம் முதுகின்பேரில் குட்டிச் சாத்தான் சவாரி செய்வது போலவே அது இருந்தது. அப்போது அந்தக் கும்பல் கதவின் மீது முட்டி மோதிக்கொண்டிருந்தது. அப்படி அது நெருக்கியடித்ததால் முன்னணியில் இருந்தவர்கள் நசுக்கப்பட்டார்கள். கறுப்பு அங்கியும் கழுத்தைச் சுற்றிச் சிவப்பும் கறுப்பும் கலந்த கைக்குட்டையும் அணிந்திருந்த ஆஜானுபாகுவான குடிகாரன் ஒருவன் சதுக்கத்திலிருந்து ஓடிவந்து, முட்டி மோதியவர்களை நெட்டித்தள்ளினான். முன்பே முண்டியடித்தவர்களின் முதுகில் விழுந்த அவன் திரும்ப எழுந்து மறுபடியும் முன்னால் ஓடி விழலானான், 'நான் நீடூழி வாழட்டும், கலகம் காலம் காலமாக வாழட்டும்!' என்று கூவியவனாக.

"நான் அந்த ஆசாமியையே கவனித்துக் கொண்டிருந்தேன். அவன் அந்தக் கும்பலிலிருந்து பிரிந்து சென்று உட்கார்ந்ததையும், ஒரு புட்டியை எடுத்துச் சாராயம் குடித்ததையும் பார்த்தேன். அப்படி உட்கார்ந்திருந்தபோது இன்னமும் குப்புற விழுந்த படியே கிடந்த அனஸ்டாஸியோவின் பிணம் அவன் கண்ணில் பட்டது; அதற்குள் கூட்டம் அதை மிதித்துத் துகைத்திருந்தது. குடிகாரன் எழுந்து அதனருகே சென்றான். தன் கையிலிருந்த சாராயப் புட்டியை அனஸ்டாஸியோவின் தலை மீதும் உடைகளின் பேரிலும் குனிந்து கவிழ்த்தான். பிறகு தன் சட்டைப் பையிலிருந்த நெருப்புப் பெட்டியை எடுத்துப் பற்ற வைக்க முற்பட்டான். பல குச்சிகளைக் கிழித்தும் தீப்பிடித்துக் கொள்ளவில்லை. காற்று பலமாக அடித்ததே காரணம். சற்றுப்பொறுத்து அந்தக் குடிகாரன் அனஸ்டாஸியோவின் சவத்துக்குப் பக்கத்திலேயே உட்கார்ந்து விட்டான். தலையை ஆட்டியபடித் தொடர்ந்து குடித்துக் கொண்டிருந்தான் அவன். அவ்வப்போது குனிந்து அந்தப் பிணத்தின் தோளையும் தட்டிக்

கொண்டிருந்தான். அவ்வளவு நேரமும், கதவைத் திறக்கும்படிக் கும்பல் கூச்சல் போட்டபடியே இருந்தது. என்னோடு நாற்காலி மீது நின்றவனும் ஜன்னல் கம்பிகளைக் கெட்டியாகப் பிடித்தபடியே கத்தினான். காதுக்குப் பக்கத்தில் அவன் பெருங்குரல் எழுப்பியதால் என்னால் வேறெதையும் கேட்கமுடியவில்லை. அவனுடைய மூச்சுக் காற்றோ என் உடம்பையெல்லாம் நாறச்செய்தது. அனஸ்டாஸியோ வின் பிணத்தைக் கொளுத்த முயன்ற குடிகாரனிடமிருந்து பார்வை யைத் திருப்பித் திரும்பவும் ஊர்மன்றக் கட்டடத்துக்குள் செலுத் தினேன். முன்பு இருந்தது போலவே அது இன்னமும் இருந்தது. எல்லாரும் மண்டியிட்டபடியே தொடர்ந்து தொழுது கொண்டிருந் தார்கள். அவர்களுடைய சட்டைகள் திறந்து கிடந்தன. சிலர் தலை குனிந்துகொண்டிருக்க, மற்றவர்கள் நிமிர்ந்து பாதிரியையும் அவர் பிடித்திருந்த சிலுவையையும் பார்த்தபடி இருந்தார்கள்; பாதிரியோ துரிதமாகத் தொழுதார். அவர்களுடைய தலைகளுக்கு மேலாக ஓடியது அவரது பார்வை, சிகரெட்டைப் பற்ற வைத்து விட்டவனாய் அவர்களுக்குப் பின்னால் கால்களை ஆட்டியபடி மேஜை மீது பாப்லோ உட்கார்ந்திருந்தான். அவன் முதுகில் துப்பாக்கி தொங்கியது. கையில் கதவுச் சாவி சுழன்றது.

பாதிரியுடன் பாப்லோ மறுபடியும் பேசியதைப் பார்த்தேன். கும்பல் போட்ட கோஷத்தினால் குனிந்து பேசிய அவன் குரல் என் காதை எட்டவில்லை. பாதிரியோ முன்போலவே பதிலேதும் சொல்லாமல் பிரார்த்தனையைத் தொடர்ந்தார். அப்போது அரை வட்டமாக அமர்ந்தபடி தொழுத அவர்களிடையில் ஒருத்தர் எழுந்து நின்றார். வெளியே போக அவர் விரும்பியது எனக்குத் தெரிந்தது. எல்லாரும் பீப் என்று அழைத்த ஜோஸ்காஸ்ட்ரோதான் அவர். தீர்ந்த ஃபாஸிஸ்டான அவர் ஒரு குதிரை வியாபாரி, அந்தக் குட்டைப் பேர்வழி முகச்சவரம் செய்துகொண்டிருக்காவிட்டாலும் அப்போது சீரும் சுத்தமுமாகக் காணப்பட்டார். பழுப்புக் கோடுகள் போட்ட சராயில் ராத்திரி நேரச் சட்டையைச் செருகிக்கொண்டிருந்த அவர் சிலுவையை முத்தமிட்டார். பாதிரி ஆசீர்வதித்ததும் அவர் எழுந்து நின்றார், பாப்லோவை நோக்கிக் கதவுப் பக்கமாகத் தலையை ஆட்டினார். ஆனால் பாப்லோவோ தலையசைத்து மறுத்துவிட்டுச் சிகரெட்டைத் தொடர்ந்து இழுத்தான். அதன்பேரில் பாப்லோவிடம் பீப் ஏதோ சொன்னது தெரிந்தது; அந்தப் பேச்சும் என் காதில் விழவில்லை. பாப்லோ பதில் பேசாமல் திரும்பவும் தலையை ஆட்டினான், கதவை நோக்கிச் சாடை காட்டினான். அப்போதுதான் கதவை முழுமையாக நோக்கினார் பீப். அது மூடப் பட்டிருந்ததை அப்போதுதான் உணர்ந்தார். பாப்லோ அவருக்குச் சாவியைக் காட்டினான். அதைச் சற்று நேரம் அவர் உற்றுப் பார்த் தார். பிறகு திரும்பிப் போய் மறுபடி மண்டியிட்டார். பாப்லோவைப்

பாதிரி நோக்கியதையும், அவரைப் பார்த்து இளித்த படிச் சாவியை அவன் காட்டியதையும் கண்டேன். அப்போதுதான் பாதிரியும் கதவு பூட்டியிருந்ததை முதல் முறையாகக் கண்டு கொண்டதாகத் தோன்றியது. மறுப்பைத் தெரிவிக்கத் தலையை ஆட்டத் தொடங்கிய அவர் அதை ஒரு பக்கம் சாய்த்ததோடு நிறுத்திக் கொண்டு திரும்பத் தொழத்துவங்கிவிட்டார். கதவு பூட்டப்பட்டிருந்தது அதுவரையில் அவர்களுக்கு எப்படித் தெரியாமல் இருந்தது என்பது எனக்கு விளங்கவில்லை. ஒருவேளை தங்கள் பிரார்த்தனையிலும் எண்ணப் போக்கிலும் அவர்கள் அடியோடு ஆழ்ந்துவிட்டதால் அதைக் கவனிக்கத் தவறிவிட்டார்கள் போலிருக்கிறது. அது எப்படியோ, அப்போது அதை அவர்கள் தெரிந்துகொண்டு விட்டார்கள்; வெளியே நின்ற கும்பலின் கூப்பாட்டையும் புரிந்துகொண்டு விட்டார்கள். முன்னைக்கு இப்போது நிலைமை மாறிவிட்டது என்பதை அவர்கள் அறிந்தேயிருக்க வேண்டும். ஆனாலும் அதனால் அவர்களிடம் மாற்றமேதும் ஏற்பட்டுவிடவில்லை.

“எதுவுமே காதில் விழமுடியாத அளவுக்கு அதற்குள் கூச்சல் வலுத்துவிட்டது. என்னோடு நாற்காலி மீது நின்ற குடிகாரன் ஜன்னல் கம்பிகளைப் பிடித்து ஆட்டியபடி தொண்டைத் தண்ணீர் காய்ந்து கமறும் வரையில், ‘திறவுங்கள், கதவைத் திறவுங்கள்’ என்று கத்தினான். பாதிரியிடம் பாப்லோ ஏதோ சொன்னதைப் பார்த்தேன். அப்போதும் அவர் பதிலேதும் கூறவில்லை. உடனே தன் துப்பாக்கியைத் தோளிலிருந்து கழற்றிய பாப்லோ அதை அவரை நோக்கி நீட்டினான். அதைக்கொண்டு அவன் தோளில் தட்டிய போதும் அவர் சட்டை செய்யவேயில்லை. அதைப் பார்த்ததும் தலையை ஆட்டிய பாப்லோ, பக்கத்தில் இருந்த டிடோஸிடம் என்னவோ, சொன்னான். மற்ற காப்பாளர்களிடம் டிடோஸ் ஏதோ பேசினான். அவர்கள் எல்லாரும் எழுந்து அந்த அறையின் மறுகோடிக்குப் போய்த் துப்பாக்கிகளைப் பிடித்தபடி நின்றார்கள். மறுபடியும் டிடோஸிடம் பாப்லோ எதையோ சொன்னான். அதையடுத்து இரண்டு மேஜைகளையும் சில பெஞ்சுகளையும் அவன் நகர்த்திப் போட்டான். அறையின் அந்த மூலையில் அது ஒரு அரண்போல அமைந்தது. காப்பாளர்கள் தங்கள் துப்பாக்கிகளைத் தூக்கிப் பிடித்தபடி அதற்குப் பின்னால் நின்றுகொண்டார்கள். பாப்லோ முன் பக்கம் சாய்ந்தவனாய்த் தன் துப்பாக்கியினால் பாதிரியின் தோளில் திரும்பத் தட்டினான். அப்போதும் அதை அவர் கவனித்ததாகவே காட்டிக் கொள்ளவில்லை. மற்றவர்களும் பொருட்படுத்தாமல் தொடர்ந்து தொழுதார்கள். பீப் மட்டும்தான் பாப்லோவின் செய்கையைக் கவனித்தார். அவரை நோக்கித் தலையை ஆட்டிய பாப்லோ தன் கையில் இருந்த சாவியைத் தூக்கிக்

காட்டினான். சைகையின் பொருளைப் புரிந்துகொண்ட அவர் தலையைத் திரும்பத் தொங்கவிட்டவராய்த் துரிதமாகத் தொழத் தொடங்கினார். பாப்லோவோ மேஜையிலிருந்து கீழே குதித்தபின் அதைச் சுற்றிக்கொண்டு நடந்தான். உயர்ந்த மேடை மீது நீளமான மன்ற மேஜைக்குப் பின்னால் கிடந்த மேயரின் பெரிய நாற்காலியை அடைந்தான். அதில் உட்கார்ந்துகொண்டு ஒரு சிகரெட்டைச் சுருட்டினான். அப்படிச் செய்த போதிலும் பாதிரியுடன் பிரார்த்தித்த ஃபாஸிஸ்டுகளையே அவன் பார்த்துக்கொண்டிருந்தான். அவனுடைய முகபாவத்திலிருந்து எதையும் அறிந்து கொள்ள முடிய வில்லை. அவனுக்கு முன்னால் இருந்த மேஜை மீது சாவி கிடந்தது. இரும்பினாலான பெரிய சாவி அது. ஒரு அடிக்கு மேல் நீளமிருக்கும். அப்புறம் காப்பாளர்களை நோக்கி அவன் ஏதோ சொன்னான். அது என் காதில் விழாவிட்டாலும் கதவை நோக்கி ஒரு காப்பாளன் போனதைப் பார்த்தேன். மண்டியிட்டிருந்தவர்கள் முன்னைவிட வேகமாகத் தொழுததையும் கண்டேன். நடக்கப்போவதை அவர்கள் எல்லாரும் அறிந்துகொண்டு விட்டார்கள் என்பதை அதிலிருந்து ஊகித்தேன். பாதிரியிடம் பாப்லோ மறுபடியும் பேசினான்; முன் போலவே அவர் பதிலேதும் அளிக்கவில்லை. அதன் பேரில், குனித்து சாவியை எடுத்த பாப்லோ, கதவுக்குப் பக்கத்தில் இருந்த காப் பாளனை நோக்கிக் கீழாகவே அதை வீசினான். காப்பாளன் அதைப் பிடித்துக் கொண்டதும் பாப்லோ சிரித்தான். பிறகு அதைப் பூட்டுத் துளையில் அந்தக் காப்பாளன் பொருத்தித் திருப்பினான். கதவைப் பின் நோக்கி இழுத்துத் திறந்த அவன், முண்டியடித்துப் புகுந்த கும்பலிலிருந்து தன்னைக் காத்துக்கொள்வதற்காக அதன் பின்னா லேயே பதுங்கிக்கொண்டான்.

அதையடுத்துக் கும்பல் பாய்ந்ததைப் பார்த்தேன். அந்த வேளையில், என்னோடு நாற்காலி மீது நின்ற குடிகாரன், ‘ஆகா, ஆகா, ஆகா!’ என்று கூவத் தொடங்கினான். கூடவே தன் தலையை அவன் முன்னுக்குத் தள்ளியதால் உள்ளே நடந்ததை என்னால் பார்க்க முடியவில்லை. ‘கொல்லுங்கள்! அடித்துக் கொல்லுங்கள் அவர்களை!’ என்று தொடர்ந்து கூச்சலிட்ட அவன் என்னை நகர்த்தித் தள்ளியும் விட்டான். எதையும் பார்க்கமுடியாமல் போகவே, முழங்கையால் அவன் வயிற்றில் குத்தி, ‘இந்த நாற்காலி யாருடையது என்று நினைத்தாய், குடிகாரா? என்னையும் பார்க்கவிடு’ என்றேன். அவனோ ஜன்னல் கம்பிகளிடையே கைகளை ஆட்டியபடியே, ‘கொல்லுங்கள் அவர்களை! அடித்து நொறுக்குங்கள்! ஆகா, அப்படித்தான்! புடைத்துச் சாகடியுங்கள், கோழைகளை! கோழைகள், சுத்தக் கோழைகள்!’ என்று ஊளையிட்டானே தவிர அசையவில்லை. ஆகவே முழங்கையினால் அவனது வயிற்றில்

திரும்பவும் ஓங்கி இடித்த நான், 'கோழையே! விலகு, குடிகாரா! என்னைப் பார்க்க விடு' என்றேன். அதன்பேரில் அவன் இன்னும் நன்றாகப் பார்ப்பதற்காக இரண்டு கைகளையும் என் தலைமீது வைத்து அழுத்தினான். அப்படித் தன் எடை பூராவையும் என் தலை மீது சுமத்திச் சாய்த்தவனாய், 'அடித்து நொறுக்குங்கள்! அப்படித்தான்! புடைத்துக் கொல்லுங்கள்' என்று தொடர்ந்து கத்தினான். 'ஏன் நீயேதான் அடித்துக்கொண்டு செத்துப் போயேன்' என்று சொன்னவளாய், எங்கு அடித்தால் அதிகமாக வலிக்குமோ அந்தப் பகுதியில் ஓங்கி ஓர் அடிவைத்தேன். உடனே என் தலைமே லிருந்த கைகளை எடுத்துக் கம்பிகளைப் பிடித்துக் கொண்ட அவன், "இந்தா பெண்பிள்ளை! இது நியாயமில்லை; இந்த மாதிரிச் செய்ய உனக்கு உரிமை கிடையாது' என்றான். அந்த வேளையில் கம்பிகளின் இடைவெளிகள் வழியாக உள்ளே நோக்கிய நான், அந்த அறை பூராவிலும் கும்பல் நிறைந்திருந்ததைப் பார்த்தேன். குண்டாந்தடி களாலும் கதிரடிக் கோல்களாலும் அவர்கள் சரமாரியாக அடித்துக் கொண்டிருந்தார்கள்; முட்டிமோதி, அள்ளித் தள்ளி அடித்துப் புடைத்தார்கள். மரத்தாலான வெள்ளை நிற முறக் கோல்களெல்லாம் ரத்தம் படிந்து சிவந்துவிட்டன. அடித்து அடித்து அந்த முறங்களின் முனைகளும் முறிந்து விட்டன. அறை முழுவதிலும் இப்படி நடந்து கொண்டிருக்க பாப்லோவோ, துப்பாக்கியை மடியில் வைத்துக் கொண்டு பெரிய நாற்காலியில் உட்கார்ந்தபடிப் பேசாமல் பார்த்துக் கொண்டிருந்தான். அடித்துக் குத்திக் குதறிக் கொண்டிருந்தார்கள் மற்றவர்களெல்லாரும். நெருப்பில் சிக்கிய குதிரைகள் காதைக் கிழிக்கிறபடிக் கனைக்குமே, அப்படி இருந்தது அவர்களுடைய அலறல். தன் மேலாடையை இழுத்து இடுப்பில் செருகிக் கொண்ட படிப் பாதிரி ஒரு பெஞ்சியில் பாய்ந்து ஏறியதைப் பார்த்தேன். அவரைப் பின்தொடர்ந்தவர்கள் வெட்டரிவாள்களையும் அவர் மீது வீசினார்கள். அப்போது ஒருத்தன் அவரது மேலாடையைப் பற்றிக் கொண்டான். உடனே இரண்டுபேர் அவருடைய முதுகை அரிவாளால் வெட்டினார்கள், இன்னொருவன் அவருடைய மேலாடையின் முந்தானையைப் பிடித்தபடி அவர் நகராமல் பார்த்துக்கொண்டான். பாதிரியின் கைகள் மேலே எழும்பின. அப்புறம் ஒரு நாற்காலியின் பின்புறத்தைப் பிடித்துக்கொண்டு அவர் தொங்கியதைப் பார்த்தேன். அந்த நேரத்தில் நான் நின்ற நாற்காலி உடைந்தது. நானும் கூடநின்ற குடிகாரனும் சிதறிவிழுந்த மதுவும் வாந்தியும் சேர்ந்து நாறிய தரைமீது விழுந்தோம்... என்னை நோக்கி விரலை ஆட்டியபடியே, 'இது சரியல்ல, பெண்பிள்ளையே! எனக்குக் காயம்பட்டிருந்தால் என்ன ஆவது?' என்று அவன் கேட்டான். சுற்றி நின்றவர்களோ, மன்றத்துக்குள் நுழைவதற்காக எங்களை மிதித்துக்கொண்டு போனார்கள். வாசற்படியில் புகுந்தவர்

களின் கால்கள் தவிர வேறெதுவும் என் கண்ணுக்குத் தெரியவில்லை. குடிகாரனோ, நான் அவனை அடித்த உறுப்பைப் பிடித்தபடி என்னையே பார்த்துக் கொண்டிருந்தான்.

எங்கள் ஊரில் ஃபாஸிஸ்ட் கொலைப்படலம் அதோடு முடிந்தது. அதற்குமேல் பார்க்காததில் எனக்குப் பரம சந்தோஷமே. அந்தக் குடிகாரன் மட்டும் குறுக்கிடாமல் இருந்திருந்தால் பூராவை யும் நான் பார்த்திருப்பேன், அப்படி என்னை அவன் பார்க்க விடாததும் நல்லதுக்குத்தான். ஏனென்றால், அந்த ஊர் மன்றக் கட்டடத்தில் காணநேர்ந்த காட்சி பற்றி எவரும் வருந்தாமல் இருக்க முடியாது. ஆனால் நான் முன்பே பார்த்த குடிகாரனோ அதைவிட அபூர்வமான காட்சியாகப் பட்டான். நாற்காலி உடைந்ததால் நாங்கள் கீழே விழுந்து கிடந்தபோது மன்றக் கட்டடத்துக்குள் சென்று கொண்டிருந்த கும்பல், நான் எழுந்திருந்தபோதும் தொடர்ந்து போய்க்கொண்டிருந்தது. அப்போது, சிவப்பும் கறுப்பும் கலந்த கழுத்துக் குட்டையை அணிந்திருந்த அந்தக் குடிகாரன் சதுக்கத்தில் அனஸ்டாஸியோவின் பிணத்தின் மீது மறுபடியும் எதையோ ஊற்றுவதைப் பார்த்தேன். அவன் தலை ஒரேயடியாக ஆடியது; எழுந்து உட்காருவதற்குப் படாதபாடு பட்டான். ஆனாலும் அந்த நிலையிலும் சவத்தின் மீது திரும்பத்திரும்ப எதையோ ஊற்றி ஒவ்வொரு நெருப்புக் குச்சியாகக் கிழித்துப் பற்ற வைத்த படியே இருந்தான். அவன் பக்கத்தில் போய் நின்று, ‘என்ன செய்கிறாய், வெட்கங்கெட்டவனே?’ என்று கேட்டேன். ‘ஒன்று மில்லை. அம்மா, ஒன்றுமில்லை. என்னைத் தொந்தரவு செய்யாதே’ என்றான் அவன். நான் கால்களைப் பரப்பி நின்றபடியால் காற்று வீச்சு தடைப்பட்டதாலோ என்னவோ தீக்குச்சி பற்றிக் கொண்டு விட்டது. அதனால் அனஸ்டாஸியோ போட்டிருந்த கோட்டின் தோள்பட்டையில் நெருப்புப் பிடித்துக்கொண்டு நீல நிறமாக எரிந்தது. அது அவருடைய பின்கழுத்துக்குப் படர்ந்ததும் அந்தக் குடிகாரன் தலையை நிமிர்த்தி, ‘செத்தவர்களை எரிக்கிறார்கள்? பொசுக்குகிறார்கள் பிணங்களை!’ என்று பெருங்குரலில் கூவினான். ‘யார் எரிக்கிறார்கள்?’ என்று எவனோ ஒருத்தன் கேட்டான். ‘எங்கே எரிக்கிறார்கள்?’ என்று விசாரித்தான் இன்னொருத்தன். ‘இங்கேதான், இதோ இங்கேதான்!’ என்று குடிகாரன் கத்தினான். அப்போது ஒருத்தன் அவனுடைய மண்டையின் பக்கவாட்டில் கதிரடிக்கோலால் ஓங்கி ஒரு போடு போட்டான். அதனால் சுருண்டு விழுந்த குடி காரன், தன்னை அடித்தவனைக் கீழே கிடந்தபடியே உற்றுப்பார்த் தான். பிறகு கண்களை மூடிக்கொண்டதும் கைகளையும் மார்பு மீது கட்டியபடி அனஸ்டாஸியோவின் பக்கத்திலேயே தூங்குப வனைப் போலப் படுத்துவிட்டான். அவனை மற்றவன் மறுபடி அடிக்கவில்லை. அனஸ்டாஸியோவின் சடலத்தை அன்று சாயங்

காலம் அங்கேயிருந்து எடுத்துப்போனபோதும் அவன் அப்படியே கிடந்தான். ஊர்மன்றக் கட்டடத்தில் அடிபட்டுச் செத்தவர்களோடு சேர்த்து ஒரு வண்டியில் அனஸ்டாஸியோவின் பிணமும் போடப் பட்டது. அப்புறம் அந்த வண்டியைக் குன்றின் கோடிக்குக் கொண்டு போய் எல்லாப் பிணங்களையும் ஆற்றில் தூக்கியெறிந்தார்கள். அதைவிட இருபது முப்பது குடிகாரர்களைத் தூக்கிப் போட்டிருந் தால் ஊருக்கு நல்லதாயிருக்கும். குறிப்பாக, சிவப்பு கறுப்புக் கழுத்துக் குட்டைகளை அணிந்திருந்தவர்களை அப்படி எறிந்திருக்க வேண்டும். இனி எப்போதாவது மறுபடி புரட்சி மூளுமானால் அப்படிப்பட்டவர்களை ஆரம்பத்திலேயே அழித்துவிடுவது அவசியம் என்பேன். ஆனால் அப்போது இது தெரிந்திருக்கவில்லை; சிலநாட்கள் கழித்துத்தான் இந்தப் பாடத்தை அறிந்து கொண்டோம்.

ஆனால் அன்றைக்கு ராத்திரி நடக்கவிருந்ததை நாங்கள் அறிந்திருக்கவில்லை. ஊர்மன்றக் கட்டடத்தில் நடந்ததற்கு அப்புறம் கொலையெதுவும் நடக்கவில்லை. ஆனாலும் குடிகாரர்கள் ஏராள மாக இருந்தபடியால் ராத்திரி கூட்டமேதும் போட முடியவில்லை. ஒழுங்கை நிலைநாட்டுவது அசாத்தியமாக இருந்தது. அதனால் கூட்டத்தை மறுநாளுக்கு ஒத்திப் போட்டோம். அன்று ராத்திரி நான் பாப்லோவுடன் படுத்துத் தூங்கினேன். நீ இருக்கும் போது இதைச் சொல்லக்கூடாதுதான் மேரியா. இருந்தாலும் நீ பூரா விவரங்களையும் தெரிந்து கொள்வதும் நல்லதே. எப்படியும், நான் சொல்வதெல்லாம் நிஜம் தவிர வேறில்லை... இதைக் கேளும், இங்கிலீஷ்காரரே! இது வெகு விசித்திரமான விஷயம். அன்றைக்கு ராத்திரி நாங்கள் சாப்பிட்டபோது அதி விசித்திரமாக இருந்தது. ஒரு புயல், அல்லது வெள்ளம் இல்லாவிட்டால் போராட்டத்துக்குப் பிறகு எப்படி இருக்குமோ அப்படி இருந்தது அப்போது. எல்லாரும் களைத்துப் போயிருந்தார்கள். யாரும் அதிகம் பேசவில்லை. எனக்குள்ளேயே ஏதோ சூன்யமாக இருந்ததுபோல ஓர் உணர்ச்சி. உள்ளம் மட்டுமல்ல, என் உடம்பும் சரியாயில்லை. அவமானத்தாலும், குற்றம் செய்த குறுகுறுப்பாலும் குன்றிப் போயிருந்தேன். என்னை ஏதோ அமுக்கி நசுக்குவதுபோல இருந்தது. ஏதோ கெடுதல் நடக்கப் போவதுபோலவும் ஒரு கலக்கம்; இன்றைக்குக் காலையில் விமானங்கள் வந்துபோனதும் ஏற்பட்டதே அதைப்போல. நான் கலங்கியது போலவே மூன்றே நாளில் அந்தக் கெடுதலும் நேர்ந்து விட்டது... சாப்பிட்டபோது பாப்லோ அதிகமாகப் பேசவில்லை, முடிவில், வாய் நிறைய வறுத்த ஆட்டுக்குட்டி மாமிசத்தைத் திணித்துக்கொண்டே, ‘நடந்ததெல்லாம் உனக்குப் பிடித்ததா, பிலார்?’ என்று கேட்டான். பஸ்கள் புறப்படும் இடத்தில் இருக்கும் விடுதியில் தான் சாப்பிட்டுக் கொண்டிருந்தோம். அறையில் கூட்டம் நெரித்தது,

பலர் பாட்டுப் பாடிக்கொண்டிருந்தார்கள். பரிமாறுவது பெரும் பாடாக இருந்தது. ‘இல்லை, ஃபாஸ்டினோவைத் தவிர மற்றவர்கள் கொல்லப்பட்டது எனக்குப் பிடிக்கவில்லை’ என்று பதிலளித்தேன். ‘ஆனால் எனக்குப் பிடித்ததே’ என்றான் அவன். ‘எல்லாமேயா?’ என்று சொன்னபடி தன் கத்தியால் பெரிய ரொட்டித் துண்டொன்றை அவன் வெட்டியெடுத்து அதனால் இறைச்சி மிச்சத்தை ஒத்தியெடுக்கத் தொடங்கினான். ‘பாதிரியைத் தவிர மற்றவர் எல்லாரும் கொல்லப்பட்டது எனக்குப் பிடிக்கத்தான் பிடித்தது’ என்று மேலும் சொன்னான். ‘அப்படியானால் பாதிரி கொல்லப்பட்ட முறை உனக்குப் பிடிக்கவில்லை என்று சொல்லு’ என்றேன்... ‘ஃபாஸிஸ்டுகளைவிடப் பாதிரிகளை அவன் அதிகமாக வெறுத்தான் என்பதை அறிந்துதான் அப்படிச் சொன்னேன். ‘அவன் எனக்குப் பெரிய ஏமாற்றமாகி விட்டான்’ என்று வருத்தத்துடன் பாப்லோ பேசினான். ஏராளமானவர்கள் பாடியபடியால் நாங்கள் உரக்கக் கத்தியே பேச வேண்டியிருந்தது. ‘ஏன்?’ என்று விசாரித்தேன். ‘அவன் படுமோசமான முறையில் செத்தான். அவனிடம் கொஞ் சங்கூட கௌரவமோ கம்பீரமோ இருக்கவில்லை’ என்றான் அவன். ‘கும்பலால் விரட்டப்பட்ட போது அவரிடம் எப்படி மிடுக்கை நீ எதிர்பார்க்க முடியும்? அதற்கு முன்னாலெல்லாம் அவர் கன கம்பீரமாகவே இருந்தார் என்பதுதான் என் எண்ணம். ஒருவரிடம் காணக்கூடிய அத்தனை மதிப்புடன் தான் அப்போது அவர் காணப் பட்டார்’ என்றேன். ‘அது மெய்தான். ஆனால் கடைசி நிமிஷத்தில் அவன் பயந்து போய்விட்டான்’ என்று அவன் சொல்லவே, ‘யார் தான் நடுங்கமாட்டார்கள்? எதைத் தூக்கிக்கொண்டு அவரைத் துரத்தினார்கள் என்பதைப் பார்த்தாயா?’ என்று கேட்டேன். ‘பார்க்காமலென்ன? ஆனாலும் அதைக்கண்டு அவர் அஞ்சி நடுங்கிச் செத்தது மோசம்தான்’ என்று அவன் விடாப்பிடியாகச் சொன் னான். ‘அப்படிப்பட்ட நிலையில் யாருமே மோசமான முறையில் தான் சாவார்கள். மன்றக் கட்டடத்தில் நடந்தது அத்தனையுமே முழுமோசமான முரட்டுத்தனம்தான் என்றேன் நானும் விடாமல்.’ ‘உண்மைதான். அங்கே அப்போது கட்டுத்திட்டமே இருக்கவில்லை. இருந்தாலும் ஒரு பாதிரி அப்படிச் சாகக்கூடாது. மற்றவர்களுக்கு உதாரணமாக அல்லவா அவர் இருக்கவேண்டும்?’ என்று பாப்லோ மழுப்பவே, ‘பாதிரிகளை நீ வெறுப்பதாகவல்லவா நினைத்திருந்தேன்!’ என்று நையாண்டி செய்தேன். ‘வெறுப்பது நிஜம்தான். ஆனாலும் ஒரு ஸ்பானியப் பாதிரி அப்படிச் சாகக் கூடாது, உயர்ந்த முறை யிலேயே உயிரை விடவேண்டும்’ என்று சொன்னபடியே இன்னும் கொஞ்சம் ரொட்டியை அவன் வெட்டியெடுத்தான். ‘அவர் நேர்த்தி யான முறையில் இறந்ததாகவே நான் நினைக்கிறேன். சம்பிரதாய முறைகள் எல்லாம் மறுக்கப்பட்டு விட்டதுதான் வருந்தத்தக்கது’

என்றேன். ‘இல்லவேயில்லை. அவன் செத்த முறை எனக்குப் பெரிய ஏமாற்றமே. அவன் சாவதற்காகத்தான் நாள் பூராவும் காத்திருந்தேன். எல்லாருக்கும் கடைசியாக அவன் வருவான் என்று எண்ணினேன். அதை அதியார்வத்தோடு எதிர்பார்த்திருந்தேன். ஒரு முத்தாய்ப்பு போல அது இருக்குமென நினைத்தேன். பாதிரியெவனும் செத்து அதற்கு முன்னால் நான் பார்த்ததே கிடையாது’ என்றான் பாப்லோ. ‘அதற்கு வேண்டிய சந்தர்ப்பம் இருக்கும். இன்றுதானே புரட்சி ஆரம்பித்தது?’ என்று மறுபடியும் குத்தலாகக் கேட்டேன். ‘ஊஹூம், நான் ஏமாந்துவிட்டேன்’ என்று அவன் திரும்பவும் சொல்லவே, ‘அப்படியானால் இயக்கத்தில் உனக்கு இனி நம்பிக்கை போய்விடும், இல்லையா?’ என்றேன். ‘உனக்குப் புரியவில்லை, பிலார். பாதிரியிலும் ஸ்பானியப் பாதிரி அவன். அப்படிச் செய்திருக்கவே கூடாது’ என்று அவன் சாதித்தான். ‘இந்த ஸ்பானிஷ்காரர்கள்தான் எவ்வளவு உயர்த்தியானவர்கள்’ என்று மறுபடியும் குத்திக் கிளறினேன். “இவர்களுக்குத்தான் எத்தனை தற்பெருமை என்று எண்ணுகிறீர்கள், இங்கிலீஷ்காரரே? ஆகா, எப்பேர்ப்பட்டவர்கள் இவர்கள்!”

“நாம் இனி இங்கிருந்து கிளம்பவேண்டியதுதான். கிட்டத்தட்ட உச்சிப்பொழுதாகி விட்டது” என்று கடிகாரத்தைப் பார்த்தபடி ராபர்ட் ஜார்டன் கூறினான்.

‘ஆமாம், இதோ கிளம்பிவிடுவோம். ஆனால் அதற்கு முன்னால் பாப்லோவைப்பற்றி நான் ஒன்று சொல்லவேண்டும். ‘இன்றைக்கு ராத்திரி நாம் சேர்ந்துபடுப்பது தவிர வேறொன்றும் செய்ய வேண்டியதில்லை’ என்று அவன் சொன்னான். ‘பேஷ்! அதுதான் எனக்கும் பிடிக்கும்’ என்றேன். ‘இத்தனைப் பேரைக் கொன்ற பிறகு வேறெதுவும் செய்வது விரும்பத்தக்கதல்ல என்றே எண்ணுகிறேன்’ என்று அவன் சொல்லவும், ‘ஆகா, எல்லாம் துறந்த ஞானிபோலத் தான் பேசுகிறாய்! ஆனால் ராத்திரி நீ எப்படி நடந்துகொள்வாய் என்பது எனக்குத் தெரியும். சண்டைக்குப் பிறகு மாடுபிடி வீரர்கள் எப்படி இருப்பார்கள் என்பது அவர்களோடு பல வருஷங்கள் வாழ்ந்த எனக்கா தெரியாமலிருக்கும்?’ என்று கேலி செய்தேன். ‘நீ சொல்வது நிஜம்தானா, பிலார்? அவர்கள் அப்படியா இருப்பார்கள்?’ என்று அவன் கேட்டான். ‘நான் உன்னிடம் எப்போது புளுகியிருக் கிறேன்?’ என்று நான் பதில் கேள்வி போட்டேன். ‘நான் சொல்வது உண்மை, பிலார். இன்று ராத்திரி நான் தீர்ந்துபோனவன்தான். என்ன, என்னைத் திட்டமாட்டாயே?’ என்று அவன் கேட்டபோது, ‘குறை சொல்லவில்லை. ஆனால் இன்று போலத் தினசரி சொல்வது என்று மட்டும் வைத்துக் கொள்ளாதே, பாப்லோ’ என்றேன்.

அன்றைக்கு ராத்திரி பச்சைக் குழந்தை போலவே அவன் பேசாமல் தூங்கினான். விடிந்த பிறகுதான் அவனை எழுப்பினேன். ஆனால் எனக்கோ ராத்திரி பூராவும் தூக்கமில்லை. படுக்கையிலிருந்து

எழுந்து ஒரு நாற்காலியில் உட்கார்ந்து கொண்டேன். அங்கிருந்தபடி ஜன்னல் வழியாகச் சதுக்கத்தைப் பார்த்தேன். வரிசைகள் நின்ற இடம் நிலா வெளிச்சத்தில் நன்றாகத் தெரிந்தது. அந்தப் பால் நிலவில் மரங்கள் பளபளத்தன.

அந்த மரங்களின் அடியில் மண்டியிருந்த கருநிழலையும் கண்டேன், பெஞ்சிகளும், அங்குமிங்கும் இறைந்துகிடந்த சாராயப் புட்டிகளும் அந்த நிலா வெளிச்சத்தில் மினுமினுத்தன. கொல்லப் பட்டவர்களைத் தூக்கிப்போட்ட குன்றின் கோடியும் தெரிந்தது. சதுக்கத்தில் இருந்த பொங்குபுனலில் தண்ணீர் சலசலத்தது தவிர வேறு சப்தமில்லை. அப்போது நான் யோசித்தபோது புரட்சியை நாங்கள் தவணை முறையில் துவக்கிவிட்டதாகவே எனக்குத் தோன்றி யது. அப்போது, சதுக்கத்துக்கு அப்பாலிருந்து யாரோ பெண்பிள்ளை அழுவது என் காதில் விழுந்தது. மாடி முகப்புக்குப் போனேன். அதன் இரும்புத் தளத்தில் வெறுங்கால்களுடன் நின்றபடியே கவனித்துக் கேட்டேன். சதுக்கத்தில் இருந்த எல்லாக் கட்டடங்களும் நிலாவெளிச்சத்தில் ஜொலித்தன. கில்லெர்மோ வீட்டு மாடி மாடத்தி லிருந்துதான் அழுகுரல் வந்தது. அவருடைய மனைவிதான் அங்கே மண்டியிட்டுக் கதறிக் கொண்டிருந்தாள். அப்புறம் நான் உள்ளே போய் உட்கார்ந்தேன். எதையும் யோசிக்கவே விரும்பவில்லை. ஏனென்றால், என் ஆயுளில் அவ்வளவு மோசமான நாளை அதற்கு முன்னால் நான் பார்த்ததேயில்லை. ஆனால் பின்னால் வந்த ஒரு நாள் அதையும் தூக்கியடித்துவிட்டது.

“அந்த இன்னொரு நாள் எது?” என மேரியா வினவினாள்.

“அந்த ஊரை ஃபாஸிஸ்டுகள் பிடித்துக்கொண்ட நாள்தான் அது. மூன்று நாளுக்கு அப்புறம் வந்தது அது!”

“அதைப் பற்றி என்னிடம் சொல்லாதீர்கள்; அதைக் கேட்கவே எனக்கு இஷ்டமில்லை. இதுவரையில் சொன்னதே போதும். இதுவே அளவுக்கதிகம்தான்.”

“நான் அப்போதே சொல்லவில்லையா, நீ கேட்கக் கூடா தென்று? திட்டமாகச் சொன்னேன், நீ அசையவில்லை. இப்போதோ, இவ்வளவையும் கேட்டுவிட்டதால் கெட்ட சொப்பனங்கள்தான் காணப்போகிறாய், பார்த்துக்கொண்டேயிரு.”

“அப்படியொன்றும் நடக்காது. ஆனாலும் நான் மேற்கொண்டு கேட்க விரும்பவில்லைதான்.”

“அப்படியானால் வேறொரு சமயம் அதை நீங்கள் சொல்ல வேண்டும் என்பது என் ஆசை” என்றான் ஜார்டன்.

“கட்டாயம் சொல்கிறேன். ஆனால் இப்போது வேண்டாம். மேரியாவை அது கலக்கிவிடும்.”

"எனக்கு அதைக் கேட்கக் கட்டோடு விருப்பமில்லை. தயவு செய்யுங்கள், பிலார்; நான் பக்கத்தில் இருக்கும் போது அதைச் சொல்லாதீர்கள். என்னையும் மீறி நான் கேட்கத் தொடங்கிவிடலாம்" என்று பரிதாபமாக மேரியா மன்றாடினாள். அவளுடைய உதடுகள் துடித்தன. அவள் அழுதுவிடுவாள் என்றே ஜார்டன் எண்ணினான்.

"தயவு செய்து அதைச் சொல்லிவிடாதீர்கள், பிலார்" என்று அவள் மறுபடியும் கேட்டுக்கொண்டாள்.

"கவலைப்படாதே, குட்டைக்குழலி, அனாவசியமாக அலட்டிக் கொள்ளாதே, சொல்லமாட்டேன். ஆனாலும் இந்த இங்கிலீஷ் காரருக்கு எப்போதாவது சொல்லத்தான் போகிறேன் ஆனால் இவர் இருக்கும் இடத்தில் நானும் இருக்க வேண்டும் என்றல்லவா விரும்புகிறேன்? ஆகவே, ஒருநாளும் அதைச் சொல்லாதீர்கள்."

"நீ வேறு வேலையாக இருக்கும்போது சொல்லி விட்டுப் போகிறேன்."

"வேண்டாம், தயவு செய்வு சொல்லாதீர்கள். ஒருநாளும் சொல்லவே சொல்லாதீர்கள்."

"நாங்கள் செய்ததையெல்லாம் சொன்னபடியால் அதையும் சொல்லிவிடுவதே சரி. ஆனால் அது உன் காதை எட்டாமல் பார்த்துக் கொள்கிறேன், போ."

"சொல்வதற்கு வேறு சந்தோஷ விஷயங்களே இல்லையா? எப்போதுமே பயங்கரங்களைப் பற்றித்தானா பேசவேண்டும்?"

"இன்று சாயங்காலம் நீயும் இந்த இங்கிலீஷ்காரரும் இன்ப விஷயங்களைப் பேசலாம்; விரும்பியதையெல்லாம் பேசிக் கொள்ளலாம்."

"அப்படியானால் அந்த மாலைப்பொழுது சீக்கிரம் வரக் கூடாதா, பறந்து வரக்கூடாதா என்று இருக்கிறது எனக்கு."

"வரத்தான் போகிறது. பறந்துவரும். பறந்தே போகவும் செய்யும். நாளையும் அப்படித்தான் பறக்கப் போகிறது, பார்த்துக்கொள்" என்றாள் பிலார்.

"சாயங்காலம், சந்தோஷமான காலம். மாலைவேளை மளமள வென்று வரக்கூடாதா!" என்று ஜபிக்கலானாள் மேரியா.

11

உயர்ந்த மட்டத்தில் இருந்த புல்வெளியிலிருந்து அவர்கள் இறங்கி, மரங்கள் அடர்ந்த பள்ளத்தாக்கில் புகுந்தார்கள். ஓடையை ஒட்டினாற்போலவே இருந்த ஒற்றைப்பாதை வழியாகச் சற்றுத் தூரம் ஏறினார்கள். பிறகு அந்தப் பாதையிலிருந்து பிரிந்து,

உட்கவிந்து பிதுங்கியிருந்த பாறையொன்றின் உச்சியை அடைந்தனர். பைன் மரங்களின் அடர்ந்த நிழலிலேயே நடந்தவர்களாய் அவர்கள் ஏறிவந்தபோது ஒரு மரத்தின் பின்னாலிருந்து துப்பாக்கியைத் தூக்கிப் பிடித்தபடி ஒருவன் வெளிவந்தான். "நில்லுங்கள்" என்று கூவிய அவன், பிலாரைப் பார்த்ததும், "ஹலோ, பிலார். யார் இது?" என்று கேட்டான். 'ஒரு இங்கிலீஷ்காரர். ஆனால் கிறிஸ்தவப் பெயர் உடையவர். ராபர்ட்டோ என்பார்கள்... சேச்சே, சுத்த மோசம் இந்தப் பாதை. செங்குத்தாக அல்லவா ஏறித் தொலைக்க வேண்டி யிருக்கிறது?" என்றாள் பிலார்.

அதன்பேரில், "வணக்கம். தோழரே. சௌக்கியமாக இருக் கிறீர்களா?" என்று விசாரித்தபடி ஜார்டனை நோக்கி அவன் கை நீட்டினான்.

"சுகம்தான். நீங்களும் நல்லபடி இருக்கிறீர்களா?" என ஜார்டன் வினவினான்.

"இருக்கிறேன்!" என்று பதிலளித்த அந்த இளைஞன், ஒடிந்து விழுகிறாற்போல மிக ஒல்லியாக இருந்தான். நீண்டு வளைந்த மூக்கு. தாடை எலும்புகள் தூக்கி நின்றன. பழுப்புநிறக் கண்கள். தொப்பியெதையும் அவன் அணிந்திருக்கவில்லை. கறுப்புத் தலைமயிர் கலைந்து கொத்துக் கொத்தாகக் கிடந்தது. நேச பாவத் துடன் பலமாக இருந்தது கைகுலுக்குவதற்காக அவன் பிடித்த பிடி, அவனுடைய கண்களிலும் நட்புறவு ஒளிர்ந்தது. "ஹலோ, மேரியா நடந்ததால் களைத்துவிடவில்லையே நீ?" என்று கேட்டான் அவன்.

"இல்லை, ஜோகின். நடந்ததைவிட அதிக நேரம் நாங்கள் உட்கார்ந்து பேசிவிட்டோம்" என்று மேரியா பதிலளித்தாள்.

"நீங்கள்தானே வெடிவைப்பவர்? இங்கே நீங்கள் வந்திருப்பதாக முன்பே கேள்விப்பட்டோம்" என ஜார்டனை நோக்கி அவன் பேசினான்.

"பாப்லோவின் இருப்பிடத்தில் நேற்றிரவு தங்கினோம்" என்ற ஜார்டன், "ஆமாம், நான்தான் வெடிவைப்பவன்" என்றான்.

"உம்மைச் சந்தித்ததில் சந்தோஷம். ரயில் வண்டிக்கு வெடி வைக்கவா வந்திருக்கிறீர்கள்?" என்று ஜோகின் வினவினான்.

"நீங்களும் போன முறை ரயில் வண்டியைத் தகர்ப்பதில் பங்கெடுத்தீர்களே?" என்று சிரித்தபடி கேட்டான் ஜார்டன்.

"இல்லையா பின்னே? இதோ இவளை அங்கேதானே தேடிப் பிடித்தோம்" என்று சொன்னவாறு மேரியாவைப் பார்த்து ஜோகின் இளித்தான். "இப்போது நீ அழகியாகிவிட்டாய், மேரியா. நீ எவ்வளவு அழகாக இருக்கிறாய் என்பதை யாராவது உன்னிடம் சொன்னார்களா?" என்றான், பின்னர்.

"போதும் நிறுத்து, ஜோகின். நன்றி உனக்கு. நீயும்தான் அழகாக இருப்பாய், தலை மயிரை வெட்டிக் கொண்டால்."

"உன்னைத் தூக்கிவந்தவனே நான்தானே? என் தோள் மீதல்லவா போட்டுக்கொண்டு வந்தேன்!"

"நீ மட்டும்தானா? இன்னும் எவ்வளவோ பேர்தான் இவளைத் தூக்கிவந்தார்கள். யார்தான் சுமக்கவில்லை?... அது இருக்கட்டும், கிழவன் எங்கே?" என்று கேட்டாள் பிலார்.

"முகாமில் இருக்கிறார்."

"நேற்று ராத்திரி எங்கே போயிருந்தான்?"

"ஸெகோவியாவுக்கு."

"அங்கேயிருந்து ஏதாவது செய்தி கொண்டு வந்தானா?"

"ஆமாம், புதுச் செய்தி கொண்டுவந்தார்!"

"நல்ல செய்தியா? கெட்ட செய்தியா?"

"கெடுதலானது என்றே நினைக்கிறேன்!"

"அது கிடக்கட்டும். விமானங்களைப் பார்த்தாயா?"

"பார்த்தேன், பார்த்தேன் என்று தலையை ஆட்டிய ஜோகின், அதைப்பற்றிப் பேசாதே. வெடிவைப்பவரே, நீர் சொல்லும். எந்தரக விமானங்கள் அவை?" என்றான்.

"ஹீன்கெல் வெடிவீசி விமானங்கள்தான். பின்னால் தொடர்ந்து ஃபியட் ரக விமானங்களும் வந்தன" என்றான் ஜார்டன்.

"தாழ்ந்தாற்போல இறக்கைகள் இருந்த பெரிய விமானங்கள் எந்த ரகம்?"

'அவைதான் ஹீன்கெல்111 ரக விமானங்கள்.'

"என்ன பெயராக இருந்தாலும் சரி, அவை சுத்த துக்கிரி விமானங்களே... சரி சரி, உங்களை அனாவசியமாகத் தாமதப்படுத்து கிறேனே. வாருங்கள், தளபதியிடம் அழைத்துப்போகிறேன்."

"தளபதியா? அது யார்" என்று கேட்டாள் பிலார்.

தலையை மிடுக்குடன் ஆட்டிய ஜோகின், "தலைவர் என்பதை விட தளபதி என்ற பெயர் எனக்குப் பிடித்திருக்கிறது. அதில் ராணுவத் தொடர்பு அதிகம் என்றான். "ஆனாலும் அதிகப்படி யாகத்தான் ராணுவ மயமாக்குகிறீர்கள்" என்று பிலார் சொல்லிச் சிரித்தாள்.

"இல்லையில்லை. கட்டளைகளைத் தெளிவாக்கிக் கட்டுப் பாட்டையும் வலுப்படுத்துவதால்தான் ராணுவ பதங்கள் எனக்குப் பிடிக்கின்றன."

"எப்படியோ, இவன் உம் மனத்துக்கிசைந்தவன்தான், இங்கிலீஷ்காரரே. காரியத்திலேயே குறியாயிருப்பவன் இவன்."

"உன்னைத் தூக்கிச் செல்லவேண்டுமா, மேரியா?" என்று சிரித்தபடிக் கேட்டு அவள் தோளில் கைவைத்தான் ஜோகின்.

"ஒருதடவை தூக்கியதே போதும். இருந்தாலும் திரும்பக் கேட்டதற்காக நன்றி."

'அது உனக்கு நினைவிருக்கிறதா, மேரியா?'

"இல்லாமலென்ன? ஆனால் தூக்கிச் செல்லப்பட்டதுதான் ஞாபகம் இருக்கிறதே தவிர உன் தோளில் தொங்கியது நினைவில்லை. இருந்தாலும் ஜிப்ஸியை மட்டும் நான் மறக்கவில்லை; பலமுறை அவன் என்னைக் கீழேபோட்டதால்தான் அந்த ஞாபகம். எப்படியும் உனக்கு என் நன்றி, பதிலுக்கு என்றாவது உன்னைத் தூக்குவேன்."

"ஆனால் எனக்கோ நன்றாக நினைவிருக்கிறது. உன் இரண்டு கால்களையும் பிடித்துக் கொண்டிருந்தேன். உன் வயிறு என் தோள் மீது படிந்திருந்தது. உன் தலையும் கைகளும் என் முதுகுப்பக்கத்தில் தொங்கின."

"ஆகா, உனக்குத்தான் எவ்வளவு ஞாபகசக்தி!" என்று சொல்லிச் சிரித்தாள் மேரியா,

"ஆனால் எனக்கொன்றுமே நினைவில்லை. உன் தோளோ, கைகளோ, அல்லது முதுகோ, எதுவுமே ஞாபகமில்லை" என்றாள்.

"அது சரி, ஒரு ரகசியத்தைக் கேட்க உனக்குப் பிரியமுண்டா?"

"என்ன அது?"

"நமக்குப் பின்னாலிருந்து ரவைகள் பாய்ந்து வந்த அப்போது என் முதுகை மூடிக்கொண்டு நீ தொங்கியதில் எனக்கு மகிழ்ச்சி தான்."

"சேச்சே, ஆனாலும் நீ கெட்டெண்ணக்காரன்தான்!... ஆமாம், அதனால்தான் ஜிப்ஸியும் என்னை அத்தனை நேரம் சுமந்தானோ?"

"ஆமாம். அந்தப் பாதுகாப்புக்காகவும், உன் கால்களைப் பிடித்துக் கொண்டிருப்பதற்காகவும்தான் தூக்கினான்."

"இப்போதல்லவா தெரிகிறது உங்கள் வீரத்தனம்? நீங்கள் என்னைக் காப்பாற்றியதன் நோக்கம் நன்றாகப் புரிந்துவிட்டது!"

"இதைக் கேள், குட்டி. இவன் உன்னை நெடுநேரம் சுமந்தது நிஜம்தான். ஆனால் அப்போது உன் கால்கள் எதையும் எவருக்கும் அம்பலப்படுத்தி விடவில்லை. அந்த வேளையில் சல்லாபம் செய்த தெல்லாம் துப்பாக்கி ரவைகள்தான். அப்போது மட்டும் உன்னை இவன் கீழே போட்டிருந்தானானால் அந்த ரவைகள் எட்ட முடியாத தொலைவுக்குச் சீக்கிரத்தில் போயிருக்க முடியும்" என்றாள் பிலார்.

"அதற்காகத்தான் இவனுக்கு நன்றி சொன்னேன்; பதிலுக்கு ஒருநாள் இவனைத் தூக்கவும் ஒப்புக்கொண்டேன். நாங்கள் கொஞ்ச நேரம் வேடிக்கையாகப் பேசத்தான் அனுமதியுங்களேன். இவன் என்னைத் தூக்கி வந்ததற்காக நான் அழவா வேண்டும்?"

"உன்னைக் கீழே போட்டுவிட்டுப் போகத்தான் போயிருப்பேன். ஆனால் பிலார் எங்கே என்னைச் சுட்டுவிடுவாளோ என்று பயந்துதான் அப்படிச் செய்யவில்லை" என்று மேரியாவைப் பின்னும் சீண்டினான் ஜோகின்.

"நான் யாரையும் சுடுவதில்லை" என்றாள் பிலார்.

"அதற்கு அவசியமே கிடையாது. உன் நாக்கேதான் எவரையும் நடுநடுங்கிச் சாகச் செய்துவிடுமே!" என்று ஜோகின் கேலி செய்தான்.

"இதென்ன இப்படி அதிகப்பிரசங்கித்தனமாகப் பேசுகிறாய்! முன்னெல்லாம் மரியாதை தெரிந்த சின்னப் பையனாக அல்லவா இருந்தாய்? அது இருக்கட்டும், போராட்டத்தில் சேருமுன் நீ என்ன செய்து கொண்டிருந்தாய்?"

"சொல்வதற்கு அதிகமில்லை. அப்போது எனக்குப் பதினாறு வயது."

"என்னதான் செய்தாய், சொல்லேன்."

"அவ்வப்போது சில ஜோடுகளைத்தான்."

"நீயே தயார் செய்வாயா என்ன?"

"இல்லையில்லை, மெருகுதான் போடுவேன்."

"நீ என்னிடம் எதையோ மறைக்கிறாய்" என்று கூறியபடி அவனது பழுப்பு நிறக் கண்கள், மெலிந்த உடல், கேசக் கற்றைகள், குதிகாலையும் விரலையும் மட்டும் பூமியில் பதித்து அவன் விரைவாக நடந்த விதம் ஆகியவற்றையெல்லாம் பிலார் நோக்கினாள். பின்னர், "அதில் ஏன் தோற்றுப் போனாய்?" என்று வினவினாள்.

"எதில் தோற்றேன் என்கிறாய்?"

"எதிலா? அது எது என்பது உனக்குத் தெரியாதா? அதைத்தான், நீ வளர்க்கும் கற்றை மயிர் சற்றும் சந்தேகமில்லாமல் காட்டுகிறதே!"

"அதற்குப் பயம்தான் காரணம் என்று நினைக்கிறேன்."

"உன் உடலமைப்பு நேர்த்தியாகத்தான் இருக்கிறது. முகம்தான் நன்றாக இல்லை... அது கிடக்கட்டும் பயமா காரணம் என்றாய்? ஆனால் ரயில் வண்டியைத் தாக்கியபோது நீ பயப்படவில்லையே, ஏன்?"

"இப்போது எனக்குப் பயமில்லை. கொஞ்சம்கூடக் கிடையாது. காளைகளைவிட மோசமானதாகப் பல பார்த்துவிட்டோம்; அதிக

ஆபத்துகளையும் அனுபவித்து விட்டோம். இயந்திரப் பீரங்கியைவிட மாடு அபாயகரமானதல்ல என்பதில் சந்தேகமில்லை. ஆனாலும் இப்போது மாட்டுச் சண்டைக் களத்தில் நான் இருக்க நேர்ந்தால் என் கால்கள் நான் சொல்கிறபடி கேட்குமா என்பது எனக்குத் தெரியாது."

"மாடுபிடி வீரனாக இருக்க ஆசைப்பட்டவன் இவன். ஆனால் பயத்தால் அப்படி ஆக முடியவில்லை" என்று ஜார்டனுக்குப் பிலார் விளக்கினாள்.

"மாடுகளை உமக்குப் பிடிக்குமா, வெடி வைப்பவரே?" என்று தன் வெள்ளைப் பற்களெல்லாம் தெரியும்படி இளித்துக் கேட்டான் ஜோகின்.

"மிகமிகப் பிடிக்கும்" என்று ஜார்டன் விடையிறுத்தான்.

"வல்லடாலிடில் பார்த்ததுண்டா?"

"பார்த்திருக்கிறேன். செப்டம்பர் மாதத்தில் மாட்டுச் சண்டை மைதானத்தில் பார்த்ததுண்டு."

"அதுதான் என் ஊர். ஆகா, அதுதான் எத்தனை நேர்த்தியான நகரம்! ஆனால் அதன் நல்ல மக்கள் இந்தச் சண்டையினால் பட்டிருக்கும் கஷ்டம் கொஞ்ச நஞ்சமில்லை." பின் தன் முகத்தைக் கடுமையாக்கிக் கொண்டவனாய், "அங்கேதான் என் அப்பாவை அவர்கள் சுட்டார்கள். அப்புறம் என் அம்மா, மைத்துனர், சமீபத்தில் என் சகோதரி ஆகிய எல்லாரையும் கொன்றார்கள்" என்றான் ஜோகின்.

"சேச்சே, சுத்தக் காட்டுமிராண்டிகள்" என்று ஜார்டன் சொன்ன போதிலும் அவ்வாறு தான் எண்ணிறந்த தடவைக் கூறியாகிவிட்டது என்பது அவனுக்குத் தெரிந்தேயிருந்தது. அதைச் சொல்லப் பலர் சங்கடப்பட்டதையும் அவன் எவ்வளவோ முறை பார்த்திருக்கிறான். அப்போது அவர்களுடைய கண்கள் கலங்கித் தளும்பும்; 'என் தந்தை, சகோதரன், தாயார், சகோதரி' என்று சொல்லப்படும் சிரமத்தில் அவர்களுடைய தொண்டைகள் அடைத்துக் கொள்ளும். தங்கள் உற்றார், உறவினர் இறந்ததை இம்முறையில் கூறியவர்களின் எண்ணிக்கையே அவனுக்கு மறந்து விட்டது. ஜோகினைப் போலவேதான் அநேகமாக எப்போதும் அவர்கள் சொன்னார்கள்; ஊரின் பெயரை அவர்கள் குறிப்பிட்ட மாத்திரத்தில் 'சுத்தக் காட்டுமிராண்டிகள்' என்று அவன் கூறுவதும் எப்போதும் வழக்கமாக இருந்து வந்தது. தம் இழப்பு பற்றி அவர்கள் கூறக்கேட்டுத்தான் அவனுக்குத் தெரியும், ஓடையருகிலே கூறிய கதையில் ஃபாஸிஸ்டுகள் இறந்ததைப் பிலார் காண வைத்தது போல அந்தத் தந்தைமார் செத்து விழுந்ததைக் கண்ணுக்கு நேரான

காட்சியாக எவரும் வர்ணித்துக் காட்டவில்லை. ஏதோவொரு முற்றத்திலோ, அல்லது சுவருக்கு முன்னாலோ, இல்லாவிட்டால் வயல், தோட்டம், ஏதோவொரு சாலைக்குச் சமீபத்தில் இரவு நேரத்தில் லாரி விளக்கின் ஒளியிலோ அந்தத் தந்தைமார் இறந்ததே தெரியும். குன்றிலிருந்தவாறே மோட்டார் விளக்குகளின் வெளிச் சத்தைக் கண்டிருக்கலாம்; துப்பாக்கி சுடப்பட்ட ஒலியும் கேட்டிருக் கும். பின்னர் சாலைக்கு வந்து பார்த்தால் சடலங்கள் கிடப்பது தெரியும். தாய், அல்லது சகோதரி, இன்றேல் சகோதரன் சுடப்பட்ட தைப் பார்த்ததே கிடையாது. கேள்விப்பட்ட விஷயமே அது. துப்பாக்கித் தோட்டாக்கள் தீர்க்கப்பட்ட ஒலி கேட்கும்; பிணங்களும் கண்ணுக்குத் தெரிந்திருக்கும். ஆனால் அதோடு சரி. பிலார் ஒருத்தி தான் நேரில் காண வைப்பதுபோல, அவ்வூரில் நடந்ததனைத்தையும் நன்கு விவரித்தாள்.

அவளுக்கு மட்டும் எழுதத் தெரிந்தால் என்னவாகுமென எண்ணலானான் ஜார்டன். அவள் கூறியதை எழுத முயற்சி செய்வ தென முடிவு செய்தான். அதிருஷ்டம் தன் பக்கம் இருந்து தன் ஞாபகமும் சரியாக இருந்தால் அவள் சொன்னபடியே பூராவையும் எழுதி விடலாமென நினைத்தான். கதை கூறுவதில்தான் அவளுக்கு எவ்வளவு திறமை! குவிவீடோவைவிடக்கூட அதில் அவள் தேர்ந்தவளேயென அவன் கருதினான். அவள் சொன்னதுபோல அத்தனைச் சிறப்பாக எந்த ஃபாஸ்டினோவின் மரணத்தையும் பற்றி அவன் ஒருநாளும் எழுதியதில்லை. அந்தக் கதையை அப்படியே எழுதுமளவுக்குத் திறமை இருக்கக் கூடாதா என்று ஏங்கினான். புரட்சி செய்தவர்களுக்குப் பிறர் இழைத்த கொடுமைகளைவிட அவர்கள் செய்த காரியங்களையே அறிவது அவசியமென அவனுக்குத் தோன்றியது. எதிரிகளின் செயல்கள் குறித்து அவனுக்கு எத்தனையோ தெரியும்: எதிரியணிக்குப் பின்னால் நடந்தவை பற்றியும் அவன் நன்கறிவான். ஆனால் அவற்றைவிட மக்களை முன்பே தெரிந்து கொண்டிருப்பது முக்கியமென அவனுக்குப்பட்டது; கிராமத்தில் அவர்கள் எந்த நிலையில் இருந்தனர் என்பதை அறிவது அத்தியாவசியமானதென அவன் தேர்ந்தான். ‘இடம்விட்டு இடம் மாறும் நம்வேலை காரணமாகவும், அந்த வேலையின் விளைவை அனுபவிக்க அங்கு நாம் தங்குவது வழக்கமல்லவாதலாலும் உண்மை யில் தான் எதுவும் செய்ய எப்படி முடிந்தது என்பதை நம்மால் அறியக்கூடவில்லை’ என அவன் எண்ணினான். ‘ஏதாவதொரு குடியானவனின் குடும்பத்துடன் நீ தங்குவாய் இரவில் அங்கே போய், அவர்களுடன் சேர்ந்துண்பாய் பகல் பொழுதிலோ, உன்னை அவர்கள் எங்காவது ஒளித்து வைத்திருப்பர். மறுநாள் இரவே அங்கிருந்து நீ புறப்பட வேண்டியதுதான். வேலையைக் கச்சிதமாகச்

செய்து முடித்ததுமே வெளியேறி விடுவாய். மறுமுறை நீ அந்தப் பக்கம் வரும்போதோ அவர்கள் அனைவரும் சுட்டுக் கொல்லப்பட்டு விட்டதாக செய்தி கிடைக்கும். அத்தனைச் சாதாரணமாக நடக்கும் சகஜமான விஷயம் அது; ஆனால் எப்போதும் அப்படிப்பட்ட காரியங்கள் நடக்கும் நேரத்தில் அங்கிருந்து நீ போய்விட்டிருப்பது நிச்சயம். நாசத்தை விளைத்த பின் எல்லாக் கொரில்லாக்களும் வாபஸ்பெற்று விடுவர்; குடியானவர்கள் மட்டும்தான் அங்கேயே தங்கி தண்டனைக்கு உட்படுவர். எனினும் எனக்கென்னவோ எதிரிகளுக்கு இழைக்கப்படுவது எப்போதுமே தெரிந்ததுதான். குறிப்பாக, தொடக்கத்தில் அவர்களுக்குத் தம் தரப்பு புரிந்த கொடுமைகளை மறக்கவே முடியாது என்றுமே அதுநான் நன்கறிந்தது தான்; அதை வெறுத்தும் வந்திருக்கிறேன். ஆயினும் அந்த வெட்கக் கேடான வெறியாட்டங்களைப் பற்றிச் சிறிதும் வெட்கமில்லாமல் பேசுவார்கள். பெருமையடித்துக் கொள்வார்கள், அதை ஆதரித்துப் பேசுவது, விளக்கி விவரிப்பது, மறைத்தும் உரைப்பது எல்லாமே நான் அறிந்ததுதான். இருந்தாலும் இந்தப் பாழாய்ப்போன பெண் பிள்ளை நான் அங்கே நேரில் இருந்தது போலல்லவா எல்லா வற்றையும் காணச் செய்துவிட்டாள்!' இப்படி அவன் எண்ண மிடலானான்.

அந்தச் சிந்தனை தொடர்ந்தது 'ஆமாம், இது நம் கல்வியின் ஒரு பகுதிதான். இந்தப் பாடங்களெல்லாம் பூர்த்தியானால் நாம் பெரும் கல்விமானாகவே ஆகிவிடுவோம். காதை மட்டும் தீட்டி வைத்துக் கொண்டால் எத்தனையோ பாடங்களை இந்தப் போரில் பயிலலாம்; அதில் சந்தேகமே கிடையாது. போருக்கு முன் பத்தாண்டு களில் பல மாதங்களை இந்த ஸ்பெயின் தேசத்தில் நான் கழித்தது என் பேரதிருஷ்டமே. முக்கியமாக மொழியைக் கொண்டுதான் இந்த நாட்டினர் நம்மை நம்புகிறார்கள். நாட்டின் பல்வேறிடங்கள் பற்றிய ஞானத்துடன் மொழியை முற்றிலும் புரிந்துகொண்டு, சிறப்புச் சொற்கோவைகளை நாம் பிரயோகித்துப் பேசும் அளவுக்குத்தான் நம்மிடம் நம்பிக்கை வைக்கிறார்கள். முடிவாகப் பார்க்கப் போனால் எந்த ஸ்பானிஷ்காரனுக்கும் தன் கிராமத்தினிடம் தான் உண்மை யான விசுவாசம் உண்டு. முதலில் ஸ்பெயினைத்தான் அவன் நேசிக்கிறான் என்பதும் மெய்தான். அடுத்து வருகிறது அவனது சமூகம். அதன்பின் தன் ராஜ்யத்தினிடம் அவனுக்குப் பற்றுதல். பிறகு அவனது கிராமம். அடுத்தாற்போலத் தன் சொந்தக் குடும்பத் தினிடம் பந்தபாசம் வைக்கிறான். இறுதியாகத் தன் தொழிலில் ஈடுபாடு கொள்கிறான். ஸ்பானிஷ் மொழி நமக்குத் தெரியும் என்றால் போதும், நம்மிடம் அவனுக்கு ஒரு பிடிப்பு ஏற்பட்டு விடுகிறது. அவனுடைய ராஜ்யத்தை அறிந்திருந்தோமானால் அந்தப்

பிடிப்பு வலுக்கிறது, அவனது கிராமமும் தொழிலும் தெரிந்திருந்தன என்றாலோ, அந்த அந்நியனுடன் எட்டக்கூடிய அளவுக்குச் சொந்தமாகிவிடுகிறோம். ஸ்பானிஷ் மொழியைப் பொறுத்தவரையில் அது ஒருபோதும் எனக்கு அந்நியமாகவே பட்டதில்லை. ஸ்பானிஷ் காரர்களும் பெரும்பாலான சந்தர்ப்பங்களில் என்னை அயலானாகப் பாவித்துப் பழகியது கிடையாது. என்னை எதிர்த்துக் கிளம்ப நேரும்போதுதான் நான் அந்நியமென உணர்கிறார்கள். என்னைப் பொறுத்தும் இந்தமாதிரிப் பலமுறை இவர்கள் செய்யத்தான் செய்திருக்கிறார்கள். ஆனால் எவரைத்தான் எதிர்த்துக் கிளர்ந்த தில்லை இவர்கள்? சமயங்களில் தங்கள் பேரிலேயே கூடச் சினந்து சீறிப்பாய்பவர்களாயிற்றே! எங்காவது மூன்று பேர் சேர்ந்திருந்தால் அவர்களில் இரண்டு பேர் ஒன்றுகூடி நம்மை எதிர்ப்பார்கள்; அப்புறமோ, அந்த இரண்டு பேருமே ஒருவரையொருவர் காட்டிக் கொடுக்க முற்பட்டுவிடுவார்கள்! இப்படி எப்போதுமே நடக்க வில்லை என்பது நிஜம்தான்; இருந்தாலும் அடிக்கடி நடக்கிறது என்பதை மறுக்க முடியாது. போதுமான அளவிலுள்ள அந்த உதாரணங்களைப் பார்க்கும்போது இதைப் பொது நியதியாகத்தான் கருதவேண்டியிருக்கிறது ...

'ஊஹும், இப்படியெல்லாம் நான் எண்ணக் கூடாதுதான். ஆனால் என் சிந்தனையைத் தணிக்கை செய்ய யார் இருக்கிறார்கள்?... ஏன், நான் இல்லையா? நானேதான் அணை கோலவேண்டும். தோல்வி மனப்பான்மை தலையெடுக்கவைக்கும் தோரணையில் நான் சிந்திக்கக் கூடாது. இந்தப் போரில் வெற்றி பெறுவதுதான் முழுமுதல் முக்கியத்துவம் உடையது. வெற்றி பெறாவிட்டால் அனைத்தையுமே இழந்தவராகி விடுவோம். ஆனால் அதற்காக கண்ணையும் காதையும் பொத்திக்கொண்டு விடவேண்டுமா என்ன?... இல்லை எல்லாவற்றையும் கவனிக்கிறேன், கருத்திலும் இருத்துகிறேன். போரில் பங்கெடுத்திருப்பதை நான் மறுக்கவில்லை. ஆனால் அப்படிப் பணியாற்றுகையில் என்னால் முடிந்த அளவுக்கு விசுவாசத்தையும் சாதனையையும் நான் காட்டவில்லையா? சேவை செய்கிறேன் என்பதற்காக எவரும் என் மனத்துக்கு முதலாளியாகிவிட முடியுமா? அல்லது என் கட்புலன், செவிபுலன்களுக்குத்தான் எஜமானராகிவிட இயலுமா?'

அப்படிப் பார்த்துக் கேட்பதைக் கொண்டு ஏதாவது சொந்த முடிவு செய்வதானால் அதைப் பின்னால் செய்துகொண்டால் போயிற்று. அதற்குத்தான் வேண்டிய ஆதாரங்கள் இருக்குமே. இப்போதேகூட நிறையச் சேர்ந்திருக்கின்றன. சில சமயங்களில் அளவுக்கு அதிகமாகக்கூட அவை குவிந்துவிடுகின்றன... ஏன், இந்தப் பிலார் பெண்பிள்ளையே பலப்பல சொல்லவில்லையா?

என்ன நேர்ந்தாலும் சரி, அவகாசம் மட்டும் இருக்குமானால் பாக்கிக் கதையையும் இவள் என்னிடம் சொல்லச் செய்தே தீரவேண்டும்... அதோ அந்த இளசுகளுடன் இவள் எப்படி நடந்து போகிறாள், பார். இந்த மூன்று பேரையும் போல ஸ்பெயினின் தனிச் சிறப்பைக் காட்டக்கூடியவர்கள் தேடினாலும் கிடைக்கமாட்டார்கள். இவள் மலைபோலவும், அந்தப் பெண்ணும் பையனும் இளம் மரங்கள் போலவுமே தோற்றம் தருகிறார்கள். பழைய மரங்களெல்லாம் வெட்டப்பட்டுவிட்டன; இளம் மரங்கள் அதோ அவர்களைப் போலக் கச்சிதமாகவே வளர்கின்றன, இருவருக்கும் எத்தனையோ இன்னல்கள் ஏற்பட்டிருக்கின்றன. இருந்தபோதிலும் துரதிருஷ்டம் பற்றிக் கேள்வியே பட்டிராதவர்கள் போலப் புதுமைப் பொலிவுடனும் தூய்மைத் தகதகப்புடனும், எவராலுமே தொடப்பட்டிராத தோற்றத்துடனும்தான் காட்சி தருகிறார்கள். ஆனால் பிலாரோ, சமீபத்தில்தான் மேரியா மறுபடி உடல்நலம் பெற்றாள் என்கிறாள். உண்மையிலேயே அவள் அடியோடு உருக்குலைந்துதான் இருந்திருக்க வேண்டும்.

பதினோராவது பட்டாளத்தில் பணியாற்றிய பெல்ஜியப் பையனொருவனைப் பற்றிய நினைவு ஜார்டனுக்கு வந்தது. தன் கிராமத்தைச் சேர்ந்த மற்றும் ஐந்து பையன்களோடு அவன் போரில் பங்கெடுக்கப் புகுந்தான். சுமார் இருநூறு பேரே வசித்த கிராமம் அது. ராணுவத்தில் சேருமுன் அந்தக் கிராமத்தை விட்டு அப்பையன் வெளியே போனதே கிடையாது. ஹான்ஸின் பட்டாளக் காரியால யத்தில் அந்தப் பையனை அவன் முதன் முதலில் பார்த்தபோது மற்ற ஐவரும் கொல்லப்பட்டிருந்தனர். அதனால் மனமிடிந்து போயிருந்த அவனை அங்கே சாப்பாட்டுக் கூடத்தில் பணியாளாகப் போட்டிருந்தார்கள். பெரிய முகம் படைத்தவன் அவன். அந்த வெண்ணிற முகத்தில் ஆரோக்கியச் சிகப்பும் காணும். பெல்ஜியக் காரர்கள் அல்லது டச்சுக்காரர்களுக்கே உரியதான அந்த முகத்துடன், குடியானவர்களுக்குரிய பாங்கற்ற பெரிய கைகளில் தட்டுக்களை ஏந்தி அவன் நடமாடும்போது பார வண்டிக் குதிரையைப் போலவே இருக்கும்; அதைப்போலவே வலிமை தெறிக்கும் விகாரமான முறையில் வளையவருவான் அவன். ஆனால் அப்படிப் பலமாகக் காணப்பட்டபோதிலும் அவன் எப்போதும் அழுதுகொண்டே இருப்பான். சாப்பாட்டு நேரம் முழுவதிலும் சப்தம் செய்யாமலே கதறுவான். நிமிர்ந்து பார்த்தால் அவன் அழுவது தெரியும். மது கேட்டால் மளமளவெனக் கண்ணீர் விடுவான்: தட்டு கேட்டால் தேம்புவான். அப்படியே முகத்தை அப்பால் திரும்பிக் கொண்டு அழுகையை அடக்குவான். ஆனால் அவனை மீண்டும் ஏறிட்டுப் பார்த்துவிட்டால் போதும், மறுபடியும் கண்ணீர் கொட்டத் தொடங்கி

விடும். ஒரு பண்டத்தைப் பரிமாறியானதும் மறு பண்டத்தை எடுத்து வருவதற்குள் சமையற்கூடத்தில் அழுது தீர்த்துவிடுவான். ஆகவே, அவனிடம் அனைவருமே பரிவுடன் நடந்துகொண்டார்கள். ஆனால் அந்த அன்பினால் அவனுக்கு நன்மை ஏற்பட்டுவிடவில்லை. அவன் அப்புறம் என்ன ஆனான், அந்தத் துக்கம் தீர்ந்து துப்பாக்கிப் பிடிக்க அவன் திரும்பத் தகுதி பெற்றானா என்பதை விசாரித்தறிய வேண்டுமென ஜார்டன் தீர்மானித்தான்.

'மேரியா இப்போது சீராகிவிட்டாள். எப்படியும் அவ்விதம் தான் அவள் காண்கிறாள். ஆனால் நான் மனோதத்துவ நிபுண னல்ல. பிலாருக்குத்தான் அதில் பரிச்சயம் உண்டு. நேற்றிரவு சேர்ந் திருந்ததால் எங்கள் இரண்டு பேருக்குமே நல்லது நேர்ந்ததென்றுதான் நினைக்கிறேன். என்னைப் பொறுத்தவரையில் நிச்சயம் நன்மை ஏற்பட்டுத்தான் இருக்கிறது.' இன்று என் உடலும் உள்ளமும் உற்சாக முடன் உள்ளதை உணர்கிறேன். சீரும் சுகமும் சேர்ந்திருக்கின்றன. கவலையே இல்லை. களிப்பைத்தான் காண் கிறேன். நேற்றிரவு அதற்குமுன் நிலைமை எக்கச்சக்கமானதாகத்தான் தோன்றியது. ஆனாலும் என் பேரதிர்ஷ்டத்தால் எப்படியோ சமாளித்துவிட்டேன். அந்த மாதிரிக் கொட்டி முழக்கிய சில இக்கட்டுகளில் நான் முன்பே சிக்கியதுண்டுதான் – 'கொட்டி முழக்கியதா? அது ஸ்பானிஷ் ரீதி யில் அமைந்த சிந்தனை அல்லவா! அது எப்படியானாலும் மேரியா எழில் மங்கையாகத்தான் காட்சி தந்தாள். அவளைத்தான் பார், எப்படி இருக்கிறாள் பாரேன்!' கதிரவனொளியில் அவள் குதிநடை போட்டுச் செல்வதை ஜார்டன் கண்டான். கழுத்துப் புறத்தில் அவளுடைய காக்கிச்சட்டை திறந்திருந்தது. 'குதிரைக் குட்டிபோலவே இவள் நடக்கிறாள். இப்படிப்பட்டவளைச் சந்தித்துச் சல்லாபிப்பது சாதாரணமாகச் சாத்தியமானதல்ல. இவ்வாறெல்லாம் நடப்பது அரிதிலும் அரிதுதான். அப்படியானால் அம்மாதிரி நடக்கவே இல்லையோ? ஒரு வேளை, அவ்விதம் கனவுதான் கண்டாயோ? நிஜமாக எதுவும் நடக்காமல், நீயாகக் கற்பனை செய்து கொண் டாயோ? திரைப்படத்தில் நாம் காணும் யாரோ ஒரு சுந்தரி நம் சொப்பனத்தில் படுக்கைக்கு வந்து பரிவு காட்டுவதைப் போலத் தானோ என்னவோ இது... அப்படி அவர்கள் அனைவருடனும் தான் சேர்ந்து படுத்துத் தூங்கியவனாயிற்றே நான்! கார்போவுடனும் ஹார்லோவுடனும் அவ்விதம் கனவில் குலவிக் கிடந்தது இன்னமும் எனக்கு நினைவிருக்கிறது. ஆம், ஹார்லோவுடன் எத்தனையோ முறை கொஞ்சி மகிழ்ந்திருக்கிறேன். அந்தமாதிரிக் கனாக்களைப் போலத் தான் இருக்கலாம் நேற்றிரவு நடந்ததும்... போஸோ பிளாங் கோவில் தாக்குதல் நடப்பதற்கு முதல்நாள் இரவு என் படுக்கைக்கு கார்போ வந்தது இன்னமும் எனக்கு நன்றாக ஞாபகமிருக்கிறது.

மிருதுவான, பட்டுப்போல வழுவழுப்பான, கையில்லாத கம்பளி மேல்சட்டையை அவள் அணிந்திருந்தாள். அவளை நான் அணைத்துக்கொண்டேன். என்னை நோக்கி அவள் குனிந்தபோது அவளுடைய முடி முன்பக்கம் சரிந்து என் முகத்தின் மீது விழுந்தது. 'உன்னை எப்போதுமே நான் காதலித்து வந்திருக்கிறேன். அப்படி யிருக்க என்னை நீ காதலிப்பதை இத்தனை நாளும் நீ ஏன் என்னிடம் கூறவில்லை?' என்று அவள் கேட்டாள். அவளிடம் கூச்சம் கிடையாது. உணர்ச்சிச் சுணக்கம் இல்லை. ஒட்டாமல் எட்ட நிற்கும் இயல்பும் இல்லை. அவளை அணைத்துக் கொள்வதே பேரின்பமாக இருந்தது, அன்பே உருவாக, அழகே வடிவாக இருந்தாள். அந்த நாளில் ஜாக் கில்பர்ட்டுடன் அவள் கொஞ்சிக் குலாவியது போலவே களிப்புத் தந்தது அந்தக் கனவு. நனவில் நடந்ததே போல நிஜமான நிறைவு தந்தது. ஹார்லோவைவிட கார்போ மீதுதான் எனக்குக் கொள்ளைக் காதல் ஹார்லோவைப் போலப் பலமுறையன்றி ஒரே தடவைதான் என் சொப்பனத்தில் அவள் வந்தபோதிலும், அந்தக் கனவுகள் போன்றதுதான் போலும் நேற்றிரவு நடந்த நாடகமும்'...

'அப்படிக் கனவாகவன்றி நனவாகவும் அது இருக்கலாம். இதோ இப்போதே அந்த மேரியாவை நான் எட்டித் தொட்டு இன்பம் காண முடிந்தாலும் முடியலாம்தான். ஆனால் அப்படிச் செய்ய எனக்குத் துணிவுதான் இல்லை போலிருக்கிறது... எங்கே அவ்விதம் தொட்டுவிட்டால், நடந்தது நிஜமல்ல என்பதைக் கண்டு பிடிக்க நேர்ந்துவிடும் என்றுதான் நீ பயப்படுகிறாய். திரைப்பட நாயகிகளைக் குறித்துக் கண்ட கனாக்களைப் போல வெறும் கற்பனையாகிவிடும் என்றே நீ அஞ்சுகிறாய். உன்னுடைய பழைய காதலிகள் அனைவரும் ஸ்பெயின் நெடுகிலும் வெறும் தரைகளிலும், வைக்கோல் கிடங்குகளிலும், குதிரை லாயங்களிலும், பட்டி தொட்டிகளிலும், காட்டிலும் மேட்டிலும், லாரிகளிலும் அவற்றின் நிலையங்களிலும் நீ தூங்க நேர்ந்த இரவுகளில் உன் படுக்கைச் சுருளுக்கு வந்தது போலவே நேற்றிரவு நடந்ததும் ஆகிவிடக் கூடுமெனக் கலங்குகிறாய்... ஆம், நான் தூங்கும்போது தான் அந்தச் சுருளுக்கு அவர்கள் எல்லோரும் வந்தார்கள். நிஜ வாழ்க்கையில் இருந்ததைவிட அவர்கள் அனைவருமே அப்போது நல்லபடியாக நடந்து கொண்டார்கள்... ஆம், அப்படித்தான் இருந்திருக்கக்கூடும், நேற்றிரவு நிகழ்ச்சியும். அது மெய்தானா என்பதைக் கண்டறிய அவளைத் தொட்டுப் பார்ப்பதற்குப் பயந்தாலும் பயப்படுவாய். எல்லாம் நீ இட்டுக்கட்டியதாகவே இருக்கலாம், நெட்டைக் கனவாகவே இருக்கலாம். யார் கண்டது?' – இப்படியெல்லாம் சிந்தித்துக் கலங்கிய ஜார்டன் இறுதியில் துணிந்து ஓரடி முன்னால்

வைத்து மேரியாவின் கரத்தின் மீது கை வைத்தான். நைந்திருந்த காக்கிச் சட்டைத் துணியின் கீழ் அக்கரத்தின் மென்மையை அவனுடைய விரல்கள் உணர்ந்தன. அவனை நோக்கி மென்முறுவல் பூத்தாள் அவள். "ஹலோ, மேரியா" என அவன் அழைக்க, "ஹலோ, இங்கிலீஷ்காரரே" என்றாள் அவளும், பதிலுக்கு... பழுப்பேறிய அவளுடைய மஞ்சள் முகத்தையும், கண்களையும் அவன் கூர்ந்து நோக்கினான். உருண்டு திரண்டு மலர்ந்த உதடுகளையும், கத்தரிக்கப் பட்டும் கதிரவன் வீச்சில் காய்ந்தும் கிடந்த கேசத்தையும் உற்றுப் பார்த்தான். அவனை அவள் நிமிர்ந்து நோக்கி முறுவலித்தாள். 'நடந்ததெல்லாம் நிஜமே, கனவல்ல' என்று அந்த நகைமுகத்தைக் கண்டதும் தேர்ந்தான் அவன்.

எல்ஸோர்டோவின் முகாமை அவர்கள் அப்போது அணுகிக் கொண்டிருந்தனர். பைன்மர வரிசைக் கோடியில் அது புலப்பட்டது. கவிழ்த்து வைத்த கிண்ணம்போல உருண்டையாக ஏதோ தென் பட்டது. தண்ணீர் அரித்தோடியதால் தோன்றியதுதான் அந்தக் குடைவு. 'இந்தச் சுண்ணாம்புக்கல் கிண்ணங்களில் குகைகளுக்குப் பஞ்சம் இருக்காது' என்று அவன் எண்ணினான். அவன் நினைத்த படியே எதிரில் இரண்டு குகைகள் தெரிந்தன. பாறையில் குட்டை யாக வளர்ந்திருந்த பைன் மரங்கள், புதர்போல மண்டி மறைந் திருந்தன. அவற்றை 'பாப்லோவின் உறைவிடத்தைப் போலத் தரமானதுதான் இதுவும். ஏன், அதைவிட இது சிறந்தது என்றுகூடக் கூறலாம்' என்று தனக்குத் தானே ஜார்டன் கூறிக்கொண்டான்.

"உன் குடும்பம் கொல்லப்பட்டது எப்படி?" என்று ஜோகினை பிலார் வினாவினாள்.

"எல்லாரையும் போலத்தான் கொல்லப்பட்டார்கள்; விசேஷ மாகச் சொல்ல ஏதுமில்லை. வல்லடாலிடில் மற்றும் பலரைப் போலவே அவர்களும் இடதுசாரியினராக இருந்தார்கள். அந்த ஊரைச் 'சுத்தப்படுத்த' முற்பட்ட ஃபாஸிஸ்டுகள் முதலில் என் அப்பாவைச் சுட்டுக் கொன்றார்கள். சோஷலிஸ்ட் அபேட்சகருக்கு அவர் வாக்குச் செலுத்தியதே அதற்குக் காரணம். அடுத்தபடி என் அம்மாவைச் சாகடித்தார்கள்; அவளும் அப்பாவைப் போலவே சோஷலிஸ்ட் அபேட்சகரை ஆதரித்திருந்தாள். அவள் வாக்குச் செலுத்தியது அதுவே முதல் தடவை. அதன் பிறகு என் சகோதரி களில் ஒருத்தியின் கணவனைக் கொன்றார்கள்; டிராம் வண்டிகளை ஓட்டுபவர்கள் சங்கத்தின் உறுப்பினராக அவர் இருந்தார். அப்படி உறுப்பினராக இல்லாமல் அவரால் வண்டி ஓட்டியிருக்க முடியுமா, சொல்லு. அரசியலில் அவருக்கு அக்கறையே கிடையாது. அவரை எனக்கு நன்றாகத் தெரியும்; அவருக்குச் சுயமரியாதை உணர்ச்சிகூடக் குறைவுதான். 'நல்ல தோழர்' என்று அவரை அழைக்க முடியாது

என்றே நினைக்கிறேன். என்னுடைய இன்னொரு சகோதரியின் கணவரும் டிராம் வண்டியில்தான் வேலை செய்தார். என்னைப் போலவே அவரும் அப்போது மலைப்பகுதிக்குப் போயிருந்தார். அவர் போன இடம் என் சகோதரிக்குத் தெரியும் என்று அந்த ஃபாஸிஸ்டுகள் எண்ணினார்கள். ஆனால் உண்மையில் அது அவளுக்குத் தெரியாது. ஆகவே, அவர் போன இடத்தைச் சொல்ல மறுக்கிறாள் என்று காரணம் காட்டி அவளையும் சுட்டுக் கொன்றார்கள்."

"சேச்சே, எப்படிப்பட்ட காட்டுமிராண்டிகள்!" என்று கூறிய பிலார், உடனே பேச்சை மாற்றி, "எங்கே எல்ஸோர்டோ? அவனை எங்கும் காணோமே!" என்றாள்.

"இங்குதான் இருக்கிறார். உள்ளே இருக்கிறார் போலிருக்கிறது" என்று பதிலளித்தபடி ஜோகின் நின்றான். பின்னர், தன் துப்பாக்கிக் கட்டையைத் தரையில் ஊன்றியவனாய், "நான் சொல்வதைக் கேளு, பிலார். நீயும் கேளு, மேரியா. என் குடும்பம் பற்றிய கதையைச் சொன்னதன் மூலம் உன்னைக் கலக்கியிருந்தால் என்னை மன்னித்து விடு, அப்படி எல்லாருக்குமே கஷ்டங்கள் நேர்ந்திருக்கின்றன. அதையெல்லாம் பற்றிப் பேசாமல் இருப்பதே நல்லது என்பதை நானறிவேன்" என்றான்.

"அதை நீ சொன்னால் என்ன மோசம்? ஒருத்தருக்கொருத்தர் உதவிக் கொள்ளாமல் நாம் பிறவியெடுத்து என்ன பிரயோசனம்? ஒருத்தர் கஷ்டங்களைச் சொன்னதைக் கேட்ட பிறகும் யாரும் மௌனமாகத்தான் இருக்கலாமா? உதவாக்கரை உதவியல்லவா அது?" என்றாள் பிலார்.

"ஆனால் அந்தக் கஷ்டங்களெல்லாம் மேரியாவின் மனத்தைக் கலக்கக் கூடுமே? அவள் பட்ட கஷ்டங்கள்தான் கொஞ்சமா நஞ்சமா?"

"கேட்டதால் ஒன்றும் கெட்டுவிடவில்லை. என் உள்ளம் பெரிய வாளியைப்போல. எத்தனையோ கொள்ளக்கூடியது அது. உன் கஷ்டங்களால் அது நிரம்பி வழிந்துவிட்டது. உனக்கு நேர்ந்த துரதிருஷ்டங்கள் பற்றி வருந்துகிறேன், ஜோகின். பாக்கியுள்ள உன் சகோதரியாவது சௌக்கியமாக இருக்கிறாளென நம்புகிறேன்" என்றாள் மேரியா.

"இதுவரை சௌக்கியம்தான். அவளைச் சிறையில் அடைத்து வைத்திருக்கிறார்கள். அதிகமாகக் கஷ்டப்படுத்துவதில்லை என்றே தோன்றுகிறது."

"அவளைத் தவிர உன் குடும்பத்தில் வேறு எவராவது மீதமுண்டா?" என்று ஜார்டன் கேட்டான்.

“கிடையாது; நான் ஒருத்தன்தான் பாக்கி. அதாவது, மலைப் பகுதிக்குப்போன மைத்துனரைத் தவிர. ஆனால் அவரும்கூடக் காலமாகிவிட்டார் என்றே நினைக்கிறேன்.”

“ஏன், அவர் சௌக்கியமாக இருக்கக்கூடாதா? மற்ற மலைகளில் ஏதாவது ஒரு கோஷ்டியில் அவர் சேர்ந்திருக்கலாம் அல்லவா?” என்று வினவினாள் மேரியா.

“இல்லை, என்னைப் பொறுத்தவரையில் அவர் இறந்துவிட்டவர் தான். அதிகமாக அலைந்து திரிந்து பழக்கமில்லை அவருக்கு. டிராம் வண்டியில் அவர் கண்டக்டராக இருந்தவர். மலைப்புறத்தில் அலைய அந்த வேலை செய்தவர் லாயக்கா? ஒரு வருஷம் கூட அவரால் தாக்குப்பிடிக்க முடிந்திருக்காது என்பதே என் கருத்து. அதோடு அவருடைய நெஞ்சும் கொஞ்சம் பஞ்சுபோலத்தான் இருந்தது.”

“இருந்தாலும் இப்போதும் அவர் சௌக்கியமாகவே இருக்கக் கூடுமே?” என்று கூறியபடி அவன் தோளில் ஆறுதலாகக் கை வைத்தாள் மேரியா.

“இருக்கலாம்தான். யார் இல்லையென்று சொல்ல முடியும்?” என்று ஜோகின் பதில் கேள்வி போட்டதும் மேரியா எம்பியெழுந்து அவனுடைய கழுத்தைக் கட்டிக்கொண்டு ஒரு முத்தம் கொடுத்தாள். அவனோ தன் தலையைத் திருப்பிக் கொண்டான். அழுதுகொண் டிருந்தபடியால், “சகோதரன் என்ற முறையிலேயே முத்தம் தந்தேன்” என்றாள் மேரியா. ஆனால் அவன் தலையை ஆட்டினான், சப்தமிடாமலே அழுதபடி. “நான் உன் சகோதரி. உன்னிடம் எனக்கு அன்பு உண்டு. உனக்கும் ஒரு குடும்பம் உண்டு. நாங்கள் எல்லாரும் உன் குடும்பம்தான்” என்று மேரியா தொடர்ந்து கூறினாள்.

“இங்கிலீஷ்காரரையும் சேர்த்துத்தான் சொல்கிறாள்.... இல்லையா? ஐயா?” என்று பெருங்குரலில் கேட்டாள் பிலார்.

“ஆமாம், நாங்கள் அனைவருமே உன் குடும்பத்தைச் சேர்ந்த வர்கள் தான், ஜோகின்” என்று ஜார்டன் சொன்னான்.

“இவர் உன் சகோதரர் – அப்படித்தானே, இங்கிலீஷ்காரரே?” என்று பிலார் திரும்பவும் வினவினாள்.

உடனே ஜோகினின் தோளில் கையைப்போட்டு அணைத்த ஜார்டன், “நாம் அனைவருமே சகோதரர்கள்தான்” என்றான்.

ஆனால் ஜோகினோ தலையை ஆட்டி மறுத்தான். “நான் என் கஷ்டநஷ்டங்களைச் சொன்னதற்காக வெட்கப்படுகிறேன். அந்தமாதிரி விஷயங்களைச் சொல்வதால் எல்லோருடைய சிரமமும் அதிகமாகத்தான் ஆகிறது. அதையெல்லாம் சொல்லி மனதைக் கலக்கியதை எண்ணினால் எனக்கு அவமானமாக இருக்கிறது.”

"உன் வெட்கமும் அவமானமும் பட்டுப் பாழாய்ப் போக!" என்று தன் ஆழ்ந்த அழகிய குரலில் பிலார் பகர்ந்தாள். "மேரியா மட்டும் உனக்கு மறுபடி முத்தம் கொடுத்தாளானால் நானும் தரத் தொடங்கிவிடுவேன், பார்த்துக்கொள். மாடுபிடி வீரனுக்கு நான் முத்தம் கொடுத்து வருஷக்கணக்காக ஆகிறது, உன்னைப் போலத் தோல்வி கண்டவனுக்குக்கூடத் தந்ததில்லை. அப்படித் தோற்றும் கம்யூனிஸ்டாக மாறிவிட்ட ஒருத்தனுக்கு முத்தம் தர மெத்த ஆசையாக இருக்கிறது எனக்கு... இவனைப் பிடித்துக்கொள்ளும், இங்கிலீஷ்காரரே. நான் அழுந்த முத்தம் தந்து தீர்க்கும் வரையில் விடாதேயும்" எனத் தொடர்ந்து கூறினாள்.

"இதென்ன கேலிக்கூத்து? என்னைச் சும்மாவிடு. நான் நல்லபடித்தான் இருக்கிறேன். வெட்கம்தான் வாட்டுகிறது" என்று கூறித் தலையைச் சட்டெனத் திருப்பிக் கொண்டான் ஜோகின். தன் முகத்தில் அலை மோதிய உணர்ச்சி வெள்ளத்துக்கு அணை கோல முயன்றவனாய் அவன் நின்றான். ஜார்டனின் கையை மேரியா பிடித்துக்கொள்ள, பிலாரோ அந்தப் பையனைப் பரிகாசத் துடன் பார்த்தவளாக இடுப்பில் கை வைத்துக்கொண்டு நின்றாள். "ஆனால் ஒன்று, நான் முத்தம் கொடுக்கும்போது சகோதரியாக அதைத் தரமாட்டேன். இந்தச் சகோதரிப் பேச்செல்லாம் வெறும் வேஷம்தான்" என்றாள் அவள்.

"என்னைக் கிண்டல் செய்து சீண்டத் தேவையில்லை. நான்தான் நல்லபடி இருக்கிறேன் என்று சொன்னேனே; அவ்வள வையும் சொல்லிவிட்டது பற்றித்தான் எனக்கு வருத்தம்" என்று ஜோகின் சொன்னான்.

"அப்படியானால் சரி. போய்க் கிழவனைப் பார்ப்போம், வா. இந்தமாதிரி உணர்ச்சிகளைக் கொட்டுவதால் ஒன்றும் உபயோக மில்லை போலிருக்கிறது. களைப்புதான் கண்ட பலன்."

ஜோகின் அவளை நிமிர்ந்து நோக்கினான். அந்தப் பார்வை யிலிருந்து அவன் மனம் திடீரென மிகவும் புண்பட்டிருந்தது தெரிந்தது.

"உன்னுடைய உணர்ச்சிகளைச் சொல்லவில்லை; என்னுடைய உணர்ச்சிகளைத்தான் சொன்னேன். மாட்டுச் சண்டைக்காரனாக இருக்க நீ லாயக்கே இல்லை; என்ன இருந்தாலும் பூமனசுதான் உனக்கு."

"நான் அதில் தோல்வி கண்டேன் என்பதைத்தான் ஒப்புக் கொள்கிறேன். எதற்காக இப்படிக் குத்திக் காட்டுகிறாய்?"

"ஆனாலும் நீங்கள் மறுபடியும் குடுமியை வளர்க்கிறாயே?"

"ஆமாம், வளர்க்கத்தான் வளர்க்கிறேன். ஏன் கூடாது? சண்டைக் காளைகளால் நாட்டுக்கு நல்லதுதானே? பொருளா தாரத்துக்கு அவை பெருஞ் சேவை செய்கின்றன – எவ்வளவோ பேருக்கு வேலை கிடைக்கிறது; சண்டைகளைச் சர்க்கார் கட்டுப் படுத்தவும் முடிகிறது. நான் மீண்டும் சண்டையில் இறங்கினால் முன்போலப் பயப்படமாட்டேன் என்றே நினைக்கிறேன்."

"பயப்படாமல் இருந்தாலும் இருப்பாய், யார் கண்டது?"

"எதற்காக இப்படிக் கல்நெஞ்சத்துடன் குத்தலாகப் பேசுகிறீர்கள், பிலார்? உங்களை நான் நிரம்ப நேசிக்கிறேன், ஆனாலும், இப்போது நீங்கள் அநாகரிகமாக, காட்டுமிராண்டித்தனமாகத்தான் நடந்து கொள்கிறீர்கள் என்பதைச் சொல்லாமல் இருக்க முடியாது" என்று மேரியா கூறினாள்.

"நான் காட்டுமிராண்டியாக இருக்கக் கூடும்தான்... அது கிடக் கட்டும், இதைக் கேளும், இங்கிலீஷ்காரரே. எல்ஸோர்டோவிடம் என்ன சொல்வது என்பதைத் தீர்மானம் செய்துவிட்டீரா."

"செய்தாகிவிட்டது."

"எதற்காகச் சொல்கிறேன் தெரியுமா? என்னைப் போலவோ, உம்மைப் போலவோ, இந்த உணர்ச்சிப் பிண்டங்களைப் போலவோ இல்லை அவன்; அதிகமாகப் பேசமாட்டான்."

"ஏன்தான் இப்படிப் பேசுகிறீர்களோ?" என்று மறுபடி மேரியா கேட்டாள், கோபத்துடன்.

"ஏன் என்பது எனக்கே தெரியவில்லை... அது சரி, எதற்காக நீ சிந்தனை செய்கிறாய், சொல்லு" என்று நடந்தபடியே பிலார் வினவினாள்.

"எனக்குச் சொல்லத் தெரியவில்லை."

"சமயங்களில் பல விஷயங்கள் என்னைச் சலிக்க வைத்து விடுகின்றன... என்ன, நான் சொல்வது புரிகிறதா?" என்று பிலாரும் கோபம் மேலிடக் கேட்டாள். "அந்த மாதிரி அலுப்பூட்டும் விஷயங் களில் எனக்கு நாற்பத்தெட்டு வயதாகியிருப்பதும் ஒன்று... நான் சொல்வது காதில் விழுகிறது அல்லவா? நாற்பத்தெட்டு வயதும், அவலட்சணம் பிடித்த முகமும் என்னை அலுத்துச்சலிக்க வைத்து விடுகின்றன. தோல்வி கண்டாலும் கம்யூனிஸப் போக்குடைய பழைய நாளைய மாடுபிடி வீரனின் கண்களில் பயக்குறியைப் பார்க்கும் போதும் புளிப்புத் தட்டுகிறது எனக்கு. இவனை முத்தமிடப் போகிறேன் என்று நான் வேடிக்கைக்குச் சொன்னதும் இவன் எப்படிப் பீதி அடைந்தான். பார்த்தாயல்லவா?"

"நீ சொல்வது நிஜமில்லை, பிலார். நீ அதையொன்றும் பார்க்கவேயில்லை" என்றான் ஜோகின்.

“நிஜமில்லையா? சரிதான் போ! நீங்கள் எல்லாருமே நாசமாய்ப் போங்கள்!... அடடா, அதோ வந்துவிட்டானே? ஹலோ! ஸாண்டியாகோ என்ன செளக்கியம்தானே?”

பிலாரினால் அப்படி விசாரிக்கப்பட்டவன் கட்டை குட்டையாக இருந்தான். பழுப்பு வண்ணமுகம். அகலமான தாடையெலும்புகள். தலை நரைத்திருந்தது. நிறைய இடைவெளி விட்டவையாய் மஞ்சள் பூத்த பழுப்புநிறக் கண்கள் அமைந்திருந்தன. செவ்விந்தியனுடையது போலச் சரிந்து வளைந்த மூக்கு. நீளமான மேலுதடு, அகன்று மெலிந்திருந்த வாய். மழுங்க முகசவரம் செய்துகொண்டிருந்த அவன் குகைவாயிலிருந்து அவர்களை நோக்கி நடந்து வந்தான். மாடு மேய்ப்பவர்கள் அணியும் இறுக்கமான சராயையும் ஜோடுகளையும் அவன் போட்டிருந்தான்; அவற்றுக்கேற்பக் கால்களை வளைத்து வளைத்து நடந்து வந்தான் அவன். அந்தப் பகல் பொழுது உஷ்ணமாகவே இருந்தது. எனினும் ஆட்டு ரோமம் வைத்துத் தைத்த தோல் கோட்டை அணிந்து, அதன் கழுத்துப் பித்தான்களையும்கூடப் போட்டிருந்தான். பிலாரை நெருங்கியதும் கைகுலுக்குவதற்காகப் பழுப்பேறிய தன் பெரிய கரத்தை அவன் நீட்டினான். அவளை வரவேற்றதும், “ஹலோ” என்று கூறியபடி ஜார்டனின் கையையும் பிடித்துக் குலுக்கிவிட்டு அவன் முகத்தைக் கூர்ந்து நோக்கினான். பூனையினுடையவைபோல உணர்ச்சியற்றுத் தட்டையாகவும் அவனுடைய கண்கள் இருந்ததை ஜார்டன் கவனித்தான்.

“என்ன, குட்டி?” என்று கேட்டபடி மேரியாவின் தோளில் தட்டிவிட்டு, “சாப்பிட்டாயிற்றா?” என்று பிலாரை ஸோர்டோ வினவினான். இல்லையென அவள் தலையாட்டினாள். “அப்படியானால் சாப்பிடு” என்று அவளைப் பார்த்துச் சொன்னபின், “மது வேண்டுமா?” என்று ஜார்டனை விசாரித்தான். அப்படிக் கேட்டபோது கட்டைவிரலைக் கீழ்நோக்கி ஆட்டியபடிச் சைகையும் காட்டினான்.

“வேண்டும்தான். நன்றி” என்றான் ஜார்டன்.

“நல்லது. விஸ்கியா வேண்டும்?”

“உங்களிடம் விஸ்கி இருக்கிறதா, என்ன?”

ஸோர்டோ தலையசைத்து, “இங்கிலீஷ்காரரோ? ரஷ்யர் அல்லவே?” என்று வினவினான்.

“இரண்டுமில்லை. நான் அமெரிக்கன்.”

“இங்கே அமெரிக்கர் சொற்பம்தான்.”

“இப்போது நிறைய பேர் இருக்கிறார்கள்.”

“அது நல்லதே... வட அமெரிக்கரா, தென்னமெரிக்கரா?”

"வட அமெரிக்காக்காரன்தான்."

"அப்படியானால் இங்கிலீஷ்காரருக்குச் சமம்தான். பாலத்தை எப்போது தகர்க்கப் போகிறீர்?"

"பாலத்தைப் பற்றி உமக்குத் தெரியுமா என்ன?"

'தெரியும்' என்ற பாவனையில் ஸோர்டோ தலையை ஆட்டவும், "நாளை மறுநாள் காலையில்" என ஜார்டன் பதிலளித்தான்.

"நல்லது" என்று சொன்ன ஸோர்டோ, "பாப்லோ எப்படி?" என்று பிலாரைப் பார்த்து வினவினான். அவன் தலையை ஆட்டவும் அவன் சிரித்தான். பிறகு மேரியாவை நோக்கி, "போய் வா" என்று கூறி மீண்டும் பல்லிளித்தான். தோள்பட்டையொன்றை இழுத்துக் கோட்டுக்குள்ளிருந்து பெரியதொரு கடிகாரத்தை எடுத்துப் பார்த்தவன், "அரைமணியில் திரும்பி வா" என்றான். பின்னர், பெஞ்சியைப்போலப் பயன்பட்ட கட்டையொன்றில் உட்காரும்படிப் பிறருக்குச் சைகை செய்தான். அடுத்து, ஜோகினை நோக்கி அவர்கள் வந்த திசைப்பக்கமாகக் கட்டைவிரலை ஆட்டிச் சாடை காட்டினான். அதன்பேரில், "ஜோகினுடன் நடந்து போய்விட்டுத் திரும்பி வருகிறேன்" என்று கூறி மேரியா புறப்பட்டதும், குகைக்குள் அவன் சென்றான். சற்றுப் பொறுத்துச் சிறியதொரு மதுப்புட்டியையும் மூன்று கண்ணாடிக் கோப்பைகளையும் எடுத்துக்கொண்டு வெளி வந்தான். ஸ்காட்ச் விஸ்கி இருந்த அந்தப் புட்டி ஒரு அக்குளில் இருந்தது. அதே கையிலேயே விரலுக்கு ஒன்றாக மூன்று கோப்பை களையும் பிடித்திருந்தான். மற்றொரு கையைத் தண்ணீர் நிறைந்த மண் கூஜா ஒன்றின் கழுத்தைச் சுற்றிக் கொடுத்திருந்தான். புட்டியை யும் கோப்பைகளையும் கட்டைமீதும், கூஜாவைத் தரையிலும் வைத்தான். "ஐஸ் இல்லை" என்று சொன்னவாறே புட்டியை ஜார்டனிடம் நீட்டினான்.

"எனக்கேதும் வேண்டியதில்லை" என்று கூறித் தன் கோப்பை யின் வாயைக் கையால் மறைத்தாள், பிலார்.

"நேற்று ராத்திரி தரையெங்கும் ஐஸ் கிடந்தது" என்று சொல்லிச் சிரித்தான் ஸோர்டோ. "இன்றோ பூராவும் உருகிவிட்டது. மேலே தான் இப்போது ஐஸ் இருக்கிறது ரொம்பத் தூரத்தில்" என்றவனாய் புல் பூண்டற்ற மலையுச்சியில் தெரிந்த பனியைச் சுட்டிக்காட்டினான்.

ஸோர்டோவின் கோப்பையில் விஸ்கியை ஊற்றத் தொடங் கினான் ஜார்டன். ஆனால் அந்தச் செவிட்டுக் கிழவனோ தலையை ஆட்டி மறுத்துவிட்டு, அவனுடைய கோப்பையிலேயே முதலில் ஊற்றிக் கொள்ளும்படி சைகை காட்டினான். அதன்பேரில் தன் கோப்பையில் நிறைந்த அளவு விஸ்கியை ஜார்டன் விட்டுக் கொண்டான். அவனையே ஆவலுடன் நோக்கியபடிக் கிழவன்

அமர்ந்திருந்தான்; குடித்து முடித்ததும் அவனிடம் தண்ணீர்க் கூஜாவைக் கொடுத்தான். அதைச் சாய்த்தபோது மூக்கு வழியாக அருவிபோலக் கொட்டிய குளிர்ந்த நீரினால் தன் கோப்பையை ஜார்டன் நிரப்பிக் கொண்டான். அதற்குப் பிறகுதான் தன் கோப்பை யில் பாதியளவுக்கு விஸ்கியை விட்டான் ஸோர்டோ; மீதிப் பாதிக்குத் தண்ணீரை ஊற்றிக் கொண்டபின், "ஒயினா வேண்டும்?" என்று பிலாரை வினவினான்.

"வேண்டாம், தண்ணீரே போதும்."

"குடித்துவிட்டுப் போயேன்" என்று கூறிய ஸோர்டோ பின்னர் ஜார்டனை நோக்கிச் சிரித்தபடி "இவள் பிரயோசனமேயில்லை... எனக்குப் பல இங்கிலீஷ்காரர்களைத் தெரியும். எப்போதும் நிறைய விஸ்கி குடிப்பார்கள்" என்றான்.

"அவர்களை எங்கே பார்த்தீர்கள்?"

"பண்ணையில்தான். எஜமானின் நண்பர்கள் அவர்கள்."

"விஸ்கி எங்கே கிடைக்கிறது?"

"என்ன கேட்கிறீர்கள்?" – காதில் விழாததால் ஸோர்டோ கேட்டான்.

"இன்னொரு காதில் நீர் உரக்கக் கத்தினால்தான் கேட்கும்" என்று பிலார் எடுத்துச் சொன்னாள். ஸோர்டோவும் ஓரளவு கேட்ட அந்தக் காதைக் காட்டிச் சிரித்தான்.

"உங்களுக்கு விஸ்கி எங்கே கிடைக்கிறது?" எனக் கூவி வின வினான் ஜார்டன்.

"நானே தயாரிக்கிறேன்" என்று பதிலளித்த ஸோர்டோ, அதைக் கேட்டதும் கோப்பையை அந்தரத்திலேயே ஜார்டன் நிறுத்திக் கொண்டதைக் கவனித்தான். "இல்லை, விளையாட்டுக்குத்தான் சொன்னேன். லாகிராஜ்ஜாவிலிருந்து இது வருகிறது... வெடி வைக்கும் இங்கிலீஷ்காரர் வந்திருப்பதாக நேற்று ராத்திரி கேள்விப் பட்டேன். நல்லது... எனக்கு ரொம்ப சந்தோஷம்... விஸ்கி கொண்டு வரட்டுமா? உமக்குத்தான். பிடித்திருக்கிறதல்லவா?" என்று கேட்ட படி ஜார்டனின் தோளில் தட்டிக் கொடுத்தான்.

"ரொம்பப் பிடிக்கிறது. மிக மிக நல்ல மது இது!" என்றான் ஜார்டன்.

"எனக்கு மெத்தத் திருப்தி" என்று கூறிச் சிரித்த ஸோர்டோ, "இன்று ராத்திரி செய்தியோடு வந்தது இது" என்றான்.

"என்ன செய்தி?"

"ஏகப்பட்ட துருப்பு நடமாட்டமாம்."

"எங்கே?"

 நற்றிணை பதிப்பகம் ✱ 199

“ஸிகோவியாவில்தான். விமானங்களைப் பார்த்தீரல்லவா?”

“பார்த்தேன்.”

“துர்க்குறிதானே?”

“ஆமாம்... துருப்பு நடமாட்டம் எங்கே?”

“வில்லாகாஸ்டினுக்கும் ஸிகோவீயாவுக்கும் இடையே ரொம்ப நடமாட்டம். வல்லடாலிட் சாலையிலும் போக்குவரத்து உண்டு. வில்லாகாஸ்டினுக்கும் ஸான்ஃபேலுக்குமிடையிலும் ஏராளத் துருப்பு கள். ஏராளம்... ஏராளம்.”

“அதையெல்லாம் பற்றி நீங்கள் என்ன நினைக்கிறீர்கள்?”

“நாம் ஏதாவது முஸ்தீபு செய்கிறோமோ?” என்று ஸோர்டோ பதிலுக்கு வினவினான்.

“அப்படியும் இருக்கலாம்.”

“அது அவர்களுக்குத் தெரியும். ஆகவே, அவர்களும் ஆயத்தம் செய்கிறார்கள்.”

“அதுவும் சாத்தியம்தான்.”

“அப்படியானால் இன்றைக்கு ராத்திரியே பாலத்தைப் பிளந்தால் என்ன?”

“கட்டளை அப்படியில்லை” என்றான் ஜார்டன்.

“யாருடைய கட்டளை?”

“ராணுவத் தலைமையகத்தின் கட்டளைதான்.”

“அப்படியா?”

“ஏன், தகர்ப்பதற்கான நேரம் அப்படியென்ன முக்கியமானதா?” என்று பிலார் குறுக்கிட்டுக் கேட்டாள்.

“அதுதான் அனைத்திலும் முக்கியமானது.”

“ஆனால் எதிராளிகள் தங்கள் துருப்புகளை நகர்த்தினாலோ?”

“எல்லாத் துருப்பு நடமாட்டங்கள், குவிப்புகளையும் பற்றிய தகவலுடன் ஆன்ஸெல்மோவை அனுப்பப் போகிறேன். அவன் சாலையைக் கண்காணித்துக் கொண்டிருக்கிறான்.”

“சாலையைக் கவனிக்க யாரையாவது நிறுத்தியிருக்கிறீர்களா?” என்று ஸோர்டோ வினவினான். அவன் காதில் அந்தச் சம்பாஷணை எந்த அளவுக்கு விழுந்தது என்பதை ஜார்டனால் அறியக்கூடவில்லை. செவிடரைக் குறித்து எவர்தான் நிச்சயமாகக் கூற முடியும்? ஆயினும் “ஆமாம்” என்றான்.

“நானும் நிறுத்தியிருக்கிறேன், இப்போதே பாலத்தைப் பிளந்து விட்டால் என்ன?” என்றான் ஸோர்டோ.

"கட்டளை இருக்கிறதே எனக்கு?"

"அது எனக்குப் பிடிக்கவில்லை. இந்தத் தாமதம் எனக்குப் பிடிக்கவேயில்லை."

"எனக்கும்தான்" என்றான் ஜார்டன்.

ஸோர்டோ தலையை ஆட்டிவிட்டு விஸ்கியை ஒரு வாய் பருகினான். "என்னிடம் என்ன வேண்டும் உமக்கு?" என்று கேட்டான், பின்னர்.

"உங்களிடம் எவ்வளவு ஆட்கள் இருக்கிறார்கள்?"

"எட்டுப் பேர்."

"அவர்களால் தந்திக் கம்பியை அறுத்துவிட்டு, சாலையைச் செப்பனிடுவோர் நிலையத்திலுள்ள காவல் கூடத்தைத் தாக்க முடியுமா? அதைப் பிடித்த பிறகு பாலத்துக்குப் பின்வாங்க இயலுமா?"

"அது வெகு சுலபம்."

"எல்லா நடவடிக்கைகளையும் எழுதித் தந்து விடுகிறேன்."

"அதற்குத் தேவையேயில்லை... ஆமாம், பாப்லோ என்ன செய்வான்?"

"கீழேயுள்ள தந்திக் கம்பிகளை அறுத்த பிறகு அரவை ஆலையிலுள்ள காவல் நிலையத்தைத் தாக்குவார். அதைப் பிடித்ததும் பாலத்துக்கு வருவார்."

"அப்புறம் பின்வாங்கும் படலம் எப்படி? நாங்கள் ஏழு ஆண்களும் இரண்டு பெண்பிள்ளைகளும் இருக்கிறோம். ஐந்து குதிரைகளும் உண்டு. நீங்கள் எத்தனை பேர்?" – ஸோர்டோவின் காதில் விழும்படி உரக்கக் கேட்டாள் பிலார்.

"எட்டுப் பேரும், நாலு குதிரைகளும் உண்டு. குதிரைகளுக்குத் தான் பஞ்சம்."

"ஆக, பதினேழு பேருக்கு ஒன்பது குதிரைகள்தான் இருக்கின்றன. சாமான்களைச் சுமந்து செல்வதற்கான குதிரைகளைக் கணக்கிடாமலேயே சொல்கிறேன்" என்றாள் பிலார். ஸோர்டோ பதிலேதும் கூறவில்லை.

"மேற்கொண்டு குதிரைகள் கிடைக்க வழியில்லையா?" – சற்றுக் கேட்கக் கூடிய ஸோர்டோவின் காதில் உரக்கக் கேட்டான் ஜார்டன்.

"ஒரு வருடச் சண்டையில் இவ்வளவுதான். நாலுதான் கிடைத்திருக்கிறது" என்று நான்கு விரல்களை ஸோர்டோ காட்டினான். "ஆனால் நீரோ நாளைக்கு எட்டு வேண்டும் என்கிறீர். இல்லையா?" என்றான்.

"ஆமாம். நாம்தான் இங்கிருந்து போய்விடப் போகிறோமே? இந்த வட்டாரத்தில் இனியும் கவனமுடன் நடந்துகொள்ளத் தேவையே கிடையாது. இப்போது ஜாக்கிரதைக்கு அவசியமேயில்லை. வெளியே கிளம்பிப்போய் எட்டுக் குதிரைகளைத் திருடிவர முடியாதா?"

"முடியலாம். ஒரு குதிரைகூடக் கிடைக்காமல் போகலாம். தேவைக்கு மேலேயே கிடைத்தாலும் கிடைக்கலாம்."

"உங்களிடம் சுயமே சுடும் துப்பாக்கி இருக்கிறதல்லவா?" என்று ஜார்டன் கேட்டதும், 'இருக்கிறது' என்று கிழவன் தலையாட்டினான்.

"எங்கே?"

"மலையின்மீது."

"எந்தவிதத் துப்பாக்கி?"

"எனக்கு அதன் பெயர் தெரியாது. நிறைய அடுக்குகள் கொண்டது."

"எவ்வளவு சுற்றுகள்?"

"ஐந்து அடுக்குகள்."

"அதை எப்படிப் பிரயோகிப்பது என்பது இங்கு எவருக்காவது தெரியுமா?"

"எனக்குத் தெரியும், கொஞ்சம் நஞ்சம். அதிகமாகச் சுடுவதில்லை. இங்கே சத்தமெழுப்ப இஷ்டமில்லை. ரவைகளை உபயோகித்துத் தீர்க்கவும் மனமில்லை."

"அதை அப்புறம் பார்க்கிறேன். கையெறி குண்டுகள் உண்டா உங்களிடம்?"

"நிறைய உண்டு."

"ஒவ்வொரு துப்பாக்கிக்கும் எவ்வளவு சுற்றுகள் வீதம் தேறும்?"

"ஏராளம்."

"எத்தனை?"

"நூற்றைம்பது. கூடுதலாகவும் இருக்கலாம்."

"மேற்கொண்டு ஆட்கள் கிடைப்பார்களா?"

"எதற்காக?" என்று ஸோர்டோ கேட்டான்.

"நிலையங்களைப் பிடிக்கவும், நான் பாலத்தைப் பிளக்கும்போது பாதுகாக்கவும் போதிய ஆட்கள் அவசியம். இப்போது இருப்பவர்களைப்போல இரண்டு மடங்குப் பேராவது தேவை."

"நிலையங்களைப் பிடிப்பதுபற்றிக் கவலைப்பட வேண்டாம். பிடிப்பது பகலிலா, ராத்திரியிலா?"

"பட்டப்பகலில்தான்."

"அப்படியானால் அலட்டிக் கொள்ளாதீர்."

"இன்னும் இருபது பேர் இருந்தால் நல்லது, நிச்சயத்தோடு இருக்கலாம்."

"திறமைசாலிகள் இல்லை. நம்ப முடியாதவர்களா வேண்டும்?"

"வேண்டாம். திறமைசாலிகள் எவ்வளவு பேர்?"

"நாலு பேர் இருக்கலாம்."

"ஏன் அவ்வளவு குறைவு?" என்று ஜார்டன் விசாரித்தான்.

"நம்புவதற்கில்லை."

"குதிரைகளைப் பிடித்துக்கொள்ளவா நம்புவதற்கில்லை?"

"அந்த வேலையைச் செய்வதற்குத்தான் அதிக அளவுக்கு நம்பிக்கை வைக்கக்கூடியவர்கள் வேண்டும்."

"முடியுமானால் மேலும் பத்துத் திறமைசாலிகளைத் திரட்டுங்கள்."

"நாலே பேர்தான் உண்டு."

"இந்த மலையில் நூறு பேருக்கு மேல் இருப்பதாக ஆன்ஸெல்மோ கூறினானே?"

"உதவாக்கரைகள்தான்."

"ஓரளவு நம்பத்தக்கவர்களாக முப்பது பேர் இருப்பதாக அல்லவா நீங்கள் சொன்னீர்கள்?" என்று பிலாரை ஜார்டன் கேட்டான்.

"இலையாஸின் ஆட்கள் இல்லையா?" என்று ஸோர்டோவின் காதில் உரக்க வினவினாள் பிலார். அவனோ தலையை ஆட்டி, "பிரயோசனமில்லை" என்று பதிலளித்தான்.

"உங்களால் பத்துப் பேரைக்கூடச் சேர்க்க முடியாதா?" என ஜார்டன் வினவினான். தட்டையான தன் மஞ்சள் விழிகளால் அவனை நோக்கிவிட்டுத் தலையை ஆட்டினான் ஸோர்டோ. "நாலு பேர்தான்" என்றான் நான்கு விரல்களைக் காட்டி.

"அவர்கள் கெட்டிக்காரர்கள்தானா?" என்று ஜார்டன் கேட்டான். அப்படிக் கேள்வி போட்டதற்காக உடனேயே நொந்து கொண்டான்.

ஸோர்டோவோ திரும்பவும் தலையை அசைத்தபடி, "ஆபத்தின் அளவைப் பொறுத்திருக்கிறது, அவர்களது திறமை. நிறைய அபாயம் உண்டா, என்ன?" என்று சிரித்தவாறு கேட்டான், ஸ்பானிஷ் மொழியில்.

"இருக்கலாம்."

நற்றிணை பதிப்பகம் ✷ 203

"எனக்கு எல்லாம் ஒன்றுதான்" – தற்செருக்கின்றி இயல்பாகவே அவன் கூறினான். "உதவாக்கரைப் பேர்வழிகளாக நிறைய பேரைவிட நாலு திறமைசாலிகளே எவ்வளவோ நல்லது. இந்தப் போரிலேயே உபயோகமற்றவர்கள்தான் அதிகம், கெட்டிக்காரர்கள் ரொம்பக் குறைச்சல். நாளுக்குநாள் திறமைசாலிகளின் தொகை குறைகிறது" என்றவன், "பாப்லோ சேதி என்ன?" என்று கேட்டபடி பிலாரை நோக்கினான்.

"உனக்குத்தான் தெரியுமே. நாளுக்கு நாள் மோசமாகிறான்!" என்று அவள் விடையிறுத்தாள்.

தோளைக் குலுக்கிய ஸோர்டோ பின்னர் ஜார்டனைப் பார்த்து, "குடியுங்கள். என் ஆட்களையும், மேலும் நாலு பேரையும் அழைத்து வருகிறேன். மொத்தம் பன்னிரண்டு ஆகிறது. எல்லா விஷயங்களையும் ராத்திரி பேசுவோம். என்னிடம் அறுபது வெடிமருந்துக் குச்சிகளும் உண்டு. அவை உமக்கு வேண்டுமா?" என்றான்.

"அவற்றில் வெடிமருந்து எவ்வளவு சதவிகிதம் இருக்கிறது?"

"அது எனக்குத் தெரியாது. சாதாரணக் குச்சிகள்தான் எடுத்து வருகிறேன்."

"மேலேயுள்ள சிறிய பாலத்தை அவற்றைக் கொண்டு தகர்ப் போம். மிகவும் நல்லதாய்ப் போயிற்று. இன்றிரவு வருவீர்கள் அல்லவா? அப்போது அவற்றையும் கொண்டு வாருங்கள். அந்தப் பாலத்தைப் பிளக்கும்படி எனக்குக் கட்டளையிடப் படவில்லை. இருந்தாலும் அதைத் தகர்த்தேயாக வேண்டும்."

"ராத்திரி வருகிறேன். அப்புறம் குதிரைகளைப் பிடித்துவரப் போகிறேன்."

"குதிரைகள் கிடைக்கத் தோது உண்டா?"

"இருக்கலாம்... இப்போது சாப்பிடுங்கள்."

"இப்படித்தான் அனைவரிடமுமே இவன் பேசுவானா? அல்லது அந்நியரைப் புரிந்துகொள்ள வைக்க இதுதான் ஏற்ற முறையென எண்ணுகிறானோ?" என்று தன்னைத் தானே ஜார்டன் கேட்டுக் கொண்டான். இதற்கிடையில், "இந்த வேலை முடிந்ததும் எங்கே போகப் போகிறோம்?" என்று ஸோர்டோவின் காதில் கூவிக் கேட்டாள் பிலார். அவன் திரும்பவும் தோள்களைக் குலுக்கவும், "அதெல்லாம் ஏற்பாடு செய்யப்பட்டாக வேண்டுமே?" என்றாள்.

"வேண்டும்தான். யார் இல்லையென்றது?" என்று அவன் திருப்பிக் கேட்டான்.

"இந்த வேலையே ஆபத்தானது. வாபஸாவதையோ நன்கு திட்டமிட்டுச் செய்தாக வேண்டும்."

"ஆமாம், பெண்ணே. அதைப்பற்றி உனக்கென்ன கவலை வந்தது?"

"எவ்வளவோ கவலைகள். எல்லாமே கவலைதான் தருகிறது" என அவள் கூவவும் ஸோர்டோ சிரித்தான்.

"பாப்லோவுடன் அதிகமாகத்தான் உறவாடி வந்திருக்கிறாய் நீ" என்று பதங்களை விழுங்காமல் அவன் சொன்னதைக் கேட்டதும், 'ஓஹோ! அந்நியருக்காகத்தான் அரைகுறை ஸ்பானிஷ் மொழியை இவன் பேசுகிறான். நல்லது. நேராக இவன் பேசுவதைக் கேட்க எனக்குச் சந்தோஷமாகத்தான் இருக்கிறது' என்று எண்ணலானான் ஜார்டன்.

"நாம் எங்கே போகவேண்டுமென நினைக்கிறாய்?" என்று கிழவனை பிலார் வினவினாள்.

"எங்கே போவதா?"

"ஆமாம். எங்கே போவது என்றுதான் கேட்கிறேன்."

"எவ்வளவோ இடங்கள் உண்டு. இடத்துக்கா பஞ்சம்? கிரிடாஸை உனக்குத் தெரியாதா?"

"ஆனால் அங்கே நிறைய பேர் இருக்கிறார்களே? எதிராளிகளுக்கு அவகாசம் கிடைத்ததும் அந்த இடங்களிலெல்லாம் களையெடுத்து விடுவார்களே?"

"மெய்தான், ஆனால் கிரிடாஸ் சிறியதல்லவே? காட்டுப் பகுதிகளுக்கும் கணக்குக் கிடையாதே!"

"ஆனால் கிரிடாஸுக்குப் போவது ரொம்பக் கஷ்டமான தாச்சே?"

"எதில்தான் கஷ்டமில்லை? வேறெந்த இடத்தையும் போலவே அங்கேயும் நாம் போய்விடலாம், ராத்திரி வேளையில் பிரயாணம் செய்தால் போகிறது. இங்கே இப்போதும் அபாயம் அபாரமாக இருக்கிறது. இவ்வளவு நாளும் நாம் இங்கே தங்கியிருந்ததே அற்புதம் தான். இதைவிட கிரிடாஸ் பத்திரமான பகுதிதான்" என்றான் ஸோர்டோ.

"நான் எங்கே போக ஆசைப்படுகிறேன் என்பது உனக்குத் தெரியுமா?"

"எங்கே? பரமீராவுக்குத்தானே? ஆனால் அது உபயோகமில்லை."

"இல்லை, ஸியராடி பரமீரா மலைப்பக்கம் போக நான் விரும்பவில்லை. குடியரசுக்குப் போய்விடத்தான் துடிக்கிறேன்."

"அது சாத்தியம்தானே?"

"உன் ஆட்கள் அங்கே வர விரும்புவார்களா?"

"வருவார்கள். நான் சொன்னால் உடனே வந்துவிடுவார்கள்."

"ஆனால் என் கோஷ்டியாரின் கருத்து எனக்குத் தெரியாது. அங்கே போவதுதான் பத்திரமானது என்றாலும் பாப்லோ வர விரும்பமாட்டான். அவனுக்கு வயது அதிகமாகிவிட்டது. இன்னும் அதிகப் பிரிவினரை ராணுவ சேவைக்கு அழைக்க ஏற்பாடானா லல்லாது அவன் சிப்பாயாக நேராது. ஜிப்ஸியும் வரப் பிரியப்பட மாட்டான். மற்றவர்களைப் பற்றி எனக்கேதும் தெரியாது."

"இங்கே நெடுநாளாக எதுவும் நடக்காததால்தான் ஆபத்தை அவர்கள் உணரவில்லை" என்றான் கிழவன்.

"இன்று விமானங்களைப் பார்த்த பிறகு அதை அதிக அளவில் உணரத் தலைப்படுவது உறுதி. அது எப்படியானாலும் கிரிடாஸில் இருந்தபடி நீங்கள் நல்ல வேலை நிறையச் செய்ய முடியும் என்றே நினைக்கிறேன்" என்றான் ஜார்டன்.

"என்னது?" என்று கேட்டபடி கிழவன் அவனைத் தன் தட்டைக் கண்களால் உறுத்து விழித்தான். அவனுடைய கேள்வியில் நேசபாவம் இல்லை.

"அங்கிருந்தபடியே தாக்குதல்களை நீங்கள் இன்னும் திறம்பட நடத்தலாம் என்று தான் சொன்னேன்."

"ஓஹோ! கிரிடாஸை உமக்குத் தெரியுமாக்கும்?"

"தெரியும். பிரதான ரயில் பாதையை அங்கிருந்து தொல்லைப் படுத்தலாம். இன்னும் தெற்கே எஸ்ட்ரமடுராவில் நாங்கள் செய்து வந்ததுபோல அதைத் திரும்பத் திரும்பத் துண்டிக்கலாம். குடியரசுக்குத் திரும்புவதைவிட அங்கிருந்து செயற்படுவதே சிறந்தது. அங்கே இன்னும் பயனுறப் பணியாற்றலாம் நீங்கள்" – அவன் பேசப் பேச ஸோர்டோ, பிலார் ஆகிய இரண்டு பேரிடமும் சுணக் கம் அதிகரித்து வந்தது. இருவரும் பரஸ்பரம் பார்த்துக்கொண்டார்கள்.

"கிரிடாஸை உமக்குத் தெரியுமா? நிஜமாகவே அறிவீரா?" என்று கிழவன் கேட்டான்.

"நிச்சயமாக" என்றான் ஜார்டன்.

"அங்கே எங்கு போவீர்?"

"பார்க்கோடி ஆவிலாவுக்கு அப்பால் செல்வேன். இதைவிட அங்கே நல்ல இடங்கள் உண்டு. பிஜாருக்கும், பிளான்ஸெஸியாவுக்கும் இடையில் பிரதான ரஸ்தாவையும் ரயில் பாதையையும் தாக்கலாம்."

"அது படுகஷ்டமானது."

"எஸ்ட்ரமடுராவில் அதைவிட ஆபத்தான பகுதியில் நாங்கள் அதே ரயில் பாதையைத் தாக்கியிருக்கிறோம்."

"நாங்கள் என்பது யார்?" என்று ஸோர்டோ வினவினான்.

"எஸ்ட்ரமடுராவில் இருக்கும் கொரில்லா கோஷ்டிதான்."

"அங்கே அப்படிப் பலபேர் உண்டா?"

"நாற்பது பேர் வரையில் இருக்கிறார்கள்."

"விசித்திரப் பெயரும், பயந்த சுபாவமும் உடைய ஒருத்தன் உமக்கு முன் வந்தானே, அவன் அந்த கோஷ்டியைச் சேர்ந்தவன் தானோ?" என்று பிலார் வினவினாள்.

"ஆமாம்."

"அவன் இப்போது எங்கே?"

"இறந்துவிட்டான் என்றுதான் முன்பே சொன்னேனே?"

"நீரும் அங்கிருந்துதானே வருகிறீர்?"

"ஆமாம்."

"என்ன, என் கேள்வியின் அர்த்தம் இப்போதாவது புரிகிறதா?"

தான் தவறு செய்துவிட்டதை அப்போதுதான் ஜார்டன் உணர்ந்தான். 'நாம் சாகசங்கள் அல்லது திறமைகள் பற்றி இங்கு ஒருபோதும் பெருமையடித்துக் கொள்ளக் கூடாது என்பதே பொது விதி. அதை மறந்துவிட்டு, அவர்களைவிட ஒரு காரியத்தை நாங்கள் திறம்படச் செய்ய முடியும் என்று ஸ்பானிஷ்காரர்களிடம் கூறி விட்டேனே. என்ன செய்வது? அவர்களுக்குத் துதி பாட வேண்டிய தருணத்தில், இவர்கள் ஆத்திரம் அடைந்திருக்கிறார்கள். அதை இவர்கள் மறந்தாலும் மறந்துவிடலாம்; மறக்காமல் போனாலும் போகலாம். அது எப்படியானாலும் இந்த இடத்தைவிட கிரிடாஸி பகுதியில் இவர்கள் இன்னும் உபயோகமாக இருப்பார்கள் என்பதில் ஐயமில்லை. காஷ்கின் திட்டமிட்டு ரயில் வண்டியைக் கவிழ்ந்தபின் இவர்கள் இங்கு ஏதுமே செய்யாததே அதற்குப்போதிய சான்று. அது அப்படியொன்றும் பிரமாதமான சாதனை அல்ல தான். அதனால் ஃபாஸிஸ்டுகளுக்கு ஒரு எஞ்சினும் சில துருப்புகளும் தான் நஷ்டம். ஆனால் அதுதான் இந்தப் போரிலேயே பெரிய வெற்றி என்பதுபோல இவர்கள் எல்லோரும் பீற்றிக்கொள்கிறார்கள், கிரிடாஸுக்குப் போவது இவர்களுக்கு வெட்கக்கேடானதாகத் தோன்றலாம். இங்கிருந்து நான் துரத்தப்படவும் தோது உண்டு தான். ஆமாம், எப்படிப் பார்த்தாலும் இந்த நிலைமை எனக்கு நன்மை செய்யக்கூடுமெனத் தோன்றவில்லை' – இந்த ரீதியில் ஜார்டனின் எண்ணங்கள் ஓடின.

"கேளும், இங்கிலீஷ்காரரே. எப்படி இருக்கிறது உம் மனநிலை. பீதி இல்லையே?" என்று பிலார் கேட்டாள்.

"இல்லை. சீராகத்தான் இருக்கிறது."

"எதற்காகக் கேட்டேன் தெரியுமா? எங்களோடு சேர்ந்து வேலை செய்ய சென்ற தடவை அனுப்பினார்களே, அந்த வெடி வைப்பவன் படுகெட்டிக்காரன்தான் என்றாலும் பயந்தாங்குள்ளியாக இருந்தான்."

"எங்களிடையே கோழைகளும் உண்டு."

"அவன் கோழை என்று நான் சொல்லவில்லை, ஏனென்றால், அவன் நல்லபடிதான் நடந்துகொண்டான். ஆனாலும் அசாதாரணமான முறையில் அட்டகாசமாகப் பேசினான்... என்ன, ஸாண்டியாகோ. நான் சொல்வது சரிதானே? ரயில் வண்டிக்கு வெடி வைக்க வந்தவன் அபூர்வ ஆசாமிதானே?"

"ஆமாம்" எனும் செவிட்டுக் கிழவன் தலையை ஆட்டினான். அவனுடைய தட்டைக் கண்கள் ஜார்டனின் முகத்தை வட்டமிட்டன. அதைப் பார்த்தபோது தூசியை உறிஞ்சும் கருவியின் வட்டமான குழாய் வாய்தான் அவனுக்கு ஞாபகம் வந்தது.

"ஆமாம், விசித்திரப் பிரகிருதிதான். பெண்ணே" என்று ஸோர்டோ வலியுறுத்தினான்.

"அவன் இறந்துவிட்டான்" – என அவனது காதில் ஜார்டன் கத்தினான்.

"எப்படிச் செத்தான்?" ஜார்டனின் கண்களிலிருந்து பார்வையைத் திருப்பி வாயையே நோக்கியபடிக் கிழவன் கேட்டான்.

"அவனைச் சுட்டுவிட்டேன். பயணம் செய்ய முடியாத அளவுக்கு அவன் படுகாயம் அடைந்துவிட்டான். அதனால் நானே அவனைச் சுட்டுக் கொன்றுவிட்டேன்" என்று பதிலளித்தான் ஜார்டன்.

"எப்போதும் அப்படியொரு இக்கட்டு பற்றியே அவன் பேசிக் கொண்டிருந்தான். அவன் மண்டையில் மண்டியிருந்தது அது" என்றாள் பிலார்.

"ஆமாம். அதுபற்றியே அவன் எப்போதும் பேசினான். அதிலேயே அவன் நினைவு நிலைத்திருந்தது. நிஜம்தான்" என்று ஜார்டன் ஆமோதித்தான்.

"காயம் எப்படி நேர்ந்தது? இன்னொரு ரயில் வண்டியைத் தாக்கியதன் விளைவுதானா இது?" என்று கிழவன் விசாரித்தான்.

"ஆமாம், ஒரு ரயில் வண்டியைத் தாக்கிவிட்டுத்தான் திரும்பி வந்து கொண்டிருந்தேன். வெற்றிகரமான வேலை அது. இருட்டோடு திரும்பிக்கொண்டிருந்த எங்களை ஒரு ஃபாஸிஸ்டு ரோந்து கோஷ்டி எதிர்ப்பட்டது. அதைக் கண்டதும் ஓடத் தொடங்கினோம். அப்போது அவன் முதுகில் குண்டு பாய்ந்து விட்டது. தோள்

பட்டையைத் தவிர வேறெந்த எலும்பிலும் அது பட்டுவிடவில்லை. ஆகவே, அந்தக் காயத்துடனேயே நெடுந்தூரம் வந்தான். ஆனால் அதற்கப்புறம் பயணம் செய்ய அவனால் முடியவில்லை. அங்கேயே தனித்து விடப்படுவதை அவன் விரும்பவில்லை. அதனால்தான் சுட்டுக் கொன்றேன்."

"அதுவும் நல்லதுதான்" என்றான் கிழவன்.

"உம் நரம்புகளில் நடுக்கமில்லை என்று நிச்சயமாக நினைக் கிறீரா?" என்று பிலார் திரும்பவும் ஜார்டனைக் கேட்டாள்.

"கொஞ்சம் கூடக் கிடையாது. அவை சீராகவே இருக்கின்றன என்று சந்தேகமில்லாமல் சொல்வேன். அதோடு, இந்த வாராவதி வேலை முடிந்ததும் நீங்கள் கிரிடாஸுக்குச் செல்வதே நல்லதென்றும் சொல்வேன்."

இப்படி ஜார்டன் கூறியதுதான் தாமதம், அவன் மீது வசை பாடத் தொடங்கிவிட்டாள் அவள். தட்டின்றிக் கெட்ட வார்த்தை களைக் கலந்து கொட்டிய அந்தத் திட்டுகள், திடுமென ஒரு ஊற்றுக்கண் திறந்து பீறிடுவது போல அவனை முழுக்காட்டி முக்கியெடுத்தன. அப்போது ஜார்டனை நோக்கித் தலையாட்டிய படியே சிரித்துச் சந்தோஷப்பட்டான் செவிட்டுக் கிழவன். வசை வெள்ளத்தைப் பிலார் தொடரத் தொடர அவனது தலையாட்டும் தொடர்ந்தது. அந்த இரண்டிலுமிருந்த அனைத்தும் மீண்டும் நேராகி விட்டதை ஜார்டன் கண்டுகொண்டான். இறுதியில், ஒருவாறு திட்டித் தீர்த்து ஓய்ந்த பிலார், மண்கூஜாவை எடுத்துத் தூக்கிச் சாய்த்து வாய் நிறைய தண்ணீர் குடித்தபின் சாந்தமடைந்தவளாய், "பிற்பாடு நாங்கள் என்ன செய்வது என்பது பற்றி இனிப் பேசாமல் இருப்பீர் அல்லவா, இங்கிலீஷ்காரரே? உம் குடியரசுக்கு நீர் திரும்பிப் போம். உம்மோடு அந்தக் குட்டியையும் கூட்டிப்போம். இந்த மலை களில் எதில் நாங்கள் இறப்பது என்று தீர்மானிக்கும் பொறுப்பை எங்களுக்கே விட்டுவிட்டு நீர் நடையைக் கட்டும்" என்றாள்.

"இறப்பது என்று சொல்லாதே; இருப்பது என்றே சொல்லு. உன்னை ஆசுவாசப்படுத்திக்கொண்டு பேசு, பிலார்" என்றான் கிழவன்.

"இருந்து இறப்பது என்றுதான் வைத்துக் கொள்ளேன். முடிவு எப்படி இருக்கும் என்பதை என்னால் ஊகிக்க முடிகிறது. இதோ பாரும், இங்கிலீஷ்காரரே உம்மை எனக்குப் பிடிக்கத்தான் பிடிக்கிறது. ஆனால், அதற்காக நீர் கண்டபடி பேசக்கூடாது. உம் வேலை முடிந்த பிறகு நாங்கள் என்ன செய்ய வேண்டும் என்பது பற்றி நீர் வாயைத் திறக்காமல் இருப்பதே நல்லது" என்று பொழிந்தாள் பிலார்.

"அது உங்கள் பொறுப்பு; நான் எதற்காகத் தலையிடப் போகிறேன்?"

"ஆனால் சற்றுமுன் தலையிட்டுத் தொலைத்தீரே, மறந்து விட்டதா? அந்தக் கட்டை மயிர்த் தட்டுவாணியை இழுத்துக்கொண்டு குடியரசுக்குத் திரும்பிப் போம். யாரும் வேண்டாமென்று சொல்ல வில்லை. அதேமாதிரி, நீர் உம் அம்மா மடியில் படுத்துப் பால் குடித்துக் கொண்டிருந்த காலத்திலிருந்தே குடியரசை நேசிப்பவர்களும், இந்தியர்கள் அல்லாதவர்களுமான மற்றவர்கள் இங்கே வருவதற்குத் தடை சொல்லாமல் இரும், போதும்."

அவர்கள் இப்படிப் பேசிக்கொண்டிருக்கையில் ஒற்றையடித் தடம் வழியே மேரியா திரும்பி வந்தாள். உரத்த குரலில் பிலார் கூறிய கடைசி வார்த்தை அவள் காதில் விழுந்தது. அதைக் கேட்டதும் ஜார்டனை நோக்கி மேரியா பலமாகத் தலையை ஆட்டியதுடன் கைவிரலையும் காட்டி எச்சரித்தாள். அவளைப் பார்த்து ஜார்டன் சிரித்ததைக் கண்டதும் பிலார் திரும்பி, "ஆமாம், குட்டித் தட்டுவாணி என்றுதான் சொன்னேன், அர்த்தம் தெரிந்தே தான் சொன்னேன். நீங்கள் இரண்டு பேரும் வாலென்ஸியாவுக்குச் சேர்ந்து போக, நாங்கள் மட்டும் கிரிடாஸில் புல் மேய வேண்டும் போலிருக்கிறது! நல்ல நியாயம்தான்!" என்றாள்.

"நான் தட்டுவாணியாக இருந்தால் இருந்துவிட்டுப் போகிறேன், பிலார் எப்படியும், நீங்கள் சொல்லாவிட்டால் அப்படித்தான். ஆனால் அதற்காக நீங்கள் ஏன் இப்படி அலட்டிக்கொள்ள வேண்டும்? என்ன நடந்துவிட்டது இப்போது?" என்று மேரியா வினவினாள்.

"ஒன்றுமில்லை. உன்னையொன்றும் நான் தட்டுவாணி என்று திட்டவில்லை. குடியரசுக்குத் திரும்பிப் போகக் கொள்ளை ஆசை என்றுதான் சொன்னேன்" என்று கூறியபடி பெஞ்சியில் அமர்ந்தாள் பிலார். அவள் குரலில் கொதித்த கோபம் முழுதும் மறைந்து மறு படி சாந்தம் நிலவியது.

"ஏன், நாம் எல்லாருமேதான் அங்கே போகலாமே" என்றாள் மேரியா.

"அதைத்தான் நானும் கேட்கிறேன்; ஏன் எல்லோருமே அங்கே போகக்கூடாது? கிரிடாஸ்தான் உங்களுக்குப் பிடிக்கவில்லை போலிருக்கிறதே?" என்று ஜார்டனும் கூறியதும் கிழவன் அவனை நோக்கிச் சிரித்தான்.

"அதைப் பிறகு பார்த்துக் கொள்ளலாம். நீர் வைத்திருக்கிறீரே, அந்த அபூர்வ மதுவில் ஒரு கோப்பை கொடுங்கள் இப்போது. கோபத்தால் என் தொண்டையைக் காய்ந்து நைந்து போகச் செய்து விட்டேன். போகலாமா, பார்க்கலாம். என்ன நடக்கிறது என்பதைப்

பார்ப்போம்” என்று சொன்ன பிலாரின் குரலில் ஆத்திரம் அடியோடு வடிந்து விட்டது.

“பார்த்ீரா, தோழரே? காலை வேளையில்தான் கஷ்டமெல்லாம்” என்று ஜார்டனைப் பார்த்து ஸோர்டோ கூறினான். முன்போல அரைகுறை ஸ்பானிஷ் மொழியில் அவன் பேசவில்லை. முன்போல ஜார்டனின் கண்களை ஐயத்துடன் அவன் துருவி நோக்கவில்லை. பல களங்கள் கண்ட பழம் பெரும் வீரனின் பெருமிதமும் அவன் பார்வையில் இல்லை. மாறாக அமைதியாகவும், விளக்கும் விழைவுடனும் நோக்கியவனாய், “உம்முடைய தேவைகள் எனக்குப் புரிகிறது. நீர் உம் வேலையைச் செய்யும்போது நிலையங்கள் நிர்மூலமாக்கப்பட்டிருக்க வேண்டும், பாலம் பாதுகாக்கப் பட வேண்டும் என்பதும் தெரிகிறது. நன்றாக அறிந்திருக்கிறேன். விடியற் காலையிலோ, பகல் பொழுதிலோ அப்படிச் செய்துவிடலாம். சுலபம்தான் அது, சந்தேகம் வேண்டாம்” என்றான்.

“ஆமாம், சுலபம்தான்” என்று சொன்ன ஜார்டன் “எங்கே, சற்று நேரம் அப்பால் போய் இருந்துவிட்டுவா, பார்ப்போம்” என்று மேரியாவை ஏறிட்டுப் பார்க்காமலேயே கூறினான். அவளும் அவர்கள் பேச்சு காதில் விழாத தூரத்துக்குப் போய், கணுக்கால்களைக் கட்டிக் கோர்த்தபடி உட்கார்ந்தாள்.

“ஆமாம். அதிலொன்றும் கஷ்டமேயில்லை. அப்புறம் இங்கிருந்து பட்டப்பகலில் புறப்பட்டுப் போவதுதான் பெரும் பிரச்சனை” என்று ஸோர்டோ பேச்சைத் தொடர்ந்தான்.

“சந்தேகமில்லாமல் சிரமம்தான் அது. நானும் அதுபற்றிச் சிந்தித்திருக்கிறேன். ஆனால் நானும் பகல் வேளையில் தானே என் வேலையைச் செய்யப் போகிறேன்?” என்று ஜார்டன் சுட்டிக் காட்டினான்.

“ஆனால் நீங்கள் ஒருத்தர்தானே? நாங்களோ பல பேராச்சே!”

“முகாமுக்குத் திரும்பிப் போய்விட்டு அங்கேயிருந்து இருட்டிய பிறகு கிளம்புவதற்கும் தோது இருக்கிறது” என்றாள் பிலார். குடிப்பதற்காகக் கோப்பையைத் தூக்கிவிட்டுப் பிறகு பாதியில் அதை நிறுத்தினாள்.

“ஆனால் அது ஆபத்தானது. பகல்வேளையில் புறப்படுவதையும்விட அதிக அபாயமானதாக அது இருக்கலாம்” எனக் கிழவன் கூறினான்.

“இருக்கலாம் என்பது எனக்கும் தெரிகிறது” என்றான் ஜார்டன்.

“ராத்திரி வேளையில் பாலத்தைப் பிளப்பது வெகு சுலபம். பகல் வேளையில்தான் அதைச் செய்ய வேண்டும் என்று நீர் நிபந்தனை போடுவதாலேயே சிரமமெல்லாம்.”

"தெரிகிறது எனக்கு."

"அப்படியானால் ராத்திரியிலேயே அதைச் செய்துவிடக் கூடாதா?"

"செய்தால் மேலிடத்தார் என்னைச் சுட்டுவிடுவார்கள்."

"பகல் வேளையில் நீர் செய்தாலோ நாங்கள் எல்லாருமே சுடப்பட்டுவிடச் சாத்தியம் இருக்கிறதே."

"என்னைப் பொறுத்தவரையில், பாலத்தைத் தகர்த்த பிறகு எனக்கு என்ன நேர்கிறது என்பது முக்கியமேயல்ல. ஆனாலும் உங்கள் நிலையை நினைத்துப் பார்க்க நான் மறுக்கவில்லை. பகல்பொழுதில் பின்வாங்கிப் பதுங்கியிருக்கப் பொருத்தமானதொரு இடத்தை நீங்கள் தேர்ந்தெடுத்துத் தயாரிக்க முடியாதா?"

"முடியும்தான், நிச்சயம் அப்படிச் செய்துதான் தீருவோம். இருந்தாலும் இந்தப் பிரச்சனை எங்கள் உள்ளத்தை ஏன் உளைக்கிறது. எதனால் எங்களுக்கு எரிச்சலூட்டுகிறது என்பதை நான் உமக்கு விளக்கியேயாக வேண்டும். சாதிக்க வேண்டிய ராணுவ நடவடிக்கை போலவே கிரிடாஸுக்குப் போவதைப் பற்றி நீர் பேசுகிறீர். ஆனால் நான் சொல்கிறேன் கேளும்; அங்கே நாங்கள் போய்ச் சேர்ந்தால் அது பெரிய அற்புதமாகத்தான் இருக்கும்."

ஜார்டன் பதிலேதும் கூறாமல் போகவே கிழவன் தொடர்ந்தான்; "நான் வழக்கத்தைவிட அதிகமாகப் பேசுகிறேன். எல்லாம் நாமிருவரும் ஒருவரையொருவர் நன்றாகப் புரிந்துகொள்ள வேண்டும் என்பதற்காகத்தான். இங்கே நாங்கள் இருப்பதே ஓர் அற்புதந்தான். ஃபாஸிஸ்டுகளின் சோம்பேறித்தனம், முட்டாள்தனம் ஆகிய இரண்டினாலும்தான் இந்த அதிசயம் சாத்தியமாகியிருக்கிறது. ஆனால் எப்போதுமே அவர்கள் அப்படி இருந்துவிடுவார்களா? சமயத்தில் விழித்தெழுந்து சரிசெய்யத்தான் போகிறார்கள். நாங்களும் வெகு உஷாராகத்தான் இருந்து வருகிறோம். இந்த மலைகளில் கைவரிசையைக் காட்டுவதே கிடையாது."

"அது எனக்குத் தெரியும்."

"ஆனால் இப்போது இந்தக் காரியத்தைச் செய்தாலோ நாங்கள் இங்கிருந்து போய்விட வேண்டியதுதான். எப்படிப் போவது என்பதை நாங்கள் ஆழ்ந்து ஆலோசித்தேயாக வேண்டும்."

"சந்தேகமில்லாமல்."

"அப்படியானால், சாப்பிடப் போவோம், வாரும். நான் அதிகமாகவே பேசிவிட்டேன்."

"இந்த அளவு நீர் பேசி நான் பார்த்ததேயில்லையே! இதுதான் காரணமோ?" என்று பிலார் கேட்டுக் கோப்பையைக் காட்டினாள்.

"இல்லை, விஸ்கியால் வந்த வினையல்ல. இந்த அளவு பேச இதற்கு முன் எனக்கு விஷயமோ வாய்ப்போ இருந்ததில்லை என்பதே காரணம்" என்றான் கிழவன்.

"உங்கள் உதவிக்கு என் நன்றி, பற்றுதலுக்குப் பாராட்டு, பாலத்தைத் தகர்ப்பதற்காகக் குறிக்கப்பட்டுள்ள வேளையால் உங்களுக்கு ஏற்படக்கூடிய கஷ்டம் எனக்கு நன்றாகவே தெரிகிறது" என ஜார்டன் கூறினான்.

"அதைப்பற்றிப் பேசாதீர், எங்களால் முடிந்ததைச் செய்யத்தான் இங்கே நாங்கள் இருக்கிறோம். ஆனாலும் சிக்கலானதே இது."

"ஆனால் காகிதத்தில் பார்த்தாலோ கஷ்டமே காண முடியாது" எனக் கூறி நகைத்த ஜார்டன், "தாக்குதல் தொடங்கும் அதே தருணத்தில் பாலம் பிளக்கப்பட வேண்டுமெனக் காகிதத்தில் குறிக்கப்பட்டிருக்கிறது. சாலை வழியாக எதுவும் வராமல் தடுக்கவே இந்த ஏற்பாடு. சுலபத்திலும் சுலபமாகச் சொல்லிவிட்டார்கள், இல்லையா?" என்றான்.

"இந்தமாதிரி கடுதாசியிலேயே காரியத்தைச் செய்ய அவர்கள் எங்களையும் அனுமதிக்காமல் இருக்கிறார்களே என்ற எனக்கு இருக்கிறது. தாளிலேயே திட்டம் போட்டு நிறைவேற்றுவது எவ்வளவு சுளுவு."

"காகிதத்துக்குத் தெரியுமா குருதி வடிக்க?" என்னும் பழமொழியை ஜார்டன் அப்போது எடுத்துரைத்தான்.

"இருந்தாலும் காகிதத்தால் பல காரியங்கள் நடக்கத்தான் நடக்கின்றன. வெகு உபயோகரமானதுதான் அது. எடுத்த காரியத் துக்கு ஏற்றபடி உமக்கான உத்தரவு பயன்படுத்தப்பட வேண்டும் என்பதே நான் விரும்புவது" என்றாள் பிலார்.

"அதேதான் நானும் ஆசைப்படுவது. ஆனால் அப்படியெல்லாம் கட்டளையை மனம்போல மாற்ற முற்பட்டால் போரில் ஒருநாளும் வெற்றிபெற முடியாது" என்று ஜார்டன் சொன்னான்.

"முடியாதுதான். ஆனால் நான் விரும்புவது என்ன என்பது உமக்குத் தெரியுமா?"

"குடியரசுக்குப் போகத்தான் துடிக்கிறாய்" – தன் தரமான செவியை அவளுக்கு அருகில் வைத்துக் கேட்டுவிட்டுக் கூறிய கிழவன், "அங்கே போகத்தான் போகிறாய், பெண்ணே, போரில் ஜெயித்தால் எல்லாமே குடியரசு மயமாகிவிடும்" என்றான்.

"சரி சரி, உனக்குப் புண்ணியமாகப் போகட்டும். சாப்பிடலாம் வா" என்று பேச்சை முடித்தாள் பிலார்.

12

சாப்பிட்டு முடித்ததும் எல்ஸோர்டோவின் இருப்பிடத்திலிருந்து அவர்கள் புறப்பட்டு இறங்கலாயினர். கீழ்மட்ட பாராத்தலம் வரை அவர்கள் கூடவே ஸோர்டோவும் நடந்துவந்தான். அதை அடைந்ததும், "வணக்கம்! ராத்திரி சந்திப்போம்" என்று கூறி அவன் நின்று கொண்டான்.

"வணக்கம், தோழரே" என்று ஜார்டனும் கூறி விடைபெற்றதும் மூவருமாகத் தொடர்ந்து இறங்கத் தொடங்கினர். அவர்கள் செல்வதையே பார்த்தபடி கிழவன் நின்றான், மேரியா திரும்பி, அவனை நோக்கிக் கையை ஆட்டினாள். முன்னங்கையைத் திடுமென மேல் நோக்கி அசைக்கும் ஸ்பானிஷ் பாணியில் ஸோர்டோவும் பதிலுக்கு ஆட்டினான். ஆனால் அது ஆமோதிக்கும் வகையில் இல்லை, எதையோ தூக்கியெறியும் தோரணையிலேயே இருந்தது. காரிய காரணமற்ற வணக்கத்துக்கு மறுப்புத் தெரிவிப்பது போன்றே அது தோன்றியது. சாப்பாட்டு நேரம் பூராவிலும் தன் ஆட்டுத்தோல் கோட்டை அவன் தளர்த்திவிட்டுக் கொள்ளவே யில்லை. மரியாதை காட்டுவதில் மிகுந்த முனைப்புடனேயே இருந்தான். எவராவது தன்னை நோக்கிப் பேசினால் காதைக் கவனமுடன் திருப்பிக் கேட்டான். தன் அரைகுறை ஸ்பானிஷ் மொழியிலும் திரும்பப் பேசத் தொடங்கியவனாய், குடியரசு நிலவரம் பற்றி மரியாதை மிக்க முறையில் ஜார்டனை விசாரித்தான். ஆயினும் அவர்களை அங்கிருந்து அனுப்பிவிடுவதில் அவன் குறியாக இருந்தான் என்பது தெளிவாகவே தெரிந்தது.

அங்கிருந்து புறப்படுகையில் அவனை நோக்கி, "என்ன சொல்கிறாய், ஸாண்டியாகோ?" என்று பிலார் கேட்டாள். "ஒன்று மில்லை, பெண்ணே. எல்லாம் சரியாகத்தான் இருக்கிறது. சிந்திக் கிறேன், அவ்வளவுதான்" எனக் கிழவன் பதிலளித்தான். "நானும்தான்" என்று அப்போது பிலார் சொன்னாள். ஏறிவந்த போது சிரமப் படுத்திய பைன்மர காட்டுப் பாதை வழியே சுளுவாக இறங்கி இன்பமும் கண்ட அவள் இப்போதோ வாயே திறக்கவில்லை, ஜார்டனும், மேரியாவும் மௌனமாகவே நடந்தனர். மூவர் நடையிலும் வேகம் இருந்தது. மரங்கள் செறிந்த பள்ளத்தாக்கிலிருந்து பாதை ஏறக்குறையச் செங்குத்தாக ஏறத் துவங்கியபோதுதான் அது மெதுப்பட்டது. இறுதியில் அந்தக் காட்டிலிருந்து அவர்கள் வெளிப் போந்து உயர் மட்டத்தில் இருந்த புல்வெளியை எய்தினார்கள். மே மாதம் கடைசி அது. கதிரவன் கொளுத்தினான். எனவே, அந்தக் கடைசி ஏற்றத்தில் பாதித் தூரம் கடந்ததும் பிலார் நிற்க நேர்ந்தது. நின்று திரும்பிப் பார்த்த ஜார்டன், அவளது நெற்றியில்

முத்து முத்தாக வியர்த்திருக்கக் கண்டான். அவளுடைய பழுப்பு நிற முகம் வெளிறிவிட்டதாகவும், மேனியெங்கும் மஞ்சள் பூத்திருந்தது போலவும், கண்களுக்குக் கீழ் கருவட்டமும் படர்ந்திருந்தது போலவும் அவனுக்குத் தோன்றியது. "ஆனாலும் அதிவேகமாக நடக்கிறோம். சற்று நேரம் இங்கேயே தங்கி இளைப்பாறுவோம்" என்றான் அவன்.

"வேண்டாம். தொடர்ந்து போவோம்" என்று சொன்னாள் பிலார்.

"இளைப்பாறுங்கள், பிலார். நீங்கள் களைத்துக் காண்கிறீர்கள்" என்றாள் மேரியாவும்.

"மூடடி வாயை! உன் யோசனையை யார் கேட்டார்கள்?" என்று சீறிவிழுந்த பிலார், மறுபடியும் ஏறத் தொடங்கினாள். ஆனால் உச்சியை அடைந்ததும் அவளுக்குப் பெருமூச்சு வாங்கியது. முகமெல்லாம் வியர்வைப் பெருக்கு. அது வெளுத்திருந்ததும் ஐயமறத் தெரிந்தது.

"உட்காருங்கள், பிலார். தயவு செய்து உட்காருங்கள்" என்று மேரியா மன்றாடினாள்.

"சரி சரி, உட்காருவோம்" என்று அவள் சொன்னதும் மூவரும் ஒரு பைன் மரத்தின் அடியில் அமர்ந்தனர். அங்கிருந்து பார்த்தபோது சுற்றியிருந்த மலைகளுக்கிடையிலிருந்து சிகரங்கள் முட்டி நிற்பது தெரிந்தது. அவற்றின் உச்சியில் உறைந்திருந்த பனி அந்தப் பிற்பக லொளியில் பளபளத்தது. "பனி படுமட்டமான பொருள் தான். இருந்தாலும் அது பார்க்க எத்தனை அழகாக இருக்கிறது! ஆனாலும் கண்ணை ஏய்க்கும் மாயம்தான் அது" என்று கூறியதும் மேரியாவின் பக்கம் திரும்பிய பிலார், "உன்னிடம் கடுமையாக நடந்து கொண்ட தற்கு வருந்துகிறேன் குட்டி. இன்று எனக்கு என்ன கேடு வந்திருக் கிறது என்பதே விளங்கவில்லை. கோபம் கோபமாக வருகிறது" என்றாள்.

"கோபமாக இருக்கும்போது நீங்கள் கூறுவதை நான் பொருட்படுத்துவதே கிடையாது. அந்த ஆத்திரமும்தான் உங்களுக்கு அடிக்கடி வருகிறதே!" என்றாள் மேரியா.

"இல்லை. கோபத்தையும் விட மோசமானது இது" என்று சொன்னபடி தூரத்தில் தெரிந்த சிகரங்களைப் பிலார் நோக்கினாள்.

"உங்களுக்கு உடம்பு சரியாயில்லையோ?"

"இல்லை. அதுவுமில்லை.... இங்கே வா, குட்டி. வந்து என் மடியில் தலையை வைத்துக்கொள்."

அதன்பேரில் அவளை நெருங்கிச் சென்ற மேரியா, தலையணை யின்றித் தூங்க முயல்வோரைப் போலக் கைகளைத் தலைக்கு

 நற்றிணை பதிப்பகம் ✱ 215

மேலாகச் சேர்த்துக் கீழேவைத்துப் படுத்தாள். பிலாரை நோக்கி முகத்தை நிமிர்த்திச் சிரிக்கவும் செய்தாள். ஆனால் அவளோ திரும்பிப் பாராமல் மலைகளையே நோக்கிக் கொண்டிருந்தாள். குனிந்து பார்க்காமலேயே மேரியாவின் தலையில் மெதுவாகத் தட்டிக்கொடுத்தாள். பின்னர், தன் மொக்காக விரலொன்றை அவளுடைய நெற்றியில் குறுக்காக இழுத்தாள். அடுத்து, காதைச் சுற்றி வந்த அந்த விரல் அவளுடைய பிடரியின் அடியில் போய் நின்றது.

"இன்னும் சற்று நேரத்தில் இவளுடன் நீர் கொஞ்சிக் குலாவலாம், இங்கிலீஷ்காரரே" என்று தனக்குப் பின்னால் இருந்த ஜார்டனிடம் அவள் கூறினாள்.

"இந்த மாதிரியெல்லாம் பேசாதீர்கள்" என்று சிணுங்கினாள் மேரியா.

"ஆமாம், உன்னிடம் இவர் குலாவலாம்தான்" – அந்த இருவரில் எவரையும் பார்க்காமலேயே பிலார் தொடர்ந்தாள், "உன்னை அடைந்து மகிழ நான் ஆசைப்பட்டதில்லை. இருந்தாலும் எனக்குப் பொறாமையாக இருக்கிறது."

"பிலார். இப்படியெல்லாம் பேசாதீர்கள்" என்று மீண்டும் மேரியா வேண்டினாள்.

"ஆம், இவர் உன்னை அடைந்து அனுபவிக்கலாம்தான்." மேரியாவின் காது மடலைச் சுற்றி விரலால் தொட்டுத் தடவிய வளாய், "ஆனால் அதில் எனக்கு ஏகப்பட்ட பொறாமை" என்றாள் பிலார், விடாமல்.

"ஆனால் அந்த மாதிரி உணர்ச்சி எதுவும் நம் இரண்டு பேருக்குமிடையே கிடையாதென்று நீங்களே சொல்லவில்லையா, பிலார்?"

"அந்தமாதிரி ஏதோவொன்று எப்போதும் இருக்கத்தான் இருக்கிறது. இருக்கக் கூடாத ஒன்றைப் போல எதுவோவொன்று மனதில் என்றும் இருக்கவே செய்யும். ஆனாலும் என்னிடம் அது இல்லை. மெய்யாகவே கிடையாது. உன் ஆனந்தத்தையல்லாமல் வேறெதையும் நான் விரும்பவில்லை."

மேரியா பதிலேதும் பேசாமல் தன் தலையை லேசாகப் படிய வைக்க முயன்றவளாய் அப்படியே கிடந்தாள்.

"இதைக் கேள். குட்டி" என்று கூறியபடியே எங்கோ கவனத்தை லயிக்கவிட்டவாறே அவளுடைய கன்னங்களில் விரலை ஓட விட்டாள் பிலார். "உன்னை நான் நேசிக்கிறேன் குட்டி. இருந்தாலும் இவர் உன்னை அடைந்து ஆனந்தப்படலாம். பெண்டாள முற்படும்

பெண்ணல்ல நான். ஆண்கள் அனுபவிக்கவே படைக்கப்பட்டவள். நிஜத்தைத்தான் சொல்கிறேன். இருந்தாலும் உன்னிடம் எனக்கு அக்கறையுண்டு என்று இந்தப் பட்டப்பகலில் தெரிவிப்பதில் சந்தோஷமே காண்கிறேன்" என்றாள்.

"நானும் உங்களை நேசிக்கிறேன், பிலார்."

"அழகுதான் போ! இந்த மாதிரியெல்லாம் உளறாதே நான் பேசுவது என்ன என்பதே உனக்குத் தெரியாது."

"எல்லாம் தெரியும்."

"உனக்குத் தெரிந்த லட்சணம் எனக்குத் தெரியாதா? இந்த இங்கிலீஷ்காரருக்காகவே ஏற்பட்டவள் நீ. அதை முன்பே கண்டு கொண்டு விட்டேன். அதுதான் பொருத்தமும் கூட. ஆகவே, அதை ஒப்புக் கொள்கிறேன். ஆனால் மற்ற எதையும் நான் திரித்துச் சொல்லவில்லை. நிஜத்தைத்தான் பேசுகிறேன். உன்னிடம் யாரும் உண்மையைச் சொல்ல மாட்டார்கள். அதிலும் எந்தப் பெண் பிள்ளையும் ஒருநாளும் நிஜம் பேசமாட்டாள், ஆனால் நானோ உன்னிடம் பொறாமைப்படுகிறேன். உள்ளதை உள்ளபடியே சொல்ல வும் சொல்கிறேன்!"

"அப்படிச் சொல்லாதீர்கள், பிலார். சொல்லவே சொல்லா தீர்கள்!"

"சொல்லக்கூடாதா? சரிதான்போ!" அவர்கள் இருவரையும் இன்னமும் பாராமலே பேசிய பிலார், "எனக்கு மகிழ்ச்சி தராத வரையில் அதைச் சொல்லத்தான் சொல்வேன்" என்று கூறிவிட்டு மேரியாவை முதல்முறையாகக் குனிந்து நோக்கினாள்.

"அந்தத் தருணம் வந்துவிட்டது. இனிமேல் சொல்லமாட்டேன், புரிந்து கொண்டாயா?" என்றாள், பின்னர்.

"இந்தமாதிரிப் பேசாதீர் பிலார்" என்று மேரியா மறுபடியும் கெஞ்சினாள்.

"கொள்கையின்பம் தரும் முயல்குட்டிதான் நீ!... சரி, சரி! என் மடப்பேச்செல்லாம் முடிந்துவிட்டது, தலையை எடு."

"அதொன்றும் மடத்தனமில்லை. என் தலையும் இங்கேயே இருப்பதுதான் இதமாக இருக்கிறது."

"இருக்காது. எடு, தலையை" என்று ஏவியவாறு மேரியாவின் தலைக்குக் கீழ் தன் பெரிய கைகளைக் கொடுத்துத் தூக்கினாள் பிலார். அதைப் பார்த்தபடியே மலைகளை நோக்கியவளாய், "உம்மைத்தானே, இங்கிலீஷ்காரரே? உம் நாக்கைப் பூனை தின்று விட்டுப் போய்விட்டதா என்ன? பேசாமலே இருக்கிறீரே?" என்று கேட்டாள்.

"பூனையெதுவும் தின்னவில்லை" என்றான் ஜார்டன்.

"அப்படியானால் எந்த மிருகம் கொத்திக்கொண்டு போய் விட்டதோ?" என்று கேட்டபடி மேரியாவின் தலையைத் தரையில் வைத்தாள்.

"எந்த மிருகமுமில்லை."

"ஒருவேளை நீரே அதை விழுங்கிவிட்டீரோ?"

"அப்படித்தான் இருக்குமென நினைக்கிறேன்."

"அதன் ருசி உமக்குப் பிடித்ததா?" என்று திரும்பக் கேட்டுச் சிரித்தாள்.

"அதிகமாகப் பிடித்துவிடவில்லை."

"அப்படித்தான் இருக்குமென நினைத்தேன். பிடிக்காது என்றே எண்ணினேன். இதோ உம் முயலைத் திருப்பித் தருகிறேன். இந்த முயல் குட்டியை உம்மிடமிருந்து பறிக்க நான் முயன்றதேயில்லை. அது இவளுக்குப் பொருத்தமான பெயர்தான். அப்படி நீர் அவளை அழைத்தது என் காதில் விழுந்தது."

தன் முகம் வெட்கத்தால் சிவந்ததை உணர்ந்த ஜார்டன். "ஆனாலும் படுகெட்டியான பெண்பிள்ளைதான் நீங்கள்" என்றான்.

"இல்லவேயில்லை, வெகுளிதான். என் சிறு குழந்தைச் சுபாவமே என்னைச் சிக்கல் மிக்கவளாகக் காட்டுகிறது. ஆனால் நீர் அப்படிப்பட்டவரோ, இங்கிலீஷ்காரரே?"

"இல்லை, அப்படி அப்பாவியுமில்லை நான்."

"உம்மை எனக்கு மெத்தப் பிடிக்கிறது, இங்கிலீஷ்காரரே" என்று கூறி பிலார் சிரித்தாள். முன்பக்கம் சாய்ந்து மறுபடி நகைத்தபின் தலையை ஆட்டி, உம்மையும் இந்த முயல் குட்டியையும் என்னால் பிரித்து வைக்க முடியாதா என்று இருக்கிறது எனக்கு" என்றாள்.

"உங்களால் அது முடியாது."

"அது எனக்கும் தெரியும்" என்று சொல்லி மீண்டும் சிரித்த பிலார். "அப்படிச் செய்ய ஆசைப்படவும் மாட்டேன். ஆனால் இளவயதில் என்னால் அப்படிச் செய்திருக்க முடியும்" என்றாள்.

"நீங்கள் சொல்வதை நான் நம்புகிறேன்."

"நிஜமாகவா?"

"சந்தேகமில்லாமல்! ஆனாலும் இந்தப் பேச்சு வெறும் பிதற்றல்தான்."

"நீங்கள் பேசும் பேச்சாகவே இது இல்லை" என்றாள் மேரியாவும்.

"வழக்கம்போல இன்று நானில்லை, என் இயற்கைச் சுபாவம் குன்றிப் பதுங்கிக் கிடக்கிறது. உமது பாலத்தினால்தான் எனக்குத் தலைவலி வந்திருக்கிறது. இங்கிலீஷ்காரரே."

“அப்படியானால் இனி அதைத் ‘தலைவலிப் பாலம்’ என்றே அழைப்போம். என்ன வலி தந்தாலும் அதைக் கிளிக் கூண்டைப்போல நொறுக்கி நிச்சயமாய் மலைப் பள்ளத்தில் தள்ளிவிடுவேன்.”

“சபாஷ்! இந்த மாதிரியே இனியும் பேசும்” என்றாள் பிலார்.

“தோல் உறித்த வாழைப்பழத்தைக் கிள்ளுவது போலத் தள்ளி விடுவேன்.”

“ஆகா, தின்பதற்கு இப்போது ஒரு வாழைப்பழம் மட்டும் இருந்தால் எவ்வளவு இன்பமாக இருக்கும்! பேசும், இங்கிலீஷ்காரரே, பெரும் பேச்சாகவே பேசித் தள்ளும்.”

“அதற்கு அவசியமில்லை. வாருங்கள் முகாமுக்குப் போவோம்.”

“ஓகோ, உம் கடமை கூப்பிடுகிறதோ?... அதை அப்புறம் பார்த்துக்கொள்ளலாம். முதலில் மேரியாவைக் கவனியும். நான் தான் உங்கள் இருவரையும் விட்டுச் சென்றுவிடப் போவதாக முன்னரே சொன்னேனே?”

“வேண்டாம், எனக்கு நிறைய வேலை இருக்கிறது.”

“இதுவும் ‘நிறைய வேலை’தான்? ஆனாலும் அதிக அவகாசம் ஆகாது.”

“வாயை மூடுங்கள், பிலார் அசிங்கமாகப் பேசுகிறீர்களே” என்றாள் மேரியா.

“நான் நாற்றப் பேச்சுப் பேசுபவள்தான். ஆனால் அதே நேரத்தில் நளினமும் மிகுந்தவள். உங்கள் இரண்டு பேரையும் இப்போது விட்டுச் செல்லப் போகிறேன். அந்தப் பொறாமைப் பேச்செல்லாம் வெறும் உளறல்தான். ஜோகினிடம் கோபத்தாலேயே அப்படிப் பேசினேன். நான் எத்தனை விகாரமானவள் என்பது அவன் பார்வையிலிருந்தே தெரிந்ததாலேயே அத்தனை ஆத்திரம். உனக்குப் பத்தொன்பதே வயதுதான் ஆகிறது என்பதால்தான் எனக்குப் பொறாமை. அது அதிகநாள் நீடிக்காது; எப்போதுமே பத்தொன்பது வயதானவளாகவே நீ இருந்து விடுவாயா என்ன?... சரி சரி, புறப்படு” என்று கூறி பிலார் எழுந்து நின்றாள். இடுப்பில் ஒரு கையை வைத்துக் கொண்டு ஜார்டனை நோக்கினாள். அவனும் நின்றுகொண்டிருந்தான். மேரியா மட்டிலும் தலையைக் குனிந்தபடி மரத்தடியிலேயே உட்கார்ந்திருந்தாள்.

“எல்லோருமாக முகாமுக்குச் சேர்ந்து செல்வோம். அதுதான் நல்லது. எனக்கும் நிறைய வேலை காத்துக் கிடக்கிறது” என்றான் ஜார்டன்.

முகத்தை மறுபுறம் திருப்பிக்கொண்டு அமர்ந்திருந்த மேரியாவை நோக்கி ஏதும் பேசாமலேயே தலையை ஆட்டினாள் பிலார். பின்னர்

சிரித்தபடித் தோளைச் சிறிதே குலுக்கிக்கொண்டு, "உனக்கு வழி தெரியுமல்லவா?" என வினவினாள்.

"தெரியும்" என்று தலையைத் தூக்காமலேயே மேரியா மறுமொழி தந்தாள்.

"அப்படியானால் நான் போகிறேன். போய், நீங்கள் வயிறாரச் சாப்பிட ஏதாவது தயாரிக்கிறேன், இங்கிலீஷ்காரரே" என்றபடி முகாமை நோக்கி நடக்கலானாள்.

"நில்லுங்கள். எல்லோரும் சேர்ந்து போவதே நல்லது" என்று ஜார்டன் கூவினான்.

மேரியாவோ வாய் திறவாமலே உட்கார்ந்திருந்தாள். பிலார் திரும்பிப் பாராமலேயே, "சேர்ந்து போவதா? நல்ல வேடிக்கைதான்!... சரி சரி, முகாமில் சந்திக்கிறேன்" என்றாள்.

அப்படியே நின்ற ஜார்டன், "அவள் உடம்புக்கு ஒன்று மில்லையே? சரியாக இல்லை போலச் சற்றுமுன் தோன்றவில்லை?" எனக் கேட்டான்.

"அவளைப் போகவிடுங்கள்" என்று தலை நிமிராமலேயே மேரியா கூறினாள்.

"நான் சென்றுவிடுவதே நலமென நினைக்கிறேன்" என்றாள் அவள்.

"ஆமாம், அவளைப் போகவிடுங்கள்; போகட்டும் அவள்!" என்றாள் மேரியா, முடிவாக.

13

மலைப்புறம் புல்வெளியில் மண்டியிருந்த பூண்டுகளிடையே அவர்கள் நடந்து சென்றுகொண்டிருந்தார்கள். பூண்டுகள் தன் கால்களை உரசுவதையும், உறையில் செருகியிருந்த துப்பாக்கியின் சுமை தன் துடையை அழுத்துவதையும் ஜார்டன் உணர்ந்தான். சூரிய உஷ்ணத்தினால் தன் தலை சுட்டதையும், அதே நேரத்தில் மலைச் சிகரங்களில் படர்ந்திருந்த பனியிலிருந்து வீசிய காற்று தன் முதுகைச் சிலுசிலுக்க வைத்ததையும் கண்டான். அவன் கையிலோ மேரியாவின் உறுதியான கரம்; இருவருடைய விரல்களும் வலுவாகப் பிணைந்திருந்தன. அப்படிக் கோத்திருந்த விரல்களிலிருந்தும், ஒட்டியிருந்த உள்ளங்கையிலிருந்தும், உறவாடிய மணிக்கட்டிலிருந்து ஏதோவொன்று தன்னுள் பாய்ந்து பரவுவதுபோல அவனுக்குத் தோன்றியது. அமைதியாகக் கண்ணாடிபோலக் கிடக்கும் கடல்மீது வீசும் காலையிளங் காற்று சிற்றலை எழுப்புவதுபோலப் புத்தம்

புதியதாய், உதடுகளை மெல்லத்தடவும் இறகு போலவோ, காற்றில்லா வேளையில் இற்றுவிழும் இலைபோலவோ லேசானதாய் இருந்தது அந்த உணர்வு. தங்கள் விரல்கள் தொடுவதால் மட்டுமே கண்டுகொள்ளக் கூடுமளவுக்கு மிருதுவாக அது இருந்தது. அதே சமயத்தில் அந்த விரல்களும், உள்ளங்கைகள், மணிக்கட்டுகளும் இறுக்கமாக இணைந்திருந்ததால் அதில் உறமும் உறுதியும் உக்கிரமும் கூடியிருந்தன. உசுப்பிவிட்டு மிக்க வேதனையும் விளைத்த அது அவன் கை வழியே விசையொன்று விரைந்தோடி உடலெங்கும் வியாபித்தது போல ஒரு வெறுமையை விரித்துத் தாபத்தால் துடி துடிக்க வைத்தது... கோதுமைபோல மஞ்சள் பழுப்பு நிறமான அவளுடைய முடியிலும், பொன் பழுப்பு வண்ணத்துடன் எழில் கொழித்த மென்முகத்திலும் கழுத்து வளைவிலும் பகலவனொளி பளபளக்க வைத்துக் கொண்டிருந்த அந்தத் தருணத்தில் அவளது தலையைப் பின்னால் சாய்த்தபடி அவளைத் தன்னோடு அணைத்துக் கொண்டு முத்தமிட்டான் அவன்.

அப்படி முத்தம் பதிக்கையில் அவள் உடல் நடுங்கியதை அவன் உணர்ந்தான். அந்த உடல் முழுவதையும் இன்னும் கெட்டியாகக் கட்டித் தழுவிக் கொண்டான். அப்போது காக்கிச் சட்டைகளினூடே அவளுடைய தனங்கள் தன் மார்பை முட்டி மோதியதை உணர்ந் தான். சிறியவையாக இருந்தாலும் உறுதியாக இருந்தன அவை. கையைவிட்டுத்துழாவி அவளது சட்டைப் பித்தான்களைக் கழற்றியவனாய்க் குனிந்து மீண்டும் முத்தமிட்டான். அவனுடைய கை தன் முதுகைப் பிடித்திருக்க, தலையைப் பின்புறம் சாய்த்தபடி இலேசாக நடுங்கிக் கொண்டிருந்தாள் அவள். பின்னர், தன் முக வாயை அவன் தலையோடு பொருத்தினாள். தன் முகத்தை அவள் பிடித்துக் கொண்டு தன்னுடையதுடன் பிணைத்துவைத்தபடி மெல்ல ஆட்டத் தொடங்கியதை அதன் பின் அவள் உணர்ந்தாள். அப்படியே நிமிர்ந்தான். அவளை அவன் ஆரத் தழுவி நின்றபடியால் அதன் விளைவாக அவள் மேலெழும்பினாள், ஈருடலும் இணைத் திருந்தவாறே. அப்போதும் அவள் உடல் நடுங்கிக் கொண்டிருந்ததைக் கண்டான். அக்கணமே அவன் கழுத்தில் அவளுடைய உதடுகள் பதிந்தன. சற்றுப் பொறுத்து அவளைக் கீழே இறக்கிவிட்டு, "மேரியா, ஓ, என் மேரியா" என்று கொஞ்சியவன், "நாம் எங்கே செல்லலாம்?" என வினவினான்.

அவள் பதிலேதும் கூறாவிடினும் அவன் சட்டைக்குள் கைவிட்டுப் பித்தான்களைக் கழற்றலானாள். "நீங்களும்... ஆமாம், நானும் முத்தம் கொடுக்க ஆசைப்படுகிறேன்" என்று மிழற்றினாள்.

"வேண்டாம், முயல்குட்டி."

“ஊஹும்... ஆமாம்... நீங்கள் செய்வதனைத்தையும் நானும் செய்வேன்.”

“முடியாது. அது நடக்காத காரியம்.”

“அப்படியானால்... ஓ.... அப்படியானால்... ஓ... ஓ...” அடுத்து அங்கே பூண்டுகள் நசுக்கப்படும் மணம் எழுந்தது. அவளுடைய தலைக்குக்கீழ் வளைந்த தண்டுகள் கரடுமுரடாகக் கையில் பட்டன. மூடியிருந்த அவளுடைய இமைகள்மீது கதிரவனொளி கொஞ்சி விளையாடியது. பூண்டுகளின் வேர் சட்டைகளில் தலை முட்டிக் கிடக்க, அவள் உதடுகள் தாமாகவே அவ்வப்போது சற்றே அசைய, சூரியவொளி கண்ணில் படாமல் மூடியிருந்த இமைகள் படபடக்க அவள் படுத்திருந்த அந்த நிலையில் தென்பட்ட அவள் கழுத்து வளைவு காலமெல்லாம் மறக்க முடியாததாக அவனுக்குத் தோன்றி யது. அவளோ, கதிரவனொளியிலிருந்து காத்துக்கொள்ள மட்டிலும் கண்களை மூடியிருக்கவில்லை; அனைத்துக்குமே திரையிட்டு விட்டாள். இறுக மூடியிருந்த அந்த இமைகளுக்குள்ளும் பகலவன் புகுந்தபடியால் எல்லாமே சிவப்பாகவும், மஞ்சள் சிவப்பாகவும், தங்கச் சிவப்பாகவும் அவளுக்குத் தோன்றின. முழுவதையுமே அந்தச் சிவப்பொளி முழுக்காட்டியது; அடைந்து, நிறைந்து அனுபவித்த அந்த ஆனந்தம் பூராவுமே அந்தச் செந்நிறம் தான். ஆனால் அவனுக்கோ, இட்டுச் செல்லும் இடம் தெரியாத இருள் வழியே அது. அந்த இருட்டிலேயே எங்கெங்கோ இழுத்துச் சென்று திசை தெரியாமலடித்தது; திரும்பத் திரும்பத் திக்குமுக்காட வைத்தது என்றும், எப்போதும் அந்த இனமறியா இருள் வழியே நீண்டு நெளியுமென நினைக்கலானான். தரையில் பதித்த முழங்கையில் உடல் கனத்தையெல்லாம் இறக்கிக் கிடந்தபோது அந்த இருளே அவன் கண்களை அடைத்தது. திக்குத் தெரியாத அந்தத் தேட்டத் துக்கு முடிவேயிராது போலத் தோன்றியது. இன்னதென்றே புரியாத அந்த இருள் பரப்புக்கு எல்லையே இல்லைபோல எண்ண வைத்தது. அக்கணத்தில் மட்டுமல்ல. எக்காலத்தும் அங்கிங்கெனாதபடி எங்கும் தொங்கிக்கிடக்குமோ இந்த இருள் மூட்டம்? பொறுக்கமாட்டா தவையாய்ப் பொங்கி யெழுந்தன உடலும் உள்ளமும்; திடுமெனத் துள்ளின. இறுக்கமாக இணைந்தபடியே இன்பவேதனை தந்தபடியே மேலே எழும்பின. எங்கெங்கோ பறந்து திரிந்தன. பேரானந்தம் பெருகிப் பாய்ந்து பரவிப் பரவசப்படுத்தியது. கால ஓட்டம் அறவே நின்றுவிட்டது. காலம் என்று ஒன்று இருந்ததையே மறந்தனர். மெய்ம் மறந்தனர். கீழே பூமி விலகித் தாங்கள் அந்தரத்தில் ஊசலாடு வதாகவே அவனுக்குத் தோன்றியது.

சற்றுப் பொறுத்து அவன் பக்கவாட்டில் கிடந்தான். அவனுடைய தலை பூண்டுப் புதரில் பொதிந்திருந்தது. அத்தாவரங்களின் மணமும்,

அவற்றின் வேர்கள் வீசிய வாடையும், மண்ணின் வாசனையும் மூக்கைத் துளைத்தன. பூண்டுகளூடே பகலவனின் கதிர்கள் பாய்ந்தன. பக்கவாட்டிலும், திறந்த தோள்களிலும் அவை உரசி உராய்ந்தன. கண்களை இன்னமும் மூடியபடியே எதிரில் படுத்திருந் தான் மேரியா. பிறகு அவற்றைத் திறந்து அவனைப் பார்த்ததும் புன்னகை பூத்தாள். மிகுந்த களைப்புடனும், நேசமிகு நெடுந்தொலைவி லிருந்து பேசுவது போன்ற தொனியுடனும், "ஹலோ, முயல்குட்டி" என அவன் அழைத்தான். சிரித்தபடி அணுக்கக் குரலிலேயே, "ஹலோ, என் இங்கிலீஷ்காரரே" என்றாள் அவள்.

"நானொன்றும் இங்கிலீஷ்காரனில்லை" எனச் சோம்பல் மிகச் சொன்னான் ஜார்டன்.

"ஓ, ஆமாம். நீங்கள் என் இங்கிலீஷ்காரர்தான்" என்று கூறிய படி அவள் அவனுடைய இரு காதுகளையும் பிடித்துக்கொண்டு நெற்றியில் முத்தமிட்டாள். "பார்த்தீர்களா? எப்படி இருக்கிறது இது? நான் நன்றாக முத்தம் தருகிறேனா?" என வினவினாள்.

அடுத்து அவர்கள் இருவரும் ஓடையையொட்டி ஒருங்கே நடந்து செல்கையில், "உன்னை நான் காதலிக்கிறேன் மேரியா! உன் எழிலை நான் என்னவென்பேன்? அற்புதப் பேரழகி நீ! உன் அருகில் இருக்கும் போது எனக்கு என்னென்னவெல்லாமோ உணர்ச்சிகள் ஏற்படுகின்றன. உன்னைக் காதலிக்கும் போது அப்படியே இறந்துவிட மாட்டோமா என்றே இருக்கிறது" என்றான் ஜார்டன்.

"ஓ, ஒவ்வொரு முறையும் நான் இறந்தே போய் விடுகிறேன். நீங்கள் அப்படிச் சாவதில்லையா?"

"இல்லை. அநேகமாகச் சாகிறேன் என்றே சொல்லலாம், அதிருக்கட்டும், அப்போது பூமி பிளந்து நகர்ந்ததை நீ உணர்ந்தாயா?"

"ஆமாம். சாகும்போது அதை உணர்ந்தேன். தயவு செய்து உங்கள் கைகளை என்னைச் சுற்றிப் போட்டுக் கொள்ளுங்கள்."

"வேண்டாம். உன் கை என் கரத்துடன் கோத்திருக்கிறது. அதுவே போதும்" என்றபடி அவளை அவன் நோக்கினான். தூரத்தே புல் வெளியில் வேட்டையாடிக் கொண்டிருந்த வல்லூறொன்றிடமும் அவன் பார்வை சென்றது. மாலை நேரப் பெருமேகங்கள் அந்த மலைப்புறத்தைக் கவிந்துகொள்ளத் தொடங்கியிருந்தன.

கைகளைப் பிணைத்தபடியே அவர்கள் நடக்கையில், "மற்றப் பெண்களுடன் நீங்கள் மகிழும்போது உங்களுக்கு இப்படி நேர்வதில்லையா?" என்று மேரியா வினவினாள்.

"இல்லை, நிஜமாகவே கிடையாது."

"நீங்கள்தான் பல பேரைக் காதலித்திருக்கிறீர்களே!"

“பலரையல்ல, சிலரைத்தான். ஆனால் அவர்களில் யாரையும் உன்னளவு காதலித்ததில்லை.”

“அப்போதெல்லாம் இப்படி நடந்ததில்லை? நிஜமாகத்தான் சொல்கிறீர்களா?”

“அவற்றிற்கெல்லாம் இன்பம் உண்டுதான். ஆனால் இந்த அளவு கிடையாது.”

“பூமி நகர்ந்ததாகவும் சொன்னீர்கள். அப்படியும் இதற்குமுன் நடந்ததில்லையே?”

“இல்லை, மெய்யாகவே ஒருபோதும் அப்படி நேர்ந்ததில்லை.”

“ஆகா, ஒரு நாளாவது நமக்கு இந்த ஆனந்த அனுபவம் கிடைத்ததே!” என்று மேரியா சொன்ன போது அவன் எதுவும் பேசவில்லை.

“இப்போது இந்த இன்பத்தை அடைந்தோமே! ஆமாம் என்னை உங்களுக்குப் பிடிக்கவும் செய்கிறதா? நான் திருப்தி தருகிறேனா உங்களுக்கு? இனி வரவர நான் அழகாகி விடுவேன்” என்றாள் அவள்.

“இப்போதே நீ அழகாகத்தான் இருக்கிறாய்.”

“இல்லவேயில்லை... இருக்கட்டும், என் தலையைத் தட்டிக் கொடுங்கள்” என்று அவள் கோரியதும் அவன் அப்படியே செய் தான். கத்தரிக்கப்பட்டிருந்த அவளுடைய மென்முடி தன் கை பட்டதும் தாழ்ந்து படிந்ததையும், பின்னர் தன் விரல்களுக்கிடையே திரும்பச் சிலிர்த்தெழுந்ததையும் அவன் உணர்ந்தான். தன்னிரு கைகளையும் அவளுடைய தலையில் வைத்து முகத்தைத் திருப்பி நிமிர்த்தி முத்தமொன்றையும் பதித்தான்.

“முத்தமிட நான் மெத்தவும் ஆசைப்படுகிறேன். ஆனால் எனக்கு அதைச் சரியாகச் செய்ய வரமாட்டேன் என்கிறதே” என்றாள் மேரியா.

“நீ முத்தம் தரத் தேவையே கிடையாது.”

“இருக்கத்தான் இருக்கிறது. நான் உங்கள் சேர்த்தாளியாக இருக்க வேண்டுமானால் உங்களை எல்லா வழிகளிலும் திருப்தி செய்தாக வேண்டும்.”

“நீ எனக்கு வேண்டிய அளவு திருப்தி தரத்தான் தருகிறாய். இதைவிடத் திருப்தி இல்லாத காரியம் அது சாத்தியமானால் இப்போது செய்ததற்குமேல் என்னால் வேறேதும் செய்யவும் முடியாது.”

“இருந்தாலும் இனிமேல் அதிகத் திருப்தி அடையத்தான் போகிறீர்கள். விசித்திரமாகத் தோன்றுவதால் இப்போது என்

தலைமயிர் உங்களுக்கு வேடிக்கையாக இருக்கிறது. ஆனாலும் நாளுக்கு நாள் அது வளர்ந்து கொண்டே வருகிறது. மறுபடி அது நீளமாகிவிட்டதானால் நான் விகாரமாகக் காட்சி தரமாட்டேன். நீங்களும் என்னை வெகுவாகக் காதலித்தாலும் காதலிப்பீர்கள்" என மகிழ்ச்சியுடன் மேரியா கூறினாள்.

"உன் மேனி மிக அழகாக இருக்கிறது. உலகிலேயே இதுதான் எழில் மிக்கது என்பேன்."

"இளமையும், மென்மையும்தான் இதில் உண்டு."

"இல்லை, நேர்த்தியான மேனியில் ஒரு மந்திர சக்தியும் உண்டு. எல்லாரிடமும் அப்படி ஏன் இல்லை என்பது எனக்குத் தெரியாது. ஆனாலும் உன்னிடம் என்னவோ அது இருக்கத்தான் இருக்கிறது."

"எல்லாம் உங்களுக்காகத்தான்."

"அதெல்லாமில்லை."

"ஆமாம், உங்களுக்காகத்தான். எப்போதும் உங்களுக்காகவே ஏற்பட்டது. உங்கள் ஒருவருக்காகவே இருப்பது இது. இருந்தாலும் இது உங்களுக்கு ஏற்றதில்லை; அற்ப மதிப்பே உடையது. ஆனால் ஒன்று; நான் உங்களை நன்றாகக் கவனிக்கக் கற்றுக்கொள்வேன். நிஜத்தைச் சொல்லுங்கள். இதற்குமுன் தரை நழுவிச் செல்லக் கண்டதே கிடையாதா நீங்கள்?"

"இல்லவேயில்லை, மெய்யாகத்தான்" என்று ஜார்டன் கூறினான்.

"அப்படியானால் எனக்கு இப்போது மகிழ்ச்சி. மெய்யாகவே பெருமகிழ்ச்சி... ஆனால் நீங்கள் என்னவோ வேறு ஏதோ ஆலோசனையில் அமிழ்ந்து விட்டதுபோலத் தோன்றுகிறதே?"

"ஆமாம். என் வேலையைப் பற்றித்தான் சிந்திக்கிறேன்."

"இப்போது நாம் ஏறிச் செல்லக் குதிரைகள் இல்லையே என்று இருக்கிறது எனக்கு. இந்த மகிழ்ச்சியில் நல்ல குதிரைமீது சவாரி செய்ய என் மனம் அடித்துக் கொள்கிறது. நான் வேகமாகச் செல்ல, நீங்களும் என் பக்கத்தில் இன்னொரு குதிரைமீது விரைவாகச் சவாரி செய்து வரவேண்டும். வேக வேகமாக நாலுகால் பாய்ச்சலில் நாம் பறக்கவேண்டும். என் மகிழ்ச்சி பறந்தோட விட்டுவிடக் கூடாது."

"ஏன், உன் ஆனந்தத்தை நாம் ஆகாய விமானத்தில் ஏற்றிச் செல்லலாமே" என்று எங்கோ சிந்தனையை லயிக்கவிட்டவனாக ஜார்டன் சொன்னான்.

"சூரிய வெளிச்சத்தில் பளபளத்த அந்தச் சின்ன விமானங்களைப் போல ஆகாயத்தில் வளைந்து வட்டமிட்டுக் குட்டிக்கரணங்கள்

போட்டபடிப் போய்க் கொண்டேயிருக்க வேண்டும் என்கிறீர்களா? நன்றாகச் சொன்னீர்கள், போங்கள்! எனக்கு இருக்கும் ஆனந்தத்தில் அந்த விமானங்கள் என் கண்ணில் படக்கூடப்படாது."

"அப்படியானால் உன் ஆனந்தம் அபார சக்தி உடையதுதான். எதையும் விழுங்கிவிடக் கூடியதாக இருக்கிறதே!" அவள் சொன்னதைச் சரியாகக் காதில் வாங்கிக் கொள்ளாமலே அவன் கூறினான். உண்மையிலேயே அவன் அப்போது அங்கில்லை. அவளருகில் நடந்து சென்று கொண்டிருந்த போதிலும் அவனுடைய மூளை முழுதும் பாலம் பற்றிச் சிந்திப்பதிலேயே ஈடுபட்டிருந்தது. படம் பிடிக்கச் சரியான தூரத்தில் சீரான திருஷ்டியுடன் பொருந்திவிட்ட காமிராவைப் போல அவனது மூளை அப்போது தெளிந்து தேரும் கூருமாகியிருந்தது. இரண்டு காவல் நிலையங்களையும், அவற்றை ஆன்ஸெல்மோவும் ஜிப்ஸியும் கண்காணிப்பதையும் அவன் மனக்கண்ணில் கண்டான். சாலை சூன்யமாக இருந்ததையும், அடுத்து அதில் நடமாட்டம் மிகுந்திருந்ததையும் அவன் பார்த்தான். அனைத்திலும் அதிக அளவு சமனான சுடுகளத்தைப் பெற சுயமே இயங்கும் தன்னிரு துப்பாக்கிகளையும் வைக்குமிடத்தையும் நோக்கினான். 'எல்லாம் சரிதான், அங்கிருந்து இறுதியில் நான்தான் சுடப்போகிறேன். ஆனால் ஆரம்பத்தில் யார் சுடுவார்கள்?' என்று தன்னைத் தானே கேட்டுக் கொண்டான். வெடிமருந்து டப்பாக்களைச் செருகிவைத்துக் கட்டினான். அவற்றின் மூடிகளைத் தக்கபடி அழுத்தி, வெடிப்பதற்கு வாட்டமாக்கினான். கம்பிகளை இழுத்து மாட்டியபின், திரிப் பெட்டியை வைத்த இடத்துக்குத் திரும்பி வந்தான். இப்படி மனத்துள்ளேயே அனைத்தையும் செய்து முடித்ததும் என்னென்னவெல்லாம் நடக்கக் கூடும் என்பதையும், எங்கே கோளாறு ஏற்படலாம் என்பதையும் எண்ணிப் பார்த்தான், 'சேச்சே, என்ன சிந்தனை இதெல்லாம்? நிறுத்து உடனே' என்று தனக்குத் தானே கூறிக்கொண்டான். 'இந்தப் பெண்ணிடம் காதல் கொண்டு களியாட்டம் புரிந்தாய். அதன் பயனாக உன் மூளை தெளிந்திருக்கிறது, சரிவரத் தெளிவாகியிருக்கிறது. உடனேயே யோசித்துக் குழம்பி மண்டையை உடைத்துக் கொள்ளக் கிளம்பி விட்டாயே, என்ன இது? செய்தாக வேண்டியதைப் பற்றிச் சிந்திப்பது சரிதான்; ஆனால் அதைப்பற்றிக் கவலைப்பட்டு மாய்வது முற்றிலும் வேறு விஷயம். அலட்டிக் கொள்ளாதே. நீ கவலைப்படவே கூடாது. நீ என்னவெல்லாம் செய்ய வேண்டியிருக்கலாம் என்பதுபற்றி உனக்குத் தெரியும். என்ன நேரலாம் என்பதையும் அறிவாய். நிச்சயம் அதெல்லாம் அப்படியே நேரக்கூடும்தான்' –

ஜார்டனின் சிந்தனை வட்டம் பின்னும் சுழன்றது. எதற்காகப் போரிடுகிறோம் என்பது தெரிந்துதானே இதில் நீ இறங்கினாய்?

நீ என்ன செய்து கொண்டிருந்தாயோ, எதைச் செய்யக் கட்டாயப் படுத்தப்பட்டாயோ, அதை எதிர்த்துப் போராடினால் தான் வெற்றிக்கு வாய்ப்பு உண்டு என்பதை நீ அறிவாய். இதனால் தான் வெற்றி கிடைக்க வேண்டுமானால், இதோ உனக்குப் பிடித்திருக்கும் இவர்களையெல்லாம் சற்றேனும் பற்றுதலில்லாத் துருப்புக்களைப் பயன்படுத்துவதைப்போல நீ உபயோகிக்கும் நிர்ப்பந்தம் நேர்ந்திருக் கிறது. இவர்கள் அனைவரிலும் பாப்லோ தான் கெட்டிக்காரன் என்பது தெளிவு. திட்டம் எவ்வளவு மோசமானது என்பதைக் கேட்ட மாத்திரத்திலேயே அவன் கண்டுவிட்டான். அவனுடைய 'சேர்த்தாளி' என்னவோ உற்சாகமுடன் ஏற்கத்தான் செய்தாள். இப்போதும் ஆதரிக்கத்தான் செய்கிறாள். இருந்தாலும் அதன் உள்வயணம் என்ன என்பதை அவள் சிறுகச் சிறுக உணர்ந்து விட்டாள்; அதனால் அவளிடம் இதற்குள்ளாகவே எத்தனையோ மாறுதல்கள் ஏற்பட்டுவிட்டன. ஸோர்டோவும் அதன் அந்தரங்கத்தை அந்தக் கணத்திலேயே அறிந்து விட்டான். அதை அவன் நிறைவேற்று வான் என்றாலும் அது அவனுக்குப் பிடிக்கவேயில்லை. என்னைப் போலவே... உனக்கு என்ன நேரும் என்பதையல்லாமல் பிலாருக்கும், மேரியாவுக்கும், மற்றவர்களுக்கும் என்ன நடக்கலாம் என்பதைப் பற்றித்தான் உன் யோசனையெல்லாம் என்கிறாயோ? சரி, அப்படியே இருக்கட்டும். நீ வந்திருக்காவிட்டால் இவர்களுக்கு என்ன நேர்ந்திருக்கும்? நீ இங்கு வருமுன் இவர்களுக்கு என்னென்ன வெல்லாம் நிகழ்ந்தது?... கூடாது, இந்த ரீதியில் நீ சிந்திக்கக் கூடாது. போர் நடவடிக்கையிலன்றி வேறெவ்வகையிலும் இவர்களைப் பொறுத்து உனக்குப் பொறுப்பு கிடையாது. கட்டளைகளைப் பிறப்பித்தது நீயல்ல; அவை கோல்ஸிடமிருந்தே வந்துள்ளன. அந்த கோல்ஸ்தான் யார்? நல்லதொரு தளபதி. நீ இதுவரை பணியாற்றி யிருப்பவர்களிலெல்லாம் தலைசிறந்தவர். இருந்தாலும் அவற்றால் என்ன விளையும் என்பது தெரிந்திருந்தும்கூட அசாத்தியமான கட்டளைகளை நிறைவேற்றுவது என் கடமையாகுமா? ராணுவத் துக்கு மட்டுமின்றிக் கட்சிக்கும் பிரதிநிதியான கோல்ஸிடமிருந்து வந்தாலும்கூட அவ்வுத்தரவுகளை நிறைவேற்றியே ஆகவேண்டுமா?... ஆமாம், அமுல்படுத்தியே தீரவேண்டும். ஏனெனில், அப்படிச் செய்தால்தான் அவை அசாத்தியமானவை என்பதை நிரூபிக்க இயலும். பரிசோதித்துப் பார்க்காத வரையில் அவை இயலாதவையே என்பது எப்படி உனக்குத் தெரியும்? கட்டளைகள் கிடைக்கப் பெற்றவுடன் அவை காரிய சாத்தியமானவை அல்ல என்று அனைவரும் கூறத்துவங்கினால் அப்புறம் போகிற வழிதான் என்ன? உத்தரவு வந்ததுமே 'இயலாது' என்று நீ சொல்லி விட்டால் எல்லோரும் உருப்பட்டாற்போலத்தான்!...

‘எந்தக் கட்டளையுமே காரியகாரணமானதல்ல என்று தீர்த்துக் கட்டிவிட்ட தளபதிகள் எத்தனையோ பேரை நான் பார்த்திருக்கிறேன். எஸ்ட்ரெமடுராவில் இருந்தானே கோமெஸ், அந்தப் பன்றிப்பயல் அவர்களுக்கு ஒரு உதாரணம். இயலாது என்று காரணம் காட்டிப் பக்கவாட்டுத் துருப்புகள் முன்னேற மறுத்த தாக்குதல்களையும் எவ்வளவோ கண்டிருக்கிறேன். அப்படியெல்லாம் செய்யக்கூடாது. கட்டளையை நிறைவேற்றியே தீரவேண்டும். அதை யாருடன் நீ சேர்ந்து செய்து முடிக்க வேண்டுமோ அவர்களை உனக்குப் பிடித்திருக்கிறது என்றால் அது உன் துரதிருஷ்டமேயன்றி வேறல்ல... கொரில்லாக் கோஷ்டியினரில் ஒருவனான நாம் செய்ய நேர்ந்த பல வேலைகளால் நமக்கு உறைவிடம் அளித்து உதவிய பலருக்கு அதிகப்படி அபாயத்தையும் துரதிருஷ்டத்தையும்தான் நாம் தேடித் தந்திருக்கிறோம். எல்லாம் எதற்காக? இறுதியில் எந்தவித ஆபத்துமின்றி நல்லபடி வாழத்தக்கதாக நாடு ஆகவேண்டும் என்பதற்காகத் தானே? என்னதான் பழகிப் புளித்துப் போனதாகத் தொனித்தாலும் இந்தக் கூற்று மெய்தான் என்பதை மறுக்கமுடியாது. குடியரசு லட்சியம் தோற்றால் அதில் நம்பிக்கை கொண்டவர்கள் ஸ்பெயினில் வாழவே இயலாது. ஆனால் உண்மையிலேயே அப்படி ஆகுமா?... ஆம், ஆகத்தான் ஆகும். ஃபாஸிஸ்டுகள் பிடித்துள்ள பகுதிகளில் நடந்திருப்பவற்றிலிருந்து நிதர்சனமாகவில்லையா இது?... பாப்லோ பன்றிப் பயல்தான், ஐயமில்லை. ஆனால் மற்றவர்கள் அப்படியல்ல. அவர்கள் நல்லவர்கள், சிறந்தவர்கள். அப்படிப்பட்டவர்களை இந்தக் காரியத்தைச் செய்யச் சொல்வது அவர்களுக்குப் பெரிய துரோகம் இழைப்பதாகாதா?... அப்படியும் இருக்கலாம், மறுப்பதற்கில்லை. ஆனால் அவர்கள் இதைச் செய்யாவிட்டால் இரண்டு குதிரைப் பட்டாளங்கள் வந்து வளைத்துக் கொண்டு வேட்டையாடி, இரண்டே வாரத்தில் இந்த மலைப்பகுதியிலிருந்து அவர்களைக் கிளப்பிவிடாதா?... இல்லை, அவர்களுடைய துணையைப் பெறாமல் சும்மா விட்டுவிடுவதால் லாபமொன்றுமில்லை. எவர் விஷயத்திலும் தலையிடாமல் வாளாவிருக்க முடியுமென்றால் சிறந்ததுதான், சந்தேகமில்லை. ஓஹோ, இந்தச் சும்மாவிருக்கும் சித்தாந்தத்தில் உனக்கு நம்பிக்கையுண்டு போலிருக்கிறதே?... ஆமாம், நான் நம்பத்தான் செய்கிறேன்... அப்படியானால் திட்டமிட்ட சமுதாயம் போன்ற லட்சியங்களெல்லாம் என்ன ஆவது?... அவற்றையெல்லாம் சாதிக்க வேண்டியவர்கள் மற்றவர்களே. போர் முடிந்ததும் எனக்கு வேறு வேலை இருக்கிறது. நான் நேசிக்கும் ஒரு நாட்டில் மூண்டதாலும், எனக்குக் குடியரசில் நம்பிக்கை இருப்பதாலும்தான் இப்போரில் இப்போது நான் கலந்து கொள்கிறேன். குடியரசு குலைந்தால் அதில் நம்பிக்கையுள்ள அனைவருக்கும் நரக வாழ்க்கையே சித்திக்கும் என்பதால்தான் இதில் கலந்து கொள்கிறேன்.

போர் முடியும்வரையில் கம்யூனிஸ்ட் கட்சிக் கட்டுப்பாட்டுக்கு உட்பட்டு நடக்க வேண்டியவன் நான். இந்த ஸ்பெயினில் கம்யூனிஸ்டு கள்தான் கட்டுப்பாட்டில் சிறந்தவர்களாக இருக்கிறார்கள். போரை நடத்த அவர்கள் போடும் திட்டங்கள்தாம் அனைத்திலும் சீரானவை யாகவும் சிந்தனைத் தெளிவு உடையவையாகவும் இருக்கின்றன. போர் நடவடிக்கைகளில் நான் மதித்து நடக்கக்கூடிய திட்டங்களை வகுத்து, கட்டுப்பாட்டையும் கடைப்பிடிக்கும் ஒரே ஸ்தாபனமாக கம்யூனிஸ்டு கட்சி இருப்பதனால் தான் போர் முடியும் வரையில் அதன் கட்டுப்பாட்டுக்கு உட்பட உடன்பட்டிருக்கிறேன்...

'அப்படியானால் என் அரசியல் நோக்கங்கள், கொள்கைகள் என்ன?... இப்போதைக்கு ஒன்றுமில்லைதான். ஆனால் இந்த ரகசியத்தை எவரிடமும் கூறிவிடக் கூடாது; ஒருபோதும் ஒப்புக்கொள்ளவே கூடாது. போர் முடிந்த பிறகோ?... வேறொன்றும் செய்யப் போவதில்லை: முன்போலவே ஸ்பானிஷ் மொழியைப் போதித்து ஜீவனம் நடத்தப்போகிறேன், அத்துடன் உள்ளதை உள்ளபடி உரைக்கும் புத்தகமொன்றையும் எழுதப்போகிறேன். பந்தயம் வேண்டுமானாலும் கட்டத் தயார். அது சுலபமான வேலையாகவே இருக்கும் என்பதில் சந்தேகமில்லை... அரசியலைப் பற்றி பாப்லோவுடன் நான் பேசிப் பார்க்கவேண்டும். அவனுடைய அரசியல் மலர்ச்சி எப்படியெப்படி அமைந்தது என்பதை அறிவது சுவையாகவே இருப்பது உறுதி. லெரூக்ஸைப்போல இடதுசாரி யிலிருந்து வலதுசாரிக்குப் பழைய பாணியிலேயே அவன் தாவியிருக்க லாம், யார் கண்டது? ஏறக்குறைய லெரூக்ஸைப் போலவேதான் பாப்லோ இருக்கிறான். பீரிடோவும் இவர்களைப் போல மோசமானவனே. இறுதி வெற்றி குறித்து பீரிடோவைப் போலவே பாப்லோவுக்கும் நம்பிக்கை இல்லை. குதிரைத் திருடர்கள் கடைப் பிடிக்கும் ரகத்தைச் சேர்ந்ததே இவர்களுடைய அரசியல். ஆட்சி முறை என்ற வகையில் குடியரசிடம் எனக்கு நம்பிக்கை உண்டு. ஆனால் கலகம் மூண்டபோது அது இருந்த இக்கட்டான நிலைக்குக் கொண்டுவந்துவிட்ட இப்படிப்பட்ட குதிரைத் திருடர்களையெல்லாம் குடியரசு களைந்தெறிந்தாக வேண்டும். இவர்களைப் போல மக்களுக்கு மெய்யான விரோதிகளைத் தலைவர்களாகக் கொண்ட நாடு எங்காவது எப்போதாவது இருந்ததுண்டா?

'மக்களின் விரோதிகள் என்ற இந்த வார்த்தைகளைத் தவிர்க்க வல்லவா எனக்குத் தோன்றுகிறது? இந்தக் கோஷத்தைக் கைவிட்டு விடுவேன் போலிருக்கிறதே! ... மேரியாவுடன் படுத்துறங்கியதால் விளைந்த பயன்தான் இது. அசைக்க முடியாத நம்பிக்கை கொண்ட பாப்டிஸ்ட் மதப் பிரிவினை போல எனக்கும் என் அரசியலைப் பொறுத்துக் கண்மூடித்தனமும் பொருளற்ற பிடிவாதமும் ஏற்பட்

டிருந்தன. 'ஜன விரோதிகள்' என்பது போன்ற சொற்கோவைகளெல்லாம் நான் அதிகமாகச் சீர்தூக்கிப் பார்க்காமலேயே என் சிந்தையில் புகுந்துவிட்டன. புரட்சி, தேசபக்தி சம்பந்தமாக அடிக்கடி பயன்படுத்திப் பழசாகி நைந்துவிட்ட எல்லாவிதக் கோஷங்களும் என் மூளையில் குடியேறிவிட்டன. ஆராய்ந்து பாராமலேயே அவற்றை என் மூளை பிரயோகிக்கலாயிற்று. அவையனைத்தும் மெய்யானவைதான். ஐயமில்லை; எனினும் எடுத்ததற்கெல்லாம் அவற்றை எளிதாக எடுத்தாளப் புகுந்துவிட்டேன். ஆனால் நேற்றிரவு ஒரு திருப்பம், இன்று பிற்பகலிலோ அந்த விஷயத்தில் என் மூளை மிக்க தெளிவும் தூய்மையும் பெற்றிருக்கிறது. கண்மூடித்தனம் விசித்திரமானதே என்பதை எவரும் மறுப்பதற்கில்லை. நீ செய்வதே சரி என்ற நிச்சயமான நம்பிக்கைதான் அப்படி உன் கண்ணைக் குருடாக்குகிறது. அந்தமாதிரி திட நம்பிக்கைக்கும் நெறியுறுதிக்கும் புலனடக்கம் போல வகை செய்வது வேறில்லை. அதுதான் பிறழ்வுக்குப் பரம விரோதி. ஆமாம், நான் அலசி ஆராயப் புகுந்தால் தரித்துநிற்குமா இந்தச் சித்தாந்தம்? இதனால்தான் முறைபிசகி வாழ்வோரைக் கம்யூனிஸ்டுகள் எப்போதும் மூர்க்கத்தனமாக அடக்கி வைத்திருக்கின்றனரோ? குடி வெறிக்கு ஆளானாலோ, விபசாரத்தில் ஈடுபட்டாலோ மதக்கோட்பாட்டுக்கு நிலையற்ற மாற்றாகிவிட்ட கட்சிக் கொள்கையைத் தராசாகக் கொண்டு உன் தட்டு தூக்குவதைக் காண்கிறாய். தவறு செய்யும் தன்மை உனக்கு உண்டு என்பதை ஒப்புக்கொள்கிறாய். எல்லாம் இந்தச் சித்தாந்தத்தின் பயன்தான். ஆகவே, மயாகோவ்ஸ்கி பின்பற்றிய நெறியற்ற வாழ்க்கைமுறை ஒழியட்டும்! ஆனால் அவர் மகானாகவல்லவோ ஆகிவிட்டார்! ஆனால்? இறந்து பலகாலம் கழித்துத்தானே? நீயும் அதேமாதிரி செத்துச் சுண்ணாம்பானபின் உயர்வு பெறுவாய், கவலைப்படாதே... சேச்சே, இப்படியெல்லாம் நீ உன் மனத்தை அலையவிடக் கூடாது. மேரியாவைப்பற்றிச் சிந்தியேன்'...

'என் கண்மூடித்தனத்தைக் கடினமாகத்தான் தாக்கிவிட்டாள் மேரியா. என் உறுதியை அவளால் இதுவரை அசைக்க முடியவில்லைதான். இருந்தாலும் இறப்பதற்கு இப்போது எனக்கு இஷ்டமில்லை என்பதையும் கூறவேண்டும். வீரனைப்போல தியாகியைப் போல வாழ்க்கையை முடித்துக் கொள்ளும் துடிப்பை நான் இப்போது மகிழ்ச்சியுடன் கைவிடத்தயார். தெர்மோபைலே யெல்லாம் தேவையில்லை எனக்கு. எந்தப் பாலத்திலும் ஹொரேஷியஸைப்போல வீரமரணம் எய்த நான் விரும்பவில்லை. கடலணையில் விரலை வைத்து வெள்ளத்தை அடைக்க முற்பட்ட அந்த டச்சுச் சிறுவனைப் போல இறக்கவும் இஷ்டமில்லை. அதெல்லாம் வேண்டவே வேண்டாம். மேரியாவுடன் சிறிதுகாலம் இன்பமாகக் கழிக்கவே

எனக்கு ஆசை. ஆம், என் உள்ளக் கிடக்கையை இப்படி எளியமுறையில் தெள்ளத் தெளியக் கூறிவிடலாம். மேரியாவுடன் பலகாலம், நீண்ட நெடுங்காலம் வாழவே நான் விரும்புகிறேன். ஆனால் அப்படிப்பட்ட நெடுங்காலம் இனியும் இயலுமென நான் நம்பவில்லை. இருந்தபோதிலும் அவ்விதம் நெடு நாள் வாழ எனக்குக் கொடுத்து வைத்திருக்குமானால், இதை அவளுடன் கழிக்கவே துடிக்கிறேன். ஏதாவது ஒரு ஓட்டலுக்குச் செல்வோம். அங்கே டாக்டர் லிவிங்ஸ்டன் தம்பதி என்பதுபோல ஏதோவொரு பெயரைப் பதியலாம் என்றே எண்ணுகிறேன்... இந்தப் பொய்ப் பெயருக்கெல்லாம் தேவையேயில்லாமல் ஏன் அவளைக் கலியாணமே செய்துகொண்டுவிடக் கூடாது? செய்யலாம், நிச்சயமாகச் செய்து கொள்ளலாம். செய்து கொள்ளத்தான் போகிறேன். அப்புறம் நாங்கள் இடாஹோ ராஜ்ய ஸன்வாலியைச் சேர்ந்த ஸ்ரீராபர்ட் ஜார்டன், ஸ்ரீமதி ஜார்டன் என்று அழைக்கப்படுவோம் அல்லவா? ஸன்வாலி இல்லையென்றால் டெக்ஸாஸ் ராஜ்ய கார்ப்பஸ் க்றிஸ்டி, அல்லது மொன்டானா ராஜ்ய புட்டே போன்ற இடங்களில் குடியமர்ந்து, அந்த இடங்களைச் சேர்ந்தவர்கள் என்று எங்களைக் கூறிக்கொண்டால் போயிற்று...

'ஸ்பானியப் பெண்கள் அருமையான மனைவியராகத்தான் அமைகிறார்கள். நான் அவர்களில் எவரையும் இதுவரையில் மணந்து கொள்ளாவிட்டாலும் இது எனக்குத் தெரியும். பல்கலைக்கழகத்தில் பழைய வேலை எனக்குத் திரும்பக் கிடைத்ததும், போதகரின் மனைவியாக அவள் திகழலாம். ஸ்பானிஷ் மொழிப் பாடத்தை எடுத்துக்கொள்ளும் மாணவர்கள் மாலை வேளைகளில் புகை பிடித்தவாறு பேசிப் பயன்பெற வருவார்கள். க்விலீடோ, லோப் டி வேகா, கால்டோஸ் போன்று எப்போதும் வியந்து பாராட்டுவதற்குரிய காலஞ்சென்ற மேதைகளைக் குறித்துக் கட்டுத்திட்டமேதும் இல்லாமல் விவாதிப்போம். அப்போது, 'உண்மை லட்சிய'த்துக்காகப் புனிதப்போர் புரிந்த நீலச் சட்டைக்காரர்களில் சிலர் தன் தலைமீது அமர்ந்திருக்க, இன்னும் சிலர் தன்னுடைய கைகளைப் பிடித்துத் திருகியதையும், மற்றும் சிலர் தன் கீழாடையைத் தூக்கித் தன் வாயில் திணித்ததையும் அவர்களிடம் மேரியா கூறலாம். ஆனால் மொன்டானா ராஜ்ய மிஸ்ஸூலாவில் வசிப்பவர்களுக்கு மேரியாவைப் பிடிக்குமா? அதாவது, அங்கே எனக்குப் பழைய வேலை திரும்பக் கிடைக்குமானால். அங்குள்ளவர்கள் கம்யூனிஸ்ட் என்று எனக்கு நிரந்தரப் பட்டம் சூட்டி, விரும்பத்தகாதவர்களின் பட்டியலில் சேர்த்திருப்பார்கள் என்றே எண்ணுகிறேன். ஆனாலும் இப்படி நிச்சயமாக கூறிவிடுவதற்கில்லை. நீ செய்யும் வேலை குறித்து அவர்களிடம் சான்றேதும் கிடையாது. அது பற்றிச் சொன்

னாலும் கூட அவர்கள் நம்புவது சந்தேகமே. என் பாஸ்போர்ட்தான் அவர்கள் கட்டுப்பாடு எதையும் விதிக்கப்புகுமுன்பே ஸ்பெயினைப் பொறுத்துச் செல்லும்படியாகி விட்டதே! '37ஆம் வருட இலையுதிர் காலத்துக்கு முன் நான் திரும்பிச் செல்வதற்கான தருணம் வராது. 36ஆம் வருடக் கோடையில் அங்கிருந்து புறப்பட்டேன். ஒரு ஆண்டுக்குத்தான் ரஜா என்றாலும் அடுத்த வருடத்தில் இலையுதிர் கால வகுப்புகள் தொடங்குமுன் திரும்பிச்செல்லத் தேவையில்லை. அந்த இலையுதிர் காலத்துக்கும் இப்போதைக்கு மிடையே ஏராள அவகாசம் இருக்கிறது. ஏன், அப்படிக் கூற உனக்கு இஷ்டமென்றால் இப்போதைக்கும், நாளை மறு நாளுக்குமிடையே கூட நிறைய அவகாசம் இருக்கிறது என்றும் சொல்லலாமே... வேண்டாம், பல்கலைக் கழகம் பற்றி எண்ணிக் கலங்க இப்போது அவசியமே கிடையாது. இலையுதிர்காலத்தின் போது அங்கே திரும்பிப் போனால் போதும், அனைத்தும் சரியாகவே இருக்கும். திரும்பிச் செல்ல முயற்சி செய்தாலே போதுமானது'.

'ஆனால் நெடுநாளாகவே விசித்திரமான வகையிலல்லவா நான் வாழ்ந்து வருகிறேன்? ஆம், இது வினோத வாழ்க்கையே என்பதில் ஐயமில்லை. ஸ்பெயின்தான் உன் பணித்துறை, வேலைக்கூடம்; ஆகவே, ஸ்பெயினில் இருப்பதுதான் சரி. அது இயற்கையேயாகும். பொறிஇயல் திட்டங்களில் பணியாற்றியும், காட்டிலாகாவுக்காகச் சாலைகள் போடுவது, நந்தவனங்களை நிறுவுவது போன்ற சேவைகளிலும் கோடை காலத்தைக் கழித்ததாகக் கூறிக் கொண்டால் போயிற்று, வெடி மருந்தைக் கையாளக் கற்றுக் கொண்டதாகவும் கூறலாம். ஆகவே, வெடிவைக்கும் வேலையும் கூடச் சீரானதாகவும் சாதாரணமானதாகவுமே காணும். எப்போதும் சற்று அவசரம் காட்டிய போதிலும் அது சீரான சேவைதான். வெடிவைத்து அழிக்கும் யோசனையைப் பிரச்சனையாகக் கருதும் போது தான் அது அப்படியாகிறது. ஆயினும் அதைச் சுளுவாகவே நீ ஏற்றாய் என்பதை ஆண்டவன் அறிவான், என்றாலும் அதை யொட்டிய பல விஷயங்கள் அவ்வளவாக நல்லவையல்ல என்பது உனக்குத் தெரியும். தகர்ப்பு வேலைக்குப்பின் வெற்றிகரமான அரசியல் படுகொலையுடன் அதை ஒப்பிட்டுப் பேச எப்போதுமே முயற்சி செய்யப்படுகிறது. ஆனால் அப்படிப் பெரியவார்த்தைகளை வீசுவதால் அது சரியானதாகிவிடுமா? கொலையைப் பற்றி அப்படி யெல்லாம் கூறுவதால் அது விரும்பத்தக்கதாகிவிடுகிறதா என்ன? சொல்லப் போனால், இந்த வேலையை ஆய்ந்தோய்ந்து பாராமலேயே அவசரப்பட்டு நீ ஏற்றுவிட்டாய் என்பேன். குடியரசுப் பணியிலிருந்து விலகியபின் நீ எப்படி இருப்பாய், எதற்கு உனக்குத் தகுதி இருக்கும் என்பதை இப்போது கூறமுடியாது. அது மிகவும் சந்தேகாஸ்பத மானதே யாகும். ஆனாலும் எழுத்தில் வடிக்கப் புகுவதன் மூலம்

அவ்வளவையும் களைந்துவிடலாம் என்றே கருதுகிறேன், ஆம், எழுதத் தொடங்கிவிட்டால் அனைத்துமே அழிந்துவிடும். நீ மட்டும் எழுத முடிந்தால் அது நல்ல நூலாகவே அமைவது நிச்சயம். முந்திய புத்தகத்தைவிட அது தரமானதாகத் திகழ்வது திண்ணம். ஆனால் அதற்கிடையில் உனக்கு இப்போதோ இந்தப் பகல்பொழுதும், இன்றிரவும், நாளையும்தான். ஆம், இந்தப் பகல், இன்று ராத்திரி, நாளைய தினம்தான் உனக்கு இருப்பதெல்லாம். ஆகவே, இருக்கும் இந்த அவகாசத்தை நீ பயன்படுத்துவதே சரி. இதற்காக நீ நெஞ் சார நன்றி செலுத்துவதே முறை. பாலவேலைக் கோளாறானால் உனக்குக் கிடைக்கக்கூடியதனைத்தும் இந்த அவகாசம்தான். அந்தப் பாலப்பணிதான் நல்லபடியாக நடந்தேறுமெனத் தோன்றவில்லையே.

ஆனால் மேரியா என்னவோ நல்லபடித்தான் நடந்து கொண் டிருக்கிறாள். நிறைவு தரவில்லையா அவள்? ஆஹா, அள்ளித்தந்து உள்ளத்தை நிறைத்தாளே அவள்! என் வாழ்வில் அந்த ஓர் இன்பத்துக்குத்தான் இப்போது இடமிருக்கும் போலிருக்கிறது. என் வாழ்க்கையின்பமே அதுவாகத்தான் இருக்குமோ என்னமோ? ஊஹூம், பைபிள் கூறும் எழுபது வயதை நான் எய்தப்போவதில்லை. நாற்பத்தெட்டு மணி நேரம்தான் இந்த நானிலத்தில் நானிருக்கலாம். அதிகம் போனால் எழுபது மணிநேரம்தான் நான் வாழக்கூடும்; இல்லை, எழுபத்திரண்டு மணிநேரம் வரை இருக்கலாம். ஒருநாள் என்றால் இருபத்துநான்கு மணிநேரம். மூன்று நாள் என்றால் எழுபத்திரண்டு மணி ஆகலாம் அல்லவா? எழுபதாண்டு நிறை வாழ்வை எழுபது மணிநேரத்திலேயே வாழ்ந்துவிடலாம் என்றே எண்ணுகிறேன். அதாவது, அந்த எழுபது மணி நேரம் துவங்கும்போது கணிசமான அளவு ஆண்டுகளை நீ கடந்திருக்க வேண்டும். அதோடு, அந்த வருடங்களை நீ கூடியவரையில் நிறைவான வகை யில் வாழ்ந்திருப்பதும் அவசியம் சேச்சே, என்ன – அபத்தம் இதெல்லாம்! சிந்திக்கப் புகுந்தால் என்னென்ன பிதற்றலிலெல்லாம் திளைக்கிறாய் நீ!... ஆமாம், மெய்யாகவே இது அபத்தம்தான்... இல்லை, பிதற்றலாக இல்லாமலும் இருக்கலாம். இரு, இரு, எதற்கும் பொறுத்துப் பார்ப்போம். கடைசியாக மாட்ரிட் நகரத்தில்தான் நான் ஒரு மங்கையுடன் படுத்து உறங்கினேன். இல்லையில்லை, எஸ்கோரியலில்தான் அது நடந்தது. அப்போது பாதியிரவில் நான் விழித்தெழுந்தேன். அங்கே இருந்தது வேறு யாரோவென எண்ணினேன். அதனால் பரபரப்பு அடைந்தேன். உண்மையில் யார் இருந்தது என்பதை உணர்ந்ததும் அந்தப் பரபரப்பு அடங்கி விட்டது. இன்பம் தந்தது என்றாலும் அது அப்படியொன்றும் அசாதாரண அனுபவமல்ல. அதற்குமுன் தான் நடந்தது மாட்ரிட் நிகழ்ச்சி, விவகாரம் நடந்து கொண்டிருந்தபோது நான் யார் என்பதைப் பற்றி என்னென்னவோ புளுகிப் பாசாங்கு செய்தேன்.

இதைத் தவிர அடுத்ததைப்போன்ற அனுபவம்தான் அதுவும்; இன்பம் சிறிது குறைவு என்றுகூடக் கூறலாம். ஆகவே, ஸ்பானிஷ் மங்கையரைக் கண்டதும் மதிமயங்கிப் புகழ்ந்தேத்துபவன் அல்ல நான் என்பது விளங்குகிறதல்லவா? மற்ற நாடுகளில் எப்போதாவது கிடைத்த எந்தப் பெண்ணையும்விட உயர்ந்தவளாக அவர்களில் எவரையும் ஒருபோதும் நான் எண்ணியதில்லை. ஆனால் மேரியாவுடன் நான் இருக்கும் போதோ அவளை நான் மனதாரக் காதலிக்கிறேன். அந்த உணர்ச்சிப் பெருக்கில் வசப்படும்போது நான் இறந்துவிடுவேன் என்றே தோன்றுகிறது. அந்தமாதிரி நினைப்பு ஏற்படக்கூடுமென ஒருநாளும் நான் நம்பியதில்லை. அவ்வாறு எனக்கு நேரக்கூடுமென ஒருபோதும் நினைத்ததே கிடையாது...

'எனவே எழுபது ஆண்டுகளுக்குப் பதிலாக எழுபது மணி நேரத்தைப் பெற்றுக்கொள்ள உன் வாழ்க்கை முன்வருமானால் அந்த மதிப்பரிய அனுபவம் இப்போது என் கையிலேயே இருக்கிறது. இதை நான் அறிந்திருப்பது என் அதிருஷ்டமே. நெடுங்காலம் என்பதோ, எஞ்சிய வாழ்நாள் என்பதோ, 'இனிமேல்' என்பதோ கூட உனக்கு இல்லாமல் தற்போதைய தருணம் மட்டுமே இருக்குமானால் இந்தத் தருணத்தைத் துதிப்பதே தகுந்த காரியம். இந்தச் சமயம் குறித்து எனக்கு மெத்த மகிழ்ச்சியே. 'இப்போது' என்பதை 'அஹோரா' என்கிறார்கள், ஸ்பானிஷ் மொழியில். ஃபிரெஞ்சுமொழியில் 'மெய்ன்டினன்ட்' என்றாகிறது அது. ஜெர்மன் மொழியிலோ, 'ஹ்யூஸ்ட்' ஆகிறது. இக்கணத்தைக் குறிக்கும் ஆங்கிலச் சொல்லான 'நௌ'வ்வில்தான் விசித்திரத்தொனி ஒலிக்கிறது. வாழ்வு முழுவதையும் இந்த உலகம் பூராவையும் அல்லவா உள்ளடக்கி நிற்கிறது இந்த ஒரே சொல்! இப்படியே 'இன்றிரவு' என்பதை 'எஸ்டா தோஷ்' என்று ஸ்பானிஷ் மொழியிலும், 'ஸி ஸாய்ர்' என்று ஃபிரெஞ்சு மொழியிலும், 'ஹ்யூட் அபெண்ட்' என ஜெர்மன் மொழியிலும் சொல்கிறார்கள், ஆங்கிலத்திலோ, 'டுநைட்' என்று பட்டுத் தெறிக்கிறது. வாழ்வையும் மனைவியையும் 'லைஃப், ஓய்ஃப்' என்று குறிக்கும் ஆங்கிலச் சொற்சேர்க்கையை 'வை,' மேரி' என்றார்கள், ஸ்பானிஷ் மொழியில். ஆனால் சேர்க்கை சரியாக அமையவில்லை. ஆகவே, கணவன் என்ற சொல்லைக் கலந்து மாற்றிவிட்டார்கள் ஃபிரெஞ்சுக்காரார்கள். ஜெர்மன் மொழியில் மனைவியை 'ஃப்ரெவ' என்கிறார்கள். ஆங்கில 'நௌ'வ்வுடன் அது ஒத்து ஒலித்தாலும் சரிவரப் பொருந்தவில்லை. இறப்புக்கான 'டெட்' என்ற பதத்தைத் தான் எடுத்துக்கொள்வோமே. ஸ்பானிஷ் மொழியில் 'மார்ட்' எனப்படும் அது. ஃபிரெஞ்சு மொழியில் 'ம்யூர்ட்டோ' என்றாகிறது. ஜெர்மன் மொழியிலோ 'டோட்.' இந்த டோட்டில் தான் மற்றவைகளைவிட சாவொலி அதிகமெனக் கூறலாம் போருக்கான 'வார்' என்பதையோ ஸ்பானிஷ்மொழியில் 'க்யூரே', என அழைக்க,

ஃபிரெஞ்சு மொழியில் 'க்யூரா' என்கிறார்கள். ஜெர்மன் மொழியிலோ 'க்ரீக்'. இந்தக் கடைசிப் பதத்தில்தான் சண்டையொலி அதிகம் கேட்கிறது... இல்லை, இது வெறும் பிரமைதானா? எல்லாவற்றையும் விட ஜெர்மன் மொழியில்தான் எனக்கு ஞானம் குறைவு என்பதாலேயே இந்தக் கிறக்கமோ? காதலியை 'ஷேரீப்ரெண்டா' 'ஷாட்ஸ்' என்று கூப்பிடுகிறார்கள். இந்தப் பெயர்கள் எல்லாவற்றையும் விட மேரியாவே இனியது. அரிய பெயரல்லவா அது...! 'ஆம், அவர்கள் அனைவரும் அங்கே சேர்ந்து கொண்டிருப்பர். இனி அதிகநேரம் ஆகாது. ஆரம்பத்திலிருந்தே அது திண்ணமாக மோசமாகத்தான் தென்பட்டது. காலை வேளையில் செய்யப்புகமுடியாத காரியங்களில் ஒன்று அது. இக்கட்டான நிலையில் சிக்கிக்கொண்டால் தப்பிச் செல்ல இரவுவரையில் காத்துக் கிடக்கவேண்டியிருக்கிறது. திரும்பி வருவதற்காக இருள் கவியும் வரையில் முயன்று தாக்குப்பிடிக்கத்தான் நேருகிறது. அந்நேரம் வரையில் தரித்து நின்று திரும்பிவிட முடிந்தால் அப்புறம் அபாயம் இல்லாமல் போகலாம். அப்படியானால் அந்தத் தாக்குப் பிடிக்கும் வேலையைப் பகல் பொழுதிலேயே தொடங்கி விட்டால் என்ன? ஏன் அப்படிச் செய்யக்கூடாது? அது முழுவதையும் எனக்குக் கவனமாக விளக்கிக் கூறுவதற்காக அந்த அப்பாவி முட்டாள் ஸோர்டோ தன் அறைகுறை ஸ்பானிஷ் மொழியைக்கூடக் கைவிட்டானே! கோல்ஸ் முதல்முறை சொன்னதிலிருந்தே ஏதாவது கெட்ட சிந்தனையில் ஆழ்ந்தால் அதைப்பற்றி நான் நினைக்காதவனே போலல்லவா அவன் சொல்லப் புகுந்தான்? முந்தாநாள் இரவுக்கு முந்தின நாள் இரவு முதற்கொண்டே மாவுப் பிண்டம் செரிக்காமல் குடலில் சிக்கிக் கொண்டது போலல்லவா அதைக் கட்டியழுது கொண்டிருக்கிறேன் நான்? சேச்சே, என்ன விவகாரம் இது! ஏதோ அர்த்தம் இருப்பதுபோல் வாழ்க்கை முழுவதையும் கடத்துகிறோம். கடைசியில் அது எந்தப் பொருளுமே இல்லாததுபோல அல்லவா முடிந்து விடுகிறது. இதுபோல நடக்குமென ஒருநாளும் எந்தவிதச் சூசகமும் இருந்ததேயில்லை. இப்போதோ, ஏற்கெனவே துவங்கியிருக்கும் எதிர்த் தாக்குதலொன்றை முளையிலேயே கிள்ளுவதற்காக அசாத்தியமான சூழ்நிலையில் பாலமொன்றைப் பிளப்பதில் உதவும் பொருட்டு இரண்டு கற்றுக்குட்டி கொரில்லாக் கோஷ்டிகளை ஒரு முகப்படுத்தும் குப்பை வேலையில் மேரியாவைப்போல மாணிக்கத்தைக் கண்டெடுத்திருக்கிறாய். ஆம். நிச்சயமாக இப்படித்தான் நடக்கப் போகிறது. ஆனால் மேரியாவைக் காலங்கடந்து சந்தித்திருக்கிறாய், அவ்வளவுதான்! பிலாரைப் போன்ற பெண்ணொருத்தி உன் படுக்கைச் சுருளுக்குள் அவளைக் கிட்டத்தட்ட நெட்டித் தள்ளியிருக்கிறாள். அப்புறம் என்ன நடந்தது? ஆமாம், என்ன நடந்தது, சொல்லேன். என்னதான் நடந்தது, தயவு செய்து சொல். ஆம், அப்போது நடந்தபடிதான் நடக்கும், அப்படித்தான் நடக்கும்...

உன் படுக்கைச் சுருளுக்குள் பிலார் பிடித்துத் தள்ளினாள் என்று உனக்கு நீயே பொய் சொல்லி அதை ஒன்றுமில்லாததாக்கவோ, மட்டப்படுத்தவோ முயலாதே. மேரியாவை முதல்முறை கண்ட போதே கண்மண் தெரியாமல் காதல் கொண்டுவிட்டாய். அவள் முதல் தடவையாக வாயைத் திறந்து உன்னுடன் பேசியபோதே அந்தக் காதல் இருந்தது என்பதை நீ அறிவாய். அது என்னவோ உன்னிடம் குடிகொண்டு விட்டது. உன்னை அண்டாது என்று நீ எண்ணி வந்திருந்த போதிலும். ஆகவே, அதை இப்போது தூற்றுவதில் பொருளில்லை. அது என்ன என்பதை நீ அறிந்தபோது, அந்தப் பெண் இரும்பு வட்டிலை ஏந்திவளைந்தவளாய் உன்முன் வந்தபோது அவளைப் பார்த்ததுமே அது உன்னை அரவணைத்து விட்டது. இது உனக்குத் தெரிந்திருக்கும்போது ஏசிப் பேசுவதில் அர்த்தமே கிடையாது. அப்போதே அது உன்னைத் தாக்கி வசப் படுத்திக் கொண்டுவிட்டது என்பது நீ அறிந்ததே. ஆதலால் அதைப்பற்றிப் புளுகுவானேன்? ஒவ்வொரு முறை நீ அவளைப் பார்த்த போதும், அவள் உன்னை நோக்கியபோதும், விசித்திரமான ஏதோவொன்று உன்னுள் நிகழ்ந்தது. பின் அதை ஒப்புக் கொள்வ தற்கென்ன?... சரி சரி, ஒப்புக்கொண்டு விடுகிறேன். பிலார் பிடித்துத் தள்ளிய விவகாரம் என்னவாயிற்று என்கிறாயா? சரி, புத்திசாலியான ஒரு பெண்பிள்ளை செய்யக் கூடியதைத்தான் அவள் செய்தாள். மேரியாவை நன்கு கவனித்து வந்தாள் அவள். இரும்பு வட்டிலுடன் குகைக்கு மேரியோ திரும்பி வந்த தட்சணமே நடக்கவிருந்ததைக் கண்டுகொண்டு விட்டாள், அந்தக் கெட்டிக்காரி. ஆகவே, அனைத் தையும் சுளுவாக்கித் தந்தாள். அப்படிச் செய்ததன்மூலம் நேற்றிரவும் இன்று பிற்பகலும் நடந்ததைச் சாத்தியமாக்கினாள். உன்னைவிட அவள் எவ்வளவோ நாகரிகம் மிகுந்தவள். நடப்பதென்ன என்பது எந்நேரமும் அவளுக்கு நன்கு தெரியும். நேரத்தின் மதிப்புப்பற்றி அவளுக்குத் திட்டமான சில கருத்துகள் உண்டு என்பதையும் நாம் ஏற்கலாம் என்றே எண்ணுகிறேன். ஒருமுறை முறியடிக்கப் பெற்றாள் அவள்; தான் இழந்ததை மற்றவர்கள் தோற்கக் கூடாது என்பதற் காகவே அதற்கு அவள் உட்பட்டாள். ஆனால், அதற்கப்புறமோ அது கைநழுவிவிட்டது என்பதை ஒப்புக்கொள்வது இயலாததாக அவளுக்குத் தோன்றியது. எனவே, மலைமீது மறுமுறையும் முறியடிப் புக்கு ஆளானாள். அதை அவளுக்குச் சுளுவாக்கி வைக்க நாங்கள் உதவவில்லையென்றே நினைக்கிறேன்.

ஆகவே அது தான் நடக்கக் கூடியது, அதேதான் நடந்தும் இருக்கிறது. ஆதலால், அதை நீ ஒப்புக் கொண்டுவிடுவதே நல்லது. இனி மேரியாவுடன் ஒரு போதும் உனக்கு இரண்டு முழு இரவுகள் கிடைக்கப் போவதில்லை. ஆயுட்கால உறவு, சேர்ந்து வாழ்தல்,

பிறருக்கு இருப்பதாகக் கருப்படும் சுக சௌகரியங்கள், இவற்றில் எதுவும் உனக்குக் கிடையவே கிடையா. கழிந்து போய்விட்ட ஓர் இரவு, இன்று பிற்பகலில் ஒரு முறை, இனி வரப்போகும் ஓரிரவு –. அதுவும் உண்டோ, இல்லையோ – இவ்வளவுதான் உனக்குக் கொடுத்து வைத்ததெல்லாம். இதற்குமேல் இல்லவேயில்லை. அவகாசம், ஆனந்தம், களியாட்டம், குழந்தைகள், வீடு, குளியலறை, சுத்தமான இரவுச் சராய், காலைநேரப் பத்திரிகை, சேர்ந்தாற்போல விழித்தெழுதல், முன்னதாக எழுந்தாலும் அவள் பக்கத்தில் படுத்திருப்பதால் நாம் தனித்துக் கிடக்கவில்லை என்ற தேறுதல், இவற்றில் எதுவுமே உனக்குக் கிடையாது. இல்லை, ஒன்றுகூட உனக்குக் கிடைக்கப்போவதில்லை. இருந்தாலும் நீ விரும்பித்துடிக்கும் இன்பத்தில் இந்த அளவுதான் உன் வாழ்க்கையில் கிடைக்கப்போகிறது என்று இருக்கும் போது, அந்த இன்பச் சாதனத்தையும் நீ கண்டு விட்ட பிறகு ஏன் ஒரேயொரு இரவையாவது விரிப்புகளுடன் கூடிய படுக்கையில் கழிக்கக் கூடாது?... ஊஹூம், நீ அசாத்தியமான தற்கே ஆசைப்படுகிறாய், அறவே இயலாததைத்தான் விரும்பித் துடிக்கிறாய். நீ கூறுமளவுக்கு இந்தப் பெண்ணை நீ காதலிக்கிறாய் என்றால் அதில் முன்னிலும் முனைந்து மூழ்கிவிட்டுப் போயேன்; போதிய அவகாசம் இல்லாததையும் தொடர்ச்சிக்குத் தோது இராததையும் அந்த முனைப்பின்மூலம் ஈடுகட்டேன். என்ன, நான் கூறுவது காதில் விழுகிறதா? முன் காலத்தில் தங்கள் வாழ்நாள் முழுவதையும் இதில் பலர் செலுத்தினார்கள். இதை நீ கண்டு கொண்டு விட்ட இப்போது இரண்டு முழு இரவுகள் உனக்குக் கிடைத்திருக்கின்றன. ஆனால், நீயோ 'இதென்ன பேரதிருஷ்டம்!' என்று பரிகாசம் செய்கிறாய். இரண்டு இரவுகள்! காதலித்துக் களிக்கவும், அந்த இனிய அனுபவத்தை நினைவுப் பெட்டகத்தில் போற்றிப் பாதுகாக்கவும் இரண்டு இரவுகள் கிட்டியுள்ளன. நல்லதற்கோ கெட்டதற்கோ அவை கிடைத்திருக்கின்றன. நோக்காடும் சாக்காடும் இருந்தாலும் கூடக் கிடைத்துள்ளன... இல்லை,

அப்படிச் சொல்வதும் சரியல்ல. உடல் நோயிலும், நலத்திலுமே வந்தடைந்திருக்கின்றன. சாவு எங்களைப் பிரிக்கும் வரையில் அவை எங்களைக் கைவிடா. இரண்டு இரவுகளில் இணையிலா இன்பம் காணலாம். ஏன், அதற்கு மேலும்கூட சாத்தியமே. இன்னும் அதிக மாகக் கிடைத்தால் ஆச்சரியமேயில்லை... சரி சரி, போதும் இந்தச் சிந்தனை. இனி இப்படியெல்லாம் நினைப்பதை நீ நிறுத்திவிடலாம். இது உனக்கு நன்மை செய்யாது. நல்லதல்லாது எதையும் செய்யாதே. இது உனக்கு நன்மை புரியாது என்கிறவரையில் நிச்சயம்...

இதைத்தான் கோல்ஸும் சொன்னார். அவரோடு எத்தனைக் கெத்தனை அதிக நேரம் இருந்தேனோ அத்தனைக்கத்தனை கெட்டிக்

காரராகவே அவர் காணப்பட்டார். ஆகவே, இதைப்பற்றித்தான் அவர் கேட்டாரோ? ஆம், முறையான ராணுவத்தைச் சேராதவர்கள் கட்டுத்திட்டமில்லாத களியாட்டங்களில் ஈடுபட்டு ஈடுகட்டிக் கொள்வதற்கு வாய்ப்புப் பெற்றிருப்பது பற்றித்தான் அவர் குறிப்பிட்டார். கோல்ஸுக்கும் இதேபோன்ற அனுபவம் கிடைத் திருக்குமோ? என்னைப் போலவே அவருக்கும் அவசரமும், அவகாச மின்மையும், சந்தர்ப்ப சூழ்நிலையும்தாம் அதைச் சாத்தியமாக்கி யிருக்குமோ? இதேபோன்ற நிலையில் இருப்பவர்கள்அனைவருக்குமே இது நேரக்கூடியதா என்ன? எனக்கு நேர்ந்தது என்பதாலேயே இதை நான் விசேஷமாகக் கருதுகிறேனோ ஒருவேளை? செஞ் சேனையைச் சேர்ந்த தனிப்பட்ட குதிரைப் படைக்குத் தலைமை வகித்தபோது என்னைப் போலவே கோல்ஸும் எந்தப் பெண்ணுட னாவது அவசரமவசரமாகப் படுக்கை போட்டாரோ? சந்தர்ப்பச் சேர்க்கையும் மற்றவையும் அவர் கூடிக்குலாவிய காரிகைகளை யெல்லாம், எனக்கு இப்போது மேரியா தோன்றுவது போல, அப்போது அவருக்குத் தென்படச் செய்திருக்குமோ? இதையெல்லாம் பற்றி கோல்ஸுக்கும் தெரிந்திருக்கலாம். அதனால் தான் உனக்குக் கிடைத்திருக்கும் இந்த இரண்டு இரவுகளிலும் வாழ்வின்பம் முழுவதையும் வடித்துப் பெறவேண்டுமென அவர் வற்புறுத்த விரும்பினார் போலும். நாம் எப்போதும் வேண்டி வந்திருப்ப தனைத்தையும் நமக்கு இப்போதுள்ள குறுகிய அவகாசத்தில் குவிப்பதிலேயே குறியாக இருப்பது தான் இன்றுள்ள நிலையில் இன்றியமையாததென அவர் கோடி காட்டினார் என்று கொள்ளலாம்...

“நம்பிக்கை வைக்க நல்லதொரு முறைதான் இது. ஆனால் மேரியா வெறும் சந்தர்ப்ப சிருஷ்டியே என்பதை நான் நம்பத் தயாராகயில்லை. என் சூழ்நிலை மட்டுமின்றி அவளுக்கு வந்துற்ற சந்தர்ப்பங்களும் சேர்ந்து தோற்றுவித்த தன்விளைவே அவளுடைய இந் நடத்தை என்று இருந்தால் அதை நம்பலாம். அவளுக்கு நேர்ந்த சந்தர்ப்பங்களிலொன்று அவ்வளவு நல்லதில்லைதான். ஆனால் அது எனக்குப் பிடித்ததாக நான் கூறியேயாக வேண்டும் என்ற விதியேதும் கிடையாது. நான் அனுபவித்ததைப் போன்ற உணர்வு என்றாவது எனக்கு ஏற்படக்கூடுமென நான் நினைத்ததேயில்லை. அது என்னைப் பொறுத்து நடக்கும் என்றும் எண்ணியது கிடை யாது. என் ஆயுள் முழுவதும் அதை அடைந்து அனுபவிக்கவே நான் ஆசைப்படுகிறேன்,’ இப்படி ஜார்டனுடைய மனத்தின் ஒரு பகுதி கூறிய போது மற்றொரு பகுதி சொல்லிற்று: ‘அடையத்தான் போகிறாய், அனுபவிக்கவே போகிறாய். இப்போதேதான் அதை நீ அடைந்திருக்கிறாயே? இது தான் உன் ஆயுள் முழுவதுமே. அதாவது, இந்தத் தருணம்தான் இந்தக்கணமன்றி வேறேதும் உனக்கில்லை.

நேற்று என்று ஏதுமில்லை. நிச்சயமாக நாளை என்று ஒன்று கிடையவே கிடையாது. இதைப் புரிந்துகொள்ளாமலிருக்க இன்னமும் என்ன பச்சைப் பாலகனா நீ? இக்கணம் மட்டுமே உனக்கு உண்டு. இரண்டு நாட்கள் மட்டுமே அது கொண்டதென்றால் அதுவே உன் ஆயுட்காலம். அதிலுள்ள அனைத்தும் உரிய விகிதாசாரப் படியே அமையும். இரண்டு நாட்களில் வாழவேண்டிய வகை இதுதான். குறைப்படுவதையும் ஒருபோதும் கிடைக்க முடியாததைக் கோருவதையும் கைவிடுவாயானால், நல்ல வாழ்வை நீ அடைந்து அனுபவிக்கலாம். பைபிளில் கண்டுள்ள அளவு நீளமான நல்ல வாழ்க்கைதான் அமைய வேண்டும் என்பதில்லை. ஆகவே, அனாவசியமாக மனதை அலட்டிக்கொள்ளாதே. கிடைப்பதை எடுத்துக்கொள். உன்வேலையைச் செய்; நீடித்த குதூகல வாழ்வைத் தானாகப் பெற்றுவருவாய். அண்மையில்கூட அது ஆனந்தமயமாக இருக்கவில்லையா? அப்புறமும் எதைப் பற்றிப் புகார் செய்கிறாய்? இந்த மாதிரி வேளையில் இப்படித்தான் அமையும். நாம் கற்பதைவிட இதில் நாம் சந்திக்க நேர்பவர்களாலேயே நமக்கு அதிகப் பயன் இருக்கும்' இந்த வகை எண்ணம் இப்படி வேடிக்கையான சிந்தனையில் தான் ஈடுபட்டது அவனை மெத்தத் திருப்தியுற வைத்தது. எண்ண அலைகள் திரும்பவும் மேரியாமீது குவிந்ததால் குதூகலம் எய்தினான். "உன்னை நான் காதலிக்கிறேன், என் முயல் குட்டியே... ஆமாம், சற்றுமுன் என்ன சொல்லிக் கொண்டிருந்தாய் நீ?" என்று கேட்டான்.

"உங்கள் வேலையில் தலையிட மாட்டேன், தொல்லையே தரமாட்டேன். ஆகவே அதைப்பற்றி நீங்கள் கவலைப்பட வேண்டாம் என்றுதான் சொன்னேன். நான் செய்யக்கூடியது ஏதாவது இருந் தால் சொல்லுங்கள், போதும்" என்றாள் மேரியா. "ஒன்றுமில்லை. அது சிக்கலே இல்லாத சில்லறை வேலைதான், மெய்யாகவே!"

"ஒரு ஆண்பிள்ளையை நன்றாகக் கவனித்துக் கொள்ள நான் என்னென்னவெல்லாம் செய்யவேண்டும் என்பதைப் பிலாரிடம் கற்றுக்கொள்கிறேன். அவள் சொல்வதையெல்லாம் செய்யவும் போகிறேன். அப்படிக் கற்றுக்கொள்ளும்போதே நானாகப் பல விஷயங்களைக் கண்டுபிடிப்பேன். நான் செய்ய வேண்டிய மற்ற வேலைகளை நீங்களே சொல்லுங்கள்."

"நீ செய்வதற்கு ஒன்றுமேயில்லை."

"அழகுதான் போங்கள்! செய்வதற்கு ஒன்றுமேயில்லையா?... ஏன், உங்கள் படுக்கைச் சுருளை இன்று காலை நன்றாக உதறித் தட்டி வெயிலில் காற்றாடக் காயப்போட்டிருக்க வேண்டாமா? அப்புறம் மாலையில் பனி பெய்யத் தொடங்குவதற்குள் அதைச் சுருட்டி உள்ளேயும் வைக்க வேண்டுமே."

 நற்றிணை பதிப்பகம் ✽ 239

"இன்னும் என்ன செய்வாய்? சொல்லு, முயல் குட்டி."

"உங்களுடைய காலுறைகளைத் தோய்த்துக் கழுவிக் காயவைக்க வேண்டும். உங்களுக்கு இரண்டு ஜதையாவது இருக்கும்படிப் பார்த்துக் கொள்வேன்."

"அப்புறம்?"

"எப்படிச் செய்வது என்பதை நீங்கள் காட்டினீர்களானால் உங்கள் கைத்துப்பாக்கியைத் துடைத்துத் துப்புரவாக்கி எண்ணெய் போட்டுவைப்பேன்."

"அது கிடக்கட்டும், இப்போது எனக்கு ஒரு முத்தம் கொடு, பார்ப்போம்."

"வேண்டாம், இப்போது நான் வேடிக்கையாகப் பேசவில்லை. உங்கள் கைத்துப்பாக்கியைக் காட்டுங்கள். பிலாரிடம் கந்தல் துணிகளும் எண்ணெயும் உண்டு. துடைக்கும் குச்சியொன்றும் குகைக்குள் இருக்கிறது. அது இதற்குப் பொருந்தும் என்றே எண்ணுகிறேன்."

"துடைப்பது எப்படி என்பதை நிச்சயம் உனக்குக் காட்டித் தருகிறேன்!"

"அதோடு அதை எப்படிச் சுடுவது என்பதையும் எனக்கு நீங்கள் காட்டினால் நம் இரண்டு பேரில் யாராவது ஒருவருக்குக் காயம்பட்டால் உடனே மற்றவர் சுட்டு, எதிரியிடம் சிக்குவதைத் தடுக்கலாம்."

"சுவையாக இருக்கிறதே நீ சொல்வது! இந்த மாதிரி இன்னும் பல எண்ணங்கள் உண்டா என்ன உனக்கு?"

"அப்படியொன்றும் அதிகமில்லை. ஆனால் இதுவென்னவோ நல்லதென்றுதான். இதோ இதைப் பிலார் என்னிடம் கொடுத்து, எப்படி உபயோகிக்க வேண்டும் என்பதையும் காட்டியிருக்கிறாள்" என்று கூறித் தன் சட்டையின் மார்புப்புற ஜேபியிலிருந்து தோலுறை யொன்றை வெளியிலெடுத்தாள் மேரியா. சிறிய சீப்புகளைச் செருகுவதற்கானவை போல இருபுறமும் திறந்திருந்த உறை அது. அதன் வாய்களை இழுத்து மூடியிருந்த அகலமான ரப்பர் நாடாவை அகற்றி, ஒரே ஓரம் மட்டும் கூருடைய சவரத் தகடினை எடுத்தாள். இதை எப்போதும் என்னிடம் வைத்திருக்கிறேன். காதுக்குக் கீழாக வெட்டி இதோ இப்பக்கம் இழுக்கவேண்டும் என்று பிலார் சொல்கிறாள்" என்று கூறியபடி அந்தப் பாதையைத் தன் விரலால் சுட்டிக் காட்டினாள். "இந்த இடத்தில் பெரிய ரத்தக் குழாய் இருக்கிறது என்கிறாள். ஆகவே அங்கிருந்து தகட்டை இழுத்து வந்தால் அதை வெட்டாமல் இருக்க முடியாதாம். வலியே தெரியாதென்றும்

சொல்கிறாள். காதுக்குக் கீழே பலமாக அழுத்திய பிறகு கீழ்நோக்கி இழுத்து வந்தால் போதுமாம். இது மிகவும் சுளுவான வேலை. ரத்தப் பெருக்கைத் தடுக்கவே முடியாது என்றும் அவள் சொல்கிறாள்."

"அவள் சொல்வது சரிதான். முக்கியமான ரத்த நாளம்தான் அது" என்று கூறிய ஜார்டன், 'சரிதான் அப்படி ஏதாவது நடக்கும் என்று திண்ணமாக எதிர்பார்த்து, அதற்குத் தகுந்த ஆயுதமாக இதை வைத்துக்கொண்டே இவள் எப்போதும் வளையவருகிறாள்' என்று எண்ணலானான்.

"ஆனாலும் இதை உபயோகிப்பதைவிட உங்களால் சுடப் படுவதையே நான் அதிகம் விரும்புகிறேன். எங்கே, எப்போதாவது அவசியம் ஏற்பட்டால் என்னைச் சுட்டுக் கொல்வதாக வாக்குக் கொடுங்கள்!"

"நிச்சயமாகச் சுடுகிறேன், வாக்களிக்கிறேன்!"

"உங்களுக்கு வெகு வெகு நன்றி. அப்படிச் செய்வது சுளுவல்ல என்பது எனக்குத் தெரியும்."

"அதெல்லாம் ஒன்றுமில்லை, கவலைப்படாதே."

உடனேயே அவன் மனம் மீண்டும் எண்ணவலை பின்னத் துவங்கிவிட்டது; "இதையெல்லாம் நீ மறந்துவிடுகிறாய். உன் வேலை யிலேயே மூளையை அளவுக்கதிகமாக லயிக்கவிட்டுவிடுவதால் உள்நாட்டுப் போரின் அழகிய அம்சங்களை மறந்துபோய் விடுகிறாய். இருந்தாலும் நீ இப்படி மறக்க வேண்டும் என்றுதான் எதிர்பார்க்கப் படுகிறது. காஷ்கினால் இவ்வாறு மறக்க முடியவில்லை. அது அவனுடைய வேலையைப் பார்த்துவிட்டது... இல்லாவிட்டால் ஒருவேளை அவனுக்கு அப்படி ஒரு ஊகம் இருந்திருக்குமா? அவன் சுட்டுக் கொல்லப்பட்டது குறித்து நான் அணுவளவுகூட உணர்ச்சி வசப்படவில்லையே, ஏன்? அது மிகமிக விசித்திரமானதேயல்லவா! ஏதோவொரு சமயம் எனக்கும் அப்படி நேரலாம் என்றே நான் எதிர்பார்த்து வந்திருக்கிறேன். ஆயினும் இதுவரை அதற்குச் சற்றும் சந்தர்ப்பம் வரவில்லையே!"

"ஆனாலும் உங்களுக்கு இன்னும் பல பணிகளை நான் செய்ய முடியும்" ஜார்டனை ஒட்டினாற்போல நடந்தவளாய், சிந்தனை செறிந்து, பெண்மை பொலியக் கூறினாள் மேரியா.

"சுடுவதைத் தவிர வேறு சேவைகளையும் செய்ய முடியும் என்கிறாய் இல்லையா?"

"ஆமாம், நுனியில் குழாய்களுடன் கூடிய சிகரெட்டுகளை நீங்கள் புகைத்துத் தள்ளித் தீர்த்ததும் புதிய சிகரெட்டுகளை

என்னால் சுருட்டித் தர முடியும். புகையில் கொட்டிவிடாமல் கெட்டியாகவும் கச்சிதமாகவும் சிகரெட்டுகளைச் சுற்ற பிலார் எனக்குக் கற்றுக் கொடுத்திருக்கிறாள்."

"அபாரம், போ! அந்தச் சிகரெட்டுக் காகிதங்களை நீயே நாக்கால் தொட்டு ஒட்டவைப்பாயோ?"

"ஆமாம். தவிர, நீங்கள் காயமடைந்து விட்டாலும் நான் கவனித்துக் கொள்வேன். உங்கள் காயத்துக்குக் கட்டுப் போடுவேன். உங்களைக் குளிப்பாட்டுவேன், உணவு ஊட்டுவேன்"

"நான் காயம் படாமல் இருந்தாலும் இருக்கலாமே?"

"அப்படியானால் காய்ச்சல் வரும்போது உங்களைக் கவனிப்பேன். உங்களுக்குக் குழம்பு வைத்துத் தருவேன். உங்கள் உடம்பைச் சுத்தம் செய்வேன். தேவையான எல்லாப் பணிவிடைகளையும் செய்வேன். படித்துக் கூடக் காட்டுவேன்."

"எனக்குக் காய்ச்சலும் வராமல் போய்விட்டாலோ?"

"ஏன், காலையில் கண் விழித்ததும் காப்பி கொணர்ந்து தருவேன்."

"காப்பி எனக்குப் பிடிக்காவிட்டால் என்ன செய்வாய்?"

"இல்லை, இதுவா உங்களுக்குப் பிடிக்காது? இன்று காலையில் இரண்டு கோப்பை குடித்தீர்களே!" என்று கவனிப்புடன் கூறினாள் மேரியா.

"காப்பி எனக்கு அலுத்துப் போய்விடுகிறது. உன்னைச் சுடவும் அவசியம் இராது என்று வைத்துக்கொள். எனக்குக் காயமோ காய்ச்சலோ ஏற்படுவதில்லை. புகை பிடிப்பதை நான் விட்டுவிடுவதுடன் என்னிடம் ஒரே ஜதைதான் காலுறைகள் இருக்கின்றன. என் படுக்கைச் சுருளையும் நானே காயப்போடுகிறேன் என்றும் எண்ணிக்கொள். அப்போது என்ன செய்வாய், என் முயல்குட்டி?" என்று கேட்டு அவள் முதுகில் செல்லமாகத் தட்டினான் ஜார்டன்.

"அப்போது பிலாரிடம் கத்திரிக்கோலை இரவல் வாங்கி, உங்கள் தலைமயிரை வெட்டுவேன்."

"முடி வெட்டிக்கொள்ளவும் எனக்கு மனமில்லை என்றால்?"

"எனக்கும்தான் அதில் ஆசையில்லை. உங்கள் தலை மயிர் இப்போது இருக்கும் விதம்தான் எனக்குப் பிடிக்கிறது. உங்களுக்காக நான் செய்யக்கூடியது எதுவுமே இல்லையென்றால் பக்கத்தில் உட்கார்ந்து உங்களையே பார்த்துக்கொண்டிருப்பேன். ராத்திரி வந்துவிட்டால் நாம் கூடிக் குலாவலாம்."

"சபாஷ்! கடைசியில் சொன்னாயே அதுதான் புத்திசாலித் தனமானது."

“ஆனால் எனக்கோ எல்லாம் ஒன்றாகத்தான் தோன்றுகிறது. ஏன் இங்கிலீஷ்காரரே” என்று கூறி முறுவலித்தாள் மேரியா.

“என் பெயர் ராபர்ட்டோவாக்கும்.”

“இல்லை, பிலாரைப்போல உங்களை இங்கிலீஷ்காரர் என்றே அழைப்பேன்.”

‘இருந்தாலும் ராபர்ட்டோ என்பதுதான் என் பெயர்.”

“இல்லவேயில்லை, இன்று பூராவும் நீங்கள் எனக்கு இங்கிலீஷ்காரர்தான். சொல்லுங்கள் உங்கள் வேலையில் நான் உதவ முடியுமா, இங்கிலீஷ்காரரே?”

“முடியாது. நான் இப்போது செய்யப்போவதைத் தனித்தேதான் செய்யவேண்டும். முழுவதையும் மூளைக்குள்ளேயே செய்து கொண்டிருக்கிறேன்.”

“அந்த மூளை வேலை எப்போது முடியும், சொல்லுங்கள்.”

“அதிருஷ்டம் இருந்தால் இன்றிரவே முடிந்துவிடும்.”

“பலே!” என்று மேரியா கூறியபோது காட்டின் கோடிக்கு அவர்கள் வந்திருந்தார்கள். கீழே தெரிந்த மரங்களைத் தாண்டினால் முகாம்தான்.

“அது யார்?” என்று சுட்டிக்காட்டிக் கேட்டான் ஜார்டன்.

அவன் கையையொட்டி நோக்கிய மேரியா, “பிலார்தான். நிச்சயம் அவளாகத்தான் இருக்க வேண்டும்.” என்றாள்.

மரங்கள் தொடங்கிய புல்வெளியின் ஓரத்தில் தலையைக் கைகளால் தாங்கியபடி பிலார் உட்கார்ந்திருந்தாள். அவர்கள் நின்ற இடத்திலிருந்து பார்த்தபோது கறுப்பு மூட்டை போலவே அவள் தென்பட்டாள். பழுப்பு நிறமான மரத்தின் பின்னணியில் கருமை யாகவே காணப்பட்டாள்.

“வா போகலாம்” என்று கூறியவனாய் முழங்கால் உயரத்துக்கு மண்டியிருந்த பூண்டுகளிடையே ஜார்டன் ஓடத் தலைப்பட்டான். ஆனால் அது சிரமமாக இருந்தது. ஆகவே சிறிது தூரத்துக்குப்பின் ஓட்டம் மெதுப்பட்டு முடிவில் நடையாகத் தேய்ந்தது. மடித்து வைத்திருந்த கைகளால் அவள் தன் தலையைப் பிடித்துக் கொண் டிருந்தது அவனுக்கு நன்றாகத் தெரிந்தது. மரப் பின்னணியில் கருமையோடு அகன்று படுத்தும் காணப்பட்டாள் அவள். அருகில் சென்றதும், “பிலார்!” என்று பட்டெனக் கூப்பிட்டான்.

அவள் தலையை நிமிர்த்தி அவனைப் பார்த்ததும், “ஓஹோ, அதற்குள் முடித்துவிட்டீர்களா, என்ன?” என்று கேட்டாள்.

“உங்களுக்கு உடல்நலமில்லையா, சொல்லுங்கள்” என்றபடி அவளருகில் அவன் குனிந்தான்.

“ஒரு கேடுமில்லை. சும்மாத் தூங்கிக்கொண்டிருந்தேன், அவ்வளவுதான்.”

அதற்குள் மேரியாவும் வந்து சேர்ந்தவளாய்ப் பக்கத்தில் மண்டியிட்டு, “எப்படி இருக்கிறது, பிலார்? ஒன்றும் கோளாறு இல்லையே?” என்று வினவினாள்.

“எதுவுமில்லை, எஃகுப்போலவே இருக்கிறேன்” என்று பிலார் கூறினாளே தவிர எழுந்திருக்கவில்லை. “என்ன இங்கிலீஷ்காரரே, மறுபடியும் உமது ஆண்பிள்ளைச் சாக்கையெல்லாம் காட்டிவிட்டீர் அல்லவா?” என்று கிண்டலாகக் கேட்டாள்.

அவள் கேட்டதைப் பொருட்படுத்தாமலே, “நன்றாகத்தானே இருக்கிறீர்கள்?” என ஜார்டன் வினவினான்.

“ஏன் இல்லாமல்? நன்றாகத் தூங்கினேன். நீரும் தூங்கினீரா என்ன?”

“இல்லை.”

“அப்படியென்றால் உனக்கு அதனால் பாதகமெதுவும் ஏற்பட வில்லை என்றே தோன்றுகிறது” எனத் தன்னைப் பார்த்து பிலார் கூறியதும் மேரியாவின் முகம், நாணத்தால் சிவந்துவிட்டது. பேச வாய் எழவில்லை.

“அவளைக் கேலி செய்யாமல் சும்மா விடுங்கள்” என்றான் ஜார்டன்.

“உம்முடன் நான் பேசவில்லையே” என்று அவனை நோக்கிக் கூறிவிட்டு, “இந்தா, மேரியா” என்று கூப்பிட்ட குரலில் கடுமை தொனித்தது. அப்போதும் மேரியா நிமிர்ந்து பார்க்காமல் இருக்கவே, திரும்பவும், “மேரியா” என அழைத்து, “உனக்கு ஒத்துக் கொண்டு விட்டது போலவே காண்கிறது என்றுதான் சொன்னேன்” என்றாள்.

“என்ன இது, இவளை விடமாட்டேன் என்கிறீர்களே” என்றான் ஜார்டன் மீண்டும்.

“வாயை மூடிக்கொண்டிரும் நீர்” என்று அவனைப் பாராமலே கூறிய பிலார், “இங்கே பார், மேரியா, ஒரு விஷயத்தை என்னிடம் சொல்லிவிடு.” என்றாள்.

“மாட்டேன்” என மேரியா மறுத்துத் தலையை ஆட்டினாள். “மேரியா, நீயாக இஷ்டப்பட்டே அந்த ஒரு விஷயத்தை மட்டும் சொல்லிவிடு” என்று கூறிய பிலாரின் குரலில் அவளுடைய முகத்தைப் போலவே கடுமை தெரிந்தது. சிறிதுகூடச் சிநேகபாவம் இல்லை.

மேரியா மீண்டும் தலையைத்தான் ஆட்டினாள், ஜார்டனோ, “இவளுடனும், குடிகாரனான இவளுடைய ஆசை நாயகனுடனும்,

உதவாக்கரைகளான இவளது ஆட்களுடனும் சேர்ந்து வேலை செய்யவேண்டிய நிர்ப்பந்தம் மட்டும் இல்லாதிருக்குமானால் இவள் முகத்தில் நான் ஓங்கிக் கொடுக்கும் அறையில்" என்ற ரீதியில் எண்ணத் தொடங்கிவிட்டான்.

"சொல்லு, மேரியா, சும்மாச் சொல்லு" என்று வற்புறுத்தினாள் அவள்.

"மாட்டேன், மாட்டவே மாட்டேன்" என்றாள் மேரியாவும்.

"இவளைச் சும்மா விடமாட்டீர்களா?" என்று கேட்ட தன் குரல் தன்னுடையது போலவே இல்லாமல் இருந்ததை ஜார்டன் உணர்ந்தான். 'எப்படியும் இவளை அறையத்தான் போகிறேன். என்னவானாலும் ஆகட்டும் என்று' இந்த வகையில் அவன் திரும்பவும் எண்ணமிட, பிலாரோ அவனுடன் பேசக்கூட முற்பட வில்லை. பறவை எதையும் மயக்கிப் பிடிக்கப் பாம்போ பூனையோ முயல்வதைப் போன்று அவள் போக்கு இருந்ததாகக் கூற முடியாது. இரைத்தேட்டம் இம்மியும் இருக்கவில்லை. அதில் வக்கிரமாகவும் ஏதும் கிடையாது. ஆனாலும் நல்ல பாம்பு படம் விரிப்பது போன்று அதில் ஒரு வியாபகம் இருந்ததை அவனால் உணர இயன்றது. அந்தக் கவிப்பின் அச்சுறுத்தலையும் கண்டுகொண்டான். ஆனால் தீமையின் ஆக்கிரமிப்பு அல்லாமல் தேட்டையின் மூட்டமே அது என்றும் தெளிந்தான். 'இதைக் கண்டுபிடிக்காமல் நான் இருந்திருக்கக் கூடாதா!' என்று அவன் ஏங்கிய போதிலும் அறைவதற்குரிய விவகாரமல்ல அது என்ற முடிவுக்கு வந்துவிட்டான்.

"உன்னை ஒன்றும் செய்யவில்லை, தொடக்கூட மாட்டேன். நீயாக இஷ்டப்பட்டே சொல்லிவிடு, மேரியா" என்றாள் அவள் மறுபடியும். மேரியா பதிலேதும் அளிக்காமல் திரும்பவும் தலை யாட்டவே, "மேரியா தானாகவே உடனடியாகச் சொல்லிவிடு. என்ன, நான் சொல்வது காதில் விழுந்ததா? எதுவாக இருந்தாலும் சொல்லு" என்று தூண்டினாள்.

"மாட்டேன், முடியவே முடியாது" என மெல்லக் கூறினாள் மேரியா.

"இதோ இப்போதே சொல்லிவிடு. எதுவாக இருந்தாலும் சொல்லிவிடு... சொல்லத்தான் போகிறாய், பார்த்துக்கொண்டேயிரு."

"தரை தகர்ந்து நகர்ந்தது, நிஜமாகத்தான். அதை உங்களிடம் என்னால் சொல்ல முடியவில்லை" என்று நிமிர்ந்து நோக்காமலேயே மேரியா சொன்னாள்.

"அப்படியா சேதி!" என்றபோது பிலாரின் குரலில் அன்பும் நேசமும் தொனித்தன. நிர்ப்பந்தமேதும் அதில் இல்லை. ஆயினும் அவளது நெற்றியிலும் உதடுகளிலும் சிறு வியர்வை முத்துக்களைக்

கண்டதும், 'ஓஹோ, அதுதான் காரணமோ?' என்று தன்னைத்தானே ஜார்டன் கேட்டுத் தெளிந்தான்.

"நான் சொன்னது மெய்தான்" என்று கூறி உதட்டைக் கடித்துக் கொண்டாள் மேரியா.

"நிஜமில்லை என்று யார் சொன்னார்கள்?" என்று பரிவுடன் பிலார் கேட்டாள்.

"ஆனால் சொந்த ஊர்க்காரர்களிடம் இதைச் சொல்லாதே, அவர்கள் நம்பவே மாட்டார்கள்... அது இருக்கட்டும், இங்கிலீஷ் காரரே, உம் உடம்பில் 'காலி' ரத்தக்கலப்பு கிடையாதே?" ஜார்டன் கைகொடுத்து உதவ, எழுந்தபடியே அவள் வினவினாள்.

"இல்லை, எனக்குத் தெரிந்தவரையில் கிடையாது"

"மேரியாவின் உடம்பிலும் அந்த ரத்தம் ஓடுவதாக எனக்குத் தெரியவில்லை. அந்த அனுபவம் வெகு விசித்திரமாகத்தான் தோன்றுகிறது."

"ஆனால் அது நடக்கத்தான் நடந்தது, பிலார்" என்றாள் மேரியா.

"ஏன் நடக்கக்கூடாது, குழந்தே? நான் வாலிபமாக இருந்த போதும் பூமி தகர்ந்து அந்தரத்தில் பறப்பது போலிருக்கும். எப்போது நம் கீழிருந்து அது நழுவிவிடுமோ என்று பயப்படுவேன். ஒவ்வொரு ராத்திரியிலும் அப்படி நடக்கும்."

"பொய் சொல்லாதீர்கள்" என்றாள் மேரியா.

"ஆமாம், புளுகத்தான் புளுகினேன். ஒருத்தர் ஆயுசில் மூன்று தடவைக்குமேல் அப்படி நகராது... நிஜமாகவே நகர்ந்ததா என்ன?"

"நிஜமாகவேதான்."

"நீர் சொல்லும் இங்கிலீஷ்காரரே, உமக்கு எப்படி இருந்தது? புளுகாமல் சொல்லும்."

"ஆமாம், எனக்கும் மெய்யாகவே அப்படித்தான் நடந்தது."

"பேஷ், பேஷ்! அருமையான அனுபவம்தான் அது."

"அது சரி, என்னவோ மூன்று தடவை என்றீர்களே, என்ன அர்த்தம்? ஏன் அப்படிச் சொன்னீர்கள்?" என மேரியா வினவினாள்.

"மூன்று தடவைதான் அப்படி நடக்கும் இப்போது ஒரு தடவை ஆகிவிட்டது."

"மூன்று முறைதானா?"

"பெரும்பாலானவர்களுக்கு ஒரு தடவைகூட அப்படி நடக்காது. உன் விஷயத்தில் நடந்தது என்பதில் சந்தேகமில்லையே?"

"எப்போது கீழே விழுந்துவிடுவேனோ என்று பயந்தேனாக்கும்."

"அப்படியானால் நகர்ந்துதான் இருக்கவேண்டும் என்று நினைக்கிறேன்... சரி சரி, கிளம்பு, முகாமுக்குப் போவோம்."

"ஆமாம், மூன்று முறை என்று ஏதோ அர்த்தமில்லாமல் சொன்னீர்களே, என்ன அது?" பைன் மரங்களிடையே நடந்து சென்றபோது பிலாரை ஜார்டன் கேட்டான்.

"அர்த்தமற்ற பேச்சா?" வக்கிரமாக அவனை நோக்கினாள் அவள். "அபத்தம் பற்றியெல்லாம் என்னிடம் பேசாதே, இங்கிலீஷ் பையா" என்றாள் பின்னர்.

"என் கைரேகையைப் பார்த்ததுபோல அதுவும் ஏதாவது மந்திர தந்திரமோ என்றுதான் கேட்டேன்."

"இல்லை, ஜிப்ஸிகளிடையே அந்த ஞானம் தண்ணீர் பட்டபாடு. எத்தனையோ முறை ருசுப்பிக்கப்பட்டும் இருக்கிறது."

"ஆனால் நாமெல்லாம் ஜிப்ஸிகளில்லையே."

"இல்லைதான். இருந்தாலும் உம் பங்கில் கொஞ்சம் அதிருஷ்டம் இருக்கிறது. ஜிப்ஸிகள் அல்லாதவர்களுக்கும் இப்படிச் சில சமயங்களில் அதிருஷ்டம் அடிப்பதுண்டு."

"அப்படியானால் மூன்று முறை என்றீர்களே, அது மெய்தானா?"

மீண்டும் அவனை விசித்திரமாக நோக்கிய பிலார், "என்னைச் சும்மா விடும், இங்கிலீஷ்காரரே, கேள்வி போட்டுத் துளைக்காதீர். நான் பேசக்கூடாத அளவுக்குப் பச்சைப்பிள்ளைதான் நீர்" என்றாள்.

"இருந்தாலும் பிலார்"– என்று மேரியா குறுக்கிட்டு ஏதோ கூற முற்பட்டபோதும்,

"நீ வாயை மூடிக்கொண்டிரு. உனக்கு ஒரு தடவை அந்த அனுபவம் கிடைத்துவிட்டது. இன்னும் இரண்டு தடவையும் கிடைக்கும்" என்று கூறினாள்.

"உமக்கு எவ்வளவு முறையோ?" என்று கேட்டான் ஜார்டன்.

"இரண்டு தடவைதான்" என்றபடி இரு விரல்களை அவள் காட்டி, "இரண்டேயிரண்டுதான். மூன்றாவது தடவை கிடையாது" என்றாள்.

"ஏன் கிடையாது?" என மேரியா கேட்டாள்.

"சரிதான், பேசாமல் வாயை மூடிக்கொண்டிரு. உன் வயதுக் குட்டிகள் எனக்குச் சலிப்புத்தான் தருகிறீர்கள்."

"ஏன் மூன்றாவது முறை இருக்காது?" என்று ஜார்டன் விடாமல் வினவினான்.

"ஓய், நீரும் பேசாமலிரும், வாயை மூடும்."

 நற்றிணை பதிப்பகம் ★ 247

‘சரி சரி, சும்மாவே இருக்கிறேன். எனக்கொன்றும் நஷ்டமோ கலக்கமோ கிடையாது’ என்று தனக்குத் தானே கூறிக்கொண்டான் ஜார்டன். ‘எவ்வளவோ ஜிப்ஸிகளை நான் பார்த்திருக்கிறேன். அவர்களெல்லாம் விசித்திரப் பிரகிருதிகள்தான். ஆனால் நாமும் அப்படிப்பட்டவர்தானே? நாம் உண்மையாக உழைத்துச் சம்பாதித்து உயிர் வாழ வேண்டியிருக்கிறது என்பதொன்றுதான் வித்தியாசம். எந்த ஆதி குடிகளின் வம்சத்தில் நாம் வந்தோம் என்பது எவருக்கும் தெரியாது. அந்த அநாகரிகக் கூட்டங்களிடமிருந்து நாம் பெற்ற பிதுரார்ஜிதப் பண்பு என்ன என்பதை அறியோம். அவை வசித்த காடுகளில் இருந்த மர்மங்கள் பற்றியும் தெரிந்தவர் கிடையாது. தெரியாது என்பதுதான் நமக்குத் தெரிந்ததெல்லாம். இரவு நேரங்களில் நமக்கு நேர்வதென்ன என்பதுபற்றி நமக்கு எதுவுமே தெரியாது. பகல் பொழுதில் நடந்தால் அப்படியில்லை; அதன் சுவையே தனிதான். நடந்ததென்னவோ நடந்துவிட்டது. மேரியா அதைச் சொல்ல விரும்பாவிட்டாலும் இந்தப் பெண்பிள்ளை கிண்டிக் கேட்பதோடு நிறுத்திக்கொள்ளத் தயாராயில்லை. அந்த அனுபவத்தை அப்படியே ஆர்ஜிதம் செய்து தன்னுடையதாக்கிக் கொள்ளவும் பார்க்கிறாள். அதற்காகத்தான் ஜிப்ஸிகளின் ஞானத் தைப்பற்றிய பேச்சைப் புகுத்துகிறாள். மலைமீது தோல்வி கண்டதால் மனம் இடிந்துவிட்டாள் என்றே எண்ணியிருந்தேன்; ஆனால் சற்று முன்போ மறுபடியும் தலையைத் தூக்கி மற்றவர்களை ஆட்டிப் படைக்கப் பார்த்தாள் என்பதில் ஐயமில்லை. அதில் கெட்ட நோக்கம் உண்டென்றால் இவள் கட்டாயம் சுடப்பட்டிருக்கத்தான் வேண்டும். ஆனால் அப்படியொன்றும் கிடையாது. வாழ்க்கைமீது தன் பிடி தளர்ந்துவிடாமல் இருக்கத்தான் இவள் துடிக்கிறாள். மேரியா மூலம் அதைச் செய்யப் பார்க்கிறாள், அவ்வளவுதான். போர் முடிந்ததும் நீ பெண்மனம்பற்றி ஆராயப் புகுந்தாலென்ன? அப்படிச் செய்வதாயிருந்தால் இதோ இந்தப் பிலாரிடமிருந்தே நீ அந்த ஆராய்ச்சியை ஆரம்பிக்கலாம். அப்பப்பா, இன்றுதான் எத்தனைச் சிக்கலுக்குமேல் சிக்கலாகப் பின்னி வந்திருக்கிறாள் இவள்! இதற்குமுன் ஜிப்ஸிப்பேச்சை இவள் எடுத்ததே கிடையாது... ஏன், என் கையைப் பிடித்து ரேகைகளைப் பார்க்கவில்லையா? அது ஜிப்ஸி வேலையல்லாமல் வேறென்னவாம்? விஷயம் தெரியா மல் இவள் வேஷம் போடவில்லை என்றே எண்ணுகிறேன். ஆனால் என் கையில் கண்டதை என்னிடம் கூற மறுத்துவிட்டாளே? எதைக் கண்டுபிடித்தாளோ, அதைத் தன்வரையில் நம்பிவிட்டாள் என்பதும் நிச்சயம். ஆனால் இவள் நம்பி என்ன பயன்? எதற்கு நிரூபணமாகும் அது?’ இப்படித் தொடர்ந்து சிந்தனை செய்த ஜார்டன் பின்னர், “இதைக் கேளுங்கள், பிலார்” என்று மறுபடி பேசத் தொடங்கினான்.

அவனை நோக்கிச் சிரித்தவளாய், "என்ன விஷயம்?" என்று பிலார் கேட்டாள்.

"எதற்காகப் புதிர் போடுகிறீர்கள்? இந்த மாதிரி மர்மங்கள் என் மனத்தைச் சலிக்கத்தான் செய்கின்றன."

"அப்படியென்றால்?"

"குடிகாரர்கள், ஜோதிடர்களிடமெல்லாம் எனக்கு நம்பிக்கை கிடையாது. ஜிப்ஸிகளின் மாய மந்திர தந்திரங்களையும் நம்பாதவன் நான்."

"ஓஹோ, அப்படியா?"

"ஆமாம்... ஆகவே, மேரியாவைக் கேள்வி கேட்டுத் துளைக் காதீர்கள்."

"இல்லை, இனிக் கேட்காமல் சும்மாவிருந்து விடுகிறேன்.'

"மர்மப் பேச்சும் வேண்டாம். நமக்கு நிறைய வேலை இருக்கிறது. எவ்வளவோ செய்தாக வேண்டும். இந்தக் குறளி வித்தையெல்லாம் குறுக்கிட்டுக் குழப்பாமல் அவ்வளவு காரியங்களையும் செய்தாக வேண்டும். புதிரைக் குறைத்து வேலையிலேயே குறியாயிருக்க வேண்டும்."

"புரிகிறது" என்று கூறித் தலையாட்டினாள் பிலார். "இருந்தாலும் ஒன்றுமட்டும் சொல்லிவிடும், இங்கிலீஷ்காரரே! தரை நகர்ந்ததா?" என்று சிரித்தபடியே மீண்டும் வினவினாள்.

"ஆமாம், நீங்கள் நாசமாய்ப்போக! நகரத்தான் செய்தது என்றேனே!"

விலாக்குலுங்கச் சிரித்தபடியே ஜார்டனை நோக்கினாள் பிலார். "ஐயோ, இங்கிலீஷ்காரரே! ஆனாலும் நீர் வெகு வேடிக்கைக்காரர் தான். இழந்துவிட்ட கம்பீரத்தைத் திரும்பப்பெற நீர் இப்போது விழுந்து விழுந்து உழைத்தாக வேண்டும்" என்று கூறி மீண்டும் சிரித்தாள்.

'நாசமாய்ப் போகமாட்டாயா நீ?' என்று மனத்துக்குள் எண்ணி னாலும் வாய்விட்டுச் சொல்லவில்லை ஜார்டன். அவர்கள் அப்படிப் பேசிக்கொண்டிருந்த நேரத்தில் மேகங்கள் மூட்டம் போடத் துவங்கியிருந்தன. இப்போது அவன் திரும்பி மலையை நோக்கிய போது வானம் முழுதும் மேகங்கள் அடர்ந்து சாம்பல் நிறமாகி யிருந்ததைக் கண்டான். பிலாரும் அண்ணாந்து பார்த்து, "நிச்சயம் பனி பெய்யத்தான் போகிறது" என்றாள்.

"இப்போதா? கிட்டதட்ட ஜூன் மாதம் வந்து விட்ட இந்தச் சமயத்திலா?"

"ஏன் பெய்யக்கூடாதா? மாதங்களின் பெயர்கள் இந்த மலைகளுக்குத் தெரியாது. மே மாதத் தேய்பிறை இன்னும் தீரவில்லையே!"

"பனியாக இருக்க முடியாது; பனிமழை பொழிய முடியாது."

"நீர் என்ன சொன்னாலும் சரி, பனி பெய்யத்தான் போகிறது."

ஆகாயத்தின் அடர்ந்த சாம்பல் வண்ணத்தை அண்ணாந்து நோக்கினான் ஜார்டன். சூரியவொளி மங்கலான மஞ்சள் நிறம் பெற்றிருந்தது. அவன் பார்த்துக் கொண்டிருக்கையிலேயே பகலவன் பூராவும் மறைந்து விட்டான். எங்கும் ஒரே சீரான சாம்பல் செறிவு, மலைச்சிகரங்களையும் அது மூடலாயிற்று.

"ஆமாம், நீங்கள் சொல்வது சரியென்றே நினைக்கிறேன்" என்றான் ஜார்டன்.

14

முகாமை அவர்கள் அடைவதற்குள் பனிமழை பொழியத் தொடங்கிவிட்டது. பைன் மரங்களினூடே பனிச்சீவல்கள் குறுக்கு வாட்டத்தில் விழுந்து கொண்டிருந்தன. மரங்களின் வழியாகச் சாய்ந்து இறங்கி வட்டமிட்டபடி விழுந்த அவை ஆரம்பத்தில் சிறிய அளவில்தான் இருந்தன. மலை வழியாகக் குளிர் காற்று வீசத் தொடங்கியதுமே சுற்றிச் சுழன்றவாறு அடர்த்தியாகப் பெய்யத் தொடங்கிவிட்டன. குகையின் முன் நின்றவனாய்க் கோபத்துடன் அந்தப் பனித்தூவல்களையே ஜார்டன் கவனித்துக்கொண்டிருந்தான்.

"பனி ஏராளமாகத்தான் கொட்டப்போகிறது" என்று கட்டைக் குரலில் பாப்லோ கூறினான். அவனுடைய கண்கள் கலங்கிச் சிவந்திருந்தன.

"ஜிப்ஸி வந்து விட்டானா?" என அவனை ஜார்டன் வினவினான்.

"இல்லை அவனும் வரவில்லை; கிழவனும் திரும்பவில்லை."

"அப்படியானால் சாலையிலுள்ள காவல்சாவடி வரையில் என்னோடு உங்களால் வரமுடியுமா?"

"முடியாது இந்தக் காரியத்தில் நான் பங்கெடுக்கவே போவதில்லை."

"சரி, நானே அதைத் தேடிப் பிடித்துக்கொள்கிறேன்."

"இந்தச் சூறாவளியில் உம்மால் அதைக் கண்டுபிடிக்க முடியாமல் போகலாம். நானாயிருந்தால் இப்போது போகமாட்டேன்."

"இங்கேயிருந்து இறங்கினால் சாலையை அடைந்துவிடலாம். அப்புறம் அந்த வழியிலேயே நடந்தால் போய்ச் சேராமலா இருக்கப் போகிறேன்?"

“யார் இல்லை என்றார்கள்? ஆனால் நீர் அனுப்பின அந்த இரண்டு பேரும் பனி பெய்ய ஆரம்பித்து விட்டதால் இப்போது மேலேறி வந்து கொண்டிருப்பார்கள். அவர்களை நீர் பார்க்க முடியாமல் போய்விடலாம்.”

“கிழவன் எனக்காக அங்கேயே காத்திருப்பான்.”

“மாட்டான், பனி பெய்யத் தொடங்கியதுமே புறப்பட்டிருப்பான்; சற்று நேரத்தில் வந்துவிடுவான், பாரும்” குகை வாயிலுக்கு வெளியே வேகமாக வீசிய பனியைப் பார்த்துக் கொண்டிருந்த பாப்லோ, “உமக்குப் பனியென்றால் பிடிக்காது இல்லையா இங்கிலீஷ்காரரே?” என்று கிண்டலாகக் கேட்டான். அதைக் கேட்டதும் ஜார்டன் ஏதோ சபித்துக் கொட்டவே தன் குழம்பிய கண்களால் அவனைப் பார்த்துச் சிரித்தான். “இந்தப் பனிமழைக்குப் பிறகு உம் படையெடுப்பெல்லாம் அடிபட்டுப் போய்விடும். இங்கிலீஷ்காரரே, சரி சரி, குகைக்கு வாரும், உம் ஆட்கள் சீக்கிரத்தில் வந்துவிடுவார்கள்” என்று மீண்டும் சீண்டினான் அவன்.

குகையினுள் கணப்பை எரியவிடுவதில் மேரியா முனைந்திருந்தாள். பிலாரோ அடுப்படி மேஜைக்கருகில் இருந்தாள். கணப்பு புகைத்துக் கொண்டிருந்தது. ஒரு மரக்குச்சியை அதனுள் நுழைத்த பின் மடித்து வைத்திருந்த காகிதத்தால் மேரியா விசிறியதும் குப்பெனப் பற்றிக்கொண்டு எரிந்தது. கூரையிலிருந்த ஓட்டையொன்றின் வழியாகக் காற்று இழுக்கப்பட்டதும் அந்த மரத்துண்டு பளிச்செனச் சுடர்விட்டது. “நிறையவா பனி பெய்யுமென நினைக்கிறீர்கள்!” என ஜார்டன் கேட்டான்.

“ஆமாம்” என்று திருப்தியுடன் பதிலளித்த பாப்லோ அடுத்து பிலாரின் பக்கம் திரும்பி, “உனக்கும் இந்தப் பனி பிடிக்கவில்லை. இல்லையா? தலைமை வேறு தாங்குகிறாய், அதனால் இந்தப் பனி மழை தலைவலி தருகிறது. அப்படித்தானே?” வினவினான்.

“என்ன நேர்ந்தாலும் எனக்கென்ன? பனி பெய்தால் பெய்யட்டுமே!”

“கொஞ்சம் ஒயின் குடியுங்கள், இங்கிலீஷ்காரரே. நாள் பூராவும் இந்தப் பனிக்காகக் காத்துக் கிடந்து குடித்துக் கொண்டேயிருந்தேன் நான்” என்றான் பாப்லோ.

“ஒரு கோப்பைக் கொடுங்கள்” என்றான் ஜார்டனும்.

“பனியை வாழ்த்திக் குடிப்போம்” என்று கூறி அவனுடைய கோப்பையைத் தன் கோப்பையால் பாப்லோ தொட்டான், அவனை ஏறிட்டு நோக்கியவனாய்க் கோப்பை இடிபட ஜார்டன் அனுமதித்தான். ‘குழம்புக் கண்ணனே, உன் பற்களையெல்லாம் இந்தக் கோப்பையால் இடித்து உடைக்கத் துடிக்கிறேனடா, கொலைபாதகக்

குடிகாரா!' என்று மனத்துள் குமுறிய போதிலும், 'வேண்டாம், பதறாதே! வீணாகப் பதட்டப்படாதே! என்று தன்னைத் தானே சாந்தப்படுத்திக் கொண்டான் அவன்.

"பனி வெகு அழகாக இருக்கிறது இல்லையா?" என்றான் பாப்லோ. தொடர்ந்து "இப்படிப் பனி பெய்யும்போது நீர் குகைக்கு வெளியே படுக்க விரும்பாவிட்டால் ஆச்சரியமில்லை" என்றும் கூறினான்.

'ஓஹோ, இதுவும் இவன் மனத்தை அலைக்கிறதோ?' என்று தன்னையே கேட்டுக்கொண்ட ஜார்டன் பின்னர், "பனி பெய்தால் உங்களுக்கும் பல சங்கடங்கள் இல்லையா?" எனப் பாப்லோவை வினவினான். சற்றுப் பொறுத்து, "இல்லையா?" எனத் திரும்பவும் மரியாதையுடன் கேட்டான்.

"இல்லை. கடுமையாகக் குளிரும். எங்கும் ஒரே ஈரமாயிருக்கும். அவ்வளவுதான்" என்றான் பாப்லோ.

'கடல்வாத்தின் மார்பிலிருந்து எடுத்த மெல்லிய மயிரிழை களைக்கொண்டு உட்புறம் நெய்த படுக்கைச் சுற்றுக்கு அறுபத்தைந்து டாலர் சும்மாவா கேட்பார்கள்? அந்த விலை கொடுத்து நான் வாங்கிய சுருளில் பனியிடையே படுத்து நான் கழித்த ஒவ்வொரு இரவுக்கும் ஒரு டாலர் என்று கணக்கிடலாமே என்று எண்ணமிட்ட ஜார்டன், "அப்படியானால் நான் இங்கேயே, குகைக்குள்ளேயேதான் தூங்கவேண்டுமா?" என்று விசாரித்தான், மரியாதையுடனேயே.

"ஆமாம்."

"நன்றி. ஆனாலும் வெளியிலேயே படுக்கிறேன்."

"இந்தப் பனியிலேயா?"

"ஆமாம்" என்ற ஜார்டன், 'சிவந்து கன்றிய உன் பன்றிக் கண்கள் பாழாய்ப்போக! மயிர் மண்டிய உன் பன்றி முகம் கன்றிப்போக!' என்று மனத்துள் சபித்தான். "பனியிலேயேதான்" என்றான். 'நாசமாய்ப்போன, நாசமாக்குகிற, எதிர்பாராத, எகிறியடிக்கிற, தோல்விக்குத் தோள் கொடுக்கும் பாழாய்ப்போன பனியில்தான்' எனத் திரும்பவும் திட்டியபடி, பின்னர், மற்றொரு பைன் மரக் கட்டையைக் கணப்பினுள் போட்டுவிட்டு நின்றுகொண்டிருந்த மேரியாவின் அருகில் சென்று "பனி அபார அழகாக இருக்கிறது" என்றான்.

"ஆனால் இது வேலையைக் கெடுத்துவிடும், இல்லையா? உங்களுக்கு இது கவலை தரவில்லையா?" என அவள் வினவினாள்.

"அதனாலென்ன, பரவாயில்லை. கவலைப்படுவது நல்லதே யல்ல. சரி சரி, சாப்பாடு எப்போது சித்தமாக இருக்கும்?"

“உமக்குப் பசியெடுக்கும் என்பது எனக்குத் தெரியும் வேண்டு மானால் கொஞ்சம் பாலாடைக்கட்டி வெட்டித் தரட்டுமா?” என்று பிலார் குறுக்கிட்டுக் கேட்டாள். “நன்றி” என அவன் கூறியதும் கூறையிலிருந்து தொங்கிய வலையில் இருந்த பெரியதொரு பாலாடைக் கட்டியை எம்பிக் கழற்றியெடுத்தாள். வெட்டுப்பட்டிருந்த அதன் பக்கவாட்டில் கத்தியால் கீறி ஒரு பெரிய துண்டு போட்டு அவனிடம் கொடுத்தாள். அதைத் தின்றபடியே அவன் நின்றான். சுவைத்துச் சந்தோஷிக்க முடியாதபடிப் பழைய வாசனை வீசியது அதில்.

தான் உட்கார்ந்திருந்த மேஜையிலிருந்து எழுந்திருக்காமலே “மேரியா” என பாப்லோ விளித்தான்.

“என்ன?” என்று கேட்டாள் அவளும்.

“மேஜையைச் சுத்தமாகத் துடை, மேரியா” என்று கூறிவிட்டு ஜார்டனை நோக்கி அவன் இளித்தான்.

“நீ இறைத்ததை நீயே துடை. முதலில் உன் தாடையையே துடைத்துக்கொள். அப்புறம் உன் சட்டையையும் மேஜையையும் சுத்தப்படுத்து” என்றாள் பிலார்.

ஆனால் பாப்லோவோ அவளைப் பொருட்படுத்தாமல் மீண்டும் “மேரியா” என்று கூப்பிட்டான்.

“அவனை லட்சியம் செய்யாதே. வெறி தலைக்கேறியிருக்கிறது” என மேரியாவிடம் பிலார் சொன்னாள்.

“இன்னும் பனி பெய்கிறது. மேரியா. அது அழகாகவும் இருக் கிறது” என்று மீண்டும் சீண்டினான் பாப்லோ.

‘இவனுக்கு அந்தப் படுக்கைச் சுருள்பற்றி எதுவும் தெரியாது. அதற்காக வுட்ஸ் கடைக்காரப் பையனுக்கு நான் ஏன் அறுபத்தைந்து டாலர் கொடுத்தேன் என்பதை இந்தப் பன்றிக்கண்ணன் அறிய மாட்டான். இவன் கிடக்கிறான். ஜிப்ஸி சீக்கிரம் வரமாட்டானா என்று இருக்கிறது எனக்கு. அவன் வந்ததும் கிழவனைத் தேடிக் கிளம்பிவிடுவேன். இப்போதே நான் புறப்பட்டுவிடுவதுதான் சரி; ஆனால் அவனை நான் கண்டு பிடிக்காமல் போனாலும் போகலாம். அவன் இருக்குமிடம்தான் எனக்குத் தெரியாதே’ இந்த ரீதியில் சிந்தித்துக்கொண்டிருந்த ஜார்டன், “பனிப் பந்துகள் பண்ணப் பிரிய முண்டா உங்களுக்கு? அந்தப் பந்தைக் கொண்டு சண்டை போட விரும்புகிறீர்களா?” என்று பாப்லோவைக் கேட்டான்.

“என்னது? என்ன செய்யலாம் என்கிறீர்?”

“ஒன்றுமில்லை. உங்கள் குதிரைகளின் சேணங்களையெல்லாம் நன்றாக மூடி வைத்துவிட்டீர்களா?”

"மூடியிருக்கிறேன்."

"அந்தக் குதிரைகளுக்கெல்லாம் தானியத் தீனி போடப் போகிறீரா? இல்லாவிட்டால் அவற்றை முளையில் கட்டிவிட்டு, தீனியைத் தோண்டித் தேடித் தின்னவைக்கப் போகிறீரா?"- ஸ்பானிஷ் மொழியில்லாமல் ஆங்கில மொழியில் ஜார்டன் வினவினான்.

"என்ன கேட்டீர்?"

"ஒன்றுமில்லை, அது உமது பிரச்சனை, நண்பரே. நானென்னவோ இங்கிருந்து நடந்தேதான் போகப் போகிறேன். குதிரை தேவையில்லை!"

"எதற்காக ஆங்கிலத்தில் பேசுகிறார்?"

"எனக்கே தெரியாது. மிகமிகக் களைத்துப் போய்விட்டால் சில சமயங்களில் ஆங்கிலத்தில் பேசுவேன். வெறுப்போ மலைப்போ மிகுந்தாலும் அப்படிப் பேசுவதுண்டு. மிகமிக மலைத்துவிடும்போது அதன் ஒலியைக் கேட்கும் பொருட்டு ஆங்கிலத்தில் பேசுகிறேன். நம்பிக்கையூட்டும் ஒலி அது, நீரும் எப்போதாவது அதில் பேசிப் பரீட்சித்துப் பார்க்கவேண்டும்."

"என்ன சொல்கிறீர். இங்கிலீஷ்காரரே? வெகுசுவாரசியமான விஷயம்போல் தொனிக்கிறது. ஆனால், எனக்கொன்றும் புரிய வில்லையே" என்றாள் பிலார்.

"ஒன்றுமில்லை. ஆங்கிலத்தில் 'ஒன்றுமில்லை' என்று சொன்னேன், அவ்வளவுதான்."

"அப்படியா? சரி, ஸ்பானிஷ் பாஷையிலேயே பேசும், அது ஆங்கிலத்தைவிட எளிமையானது நீட்டி முழக்கவும் வேண்டாம்."

"கட்டாயம் அதிலேயே பேசுகிறேன்" என்று கூறிய ஜார்டன் மீண்டும் எண்ணச் சுழலில் ஆழ்ந்துவிட்டான். 'பாப்லோ, பிலார், மேரியா, உங்களுக்கெல்லாம் சேர்த்துச் சொல்கிறேன். மூலையில் உட்கார்ந்திருக்கும் சகோதரர்களே, உங்கள் பெயர்கள் மறந்து விட்டாலும் உங்களையும் சேர்த்துத்தான் சொல்கிறேன்

உங்கள் பெயர்களை நான் மறக்கக்கூடாது; நினைவில் வைத்துக் கொள்ளத்தான் வேண்டும். என் வேலை எனக்குச் சில சமயங்களில் சலிப்புத் தந்துவிடுகிறது. அது மட்டுமல்ல, உங்களையும் என்னையும் போரையும் பொறுத்தும் எனக்கு அலுப்பு ஏற்பட்டுவிடுகிறது. இந்தச் சமயமாகப் பொறுக்கியெடுத்துப் பனிமழை ஏன் பெய்ய வேண்டும்? ஆனாலும் படுமோசமான சோதனைதான் இது. இல்லை, அப்படியில்லை, எதுவும் படுமோசமாக இருக்க முடியாது. எதுவாக இருந்தாலும் எதிர்கொண்டு போராட வேண்டும் நீ.

இப்படியெல்லாம் சொகுசு பார்க்காதே. பனிமழை பொழிவதை இயல்பாக எடுத்துக்கொள், சற்று முன் அப்படிச் செய்யவில்லையா நீ? அடுத்தபடி நீ செய்யவேண்டிய வேலை. ஜிப்ஸியைச் சந்தித்தபின் கிழவனை அழைத்துவரக் கிளம்புவதுதான்... எனினும் இந்த மாதத்தில் இப்படிப் பனி பெய்யலாமா...! வேண்டாம், அதைப் பற்றியே நினைக்காதே. இயற்கையென எண்ணிக்கொள். என்னவோ கோப்பை என்பார்களே, கைக்கு வந்தது வாய்க்கு வரவில்லை என்றோ என்னவோ சொல்லமாட்டார்கள்...? சேச்சே, என் ஞாபக சக்தியை நான் அபிவிருத்தி செய்து கொள்ளவேண்டும்; இல்லா விட்டால் பழமொழி அரிய வாக்கு போன்றவற்றைப் பயன்படுத்துவது பற்றிச் சிந்திக்கவே கூடாது. ஏனென்றால், ஏதாவது ஒரு சொல் நழுவிவிட்டாலும் போதும் அது நம் நினைவு வட்டத்தில் சுற்றிச் சுற்றி வந்து தொல்லை தருகிறது. அந்த உபத்திரவத்தை உதறி யெறியவே முடிவதில்லை. உம், அது என்ன அது, கோப்பை பற்றிய அந்த முழுப் பழமொழி என்ன... உம்?' இப்படிக் கோப்பை பற்றி யோசிக்க முற்பட்ட அவன், "தயவுசெய்து எனக்கு ஒரு கோப்பை ஒயின் கொடுங்கள்" என்றான் ஸ்பானிஷ் மொழியில். பிறகு, "நிறையத் தான் பனி பெய்கிறது, இல்லையா?" என்று பாப்லோவை நோக்கிக் கேட்டான்.

அந்தக் குடிகாரன் அவனை ஏறிட்டுப் பார்த்து இளித்தான். ஆம் என்று தலையாட்டிவிட்டுத் திரும்பவும் பல்லைக் காட்டினான். "இனி படையெடுப்பு நடக்காது. பாலமெதுவும் பிளக்கப்படாது. பனிமழை தவிர வேறில்லை" என்றான் அவன்.

அவனருகில் அமர்ந்தவாறு, "இந்த மழை நெடுநேரம் நீடிக்கு மென எதிர்பார்க்கிறீர்களா? கோடை பூராவும் கொட்டும் என்றா எண்ணுகிறீர்கள், பாப்லோ?"

"கோடை பூராவிலும் பெய்யாதுதான். ஆனால், இன்று ராத்திரியும் நாளையும் பெய்யத்தான் பெய்யும்."

"எதைக்கொண்டு அப்படிக் கருதுகிறீர்கள்?"

"பனிப்புயல்களில் இரண்டு வகை உண்டு. ஒன்று பிரனீஸ் மலைத் தொடரிலிருந்து வரும், அது கடுங்குளிரைப் பரப்பும். ஆனால் இத்தனை காலங் கழித்து அது வீசாது."

"அப்படியா? அந்த மட்டிலும் நாம் பிழைத்தோம்."

"இந்தச் சூறாவளியோ கன்டாப்ரிகோவிலிருந்து வருகிறது. கடலில் தோன்றி வீசுகிறது இது. இந்தத் திசையில் காற்று அடிப்ப தால் கடும் புயலோடு நிறைய பனியும் கொட்டும்."

"இத்தனை விஷயங்களையும் எங்கே அறிந்து கொண்டீர்கள்?"

ஜார்டனின் கோபம் அப்போது அறவே அடங்கிவிட்டது. அதற்குப் பதில் புயலைப் பற்றிய பரபரப்பு அவனைப் பற்றிக் கொண்டிருந்தது. எந்தச் சூறாவளியும் அவனை எப்போதுமே பரபரக்க வைப்பது வழக்கம். வேறெதிலும் காணாத பரபரப்பை பனிப்புயல், கடுங்காற்று, திடுமென வீசும் புயல் உஷ்ணப் பகுதிகளில் அடிப்பது போன்ற சூறாவளி, அல்லது மலைப் பகுதிகளில் பொழியும் கோடையிடி மழை ஆகியவற்றில் அவன் அடைவான். போரில் ஏற்படுவது போன்ற பரபரப்பே அது. போர் தருவதைவிடப் பரிசுத்தமானது என்பதொன்றே வித்தியாசம். 'சண்டையிலும் ஒரு சண்டமாருதம் வீசத்தான் செய்கிறது; ஆனால் காய்ந்து வறண்ட வாயைப் போல வெப்பமான காற்று அது. அதிவேகமாக அடிப்ப துடன் அசுத்தமும் கலந்த அது அன்றாட அதிர்ஷ்டத்துக்கு ஏற்றபடி ஏற்ற இறக்கம் கூடியது. அந்த உஷ்ணக் காற்று பற்றி எனக்கு நன்றாகத் தெரியும். ஆனால் பனிப் புயலோ அதற்கு நேர்மாறானது. அது வீசும்போது கொடிய விலங்குகளின் பக்கத்தில் போனால்கூட அவை அஞ்சா. எங்கே இருக்கிறோம் என்பதுகூடத் தெரியாமல் அங்குமிங்கும் அவை அலைந்து திரியும். மான்கள் சில சமயங்களில் நிலைப்படியின் கீழ்கூட ஒண்டி நிற்கும். மூஸ் என்றால் தொடுமளவு கூடக் கிட்டச் செல்லலாம். நம் குதிரையை மற்றொரு மூஸ் என நினைத்து ஓடோடி வரும் அது. எதிரிகள் எவருமே இல்லை போலவே பனிப்புயல்களின் போது ஓரளவுவரை தோன்றும். காற்று கடுமையாக அடித்தாலும்கூட எங்கும் ஒரு வெண்ணிறத் தூய்மையையே அது பரப்பும். விரைந்து விரியும் அந்த வெண்மையில் அனைத்துமே மாற்றம் பெறும். காற்று நின்றதும் எங்கும் ஒரு பேரமைதி நிலவும். இப்போது அடிப்பதும் ஒரு பெரும் புயல் போலவே காண்கிறது. ஆகவே, இதை நான் அனுபவித்து மகிழ்வதே தரமானது. எல்லாத் திட்டங்களையும் பாழ்படுத்தினாலுங்கூட ரசித்துக் களிக்கும் சந்தர்ப்பத்தை விடுவானேன்?' என அவன் எண்ணலானான்.

"நான் பல வருடம் வண்டியோட்டியாக இருந்திருக்கிறேன். மோட்டார் வண்டிகள் வருவதற்குமுன் பெரிய பார வண்டிகளில் சரக்குகளை ஏற்றி மலைகளைக் கடப்போம். அப்போதுதான் கால நிலை பற்றி நான் கற்றறிந்தேன்" என்று பாப்லோ விளக்கினான்.

"போராட்டத்தில் நீங்கள் எப்படிச் சேர்ந்தீர்கள்?"

"எப்போதுமே இடதுசாரிக்காரன்தான் நான். அரசியலில் அக்கறை அதிகமுள்ள அஸ்டுரியாப் பகுதிமக்களுடன் எங்களுக்கு நிறைய பழக்கம் உண்டு. தவிர, குடியரசை ஆதியிலிருந்தே ஆதரித்து வந்திருப்பவன் நான்."

“போராட்டத்தில் சேருமுன் என்ன செய்துகொண்டிருந்தீர்கள்?”

“ஜாரகோஜாவில் ஒரு குதிரை வியாபாரிடம் வேலை பார்த்து வந்தேன். மாட்டுச் சண்டைக் களங்களுக்கும் ராணுவத்துக்கும் அவர் குதிரைகள் கொடுப்பது வழக்கம். பிலாரை அப்போதுதான் சந்தித்தேன். அவளே உம்மிடம் சொன்னபடி, மாடுபிடி வீரனான ஃபினிடோ டிபாலென்ஸியாவுடன் அவள் அந்தச் சமயத்தில் இருந்து வந்தாள்” இந்தக் கடைசிப் பகுதியை மிகுந்த பெருமிதத்துடனேயே பாப்லோ சொன்னான்.

“ஆனால் ஃபினிடோ அப்படியொன்றும் பிரமாத வீரனல்ல” என்று குறுக்கிட்டுக் கூறினான், அங்கே அமர்ந்திருந்த சகோதரர்களில் ஒருவன். அடுப்பின் முன் நின்றுகொண்டிருந்த பிலாரின் முதுகைப் பார்த்தபடியே அப்படி அவன் சொன்னான். உடனே சட்டெனத் திரும்பி அவனை நோக்கிய பிலார், “அப்படியா? அவனொன்றும் பெரிய வீரனில்லையா?” என்று குத்தலாகக் கேட்டாள்.

அவ்வளவுதான், அந்தக் குகையில் அடுப்படிக்கு அருகில் நின்றுகொண்டிருந்த அவளது மனக்கண்ணின் முன்வந்து நின்று விட்டான் ஃபினிடோ. குட்டையான பழுப்பேறிய உடல், முகத்தில் ஒரு நிதானம், கண்களில் துயரத் தேக்கம். கன்னங்களோ ஒட்டி உலர்ந்திருந்தன. முன்நெற்றியில் கருமயிர் சுருண்டு வியர்வையால் ஒட்டிக் கொண்டிருந்தது. அந்த நெற்றியில் மாடுபிடி வீரர்கள் இறுக்கமாக அணியும் குல்லாயினால் செந்நிறக் கோடு விழுந்திருந் ததையும் அவள் கண்டாள். அந்தக் கோட்டை வேறு யாரும் கவனித்ததே கிடையாது. ஐந்து வயதான காளைக்கெதிரே அவன் நிற்கக் கண்டாள் அவள். குதிரைகளைக் குத்தித் தூக்கிய அதன் கொம்புகளுக்கு முன்னால் அவன் நின்றான். ஈட்டி செருகியகோலி னால் அந்தக் காளையின் கழுத்தில் அவன் குத்துவான். அவன் குத்தக் குத்த அந்தப் பெருங்கழுத்து பம்மிப் பம்மி எழும்பி குதிரையை மேலே மேலே தூக்கும். குதிரை பொத்தென விழுந்து, அதன்மீது சவாரி செய்யும் ஃபினிடோவும் மரவேலி பேரில் சரிந்து சாயும் வரையில் அது அப்படி உயர்த்திக் கொண்டே போகும். முன்னங்கால்கள் முன்னுக்குத்தள்ள, அந்தப் பெருங்கழுத்தை அப்படியும் இப்படியும் ஆட்டும். அதனால் அசையும் கொம்பு களினால் குதிரையினிடம் எஞ்சியிருக்கும் உயிரைத்தேடித் துழாவும். ‘அப்படியொன்றும் பிரமாத வீரனல்லாத’ ஃபினிடோ அப்போது அந்தக் காளையின் எதிரில் நிற்பதையும், பிறகு பக்கவாட்டில் திரும்புவதையும் மனக்கண்ணில் பார்த்தாள் பிலார். கனமான ஃபிளானல் துணியை அவன் கம்பில் சுற்றுவதை நன்றாகவே கண்டாள். வாத்திய ஒலி ஓங்கும்போது எழும்பும் காளையின் தலையையும், தோள்களையும், பெருக்கெடுத்துப் பளபளத்த திமிலை

யும் முதுகையும் தொட்டுத் தடவியதால் ரத்தக் கறையேறிக் கனத்திருந்தது அந்தத் துணி. அசையாது ஊன்றி நின்ற காளையின் முகத்திலிருந்து ஐந்து தப்படிக்கு அப்பால் நின்றபடி கத்தியை ஃபினிடோ உருவி மெதுவாக உயர்த்துவதைக் கண்டாள். தன் கழுத்தளவு வரும் வரையில் அப்படி அதை அவன் உயர்த்துவான். அவன் கண் மட்டத்தைவிடக் காளையின் தலை உயரத்திலேயே இருக்கும். ஆகவே, முனை தாழ்ந்த வாளின் மறு கோடியிலிருந்து அவனால் குறிபார்க்க முடியாது. ஆயினும் ரத்தத்தினால் ஈரமாகிக் கனக்கும் துணியை இடது கையினால் வீசியபடி வாளினால் காளையின் தலையை அழுத்தித் தாழ்த்துவான். அப்போது அவன் சற்று நிலை தடுமாற நேர்ந்தாலும் வாள் வாட்டத்தோடு குறிபார்க்க முடிந்துவிடும். இரு புறமும் எழும்பி நிற்கும் கொம்புகளுக்கிடையில் அவன் நிற்பான். துணியையே பார்த்தபடி பெருமூச்சு விட்டுக் கொண்டு காளை நிற்கும். இவ்வளவையும் தெளிவாகக் கண்ட பிலார், அடுத்து ஃபினிடோவின் தெளிந்து மெலிந்த குரலையும் கேட்டாள். தலையைத் திருப்பி, செந்நிற மரவேலியை அடுத்து முதல் வரிசையில் உட்கார்ந்திருக்கும் மக்களை நோக்கி, 'இப்படியே இதைக் கொன்றுவிட முடியுமா, பார்ப்போம்' என்று கூறுவான் அவன்.

ஃபினிடோவின் குரலைக் கேட்டதோடன்றி அவன் முன்னேற முற்பட்டபோது முழங்காலை முதல் முறையாக மடித்ததையும் மனக் கண்ணில் பிலார் பார்த்தாள். தாழ வீசப்பட்ட துணியைத் தொடர்ந்து காளையின் தலை அசைந்தது. அதனால் மாயாஜாலம் போல இறங்கிய அதன் கொம்புகளை அவன் படிப்படியாக அணுகியதை அவள் கண் கொட்டாமல் கவனித்தாள். மெலிந்ததும் பழுப்பு நிறமானதுமான அவனது மணிக்கட்டு லாவகமாகத் துணியைச் சுழற்றி கொம்புகளை மேன்மேலும் கீழிறங்கவைத்தது. அவன் மீது படாமல் அப்பால் செல்லும்படியும் செய்தது. அதே நேரத்தில் அவன் கையில் இருந்த கத்தி, மண் படிந்திருந்த திமிலின் உச்சியில் புகுந்தது. பளபளத்த அந்த வாள் மெதுவாக உட்சென்றதை அவள் கண்டாள். காளையின் பாய்ச்சலே அதை அவன் கையிலிருந்து பிடுங்கித் தன்னுள் செலுத்திக் கொண்டது போலத் தோன்றியது அவளுக்கு. இறுகி நின்ற காளையின் தோலை அவனது பழுப்பு மணிக்கட்டு தொடுமளவுக்குக் கத்தி ஊடுருவியதைப் பார்த்தாள். அது உள்ளே நுழைந்த இடத்திலிருந்து கணமேனும் கண்ணைத் திருப்பாத ஃபினிடோ, ஒடுக்கியிருந்த தன் வயிற்றில் கொம்பு படாதபடிக்கு குதித்து அகன்றான். இடது கையில் இருந்த கம்பில் துணி ஆட, வலது கையை உயர்த்திப் பிடித்தபடி நின்றவனாய்க் காளை மரிப்பதைக் கவனிக்கலானான். ஊன்றி நிற்க அது

முயன்றதையும், விழவிருக்கும் மரத்தைப்போல் அது ஆடியதையுமே நோக்கியவாறு அவன் நின்றான். தரையில் விழாதவாறு தரித்து நிற்க அது படாதபாடு படுகையில், வெற்றிச் சங்கேத முறையில் அவன் கை எழும்பியது. வியர்வை சொட்டச் சொட்ட அவன் நின்றான். அனைத்தும் முடிந்ததென்ற ஆறுதல் அவனுக்கு. வெறுமை யோடிய ஆசுவாசம் அது. காளை செத்துக் கொண்டிருந்தது என்ற நினைப்பால் எழுந்த நிவாரணம். கொம்பிலிருந்து விடுபட்டு வெளிவந்தபோது அடிபட்டு அதிர்ச்சியேதும் ஏற்படாததை ஒட்டியும் சுரந்தது ஆறுதல். அதை உணர்ந்தவனாய் அவன் நின்றபோது தள்ளாடிச் சரிந்தது காளை. நான்கு கால்களையும் உயரத் தூக்கியபடி தொப்பெனச் செத்து விழுந்தது. அதையடுத்து, களைத்தவனாய், முகத்தில் மலர்ச்சியேதும் அற்றவனாய் மரவேலியை நோக்கி அந்தக் குட்டை ஃபினிடோ நடந்ததையும் அகக்கண்ணில் பிலார் கண்டாள். உயிருக்கு ஆபத்து என்றாலும்கூட அவனால் ஓட முடியாது என்பது அவளுக்குத் தெரியும். மெதுவாக நடந்து வேலியை வந்தடைந்ததும் துண்டொன்றினால் வாயைத் துடைத்துக் கொண்டபின் தன்னை அவன் நிமிர்ந்து பார்த்துத் தலையை ஆட்டுவதையும் நோக்கினாள். பிறகு அந்தத் துண்டினாலேயே முகத்தைத் துடைத்துக் கொண்டதும் வளையத்தைச் சுற்றி அவன் வெற்றிவலம் வரத் தொடங்குவதையும் பார்த்தாள். சிரமப்பட்டு மெதுவாகவே நடப்பான் அவன். சிரிப் பான். தலையைத் தாழ்த்தி வணங்குவான். மீண்டும் முகம் மலர் வான். பின்னால் வரும் அவனது துணையாளர்கள் குனிந்து சுருட்டுகளைப் பொறுக்குவர். உள்ளே வந்து விழுந்த தொப்பிகளைத் திரும்ப வீசியெறிவர். அவனோ கண்களில் துயர் தோய்ந்திருப்பினும் மலர்ந்த முகத்தினனாய் வளைய வந்து, அவள் எதிரிலேயே வலத்தை முடிப்பான். அடுத்து, அவள் எட்டிப் பார்க்கும்போது மரவேலியின் படியில் உட்கார்ந்தவனாய்த் துண்டை வாயில் கவ்விக் கொண்டிருப் பான் அவன்.

அடுப்பருகில் நின்றவாறு இக்காட்சிகள் அனைத்தையும் அகக் கண்ணில் கண்ட பிலார், “ஆக அவன் அப்படியொன்றும் பெரிய வீரன் அல்ல என்கிறாய் அப்படித்தானே...? ஐயோ, எப்படிப்பட்டவ ரோடு என் வாழ்க்கையைக் கழித்துவிட்டேன்” என்றாள்.

“அவன் தேர்ந்ததொரு வீரன்தான். குட்டையாக இருந்ததுதான் குந்தகமாக இருந்தது அவனுக்கு” என்று ஆறுதலாய்ச் சொன்னான் பாப்லோ.

“அவனுக்கு காசநோய் உண்டு என்பதில் சந்தேகமில்லை” என்றான் பிரிமிடிவோ.

“காசநோயா? அவனைப்போல அவதிக்கு ஆளான யாரைத் தான் அந்த நோய் பீடிக்காது?” என்று கொதித்துக் கேட்டாள் பிலார்.

"ஜுவான் மார்ச்சைப் போல போக்கிரியாகவோ, மாட்டுச் சண்டை வீரனாகவோ, சங்கீத நாடகத்தில் மத்திமஸ்தாயி பாடகனாகவோ இருந்தாலல்லாது இந்த நாட்டில் எந்த ஏழையினால்தான் பணம் சம்பாதிக்க முடியும்? அப்படியிருக்க அவன் காசநோயாளியானதில் என்ன ஆச்சரியம்? பெட்டிக்கடைப் பட்டாளம் வயிறு முட்டக் கொட்டிக் கொள்கிறது. இந்தப் பெருந்தீனியினால் வயிறு வீணாகி, சோடா உப்பு இல்லாமல் வாழமுடிகிறதில்லை அதனால். ஏழைகளோ பிறப்பிலிருந்து இறப்புவரை பசியால் பரிதவிப்பவர்கள். இப்படிப்பட்டவர்கள் நிறைந்த இந்நாட்டில் அவன் காசநோய்க்காரனாக இல்லாமல் வேறெப்படி இருந்திருக்க முடியும்? சண்டை போடுவது எப்படி என்பதைக் கற்றுக் கொள்வதற்காகச் சிறுவயதில் சந்தைக்குச் சந்தை சென்றபோது கையில் காசில்லாததால் மூன்றாம் வகுப்பு ரயில்வண்டிகளில் பெட்டிக்கடியில் பதுங்கிப் பிரயாணம் செய்தான் அவன். புதிய எச்சிலும் காய்ந்த எச்சிலும் கலந்த அந்த அழுக்கிலும் புழுதியிலும் காசநோய் பற்றிக் கொள்ளாமல் போகுமா? ஏன், உன் மார்பில் கொம்புகள் அடிக்கடி முட்டி மோதினால் உனக்கும்தான் அந்த நோய் வராமல் இருக்குமா, சொல்லு?"

"வரத்தான் வரும், அவனுக்கும் அது வந்தது என்றுதானே சொன்னேன்?" என்றான் பிரிமிடிவோ.

"ஆமாம், அவன் காசநோய்க்காரன்தான், நான் மறுக்கவில்லை" கிளறுவதற்கான கரண்டியைக் கையில் பிடித்தபடி பிலார் தொடர்ந்தாள்: "அவன் குட்டைதான். சன்னக் குரல்தான் அவனுக்கு. காளைகளிடம் அவனுக்குப் பெரும் பயம் என்பதும் மெய்தான். சண்டைக்கு முன்னால் அவனைப் போல நடுங்கியவனை நான் கண்டதில்லை. ஆனால் சண்டைக் களத்தில் அவனைப்போல பயமில்லாமல் இருந்தவனையும் பார்த்தது கிடையாது. உன்னைத்தான் சொல்கிறேன் பாப்லோ! செத்துப்போக இப்போது பயப்படுகிறாய், நீ. அது ஏதோ பெரிய விஷயம் என்றும் நினைக்கிறாய். ஆனால் ஃபினிடோவோ எப்போதும் அஞ்சி நடுங்கிக் கொண்டிருந்தான். இருந்தாலும் களத்தில் குதித்துவிட்டால் அவன் சிங்கம்தான்."

"அபார தீரன் என்று அவனுக்குப் பெயருண்டுதான்" என்று ஆமோதித்தான் இரண்டாவது சகோதரன்.

"அவனைப் போலப் பயந்து மிரண்டவனை நான் பார்த்ததேயில்லை. வீட்டில் ஒரு காளைத் தலை இருப்பதைக்கூட அவன் விரும்பியதில்லை. ஒரு சமயம் வல்லடாலிடில் நடந்த சண்டையில் பாப்லோ ரோமெரோவின் காளையை அவன் வெகு நன்றாகக் கொன்றான்."

"அது எனக்கும் ஞாபகம் இருக்கிறது. அந்தச் சண்டையை நான் பார்த்தேன். சோப்பு வர்ணக் காளை அது. நெற்றிமயிர் சுருண்

டிருக்கும். கொம்புகளோ நீண்டு உயர்ந்தவை. முப்பதுக்குமேல் களங்களைக் கண்ட காளை அது. வல்லடாலிடில் அவன் கடைசி யாகக் கொன்றது அதைத்தான்" என்றான் முதல் சகோதரன்.

"ஆமாம், அதுதான் கடைசி, அதைத் தொடர்ந்து சில உற்சாகி கள் கோலோன் ஓட்டலில் கூடினார்கள். தங்கள் கழகத்துக்கு அவன் பெயரை வைத்திருந்த அபிமானிகள் அவர்கள். அவனுக்கு அந்த ஓட்டலிலேயே ஒரு விருந்துக்கு அவர்கள் ஏற்பாடு செய்தார்கள். அந்தக் காளையின் தலையைத் தக்கபடிப் பதப்படுத்திப் பொருத்தி அந்தச் சிறு விருந்தின் முடிவில் அவனிடம் வழங்கினார்கள். சாப்பாடு நடந்த நேரம் பூராவும் ஒரு துணியால் மூடப்பட்டதாய்ச் சுவரிலேயே இருந்தது அந்தத் தலை. அந்த விருந்தில் நானும் கலந்து கொண்டேன். என்னைவிட அவலட்சணமான பாஸ்டோரோ மற்றும் நீனா டிலாஸ் பியானெஸ் போன்ற ஜிப்ஸிகளும், பிரசித்த மான வேசிகளும் வந்திருந்தார்கள். சிறிய விருந்துதான் என்றாலும் சீற்றம் அதிகமாக இருந்தது. அடித்துப் புடைத்துக் கொள்ளாதது தான்பாக்கி. மரியாதைக் கிரமம் பற்றி பாஸ்டோராவுக்கும், பிரபல பரத்தை யொருத்திக்குமிடையே தகராறுதான் அதற்குக் காரணம். ஏதோவொரு இன்பலோகத்தில் சஞ்சரித்தவளாய் ஃபினிடோவின் பக்கத்தில் நான் உட்கார்ந்திருந்தேன். நாம் முன்பெல்லாம் வணங்கு வோமே அந்தக் கடவுளின் அவதார வாரம் கொண்டாடப் படும் போது கோயிலில் எல்லா ஞானிகளின் சிலைகளையும் துணியால் மூடுவார்கள் இல்லையா? அதேமாதிரி சிவப்புத் துணியால் காளையின் தலை மறைக்கப்பட்டிருந்தது. ஃபினிடோ ஒருதடவைகூட அதை நிமிர்ந்து பார்க்காததைக் கவனித்தேன், அவன் அதிகமாகச் சாப்பிடவுமில்லை. அவன் வயிற்றில் அடிபட்டிருந்ததால் வந்த வினையே அது. அந்த வருஷம் ஜரகோஜாவில் அவன் கடைசியாக போட்ட சண்டையில் கொன்ற காளையின் கொம்புதான் அப்படி இடித்துவிட்டது. அவன் கொஞ்ச நேரம் பேச்சுமூச்சில்லாமல் கிடக்கும் அளவுக்குப் பலமான மோதல் அது. அன்று முதல் சொற்ப அளவுதான் அவனால் சாப்பிட முடிந்தது; அதற்குமேல் வயிறு இடம் கொடுக்காது. அதனால் அந்த விருந்தின்போது ஏதோ கொஞ்சம் கொரித்த அவன், இடையிலேயே வாயில் கைக்குட்டையை வைத்துக் கொள்வான். வயிற்றிலிருந்து வெளியே வந்த ரத்தத்தை ஒத்தியெடுப்பான். ஆமாம், நான் என்ன சொல்லிக் கொண் டிருந்தேன்?"

"காளையின் தலையைப் பற்றி... பதப்படுத்திப் பொருத்தப்பட்ட தலையைப் பற்றித்தான்" என்றான் பிரிமிடிவோ.

"ஆமாம், ஞாபகம் வருகிறது. ஆனால் அதைப் பற்றி நீங்கள் சரியாகத் தெரிந்துகொள்ளச் சில விவரங்களை நான் சொல்லியாக

வேண்டும். ஃபினிடோ ஒருநாளுமே குதூகலித்துக் குதித்தது கிடையாது. எப்போதுமே முடங்கிய முகத்துடன்தான் இருப்பான். நாங்கள் தனியாக இருந்தபோது கூட அவன் எதைக் கண்டும் சிரித்துப் பார்த்ததில்லை நான். வெகு வேடிக்கையான விஷயங்கள் கூட அவனைச் சிரிக்க வைக்க முடியாது. எல்லா விஷயங்களையுமே வெகு வினையாகத்தான் எடுத்துக் கொள்வான். ஏறக்குறைய ஃபெர்னாண்டோவைப் போலவேதான் அவன் இருந்தான். ஆனால் அந்த விருந்தைக் கொடுத்தவர்கள் அவனுடைய அபிமானிகள். அவன் பெயரில் ஃபினிடோ கழகம் என்று அமைத்துக் கொண் டிருந்தவர்கள். அதனால் குஷியும் குதூகலமும், நேசமும் பாசமும் கொண்டவனாக அவன் தன்னைக் காட்டிக் கொள்ள வேண்டி யிருந்தது. ஆகவேதான் விருந்து நடந்த நேரம் அவன் சிரிப்பையும் சிநேக வார்த்தைகளையும் உதிர்த்தான். கைக்குட்டையை அவன் கையாண்டதைக் கவனித்தவள் நான் ஒருத்திதான். அவனிடம் மூன்று கைக்குட்டைகள் இருந்தன. மூன்றையுமே ரத்தத்தால் நிரப்பியதும், 'இனிமேலும் என்னால் இதைத் தாங்க முடியாது, பிலார். கிளம்ப வேண்டியதுதான் என்று நினைக்கிறேன்' என்று என் காதோடு சொன்னான். 'அப்படியானால் புறப்படுவோம், வா' என்றேன் நானும், அவன் படுகஷ்டப்பட்டதைப் பார்த்திருந்தபடியால். அதற்குள் விருந்தில் கும்மாளம் வலுத்திருந்தது. எங்கும் ஏகப்பட்ட இரைச்சல். 'ஊஹும், நான் கிளம்ப முடியாது. என்ன இருந்தாலும் என் பெயரில் வைக்கப்பட்டிருக்கும் கழகம் இது. அதனால் நான் பொறுப்புடன் நடந்து கொண்டாக வேண்டும்' என்று அவன் சொல்லவே, 'உனக்கு உடம்பு சரியில்லையானால் போனாலென்ன?' என்று கேட்டேன். 'கூடாது. நான் இருந்துதான் தீரவேண்டும் எங்கே, அந்த மன்ஸானில்லா மதுவில் கொஞ்சம் கொடு" என்றான் அவன்.

"அவன் குடிப்பது உசிதமல்ல என்றே எனக்குப் பட்டது. அவன் எதுவும் சாப்பிட்டிருக்காதது அதற்கு ஒரு காரணம்; அவன் வயிறு இருந்த நிலை இன்னொரு காரணம்; ஆனால் எதையாவது விழுங்கி வைக்காமல் அந்தக் குதூகலத்தையும் கொண்டாட்டத்தையும் கூச்சலையும் அவனால் அதிக நேரம் தாங்க முடியாது என்பது தெளிவாகத் தெரிந்தது. ஆகவே, கிட்டத்தட்ட ஒரு புட்டி மன்ஸானில்லாவை அவன் கடகடவென்று குடிப்பதைப் பார்த்துக் கொண்டு பேசாமலே இருந்தேன். கைக்குட்டைகள் தீர்ந்துவிட்டதால் ரத்தத்தை உமிழ சாப்பாட்டுக் குட்டையை அவன் உபயோகித்துக் கொண்டிருந்தான். அப்போது அந்த விருந்துக்கு வந்திருந்தவர்களின் உற்சாகம் உச்சத்தை எட்டியது. கழகத்தைச் சேர்ந்தவர்களில் சில பேர் அதிகக் கனமில்லாத தாசிகளைத் தோளில் தூக்கியபடி அறை

யைச் சுற்றி வந்தார்கள். பாஷ்டோராவைப் பாட வைத்திருந்தார்கள். கிட்டார் வாத்தியத்தை ரிகார்டோ இனிமையாக வாசித்தான். நெஞ்சம் நெகிழும்படியாகவே எல்லாம் இருந்தன. மெய்யாகச் சந்தோஷப்பட வேண்டிய சந்தர்ப்பம்தான் அது. குடித்துக் களித்து அந்தரங்க நேசம் பாராட்டவேண்டிய நேரம் தான் அது. அதைப் போல உண்மையான உற்சாகம் நிறைந்து வழிந்த விருந்து எதையும் நான் கண்டதே கிடையாது. இத்தனைக்கும் அந்த விருந்துக்குக் காரணமான காளைத் தலைத் திறப்புவிழா அதுவரை நடக்கவில்லை. அளவிட முடியாத ஆனந்தம் எனக்கு. ரிகார்டோ வாசித்ததற்கேற்பத் தாளம் போட்டுக் கொண்டிருந்தேன். இன்னும் சில பேரோடு சேர்ந்து நீனாவின் பாட்டுக்குக் கைதட்டவும் முற்பட்டிருந்தேன். ஆகவே, தன் சாப்பாட்டுக் குட்டையில் ரத்தத்தைக் கக்கித் தீர்த்து விட்ட ஃபினிடோ என் கைக்குட்டையை எடுத்ததை நான் கவனிக்க வில்லை. மேலும் மேலும் மன்ஸானில்லாவை அவன் குடித்துக் கொண்டிருந்தான். பளபளத்த கண்களால் எல்லாரையும் பார்த்துக் களிப்புடன் தலையை ஆட்டினான். அவனால் அதிகமாகப் பேச முடியவில்லை; ஏனென்றால், வாயைத் திறக்கும்போதெல்லாம் சாப்பாட்டுக் குட்டையால் ஒத்தியெடுக்க வேண்டியிருந்தது. இருந்தாலும் தான் ஆனந்தத்தில் ஆழ்ந்து அனுபவிப்பவன் போலவே அவன் நடித்தான். அதற்காகத்தானே அவன் அங்கே வந்திருந்தான்...!

"அப்படி விருந்து தொடர்ந்தபோது என் பக்கத்தில் உட்கார்ந் தவன் ஒரு பழைய சேதியைச் சொல்லிக் கொண்டிருந்தான்; ரஃபேல் எல் காலோ என்பவனுக்கு மானேஜராக இருந்தவன் அவன். 'இந்த உலகத்திலேயே நீதான் எனக்கு உத்தம நண்பன். சகோதரனைப் போலவே உன்னை நான் நேசிக்கிறேன்' என்று ரஃபேல் தன்னிடம் சொல்லிவிட்டு, கழுத்துக் குட்டையில் மாட்டிக்கொள்ள அழகான வைர ஊசியைக் கொடுத்ததோடு தன் இரு கன்னங்களிலும் முத்தமிட்டதையும், அதனால் தாங்கள் இரண்டு பேருமே உள்ளம் உருகி நின்றதையும் அவன் என்னிடம் சொன்னான். பரிசைக் கொடுத்ததும் ஓட்டலைவிட்டு ரஃபேல் வெளியே போனதும் தன் பக்கத்தில் உட்கார்ந்திருந்த ரேடனாவிடம், 'வேறொரு மானேஜரை நியமித்து இப்போதுதான் ஒப்பந்தம் முடித்திருக்கிறான் இந்த அழுக்கு பிடித்த ஜிப்ஸி' என்று அவன் சொன்னானாம். அவன் கூறியதன் பொருள் புரியாமல் அவள் விழிக்கவே, 'இந்த ரஃபேலுக்குப் பத்து வருஷமாக நான் மானேஜராக இருந்திருக்கிறேன். இதற்குமுன் ஒரு தடவைகூட இவன் எனக்குப் பரிசு கொடுத்ததில்லை. ஆகவே விடையளிப்பது என்பதுதான் இந்த வைர ஊசிக்கு அர்த்தமாக இருக்கவேண்டும்' என்று அவன் விளக்கினானாம். தான் அப்போது நினைத்தது மெய்யாகிவிட்டது. அப்படித்தான் காலோ தன்னைக்

கைவிட்டான் என்று அந்த மாஜி மானேஜர் மேலும் சொன்னான். அந்த நேரத்தில் எங்கள் பேச்சில் பாஸ்டோரா குறுக்கிட்டாள். ரஃபேலின் பெயர் கெடாமல் தாங்கிப் போவதற்காக அல்ல அவளைப் போல அவனைத் தாக்கிப் பேசியது யாருமேயில்லை. 'அழுக்குப் பிடித்த ஜிப்ஸி' என்று சொல்லித் தன் வர்க்கத்தையே அந்த மாஜி மானேஜர் ஏசியதால்தான் அவள் தலையிட்டாள். அதுவும் சாதாரணமாக இல்லை; அவள் திட்டிக் கொட்டிய தீவிரத் தில் அவன் அடியோடு வாய் மூடும்படியாகி விட்டது. அவளைச் சமாதானப்படுத்த நான் குறுக்கிட, என்னைச் சாந்தப்படுத்த இன்னொரு ஜிப்ஸி தலையிட்டாள். அப்போது ஏற்பட்ட பெருஞ் சத்தத்தில் வேசி என்ற ஒரேயொரு வார்த்தையைத் தவிர வேறு எதையுமே எவராலும் புரிந்துகொள்ள முடியவில்லை. மற்றெல்லா வார்த்தைகளையும் அமுக்கிவிட்டு அது ஒன்று மாத்திரமே ஓங்கி முழங்கியது. இரைச்சல் ஒடுங்கும்வரையில் அது ஓயவில்லை. மறுபடி நிசப்தம் நிலவியபோது, தலையிட்ட நாங்கள் மூவரும் எங்கள் கோப்பைகளையே பார்த்துக் கொண்டிருந்தோம். அப்போது தான், இன்னமும் சிவப்புத் துணி சுற்றப்பட்டேயிருந்த காளைத் தலையை மருட்சியுடன் ஃபினிடோ நோக்கிக் கொண்டிருந்ததைக் கண்டேன். அந்தத் தலையைத் திறந்து வைப்பதற்குப் பூர்வாங்கமான பேச்சைக் கழகத் தலைவர் அப்போது ஆரம்பித்தார். 'பலே, பேஷ்' என்று கூறியும், மேஜையைத் தட்டியும் அவர் பேச்சை மற்றவர்கள் ஆமோதித்தார்கள். அந்த நேரம் பூராவும் ஃபினிடோ வையே பார்த்தபடி இருந்தேன். அவனுடைய இல்லையில்லை என்னுடைய சாப்பாட்டுக் குட்டை அடிக்கடி அவனுடைய வாய்க்குப் போனபடி இருந்தது! நாற்காலியில் மேலும் மேலும் உள்ளுக்குப் போய்க்கொண் டிருந்தான் அவன். கண்களோ எதிர்ச்சுவரில் மாட்டப்பட்டிருந்த காளைத் தலையிலேயே நிலைகுத்தி நின்றன. அந்தக் கண்களில் அச்சத்தோடு ஒரு அதிசய பாவமும் கலந்திருந்தது...

"பேச்சு முடியவிருந்தபோது ஃபினிடோவின் தலை ஆடத் தொடங்கியது. நாற்காலியில் பின்னும் பதுங்கியிருந்தான் அவன். 'எப்படி இருக்கிறது உன் உடம்பு?' என்று கேட்டேன். அவன் திரும்பி நோக்கியபோது என்னை அறிந்து கொண்ட அடையாளமே அந்தப் பார்வையில் இல்லை. 'ஊஹும்... முடியாது... கூடாது' என்று சொல்லியபடித் தலையை ஆட்டத்தான் முடிந்தது அவனால். பேச்சை முடித்த கழகத் தலைவர் எல்லாரும் கைதட்டிப் பாராட்டுகையில் ஒரு நாற்காலிமீது ஏறி நின்று எம்பினார். காளைத் தலைமீது சிவப்புத் துணியைக் கட்டியிருந்த நூலை அவிழ்த்தார். துணியை அவர் மெதுவாக இழுத்தபோது கொம்புகளிலொன்றில் அது சிக்கிக்கொண்டது. ஆகவே, நன்றாக மெருகேற்றப்பட்டுக் கூர்மையாக இருந்த கொம்புகளுக்கு மேலாகத் துணியைத் தூக்கி

விலக்கினார். அந்தக் கறுப்புக் கொம்புகளுடன் கூடிய மஞ்சள் நிறப் பெருந்தலையைப் பூராவாகப் பார்த்தோம். இரண்டு பக்கமும் விரிந்தபின் முன்பக்கமாக அந்தக் கொம்புகள் வளைந்திருந்தன. முள்ளம்பன்றியின் முள்களைப் போலக் கூராகவும், வெளுப்பாகவும் அந்தக் கொம்பு நுனிகள் காட்சி தந்தன. உண்மையில் உயிருடன் இருப்பது போலவே அந்தக் காளைத்தலை காணப்பட்டது. முன்போலவே நெற்றி மயிர் சுருண்டிருந்தது. மூக்குத் துவாரங்கள் விரிந்திருந்தன. கண்களும் பளிச்சிட்டன. அந்தக் கண்களோ நேராக ஃபினிடோவையே பார்த்துக் கொண்டிருந்தன. எல்லாருமாகக் கூவிக் கைதட்டினார்கள். ஆனால், ஃபினிடோவே நாற்காலியில் பின்னும் பதுங்கினான். சந்தடி சட்டென்று நின்றது. எல்லாக் கண்களும் தன்மீது பதிந்திருக்க, ஊஹூம், முடியாது என்றபடிக் காளையைப் பார்த்தான் ஃபினிடோ. நாற்காலியில் இன்னும் பின்னுக்குப் போனவனாய் மறுபடியும் 'முடியாது' என்று உரக்கச் சொன்னான். அப்போது அவன் வாயிலிருந்து பெருந்துளியாக ரத்தம் வந்தது. முன்போலக் குட்டையால் அதை ஒத்தியெடுக்கக்கூட அவன் முற்படவில்லை. அதனால் முகவாய் வழியாக அது வழிந்தது, இன்னமும் காளைத் தலையையே பார்த்துக்கொண்டிருந்த அவன், 'பருவம் பூராவும் சண்டை போடச் சித்தம்தான் நான். பணம் சம்பாதிக்கத் தயார்தான். சாப்பிடவும் இஷ்டமுண்டுதான். ஆனால், என்னால் இப்போது சாப்பிடவே முடியாதே. என்ன நான் சொல்வது காதில் விழுந்ததா? என் வயிறு கெட்டு கிடக்கிறது. இப்போதுதான் பருவம் முடிந்து விட்டதே. இனிமேல் முடியாது. முடியவே முடியாது!' என்று சொல்லிவிட்டுச் சுற்றிலும் பார்த்தான். மறுபடியும் காளையை நோக்கி விட்டு 'முடியாது' என்றான். உடனே அவன் தலையைத் திரும்பக் குனிந்துகொண்டான். குட்டையையும் வாயில் வைத்துக்கொண்டு அப்படியே உட்கார்ந்து விட்டான்; வாயே திறக்கவில்லை. ஆகவே, நல்லபடியாக ஆரம்பித்த அந்த விருந்து, கும்மாளமும் கூட்டுறவும் கரைபுரண்டோடிப் பெரும் பிரசித்தி பெறும் என்று தோன்றிய அந்த விருந்து தோல்வியாக முடிந்துவிட்டது."

"அப்புறம் எத்தனை நாள் கழித்து ஃபினிடோ செத்துப் போனான்?" என்று பிரிமிடிவோ கேட்டான்.

"அந்த வருஷக் குளிர் காலத்திலேயே அவன் கதை முடிந்து விட்டது. ஜரகோஜாவில் கடைசியாக விழுந்த கொம்படியிலிருந்து அவன் மீளவேயில்லை. கொம்பினால் குத்திக் குதறப்படுவதைவிட அந்த மாதிரி அடி மோசமானது. ஏனென்றால், அதனால் உள்காயம் உண்டாகிறது. அப்புறம் அது ஆறுவதேயில்லை. மாட்டை அவன் கொல்லப்போன ஒவ்வொரு முறையும் அந்தமாதிரி அடி அவனுக்குப்

பட்டிருந்தது; அதனால்தான் அவனால் அதிக வெற்றிபெற முடிய வில்லை. குட்டையாக இருந்தபடியால் அவனால் கொம்பைத் தாண்ட முடியாமல் இருந்தது. அநேகமாக எப்போதுமே கொம் பினால் அவன் இடிபட்டான். ஆனாலும் எல்லாமே பலமான இடியாக இருந்து விடவில்லைதான்.”

“அவன் அவ்வளவு குட்டையாக இருந்தான் என்றால் சண்டை போடவே முயற்சி செய்திருக்கக் கூடாது” என்றான் பிரிமிடிவோ.

ஜார்டனை நோக்கியபின் தலையை ஆட்டினாள் பிலார். அப்படி ஆட்டியபடியே தன் முன்னால் இருந்த பெரிய இரும்புப் பாத்திரத்தைக் குனிந்து பார்த்தாள். “சேச்சே, இந்த ஸ்பானிஷ்காரர் கள்தான் எப்பேர்ப்பட்ட பேர்வழிகள்! அத்தனை குட்டை என்றால் சண்டை போடவே முயற்சி செய்திருக்கக் கூடாதாம்! இப்படி ஒருத்தன் சொன்னதைக் கேட்ட பிறகும் நான் சும்மாயிருக்கிறேனே, அதைச் சொல்லு. கோபமே வரவில்லை எனக்கு. விளக்கிச் சொன்ன தும் வாயை மூடிக்கொண்டு விடுகிறேன். ஒன்றுமே தெரியாதவர்கள் மத்தியில் இதுதான் எத்தனை சுலபமாகச் சாத்தியமாகிறது! ஏதுமே அறியாத ஒருவன், ‘அவன் அப்படியொன்றும் சிறந்த சண்டை வீரனல்ல, என்கிறான். ஒன்றும் தெரியாத இன்னொருவன் ‘அவனுக்குக் காசநோய்’ என்று சொல்கிறான். விஷயம் தெரிந்த ஒருத்தி விளக்கிச் சொன்ன பிறகும் மற்றொருவனோ ‘அவன் அவ்வளவு குட்டையானவன் என்றால் சண்டை போடவே முன்வந் திருக்கக் கூடாது’ என்கிறானே இப்படி நினைத்து நொந்தபடியே அடுப்புமீது குனிந்த அவள் மனக்கண்ணில் ஃபினிடோ மறுபடியும் காட்சியளித்தான். பிறந்த மேனியாய்ப் படுக்கையில் அவன் கிடக்கக் கண்டாள் அவள். இரு துடைகளிலும் கரடுமுரடான காய வடுக்கள். வலது விலாவின்கீழ் வட்ட வடிவில் ஆழமான தழும்பு. பக்கவாட் டிலும் அக்குள் வரையில் நீண்டிருந்த வெண்மையான வடு, அந்தப் பழுப்பு முகத்தில் கண்கள் மூடியிருந்ததையும், சுருட்டையான கருமயிர் நெற்றியிலிருந்து பின்னுக்குத் தள்ளப்பட்டிருந்ததையும் பார்த்தாள். படுக்கை மீது அவன் பக்கத்தில் உட்கார்ந்திருந்தபடி அவனுடைய கால்களைத் தான் தடவுவது போலவும், பின்னங்கால் களைப் பிடித்துப் பிசைந்துவிட்டு இளக்குவது போலவும் அவளுக்குத் தோன்றியது. ‘எப்படி இருக்கிறது? கால்களுக்கு இதமாக இருக்கிறதா?’ என்று அவள் கேட்க, ‘மெத்த சுகம், பிலார்’ என்று கண்களைத் திறக்காமலே அவன் பதில் சொல்வான். ‘மார்பையும் தடவி விடட்டுமா?’ என்று கேட்டாலோ, ‘வேண்டாம், பிலார். அதை மட்டும் தொடாதே, தயவு செய்து’ என்பான். ‘துடையைத் தடவட்டுமா?’ என்று கேட் டாலும், ‘வேண்டாம், ஒரேயடியாக வலிக்கிறது’ என்றுதான் சொல்வான். ‘பிடித்துவிட்டு மெழுகு தடவினால் சூடு பிடிக்கும், சுகம் கிடைக்கும்’ என்று அவள் விளக்கிச் சொல்லும்போதும்,

'வேண்டாம், பிலார். தொடாமல் இருப்பதே தரம்' என்பான். 'சாராயத்தைத் தடவிச் சுத்தம் செய்கிறேன்' என்றால் மட்டும்தான், 'சரி, செய். லேசாகவே தடவு' என்று அனுமதிப்பான். ஆனாலும், 'கடைசி மாட்டை மகத்தான முறையில்தான் கொன்றாய்' என்று அப்போது அவள் கூறுவாள். அவனும், 'ஆமாம், சிறப்பான முறையில்தான் அதைச் சாகடித்தேன்' என்று ஆமோதிப்பான்.

அவனைச் சாராயத்தால் குளிப்பாட்டிப் போர்வையால் மூடிய பின் அவன் பக்கத்திலேயே அவள் படுத்துக் கொள்வாள். தன் பழுப்புக் கரத்தை நீட்டி அவளை அவன் தொடுவான். 'பிலார், பிரமாதமான பெண்பிள்ளைதான் நீ' என்பான். அவளைப் பொறுத்த வரையில் அதுதான் வேடிக்கைப் பேச்சு. அதன்பின் அவன் தூங்கத் துவங்கிவிடுவான்; சண்டைக்குப் பின் சாதாரணமாக அதுதான் அவன் வழக்கம். அவளோ அவன் கையைத் தன்னிரு கரங்களாலும் பிடித்துக் கொண்டு படுத்தபடி அவன் மூச்சுவிடும் சப்தத்தைச் செவிமடுப்பாள். தூக்கத்தில் அவன் அடிக்கடி பாய்ந்த துண்டு. அப்போதெல்லாம் அவன் பிடி இறுகும், நெற்றியில் வியர்வை கட்டும். அவன் விழித்தெழுந்தால், 'ஒன்றுமில்லை' என்பாள். உடனே அவன் மீண்டும் உறங்கத் தொடங்கிவிடுவான். அவ்வாறு ஐந்தாண்டுக் காலம் அவனுடன் அவள் வாழ்ந்தாள். ஒருமுறைகூடத் துரோகம் செய்ததில்லை. அதாவது துரோகம் செய்ய அவள் அநேகமாக நினைத்ததேயில்லை என்று கூறுவது தான் சரி. அவன் இறந்துபோய் இறுதிக் கிரியைகள் முடிந்த பிறகு தான் அவள் பாப்லோவுடன் பிணைத்துக் கொண்டாள். சண்டைக் களத்தில் குதிரைகளை இட்டு வருபவனாக அவன் அப்போது இருந்தான். வாழ்நாள் முழுதும் தன் காதலன் ஃபினிடோ வீழ்த்தி வந்த காளைகளைப் போன்றே அவன் தோற்றம் இருந்தது. ஆனால், அந்தக் காளையின் பலமோ, தைரியமோ அதிக காலம் நீடிக்க வில்லை. அவை தீர்ந்துவிட்டன என்பதை அவள் தெரிந்துகொண்டு விட்டாள். அப்படியானால் எதுதான் நீடித்திருக்கிறது? 'ஏன், நான் இல்லையா...? ஆமாம், நான்தான் நின்று நிலைத்து நீடித்திருக்கிறேன்... ஆனால், அதனால் என்ன பிரயோசனமோ?' – இப்படியெல்லாம் எண்ணிய பிலார் திரும்பி மேரியாவைப் பார்த்தாள். "செய்வதைச் சற்று கவனமாகச் செய், மேரியா. சமைப்பதற்கான அடுப்புதான் அது; ஊருக்கு உலை வைப்பதற்காக அல்ல. ஒரேயடியாக எரிய விடாதே!" என்றாள்.

அந்த நேரத்தில் ஜிப்ஸி வாசற்படியில் நுழைந்தான். உச்சி முதல் உள்ளங்கால் வரையில் அவனைப் பனி போர்த்திருந்தது. கதவருகில் துப்பாக்கியைப் பிடித்துக்கொண்டு நின்றபடிக் கால்களைத் தரையில் தட்டிப் பனியைப் போக்கடிக்க அவன் முயன்றான். ஜார்டன் எழுந்து அவனருகில் சென்று, "என்ன சேதி?" என்று கேட்டான். "பெரிய பாலத்தில் ஒரே சமயத்தில் இரண்டு

பேர் காவல் காக்கிறார்கள். ஆறு மணிக்கு ஒருமுறை அவர்கள் மாறுகிறார்கள். ஆனால் சாலையை மராமத்துச் செய்பவனின் குடிசையிலோ எட்டுச் சிப்பாய்களும் ஒரு கார்ப்பொரலும் இருக் கிறார்கள். இந்தாருங்கள், உங்கள் கடிகாரம்" என்றான் ஜிப்ஸி.

"மர ஆலையிலுள்ள நிலையத்தின் நிலைமை என்ன?"

"அங்கே கிழவன் போயிருக்கிறான். அந்த நிலையத்தையும் சாலையையும் சேர்ந்தாற்போலப் பார்த்துவர அவனால் முடியும்."

"நீ பார்த்தவரையில் சாலை நிலவரம் என்ன?"

"எப்போதும் போலத்தான் அதில் போக்குவரத்து நடக்கிறது. அசாதாரண நடமாட்டம் எதுவுமில்லை. சில கார்கள்தான் போய் வந்தன" – இப்படிப் பதிலளித்த ஜிப்ஸி குளிரால் பாதிக்கப்பட்டிருந்தது தெளிவாகத் தெரிந்தது. அவனுடைய கரியமுகம் குளிரால் விறைத் திருந்தது. கைகளோ சிவந்து கிடந்தன. குகை வாசலில் நின்றபடியே கோட்டைக் கழற்றி உதறினான். "காவல் மாறும்வரையில் அங்கேயே இருந்தேன். மதியத்திலும், மாலை ஆறு மணிக்கும் மாறினார்கள். நீண்டநேரக் காவல் வேலை அது. அவர்களது ராணுவத்தில் சேராதது என் அதிருஷ்டமே!" என்றான் அவன்.

"சரி, போய்க் கிழவனைப் பார்ப்போம்" என்றபடித் தன் தோல் கோட்டை ஜார்டன் அணியலானான்.

"ஊஹும், என்னால் முடியாது. நேராகக் கணப்புக்கும் போய், சூடான குழம்பைக் குடிப்பதுதான் இப்போது நான் செய்யப்போவது. கிழவன் இருக்குமிடத்தை இங்குள்ளவர்களில் யாரிடமாவது சொல்கிறேன்? அவன் உம்மை அங்கே அழைத்துப்போவான். ஏய், சோம்பேறிகளா, இந்த இங்கிலீஷ்காரரை கிழவன் கண்காணிக்கும் இடத்துக்கு இட்டுப்போக உங்களில் யார் தயார்?" என்று மேஜைமுன் அமர்ந்திருந்தவர்களை நோக்கி ஜிப்ஸி வினவினான்.

"நான் போகிறேன். அவன் எங்கே இருக்கிறான் சொல்லு" என்றபடி ஃபெர்னாண்டோ எழுந்தான்.

"கேள், இதோ இங்கேதான்" என்று கூறிக் கிழவன் ஆன்ஸெல்மோ இருந்த இடத்தை அவனுக்கு விளக்கிச் சொன்னான் ஜிப்ஸி.

15

பெரியதொரு மரத்தடியில் பதுங்கியிருந்தான் ஆன்ஸெல்மோ. காற்றுப் படாதபடித் தண்டுக்குப் பின்னால் அவன் ஒண்டிக்கிடக்க, இருபுறங்களிலும் பனி வீசியடித்தது. குளிருக்கு அடக்கமாக எவ்வளவு முடியுமோ அவ்வளவு தூரத்துக்குக் கோட்டினால் தலையை மூடிக்

கொண்டிருந்தான் அவன். கோட்டின் கைப் பகுதிகளிலும் எதிரெதிர்க் கரங்களைப் புகுத்தி மறைத்துக் கொண்டிருந்தான். "இனியும் இங்கே நான் தங்கினால் குளிரால் விறைத்துத்தான் போவேன். அதனால் யாருக்கு என்ன பிரயோசனம்? பதிலுக்கு ஆள்வரும் வரையில் நான் இங்கேயே இருக்க வேண்டுமென்று அவர் சொன்னது மெய்தான். ஆனால் இம்மாதிரி புயல் அடிக்கு மென்று அப்போது அவருக்கு எப்படித் தெரியும்? சாலையில் அப்படியொன்றும் அசாதாரணமான போக்குவரத்தைக் காணோம். அதற்கு அப்பால் அறுவை ஆலையில் அமைந்திருக்கும் நிலையத்தில் காவலர் இருக்குமிடங்களும், அவர்களது பழக்கவழக்கங்களும்தான் எனக்கு நன்றாகத் தெரியுமே! ஆகவே, இப்போது நான் முகாமுக்குத் திரும்பப் புறப்பட்டுவிடுவதுதான் நல்லது. கொஞ்சமாவது பகுத் தறிவுள்ள எவனும் நான் திரும்புவேன் என்றுதான் எதிர்பார்ப்பான். இருந்தாலும் இன்னும் சிறிதுநேரம் இருந்து பார்க்கிறேன். எல்லாம் இந்தக் கட்டளைகளால் வரும் கோளாறுதான். சற்றுகூட வளைந்து கொடுக்காதவை இவை. நிலவரத்துக்கேற்றபடி மாறுவதற்கு இந்த உத்தரவுகளில் இடமே கிடையாது" – இப்படி எண்ணிய ஆன்ஸெல்மோ தன் கால்களை ஒன்றோடொன்று உரசினான். கோட்டுக் கைகளி லிருந்து கரங்களை வெளியிலெடுத்தபின் குனிந்து கால்களைத் தேய்த்தான். ரத்த ஓட்டம் தடைப்படாமல் தொடர்வதற்காகப் பாதங் களை ஒன்றோடொன்று கட்டிக் கொண்டான். அந்த மரத்தின் மறைவிடத்தில் காற்று அடிக்காதபடியால் குளிர் குறைவாகவே இருந்தது. ஆனால் இன்னும் எவ்வளவு நேரம் அங்கேயே இருக்க முடியும்? சீக்கிரத்தில் அங்கிருந்து நடக்கத் தொடங்கியாக வேண்டுமே!

பாதங்களைத் தடவிக் கொடுத்தபடிப் பதுங்கியிருந்தபோது சாலையில் ஒரு மோட்டார் கார் சென்ற சப்தம் அவன் காதில் விழுந்தது. அந்தக் காரில் மாட்டப்பட்டிருந்த சங்கிலிகளிலொன்றின் கரணை ஆடி மோதி ஒலித்தது. அவன் கவனித்துக் கொண்டே யிருக்கையில் பனி படிந்திருந்த அந்தச் சாலையில் அது மெள்ள வந்தது மேலே. அங்கும் இங்குமாக அதன் மீது பச்சை, பழுப்பு வர்ணங்கள் பூசப்பட்டிருந்தன. உள்ளே உள்ளவர்களைப் பார்க்க முடியாதபடி அதன் ஜன்னல்களில் நீலக் கண்ணாடிகள் பொருத்தப் பட்டிருந்தன; அவர்கள் வெளியே பார்ப்பதற்காக அவற்றில் அரை வட்ட அளவுக்குத்தான் திறப்பு பகுதி இருந்தது. ராணுவத் தலைமையக உபயோகத்துக்காகப் போலி வேடம் போடப்பட்ட ரோல்ஸ் ராய்ஸ் வண்டியே அது. ஆன்ஸெல்மோவுக்கு அது தெரி யாது. மேலங்கிகளை இழுத்து மூடியபடி உள்ளே உட்கார்ந்திருந்த மூன்று அதிகாரிகளையும் அவனால் பார்க்க முடியவில்லை...

அவர்களில் இருவர் பின்னிருக்கையிலும், மற்றவர் முன்னால் இருந்த மடக்கு நாற்காலியிலும் அமர்ந்திருந்தனர். கார் கடந்து சென்றபோது அந்த மூன்றாமவர்தான் திறப்பு வழியாக வெளியே நோக்கிக் கொண்டிருந்தார். ஆன்ஸெல்மோ அதை அறியான். அவரை அவன் பார்க்கவில்லை; அவரும் அவனைக் கவனிக்கவில்லை. அவன் இருந்த இடத்துக்கு நேர் கீழே அந்தக் கார் சென்றபோது அதை ஓட்டி வந்தவன் அவன் கண்ணில் பட்டான். சிவந்த முகத்தினனாய் எஃகுத் தொப்பி அணிந்திருந்தான் அந்த மோட்டாரோட்டி, அவன் பார்த்திருந்த மேலங்கிக்கு மேலாக அந்த முகமும் தொப்பியும் நீட்டிக்கொண்டிருந்தன. அவனருகில் அமர்ந்திருந்த சிப்பாய்ச் சேவகன் வைத்திருந்த துப்பாக்கியின் முனையும் தென்பட்டது.

கார் கடந்து சென்றபின் கோட்டுக்குள் கைவிட்டு, தன் குறிப்புப் புத்தகத்திலிருந்து ஜார்டன் கிழித்துக் கொடுத்திருந்த இரு தாள் களையும் தன் சட்டைப் பையிலிருந்து ஆன்ஸெல்மோ எடுத்தான், அதில் காரைக் குறித்த வரைபடத்தையெடுத்து ஒரு குறி வைத்தான். அன்று அவன் கண்ட பத்தாவது கார் அது. அவற்றில் ஆறு திரும்பி வந்துவிட்டன. இன்னும் நான்குதான் வரவேண்டும். அந்தச் சாலை யில் அந்த எண்ணிக்கை அசாதாரணமானதல்ல என்றாலும் அவை வேறுவித வண்டிகள் என்பது ஆன்ஸெல்மேவுக்குத் தெரிந்திருக்க வில்லை; அந்த மலையையும் கணவாய்களையும் வளைத்து வைத்திருந்த படையில் ஃபோர்ட், ஃபியட், ஓபல், ரோனால்ட், ஸிட்ரியன் ஆகிய ரக வண்டிகளுக்கும், தலைமையகத்தின் ரோல்ஸ் ராய்ஸ், லான்ஸியா, மெர்ஸீடீஸ், டிஸோட்டா முதலான வகை வண்டிகளுக்குமிடையே அவனால் வித்தியாசம் காண முடியவில்லை. இந்த மாதிரி வகை பிரித்துப் பார்ப்பது ஜார்டனுக்கு வேண்டியிருந்த வொன்று. கிழவனுக்குப் பதிலாக அவன் அங்கு இருந்திருந்தால் அந்தக் கார்கள் சென்றதன் முக்கியத்துவத்தை உணர்ந்திருப்பான். ஆனால் அவன்தான் அங்கு இல்லையே. எனவே, சாதாரணக் கார் சென்றதற்கான அடையாளத்தை அந்தத் தாளில் போடுவதோடு கிழவன் நிறுத்திக்கொண்டு விட்டான். அவனை அப்போது குளிர் நடுக்கியெடுத்தது. இருட்டுமுன் முகாமுக்குத் திரும்பிவிடுவதே நல்ல தென நினைத்தான். இருட்டியபின் வழி பிசகிவிடுமென அவனுக்கு அச்சமில்லைதான். இருந்தாலும் மேற்கொண்டு அங்கே தங்குவதால் பயனேதுமில்லை என்று எண்ணினான். காற்றே வரவரக் குளிரைக் கடுமையாக்கியது. பனியும் குறையும் வழியாயில்லை அந்நிலையில் ஏன் தங்கிக் கஷ்டப்பட வேண்டும்? ஆயினும் எழுந்து நின்று தரை யில் கால்களைத் தட்டியபடி, அவன், உடனடியாக மலையேறத் தொடங்கிவிடவில்லை. காற்றைத் தடுத்த பைன்மரப் பகுதி மீது சாய்ந்து நின்றவாறு பனியினூடே சாலையை நோக்கியபடி எண்ண மிடலானான்: ‘இங்கிலீஷ்காரரோ என்னை இங்கேயே தங்கச்

சொல்லியிருக்கிறார். இப்போது கூட இந்த இடத்தை நோக்கி அவர் வந்து கொண்டிருக்கலாம். இங்கிருந்து நான் கிளம்பி விட்டேனானால் என்னைத் தேடிப் பனியில் அவர் வழி தவறிவிடலாம். கட்டுப்பாடின் மையாலும், கட்டளைகளுக்குக் கீழ்ப்படியாததாலும் கஷ்டப்பட்டிருக் கிறோம், இந்தப் போரில். ஆகவே, இன்னும் சிறிது நேரம் இங்கிலீஷ் காரருக்காக இங்கேயே காத்திருந்து பார்ப்போம். விரைவில் வரா விட்டால் என்னதான் கட்டளை இருந்தாலும் நான் கிளம்பிவிட வேண்டியதுதான். ஏனென்றால், இங்கே கண்டதையெல்லாம் நான் போய்த் தெரிவித்தாக வேண்டும். இப்போதெல்லாம் எனக்கு வேலையும் நிறைய இருக்கிறது. எனவே இங்கேயே கிடந்து குளிரில் விறைப்பது, பயனில்லாமல் கட்டளையைப் பெரிதுபடுத்துவதேயாகும்!

சாலைக்கு அப்பாலிருந்த அறுவை ஆலையின் கூண்டிலிருந்து புகை வெளிவந்து கொண்டிருந்தது. பனி வழியே அது விசிறியடித்த வாடையை ஆன்ஸெல்மோவினால் முகரமுடிந்தது. வெதுவெதுப்பை அனுபவித்து வசதியாக இருக்கிறார்கள். அந்த ஃபாஸிஸ்டுகள். ஆனால் இதெல்லாம் இன்னும் எத்தனை நேரத்துக்கு? நாளை ராத்திரிதான் அவர்களைத் தீர்த்துக்கட்டிவிடப் போகிறோமே! ஆனால் எனக்கென்னவோ இது விசித்திரமாகத்தான் படுகிறது. நினைத்துப் பார்க்கவே பிடிக்கவில்லை. நாள் பூராவும்தான் அவர் களைப் பார்த்துக் கொண்டே இருந்திருக்கிறேனே. நம்மைப் போலவேதானே அவர்களும் இருக்கிறார்கள்? நான் நேராக இந்த ஆலைக்கு நடந்துபோய், கதவைகூடத் தட்டலாம். எல்லா வழிப் போக்கர்களையும் விசாரித்து, அடையாளக் கடுதாசிகளை வாங்கிப் பார்க்கும்படி அவர்களுக்குக் கட்டளை மட்டும் இல்லாதிருந்தால் என்னை வரவேற்பார்கள் என்றே எண்ணுகிறேன். இந்தக் கட்டளைதான் எங்களுக்குக் குறுக்கே வந்து தடுக்கிறது. அவர்க ளொன்றும் ஃபாஸிஸ்டுகளல்ல. அப்படி நான் அழைத்தபோதிலும் அவர்கள் அம்மாதிரியானவர்களேயல்ல. நம்மைப்போலவே ஏழைகள்தான் அவர்களும். நம்மை எதிர்த்துச் சண்டை போட ஏற்பட்டவர்களே அல்ல அவர்கள்; இப்படிப்பட்டவர்களைக் கொல்வது பற்றி எண்ணிப்பார்க்கவே எனக்குக் கட்டோடு பிடிக்கவில்லை. இந்த நிலையத்தில் இருப்பவர்களேல்லாம் காலிகோக் கள்தான். இன்று அவர்கள் பேசியது காதில் விழுந்ததிலிருந்து அதைத் தெரிந்து கொண்டேன். அவர்கள் தப்பியோடிவிட முடியாது; அப்படிப் போனார்களானால் அவர்களுடைய குடும்பங்கள் சுட்டுக் கொல்லப்பட்டுவிடும். காலிகோக்கள் ஒன்று மிகமிக புத்திசாலிகளாக இருப்பார்கள்; இல்லாவிட்டால், முழு முட்டாள்களாக, மூர்க்கர் களாக இருப்பார்கள். இரண்டு ரகப் பேர்வழிகளையும் எனக்குத் தெரியும். லிஸ்டர் ஒரு காலிகோதான். ஃபிராங்கோவின் சொந்த ஊரைச் சேர்ந்தவன் அவன், வருடத்தின் இந்தப் பருவத்தில் பனி

பெய்வது பற்றி இந்த காலிகோக்கள் என்ன நினைப்பார்கள்? இங்கு போல அவர்கள் வட்டாரத்தில் உயர்ந்த மலைகள் கிடையாது. அங்கே எப்போதும் மழைதான், பசுமைதான்.

அப்போது அறுவை ஆலையின் ஜன்னலில் விளக்கொளி தெரிந்தது. குளிரில் நடுங்கியபடியே ஆன்ஸெல்மோ மீண்டும் நினைக்கலானான்; அந்த இங்கிலீஷ்காரர் பாழாய்ப் போக! அதோ அங்கே அந்த காலிகோக்கள் கதகதப்பை அனுபவிக்கிறார்கள்; நம் நாட்டு நிலையத்திலேயே அந்தச் சுகம் அவர்களுக்குக் கிடைக்கிறது. நானோ மரத்தின் பின்னால் ஒண்டிக்கொண்டு குளிரில் விறைக்கிறேன். முகாமில் மட்டுமென்ன, மலைப் பிராணிகளைப் போலப் பாறைப் பொந்துகளில்தான் பதுங்கிக் கிடக்க வேண்டி யிருக்கிறது. ஆனாலும், நாளை அந்தப் பொந்துகளிலிருந்து நாம் வெளிவந்து விடுவோம். இப்போது வசதியாக வாழும் அவர்களோ போர்வைச் சூடு போகுமுன்பே பொசுக்கெனச் செத்துப் போய் விடுவார்கள். ஓடிரோவை ஒருநாள் ராத்திரி நாங்கள் தாக்கியபோது செத்தார்களே, அவர்களைப் போல. சேச்சே, அந்த ஓடிரோ ஞாபகமும் எனக்குக் கசக்கிறது; அங்கேதான் முதல் முறையாக ஒருத்தனை நான் கொன்றேன். அதைப் போல இந்த நிலையங்களைப் பிடிக்கும்போது எவரையும் நான் கொல்ல நேராது என்றே நம்புகிறேன். ஓடிரோவில்தான் காவல் வீரனின் தலையைப் போர்வை யால் நான் மூடியபோது கத்தியால் அவனைக் குத்தினான் பாப்லோ. அப்போது அந்தக் காவல்காரன் என் காலைப் பிடித்துக்கொண்டு கத்தினான். போர்வையைத் தடவித் துழாவிக் கத்தியால் குத்தினேன் அவனை. என் காலை விட்டுவிட்டு வாயை மூடும் வரையில் விடாமல் குத்தினேன். குரல் எழுப்பாமல் இருப்பதற்காக அவனது தொண்டைமீது முழங்காலை வைத்து அழுத்தியபடி அந்தப் போர்வை மூட்டையை நான் குத்திக் கொண்டிருந்தபோது அந்த நிலையத்தைச் சேர்ந்தவர்கள் தூங்கிக்கொண்டிருந்த அறையின் ஜன்னல் வழியாக வெடிகுண்டை பாப்லோ வீசினான். அப்போது எழுந்த பேரொளியில் உலகம் பூராவுமே சிவப்பும் மஞ்சளுமாகப் பற்றியெரிவது போல இருந்தது; அதற்குள் இன்னும் இரண்டு குண்டுகள் உள்ளே போய் விழுந்துவிட்டன. ஊசிகளைப் பிடுங்கி உடனுக்குடன் உள்ளே எறிந்தான் பாப்லோ. படுத்துக் கிடந்தபோதே கொல்லப்படாதவர்கள் எழுந்தபோது இரண்டாவது குண்டு வெடித்ததும் இறந்துவிட்டார்கள். வீராதி வீரனைப்போல நாடு நெடுகிலும் பாப்லோ பாய்ந்து பொருந்திய நன்னாட்களில் நடந்தது அது. அப்போது எந்த ஃபாஸிஸ்ட் நிலையமும் இரவு வேளையில் பத்திரமாக இருக்க முடியவில்லை, இப்போதோ, காயடிக்கப்பட்ட காட்டுப் பன்றியைப் போலக் கவைக்குதவாதவனாகி விட்டான் அவன். அந்த வேலை முடிந்து, கூச்சலும் அடங்கியதும் அந்த இரண்டு

பீஜங்களையும் வீசியெறிவதுதான் தாமதம், வீரியமற்ற பன்றி முகர்ந்தபடி மூக்கால் தோண்டிக்கொண்டே போய் தின்று தீர்த்து விடும்... ஊஹூம், இல்லை, அந்த அளவுக்குக் கறைப்படாதவனாகி விடவில்லை பாப்லோ. அவனைப் பற்றிக்கூட அந்த அளவுக்கு மோசமாக நினைக்க முடியாது. இருந்தாலும் விகாரமாகவே இருக் கிறான் அவன். வெகுவாக மாறியும் இருக்கிறான் என்று எண்ணும் போது சிரிப்பு வந்துவிட்டது அவனுக்கு. என்ன இது, கொலைக் குளிராக இருக்கிறதே! அந்த இங்கிலீஷ்காரர் வந்து தொலைக்க மாட்டாரா? இந்த நிலையங்களில் இருப்பவர்களைத் தாக்கும்போது நான் யாரையும் கொல்லாமல் இருக்க வேண்டுமே என்றும் இருக்கிறது எனக்கு. கொலையில் விருப்பமுள்ளவர்கள் இந்த நாலு காலிகோக்களையும், அவர்களுடைய கார்ப்பொரல்களையும் தீர்த்துக் கட்டட்டும். எனக்கு வேண்டாம் அந்த வேலை. இங்கிலீஷ்காரர் அப்படித்தான் சொன்னார், என் கடமையாக இருந்தால் அதையும் செய்ய நான் தயார்தான். ஆனாலும், பாலத்தைப் பிளக்கும்போது அவரோடு நான் இருப்பேன். கொலை வேலை மற்றவர்களுக்குத்தான் என்று இங்கிலீஷ்காரர் சொல்லியிருக்கிறார், பாலத்தில் சண்டை நடந்துதான் தீரும். அதை மட்டும் நான் சமாளித்துப் பிழைத்து விட்டேனானால் இந்தப் போரில் ஒரு கிழவன் செய்யக்கூடிய சகலத்தையும் நான் செய்தவனாகி விடுவேன். அது இருக்கட்டும், இங்கிலீஷ்காரர் இப்போதாவது வந்துசேர மாட்டாரா? இந்தக் குளிரை என்னால் சகிக்க முடியவில்லை; காலிகோக்கள் கதகதப்பாக இருக்கும் ஆலையில் விளக்கு வெளிச்சத்தைப் பார்க்கும்போது அந்தக் குளிர் அதிகரித்துக் குலை நடுங்க வைக்கிறதே! அடடா, இந்தப் போர் எப்போதுதான் முடியப் போகிறதோ? சொந்த வீட்டுக்குத் திரும்பிச் செல்லத் துடிக்கிறது என் மனசு... ஆனால், இப்போது எனக்கேது வீடு? போரில் வெற்றி பெற்றாலல்லாது வீட்டுக்கு எப்படித் திரும்ப முடியும்?"

இப்படியெல்லாம் ஆன்ஸெல்மோ எண்ணமிட்டுக் கொண் டிருக்கையில் ஆலையினுள்ளே சிப்பாயொருவன் தன்னிடத்தில் உட்கார்ந்து ஜோடுகளுக்கு மெழுகு பூசிக்கொண்டிருந்தான். மற்றொருவன் தன்னிருக்கையில் தூங்கிக்கொண்டிருந்தான். மூன்றா மவன் சமையல் செய்ய, கார்ப்பொரலோ பத்திரிகை படித்தான். அவர்களுடைய கவசத் தொப்பிகள் சுவரில் அடிக்கப்பட்டிருந்த ஆணிகளில் தொங்கின: அந்தப் பலகைச் சுவர்மீது அவர்களுடைய துப்பாக்கிகளும் சார்த்தி வைக்கப்பட்டிருந்தன.

"சேச்சே, என்ன நாடு இது? கிட்டதட்ட ஜூன் மாதம் ஆரம்பித்துவிட்ட நேரத்தில் பனி பெய்து தொலைக்கிறதே!" என்று அலுத்துக் கொண்டான், அமர்ந்திருந்த சிப்பாய்.

"இயற்கை வினோதம்தான் இது" என்றான் கார்ப்பொரல்.

"மே மாத வளர்பிறை இன்னும் முடியவில்லையே, அதற்குள் ஜூன் மாதம் என்கிறாயே?" சமையல் செய்தவன் கேட்டான்.

"மே மாதமாகத்தான் இருக்கட்டுமே! இந்த மாதத்தில் பனி பெய்யும் நாடு என்ன நாடு?" என அறிவுறுத்தினான் முதலாமவன்.

"மே மாதத்தில் இந்த மலைப் பகுதிகளில் பனி அபூர்வமல்ல. மாட்ரிட்டில் மே மாதத்தில்தான் மற்றெந்த மாதத்தையும்விட அதிகக் குளிரை நான் அனுபவித்திருக்கிறேன்" என்றான் கார்ப்பொரல்.

"குளிர் மட்டுமென்ன, வெப்பமும் அங்குதான் அதிகம்" என்றான் சமையல் செய்த சிப்பாய்.

"கால நிலையில் எதிரெதிர்க் கோடிகளைக் காட்டக் கூடிய மாதம் மே. இந்த காஸ்டில் பகுதியில் சாதாரணமாகக் கடும் வெப்ப மாகத்தான் இருக்கும். இருந்தாலும் கடுங்குளிரும் அதிசயமல்ல" என்று கார்ப்பொரல் கூறினான்.

"குளிர் மட்டுமல்ல, மழையும்தான். இந்த மே மாதத்தில் அநேக மாக ஒவ்வொரு நாளும் மழை பெய்திருக்கிறதே" என்றான், அலுப்போடு பேச்சைத் துவக்கியவன்.

"இல்லவேயில்லை, கடந்துபோனது ஏப்ரல் மாத வளர்பிறை யாக்கும்" என்றான், சமையல்காரச் சிப்பாய்.

"சேச்சே, நீயும் உன் பேச்சும்! வளர்பிறையைப் பற்றித் திரும்பத் திரும்பச் சொல்லிப் பைத்தியமாயடித்து விடுவாய்ப் போலிருக்கிறதே! விட்டுத் தொலை அந்தப் பல்லியை" கார்ப்பொரல் கடிந்தான்.

"நீரருகிலோ, நிலத்தை நம்பியோ வாழ்கிற எவருக்கும் சந்திரன் தான் முக்கியமே யன்றி மாதமல்ல என்பது நன்றாகத் தெரியும். உதாரணமாக, மேமாத வளர்பிறை இப்போதுதான் தொடங்கியிருக் கிறது. இருந்தாலும் ஜூனிலும் இது நீடிக்கும்."

"அப்படியானால் பருவத் தேதிகள் ஏன் திட்டமாகத் தள்ளிப் போடப்படுவதில்லை? சேச்சே, சுத்தத் தலைவலியாக இருக்கிறது, இந்த விவகாரம்?"

"நீங்கள் நகரவாசி. லூகோவைச் சேர்ந்தவர். கடலைப் பற்றியோ, நிலத்தைப் பற்றியோ உங்களுக்கு என்ன தெரியும்?"

"உன்னைப்போலக் கட்டுப் பெட்டிகள் கடலிலிருந்தோ நிலத்தி லிருந்தோ தெரிந்துகொள்வதை விட நகரத்தில் நிறைய அறியமுடியும்."

"இந்த வளர்பிறையில்தான் ஸார்டீன் மீன்களின் முதல் பெருங் கூட்டம் வெளி வருவது வழக்கம். இந்தப் பிறையில்தான் அந்த மீன்களைப் பிடிக்கும் படகுகள் பயணத்துக்குத் தயாராகும். மாக்கெரெல் மீன்களோ இப்போது வடக்கே போயிருக்கும்."

"நோயாவைச் சேர்ந்தவனென்றால் நீ ஏன் கடற்படையில் சேர்ந்திருக்கக் கூடாது?" என்று கேட்டான் கார்ப்பொரல்.

"நோயாவிலிருந்து அல்லாமல் நான் பிறந்த நெக்ரீராவைக் கருதி என்னைச் சேர்த்ததுதான் காரணம். டாம்ப்ரே நதி தீரத்தில் இருக்கும் நெக்ரீகாவிலிருந்து தரைப் படைக்குத்தான் திரட்டு கிறார்கள்."

"எங்கள் துரதிருஷ்டம்தான் அது."

"கடற்படையில் அபாயம் குறைவு என்று எண்ணாதீர்கள். சண்டை நடக்கத் தோது இல்லாமலேயே கூடக் குளிர் காலத்தில் ஆபத்தான கடற்கரை அது" என்றான் உட்கார்ந்திருந்த சிப்பாய்.

"வேறெதுவும் ராணுவத்தைப் போல மோசமாக இருக்க முடியாது."

"கார்ப்பொரலாக இருந்தும் இப்படிப் பேசுகிறீர்களே!" என்றான் சமையல் செய்துகொண்டிருந்தவன்.

"இல்லை, ஆபத்தைப் பொறுத்துத்தான் அப்படிச் சொன்னேன். குண்டு வீச்சுகளுக்கு ஈடுகொடுக்க வேண்டியிருப்பது, தாக்க வேண்டிய நிர்ப்பந்தம், கோட்டை மதில்மீது வாசம் – அவ்வளவையும் கருதித்தான் அவ்விதம் பேசினேன்."

"அதெல்லாம்தான் இங்கு அதிகமில்லையே!" என்றான், அமர்ந் திருந்த சிப்பாய்.

"அதுவும் ஆண்டவன் அருள்தான்! ஆனாலும் அதற்கெல்லாம் நாம் மறுபடி எப்போது ஆளாவோமோ, எவர் சொல்ல முடியும்? இது மாதிரி இலகுவான வாழ்க்கை எந்நாளும் நீடிக்காது என்பது மட்டிலும் நிச்சயம்."

"இந்த வேலை இன்னும் எவ்வளவு நாள் நீடிக்குமென நினைக் கிறீர்கள்?"

"எனக்குத் தெரியாது. என்றாலும் போர்க்களம் பூராவும் இதுவே நீடிக்கக்கூடாதா என்று இருக்கிறது எனக்கு."

"ஆனாலும் ஆறு மணி நேரம் காவல் காப்பது என்பது அளவுக்கு அதிகமானதுதான்" என்றான் சமையல் செய்தவன்.

"இந்தப் புயல் அடிக்கும் வரையில் மும்மூன்று மணி நேரமாக முறையைக் குறைத்துக் கொள்வோம். அதுதான் சரி."

"அதிகாரிகள் போன அந்தக் கார்களின் சமாச்சாரம் என்ன? கண்டாலே பிடிக்கவில்லை எனக்கு" என்றான் சும்மாவிருந்தவன்.

"எனக்கும்தான். எல்லாம் கெட்ட அறிகுறியே" என்றான் கார்ப்பொரலும்.

 நற்றிணை பதிப்பகம் ✶ 275

“ஏன் விமானங்களும் விபரீதச் சின்னங்கள்தான்” என்று சொன்னான் சமையல் சிப்பாய்.

“இருந்தாலும் நம்மிடம் பலமான படை இருக்கிறது. நம்மைப் போலக் கம்யூனிஸ்டுகளிடம் கிடையாது. இன்று காலை வந்த விமானங்கள் எவருக்கும் சந்தோஷம் அளித்திருப்பது திண்ணம்.”

“எண்ணிக்கைப் பலத்துடன் ஏகத் தொல்லை கொடுத்தபோது கம்யூனிஸ்ட் விமானங்களை நான் பார்த்திருக்கிறேன். அவர்களுடைய இரட்டை எஞ்சின் வெடிவீசி விமானங்களைக் கண்டதுண்டு. அப்பப்பா, பயங்கரமானவை அவை!” என்றான் வாளாவிருந்த சிப்பாய்.

“ஆமாம். ஆனால் இப்போதே நம் விமானப் படையின் அளவுக்கும் கம்யூனிஸ்டுகளிடம் பலம் கிடையாது. நம் படையை மிஞ்சவே முடியாது” என்று கார்ப்பொரல் கூறினான்.

அவர்கள் இப்படிப் பேசிக்கொண்டிருக்கையில் அந்த அறுவை ஆலையின் விளக்கொளியை நோக்கியபடியே சாலையையும் பார்த்தப்படிப் பனியில் காத்துக் கிடந்த ஆன்ஸெல்மோ மீண்டும் எண்ணலானான்:

‘அந்தக் கொலையாளி வேலை எனக்கு ஏற்படாது என்றே நம்புகிறேன். இந்தப் போர் முடிந்ததும் இதில் நடந்திருக்கிற கொலை களுக்காகப் பெரியதொரு பிராயச்சித்தம் நடப்பதுதான் சரி. அப்போது மதம் என்று ஏதும் இல்லாமல் இருக்குமானால் அவரவர் செய்த கொலைகளின் கறைகளைப் போக்கித் தூய்மைப்படுத்துவ தற்காக ஏதாவதொரு வகைப் பிராய்ச்சித்த இயக்கம் நடந்தேயாக வேண்டும். இல்லாவிட்டால், தொடர்ந்து வாழ மெய்யான மனிதாம்ச ஆதாரமே இருக்காது. கொலை செய்ய வேண்டியது அவசியம்தான் என்பது எனக்குத் தெரியும். இருந்தாலும் அதைச் செய்பவனுக்கு அது பெருந்தீங்கையே புரிகிறது. ஆகவே, இதெல்லாம் முடிந்து இந்தப் போரிலும் நாம் வெற்றி பெற்றதும் எல்லோருடைய களங்கங்களையும் களைவதற்காகக் கட்டாயம் கழுவாய்த் தேடும் இயக்கம் நடந்துதான் தீரவேண்டும்.’ மிக மிக நல்லவன் அந்தக் கிழவன். எனவே, நெடுநேரம் தனித்திருக்க நேர்ந்த போதெல்லாம் – அப்படிப்பட்ட நேரங்கள்தான் அவனைப் பொறுத்து அதிகம் – இந்தக் கொலை விஷயம் மீண்டும் மீண்டும் மனத்தில் தலைதூக்கித் தொல்லைப் படுத்தியது அவனை. ‘அந்த இங்கிலீஷ்காரர் புதிராக இருக்கிறார். கொலைசெய்தவரைத் தாம் பொருட்படுத்தவில்லை என்று சொன்னார் அவர். ஆனாலும் அன்பு நிறைந்தவராகவும், மென்னுணர்ச்சிகள் மிகுந்தவராகவுமே அவர் காணப்படுகிறார். சாவு என்பது இளைஞர்களுக்கு அவ்வளவு முக்கியமானதாகப் படவில்லையோ என்னவோ? இல்லாவிட்டால், அந்நியர்களும்,

நம் மதத்தைச் சேராதவர்களும் இந்த விஷயத்தை வேறுவிதமாகப் பாவித்தாலும் பாவிக்கலாம். யார் கண்டது? ஆனாலும் யார் கொலை செய்தாலும் சரி, நாளடைவில் வெறும் மிருக சுபாவம் உடையவனாக மாறிவிடுவது உறுதி. அவசியமாக இருந்தாலும் கூடக் கொலை செய்வது பெரும்பாவம் என்பதே என் கருத்து. அதைச் செய்துவிட்டால் பின்னால் பலமாகப் பிராயச்சித்தம் செய்துதான் தீரவேண்டும்.'

இருட்டிவிட்டது அப்போது. விளக்கொளியையே பார்த்துக் கொண்டிருந்த அவன் தன் கரங்களில் சூடேற்றுவதற்காக அவற்றை மார்பில் வைத்துத் தேய்த்துக் கொண்டான். 'இனிக் காத்திருக்கக் கூடாது; நிச்சயமாக முகாமுக்குக் கிளம்பிவிட வேண்டியதுதான்' என்று அவன் நினைத்தபோதிலும் ஏதோவொன்று அவனை அந்த மரத்தடியிலேயே நிறுத்தி வைத்தது. முன்னைவிடப் பலமாகப் பனி பெய்து கொண்டிருந்தது. 'இன்று ராத்திரியே பாலத்தைப் பிளந்து விடுவதானால் எவ்வளவு எளிதாக இருக்கும்! இந்தமாதிரி இரவில் நிலையங்களைப் பிடிப்பதும் பாலத்துக்கு வெடிவைப்பதும் வெகு சுலபமான வேலைகள். இலகுவாக எல்லாக் காரியங்களும் முடிந்து விடும். இப்படிப்பட்ட இரவில் இந்தக் கஷ்டமான காரியத்தையும் செய்துவிடலாம்' என்று எண்ணிய அவன் மரத்தில் சாய்ந்து நின்ற படியே கால்களைத் தரையில் லேசாகத் தேய்த்தான். அப்புறப் பாலத்தைப் பற்றி அவன் நினைக்கவேயில்லை. என்றுமே அந்தி மயங்கி இருள் கவியும் போது தனிமையுணர்வு அவனைக் கவ்வி விடும். இன்றிரவோ வயிற்றுப்பசிபோலத் தன்னுள்ளே வெறுமை நிறைந்திருப்பதாக நினைக்குமளவுக்குத் தனிமை அவனை ஆட்கொண்டு விட்டது. முன்பெல்லாம் என்றால் பிரார்த்தனை புரிந்து இந்தத் தனிமையைத் தகர்த்தெறிய முற்படுவான் அவன். வேட்டையிலிருந்து வீடு திரும்பிய பல நாட்களில் ஒரே தொழுகை மந்திரத்தைப் பலப்பல முறை கூறுவான். அப்படிச் செய்வது அவனது மனஉளைச்சலைக் குறைக்கும். ஆனால் இயக்கம் துவங்கிய பிறகோ ஒரு முறைகூட அவன் பிரார்த்தனை செய்ததில்லை. அது ஏதோ மோளி போல அவனுக்குப்பட்டது. இருந்தாலும் தொழுகை புரிவது நியாயமானது. போலி வேஷம் போடுவது போலவேயாகும் என்று அவன் நினைத்தான். மேலும், ஆண்டவனிடமிருந்து தனிச் சலுகையெதையும் கோரிப்பெற அவன் விரும்பவில்லை. மற்றவர்களை விட மாறுபட்ட விதத்தில் தான் நடத்தப்பட வேண்டுமென வேண்டு வதற்கு அவன் ஆசைப்படவில்லை. 'வேண்டாம் அதெல்லாம். தனிமையால் தவிக்கத்தான் தவிக்கிறேன். ஆனால் அப்படித்தானே எல்லாச் சிப்பாய்களும், அவர்களுடைய மனைவிமாரும் இருக்கிறார் கள்? குடும்பங்களையோ, பெற்றோரையோ இழந்தவர் நிலையும்

அதுதானே? எனக்கோ பெண்டாட்டி கிடையாது. இயக்கம் துவங்கு முன்பே இறந்துவிட்டாள். அந்த மட்டிலும் எனக்குச் சந்தோஷமே. இதையெல்லாம் அவளால் புரிந்துகொண்டிருக்கவே முடியாது. எனக்குக் குழந்தைகளும் இல்லை; இனி ஒருபோதும் பிறக்கப்போவதும் கிடையாது. பகல் பொழுதில் வேலை செய்யாத நேரத்திலும்கூட தனிமை என்னைத் தவிக்கவைத்து விடுகிறது. இரவில் அந்தத் தவிப்பு இன்னும் அதிகமாகிறது. இருந்தாலும் எந்த மனிதனோ கடவுள் பறிக்கமுடியாத ஒன்று என்னிடம் உண்டு. இந்தக் குடியர சுக்காக நான் நல்ல சேவை செய்திருப்பதுதான் அது. பிற்பாடு எல்லாரும் பகிர்ந்துகொள்ளப் போகிற நன்மைக்காக நிறையப் பாடு பட்டிருக்கிறேன். இயக்கம் ஆரம்பித்த நாளிலிருந்தே உழைத்திருக் கிறேன். வெட்கித் தலைகுனியும்படியாக நான் எதையுமே செய்த தில்லை.'

இந்த ரீதியில் சென்ற அவன் சிந்தனை மீண்டும் கொலை விவகாரத்துக்குத் திரும்பியது; 'நான் வருத்தப்படுவதெல்லாம் இத்தனை கொலைகள் நடந்திருப்பதற்காகத்தான். இருந்தாலும் இதையெல்லாம் ஈடு செய்யச் சந்தர்ப்பம் வந்துதான் தீரும். ஏனென்றால், ஏராளமான பேர்மீது சுமத்தும் அப்படிப்பட்ட பாவத்திற்குப் பொருத்தமான பிராயச்சித்த முறை ஏதாவது கண்டு பிடிக்கப்படுவது நிச்சயம். இதுபற்றி இங்கிலீஷ்காரரிடம் பேச எனக்கு ஆசையாகத்தான் இருக்கிறது. ஆனால் இளைஞராக இருப்பதால் இதை அவரால் புரிந்துகொள்ள முடியாமல் போனாலும் போகலாம். முன்பே இதுபற்றி அவர் பேசியிருக்கிறார். இல்லை, நான்தான் பிரஸ்தாபித்தேனோ? எப்படியோ, ஏராளமான பேரை அவர் கொன்றிருக்கத்தான் வேண்டும். ஆனாலும் அதை விரும்புவதற்கான அறிகுறியேதும் அவரிடம் காணோம். அப்படி விரும்புகிறவர்களிடம் கட்டாயம் கசண்டுத்தனம் காணோம். ஆமாம், மெய்யாக அது பெரிய பாவமாகத்தான் இருக்கவேண்டும். ஏனென் றால், அது அவசியம் என்பதை நான் அறிந்திருந்தாலும்கூட அதைச் செய்ய நிச்சயமாக நமக்கு உரிமை கிடையாது. ஆனாலும் ஸ்பெயி னில் அதை எளிதாகச் செய்துவிடுகிறார்கள். அநேக சந்தர்ப்பங்களில் அதற்கு அவசியமே இருப்பதில்லை. பல சமயங்களில் அவசரமவ சரமாக அநீதி இழைக்கப்பட்டு விடுகிறது; பிற்பாடு அதைச் சரி செய்ய முடிவதேயில்லை... இதைப்பற்றி இவ்வளவு தூரம் எண்ணாமல் இருக்க முடியாதா என்று இருக்கிறது எனக்கு. இதற்கு இப்போதே ஆரம்பிக்கக்கூடியதாகப் பிராயச்சித்தம் இருக்காதா என்றும் ஆசை அடித்துக் கொள்கிறது. ஏனென்றால், என் வாழ்க்கை முழுவதிலும் நான் செய்த இந்த ஒரே காரியம்தான் நான் தனியாக இருக்கும்போது என்னைத் தவிக்க வைக்கிறது. மற்றவையெல்லாம் மன்னிக்கப்பட்டுவிடும்; இல்லாவிட்டால், அன்பு காட்டுவதன்

மூலமோ, வேறு ஏதாவது கண்ணியமான வகையிலோ கழுவாய்த் தேடிவிட முடியும். இந்தக் கொலை ஒன்றுதான் அப்படியெல்லாம் அகற்றிவிட முடியாத பெரிய பாவம்; ஆகவேதான் அதைத் துடைக்கத் துடிக்கிறேன். நாட்டுக்காக உழைக்கப் பிற்பாடு சில நாட்கள் குறிக்கப்படலாம். இல்லை, இதை அகற்ற வேறு ஏதாவது செய்யும்படியும் சொல்லப்படலாம். கோவில்களுக்குப் போன காலத்தில் செலுத்தும்படி சொல்லப்பட்ட காணிக்கைபோல ஏதாவ தொரு முறையாக அது இருக்கலாம். ஆமாம், பாவம் செய்யவும், பரிகாரம் காணவும் பொருத்தமாகத்தான் அமைந்திருந்தது, கோவில் நடைமுறை. இந்த எண்ணம் அவனுக்குத் திருப்தி தரவும் சிரித்து விட்டான். அப்படி இருட்டில் அவன் இளித்துக் கொண்டிருந்தபோது ஜார்டன் வந்து சேர்ந்தான். சப்தமே செய்யாதபடி அவன் வந்ததால் அருகில் வந்து நின்றதும்தான் கிழவன் அவனைக் கண்டான். “ஹலோ, கிழவரே, எப்படி இருக்கிறீர்?” என்று கிசுகிசுத்தபடி அவன் முதுகில் தட்டினான் ஜார்டன்.

“ஒரே குளிர்” என்று பதிலளித்த ஆன்ஸெல்மோ, பனிப்புயலுக்கு முதுகைக் காட்டியவாறு சற்றுத்தள்ளி ஃபெர்னாண்டோ நிற்பதைக் கவனித்தான்.

“வாரும், முகாமுக்குப் போய்க் குளிர் காயலாம். உம்மை இந்தக் குளிரில் இத்தனை நேரம் நிறுத்தி வைத்தது பெரும் குற்றம்தான்” என்று மீண்டும் ரகசியக் குரலிலேயே ஜார்டன் கூறினான்.

“அதோ தெரிகிறதே, அதுதான் எதிரிகளின் விளக்கொளி” என்று ஆன்ஸெல்மோ தூரத்தில் சுட்டிக்காட்டினான்.

“காவலுக்கு நிற்பவன் எங்கே?”

“இங்கிருந்து அவனைப் பார்க்க முடியாது. திருப்பத்தில் நிற்கிறான் அவன்.”

“எங்கே வேண்டுமானாலும் நின்று நாசமாய்ப் போகட்டும். நீர் வாரும் முகாமுக்கு. அங்கே வந்து விவரமாகச் சொல்லலாம்.”

“அந்த இடத்தை மட்டும் காட்டிவிடுகிறேனே.”

“வேண்டாம், காலையில் பார்த்துக்கொள்கிறேன். இப்போது இதை ஒரு வாய் குடியும்” என்று கூறித் தன் குப்பியைக் கிழவனிடம் கொடுத்தான் ஜார்டன்.

அதைத் தூக்கிச் சாய்த்து ஒரு மடக்கு பருகிய ஆன்ஸெல்மோ வாயைத் துடைத்துக் கொண்டபடியே, “அடடா, நெருப்பைப் போலல்லவா இருக்கிறது!” என்று வியந்தான்.

“வாரும், போகலாம்” என அழைத்துக்கொண்டு புறப்பட்டான் ஜார்டன். பக்கவாட்டில் பாய்ந்து சென்ற பனிச்சீவல்களையும்,

கருந்திட்டுகளாக நின்ற பைன் மரங்களையும் தவிர வேறெதையும் பார்க்க முடியாதபடி இருள் அடர்ந்திருந்தது.

குன்றுப் பாதையில் சற்று உயரத்தில் நின்றான் ஃபெர்னாண்டோ. 'அந்த இந்தியனைத்தான் பாரேன், எப்படி ஆடாமல் அசையாமல் நிற்கிறான்! அவனுக்கும் நான் மதுவை வழங்கத்தான் வேண்டும் போலிருக்கிறது' என்று எண்ணியபடி அவனை அடைந்த ஜார்டன், "என்ன ஃபெர்னாண்டோ, ஒரு வாய் குடிக்கிறீரா?" என்று கேட்டான்.

"வேண்டாம். கேட்ட மட்டிலும் நன்றி!' என்றான் ஃபெர்னாண்டோ. அதைக் கேட்டதும், 'இல்லை, உனக்குத்தான் நான் நன்றி கூற வேண்டும். இந்த மாதிரி இந்தியர்கள் குடிக்காத வரையில் எனக்குச் சந்தோஷமே. கொஞ்சம்தானே மது மீதியிருக்கிறது? இருந்தாலும் இந்தக் கிழவனைக் காண்பதில் குதூகலம்தான் எனக்கு' என்று எண்ணிய ஜார்டன் திரும்பவும் ஆன்ஸெல்மோவின் முதுகில் தட்டிக் கொடுத்துவிட்டுக் குன்றேறலானான். "உம்மைக் கண்டதில் எனக்கு எத்தனை ஆனந்தம்தெரியுமா, கிழவரே? எப்போதாவது உற்சாகம் வறளும்போது உம்மைப் பார்த்தால் போதும், திரும்பத் ததும்பத் தொடங்கிவிடுகிறது அது. வாரும், மேலே போவோம்" என அவன் அழைக்கவும், இருவரும் பனியிடையே ஏறலாயினர். "பாப்லோவின் பெருமாளிகைக்குப் போவோம்" என்று ஸ்பானிஷ் மொழியில் கூறினான் ஜார்டன். அது அவன் காதில் களிப்பைப் பெய்தது. ஆனால் ஆன்ஸெல்மோவோ, "இல்லை, பயங்கர மாளிகை தான் அது" என்று இடைவெட்டினான். "மறைந்த முட்டைகளின் மாளிகை' என மகிழ்ச்சியுடன் முத்தாய்ப்பு வைத்தான் ஜார்டன்.

"முட்டைகள் என்றால் எவை?" என்று வினவினான் ஃபெர்னாண்டோ.

"வெறும் தமாஷ்தான். வேடிக்கைக்காகவே அப்படிச் சொன்னேன். முட்டையாவது மாயமாவது, உமக்குத் தெரியாததா? மற்ற விஷயங்களை மனத்தில் வைத்துத்தான் அப்படி வர்ணித்தேன்."

"இருந்தாலும் சொல்லுங்கள், அவை மறைந்தது எப்படி?"

"எனக்குத் தெரியாது. புத்தகத்தைப் புரட்டிப் பார், புரியும். இல்லாவிட்டால் பிலாரைக் கேள்" என ஃபெர்னாண்டோவுக்குப் பதிலளித்த ஜார்டன் பின்னர் ஆன்ஸெல்மோவின் தோளை இறுகத் தழுவியபடியே நடந்தான். "என்ன, நான் சொன்னது காதில் விழுந்ததா?" என்று கேட்டு அவனை ஆட்டியசைத்தான்.

"கேளும், உம்மைக் கண்டதில் எனக்கு மிகுந்த மகிழ்ச்சியாக்கும். இந்த நாட்டில் ஒருவரை ஓர் இடத்தில் விட்டுவிட்டுப் போனால் அதே இடத்தில் அவரைத் திரும்பப் பார்ப்பது துர்லபம் தெரிந்ததா?

அப்படி ஒருவரைப் பார்க்கும்போது ஏற்படும் பேரானந்தத்தை வர்ணிக்கவே முடியாது." தான் தாங்கிய நாட்டுக்கு எதிராக இப்படி எதை வேண்டுமானாலும் அவன் சொல்லத் துணிந்தது கிழவனிடம் அவனுக்கு இருந்த நம்பிக்கையையும் நெருக்கத்தையும் நன்கு காட்டியது.

"உங்களைப் பார்த்ததில் எனக்கும் சந்தோஷம்தான். ஆனாலும் அப்போது இங்கிருந்து கிளம்புவதாகவே இருந்தேன்" என்றான் ஆன்ஸெல்மோ.

"நீரா புறப்பட்டிருப்பீர்? ஊஹூம், ஒருநாளுமில்லை. அதைவிட அங்கேயே குளிர்ந்து உறைந்து போயிருப்பதையல்லவா விரும்பி யிருப்பீர்!" எனக் களிப்புடன் கூறினான் ஜார்டன்.

"மேலே எப்படி இருக்கிறது நிலவரம்?"

"நேர்த்திதான், எல்லாமே நேர்த்திதான்" என்ற ஜார்டன் புரட்சிப் படையொன்றுக்குத் தலைமை தாங்கும் ஒருவன் எப்போ தாவது திடீரென அனுபவிக்கும் ஆனந்தத்தில் திளைத்தான். தாக்குதலுக்கு இலக்காகும்போது பக்கவாட்டுப் பிரிவுகளிலொன்று தாக்குப்பிடித்துத் தரித்து நின்றாலே போதும், அப்படிப்பட்ட பேரானந்தம் சுரந்துவிடுவதுண்டு. 'இரு பக்கப் பிரிவுகளும் குலை யாமல் நின்றாலோ, எவராலும் பிடிக்க முடியாது என்றே கருது கிறேன். அந்த அளவுக்குத் தாங்கி நிற்க யார் தயாரோ, எனக்குத் தெரியாது. எந்தப் பக்கமாகப் பாய்ந்து முன்னேறினாலும் முடிவில் ஒரேயொரு மனிதனின் துணையைத்தான் நம்பி நிற்க நேரும். ஆமாம், ஒரேயொருவனைத்தான். இது நான் விரும்பும் சிறந்த நிலை அல்லதான். ஆனாலும் இவன் நல்லவன். ஒருவனேயானாலும் சிறந்தவன். சண்டை மூளும்போது நீதான் என் இடதுபக்கப் படையாக இருக்கப்போகிறாய், கிழவா. அதை இப்போதே உன்னிடம் நான் சொல்வது உசிதமல்ல. இருந்தாலும் அது ஒரு சின்னஞ்சிறு சண்டையாகத்தான் இருக்கப்போகிறது. சிறியதாக இருந்தாலும் சிறப்பாகவே இருக்கும். என் சொந்தப் பொறுப்பில் ஏதாவது ஒரு சண்டையை நடத்த எப்போதுமே எனக்கு ஆசை. மற்றவர்கள் திட்டமிட்ட சண்டைகளில் ஏதாவது குற்றங்குறை காணாமல் நான் இருந்ததேயில்லை.

ஏன், அந்தக்கால அஜின்கோர்ட் சண்டையில்கூடக் கோளாறைக் கண்டுபிடித்திருக்கிறேனே! ஆகவே, இந்தச் சண்டையை நான் சீரும் சிறப்பும் உடையதாக்க வேண்டும். சிறியதாக இருந்தாலும் பொறுக்கி யெடுத்தவர்கள் பொருதுவதாக அமைவது அவசியம். நான் எதைச் செய்ய வேண்டுமென நினைக்கிறேனோ, அப்படியே செய்வதா யிருந்தால் சிறப்பாகத்தான் இருக்கும், சந்தேகமே இல்லை என்றெல்

லாம் எண்ணிய ஜார்டன், "கேளும், உம்மைப் பார்த்ததில் எனக்குப் பெரு மகிழ்ச்சி" என ஆன்ஸெல்மோவிடம் மீண்டும் சொன்னான்.

"உங்களைக் கண்டதில் எனக்கும் சந்தோஷம்தான்" எனப் பதிலளித்தபடி அந்த இருளினூடே ஏறியபோது தன் தனிமையுணர்வு அகன்று விட்டதைக் கிழவன் உணர்ந்தான். அவன் தோளில் ஜார்டன் தட்டிய போதே அது தகர்ந்துவிட்டது. களிப்புடன் காணப்பட்டதோடு நிற்கவில்லை, தமாஷாகவும் பேசினான் ஜார்டன். அனைத்தும் சீராக இருப்பதாகக் கூறியதோடு கவலை யின்றியும் அவன் காணப்பட்டது ஆன்ஸெல்மோவையும் தமாஷ் செய்ய வைத்தது. அவன் வயிற்றில் இருந்த மது வேறு வெப்பமூட்டி யது. நடந்ததால் கால்களும் சூடு கண்டன. "சாலையில் போக்கு வரத்து அதிகமில்லை" என்று செய்தி சொன்னான் அவன்.

"அப்படியா? நல்லதுதான். மேலே போய்ச் சேர்ந்ததும் விவர மாகச் சொல்லும்" என்று ஜார்டன் கூறியதும் கிழவனின் ஆனந்தம் அதிகரித்தது. குளிரிடையிலும் இருந்து கண்காணித்தது குறித்துக் குதூகலித்தான். 'அப்படித் தாங்காமல் முகாமுக்குத் திரும்பியிருந் தாலும் மோசம் நேர்ந்திருக்காது. உண்மையில், அந்தக்கால நிலையில் அப்படிச் செய்திருப்பதுதான் புத்திசாலித்தனமானது, பொருத்த மானது' என்று எண்ணினான் ஜார்டன். 'எனினும், சொன்னபடி அங்கேயே தங்கிவிட்டான். இந்த ஸ்பெயினில் இது மிக மிக அரிதே. புயலைப் பொறுத்துக்கொண்டு நிற்பது பெரிய சாதனைகளில் ஒன்றேயாகும். இல்லாவிட்டால் தாக்குதலைப் 'புயல்' என்று சும்மாவா சொல்கிறார்கள் ஜெர்மானியர்? இந்த மாதிரி இடத்தை விட்டு இம்மியும் அசையாத ஆசாமிகள் இன்னும் இரண்டு பேராவது எனக்குக் கிடைக்கமாட்டார்களா? எவ்வளவோ உதவி கரமாக இருப்பார்களே! இதோ இந்த ஃபெர்னாண்டோ அப்படித் தங்கி நிற்பானா?... நின்றாலும் நிற்கலாம்தான். என்ன இருந்தாலும் இவன்தானே இப்போது இங்கே புறப்பட்டு வரலாம் என்று சொன்னவன்? ...அப்படியானால் இவன் தங்குவான் என்று திண்ண மாக எண்ணுகிறாயா? இவன் அத்தகையவனாக இருந்தால் எவ்வளவு நன்றாக இருக்கும்! அதற்கு வேண்டிய பிடிவாதம் இவனிடம் இருக்கத்தான் இருக்கிறது. எதற்கும் விசாரித்துப் பார்த் தால்தான் விளங்கும்... அதுசரி, இப்போது இவன் ஏதோ சிந்தனை யில் ஆழ்ந்திருக்கிறான் போலிருக்கிறதே, எதைப்பற்றி இருக்கும் அது?' என்று நினைத்ததோடு நிற்காமல் அப்படியே ஃபெர்னாண் டோவை கேட்டும் விட்டான் ஜார்டன். "எதற்குக் கேட்கிறீர்?" என அவன் வினவ "தெரிந்துகொள்ளும் ஆவலால்தான். விஷயங்களை விசாரித்தறிய வெகு ஆர்வம் எனக்கு" என்றான் பதிலுக்கு. "சாப்பாட்டைப் பற்றித்தான் சிந்தனை" என அவன் விடையிறுக்கவே,

"சாப்பாடு என்றால் பிரியம் அதிகமோ?" என்று கேட்டான். "ஆமாம், மெத்தப் பிடிக்கும்" என்று பதில் வரவும் "பிலாரின் சமையல் எப்படி?' என்று பின்னும் விசாரித்தான்." "சாதாரணம்தான்" என்றான், ஃபெர்னாண்டோ, 'சரிதான், இவன் சரியான சாப்பாட்டுப் பிரியன்தான். இருந்தாலும் தரித்து நிற்பான் என்றே எனக்குத் தோன்றுகிறது' என்று ஜார்டன் எண்ணினான். அதற்குமேல் எதுவும் பேசாமல் மூவரும் தொடர்ந்து குன்றின் மீதேறினர்.

16

புயலில் அலைபட்ட அம்மூவரும் குகையினுள் புகுந்தார்கள். கதகதப்புடன் புகையும் கூடியிருந்த அதில் அவர்கள் கால் வைத்ததுமே ஜார்டனை நோக்கித் தலையசைத்துத் தன்னருகில் வரச் செய்தாள் பிலார். பின்னர், "எல்ஸோர்டோ இங்கு வந்திருந்தான். இப்போது குதிரைகள் தேடிவரப் போயிருக்கிறான்" என்றாள்.

"சபாஷ்! எனக்கு ஏதாவது செய்தி சொல்லிவிட்டுப் போனாரா?"

"குதிரைகள் திரட்டப் போயிருப்பதாகத்தான் சொல்லச் சொன்னான்; வேறெந்தச் சேதியுமில்லை."

"அதுவரையில் நாம் என்ன செய்வதாம்?"

"அதோ, அவனைப் பாரும்" என்றாள் பிலார். அவள் அப்படிச் சொல்வதற்கு முன்பே, குகையில் நுழைந்த போதே பாப்லோவை ஜார்டன் பார்த்திருந்தான். அப்போதே அவனைப் பார்த்துப் பல்லிளித்த பாப்லோ இப்போது மேஜைமுன் அமர்ந்தபடி மீண்டும் சிரித்ததோடு கையையும் ஆட்டி, "என்ன இங்கிலீஷ்காரரே, பனி இன்னமும் பெய்கிறது, பார்த்தீர்களா?" என்றான்.

அவனை நோக்கித் தலையை ஆட்டிய ஜார்டனிடம், "உங்கள் ஜோடுகளைக் கழற்றிக் காயவைக்கிறேன், கொடுங்கள். இந்தக் கணப்புப் புகை படும்படித் தொங்கவிட்டால் உலர்ந்துவிடும்" என்றாள் மேரியா.

"ஜாக்கிரதை, நெருப்புப் பட்டுப் பொசுங்காமல் பார்த்துக்கொள். இங்கே வெறுங்காலுடன் நடந்து கஷ்டப்பட நான் விரும்பவில்லை" என்ற ஜார்டன் பிறகு பிலார் பக்கம் திரும்பி, "என்ன சமாச்சாரம்? இங்கே ஏதாவது ஆலோசனைக் கூட்டம் நடக்கிறதா என்ன? காவலுக்கு யாரும் நிற்காமல் எல்லோருமே வந்துவிட்டார்கள் போலிருக்கிறதே!" என்று வினவினான்.

"இந்தப் புயலிலும் பாரா வேண்டுமா? அழகுதான் போம்!" என்றாள் அவள்.

மேஜைக்குப் பின் சுவரில் சாய்ந்தபடி அறுவர் அமர்ந்திருந்தனர். ஆன்ஸெல்மோவும் ஃபெர்னாண்டோவுமோ தங்கள் கோட்டுக்களில் படிந்திருந்த பனியை உதறுவதிலும், சராய்களைத் தட்டுவதோடு வாசலருகே சுவரில் கால்களைத் தேய்ப்பதிலும் ஈடுபட்டிருந்தனர், இன்னமும்.

"உங்கள் கோட்டையும் கழற்றி என்னிடம் கொடுங்கள். பனி உருகி அதைத் தெப்பலாக்க விடக்கூடாது" என்று மேரியா கூறியதும் தன் கோட்டை ஜார்டன் கழற்றியதோடு நிஜாரிலிருந்து பனியைத் தட்டினான், ஜோடுகளையும் கழற்றலானான்.

"சரிதான், இங்கே இருப்பதையெல்லாம் ஈரமாக்காமல் விடமாட்டீர் போலிருக்கிறதே" என்றாள் பிலார்.

"நீங்கள்தானே இங்கே என்னை வரச் சொன்னீர்கள்?"

"அதற்காகத் திரும்பிப் போய்க் கதவுக்குப் பக்கத்தில் பனியை உதறக்கூடாது என்று கட்டாயமா என்ன?"

"என்னை மன்னியுங்கள்" என்றபடி அந்த அழுக்குத் தரையில் வெறுங்காலுடன் நின்ற ஜார்டன், "என் மூட்டையிலிருந்து ஒரு ஜதைக் காலுறைகளைத் தேடியெடுத்துத் தா, மேரியா" என்றான்.

"ஆகா, எஜமான் என்றால் நீர்தான்" என்று கிண்டல் செய்த வாறு கணப்பில் ஒரு கட்டையைச் செருகினாள் பிலார்.

"இருக்கிற அவகாசத்தைச் சிறக்கப் பயன்படுத்திக் கொள்ள வேண்டாமா?" என்று அவள் ரீதியிலேயே ஜார்டன் பதிலளித்தபோது, "பை பூட்டப்பட்டிருக்கிறதே!" என்றாள் மேரியா.

"இதோ இருக்கிறது சாவி" என்றபடி சாவியை விட்டெறிந்தான் ஜார்டன்.

"இந்தப் பையின் பூட்டுக்கு இது பொருந்தவில்லையே."

"அந்த மூட்டை இல்லை; இன்னொன்றைத் திறந்துபார். அதில் மேலாகப் பக்கவாட்டில்தான் காலுறைகள் இருக்கும்."

அவன் சொன்னபடியே துழாவி உறைகளை எடுத்த மேரியா, பிறகு பையை மூடிப் பூட்டிவிட்டு அவற்றோடு சாவியையும் திரும்பத் தந்தாள். "உட்கார்ந்து உறைகளைப் போட்டுக்கொண்டதும் பாதங் களை நன்றாகத் தேய்த்துவிடுங்கள்" என்று அவள் சொன்னதும் ஜார்டன் சிரித்தான்.

"ஏன், உன் கேசத்தால் என் பாதங்களைத் துடைத்துக் கதகதப் பாக்க முடியாதா?" என்று பிலார் காதில் விழுவதற்காக வேண்டு மென்றே உரக்கக் கேட்டான் அவன்.

"சேச்சே, எப்படிப்பட்ட மிருக ஜன்மம்! முதலில் மாளிகை முதலாளியாக மட்டும் இருந்தவர் இப்போது அந்த நாள் ஆண்ட

வனாக அல்லவா ஆகிவிட்டார்? ஒரு கட்டையால் அந்தப் பேர்வழியின் மண்டையில் போடு, மேரியா" என்றாள் பிலார்.

"வேண்டாம், விளையாட்டுக்காகத்தான் சொன்னேன். ஆனந்தம் காரணமாகத்தான் அப்படி வேடிக்கையாகப் பேசினேன்."

"சந்தோஷமா உமக்கு! எதைக் கண்டு?"

"ஆமாம். எல்லாம் நேர்த்தியாக நடக்கிற தென்றே நினைக்கிறேன்."

"போய் உட்கார்ந்து பாதங்களைத் துடைத்துக் கொள்ளுங்கள், ராபர்ட்டோ, சூடேற்றும்படியாக ஏதாவது குடிக்கக்கொண்டு வருகிறேன், போங்கள்" என்றாள் மேரியா.

"எந்த மனிதனும் எந்த நாளும் கால்களை நனைத்துக் கொண்டதே கிடையாது போலல்லவா கரிசனமாகப் பேசுகிறாய்! ஏன், பனிதான் இதற்கு முன்னால் பெய்ததே இல்லையோ?" என்று பிலார் அவள்மீது பாய்ந்தாள். ஆனால் அவள் கூறியதைக் காதில் போட்டுக்கொள்ளாமல் ஒரு ஆட்டுத்தோலை எடுத்து வந்து, குகையின் அழுக்குத் தரையில் மேரியா விரித்தாள். "இதோ இதில் கால்களை வைத்துக் கொள்ளுங்கள், உங்கள் ஜோடுகள் உலரும் வரையில்" என்றாள் ஜார்டனை நோக்கி. அப்போதுதான் காய வைக்கப்பட்டிருந்த தோல் அது. இன்னும் பதப்படுத்தப்பட்டிருக்க வில்லை. எனவே, காலுறைகள் போட்டிருந்த பாதங்களை வைத்த போது சருகுபோல அது சடசடத்ததை ஜார்டன் உணர முடிந்தது. கணப்போ புகையைக் கக்கிக்கொண்டிருந்தது. அதைக் கண்ட பிலார், உடனே, "நெருப்பை எரியவிடு, உருப்படா பெண்ணே! இது என்ன புகைமூட்டம் போடும் இடம் என்று நினைத்தாயா?" என்றாள், மேரியாவைப் பார்த்து.

"நீங்களே எரியவிடுங்கள். எல்ஸோர்டோ விட்டுப்போன புட்டியை நான் தேடிக்கொண்டிருக்கிறேன்."

"அது இவரது மூட்டைகளுக்குப் பின்னால்தான் இருக்கிறது, இவர் என்ன, பால் குடிக்கும் பச்சைக் குழந்தையா இப்படி விழுந்து விழுந்து சிசுருஷை செய்ய?" என வினவினாள் பிலார்.

"குழந்தையில்லை, சொட்டச் சொட்ட நனைந்து குளிரால் நடுங்கும் மனிதராக மதித்துத்தான் வேண்டியதைச் செய்கிறேன். சொந்த வீட்டுக்கு வந்தவராக எண்ணித்தான் உபசரிக்கிறேன். இந்தாருங்கள்" என்று சொன்னபடி ஜார்டனிடம் ஒரு புட்டியைக் கொண்டுவந்து தந்தாள் மேரியா. "இன்று மத்தியானம் உடைக்கப் பட்ட புட்டி இது. எவ்வளவு அழகான விளக்கை இதைக்கொண்டு செய்யலாம்! மறுபடி மின்சார விசை கிடைக்குமானால் எத்தனை அற்புதமாக அமையும் இது! அந்தச் சிறு குப்பியை வியந்து

பாராட்டும் வகையில் நோக்கிவிட்டு, "இதில் இருப்பதை எப்படிக் குடிப்பீர்கள், ராபர்ட்டோ?" என வினவினாள்.

"என்ன இது, இங்கிலீஷ்காரரே என்றல்லவா இதுவரையில் என்னை அழைத்து வந்தாய்?"

"மற்றவர்கள் எதிரில் ராபர்ட்டோ என்றுதான் கூப்பிடுவேன்" என மென்குரலில் கூறி முகம் சிவந்தாள் மேரியா. "இதை நான் எப்படிக் கலந்து தரவேண்டுமென விரும்புகிறீர்கள், ராபர்ட்டோ?" என வினவினாள் பின்னர்.

"ராபர்ட்டோ" என்று பாப்லோவும் அடித்தொண்டையால் அழைத்துத் தலையாட்டினான். "எப்படிக் கலக்கவேண்டும், ஸ்ரீமன் ராபர்ட்டோ?" என்று கிண்டலாகக் கேட்டான்.

"ஏன், உமக்கும் கொஞ்சம் வேண்டுமோ?"

வேண்டாம் என்னும் வகையில் தலையை ஆட்டினான் பாப்லோ. "ஒயினைக் குடித்தே ஆனந்தம் பெறப்பார்க்கிறேன்" என்றான் மிதப்புடன்.

"அப்படியானால் பாக்கஸுடன் ஜதை சேரும்" என்று ஸ்பானிஷ் மொழியிலேயே ஜார்டன் சொன்னான்.

"யார் அது பாக்கஸ்?"

"எல்லாம் உம் கூட்டாளிதான்."

"அப்படி யாரையும்பற்றி நான் கேள்விப்பட்டதேயில்லை. இந்த மலைப் பகுதியில் அம்மாதிரி யாருமே கிடையாது" எனக் குழறினான் பாப்லோ.

"ஆன்ஸெல்மோவுக்கும் ஒரு கோப்பை கொடு. அவர்தான் குளிரால் கஷ்டப்படுகிறார்" என்று மேரியாவை ஜார்டன் ஏவினான். உலர்ந்த காலுறைகளை அவன் அப்போது போட்டுக் கொண்டிருந் தான். கோப்பையில் தண்ணீருடன் கலந்திருந்த விஸ்கியோ ருசி சுத்தமாக இருந்ததுடன் லேசாகச் சூடும் தந்தது. 'ஆனாலும் ஆப்ஸிந் தேயைப் போல உள்ளே உருண்டு புரள்வதில்லை இது. அதற்கு ஈடு இணையே கிடையாதுதான். இருந்தாலும் இங்கே விஸ்கி இருக்க முடியுமென யார்தான் எதிர்பார்த்திருக்க முடியும்? இல்லையில்லை. எண்ணிப் பார்த்தால் ஸ்பெயினிலேயே அது அதிகம் கிடைக்கக்கூடிய இடம் லாகிராஞ்ஜாதானே? வெடி வைக்க வந்த எனக்காகத்தான் ஸோர்டோ இதை வெளியிலெடுத்தான். இங்கே வந்தபோதும் ஞாபகமாகக் கொண்டுவந்து, எனக்காக வைத்துவிட்டுப் போயிருக் கிறான். இதை வெறும் விருந்தோம்பல் என்று சொல்லிவிட முடி யுமா? அதன் நடைமுறைப்படி பார்த்தால் புட்டியை எடுத்துவந்து, சம்பிரதாயத்துக்காக ஒரு முறை சேர்ந்து குடித்தால் போதும்... ஃபிரெஞ்சுக்காரர்கள் என்றால் அப்படித்தான் செய்வார்கள்.

அப்புறம் மிஞ்சியிருப்பதை மற்றொரு விருந்தாளிக்காக அப்படியே வைத்துக்கொள்வார்கள். அதற்கு முற்றிலும் மாறானது இந்த ஸ்பானிஷ் நடைமுறை. எடுத்துக்கொண்ட காரியத்தையும், அதில் ஈடுபட்டிருக்கும் தன்னையும் தவிர வேறு எவரையுமோ எதையுமோ பற்றி எண்ண இடமேயில்லாதபோதும் விருந்தாளிக்குப் பிடிக்கும் என்று நினைத்து, அவன் அருந்தி ஆனந்திக்க வேண்டும் என்பதற்காக மறவாமல் எடுத்துவருவது இருக்கிறதே இதுதான் மெய்யான உபசாரம். ஆனால் ஸ்பெயினில் ஒரு சாராரிடைதான் இந்தச் சிறந்த பண்பு உண்டு. இப்படி ஞாபகமாக விஸ்கியைக் கொண்டு வருவது இந்த மாதிரி மக்களை நாம் விரும்பி நேசிக்கக் காரணங்களிலொன்று, அவ்வளவுதான். இதற்குமேல் இவர்களைப் பற்றி ஏதேதோ கற்பனை செய்து உயர்த்திவிடாதே. அமெரிக்கர்களைப் போலவே ஸ்பானிஷ் காரர்களிலும் பலரகம் உண்டு. இருந்தாலும் விஸ்கியை எடுத்து வந்தது சிறந்த செயல்தான்' இந்த ரீதியிலான சிந்தனையின் முடிவில், "உமக்குப் பிடிக்கிறதா, இந்தப் பானம்?" என ஆன்ஸெல்மோவை அவன் வினவினான்.

தன் பெருங்கரங்களில் கோப்பையைப் பிடித்துக் கொண்டு சிரித்த படி கணப்பருகில் அமர்ந்திருந்த கிழவன் தலையை ஆட்டினான்.

"பிடிக்கவில்லையா என்ன?"

"குழந்தைதான் இதில் தண்ணீரைக் கலந்து விட்டாளே!"

"ராபர்ட்டோ சாதாரணமாகக் குடிக்கிறபடிதானே கலந்தேன்? நீ மட்டும் அலாதிப் பிறவியோ?" மேரியா கேட்டாள்.

"இல்லை, அலாதியில்லைதான். இருந்தாலும் உள்ளே இறங்கும் போது சுரீரென்று சுட்டால்தான் எனக்குப் பிடிக்கும்."

"அந்தக் கோப்பையை என்னிடம் வாங்கிக் கொடுத்துவிடு. அப்புறம் அந்தச் சுடும் சரக்கை அதில் விடு" என மேரியாவிடம் ஜார்டன் சொன்னான். அதன்படியே ஆன்ஸெல்மோவின் கோப்பை யைப் பெற்றுக் கொண்டதும் அதில் இருந்ததைத் தன் கோப்பையில் கொட்டிக் கொண்டான். பின்னர் காலிக் கோப்பையை மேரியாவிடம் அவன் கொடுக்கவும், அதில் அவள் ஜாக்கிரதையாக விஸ்கியை ஊற்றினாள். அதை அவளிடமிருந்து வாங்கி ஒரு வாய் பருகியதும் "ஆஹா!" என்று சுவைத்தபடி தலையைப் பின்னுக்குத் தள்ளி ஆன்ஸெல்மோ, அதை மெதுவாகத் தன் தொண்டையில் இறங்கச் செய்தான். புட்டியைப் பிடித்தபடி நின்று கொண்டிருந்த மேரியாவை நோக்கிக் கலங்கிப் பனித்த கண்களைச் சிமிட்டினான். "ஆஹா, அதுதான்! அதேதான் நம்மைத் தொடர்ந்து தொல்லைப்படுத்தும் புழுவைத் தொலைத்துக் கட்டுவது" என்று கூறியவாறு உதடுகளை நக்கிச் சுவைத்தான்.

இன்னும் புட்டியை ஏந்தியபடியே அருகில் வந்த மேரியா, "என்ன ராபர்ட்டோ, சாப்பிடத் தயாரா?" என்று கேட்டாள்.

"சாப்பாடு சித்தமாகிவிட்டதா என்ன?"

"எப்போது விரும்பினாலும் தயார்தான்."

"மற்றவர்கள் சாப்பிட்டாகிவிட்டதா?"

"உங்களையும், ஆன்ஸெல்மோ, ஃபெர்னாண்டோவையும் தவிர பாக்கிப் பேர் சாப்பிட்டாகிவிட்டது."

"அப்படியானால் உட்காருவோம். நீயும் சாப்பிடுவாய் அல்லவா?"

"பிலாருடன் பிறகு சாப்பிடுவேன்!"

"எங்களுடனேயே சாப்பிடு."

"வேண்டாம். அது சரியாக இருக்காது."

"சொல்வதைக் கேள், சேர்ந்து உட்கார்ந்து சாப்பிடு. எங்கள் நாட்டில் பெண்ணை முந்திக்கொண்டு ஆண்கள் சாப்பிடுவதில்லை."

"அது உங்கள் நாட்டில், இங்கோ, அப்புறம் சாப்பிடுவதுதான் நல்லது."

"அவரோடேயே சாப்பிடு" மேஜையடியிலிருந்து பார்த்தபடி பாப்லோ தொடர்ந்தான், அவருடனேயே சாப்பிடு, குடி, தூங்கு, அவரோடேயே செத்துப்போ. அவரது நாட்டுப் பழக்கவழக்கங் களையே பின்பற்று!"

"என்ன, மது மண்டைக்கேறி மயங்கவைக்கிறதா?" என்று பாப்லோவின் எதிரில்போய் நின்றபடி ஜார்டன் கேட்டான்.

அழுக்கும் மயிரும் மண்டியிருந்த முகம் மலர, "ஆமாம், அது சரி, ஆணும் பெண்ணும் சேர்ந்து சாப்பிடும் உம் நாடு எங்கே இருக்கிறது, இங்கிலீஷ்காரரே?" என்று பாப்லோ வினவினான்.

"ஐக்கிய அமெரிக்காவிலுள்ள மொன்டானா ராஜ்யம்தான் அது."

"அங்கேதானே பெண்களைப் போல ஆண்களும் பாவாடை அணிகிறார்கள்?"

"இல்லை. ஸ்காட்லாந்தில்தான் அப்படி வழக்கம்."

"இதைக் கேளும், இங்கிலீஷ்காரரே. பெண்களைப் போல நீரும் பாவாடை தரிக்கும்போது"

"நான்தான் பாவாடை கட்டுவதில்லை என்றேனே?"

"இதைச் சொல்லும், நீர் அதை அணியும்போது அதன் கீழே எதைத் தரித்துக்கொள்வீர்?" ஜார்டன் கூறியதைப் பொருட்படுத் தாமலே பாப்லோ தொடர்ந்து கேட்டான்.

“ஸ்காட்லாந்துக்காரர்கள் என்ன அணிகிறார்களோ, எனக்குத் தெரியாது, நானே அது பற்றி எண்ணி வியந்ததுண்டு.”

“ஸ்காட்லாந்துக்காரர்களைப் பற்றி நான் கேட்கவில்லை. அவர்களைப் பற்றி இங்கே யாருக்கு என்ன கவலை? அப்படிப்பட்ட அபூர்வப் பெயரை உடைய நாடு பற்றி எவருக்காவது அக்கறை இருக்க முடியுமா? யாருக்கு இருந்தாலும் சரி, எனக்குக் கிடையாது. சிறிதுகூடச் சிரத்தையில்லை. உம்மைத்தான் கேட்கிறேன். இங்கிலீஷ் காரரே. உம் நாட்டில் பாவாடைக்கு அடியில் எதை அணிவீர், சொல்லும்.”

“நாங்கள் பாவாடை கட்டுவது கிடையாது என்று ஒரு தடவைக்கு இரண்டு தடவையாக உம்மிடம் சொல்லிவிட்டேன். குடித்திருக்கும் போதோ, வேடிக்கைக்காகவோ கூட நாங்கள் அதை அணிவதில்லை.”

“சரிதான் சொல்லும், அடியில் என்ன தரிப்பீர்? நீங்களெல்லாம் பாவாடை கட்டுவீர்கள் என்பதுதான் எல்லாருக்கும் தெரியுமே! உங்கள் சிப்பாய்கள் கூட அணிவார்கள். புகைப்படங்களில் பார்த் திருக்கிறேன். பிரைஸின் ஸர்க்கஸ் காட்சிகளிலும் கண்டதுண்டு. ஆகவே, சொல்லும் இங்கிலீஷ்காரரே, அடியில் என்ன இருக்கும்?”

“பீஜம்தான்!” என்று ஜார்டன் சொன்னதும் ஆன்ஸெல்மோ சிரித்தான்... ஃபெர்னாண்டோவைத் தவிர பாக்கி பேரும் சிரித் தார்கள். பெண்கள் முன்னிலையில் அந்த அசங்கியச் சொல்லைச் சொன்னது அந்தச் செவ்விந்தியனுக்குப் பிடிக்கவில்லை.

“அப்படியானால் சரிதான். ஆனாலும் அந்தப் பீஜம் போது மான அளவு வீரியம் படைத்திருந்தால் பாவாடை கட்டிக்கொள்ள அவசியம் இருக்காது என்றே எண்ணுகிறேன்” என்றான் பாப்லோ.

“மறுபடியும் இவனைப் பிதற்றத் தொடங்க விட்டுவிடாதீர். இங்கிலீஷ்காரரே. குடிவெறி தலைக்கேறிவிட்டது இவனுக்கு. சொல்லும் உம்நாட்டில் எதைதையெல்லாம் வளர்க்கிறார்கள்?” என வினவினான், உடைந்த மூக்கும் சப்பை முகமும் படைத்த பிரிமிடிவோ.

“ஆடுமாடுகளையும் வளர்க்கிறோம். நிறைய தானியமும் மொச்சையும் சாகுபடி செய்கிறோம். சர்க்கரை தயாரிக்க பீட்கிழங்கும் பயிரிடுகிறோம்.”

அப்போது மேஜையின் முன் மூவரும் அருகருகில் அமர்ந்திருந் தனர். மற்றவர்களும் பக்கத்தில்தான் உட்கார்ந்திருந்தனர். பாப்லோ மட்டும் ஒரு மதுப்பாண்டத்தை முன்னால் வைத்துக்கொண்டு தூரத்தில் தனித்திருந்தான்.

முதல்நாளிரவு போல வேகவைக்கப்பட்ட இறைச்சிதான் பரிமாறப்பட்டிருந்தது. அதைப் பசிவேகத்தோடு தின்ற ஜார்டனை நோக்கி, "உம் நாட்டில் மலைகள் உண்டல்லவா? மொன்டனா என்னும் பெயருக்குப் பொருத்தமாக மலைகள் இருந்தாக வேண்டுமே" என்று கேட்டான் பிரிமிடிவோ. ஏதாவது சம்பாஷணை நடத்த வேண்டும் என்ற ஆர்வத்தில் மரியாதையோடு வினவினான் அவன். பாப்லோவின் குடிவெறி அவனைச் சங்கடப்படுத்தியது சந்தேகமறத் தெரிந்தது.

"பல மலைகள் உண்டு. அவை வெகு உயரமானவையும் கூட."

"மேய்ச்சலுக்கு நல்ல நிலங்களும் உண்டோ?"

"நேர்த்தியானவை இருக்கின்றன. கோடைக்காலத்தில் உயர் மலைப் பகுதிகளில் அரசாங்கக் கட்டுப்பாட்டிலுள்ள காடுகளில் மேயவிடலாம். இலையுதிர்காலம் வந்ததும் கால்நடைகளைக் கீழ்மலைப் பகுதிகளுக்குக் கொண்டு வந்துவிடுவார்கள்."

"அங்குள்ள நிலங்கள் குடியானவர்களுக்கே சொந்தமானவையா?"

"சாகுபடி செய்பவர்களுக்கே பெரும்பாலான நிலங்கள் சொந்தம். ஆதியில் எல்லாப் பூமியும் அரசாங்க உடைமையே. பிற்பாடு தான் ஒருவன் நூற்றம்பது ஹெக்டேர் வரைக்கும் சொந்தக்காரனா கலாம் என்று ஏற்பட்டது. ஆனால் அதற்கு முன்னதாக அந்த நிலப்பரப்பில் அவன் வாழ்ந்திருப்பதோடு அதை அபிவிருத்தி செய்யும் உத்தேசமுண்டு என்று தெரிவித்திருக்கவும் வேண்டும்."

"அந்த ஏற்பாடு எப்படி அமுலாகிறது என்பதைச் சொல்லும். நல்ல பொருளுள்ள விவசாயச் சீர்திருத்தமாகவல்லவா அது தோன்றுகிறது?" என அகஸ்டின் கூறவும், பண்ணைத் துவக்க முறையை ஜார்டன் விளக்கினான். அதை விவசாயச் சீர்திருத்தமாகவே அதற்கு முன் அவன் எண்ணியதில்லை.

"பிரமாதமான முறையாகக் காண்கிறதே! அப்படியானால் உம் நாட்டில் கம்யூனிஸம் இருக்கிறதா என்ன?" என்று பிரிமிடிவோ கேட்டான்.

"கிடையாது. குடியரசில்தான் அது உண்டு."

"குடியரசில் சாதிக்க முடியாதது எதுவுமே கிடையாது என்பது தான் என் கருத்து. மற்றெந்த ஆட்சி முறைக்கும் அவசியம் இருப்ப தாக நான் எண்ணவில்லை" என்றான் அகஸ்டின்.

"உம் நாட்டில் பெரிய நிலச்சுவான்களே கிடையாதோ?" என ஆண்ட்ரேஸ் விசாரித்தான்.

"நிறைய பேர் உண்டு."

"அப்படியானால் அக்கிரமங்கள் நடந்தாக வேண்டுமே."

"நிச்சயமாக, நிறையவே நடக்கின்றன."

"அந்த அக்கிரமங்களைப் போக்க முற்பட்டிருக்கிறீர்கள் அல்லவா?"

"அகற்றிடவே பெரிதும் முயன்று வருகிறோம். இருந்தாலும் இன்னமும் பல அக்கிரமங்கள் இருக்கத்தான் இருக்கின்றன."

"துண்டாக்க வேண்டிய பெரிய நிலவுடைமைகள் இல்லையே?"

"இல்லாமலென்ன? ஆனால் வரிகளே அவற்றைத் தகர்த்துத் துண்டு போட்டுவிடும் என்று நம்புகிறவர்கள் இருக்கிறார்கள்."

"இது எப்படிச் சாத்தியம்?"

ரொட்டித் துண்டில் இறைச்சி மிச்சத்தைத் துடைத்தபடி, வருமான வரியும், வாரிசு வரியும் செயற்படும் வகையை ஜார்டன் விளக்கினான். "அப்படியும் பெரிய சொத்துக்கள் நீடிக்கின்றன. நிலங்கள் மீதும் வரிகள் விதிக்கப்படுகின்றன" என்றான் பின்னர்.

"ஆனால் அந்த வரிகளை எதிர்த்துப் பெரிய நிலச்சுவான்களும் பணக்காரர்களும் நிச்சயம் புரட்சி செய்வார்கள், இல்லையா? அந்த வரிகள் புரட்சிகரமானவை என்றே எனக்குத் தோன்றுகின்றன. தங்களுக்கு ஆபத்து என்பதை அறிந்ததும், இங்கே ஃபாஸிஸ்டுகள் செய்ததைப் போலவே அங்கே அவர்கள் அரசாங்கத்துக்கு எதிராக எழத்தான் செய்வார்கள்" என்றான் பிரிமிடிவோ.

"செய்தாலும் செய்யலாம்."

"அப்போது இங்கே போல அங்கேயும் நீங்கள் போராடவேண்டி வருமே?"

"ஆமாம். போராடும்படித்தான் இருக்கும்."

"என்றாலும் உங்கள் நாட்டில் ஃபாஸிஸ்டுகள் அதிகமாக இல்லை அல்லவா?"

"நாங்கள் ஃபாஸிஸ்டுகளே என்பதை அறியாத பலர் இருக்கிறார் கள். வேளை வரும்போது அதை அவர்கள் உணர்ந்துவிடுவார்கள்."

"கலகம் செய்யாத வரையில் அவர்களை நீங்கள் எப்படிக் களைய முடியும்?"

"முடியாது, அவர்களை எங்களால் அழித்துவிட இயலாது. ஆனாலும் ஃபாஸிஸத்தைப் பார்த்துப் பயப்படும் விதத்திலும், அதைக் கண்டதும் அடையாளம் அறிந்து போராடும் வகையிலும் மக்களை நாங்கள் பயிற்றுவிக்க முடியும்."

"ஃபாஸிஸ்டுகளே இல்லாத இடமும் ஒன்று உண்டு, உமக்குத் தெரியுமா?" என்று ஆண்ட்ரேஸ் கேட்டான்.

"எங்கே இருக்கிறது அது?"

“பாப்லோவின் ஊர்தானே அது?” என்று கூறியபடி பல்லிளித்தான் ஆண்ட்ரேஸ்.

“அங்கே என்ன நடந்தது என்பதை அறிவீரா?” பிரிமிடிவோ வினவினான்.

“தெரியும். கேள்விப்பட்டேன்.”

“பிலாரிடமிருந்துதானே?”

“ஆமாம்.”

“ஆனால் அந்தப் பெண்பிள்ளையிடமிருந்து பூரா விவரத்தையும் நீர் தெரிந்து கொண்டிருக்க முடியாது. ஏனென்றால், ஜன்னலுக்கு வெளியில் ஏறி நின்ற நாற்காலியிலிருந்து விழுந்துவிட்டபடியால் முடிவில் நடந்ததை அவள் பார்க்கவில்லை” என்று அடிக்குரலில் பாப்லோ பகர்ந்தான்.

“என்ன நடந்தது என்பதை நீதான் சொல்லேன். எனக்குத் தெரியாததாகையால் நீயே சொல்வதுதான் சரி” என்றாள் பிலார்.

“ஊஹும், அதை யாரிடமும் நான் ஒருநாளும் சொன்னதில்லை.”

“சொன்னதில்லைதான். இனிச் சொல்லவும் மாட்டாய். ஏன் தெரியுமா? அது நடக்காமல் இருந்திருக்கக்கூடாதா என்று இருக்கிறது இப்போது எனக்கு.”

“இல்லை நீ சொல்வது நிஜமில்லை. நான் செய்ததைப்போல எல்லாருமே ஃபாஸிஸ்டுகளைக் கொன்றிருந்தால் இந்தப் போரே மூண்டிருக்காது. ஆனாலும் அப்போது நடந்ததுபோல நடக்கவேண்டு மென நான் விரும்பியதில்லைதான்.”

“ஏன் அப்படிச் சொல்கிறாய்? உன் அரசியல் கருத்தை மாற்றிக் கொள்கிறாயா என்ன?” என்று பிரிமிடிவோ வினவினான்.

“அப்படியொன்றுமில்லை. இது காட்டுமிராண்டித்தனமான காரியம் என்பதாலேயே சொன்னேன். அப்போது நான் மிருகமாகத் தான் இருந்தேன்.”

“இப்போதோ குடியில் முழுகிக் கிடக்கிறாய்” என்றாள் பிலார்.

“ஆமாம். இப்படிக் குடித்துக் கிடக்க அனுமதித்து விடு, தயவு செய்து!”

“இப்போதைவிட நீ காட்டுமிராண்டியாக இருந்த போதே உன்னை எனக்கு அதிகமாகப் பிடித்தது. மனிதரிலேயே கேடு கெட்டவன் குடிகாரன்தான். திருடாத வேளையில் மற்றவரைப் போன்ற மனிதனே திருடனும்கூட, மற்றவர்களைச் சுரண்டிச் சம்பாதிப்பவன் தன் வீட்டிலே அந்த வித்தையைக் காட்டுவதில்லை. கொலைகாரனோ வீட்டுக்கு வந்ததும் கறையைக் கழுவிவிடலாம்.

ஆனால், குடிகாரன் மட்டும் தன் சொந்தப் படுக்கையிலேயே வாந்தியெடுத்து நாறுகிறான், தேகத்தையெல்லாம் சாராயத்தில் கரைத்து விடுகிறான்."

"நீ கேவலம் ஒரு பெண்பிள்ளை. ஆகவே, இதெல்லாம் உனக்குப் புரியாது" என்று நிதானமிழக்காமலே கூறினான் பாப்லோ. "நான் கிறங்கிக் கிடப்பது ஒயினைக் குடித்துத்தான். நான் கொன்ற ஆசாமி களின் நினைவு மட்டும் இல்லாமல் இருந்தால் இந்த நிலையில் அளவில்லாத ஆனந்தத்தை அனுபவிப்பேன். அவர்கள் என்னை வருத்தத்தில் அல்லவா தோய்த்தெடுக்கிறார்கள்" என்று கூறித் துக்கத்துடன் தலையாட்டினான் பாப்லோ.

"ஸோர்டோ கொண்டு வந்தானே, அதில் கொஞ்சம் இவனுக்கும் கொடுங்கள். துடிப்பு ஏற்படுத்தக் கூடிய எதையாவது தாருங்கள். வரவரத் தாங்க முடியாத அளவு வருத்தப் பிண்டமாக ஆகிவருகிறான் இவன்" என்றாள் பிலார்.

"என்னால் முடியுமானால் அவர்களுக்கு மறுபடி உயிரூட்டி விடுவேன்."

"எங்காவது போய் ஒழியேன்! சேச்சே, சுத்த மோசமான இடம் இது" என்றான் அகஸ்டின்.

"அவர்கள் எல்லாரையும் உயிர்ப்பித்து விடுவேன். எல்லாரை யுமேதான்" என மீண்டும் துக்கத்துடன் கூறினான் பாப்லோ.

"உன்னோடு உம் அம்மாவும் நாசமாய்ப் போகட்டும்! இந்த மாதிரிப் பேசுவதை நிறுத்தித் தொலை. இல்லாவிட்டால் வெளியே போய் ஒழி. நீ கொன்றவர்களெல்லாம் ஃபாஸிஸ்டுகள் என்பதை மறந்தா விட்டாய்?"

"நான் சொன்னதைத்தான் கேட்டிருப்பாயே? முடிந்தால் அவர்கள் எல்லாருக்குமே மறுவாழ்வு தந்து விடுவேன்."

மாய மந்திரத்தோடு நின்று விடுவாயா? அப்புறம் தண்ணீரின் மீதல்லவா நடப்பாய்!... சேச்சே, உன்னைப் போல ஒருத்தனை என் ஆயுசிலேயே பார்த்ததில்லை. நேற்றுவரையில் உன்னிடம் கொஞ்ச நஞ்சமாவது ஆண்மை மீதமிருந்தது. இன்றோ புழுத்த பூனையளவுக்குக்கூடப் புருஷத்தனம் இல்லை. இருந்தாலும் குடி மயக்கத்தில் குதூகலிக்கிறாய்" என்றாள் பிலார்.

"ஒன்று, எல்லாரையும் கொன்றிருக்க வேண்டும்; இல்லா விட்டால், ஒருத்தரையுமே சாகடித்திருக்கக் கூடாது" என்று கூறித் தலையாட்டினான் பாப்லோ.

"இவன் கிடக்கிறான், குடிகாரன்! இவனைக் கவனிக்கவே கவனிக்காதீர், இங்கிலீஷ்காரரே. இந்த ஸ்பெயினுக்கு எப்படி வந்தீர் என்பதைச் சொல்லும்" என்றான் அகஸ்டின்.

“நான் முதல் முறையாக வந்தது பன்னிரண்டு வருஷங்களுக்கு முன். இந்த நாட்டைப் பார்த்து, இதன் மொழியைப் பயிலவே வந்தேன். எங்கள் நாட்டில் ஒரு பல்கலைக்கழகத்தில் ஸ்பானிஷ் மொழியை நான் போதிக்கிறேன்.”

“ஆமாம், உம்மைப் பார்த்தால் பேராசிரியரைப் போலத்தான் இருக்கிறது” என்று பிரிமிடிவோ கூறினான்.

“ஆனால், தாடியில்லையே! இவரைப் பாருங்கள். எங்கே தாடி இருக்கிறது?” என்றான் பாப்லோ.

“மெய்யாகவே நீர் பேராசிரியர்தானா?”

“போதகனே நான்.”

“படிப்புச் சொல்லிக் கொடுக்கிறீர் அல்லவா?”

“ஆமாம்.”

“ஏன் ஸ்பானிஷ் பாஷையைப் பொறுக்கியெடுத்தீர்? இங்கிலீஷ் காரராக நீர் இருப்பதால் அதைவிட ஆங்கிலத்தைச் சொல்லித் தருவது சுலபமில்லையா?” என ஆண்ட்ரேஸ் வினவினான்.

“ஆனால், இவர்தான் நம்மைப் போலவே ஸ்பானிஷ் மொழியைப் பேசுகிறாரே! ஏன் அதைச் சொல்லிக் கொடுக்கக் கூடாது” என்று ஆன்ஸெல்மோ கேட்டான்.

“தாராளமாகச் சொல்லித் தரலாம். ஆனாலும், அந்நியர் ஒருத்தர் நம் ஸ்பானிஷ் பாஷையைப் போதிப்பது ஒரு வகையில் அதிகப்பிரசங்கித்தனம்தான் ஆனால், உம்மைக் குறை கூறுவதாக நினைக்காதேயும், ராபர்ட்டோ” என்றான் ஃபெர்னாண்டோ.

“போலிப் பேராசிரியர்தான் இவர். தாடியே கிடையாது இவருக்கு” பாப்லோ சொன்னான், தன் கண்டு பிடிப்பினால மெத்த மகிழ்ந்தவனாக.

“நிச்சயமாக ஆங்கிலத்தை நீர் இன்னும் நன்றாக அறிந்தேயிருக்க வேண்டும். அதைப் போதிப்பது சுலபமாகவும், தரத்துடன் தெளிவாக வும் இருக்காதா?” என்று மீண்டும் ஃபெர்னாண்டோ கேள்வி போட்டான்.

“ஆனால், அந்த ஆங்கிலத்தை இவர் ஸ்பானிஷ்காரர்களுக்குச் சொல்லிக் கொடுக்கவில்லையே” என்று பிலார் குறுக்கிடத் தொடங்கினாள்.

“அப்படியேதும் இவர் செய்யக் கூடாது என்பதே நான் வேண்டுவது” என்றான் ஃபெர்னாண்டோ.

“நான் பேசி முடிக்கிறவரை பொறுக்கக் கூடாதா, பொதி கழுதையே? அமெரிக்கர்களுக்கு, வட அமெரிக்கர்களுக்குத்தான்

இவர் ஸ்பானிஷ் பாஷையைக் கற்றுத் தருகிறார்" என்று பிலார் விளக்கினாள்.

"அவர்களால் ஸ்பானிஷ் பாஷையைப் பேச முடியாதா? தென்னமெரிக்கர்கள் நன்றாகப் பேசுகிறார்களே!"

"சுத்தக் கழுதைதான் நீ. ஆங்கிலம் பேசும் வட அமெரிக்கர்களுக்குத்தான் இவர் ஸ்பானிஷ் பாஷையைச் சொல்லித் தருகிறார்."

"இருந்தாலும், ஆங்கிலம்தான் இவர் பேசும் பாஷையென்றால் அதைச் சொல்லிக் கொடுப்பதுதான் இவருக்குச் சுலபம் என்பேன்."

"ஸ்பானிஷ் பாஷையை இவர் பேசிக் கேட்டதில்லையா என்ன நீ?" ஃபெர்னாண்டோவுக்குப் புரியவைக்க முடியுமென நம்பிக்கையே அற்றவளைப் போல ஜார்டனை நோக்கித் தலையை ஆட்டியபடி பிலார் வினவினாள்.

"பேசுகிறார்தான். ஆனால். அந்தப் பேச்சில் உச்சரிப்பு சுத்தமில்லை."

"எந்தப் பகுதி உச்சரிப்பு அது?" என ஜார்டனே கேட்டான்.

"எஸ்ட்ரெமடூரா" என்று மிடுக்கோடு சொன்னான் ஃபெர்னாண்டோ.

"நாசமாய்ப் போனான் போ! சேச்சே, எத்தனை மோசமான ஆசாமிகள் இவர்கள்!" என மறுகினாள் பிலார்.

"இவர் சொல்வதும் சாத்தியமே. அங்கிருந்துதானே நான் இங்கு வந்திருக்கிறேன்?" என்றான் ஜார்டன்.

"அது இவனுக்குத் தெரியாதா என்ன?" என்று கேட்ட பிலார் பிறகு ஃபெர்னாண்டோவின் பக்கம் திரும்பி, "என்னடா நூற்றுக் கிழவா, வயிறு முட்டச் சாப்பிட்டுவிட்டாயா?" என வினவினாள்.

"போதுமான அளவு இருக்குமானால் இன்னும்கூட என்னால் சாப்பிட முடியும்" என்று பதிலளித்த ஃபெர்னாண்டோ பின்னர் ஜார்டனைநோக்கி, "உம்மைக் குறை கூறுவதாக நினைத்துக் கொள்ளாதீர், ஸ்ரீமான் ராபர்ட்டோ" என்று ஏதோ சொல்ல ஆரம்பித்தான். உடனே அகஸ்டின் குறுக்கிட்டு, "நாசமாய்ப் போக! தோழரே 'ஸ்ரீமான்' என்று அழைக்கவா நாம் புரட்சி செய்தோம்?" என வினவினான்.

"எல்லாரையும் ஸ்ரீமான் என்று அழைக்கும் நிலையை ஏற்படுத்தவே புரட்சி என்பதுதான் என் கருத்து. குடியரசில் அப்படித்தான் கூப்பிடவேண்டும்" என்றான் ஃபெர்னாண்டோ.

"நாசமாய்ப் போக! படுநாசமாய்ப் போக!" அகஸ்டின் மீண்டும் சபித்தான்.

"ஆங்கிலத்தைத்தான் ஸ்ரீமான் ராபர்ட்டோ தெளிவாகவும் சுளுவாகவும் சொல்லித்தர முடியும் என்றே இன்னமும் எண்ணு கிறேன்."

"ஸ்ரீமான் ராபர்ட்டோவுக்குத்தான் தாடி கிடையாதே! போலிப் பேராசிரியர்தான் இவர்" எனப்பரிகாசம் செய்தான் பாப்லோ.

"தாடி இல்லையென்று எப்படிச் சொல்வீர்? இதோ இது என்ன?" என்று கேட்டபடி மூன்று நாட்களாக க்ஷவரம் செய்யாத தால் மயிர் மண்டியிருந்த முகவாயையும் கன்னங்களையும் தட்டிக் காட்டி ஜார்டன் கேட்டான்.

"அது ஒன்றும் தாடியில்லை" என்று தலையை ஆட்டி மறுத் தான் பாப்லோ. கிட்டத்தட்டக் கும்மாளமே போட்டான், "இவர் போலிப் பேராசிரியர்தான்" என்று சொன்னபடி.

"சேச்சே, சுத்தப் பயித்தியக்கூடம் போலல்லவா இருக்கிறது இது? நாசமாய்ப் போங்கள் எல்லாருமே!" என்றான் அகஸ்டின்.

"குடிக்காததால் தான் இப்படி நீ கோணலாகப் பார்க்கிறாய். எனக்கோ எல்லாம் இயல்பாகவே தோன்றுகிறது ஸ்ரீமான் ராபர்ட்டோவுக்கு தாடியில்லாதது மட்டும் தவிர" என்று பாப்லோ சொன்னான்.

உடனே ஜார்டனின் கன்னத்தை மேரியா தடவிப் பார்த்து, "இவருக்குத் தாடி இருக்கத்தான் இருக்கிறது" என்றாள் பாப்லோ விடம்.

"உனக்கா, அது தெரியாமல் இருக்கும்!" என்று பாப்லோ கூறியதும் ஜார்டன் அவனை ஏறிட்டு நோக்கினான். 'மெய்யாக இவன் மிதமிஞ்சிக் குடித்து மயங்கிவிடவில்லை என்றே எண்ணு கிறேன். இல்லை, குடிவெறியில் பிதற்றவில்லை இவன். நாம் ஜாக்கி ரதையாக இருக்க வேண்டும்" என எண்ணியவனாய் பாப்லோவைச் சோதிக்கும் நோக்கத்துடன் அவனைப் பார்த்து, "இந்தப் பனிமழை நீடிக்கும் என்றா நினைக்கிறீர்?" என வினவினான்.

"நீர் என்ன எண்ணுகிறீர்?"

"நான் உம்மையல்லவா கேட்டேன்."

"வேறு எவரையாவது கேளுமேன். நான் உமக்குத் தகவல் திரட்டித் தருபவனா என்ன? அதையெல்லாம் தான் மேலிடம் உமக்கு எழுதுமே? இந்தப் பெண் பிள்ளையைக் கேளும். இவள் தான் இங்கே தலைவி!"

"நான் கேட்பது உம்மைத்தான்."

"நாசமாய்ப் போமய்யா. பெண் பிள்ளையோடு குட்டியையும் கூட்டிக்கொண்டு கெட்டொழிந்து போமய்யா."

“குடிவெறி தலைக்கேறிவிட்டது. இவன் பேச்சைப் பொருட்படுத் தாதீர், இங்கிலீஷ்காரரே” என்றான் பிரிமிடிவோ.

“இல்லை, மதிமயங்கும் அளவுக்கு இவர் குடித்திருப்பதாக நான் நினைக்கவில்லை” என்று ஜார்டன் சொன்னான். தனக்குப் பின்னால் நின்ற மேரியாவையே பாப்லோ நோக்கிக்கொண்டிருந்ததை அவன் கண்டான். மயிர் அடர்ந்த வட்டமான முகத்தில், காட்டுப் பன்றியினுடையவை போன்று சிறுத்திருந்த கண்கள் உற்றுப் பார்த்தவாறு இருந்தன. அவற்றைக் கண்ணுற்றதும், ‘இந்தப் போரில் எத்தனையோ கொலைகாரர்களைப் பார்த்துவிட்டேன். இதற்கு முன்பும் பலரைக் கண்டதுண்டு. ‘அவர்கள் அனைவருமே மாறுபட்ட வர்கள். பொதுவான குணமோ அம்சமோ கிடையாது. குற்ற இயல்பினர் என்று எவருமே இல்லை. அவர்கள் எப்படி இருந்த போதிலும் சரி, இந்த பாப்லோ என்னவோ அழகானவன் அல்ல’ என எண்ணிய ஜார்டன், “உம்மால் குடிக்க முடியுமென்றோ, இப்போது நீர் குடித்துக் கிறங்கியிருப்பதாகவோ நான் நம்பவில்லை” என்றான் பாப்லோவைப் பார்த்து.

“மயங்கித்தான் இருக்கிறேன்” என்றான் பாப்லோ மதிப்பாக. குடிப்பது பிரமாதமில்லை. மயங்குவதுதான் முக்கியம். ஏகமாக மயங்கிக் கிறங்கித்தான் இருக்கிறேன் இப்போது” என்று கொக்கரித்தான்.

“ஊஹும், சந்தேகம்தான். ஆனால் நீர் கோழை என்பது மட்டும் நிச்சயம்” ஜார்டன் இப்படிக் கூறியதும் பிலார் சமைத்துக் கொண்டிருந்த அடுப்பில் எரிந்த கட்டை எழுப்பிய ‘புஸ்’ என்ற ஒலிகூடக் கேட்குமளவுக்கு அந்தக் குகையில் திடுமென நிசப்தம் நிலவியது. காலை ஊன்றி நின்றபோது ஆட்டுத்தோல் சடசடத்த சப்தத்தையும் அவன் கேட்டான். வெளியே பனிவிழும் ஒலியைக்கூடத் தன்னால் கேட்க முடிவதாக நினைத்தான். ஆனால் அது வெறும் பிரமையே; பனிவிழுந்த இடத்தில் இருந்த நிசப்தமே அவனது காது களை எட்டியதெல்லாம். ‘இவனைக் கொன்று இந்த விவகாரத்தை இப்போதே முடித்துவிடத்தான் என் கை பரபரக்கிறது. இவன் என்ன செய்வானோ, எனக்குத் தெரியாது, எப்படியும் அது நல்லதா யிராது என்கிறவரையில் நிச்சயம். நாளை மறுநாள் பாலத்துக்கு வெடிவைத்தாக வேண்டும், இவனோ கெட்டவன். ஆகவே, அந்தக் காரியத்தின் வெற்றிக்கு வெடி வைப்பவனாகவே இருப்பான். தயக்கமெதற்கு? இப்போதே தீர்த்துக்கட்டி விடுவோம் இவனை’ என எண்ணிய அவனை நோக்கி பாப்லோ இளித்தான். பிறகு ஒரு விரலைத் தூக்கித் தன் கழுத்தை அறுப்பதுபோல அதன் குறுக்காகத் தேய்த்தான். முடியாது என்னும் முறையில் தலையை ஆட்டினான். ஆனால் கட்டை – குட்டையான கழுத்தின் மீது அற்ப அளவிலேயே அதனால் அசைய இயன்றது.

“வேண்டாம், இங்கிலீஷ்காரரே. என்னை உசுப்பிவிடாதீர்” என்ற அவன் பிறகு பிலாரைப் பார்த்து, “இந்த மாதிரி வழியி லெல்லாம் உம்மால் என்னைத் தட்டியொழித்துவிட முடியாது” என்றான்.

ஆனால் ஜார்டனோ அவனைத் தீர்த்துக்கட்டியே தீர்வதெனத் தீர்மானித்துக் கொண்டவனாய், “வெட்கங்கெட்டவனே, கோழையே” என்று ஏசலானான்.

“என் ஆத்திரத்தைத் தூண்டுவது அசாத்தியமல்ல. ஆனால் அதற்கு உட்படலாகாது என்று உறுதியாக இருக்கிறேன். எதையாவது குடியும், இங்கிலீஷ்காரரே அப்புறம், முயற்சி முறிந்துவிட்டது என்பதை இவளுக்குத் தெரிவியும்.”

“வாயை மூடு. உன்னை நானேதான் உசுப்பப் பார்க்கிறேன்.”

“பிரயோசனமில்லை. நான் அப்படி எல்லாம் கோபப்பட மாட்டேன்.”

“கேடுகெட்டவனிலும் கேடுகெட்ட படுமட்டமானவன் நீ” என்று திரும்பவும் திட்ட முற்பட்டான் ஜார்டன். கிடைத்த வாய்ப்பைக் கைநழுவவிட அவனுக்கு இஷ்டமில்லை. இரண்டாவது முறையும் வீணாவதை விரும்பவில்லை அவன். இப்படி ஏசியபோது முன்பு எப்போதோ இதே வகையில் நடந்ததுண்டு என்பதை அவன் அறிந்திருந்தான். படித்ததாலோ, கனவு கண்டதாலோ நினைவில் தேங்கிவிட்ட பாத்திரமொன்றை ஏற்றுத்தான் நடிப்பதாகவும், அந்த நாடகம் சுற்றிச்சுற்றி வருவதாகவும் ஓர் உணர்வு அவனுக்கு.

“அதிசயபூர்வமானவன்தான், உண்மையே. அரிதானவன் மட்டுமல்ல, அதிகமாகக் குடித்திருப்பவனும் கூட, இருந்தாலும் உம் உடல்நலத்தைக்கோரி இதோ இன்னொரு முறை குடிக்கிறேன்” என்றபடி மதுப்பாண்டத்தில் கோப்பையை முக்கியெடுத்துத் தூக்கிப் பிடித்தான் பாப்லோ, “உமது பீஜத்துக்கு என் வாழ்த்து! வணக்கம்!” என்றான்.

‘அரிதிலும் அரிதானவன்தான் இவன் ஐயமில்லை, அதோடு, கெட்டிக்காரனும்கூட. இலேசுப்பட்டவனில்லைதான்’ என எண்ணிய ஜார்டன், “இதோ உமக்காக குடிக்கிறேன்” என்று கூறியவனாய்க் கோப்பையொன்றை மதுப்பாத்திரத்தில் அமிழ்த்தினான். ‘உறுதிமொழிகள் கூறிக்கொள்ளாவிட்டால் பிற்பாடு நடக்கக்கூடிய நம்பிக்கைத் துரோகம் பொருளற்றுப் போய்விடாதா? ஆகவே, அதையும் சொல்லிவை’ என்று நினைத்தவனாய், “உமக்கு என் வணக்கம்’ என்றான். “வணங்குகிறேன், வாழ்த்துகிறேன், மீண்டும்” என்றவன், தனக்குள்ளேயே, ‘வணங்குகிறாய். நினைவிருக்கட்டும், நீ வணங்குகிறாய்’ எனக் கூறிக்கொண்டான்.

"ஸ்ரீமான் ராபர்ட்டோ" என்றான் பாப்லோ அடிக்குரலில்.

"ஸ்ரீமான் பாப்லோ" என்று பதிலுக்கு வாழ்த்தினான் ஜார்டன்.

"கேளும்! நீரொன்றும் பேராசிரியரல்ல. ஏனென்றால், உமக்குத் தாடி கிடையாது. தவிர, என்னைக் கழித்துக்கட்ட வேண்டுமானால் கொன்று தீர்த்தாக வேண்டும். அதற்கோ உமக்குத் திராணி கிடையாது" என்றுகூறி வாயை மூடிக்கொண்டு ஜார்டனைப் பார்த்தபடியே உட்கார்ந்திருந்தான் பாப்லோ. ஒரே கோடாக உதடுகள் ஜார்டனுக்கு ஞாபகம் வந்தது, 'இந்த வாயையும் தலையையும் பார்த்தால், பிடிபட்டதும் காற்றைக் குடித்துப் பெருத்துவிடும் முள்ளம்பன்றி மீனைப்போலத்தான் இருக்கிறது' என்று எண்ணியவாறு, "வணக்கம் பாப்லோ" எனக் கூறிக் கோப்பையை உயர்த்தினான். "உம்மிடம் நான் நிறையத்தான் கற்றுக்கொள்கிறேன்!" என்றான் கிண்டலாக.

"ஆமாம், பேராசிரியருக்கே போதிக்கிறேன் நான்" என்று சொல்லித் தலையை ஆட்டினான் பாப்லோ "வாரும் ஸ்ரீமான் ராபர்ட்டோ! இனி நாம் நண்பர்களாக இருப்போம்" என் அழைப்பும் விடுத்தான், "ஏன், ஏற்கெனவேயே நாம் சிநேகிதர்களாகத்தானே இருக்கிறோம்!"

"ஆனாலும் இனிமேல் நெருங்கிய நண்பர்களாக இருக்கலாம்."

"அப்படித்தானே இப்போதும் இருக்கிறோம்?"

"சேச்சே, சகிக்க முடியவில்லையே. இதோ இப்போதே இங்கிருந்து நான் போய்விடப் போகிறேன். வாழ்க்கை பூராவிலுமாக இந்த மாதிரிக் கேலிக்கூத்துகளை ஒரு டன் அளவுக்குக் கேட்டுக் கொள்ள வேண்டுமெனக் கூறப்பட்டிருப்பது மெய்தான். ஆனால் ஒரே நிமிஷத்தில் ஒவ்வொரு காதிலும் இருபத்தைந்து பவுண்டு அளவுக்கல்லவா நாராசம் பாய்ந்திருக்கிறது!" என்றான் அகஸ்டின்.

"என்ன விஷயம், நீக்ரோ? ஸ்ரீமான் ராபர்ட்டோவுக்கும் எனக்குமிடையே நேசத்தை நீ விரும்பவில்லையா?" என்று பாப்லோ வினவினான்.

"என்னை நீக்ரோ என்று இன்னொரு முறைக் கூப்பிடாதே, ஜாக்கிரதை!" என்று எச்சரித்தபடி பாப்லோவின் எதிரில் போய்க் கைகளை அடிக்கத் தயாராய்த் தாழ்த்திக் கொண்டு நின்றான் அகஸ்டின்.

"அப்படித்தானே உன்னை அழைக்கிறார்கள்?"

"எவர் அழைத்தாலும் நீ அழைக்கக்கூடாது."

"அப்படியானால் பிளாங்கோ என்கிறேன்."

"அந்தமாதிரியும் கூப்பிடக் கூடாது."

"பின்னே எப்படித்தான் உன்னை அழைப்பது, சிவப்பனே?"

“ஆமாம், அதுதான் சரி. சிவப்பன் என்பதுதான் சரியான முறை. ரஷ்ய ராணுவத்தின் சின்னம் சிவப்பு நட்சத்திரம். நம் குடியரசை ஆதரித்து நிற்கிறது அது... என் பெயர் அகஸ்டின் என்பதுதான் உனக்குத் தெரியுமே!”

“ஆகா, எப்படிப்பட்ட தேசபக்தன் இவன்! இந்த அரிய பெரிய தேசபக்தனைப் பாரும், இங்கிலீஷ்காரரே!” என்று சீண்டினான் பாப்லோ. தன் இடது கையால் பாப்லோவின் வாயில் ஓங்கி அறைந்தான் அகஸ்டின். திருப்பப்படாமலேயே திடுமென முன்னால் பாய்ந்து வந்து தாக்கியது அது. அப்படி அடிபட்டும் பாப்லோ அசையவேயில்லை. இருகோடிகளிலும் மதுக்கறை படிந்த வாய் மூடியபடியே இருந்தது. முகபாவத்திலும் எவ்வித மாறுதலுமில்லை. எனினும் பிரகாசமான ஒளியைக் கண்டதும் செங்குத்தான சிறு கீற்றுகளாகச் சுருங்கும் பூனையின் விழிகளைப் போல அவனது கண்கள் குறுகியதை ஜார்டன் கவனித்தான்.

“இதுவும்கூட என்னை ஆத்திரம் கொள்ளச் செய்துவிட முடியாது” என்றபடி பிலாரின் புறம் திரும்பிய பாப்லோ, “இதை நம்பி மோசம் போகாதே பெண்பிள்ளையே. இன்னமும் என் கோபம் கிளறப்பட்டுவிடவில்லை” என்றான்.

அகஸ்டின் மீண்டும் அவனைத் தாக்கினான். இம்முறை மூடிய முஷ்டியால் வாயிலேயே குத்தினான். இது நடந்த நேரத்தில் தன் கைத்துப்பாக்கியை மேஜைக்கடியில் தயாராய் வைத்துக்கொண்டிருந்தான் ஜார்டன். தவறிச் சுடுவதைத் தவிர்க்கும் கொக்கியை விலக்கிவிட்டதோடு இடது கையால் மேரியாவையும் அப்பால் தள்ளினான். சற்றுத் தூரமே நகர்ந்தாள் அவள். எனவே, இன்னும் விலகிப்போகச் செய்வதற்காக இடது கரத்தாலேயே அவளது விலாவில் பலமாக அழுத்தி நகர்த்தினான். உடனே அவள் அங்கிருந்து அகன்றாள். சுவரோரமாக நடந்து கணப்பை நோக்கி அவள் சென்றதைக் கடைக்கண்ணால் கவனித்ததும் பாப்லோவின் முகத்தையே நோக்கலானான். அந்த உருண்டைத் தலையனோ தன் தட்டைக் கண்களால் அகஸ்டினையே உற்றுப் பார்த்தபடி உட்கார்ந்திருந்தான். அவனது விழிகள் முன்னைவிடக் குறுகியிருந்தன. உதடுகளை நாக்கினால் நக்கினான். பின்னர் ஒரு புஜத்தை உயர்த்தி, அதன் பின்புறத்தால் வாயைத் துடைத்துக் கொண்டான். குனிந்து பார்த்தபோது அந்தக் கரத்தில் ரத்தம் படித்திருக்கக் கண்டான். உதடுகளை மீண்டும் நாக்கினால் நக்கியபின் உமிழ்ந்துவிட்டு, “இதுகூட என்னைத் தூண்டிவிட முடியாது. நான் முட்டாளல்ல. என்னை எவரும் குத்திக் கிளற முடியாது” என்றான்.

அவனை ஆத்திரம் கொள்ளச் செய்வதற்காக “கோழையே” என்று கூப்பிட்டான் அகஸ்டின்.

“அதுதான் உனக்குத் தெரிந்திருக்க வேண்டுமே. இந்தப் பெண் பிள்ளை உனக்குப் புதியவளா என்ன?” என்றான் பாப்லோ.

உடனே அவன் வாயிலேயே மீண்டும் ஓங்கியடித்தான் அகஸ்டின். ஆனால், பாப்லோவோ அவனைப் பார்த்துச் சிரித்தான். ரத்தத்தால் சிவந்த வாயில் உடைந்து குலைந்தும் மஞ்சள் பூத்தும் இருந்த பற்களைக் காட்டினான்.

“இந்த வேலையை இதோடு நிறுத்திக்கொள். என்னைக் கொல்ல இங்கே எவருக்கும் சக்தி கிடையாது, வெறுங்கையால் கொல்லப் பார்ப்பது சிறுபிள்ளைத்தனமே” என்று சொன்னபடி மீண்டும் பாண்டத்திலிருந்து மதுவைச் சேந்த முற்பட்டான் பாப்லோ.

“கோழையே” என்று திரும்பவும் அழைத்தான் அகஸ்டின்.

“வெறும் வார்த்தைகளும் பிரயோசனமில்லை” என்று சொல்லி மதுவினாலேயே வாயைக் கொப்புளித்து உமிழ்ந்த பாப்லோ “கேலி வார்த்தை கேட்டு நான் ஆத்திரம் கொண்ட காலம் எப்போதோ மலையேறி விட்டது” என்றான்.

அவனையே குனிந்து நோக்கித் திட்டியபடி நின்றான் அகஸ்டின். கசப்பும் வெறுப்பும் கலந்து மெதுவாக தெளிவாக வசைமாரி பொழிந்தான். வண்டியிலிருந்து எருவை மண்வெட்டியால் வாரி வயலில் வீசுவதே போல நிதானம் குன்றாமல் தொடர்ந்து திட்டிக் கொண்டே இருந்தான்.

“வசவுகளும் வீண்தான். விட்டுத் தொலை, அகஸ்டின். இனியும் என்னை அடிக்க முற்படாதே. அதனால் உன் கைகள்தான் ரணமாகும்.” இப்படிக் கூறிய பாப்லோவைப் பார்ப்பதை விடுத்து அங்கிருந்து நகர்ந்தவனாய்க் கதவை நோக்கிச் சென்றான் அகஸ்டின். உடனே, “வெளியே போகாதே. பனி பெய்கிறது. இங்கேயே வசதியாக இரு” என்றான் பாப்லோ.

“எப்படிப்பட்டவனடா நீ! ஆமாம், நீதான்!” வாயிலை நோக்கிச் சென்ற அகஸ்டின் திரும்பிச் சொன்னான். அந்த ‘நீ’ என்னும் பதத்தில் தன் வெறுப்பு முழுவதையும் கொட்டித் திட்டினான் அவன்.

“ஆமாம், நான்தான்... நீ செத்த பிறகும் பலநாள் இருப்பேனடா நான்” என்று பதிலுக்குச் சொன்ன பாப்லோ இன்னொரு கோப்பை மதுவை நிறைத்து உயர்த்தி, “இது பேராசிரியரின் நலனுக்காக” என்றான். பின்னர் பிலாரின் பக்கம் திரும்பி, “திருமதி தளபதியின் நலனையும் நாடுகிறேன்” என்று கூறியவன் அடுத்து, “பிரமை பிடித்த பிறர் நலனையும் வேண்டுகிறேன்” என்றான், மற்றவர்களுக்குமாகச் சேர்த்து. அது கேட்டுத் திரும்பி வந்த அகஸ்டின் அவன் கையிலிருந்த கோப்பையைப் புறங்கையால் சட்டெனத் தட்டிவிட்டான்.

“அடடா, வீணாகக் கொட்டி விட்டதே! முட்டாள்தனமல்லவா இது!” என்று பாப்லோ கூறவும் அசங்கியமாக ஏதோ சொன்னான் அகஸ்டின். அதைச் சற்றும் பொருட்படுத்தாத பாப்லோ மீண்டும் மற்றொரு கோப்பையை நிறைத்தபடி, “ஊஹும், பிரயோசனமில்லை. நான் குடித்திருப்பது தெரியவில்லையா உனக்கு? இந்த நிலையில் நான் பேசுவதே கிடையாது. எப்போதுமே நான் பேசுவது கொஞ் சம்தான். இருந்தாலும் என்னைப்போலப் புத்திசாலிகூட முட்டாள் களிடையே பொழுதைப் போக்குவதற்காகச் சில சமயங்களில் குடித்தாக வேண்டியிருக்கிறது” என்றான்.

“நீயும் உன் கோழைத்தனமும் நாசமாய்ப் போகட்டும்! உன்னை யும் உன் பயங்கொள்ளித்தனத்தையும் பற்றி எனக்கு நிறையவே தெரியும்” என்று பிலார் பிடித்துக்கொண்டாள்.

“வாயைத் திறந்தால் எப்படித்தான் வார்த்தையைக் கொட்டு கிறாள் இவள்! சரி சரி, நான் போய்க் குதிரைகளைக் கவனிக்கிறேன்” என்று கூறி பாப்லோ புறப்பட்டான்.

“போய்க் குதிரைகளையும் கெடுத்துத் தொலை! அதுதான் உன்னுடைய அன்றாட வழக்கமாச்சே” என்றான் அகஸ்டின்.

“இல்லவேயில்லை” என்று தலையை ஆட்டி மறுத்த பாப்லோ, சுவரிலிருந்து தன் பெரிய மேலங்கியை எடுத்தபின் அகஸ்டினை நோக்கி, “நீயும் உன் அடாவடித்தனமும் அழிந்துபோகட்டும்!” என்றான்.

“குதிரைகளை நீ என்ன செய்வாய், சொல்லு?”

“கவனித்துக்கொள்வேன், அவ்வளவுதான்.”

“இல்லை, கெடுத்துத் தொலைப்பாய். குதிரைக் காதலனல்லவா நீ!”

“குதிரைகளிடம் எனக்கு அக்கறை அதிகம்தான். பின்னாலிருந்து பார்க்கும்போதுகூட இங்கிருப்பவர்களைவிட அவை அழகானவை, அதிக புத்தி உடையவை. வேறு எதையாவது பற்றிப் பேசிப் பொழுதைக் கழியுங்கள்” என்று கூறிப் பல்லைக்காட்டிய பாப்லோ, “பாலத்தைப்பற்றி இவர்களுக்குச் சொல்லும், இங்கிலீஷ்காரரே? தாக்குதலின்போது இவர்கள் செய்ய வேண்டியதை விளக்கும். எப்படிப் பின்வாங்குவது என்பதை விவரியும்... ஆமாம், பாலத்தைப் பிளந்த பிறகு இவர்களை எங்கே அழைத்துப் போவீர், இங்கிலீஷ் காரரே? இந்தத் தேச பக்தர்களை எங்கே இட்டுச் செல்வீர்? இன்று குடித்துக்கொண்டிருந்த நேரம் பூராவும் அதைப் பற்றித்தான் நான் சிந்தித்தேன்” என்றான்.

“என்ன யோசித்தாய், முடிவு என்ன சொல்லு” என்றான் அகஸ்டின்.

“என்ன யோசித்தேனா?” என்று கேட்டபடி நாக்கினால் உதடு களை உட்புறமாகவே தடவிய பாப்லோ, “நான் நினைத்தது உங்களுக்கு முக்கியமா என்ன?” என்றான்.

“சொல்லேன், பார்ப்போம்” என்று அகஸ்டின் மீண்டும் தூண்டி னான்.

“நிறையச் சிந்தித்தேன். எத்தனையோ ஆலோசித்தேன்” என்று கூறியபடிக் கம்பளிக் கோட்டில் தலையைப் புகுத்தினான் பாப்லோ. அழுக்கேறிய அந்த மஞ்சள் மேலங்கியின் மடிப்புகளினூடே அவனது உருண்டைத் தலை துருத்தி நின்றது.

“என்னதான் யோசித்தாய், சொல்லு.”

“நீங்களெல்லாம் பிரமை பிடித்தவர்களென நினைத்தேன். உங்களுக்குத் தலைமை வகிக்கும் பெண்பிள்ளைக்குப் பிடரியில்தான் புத்தி என்று எண்ணினேன். உங்களை நாசமாக்கவே இந்த அந்நியர் வந்திருக்கிறார் என்றும் தீர்மானித்தேன்.”

“வெளியே போ. போய்ப் பனியில் விழுந்து புரளு. நாசமாய்ப் போனவனே, குதிரையைக் கட்டிக் கொண்டு அழுகிறவனே, உடனே போ” என்று பிலார் கூவினாள். அவள் கூறியதைக் கவலையால் கவனியாதவனாய், “பேசினால் இப்படியல்லவா பேசவேண்டும்!” என்று அகஸ்டின் பாராட்டினான்.

“சரி, போகிறேன். விரைவிலேயே திரும்பியும் வருகிறேன்” என்று கூறி வாசலருகே சென்று திரையை விலக்கிய பாப்லோ, “இன்னமும் பனி பெய்கிறது, இங்கிலீஷ்காரரே” என்று சொல்லிவிட்டு வெளியே போனான்.

17

கூரையில் இருந்த ஓட்டை வழியாக ஒழுகிய பனி கணப்பில் எரிந்த கரி மீது விழுந்ததால் எழுந்த ‘புஸ்’ என்ற சப்தம் தவிர மற்றபடி அந்தக் குகையினுள் முழு மௌனம் நிலவியது. ‘இன்னும் இறைச்சி இருக்கிறதா, பிலார்” என்று கேட்டு அதைக் கலைக்க ஃபெர்னாண்டோ முற்பட்டபோது “சட், வாயைமூடு!” எனச் சீறினாள் அவள். இருப்பினும் அவனுடைய உண்கலத்தை அடுப் படிக்கு மேரியா எடுத்துச் சென்று, அங்கே நெருப்போரத்திலிருந்து நீக்கி வைக்கப்பட்டிருந்த பாத்திரத்தினின்று கரண்டியால் எடுத்துப் போட்டாள். பின்னர் அந்தக் கலத்தை மேஜைக்கு எடுத்து வந்து ஃபெர்னாண்டோவின் முன் வைத்தாள். எடுத்து உண்ணக் குனிந்த அவன் தோளில் தட்டியும் கொடுத்தாள். அவன் தோளில் கைவைத்த படி அங்கேயே சிறிது நேரம் நின்றபோதிலும் கூட அவளை நிமிர்ந்தே

பாராமல் உண்பதிலேயே முனைந்திருந்தான் ஃபெர்னாண்டோ. கணப்பருகில் நின்ற அகஸ்டினைத் தவிர மற்றவர்களெல்லாம் உட்கார்ந்திருந்தார்கள். ஜார்டனுக்கு எதிராக மேஜையின் மறு புறத்தில் அமர்ந்திருந்த பிலார்தான் முதலில் மௌனத்தைக் கலைக்கப் புகுந்தாள்: "அவன் எப்படிப்பட்டவன் என்பதை இப்போது பார்த்துக் கொண்டீர் அல்லவா, இங்கிலீஷ்காரரே?"

"ஆமாம், அவன் என்ன செய்வானென நினைக்கிறீர்கள்?"

"என்ன வேண்டுமானாலும் செய்வான். எதையும் செய்யக் கூடியவன் அவன்" எனக் கண்களைத் தாழ்த்து மேஜையைப் பார்த்தபடியே பிலார் பதிலளித்தாள். "தானே இயங்கும் துப்பாக்கி எங்கே இருக்கிறது?"

"அதோ அந்த மூலையில் போர்வையால் சுற்றிவைக்கப் பட்டிருக்கிறது. இப்போது அது உமக்கு வேண்டுமா என்ன?" என்று பிரிமிடிவோ வினவினான்.

"இப்போது தேவை இல்லை. பிற்பாடுதான் வேண்டியிருக்கும். அது எங்கே இருக்கிறது என்பதைத் தெரிந்து கொள்வதற்காகத்தான் கேட்டேன்."

"அங்கே பத்திரமாக இருக்கிறது. நான்தான் உள்ளே எடுத்து வந்து, ஈரம் படாமல் இருப்பதற்காக என் போர்வையில் சுற்றி வைத்தேன். ரவையடுக்குகள் மூட்டையிலேயே இருக்கின்றன" என்றான் பிரிமிடிவோ.

"அந்தத் துப்பாக்கியை அவன் ஒன்றும் செய்ய மாட்டான். அதை அவன் தொடவே மாட்டான்" என்று பிலார் கூறினாள்.

"அவன் என்ன வேண்டுமானாலும் செய்வான் என்று நீங்கள் தானே சொன்னீர்கள்?" என்று ஜார்டன் கேட்டான்.

"செய்யலாம்தான். ஆனால் இந்தத் துப்பாக்கியை அவன் கை யாண்டது கிடையாது. வேண்டுமானால் வெடிகுண்டை அவன் வீசக்கூடும். அதுதான் அவன் அதிகம் பழகிய பாணி."

"அவனைக் கொல்லாமல் விட்டது முட்டாள்தனம், அனா வசியப் பரிவு, நேற்று ராத்திரியே ராபர்ட்டோ அவனைக் கொன்று போட்டிருக்க வேண்டும்" என்றான், அதுவரை எந்தப் பேச்சிலுமே கலந்து கொள்ளாமல் வாளாவிருந்த ஜிப்ஸி ரஃபேல்.

"கொன்றுவிடும் அவனை! இப்போது அந்த யோசனையை நான் ஆதரிக்கிறேன்" என்றாள் பிலாரும். அவளது பெருமுகத்தில் கடுமையும் களைப்பும் கூடிக் காணப்பட்டன.

"கொல்வதை நான் அப்போது ஆதரிக்கவில்லை. ஆனால் இப்போது ஆதரிக்கிறேன். விஷ ஜந்துவாகி விட்டான் அவன். நாம் எல்லாருமே நாசமாவதைப் பார்க்க அவன் விரும்பினாலும் விரும்பு

வான்” கணப்புக்கெதிரே தன் நெடுங்கரங்களைத் தொங்கவிட்டுக் கொண்டு நின்ற அகஸ்டினும் ஆமோதித்தான். தாடை எலும்புகளின் கீழே மண்டியிருந்த மயிரால் நிழலாட, அந்தக் கணப்பு வெளிச்சத்தில் அவன் கன்னங்கள் ஆழ்ந்த குழிகளாகத் தென்பட்டன.

“எல்லாருமே அவரவர் கருத்தைச் சொல்லி விடட்டும்” என்று கூறிய பிலார், “நீ என்ன சொல்கிறாய், ஆண்ட்ரோஸ்?” என அலுத்துக் களைத்த குரலில் கேட்டாள்.

“கொல்லவேண்டியதுதான்!” என்று கூறிய அவன் முன் நெற்றியில் கருமயிர் முளைத்துப் படர்ந்த தன் தலையையும் ஆட்டினான்.

“உன் கருத்தென்ன, எலாடியோ?”

“அதுவேதான், இனி அவனால் பேராபத்து என்றே எனக்குத் தோன்றுகிறது. இனி எந்த விதத்திலும் உபயோகமில்லாதவன் அவன்” எனத் தன் சகோதரனைத் தொடர்ந்து சொன்னான் அவன்.

“பிரிமிடிவோ, நீ என்ன சொல்கிறாய்?”

“கொல்லவேண்டியதுதான்.”

“உன் முடிவென்ன, ஃபெர்னாண்டோ?”

“அவனை நாம் கைதியாகப் பிடித்து வைத்திருக்கக் கூடாதா?”

“அந்தக் கைதியை யார் பார்த்துக்கொள்வது? அதற்கு இரண்டு ஆள் வேண்டியிருக்குமே! அப்புறம், கடைசியில் அவனை என்ன செய்வது, சொல்லு” என்று கேட்டான் பிரிமிடிவோ.

“ஃபாஸிஸ்டுகளிடம் விற்றுவிடுவோமே” என ஜிப்ஸி யோசனை சொன்னான்.

“சேச்சே, கூடாது. சுத்த மோசம் அது” என்றான் அகஸ்டின்.

“ஏதோ என் மனத்துக்குப் பட்ட யோசனையைத்தான் சொன்னேன். அவனைப் பெறுவது ஃபாஸிஸ்டுகளுக்குச் சந்தோஷமாகவே இருக்கும் என்று எனக்குத் தோன்றுகிறது.”

“வேண்டாம், விட்டுவிடு அந்த யோசனையை. படு மோசம் அது.”

“பாப்லோவைவிட மோசமா என்ன?”

“அவன் மோசமாக இருக்கிறான் என்பதற்காக யோசனையும் மோசமாக இருக்கவேண்டுமா என்ன? சரி, போதும் இந்தப் பேச்சு. இன்னும் பாக்கி யார்? கிழவனும் இங்கிலீஷ்காரரும்தான் போலிருக்கிறதே!”

“அவர்களுக்கு இதில் சம்பந்தமில்லை. அவன் அவர்களுக்குத் தலைவனாக இருக்கவில்லை” என்றாள் பிலார்.

"ஒரு நிமிஷம் பொறுங்கள் என் கருத்தை இன்னும் தெரிவித்து முடிக்கவில்லை" என்று ஃபெர்னாண்டோ குறுக்கிட்டான்.

"சொல்லித் தொலையேன். அவன் திரும்பிவருகிற வரையில் பேசிக்கொண்டேயிரு. அந்தப் போர்வையினடியில் அவன் ஒரு கையெறிகுண்டை வீசி இங்கிருப்பதையெல்லாம் தகர்க்கிறவரையில் தொடர்ந்து பேசு. வெடிமருந்தோடு எல்லாமே, எல்லாருமே தகர்ந்து தீரட்டும்."

"ஆபத்தை நீ பெரிதுபடுத்திப் பேசுகிறாய் என்றே நினைக்கிறேன், பிலார். அவனுக்கு அப்படியேதும் உத்தேசம் இருப்பதாக நான் எண்ணவில்லை."

"நானும் அப்படித்தான் நினைக்கிறேன். குண்டு வீசினால் அவனுடைய அபிமான ஒயினும் தகர்ந்து அழிந்து விடாதா? பார்த்துக்கொண்டேயிரு, இன்னும் கொஞ்ச நேரத்தில் மது குடிக்கத் திரும்பிவந்தே தீருவான் அவன்" என்று அகஸ்டின் அபிப்பிராயப் பட்டான்.

"அவனை ஏன் எல்ஸோர்டோவிடம் ஒப்படைத்துவிடக் கூடாது? அவனை ஃபாஸிஸ்டுகளுக்கு ஸோர்டோ விற்கலாமே! அவன் கண்களைக் குருடாக்கிவிட்டால் பிறகு அவனைச் சமாளிப்பது சுலபம்" எனத் தன் யோசனையைத் தொடர்ந்தான் ரஃபேல்.

"சட், வாயைமூடு! நீ பேசினாலே எனக்குப் பற்றிக் கொண்டு வருகிறது. உன்னை என்ன செய்தாலும் சரியென்று தோன்றுகிறது" என்றாள் பிலார்.

"எப்படியும் அவனுக்காக ஃபாஸிஸ்டுகள் ஏதும் கொடுக்க மாட்டார்கள். இதுமாதிரியெல்லாம் முன்பே முயற்சிகள் நடந்ததுண்டு. ஃபாஸிஸ்டுகள் வாங்கிக் கொள்வார்களே தவிர பதிலுக்கு எதையும் தரமாட்டார்கள். அது மட்டுமல்ல, கொடுக்கிற ஆளையும் சுட்டுத்தள்ளுவார்கள்" என்று பிரிமிடிவோ கூறினான்.

"கண்களைக் குருடாக்கிவிட்டால் அவனை விற்று ஏதாவது பெறலாம் என்பதே என் நம்பிக்கை" ரஃபேல் தன் யோசனையை விடவில்லை.

"மூடடா வாயை! பொட்டையாக்குவது பற்றி இன்னொரு தடவை பேசினாயோ, உனக்கும் அவன் கதிதான்" என்று சீறினாள் பிலார்.

"ஆனால் காயமடைந்த சிவில் காவலனை அவன் குருடாக் கினானே! அதை நீ மறந்துவிட்டாயா?"

"போதும் போதும், வாயை மூடு!" குருடாக்குவது பற்றிய பேச்சு ஜார்டன் முன்னிலையில் நடந்ததால் அவள் சங்கடப்பட்டது நன்கு தெரிந்தது.

"என் கருத்தைக் கூறி முடிக்க விடமாட்டோம் என்கிறீர்களே!" என்று திரும்பவும் குறுக்கிட்டான் ஃபெர்னாண்டோ.

"சொல்லேன், சொல்லித்தான் தொலையேன்."

"பாப்லோவைக் கைதியாக வைத்திருப்பது காரிய சாத்திய மில்லையாகையாலும், எவ்விதப் பேச்சு வார்த்தையிலும் அவனைப் பரிவர்த்தனை செய்துகொள்வது பிடிக்காதபடியாலும்"

"சொல்லி முடி, சீக்கிரம் முடி, தயவு செய்து."

"உத்தேசிக்கப்படும் நடவடிக்கை வெற்றி பெறுவதற்கு அதிகபட்ச வாய்ப்பைத் தேடித் தருவதற்காக அவனைத் தீர்த்துக்கட்டுவதே தரமாயிருக்கலாம் என்பதை நானும் ஒப்புக்கொள்கிறேன்" என அமைதியாகக் கூறி முடித்தான் ஃபெர்னாண்டோ. அவனைப் பார்த்துத் தலையாட்டிய பிலார், உதட்டைக் கடித்தாளே தவிர ஏதும் கூறவில்லை, கூற இயலவில்லை. "இதுதான் என் கருத்து. குடியரசுக்கு அவனால் அபாயமென நாம் நினைப்பது சரியென்றே எனக்குத் தோன்றுகிறது" என்று அவன் நிதானமிழக்காமல் தொடரவும், "அட ஆண்டவனே, இங்கேகூட வெறும் வாயாலேயே அரசாங்கத் தாமத முறையை அமைத்துவிட முடிகிறதே இவனால்!" என வியந்தாள் பிலார். ஃபெர்னாண்டோ அதைக் காதில் போட்டுக் கொள்ளாமல் பேசிக்கொண்டே போனான். "அவனால் அபாயம் என்பது அவனுடைய பேச்சுகளிலிருந்தும் சமீபச் செயல்களிலிருந்தும் சந்தேகமில்லாமல் தெரிகிறது. இயக்கத்தின் ஆரம்ப நாட்கள் முதற்கொண்டு அதி சமீப காலம்வரையில் அவனது செயல்கள் நன்றிக்கு உரியவைதான் என்றாலும் அடுப்படிக்குச் சென்ற பிலார் அப்போது மேஜைக்குத் திரும்பிவந்து "ஃபெர்னாண்டோ" என்று பதட்டமின்றி அழைத்தபடி அவனிடம் ஒரு உண்கலத்தைக் கொடுத் தாள். 'உனக்குப் பிரியமான சம்பிரதாய முறையிலேயே இதைப் பெற்றுக்கொள், தயவு செய்து' இதிலுள்ள இறைச்சியை வாயில் அடைத்துக் கொண்டு பேச்சை நிறுத்து. உன் கருத்து எங்களுக்குத் தெரிந்து விட்டது" என்றாள்.

"அப்படியானால், எப்படி?" என்று ஏதோ கேட்கத் தொடங்கிய பிரிமிடிவோ அதை முடிக்காமல் பாதியிலேயே நிறுத்திக்கொண்டான்.

'அதைச் செய்ய நான் தயார்தான். அதைச் செய்தேயாக வேண்டுமென நீங்களெல்லாம் தீர்மானித்துவிட்டபடியால் அதைச் சேவையாகவே கருதுகிறேன்" என்றான் ஜார்டன். அதே நேரத்தில், 'இதென்ன கூத்து! ஃபெர்னாண்டோவின் பேச்சைக் கேட்டதன் விளைவாக அவனைப் போலவே நானும் பேசத் தொடங்கிவிட்டேன் போலிருக்கிறதே? அந்தப் பேச்சுப்பாணி ஒட்டுவாரொட்டி போலத் தான் இருக்கிறது. ராஜதந்திரத்துக்கு ஃபிரெஞ்சு மொழி. ராஜதாம

தத்துக்கோ, ஸ்பானிஷ் மொழிதான் ஏற்றது.' எனத் தனக்குத் தானே கூறிக்கொண்டான்.

"கூடாது, வேண்டாம்" என்று குறுக்கிட்டாள் மேரியா.

"உனக்குச் சம்பந்தமில்லாத விவகாரம் இது. வாயை மூடிக் கொண்டிரு" என அவளை நோக்கி பிலார் கூறினாள்.

"இன்றிரவே அதைச் செய்து முடித்துவிடுகிறேன்" என்றான் ஜார்டன். அப்போது, உதடுகளில் விரலைவைத்தபடி தன்னையே பிலார் பார்த்ததையும், பின்னர் வாசலை நோக்கியதையும் அவன் கவனித்தான். வாசலை மூடியிருந்த போர்வையை விலக்கித் தலையை நீட்டினான் பாப்லோ. உள்ளேயிருந்தவர்கள் அனைவரையும் பார்த்துப் பல்லையிளித்துவிட்டுப் போர்வையைத் தள்ளிக்கொண்டு புகுந்தான் அவன். பிறகு திரும்பித் திரையை மீண்டும் மூடினான். மறுபடித் திரும்பி நின்றவன், போர்வைக் கோட்டைத் தலை வழியாகக் கழற்றிப் பனியை உதறினான். 'என்னைப்பற்றியா பேசிக்கொண்டிருந்தீர்கள்? உங்கள் பேச்சில் குறுக்கிட்டுவிட்டேனா?" என்று எல்லோரையும் பார்த்துக் கேட்டான். யாரும் அவனுக்குப் பதில் சொல்லவில்லை. சுவரில் இருந்த முளையில் கோட்டை மாட்டிவிட்டு மேஜைக்கருகில் சென்றான். அதன்மீது காலியாகவிருந்த தன் கோப்பையை எடுத்து மதுப்பாண்டத்தினுள் அமிழ்த்தினான். "என்ன இது? ஒயினையே காணோமே. தோல் கூட்டிலிருந்து கொஞ்சம் மது எடுத்துவா" என்று மேரியாவைப் பணித்தான்.

அதன்படியே பாண்டத்தை எடுத்துக்கொண்டு, சுவரிலிருந்து தலைகீழாகத் தொங்கிய கூட்டினருகில் சென்றாள் மேரியா. நிறைந்து பெருத்து, தூசியேறிக் கறுத்துக்கிடந்த அந்தக் கூட்டின் கால்களி லொன்றில் இருந்த அடைப்பானைத் திருகினாள். ஓரத்திலிருந்து பாண்டத்தில் மது பாயுமளவுக்கு அடைப்பானை அவள் கழற்றி னாள். மண்டியிட்டு அமர்ந்தபடிப் பாண்டத்தை அவள் ஏந்தியிருந் ததையும், விர்ரென ஒலித்தபடியே செம்மது சீறிப் பாய்ந்ததையுமே பார்த்துக்கொண்டிருந்த பாப்லோ, "ஜாக்கிரதை! கூட்டின் மார்பள வுக்கும் கீழே வந்துவிட்டது ஒயின். போதும்" என எச்சரித்தான். வேறு யாரும் வாயைத் திறக்கவில்லை. "நெஞ்சுக்குழியிலிருந்து மார்பளவு வரையில் இன்று குடித்துத் தீர்த்தேன். ஒருநாள் வேலை இது... ஆமாம், உங்களுக்கெல்லாம் என்ன நேர்ந்துவிட்டது? நாக்கை இழந்துவிட்டீர்களா, எல்லாருமே?" என்று அவன் கேட்டபோதும் எவரும் ஏதும் பேசவில்லை. "போதும், மேரியா. மூடியைத் திருகிவிடு. கீழே கொட்டி வீணாக்கிவிடாதே" என்றான் பின்னர்.

"கவலைப்படாதே, வேண்டிய அளவு ஒயின் உண்டு குடித்து கிறங்கிக்கிடக்கலாம் நீ!" என்றான் அகஸ்டின்.

"ஆகா, ஒரு நாக்கு அசைய ஆரம்பித்துவிட்டதே!" என்று சொல்லி அகஸ்டினை நோக்கி பாப்லோ தலையாட்டினான்.

"உனக்கு என் பாராட்டுகள்! நீ ஊமையாகிவிட்டாய் என்றே எண்ணினேன்" என்று சீண்டினான்.

"எதனால் ஊமையானேனாம்?"

"என் பிரவேசத்தால்தான்."

"உன் பிரவேசம் அத்தனை முக்கியமானது என்றா நினைத்தாய்?"

"தன்னைத் தானே முடுக்கிவிட முற்பட்டிருக்கிறான் போலிருக்கிறது அகஸ்டின். ஒருவேளை அவனே அந்தக் காரியத்தைச் செய்து முடித்தாலும் முடிக்கலாம். பாப்லோவை அவன் வெறுக்கிறான் என்பதில் சந்தேகமில்லை. ஆனால் எனக்கு வெறுப்புக் கிடையாது. நிச்சயமாக நான் பாப்லோவை வெறுக்கவில்லை. அவன் அருவெறுப்பூட்டினாலும் நான் வெறுக்கவில்லை... குருடாக்கும் யோசனை அவனை அலாதி ரகமாகத்தான் ஆக்குகிறது. ஆனால் இது அவர்களுடைய போர் அல்லவா? என்ன வேண்டுமானாலும் செய்து கொள்ளலாமே... இருந்தாலும் அடுத்த இரண்டு நாட்களுக்கு அவனால் இடைஞ்சல் தான் எனபதில் ஐயமே கிடையாது... இந்த விவகாரத்திலிருந்து நான் விலகியிருக்கத்தான் போகிறேன்... இன்றிரவு அவனுடன் வாதம் செய்து ஒருமுறை முட்டாளாகி விட்டேன் நான். அவனை ஒழித்துக்கட்ட நான் முற்றிலும் தயார்தான் என்றாலும் முன்னதாக வம்புக்கிழுத்து முட்டாள் பட்டம் கட்டிக் கொள்ளப் போவதில்லை. அந்த வெடிமருந்து கிடக்குமிடத்தில் துப்பாக்கிப் பிரயோகமோ, வேறேதாவது விஷமமோ நடக்கும்படியும் நான் விடப்போவதில்லை. பாப்லோ இதைப்பற்றிச் சிந்தித்துத்தான் இருப்பான். ஆனால் நீ ஆலோசித்தாயோ? இல்லவேயில்லை, நீ மட்டுமல்ல, அகஸ்டினும்கூட இதைப்பற்றி யோசிக்கவேயில்லை. ஆகவே, உனக்கு என்ன கதி நேர்ந்தாலும் பொருத்தம்தான்," என எண்ணிய ஜார்டன், அகஸ்டின் என்று குரல் கொடுத்தான்.

"என்ன?" என்று கேட்டபடி பாப்லோவிடமிருந்து வேண்டா வெறுப்பாகப் பார்வையைத் திருப்பினான் அகஸ்டின்.

"உம்மோடு சற்றுப் பேச விரும்புகிறேன்!"

"அதை அப்புறம் வைத்துக்கொள்வோம்."

"இல்லை, இப்போதே பேசுவோம். தயவு செய்து வாருங்கள்" என்று கூறிக் குகை வாசலை நோக்கி ஜார்டன் நடந்தான். பாப்லோவின் கண்கள் அவனைத் தொடர்ந்தன. குழிவிழுந்த கன்னங்களுடன் நெடிதுயர்ந்து நின்ற அகஸ்டின் மனமில்லாமலும், மிக்க வெறுப்புடனுமே ஜார்டனைப் பின்தொடர்ந்தான்.

"மூட்டைகளில் இருக்கும் வெடிமருந்தை மறந்து விட்டீரோ?" என்று அவனை மெல்லக் கேட்டான் ஜார்டன், வேறெவர் காதிலும் விழாதபடி.

"நாசமாய்ப் போனேன் போம்! பழக்கதோஷத்தில் மறந்து விட்டேனே!"

"நாசமாய்ப் போனோம்! எவ்வளவு முட்டாள்கள் நாம்!" என்று கூறித் திரும்பிய அவன் விறைப்பு விலகியவனாய் மேஜைமுன் வந்தமர்ந்தான். "ஒரு கோப்பை குடியேன் பாப்லோ! குதிரைகள் எப்படி இருக்கின்றன, தோழா?" என்று சகஜபாவத்தை வலுவில் வரவழைக்கப் பார்த்தான்.

"மிக நன்றாகத்தான் இருக்கின்றன. இப்போது பனியும் குறைந் திருக்கிறது."

"மழை நின்றுவிடுமென நினைக்கிறாயா?"

"ஆமாம். வரவர லேசாகி வருகிறது. இப்போது சிறுசிறு கட்டி களாகத்தான் பனி பெய்கிறது. காற்று அடிக்குமானால் பனி ஓய்ந்து விடும். காற்றும் கூடத் திசைமாறிவிட்டது."

"நாளை வானம் தெளிவாகிவிடுமென எண்ணுகிறீரா?" என்று ஜார்டனும் அவனுடன் சேர்ந்து கொண்டு கேட்டான்.

"ஆமாம். குளிராக இருந்தாலும் தெளிவாகவே இருக்குமென நம்புகிறேன். காற்று வீசும் திசையும் மாறுகிறது." இவனைத்தான் பாரேன். சிநேகமல்லவா சொட்டுகிறது இப்போது! காற்றின் திசையைப் போலத்தான் இவனும் மாறியிருக்கிறான். பன்றியின் முகமும் உடலும்தான் இவனுக்கு. வடிக்கட்டின கொலைகாரப் பயலும்கூட. இருப்பினும் நல்ல காற்றழுத்தமானியின் அளவுக்கு நுண்ணிய உணர்வும் படைத்திருக்கிறான்... ஆமாம், பன்றிதான் இவன்... ஆனால், பன்றி மிகப் புத்திசாலியான மிருகமாயிற்றே! அதைப் போலத்தான் இவனும்... இவன் நம்மை வெறுக்கிறானா அன்றி நமது திட்டங்களைத்தான் ஒருவேளை வெறுக்கிறானோ என்னவோ? இவனைக் கொல்ல நாம் துடிக்குமளவுக்குத் தூஷித்து அந்த வெறுப்பைக் கக்குகிறான். ஆனால், அந்த நிலையை நாம் அடைந்ததுமோ அந்தப் போக்கை நிறுத்திக்கொண்டு மறுபடி மாசற்ற புத்தேடு புரட்டத் தொடங்குகிறான்" என்றெல்லாம் எண்ணிய ஜார்டனை பாப்லோ விளித்து, "வேலைக்கு வாட்டமான நல்ல காலநிலை நமக்கு இருக்கும், இங்கிலீஷ்காரரே" என்றான்.

"நமக்கா! நமக்கு என்றா சொன்னாய்?" என்று பிலார் வினவினாள்.

"ஆமாம், நமக்குத்தான்" – அவளை நோக்கிப் பல்லிளித்துவிட்டு மீண்டும் சிறிது மதுவைப் பாப்லோ பருகினான். "ஏன் நானும்

சேரக் கூடாது? வெளியே போயிருந்தபோது அதைப் பற்றிச் சிந்தித் தேன். ஏன் அது விஷயத்தில் நாம் இசையக் கூடாது?"

"எதில்? இப்போது எந்த விஷயத்தில் ஒன்று படலாம் என்கிறாய்?"

"எல்லா விஷயங்களிலும்தான். பாலவேலை உள்படத்தான் சொல்கிறேன். அதில் உங்களுடன் ஒத்துழைக்க முடிவு செய்து விட்டேன்."

"எங்களுடன் ஒத்துழைப்பதாகவா சொல்கிறாய்? அவ்வளவு பேச்சுப் பேசிய பிறகா?" என அகஸ்டின் கேட்டான்.

"ஆமாம். காலநிலை மாறிவிட்டதால் நானும் உங்களுடன் சேர்ந்து கொள்கிறேன்."

நம்ப முடியாமல் தலையை ஆட்டினான் அகஸ்டின். "காலநிலையா?" என்று கேட்டுத் திரும்பவும் தலையசைத்தான்.

"நான் உன் முகத்தில் அடித்த பிறகுமா எங்களுடன் சேர்ந் துழைக்கச் சித்தமாயிருக்கிறாய்!" என்று வினவினான்.

"ஆமாம்" என்று அவனைப் பார்த்து இளித்த பாப்லோ, தன் உதடுகளை விரல்களால் தடவினான். "என் முகத்தில் நீ குத்திய பிறகும்கூடத்தான்!" என்றான்.

பிலாரைப் பார்த்தான் ஜார்டன். ஏதோ விசித்திர மிருகம்போல பாப்லோவையே அவள் நோக்கிக் கொண்டிருந்தாள். பொட்டை யாக்குவது பற்றிய பிரஸ்தாபம் அவள் முகத்தில் பரப்பிய கருமையின் சாயல் இன்னமும் காணப்பட்டது. அதை அகற்றுவதற்கே போலத் தலையை ஆட்டியபின் திரும்ப நிமிர்ந்து, "இதைக் கேள்" என்றாள், பாப்லோவிடம்.

"என்ன சொல்கிறாய், பெண்பிள்ளையே?" "உனக்கு என்ன நேர்ந்து விட்டது?"

"ஒன்றுமில்லையே. என் கருத்தை மாற்றிக்கொண்டு விட்டேன். அவ்வளவுதான்."

"வாசலருகில் நின்று ஒட்டுக்கேட்டாய், இல்லையா?"

"ஆமாம். ஆனால், பேசியது ஒன்றும் என் காதில் விழவில்லை."

"உன்னை நாங்கள் கொன்றுவிடுவோம் என்றுதானே பயப்படு கிறாய்?"

"இல்லை. அதைப்பற்றி எனக்குப் பயமில்லை. அது உனக்கே தெரியும்" என்று கோப்பைக்கு மேலாகப் பார்த்தபடி பாப்லோ சொன்னான்.

"அப்படியானால் என்னதான் வந்துவிட்டது உனக்கு. ஒரு நிமிஷம் குடிவெறியில் எங்களையெல்லாம் கண்டபடித் திட்டுகிறாய்;

எடுத்த காரியத்திலிருந்து கத்திரித்துக்கொள்வதோடு எங்கள் சாவைப் பற்றியும் சாக்கடைத்தனமாகப் பேசுகிறாய்; பெண்டுகளைத் தூஷிப் பதுடன் செய்யவேண்டிய வேலையையும் எதிர்க்கிறாய்" என்று அகஸ்டின் அடுக்கலானான்.

"நான் குடித்து மயங்கியிருந்தேன். அதனால்தான் அப்படி."

"இப்போதோ?"

"மயக்கம் நீங்கிவிட்டது. என் மனமும் மாறி விட்டது."

"மற்றவர்கள் வேண்டுமானால் உன்னை நம்பட்டும். நான் நம்பவில்லை."

"நம்பினால் நம்பு, நம்பாவிட்டால் போ. ஆனால், என்னைப் போல உங்களை கிரிடாஸுக்கு அழைத்துச் செல்லக் கூடியவர் யாருமில்லை என்பதை மறக்காதே."

"கிரிடாஸுக்கா?"

"ஆமாம். இந்தப் பாலத்தைப் பிளந்து முடித்ததும் போகக் கூடிய ஒரே இடம் அது தான்."

பிலாரை ஜார்டன் நோக்கினான். பாப்லோவுக்கு எதிர்புறமாக இருந்த கையைத் தூக்கித் தன் வலது காதைத் தட்டினான், கேள்விக் குறியாக. அவள் தலையை அசைத்தாள். 'ஆம்' என்பதைக் குறிக்கும் முகமாக மீண்டும் ஆட்டினாள். அடுத்து மேரியாவிடம் ஏதோ சொன்னாள். உடனே அந்தப் பெண் ஜார்டனுக்கு அருகில் வந்து நின்று, "இங்கே நடந்த பேச்சை இவன் கேட்டுத்தான் இருக்கிறான் என்கிறாள் பிலார்" என்று அவன் காதோடு கூறினாள்.

"அப்படியானால், நீ எங்களுடன் சேர்ந்துகொண்டு விட்டாய், பாலத்தைப் பிளப்பதை ஆதரிக்கிறாய் இல்லையா, பாப்லோ?" ஃபெர்னாண்டோ வினவினான்.

"ஆமாம், அப்பா" என்று கூச்சமோ தயக்கமோ இல்லாமல் அவனைப் பார்த்துப் பதில் சொன்னான் பாப்லோ.

"நிஜமாகத்தான் சொல்கிறாயா?" என்று பிரிமிடிவோ கேட்டான்.

"நிஜமாகவேதான்."

"அந்த வேலை வெற்றி பெறுமென நினைக்கிறாயா? அதில் உனக்கு இப்போது நம்பிக்கை இருக்கிறதா?' என ஃபெர்னாண்டோ திரும்பவும் வினவினான். "இல்லாமலென்ன? ஏன், உங்களுக்கு இல்லையா அது?"

"இருக்கத்தான் இருக்கிறது. ஆனால், நான் எப்போதுமே நம்பிக்கையுள்ளவன்."

"சரி சரி, நான் இங்கிருந்து போய்விடப் போகிறேன்" என்றான் அகஸ்டின்.

"வெளியே குளிரும்" என்று நேசப்பான்மையுடன் பாப்லோ கூறினான்.

"குளிரலாம்தான். ஆனால், இந்தப் பைத்தியக்கார விடுதியில் இனியும் என்னால் தங்கியிருக்க முடியாது."

"இந்தக் குகையை அப்படியெல்லாம் சொல்லாதே" என்றான் ஃபெர்னாண்டோ.

"சாதாரண விடுதியில்லை, கொலைகாரப் பைத்தியங்களின் விடுதியே இது. எனக்கும் பைத்தியம் பிடிப்பதற்குமுன் நான் இங்கிருந்து போய்விடப் போகிறேன்" என்றான் அகஸ்டின்.

18

"ரங்கராட்டினம் மாதிரித்தான் இருக்கிறது இது. வாத்தியம் இசைக்க, வேகமாகச் சுற்றுகிறதே, அந்த ராட்டினமல்ல. பிடித்துக் கொள்ளக் குச்சி மாட்டிய வளையங்களும், குழந்தைகள் உட்கார்ந்து சுழல்வதற்காகத் தங்கமுலாம் பூசிய கொம்புகள் படைத்த பசுக்களும் கொண்ட ராட்டினமல்ல. முக்கிய வீதியில் முன்னந்தி நேரத்தில் வாயு விளக்குகள் நீலவொளி வீச, அடுத்த கடையில் வறுத்த மீன் விற்கப்படுகையில் வளையவரும் ராட்டினமல்ல. எண்களிட்ட சிற்றறைகளுக்கு எதிரேயுள்ள சிறு கம்பங்களைத் தோல் பட்டைகள் மோதும் வகையில் சுற்றிவரும் அதிருஷ்டச் சக்கரமும், அதில் வெற்றி பெறுவோருக்குப் பரிசளிப்பதற்காகச் சர்க்கரைப் பொட்டலக் குவியலும் அடுத்திருக்கச் சுற்றிச் சுழலும் ராட்டினமல்ல – இல்லை, அப்படிப்பட்ட ஆனந்த ராட்டினமேயல்ல இது. சுற்றும் அதிருஷ்டச் சக்கரத்திற்கு முன் தொப்பி தரித்த ஆடவரும், வாயு விளக்கொளியில் கூந்தல் பளபளக்கும் பெண்டிரும் குவிந்து கிடப்பதுபோல இங்கும் பலர் காத்து நின்றாலும் இது அத்தகைய ராட்டினமல்ல. இங்கிருப்பவர்கள் என்னவோ அதேமாதிரியானவர்கள்தான். ஆனால், ராட்டினம்தான் வேறு. மேலே எழும்பிச் சுழலும் வளையம் போன்றதே இது. இதற்குள் இரண்டு முறை இது சுற்றியாகிவிட்டது. ஒரு குறிப்பிட்ட கோணத்தில் பொருத்திவைக்கப்பட்டுள்ள பிரம் மாண்ட ராட்டினம் இது. ஒருமுறை சுற்றியதும் பழைய இடத்துக்கே இது திரும்பிவந்து விடுகிறது. ஒருபுறத்தைவிட மறுபுறம் உயரமானது; எனவே, சுற்றும்போது மேலேறிப் பின் பழையபடிக் கீழிறங்கி விடுகிறது. வெற்றிபெறுவர்களுக்கு இங்கு பரிசுகளும் கிடையாது. ஏறுவதற்குத் தாமாக முன்வருபவர்களும் இங்கில்லை. ஏறும்

உத்தேசமின்றியேதான் ஒவ்வொரு முறையும் சுற்றி வரும்படியாகிறது. இதில் ஒரேயொரு திருப்பம்தான் உண்டு. நீள்வட்ட வடிவிலான பெரிய சுற்று அது. ஏற்றியபின் இறக்கிவிடும் சுற்று. இறங்கியதும் துவங்கிய இடத்துக்கே திரும்பி வந்துவிடுகிறோம். அப்படித் தான் இப்போது திரும்பியிருக்கிறோம், இன்னும் ராட்டினம் முடிவாக நின்றுவிடவில்லை" – இந்த வகையில் ஓடின, ஜார்டனின் சிந்தனைகள்.

வெளியே காற்று தணிந்துவிட்டது. குகையினுள்ளும் கதகதப் பாக இருந்தது. பாலத்தைப் பிளப்பதையொட்டிய நுட்பங்களை ஆராய்வதில் ஆழ்ந்தவனாய் மேஜைமீது தன் குறிப்புப் புத்தகத்தைப் பிரித்து வைத்துக் கொண்டு அமர்ந்திருந்தான் அவன். மூன்று வரிப் படங்களை வரைந்தான், கணக்குகளைக் குறித்தான். வெடி வைக்கும்போது விபத்து எதற்கும்தான் இலக்காக நேர்ந்துவிட்டால் அதை ஆன்ஸெல்மோ ஏற்று முடிக்கும் பொருட்டு பாலர் பாடமே போலத் தெளிவான முறையில் இரு படங்களைப் போட்டு, வெடிக்கும் முறையை விளக்கினான். இந்தப் படங்களை அவன் வரைகையிலும், போட்டு முடித்தபின் பரிசீலிக்கையிலும் பக்கத் திலேயே உட்கார்ந்தபடி அவன் தோளுக்கு மேலாக மேரியா பார்த்துக் கொண்டிருந்தாள். எதிர்ப்புறத்தில் பாப்லோ அமர்ந்திருந்ததையும் மற்றவர் பேசிக்கொண்டிருந்ததையும் அந்நேரம் முழுவதும் அவன் நன்கு உணர்ந்தேயிருந்தான். குகையினுள் மண்டியிருந்த மணங்கள் மாறிவிட்டதையும் கண்டான். சாப்பாடு, சமையல் வாசனைகளின் இடத்தைக் கணப்புப் புகையின் நாற்றமும் மனித வாடையும் பீடித் திருந்தன. கூடவே புகையிலை, மது நெடிகள் வேறு. சிக்குப் பிடித்த வியர்வை நாற்றமும் சேர்ந்து வீசியது. படமொன்றை அவன் போட்டு முடிக்கையில் மேஜைமீது மேரியா வைத்த கரத்தைத் தன் இடது கையால் அவன் தூக்கிப்பிடித்துத் தன் முகத்தளவுக்கு உயர்த்தினான்; அத்தனை வாசனைகளோடு, பாத்திரங்களைக் கழுவியபோது அவளது அக்கரத்தில் படிந்த சோப்பின் மணத்தையும், தண்ணீரால் தோய்ந்த தூய்மையையும் முகர்ந்தான். அவளைப் பாராமலேயே அவள் கரத்தைக் கீழேவைத்து விட்டுத் திரும்பவும் வரையலானான். எனவே, அவனது அச்செய்கையால், அவள் நாணி முகம் சிவந்ததை அவனால் கவனிக்க முடியவில்லை. ஆயினும் அவனுடைய கைக்கு அருகிலேயே தன் கரம் கிடக்கும்படி விட்டு வைத்தாள் அவள்; ஆனால் அவனோ அதைத் திரும்பத் தூக்க முற்படாமலேயே பிற படங்களைப் போட்டு முடித்தான். பின்னர், குறிப்புப் புத்தகத்தில் இன்னொரு ஏடு எடுத்து, நடவடிக்கைக் கட்டளைகளை எழுதலா னான். அவை விஷயத்தில் அவனுடைய மூளை தெளிவாகவும் சுறுசுறுப்பாகவும் செயற்பட்டது; எனவே, எழுதிய விவரங்கள்

அவனுக்கு மெத்தத் திருப்திதந்தன. இரண்டு பக்கங்கள் எழுதி முடித்தபின் கவனமாகப் படித்துப் பார்த்தான்.

"இவ்வளவுதான் எழுதி வைக்கவேண்டியவை என்று எண்ணு கிறேன். எல்லாமே தெளிவாகப் புரிகின்றன; ஏதும் ஓட்டை இருப்பதாகத் தோன்றவில்லை. கோல்ஸின் திட்டப்படியே இரு நிலையங்களும் பாலமும் தகர்க்கப்பட்டுவிடும்; அவ்வளவுதான் என் பொறுப்பு. இந்த பாப்லோ விவகாரம் என்மீது சுமத்தப்பட் டிருக்கவே கூடாது. எப்படியோ, ஏதாவது ஒரு வழியில் இது தீர்க்கப்பட்டுவிடுவது திண்ணம். பாப்லோ இருக்கலாம், அல்லது இல்லாமல் போனாலும் போகலாம். இரண்டில் எது நடந்தாலும் எனக்கு இம்மியும் அக்கறை கிடையாது. நானென்னவோ அந்த ராட்டினத்தில் மறுபடி ஏறப்போவதில்லை. இரண்டு முறைதான் ஏறியாகிவிட்டதே? இரண்டு முறையும் அது சுற்றி, துவங்கிய இடத்துக்கே திரும்பி வந்து நின்றிருக்கிறது. ஆகவே, இனி ஏறவே மாட்டேன்" என எண்ணியபடிக் குறிப்புப் புத்தகத்தை மூடிவிட்டு மேரியாவை நிமிர்ந்து நோக்கிய ஜார்டன். "என்ன, பெண்ணே, நான் வரைந்ததில் ஏதாவது உனக்குப் புரிந்ததா?" என்று வினவி னான். "இல்லை, ராபர்ட்டோ. எழுத வேண்டியதையெல்லாம் முடித்து விட்டீர்களா?" என்றுகேட்டவாறு, பென்ஸிலைப் பிடித்திருந்த அவனது கரத்தின் மீது தன் கையை வைத்தாள் அவள்.

"முடித்துவிட்டேன். எல்லாமே எழுதப்பட்டு ஒழுங்கு படுத்தப் பட்டுவிட்டது."

"என்ன செய்து கொண்டிருந்தீர், இங்கிலீஷ்காரரே?" என்று மறுபுறத்திலிருந்து பாப்லோ விசாரித்தான். அவன் கண்கள் மீண்டும் கலங்கிக் காணப்பட்டன. அவனை உற்றுப் பார்த்தான் ஜார்டன். 'அந்தச் சக்கரத்தில் மறுபடி ஏறாதே. கிட்டக்கூடப் போகாதே. அது மீண்டும் சுற்றத் துவங்கப்போகிறது என்றே எண்ணுகிறேன்' என்று தன்னைத் தானே எச்சரித்துக் கொண்டவனாய், "பாலப் பிரச்சனையைத்தான் பரிசீலித்துக் கொண்டிருந்தேன்" என்றான், அமரிக்கையாக.

"எப்படி இருக்கிறது அது?"

"மிக நேர்த்திதான்; எல்லாமே மிக மிக நேர்த்திதான்."

"வாபஸாகும் பிரச்சனையைப் பற்றிச் சிந்தித்தேன் நானும்" என்று கூறிய பாப்லோவின் கண்களைக் கூர்ந்து பார்த்தான் ஜார்டன். அந்தப் பன்றிக் கண்களில் குடி மயக்கம் தெரிந்தது. பக்கத்தில் இருந்த மதுப்பாண்டம் கிட்டத்தட்டக் காலியாகக் கிடந்தது, 'ராட்டினத்தில் மறுபடி ஏறிவிடாதே. இவன் மீண்டும் குடிக்கிறான். சந்தேகமேயில்லை. எப்படியும் திரும்பச் சக்கரத்தில்

ஏறாதே' என்று தன்னைத் தானே உஷார்ப்படுத்திக்கொண்டான் ஜார்டன். 'உள்நாட்டுப் போர்க் காலத்தில் பெரும்போது கிராண்ட் குடித்துக்கிடந்தார் என்றுதானே சொல்வார்கள். ஆம், அவர் குடித்தது நிச்சயம். அவர் மட்டும் பாப்லோவைப் பார்ப்பாரானால் தம்முடன் அவனை ஒப்பிட்டுப் பேசுவது கேட்டுக் கொதிப்பது உறுதி. அவர் சுருட்டும் பிடித்ததுண்டு. பாப்லோவுக்கும் ஒரு சுருட்டுத் தேடித்தர முயல வேண்டும்தான். பாதியளவுக்குப் பிடித்துக் கடிக்கப் பட்டுவிட்ட சுருட்டுதான் இந்த முகத்துக்குச் சரியான முத்தாய்ப்பாக இருக்கும். எங்கே கிடைக்கும் சுருட்டு?' என்று மேலும் எண்ணிய அவன், "அது எப்படி இருக்கிறது?" என மரியாதை யுடனேயே வினவினான்.

"அதி நேர்த்திதான்" என்று சொல்லித் தலையைப் பலமாக ஆட்டினான் பாப்லோ.

"ஏதாவது திட்டம் தீட்டிவிட்டாயா என்ன?" சீட்டு விளை யாடிக் கொண்டிருந்த அகஸ்டின் கேட்டான்.

"ஆமாம். பல யோசனைகளைத் துருவி ஆராய்ந்தேன்."

"அதையெல்லாம் எங்கே கண்டாய்? அந்தப் பாண்டத்திலா?"

"இருக்கலாம், யார் கண்டது? இந்தப் பாண்டத்தை மறுபடி நிரப்பு, மேரியா, தயவு செய்து நிரப்பு!"

"ஏன், அந்தத் தோல் கூட்டுக்கே போனால் இன்னும் பல அரிய யோசனைகள் கிடைக்குமே! அதற்குள் புகுந்து பார்ப்பது தானே?" என்று கூறிவிட்டுத் திரும்பவும் சீட்டு விளையாட்டில் சிந்தையைச் செலுத்தலானான் அகஸ்டின்.

"வேண்டாம், இந்தப் பாண்டத்திலேயே தேடுகிறேன்" என்று பதில் சொன்னான் பாப்லோ, நிதானம் குலையாமலேயே.

"சரிதான், இவனும் சக்கரத்தில் ஏற விரும்பவில்லை போலிருக் கிறது. அப்படியானால் அது தானாகவேதான் சுழன்று கொண்டிருக்க வேண்டும். யாரும் அதிக நேரம் சவாரி செய்யமுடியாத ராட்டின மாகத்தான் அது இருக்க வேண்டும் என்று எண்ணுகிறேன். ஒருவேளை விஷச் சக்கரமாக இருக்குமோ என்னவோ. எப்படியோ அதிலிருந்து இறங்கிவிட்டதில் எனக்கு மெத்தச் சந்தோஷமே. இரண்டு முறை சுற்றுவதற்குள்ளேயே தலை கிறுகிறுக்கத் தொடங்கி விட்டதே. ஆனால் குடிகாரர்களும், மெய்யாக அல்ப புத்தியோ கொடூர சித்தமோ படைத்தவர்களும் சாகும்வரையில் அதில் சுற்றத்தான் செய்கின்றனர். சுற்றியபடி மேலே போகிறது அது. எப்போதும் ஒரேமாதிரி போவதுமில்லை. எனினும் திரும்பவும் சுற்றியவாறு கீழே வந்து விடுகிறது. அது பாட்டுக்குச் சுற்றிக்கொண்டே இருக்கட்டும். நானென்னவோ அதில் மறுபடி ஏறப்போவதேயில்லை.

முடியாது, ஜெனரல் கிராண்ட் அவர்களே, அதில் நான் இனி ஏறவே மாட்டேன்' இந்த ரீதியில் மீண்டும் சிந்தனைச் சுழலில் சிக்கிய ஜார்டன் பிலாரைப் பார்த்தான். அவளோ கணப்பருகில் நாற்காலியைத் திருப்பிப் போட்டுக் கொண்டு உட்கார்ந்திருந்தாள். தனக்கு முதுகைக் காட்டிக் கொண்டு சீட்டாடிய இருவரின் தோளுக்கு மேலாக பார்த்தபடி ஆட்டத்தைக் கவனித்துக் கொண்டிருந்தாள் அவள். 'சாவு முனையிலிருந்து சாதாரணக்குடும்ப வாழ்வுக்கு ஏற்படும் மாற்றம் இருக்கிறதே, அதுதான் இங்கு விசித்திரத்திலும் பெரிய விசித்திரம். அந்தப் பாழாய்ப்போன ராட்டினம் இறங்கும் போதுதான் சிக்கிக் கொண்டுவிடுகிறோம். நல்லவேளை, அதிலிருந்து இறங்கி விட்டேன். இனி எவரும் அதில் என்னை மறுபடி மாட்டிவிட முடியாது.'

ஜார்டனின் சிந்தனைச் சக்கரம் மேலும் சுழலலாயிற்று: 'இந்தப் பிலாரோ, பாப்லோவோ, அல்லது மற்றவர்களோ இருப்பது இரண்டு நாட்களுக்குமுன் எனக்குத் தெரியவே தெரியாது. மேரியா என்று ஒருத்தி இவ்வுலகில் இருப்பதாகவும் அறியேன். அப்போது என்னைப் பொறுத்த அளவில் இவ்வுலகம் அதிகத் தொல்லையற்றுத்தான் இருந்தது. கோல்ஸ் எனக்கிட்ட கட்டளைகள் மிகத் தெளிவாக இருந்தன. சில சிரமங்கள் இருந்தாலும், சில விளைவுகள் ஏற்படக் கூடுமெனத் தோன்றியபோதிலும் நிறைவேற்றுவது சாத்தியமாகவே பட்டது. பாலத்தைப் பிளந்ததும் படையணிக்குத் திரும்புவேன் அல்லது திரும்பாமல் போவேன் என்பதுதான் நான் எதிர்பார்த்த தெல்லாம். திரும்ப இயன்றால் சிறிது காலம் மாட்ரிட்டில் போயிருந்துவர அனுமதி கேட்பதாயிருந்தேன். இந்தப் போரில் யாருக்கும் ரஜாவே கிடையாது. இருப்பினும் மாட்ரிட்டில் இரண்டு மூன்று தினங்கள் தங்க எனக்கு அனுமதி கிடைத்து விடுவது நிச்சயம். அங்கே சில புத்தகங்கள் வாங்கவும், ஃப்ளாரிடா ஓட்டலுக்குச் சென்று ஓர் அறையை எடுத்துக்கொண்டு வெந்நீர் ஸ்நானம் செய்யவும் எனக்கு விருப்பம். மான்டிக் வேரியாஸ் லியோனிஸாஸ் வட்டாரத்திலோ, கிரான்வியா பகுதியிலோ எங்காவது கிடைக்குமானால் ஓர் ஆப்ஸிந்தே மதுப்புட்டியை வாங்கி வருவதற்குப் பணியாள் லூயியை அனுப்பவும் உத்தேசம். குளித்து முடித்ததும் படுக்கையில் படுத்தபடிப் படிப்பதோடு இரண்டொரு கோப்பைவரை ஆப்ஸிந்தேயை அருந்துவது, அதன் பிறகு கேலார்ட் ஓட்டலுக்கு டெலிபோன் செய்து அங்கு நான் சாப்பிட வரலாமாவெனக் கேட்பது என்று திட்டமிட்டிருந்தேன். ஏனெனில், கிரான்வியா வட்டாரத்தில் எனக்குச் சாப்பிடப் பிடிக்காது. அங்கு சாப்பாடு நன்றாக இருக்காது என்பது மட்டுமில்லை, உரிய நேரத்தில் போய்ச் சேராவிட்டால் உள்ளதும் தீர்ந்துவிடும். தவிர எனக்குத் தெரிந்த

பத்திரிகையாளர்களும் அங்கே அளவுக்கதிகமாக இருக்கிறார்கள்; அவர்களிடையே வாயை மூடிக்கொண்டிருக்க எனக்கு மனமில்லை. ஆப்ஸிந்தேயைப் பருகிவிட்டுப் பேசவே பிரியம். பிறகு கேலார்டுக்குச் சென்று, கார்க்கோவுடன் சாப்பிட்டபடி சண்டை நிலவரத்தை அறியவேண்டும் என்பதே என் திட்டம், அங்கே சாப்பாடு நேர்த்தி யாக இருப்பதுடன் நல்ல கள்ளும் கிடைக்கிறது. ஆயினும் மாட்ரிட்டில் ரஷ்யர்கள் மேற்கொண்டுள்ள அந்த கேலார்ட் ஓட்டலுக்கு முதல் முறையாகச் சென்ற போது எனக்குப் பிடிக்க வில்லைதான். ஏனெனில், அது அளவு கடந்த ஆடம்பரத்துடன் கூடிக் காணப்பட்டது. முற்றுகைக்கு இலக்கான நகரத்துக்கு ஏற்றபடி இல்லாமல் உணவும் மிக நேர்த்தி. அங்கு நடந்த சம்பாஷணைகளிலோ, போருக்குப் பொருந்தாத சாகுருவித்தனம் மிகுதி. எனினும் அங்கு நான் எளிதாகவே கரைந்து விட்டேன் என்றுதான் கூறவேண்டும். ஆனால், இப்போதுபோல உயிரைப் பணயம் வைத்து உழைத்து விட்டுத் திரும்பும்போது முடிந்த அளவு முதல்தரமான உணவை நான் ஏன் பெறக் கூடாது? முதலில் கேட்ட போது சாகுருவித்தனம் என்று எனக்குத் தோன்றிய பேச்சுகள்கூட மெத்தச் சரியானவை யாகவே இப்போது படுகின்றன. இந்த வேலை முடிந்ததும் கேலார்டில் போய்ச் சொல்லவேண்டிய உண்மைதான் இது. ஆமாம், இது முடிந்ததும் போய்ச் சொல்லவேண்டும்.'

அந்நிலையில் ஜார்டனின் சிந்தனை மேரியாவின் பக்கம் திரும்பியது. 'கேலார்டுக்கு மேரியாவையும் நீ அழைத்துச் செல்ல முடியுமா?... ஊஹூம், முடியாது. ஆனால், அவளை ஓட்டலிலேயே விட்டுச் செல்லலாம். அவளும் வெந்நீர் ஸ்நானம் செய்துவிட்டு, கேலார்டிலிருந்து நான் திரும்பி வருவதை எதிர் பார்த்துக் காத்திருக்கலாம். ஆம், என்னால் அப்படிச் செய்ய முடியும். அவளைப் பற்றிக் கார்க்கோவிடம் கூறிய பிறகு அவளை அழைத்துப் போகலாம். அப்போது அவளைப்பற்றி அவர்களுக்கு ஆவல் ஏற்பட்டிருக்கும்; அவளைப் பார்க்க அவர்கள் துடிப்பர்... ஒருவேளை கேலார்டுக்கு நீ போகாமலே இருந்தாலும் இருக்கலாம். அப்போது கிரான்வி யாவிலேயே முன்னேரத்தில் சாப்பிட்டுவிட்டு ஃப்ளாரிடாவுக்கு விரையலாம். ஆயினும் கேலார்டுக்கு நீ போகத்தான் போவாய் என்பது உனக்கே தெரியும். ஏனென்றால், அவ்விடத்துக் காட்சிகளை யெல்லாம் இந்த வேலைக்குப் பிறகு பார்க்கவே உனக்கு விருப்பம். அந்தச் சாப்பாட்டை மறுபடிச் சாப்பிடவும் ஆசை. அங்குள்ள சுக சௌகரியங்களை மீண்டும் அனுபவிக்கவும் துடிக்கிறாய். அதன் பிறகு ஃப்ளாரிடா ஓட்டலுக்குத் திரும்பி வருவாய். அங்கே மேரியா இருப்பாள்... இந்த வேலை முடிந்தபின் அவள் இருப்பாள் என்பதில் ஐயமில்லை... ஆம், இதெல்லாம் முடிந்த பிறகும்தான். இந்தக்

காரியத்தைச் செம்மையாக மட்டும் செய்து முடித்தாயானால் கேலார்டில் சாப்பிட நிச்சயமாக உனக்குத் தகுதியுண்டுதான். அங்கே தானே பிரசித்திபெற்ற ஸ்பானிஷ் தளபதிகளை நீ பார்த்தாய்? விவசாயிகளாகவும் தொழிலாளர்களாகவும் இருந்தவர்களே அவர்கள். முன்னதாக ராணுவப் பயிற்சி ஏதுமின்றியே ஆயுதமேந்தி யவர்கள். போரின் ஆரம்ப நாட்களிலேயே மக்களிடையே தோன்றித் தலைமையேற்ற அவர்களில் பலருக்கு ரஷ்ய மொழி தெரியும். சில மாதங்களுக்குமுன் அவர்களைப் பார்த்தபோது எனக்கு ஏமாற்றம் ஏற்பட்டது மெய்தான். அப்போது நானும்கூட சாகுருவி மனப் பான்மை கொள்ளத்தான் தொடங்கினேன். ஆனால், அந்நிலை எப்படி எழுந்தது என்பதை உணர்ந்ததும் எல்லாம் சரியாகப் போய் விட்டது. அவர்கள் விவசாயிகளாகவும் தொழிலாளர்களாகவும் இருந்ததால் என்ன மோசம்? 1934 –ஆம் ஆண்டில் நடந்த புரட்சியில் தீவிரப் பங்கெடுத்தவர்கள் அவர்கள். அந்தப் புரட்சி தோற்றபோது நாட்டை விட்டு ஓடும்படியாயிற்று. ரஷ்யாவில் ராணுவப் பயிற்சிக் கழகத்துக்கும் காமின்டெர்ன் (சர்வதேசக் கம்யூனிஸ்ட் ஸ்தாபனம்) நடத்திவந்த லெனின் கழகத்துக்கும் அவர்களை அனுப்பினார்கள். அடுத்த போராட்டத்துக்கு அவர்களை ஆயத்தமாக்கவும், அதில் தலைமைப் பதவிகளைத் தாங்குவதற்குத் தேவையான ராணுவக் கல்வியை அளிக்கவுமே அந்த ஏற்பாடு. காகுன்டெர்னே அங்கு அவர்களைப் பயிற்றுவித்தது என்பது வெளியாருக்குத் தெரியாது தான். ஆனால், புரட்சி விஷயத்தில் யார் நமக்கு உதவி செய்தனர் என்பதைப் பிறருக்குத் தெரிவிக்க முடியுமா? அல்லது, நாம் அறியலா மென எதிர்பார்க்கப்படுவதற்குமேல் தெரிந்து கொள்ளத்தான் கூடுமா? ஆயினும் அதை நான் அறிந்தேன். ஒரு விஷயம் அடிப் படையில் சரியானதேயென்றால் அதைப் பற்றிப் புளுகுவது பிசகல்ல என்றே கருதப்படுகிறது. எனினும் அது விஷயத்தில் பொய்கள் ஏராளமே. ஆரம்பத்தில் அதை நான் சட்டை செய்யவேயில்லை. அப்புறம் வெறுத்தேன். பின்னரோ அது எனக்குப் பிடித்தமானதாகவே ஆகிவிட்டது. அந்தரங்க வட்டத்தில் இருப்போர் இப்படி ஆவது தவிர்க்க முடியாததுதான். ஆனாலும் அது ஆளைக் கட்டோடு கெடுப்பதுதான் என்பதில் ஐயமேயில்லை.'

கிளைபிரிந்த ஜார்டனின் சிந்தனை அடுத்து கேலார்டுக்கே திரும்பியது. 'விவசாயி என்று அழைக்கப்பட்ட வாலென்டின் கான்ஸாலஸ் உண்மையில் ஒருநாளும் விவசாயியாக இருந்ததில்லை. ஸ்பெயினுக்கு வந்த வெளிநாட்டுப் படையில் ஒரு ஸார்ஜெண்டாக இருந்த பின் விலகியோடிப்போய் அப்துல் கரீமுடன் சேர்ந்து போராடியவரே அவர் என்பதை நீ அறிந்ததும் கேலார்டில்தான். அப்படி அவர் அழைக்கப்பட்டதும் சரிதான். ஏன் அவ்விதம்

கூப்பிடக் கூடாது? இந்த மாதிரிப் போரில் இத்தகைய விவசாயித் தலைவர்களை விரைவில் பெறுவது இன்றியமையாததல்லவா. நிஜமான குடியானவத் தலைவரோ பாப்லோவைப் போல அமைந்து விடலாம், யார் கண்டது? மெய்யான தலைவர் கிடைக்குமளவு காத்துக்கிடக்க முடியுமா? அப்படியே கிடைத்தாலும் குடியானவனின் இயல்புகள் அவரிடம் மிதமிஞ்சிக் குடிகொண்டிருந்தால் என்ன செய்வது? ஆகவே, செயற்கையாக ஒருவரைச் சிருஷ்டித்தது சரிதான். கருந்தாடியும், தடித்த உதடுகளும், உருட்டி விழித்த கண்களும் கூடியவராய் இருந்த அவரைப் பார்த்தபோது, மெய்யான விவசாயித் தலைவரைப்போலவே மிகுந்த தொல்லையை அவர் கொடுக்கக்கூடும் என்றே எனக்குத் தோன்றியது. கடைசி முறையாகக் கண்டபோது தன்னைப் பற்றிய பிரச்சாரத்தைத் தானே நம்பித் தன்னை விவசாயி யாகவே அவர் நினைக்கத் தொடங்கி விட்டதாக எனக்குப் பட்டது. எதற்கும் ஈடுகொடுக்கக்கூடிய தைரியசாலி அவர். இவ்வுலகில் அவரைப் போலத் தீரர் அரிதுதான். ஆனால், அளவுக்கு அதிகமாக வல்லவா பேசித் தள்ளினார்? உணர்ச்சிவசப்பட்டு விட்டாலோ, விளைவைச் சிறிதும் கருதாமல் எதையும் கூறிவிடுவார். அத்தகைய விளைவுகள் ஏற்கனவேயே ஏராளமாக ஏற்பட்டிருக்கின்றன. எனினும் இனி மீள்வதற்கு வழியே கிடையாது என்று தோன்றும் வேளையில் அவரைப்போல அரிய தளபதியைக் காண முடியாது. நிலைமை அறவே மோசமாகி விட்டது என்பதை அவர் அறியவே அறியார்; அறிந்தாலும் போராடிச் சுதாரித்து விடுவார் என்பதில் சந்தேகமே யில்லை... அதே கேலார்ட் ஓட்டலில்தான் என்ரிக் லிஸ்டரையும் சந்தித்தேன். கலீஷியாவில் அப்பாவிக் கொத்தனாராக இருந்த அவர் இப்போது ஒரு படைக்குத் தலைவர்; அவரும் ரஷ்ய மொழி பேசுகிறார். ஒரு பிரிவின் தலைமைப் பதவி அப்போதுதான் கொடுக்கப்பட்டிருந்த ஜுவான் மாடெஸ்கோவையும் நான் கண்டது கேலார்டில்தான். அன்டலூஷியாவில் தச்சுவேலை செய்து வந்த அவருக்கு ரஷ்ய மொழி தெரியாது. அவர் வசித்த போர்டோடி ஸான்டா மேரியாவில் தச்சர்கள் செல்லக்கூடிய பெர்லிட்ஸ் பள்ளி இருந்திருந்தால் அக்குறைக்கு இடமேற்படாமல் போயிருக்கலாம். எனினும் இளம் வீரர்களில் அவரையே ரஷ்யர்கள் அதிக அளவில் நம்பினர். கட்சியிடம் மெய்யான பற்றுதல் உடையவராக அவர் இருந்ததே அதற்குக் காரணம். ‘நூற்றுக்கு நூறு பற்றுடையவர்’ என்றனர் அவர்கள். அந்த அமெரிக்கப் பதச்சேர்க்கையைப் பயன் படுத்துவதில் பெருமையோடு லிஸ்டர், கான்ஸாஸைவிட அவர் எத்தனையோ மடங்கு புத்திசாலியும்கூட.

கேலார்ட் ஓட்டலே அவனது எண்ண அரங்கைத் தொடர்ந்து ஆக்கிரமித்தது. ‘உன் கல்வியை முடித்துக்கொள்ளத் தேவைப்பட்ட

இடமாகவும் கேலார்டே அமைந்தது. எப்படி எல்லாம் செய்யப்படுகின்றன என்று கருதப்பட்டு வந்ததற்குப் பதில் மெய்யாக அனைத்தும் எவ்விதம் செய்யப்படுகின்றன என்பதை நான் கற்றறிந்தது அங்கே தான். அதைக் கண்ட போது அப்போதுதான் என் கல்வி தொடங்கியிருக்கிறதோ என்று எனக்குத் தோன்றியது. அதை நெடு நாள் தொடர்வேனா என்றும் ஐயுற்றேன். கேலார்ட் என்னவோ நன்றாகச் சீராகத்தான் இருந்தது. என் தேவையைத் தீர்ப்பதாகவும் தென்பட்டது. எனினும் ஆரம்ப காலத்தில் எல்லா அபத்தங்களையும் நான் நம்பி வந்தபோது அதைப் பார்க்கையில் எனக்கு அதிர்ச்சிதான் ஏற்பட்டது. ஆனால் இப்போதோ எல்லாப் போலிப் பாசாங்குகளும் அவசியம்தான் என்பதை ஏற்கும் அளவுக்கு விஷய ஞானம் பெற்று விட்டேன். கேலார்டில் நான் கற்றதெல்லாம், மெய்யானவை என்று நினைத்து வந்திருப்பவற்றில் என் நம்பிக்கையை உறுதிப்படுத்தவே உதவியுள்ளன. போர் என்றால் எப்போதும் பொய்கள் இருந்தே வந்துள்ளன. எனினும், லிஸ்டர், கான்ஸாலஸ், மாடஸ்டோ ஆகியோர் சம்பந்தப்பட்ட உண்மைகள் அவர்களைப் பொறுத்த புளுகுகளையும் கட்டுக்கதைகளையும்விட மேம்பட்டவை தான் என்பதில் சந்தேகமில்லை. என்றாவது ஒருநாள் அனைவருக்கும் உண்மையைக் கூறத்தான் கூறுவார்கள். அதற்கிடையில் அதை நான் கற்றறிவதற்காவது கேலார்ட் உதவுகிறதே என்கிற வரையில் எனக்கு மகிழ்ச்சியே. ஆம், மாட்ரிட்டுக்குப் போய்ப் புத்தகங்களை வாங்கிக்கொண்டு வெந்நீரில் குளித்து முடித்து இரண்டு கோப்பை குடித்ததும், சிறிது நேரம் படித்த பிறகு அங்கே செல்வது என்பதுதான் என் திட்டம். ஆனால் என் வாழ்வில் மேரியா புகுவதற்கு முன் வகுக்கப்பட்டதேயாகும். அதில் அவளுக்கேற்ப இப்போது மாறுதல் தேவை. சரி, அதையும் செய்து விடுவோம். இருவருக்குமாக ஃப்ளாரிடா ஓட்டலில் இரண்டு அறைகளை எடுப்போம். கேலார்டுக்கு நான் போய்த் திரும்பிவரும் வரையில் அவள் அங்கு என்ன வேண்டுமானாலும் செய்து கொண்டிருக்கலாம். இவ்வளவு காலமும் மலைப் பகுதிகளிலேயே அவள் காத்துக் கிடந்திருக்கிறாள்; ஆகவே, ஃப்ளாரிடாரில் சிறிது நேரம் காத்திருப்பதால் ஒன்றும் பாதகமில்லை. மாட்ரிட்டில் மொத்தம் மூன்று நாட்கள் நாங்கள் தங்கப் போகிற போது அது என்ன பிரமாதம்? மூன்று நாட்களில் எவ்வளவோ செய்யலாமே! 'ஆபெரோ கொட்டகையில் மார்க்ஸ் சகோதரர்கள் காட்சியைக் காண நான் அவளை அழைத்துச் செல்லலாம். மூன்று மாதமாவது கட்டாயம் நீடிக்கும் அந்தக் காட்சி அவளுக்குப் பிடிக்கும், மிகமிகப் பிடிக்கும் என்பது நிச்சயம்.'

கேலார்டிலிருந்து கணநேரம் குகையின்பால் சென்றது அவன் சிந்தனையோட்டம்: 'எனினும் கேலார்டிலிருந்து இந்தக் குகை

நெடுந்தூரத்தில்தான் இருக்கிறது... இல்லை, இப்படிச் சொல்வது சரியல்ல இங்கிருந்து கேலார்டுக்குச் செல்வது சரியல்ல, இங்கிருந்து கேலார்டுக்குச் செல்வதுதான் நெடும் பயணமாக இருக்கப் போகிறது. அங்கு என்னை முதன் முதலில் அழைத்துப் போனவர் காஷ்கின் தான். அப்போது எனக்கு அது பிடிக்கவேயில்லை. அமெரிக்கர்களை அறிய கார்க்கோவ் ஆசைப்பட்டபடியால் அவரை நான் சந்திக்க வேண்டும் என்று கூறி என்னை காஷ்கின் அங்கு இட்டுச் சென்றார். உலகத்திலேயே லோப்டி வேகாவை அதிகமாக நேசித்தவர் கார்க்கோவ்தான் என்று அவர் கூறினார். 'ப்யூன்டே ஒவேஜுனா' தான் உலக நாடகங்களிலேயே சிறந்தது என்று கார்க்கோவ் கருதியதையும் இன்னொரு காரணமாக அவர் குறிப்பிட்டார். அவர் நினைத்தது சரியாக இருந்தாலும் இருக்கலாமெனினும் நான் அப்படி எண்ணவில்லை. எனக்கு கார்க்கோவைப் பிடித்திருந்தது; ஆனால் அந்த இடத்தைப் பிடிக்கவில்லை, நான் சந்தித்தவர்கள் அனைவரிலும் மிகுந்த புத்திமான் கார்க்கோவ். அவருடைய கை, கால்கள் மிகச் சிறியவை. குதிரைச் சவாரி செய்யும்போது அணியும் கருநிற ஜோடுகளை அந்தக் கால்களில் போட்டிருப்பார். முழங்கால்களுக்கு அருகில் முடியும் பழுப்பு வண்ணக் குட்டைச்சராய். அதே நிறத்தில் அமைந்த மேலங்கி தரித்துத் தன் ஒடிசல் உடலைத் தடிமனாகக் காட்டுவார். பூஞ்சை முகத்திலும் அதேமாதிரி ஒரு செயற்கை உப்பல். கெட்டுக் குலைந்த பற்கள் வழியாக வார்த்தைகளை நெட்டித் தள்ளும் பேச்சுப்பாணி – இப்படி இருந்த அவரை முதல் முறை பார்த்தபோது கோமாளிபோலத்தான் எனக்குத் தோன்றினார். ஆனால் நான் சந்திருக்கும் எவரையும்விட அவருக்கு மூளை அதிகம்; வெளிப்பார்வைக்கு வெறுப்பைக் கொட்டும் மிடுக்கைக் காட்டி வேடிக்கையும் செய்தாலும் அவரைப்போல உள்ளூரக் கண்ணிய கம்பீரம் மிக்கவர் எவருமில்லை. கேலார்டும்கூட அருவெருப்பூட்டும் அளவுக்கு ஆடம்பரமும் அழிவுச் சக்தியும் உடையதாகவே தோன்றி யது. ஆனால் உலகில் ஆறிலொரு பகுதியை ஆண்டுவந்த அரசாங் கத்தின் பிரதிநிதிகள் ஏன் சில சுகசௌகரியங்களை அனுபவிக்கக் கூடாது? அவையெல்லாம் அங்கு அமைந்திருந்தன.

அந்நிலையை ஆரம்பத்தில் பார்த்தபோது எனக்கு வெறுப்பு ஏற்பட்டது வாஸ்தவம்தான். ஆனால் பிற்பாடு அந்த வசதிகளை ஏற்றதோடு அனுபவிக்கவும் தொடங்கினேன்... என்னை ஏகமாக ஏற்றிப் பேசியிருந்தார் காஷ்கின். எனவே, என்னைச் சந்தித்ததும் துவக்கத்தில் தூஷணையென்னும் அளவுக்கு மரியாதையைக் கொட்டினார் கார்க்கோவ். காஷ்கின் விவரித்தது போல வீரனுக்குரிய விறைப்பைக் காட்டாமல் மெய்யாகவே தமாஷான கதையொன்றைச் சொன்னேன். அசங்கியமான அது எனக்குப் பெருமை தேடித் தருவதல்ல

தான். ஆனால் அதைக் கேட்டதுமோ மரியாதை முறையைக் கைவிட்டு விட்டார், கார்க்கோவ். ஆறுதல் அடைந்தவராய் அவமரி யாதை காட்டலானார். அப்புறம் வெறுப்பையும் கக்கினார்– அதுமுதல் நாங்கள் நண்பர்களாகி விட்டோம்.'

ஜார்டனின் நினைவலைகள் கார்க்கோவை விடுத்து காஷ்கினை நோக்கிப் பாய்ந்தன. 'காஷ்கினை அங்கு மனமின்றித்தான் விட்டு வைத்துப் பொறுத்துக் கொண்டிருந்தார்கள். அவர் ஏதோ பிசகு புரிந்திருக்க வேண்டும். அதற்குப் பிராயச்சித்தமாகத்தான் ஸ்பெயினில் அவர் காலத்தை ஓட்டிக்கொண்டிருந்தார். அது என்ன தவறு என்பதை எனக்கு எவரும் கூறத் தயாராயில்லை; எனினும் அவர் இறந்துவிட்டபடியால் இப்போது கூறக்கூடும் என்றே எண்ணுகிறேன். அது எப்படியோ, நானும் கார்க்கோவும் நண்பர்களாகிவிட்டோம். அவரது மனைவியுடனும் எனக்கு நட்பு ஏற்பட்டுவிட்டது. நம்பவியலாத அளவுக்கு ஒல்லியானவள் அவள். உடம்பைச் சரிவர பேணாமல் புறக்கணித்திருந்தாள். கருமைச் சாயல். ஆங்காங்கு நரை விழுந்திருந்த கேசமும் கறுப்புநிறம்தான். அதைக் குட்டையாகக் கத்தரித்துவேறு விட்டிருந்தாள், நளின நெகிழ்ச்சியே கிடையாது. ஆயினும் அன்பே உருவானவள். பயந்து பரபரத்த சுபாவம். உரிமை யைப் பறிகொடுத்திருந்தாள். எனினும் அதனால் கசப்படைந் திருக்கவில்லை. டாங்கிப் படைக்கு மொழி பெயர்ப்புப் பணி புரிந்து வந்தாள் அவள்... ஏன், கார்க்கோவின் ஆசைநாயகிக்குக் கூட நான் சிநேகிதன்தான். பூனைபோன்ற கண்களைப் படைத்தவள் அவள். பொன்னெனப் பளபளத்த செம்மயிர் உடையவள். (சில சமயங்களில் அந்தச் செந்நிறம் அதிகமாகக் காணும். மற்றும் சில சந்தர்ப்பங்களில் பொன்னிறம் மேலோங்கியிருக்கும் அந்தந்த நேர நடையலங்காரத்துக்கு ஏற்றபடி. சோம்பலும் இன வேட்கையும் கூடிய உடல், பிற உடல் களுடன் பொருந்திப் பிணைவதற்கு வாட்டமாக அது அமைந் திருந்தது) வாயும் மற்றவர்களின் அதரங்களுடன் இணைவதற்கு ஏற்றபடி இருந்தது. மடத்தனம் மண்டிய மூளை. அதில் பேராசை வேறு. எனினும் விசுவாசம் மிகுதி. வம்புப் பேச்சில் நிரம்பப் பிரியம் அவளுக்கு. சிற்றின்ப வேட்டைகளை அவ்வப்போது கட்டுப்படுத்திக் கொள்ளும் சக்தியும் அவளுக்கு இருந்தது. அதைக் காணப் பேரானந்தமாக இருக்கும் கார்க்கோவுக்கு. டாங்கிப் படைக்கு மொழிபெயர்ப்பாளியாக இருந்தவளைத் தவிர இன்னொரு மனைவியும் அவருக்கு உண்டாம். இரண்டு பேர்கூட இருக்கலாம்; ஆனால் அதைப்பற்றி யாருக்கும் திட்டமாகத் தெரியாது. நான் அறிந்த அந்தப் பஞ்சை மனைவியை மட்டுமின்றி ஆசைநாயகியையும் எனக்குப் பிடிக்கும். இன்னொரு மனைவி இருந்து, அவளை எனக்குத் தெரிந்தும் இருக்குமானால், அவளும் எனக்குப் பிடித்தமானவளாக

இருக்கக்கூடும், எவரே சொல்ல முடியும்? பெண்டிரைப் பொறுத்துத் தான் நல்ல ருசி படைத்தவராயிற்றே கார்க்கோவ், அவளும் தரக் குறைவானவளாகவா இருப்பாள்...? துப்பாக்கிச் சனியனைத் தூக்கிப் பிடித்தபடி கேலார்டின் முகப்பு மன்றத்தில் காவலர்கள் நிற்பார்கள். முற்றுகைக்கு இலக்கான மாட்ரிட் நகரத்தில் அதைப்போல வசதிகளும் இன்பமும் கூடிய இடம் இன்றிரவு வேறிருக்க முடியாது. இந்தக் குகைக்குப் பதிலாக அங்கு இன்றிரவு இருக்கமாட்டோமா என்று இருக்கிறது எனக்கு. ரங்கராட்டினத்தை நிறுத்திவிட்டபடியால் இங்கு அனைத்தும் சீராகவிருப்பதோடு பனி மழையும் ஓய்ந்து வந்தாலும்கூட அங்கு இருக்கவே என் மனம் துடிக்கிறது. அங்கே கார்க்கோவிடம் மேரியாவைக் கொண்டுபோய்க் காட்ட எனக்கு ஆசையாக இருக்கிறது. ஆனால் முன்னதாகக்கேட்டு அனுமதி பெற்றாலன்றி அவளை அங்கு இட்டுச்செல்ல முடியாது. இந்த வேலை முடிந்த பிறகு அங்கு எனக்கு எப்படி வரவேற்பு இருக்கும் என்பதையும் நான் முதலில் கண்டாக வேண்டும். தாக்குதல் முடிந்ததும் கோல்ஸூம் அங்கு வந்துவிடுவார். அதைப் பயனுள்ள முறையில் நிறைவேற்றியிருந்தால் அவர் வாயிலாக அனைவரும் அதை அறியலாம். மேரியாவைப் பொருத்து அவர் என்னைக் கிண்டல்தான் செய்வார். எந்தப் பெண்ணிடமும் எனக்கு நாட்ட மில்லை என்று நான் சொன்னதைக் கேட்டுள்ள அவர் என்னைச் சும்மாவிட்டுவிடுவாரா?'

பாப்லோவின் முன் இருந்த மதுப்பாண்டம் பக்கமாகக் கையை நீட்டி ஒரு கோப்பையை நிறைத்தான் ஜார்டன். "அனுமதி கொடுங் கள் அருந்துவதற்கு" என்று பாப்லோவை நோக்கிக் கூறினான். சம்மதமென அவன் தலையாட்டவே சிந்தனைச் சிலந்தி தொடர்ந்து பின்னலாயிற்று. 'தன் ராணுவ ஆராய்ச்சியிலேயே இவன் ஆழ்ந்து கிடக்கிறான் போலிருக்கிறது. பீரங்கிக் குண்டுக்கு ஆளாகிக் கணநேரத்துக்குக் கிடைக்கக் கூடிய புகழை இவன் நாடவில்லை. தன்னை எதிர்ப்பட்டுள்ள பிரச்சனைக்கான பரிகாரத்தை இந்தப் பாண்டத்திலேயே தேடுகிறான்! எனினும் இத்தனை காலமும் இந்த கோஷ்டிக்குத் தலைமை தாங்கி வெற்றிகரமாக இயக்கியும் இருக்கிற படியால் இந்தக் கேடுகெட்ட பயலிடம் கணிசமான அளவுக்குக் கெட்டிக்காரத்தனம் இருக்கத்தான் வேண்டும். அமெரிக்க உள்நாட்டுப் போரில் பங்கு கொண்டிருந்தால் எப்படிப்பட்ட கொரில்லாத் தலைவனாக இவன் அமைந்திருப்பான்? அத்தகைய தலைவர்கள் பலர் அப்போது இருக்கத்தான் இருந்தனர். ஆனால் அவர்களைப்பற்றி நாம் அறிந்திருப்பது சொற்பமே... இல்லை, குவான்ட்ரில், மோஸ்பி போன்றோரை நான் குறிப்பிடவில்லை. என் சொந்தத் தாத்தாவையும் சொல்லவில்லை. சின்னஞ்சிறு

தலைவர்களை, சில்லறை விஷமக்காரர்களைத்தான் கூறுகிறேன்... அப்புறம், குடி விஷயம் எப்படி? ஜெனரல் கிராண்ட் மெய்யாகவே குடிகாரர் என்றா கருதுகிறாய்...? என் பாட்டனார் என்னவோ அப்படித்தான் எப்போதும் சொல்லி வந்தார். மாலை நான்கு மணி ஆவதற்குள் ஓரளவாவது மயக்கம் கண்டிருக்குமாம். விக்ஸ்பர்க் முற்றுகைக்கு முன்னால் சில சமயங்களில் சேர்ந்தாற்போல இரண்டு நாட்களுக்கும்கூட வெறியேறிக் கிடப்பாராம். ஆயினும் எத்தனைக் குடித்திருந்த போதிலும் அவர் சாதாரணமாகவே செயலாற்றி வந்தார் என்று தாத்தா சொல்வதுண்டு. சில வேளைகளில்தான் அவரை விழித்தெழச் செய்ய மிகவும் சிரமப்பட நேருமாம். ஆனால் எழுப்ப முடிந்து விட்டாலோ அப்புறம் சகஜமாகவே நடந்து கொள்வாராம். அப்படிப்பட்ட கிராண்டோ, அல்லது ஷெர்மன், 'ஸ்டோன்வால்' ஜாக்ஸன் போன்றவர்களோ இந்தப் போரில் இரு தரப்புகளிலும் எதிலும் இதுநாள்வரையில் தலையெடுக்கவில்லை. ஜெப்ஸ்டுவர்ச், ஷெரிடன் போன்றவர்கள்கூடக் கிடையாது. ஆனால் மக்லெல்லானை நிகர்த்தவர்கள் நிறையவே இருக்கிறார்கள். ஃபாஸிஸ்டுகளிடையே அத்தகையவர்கள் ஏராளம். புரட்சித் தரப்பிலும் எனக்குத் தெரிந்தவரையில் மூவராவது உண்டு.'

அடுத்து ராணுவத்துறையில் ஜார்டனின் சிந்தனை வட்டமிடலாயிற்று; 'இந்தப் போரில் இதுகாறும் ஒரு ராணுவ மேதையைக் கூட நான் காணவில்லை. ஆமாம் ஒருவர் கூடக் கிடையாது. மேதையின் சிறு சாயல் உள்ளவர்களைக்கூட பார்த்ததில்லை. மாட்ரிட் பாதுகாப்பதில் க்ளெபர், லூகாஸ், ஹான்ஸ் ஆகிய மூவரும் அற்புதமான முறையில் பங்கேற்றார்கள், சர்வதேசப் படைகளுக்குத் தலைமை தாங்கி, ஆனால் அதன் பிறகோ க்ளெபருக்குக் கிடைத்த பிரசித்தியைப் பார்த்துப் பொறாமைப் பீடித்துவிட்டது, மாட்ரிட் நகரக் காவலர் என்று பிரச்சாரத்திலேயே பெயர் பெற்றிருந்த மியாஜாவுக்கு. வழுக்கை விழுந்துவிட்ட கிழவர் அவர். கண்ணாடி அணிந்திருப்பார், எப்போதுமே செருக்கு சொல்லிமுடியாது. ஆனால் ஆட்டு மூளைதான். பேச்சிலும் முட்டாள்தனம் சொட்டும். முரட்டு மாட்டைப்போல அசட்டுத் துணிச்சலும் உண்டு. அப்படிப்பட்ட மியாஜா, தலைமைப் பதவியிலிருந்து க்ளெபரை வாலென்ஷியாவுக்கு மாற்றும்படி ரஷ்யரை நிர்ப்பந்தப்படுத்தி அதில் வெற்றியும் பெற்றுவிட்டார். க்ளெபர் சிறந்த வீரர்தான். ஆனால் வாய் ஓட்டை. கோல்ஸும் நல்ல வீரர் என்பதோடு அரிய தளபதியும்கூட. எனினும் அவரை எப்போதும் பிறருக்குக் கீழ்ப்பட்டவராகவே வைத்திருந்தார்கள். விருப்பப்படிச் செயலாற்றச் சுதந்திரம் கொடுக்கவில்லை. இப்போது அவர் நடத்தப்போகிற தாக்குதல்தான் அவரது வாழ்விலேயே பெரிய நடவடிக்கை. ஆனால் அந்தப் படையெடுப்பு

பற்றி நான் கேள்விப்பட்டுள்ள பல விஷயங்கள்தான் அவ்வளவு சுரத்தானவையாக இல்லையே... அப்புறம், ஹங்கேரி நாட்டவரான கால் இருக்கிறார். கேலார்டில் கேள்விப்பட்டதில் பாதியளவாவது உண்மையாக இருக்குமானால் அவரைச் சுட்டுவிடுவதே சரி. ஆனால் அங்கே காதில் விழும் சேதிகளில் பத்தில் ஒரு பங்கைக்கூட நம்பமுடியாதே!... குவாடலஜாராவுக்கு அப்பாலுள்ள பீடபூமியில் இத்தாலியர்களைத் திருப்பியடித்தார்களே. அந்தச் சண்டையைப் பார்க்காமல் போய்விட்டோமே என்று ஏக்கமாக இருக்கிறது எனக்கு. அப்போது எஸ்ட்ரெமடுராவில்தான் நான் இருந்தேன். இரண்டு வாரங்களுக்கு முன் ஒரு நாளிரவு கேலார்டில் சந்தித்தபோது அது குறித்து ஹான்ஸ் கூறிய வர்ணனை அந்தச் சண்டை அப்படியே என் கண்முன் கொண்டுவந்து காட்டியது. ட்ரிஜுவெக்கேக்கு அருகில் நமது அணியை இத்தாலியர்கள் பிளந்துவிட்டார்களாம். டோரிஜா பிரிஹியூகா சாலை துண்டிக்கப்பட்டிருந்தால் பன்னிரண்டாவது பட்டாளம் அந்தரத்தில் நிற்க நேர்ந்திருக்குமாம். அப்படி நிலைமை படுமோசமாகிவிட்ட நேரத்தில் கையாளப்பட்ட ராணுவ தந்திரம்தான் அனைவரையும் பிழைக்க வைத்தது. அதைத்தான் எப்படிச் சொன்னான் ஹான்ஸ்! 'எதிரிகள் இத்தாலியர்கள் என்பதாலேயே அந்த நடவடிக்கையை மேற்கொள்ள முற்பட்டோம், வேறெந்த நாட்டுத் துருப்புகளுக்கும் எதிராக அதை முயன்று பார்த்திருக்கவே முடியாது. எங்களுடைய அந்த முயற்சி வெற்றியும் பெற்றுவிட்டதே!'

சண்டைக்களப் படங்களின் துணை கொண்டு அந்த நடவடிக்கைப் போக்கு முழுவதையும் ஜார்டனுக்கு விவரித்தான் ஹான்ஸ். தன் படப் பெட்டியில் அவற்றை எப்போதும் வைத்திருப்பது அவன் வழக்கம். அந்த அற்புத வெற்றி குறித்து அவனுக்கு ஏற்பட்டிருந்த ஆச்சரியமும் ஆனந்தமும் அநேக நாட்களாகி விட்டபோதிலும் அணுவளவும் அகலவேயில்லை.

'அரிய வீரன் மட்டுமின்றி நல்ல சகாவும்கூட' என்று ஹான்ஸைத் தன் நெஞ்சுக்குள்ளேயே பாராட்டிய ஜார்டன், அவன் சொன்ன விவரங்களைக் குறித்து மேற்கொண்டு சிந்திக்கலானான்: 'லிஸ்டர், மாடஸ்டோ, கான்ஸாலஸ் ஆகிய மூவரின் கீழும் இயங்கிய ஸ்பானிஷ் வீரர்கள் அந்தச் சண்டையில் சிறந்த சேவை செய்ததாக சொன்னான். அவர்களுடைய தலைவர்களின் திறமையையும், அவர்கள் கண்டிப்பாகக் கையாண்ட கட்டுப்பாட்டையுமே அதற்குக் காரணங்களாகக் கூறவேண்டும். எனினும் அவர்கள் எடுக்கவேண்டிய நடவடிக்கைகளில் பலவற்றை ரஷ்ய ராணுவ ஆலோசகர்களே வகுத்துத் தந்தார்கள் என்பதையும் மறுப்பதற்கில்லை. தாங்கள் பிசகேதும் புரியும்போது விமான ஓட்டி மேற்கொள்ளக்கூடிய

இயக்கியொன்றும் இணைக்கப்பட்ட விமானத்தைப் பயிற்சி பெறும் மாணவர்கள் பறக்க விடுவது போன்ற ஏற்பாடே அது. எப்படியும், அவர்கள் எந்த அளவுக்கு, எத்தனை சிறப்பாகக்கற்றுத் தேர்ந்திருக் கிறார்கள் என்பதை இந்த ஆண்டுச் சண்டைகள் காட்டிவிடும். இரட்டை இயக்கி ஏற்பாடு இருக்கப்போவது இன்னும் சிறிது காலத்துக்குத்தான்; அதன் பின் படைகளையும் பிரிவுகளையும் அவர்கள் எப்படித் தலைமை வகித்து நடத்துகிறார்கள் என்பதைத் திட்டமாகக் கண்டுவிடலாம். அவர்களெல்லாம் கட்டுப்பாட்டில் பற்றுக்கொண்ட கம்யூனிஸ்டுகளே. அவர்கள் அமுல் நடத்தும் கட்டுப்பாடு நல்ல சிப்பாய்களை உருவாக்குவது உறுதி. கட்டுப்பாடு விஷயத்தில் கொலை வெறி கொண்டவர் என்றே லிஸ்டரைக் கூறலாம். மெய்யான வெறியர் அவர்; உயிரைப் பொறுத்து ஸ்பானிஷ் காரர்களிடையே உள்ள உதாசீனத்தில் ஊறியவர். அவர் தலைமையின் கீழ் இருந்தவர்களில் பலருக்கு அற்பக் காரணங்கள் பேரில் மளமளவென மரண தண்டனை விதிக்கப்பட்டிருக்கிறது. மேற்கு நாடுகள் மீது டார்ட்டார்கள் முதல் முறையாகப் படை யெடுத்தது முதற்கொண்டே அந்த அளவு அற்பமான காரணங் களுக்காக எந்த ராணுவத்திலும் அத்தனைப் பேருக்குத் தண்டனை கொடுக்கப்பட்டது கிடையாதெனலாம். எனினும் எந்தப் பிரிவையும் சண்டையில் சாமர்த்தியம் படைத்ததாக மாற்றும் முறை அவருக்கு நன்கு தெரிந்திருக்கிறது. ஓர் இடத்தை விடாமல் பிடித்துவைத்துக் கொண்டிருப்பது பெரிய காரியம் தான். ஆயினும் எதிரி நிலையங் களைத் தாக்கிப் பிடிப்பது அதைவிடச் சிரமமான சாதனையே. களத்தில் படையை இயக்குவது என்பது இலேசுப்பட்டதல்ல இரட்டை இயக்கி ஏற்பாடு அகன்றதும் அதில் லிஸ்டர் எப்படித் திகழ்வாரோ? ஒரு வேளை அந்த ஏற்பாடு நீடித்தாலும் நீடிக்கலாம். அகன்றுவிடுமா அது? இல்லாவிட்டால், இன்னும் உறுதிப்படுத்தப் படுமோ? அதைப் பொறுத்து ரஷ்யரின் நிலை என்னவோ, எனக்குத் தெரியவில்லை. அறியவேண்டுமானால் கேலார்டுக்குத்தான் போக வேண்டும். அங்கு மட்டுமே நான் தெரிந்து கொள்ளவேண்டிய விஷயங்கள் எத்தனையோ உள்ளன. அவ்விடம் என்னைக் கெடுத்ததாக நான் ஒருசமயம் எண்ணியது உண்மைதான். சர்வதேசப் படையின் தலைமையகமாக மாற்றியமைக்கப்பட்டிருந்த மாட்ரிட் நகர மளிகையான வெலாஸ்வெஸ் வீதியின் 62ஆம் இலக்கக் கட்டடத்தில் மதமேபோல் தூய்மைவெறி மிகுந்து காணப்பட்ட கம்யூனிஸத்துக்கு முற்றிலும் மாறுபட்டதையே அங்கு நான் பார்க்க நேர்ந்தது. அந்தக் கட்டடத்தில் இருந்தபோது ஏதோ மதவாதிகள் குழுவொன்றில் உறுப்பினனாக இருந்தது போலவே உணர்ந்தேன். புதிய ராணுவத்தின் பிரிவுகளாக ஐந்தாவது பட்டாளம் எடுக்கப்படு

முன் அதன் தலைமையகத்தில் தோன்றிய உணர்ச்சியிலிருந்தும் வெகுவாக வேறுபட்டதுதான் கேலார்டின் நிலவரம். அவ்விரு இடங்களிலும் ஏதோ புனிதப் போரில் ஈடுபட்டிருப்பதைப் போன்ற பரபரப்புத்தான் ஏற்பட்டது. மெய்யான பொருள்யாவும் மங்கி மறைந்து விடுமளவுக்கு கண்டபடி கையாளப்பட்டு நைந்துவிட்ட போதிலும் புனிதப் போர் என்பதுதான் அதற்குப் பொருத்தமான பதம். கட்சித் தகராறுகள், திறமைக் குறைவு, அதிகார வர்க்க அலுவல் முறை ஆகியவை ஆயாசம் அளித்தபோதிலும், முதலில் சேர்ந்தபோது எதிர்பார்த்துக் கிடைக்காமற் போய்விட்டதொரு உணர்வு கிட்டத்தட்டக் கிட்டிவிட்டாற் போன்ற நினைப்பும் நிறைவும் எனக்கு ஏற்பட்டன. உலகில் ஒடுக்கப்பட்டுள்ளோர் அனைவரையும் கைதூக்கிவிடும் கடமைக்கு நம்மை அர்ப்பணம் செய்து கொள்வதாலெழும் புனித உணர்வே அது. சமய அனுபவத்தைப் போலவே அதை விவரிப்பதும் சிரமமும் சங்கடமும் மிகுந்ததுதான். எனினும் பாக்கின் பேரிசையைக் கேட்டபோதும், சார்ட்ரேஸ், லியான் ஆலயங்களில் நின்றபடி அவற்றின்பெரும் ஜன்னல்கள் வழியே ஒளிவெள்ளம் பாய்ந்ததைக் கண்டபோதும் அனுபவித்த உணர்ச்சிகளைப் போலவே அதுவும் உண்மையானதுதான். பிராடோவில் மான் டெக்னா, கிரீகோ, ப்ரூகெல் போன்றவற்றைப் பார்த்த போது ஏற்பட்டதுபோன்ற மெய்யான உணர்வை ஒத்ததே அது. நாம் முழுமையாக நம்பி முற்றும் தோய்ந்துவிடக் கூடிய ஒன்றில் அது நமக்கொரு பங்களித்தது. நம்மைப் போலவே அதில் ஈடுபட்டிருந்தவர்களுடன் பூரணச் சகோதரத்துவம் சாதிக்கப்பட்டு விட்டதென்ற திருப்தியையும் தந்தது. முன்னதாக நாம் அறிந்திராத அரியதொரு அனுபவம் அது. நம் சாவுகூட அற்ப விஷயமாகச் சிறுத்துவிடுமளவுக்கு அதற்கும், அதற்கான காரணங்களுக்கும் நம்மைப் பெரு முக்கியத்துவம் அளிக்க வைத்தது அது. நம் கடமையைச் செய்யுங்கால் குறுக்கிடும் என்பதால் தவிர்க்க வேண்டிய ஒன்றாகும் என்னும் அளவுக்கே மரணத்துக்கு முக்கியத்துவம் தந்தோம். ஆயினும் அந்த உணர்வையும், அதன் அவசியத்தையும் பொறுத்துச் செய்வதற்கு ஒன்று இருந்ததுதான் அனைத்திலும் அதிக ஆனந்தம் அளித்தது. சண்டையிடுவதற்கான சந்தர்ப்பமே அது. ஆகவே, சண்டையில் பங்கேற்கப் புகுந்தாய். ஆனால் அந்தச் சண்டையிலோ சாமர்த்தியத்தைக் காட்டியவர்களையும், தரித்து நின்றவர்களையும் பொறுத்து நல்லெண்ணம் இல்லாத நிலை விரைவில் ஆறு மாதம் ஆனதுமே, வந்துவிட்டது.'

புனிதப் போர் உணர்வு பற்றிய நினைவிலேயே ஜார்டனின் மனம் மீண்டும் லயித்தது: 'ஒரு படைநிலை அல்லது நகரத்தைப் பாதுகாத்து நிற்கும் போது அந்த உணர்வை நிச்சயம் பெறலாம்.

ஸியரால் வட்டாரத்தில் நடந்த சண்டைகள் அப்படித்தான் அமைந்தன. புரட்சி விளைத்த மெய்யான தோழமையுடன் அங்கே போரிட்டோம். கட்டுப்பாட்டை நிலைநாட்ட அங்கே முதல் முறையாக அவசியம் ஏற்பட்டபோது அதை நான் புரிந்துகொண்டு ஏற்கனவே செய்தேன். பீரங்கிக் குண்டுகள் சரமாரியாகப் பொழிந்த படியால் அங்கிருந்தவர்கள் கோழைகளாகி ஓடத் தலைப்பட்டு விட்டார்கள், எனவே, அவர்கள் சுடப்பட்டுச் சாலையோரங்களில் வீசியெறியப்பட்டதைக் கண்டேன். அவர்களிடமிருந்த ரவைகளையும், மதிப்புள்ள மற்ற பொருள்களையும் அகற்றியதற்குமேல் அவர்களைப் பற்றி யாரும் அலட்டிக்கொள்ளவில்லை. அவர்களுடைய ரவைகள், ஜோடுகள், தோல் கோட்டுகள் ஆகியவற்றையெல்லாம் அகற்றியதில் எவரும் தவறு காண முடியாது. மதிப்புள்ள மற்றவற்றைப் பறித்ததும் பிரத்தியட்ச நோக்குமிக்க செயல்தான். அப்படியே விட்டுவிட்டால் அராஜகவாதிகள் அவற்றைத் தட்டிக்கொண்டு போயிருக்கமாட்டார் களா? ஓடியவர்கள் சுடப்பட்டது சரியாகவும் முறையாகவும் அவசியமாகவுமே தென்பட்டது. அதில் எந்த விதத்திலும் பிசகு கிடையாது. அவர்கள் ஓடியது சுத்தச் சுயநலம்தான். தாக்கிய ஃபாஸிஸ்டுகளை காடராமா மலைப் புறத்தின் பழுப்புப் பாறைச் சரிவுகளிலும், குட்டை மரங்கள் மற்றும் முட்புதர்களிடையிலும் தேக்கி நிறுத்தியிருந்தோம். விமானங்களிலிருந்து குண்டு வீசியதோடு பீரங்கிகளாலும் அவர்கள் சுட்ட போதிலும் சாலையை நாங்கள் விட்டுக் கொடுக்கவில்லை.

அந்நேரத்தில் பீரங்கிகளை அவர்கள் மேலே கொண்டு வந்தார்கள். எஞ்சியிருந்த நம்மவர் அவர்களை எதிர்த்தடித்துத் திரும்பிச் செல்லச் செய்தனர். பிற்பாடு, பாறை, மரங்களுக்கிடையே பதுங்கிப் பாய்ந்தபடி இடதுபுறத்திலிருந்து பிடிக்க அவர்கள் எத்தனித்தபோதும் ஸானிடேரியக் கட்டடக்கூரை, ஜன்னல்கள் வழியாகச் சுட்டுச் சுதாரித்தோம். இரு புறங்களிலும் அவர்கள் வளைத்துக்கொண்டு விட்ட போதிலும் நாங்கள் விட்டுக்கொடுக்க வில்லை. சூழ்ந்து கொள்ளப்படுவதால் ஏற்படக்கூடிய சங்கடங்களை யெல்லாம் அப்போது அனுபவித்து அறிந்தோம். எதிர்த் தாக்குதல் வெற்றிபெற்று அவர்களைச் சாலைக்கப்பால் திரும்பத் தள்ளிய பிறகுதான் எங்கள் நரக வேதனை நீங்கியது. அதுதான் எப்படிப்பட்ட கொடிய அனுபவம்! வளைத்துக் கொள்ளப்பட்டிருந்த அந்த வேளையில் வாயும் தொண்டையும் அச்சத்தால் அறவே உலர்ந்து விட்டன. சுண்ணாம்புப்பூச்சு பெயர்ந்து பொடித்து புழுதிப் படலத்தை எழுப்பும். சுவர் சரிந்து விழுந்து திடுமெனத் திகிலைத் தோற்றுவிக்கும். பெருஞ் சப்தத்துடனும் பேரொளியுடனும் குண்டு வெடித்துப் பாயும்போது பொசுக்கெனத் தரையில் தள்ளப்படுவோம்.

அதை இயக்கிக் கொண்டிருந்தவர்கள் குப்புற விழுந்து இடிபாடுகளால் மூடப்பட்டிருப்பார்கள்! அவர்களை அப்பால் இழுத்துப் போட்ட பின் பீரங்கியின் கலசப் படைக்குப் பின்னால் தலையை விட்டுத் திருகைக் கழற்றுவேன். வெடித்துவிட்ட குண்டின் வெற்றுமையை வெளியிலெடுப்பேன். சங்கிலியை நேராக்கிவிட்டுக் கவசத்துக்கு நேர் பின்னால் படுத்துக்கொள்வேன். அவ்வளவுதான், சாலைப் பகுதியை அந்த பீரங்கி திரும்பத் துழாவத் தொடங்கி விடும் – அப்படியெல்லாம் அப்போது நீ செய்தது சரியே. செய்ய வேண்டியதைத்தான் செய்தாய்; நீ செய்தது சரி என்பதை அறிந்துமிருந்தாய். வறண்ட வாயும் அச்சத்தின் உச்சமும் கூடிய போர்ப் பேரானந்தத்தை அப்போது நீ அனுபவித்து அறிந்தாய். உலகம் முழுவதிலுமுள்ள எல்லா ஏழைகளின் சார்பிலும், எல்லாவிதக் கொடுங்கோலுக்கும் எதிராகவும், நீ நம்பிய எல்லா லட்சியங்களின் சித்திக்காகவும், உனக்குப் போதிக்கப்பட்ட புதிய உலகத்தை உருவாக்குவதற்காகவும் அந்தக் கோடைக் காலத்திலும் அதையடுத்த இலையுதிர்ப் பருவத்திலும் நீ சண்டையிட்டாய். குளிரும் ஈரமும், சேறும் சகதியும், குழிகள் வெட்டுவதும் பிற பாதுகாப்பு ஏற்பாடுகளைச் செய்வதுமாக நீண்டுகொண்டே போன அந்த இலையுர்காலத்தில் கஷ்டங்களை எப்படிப் பொறுத்துக் கொள்வது, பொருட்படுத்தாமலே இருப்பது என்பதை நீ கற்றுக் கொண்டாய். அந்த வேனிற்காலம், இலையுதிர்ப் பருவம் பூராவும் நிலவி நின்ற உணர்வோ, களைப்பு, தூக்கக் கலக்கம், அச்சம், அசௌகரியம் ஆகியவற்றிடையே ஆழப் புதைந்துவிட்டது. ஆயினும் அது இன்னமும் இருக்கத்தான் இருந்தது. நீ பட்டபாடெல்லாம் அதைப் பலப்படுத்தவே செய்தன. அந்த நாட்களில்தான் தற்பெருமை கொண்டாய் நீ. தன்னலமில்லாததாயினும் ஆழ்ந்ததொரு அகம்பாவம் அது. கேலார்டில் அது உன்னை அலுப்பூட்டுபவனாக ஆக்கியிருக்கும் இல்லையா? ஆமாம், அப்போது கேலார்டில் நல்ல அபிப்பிராயம் ஏற்படுத்துபவனாக நீ நடந்து கொண்டிருக்கமாட்டாய் தான். அன்று நீ ஏதுமறியாத அப்பாவியாய்த்தான் இருந்தாய். ஏதோ அருள் கிடைக்கப் பெற்றவனைப்போல அலைந்தாய். ஆனால், கேலார்டும் இப்போது போலவா அப்போது இருந்திருக்கக் கூடும்? இல்லை, உண்மையில் அது அப்படி இல்லவேயில்லைதான். கேலார்டு என்பதே கூட அப்போது கிடையாது!'

அந்த நாட்களைப்பற்றி கார்க்கோவ் கூறித்தான் கேட்டிருந்தான் ஜார்டன். அப்போது அங்கிருந்த ரஷ்யர்களில் சிலர் பாலஸ் ஓட்டலில்தான் தங்கியிருந்தார்கள். அவர்களில் எவரையும் அவனுக்கு அவ்வமயம் தெரியாது. போராட்டக் குழுக்கள் அமைக்கப் படுவதற்கும் முற்பட்ட காலம் அது. காஷ்கினையோ வேறு எவரையுமோ அவன் அப்போது சந்தித்திருக்கவில்லை. வடக்கே இருன்,

ஸான் ஸெபாஸ்டின் போன்ற இடங்களில் நடந்த மோதல்களிலும், விட்டோரியாவைப் பிடிக்க நடந்த பயனற்ற சண்டையிலும் காஷ்கின் கலந்து கொண்டிருந்தார். ஜனவரி மாதத்தில்தான் மாட்ரிட்டுக்கு வந்தார் அவர். அதற்கிடையில் ஜார்டனோ காராபான்ஷெல், உஸேரா ஆகிய இடங்களில் சண்டையிட்டிருந்தான். பிந்தைய இடத்தில் மூன்று நாட்கள் நீடித்த போராட்டத்தின் பயனாக மாட்ரிட்டைத் தாக்கிய ஃபாஸிஸ்டுகளின் வலது அணி தேக்கி நிறுத்தப்பட்டு விட்டது. அதுமட்டுமல்ல, வெயிலில் காய்ந்து பழுப்பேறிக் கிடந்த பீடபூமியின் கோடியில் குலைந்திருந்த அந்தப்புற நகரத்திலிருந்த மூர்களும், மற்ற ராணுவத்தினரும் முற்றிலும் துரத்தப்பட்டார்கள். வீடு வீடாகப் புகுந்து அவர்களை விரட்டியடிப்ப தோடின்றி நகரின் அந்த மூலையைப் பாதுகாக்க மேட்டுப் பகுதிகள் நெடுகிலும் பாதுகாப்பு அணிகளை அமைப்பதும் அப்போராட் டத்தின் நோக்கம். அது நடந்தபோது கார்க்கோவ் மட்டிலும் மாட்ரிட்டில் இருந்தார். மீண்டும் அவரைச் சுற்றி ஜார்டனின் சிந்தனைகள் ஓடலாயின:

'அந்த நாட்களைப்பற்றி கார்க்கோவும் அழுமூஞ்சியாகப் பேசவில்லை. அனைத்துமே அடியோடு முழுகி விட்டதாக தோன்றிய நாட்கள் அவை. அதையொட்டிய பொறுப்பை அனைவருமே பகிர்ந்து கொண்டனர். அந்நிலையில் எப்படி நடந்துகொள்ள வேண்டும் என்னும் அறிவும் நிதானமும் ஒவ்வொருவருக்கும் இருந்தது. எந்தப் பாராட்டு அல்லது பதக்கத்தையும்விட அந்த நினைவை அவர்கள் எல்லோரும் அதிக அளவில் போற்றி மதிக்கின்றார்கள். அரசாங்கம் நகரத்தைக் கைகழுவிவிட்டது. போகிற போக்கில், போர் இலாகாவின் வசமிருந்த எல்லா மோட்டார்க் கார்களையும் எடுத்துக்கொண்டு ஓடிவிட்டது. எனவே, தற்காப்புத் தலங்களைப் பார்வையிட சைக்கிள் வண்டியில்தான் வயோதிகர் மியாஜா செல்ல வேண்டியிருந்தது என்பார்கள். ஆனால் அதை நான் நம்பவில்லை. என் கற்பனை அரங்கில் தேசபக்தியை எவ்வளவுதான் கரைபுரண்டோட வைத்தாலும் சைக்கிளில் மியாஜா செல்வதை என்னால் காண இயலவில்லை. எனினும் கார்க்கோவ் என்னவோ அது நிஜம்தான் என்கிறார், ஆனால் ரஷ்யப் பத்திரிகை களுக்கு அதைப்பற்றி எழுதியவர் அவர்தான். எனவே, தான் எழுதியதைத் தானே நிஜமென நம்ப அவர் விரும்புகிறார் போலும். ஆயினும் அவர் எழுதாத இன்னொரு சம்பவமும் உண்டு. அப்போது காயமுற்ற மூன்று ரஷ்யர்கள் பாலஸ் ஓட்டலில் அவருடைய பொறுப்பில் இருந்தனர். அவர்களில் இருவர் டாங்கிகளை ஓட்டு வோர்; இன்னொருவர் விமானி. வேறெங்கும் எடுத்துச் செல்லப் படவே முடியாதபடி அவர்கள் படுகாயம் அடைந்திருந்தார்கள்.

ரஷ்யக் குறுக்கீடு குறித்து எவ்விதச் சான்றும் இல்லாதிருப்பது அப்போது அதி முக்கியமாக இருந்தது. அப்படி அத்தாட்சி ஏதும் தென்பட்டால் ஃபாஸிஸ்டுகள் பகிரங்கமாகத் தலையிட அது சாக்காகிவிடும் அல்லவா? ஆகவே, நகரம் துறக்கப்பட்டால் அந்த ரஷ்யர்கள் ஃபாஸிஸ்டுகளின் கையில் சிக்கிவிடாமல் பார்த்துக் கொள்வது கார்க்கோவின் கடமையாக இருந்தது. அந்நகரத்தைக் கைவிடுவதென்றால் அவர்களுடைய அடையாளத்தைக் காட்டக் கூடிய ருசுவேதும் அடியோடு தெரியாதபடி அவர்களுக்கு அவர் விஷம் கொடுத்துவிடுவது என்று ஏற்பாடு. அவர்களில் ஒருவருடைய அடிவயிற்றில் மூன்று குண்டுகள் பாய்ந்ததால் காயங்கள் ஏற்பட்டிருந்தன. இன்னொருவரின் தாடை தகர்த்தெறியப்பட்டிருந்ததுடன் குரல் வளையும் கிழிந்து தொங்கியது. மூன்றாமவரின் துடையெலும்பு சுடப்பட்டுச் சுக்கு நூறாக்கப்பட்டிருந்ததுடன் கைகளும் முகமும் பொசுங்கிக் கருகியிருந்தன. இமைப் புருவங்களில் மயிரே இல்லை. இந்நிலையில் இருந்த அவர்களின் உடல்களைக்கொண்டு அவர்களை ரஷ்யர்கள் என்று எவரும் மெய்ப்பிக்க முடியாது. பாலஸ் ஓட்டல் படுக்கைகளில் அவர்களைக் கார்க்கோவ் கிடத்திவிட்டுப் போக விட்டிருந்தார். அப்போது அவர்களைப் பார்த்து எவரும் அவர்கள் ரஷ்யர்களேயெனக் கூறியிருக்க முடியாது. நிர்வாணமாக இறந்து கிடக்கும் ஒருவனை ரஷ்யன்தான் என்று எதைக்கொண்டு நிரூபிக்க முடியும்? எந்த நாட்டைச் சேர்ந்தவன் என்பதோ, நம் அரசியல் கருத்து எது என்பதோ நம் சடலத்திலிருந்து தெரிந்துவிடுவதில்லையே!

அதையடுத்து, அந்த மூவர் குறித்துத் தனக்கும் கார்க்கோவுக்கு மிடையே நடந்த சம்பாஷணை ஜார்டனுக்கு ஞாபகம் வந்தது. அவர்களைக் கொல்லும் நிர்ப்பந்தம் குறித்து அவர் மனநிலை என்ன என்று அவன் வினவியபோது அது தனக்குப் பிடிக்கவே யில்லை என்று கார்க்கோவ் பதிலளித்தார்.

"அப்படியானால் அதை எப்படிச் செய்யப் போகிறீர்கள்? மூன்று பேருக்குத் திடுமென விஷம் கொடுப்பது சுலபமானதல்ல என்பது உங்களுக்குத் தெரியாததா என்ன?"

"இல்லை, அது சுளுவானதுதான். நமது சொந்த உபயோகத் துக்காக விஷத்தை எப்போதும் எடுத்துச் செல்கையில் எளிதானது தான் அது" என்று கார்க்கோவ் பதிலளித்ததோடு தன் சிகரெட் பெட்டியைத் திறந்து, அதன் ஒருபுறத்தில் விஷம் வைத்திருந்ததையும் காட்டினார்.

"ஆனால் நீங்கள் கைது செய்யப்பட்டால் முதல் வேலையாக உங்கள் சிகரெட் பெட்டியைத்தானே எவரும் பறித்துக்கொள்வார்கள்? எதுவும் செய்துவிடாமல் தடுப்பதற்காகக் கைகளையும் உயர்த்தச் சொல்வார்களே!"

அதைக் கேட்டுச் சிரித்தபடி தன் கோட்டு நுனியைக் காட்டிக் கூறினார், கார்க்கோவ்: "அந்த விஷத்தில் இன்னும் சிறிதளவு இதோ இங்கேயும் இருக்கிறது. இந்த நுனியை இப்படி வாயில் வைத்துக் கடிப்பது போலக் காட்டி விஷத்தை வெகு எளிதாக விழுங்கி விடலாம்."

"இது தரமான ஏற்பாடுதான். இன்னொன்றையும் சொல்லுங்கள். துப்பறியும் நவீனங்களில் எப்போதும் கூறப்படுவதுபோலக் கசப்பு வாதுமையின் நெடியை உடையதா என்ன இது?"

"அது எனக்குத் தெரியாது. நான் முகர்ந்து பார்த்ததே கிடையாது. வேண்டுமானால் இந்தச் சிறுகுப்பிகளிலொன்றை உடைத்து மூக்கில் வைத்துப் பார்ப்போமா?"

"வேண்டாம். உடைக்காமல் வைத்திருப்பதே நல்லது" என்றான் ஜார்டன்.

"அதுவும் சரிதான்" என்று தன் சிகரெட் பெட்டியை எடுத்து வைத்துக் கொண்டு கார்க்கோவ் பேச்சைத் தொடர்ந்தார்: "இதிலிருந்து நான் தோல்வி மனப்பான்மையில் தோய்ந்தவன் என்று நீ எண்ணி விடக் கூடாது. அந்த மாதிரி ஆபத்து நிறைந்த சந்தர்ப்பங்கள் திரும்பவும் வரலாம். அப்போது இந்த விஷம் எங்குமே கிடைக்காமற் போய்விடும். இது இருக்கட்டும், கோர்டோபா போர்முனையிலிருந்து வந்திருக்கும் அறிக்கையைப் பார்த்தாயா? அதி நேர்த்தியானது அது. எல்லா அறிக்கைகளிலும் அதுவே எனக்கு மெத்தப் பிடித்த மானது இப்போது."

"என்ன கூறுகிறது அது?" கோர்டோபா முனையிலிருந்துதான் மாட்ரிட்டுக்கு வந்திருந்தான் ஜார்டன். நாம் தமாஷ் செய்தாலும் மற்றவர்கள் வேடிக்கை செய்யக்கூடாது என்று நாம் எண்ணும் ஒரு விஷயம் குறித்து ஒருவர் விளையாட்டாகப் பேச முற்படும்போது நம்மிடம் திடுமென ஏற்படும் விறைப்பை அப்போது அவன் அனுபவித்தான். "சொல்லுங்கள்" என்று தூண்டினான், துடிப்புடன்.

"ஓர் அங்குலத்தைக்கூட விட்டுக்கொடுக்காமல் நமது அரிய சிப்பாய்கள் தொடர்ந்து முன்னேறுகிறார்களாம்!" என்றார் கார்க்கோவ், தமது விசித்திரமான ஸ்பானிஷ் மொழியில்.

"ஊஹும், உண்மையில் அப்படிச் சொல்லியிருக்காது அது" என்று ஜார்டன் சந்தேகப்படவும், அந்தப் பதங்களை ஆங்கிலத்தில் அவர் திரும்பவும் சொன்னார்.

"அந்த அறிக்கையில் இப்படித்தான் இருக்கிறது. தேடியெடுத்துக் காட்டுகிறேன், பார்" என்றார்.

"கோர்டாபா அரங்கத்தில் போஸோ பிளாங்கோவைச் சுற்றி நடந்த போராட்டத்தில் இறந்த நண்பர் அனைவரும் ஜார்டனின்

நினைவில் எழுந்தனர். ஆனால் கேலார்டிலோ அவர்கள் கிண்டலுக்கு இலக்கான கொடுமையை அவன் கண்டான். திரும்பவும் கேலார்டைப்பற்றி எண்ணப் புகுந்தான். எப்போதுமே கேலார்டில் அப்படித்தான். ஆயினும் எப்போதுமே கேலார்ட் அப்படி இருந்த தில்லை. அந்தத் தொடர் நாட்களைச் சமாளித்து எஞ்சியிருந்தவர் களைக் கொண்டே கேலார்ட் தோற்றுவிக்கப்பட்டுள்ளது. இப்போதைய நிலவரத்தின் பயனே இது. எனவே, அந்த கேலார்டைக் காண்பதிலும், அதைப்பற்றி அறிவதிலும் எனக்கு ஆனந்தமே. ஸியரா பகுதியிலும், காராபான்ஷெல், உஸீரா போன்ற இடங்களிலும் போரிட்டபோது உன் மனநிலையே வேறு. இப்போது மிகமிக மாறிவிட்டாய். வெகு எளிதாகத்தான் கெட்டுப் போய்விடுகிறாய் நீ... ஆனால் இதைச் சீர்குலைவு என்று சொல்வதா, அல்லது ஆரம்பத்தில் இருந்த அப்பாவித்தனத்தைத்தான் இழந்துவிட்டாய் என்று சொல்வதா? எப்படியும் இந்த இரண்டும் ஒன்றுதானே?... ஆமாம், வாலிப வைத்தியர்கள், இளம் பாதிரிகள், வாலிப வீரர்களைப்போல வேறு யார்தான் வெள்ளை மனத்துடன் வேலை செய்யத் தொடங்கு கிறார்கள்? துவக்கத்தில் இருந்த தூய மனம் கெட்டுவிடாமல் எவர்தான் நீடித்துக் காப்பாற்றுகிறார்கள்? மற்றவர்கள் எப்படியோ, பாதிரிகள் அதைப் பாதுகாக்கத்தான் செய்கிறார்கள் என்பதில் சந்தேகமில்லை. இல்லையேல், துறவைத் துறந்துவிட வேண்டியது தான். அதை நாஜிகளும் கூட நீடித்து வைத்துக் கொள்வதாகவே நினைக்கிறேன். கடுமையான சுயக்கட்டுப்பாடுகளை உடைய கம்யூனிஸ்டுகளும் போற்றிப் பேணக்கூடும். ஆனால் கார்க்கோவை அப்படிக் கூற முடியாது.' அது என்னவோ, கார்க்கோவைப்பற்றி எண்ணுவதில் சலிப்பே தட்டுவதில்லை ஜார்டனுக்கு. கடைசி முறையாகக் கேலார்டில் அவரைக் கண்டபோது நடந்தது அவனுக்கு ஞாபகம் வந்தது. ஸ்பெயினில் நெடுநாள் தங்கியிருந்த பிரிட்டிஷ் பொருளாதார நிபுணரொருவரைப் பற்றி அப்போது அவர் பிரமாத மாகப் பேசினார். அந்த நிபுணரின் நூல்களைப் பல்லாண்டுகளாக ஜார்டனும் படித்துவந்திருந்தான். அதனால், அவரைப் பற்றி ஏதுமே அறியாதிருந்துங்கூட அவரிடம் அவனுக்கு எப்போதுமே ஒரு மரியாதை. ஆயினும் ஸ்பெயினைக் குறித்து அவர் எழுதியிருந்ததில் அவன் அதிகமாக அக்கறை காட்டியிருக்கவில்லை. ஏனெனில், அந்நூலில் அவர் நுனிப்புல்லையே மேய்ந்து விவகாரத்தை வெகு எளிதாக்கியிருந்தார். ஆழ்ந்து ஆராயாமலே தீர்ப்புக் கூறியிருந்தார். மேலும், அவரால் மேற்கோளாகக் கொடுக்கப்பட்டிருந்த புள்ளி விவரங்களில் பலவும் நெட்டைக் கனவு காண்போரின் பொட்டைக் கணக்குகளே என்பது ஜார்டனின் கருத்து. எனினும் அவருடைய நன்னோக்கத்தை அவன் சந்தேகிக்கவில்லை. நமக்கு நன்கு தெரிந்த

நாடொன்று சம்பந்தப்பட்டவரையில், மேலெழுந்தவாரியான மதிப்பீடுகள் குறித்து அலட்டிக் கொள்வது அனாவசியமே என்று அவன் நினைத்தான். அப்புறம் அந்த நிபுணரை அவன் நேரிலேயே சந்திக்க நேர்ந்தது. காராபான்ஷெல்மீது தாக்குதல் நடந்த தினத்தன்று மாலையில் நிகழ்ந்தது அந்தச் சந்திப்பு. காளைச் சண்டைக் களத்தின் தடுப்புச் சுவருக்கு அப்பால் ஜார்டனும் மற்றவர்களும் அப்போது அமர்ந்திருந்தார்கள். அருகில் இருந்த இரு தெருக்களிலும் துப்பாக்கிப் பிரயோகம் நடந்து கொண்டிருந்தது. தாக்குதலை எதிர்பார்த்து எல்லாரிடையிலும் ஏகத் துடிதுடிப்பு. ஒரு டாங்கியை அனுப்பிவைப்பதாக உறுதி கூறப்பட்டிருந்தது. ஆனால் அந்தக் கணம் வரையில் அது அங்கு வந்து சேரவில்லை. ஆகவே, தலையில் கை வைத்துக் கொண்டு குந்தியபடி "டாங்கி வரவில்லை. டாங்கி இன்னும் வந்தபாடில்லை" என்று மான்டிரோ புலம்பிக் கொண்டிருந்தான், அன்று குளிர் கடுமையாக இருந்தது. மஞ்சள் புழுதிவேறு தெரு வழியே வீசிக்கொண்டிருந்தது. மான்டிரோவுக்கோ, இடது புஜத்தில் குண்டு பாய்ந்திருந்தது. அந்த ரணத்தினால் கணத்துக்குக் கணம் கரம் வீங்கி விறைத்து வந்தது. "நமக்கு டாங்கி அவசியம், அதற்காக நாம் காத்திருக்க வேண்டியதுதான். ஆனால், முடிவின்றிக் காத்துக் கிடக்க முடியாது" என்று மீண்டும் அரற்றினான் மான்டிரோ. காயத்தின் வலியே அவனை அப்படிக் குமுறி அலற வைத்தது. டிராம் வண்டிப் பாதையின் திருப்பத்தில் இருந்த கட்டடத்தின் பின்னால் டாங்கி நின்றுவிட்டிருக்கலாமென்றுகூட அவன் நினைத்தான்.

ஜார்டன் சென்று பார்த்தபோது அப்படியேதான் ஒன்று அங்கு நின்றிருந்தது. ஆனால், அது டாங்கி அல்ல; பழசான கவச மோட்டார்தான். அந்த நாளில் எந்த வண்டியையும் டாங்கி என்றே ஸ்பானிஷ்காரர்கள் அழைத்து வந்தார்கள். அந்தக் கட்டடத்தின் பின்னாலிருந்து சுட்டால் வாட்டமான இலக்கு கிட்டுமென்று கூறிய மோட்டாரோட்டி, அதை விடுத்துக் காளைச் சண்டைக் களத்துக்குக் கொண்டுவர விரும்பவில்லை. உள்ளே தோல் வைத்துத் தைக்கப்பட்டிருந்த கவசத் தொப்பியைத் தன் கைகளில் ஏந்தியபடிக் காருக்குப் பின்னால் நின்றான் அவன். அந்தக் கைகளை அப்படியே கார்க்கவசத்தின் மீது மடித்து வைத்துக் கொண்டு, அவற்றிடையே இருந்த தொப்பியில் தலையைப் புகுத்தியுமிருந்தான். ஜார்டன் தன்னிடம் பேசிய போது அவன் தலையை ஆட்டி மறுத்தானே தவிர அதைக் கைகளிலிருந்து எடுக்கவேயில்லை. எனினும் பின்னர் ஜார்டனைப் பாராமலேயே தலையைத் திருப்பி, "அங்கே செல்லும்படி எனக்குக் கட்டளையிடப்படவில்லை" என்றான், கடுப்புடன். உறையிலிருந்து கைத்துப்பாக்கியை உருவியெடுத்து அதன் நுனியை

அந்த மோட்டாரோட்டியின் தோல் கோட்டில் படும்படிப் பிடித் திருந்த ஜார்டன், “இதோ இதுதான் உனக்கான உத்தரவு” என்று உறுமினான். ஆனால், காரோட்டியோ, கால்பந்து ஆட்டக் காரனுடையது போன்ற பெருந்தொப்பியைப் பலமாக ஆட்டியடி, “இயந்திரத் துப்பாக்கிக்கு வேண்டிய தோட்டாக்கள் தீர்ந்துவிட்டன” என்று கூறினான். “காளைச் சண்டைக் களத்தில் தோட்டாக்கள் இருக்கின்றன... வா, போவோம். அங்கே போய்ப் பட்டைகளில் தோட்டாக்களை மாட்டலாம் வா” என்று ஜார்டன் அழைத்தபோது, “துப்பாக்கியை இயக்க யாருமில்லையே” எனப் புதிய ஆட்சேபத்தை எழுப்பினான் மோட்டாரோட்டி. “அவன் எங்கே? உன் தோழன் எங்கே?” என்று ஜார்டன் வினவவும், “செத்து விட்டான். உள்ளேயே கிடக்கிறான்” என்று விடை வந்தது. “அவனை வெளியிலெடு. வெளியே எடுத்துவா” என்று விரட்டியது பயனற்றுப் போயிற்று; “அவனைத் தொட எனக்கு மனமில்லை. துப்பாக்கிக்கும் சக்கரத்துக்கு மிடையில் அவன் மடங்கிக் கிடக்கிறான். அப்பால் செல்ல என்னால் இயலாது” என்றான் காரோட்டி. எனவே, “நானும் வருகிறேன், வா. இரண்டு பேரும் சேர்ந்து அவனை வெளியிலெடுப்போம்” என ஜார்டன் அவனை அழைத்தான்.

அதன்படிக் கவச மோட்டாரில் அவன் ஏறிப் புகுந்தபோது மண்டையில் இடித்துவிட்டது. அதனால், அவனது புருவத்துக்குமேல் சிறிதாக ஒரு வெட்டு விழுந்து, முகத்தில் ரத்தம் வழியலாயிற்று. செத்துக் கிடந்தவன் பளுவாகவிருந்தான். விறைத்து விட்டதால் வளைக்க முடியவில்லை. எனவே, தன் இருக்கைக்கும் சக்கரத்துக்கு மிடையே குப்புறக் கவிழ்ந்து சிக்கிக் கிடந்த அவனை வெளிப்படுத்த அவனுடைய மண்டையில் மொத்த வேண்டியிருந்தது. அப்படியும் விடுபடாமற் போகவே அவனுடைய தலைக்கும் கீழாகத் தன் முழங்காலைக் கொடுத்து நெம்பினான் ஜார்டன். அதன் விளைவாகத் தலை தளரவும், இடுப்பைப் பிடித்து இழுத்துக் கதவருகில் கொண்டு சென்றான். “எங்கே, ஒருகை பிடி. இவனைத் தூக்குவோம்” என்றான், காரோட்டியிடம். அவனோ, “இவனைத் தொடவே தான் விரும்ப வில்லை” என்று மறுத்ததோடு அழவும் ஆரம்பித்து விட்டான். வெடிப்பொடி படிந்திருந்த அவன் முகத்தில் கண்ணீர்த் தாரைகள் கோடிட்டதுடன் அவன் மூக்கும் கசிந்ததைக் கண்டான் ஜார்டன். எனவே தானே தனியாக அந்தப் பிணத்தை வெளியில் தள்ளினான். குனிந்து கூனிய நிலையிலேயே, டிராம் வண்டிப் பாதைக்கு அப்பாலிருந்த நடைபாதையில் சரிந்தது சடலம். சிமிட்டி பூசப்பட்ட அந்தப் பாதைப் பின்னணியில் பழுப்பாகப் பளிச்சிட்டது அதன் முகம். அதன் கைகளோ, காரில் இருந்தது போலவே மடங்கிக் கிடந்தன. “வா, உள்ளே. வந்து தொலை” என்று கைத்துப்பாக்கியைக் காட்டியபடியே காரோட்டிக்குக் கட்டளையிட்டான் ஜார்டன்.

கட்டடத்திலிருந்து வந்திருந்த பொருளாதார நிபுணரை அந்த நேரத்தில்தான் அவன் பார்த்தான். நீண்ட மேல் கோட்டை அவர் அணிந்திருந்தார். தொப்பி அணியாத தலையில் நரைமுடி. தாடை எலும்புகள் அகலமாக இருந்தன, கண்களோ ஆழமாக இருந்ததோடு அருகருகிலும் அமைந்திருந்தன. கையில் செஸ்டர்ஃபீல்ட் சிகரெட்டுப் பெட்டியொன்றை அவர் வைத்திருந்தார். அதிலிருந்து ஒரு சிகரெட்டை அவர் உருவியெடுத்து, துப்பாக்கியைக் காட்டி காரோட்டியை ஏறத் தூண்டிக்கொண்டிருந்த ஜார்டனை நோக்கி நீட்டினார். "ஒரு நிமிஷம், தோழரே. இந்தச் சண்டையைப் பற்றி எனக்கு நீங்கள் விளக்கிச் சொல்ல முடியுமா?" என்று ஸ்பானிஷ் மொழியில் வினாவும் விடுத்தார். சிகரெட்டை ஜார்டன் வாங்கித் தன் நீலநிற அரைக் கோட்டின் மார்புப்புற ஜேபியில் செருகிக் கொண்டான். அவர்தான் அந்த பிரிட்டிஷ் பொருளாதார வல்லுநர் என்பதை அவன் அடையாளம் கண்டுகொண்டான். அவர் படங்களைத்தான் அவன் பார்த்திருந்தானே? ஆயினும், "சரிதான், போமய்யா, வேலையைப் பார்த்துக் கொண்டு" என்று அவரை நோக்கி ஆங்கிலத்தில் கூறியவன், பின்னர் காரோட்டியினிடம், "அதோ அங்கேதான். அந்தக் காளைச் சண்டைக்களம்தான். தெரிகிறதல்லவா?" என்றான் ஸ்பானிஷ் மொழியில். காரின் பக்கவாட்டுக் கதவை ஓங்கியறைந்து சாத்திப் பூட்டினான். அடுத்து அந்த நீண்ட சரிவுப் பாதையில் ஓடத் தொடங்கிய அந்த மோட்டார்மீது கூழாங்கற்கள் விழுவதால் எழும் ஒலியை எழுப்பின. அதன்பிறகு இயந்திரத் துப்பாக்கி சுடத் தொடங்கியதுமே, சுத்தியால் அடிப்பது போலிருந்தது. எனினும் சமாளித்து, காளைச் சண்டைக் களத்தருகே வண்டியைக் கொண்டு போய் நிறுத்தினர். கடந்த அக்டோபரில் நடந்த சண்டைகளை அறிவித்த சுவரொட்டித் தாள்கள் தொங்கிய டிக்கட் ஜன்னலருகே அதுபோய் நின்றதும், தோட்டாப் பெட்டிகள் உடைக்கப்பட்டன. இடுப்புப் பட்டைகளிலும் ஜேபிகளிலும் கையெறி குண்டுகளை நிரப்பிக் கொண்டு, கைகளில் துப்பாக்கிகளை ஏந்தியபடி அங்கே காத்துக் கிடந்த தோழர்களிடையே இருந்த மான்டிரோ மீண்டும் குரலெழுப்பினான், "பலே! டாங்கி வந்துவிட்டது. இனிநாம் தாக்கலாம்" என்றான்.

அன்றிரவு அந்தக் குன்றின் கடைக்கோடி வீடுகளை எட்டிப் பிடித்ததும், செங்கற் சுவரொன்றுக்குப் பின்னால் சௌகரியமாகப் படுத்துக்கிடக்க முடிந்தது ஜார்டனால். துப்பாக்கியைப் புகுத்த அந்தச் சுவரில் சிறியதொரு துளை இடப்பட்டிருந்தது. அதன் வழியே பார்த்தபோது, ஃபாஸிஸ்டுகள் பின்வாங்கிப் பதுங்கியிருந்த மேட்டுக்கும் அந்த இடத்துக்குமிடையே யாதொரு இடருமில்லாமல், சுடுவதற்கு வாட்டமாகச் சம தரையாக இருந்ததைக் கண்டுகளித்தான்.

இடிந்து போன மாளிகையுடன் இடது புறத்தைக் காத்து நின்ற குன்றின் ஏற்றமும் அவனைக் குதூகலிக்க வைத்தது. வியர்வையால் சொட்டச் சொட்ட ஈரமாகியிருந்த உடுப்பைக் களையாமலே வைக்கோற் குவியலொன்றின்மீது படுத்திருந்தான் அவன்; உடை உலர்வதற்காகப் போர்வையொன்றையும் சுற்றிக் கொண்டிருந்தான். அப்படிப் படுத்த நிலையில் பொருளாதார நிபுணர் பற்றி நினைத்த போது அவனுக்குச் சிரிப்புத்தான் வந்தது. ஆயினும் அவரிடம் அநாகரிகமாக நடந்து கொண்டதற்காகச் சிறிது நேரத்தில் வருந்தினான். ஆனால் அவன் என்ன செய்வான்? செய்தி சொல்லச் சன்மானமே போலச் சிகரெட்டை அவர் நீட்டிய அந்த நேரத்தில், சண்டையில் சம்பந்தப்படாதவர்கள்பேரில் சண்டை செய்வோருக்குச் சாதாரணமாக ஏற்படும் சீற்றத்தை அவனால் கட்டுப்படுத்திக் கொள்ள முடியவில்லை. அப்படி அவன் சந்தித்த அவரைப்பற்றிக் கேலார்டில் கார்க்கோவ் கூறியது அவனுக்கு நன்றாக ஞாபகம் வந்தது "ஓகோ. அங்கே சந்தித்தாயோ அவரை! அன்று பாயிண்ட் டிடோலிடோவுக்கு மேல் என்னால் முன்னேற முடியவில்லை. அவரோ, அங்கிருந்து வெகு தூரத்தில், போர்முனைக்குப் பக்கத்தில் இருந்தார். அவரது தைரியத்தின் இறுதி நாள் அதுவே என்று நினைக்கிறேன். ஏனென்றால், மறுநாள் மாட்ரிட்டிலிருந்து அவர் கிளம்பிவிட்டார். டோலிடோதான் அவரது தீரம் கொடிகட்டிப் பறந்த இடம் என்பது என் கருத்து. அங்கே அவர் பிரமாதமான பணி புரிந்தார். அல்கஜர் நம் வசமாவதற்கு வகைசெய்தவர்களில் அவர் ஒருவர். டோலிடோவில் அவரை நீ பார்க்காமல் போய் விட்டாயே! பெரிதும் அவருடைய முயற்சியாலும், ஆலோசனைகளின் பயனாகவும்தான் நமது முற்றுகை வெற்றி பெற்றதென எண்ணுகிறேன், இந்தப் போரிலேயே படு முட்டாள்தனமான கட்டம் அது. அந்த முட்டாள்தனம் பிறகு உச்சத்தை எட்டியது இருக்கட்டும்; அவரைப் பற்றி அமெரிக்காவில் என்ன அபிப்பிராயம், சொல்லு" என்றார் கார்க்கோவ்.

"மாஸ்கோவுக்கு மிக நெருக்கமானவர் என்பதுதான் அவரைப் பற்றி அமெரிக்காவில் நிலவும் கருத்து" என ஜார்டன் பதிலளித்தான்.

"அப்படியொன்றுமில்லை அவர். ஆனால் அவரது முகம் அற்புதமானது. அந்த முகமும், அவருடைய பாவனைகளும் பெரு வெற்றி தேடித் தருகின்றன. இதோ இந்த முகத்தை வைத்துக்கொண்டு என்னால் என்ன செய்யமுடியும், சொல்லு. என்னைப் பார்க்கும் எவரையும் ஊக்குவிக்கக் கூடியதல்ல என் முகம்; என்னிடம் அன்பு செலுத்தும்படியோ, என்னை நம்பும்படியோ இதனால் எவரையும் தூண்ட முடிவதில்லை. நான் ஏதாவது சாதித்திருக்கிறேன் என்றால் அது இந்த முகத்தையும் மீறி நடந்ததுதான். ஆனால் அந்தப்

பொருளாதார நிபுணர் மிட்செல் இருக்கிறாரே. அவருக்கு முகம்தான் செல்வக் களஞ்சியமாகத் திகழ்கின்றது. சதிகாரனின் முகம் அது. புத்தகங்களில் சூழ்ச்சிக்காரர்களைப் பற்றிப் படித்திருப்பவர்களெல் லாம் பார்த்தமாத்திரத்தில் அவரை நம்பத் தொடங்கி விடுகிறார்கள். தவிர, சதிகாரனின் நிஜமான நடத்தை முறையும் அவருக்கு நன்றாக வாய்த்திருக்கிறது. ஏதாவது ஓர் அறையில் அவர் நுழைவதை நோக்கி னால் போதும், முதல் தரமான சூழ்ச்சிக்காரனின் முன்னிலையில் இருக்கிறோம் என்பதை அக்கணமே எவரும் அறிந்துவிடுவர். தங்களுக்கு அதனிடம் நம்பிக்கை இருப்பதாலோ, அல்லது பின்னொரு காலத்தில் கம்யூனிஸ்ட் கட்சி வெற்றி பெறுமானால் தங்கள் நிலையை ஓரளவாவது உறுதிப்படுத்திக் கொள்வதற்காகவோ சோவியத் யூனியனுக்கு உதவிபுரிய விரும்பும் உள்நாட்டுப் பணக் காரர்கள் எல்லோரும் அவர் முகத்தையும் நடைமுறையையும் பார்த்துமே அவர் காமின்டெர்னின் நம்பிக்கையைப் பெற்றவராக வன்றி வேறெவராகவும் இருக்க முடியாது என்று எண்ணத் தொடங்கி விடுகிறார்கள்."

"மாஸ்கோவில் அவருக்கு எவ்விதத் தொடர்புகளும் கிடை யாதா?"

"ஏதுமேயில்லை, முட்டாள்களில் இரண்டுவிதம் உண்டு என்பது உனக்குத் தெரியுமா, தோழர் ஜார்டனே?"

"சாதாரண முட்டாள்கள், படுமுட்டாள்கள் என்ற இரண்டு ரகங்களைத்தானே சொல்கிறீர்கள்?"

"இல்லை, ரஷ்யாவிலுள்ள இரு ரகங்களைத்தான் கூறுகிறேன்" என்று சிரித்தபடிச்சொன்ன கார்க்கோவ் தொடர்ந்தார்: "குளிர்கால முட்டாள் முதல் வகை. அவன் நம் வீட்டு வாசலுக்கு வந்ததும் கதவைப் பலமாகத் தட்டுவான். போய்க் கதவைத் திறந்து பார்ப்போம். அதற்குமுன் அவனை நாம் கண்டிருக்கவே மாட்டோம். பார்க்கப் பிரமாதமாக இருப்பான். பெரிய வடிவு, உயரமான ஜோடுகள், ரோமக்கோட்டு, ரோமக் குல்லாய் எல்லாம் கூடிய அவன் உடல் முழுவதும் பனி படிந்திருக்கும். முதலில் கால்களைத் தட்டுவான். தரையெல்லாம் பனி கொட்டும். அடுத்தபடி கோட்டைக் கழற்றி உதறுவான், மேலும் பனி சிதறி விழும். அப்புறம் குல்லாயைக் கழற்றிக் கதவின்மேல் அடிப்பான். அப்போது இன்னும் பனி சொட்டும். பிறகு ஜோடுகளை மறுபடியும் தட்டியபடி அறையில் முன்னேறுவான். அப்போது ஏறிட்டுப் பார்ப்போம், அவன் முட்டாள் என்பதைக் கண்டு கொள்வோம். அவன்தான் குளிர்கால முட்டாள். கோடைக்காலத்திலோ, தெருவிலேயே முட்டாளைப் பார்க்கலாம். வீதியோடு போகும் அவன் கைகளையும் தலையையும் இப்படியும் அப்படியும் ஆட்டுவான். இருநூறு கஜ தூரத்திற்கு

அப்பால் இருந்தபடியே அவன் முட்டாள் என்பதை எவரும் கண்டு கூறிவிட முடியும். அவன்தான் முதிர்வேனிற்கால முட்டாள் நம் பொருளாதார நிபுணரோ குளிர்கால முட்டாள் வகையைச் சேர்ந்தவர்.”

“அப்படியானால் இங்குள்ளவர்கள் அவரை ஏன் நம்பு கிறார்கள்?” என்று ஜார்டன் கேட்டான்.

“அவரது முகம்தான் நம்ப வைக்கிறது. அந்த அழகே சதிகாரர் களிடம் நம்பிக்கையூட்டுகிறது. தான் மிகவும் முக்கியமாகக் கருதப் பட்டுப் பெருநம்பிக்கைக்கும் பாத்திரமாகியிருக்கும் ஓரிடத்திலிருந்து அப்போதுதான் வந்திருப்பதாகக் காட்டிக் கொள்ளும் மதிப்பரிய தந்திரம் அவருக்குக் கை வந்திருக்கிறதே, அதுவும் துணை செய்கிறது. அந்தத் தந்திரம் பலிக்க அவர் வெகுவாகப் பிரயாணம் செய்ய வேண்டியிருப்பது உண்மைதான்” என்று கூறி மீண்டும் முறுவலித்தார் கார்க்கோவ். “ஸ்பானிஷ்காரர்கள் வெகு விசித்திரப் பேர்வழிகள் என்பதுதான் உனக்குத் தெரியுமே. இவர்களுடைய அரசாங்கத்திடம் மூட்டை மூட்டையாகப் பணம் உண்டு. தங்க இருப்பும் ஏராளம். ஆனால் அதிலெல்லாம் அற்ப அளவுகூடத் தங்கள் நண்பர்களுக்குத் தரமாட்டார்கள். ‘நீங்கள் நண்பரா? நல்லதாகப் போயிற்று! அந்தக் காரியத்தைச் செய்யுங்கள், இலவசமாகத்தான். கைம்மாறேதும் கருதக் கூடாது. இதுவே இவர்களது போக்கு. ஆயினும் நேசமாக இல்லாததும் வசியப்படுத்தியாக வேண்டியதுமான முக்கிய நிறுவனத்தின், அல்லது நாட்டின் பிரதிநிதிக்கோ அள்ளியள்ளிக் கொடுப்பார்கள். ஆழ்ந்து ஆராய்ந்தால் அதி சுவாரசியமான விஷயம் இது.”

“இந்தப் போக்கு எனக்குக் கட்டோடு பிடிக்கவில்லை. தவிர அந்தப் பணமெல்லாம் ஸ்பானிஷ் பாட்டாளிகளுக்குச் சொந்தமானது அல்லவா?”

“உனக்கு எதுவும் படித்துத்தான் தீரவேண்டும் என்பதில்லை. விஷயத்தைப் புரிந்துகொள்வதுதான் உன் வேலையெல்லாம். உன்னை ஒவ்வொரு முறை பார்க்கும் போதும் கொஞ்சம் கொஞ் சமாகப் போதித்து வருகிறேன். இதன் பயனாக இறுதியில் உனக்குப் போதிய கல்வி கிடைத்துவிடும். ஒரு பேராசிரியர் கற்பது என்பது மிகச் சுவையான சமாச்சாரம்தான் இல்லையா?”

“என் நாட்டுக்குத் திரும்பியதும் நான் பேராசிரியனாக இருக்க வியலுமா என்பது எனக்குத் தெரியாது. என்னை ஒரு கம்யூனிஸ்ட் என்று கூறி விலக்கினாலும் விலக்கிவிடுவர்.”

“அப்படியானால் ஒருவேளை சோவியத் யூனியனுக்கே நீ வர முடியலாம். அங்கே தொடர்ந்து பயிலத் தோது உண்டு. அதுதான் உனக்குச் சிலாக்கியமானதாகவும் இருக்கக்கூடும்.”

“ஆனால் ஸ்பானிஷ் மொழியல்லவா என் துறை?”

“ஸ்பானிஷ் பாஷை பேசப்படும் நாடுகள் எவ்வளவோ இல்லையா? இந்த ஸ்பெயினைப்போல எந்த முயற்சிக்கும் உதவாத வையாக அவை எல்லாமே இருந்துவிட முடியாது... ஏறக்குறைய ஒன்பது மாத காலமாக நீர் ஆசிரியனாக இல்லை என்பதையும் மறந்துவிடக் கூடாது. இந்த ஒன்பது மாதங்களில் நீர் புதிய தொழில் எதையாவது கற்றிருக்கக் கூடுமே?... அது இருக்கட்டும், கம்யூனிஸச் சித்தாந்த நூல்களை நீ எவ்வளவு படித்திருக்கிறாய்?”

“எமில் பர்ன்ஸ் முறைப்படுத்தித் தொகுத்த ‘மார்க்ஸிஸம் பற்றிய சுருக்கப் புத்தகம்” ஒன்றை மட்டும்தான் நான் படித்திருக்கிறேன்.”

அது முழுவதையுமே நீ படித்திருந்தால் ஓரளவுக்குப் பயனுண்டு தான். அந்தப் புத்தகத்தில் மொத்தம் ஆயிரத்தைந்நூறு பக்கங்கள் இருக்கின்றன; ஒவ்வொரு பக்கத்திலும் கருத்தூன்றியிருந்தால் நிறைய நேரம் பிடித்திருக்கும். ஆனால் அது தவிர நீ படிக்க வேண்டிவையாக இன்னும் சில உண்டு.”

“ஆனால் அதற்கெல்லாம் இப்போது அவகாசம் இல்லையே.”

“அது எனக்குத் தெரியும். பின்னர் படிக்க வேண்டும் என்றுதான் சொன்னேன். இப்போது இங்கு நடக்கும் சில விவகாரங்களை நீ புரிந்துகொள்ளப் பல விஷயங்களைப் படித்தாக வேண்டும். ஆயினும் இந்த விவகாரங்களிலிருந்தே அத்தியாவசியமானதொரு புத்தகம் உருவாகப் போகிறது, கட்டாயம் தெரிந்து கொள்ள வேண்டிய பல விஷயங்களை விளக்குவதாக அது இருக்கும். ஒருவேளை நானே அதை எழுதலாம். எனக்கே அந்த வாய்ப்புக் கிடைக்க விரும்புகிறேன்.”

“உங்களைவிடச் சிறந்த முறையில் அதை எழுதக் கூடியவர் எனக்குத் தெரிந்தவரையில் எவருமில்லை” என்றான் ஜார்டன்.

“இப்படியெல்லாம் என்னை முகஸ்துதி செய்யாதே. நான் ஒரு பத்திரிகையாளன்தான். இருந்தாலும் எல்லாப் பத்திரிகைக் காரர்களையும் போலவே இலக்கியம் இயற்ற விரும்புகிறேன். தற்சமயம் கால்வோ ஸோடிலோ குறித்து ஒரு மதிப்பீடு எழுதுவதில் முழு மூச்சுடன் முனைந்திருக்கிறேன். முதல் தரமான ஃபாஸிஸ்ட் அவர். மெய்யான ஸ்பானிஷ் ஃபாஸிஸ்ட் ஃபிராங்கோவையும் மற்றவர்களையும்பற்றி இப்படிச் சொல்ல முடியாது. அந்த ஸோடிலோ எழுதியவை, பேசியவை முழுவதையும் ஆராய்ந்து வருகிறேன். அவர் மிகமிகப் புத்திசாலி. அவர் கொல்லப்பட்டதும் மிகப் புத்திசாலித்தனமான காரியம்தான்.”

“அரசியல் கொலைகளில் உங்களுக்கு நம்பிக்கை இல்லை என்றல்லவா நினைத்திருந்தேன்.”

“ஆனால் அது மிகப் பரவலாகக் கையாளப்படுகிறதே, மிக மிகப் பரவலாகவல்லவா பயன்படுத்துகிறார்கள்?”

“இருந்தாலும்...” என்று ஜார்டன் தொடங்கியதும் கார்க்கோவ் குறுக்கிட்டார். சிரித்தவாறே: “தனிப்பட்டவர்களின் பயங்கரச் செயல்களை நாங்கள் ஆதரிக்கவில்லை. குற்றக் கும்பல்களுக்கும், புரட்சிப் போக்குக்குப் புறம்பான பிற பயங்கரமான ஸ்தாபனங் களுக்கும் எங்கள் ஆதரவு கிடையாது. புகாரினின் பாதையைப் பின்பற்றிப் படுநாசம் புரியும் படுகொலை வெறிப்பட்டாளங்கள், ஜினோவிவ், காமெநெவ், ரிகோவ், அவர்களுடைய கையாட்கள் போன்ற மனித இனக்கசண்டுகள், இப்படிப்பட்டவர்களின் இரட்டை வேஷம் போக்கிரித்தனத்தையும் நாங்கள் கட்டோடு வெறுத்துக் கண்டிக்கிறோம். வெறிபிடித்த அந்தப் பிசாசுகளிடம் எங்களுக்குள்ள வெறுப்பும் கசப்பும் கொஞ்ச நஞ்சமல்ல. இருப்பினும் அரசியல் படுகொலை மிகப் பரவலான முறையில் கையாளப்படுகிறது என்றே எண்ணுகிறேன்” என்று கூறி விட்டு மறுபடி முறுவலித்தார்.

“அப்படியானால், உங்கள் கருத்தில்”

“இதோ பார், எந்தவித உட்கருத்துடனும் நான் எதையும் கூறி விடவில்லை. இருந்தாலும் கொள்ளிவாய்ப் பேய்களுக்கும், கேடு கெட்டக் கசடர்களுக்கும், நயவஞ்சக நாய்களான தரைப்படைத் தலைவர்களுக்கும், நம்பிக்கைத் துரோகம் செய்யும் கண்ணராவிக் கடற்படை அதிபர்களுக்கும் கொலைத் தண்டனை கொடுக்கிறோம் என்பதையும் நான் மறுக்கவில்லை. ஆனால் அப்படிப்பட்டவர்களை நாங்கள் அழித்தொழிக்கிறோமே தவிர அரசியல் கொலைக்கு ஆளாக்குவதில்லை. இரண்டுக்குமுள்ள வித்தியாசம் விளங்கு கிறதல்லவா?”

“கண்டுகொண்டேன்.”

“சில சமயங்களில் வேடிக்கையாகப் பேசுகிறேன் என்பதற்காக விளையாட்டுக்காகக்கூட விளையாட்டாகப் பேசுவது விபரீதத்தையே விளைவிக்கும் என்பதுதான் உனக்குத் தெரியுமே. இப்போது தலைமை தாங்கும் தளபதிகளில் சிலரைத் தீர்த்துக்கட்டாமல் போய்விட்டோமே என்று ஸ்பானிஷ்காரர்கள் வருத்தப்படும் நாள் நெடுந்தூரத்திலில்லை என்று நான் சொல்வதையும் தமாஷாக எடுத்துக்கொண்டு விடாதே! ஆனாலும் சுட்டுத்தள்ளுவது எனக்குக் கட்டோடு பிடிக்காததே.”

“எனக்கும் பிடிக்காததுதான். இருந்தாலும் இப்போதெல்லாம் அதை நான் பொருட்படுத்துவதே கிடையாது.”

“எனக்கு அது தெரியும்; சொல்லியிருக்கிறார்கள்.”

"அது அப்படி முக்கியமான விஷயமா என்ன? உண்மையான கருத்தை உடைத்துக் கூறிவிடுவோமே என்றுதான் பார்த்தேன்."

"வருந்தத்தக்க விஷயம்தான் அது. ஆனாலும் ஒருவரை நம்பிக்கைக்கு உரியவராக்கும் அம்சங்களில் அது ஒன்றே. அந்த நிலையை எட்டுவதற்குப் பல பேருக்குப் பல காலம் பிடிக்கும்."

"நான் நம்பத்தக்கவன் என்றா எண்ணுகிறார்கள்?"

"உன் வேலையைப் பொறுத்தவரையில் நீ மிக்க நம்பகமானவன் என்பதுதான் நினைப்பு. உன் மனத்தின் நிலையைக் கண்டறிய என்றாவது ஒருநாள் நான் உன்னுடன் கொஞ்ச நேரம் பேசிப் பார்த்தாக வேண்டும். பெரிய விஷயங்களைப்பற்றி நாம் ஒருநாளும் விரிவாகப் பேசாதது வருத்தப்படத்தக்கதுதான்."

"இந்தப் போரில் நாம் வெற்றிபெறும் வரையில் என் உள்ளம் உறைந்தேதான் இருக்கும்" என்றான் ஜார்டன்.

"அப்படியானால் அதை இயக்க இன்னும் நெடுநாளுக்கு உனக்குத் தேவையே இல்லாமற் போகலாம். இருந்தாலும் அதை அவ்வப்போது தட்டியெழுப்பி, பட்டுப் போகாமல் வைத்திருக்க வேண்டும் நீர்."

"நான் 'மண்டோ ஆப்ரிரோ' வைப் படித்திருக்கிறேன்" என்று அப்போது ஜார்டன் சொல்லவும், "அப்படியா? பேஷ்! நான் மற்றவரைச் சீண்டுவது போலவே பிறர் என்னைக் கிண்டல் செய்வதையும் என்னால் பொறுத்துக்கொள்ள முடியும்.

ஆனாலும், ஒன்று சொல்வேன்: 'மண்டோ ஆப்ரிரோ'வில் மிகப் புத்திசாலித்தனமான பகுதிகள் உண்டு. இந்தப் போரைப்பற்றி அதில் மட்டும்தான் கெட்டிக்காரத்தனமான விஷயங்கள் எழுதப் பட்டிருக்கின்றன" எனக் கார்க்கோவ் கூறினார்.

"ஆமாம். நீங்கள் சொல்வதை அப்படியே ஒப்புக்கொள்கிறேன். இருந்தாலும் ஒன்று, நடப்பது என்ன என்பதைப் பூரணமாகப் புரிந்துகொள்ள வேண்டுமானால் கட்சிப் பத்திரிகையை மட்டும் படித்தால் போதாது."

"போதாதுதான். ஆனாலும், இருபது பத்திரிகைகளை நீர் படித்தாலும்கூட அந்த முழு விவரம் தெரிந்துவிடாதே! அப்படியே அறிந்தாலும் அதை வைத்துக் கொண்டு நீ என்ன செய்யக்கூடும் என்பது எனக்கு விளங்கவில்லை. அந்தமாதிரிப் பூரண நிலவரம் அநேகமாக எப்போதுமே எனக்குத் தெரிந்துதான் இருக்கிறது. ஆயினும் அதை மறக்கத்தான் நான் முயல்கிறேன்."

"அது அவ்வளவு மோசமானதென்றா நினைக்கிறீர்கள்?"

நற்றிணை பதிப்பகம் ✶ 343

“முன்னைவிட இப்போது நிலவரம் தரமாயிருக்கிறது என்பது மெய்தான். சில படுமோசமான அம்சங்களை ஒழித்துக் கட்டித்தான் வருகிறோம். பிரம்மாண்ட ராணுவத்தை இப்போது படைத்துக் கொண்டிருக்கிறோம். அதில் மாடஸ்டோ, எல் காம்பெஸினோ, லிஸ்டர், குரான் போன்றவர்கள் நம்பிக்கைக்கு உரியவர்களாகத்தான் உள்ளனர். அதையும்விட மேலானவர்கள் என்றே அவர்களைக் கூறலாம். அவர்கள் பிரமாதமானவர்கள் என்பதை நீயே காண்பாய். ஆயினும் அதே நேரத்தில், பங்கு மாறிவருகின்ற போதிலும், சர்வதேசத் தொண்டர் படைகளும் இன்னமும் இருக்கின்றன. இந்தமாதிரி நல்லவையும் கெட்டவையும் கலந்துகிடக்கும் ராணுவத்தினால் போரில் வென்றுவிட முடியாது. ஒரு குறிப்பிட்ட அரசியல் அபிவிருத்தி நிலைக்கு அனைவரும் கொண்டுவரப் பட்டாக வேண்டும்; எதற்காக நாம் போராடுகிறோம், அதன் முக்கியத்துவம் என்ன என்பதை எல்லோரும் அறியவேண்டும். தாங்கள் செய்யவிருக்கும் சண்டையில் நம்பிக்கை உடையவர்களாக இருப்பதோடு கட்டுப்பாட்டையும் எல்லோரும் ஏற்பது அவசியம். தாக்குதலுக்கு இலக்காகும்போது தக்கபடி நடந்து கொள்ளத் தேவையான கட்டுப்பாட்டைப் புகுத்தப் போதிய அவகாசமின்றியே பெரியதொரு கட்டாயப்பட்டாளத்தை நாம் திரட்டப் புகுந்திருக் கிறோம். மக்கள் படை என்று அதை நாம் அழைத்தபோதிலும் மெய்யான மக்கள் சேனைக்குரிய அனுகூலங்கள் அதற்கில்லை; கட்டாய ராணுவத்துக்குத் தேவையான கண்டிப்பான கட்டுப்பாடும் அதற்குக் கிடையாது. மிகமிக ஆபத்தான நடைமுறையாகும் இது.”

“இன்றென்னவோ நீங்கள் உற்சாகமற்றுத்தான் காண்கிறீர்கள்.”

“வாலென்ஷியாவில் பலரைப் பார்த்துவிட்டு நான் நேராக இங்கு வந்திருப்பதுதான் காரணம். அங்கே போகும் எவரும் உற்சாகத்துடன் திரும்பிவர முடியாது. மாட்ரிட்டில் இருக்கும்போது மாசற்று மகிழ்ச்சியுடன் இருக்கிறோம்; வெல்வது தவிர வேறெதற்குமே தோது இருப்பதாகத் தோன்றுவதில்லை. வாலென்ஷியாவோ வேறுவிதமானது. மாட்ரிட்டிலிருந்து ஓடிப்போன கோழைகள் தான் அங்கே இன்னமும் நிர்வகித்து வருகிறார்கள். ஆள்வதை யொட்டிய ஆமைப் போக்கில் ஆனந்தத்துடன் ஆழ்ந்துவிட்டார்கள் அவர்கள். மாட்ரிட்டில் இருப்பவர்களிடம் வெறுப்பைத் தவிர வேறெதும் அவர்களுக்கில்லை. போர்க் காரியாலயம் பலவீனமாகி விடுமோ என்பதுதான் அவர்களுக்குள்ள கவலையெல்லாம். அப்புறம், பார்ஸிலோனா – அதையும் நீ பார்க்க வேண்டும்.”

“அது எப்படி இருக்கிறதோ?”

“இன்னமும் கேலிக்கூத்தாகத்தான் நீடிக்கிறது. விசித்திரப் பிரகிருதிகள், கற்பனைச் சொப்பனங்களிலேயே புரட்சியில்

திளைத்துக் கிடந்தவர்கள் போன்றவர்களின் சொர்க்கபுரியாக முதலில் இருந்த அது இப்போது போலிச் சிப்பாய்களின் புகலிடமாகி விட்டது. ராணுவ உடுப்புப் போட்டுக்கொண்டு, கறுப்பும் சிவப்பும் கலந்த கழுத்துக் குட்டைகளைக் கட்டிக்கொண்டு குறுக்கும் நெடுக்கும் மிடுக்கு நடைபோட்டுத் தடபுடல் செய்யும் அவர்களுக்குச் சண்டை போடுவது ஒன்றை மட்டும் தவிரப் போரைப் பொறுத்த மற்றவையெல்லாம் மிகப் பிடிக்கும்! வாலென்ஷியா வயிற்றைக் குமட்டுகிறது என்றால் பார்ஸிலோனாவோ வயிற்றுவலி தருகிறது, விழுந்து விழுந்து சிரிக்கவைத்து."

"பி.ஓ.யு.எம். என்று அழைத்தார்களே, அதன் தாக்குதலும் கூடவா கேலிக்கூத்து?"

"அதை எவரும் ஒருபோதும் பெரிதாகவே கருதவில்லை. சித்தப் பிரமை பிடித்தவர்களும் சுத்த முரடர்களும் சேர்ந்து புரிந்த சிறுபிள்ளைச் செயல்தான் அது. தவறாக வழி காட்டப்பட்டுவிட்ட தக்கோரும் அதில் சேர்ந்திருந்தது மெய்தான். ஓரளவுக்குப் புத்திசாலி யான ஒருவரும் அதில் உண்டுதான். ஃபாஸிஸ்டுகளின் பணமும் கொஞ்சம் உண்டு; அதிகமென அதைக் கூற முடியாது. ஐயோ பாவம், அடிமுட்டாள்களே அவர்கள்."

"அந்தத் தாக்குதலில் பலர் கொல்லப்பட்டு விட்டார்களோ?"

"அப்புறம் சுடப்பட்டவர்களையோ, இனிமேல் சுட்டுத் தள்ளப் படக் கூடியவர்களையோவிட அப்போது கொல்லப்பட்டவர்கள் குறைவுதான். பி.ஓ.யு. எம். என்ற பெயரைப் போலத்தான் அது இருந்தது. சுத்தத் தத்துப்பித்து விவகாரம். அந்தப் பெயர் பாவம் என்பதுபோலப் பரிதாபமாகத் தொனிக்கிறதல்லவா? அதற்குப் பதிலாக பித்தம், பிளேக் என்பவை போல வேறு பெயரை அவர்கள் வைத்திருக்க வேண்டும்... ஊஹூம், கூடாது. அதைவிடப் பிளேக் பேராபத்தானது. ஆளையே அழித்துவிடும் அது... ஆனாலும் என்னையும், இன்னும் வால்டர், மாடஸ்டோ, ப்ரிடோ போன்றவர் களையும் கொன்றுவிட அவர்கள் சதி செய்தார்கள், தெரியுமா உனக்கு? அவர்கள் எந்த அளவுக்குத் தப்புக்கணக்குப் போட்டார்கள் என்பது அதிலிருந்து புரிகிறதல்லவா? நாங்கள் எல்லாவிதத்திலும் ஒரே மாதிரியானவர்கள் அல்ல, இல்லையா? பாவம், பி.ஓ.யு.எம்! அவர்களால் எவரையுமே கொல்ல முடியவில்லை. போர்முனையிலும் சரி, வேறெங்கும் சரி, முயற்சி முழுதும் முறிவுதான். பார்ஸிலோனாவில் மட்டும்தான் சிலரைக் கொல்ல முடிந்தது."

"அப்போது நீங்கள் அங்கே இருந்தீர்களா என்ன?"

"ஆமாம். ட்ராட்ஸ்கியின் சீடர்களான கொலைகாரர்கள், வெறுத்தொதுக்க வேண்டிய ஃபாஸிஸ்ட் சதிகாரர்கள் கொண்ட

கெடுமதிக் கும்பல் அது என்று வர்ணித்து மேலிடத்துக்குத் தந்தி யனுப்பினேன். ஆனால், உனக்கு மட்டும் சொல்கிறேன், மெய்யாக அதனால் அபாயமில்லை. நின் ஒருவனால்தான் ஆபத்து. அவனை யும் பிடித்துவிட்டோம். ஆனால், பிறகு தப்பி விட்டவன் அவன்."

"இப்போது அவன் எங்கிருக்கிறான்?"

"பாரிஸில். அங்குதான் அவன் இருப்பதாக நாங்கள் சொல் கிறோம். இனியவன்தான் அவன் என்றாலும் சனியனான அரசியல் கருத்துக்கள் கொண்டவன்."

"ஃபாஸிஸ்டுகளுடன் அவர்களுக்குத் தொடர்பு உண்டு போலிருக்கிறதே?"

"யாருக்குத்தான் இல்லை?"

"ஏன், நமக்கு இல்லையே."

"எவருக்குத்தான் அது திட்டமாகத் தெரியும்? இராது என்பதே என் நம்பிக்கை. அவர்களுடைய அணிகளுக்குப் பின்னால் நீ அடிக் கடிச் செல்வதில்லையா?" என்று கேட்டுச் சிரித்தார் கார்க்கோவ். "ஏன், பாரிஸிலுள்ள குடியரசுத் தூதரகத்தின் காரியதரிசிகளில் ஒருவரின் சகோதரர் பர்கோஸிலிருந்து வந்திருந்த சிலரைச் சந்திக்கச் சென்ற வாரம் ஸெயிண்ட் ஜீன் டீலஸ்வரை போயிருந்தாராம், தெரியுமா?" என்றும் வினவினார்.

"வேறெதையும் விடப் போர் முனையையே எனக்கு அதிகமாகப் பிடிக்கிறது. அதை நெருங்க நெருங்க மக்கள் நல்லவர்களாக இருக்கிறார்கள்."

"ஃபாஸிஸ்ட் அணிகளுக்குப் பின்னால் இருப்பவர்களையும் பிடிக்கிறதா?"

"மிகமிகப் பிடிக்கிறது. அங்கே நமக்கு அரிய ஆசாமிகள் இருக்கிறார்கள்."

"அதேமாதிரி அவர்களது அரிய ஆட்களும் நம் அணிகளுக்குப் பின்னால் இருந்துதான் தீரவேண்டும். அப்படிப்பட்டவர்களைக் கண்டுபிடித்துச் சுட்டுக் கொல்கிறோம். அதேமாதிரி அவர்களும் நம் பேர்வழிகளைப் பிடித்துச் சுடுகிறார்கள். அவர்கள் பகுதியில் நீ இருக்கும்போது, அவர்கள் நம் வட்டாரத்துக்கு எத்தனைப் பேரை அனுப்பியிருப்பார்கள் என்பதை எண்ணிப் பாராமல் இருக்கக் கூடாது."

"நினைத்துப் பார்த்திருக்கிறேன்."

"அப்படியானால் இன்று நீ சிந்திப்பதற்கு வேண்டிய விஷயம் இருக்கிறது எனலாம். சரி, பாக்கியுள்ள பீரைக் குடித்துவிட்டுப் புறப்படு. நான் மாடிக்குப் போய்ப் பலரைப் பார்த்தாக வேண்டும்;

எல்லாரும் மாடிவாசிகளான மேன்மக்களாகும்! சீக்கிரத்தில் மறுபடி வா, பேசுவோம்."

ஜார்டனின் சிந்தனை வட்டம் கேலார்டிலேயே திரும்பச் சுழன்றது; 'ஆமாம், அங்கே நீ நிறையத்தான் அறிந்துகொண்டாய். நீ எழுதிய ஒரேயொரு புத்தகத்தை கார்க்கோவ் படித்திருந்தார். வெற்றிகரமான வெளியீடல்ல அது. இருநூறு பக்கங்கள்தான். இரண்டாயிரம் பேராவது அதைப் படித்திருப்பாரா என்பது சந்தேகமே, நடைப்பயணத்திலும், மூன்றாம் வகுப்பு ரயில் வண்டியிலும் மற்றும் பஸ், குதிரை, கோவேறு கழுதை, லாரி போன்றவற்றில் சவாரி செய்தும் நீ பார்த்தவற்றை அதில் பதித்திருந்தாய்... பாஸ்க் பகுதி நவார் அரகான், கலீஷியா, காஸ்டில் வட்டங்கள், எஸ்ட்ரெமடுரா ஆகியவற்றை நான் நன்றாக அறிவேன்? ஆனால் பாரோ, ஃபோர்ட் போன்றவர்கள் அதற்கு முன்பே நல்ல நூல்களை எழுதியிருந்தனர். ஆகவே, என்னால் புதிதாக அதிகம் கூறமுடியவில்லை. எனினும் கார்க்கோவ் அதை நல்ல புத்தகம் என்று கூறிவிட்டார். "அதனால்தான் உன்னைப் பொறுத்து நான் பாடுபடுகிறேன். முழு மெய்யாக நீ எழுதுகிறாய். அது மிக அபூர்வம். ஆகவேதான் சில விஷயங்களை நீ அறியவேண்டுமென விரும்புகிறேன்" என்றார் அவர்... சரி, இந்தக் காரியம் முடிந்ததும் இன்னொரு நூல் எழுதிவிடுகிறேன். ஆயினும் நான் அறிந்த விஷயங்களை மட்டும்தான் உள்ளது உள்ளபடியே எழுதுவேன். ஆனால் அந்த விஷயங்களைக் கையாள என்னிடம் இன்னும் அதிக எழுத்துத் திறமை வேண்டும். இந்தப் போரில் நான் அறிந்து கொண்டிருப்பவையெல்லாம் சாதாரணமானவையா என்ன?'

19

"இங்கே உட்கார்ந்து என்ன செய்து கொண்டிருக்கிறீர்கள்?" ஜார்டனுக்கு அருகில் வந்து நின்ற மேரியா வினவினாள்.

தலையைத் திருப்பி அவளை நோக்கி முறுவலித்த அவன், "ஒன்றுமில்லை, சும்மா சிந்தித்துக் கொண்டிருந்தேன்" என்றான்.

"எதைப் பற்றி? பாலத்தைக் குறித்துத்தானோ?"

"இல்லை. பாலப் பிரச்சனை பூர்த்தியாகிவிட்டது. உன்னைப் பற்றியும், எனக்குத் தெரிந்த சில ரஷ்யர்கள் இருக்கும் மாட்ரிட் நகர ஓட்டலொன்றைப் பொறுத்தும், என்றாவது ஒருநாள் நான் எழுதப்போகும் புத்தகத்தைக் குறித்தும்தான் யோசனை."

"மாட்ரிட்டில் நிறைய இருக்கிறார்களா என்ன?"

"இல்லை, சொற்பப் பேர்தான் உண்டு."

“ஆம் லட்சக்கணக்கில் அவர்கள் அங்கே இருப்பதாக ஃபாஸிஸ்ட் பத்திரிகைகள் சொல்கின்றனவே?”

“அவையெல்லாம் பொய்கள்தான், உள்ளது ஒரு சிலரே!”

“ரஷ்யர்களை உங்களுக்குப் பிடிக்குமா? இங்கே முன்பு வந்திருந் தாரே, அவர்கூட ரஷ்யர்தான்.”

“உனக்குப் பிடித்ததா, சொல்லு?”

“பிடித்தது. ஆனால் அப்போது நான் வியாதிக்காரி. இருந்தாலும் அவர் அதியழகாக இருந்தார், நிரம்பத் துணிச்சல்காரராகவும் இருந்ததாகத்தான் நான் நினைத்தேன்.”

“என்ன பிதற்றல் இது? அவனா அழகன்? இதோ என் உள்ளங்கை போலச் சப்பையாகவல்லவா அவன் மூக்கு இருக்கும்! தாடை எலும்புகளும் ஆட்டின் பிருஷ்டம்போல அகலமாயிற்றே!” என்றாள் பிலார்.

“அவன் எனக்கு நல்ல நண்பன், தோழன். அவனிடம் எனக்கு மிகுந்த அக்கறை உண்டு” என்று மேரியாவைப் பார்த்து ஜார்டன் சொன்னான்.

“இல்லாமலா அவனைச் சுட்டீர்?” என்று எகத்தாளமாகப் பிலார் கூறியதும், சீட்டு விளையாடிக் கொண்டிருந்தவர்கள் அவனை நிமிர்ந்து பார்த்தார்கள். ஜார்டனை உற்று நோக்கினான் பாப்லோவும். எவரும் வாய்திறக்கவில்லை. இறுதியில் ஜிப்ஸி ரஃபேல்தான், “இவள் சொல்வது நிஜமா, ராபர்ட்டோ?” என்று கேட்டான்.

“ஆமாம்!” என்றான் ஜார்டன். அந்த விஷயத்தைப் பிலார் இங்கே வெளியிடாமல் இருந்திருக்கலாகாதா, ஸோர்டோவின் இருப்பிடத்தில் அதைத்தான் ஏன் சொன்னோம் என்று இருந்தது அவனுக்கு. “அவனே கேட்டுக் கொண்டதால்தான் சுட்டுக் கொன்றேன். நகரவே முடியாதபடிக் காயமடைந்து கிடந்தான் அவன்” எனப் பூசி மெழுக முற்பட்டான்.

“என்ன அதிசயம் இது! இங்கே எங்களுடன் தங்கியிருந்த காலம் பூராவும் அப்படியொரு சந்தர்ப்பம் ஏற்படுவதற்கான சாத்தியம் பற்றியே அவன் பேசிக் கொண்டிருந்தான். அந்தமாதிரிச் சுட்டுக் கொல்வதாக அவனுக்கு நானே எத்தனையோ தடவை வாக்குக் கொடுத்திருக்கிறேன். ஆனாலும் அதிசயம்தான் இது” என ஜிப்ஸி சொல்லித் தலையை ஆட்டினான்.

“அவனே அதிசய ஆசாமிதான். அதிசயத்திலும் அதிசயமானவன்” என்றான் ஜார்டன்.

“இதோ பாரும், நீரோ ஒரு பேராசிரியர்; பல விஷயங்களை அறிந்தவர். தனக்கு நடக்கப்போவதை ஒருவன் முன்கூட்டித் தெரிந்து

கொள்ளத் தோது உண்டு என்றா நம்புகிறீர்?” என்று ஆண்ட்ரேஸ் கேட்டான்.

“அவனால் அப்படி எதிர்பார்த்திருக்க முடியுமென நான் எண்ணவில்லை” என்று கூறிய ஜார்டனைப் பாப்லோ விசித்திரமாகப் பார்த்தான். பிலாரோ எவ்வித முகபாவத்தையும் காட்டாமல் நோக்கிக் கொண்டிருந்தாள். “போர்முனையில் அளவுக்கதிகமான காலம் இருந்தபடியால் அந்த ரஷ்யத் தோழன் பயந்து குலைந் திருந்தான். பெருநாசத்தில் முடிந்த இருன் சண்டையில் கலந்து கொண்டவன். அப்புறம் வடக்கே நடந்த மோதல்களிலும் கலந்து கொண்டிருந்தான். எதிரியணிகளுக்குப் பின்னால் இந்தமாதிரி வேலைகளைச் செய்ய முதல் குழு அமைக்கப்பட்ட நாள் முதலாகவே எஸ்ட்ரெமடுராவிலும் அன்டலூஷியாவிலும் இங்கேயும் தொடர்ந்து பணி புரிந்து வந்தான். அதனால் அவன் அலுத்துக் களைத்து விட்டதுடன் அச்சப் பரபரப்பும் அடைந்து, கெட்ட கனவுகளைக் காணத் தொடங்கிவிட்டான் என்றே கருதுகிறேன்.”

“ஆமாம். கெட்ட கனவுகளை அவன் ஏராளமாகக் கண்டிருப் பான் என்பதில் சந்தேகமேயில்லை” என்றான் ஃபெர்னாண்டோ.

“உலகத்தில் எல்லாருக்கும் அது இயல்புதானே? அது கிடக் கட்டும், இங்கிலீஷ்காரரே. இதைச் சொல்லும், தன்னைப் பொறுத்து என்ன நேரக்கூடும் என்பதை ஒரு மனிதனால் முன்னதாக அறிவது இயலும் என்று எண்ணுகிறீர்?” என்று மீண்டும் கேட்டான் ஆண்ட்ரேஸ்.

“அதெல்லாம் முடியாது, அப்படி நினைப்பது அறியாமையால் தான். சுத்த மூடநம்பிக்கையே அது.”

“சொல்லும், பேராசிரியரே. உம் கருத்தையும்தான் கேட்போமே” என்றாள் பிலார். பிஞ்சில் பழுத்த பிள்ளையிடம் பேசுவது போலிருந்தது அவள் பாணி.

“அச்சத்தால் கெட்ட கற்பனைகள் ஏற்படுகின்றன என்றே எண்ணுகிறேன். துற்குறிகளைக் காண்பது” என்று ஜார்டன் தொடர்ந்த போது, “இன்று காலை கண்டோமே, அந்த விமானங்களைப்போல” என்றான் பிரிமிடிவோ.

பாப்லோவோ, “உம் வருகையைப்போல” என்று மெள்ளச் சொன்னான். அவனை நோக்கிய ஜார்டன், அவன் அப்படிக் கூறியது தன் ஆத்திரத்தைத் தூண்டுவதற்காகவல்ல, மனத்தில் பட்டதையே பட்டெனச் சொன்னான் என்பதை உணர்ந்தவனாய் மேலும் மொழிந்தான், “அச்சமடைந்த ஒருவன் துற்குறிகளைக் கண்டதும் தனக்கு முடிவுகாலம் வந்துவிட்டதாகவே முடிவு கட்டி விடுகிறான். அப்படிப்பட்ட கற்பனை தனக்கு ஏற்பட்டது தெய்வீக

அருளாலேயே என்றும் எண்ணத் தலைப்படுகிறான். இவ்வளவுதான் அதில் இருந்ததெல்லாம் என்று நினைக்கிறேன். ஆரூடக்காரர்களிடம் எனக்கு நம்பிக்கையில்லை, ஜோதிடத்தையோ, அமானுஷ்யச் செயல்களையோ நான் நம்பமாட்டேன்."

"ஆனால் அபூர்வப் பெயர் படைத்திருந்த அந்த ஆசாமியோ தன் விதியைத் தெளிவாகத் தெரிந்து கொண்டிருந்தானே? அவன் நினைத்தபடித்தானே நடந்தது?" என்றான் ஜிப்ஸி.

"அப்படியொன்றும் வருங்காலத்தைக் கண்டிருக்கவில்லை அவன். அந்த மாதிரி நேரலாமென அவனுக்கோர் அச்சம் இருந்தது. அது வளர்ந்து வலுப்பெற்று அவன் எதையோ முன்கூட்டிப் பார்த்திருந்தான் என்று எவராலும் எனக்கு மெய்ப்பித்துக் காட்டிவிட முடியாது."

"நான் கூடவா?" என்று பிலார் வினவியபடிக் கணப்பிலிருந்து சிறிது சாம்பலை எடுத்து உள்ளங்கையில் வைத்து ஊதினாள். "என்னால் கூடவா மெய்ப்படுத்திக் காட்ட முடியாது என்கிறீர்?" என மீண்டும் கேட்டாள்.

"ஊஹும். முடியாது. என்னதான் மாயமந்திரம் போட்டாலும் எத்தனைதான் ஜிப்ஸி வித்தைக் கற்றிருந்தாலும் உங்களாலும் முடியாதுதான்."

"எவ்வளவு சொன்னாலும் கேட்காத பாறைச் செவிடாக நீர் இருப்பதால்தான் அது இயலாது" மெழுகுவர்த்தி ஒளியில் தன் முகம் அகன்று கடினமாகக் காணப் பிலார் மொழிந்தாள். "நீரொன்றும் முட்டாளல்ல. ஆனால், படுசெவிடாக இருக்கிறீர். அப்படிச் செவிடாக இருப்பவரால் சங்கீதம் கேட்க முடியாது. ரேடியோவும் கேட்காது. ஆகவே, அவை காதில் விழுந்திராத காரணத்தினால் அப்படியெல்லாம் ஏதுமே கிடையாது என்று அவர் சாதிக்கலாம். அழகுதான்போம், இங்கிலீஷ்காரரே! அந்த அபூர்வப் பெயர் உள்ள ஆசாமியின் முகத்தில் மரணக்குறியை மிகத் தெளிவாகக் கண்டவள் நான்; சூடு போட்டதுபோலச் சந்தேகம் இல்லாமல் அல்லவா தெரிந்தது அது!"

"அப்படியெதையும் நீங்கள் கண்டிருக்க மாட்டீர்கள். பயத்தை யும் என்ன நேருமோ என்ற கலக்கத்தையும்தான் பார்த்திருப்பீர்கள். அவன் அனுபவித்ததால் ஏற்பட்டது அந்த அச்சம். ஏற்படக் கூடுமென அவன் கற்பனை செய்ததால் எழுந்ததே கலக்கம்."

"லட்சணம்தானய்யா நீர் சொல்வது! அவன் தோளில் குந்தி யிருந்தது போலத் தெளிவாகச் சாவை பார்த்ததோடு மட்டுமில்லை; அவனிடம் மரண வாடையும் வீசியதாக்கும்!"

“ஓஹோ, வாடை வீசியதோ? ஆனால், அது அச்ச நெடியாகவும் இருக்கலாம். அதற்கும் ஒரு நாற்றம் உண்டென்பது தெரியுமல்லவா?” என்று கிண்டலாகக் கேட்டான் ஜார்டன்.

“இல்லை, சாவு நெடிதான் அது... பிளாங்கெட்டைப் பற்றிக் கேள்விப்பட்டிருக்கிறீர்களா? காளைச் சண்டைத் துணையாளர்களில் அவருக்கு இணையாக எவருமே இருந்ததில்லை. கிரானெரோவுக்கு உதவி செய்துவந்தார் அவர். அந்த மானோலோ கிரானெரோ மாண்ட நாளன்று மாட்டுக் களத்துக்கு வரும் வழியில் அவனோடு அவரும் கோயிலுக்குப் போயிருந்தார். அங்கே வயிற்றைக் குமட்டு மளவுக்கு அவனிடமிருந்து சாவு வாடை வீசியதாக அவரே என்னிடம் சொன்னார். களத்துக்குக் கிளம்புமுன் ஓட்டலில் குளித்த போதும் உடுத்தபோதும் அவன் கூடவே அவர் இருந்திருக்கிறார். அப்போது அந்த நாற்றமில்லை. மோட்டாரில் அவனோடு நெருக்கியடித்து உட்கார்ந்து மைதானத்துப் போனபோதும் அது வீசவில்லை. கோயிலிலும் ஜுவான் டிலா ரோஸா தவிர வேறு யாராலும் அந்த நெடியைக் கண்டுகொள்ள முடியவில்லை. அப்போதோ, அப்புறம் பவனிக்காக ஜுவான், பிளாங்கெட்டுடன் நின்றபோதோ, மார்ஸியால், சிகூலோ ஆகிய மற்ற இரண்டு பேருக்கும் அது தெரியவில்லை. ஜுவானின் முகம் மட்டும் ரத்தம் செத்ததுபோல வெளுத்து விட்டது. அதைப் பார்த்ததும், ‘உனக்கும் நெடி அடிக்கிறதா என்ன?’ என்று பிளாங்கெட் கேட்டார். ‘மூச்சடைக்கும் அளவுக்கு அடிக்கிறது; எல்லாம் உன் காளைச் சண்டை வீரனிடமிருந்துதான் வீசுகிறது’ என்றான் ஜுவான். ‘சரி சரி, நாமென்ன செய்ய முடியும்? எல்லாம் நல்லபடி நடக்கும் என்று நம்பியிருப்பது தவிர நாமேதும் செய்வதற்கில்லை’ என்று பிளாங்கெட் சொல்லவும், ‘மற்றவர்களிடம் நாற்றமில்லையே?’ என ஜுவான் கேட்டான். ‘இல்லை, இல்லை, இவனிடம்தான் நெடி அடிக்கிறது; டலவெராவில் ஜோஸிடம் வீசியதைவிட மோசமான வாசனை’ என்று பிளாங்கெட் பதில் சொன்னார். அன்று பிற்பகல்தான் மாட்ரிட் நகரத்தில் இருக்கும் பிளாஸாடிடோரோஸில் சண்டை நடந்தது. வெராகுவா பண்ணையைச் சேர்ந்த ‘போகாபீனா’ என்னும் காளையுடன் தான் மோதல். அங்கே இரண்டாவது ஆசனப் பகுதிக்கு முன்னாலுள்ள வேலிக்கட்டைகள்மீது மனோலோவை அந்தக் காளை சாத்தி வைத்துக் குத்திக் குதறிக் கொன்றது. ஃபினிடோவுடன் போயிருந்த நானும் அதைப் பார்த்தேன். அந்த மாட்டின் கொம்பு அவனது மண்டையோட்டைக் கண்டதுண்டமாக்கி விட்டது. வேலியடியில் அது வீசிப் போட்டதால் குறுக்குக் கட்டை களுக்கிடையே எடுக்க முடியாதபடி அந்தத் தலை வசமாகச் சிக்கிக் கொண்டது!” என்று பிலார் பெரிய பிரசங்கமே செய்துவிட்டாள்.

"உனக்கு வாடையேதும் வீசியது தெரிந்ததா, சொல்லு?" என்று ஃபெர்னாண்டோ கேட்டான்.

"இல்லை, நெடி எட்ட முடியாத நெடுந்தூரத்தில் நான் இருந் தேன். மூன்றாவது ஆசனப் பகுதியின் ஏழாவது வரிசையில் நாங்கள் உட்கார்ந்திருந்தோம். பின்னால் இருந்தாலும் நடந்ததையெல்லாம் நன்றாகப் பார்க்கக்கூடிய இடமே அது.

ஜோஸெலிடோ கொல்லப்பட்டபோதும், உதவியாளராக இருந்த பிளாங்கெட் அன்று ராத்திரியே ஃபோர்னோஸில் சந்தித்த போது ஃபினிடோவிடம் அதைச் சொன்னார். அதைப்பற்றி ஜுவானை ஃபினிடோ கேட்டபோது அவன் வாயைத் திறக்கா விட்டாலும் மெய்தான் என்று தலையாட்டித் தெரிவித்தான். அப்போதும் நான் பக்கத்தில், இருந்தேன். ஆகவே, சிகூலோ, மார்ஸியாலைப் போலவும், மற்ற உதவியாளர்களைப் போலவுமே சில விஷயங்களைப் பொறுத்து நீர் செவிடாக இருக்கலாம், இங்கிலீஷ்காரரே. அன்று மனோலோ, ஜுவான் முதலானோரின் ஆதரவாளர்கள் இருந்தது போலவே இன்று இது விஷயத்தில் உமக்கும் காது கேட்காமல் இருக்கக்கூடும். ஆனாலும் பிளாங்கெட்டும் ஜுவானும் செவிடாக இருந்துவிடவில்லை. என் காதிலும் இதுமாதிரி விஷயங்கள் விழாமல் போகாது."

"நீ சொன்னது மூக்கு சம்பந்தப்பட்ட விஷயமல்லவா, எதற் காகக் காதை இழுக்கிறாய்?" என்று ஃபெர்னாண்டோ வினவினான்.

"சபாஷ்! இந்த இங்கிலீஷ்காரருக்குப் பதிலாக நீதான் பேராசிரி யராக ஆகியிருக்க வேண்டுமடா...! இதைப்போல இன்னும் பல சம்பவங்களையும் என்னால் சொல்லமுடியும். இங்கிலீஷ்காரரே, உம் காதுக்குக் கேட்கவில்லை, கண்ணுக்குத் தெரியவில்லை என்பதற்காக அப்படியெல்லாம் ஏதுமிராது என்று எண்ணிவிடாதீர். ஒரு நாயினால் கேட்க முடிவதை உம்மால் கேட்கவியலாது அதைப் போல உம்மால் முகர்ந்தறியவும் முடியாது... இருந்தாலும், ஒரு மனிதனுக்கு நேரக்கூடியதை இதற்குள்ளேயே கொஞ்சம் கண்டிருக்கிறீர் நீர், இல்லையா?"

அப்போது ஜார்டனின் தோள்மீது மேரியா தன் கையை வைத்தாள். 'என்ன அபத்தக் கதை இதெல்லாம்! இந்தப் பிதற்றலுக்கு உடனே முடிவு கட்டிவிட்டு, இருக்கும் அவகாசத்தைப் பயன்படுத்திக் கொள்ளப் பார்ப்பதே சரி. ஆனால், வேலைக்கான வேளை இன்னும் வரவில்லையே, என்ன செய்வது? எப்படியோ இந்த மாலைப் பொழுதைப் போக்கியாக வேண்டியதுதான்' என்று திடுமென நினைத்தவனாய் அவன் பாப்லோவை நோக்கி, "இந்தக் குறளிக் கதையிலெல்லாம் உமக்கும் நம்பிக்கையுண்டோ?" என்று விசாரித்தான்.

"திட்டமாகச் சொல்ல முடியவில்லை. பெரும்பாலும் உம் கருத்துத்தான் எனக்கும். எந்த அமானுஷ்யச் சம்பவமும் என்னைப் பொறுத்து நடந்ததில்லை. ஆனால், பயத்தைப் பெருமளவுக்கு அனுபவித்திருக்கிறேன் என்பது நிச்சயம். இருந்தாலும் நடக்கப் போவதை நம் கையைப் பார்த்துப் பிலாரால் சொல்ல முடியும் என்றே நம்புகிறேன். இவள் வேண்டுமென்று புளுகவில்லை என்றால் மரணவாடை பற்றி இவள் சொன்னது நிஜமாகவே இருக்கலாம்."

"எதற்காக நான் பொய் சொல்லவேண்டும்? நானாகக் கற்பனை செய்து எதையும் கூறிவிடவில்லை. பிளாங்கெட் விளையாட்டுப் புத்தி உடையவரல்ல; அவருக்கு தெய்வபக்தியும் நிறைய உண்டு. அவர் ஜிப்ஸியுமல்ல. வாலென்ஸியாவில் சொகுசுக் குடும்பத்தில் பிறந்தவர். அவரை நீர் பார்த்ததேயில்லையா?"

"பார்த்திருக்கிறேன். பலமுறை பார்த்ததுண்டு. சிறிய உருவமும் சாம்பல்நிற முகமுமாக இருப்பார். காளையை மிரளவைக்கும் துணியை அவரைப் போலக் கையாண்டவர் எவருமில்லை. முயலைப்போல விரைவும் உண்டு அவரிடம்" என்று ஜார்டன் பதில் சொன்னான்.

"அப்படித்தான் அவர் இருப்பார். இருதயக் கோளாறினால் தான் அவர் முகத்தில் அப்படி ஒரு சாம்பல் நிறம். அதைப் பார்த்த ஜிப்ஸிகள், அவர் தன்னோடு சாவைச் சுமந்து சென்றாலும் மேஜையிலிருந்து தூசியைத் தட்டுவதுபோல அத்தனை சுலபமாகத் தன் துணித் துண்டினால் அதை அவரால் அப்பால் தள்ளிவிட முடியும் என்பார்கள். ஆனாலும் ஜிப்ஸியாக இல்லாமல் இருந்தும் கூட அவர்தான் டலவிராவில் ஜோஸ்விடோ சண்டையிட்டபோது அவனிடம் சாவுநெடி வீசக் கண்டார். கசப்பு ஷெர்ரிமதுவின் வாடையையும் மீறி அவரால் எப்படி அதை முகர முடிந்தது என்பது எனக்கும் விளங்கத்தானில்லை. பிற்பாடு அதைப்பற்றித் தன்னம் பிக்கையே இல்லாத வகையில் அவர் பேசுவார். அதைக் கேட்டவர் களெல்லாம் அவருக்கு வெறும் பிரமையே என்பார்கள். அப்போது ஜோஸ் நடத்திவந்த வாழ்வின் வாசனைதான் அவனது அக்குளில் சுரந்த வியர்வையில் வீசி அவரால் முகரப்பட்டது என்றும் சொல் வார்கள். அதை மறுக்கும் வகையில் இந்த மனோலோ விவகாரம். அதன் பிறகுதான் நடந்தது. அதில் அவர் மட்டுமின்றி ஜுவானும் பங்கெடுத்துக் கொண்டான். அவனிடம் கண்ணியம் அதிகமாகக் கிடையாதுதான். இருந்தாலும் தன் வேலையில் குறைகாணப் பொறுக்க மாட்டான். பெண் வேட்டை தண்ணீர் பட்டபாடு அவனுக்கு. பிளாங்கெட்டோ, காரியத்தில் கண்ணும் கருத்துமாக இருந்தவர். அமரிக்கை மிகுந்தவர். அவர் வாயிலிருந்து ஒரு பொய் கூடவராது... அவரைப்போலவே தான் நானும் இங்கே வந்திருந்த உம் தோழரிடம் சாவுநெடி வீசக் கண்டேன்."

"நான் அதை நம்பவில்லை. தவிர, காளைச்சண்டை துவங்குமுன் பிளாங்கெட் அந்த வாசனையை முகர்ந்ததாகச் சொன்னீர்கள். இங்கோ அந்தக் காஷ்கினும் நீங்களும் ரயில் வண்டியை வெற்றிகர மாகத் தாக்கினீர்கள். அதில் அவன் கொல்லப்படவில்லை, ஆகவே, அப்போது எப்படி நெடி அடித்திருக்க முடியும்?"

"அந்த நாற்றத்துக்கும் ரயில் விவகாரத்துக்கும் சம்பந்தமே கிடையாது. அது இருக்கட்டும். இக்னாஷியோ ஸாஞ்செஸ் மீஜியாஸ் கடைசியாகச் சண்டை போட்ட பருவத்தில் ஓட்டலில் அவன் பக்கத்தில் உட்காரப் பலர் மறுத்துவிட்டார்கள். அந்த அளவுக்கு அவனிடம் சாவு வாடை வீசியதே, அதற்கென்ன சொல்கிறீர்?"

"ஒருவன் இறந்த பிறகு அப்படியெல்லாம் கற்பனை செய்து கதைப்பது சகஜம்தான், அவர் பல காலமாகப் பயிற்சி பெற்று இருந்தார்; அவர் பின்பற்றிய பாணியும் அபாயகரமாக இருந்தது. அவரது பலம் குன்றிவிட்டதோடு கால்களில் இருந்த லாகவமும் போய்விட்டது. அதனாலேயே அவருக்குச் சாவோலை எழுதப்பட்டு விட்டது தெரிந்திருந்ததே."

"எனக்கென்னவோ புரியவில்லை என்பதை ஒப்புக் கொள் கிறேன்."

"நீ புரிந்து கொள்ளவும் வேண்டாம்; ஒப்புக்கொள்ளவும் வேண்டாம்... இது கிடக்கட்டும், இன்னமும் வெளியில் பனி பெய்கிறதா என்ன?"

ஜார்டன் குகை வாயிலுக்குச் சென்று திரையைத் தூக்கிப் பார்த்தான். வெளியே இருள் கவிந்திருந்தாலும் வானம் தெளிந்திருந் தது. குளிர் இருந்த போதிலும் பனி பொழியவில்லை. வெண்பனியை மரங்களூடே பார்த்தான். மரங்களுக்கு மேலாக ஆகாயத்தையும் அண்ணாந்து நோக்கினான். மூச்சை இழுக்கையில் சுவாசத்துக்குள் சுரீரெனக் குளிரைப் பாய்ச்சியது காற்று. 'குதிரைகளைத் திருடி யிருந்தால் இந்த இரவில் ஏகப்பட்ட தடயங்களை ஸோர்டோ விட்டுவர நேர்ந்திருக்குமே' என்று எண்ணிய அவன், திரையைத் தொங்கப் போட்டபின் புகையடைந்த குகைக்குள் திரும்பிவந்து, "வானம் தெளிந்துவிட்டது; புயல் ஓய்ந்துவிட்டது!" என்று தெரி வித்தான்.

20

இரவின் இருளிடையே படுத்தபடி மேரியாவுக்காகக் காத்திருந்தான் ஜார்டன். காற்று அறவே நின்றுவிட்டது. பைன் மரங்கள் சற்றுக்கூடச் சலசலக்கவில்லை. தரை முழுவதையும் நிறைத்திருந்த பனியிடையிருந்து அடிமரங்கள் ஆங்காங்கு எழும்பி

நின்றன. தான் விரித்திருந்த படுக்கையின் மென் இன்பத்தை மாந்தியவனாய்ச் சுற்றினுள் கிடந்தான் அவன். அந்தச் சுருள் தந்த இதமான கதகதப்பை நுகர்ந்தபடி தன் கால்களை முற்றும் நீட்டிக் கொண்டிருந்தான். தலையோ சுற்றுக்கு வெளியே இருந்தது. அதன்மீதும், மூச்சிழுக்கையில் மூக்கிலும் குளிர்காற்று மோதிச் சுள்ளென உறைத்தது. தன் ஜோடுகள் மீது கோட்டையும் சராயையும் சுற்றித் தலையணையாக்கி வைத்துக்கொண்டு, பக்கவாட்டில் திரும்பிப் படுத்திருந்தான் அவன். ஆடைகளை அவிழ்க்கையில் உறையிலிருந்து உருவி வைத்த பெரிய கைத்துப்பாக்கி உலோகத்தால் உருவானதாகையால் விலாப்புறத்தில் சில்லிப்பைச் செலுத்தியது. எனவே, துப்பாக்கியைத் தள்ளி வைத்துவிட்டுச் சுற்றினுள் மேலும் முடங்கிக்கொண்டான். அங்கிருந்து பனியினூடே பார்த்தபோது குகையின் வாசல் பாறைப் பின்னணியில் கரும் பிளவாகத் தென் பட்டது. வானம் நிர்மலமாக இருந்தது. அதோடு பனியிலிருந்தும் போதிய ஒளி பிரதிபலித்ததாகையால் அடிமரங்களும் பாறைகளின் குவியலும் தெளிவாகவே தெரிந்தன. அதற்கு முன்பே அவன் குகையிலிருந்து ஒரு கோடரியை எடுத்துக்கொண்டு புதுப் பனியூடே அந்தத் திறந்தவெளியின் ஓரத்துக்குப் போய்ச் சிறியதொரு பைன் மரத்தை வெட்டியிருந்தான். அடிமரத்தைப் பற்றியவனாய் அதை இருளிலேயே இழுத்து வந்து, பாறைச் சுவரின் மறைவில் போட்டான். பிறகு அடிமரத்தைக் கெட்டியாகப் பிடித்துக்கொண்டு நேராக நிமிர்த்தி நிறுத்தினான். கோடரிப் பிடியைத் தலைக்கருகில் பிடித்த படிக் கிளைகளையெல்லாம் கழித்தான். அப்படி வெட்டிக் குவித்த கிளைகளை விலக்கிவிட்டு, வெறும் கம்பமாக இருந்த மரத்தைக் கீழே பனியில் கிடத்தினான்.

அங்கே சுவரோரமாக வைக்கப்பட்டிருந்த மரக்கட்டையொன்றை எடுத்து வருவதற்காகப் பின்னர் குகையினுள் சென்றான். அடுத்து அந்தக் கட்டையைக் கொண்டு பாறைச் சுவரையொட்டித் தரையி லிருந்து பனியைப் பெயர்த்துத் தள்ளினான். கிளைகளை எடுத்துப் பனியை நன்றாக உதறியபின் ஒன்றையொன்று கவிந்து கொள்ளும் வகையில் வரிசையாக வைத்துப் படுக்கை போலப் பரப்பினான். அந்தக் கிளைகள் அகன்றுவிடாமல் இருப்பதற்காகக் கால்மாட்டில் கம்பத்தைக் குறுக்காக வைத்தான். கட்டை நுனியிலிருந்து பிளந் தெடுத்த இரு கூர்மையான துணுக்குகளை முளைபோல அடித்துக் கம்பம் அசையாதிருக்கச் செய்தான். அதன் பின் எஞ்சிய கட்டையை யும் கோடரியையும் குகைக்குக் கொண்டு சென்றான். திரைக்குக்கீழ் குனிந்து புகுந்த அவன் அவற்றைச் சுவரில் சாய்த்து வைத்ததைக் கவனித்த பிலார், "வெளியே என்ன செய்துகொண்டிருக்கிறீர்?" என்று வினவினாள். "படுக்கையொன்று தயாரித்தேன்" என்று ஜார்டன் பதிலளித்தான்.

“புதிதாக அடுக்குப் பலகை செய்வதற்காக நான் வைத்திருந்த கட்டையிலிருந்து உமது படுக்கைக்காக ஏதாவது வெட்டிவிட்டீரா? என்ன?”

“ஆமாம் அதற்காக வருந்துகிறேன்.”

“போனால் போகிறது; பெரிய நஷ்டமில்லை. அறுவை ஆலையில் ஏராளக் கட்டைகள் கிடக்கின்றன. வேண்டிய மட்டும் எடுத்துக் கொள்ளலாம். அது இருக்கட்டும், எந்தமாதிரிப் படுக்கையைப் போட்டிருக்கிறீர்?”

“எங்கள் நாட்டில் போடுவதைப் போலத்தான்.”

“அப்படியானால் அதில் படுத்து நன்றாகத் தூங்குங்கள்” என்று பிலார் வாழ்த்தியதும் மூட்டைப் பைகளிலொன்றை ஜார்டன் பிரித்துப் படுக்கைச் சுருளை வெளியிலெடுத்தான். அதில் சுற்றி வைக்கப்பட்டிருந்தவற்றைப் பைக்குள் திரும்ப வைத்தபின் எழுந்து நடந்தான். திரும்பவும் குனிந்து திரையைக் கடந்து வெளியில் வந்ததும் கிளைப்படுக்கை மீது சுருளைப்போட்டான். கால்புறத்தில் குறுக்குவாட்டில் வைக்கப்பட்டு முளையடிக்கப்பட்டிருந்த கம்பத்தைச் சுருளின் மூடிய பகுதி தொடும்படி விரித்தான். அதன் திறந்தபுறமோ பாறைச் சுவரால் பாதுகாப்புப் பெற்றது. மூட்டைகளை எடுத்து வருவதற்காக மறுபடியும் குகையினுள் அவன் புகுந்தபோது,

வெளியிலெடுத்துப் போகவேண்டாம். நேற்று இரவு போலவே இன்றும் என் பக்கத்திலேயே இவை இருக்கலாம்” என்று பிலார் சொன்னாள்.

“இன்றிரவு காவல் போடப் போவதில்லையா? வானம் தெளிவாகிப் புயலும் நின்றுவிட்டதே” என்றான் ஜார்டன்.

“ஃபெர்னாண்டோ போவான்” என்று பதில் வந்ததும் குகையை அவன் நோட்டம் விட்டான், பின்புறத்தில் இருந்ததால் மேரியா அவன் கண்ணில் படவில்லை. “எல்லோருக்கும் என் நல்லிரவு வாழ்த்து, நான் தூங்கச் செல்கிறேன்” என்று பொதுவாகச் சொன்னான். படுக்கப் போதிய இடம் கிடைப்பதற்காகப் பலகை மேஜைகளையும், தோலாசன முக்காலிகளையும் பின்னுக்குத் தள்ளிவிட்டு அடுப்படியை அடுத்துத் தரையிலேயே கம்பளங்களையும் சுருள்களையும் விரித்துக்கொண்டிருந்த பிரிமிடிவோவும் ஆண்ட்ரேஸும் நிமிர்ந்து பார்த்துப் பதிலுக்கு நல்லிரவு வாழ்த்துக் கூறினர். ஒரு மூலையில் ஆன்ஸெல்மோ தூங்கிக்கொண்டிருந்தான். மூக்குக்கூட வெளியே தெரியாதபடிப் போர்வையாலும் மேலங்கியாலும் மூடிக்கொண்டு முடங்கிக் கிடந்தான் அவன். பாப்லோவோ நாற்காலியில் உட்கார்ந்தபடியே தூங்கிப் போய்விட்டான்.

“உமது படுக்கைக்கு ஆட்டுத்தோல் ஏதாவது தேவையா?” என ஜார்டனை மெதுவாகக் கேட்டாள் பிலார்.

“வேண்டாம். கேட்டதற்கு நன்றி. அது எனக்குத் தேவையில்லை.”

“அப்படியானால் போய் நன்றாகத் தூங்கும். உமது மூட்டை களை நான் கவனித்துக் கொள்கிறேன்” என்று அவள் விடை தந்தாள்.

ஜார்டனுடன் ஃபெர்னாண்டோவும் குகைக்கு வெளியில் வந்து, அவன் படுக்கைச்சுருளை விரித்திருந்த இடத்தில் நின்றான்.

“நீர் திறந்தவெளியில் தூங்குவது விசித்திரமாக இருக்கிறது, ராபர்ட்டோ” என்றான். இருளிடையே போர்வையங்கிகளை நன்றாக இழுத்து மூடிக்கொண்டு துப்பாக்கியைத் தோளில் தொங்கவிட்டிருந்தான் அவன்.

“இது எனக்குப் பழக்கம். போய்வாரும். குட்– நைட்.”

“பழக்கம் என்பதால்தான் இப்படிப் படுத்துக் கிடக்கிறீரோ?”

“இது இருக்கட்டும். எத்தனை மணிவரை உமக்குக் காவல் வேலை?”

“நான்குமணி வரையில்.”

“அதற்குள் குளிர் நடுக்கியெடுத்து விடுமே.”

“அது எனக்குப் பழக்கம்” என்றான் ஃபெர்னாண்டோ.

“அப்படி அது உமக்குப் பழக்கமாக இருக்கிறபடியால்” என்று மரியாதை மிளிரக் கூறி, முடிக்காமல் விடுத்தான் ஜார்டன்.

“போகலாம் என்றுதானே சொல்கிறீர்? இதோ புறப்பட்டு விட்டேன். குட் நைட் ராபர்ட்டோ.”

“உமக்கும் நல்லிரவு வாய்க்கட்டும், ஃபெர்னாண்டோ.”

அதன்பின்தான் தன் ஆடைகளை அவிழ்த்துத் தலையணையைத் தயார் செய்தான், ஜார்டன். அப்புறம் சுருளுக்குள் புகுந்து, கதகதப்பூட்டியதுடன் இறகுகளால் இழைக்கப்பட்டதுபோல லேசாகத் தொட்டு இன்சுகம் தந்த அதன் அடியில் படிந்திருந்த கிளைகள் மெத்தென இருந்ததையும் அனுபவித்து ஆனந்தித்தவனாய்க் காத்துக்கிடந்தான். பனியினூடே குகையின் வாசலிலேயே அவன் கண்கள் பதிந்திருந்தன; ஆவலால் தன் இதயம் படக் படக்கென அடித்துக் கொண்டது தெளிவாகவே கேட்டது அவனுக்கு. இரவில் எவ்விதக் கலக்கமும் இல்லை. சுற்றியிருந்த காற்றைப்போலவே அவன் தலையும் தெளிவுடனும் தண்ணென்றும் இருந்தது. கீழே பரப்பியிருந்த பைன்மரக் கிளைகளிலிருந்து கிளம்பிய மணம் அவன் மூக்கை எட்டியது. நசுங்கிய ஊசியிலைகளின் பைன்மர மணத்துடன்

வெட்டிய பகுதிகளிலிருந்து கொட்டிய பிசினின் காரமான வாடையும் கலந்திருந்தது. அது பிலாரையும், அவள் சொன்ன சாவு நெடியையும் பற்றி அவனை நினைக்க வைத்தது. 'இதுதான் நான் நேசிக்கும் வாசனை, இதோடு, அப்போதே கொய்யப்பட்ட க்ளோவர், கால்நடைகளை ஓட்டியபடிக் குதிரைமீது சவாரி செய்யும்போது மிதிபடும் சேஜ், மரப்புகை, இலையுதிர் காலத்தில் எரியும் இலைகள், இவை எழுப்பும் மணங்களும் எனக்குப் பிடிக்கும். இலையுதிர்ப் பருவத்தின்போது மிஸ்ஸூலா வீதிகளில் வாரிக் குவிக்கப்பட்டிருந்த இலைகள் எரிந்துபோது எழும்பிய வாசனைதான் என்னை வீட்டை எண்ணி ஏங்கவைப்பதாக இருக்க வேண்டும்... எதை முகர உனக்கு விருப்பம் அதிகம்? தங்கள் கூடைகளை முடையச் செவ்விந்தியர் பயன்படுத்தும் நறும்புல்லா? புகையில் வாட்டப்பட்ட தோலா? இளவேனிற்கால மழைக்குப் பின் மண்வீசும் வாசனையா? கலீஷியா கடற்கரையோரமாக முட்செடிகளிடையே நடந்து செல்லும்போது காற்று கொண்டு வரும் கடலின் மணமா? இருளூடே க்யுபாவை நோக்கி வருகையில் நிலத்திலிருந்து வீசும் காற்று ஏந்திவரும் வாடையா? கள்ளிப்பூக்கள், மிமோஸாச் செடிகள், கடல் திராட்சைப் புதர்கள் ஆகியவற்றின் வாசமே அது... இல்லாவிட்டால், காலையில் பசி பிய்த்தெடுக்கும் போது வறுக்கப்படும் பன்றிக் கருவாடு கிளப்பும் நறுமணத்தை நுகர்வதுதான் பிடிக்குமோ உனக்கு? ஒருவேளை, காலைக் காப்பிதான் உன் கருத்தைக் கவருமோ? இல்லையேல், நீ கடிக்கும்போது ஜோனாதன் ஆப்பிள் பழம் எழுப்பும் மணத்தில் அதிக ஆசையா? மது தயாரிக்க ஆப்பிள் பழங்களை அறைக்கும் ஆலை, அல்லது அப்போதே அடுப்பிலிருந்து எடுக்கப்பட்ட ரொட்டி ஆகியவை வீசும் வாசனைகளில்தான் உனக்குப் பிரியம் அதிகமா? என்ன இது, சாப்பாட்டுப் பண்டங்களாக அடுக்குகிறாயே, உனக்குப் பசிதான் எடுத்திருக்க வேண்டும்."

இப்படியெல்லாம் எண்ணியபடிப் பக்கவாட்டில் படுத்திருந்த ஜார்டன், வெண்பனி காட்டும் விண்மீன் வெளிச்சத்தில் குகை வாசலையே தொடர்ந்து நோக்கிக்கொண்டிருந்தான். அப்போது திரையைத் திறந்துகொண்டு யாரோ வெளிவந்தது தெரிந்தது. பாறைப் பின்னணியில் பிளவுபோல அந்த வாசல் புலப்பட்டபடியால், அப்படி வந்து நின்றதை அவனால் நன்றாகவே பார்க்க முடிந்தது. அப்போது பனியில் ஏதோ தடுமாறிய ஒலி கேட்டது. உடனே, வெளியில் வந்த நபர் திரைக்கடியில் மீண்டும் குனிந்து உள்ளே போய் விட்டதும் தென்பட்டது.

"அனைவரும் ஆழ்ந்து உறங்க ஆரம்பிக்கும்வரை மேரியா இங்கே வரமாட்டாள் போலிருக்கிறதே. அடடா, எவ்வளவு நேரம் நஷ்டமாகிறது! பாதியிரவு போய்விட்டதே. ஓ மேரியா! அவகாசம்

அதிகமில்லை, விரைந்து வா!" இவ்விதம் எண்ணத் துவங்குகையில், பூமியில் படிந்திருந்த பனிமீது கிளையொன்றிலிருந்து மேலும் பனி கொட்டியதால் லேசாக எழுந்த ஒலி ஜார்டனின் காதில் விழுந்தது. மென்காற்றும் வீசி அடிக்கத் தொடங்கியது. அது அவன் முகத்தின் மீது மோதியபோது, மேரியா வராமலே இருந்துவிடலாம் என்ற திகில் அவனைத் திடுமெனப் பற்றிக்கொண்டது. விரைவில் விடிந்துவிடும் என்பதை அந்தக் காற்று அவனுக்கு நினைவூட்டியது. பைன் மரங்களின் உச்சிப் பகுதிகளை அக்காற்று சலசலக்க வைத்தபடியால் கிளைகளிலிருந்து முன்னிலும் அதிகமாகப் பனி விழத் துவங்கியது. 'வா வா, மேரியா! விரைந்து வா இங்கே! தயவு செய்து உடனே வா! ஓ மேரியா, ஓடிவா! காத்துக் கிடக்காதே. எல்லோரும் தூங்க வேண்டிய அவசியமில்லை. அதுவரையில் நீ காத்திருப்பதில் இனி அர்த்தமில்லை' இப்படி மானசீகமாக மேரி யாவுக்கு அழைப்பு விடுத்துக் கொண்டிருக்கும்போதே அவள் குகை வாயிலை மறைத்திருந்த திரையின் கீழிருந்து வெளிவந்ததை ஜார்டன் கண்டான். அங்கேயே அவள் கண நேரம் நின்றாள். வந்தது அவள் தான் என்பது அவனுக்குத் திட்டமாகத் தெரிந்தபோதிலும் அப்போது அங்கு என்ன செய்துகொண்டிருந்தாள் என்பது புலப்பட வில்லை. மெள்ளச் சீழ்க்கை அடித்தான். ஆயினும் அப்போதும் பாறை நிழல் பரப்பிய இருளில் என்னவோ செய்தவாறு குகை வாயிலிலேயே அவள் நின்றாள். சற்று நேரத்துக்குத்தான் அப்படி. பின்னர், கைகளில் எதையோ ஏந்தியவளாய் ஓடிவந்தாள். பனி யிடையே தன் நீண்ட கால்களை அவள் எட்டிப்போட்டு ஓடிவந்ததை அவன் கவனித்தான். அடுத்து, படுக்கைச் சுருளின் பக்கத்தில் மண்டியிட்டு அமர்ந்தாள். தலையால் அவனை முட்டியவாறே, தன் கால்களிலிருந்து பனியைப் பெயர்த்தாள். அவனை முத்தமிட்டு மூட்டையைக் கொடுத்தபடியே, "இதை உங்கள் தலையணையுடன் வைத்திருங்கள். வீண் தாமதத்தைத் தவிர்ப்பதற்காக இதையெல்லாம் அங்கேயே களைந்து கையிலெடுத்து வந்தேன்" என்றாள் மேரியா.

"இந்தப் பனியில் வெறுங்காலுடனா வந்தாய்?"

"ஆமாம். அதுமட்டுமில்லை, கலியாண காலச் சட்டையை மட்டும்தான் போட்டுக் கொண்டுமிருக்கிறேன்" என்று பதிலளித்த அவளை ஆரத்தழுவி இறுக்கமாக அணைத்துக்கொண்டான் ஜார்டன்.

அவன் முகவாயைத் தன் தலையால் உரசியவளாய், "என் பாதங்கள் உங்கள்மீது படும்படி விடாதீர்கள், ராபர்ட்டோ. பனியால் அவை சில்லிட்டுக் கிடக்கின்றன" என்றாள் மேரியா.

"இங்கே வைத்துக்கொண்டு சூடேற்றேன்."

"வேண்டாம். விரைவில் வெப்பம் பெற்றுவிடும் அவை... எங்கே, சீக்கிரம் சொல்லுங்கள், என்னை நீங்கள் காதலிப்பதாக உடனே சொல்லுங்கள்."

"உன்னை நான் காதலிக்கத்தான் செய்கிறேன்."

"பலே! பேஷ்! சபாஷ்!"

"உன்னைக் காதலிக்கிறேன், முயல்குட்டி."

"என் கலியாணச் சட்டை உங்களுக்குப் பிடித்திருக்கிறதா?"

"எப்போதும் நீ அணிவதுதானே இது?"

"ஆமாம், நேற்று ராத்திரி இதைப் போட்டிருந்தேன். என் கலியாணச் சட்டையாக்கும் இது."

"எங்கே, உன் பாதங்களை இங்கே வைத்துக்கொள், பார்ப்போம்."

"வேண்டாம், அப்படிச் செய்வது அடுக்காது. அவை தாமாகச் சூடு பெற்றுவிடும். எனக்கு அவை கதகதப்பாகத்தான் இருக்கின்றன. பனியில் பட்டதால் உங்களுக்குச் சீதளமாக இருக்குமே என்று தான் விலக்கி வைத்துக்கொண்டிருக்கிறேன்... எங்கே, சற்று முன் சொன்னதை இன்னொரு முறை சொல்லுங்கள், பார்ப்போம்."

"உன்னைக் காதலிக்கிறேன், என் முயல்குட்டியே!"

"நானும் உங்களைக் காதலிக்கிறேன். நான் உங்கள் மனைவி யும்கூட."

"அவர்கள் எல்லோரும் தூங்கிவிட்டார்களா?"

"இன்னுமில்லை. ஆனால் என்னால் அதற்குமேலும் ஆர்வத்தை அடக்கிக்கொள்ள முடியவில்லை. அப்படி அவர்கள் தூங்கா விட்டாலும்தான் மோசமா? அது முக்கியமானதா என்ன?"

"இல்லைதான்" என்ற ஜார்டன், நீண்டு மெலிந்த அவளது உடல் தன்னோடு ஒட்டி உஷ்ணமூட்டி உவகை தந்ததை உணர்ந்தான். "இதைத் தவிர வேறு எதுவுமே முக்கியமில்லைதான்" என்றான் பின்னர்.

"என் தலைமீது உங்கள் கையைவைத்துப் பிடித்துக் கொள்ளுங் கள். உங்களுக்கு என்னால் முத்தம் கொடுக்க முடிகிறதா என்று முயன்று பார்க்கிறேன். அப்படியே முத்தம் தந்ததும், "நன்றாகத் தந்தேனா?" என மேரியா வினவினாள். "நன்றாகத்தான் இருந்தது... சரி, உன் கலியாணச் சட்டையைக் கழற்றிவிடு."

"அதை எடுத்தாக வேண்டுமென எண்ணுகிறீர்களா?"

"ஆமாம். கழற்றினால் உனக்குக் குளிருமென்றால் மட்டும் வேண்டாம்."

"குளிரா? அழகுதான் போங்கள்! என் உடலெல்லாம் அனலல்லவா பறக்கிறது!"

"என்னுள்ளும் தகிப்புதான். ஆனாலும் அதைக் கழற்றிய பிறகு உனக்குக் குளிராதே. நிச்சயமாக?"

"குளிரவே குளிராது. அப்புறம்தான் காட்டு மிருகம்போலக் கெட்டியாய்ப் பிடித்துக்கொண்டு ஒன்றாகிவிடுவோமே, இரண்டு உடல்களில் எது எவருடையது என்று எவரும் சொல்ல முடியாதபடி இறுக்கமாக இணைந்துவிடுவோமே! என் இதயம்தான் உங்கள் இதயம் என்பதை உணரவில்லையா நீங்கள்?"

"ஆமாம். இரண்டுக்குமிடையே இம்மியும் வித்தியாசமில்லை."

"இன்னும் உணர்ந்து பாருங்கள்: நான்தான் நீங்கள், நீங்களே நான்; ஒருவரே இருவரும், இருவரும் முற்றிலும் மற்றவராகியிருக்கிறோம். அதோடு உங்களைக் காதலிக்கிறேன்! ஆமாம் என் நெஞ்சார நேசிக்கிறேன்! நாம் இருவரும் நிஜமாகவே ஒன்றிவிடவில்லையா? இதை உங்களால் உணர முடிகிறதல்லவா?"

"ஆமாம், மெய்தான்."

"நான் இப்போது உணர்ந்து பாருங்கள் என் இருதயம்தான் உங்களுடையதும்."

"இதயம் மட்டுமா? கால்கள், பாதங்கள், ஏன், உடல் பூராவுமே வேறில்லைதான்."

"இருந்தாலும் நாம் வேறுபட்டவர்களே. இப்படி நாம் மாறுபட்டுத்தான் இருக்க வேண்டும் என்பதே என் விருப்பமும்."

"உண்மையாகவா சொல்கிறாய்?"

"ஆமாம், மெய்தான்; மெய்யாகவேதான். உங்களிடம் நான் கட்டாயம் சொல்லிவிட வேண்டிய விஷயம் இது."

"நிஜமாக நினைத்துத்தான் சொல்கிறாயா?"

"ஒருவேளை எனக்கு அப்படி ஆசை இல்லாமலும் இருக்கலாம் தான்" ஜார்டனின் தோளில் தன் உதடுகளைப் பதித்துக்கொண்டபடி மேரியா மெள்ளச் சொன்னாள், இருந்தாலும் தெரிவித்துவிட விரும்பினேன். நாம் வேறுபட்டவர்களாக இருப்பதால் நீங்கள் ராபர்ட்டோவாகவும் நான் மேரியாவாகவும் உள்ளதில் எனக்கு மகிழ்ச்சியே. ஆனாலும் எப்போதாவது மாறியாக வேண்டுமென நீங்கள் ஆசைப்பட்டால் மாறிவிடுவதிலும் எனக்கு ஆனந்தம்தாம்,

உங்களை நெஞ்சார நேசிப்பதால் நீங்களாகவே நான் மாறிவிடு வேனாக்கும்!"

"மாற எனக்கு மனமில்லை. ஒவ்வொருவரும் தனித்த ஒரு வராகவே இருப்பதும், அவரவரும் அப்படியே நீடிப்பதும் தான் நல்லது."

"ஆனால் இப்போது நாம் ஒன்றாகிவிடுவோமே? அதற்கப்புறம் தனித்த ஒருவராக ஒருபோதும் இருக்க மாட்டோம். நீங்கள் இல்லாத போதெல்லாம் நான் நீங்களாகிவிடுவேன். ஆகா, உங்களை நான் எவ்வளவு நேசிக்கிறேன் தெரியுமா…? உங்களை நான் நிரம்ப நன்றாகத்தான் கவனித்துக்கொள்ள வேண்டும்."

"மேரியா…'

"மேரியா…"

"என்ன, சொல்லுங்கள்."

"மேரியா…"

"என்ன விஷயம், அன்பே தயவு செய்து தெரிவியுங்களேன்."

"உனக்குக் குளிரவில்லையா?"

"இல்லவேயில்லை. நீங்கள் சுருளைத் தோளுக்குமேல் இழுத்து விட்டுக்கொள்ளுங்கள்."

"மேரியா…"

"என்னால் பேச முடியவில்லையே, ஆனந்தத்தில்!"

"மேரியா! ஓ மேரியா! மேரியா!"

அதன் பின் இரவின் குளிர் வெளியே வீசி நிற்க, படுக்கைச் சுருளினுள் நீள நிலவிய கதகதப்பில், அவன் தலையைத் தன் முகவாயில் உரசியபடி அவனோடு நெருக்கமாக ஒட்டிக்கொண்டு அமைதியிலும் ஆனந்தத்திலும் ஆழ்ந்திருந்த அவள், "உங்களுக்கு எப்படி இருக்கிறது?" என மென்குரலில் வினவினாள்.

"உனக்கு உள்ளதைப் போலவேதான்."

"எனக்கு மகிழ்ச்சியேதான்! ஆனாலும் மத்தியானத்தைப் போலில்லை."

"இல்லைதான்."

"அதுவே எனக்கு அதிக ஆனந்தம் அளித்தது… ஆமாம், எவரும் எதற்காகச் சாகவேண்டும், சொல்லுங்கள்."

"இறக்கத் தேவையேயிராது என்றே நான் எண்ணுகிறேன்."

"நான் சொல்ல வந்தது அதையல்லவே."

"தெரியும் எனக்கு; நீ எதை நினைத்துச் சொன்னாய் என்பதை நான் நன்றாக அறிவேன். இருவர் கருத்தும் ஒன்றுதான்."

"அப்புறம், நான் எண்ணியதையல்லாமல் ஏன் அப்படிச் சொன்னீர்கள்?"

"ஆண்பிள்ளை என்றால் அப்படியொரு வித்தியாசம் இருக்கத் தான் இருக்கும்."

"சரி, அப்படியென்றால் நாம் மாறுபட்டிருப்பதில் எனக்கு மகிழ்ச்சியே."

"எனக்கும்தான். இருந்தாலும் நான் மரணத்தைப் புரிந்து கொண்டவன். ஆண்பிள்ளையாகையால் பழக்கதோஷத்தாலேயே அப்படிச் சொன்னேன். மற்றபடி உன்னுடையதைப் போன்றதுதான் என் உள்ளத்து நிலையும்."

"நீங்கள் எப்படி இருந்தபோதிலும் சரி, எந்த மாதிரிப் பேசி னாலும் சரியே, அப்படியே நீடிப்பதைத்தான் நான் விரும்புகிறேன்."

"நானும் உன்னைக் காதலிக்கிறேன்; உன் பெயரையும் நேசிக் கிறேன்! மேரியா"

"இது சர்வ சகஜமான பெயராச்சே?"

"இல்லை, சாதாரணப் பெயரில்லை."

"சரி, தூங்கத் துவங்குவோமா? இனி எனக்குச் சுலபமாக உறக்கம் வந்துவிடும்."

"அப்படியே செய்யலாம்" என்ற ஜார்டன், நீண்டதும் லேசானது மான அவளது உடல் தன்னுடன் ஒட்டிக் கதகதப்பும் இதமும் தந்ததைக் கண்டான். விலாப்புறங்களும் தோள்களும் பாதங்களும் தொட்டமாத்திரத்தில் மாயாஜாலம் போலத் தன் தனிமை விரட்டி யடிக்கப்பட்டு, மரணத்துக்கு எதிராகத் தன்னோடு கூட்டு சேர்ந்ததை யும் உணர்ந்தான்; "என் நீள முயல்குட்டியே, நன்றாகத் தூங்கு" என்றான்.

"முன்பே தூங்கிப் போய்விட்டேனே!" என்றாள் மேரியா.

"நானும் உறங்கப் போகிறேன். நன்றாகத் தூங்கு, அன்பே" என்று கூறிவிட்டு இன்பத் துயிலில் ஆழ்ந்தான் ஜார்டன். ஆயினும் பின்னிரவில் விழித்தெழுந்து அவளை அணைத்துக்கொண்டான். அவள் தன்னுயிரே போலவும், தன்னிடமிருந்து தட்டிப் பறிக்கப் படுவது போலவும் கெட்டியாகக் கட்டிக் கொண்டான். தன் எஞ்சிய வாழ்வு முழுவதும் அவளே என எண்ணியதுபோலப் பற்றியிருந்தான். உண்மையும் அதுதானே? ஆனால் அவள் ஆழ்ந்து துயின்றபடியால் கண் விழிக்கவில்லை. எனவே, பக்கவாட்டில்

புரண்டு படுத்தவனாய் அவளது தலைக்குமேல் படுக்கைச் சுருளை இழுத்துவிட்டான், முடிவாக அவளது கழுத்தில் ஒரு முத்தம் வைத்துவிட்டுக் கைத்துப்பாக்கிக் கயிற்றைப் பற்றியிழுத்தான், எளிதாக எட்டுமாறு துப்பாக்கியைப் பக்கத்தில் வைத்துக் கொண்டதும் சிந்தித்தபடியே அவ்விரவைக் கழிக்கலானான்.

21

வெள்ளி முளைத்ததும் வெதுவெதுப்பான காற்றும் வீசத் தலைப்பட்டது. அதன் விளைவாக மரங்களில் பனி உருகித் தரையில் சொட்டியதால் எழுந்த அரவத்தை ஜார்டனால் நன்றாகக் கேட்க முடிந்தது. முதுவசந்தத்தின் இளங்காலை அது. கதகதப்பான காற்று முதல் முறையாக மூக்குக்குள் புகுந்ததுமே அந்த மலைப்பகுதியில் அசாதாரண முறையில் அடித்த புயலின் விளைவே பனிமழை, நண்பகலுக்குள் அது அறவே நீங்கிவிடும் என்பதை அவன் அறிந்து கொண்டு விட்டான். அப்போது குதிரையொன்று வரும் ஒலி கேட்டது. பந்துபோலக் குளம்புகளில் ஈரப்பனி ஒட்டிக் கொண்டதால் மந்தமான சப்தத்தையே அந்தக் குதிரை எழுப்பியது. தொங்கிய துப்பாக்கியின் கூடு அதன் முதுகில் முட்டி மோதிய ஒலியும், சேணத் தோல்களின் கரகரப்புச் சப்தமும் கூடவே கேட்டன. உடனே, "மேரியா" என விழித்து அவள் தோளைப் பிடித்து ஆட்டி விழித் தெழச் செய்ய முற்பட்டான் அவன். "சுருளுக்குள்ளேயே இரு" என்று சொல்லிவிட்டு ஒருகையால் சட்டைப் பித்தான்களைப் போடலானான்; பத்திரக் கொக்கியைக் கட்டை விரலால் தளர்த்தி பின் இன்னொரு கையில் தன் கைத்துப்பாக்கியைப் பிடித்துக் கொண்டான். ஒட்ட வெட்டிய மேரியாவின் முடி படுக்கைச் சுருளினுள் சட்டென மறைந்ததைக் கண்டதையடுத்து மரங்களினூடே குதிரை வருவது தெரிந்தது. படுக்கைச் சுற்றினுள் பதுங்கியவனாய் இரு கைகளாலும் துப்பாக்கியைப் பிடித்துக் கொண்டான். குதிரை மீது அமர்ந்தபடித் தன்னை நோக்கி வந்தவனைக் குறிவைத்தான். அதற்குமுன் ஜார்டன் பார்த்தேயிராத அந்த ஆசாமி அப்போது அநேகமாக நேர் எதிரே வந்துவிட்டான். காயடிக்கப்பட்டதாய்ச் சாம்பல் நிறத்துடன் பெரிதாக இருந்த குதிரை மீது சவாரி செய்து வந்த அவன் காக்கிவண்ணத் தட்டைக் குல்லாயைத் தரித்திருந்தான். முகப்பகுதி மட்டும் திறந்திருந்த மேலங்கியுடன் கனமான கறுப்பு ஜோடுகளையும் போட்டிருந்தான். வலப்புறத்தில் இருந்த கூட்டி லிருந்து சுயமே இயங்கும் குட்டைத் துப்பாக்கியின் பட்டை நீட்டிக் கொண்டிருந்தது. இளமை இருந்ததெனினும் கடினமும் கூடிக் காணப்பட்டது, அவன் முகத்தில்.

"ஜார்டனைக் கண்டதும் துப்பாக்கிக்கூட்டை நோக்கி அவனுடைய கை இறங்கியது. குனிந்த வாக்கில் திரும்பி கூட்டிலிருந்து துப்பாக்கியை உருவ அவன் முயலும்போது காக்கிநிற மேலங்கியின் இடது மார்புப் புறத்தில் அவன் அணிந்திருந்த சின்னத்தின் ரத்தச் சிவப்பு வண்ணம் ஜார்டனின் கண்ணில்பட்டது. அந்தச் சின்னத்துக்கு சிறிது கீழாக மார்பின் மையத்தைக் குறிவைத்துச் சுட்டான் அவன். பனி படர்ந்திருந்த காட்டுப்புறத்தில் இடியென முழங்கியது அந்த வேட்டின் ஒலி. தார் குத்தியதுபோலக் குதிரை பாய்ந்தது. இன்னமும் கூட்டையே பிடித்தவனாய் அந்த இளைஞன் சரிந்து விழுந்தபோது அவனுடைய வலது பாதம் முடுக்கி வளையத்தில் சிக்கிக்கொண்டது. குப்புற விழுந்த அவனை அப்படியே இழுத்தடித்துக் கொண்டு காட்டுக்குள் ஓடியது குதிரை. கைத்துப் பாக்கியை ஒரு கரத்தில் ஏந்தியபடி ஜார்டன் எழுந்து, பைன் மரங் களூடே நாலுகால் பாய்ச்சலில் அந்தப் பெரிய குதிரை ஓடியதைப் பார்த்தபடி நின்றான். இளைஞன் இழுத்துச் செல்லப்பட்டதால் பனியில் அகலமான தடம் ஏற்பட்டிருந்தது. ரத்தம் கொட்டிக் கொண்டே சென்றதால் அதன் ஒருபக்கத்தில் சிவப்புக் கோ டொன்றும் காணப்பட்டது. வேட்டுச் சப்தத்தைக் கேட்டுக் குகையில் இருந்தவர்கள் வெளிவர ஆரம்பித்தனர். ஜார்டன் குனிந்து, தலை யணையாகச் சுருட்டிவைத்திருந்த சராயைப் பிரித்துப் போட்டுக் கொள்ளலானான். "உடுத்துக்கொள்" என்று மேரியாவிடமும் கூறினான். அப்போது, மிக உயரத்தில் விமானமொன்று பறந்த ஒலி அவன் காதில் விழுந்தது. குதிரை ஓடி நின்ற இடத்தைப் பைன் மரங்களூடே பார்த்தான், குப்புறக் கவிழ்ந்தபடி பாதமுடுக்கியிலிருந்து இன்னமும் தொங்கிக் கொண்டிருந்தான், அதன்மீது சவாரி செய்து வந்த இளைஞன். தன்னை நோக்கி வரத்தொடங்கிய பிரிமிடி வோவைப் பார்த்து, "முதலில் போய் அந்தக் குதிரையைப் பிடித்து வாரும்" என்று பணித்துவிட்டுப் பின்னர், "மேலே யார் காவலுக்கு நின்றது?" என ஜார்டன் வினவினான்.

"ரஃபேல்தான்" என்று குகை வாசலிலிருந்தே கூவினாள் பிலார். இரு சடைகளாகத் தலைமுடி இன்னமும் முதுகிலேயே கிடக்க, அங்கேயே அவள் தொடர்ந்து நின்றாள்.

"குதிரைப்படை கிளம்பி வந்திருக்கிறது. உங்கள் பாழாய்ப்போன 'பீரங்கி'யை மேலே கொண்டு போங்கள்" என்றான் ஜார்டன். உடனே குகைப்பக்கம் பிலார் திரும்பி "ஜார்டன்" என்று குரல் கொடுத்ததைக் கேட்டான். அடுத்து அவள் உள்ளே செல்ல, இருவர் வெளியில் வந்தனர். அவர்களில் ஒருவனின் தோளில் முக்காலியுடன் தானி யங்கித் துப்பாக்கி தொங்கியது. இன்னொருவன் தோட்டா மூட்டை யைத் தூக்கிக் கொண்டிருந்தான். "இதையெல்லாம் மேலே எடுத்துக்

கொண்டு செல்லுங்கள்" என்ற ஜார்டன் பிறகு ஆன்ஸெல்மோவை நோக்கி, "பீரங்கிக் கால்களைப் பிடித்துக் கொண்டு, அசையாமல் பார்த்துக் கொள்ளும்" என ஏவினான். அதன்பேரில், காட்டினுள் சென்ற ஒற்றையடித் தடத்தில் அம்மூவரும் ஓடத் தொடங்கினர்.

கதிரவன் இன்னும் மலையுச்சிகளுக்குமேலாக வந்திருக்கவில்லை. மணிக்கட்டுடன் பிணைத்திருந்த கயிற்றிலிருந்து கைத்துப்பாக்கி தொங்க, தன் சராய்ப் பித்தான்களைப் போட்டுக்கொண்டு இடுப்புப் பட்டையையும் இறுக்கியபடி ஜார்டன் நேராக நிமிர்ந்து நின்றான். பட்டையிலிருந்த உறையில் கைத்துப்பாக்கியைச் செருகியபின் கயிற்றிலிருந்த சுருக்கைத் தளர்த்தியதால் உருவான பெரிய வளையத்தைக் கழுத்தில் மாட்டிக்கொண்டான். 'என்றாவது ஒருநாள் எவராவது ஒருவர் இந்தச் சுருக்கை இறுக்கி உன்னைத் திணறவைத்துச் சாகடிக்கத்தான் போகிறார், பார்த்துக் கொண்டேயிரு' என்று தனக்குத் தானே அவன் கூறிக்கொண்டான். 'எப்படியோ, இது காரியத்தை முடித்து விட்டது' என்று பாராட்டியவனாய்த் துப்பாக்கியை நீக்கி, உறையின் ஒரு புறத்தில் வரிசையாகவிருந்த ரவைகளிலொன்றை எடுத்து துப்பாக்கிக்குள் பொருத்தினான். பின்னர் கொக்கியைப் பழையபடிப் போட்டுவிட்டு மரங்களுக்கப்பால் பிரிமிடிவோ நின்ற இடத்தை நோக்கினான். குதிரையைப் பிடித்துக் கொண்டிருந்த அவன், முடுக்கியிலிருந்து வாலிபனின் பாதத்தைத் திருகியெடுக்க முயன்று கொண்டிருந்தான். பனியில் முகம் படிந்தபடியே இன்னமும் தொங்கியது அந்தச் சடலம். அதன் ஜேபிகளைப் பிரிமிடிவோ சோதனை போடத் தொடங்கியதைக் கண்டதும், "இங்கேவாரும். குதிரையைக் கொண்டுவாரும்" என்று கூவினான் ஜார்டன், காலணிகளைப் போட்டுக்கொள்ள அவன் குனிந்தபோது தன் முழங்காலில் மேரியா உரசியதை உணர்ந்தான். படுக்கைச் சுற்றுக்குள்ளேயே உடுத்துக் கொண்டிருந்தாள் அவள்.

ஆனால் அப்போதைய அவன் வாழ்க்கையில் அவளுக்கு இடமிருக்கவில்லை. குதிரைப்படை வீரனைப் பற்றியே அவனது சிந்தனை சென்றது. 'எதையும் எதிர்பார்த்திருக்கவில்லை அவன். குதிரைக் குளம்புகளை அவன் கவனிக்கவேயில்லை. பீதியடையாதது இருக்கட்டும், போதிய எச்சரிக்கையோடு கூட அவன் வரவில்லையே. நிலையம் வரையிலாவது காலடிகளைத் தொடமாட்டானா ஒருவன்? இந்த மலைப் புறத்தில் ரோந்து சுற்ற அனுப்பப்பட்டிருக்கும் கோஷ்டியைச் சேர்ந்தவனாகத்தான் அவன் இருக்கவேண்டும். அவன் திரும்பி வராததும் கோஷ்டியினர் அவனுடைய தடத்தைப் பின்தொடர்ந்து இங்கே வருவது திண்ணம். அதற்கு முன்னால் பனி உருகிவிட்டாலோ, அந்தக் கோஷ்டிக்கே ஏதாவது நேர்ந்துவிட்டாலோதான் அப்படி நடக்காமலிருக்கும்" என்று எண்ணிய அவன், பாப்லோவைப் பார்த்து, "நீர் கீழே போய்ப் பார்ப்பது நல்லது என்றான்."

"அதற்குள் குகையிலிருந்து அனைவரும் வெளியே வந்து விட்டனர். துப்பாக்கிகளைத் தாங்கியபடியும், இடுப்புப் பட்டையில் கையெறி குண்டுகளைக் கோர்த்துக்கொண்டும் அவர்கள் நின்றார்கள். கையெறி குண்டுகள் கொண்ட பையொன்றை ஜார்டனை நோக்கிப் பிலார் நீட்டினாள். அதிலிருந்து மூன்றை அவன் எடுத்துத் தன் ஜேபியில் போட்டுக் கொண்டான். குகையினுள் குனிந்து புகுந்த அவன், தன் பைகள் இருந்த இடத்தை அடைந்தான். இயந்திர பீரங்கி வைக்கப்பட்டிருந்த பையைப் பிரித்து, குழாயையும் அடித்தண்டையும் எடுத்தான்; முன்புறப் பகுதியுடன் தண்டைப் பொருத்தினான். ஒரு தோட்டா தொடரைப் பீரங்கியில் புகுத்திவிட்டு மேலும் மூன்றை ஜேபிகளில் போட்டுக் கொண்டான். பையைப் பூட்டிவிட்டு வாசலை நோக்கிப் புறப்பட்டபோது மீண்டும் சிந்தனை வசப்பட்டான். "இரண்டு ஜேபிகள் நிறைய குண்டுகள் இருக்கின்றன. பளுவைத் தாங்க முடியாமல் தையல் விட்டுப் போகாமல் இருக்க வேண்டுமே" என்று எண்ணியவனாய்க் குகைக்கு வெளியே வந்ததும் பாப்லோவை நோக்கி, "நான் மேலே போகிறேன்; அகஸ்டினால் அந்தப் பீரங்கியைச் சுட முடியுமல்லவா?" என்று கேட்டான்.

"முடியும்" – பிரிமிடிவோ இட்டுவந்த குதிரையைப் பார்த்துக் கொண்டே பதிலளித்த அவன், "பாரும், எத்தனை நேர்த்தியான குதிரை!" என வியந்தான்.

அந்தப் பெரிய குதிரைக்கு வியர்த்துக் கொட்டிக் கொண் டிருந்தது. லேசாகச் சிலிர்த்துக் கொண்டிருந்த அதன் பிடரியில் ஜார்டன் அன்புடன் தட்டிக் கொடுத்தான்.

"மற்ற குதிரைகளோடு இதையும் சேர்த்து விடுகிறேன்" என்றான் பாப்லோ.

"கூடாது. இங்கே வரும்போது இதன் தடம் பதித்திருக்கிறது. இங்கிருந்து இது அப்பால் போய்விட்டதாக இப்போது தடம் ஏற்படுத்தியாக வேண்டும்."

"நீர் சொல்வது சரிதான். இதன்மேல் ஏறி அப்பால் போய் ஒளித்து வைத்துவிட்டு வருகிறேன். பனி உருகியதும் இங்கே திரும்பக் கொண்டுவரலாம்... இன்று உம் மூளை கூர்மையாகத்தான் வேலை செய்கிறது, இங்கிலீஷ்காரரே!"

"கீழே யாரையாவது அனுப்பும். நாம் மேலே போயாகவேண்டும்" என்றான் ஜார்டன்.

"அதற்கு அவசியமில்லை. குதிரை வீரர்கள் அந்தப் பக்கமாக வர முடியாது. ஆனால் நாம் விரும்பினால் அந்த வழியாகவும், இன்னும் இரண்டு இடங்கள் வழியாகவும் வெளியேறலாம். விமானங் கள் வருமென்றால் நாம் தடமேதும் ஏற்படுத்தாமல் இருப்பதே தரம்... எங்கே, அந்த ஒயின் புட்டியை இங்கே சற்றுக் கொடு, பிலார்."

"அப்பால் போய்க் குடித்து மயங்குவதற்காகத் தானே கேட்கிறாய்? இந்தா, அதற்குப் பதிலாக இதை எடுத்துக்கொண்டு போ!" என்று சொல்லி அவன் ஜேபிகளில் இரண்டு கையெறி குண்டுகளைப் பிலார் போட்டாள்.

"நன்றாகச் சொல்வாய்! இந்த ஆபத்தான நிலைமையிலா குடித்துக் கிறங்குவேன்? எதற்கும் அந்தப் புட்டியைக் கொடு. இத்தனைக் காரியங்களையும் வெறும் தண்ணீரைக் குடித்துவிட்டுச் செய்ய நான் விரும்பவில்லை" என்றபடி கைகளை உயர்த்திக் கடிவாளத்தைப் பிடித்துக்கொண்ட பாப்லோ, குதிரைமீது குதித்தேறினான். பயந்திருந்த குதிரையைத் தட்டிக்கொடுத்தான், சிரித்தபடி. அதன் விலாவைத் தன் காலினால் அவன் அன்புடன் தேய்த்ததையும் ஜார்டன் கவனித்தான். "அருமையான குதிரை, அழகான குதிரை" என்று பாராட்டியபடி அதைத் திரும்பவும் தட்டிக் கொடுத்த பாப்லோ, "நேர்த்தியான குதிரையே, கிளம்புவோம், வா. இங்கிருந்து எத்தனை வேகமாக வெளியேறுகிறோமோ, அத்தனைக்கு நல்லது" என்றான். கையைக் கீழே நீட்டிக் கூட்டிலிருந்து துப்பாக்கியை வெளியிலெடுத்தான்.

துளைகள் இடப்பட்டிருந்த குழாயுடன் கூடிய அந்தத் தானியங்கித் துப்பாக்கி லேசாகவிருந்தது. உண்மையில் அது இயந்திர பீரங்கியேயாகும். 9 மில்லிமீட்டர் குறுக்களவுள்ள கைத்துப்பாக்கி ரவைகளைச் சுடும் வகையில் அமைந்திருந்த அதைப் பார்த்த அவன், "எப்படிப்பட்ட ஆயுதங்களையெல்லாம் கொடுத்திருக்கிறார்கள், பாருங்கள்" என்றான்.

"அதோ அவன் முகத்தில் எழுதி ஒட்டியிருக்கிறதே, நவீனக் குதிரைப் படையின் லட்சணம்...! சரி சரி, நாம் புறப்படுவோம். குதிரைக்குச் சேணம் போட்டுத் தயாராய் வைத்திரும், ஆண்ட்ரேஸ். துப்பாக்கிச் சப்தம் கேட்டால் கணவாய்க்குப் பின்னாலுள்ள காட்டுக்கு அந்தக் குதிரைகளை இட்டுவாரும். பெண்பிள்ளைகளைக் குதிரைகளைப் பிடித்துக்கொண்டு நிற்கச் சொல்லிவிட்டு நீர் ஆயுதங்களை எடுத்துவர வேண்டும். என் மூட்டைகளும் வந்து சேரும்படிப் பார்த்துக் கொள்ளும், ஃபெர்னாண்டோ. அவை ஜாக்கிரதையாக எடுத்துவரப்படுவது முக்கியம். நீங்களும் என் மூட்டைகளைக் கவனித்துக் கொள்ள வேண்டும், பிலார், குதிரைகளோடு அவையும் வந்து சேருகின்றனவா என்றும் சரிபாருங்கள்... சரி, கிளம்புவோம், வாருங்கள்" என்றான் ஜார்டன்.

"இங்கிருந்து புறப்பட எல்லா ஏற்பாடுகளையும் நானும் மேரியாவும் செய்து சித்தமாக்கிவிடுவோம்" என்ற பிலார், பின்னர் சாம்பல்நிறக் குதிரைமீது அமர்ந்திருந்த பாப்லோவை நோக்கித் தலையை ஆட்டி "அவனைப் பாரும்" என்றாள்.

இடையனைப் போலத் துடைகளை அழுத்திப் போட்டு அவன் உட்கார்ந்திருந்தான். தானியங்கித் துப்பாக்கியில் கொக்கியை அவன் திரும்பப் போட்ட போது அந்தக் குதிரையின் மூக்குத் துவாரங்கள் மலர்ந்து விரிந்தன. "அவனைக் குதிரை எப்படிக் குஷிப்படுத்திவிட்டது, பாரும்" என்று பிலார் மேலும் சொன்னாள்.

"எனக்கு இரண்டு குதிரைகள் இல்லையே என்று இருக்கிறது" என்று ஆர்வம் மேலிடக் கூறினான் ஜார்டன்.

"அபாயம்தான் உமது குதிரையாச்சுதே!"

"அப்படியானால் கோவேறு கழுதை கொடுங்கள், போதும்" என்று சொல்லிச் சிரித்த ஜார்டன் பின்னர், "அந்த ஆசாமியை அலசிப் பார்த்துவிடுங்கள்" என்றான். பனியில் தலை குப்புறக் கிடந்த குதிரை வீரனை நோக்கித் தலையை அசைத்து.

"அவனிடம் இருக்கும் கடிதங்கள், காகிதங்கள், எல்லாவற்றையுமே எடுத்து வந்து என் மூட்டையின் வெளிப்புறப் பையில் வைத்து விடுங்கள். எல்லாவற்றையுமே எடுத்து வைத்துவிட வேண்டும், தெரிந்ததா?" என்றும் வினவினான்.

"தெரிந்தது" என்று பிலார் பதிலளித்ததும், "சரி, புறப்படுவோம்" என்று கூறியவனாய் ஜார்டன் கிளம்பினான். பாப்லோ முன்னால் செல்ல, பனியில் தடம் ஏற்படுவதைத் தவிர்க்கும் பொருட்டு மற்ற இருவரும் ஒருவர் பின் மற்றவராகக் குதிரையைச் செலுத்தித் தொடர்ந்தனர். முன்புறக் கைப்பிடியைப் பிடித்துக் குழலைக் கீழ் நோக்கி வைத்துக்கொண்டவனாக இயந்திர பீரங்கியை ஜார்டன் எடுத்துச் சென்றான். 'அந்தக் குதிரை வீரனின் துப்பாக்கிக்குத் தேவைப்படும் அதே தோட்டாக்களை இந்த பீரங்கியிலும் போட முடிந்தால் எவ்வளவு வசதியாக இருக்கும்! ஆனால் இது அந்த ரவைகளை ஏற்காது. இது ஜெர்மன் தயாரிப்பு, காஷ்கின் வைத்துக் கொண்டிருந்ததாயிற்றே' என அவன் எண்ணுகையில் மலைகளுக்கு மேலாகக் கதிரவன் வரத்துவங்கியிருந்தான். கதகதப்பான காற்று வீசியதால் பனி உருகலாயிற்று. முது வசந்தத்தின் அந்த இளங்காலை இனிமையாகத்தான் இருந்தது. பின்னால் திரும்பிய ஜார்டன், பிலாருடன் மேரியா நின்று கொண்டிருக்கக் கண்டான். சற்றைக்கெல் லாம் தடம் வழியே ஓடிவரலானாள் அவள். உடனே, அவளுடன் பேசும்பொருட்டு பிரிமிடோவை அவன் முன்னால் போகவிட்டான்.

"இந்தாருங்கள், உங்களைத்தானே? உங்களுடன் நானும் வரலாமா?" என்று மேரியா கேட்டாள்.

"வேண்டாம். பிலாருக்கு உதவியாக இரு."

ஜார்டனின் குதிரைக்குப் பின்னால் நடந்து வந்த அவள் அவனது கையைத் தொட்டவளாய், "நானும் வருகிறேன்" என்றாள்.

 நற்றிணை பதிப்பகம் ✽ 369

“கூடாது” என்று அவன் கூறியும்கூட நெருக்கமாகத் தொடர்ந்து நடந்தாள். “ஆன்ஸெல்மோவிடம் சொன்னீர்களே, அதைப்போல இந்த பீரங்கியின் கால்களை நான் பிடித்துக்கொண்டு வருகிறேனே” என்றாள்.

“இந்தக் காலையும் நீ பிடிக்கவேண்டாம். பீரங்கிக் கால்களை மட்டுமல்ல, எவர் காலையும் நீ பிடிக்கக் கூடாது” என்று சொன்ன அவனது ஜேபியில் அவள் தன் கையை நுழைத்தாள்.

“வேண்டாம், கூடாது, உன் கலியாணச் சட்டையைக் கவன மாகப் பார்த்துக்கொள், போதும்.”

“அப்படி நீங்கள் போய்த்தான் ஆகவேண்டுமென்றால் எனக்கொரு முத்தம் கொடுத்துவிடுங்கள்.”

“சேச்சே, வெட்கமே இல்லையே உனக்கு!”

“ஆமாம், அது அடியோடு கிடையாதுதான்.”

“சரிசரி, இனித் திரும்பிப் போய்விடு. நிறைய வேலை காத்துக் கிடக்கிறது. இந்தக் குதிரைக் குளம்படிகளை அவர்கள் தொடர்ந்து வந்தால் இங்கேயே நாம் சண்டை போட நேரலாம்.”

“மார்பில் அந்தக் குதிரைவீரன் குத்தியிருந்ததைக் கவனித் தீர்களா?”

“எல்லாம் கவனித்தேன். அதற்கென்ன வந்தது இப்போது?”

“புனித இதயச் சின்னம் அது” என்றாள் மேரியா.

“ஆமாம். நவாரேயில் உள்ளவர்கள் எல்லோரும் அதை அணிவதுண்டு.”

“அதைக் குறிவைத்துத்தான் சுட்டீர்களா?”

“இல்லை, கீழேதான் சுட்டேன்... சரி சரி, திரும்பிப்போ.”

“நான்தான் பூராவையும் பார்த்தேனே.”

“நீ எதையுமே பார்க்கவில்லை. யாரோ ஒருவன் வந்தான். குதிரையேறி வந்தான். வெட்டித் தீர்த்தேன். அவ்வளவுதான்... சரி, போதும்; போய்விடு.”

“என்னைக் காதலிப்பதாகச் சொல்லுங்களேன்.”

“முடியாது, இப்போது முடியாது” என ஜார்டன் மறுத்தான்.

“அப்படியானால் இப்போது என்னை நீங்கள் நேசிக்கவில்லையா?”

“சரி, திரும்பிப் போய்விடு. இந்தக் காரியத்தைச் செய்யும் அதே நேரத்தில் எவனும் எல்லோரையும் நேசிப்பதில்லை.”

“கூடவந்து பீரங்கிக் கால்களைப் பிடித்துக்கொள்ள ஆசைப்படு கிறேன். அது தன் பாஷையைப் பொழியும் அதே நேரத்தில் உங்களை நேசிக்கத் துடிக்கிறேன்.”

“உனக்குப் பைத்தியம்தான் பிடித்திருக்கிறது. போய்விடு உடனே!”

“எனக்கொன்றும் பைத்தியமில்லை. உங்களிடம் காதல்தான்!”

“அப்படியானால் திரும்பிப்போ இப்போதே.”

“சரி, போகிறேன். என்னை நீங்கள் நேசிக்கவில்லை என்றாலும் இருவருக்குமான அளவுக்கு உங்களை நான் காதலிக்கிறேன்.”

மேரியா இவ்விதம் கூறியதும் அவளை நோக்கிச் சிந்தனை யினூடே சிரித்த ஜார்டன், “வேட்டொலி கேட்டதும் குதிரைகளுடன் வா. என் மூட்டைகளைப் பார்த்துக் கொள்வதில் பிலாருக்கு உதவி செய். எதுவுமே நடக்காமல் போனாலும் போகலாம். அப்படியே அமையுமென நம்புகிறேன்” என்றான்.

“திரும்பிப் போகிறேன்” என்ற அவள், முன்னால் சென்ற சாம்பல் வண்ணக் குதிரையைப் பார்த்ததும்.

“எத்தனை நேர்த்தியான குதிரைமீது பாப்லோ ஏறியிருக்கிறான், பாருங்கள்!” என்று பேச்சை வளர்க்கப் பார்த்தாள்.

“ஆமாம்... நீ போ, இப்போது.”

“இதோ போய்விடுகிறேன்” என்று அவள் கூறிய போதிலும் அவனது ஜேபியில் புகுந்திருந்த அவள் முஷ்டி இறுக மூடி அவன் துடையைப் பலமாக முட்டியது. அவள் கண்களில் நீர் ததும்பி யதையும் அவன் கண்டான். ஜேபியிலிருந்து முஷ்டியை வெளியி லெடுத்த அவள், இரு கரங்களாலும் அவன் கழுத்தைக் கெட்டியாகக் கட்டிக் கொண்டு முத்தமிட்டாள். “போகிறேன், இதோ போய்விடுகிறேன்” என்றாள் பிறகு.

திரும்பிய அவன், அங்கேயே அவள் நின்றுகொண்டிருக்கக் கண்டான். காலைக் கதிரவனின் முதலொளி அவளது பழுப்பு முகத்துக்கு மெருகேற்றியது. ஒட்ட வெட்டப்பட்டு, உருகிய பொன்னைப் போலப் பழுப்பு மஞ்சள் நிறத்துடன் பொலிந்த அவளது முடியிலும் அந்த முதற் கதிர்கள் கொஞ்சி விளையாடின. அவனை நோக்கி முஷ்டியைத் தூக்கிக் காட்டிவிட்டுத் தலை குனிந்தபடியே அவள் திரும்பி நடந்தாள். அப்போது பிரிமிடிவோ அவளை நோக்கி, “முடி மட்டும் இத்தனை குட்டையாக வெட்டப்பட்டிருக்காவிட்டால் இவள் அழகான பெண்ணாகத்தான் இருப்பாள்” என்றான்.

“ஆம்” என ஜார்டன் கூறினாலும் அவனது சிந்தனை வேறெங்கோ ஆழ்ந்திருந்தது.

“படுக்கையில் இவள் எப்படி இருக்கிறாள்?”

“என்ன கேட்டீர்?”

“படுக்கையில் எப்படி என்றுதான் கேட்டேன்.”

"கவனித்துப் பேசும், ஜாக்கிரதை"

"இதிலெல்லாம் கோபித்துக்கொள்ளக் கூடாது."

"சரி, இதோடு இந்தப் பேச்சை நிறுத்தும்" என்ற ஜார்டன், காவலிடத்தைக் கவனிக்கத் தொடங்கி விட்டான்.

22

"பைன் மரக் கிளைகளை வெட்டி விரைவாகவே எடுத்துக் கொண்டு வாரும்" என்று பிரிமிடோவைப் பணித்த ஜார்டன் பிறகு அகஸ்டினை நோக்கி, "அந்த பீரங்கி அங்கே இருப்பது எனக்குப் பிடிக்கவில்லை" என்றான்.

"ஏன்?"

"முதலில் அதோ அந்த இடத்துக்கு மாற்றும்; காரணத்தை அப்புறம் சொல்கிறேன்" என்று கூறியதோடு நில்லாமல், "இதோ, இப்படி நானும் உமக்கு உதவுகிறேன். இங்கேதான்" என்றபடி மண்டி யிட்டு அமர்ந்த ஜார்டன், அந்தத் துப்பாக்கியின் நீண்டு குறுகிய தண்டுக்கு மேலாகச் சுற்றுப்புறத்தில் பார்வையை ஓடவிட்டான். இருபுறங்களிலும் இருந்த குன்றுகளின் உயரத்தைக் கவனித்துக் கொண்டான். பின்னர், "இன்னும் அப்பால் இதை வைக்க வேண்டும். இதோ இங்கேதான், இது போதும் இப்போது; அப்புறம் சரிவர நிறுத்தி வைத்துக்கொள்ளலாம். அதோ அங்கே கற்களை வையும். இதோ என்னிடம் ஒரு கல் இருக்கிறது. இன்னொரு கல்லை மறுபுறத் தில் வைக்க வேண்டும். குழாய் துழாவப் போதிய இடம் இருக்க வேண்டியது அவசியம். இந்தப் பக்கத்தில் இன்னும் பின்னால் கல் இருக்க வேண்டும். குகைக்குப்போய் ஒரு கோடரியைக் கொண்டு வாரும், ஆன்ஸெல்மோ. சீக்கிரமாக எடுத்து வாரும்" என்று ஏவிய அவன், அடுத்து அகஸ்டினைப் பார்த்து, "பீரங்கியை வைக்கப் பொருத்த மான தளத்தை இதற்குமுன் நீங்கள் அமைத்ததே கிடையாதா, என்ன?" எனக் கேட்டான்.

"எப்போதும் இங்கேதான் இதை வைப்பது வழக்கம்."

'அந்த இடத்தில் வைக்கும்படியாகவா காஷ்கின் சொன்னான்?"

"இல்லை, அவர் போன பிறகுதான் இந்தப் பீரங்கி இங்கே வந்தது."

"இதைக் கொண்டு வந்தவர்களில் எவருக்கும் இதைக் கையாளும் விதம் தெரிந்திருக்கவில்லையா?'

"இல்லை. சுமை தூக்கிகளே இதைக் கொண்டுவந்தார்கள்."

"சேச்சே, எப்படியெல்லாம்தான் காரியம் நடந்திருக்கிறது...! ஆமாம், இதை எப்படிப் பிரயோகிப்பது என்பதுபற்றி எதுவுமே கூறாமலேயா இது கொடுக்கப்பட்டது?"

"ஆமாம், இனாம் தருவார்களே, அதைப்போலச் சும்மாத்தான் தந்தார்கள். எங்களுக்கு ஒரு பீரங்கி; எல்ஸோர்டோவுக்கு இன்னொன்று, நாலுபேர் எடுத்து வந்தார்கள். ஆன்ஸெல்மோ தான் அவர்களுக்கு வழிகாட்டி அழைத்து வந்தான்."

"எதிரி அணிகளைக் கடந்து நாலு பேராக எடுத்து வந்தார்கள்? நடுவழியில் அவர்கள் பறிகொடுக்க நேராதது ஆச்சரியம்தான்."

"நானும் அப்படித்தான் நினைத்தேன். இழந்துவிட வேண்டும் என்பதுதான் அனுப்பி வைத்தவர்களின் எண்ணமோ என்றுகூடத் தோன்றியது. ஆனாலும் ஆன்ஸெல்மோ அதைப் பத்திரமாகக் கொண்டு வந்து சேர்த்துவிட்டான்."

"இதை எப்படி உபயோகிப்பது என்பது உமக்குத் தெரியுமா?"

"தெரியும். பரீட்சை செய்து பார்த்திருக்கிறேன். எனக்கு மட்டு மல்ல, பாப்லோ, பிரிமிடிவோவுக்கும், ஃபெர்னாண்டோவுக்கும் கூடத் தெரியும். குகையிலுள்ள மேஜையில் இதைப் பிரித்துப்போட்டுப் பிறகு பொருத்திப் பார்த்துப் பரிசீலித்திருக்கிறோம், ஒரு தடவை அப்படிப் பிரித்துப் போட்டபோது இரண்டு நாட்கள் வரையில் மறுபடி இணைக்க முடியவில்லை. இதற்கு அப்புறம் பிரித்தே பார்க்கவில்லை."

"இப்போது இதனால் சுட இயலுமா?"

"இயலும்தான். இருந்தாலும் ஜிப்ஸியோ மற்றவர்களோ இதைக் கையாண்டு கோளாறாக்க நாங்கள் விடுவதில்லை."

"இதோ பாரும், அங்கே இருந்தால் இது பயனற்றதுதான். இரண்டு பக்கங்களிலும் நமக்குப் பாதுகாப்பாக இருக்கவேண்டிய குன்றுகள் நம்மைத் தாக்க வருபவர்களுக்கு மறைவிடமாக உபயோக மாவதற்குத்தான் அந்த நிலை உதவும். இந்தமாதிரி பீரங்கியைப் பிரயோகிப்பதென்றால் எதிரே சமதளமாக இருக்க வேண்டும். அதோடு, எதிரியைப் பக்கவாட்டில் சுடவும் வாட்டமாக இருப்பது அவசியம். இப்போது பாரும், இலகுவாகத் திருப்பி எல்லாப் பக்கங் களையும் தாக்க முடிகிறதல்லவா?"

"முடியும், தெரிகிறது. ஆனால் எங்கள் ஊர் தாக்கப்பட்ட சந்தர்ப்பம் ஒன்றைத்தவிர இதற்குமுன் நாங்கள் தற்காப்புச் சண்டை போட்டதேயில்லை, ரயில் வண்டியைத் தாக்கியபோதுதான் இயந்திர பீரங்கிகளைச் சிப்பாய்கள் சுட்டதைப் பார்த்தோம்."

"அப்படியானால் இதை இயக்கும் முறையை எல்லோரும் சேர்ந்தாற்போலக் கற்றுக்கொண்டுவிடலாம். சில நடைமுறைகளைக்

கடைப்பிடிப்பது அவசியம்... இங்கே இப்போது இருக்கவேண்டிய ஜிப்ஸி எங்கே போய்விட்டான்?"

"எனக்குத் தெரியாது."

"எங்கேதான் அவன் போயிருக்கக் கூடும்?"

"அதுவும் தெரியாது."

இதற்கிடையில் கணவாய் வழியாகக் குதிரையைச் செலுத்திச் சென்ற பாப்லோ ஒரு முறை திரும்பி, தானியங்கித் துப்பாக்கி அதிகபட்சமாக எட்டக்கூடிய சமப்பரப்பின் கோடியில் வட்டமடித் திருந்தான். அதையடுத்து, அவ்விடத்துக்கு அவர்கள் வந்தபோது அந்தச் சாம்பல் நிறக் குதிரை ஏற்படுத்தியிருந்த தடத்தையொட்டி மலைச்சரிவில் அதை அவன் இறக்கிச் சென்றதை ஜார்டன் கவனித் தான். பின்னர் இடதுபுறம் திரும்பி மரங்களுக்கிடையே மறைந்து விட்டான் பாப்லோ. 'குதிரைப் படையிடம் நேராகப் போய்ச் சிக்கிக் கொள்ளாமல் இவன் இருக்க வேண்டுமே! போகிற போக்கைப் பார்த்தால் நேராக இங்கு இட்டுவந்து விட்டுவிடுவான் போலல்லவா பயமாக இருக்கிறது' என்று ஜார்டன் எண்ணிக்கொண்டிருந்த போது பைன்மரக் கிளைகளைப் பிரிமிடிவோ கொண்டு வந்து சேர்த்தான். அவற்றைப் பனியூடே செலுத்தி உறையாத தரையில் ஊன்றினான் ஜார்டன். இருபுறங்களிலுமிருந்து பீரங்கிக்கு மேலாக அவற்றை வளைத்து வைத்தபின், "இன்னும் கொஞ்சம் கொண்டு வாரும். இதை இயக்கப்போகும் இரண்டு பேருக்கும் மறைப்பு அவசியம். இந்த ஏற்பாடு போதாதுதான்; இருந்தாலும் கோடரி வந்து சேரும் வரையில் இதை வைத்துக் கொண்டே சமாளிக்கலாம். இங்கே பாரும், விமானச் சப்தம் ஏதாவது கேட்டால் பாதையை யொட்டி நீர் எங்கிருந்தாலும் அப்படியே படுத்துவிடும். இங்கே இந்த பீரங்கியை நான் பார்த்துக் கொள்கிறேன்" என்றான்.

சூரியன் மேலேறிவிட்டான். வெப்பக்காற்றும் இடைவிடாது வீசியது. எனவே, கதிரவன் சாய்ந்த பாறைப் புறங்களிலெல்லாம் இனிய சூழ்நிலை நிலவியது. அந்நிலையில் ஜார்டன் திரும்பவும் ஆலோசனையில் ஆழ்ந்து விட்டான். 'நான்கு குதிரைகள்தான் இருக்கின்றன. இரண்டு பெண்டுகள், தவிர நான், ஆன்ஸெல்மோ, பிரிமிடிவோ, ஃபெர்னாண்டோ, அகஸ்டின் அந்த இன்னொரு சகோதரன் இருக்கிறானே, என்ன இழவு பெயர் அவனுக்கு? ஆக எட்டுப்பேர் இருக்கிறோம். ஜிப்ஸியை விட்டுவிட்டேனே! அவனோடு சேர்த்து ஒன்பது ஆகிறது. சாம்பல் நிறக் குதிரையில் ஏறிப்போ யிருக்கிற பாப்லோவும் சேர்ந்தால் மொத்தம் பத்து, ஆண்ட்ரேஸ்... அதுதான் அந்தச் சகோதரனின் பெயர் இன்னொருவன் எலாடியோ, ஆகக் கூடிப் பத்து. ஆளுக்கு அரைக்குதிரை வீதம் கூடக் கிடைக்

காது. மூன்று பேர் இங்கே தாக்குதலைச் சமாளித்து நிற்க, நால்வர் போய்விடலாம். பாப்லோவோடு ஐந்து. அப்போது இருவர் மீத மிருப்பர். எலாடியோவுடனோ மூவர். எங்கேதான் போய்த் தொலைந்துவிட்டான் அவன்?"... ஸோர்டோ திருடிய குதிரைகள் பனியில் ஏற்படுத்திய குளம்படிகளை எதிராளிகள் தொடர்ந்தார் களானால் இன்று அவன் என்ன கதியாவான் என்பது ஆண்ட வனுக்கே வெளிச்சம். இந்த மாதிரிப் பனிதிடுமென நின்றது அவனுக்குப் பெருஞ்சோதனைதான். இருந்தாலும் இன்றே அது உருகத் தொடங்கிவிட்டது. அந்தக் கஷ்டத்தை ஒருவிதத்தில் சரிக் கட்டுவதுமாகும். ஆனால் ஸோர்டோவுக்கு அப்படியல்ல; அவனைப் பொறுத்துக் கணக்கு நேராவதற்கு இப்போது நேரம் கடந்துவிட்டது என்றே அஞ்சுகிறேன்... இன்று முழுவதும் சண்டையிடாமல் சமாளித்துவிட முடியுமானால் இருப்பதைக்கொண்டு நாளைய நடவடிக்கை முழுவதையும் நிறைவேற்றிவிட முடியும். அது இயலும் என்பது எனக்குத் தெரியும். நன்றாக நிறைவேறாமல் போகலாம்தான். கோளாறுகளுக்குக் கடுகளவுகூட இடமில்லாமல், செய்ய வேண்டிய முறையில், செய்ய விரும்பும் விதத்தில் நடக்காமல் போகலாம் என்பது மெய்யே. இருந்தாலும், அனைவரையும் பயன்படுத்தினால் அதை ஒப்பேற்றிவிட முடிவது உறுதி. அதாவது, இன்று சண்டையிட நேராமலிருந்தால் தான் அது சாத்தியம். சண்டையிட வேண்டி வந்தாலோ ஆண்டவன்தான் காப்பாற்ற வேண்டும்.

அடுத்து, அந்த இடத்தை நோக்கி அவனுடைய எண்ண அலைகள் திரும்பலாயின: 'சண்டை மூளும் வரையில் பதுங்கிக் கிடக்க இந்த இடத்தைவிடச் சிறந்தது நானறிந்த அளவில் கிடையாது. இப்போது இங்கிருந்து கிளம்புவோமானால் தடங்கல் ஏற்பட்டு விடுவது திண்ணம். எந்த இடத்துக்கும் எந்த விதத்திலும் மட்டுமல்ல இது. அனைத்தும் முழுகும் நிலைமை ஏற்பட்டாலும்கூட வெளியேறி விட மூன்று வழிகள் இவ்விடத்தில் இருக்கின்றன. அப்புறம் இருள் வந்ததும் இந்த மலைப்புறத்தில் எங்காவது ஒளிந்து கொள்ளலாம். அந்த இடம் எங்கிருந்தாலும் சரி, அங்கிருந்து பாலத்தை எளிதாக எட்டிப் பகலிலேயே அதைப் பிளந்துவிட முடியும் அதைப்பற்றி இதற்கு முன் ஏன்தான் நான் கலங்கிக் குழம்பினேனோ? எனக்கே விளங்கவில்லை. அது சுலபமானதாகத்தான் இப்போது தோன்று கிறது. எதிரிகள் ஒரு முறையாவது விமானங்களை உரிய நேரத்தில் கிளப்பியனுப்ப மாட்டார்களா என்றே இருக்கிறது எனக்கு. அப்படிச் செய்வார்கள் என்பதே என் திடநம்பிக்கை. நாளையோ சாலையில் புழுதி எழும்பத் தொடங்கிவிடும். நாளை இருக்கட்டும், இன்றையச் சேதி என்ன? இன்று மிகச் சுவாரசியமானதாக அமையலாம். இல்லாவிட்டால் மிக மிகச் சப்பென்றும் போகலாம். அந்தக்

குதிரையை இங்கிருந்து அப்பால் அனுப்ப முடிந்துவிட்டதற்கு நான் கடவுளுக்கு நன்றி செலுத்தத்தான் வேண்டும். எதிரிகள் இங்கே வந்தாலும்கூட, அந்தத் தடங்கள் இப்போது இருக்கும் நிலையில் அவர்கள் குகைக்குப் போவார்கள் என்று நான் நினைக்கவில்லை. இங்கேயே அந்தக் குதிரை நின்று, வட்டமிட்டதாகத்தான் எண்ணுவார்கள். அதன் பிறகு பாப்லோ ஏற்படுத்தியிருக்கும் தடத்தைப் பின்தொடர்ந்து போய் விடுவார்கள். அந்தப் பன்றிப் பயல் எங்கே போயிருப்பானோ, புரியவில்லையே. கிழக்காளைமான் தறிகெட்டு ஓடினதைப் போலவே அவன் தடம் ஏற்படுத்தியிருக்கலாம். கீழே அவன் போட்ட வட்டம் பனி உருகுவதால் மறைவதற்குள் மேலும் கீழுமாகப் பலமுறை போய் வந்துவிடக் கூடும். அந்தக் குதிரை அவனுக்குப் பிரமாதமாகத்தான் உதவியிருக்கிறது... மாறாக, அவனைப் போலவே அதுவும் கோளாறு ஏற்படுத்தியிருக்கவும் இடமுண்டுதான். எப்படியோ, தன்னைத் தானே பாதுகாத்துக்கொள்ள அவனுக்குத் தெரிந்தேயிருக்கவேண்டும். எத்தனையோ நாளாக இப்படி அவன் செய்து வந்திருக்கவில்லையா? இருந்தாலும் என்னால் அவனை முழுவதும் நம்பிவிட முடியாதுதான்... இந்தப் பீரங்கியை நிறுத்துவதற்குத் தகுந்த தளம் அமைப்பதைவிட இங்கே கிடைக்கும் கற்களைக் கொண்டு நல்ல மறைவிடத்தை நிறுவுவதுதான் புத்திசாலித்தனம் என்று எனக்குத் தோன்றுகிறது. தளத்தை அமைக்க ஆரம்பிப்பதானால் பாதி மண்ணைத் தோண்டி முடிப்பதற்குள் எதிரிகளோ அவர்களது விமானங்களோ வந்துவிடலாம். அறவே ஆயத்தமாக இல்லாமலே இருப்போம் நாம். பயனுள்ளவரையில் இப்போது இருக்கும் இடத்திலேயே இந்த பீரங்கியால் சுதாரித்துவிட முடியும். எப்படியும் சண்டை போடுவதற்காக இங்கே நான் தங்கிவிட முடியாது. வெடிமருந்துடன் இந்த இடத்தைவிட்டு நான் கிளம்பியே ஆகவேண்டும். என் கூட ஆன்ஸெல்மோவையும் அழைத்துச் செல்வேன். இங்கே சண்டை போட நேருமானால், அப்படி நாங்கள் தப்பிச் செல்லும்போது யார் பாதுகாப்புத் தருவார்கள்?'

சிந்திக்கையிலேயே கண்ணுக்குத் தெரிந்த பரப்பு முழுவதையும் கவனித்துகொண்டிருந்தபோது இடது புறமிருந்த குன்றுகளுக்கு இடையிலிருந்து ஜிப்ஸி வந்ததை ஜார்டன் கண்டான். துப்பாக்கியை முதுகில் தொங்க விட்டுக்கொண்டு ஆடி அசைந்தபடி அவன் வந்தான். பழுப்பு முகத்தில் பற்கள் பளீரெனத் தெரிந்தன. கைக்கு ஒன்றாக இரு கரங்களிலும் ஒவ்வொரு பெரு முயலைத் தலை கீழாகப் பிடித்துவந்த அவன், "ஹலோ, ராபர்ட்டோ!" என்று உற்சாகமாகக் குரல் கொடுத்தான். வாயை மூடிக்கொள்ளும்படி ஜார்டன் சைகை காட்டியதும் அதிர்ந்துவிட்ட அவன் பாறைகளுக்குப் பின்னால் பதுங்கிப் பதுங்கி நடந்தவனாய், கிளைகளால் பீரங்கி மறைந்து வைக்கப்பட்டிருந்த இடத்துக்கு வந்து சேர்ந்தான். குனிந்தவாக்கில்

அமர்ந்து, அந்தப் பெரு முயல்களைப் பனியில் கிடத்தினான். அவனை ஏறிட்டு நோக்கிய ஜார்டன், "எந்தப் பாழாய்ப்போன இடத்துக்குப் போய்த் தொலைந்தாய்?" என மெதுவாக வினவினான்.

"இந்தப் பெருமுயல்களைப் பின்தொடர்ந்து போய்ப் பிடித்தேன். பனியில் சரசமாடிக்கொண்டிருந்தன, இரண்டும்" என்றான் ஜிப்ஸி.

"காவலிடத்தை விட்டுவிட்டா போனாய்?"

"அப்படியொன்றும் அதிக நேரம் போய்விடவில்லை. என்ன நேர்ந்து விட்டது இப்போது? ஆயுதம் ஏந்தவேண்டிய ஆபத்தேதும் வந்துவிட்டதா?"

"குதிரைப்படை கிளம்பி வந்திருக்கிறது."

'அட கஷ்டமே! அதை நீங்கள் பார்த்தீர்களா என்ன?"

"அந்தப் படை வீரர்களில் ஒருவன் இப்போது நம் முகாமில் கிடக்கிறான். காலைப் பலகாரத்துக்காக வந்தானோ என்னவோ!"

"ஏதோ வேட்டுச் சப்தம் போலக் காதில் விழுகிறதே என்று அப்போதே நினைத்தேன். இந்த வழியாகவா வந்தான், அந்தப் பாழாய்ப் போனவன்?"

"ஆமாம், உன் காவலிடம் வழியாகத்தான்."

"அட பாவமே, எவ்வளவு துரதிருஷ்டம் தான் எனக்கு!"

"நீமட்டும் ஜிப்ஸியாக இல்லையானால், அப்படி அஜாக்கிரதையாக இருந்ததற்காக இந்நேரம் உன்னைச் சுட்டுப் போட்டிருப்பேன்."

"வேண்டாம், ராபர்ட்டோ. அப்படியெல்லாம் பேசாதீர்கள். நடந்ததற்கு நான் வருந்துகிறேன். எல்லாம் இந்த முயல்களால் வந்த வினைதான். விடியுமுன் இதில் ஆண் முயல் பனியில் ஆனந்தக் கூத்தாடும் சப்தம் என் காதில் விழுந்தது. இவை எந்த இழிநிலையில் இருந்தன என்பதை நீங்கள் கற்பனைகூடச் செய்து பார்க்க முடியாது. சப்தம் வந்த இடத்துக்கு நான் போய்ச் சேர்வதற்குள் இவை மறைந்து விட்டன. பனியில் பாதச் சுவடுகளைப் பின்தொடர்ந்து போனேன். மிக உயரத்தில் மீண்டும் இரண்டும் இணைந்திருக்கக் கண்டேன். இரண்டையும் கொன்றேன். எப்படிக் கொழுத்திருக்கின்றன, பாருங்கள். இந்தப் பருவத்தில் இப்படி இருப்பது அபூர்வம்... இந்த இரண்டையும் கொண்டு பிலார் என்ன சமைப்பாள் என்று எண்ணுகிறீர்கள்?... உங்களைப் போலவே எனக்கும் வருத்தம்தான். ஆமாம், அந்தக் குதிரைக்காரன் கொல்லப்பட்டு விட்டான் அல்லவா?"

"ஆமாம்."

"நீங்களா கொன்றீர்கள்?"

"ஆமாம்."

“அடேடே, நீர் ஆச்சரியமான மனிதர்தான்!” என்று அப்பட்டமான முகஸ்துதியில் இறங்கினான் ஜிப்ஸி.

“போதும், பாழாய்ப்போனவனே!” என்ற ஜார்டனால் சிரிக்காமல் இருக்க முடியவில்லை. “இந்த முயல்களை முகாமுக்குக் கொண்டுபோய்க் கொடுத்துவிட்டு ஏதாவது காலையுணவு எடுத்து வா” என்று கூறியவாறே தளர்ந்து நீண்டு கனத்துக் கிடந்த அந்தப் பெரு முயல்களைத் தடவிப் பார்த்தான். அடர்ந்த ரோமமும் பெரிய கால்களும், நெடிய காதுகளும் படைத்திருந்த அவற்றின் வட்டக் கண்கள் விழித்துக் கிடந்தன. ஆனாலும், கொழுத்தவைதான் இவை” என்றான், இறுதியில்.

“சாதாரணக் கொழுப்பு என்றா எண்ணுகிறீர்கள்? ஒவ்வொரு முயலின் விலாவிலும் ஒரு கூடைக் கொழுப்பு குவிந்துகிடக்கிறதாக்கும்! என் வாழ்வில் இந்த மாதிரி முயல்களைக் கனவில்கூடக் கண்டதில்லை.”

“சரி சரி, போ. காலையுண்டியை எடுத்துக்கொண்டு சீக்கிரமாக வந்து சேரு. வரும்போது அந்தக் குதிரைப் படை வீரனின் கடிதாசுகளையும் எடுத்துவா; பிலாரைக் கேட்டால் கொடுப்பாள்.”

“என்னிடம் உங்களுக்குக் கோபமில்லையே. ராபர்ட்டோ?’

“கோபமில்லை. ஆனால், காவலிடத்தை விட்டு விட்டுப் போனாயே என்று வெறுப்புத்தான். முழுக் குதிரைப் படையே வந்திருந்தால் என்னவாகியிருக்கும், எண்ணிப்பார்.”

“அடாடா, நீங்கள்தான்! எவ்வளவு நியாயமாகப் பேசுகிறீர்கள்!”

“இதைக் கேட்டுக்கொள். இனிமேல் இந்த மாதிரிக் காவலிடத்தை விட்டு நீ போகவே கூடாது. போனாயோ தொலைந்தாய்! சுட்டு விடுவேன் என்று நான் சொன்னது சும்மாவல்ல.”

“கட்டாயம் போகவே மாட்டேன். அதோடு இன்னொரு விஷயம். இந்தமாதிரி இரண்டு முயல்களைக் காணும் சந்தர்ப்பம் இனி எனக்கு வாய்க்கவே வாய்க்காது. எந்த மனிதனின் வாழ்விலும் இரண்டு முறை வராது அது.”

“அப்படியா? சரிசரி. சீக்கிரமாகப் போய்வா” என்றான் ஜார்டன். உடனே, இரண்டு முயல்களையும் ஜிப்ஸி தூக்கிக்கொண்டு பாறைகளிடையே பதுங்கியபடிப் புறப்பட்டான். எதிரேயிருந்த சமப் பரப்பான திறப்பையும், மலைச் சரிவுகளையும் ஜார்டன் நோக்கலானான். மேலே வட்டமிட்டுக்கொண்டிருந்த காக்கையொன்று ஒரு பைன் மரத்தில் இறங்கி உட்கார்ந்தது. சற்று நேரத்தில் இன்னொரு காக்கை அதனுடன் சேர்ந்துகொண்டது. அவற்றைப் பார்த்ததும் ஜார்டனின் சிந்தனை மீண்டும் சிறகடிக்கத் தொடங்கி விட்டது: அந்த இரண்டு காக்கைகளும்தான் இப்போது எனக்குப்

பாராப்பணி புரிபவை. அவை அங்கே அமைதியாக அமர்ந்திருக்கும் வரையில் மரங்களுக்கிடையே எவரும் வரவில்லை என்று ஊகித்துக் கொள்ளலாம்... சேச்சே, ஆனாலும் இந்த ஜிப்ஸி உதவாக்கரைதான். அரசியல் அறிவேயில்லை, கட்டுப்பாடும் கட்டோடு கிடையாது. எந்தக் காரியத்தையும் இவனை நம்பி ஒப்படைக்க முடியாது. இருந் தாலும் நாளை இவன் எனக்குத் தேவைதான். ஒரு வேலைக்கு உபயோகப்படுவான். போரில் ஒரு ஜிப்ஸி பங்கேற்பதைப் பார்ப்பது விசித்திரமாகத்தான் இருக்கிறது. மனச்சாட்சி காரணமாக யுத்தத்தை ஆட்சேபிப்பவர்களைப்போலவோ, உடல், மூளைக்குறைபாடு உள்ள வர்களைப் போலவோ ஜிப்ஸிகளுக்கும் ராணுவ சேவையிலிருந்து விலக்களிக்கத்தான் வேண்டும். எதற்கும் பிரயோசனம் இல்லாதவர் களுக்கு இந்தப் போரில் விலக்களிக்கப்படவில்லை. எவருக்குமே விலக்கில்லை. எல்லோரையுமே இது அரவணைத்து விட்டது. இதோ இந்தச் சோம்பேறிக் கும்பலையும்கூட இப்போது கவிந்துகொண்டு விட்டது. வசமாக வளைக்கப்பட்டு விட்டார்கள், இவர்கள் எல்லோருமே."

செடிகொடிகளைத் திரட்டிக்கொண்டு அகஸ்டினும் பிரிமிடி வோவும் அப்போது அங்கு வரவே, அவற்றைக் கொண்டு தானி யங்கித் துப்பாக்கியை நன்றாக மறைத்தான் ஜார்டன். விமானத்தி லிருந்து பார்த்தால் தெரியாத வகையிலும், காட்டிலிருந்து நோக் கினால் இயற்கையாகத் தோன்றும்படியும் அந்த மறைப்பு அமைந்தது. மலைக்குக் கீழேயும் வலது பக்கத்திலும் இருந்த பரப்பு பூராவையும் பார்க்கும் விதத்தில் வலதுபுறக் குன்றின்மேல் ஒருவன் எந்த இடத்தில் நிற்கவேண்டும் என்பதை அவர்களுக்குக் காட்டினான். அவ்வாறே, இடது பக்கக் குன்றில் ஏற வாட்டமாக இருந்த ஒரே இடத்தில் எதிரி யைப் பார்க்க அவன் எங்கே இருக்கவேண்டும் என்பதையும் சுட்டிக் காட்டினான். "அந்த இடங்களிலிருந்து பார்க்கும்போது எவராவது தெரிந்தால் சுடத் தொடங்கி விடாதீர். எச்சரிக்கும் முகமாக ஒரு சிறு கல்லைக் கீழே உருட்டிவிட்டு, துப்பாக்கியைக்கொண்டு இந்த மாதிரிச் சைகை செய்யும்" என்று சொல்லித் துப்பாக்கியைத் தூக்கி, அதைப் பத்திரமாகப் பாதுகாப்பதே போலத் தலைக்கு மேலாகப் பிடித்தான். "எண்ணிக்கையைக் குறிக்க இப்படிச் செய்யும்" என்று கூறி அதை மேலும் கீழாகச் சிலமுறை ஆட்டிக்காட்டினான். "எதிரி கள் குதிரை ஏறி வராவிட்டால் துப்பாக்கிக் குழலைத் தரையை நோக்கி இப்படிக் காட்டுங்கள். இயந்திர பீரங்கி சுடும் சப்தம் கேட்காதவரையில் அங்கிருந்து துப்பாக்கிப் பிரயோகம் செய்யாதீர். அந்த உயரத்திலிருந்து சுடும்போது எதிரியின் முழங்கால்களைத்தான் குறிவைக்க வேண்டும். இதோ இந்த ஊது குழலினால் நான் இரண்டு முறை ஊதும் ஒலி கேட்டால் மறைந்து பதுங்கியபடியே இந்த பீரங்கிப் பீடத்துக்கு வந்துவிடும்."

பிரிமிடிவோ தன் துப்பாக்கியைத் தூக்கிப் பிடித்து, "எனக்குப் புரிகிறது; எல்லாம் அதிசுலபம்தான்" என்றான்.

"எச்சரிக்கை கொடுக்க முதலில் சிறு கல்லை உருட்டி விட வேண்டும்; அப்புறம், எதிரிகள் வரும் திசையையும், அவர்கள் எண்ணிக்கையையும் குறித்துக் காட்ட வேண்டும். அவர்கள் உம்மைக் கண்டுவிடாமல் பார்த்துக்கொள்ளும்."

"அப்படியே செய்கிறேன். கையெறிகுண்டை வீசத் தடையில்லையே?"

"இந்த இயந்திரப் பீரங்கி சுடத் தொடங்கினாலல்லாது அதையும் எறியக்கூடாது. காணாமற்போன தங்கள் சகாவைத் தேடிவரும் குதிரைப் படைக்காரர்கள் இங்கே நுழைய முயற்சி செய்யாமலே இருந்தாலும் இருக்கலாம். பாப்லோவின் சுவடுகளை அவர்கள் பின்பற்றிப் போய்விடவும் கூடும். தவிர்க்க முடியுமானால் சண்டை போடுவதை நான் விரும்பவில்லை. எப்படியும் அதைத் தவிர்த்துவிடப் பார்க்க வேண்டும், சரி, அங்கே போய்ச் சேரும்."

"இதோ போகிறேன்" என்று கூறி விட்டுத் தன் துப்பாக்கியைத் தூக்கிக்கொண்டு குன்றின்மேல் ஏறத் தொடங்கினான் பிரிமிடிவோ.

"என்ன அகஸ்டின், இந்த பீரங்கியைப் பொறுத்து உமக்கு என்னென்ன தெரியும்?" என்று ஜார்டன் வினவினான்.

இடுங்கிய கண்களுடனும், மயிர் மண்டிய தாடைகளுக்கிடையே கீற்றுப்போன்ற வாயுடனும், பாடுபட்டுக் காய்த்துப்போன பெரிய கரங்களுடனும் நெட்டையாய், கருவலாய் அங்கே குந்தியிருந்த அகஸ்டின், "என்னவோ? வெடி நிரப்பத் தெரியும், குறி பார்க்கத் தெரியும். சுடத் தெரியும் இவ்வளவுதான் எனக்குத் தெரிந்ததெல்லாம்!" என்று பதிலளித்தான்.

"எதிரிகள் ஐம்பது மீட்டர் தூரத்துக்குள் வரும்வரையில் நீர் சுடக் கூடாது. அப்போதும், குகைக்குக் கொண்டுபோய் விடும் கணவாய்க்குள் அவர்கள் நுழைவார்கள் என்பது திட்டமாகத் தெரிந்தாலன்றித் தொடங்கலாகாது."

"அப்படியே செய்கிறேன். ஆனால், ஐம்பது மீட்டர் என்பது எவ்வளவு தூரம்?"

"அதோ, அந்தக் குன்றுதான்" என்று குறிப்பிட்டு ஜார்டன் தொடர்ந்தான். "எவனாவது அதிகாரி தென்பட்டால் முதலில் அவனைச் சுடும்; அப்புறம் மற்றவர்களை நோக்கிப் பீரங்கியைத் திருப்பலாம். மிக மெதுவாகவே திருப்பினாலும் குறிவட்டம் வெகுவாக நகர்ந்துவிடும். இதிலிருந்து வெடித்த குண்டுகளின் உறைகளை எப்படி எடுப்பது என்பதை ஃபெர்னாண்டோவுக்குச் சொல்லித்தரப்

போகிறேன். எகிறிக் குதிக்காமல் இருக்கப் பீரங்கியை நீர் கெட்டி யாகப் பிடித்துக்கொள்ள வேண்டும். கவனமுடன் குறிபார்த்துக் கொள்வது அவசியம். ஒரே தடவையில் ஆறு வேட்டுகளுக்கு மேல் சுடாமல் இருக்க இயன்றவரையில் முயன்றுபாரும். ஒவ்வொரு முறை சுடும்போதும் இந்த பீரங்கி எம்பியெழும் என்பதாலேயே இப்படிச் சொல்கிறேன். எந்த முறையிலும் எவனாவது ஒருவனைத் தான் குறிவைக்கவேண்டும்; அதன் பிறகு அடுத்தவனை நோக்கித் திருப்பலாம். யாராவது குதிரையேறி வந்தானானால் அவனுடைய வயிற்றை நோக்கிச் சுடும்."

"ஆகட்டும்!"

"பீரங்கி எகிறிக் குதிக்காமல் தடுக்க ஒருவர் இந்த முக்காலியை இப்படிக் கெட்டியாகப் பிடித்துக் கொண்டிருக்க வேண்டும். அவரே தோட்டாக்களைப் போட்டுத் தயாராக்கித் தருவார்."

"நீங்கள் எங்கே இருப்பீர்கள்?"

"இதோ இப்படி இடது பக்கத்தில் இருப்பேன். நடப்பதை யெல்லாம் பார்க்க முடிவதற்காக மேலே இருப்பதோடு இந்தச் சிறிய இயந்திரப் பீரங்கியைக் கொண்டு உமது இடது புறத்தையும் பாதுகாப்பேன் இதோ இங்கேதான். எதிரிகள் வந்தார்களானால் அவர்கள் எல்லோரையும் கொன்று குவித்துவிடுவது கூடச் சாத்தியம் தான். ஆனால், அவர்கள் அந்த அளவு கிட்டத்தில் வரும்வரையில் நீர் சுட்டுத் தள்ளத் தொடங்கிவிடக் கூடாது."

"அத்தனைப் பேரையும் நம்மால் கூட்டாகக் கொல்ல முடியும் என்றே நம்புகிறேன். அரிய பெரிய படுகொலையாகத்தான் அமையும் அது!"

"இருந்தாலும் அவர்கள் வராமல் இருக்கவேண்டும் என்பதே என் விருப்பம்."

"உங்கள் பாலவேலை மட்டும் இல்லையானால் அவர்களை நாம் இங்கேயே கொன்றுவிட்டு வெளியேறிவிடலாமே."

"அதனால் எந்தப் பயனும் ஏற்படாது. இந்தப் போரில் வெற்றி பெறுவதற்காகத் தீட்டப்பட்டுள்ள திட்டத்தின் ஒரு பகுதி அந்தப் பாலத் தகர்ப்பு வேலை. இங்கே சண்டை மூண்டாலோ, சில்லறைச் சம்பவமாகவே இருக்கும். போரைப் பொறுத்தவரையில் சுத்தச் சுன்னம்தான் இதன் மதிப்பு."

"என்ன சொன்னீர்கள்! சுன்னமா? ஒவ்வொரு ஃபாஸிஸ்ட் இறக்கும்போதும் ஒரு கழிசடை கழிந்ததாகாதா?"

"மெய்தான். இருந்தாலும் பாலவேலை முடிந்தால் ஸெகோவி யாவை நாம் பிடிக்கலாம். ஒரு மாகாணத் தலைநகர் அது. எண்ணிப் பாரும். நாம் வசப்படுத்தும் முதல் தலைநகரமாக அதுவே இருக்கும்."

"ஸெகோவியாவை நாம் பிடிக்க முடியுமென நிஜமாகவே நினைக்கிறீர்களா?"

"ஆமாம். பாலத்தைச் சரிவரப் பிளந்தோமானால் அது சாத்தியமே."

"இங்கே கூட்டுக் கொலை செய்வதோடு அங்கே பாலத்தையும் தகர்க்கவேண்டும் என்பதே என் ஆசை."

"ஆனாலும் பேராசைக்காரர்தான் நீர்!" என்று கூறிய ஜார்டன், தான் பேசிய நேரம் பூராவும் காக்கைகளிடமிருந்து பார்வையைத் திருப்பவேயில்லை, இப்போது அவற்றிலொன்று எதையோ உற்றுக் கவனித்ததைக் கண்டான். அடுத்து அது கரைந்துவிட்டுப் பறக்க லாயிற்று. எனினும் இன்னொரு காகம் அந்த மரத்திலேயே நீடித்து உட்கார்ந்திருந்தது. அதைப் பார்ப்பதை விடுத்து, குன்றின்மேல் பிரிமிடிவோ நின்ற இடத்தை ஜார்டன் நோக்கலானான். தனக்குக் கீழேயிருந்த பரப்பைத்தான் பிரிமிடிவோ பார்த்துக் கொண்டிருந் தானே தவிர எவ்விதச் சைகையும் செய்யவில்லை. ஜார்டன் முன்புறமாகச் சாய்ந்து, தானியங்கித் துப்பாக்கியின் ரவையறையைத் திறந்து பார்த்தான். உள்ளே குண்டு வரிசை இருந்ததைக் கண்டதும் அப்பகுதியைத் திரும்ப மூடினான். காக்கையோ மரத்தின்மீதே இன்னமும் இருந்தது. பறந்து சென்ற காக்கையும் பனிப்படலத்தின் மீது வட்டமடித்து விட்டுத் திரும்ப உட்கார்ந்தது. கதிரவன் வீச்சோடு வெப்பக் காற்றும் சேர்ந்து கொண்டதால் பைன் மரக்கிளைகளின்மீது கனமாகப் படிந்திருந்த பனி சொட்டிக் கொண்டேயிருந்தது. "கூட்டுக் கொலை செய்ய நீர் துடித்தால் நாளைக்காலை அதற்குச் சந்தர்ப்பம் தருகிறேன். அறுவை ஆலையில் இருக்கும் காவற்காரர்களை அறவே அழிப்பது அவசியம்" என்றான் ஜார்டன்.

"அதைச் செய்ய நான் தயார்" என அகஸ்டின் தெரிவித்தான். பாலத்துக்கப்பால் சாலை மராமத்துக்காரனின் குடிலில் இருக்கும் காவலர்களையும் கொன்று தீர்த்தாக வேண்டும்."

"இரண்டில் எதையும் செய்ய நான் சித்தம்தான். வேண்டுமானால் இரண்டையுமே செய்கிறேன்."

"அது முடியாது. இரு நிலையங்களையும் ஒரே நேரத்தில் அழித் தாக வேண்டும்."

"அப்படியானால் இரண்டில் ஏதாவதொன்றைச் செய்து முடிக்கிறேன். இந்தப் போரில் ஏதாவதொரு நடவடிக்கையில் ஈடுபட நெடுநாளாகவே எனக்குத் துடிப்பு. ஏதும் செய்ய இடம் தராமல் இங்கேயே பாப்லோ எங்களை முடக்கிப் போட்டுவிட்டான்."

அப்போது, "இன்னும் கிளைகள் தேவையா? எனக்கென்னவோ இப்போது இந்தப் பீரங்கி நன்றாக மறைபட்டு விட்டதாகவே தோன்றுகிறது" என்று கூறியபடி கோடரியுடன் ஆன்ஸெல்மோ அங்கு வந்தான்.

"கிளைகள் வேண்டாம். இரண்டு சிறிய மரங்கள்தான் தேவை. இன்னும் இயற்கையாகத் தென்படச் செய்வதற்காக இங்கு ஒன்றும் அங்கே இன்னொன்றுமாக நடலாம். இயல்பாகக் காணச் செய்யு மளவுக்கு இங்கே போதுமான மரங்கள் இல்லை" என்றான் ஜார்டன்.

"நான் போய் வெட்டிக்கொண்டு வருகிறேன்."

"துண்டிக்கப்பட்ட அடிமரம் தெரியாதபடிக் கீழ்ப் புறத்திலேயே வெட்டும்."

அடுத்து, தனக்குப் பின்னால் இருந்த காட்டில் கோடாரி எழுப்பிய ஒலி ஜார்டனின் காதில் விழுந்தது, குன்றின்மேல் நின்ற பிரிமிடிவோவை நோக்கிவிட்டுக் கீழே திறந்தவெளிக்கு அப்பால் இருந்த பைன் மரங்களையும் பார்த்தான். அந்த ஒற்றைக் காகம் இன்னமும் அங்கேயே அமர்ந்திருந்தது. அப்போது விமானம் வருகை யில் முதலில் கேட்கும் கரகரப்பு ஒலியைச் செவிமடுத்தான். அண்ணாந்து நோக்கியேபோது ஆகாயத்தில் அதி உயரத்தில் சிறிய புள்ளியாக ஒரு விமானம் பறந்ததைக்கண்டான். சூரியவொளியில் வெள்ளியென அது பளபளத்தது. அது நகர்ந்தது போலவே தோன்ற வில்லை. "விமானத்தில் இருப்பவர்களால் நம்மைப் பார்க்க முடி யாது. இருந்தாலும், தலைமறைவாக இருப்பதே தரம். இன்று இது இரண்டாவது வேவு விமானம்" என்றான், அகஸ்டினை நோக்கி.

"நேற்று வந்தவை என்னவோ?"

"அவை கெட்ட கனவுபோல வந்ததாகத்தான் இப்போது எனக்குப் படுகிறது."

"ஸிகோவியாவில்தான் அவை இருக்க வேண்டும். நனவாவ தற்காக அந்தக் கெட்ட கனவு அங்கேயே காத்துக்கிடக்கிறது" என்றான் அகஸ்டின்.

காண முடியாதபடி மலைகளுக்கப்பால் விமானம் மறைந்து போய்விட்ட போதிலும் அதன் எஞ்சின்களின் சப்தம் தொடர்ந்து கேட்டது. அப்போது காகம் பறந்ததை ஜார்டன் பார்த்தான். குரலெழுப்பாமலே நேராகக் காட்டினுள் பறந்து மறைந்து விட்டது அது.

23

“பதுங்கிப் படுத்துக்கொள்ளும்” என்று அகஸ்டினிடம் கிசுகிசுத்த ஜார்டன், அடுத்து ஆன்ஸெல்மோவின் பக்கம் தலையைத் திருப் பினான். கிறிஸ்துமஸ் மரத்தை எடுத்து வருவது போலப் பைன் மரமொன்றைத் தோளில் சாய்த்தபடி கணவாய் வழியாக வந்து கொண்டிருந்த அந்தக் கிழவனைக் ‘கீழேபடும்’ என்று கட்டளையிடும் வகையில் கையை ஆட்டினான். உடனே ஒரு பாறையின் பின் அந்த மரத்தை அவன் போட்டுவிட்டுக் குன்றுப் பக்கத்தில் மறைந் ததைக் கண்டான். பின்னர், தனக்கு எதிரேயிருந்த திறந்தவெளிக்கு அப்பால் மண்டிக்கிடந்த மரங்களையே நோக்கிக் கொண்டிருந்தான். அவன் கண்ணில் எதுவும் படவில்லை; காதிலும் ஏதும் விழவில்லை தன் இதயம் உரத்து ஒலித்ததுதான் அவனுக்குக் கேட்டது. எனினும் சற்றைக்கெல்லாம் கல்லுடன் கல் உராயும் சப்தத்தைச் செவி மடுத்தான். சிறு கல்லொன்று குதித்து உருண்ட ஒலியைக் கேட்டான். வலதுபுறம் திரும்பிப் பார்த்தபோது பிரிமிடிவோவின் துப்பாக்கி நான்கு முறை மேலும் கீழுமாக ஆட்டப் பட்டதைக் கண்டான். அதற்கு அப்புறம் கோடியில் மரங்களும், அதன்முன் குதிரைக் குளம் படி வட்டமும் கொண்டதாய்த் தனக்கு முன்னால் வெண்மையாக விரிந்து பரந்திருந்த வெளியையன்றி அவன் பார்ப்பதற்கு வேறேதும் இருக்கவில்லை. “குதிரைப் படை வருகிறது” அகஸ்டினின் காதோடு சொன்னான். கறுத்துக் குழிந்திருந்த அவனுடைய கன்னங்கள், அதைக் கேட்டதும் அவன் சிரித்ததால் மலர்ந்து அகன்றதைக் கண் டான். அவனுக்கு வியர்த்ததையும் ஜார்டன் கவனித்தான். உடனே, ஆதரவோடு கையை நீட்டி அவன் தோளின் மீது வைத்தான். மரங்களுக்கிடையிலிருந்து நான்கு குதிரைப்படை வீரர்கள் வெளி வருவதைப் பார்த்த போதும் அந்தக் கரம் அங்கேயே இருந்தது. எனவே, அகஸ்டினின் முதுகுத் தசைகள் துடித்ததை ஜார்டனால் நன்கு உணர முடிந்தது.

நால்வரில் ஒருவன் மட்டும் முன்னால் வர, மற்ற மூவரும் அவனுக்குப் பின் தத்தம் குதிரையைச் செலுத்திவந்தனர். முன்னால் வந்தவன் சாம்பல் வண்ணக் குதிரை ஏற்படுத்தியிருந்த தடங்களைக் குனிந்து நோக்கியபடியே பின்தொடர்ந்தான். விரவியவாறு அவனைத் தொடர்ந்த மற்ற மூவரும் அவ்வாறே ஜாக்கிரதையாக கவனித்துவந்தனர். தானியங்கித் துப்பாக்கியின் தர்சனி வழியாக அவர்களை நோக்கியபடி முழங்கைகளை நன்கு விரித்துப்போட்டுப் பனித்தரையோடு ஒட்டியவாறு படுத்துக்கிடந்தான் ஜார்டன். எதிர் பார்ப்பதன் விளைவாகத்தன் இதயம் விரைவாக அடித்துக்கொண்டு தரையோடு முட்டி மோதியதை அவனால் நன்கு உணரமுடிந்தது.

முன்னால் வந்தவன் பாப்லோ வட்டமடித்துச் சென்ற இடத்தை எட்டியதும் குதிரையை நிறுத்தினான். மற்றவர்களும் அவனோடு வந்து சேர்ந்து கொண்டனர். துப்பாக்கியின் நீலநிற எஃகுக் குழலுக்கு மேலாக அவர்களைத் தெளிவாகவே ஜார்டனால் காண முடிந்தது. அவர்களுடைய முகங்கள், இடையில் தொங்கிய வளைந்த வாட்கள், வியர்வையால் கறுத்திருந்த குதிரைகளின் விலாப்புறங்கள், காக்கி வண்ண மேலங்கிகளின் கூம்புருவச் சரிவு, அதே காக்கி நிறத்தில் அமைந்த தட்டைக் குல்லாய் தவாரேப் பிரதேச பாணியில் சாய்த்து வைக்கப்பட்டிருந்தது ஆகிய அனைத்தையுமே அவன் கண்டான். அப்போது, அவர்களுக்குத் தலைமை தாங்கி முன்னால் வந்தவன், பீரங்கி வைக்கப்பட்டிருந்த இடத்துக்கு எதிரில் அமைந்த திறந்த வெளியை நோக்கித் தன் குதிரையைச் செலுத்தலானான். அதன் விளைவாக அவனது இளம் முகத்தை ஜார்டனால் நன்கு காண வியன்றது. நெருங்கியமைந்த கண்களுடனும் வளைந்த மூக்குடனும், அளவுக்கு அதிகமாக நீண்ட முகவாயுடனும் அந்த முகம் இருந்தது. அவன் ஏறியிருந்த குதிரை தலையை நன்கு நிமிர்த்தியபடியே வந்தது; அதன் மார்பு நேராக ஜார்டனை நோக்கி இருந்தது. வலதுபுறத்தில் இருந்த கூட்டினின்று தானியங்கித் துப்பாக்கியின் முனை முன்புறம் துருத்தி நிற்க, பீரங்கி இருந்த திறந்த பகுதியை நோக்கிக் காட்டினான் அவன்.

முழங்கைகளைத் தரையில் முன்னிலும் ஊன்றிக் கொண்ட ஜார்டன், பனிவெளியில் நின்றுவிட்ட நான்கு குதிரைப்படை வீரரையும் துப்பாக்கிக் குழலுக்கு மேலாகக் கூர்ந்து பார்த்தான். அவர்களில் மூவரிடம் தானியங்கித் துப்பாக்கிகள் இருந்தன.

இருவர் தங்கள் குதிரைகளின் சேணங்களுக்குக் குறுக்காக அவற்றை வைத்திருந்தனர். இன்னொருவனோ தன் துப்பாக்கியின் அடிப்பகுதியை வலது இடுப்பில் வைத்துக் கொண்டவனாய்த் தூக்கிப் பிடித்திருந்தான். அந்நிலையில் அவர்களைக் கண்டதும் ஜார்டனின் சிந்தனை யோட்டம் மீண்டும் சுறுசுறுப்புப் பெற்றது. இவர்களை இவ்வளவு அருகில் நீ காண்பது அரிதே. எப்படியும், இந்தமாதிரித் துப்பாக்கிக் குழலுக்கு மேலாகப் பார்ப்பது துர்லபம் தான். பின்புறத் தர்சனியைத் தூக்கி வைத்து நோக்குவதுதான் வழக்கம். அந்த நிலையில் எதிராளிகள் எறும்புகள் போலவே தென்படுவார்கள். அப்போது அவர்களைக் குறிபார்த்துத் தோட்டாவை எட்டவிடுவது பெரும்பாடாக இருக்கும். இல்லா விட்டால், அவர்கள் அடித்துப் புடைத்துக்கொண்டு ஓடிவருவார்கள். ஒரு சரிவைச் சுடுவதோ குறிப்பிட்ட தெருவில் பிரயோகம் செய்து தடுக்கப் பார்ப்பதோ, ஜன்னல்களைக் குறிவைப்பதோதான் அவ்வமயம் நாம் செய்ய முடிவதெல்லாம். அதுவுமின்றேல், தொலை

வில் ஏதாவதொரு சாலையில் அவர்கள் அணிவகுத்துச் செல்வதைத் தான் காண்போம். ரயில் வண்டிகளில் பிரயாணம் செய்யும்போதே இப்படி நெருக்கத்தில் அவர்களைப் பார்க்கமுடியும். அப்போதுதான் அவர்கள் இவ்விதம் இருப்பர்; நான்கே ரவைகளால் பறக்கடித்து விடலாம் இவர்களை. துப்பாக்கித் தர்சனி வழியாக இவ்வளவு அண்மையில் காண்பதால்தான் சாதாரண மனிதர்களைப் போல இத்தனை பெரிதாக இவர்கள் தென்படுகிறார்கள். பின் தர்சனித் துளையில் முன்தர்சனியின் முளையை உறுதியாகப் பொருத்தி வைத்தபின் அதன் வழியாகப் பார்த்தான் ஜார்டன். குதிரைவீரர் தலைவனின் மார்பு மையத்துக்கு நேராக இருந்தது அது. மேலங்கியின் காக்கி வண்ணப் பின்னணியில் காலைக் கதிரவனொளி பட்டுப் பளபளத்த சிவப்புச் சின்னத்துக்குச் சிறிதுதான் வலப்புறத்தில் இருந்தது அந்த இலக்கு. அதை நோக்கியதும் 'தொலைந்தாய் நீ' என்று எக்களித்த ஜார்டனின் மனம், அடுத்து ஸ்பானிஷ் மொழி யிலும் அதே பதங்களை எண்ணியது. அதே நேரத்தில், தோட்டாக் களைத் துரிதமாகத் தூக்கியெறிந்து அதிரவைக்கும் தானியங்கித் துப்பாக்கிப் பகுதியிலிருந்து அகற்றி வைப்பதற்காகக் கொக்கியின் அடைப்பானை அவன் விரல்கள் அழுத்தவாரம்பித்தன. 'தொலைந் தாய் நீ! இளமையிலேயே இறந்து விழப்போகிறாய் நீ!' என்று திரும்பவும் குதிபோடத் தொடங்கிவிட்ட ஜார்டனின் உள்ளம் 'நீயும்தான்' என மற்ற மூவரையும் ஒவ்வொருவராக விளித்து நினைக்கலாயிற்று. 'ஆயினும் அம்மாதிரி நடக்காமலே இருக்கட்டும். நடக்க விட்டுவிடாதீர்கள்' என்று மனத்துள்ளேயே அவன் இறைஞ் சவும் துவங்கியபோது அருகிலிருந்த அகஸ்டினுக்கு இருமல் வருவதை உணர்ந்தான். அதை அவன் எப்படியோ தடுத்து நிறுத்தி விழுங்கி விட்டதையும் அறிந்தான். அப்போதும் எண்ணெய் மெருகேறிய நீலவண்ணத்துடன் மினுமினுத்த துப்பாக்கிக் குழலுக்கு மேலாக அவன் தொடர்ந்து நோக்கிக் கொண்டேயிருந்தான். அடைப்பானை விரல்கள் அமுக்கியிருந்தபடியே. துப்பாக்கியை மறைக்கப் போட் டிருந்த மரக்கிளைகளின் இடுக்கு வழியாக அப்படி அவன் பார்த்த போது, குதிரை வீரரின் தலைவன் திரும்பியதையும் பாப்லோவின் பாதை காட்டிய காட்டை அவன் கை சுட்டியதையும் கண்டான். உடனே அந்த நால்வரும் அந்தக் காட்டுக்குள் தங்கள் குதிரைகளை விரட்டிச் சென்றனர். அதைக் கண்டதும் "சுத்தக் கோழைகள்!" என்று அகஸ்டினின் உதடுகள் முணுமுணுத்தன. தனக்குப் பின்புறத்தில் மரத்தைப் போட்டுவிட்டு ஆன்ஸெல்மோ மறைந்துகொண்ட இடத்தைத் திரும்பிப் பார்த்தான் ஜார்டன். ஆன்ஸெல்மோவுக்குப் பதிலாக ஜிப்ஸி ரஃபேல்தான் இரு கைகளிலும் துணிப்பைகளுடனும் முதுகில் துப்பாக்கியுடனும் வந்து கொண்டிருந்தான். ஜார்டன் கையைக் கீழ்நோக்கி ஆட்டியதும் அவன் சட்டென மறைந்து விட்டான்.

“அடடா, நாலுபேரையும் நாம் கொன்றிருக்கலாமே!” என்று அடங்கிய குரலிலேயே அங்கலாய்த்தான் அகஸ்டின்; இன்னமும் வியர்த்துக் கொட்டிக் கொண்டிருந்தது அவன் மீது.

“மெய்தான். ஆனால் சுட்டுவிட்டால் அப்புறம் என்னென்ன நேருமோ, எவர் கூற முடியும்?” என்று மெல்லிய குரலிலேயே சொன்னான் ஜார்டன். அதே சமயத்தில் இன்னொரு கல் உருண்டு விழும் ஒலி அவன் காதை எட்டியது. சரேலெனத் திரும்பிப்பார்த்தான். ஆனால் ஜிப்ஸியோ, ஆன்ஸெல்மோவோ அவன் கண்ணில் பட வில்லை. கைக்கடிகாரத்தைப் பார்த்தபின் நிமிர்ந்து, பிரிமிடிவோ நின்ற இடத்தை நோக்கினான்; முடிவேயில்லாததுபோல் இடை விடாமல் தன் துப்பாக்கியை மேலும் கீழுமாக ஆட்டிக்கொண் டிருந்தான், அவன். “எப்படியும், முக்கால் மணி நேரம் முந்திப் புறப் பட்டதன் அனுகூலம் பாப்லோவுக்கு இருக்கிறது” என்று எண்ணி ஜார்டன் ஆறுதல் அடைந்தபோதே இன்னொரு குதிரைப்படை வரும் சப்தம் கேட்டது. “அவசரப்படாதீர்; கவலையும் கொள்ளாதீர். அந்த நால்வரைப்போலவே இவர்களும் இந்தப் பக்கம் வராமலே போய்விடுவார்கள்” என்று அகஸ்டினின் காதோடு கூறினான் அவன்.

இரண்டிரண்டு பேர் கொண்ட அணி வரிசையாக இருபது பேர் காட்டையொட்டிக் குதிரைகளைச் செலுத்தி வந்தார்கள். இவர்களும் முன்னவரைப் போலவே உடுப்புப் போட்டு, ஆயுதங்களும் வைத்திருந்தார்கள். இடுப்பிலிருந்த வளைந்த வாட்கள் ஊசலாடின. துப்பாக்கிகளோ கூடுகளிலேயே இருந்தன, அந்த நால்வரைப் போலவே இவர்களும் காட்டுக்குள் புகுந்ததும், “நான் சொன்னபடியே நடந் திருக்கிறது, பார்த்தீரல்லவா?” என அகஸ்டினை ஜார்டன் வின வினான்.

“ஏராளமான பேரல்லவா தேடிப் புறப்பட்டிருக்கிறார்கள்!”

“அந்த நால்வரையும் நாம் கொன்றிருந்தால் இத்தனை பேருக்கு நாம் ஈடுகொடுக்க நேர்ந்திருக்கும், இல்லையா?” என மிக மெல்லிய குரலில் கேட்ட ஜார்டனின் இதயப் படபடப்பு அப்போது அடங்கி யிருந்தது. ஆனால் பனி உருகிவிட்டதால் சட்டையின் மார்புப் பகுதி நனைந்துவிட்டது. அப்படி வெளிப்புறம்தான் ஈரமாகியிருந்ததே தவிர உள்ளுக்குள் வெறுமை ஏற்பட்டுவிட்டதுபோல உணர்ந்தான் அவன்.

பனிமீது பளிச்செனப் பாய்ந்து மிளிர்ந்த சூரியவொளி அதைத் துரிதமாக உருக்கிக்கொண்டிருந்தது. உட்புறம் உருகிக் கூடு பாய்ந்ததால் அடி மரங்களிலிருந்து பனி பிய்ந்து வருவதை அவனால் பார்க்க முடிந்தது. பீரங்கிக்கு முன்னால் பரந்திருந்த வெளியிலோ, மேல்பரப்பைக் கதிரவன் உருக்க, கீழிருந்த பூமியும் கதகதப்பை

மேலேற்றியதன் விளைவாக பனிப்படலம் பூராவிலும் ஈரக்கசிவு கண்டிருந்ததைக் கண்டான்; அவனது கண்ணுக்கு நேராகவே பனி விரிந்து நலிந்து கொண்டிருந்தது. நிமிர்ந்து, பிரிமிடிவோ நின்ற இடத்தை நோக்கினான்; 'ஏதுமில்லை' என்பதைக் குறிக்கும் வகையில் இரு உள்ளங்கைகளையும் கவிழ்த்தபடி கரங்களைக் குறுக்காக வைத்துக்கொண்டு சைகை செய்தான் அவன். அப்போது ஒரு பாறைக்குப் பின்னாலிருந்து ஆன்ஸெல்மோவின் தலை தெரியவும், அவன் இனி வரலாமென ஜார்டன் ஜாடை காட்டினான். பாறை களுக்குப் பின்னாலேயே பதுங்கிப் பதுங்கிப் பாய்ந்துவந்த கிழவன் அவன் இருந்த இடத்தை அடைந்ததும் பீரங்கிக்குப் பக்கத்தில் தரையோடு தரையாகப் படுத்தபடி "ஏகப்பட்ட பேர்! ஏராளமான பேர்!" என்றான்.

"இனி எனக்கு மரங்கள் தேவையில்லை. இங்கே காடு வளர்க்க இனி அவசியம் கிடையாது" என்று ஜார்டன் சொன்னதும் அகஸ்டினும் ஆன்ஸெல்மோவும் சிரித்தார்கள். "இது போலியே என்பதை எதிரிகளால் கண்டுபிடிக்க முடியவில்லை. இருந்தாலும் இப்போது மேலும் மரங்கள் நடுவது ஆபத்தானதே. ஏனெனில், அவர்கள் திரும்பி வருவார்கள்; மாறுதலைக் கண்டுகொள்ள முடியாத அளவுக்கு அவர்கள் முட்டாள்களல்ல" என்று அவன் கூறியபோது, அதன் அவசியத்தை உணர்ந்தே அப்படிப் பேசினான். பேராபத்தான ஒரு நிலை அப்போது விலகியிருந்தது என்பதற்கு அவனைப் பொறுத்தவரையில் ஏற்பட்ட ஓர் அறிகுறி அவன் அவ்விதம் பேச விரும்பியது. பேசுவதற்கு எந்த அளவு ஆசைப்பட்டுத் துடித்தானோ அந்த அளவுக்கு அபாயம் அதிகமாக இருந்தது என்று அர்த்தம். "நல்ல மறைப்புதான் இது, இல்லையா?" என்று கேட்டான், இருவரையும்.

"ஆமாம்" என ஆமோதித்த போதிலும், "எல்லா ஃபாஸிஸ்டுகளும் நாசமாய்ப் போக! அந்த நாலு பேரையும் கொல்லாமல் போய் விட்டோமே!" என்றும் அகஸ்டினால் கூறாமல் இருக்க முடிய வில்லை.

"நீ பார்த்தாயா அந்தக் காட்சியை?" என ஆன்ஸெல்மோவையும் அவன் வினவினான்.

"பார்த்தேன்" என்று பதிலளித்த கிழவனை நோக்கி, "நேற்றுப் போயிருந்த இடத்துக்கோ, நீரே பொறுக்கியெடுக்கும் வேறு நல்ல இடத்துக்கோ இன்று நீர் போகவேண்டும்; சாலையைக் கண்காணித்து அதில் நடக்கும் போக்குவரத்தையெல்லாம்பற்றி நேற்றுப்போலவே குறித்து வந்து கொடுக்க வேண்டும். இப்போதே அதற்கு நேரம் கடந்துவிட்டது. உடனே போய், மாலைவரையில் தங்கிவிட்டு வாரும்,

அதற்குப் பிறகு வேறொருவரை உமக்குப்பதிலாக அங்கு அனுப்பு கிறோம்" என்றான் ஜார்டன்.

"ஆனால் அங்கே போகும்போது நான் ஏற்படுத்தும் சுவடுகளை எதிரிகள் கண்டுவிடமாட்டார்கள்?"

"பனி கரைந்ததும் கீழிருந்து மேலேறிச் செல்லும். பனியினால் சாலை ஒரே சகதியாக இருக்கும். அந்த ஈர மண்ணில் நிறைய லாரி கள் சென்ற சுவடுகளோ, டாங்கிகள் போன அடையாளங்களோ பதிந்திருக்கின்றனவா என்று பார்த்துக்கொண்டு வாரும். இவ்வளவு தான் இங்கே சொல்லக்கூடியதெல்லாம்; இதற்குமேல் அங்கே நீர் விவரம் சேகரிப்பது உம் சாமர்த்தியமே."

"ஒரு விஷயம் கேட்கலாமா?"

"தாராளமாகக் கேளும்."

"லாகிராஞ்ஜாவுக்கு நான் போய், நேற்று ராத்திரி அங்கே நடந்ததை அறிவதோடு நீங்கள் எனக்குச் சொல்லித் தந்துள்ளபடி சாலையைப் பார்த்து வரவும் அங்கிருந்து ஒருவனை அனுப்ப ஏற்பாடு செய்வது தரமில்லையா? அவனை இன்றிரவு வந்து விவரம் கொடுக்கச் சொல்கிறேன். இல்லாவிட்டால் நானே லாகிராஞ் ஜாவுக்கு மறுபடி போய்த் தெரிந்துவருகிறேன்."

"இப்படிப் போய் வரும்போது குதிரைப்படையைச் சந்திக்க நேரலாம் என்பது பற்றிப் பயமே இல்லையா உமக்கு?"

"பனி உருகிவிட்டால் அப்புறம் எனக்குப் பயமே இருக்காது."

"இந்தக் காரியத்தைச் செய்யக்கூடிய திறமை லாகிராஞ்ஜாவில் எவருக்காவது இருக்கிறதா?"

"உண்டு, நிச்சயமாக உண்டு. அதற்குப் பொருத்தமானவளாக ஒரு பெண்பிள்ளை இருக்கிறாள், நம்பக் கூடியவர்களாக லாகிராஞ் ஜாவில் நிறைய பெண்கள் உண்டு."

"அவர்களை நம்பலாம். வேறு வேலைகளுக்கு உபயோகப்படும் அந்தப் பெண்களில் சிலரை எனக்கும் தெரியும். நான் போய் வரட்டுமா" என்றான் அகஸ்டின்.

"வேண்டாம். கிழவரே போகட்டும். இந்த பீரங்கி விஷயம் உமக்குப் புரிந்திருக்கிறது; ஆகவே, இங்கேயே தங்கும். இங்கே நம் வேலை முடிய இன்னும் நெடுநேரம் ஆகும்."

"பனி உருகிவிட்டதும் புறப்படுகிறேன். அதுவும் வேகமாகத்தான் கரைந்து வருகிறது" என்றான் கிழவன்.

"பாப்லோவை எதிரிகள் பிடிக்கத் தோது இருக்கிறது என்றா எண்ணுகிறீர்?" என்று அகஸ்டினை ஜார்டன் வினவினான்.

“பாப்லோ கெட்டிக்காரன், புத்திசாலியான மானை வேட்டை நாய்கள் இல்லாமல் எவராலும் பிடிக்க முடியுமா, சொல்லுங்கள்.”

“சில சமயங்களில் அதுவும் சாத்தியமே.”

“அப்படியெல்லாம் பாப்லோ சிக்கவே மாட்டான். முன்பு இருந்ததுடன் ஒப்பிட்டால் இப்போது அவன் வெறும் குப்பையே என்பது மெய்தான். இருந்தாலும் எத்தனையோ பேர் மாட்டிக் கொண்டு மாண்டிருக்கும் போது இவன் மட்டும் உயிரோடு உலாவுவதோடு இந்த மலைப் பகுதியில் வசதியாக வாழ்ந்து வயிறு முட்டும் மட்டும் குடிக்கவும் முடிகிறது என்றால் சும்மாவா என்ன?”

“அவனைப் பற்றிக் கூறப்படுகிற அளவுக்குக் கெட்டிக்காரன் தானா?”

“அதையும்விட எத்தனையோ மடங்கு சாமர்த்தியசாலிதான்.”

“ஆனால் இங்கொன்றும் அவன் அப்படிப்பட்ட அபார புத்தி சாலியாக இல்லாவிட்டால் நேற்று ராத்திரி தீர்ந்திருக்கமாட்டானா? அரசியல் விவகாரமோ, கொரில்லாப் போர்முறையோ உங்களுக்குப் புரியவேயில்லை என்றுதான் எனக்குத் தோன்றுகிறது, இங்கிலீஷ் காரரே. நீடித்து வாழ்வதுதான் இரண்டிலும் முழு முதல் தேவை. நேற்று ராத்திரி அவன் எப்படித் தொடர்ந்து உயிர்தரித்தான் என்பதை எண்ணிப் பாருங்கள். நீங்களும் நானும் வீசிய கூளம் முழுவதையும் விழுங்கிவிட்டல்லவா குத்துக்கல்போல உட்கார்ந் திருந்தான்!”

குழுவின் நடவடிக்கைகளில் பாப்லோ இப்போது திரும்பக் கலந்து கொண்டு விட்டதால் அவனுக்கு எதிராகப் பேச ஜார்டனுக்கு விருப்பமில்லை; ஆகவே, அவன் திறமையைப் பற்றி ஏன் பேசினோம் என்று உடனேயே தெரிந்துகொள்ளத் துவங்கிவிட்டான். பாப்லோ எவ்வளவு புத்திசாலி என்பது அவனுக்கே தெரியாதா? பாலத்தைப் பிளப்பதையொட்டிய கட்டளைகளில் இருந்த குறைபாடுகளை யெல்லாம் அவன்தானே உடனேயே உணர்ந்தான்? அவனைப் பிடிக்காததாலேயே அப்படிப் பேசினான், ஜார்டன். அது தவறு என்பது வாயைத் திறந்தபோதே அவனுக்குத் தெரிந்துதான் இருந்தது. நெருக்கடி நேரத்திலிருந்து விடுபட்டதும் அளவுக்கதிகமாகப் பேசும் தன் வழக்கத்தால் விளைந்த வினையே அதுவெனக் கருதினான். ஆகவே அந்த விவகாரத்தை அதோடு கைவிட்டவனாய், “லாகிராஞ் ஜாவுக்குள் பட்டப்பகலில் போவதாகவா சொல்கிறீர்?” என ஆன்ஸெல்மோவை வினவினான்.

“அதனால் என்ன குடி முழுகிவிடப் போகிறது? ராணுவ வாத்திய கோஷ்டியின் முழக்கத்துடனா நான் போகப்போகிறேன்?”

“கழுத்தில் மணி கட்டிக்கொண்டும் இவன் போகப் போவதில்லையே? கொடியெதையும் தூக்கிச் செல்லவும் மாட்டான்” என்றான் அகஸ்டினும்.

“எப்படிப் போவீர்?”

“காட்டு வழியாகத்தான் மலையில் ஏறியிறங்குவேன்” என்றான் கிழவன்.

“உம்மை எதிரிகள் பிடித்துக் கொண்டுவிட்டால் என்ன செய்வீர்?”

“என்னிடம் அடையாளக் கடுதாசிகள் உண்டு.”

“எங்கள் எல்லாரிடமுமே அவை உண்டு; சிக்கினால் சங்கடம் தரும் கடுதாசிகளைச் சீக்கிரம் தின்னத் தெரிந்திருந்தால் போதும்” என்றான் அகஸ்டின்.

ஆனால் ஆன்ஸெல்மோவோ தலையை ஆட்டி அதை மறுத்தான். தன் அங்கியின் மார்புப்புற ஜேபியைத் தட்டிக் காட்டி “எத்தனையோ முறை அப்படிச் செய்ய நான் நினைத்ததுண்டு; ஆனால் ஒரு தடவைகூடத் தின்ன நேர்ந்ததில்லை, தவிர, கடுதாசை விழுங்க எனக்குப் பிடிக்காது” என்றான்.

இந்தக் காகிதங்கள் மீதெல்லாம் கொஞ்சம் கடுகுப் பொடியையும் தூவி எடுத்துச் செல்லவேண்டும் என்பதே எப்போதும் என் கருத்து. என் இடது மார்பு ஜேபியில்தாம் தஸ்தாவேஜுகளை வைத்திருக்கிறேன்; வலது ஜேபியிலோ ஃபாஸிஸ்ட் தாள்கள். ஆகவே, அவசர வேளையில் அசந்தர்ப்பமேதும் நடந்து விடாது” என்ற ஜார்டன், ‘முதலில் வந்த குதிரைப் படையின் தலைவன் திறப்பைச் சுட்டிக் காட்டியபோது திண்ணமாகத் திகில் பற்றிக்கொண்டுதான் இருக்க வேண்டும்; இல்லாவிட்டால் இந்த அளவுக்கு எல்லோரும் பேச மாட்டோம்... ஆமாம், ஆனாலும் அளவுக்கு அதிகமாகத்தான் பேசுகிறோம்” என்று கூடவே எண்ணலானான்.

“அப்படித் திட்டமாகச் சொல்லிவிட முடியாது, ராபர்ட்டோ... நாளுக்கு நாள் அரசாங்கம் மேன்மேலும் வலதுசாரியாவதாகச் சொல்கிறார்கள் இப்போதெல்லாம் குடியரசில் ‘தோழரே’ என்று கூப்பிடாமல் ‘ஸ்ரீமான்’, ‘ஸ்ரீமதி’ என்று அழைப்பதாகக் கூறுகிறார்கள். உம் ஜேபியும் அந்தமாதிரி மாறிவிடலாம் அல்லவா?” என்று கேட்டான் அகஸ்டின்.

“வலதுபுறத்தில் வெகுதூரத்துக்கு அது நகர்ந்து விடுமானால் இடுப்பு ஜேபியில் வைத்து, நடுவில் நன்றாகத் தையலும் போட்டு விடுவேனாக்கும்!” என்று ஜார்டன் பதிலளித்தான்.

“சட்டையிலேயே அவை இருப்பதாகத்தானே அப்படிச் செய்யப் போகிறீர்கள்? அதாவது, போரில் வெற்றி பெறுவதே முக்கியம், புரட்சி தோற்றாலும் பரவாயில்லை என்கிறீர்களா?”

"இல்லையில்லை, இந்தப் போரில் நாம் வெற்றி பெறாவிட்டால் புரட்சி இருக்காது, குடியரசும் கிடையாது; நீர், நான், எவருமே இருக்கமுடியாது. மிகப் பெரிய பணக்காரர்கள் மட்டும்தான் இருப்பார்கள்."

"அதைத்தான் நானும் சொல்கிறேன். இந்தப் போரில் நாம் வென்றேயாக வேண்டும்" என்றான் ஆன்ஸெல்மோ.

"அதன்பிறகு, தேர்ந்த குடியரசுவாதிகள் தவிர அராஜகவாதிகள், கம்யூனிஸ்டுகள், பாக்கியுள்ள பாமரர்களையெல்லாம் சுட்டுவிடலாம், இல்லையா?" என்று கிண்டலாகக் கேட்டான் அகஸ்டின்.

"இந்தப் போரில் நாம் வெற்றி பெறவேண்டும், எவரையும் சுடவும் கூடாது என்பதே என் விருப்பம். நாம் நியாயமான முறையில் ஆட்சி நடத்தவேண்டும், ஒவ்வொருவரும் பாடுபட்ட அளவுக்கு நலம் பெற வேண்டும் என்றே ஆசைப்படுகிறேன். நமக்கு எதிராகப் போரிட்டவர்கள் தங்கள் பிசகைப் புரிந்து கொள்ளும் வகையில் அறிவூட்டப்பட வேண்டும் என்பதுதான் என் கருத்து" என்று கிழவன் கூறினான்.

"நாம் பல பேரைச் சுடும்படித்தான் இருக்கும்; ஏராளமான பேரை, ஏகப்பட்ட பேரைக் கொன்றாக வேண்டும்" என்று கூறித் தன் வலது முஷ்டியை மூடி, இடது உள்ளங்கையில் ஓங்கிக் குத்தினான் அகஸ்டின்.

"நாம் எவரையுமே கொல்லக்கூடாது, தலைவர்களைக்கூடத் தீர்க்கலாகாது என்றே கூறுவேன். பாடுபட்டு உழைக்க வைத்தே அவர்களைத் திருத்த வேண்டும்" என்று தீர்மானமாகச் சொன்னான் கிழவனும்.

"அவர்களிடம் என்ன வேலை வாங்குவது என்பது எனக்குத் தெரியும்" எனக்கூறிச் சிறிது பனியை எடுத்து வாயில் போட்டுக் கொண்டான் அகஸ்டின்.

"என்ன வேலை அது, கெடுமதிக்காரரே?" என்று ஜார்டன் கேட்டான்.

"அருமையிலும் அருமையாக இரண்டு வேலைகள் உண்டு"

"அவைதான் என்னவோ?"

அகஸ்டின் பதிலேதும் கூறாமல் இன்னும் கொஞ்சம் பனியை எடுத்து வாயில் போட்டுக்கொண்டு, குதிரைப்படை கடந்து சென்ற இடத்தை நோக்கினான். பின்னர், உருகிய பனியை உமிழ்ந்துவிட்டு, "அடடா, இதுதான் எத்தனை அற்புதமான காலைப் பலகாரம்!... இது கிடக்கட்டும், அந்த அசிங்கம் பிடித்த ஜிப்ஸி எங்கேதான் போய்த் தொலைந்தானோ?" என்று பேச்சை மாற்றினான்.

ஆனால் ஜார்டனிடம் அது பலிக்கவில்லை. "என்ன வேலைகள் அவை? சொல்லும், விஷ நாக்குக்காரரே!" என விடாமல் வினவினான் அவன்.

"விரியும் குடை இல்லாமலே விமானங்களிலிருந்து விழவைப்பது ஒரு வேலை; நமக்கு அக்கறை இருப்பவர்களுக்கு மட்டுமே அது" என்று விடையிறுத்த அகஸ்டினின் விழிகளில் வன்மச்சுடர் தெரித்தது. "மற்றவர்களையோ, வேலிக் கம்பங்களின் உச்சிகளில் ஆணியால் அறைந்த பிறகு தன்புறமாகத் தள்ளவேண்டும்" என்றான்.

"இப்படியெல்லாம் பேசுவது கண்ணியமேயல்ல. இந்த வகையில் நமக்கு ஒருநாளும் குடியரசு கிட்டாது" என்றான் கிழவன்.

"அவர்கள் எல்லாருடைய பீஜங்களைக் கொண்டும் தயாரிக்கப் படும் காரக்குழம்பில் பத்துக் காததூரம் நீச்சலடிக்கப் பரபரக்கிறேன் நான். அந்த நாலு பேரையும் இங்கே நான் பார்த்து, அவர்களை நாம் கொல்ல முடியும் என்பதையும் எண்ணியபோது ஐதையைப் பார்க்கும் குதிரைபோலவே துடிதுடித்து விட்டேன்."

"இருந்தாலும் அவர்களை நாம் ஏன் கொல்லவில்லை என்பதும் தான் உமக்குத் தெரியுமல்லவா?" என அமரிக்கையாகக் கேட்டான் ஜார்டன்.

"தெரியும்தான். ஆனாலும் ஜோடி சேரத்துடிக்கும் குதிரையைப் போலத்தான் இருந்தது என் நிலை. அனுபவித்திருக்காவிட்டால் அது உங்களுக்குத் தெரியாது."

"வியர்த்துக் கொட்டியதைக் கவனித்தேன். ஆனால் அது பயத்தால்தான் என்று எண்ணிவிட்டேன்."

"பயந்தது மெய்தான். அதோடு அந்த இன்னொரு துடிப்பும் சேர்ந்து கொண்டது. நம் வாழ்வில் அதைவிட வலிமையானது வேறில்லை."

அகஸ்டின் அப்படிக் கூறியதைக் கேட்டதும் ஜார்டனின் மனம் மறுபடியும் அசைபோட ஆரம்பித்து விட்டது: "இவன் கூறுவது உண்மையே. அதை நாம் உணர்ச்சி மரத்துப் போய்ச் செய்கிறோம். இவர்கள் அப்படிச் செய்வதில்லை, எந்நாளும் செய்ததுமில்லை. அதுதான் நம்மைவிட இவர்களிடம் கூடுதலாக இருக்கும் மதலட்சணம். மத்திய தரைக்கடலின் மறுகோடியிலிருந்து புது மதம் வருமுன் இவர்கள் பின்பற்றிவந்த பழைய மதத்தின் முத்திரையே அது. ஒருபோதும் இவர்கள் அதைக் கைவிட்டுவிடவில்லை. அடக்கியொளித்து வைத்து, சமய விசாரணை முடிவுகளிலும் அவ்வப்போது வெளியிட்டு வந்தேயிருக்கிறார்கள். நம்பிக்கைச் செயல் முறையையே கடைப்பிடித்து வந்திருப்பவர்கள் இவர்கள். கொலை என்பது, இவர்களைப் பொறுத்தவரை, கட்டாயம் செய்தே

யாகவேண்டிய காரியம்; நாம் செய்யும் கொலைகளோ முற்றிலும் மாறுபட்டவை... இவர்களுடைய இந்தக் கொலைத் தத்துவம் உன்னையும் பற்றியரிக்கவில்லை என்றா எண்ணுகிறாய்? ஸியராவில் இது உன்னைத் தொற்றிக் கொள்ளவில்லையா? உஸீராவில் உளைக்கவில்லையா? எஸ்ட்ரெமடுராவில் நீ இருந்த காலம் பூராவில் உன்னை அண்டாமலே இருந்ததா இது? ஒருநாளுமே உன்னை ஆட்கொள்ளவில்லையா?... அழகுதான் போ! ஒவ்வொரு ரயில் வண்டித் தாக்குதலிலும் இது உன்னை உந்திக் கொண்டுதானே இருந்தது? ஆகவே, இவர்களைப்பற்றி அரைவேக்காடான நூல்களை எழுதுவதை நிறுத்திவிடு. அதற்குப் பதிலாக, சொல்வதில் உனக்கு விருப்பமுண்டு என்பதை ஒப்புக்கொள்– தாமாக விரும்பிப் போர் புரிய முற்பட்டவர்கள் எல்லாரும், என்னதான் புளுகிய போதிலும் என்றாவது ஒருநாள் இந்த ஆசையை அனுபவித்தவர்களே ஆவார் கள்! ஆன்ஸெல்மோவுக்கு இது பிடிக்கவில்லை; ஆனால் அவன் வேட்டைக்காரனேயல்லாமல் சிப்பாயல்ல... இதற்காக அவனைத் தூக்கிவைத்தும் பேசிவிடாதே. சிப்பாய்கள் மனிதரைக் கொல் கிறார்கள் என்றால் வேட்டைக்காரர்கள் மிருகங்களை வீழ்த்துகிறார் கள்; அவ்வளவுதான் வித்தியாசம். உன்னிடம் நீயே பொய் சொல் லாதே, கட்டுக்கதைகளையும் எழுதாதே! இந்தக் கதை உன்னிடம் நெடுங்காலமாகவே இருக்கிறது. ஆன்ஸெல்மோவுக்கு எதிராகவும் எண்ணாதே; அவன் கிறிஸ்தவன் கத்தோலிக்க நாடுகளில் சாதாரண மாகக் காணக் கிடைக்காதவன்... அகஸ்டினைக் குறித்துத்தான் தப்புக்கணக்குப் போட்டுவிட்டேன். செயலுக்குமுன் இயற்கையாகச் சூழும் அச்சம் என்றே எண்ணிவிட்டேன். அதோடு அந்த இன்னொரு துடிப்பும் கலந்திருந்தது என்பது இப்போதுதான் தெரிகிறது. அவன் இப்போது அப்படிப் பீற்றிக்கொள்ளலாம் என்பது மெய்தான். பயம் நிறைந்தேயிருந்தான் அவன். தொட்டபோது உணர்ந்தேன்... சரி சரி, பேச்சுப் போதும் இதோடு' என்று முடிவு கட்டிய அவன், "ஜிப்ஸி சாப்பாடு எடுத்துவந்தானா, பாரும். அந்த மடையனை இங்கே வரவிடாதேயும்; நீரே வாங்கிவாரும். எத்தனைக் கொண்டு வந்திருந்தாலும் திரும்பப்போய் எடுத்துவரச் சொல்லும் – எனக்கு ஏகப் பசி" என்றான், ஆன்ஸெல்மோவை நோக்கி.

24

மே மாதப் பிற்பகுதியில் ஒரு காலைப்பொழுது அது. மேகக் குறுக்கீடே இல்லாமல் வானம் தெளிந்து தென்பட்டது. காற்றும் இதமான வெப்பமுடன் ஜார்டன் மீது வீசியது. பனியோ விரைவாகக் கரைந்து வந்தது. அவர்கள் அப்போது காலையுண்டி அருந்தியவாறு

இருந்தனர். தன் இறைச்சியும் ஆட்டுப் பாலாடைக் கட்டியும் புகுத்திய இரு பெரிய ரொட்டித்துண்டு அடுக்குகள் ஒவ்வொருவர் பங்குக்கும் இருந்தன. தன்னிடமிருந்த சிறு கத்தியால் தடிமனான வெங்காயத் துண்டுகளை வெட்டி, இறைச்சி, பாலாடைக் கட்டியின் இருபுறத்திலும் பதித்திருந்தான் ஜார்டன்.

"நீங்கள் தின்னும் இந்த வெங்காயத்தின் வாடை காட்டுக் கப்பாலும் கூட வீசி, ஃபாஸிஸ்டுகளிடம் உங்களைக் காட்டிக் கொடுத்து விடப் போகிறது, பாருங்கள்" என்றான் அகஸ்டின், வாய்கொள்ளாமல் அடைத்துக் கொண்டு அசை போட்டபடி.

"அந்த ஒயின் குடுக்கையை இப்படிக் கொடும்; வாயைக் கொப்புளித்து வாடையைப் போக்குகிறேன்" என்றான், ஜார்டன். அவன் வாயிலும் இறைச்சி, பாலாடைக் கட்டி, வெங்காயம், ரொட்டித் துணுக்குகள் ஆகியவை நிறைந்திருந்தன. அன்று போல என்றுமே அவனுக்கு அவ்வளவு பசித்ததில்லை. தோல் குடுவையில் இருந்தபடியால் லேசாகக் கசண்டு ருசி கலந்திருந்த மதுவை வாய் நிறைய விட்டுக்கொண்டு விழுங்கினான் அவன், நேராக அடிநாக்கில் மது படும்படி அந்தக் குடுக்கையைத் தூக்கிப் பிடித்துக்கொண்டு பின்னும் ஒருவாய் குடித்தான். அப்படி அந்தப் பையை அவன் உயர்த்துகையில், துப்பாக்கியை மறைப்பதற்காகப் போட்டிருந்த பைன் மரக்கிளைகளின் ஊசியிலைகளை அது உரசியது; பின்னுக்குத் தள்ளியபோது அவன் தலையும் கிளைகள் மீது சாய்ந்திருந்தது.

"இந்த ரொட்டியடுக்கு வேண்டுமா உங்களுக்கு?" என்று கேட்ட படி தன் கையில் இருந்ததைத் துப்பாக்கிக்கு மேலாக நீட்டினான் அகஸ்டின்.

"வேண்டாம். நன்றி. நீரே சாப்பிடும்."

"என்னால் இயலாது. காலை வேளையில் சாப்பிட்டுப் பழக்க மில்லை எனக்கு."

"மெய்யாகவே இது உமக்கு வேண்டாமா?"

"வேண்டாம். நீங்களே எடுத்துக் கொள்ளுங்கள்."

எனவே, அந்த ரொட்டியடுக்கை ஜார்டன் பெற்றுக்கொண்டான். அதைத் தன் துடையில் வைத்து விட்டு, கையெறி குண்டுகள் இருந்த கோட்டு ஜேபியிலிருந்து வெங்காயத்தை வெளியிலெடுத்தான். பின்னர், அதைத் துண்டு போடுவதற்காகத் தன் கத்தியைப் பிரித் தான். ஜேபியில் இருந்தபோது அழுக்காகி விட்ட மேல்புறப் பகுதியை அகற்றுவதற்காக முதலில் சன்னமாக அரிந்தான், அப்புறம் தடி மனான துண்டொன்றை வெட்டினான். அப்போது வெளிவளையத் துணுக்கொன்று விழுந்துவிட்டது. அதை அவன் பொறுக்கியெடுத்து, வளையத்தை நெருக்கி ரொட்டியடுக்கில் புகுத்தினான்.

“காலைவேளையில் வெங்காயம் தின்பது எப்போதுமே உங்களுக்கு வழக்கமா என்ன?” என அகஸ்டின் வினவினான்.

“கிடைக்கும்போதெல்லாம் சேர்த்துக் கொள்வேன்.”

“உங்கள் நாட்டில் எல்லாருமே இப்படிச் செய்வதுண்டா?”

“இல்லை, வெங்காயம் பற்றி அங்கே நல்ல அபிப்பிராயம் கிடையாது.”

“இதைக் கேட்க எனக்கு எவ்வளவு சந்தோஷம், தெரியுமா? ஏனென்றால், நாகரிகம் மிக்க நாடாகவே அமெரிக்காவை எப்போதும் எண்ணி வந்திருக்கிறேன்.”

“வெங்காயத்தை ஏன் இப்படி எதிர்க்கிறீர்?”

“அதன் நாற்றத்தால்தான்: வேறெந்தக்காரணமுமில்லை. மற்றபடி ரோஜா போலத்தான் இருக்கிறது அது.”

அதைக் கேட்டதும் ரொட்டி நிறைந்த வாயுடனேயே ஜார்டன் சிரித்துவிட்டான். “ரோஜாவைப் போலவா...? ஆம், அதைப் போல வன்மைப் படைப்புதான் இந்த வெங்காயமும்! ரோஜாவின் ஜோடி தான் வெங்காயம்!”

“நீர் தின்ற வெங்காயம் உம் மூளையிலும் நெடியடித்துக் கலக்குகிறது போலிருக்கிறதே, ஜாக்கிரதை!”

“வெங்காயம் என்றால் வெங்காயம்தான்; வேறில்லை அதற்கிணை” என்று உற்சாகத்துடன் கூறிய ஜார்டன், ‘கல் என்றால் கட்டி என்று சொல்லலாம், பாறை எனலாம், இன்னும் பல பெயர்களாலும் அழைக்கலாம். ஆனால் வெங்காயம் என்றால் வெங்காயம் தான்; வேறுபெயர் ஏது அதற்கு?’ என்று தனக்குத் தானே கூறிக் கொண்டான்.

“முதலில் ஒயினை வாயில் விட்டுக் கொப்பளியுங்கள், இங்கிலீஷ்காரரே. ஆனாலும் அதிசய மனிதர்தான் நீங்கள்! உங்களுக்கும், முன்பு வெடிவைக்க வந்த ஆசாமிக்கும்தான் எத்தனை வித்தியாசம்!”

“எல்லா வித்தியாசங்களையும்விடப் பெரிதாக ஒன்று உண்டு.”

“என்ன அது, சொல்லுங்கள்.”

“அவன் இறந்துவிட்டான், நான் உயிரோடிருக்கிறேன்! இது தான் மிகப் பெரிய வேற்றுமை” என்று பதிலளித்த ஜார்டன், ‘என்ன கேடு வந்துவிட்டது உனக்கு? இப்படித்தான் நீ பேசுவதா? சாப்பாடு உள்ளே இறங்கிவிட்டதால் தலைகால் தெரியாத சந்தோஷமா என்ன? இல்லை, வெங்காயத்தை விழுங்கியதும் வெறி வந்துவிட்டதோ உனக்கு? அதுதான் இப்போது உனக்குப் பெரிய வேற்றுமையாகப் படுகிறதா, சொல்லு’ என்று தன்னைத் தானே கேட்டுக் கொண்டதோடு, ‘இல்லை, அது உனக்குப் பெரிதாகவே பட்டதில்லை என்பது

தான் உண்மை. அதற்கு எதோ பொருள் இருப்பது போல எண்ணச் செய்ய எத்தனித்தாய்; முடியவில்லை. எஞ்சியுள்ள கொஞ்ச அவகாசத்தில் இப்படியெல்லாம் நீ புளுக வேண்டியதில்லை’ என்று தானே பதிலும் அளித்துக்கொண்டான். எனவே, சிந்தனைக்குறி செறிந்தவனாக மாறி, “இல்லை, நான் சொன்னது சரியில்லை. இறந்தவன் எத்தனையோ கஷ்ட நஷ்டப்பட்டிருக்கிறான்” என்றான்.

“ஏன், நீர் கஷ்டப்பட்டதில்லையோ?”

“இல்லை, குறைவாகக் கஷ்டப்படுவோரில் ஒருவனே நான்?”

“நானும் அப்படிப்பட்டவன்தான். சிலபேர் சிரமப்படுகிறார்கள்; மற்றவர்கள் அப்படியில்லை. அவர்களில் ஒருத்தனே நான்: அதிகமாக அவதிப்படுவதில்லை.”

“அல்லல் இல்லாத மட்டிலும் நல்லதே. அது இன்னும் குறையும், இதைக் குடித்தால்” என்று கூறி மதுக் குடுவையை மீண்டும் வாய்க்கு மேல் சாய்த்தான் ஜார்டன்.

“ஆனால் மற்றவர்களுக்காக நான் பாடுபடுகிறேன்” என்றான் அகஸ்டின்.

“நல்லவர்கள் எல்லாருமே அப்படித்தான் செய்வார்கள்.”

“எனக்காகச் சிரமப்படுவது சொற்பமே.”

“உமக்குக் கலியாணமாகிவிட்டதா?”

“இல்லை.”

“எனக்கும் ஆகவில்லை.”

‘ஆனால் உங்களுக்குத்தான் இப்போது மேரியா இருக்கிறாளே!”

“ஆமாம்.”

“அவள் அபூர்வப் பெண்பிள்ளைதான். ரயில் வண்டித் தாக்குதலின்போது எங்களிடம் அவள் வந்து சேர்ந்தாள். அது முதற்கொண்டே, ஏதோ கன்னிமாடத்தில் இருப்பவளைப் போலவே அவளை எல்லாரிடமிருந்தும் மிகப் பிடிவாதமாகவே பிலார் விலக்கி வைத்து வந்திருக்கிறாள். அவளை அந்தக் கிழவி எத்தனை கடுமையாகக் காத்து வந்தாள் என்பதை உங்களால் கற்பனைகூடச் செய்து பார்க்கமுடியாது. ஆனால் நீங்கள் வந்ததுமோ அவளை உங்களுக்குப் பரிசுபோலத் தந்துவிட்டாள்... என்ன, நான் சொல்வது சரிதானே?”

“அப்படியொன்றும் கொடுத்துவிடவில்லை.”

“பின் எப்படித்தான் தந்தாளாம்?” என அகஸ்டின் கேட்டான்.

“அவளை என் கவனிப்பில் விட்டுவைத்திருக்கிறாள், அவ்வளவு தான்.”

“ராத்திரி பூராவும் குலாவுவதுதான் கவனிப்பு என்பதோ?”

"அது என் அதிருஷ்டமே!" என்றான் ஜார்டன்.

"லட்சணமாகத்தான் இருக்கிறது நீர் அவளை ரட்சிக்கும் முறை!"

"அந்த முறையிலும் நல்லபடி கவனித்துக் கொள்ளலாம் என்பது உமக்கு விளங்கவில்லையா?"

"புரியாமலில்லை. ஆனாலும் அந்தமாதிரி அவளை எங்களில் எவராலுமே பார்த்துக் கொண்டிருக்க முடியுமே?"

"போதும், இனிமேல் இந்தப் பேச்சு வேண்டாம். மேரியாவை என் கண்ணைப் போலவே கருதுகிறேன்."

"உண்மையாகவா?"

"ஆமாம். அவளே இன்று இவ்வுலகில் எனக்கு எல்லாம்."

"அப்புறம்! இந்தப் பாலவேலை முடிந்த பிறகு அவள் என்னா வாளோ?"

"என்னுடனேயே வந்துவிடுவாள்."

"அப்படியானால் இது விஷயமாக இனிமேல் யாரும் பேசக் கூடாதுதான்; நீங்கள் இரண்டு பேரும் எல்லா நலமும் பெற்று இன்புற வேண்டுமென வாழ்த்துவதே இனி எவரும் செய்யக்கூடிய தெல்லாம்" என்று குறிப்பிட்டுக் குடுவையை எடுத்து வாய் நிறையக் குடித்துவிட்டு ஜார்டனிடம் கொடுத்தான் அகஸ்டின். பிறகு, "இன்னொரு விஷயம், இங்கிலீஷ்காரரே" என்றான்.

"என்ன அது, தயக்கமின்றிச் சொல்லும்."

"எனக்கும் அவளிடம் கண்ணும் கருத்தும் உண்டு" என்று கூறிய அவனது தோளில் பரிவுடன் கரத்தை வைத்தான் ஜார்டன், "நிறைய அக்கறை உண்டு; நிறையத்தான். எவரும் எண்ணக்கூடியதை விட அதிகமாக உண்டு" என அகஸ்டின் அறிவுறுத்தினான்.

"இருக்கும், இருக்கும்."

"என் மனத்தில் என்றும் மங்காத சித்திரத்தை ஏற்படுத்திவிட்டாள் அவள்."

"ஏற்படுத்தியிருப்பாள்தான்."

"இதோ பாரும், நான் சொல்லப் போவது விளையாட்டுச் சமாச்சாரம் அல்ல."

"சொல்லும், தாராளமாய்."

"மேரியாவுடன் எந்தவிதத் தொடர்பும் என்னாளும் எனக்கு இருந்ததில்லை; அவளை நான் தொட்டதுகூடக் கிடையாது. இருந்தாலும் அவளிடம் எனக்கு அபார அக்கறையும் அன்பும் உண்டு.

அவளைத் துச்சமாக நினைத்து நடத்திவிடாதீர், இங்கிலீஷ்காரரே. உம்முடன் படுக்கிறாள் என்பதற்காக அவளைப் பரத்தை என்று கருதிவிடாதீர்."

"அவளை நான் போற்றிப் பராமரிக்கத்தான் போகிறேன்."

"உம் வார்த்தையில் எனக்கு நம்பிக்கையுண்டு... இன்னொரு விஷயம்: புரட்சி ஏற்பட்டிருக்காவிட்டால் இந்தமாதிரிப் பெண் எப்படி இருந்திருப்பாள் என்பது உங்களுக்குத் தெரியாது. அவள் மெய்யாகவே படாதபாடு பட்டுவிட்டாள். நம்மைப் போலக் கஷ்டப்படாதவளல்ல அவள்."

"அவளை நான் கலியாணம் செய்துகொள்ளப் போகிறேன்."

"வேண்டாம். நான் அதைச் சொல்ல வரவில்லை. புரட்சிச் சமூகத்தில் கலியாணத்துக்குத் தேவையேயில்லை. இருந்தாலும் என்று நிறுத்தித் தலையை ஆட்டிய அகஸ்டின் "அது தரமான தாகத்தான் இருக்கும்" என முடித்தான்.

"கலியாணம் செய்து கொள்ளத்தான் போகிறேன்" என்று கூறியபோது உணர்ச்சியால் தன் தொண்டை அடைத்துக் கொண் டதை ஜார்டன் உணர்ந்தான். எனினும், சமாளித்துக் கொண்டு,

"அவளை என் உயிருக்கும் மேலாக மதிக்கிறேன்" என்றான்.

"அதைப் பிற்பாடு பார்த்துக் கொள்ளலாம்; சௌகரியப்படும் போது கலியாணம் செய்து கொள்ளுங்கள். அதற்கான உத்தேசம் இருப்பதுதான் முக்கியம்."

"அது எனக்கு இருக்கத்தான் இருக்கிறது."

"இதோபாரும், தலையிட எனக்கு உரிமையில்லாத விவகாரத் தைப் பற்றி அளவுக்கதிகமாத்தான் பேசுகிறேன். இருந்தாலும் கேட்டுத்தானாக வேண்டும். இந்த நாட்டுப் பெண்களிடம் உமக்குப் பழக்கமுண்டா? சிலரிடமா, பலரிடமா?"

"சிலபேரை எனக்குத் தெரியும்தான்."

"விலைமாதர்தானே அவர்கள்?"

"அப்படியில்லாத சிலரையும் அறிவேன்."

"எவ்வளவுப் பேர்?" என அகஸ்டின் வினவினான்.

"சிலர் என்றுதான் சொன்னேனே."

"அவர்களுடன் படுத்தீரா?"

"இல்லை" என்றான் ஜார்டன்.

"அதிலிருந்து தெரிகிறதல்லவா வித்தியாசம்?"

"தெரிகிறது."

"இவ்விவகாரத்தை லேசாக எண்ணி இறங்கிவிடவில்லை மேரியா என்பதை விளக்கத்தான் இவ்வளவும் கேட்டேன்."

"நானும் அப்படிக் கருதவில்லை."

"அந்தமாதிரி எண்ணம் உமக்கு உண்டு என்று மட்டும் நினைத்திருந்தேனானால் நேற்று ராத்திரி நீர் அவளுடன் படுத்திருந்தபோதே உம்மைச் சுட்டிருப்பேனாக்கும், அப்படிப்பட்ட கெட்டெண்ணக்காரர்களைக் கொன்றுபோடுவது இங்கே சகஜம்."

"இதைக் கேளும், நண்பரே. அதிக அவகாசம் இல்லாததால் தான் நான் அப்படி முறை குறைவாக நடந்து கொள்ள நேர்ந்தது. பொழுதுக்குத்தான் பஞ்சம். நாளை நாம் சண்டை போட்டாக வேண்டும். அது எனக்கு ஒரு பொருட்டேயல்ல. இருந்தாலும், இருக்கும் நேரத்தில் நானும் மேரியாவும் எங்கள் வாழ்க்கை முழுவதையும் வாழ்ந்தாகவேண்டிய நிர்ப்பந்தமும் ஏற்பட்டிருக்கிறது."

"இனி இருக்கும் ஒரு பகலும் ஒரு ராத்திரியும் அற்ப அவகாசம் தான்" என்றான் அகஸ்டின்.

"ஆமாம். இருப்பினும் நேற்றுப் பகலும் இரவும், அதற்கு முந்தினநாள் இரவும் எங்களுக்குச் சேர்ந்து கிடைத்தவரையில் சந்தோஷமே."

"சொல்லும், என் உதவி உமக்குத் தேவையா?"

"வேண்டாம். நாங்கள் ஆனந்தமாகவே இருக்கிறோம்."

"உமக்கோ, அந்தக் குட்டைமுடிக்காரிக்கோ நான் ஏதாவது செய்யக்கூடுமென்றால்"

"ஒன்றும் செய்யத் தேவையேயில்லை" என்றான் ஜார்டன்.

"மெய்தான். பிறருக்கு ஒருவன் அதிகமாக ஏதும் செய்ய முடியாதுதான்."

"அப்படிச் சொல்லிவிடாதீர். எவ்வளவோ செய்ய முடியும்."

"எதைச் சொல்கிறீர் நீர்?" என அகஸ்டின் வினவினான்.

"இன்றும் நாளையும் சண்டையைப் பொறுத்து என்ன நடந்தாலும் சரி, என்னிடம் நீர் நம்பிக்கை வைக்கவேண்டும்; என் கட்டளைகள் தவறானவையாகத் தென்பட்டாலும் கூட நீர் கட்டுப்பட்டு நடப்பதும் அவசியம் – இதை நீர் செய்யலாமே."

"உம்மிடம் எனக்கு நம்பிக்கையுண்டு. குதிரையை அனுப்பிவிட்டு, படையையும் சும்மா விட்டுவிட்டதுதான் எனக்குப் பிடிக்கவில்லை."

"அது சில்லறை விவகாரமே. ஒரேயொரு லட்சியத்துக்காகத்தான் நாம் உழைக்கிறோம். போரில் வெற்றி பெறுவது என்பதுதான் அந்த லட்சியம். நாம் வெற்றி பெறாவிட்டால் வேறு எது இருந்தும்

பயனில்லை. நாளை மிக முக்கியமான காரியம் நடக்கப்போகிறது. மெய்யாகவே முக்கியமானது அது. கூடவே சண்டையும் நடக்கும். சண்டையில் கட்டுப்பாடு அவசியம். ஏனெனில், உம் கண்ணுக்குத் தெரிவதெல்லாம் உண்மையில் அப்படியே இருந்தாகவேண்டும் என்பதில்லை; என்னைப்போல மற்றவர் கூறுவதை மதித்து நம்பி நடக்கவேண்டும். அப்படிப்பட்ட நம்பிக்கையிலிருந்தே கட்டுப்பாடு தோன்றவேண்டும்."

ஜார்டனின் அந்தச் சிறு சொற்பொழிவைச் செவி மடுத்ததும் தன் உறுதியைக் குறிக்கும் முகமாகத் தரையில் உமிழ்ந்தான் அகஸ்டின். "மேரியாவும் அவளைப்போன்ற மற்ற விவகாரங்களும் முற்றிலும் வேறு என்பது எனக்கு விளங்குகிறது. இருக்கும் அவகாசத்தை இதர மனிதர்களைப் போலவே நீரும் மேரியாவும் உபயோகப்படுத்திக் கொள்ளத்தான் வேண்டும் என்பதையும் எவரும் மறுக்க முடியாது, அதில் என்னால் உமக்கு உதவ முடியுமென்றால் உத்தரவிடும்படி செய்யக் காத்திருக்கிறேன். நாளை பாலத்தைப் பிளப்பதைப் பொறுத்தும் கண்ணை மூடிக்கொண்டு உம் கட்டளையை நிறைவேற்ற நான் தயார். அதற்காக உயிரை விடுவது அவசியமென்றாலும் சந்தோஷமாகச் சமர்ப்பிக்கத் தயார்; அது பற்றி என் உள்ளத்தில் எவ்வித உளைச்சலும் கிடையாது."

"இதேதான் என் மன நிலையும். இருந்தாலும் நீர் சொல்லிக் கேட்கும் போது எவ்வளவு இன்பமாக இருக்கிறது, தெரியுமா?"

"இன்னொரு விஷயம்; அதோ மேலே நிற்கிறானே, அந்தப் பிரிமிடிவோ அவன் ரொம்ப நம்பகமானவன். பிலாரோ, நீர் எண்ணக் கூடியதைவிட எத்தனையோ மடங்கு மதிப்பும் பயனும் உடையவள். ஆன்ஸெல்மோக் கிழவனும் ஆண்ட்ரேஸும் அப்படிப்பட்டவர்களே. எலாடியோவும்தான்; பார்த்தால் பசுவாக இருந்தாலும் அவனை எதற்கும் நம்பலாம். ஃபெர்னாண்டோ விஷயத்தில் உம் மதிப்பீடு என்னவோ எனக்குத் தெரியாது. அவன் மந்தபுத்தி மிகுந்தவன் என்பது மெய்தான்; அலுப்பும் சலிப்பும் அவனிடம் நிறைந்து ததும்புவது நிஜம்தான். இருந்தாலும், நாம் சொன்னதை அப்படியே செய்துவிடுவான் அவன்; சண்டையிலும் அந்தமாதிரித்தான். நீரே பார்ப்பீர் அதை."

"அப்படியானால் நாம் அதிருஷ்டசாலிகளே" என்றான் ஜார்டன்.

"ஒரேயடியாக மகிழ்ந்துவிடாதீர்கள், நம்மைப் பலவீனப்படுத்தக் கூடியவர்களாகவும் இரண்டுபேர் இருக்கத்தான் இருக்கிறார்கள். ஜிப்ஸியும் பாப்லோவுமே அவர்கள். இருந்தாலும் ஸோர்டோவின் கோஷ்டி நம்முடையதைவிட எவ்வளவோ மேம்பட்டது என்பது ஒரு ஆறுதலே."

"அப்படியா? எல்லாம் நல்லபடிதான் என்று சொல்லும்?"

"ஆமாம். இருந்தாலும் எல்லாம் இன்றே நடந்து விடாதா என்றே எனக்கு இருக்கிறது."

"எனக்கும்தான். இன்றே முடித்துவிட வேண்டும் என்றுதான் துடிக்கிறேன். ஆனால் அப்படிச் செய்வதற்கில்லையே."

"நாளை பெருஞ்சோதனையாக இருக்கும் என்றா எண்ணு கிறீர்கள்?"

"இருந்தாலும் இருக்கலாம்."

"ஆனால் இன்று நீர் அபார உற்சாகத்தோடு காணப்படுகிறீரே?"

"ஆமாம், உற்சாகமாகத்தான் இருக்கிறது."

"எனக்கும் அப்படித்தான். இன்று நடந்ததைப் பார்த்தபிறகும், மேரியாவைப் பற்றிப் பேசிய பிறகும்கூட உற்சாகமாகவே இருக் கிறேன்" என்றான் அகஸ்டின்.

"எதனால் தெரியுமா?"

"தெரியாது."

"எனக்கும்தான் தெரியாது" என்றான் ஜார்டன்.

"யார் கண்டது, நடவடிக்கையில் ஈடுபடப்போகிறோம் என்பதே உற்சாகம் ஊட்டியிருக்கலாம்."

"அதுதான் காரணமாக இருக்க வேண்டுமெனக் கருதுகிறேன். ஆனால் அந்த நடவடிக்கை இன்று நடைபெறக்கூடாது, எப்பாடு பட்டாவது அதை இன்று நாம் தவிர்ப்பது அதிமுக்கியம்" என அறிவுறுத்தினான் ஜார்டன். அவ்வமயம் அவன் ஏதோவொரு ஒலியைச் செவிமடுத்தான். மரங்களிடையே ஊடாடிய வெப்பக் காற்றின் சப்தத்தையும் மீறிக்கொண்டு மிகத் தொலைவிலிருந்து மிதந்து வந்தது அது. என்ன ஒலி அது, நிஜமாகவே வந்ததா என அவனால் நிச்சயிக்கக்கூட முடியவில்லை. வாயைப் பிளந்தபடி உற்றுக் கேட்டான்; பிரிமிடிவோவையும் நிமிர்ந்து பார்த்தவாறு, காதில் விழுந்தது போலவே தோன்றியது; ஆனால் கணப் பொழுதில் குன்றி மறைந்துவிட்டது."

பைன் மரங்கள் காற்றினால் சலசலத்தன. எனவே, முன்னிலும் காதைத் தீட்டிக்கொண்டு கேட்கலானான், அப்போது அவ்வொலி காற்றில் லேசாக இழைந்து வந்ததை அவனால் கண்டுபிடிக்க இயன்றுவிட்டது. ஆனால் அகஸ்டினோ அதை அறவே அறியாத வனாக, "எனக்கொன்றும் மோசமாகி விடவில்லை. இனி ஒருநாளும் மேரியா எனக்குக் கிடைக்காமல் போவதால் என் குடி முழுகிவிடாது. எப்போதும்போல எத்தனையோ குச்சுக்காரிகள் இருக்கவே இருக் கிறார்கள் எனக்கு!" என்று அடுக்கிக் கொண்டே போனான். அவன்

கூறியது எதையும் காதில் வாங்கிக் கொள்ளாமலே, "வாயை மூடய்யா" என்றான் ஜார்டன். பக்கத்தில் படுத்தபடித் தலையைத் திருப்பிக் கூர்ந்து கேட்டுக்கொண்டிருந்த அவனை அகஸ்டின் சட்டெனப் பார்த்து, "என்ன விசேஷம்?" என வினவினான். பதிலே தும் சொல்லாமல் தன் வாயை மூடிக்காட்டி வாளாவிருக்கும்படிச் சைகை செய்து விட்டுத் தொடர்ந்து கேட்கலானான் ஜார்டன். அப்போது அந்த ஒலி மீண்டும் கேட்டது, மிகத் தொலைவிலிருந்து வந்தபடியால் தணிந்து ஒலித்து சன்னமாகக் கேட்டபோதிலும் அது என்ன சப்தம் என்பது பற்றி அப்புறம் சந்தேகம் இருக்கவில்லை: தானியங்கித் துப்பாக்கி முழங்கிக் குலுங்கித் திட்டமாகச் சுட்ட சப்தமே அது. கிட்டத்தட்டக் காதுகேளாத தூரத்தில் கட்டுக்கட்டாகப் பட்டாசு வெடிக்கப்படுவது போன்றே இருந்தது அது. உடனே ஜார்டன் நிமிர்ந்து பார்த்தபோது பிரிமிடிவோவும் தலையைத் தூக்கிக் காதில் கையைக் குவித்து வைத்துக் கூர்ந்து கேட்டபடி தங்களை நோக்கிக் கொண்டிருந்ததைக் கண்டான்; அதோடு எல்லா வற்றிலும் உயர்ந்த மலைப்பகுதியை அவன் சுட்டிக்காட்டியதைக் கவனித்ததும், "எல்ஸோர்டோவின் இருப்பிடத்தில் சண்டை நடக்கிறது" என்றான்.

"அப்படியானால் அவர்களுக்கு உதவப்போவோம், அனைவரை யும் திரட்டுங்கள், புறப்படுவோம்" என்றான். அகஸ்டின்.

"கூடாது. நாம் இங்கேயேதான் இருக்கவேண்டும்" என ஜார்டன் கூறிவிட்டான்.

25

துப்பாக்கியைப் பிடித்துச் சுட்டிக்காட்டியவாறு பிரிமிடிவோ நின்ற இடத்தை ஜார்டன் நிமிர்ந்து நோக்கினான். புரிந்து கொண்டு விட்டதைக் குறிக்கத் தலையை அவன் ஆட்டியபோதிலும்கூடச் சுட்டுவதைப் பிரிமிடிவோ நிறுத்தவில்லை; தான் செய்த சங்கேதம் புரிந்துகொள்ளப்பட்டிராது என்பதேபோலக் காதைக் காட்டியபின் கையை நீட்டினான் அவன்.

"இந்தப் பீரங்கியின் பக்கத்திலேயே இரும். எதிரிகள் இந்தத் திறந்தவெளிக்குள் வருகிறார்கள் என்பது திட்டமாக, நிச்சயமாக, உறுதியாகத் தெரிந்தாலன்றிச் சுடாதீர், அப்போதும்கூட, அதோ அந்தப் புதரை அவர்கள் எட்டும்வரையில் சுடத் தொடங்காதீர் புரிந்ததா நான் சொன்னது?" என அகஸ்டினுக்குக் கட்டளையிட்ட பின் கேட்டான் ஜார்டன்.

"புரிந்தது. ஆனால்"

"ஆனால்– போனால் என்ற பேச்செல்லாம் கூடாது. அனைத்தையும் அப்புறம் விளக்கிச் சொல்கிறேன்; பிரிமிடிவோ இருக்கும் இடத்துக்குப் போய் வந்த பிறகு கூறுகிறேன்" என்று சொல்லிவிட்டு ஜார்டன் புறப்பட்டபோது அங்கே ஆன்ஸெல்மோ வந்து சேர்ந்தான். உடனே அவனை நோக்கி, "அகஸ்டினோடு பீரங்கியின் பக்கத்திலேயே இரும், கிழவரே. இந்தத் திறப்புக்குள் குதிரைப் படை பிரவேசித்தபிறகே இவர் சுட வேண்டும், ஏதும் வம்பு செய்யாமல் சும்மாவிருந்தார்களானால் போன முறைபோலவே அமைதியாய் இருந்து விட வேண்டும் சுட்டுத்தான் தீரவேண்டுமானால் முக்காலி ஆடாமலிருக்க அதன் கால்களைப் பிடித்துக் கொள்ளும்; ரவைகளையும் எடுத்துக் கொடும்" என நிதானமாகக் கூறினான்.

"அதேமாதிரியே செய்கிறேன். அப்படியானால் லாகிராஞ்ஜாவுக்கு நான் போகவேண்டியதில்லையே?"

"அப்புறம் போய்க் கொள்ளலாம்" என்று கூறிவிட்டுக் குன்றின் மீது ஜார்டன் ஏறலானான். பாறைகளைப் பிடித்துக்கொண்டு எழும்பியேறியும், அவற்றைச் சுற்றிக்கொண்டும் சென்றான் அவன். அந்தப் பாறைகளின்மீது படிந்திருந்த பனி சூரிய வெப்பம் பட்டு வேகமாக உருகியபடியால் அவை ஈரமாக இருந்தன; அவற்றின் உச்சிப்பகுதிகள் மட்டுமே வெயிலில் உலர்ந்திருந்தன. அப்படி ஏறுகையில் சுற்றுப்பரப்பின் மீது பார்வையை விட்டான், பைன்மரக் காடுகளும், நீண்டு பரந்திருந்த பசுமை வெளியும், அப்பாலிருந்த உயர் மலைகளை நெருங்குகையில் திடீர் சரிவும் அவன் கண்களில் பட்டன, இரண்டு பாறைகளுக்குப் பின்னால் ஒரு பொந்தில் இருந்த பிரிமிடிவோவுடன் போய்ச் சேர்ந்துகொண்டான்.

"எதிரிகள் நம் ஸோர்டோவைத் தாக்குகிறார்களே, நாம் என்ன செய்வது இப்போது?" என்று கேட்டான் பழுப்பு வண்ண முகம் படைத்த அந்தக் குட்டையன்.

"ஏதும் செய்ய வேண்டாம்" என விடையிறுத்த ஜார்டனின் செவியில் தோட்டாச் சப்தம் தெளிவாக விழுந்தது. தூரத்திலிருந்த பள்ளத்தாக்குக்கு அப்பால் தரைமட்டம் திரும்பவும் உயர்ந்த இடத்தின் வழியாகக் குதிரைப் படையொன்று செல்வதை அவன் கண்டான்; காட்டிலிருந்து வெளிவந்த அது, பனி படிந்த சரிவைக் கடந்து, வேட்டுச் சப்தம் வந்த திசையை நோக்கி ஏறிக்கொண்டிருந்தது. மலைமீது சாய்ந்த வாக்கில் ஏறுகையில், இரு வரிசைகளாகப் பிரிந்திருந்த அதில் இருந்த மனிதர்களும் குதிரைகளும் அந்தப் பனிப் பின்னணியில் கரும்புள்ளிகளாகத் தென்பட்டனர். முடியைத் தாண்டியதும் மற்றுமொரு காட்டுக்குள் அந்த இரட்டை வரிசை மறைவதை அவன் கவனித்தான்.

"அவர்களுக்கு நாம் உதவியாக வேண்டும்" என்று பிரிமிடிவோ கூறினான். அவன் குரல் வறண்டிருந்தது.

"அது இயலாத காரியம். இன்று காலையிலிருந்தே இதை நான் எதிர்பார்த்திருந்தேன்" என்றான் ஜார்டன்.

"எப்படி அதை எதிர்பார்க்க முடிந்தது?"

"குதிரைகளைத் திருட நேற்றிரவு அவர்கள் போனார்கள், பனிமழை நின்றுவிட்டது. எனவே, எதிரிகள் அவர்களது தடங்களைப் பின்தொடர்ந்து அங்கே போய்விட்டார்கள்."

"எப்படியானாலும் அவர்களுக்கு நாம் உதவி செய்தாகவேண்டும்; இப்படித் தனியாகத் தவிக்கவிட்டுவிடக் கூடாது. அவர்கள் நம் தோழர்கள் இல்லையா?" என்று கேட்ட பிரிமிடோவின் தோள்மீது கனிவுடன் கரத்தை வைத்த ஜார்டன்,

"நாம் எதுவும் செய்வதற்கில்லை. முடியுமென்றால் கட்டாயம் செய்ய மாட்டேனா?" என்றான்.

"ஸோர்டோவின் முகாமை மலைமேலிருந்து அடைவதற்கும் மார்க்கமொன்று உண்டு. குதிரைகளோடும், இரண்டு பீரங்கிகளோடும் அந்த வழியில் நாம் போவோம். கீழேயுள்ள பீரங்கியோடு உங்களிடம் இருப்பதையும் சேர்த்துத்தான் இரண்டு என்று சொன்னேன். அவர்களுக்கு இந்த விதத்தில் நாம் ஏன் உதவக் கூடாது?"

"உற்றுக் கேளும்"

"அதைத்தான் கேட்டுக் கொண்டிருக்கிறேன்!" என்றான் பிரிமிடிவோ, வேட்டுச் சப்தத்தைக் குறித்தவனாய். அலைமேல் அலையாக அது வந்து காதை மோதியது. தானியங்கித் துப்பாக்கியின் அந்த வெடித் தொடரையடுத்துக் கையெறி குண்டுகள் வெடித்த ஒலி கேட்டது. இரு சப்தங்களுக்கிடையிலும் வித்தியாசம் தெளிவாக விளங்கியது. பிந்தியவை ஈரத்தரையில் பட்டு வெடித்தபடியால் அவற்றின் சப்தத்தில் ஒரு சொதசொதப்பு சேர்ந்திருந்தது. முந்திய ரவைகள் அப்படி மோதாதபடி படீரென ஒலித்தன.

"இனி அவர்களைக் காப்பாற்ற முடியாது. பனி ஓய்ந்தபோதே அவர்கள் தொலைந்தவர்களாகி விட்டார்கள். இப்போது அங்கே போனால் நம் கதியும் அதேதான். நம்மிடமுள்ள சொற்ப ஆள் பலத்தைப் பிரித்தனுப்பவும் இயலாது" என்றான் ஜார்டன்.

பிரிமிடிவோவின் தாடைகள், மேலுதடு, கழுத்து ஆகிய இடங்களில் மட்டும்தான் நரைத்த மயிர் சிறுத்து வளர்ந்திருந்தது. மற்றபடி அவன் முகம் முழுதும் பழுப்புத் தட்டையாக இருந்தது. மூக்கும் உடைந்திருந்தது, சப்பை வேறு. கண்களோ சாம்பல் நிறத்துடன் ஆழத்தில் கிடந்தன. அவனையே கவனித்துக் கொண்டிருந்த

ஜார்டன், கடைவாயிலும் அடித்தொண்டையிலும் மண்டியிருந்த நரைமயிர் துடிக்கக் கண்டான்.

"அந்தச் சப்தத்தைக் காது கொடுத்துக்கேளுங்கள். அத்தனை பேரையும் சுட்டுக் கொல்கிறார்கள் அங்கே" என்றான் பிரிமிடிவோ.

"அந்த மலைப் பள்ளத்தை எதிரிகள் வளைத்துக் கொண்டிருந்தால் அப்படித்தான் நடக்கும். இருந்தாலும் சில பேர் தப்பியிருக்கவும் கூடும்" என்றான் ஜார்டன்.

"இப்போது நாம் போனால் எதிரிகளைப் பின்னாலிருந்து தாக்கிப் பிடிக்க முடியும். குதிரைகளோடு நம்மில் நாலுபேர் போகலாமே!"

"அப்புறமென்ன? பின்னாலிருந்து தாக்கியதும் என்ன செய்வது?"

"ஸோர்டோவுடன் சேர்ந்து கொள்ளலாம்."

"அங்கேயே சாவதற்குதானே சேரலாமென்கிறீர்? சூரியனைப் பாரும், அது மறைய இன்னும் நெடுநேரம் இருக்கிறது."

"மேகமேயின்றி வானம் வெறிச்சோடியிருந்தது. வெயிலோ அவர்கள் முதுகைச் சுட்டது, கீழேயிருந்த திறந்தவெளியில் தென்புறச் சரிவில் திட்டுத்திட்டாகப் பல பெரும் பகுதிகளில் பனி கரைந்திருந்தது. பைன் மரங்களும் பனியைப் பெரும்பாலும் கொட்டி விட்டன. பனி உருகத் தொடங்கியபோது ஈரக் கசிவுடன் கீழே காணப்பட்ட பாறைக் கற்கள் கடும் கதிரவனொளியில் லேசாகப் புகையத் தொடங்கியிருந்தன.

"இந்தமாதிரி நேர்வதையெல்லாம் நாம் சகித்துக் கொள்ளத்தான் வேண்டும். போரில் இது இயல்பே" என்றான் ஜார்டன்.

"நாம் ஏதுமே செய்ய முடியாதென்றா சொல்கிறீர்கள்? நிஜமாகவா?" என்று கேட்டபடி ஜார்டனை ஏறிட்டு நோக்கினான் பிரிமிடிவோ. அந்தப் பார்வையிலிருந்து அவன் தன்னை நம்புவது ஜார்டனுக்கு நன்கு தெரிந்தது.

"சின்ன இயந்திர பீரங்கியுடன் என்னையும் இன்னொருவனையும் அங்கே அனுப்பிவைக்க முடியாதா?" என்று பின்னும் கேட்டான் பிரிமிடிவோ.

"போவதால் பிரயோசனம் ஏதுமில்லை" என்று பதிலளித்த ஜார்டன், தான் எதிர்பார்த்த ஏதோவொன்றை அப்போது கண்டதாக எண்ணினான். ஆனால் அவன் காத்திருந்ததல்ல அது; வல்லூறொன்று தான் காற்றுப்போக்கில் பறந்து வந்தபின் கோடியிலிருந்த பைன் மரங்களை எட்டியதும் மீண்டும் வானோக்கி உயர்ந்தது. "நாம் அனைவருமே சென்றாலும் பயனில்லைதான்"

என்று அவன் கூறிய அதே நேரத்தில் வேட்டுச் சப்தம் இரட்டித்தது. அந்த முனைப்பிடையே கையெறி குண்டுகளின் கனத்த ஒலியும் கலந்து கேட்டது.

அதைக் கேட்டதும் பிரிமிடிவோவின் கன்னங்கள் துடித்ததோடு கண்ணிலும் ஜலம் வந்து விட்டது. பக்திப் பரவசப்பட்டவனே போல் திட்டிக் கொட்டத் தொடங்கிவிட்டான். "அவர்கள் பாழாய்ப் போக! ஆண்டவனே, அன்னை மேரியே, அவர்களைச் சாக்கடையில் மூழ்கடித்துச் சாகடியுங்கள்!" என்றெல்லாம் வேண்டிச் சபிக்க லானான்.

"பதறாதீர். அவர்களுடன் சண்டைபோட உமக்குச் சீக்கிரத் திலேயே சந்தர்ப்பம் கிடைத்துவிடும். இதோ அந்தப் பெண்பிள்ளை வருகிறாள், பாரும்" என்று ஜார்டன் கூறி, பாறைகளிடையே சிரமப்பட்டு ஏறி வந்துகொண்டிருந்த பிலாரைச் சுட்டிக்காட்டினான்.

ஆயினும் பிரிமிடிவோ ஓய்ந்துவிடவில்லை. ஒவ்வொரு முறை வெடித் தொடரொலி அலைபாய்ந்து வந்தபோதும் "அவர்கள் நாச மாய்ப் போகட்டும்! கடவுளே, கன்னி மாதா. கொன்று குவியுங்கள் அவர்களை!" என்று பிரார்த்தனையுடன் வசை மொழிகளையும் வாரி வீசிவந்தான். ஜார்டனோ, பிலார் மேலேறி வருவதற்கு உதவுவ தற்காக இறங்கிச் சென்றான். கடைசிக் கல்லைத் தாண்ட அவள் கஷ்டப்பட்டு ஏறியபோது இரு மணிக்கட்டுகளையும் பிடித்துத் தூக்கி விட்டான்.

"இதோ உமது கிட்டப் பார்வைக் கண்ணாடி" என்று கூறிக் கழுத்தில் தொங்கிய அதைக் கழற்றிக் கொடுத்த பிலார். "ஆகக்கூடி ஆபத்து வந்துவிட்டது போலிருக்கிறதே ஸோர்டோவுக்கு?" என்று கேட்டாள்.

"ஆமாம்."

"பாவம், ஸோர்டோ!" என அனுதாபம் தெரிவித்த அவள், குன்றேறி வந்ததால் பெருமூச்சு விட்டுக் கொண்டிருந்தாள். ஜார்டனின் கையைப் பற்றித் தன் கரத்தில் இறுகப் பிடித்துக் கொண்டவளாகச் சுற்றுப்புறத்தை ஒருமுறை பார்வையிட்டாள். பிறகு "சண்டைப் போக்கு எப்படி இருக்கிறது?" என்று வினவினாள்.

"மோசம், சுத்த மோசம்தான்."

"ஸோர்டோவின் கதி அதோகதிதானா?"

"அப்படித்தான் ஆகியிருக்குமென நினைக்கிறேன்."

"பாவம்! குதிரைகளால் வந்த வினைதானே அது?"

"அநேகமாக அதுதான் காரணமாயிருக்கும்."

 நற்றிணை பதிப்பகம் ★ 407

"பாவம்! ஏதோ குதிரைப்படை வந்ததென்று கதைகதையாகச் சொன்னானே ரஃபேல், அப்படி என்னதான் வந்தது?"

"ஒரு ரோந்துக் கோஷ்டியும், ஒரு படைப் பிரிவும்தான்."

"எதுவரையில் அவை வந்தன?"

ரோந்துக் கோஷ்டி நின்ற இடத்தையும், பீரங்கி மறைத்துவைக்கப் பட்டிருந்த இடத்தையும் பிலாருக்கு ஜார்டன் சுட்டிக்காட்டினான். மறைப்புக்குப் பின்னாலிருந்து அகஸ்டினின் ஜோடுகளிலொன்று நீட்டிக் கொண்டிருந்ததை அவர்கள் நின்ற இடத்திலிருந்து பார்க்க முடிந்தது.

"ஜிப்ஸி என்ன சொன்னான், தெரியுமா? தலைவன் ஏறியிருந்த குதிரையின் மார்பைப் பீரங்கிக் குழாய் அழுத்துமளவுக்குப் பக்கத்தில் வந்து விட்டார்களாம் அவர்கள்! அடடா, அவனது கற்பனைக் குதிரைக்குத்தான் எத்தனை வேகம்...! உம் கிட்டப்பார்வைக் கண்ணாடியைக் குகையிலேயே வைத்துவிட்டு வந்து விட்டீரே."

"எல்லாச் சாமான்களையும் கட்டி முடித்துவிட்டீர்களா?"

"எடுத்துப் போகக் கூடியதையெல்லாம் சித்தமாக்கிவிட்டேன், பாப்லோவைப் பற்றி ஏதாவது சேதி உண்டா?"

"குதிரைப்படையை நாற்பது நிமிஷ நேரம் முந்திக் கொண்டு போயிருக்கிறான், அவனுடைய தடத்தைத்தான் அவர்கள் பின் தொடர்ந்தார்கள்."

அதைக் கேட்டதும் ஜார்டனைப் பார்த்துச் சிரித்தாள் பிலார், அவன் கையைப் பிடித்திருந்தபடியே. பின்னர் அதைத் தொங்க விட்டவளாய், "அவர்களால் அவனைப் பார்க்கவே முடியாது... அவன் இருக்கட்டும், ஸோர்டோவைப் பற்றிப் பேசுவோம். அவனுக்கு நம்மால் ஏதாவது உதவி செய்ய முடியுமா?" என்றாள்.

"ஒன்றும் முடியாது."

"பாவம்! அவனிடம் எனக்குப் பிரியம் அதிகம். அவன் தப்பிப் பிழைக்க வழியில்லை என்று உறுதியாக, நிச்சயமாகவே நினைக்கிறீரா?"

"ஆமாம். ஏராளமான குதிரைவீரர்கள் போனதைப் பார்த்தேன்."

"இங்கே வந்தவர்களைவிட அதிகப்பேரா?"

"இன்னொரு முழுப் பிரிவும் இப்போது அங்கே போய்க் கொண்டிருக்கிறது."

"பாவம், ஸோர்டோ, பாவம்...! அதோ அந்தச் சப்தத்தைக் கேளும்."

அதையடுத்து வேட்டொலியை இருவரும் கூர்ந்து கேட்க லாயினர்.

"பிரிமிடிவோ அங்கே போக ஆசைப்பட்டார்" என்று பேச்சை மீண்டும் துவக்கினான் ஜார்டன்.

"உனக்குப் பைத்தியம் பிடித்துவிட்டதா என்ன?" என அந்தத் தட்டை முகப்பேர்வழியைப் பிடித்துக் கொண்டாள் பிலார். "சேச்சே, சுத்த மடையர்களையல்லவா இந்த மலைப்புறத்தில் உண்டாக்கி யிருக்கிறோம் போலிருக்கிறது!" என்று சீறினாள்.

"அவர்களுக்கு உதவ வேண்டும்! என்பதுதான் என் விருப்பம்."

"அழகுதான் போ! உனக்குமா சாக மோகம்? பிரயோசனமில்லாத பிரயாணங்களைச் செய்யாமலே இங்கேயே சீக்கிரமாகச் செத்துவிட முடியும், தெரிந்து கொள்."

முட்டியெழும்பியிருந்த கன்ன எலும்புகளும், அகன்றமைந்த கருநிறக் கண்களும், கசப்புடன் கனத்ததாய் மேலுதடு இருந்த போதிலும் சிரிப்பு குமிழியிட்ட வாயும் கூடிய அவளுடைய பழுப்பு வண்ணப் பெருமுகத்தையே பார்த்துக் கொண்டிருந்தான் ஜார்டன்.

"ஆண்பிள்ளை போல நீ நடந்து கொள்ள வேண்டும்; வயது வந்த ஆண்பிள்ளையைப்போலத்தான். இத்தனை நரைத்தும்கூட இப்படியா பேசுவது?" எனத் தொடர்ந்து தாக்கலானாள் அவள்.

"இப்படியெல்லாம் என்னைக் கேலி செய்யாதே" என்று சிணுங்கிச் சொன்னான் பிரிமிடிவோ, "ஒரு மனிதனுக்குக் கொஞ்சம் இருதயமும், கொஞ்சம் கற்பனாசக்தியும் இருக்குமானால்"

இரண்டையும் கட்டுப்படுத்தக் கற்றுக்கொள்ள வேண்டும் அவன். இங்கேயே எங்களுடன் நீ சீக்கிரத்தில் செத்துவிடலாம்; அதற்காக அந்நியர்களைத் தேடிப்போகத் தேவையேயில்லை... கற்பனைத் திறமை என்றாயே, நம் எல்லோருக்கும் போதுமான அளவுக்கு ஜிப்ஸி ஒருத்தனிடமே அது இருக்கிறது அடடா, அவன் தான் என்னவெல்லாம் சொன்னான் என்னிடம்!"

"அதை மட்டும் நீ பார்த்திருந்தாயானால் இப்படியெல்லாம் எகத்தாளமாகப் பேசமாட்டாய். அந்த நெருக்கடி நேரம் எத்தனை அபாயகரமாக இருந்தது, தெரியுமா?" என்றான் பிரிமிடிவோ.

"பெரிய நெருக்கடிதான்போ! ஏதோ சில குதிரைக்காரர்கள் வந்தார்கள், வந்த சுவட்டிலேயே போயும் விட்டார்கள். அது என்னமோ சூரத்தனம் போல வாய்கிழியப் பேசுகிறீர்கள். நீங்களெல் லாரும்! இத்தனை நாளும் நாம் சும்மாக் கிடந்ததால் வந்த வினை தான் இந்த வீண் வீராப்பு."

"இப்போது ஸோர்டோவுக்கு வந்திருப்பதுகூடக் கவலை தரும் ஆபத்தில்லையா?" என வெறுப்புடன் வினவினான் பிரிமிடிவோ. காற்றுவாக்கில் வேட்டொலி வந்த ஒவ்வொரு முறையும் தூண்டிற்

புழுப் போலத் துடித்தான் அவன். ஒன்று, தானே அங்கே போய்ச் சண்டையில் கலந்துகொள்ள வேண்டும்; இல்லாவிட்டால், பிலாராவது போய்த் தன்னை வம்புக் கிழுக்காமல் இருக்கவேண்டும் என்பதே அவன் விரும்பியதெல்லாம்.

"அதனால் என்ன குடிமுழுகிவிட்டது இப்போது? அவனுக்கு இப்படி வரவேண்டிய வேளை, வந்துவிட்டது. இப்படி இன்னொருத் தனுக்கு துரதிருஷ்டம் ஏற்பட்டிருப்பதற்காக நீ ஏன் அழுது புலம்ப வேண்டும், ஆண்மையை இழக்க வேண்டும்?"

"போ போ, புழுத்துப்போ எங்கேயாவது! ஆனாலும் இத்தனை மூடத்தனமும் முரட்டுத்தனமும் கூடியிருக்க வேண்டாம் ஒரு பெண் பிள்ளையிடம்!"

"எல்லாம் உன்னைப்போல உதவாக்கரைகளுக்கு உதார் கொடுத்து உதவத்தான் இந்த அளவுக்குச் சேர்த்து வைத்திருக்கிறேன் இரண்டையும்... சரி சரி, இங்கே பார்க்க வேண்டியது இவ்வளவு தான் என்றால் நான் கிளம்புகிறேன்."

பிலார் அப்படிச் சொன்ன அதே கணத்தில் வானில் வெகு உயரத்தில் பறந்த விமானத்தின் ஒலியை ஜார்டன் கேட்டான். நிமிர்ந்து பார்த்த போது, காலையில் கண்ட ரோந்து விமானம் போலவே அது, எல்ஸோர்டோ தாக்கப்பட்டு வந்த மேட்டுப் பகுதியை நோக்கிப் போய்க்கொண்டிருந்தது.

"அதோ வந்துவிட்டதே, துர்க்குறிப் பட்சி! அங்கே நடப்பதை யெல்லாம் அது பார்க்குமா?" என்று பிலார் வினவினாள்.

"நிச்சயமாகப் பார்ப்பார்கள், பொட்டையாக மட்டும் இல்லா விட்டால்" என்றான் ஜார்டன்.

கதிரவனொளியில் வெள்ளியெனப் பளபளத்தபடி ஆகாயத்தில் அதிஉயரத்தில் நிதானமாக அந்த விமானம் நகர்ந்ததை அவர்கள் நோக்கலானார்கள். இடது புறத்திலிருந்து வந்த அதன் இரு காற்றாடி களும் ஒளி வட்டம் போட்டதை அவர்களால் தெளிவாகக் காண முடிந்தது. உடனே, "பதுங்குங்கள்" எனப் பணித்தான் ஜார்டன். அடுத்து அவர்களுக்கு நேர் மேலாகவே அது பறந்து வந்தது. திறந்த வெளியில் நிழல் பாய்ந்துவர, பேரொலியெழுப்பி அச்சத்தின் உச்சத்தை எட்டவைத்துவிட்டு அப்பால் சென்றது. பள்ளத்தாக்கின் கோடியை நோக்கி நிதானமாகப் போன அது கண்ணுக்கு மறையு மட்டும் அவர்கள் பார்த்துக் கொண்டிருந்தார்கள். சற்றைக்கெல்லாம் சரிவாகப் பெரியதொரு வட்டமிட்டபடி அது திரும்பி வந்ததைக் கண்டார்கள். மேட்டுப் பகுதிமீது இருமுறை வளைய வந்தபின் ஸெகோவியா இருந்த திக்கில் பறந்து மறைந்துவிட்டது அது. அப்போது பிலாரைப் பார்த்தான் ஜார்டன். அவளது நெற்றியில்

வியர்வை அரும்பியிருந்தது. தலைய ஆட்டிய அவள் தன் கீழுதட்டை மடித்துக் கடித்துக் கொண்டிருந்தாள். "ஒவ்வொருத்தருக்கும் ஏதாவ தொன்றைப் பார்க்கும் போது பயம். அந்த வகையில் இந்த விமானங் களைக் கண்டால் எனக்குப் பீதி" என்றாள் அவள்.

"ஏதேது, என்னைப் பிடித்த பயம் உன்னையும் பற்றிக் கொண்டு விட்டதோ இப்போது?" என்று கிண்டலாகக் கேட்டான் பிரிமிடிவோ.

"இல்லை" என்று கூறி அவன் தோளில் பரிவுடன் கரத்தை வைத்தாள் பிலார். "தொற்றிக்கொள்ளக் கூடியதாக உன்னிடம் அச்சமில்லை என்பது எனக்கு நன்றாகத் தெரியும் ஆனாலும் கடுமையாகத்தான் உன்னைக் கேலி செய்துவிட்டேன். நாம் எல்லோருமே ஒரே வேதனைச் சோதனையில்தான் வசமாகச் சிக்கி யிருக்கிறோம்" என்று கூறியவள், பின்னர் ஜார்டனை நோக்கி, "நான் போய் சாப்பாடும் சாராயமும் அனுப்பி வைக்கிறேன். உமக்கு வேறேதும் வேண்டும்?" என வினவினாள்.

"இந்த வேளை வரையில் வேறெதுவும் வேண்டியதில்லைதான்... அது இருக்கட்டும், மற்றவர்களெல்லாம் எங்கே?"

"உம் கஜானா கீழே குதிரைகளோடு பத்திரமாகத்தான் இருக் கிறது" என்று சொல்லிச் சிரித்த பிலார், "கட்டி மூடிவிட்டோம், எல்லாப் பொருள்களையும். எடுத்துப் போகவேண்டிய எல்லாமே தயார். உம் சாமான்களோடு மேரியாவும் சித்தமாக இருக்கிறாள்" என்றாள்.

"எதனாலாவது மறுபடியும் விமானங்கள் வருமானால் அவளைக் குகைக்குள்ளேயே வைத்திருங்கள்."

"அப்படியே செய்கிறேன் ஐயா என் இங்கிலீஷ் எஜமானே! உம் ஜிப்ஸியை (அவனை உமக்கே தானம் செய்துவிடுகிறேன்) அந்த முயல்களோடு சேர்த்துச் சமைப்பதற்காக நாய்க்குடைகளைத் தேடிப் பறித்து வர அனுப்பியிருக்கிறேன். இப்போது ஏராள நாய்க்குடைகள் முளைத்திருக்கின்றன. நாளையோ, மறுநாளோ இன்னும் நன்றாகச் சுவைக்கலாம் என்றாலும் இன்றே முயல்களைச் சாப்பிட்டுவிடுவது நல்லதென்று நினைத்தேன்!"

"அப்படிச் செய்வதே சிறந்தது என்பதுதான் என் எண்ணமும்" என்று ஆமோதித்த ஜார்டனின் தோளில் தன் பெரிய கரத்தை வைத்தாள் பிலார். மார்புக்குக் குறுக்காக மாட்டியிருந்த இயந்திரத் துப்பாக்கியின் தோல்பட்டை அவனது தோள்பட்டையைத் தொட்ட இடமே அது. பின்னர் அந்தக் கையை அப்படியே தடவியபடி உயர்த்திப்போய், விரல்களால் அவனுடைய முடியை அளைந்தாள். "நீர் தான் எப்பேர்ப்பட்ட இங்கிலீஷ்காரராக இருக்கிறீர்!" என்று

வியந்தவள், "முயல்களைச் சமைத்ததும் மேரியா மூலம் கொடுத் தனுப்புகிறேன்" என்றாள்.

தொலைவிலிருந்து கேட்டுவந்த வேட்டொலி அப்போது கிட்டத் தட்ட நின்றுவிட்டது; எப்போதாவதுதான் ஏதாவதொரு வெடியின் சப்தம் வந்தது.

"விவகாரம் முடிந்துவிட்டது என்றா எண்ணுகிறீர்?" என ஜார்டனை அவள் கேட்டாள்.

"இல்லை. இதுவரை கேட்ட சப்தத்திலிருந்து தாக்கிய எதிரிகள் திருப்பியடிக்கப்பட்டுவிட்டதாகவே தோன்றுகிறது. நம்மவரை அவர்கள் இப்போது வளைத்துக் கொண்டிருப்பதாகவே நினைக்கிறேன். விமானங்கள் வருவதை எதிர்பார்த்துப் பதுங்கிக் கிடக்கிறார்கள் போலிருக்கிறது."

அடுத்து பிரிமிடிவோவின் பக்கம் பிலார் திரும்பினாள், "உன்னைத்தானே? உன்னைத் திட்டி அவமதிக்க வேண்டும் என்னும் கெட்டெண்ணம் எனக்குக் கிடையாது என்பது தெரிகிறதில்லையா?"

"உனக்கா இல்லையென்கிறாய்? இதையும்விட மோசமாக என்னை எத்தனையோ தடவை திட்டித் தீர்த்திருப்பவளல்லவா நீ! உன்னைப் போலக் கெட்ட நாக்குக்காரியை நான் கண்டதே கிடையாது. அதைக் கொஞ்சம் கட்டுப்படுத்திக்கொள், தாயே. ஸோர்டோவைப் பற்றி அப்படியெல்லாம் இனிமேல் பேசாதே; அவன் எனக்கு நல்ல சகா."

"எனக்கு மட்டும் அவன் அப்படி இல்லையா? இதைக் கேளடா, தட்டை மூஞ்சிக்காரா! போர் என்று வந்துவிட்டால் நம் உள்ளத்தில் உள்ளதையெல்லாம் அள்ளி வீசிவிட முடியாது. நமக்கு ஏற்கனவேயே ஏகப்பட்ட தொல்லை; அதோடு ஸோர்டோவைப் பற்றியதையும் ஏன் சேர்த்துக்கொள்ள வேண்டும், சொல்லு." பிரிமிடிவோவின் சினச் சுணக்கம் அப்போதும் அகலாதிருந்ததைக் கண்டதும், "பேதி மருந்து சாப்பிட்டால்தான் உன் கலக்கம் கழியும்... சரி சரி, நான் போகிறேன், சமையல் செய்ய வேண்டும்" என்று புறப்பட்டாள்.

"அந்தக் குதிரைப்படை வீரனிடம் கிடைத்த கடிதங்களைக் கொண்டுவந்தீர்களா?" என அப்போது அவளைக் கேட்டான் ஜார்டன்.

"அடடா, எப்படிப்பட்ட முட்டாள் நான்! மறந்தே போய் விட்டேனே! போய் மேரியாவிடமே கொடுத்தனுப்புகிறேன்" என்று கூறிச் சென்றாள் பிலார்.

26

ஜார்டன் எதிர்பார்த்த விமானங்கள் பிற்பகல் மூன்று மணியளவில்தான் வந்தன. உச்சிப்பொழுதுக்குள்ளேயே உருகி விட்டது, பனி முழுதும்; எனவே, கற்பாறைகளெல்லாம் கதிரவனின் கிரணங்களால் கனலாகக் கொதித்தன. ஆகாயத்திலோ, மேகங்கள் அறவே இல்லை. சட்டையைக் கழற்றிவிட்டு முதுகை வெயிலுக்கு வாட்டமாகக் காட்டிக்கொண்டு பாறையொன்றின்பேரில் அமர்ந் திருந்த ஜார்டன் தான் சுட்டுக்கொன்ற குதிரைப்படை வீரனின் ஜேபிகளிலிருந்து எடுத்துவரப்பட்ட தஸ்தாவேஜுகளைப் படித்துக் கொண்டிருந்தான். அவ்வாறு படிப்பதை அவ்வப்போது நிறுத்தி விட்டு எதிரே திறந்துகிடந்த சரிவுக்கப்பால் இருந்த மரவரிசையைப் பார்ப்பான்; அடுத்து, அதற்கு மேலிருந்த மேட்டுப் பகுதியையும் நோக்கி விட்டுத் திரும்பவும் படிக்கத் துவங்குவான். இடை நேரத்தில் மேற்கொண்டு குதிரைப்படையேதும் வந்திருக்கவில்லை; ஸோர்டோ வின் முகாம் இருந்த திசையிலிருந்து சற்றைக்கொரு முறை ஒரொரு வேட்டுச் சப்தம் கேட்டதோடு சரி. திட்டமிட்டதாக இல்லாமல் விட்டுவிட்டே வந்தது அவ்வொலியும்.

அந்த வீரனின் தஸ்தாவேஜுகளிலிருந்து அவன் நவாராப் பகுதியிலுள்ள டஃபாலாவில் ஒரு கருமானின் மகனாகப் பிறந்தவன் என்பதையும், இருபத்தோரு வயதான அவனுக்கு மணமாகியிருக்க வில்லை என்பதையும் ஜார்டன் அறிந்துகொண்டான். 'என் படையைச் சேர்ந்தவன் என்னும் விவரம் அவனைத் தூக்கிவாரிப் போட்டது. ஏனெனில், அப்படை வடக்கே இருந்ததாக அவன் அதுவரையில் எண்ணியிருந்தான். கார்லிஸ்டுவான அந்த இளைஞன் போரின் ஆரம்ப நாட்களில் இரூனில் நடந்த சண்டையில் காய மடைந்தவன் என்னும் செய்தியையும் அக்கடுதாசிகளில் கண்டறிந்த போது, 'பாம்லோவினில் விளையாட்டு விழாப் பருவத்தின் போது காளைகளுக்கு முன்னால் வீதிகளில் ஓடியவர்களிடையே இவனையும் நான் பார்த்திருக்கலாம். எப்படியோ, நாம் கொல்ல விரும்புபவர் களைப் போரில் ஒருபோதும் கொல்ல முடிவதில்லை. என்றும் எண்ணியே பார்த்திராதவர்களைத்தான் தீர்த்துக் கட்டுகிறோம்' என்று தனக்குத் தானே ஜார்டன் கூறிக்கொண்டான். பின்னர், 'விரும்புபவர்களைக் கொல்லும் வாய்ப்பு அரிதிலும் அரிதாகவே வருகிறது' என்று அந்த எண்ணத்தைத் தானே திருத்திவிட்டுக் கடுதாசுகளைத் தொடர்ந்து படிக்கலானான்.

அவற்றில் முதற்சில, முற்றிலும் சாதாரணமாகச் சம்பிரதாய ரீதியிலேயே இருந்தன. மிகுந்த கவனம் செலுத்தி வரையப்பட்டிருந்த

அவை பெரும்பாலும் உள்ளூர் நிகழ்ச்சிகளைப் பற்றியே பேசின. அந்த இளைஞனின் சகோதரி எழுதியிருந்த கடிதங்களே அவை. டஃபாலாவில் அனைத்தும் சீராக இருந்தன. அவன் தந்தை உடல் நலத்துடனேயே இருந்தார். தாயும் எப்போதும் போல இருந்தாலும் அவளது முதுகில் சில கோளாறுகள் கண்டிருந்தன என்பன போன்ற செய்திகளை அவற்றிலிருந்து ஜார்டன் சேகரித்தான். அந்த இளைஞன் நலமாக இருப்பதாகவும் அதிக ஆபத்தை எதிர்நோக்கவில்லை என்றுமே நம்புவதாக அவன் சகோதரி குறிப்பிட்டிருந்ததுடன் மார்க்ஸீய மிருக வெறிக் கும்பல்களின் ஆதிக்கத்திலிருந்து ஸ்பெயினை விடுவிக்கும் பொருட்டுக் கம்யூனிஸ்டுகளை அவன் கொன்று குவிப்பது குறித்து மெத்த மகிழ்ச்சியும் தெரிவித்திருந்தாள். அடுத்து, கடந்த கடிதத்துக்குப் பின் டஃபாலாவைச் சேர்ந்த எந்தெந்த இளைஞர்கள் கொல்லப்பட்டனர், அல்லது படுகாயம் அடைந்தனர் என்று பட்டியல் கொடுத்திருந்தாள். கொல்லப்பட்டோர் ஜாபிதாவில் பத்துப் பேர் இருந்ததைப் பார்த்ததும் 'டஃபாலாவைப் போன்ற சிற்றூரைப் பொறுத்தவரையில் இந்த எண்ணிக்கை ஏராளம்தான்' என்று ஜார்டனால் எண்ணாமல் இருக்க முடியவில்லை. மத உணர்வும் மேலோங்கியிருந்தது' அந்தக் கடிதத்தில். இளைஞனைக் காப்பாற்றியருளும்படி அர்ச் அந்தோணியாரையும், பிலாரில் கோயில் கொண்டிருந்த கன்னிமாதாவையும் பிற புனிதக் கன்னி யரையும் அந்தச் சகோதரி பிரார்த்தித்திருந்தாள். இயேசு நாதரின் புனித இதயச் சின்னம் தனக்குக் காப்பாக இருப்பதை மறவாமல் அவன் அதை எப்போதும் இதயத்துக்கு மேல் அணிந்துகொண் டிருப்பான் என்றே நம்புவதாகக் கூறியிருந்ததோடு, ரவைகளைத் தடுத்து நிறுத்தும் சக்தி தனக்குண்டு என்பதை அந்த ரட்சை எண்ணற்ற முறை நிரூபித்ததையும் நினைவூட்டியிருந்தாள். 'எண்ணற்ற' என்னும் பதத்தை அடிக்குறியிட்டு அறிவுறுத்தியுமிருந்தாள், கோஞ் சா என்ற பெயர் படைத்த அந்த அன்புச் சகோதரி.

அதிகமாகக் கையாளப்பட்டிருந்ததால் ஓரங்களில் கொஞ்சம் அழுக்கடைந்திருந்த அந்தக் கடிதத்தை ராணுவ தஸ்தாவேஜுகளோடு திரும்ப வைத்துவிட்டு இன்னொரு கடிதத்தை ஜார்டன் எடுத்துப் படிக்கலானான். முந்தியதைப் போல முறுக்கேறிய கையெழுத் திலில்லாத அது அந்த இளைஞனின் காதலியால் வரையப்பட்ட தாகும். அவனது பத்திரம் பற்றிய கவலையே முழுக்க முழுக்கத் தொனித்தது, அக்கடிதத்தில். அது குறித்தே அமரிக்கையுடன் அரற்றியிருந்தாள் அவள். அதைப் படித்து முடித்ததும் எல்லாக் கடிதங்களையும் தஸ்தாவேஜுகளோடு சேர்த்துத் தன் இடுப்பு ஜேபியில் ஜார்டன் வைத்துக்கொண்டான். மற்ற கடிதங்களைப் படிக்க அவனுக்கு மனமேயில்லை. 'இப்படிப் படிக்காமல் நிறுத்திக்

கொண்டது இன்றைய பொழுதுக்கு நான் செய்த நல்ல காரியம் என்றே கருதுகிறேன். உரிமையிருந்தும்கூடப் படிக்க வில்லையே நான்!' என்று தன்னைத் தானே அவன் பாராட்டிக் கொண்டபோது, "இவ்வளவு நேரமும் எதைப் படித்துக் கொண்டிருந்தீர்கள்?" என்று பிரிமிடிவோ வினவினான்.

"இன்று காலை நாம் சுட்டோமே, அந்தக் குதிரைப் படைக் காரனின் கடிதங்களையும் தஸ்தாவேஜுகளையும்தான். நீரும் பார்க்கப் பிரியப்படுகிறீரா?"

"இல்லை, எனக்குப் படிக்கத் தெரியாது. ஏதாவது சுவாரசிய மாகப் படித்திருந்தால் சொல்லுங்கள், போதும்."

"ஏதுமேயில்லை. சொந்தக் கடிதங்களே அவை. அவன் வட்டா ரத்தில் நிலவரம் எப்படி இருக்கிறதாம்? அதைப்பற்றி ஏதாவது இருந்ததா, அந்தக் கடிதங்களில்?"

"எல்லாம் சீராக இருப்பதாகவே தோன்றுகிறது. அவனது சொந்த ஊரில் சேதம் அதிகமாம்" என்று பதிலளித்த ஜார்டன், கீழே தானியங்கித் துப்பாக்கி மறைத்து வைக்கப்பட்டிருந்த இடத்தை நோக்கினான். பனி உருகியபின் அந்த மறைப்பு சில மாறுதல்களுக் காளாகி அபிவிருத்தி செய்யப்பட்டிருந்தது. அதை எவரும் இலகுவில் கண்டுகொள்ள முடியாது என்று திருப்தி அடைந்தவனாகத் தூரத் தில் பார்வையை ஓடவிட்டான்.

"எந்த ஊரிலிருந்து வந்தவனாம் அவன்?" என்று பிரிமிடிவோ கேட்டான்.

"டஃபல்லா" என்று விடையிறுத்த ஜார்டன், 'சரி சரி, அவனைக் கொன்றதற்காக வருந்துகிறேன், போதுமா? இப்போது ஆறுதல் அடைந்து விட்டாயல்லவா?' என்று தனக்குத் தானே கேள்வி போட்டுக் கொண்டான். 'இல்லை, ஆறுதலில்லை' என்று அதற்குத் தானே பதிலுமளித்தான். 'அப்படியானால், அந்த விவகாரத்தை இதோடு மறந்துவிடு' என்று தன்னைப் பணித்துக் கொண்டான். 'சரி, அப்படியே செய்கிறேன். இதோ மறந்துவிட்டேன்' என அந்தக் கட்டளைக்குப் பணியவும் செய்தான். ஆனால் அந்த நினைவு அத்தனை லகுவாக இற்று விழுவதாயில்லை. தானே வினவித்தானே விடையும் கூறும் வட்டத்தில் அவனை மேலும் சுழற்றிவிடவே செய்தது; 'இதுவரை நீ எத்தனை பேரைக் கொன்றிருப்பாய்' சொல்லு? அந்த எண்ணிக்கை எனக்கே தெரியாது எவரையும் கொல்ல உனக்கு உரிமை உண்டென்றா எண்ணுகிறாய்? இல்லை தான்; இருந்தாலும் கொல்லவேண்டியே நேருகிறது. நீ கொன்றவர் களில் எவ்வளவு பேர் மெய்யான ஃபாஸிஸ்டுகள்? மிகச் சொற்பப் பேர்தான். ஆயினும் அத்தனை பேரும் எதிரிகளே. அவர்கள் வன்

முறையைக் கையாண்டதாலேயே நாமும் அதே முறையில் எதிர்த் தடிக்க நேர்ந்தது. ஸ்பெயினில் வேறெந்தப் பகுதியிலும் வசிப்பவர் களைவிட நவாரா மக்களை நீ அதிக அளவில் நேசிக்கிறாய் அல்லவா? ஆமாம் அப்படியும் அவர்களைக் கொல்கிறாய், இல்லையா? ஆமாம்! நம்பிக்கை இல்லையென்றால் முகாமுக்குப் போய்ப் பார்த்தால் அத்தாட்சியைக் காணலாம் – கொல்வது பிசகு என்பது உனக்குத் தெரியாதா? தெரியும்தான் – அப்புறமும் கொல் கிறாய், இல்லையா? ஆமாம் உன் லட்சியம் சரியானதென்றே இன்னமும் எண்ணுகிறாய், அப்படித்தானே? ஆமாம்!

தன் லட்சியம் சரியானதேயென்று உறுதிப்படுத்திக் கொள்ளும் முறையிலன்றிப் பெருமையுடனேயே கூறிக்கொண்ட அவன் 'மக்களிடமும், விரும்பும் வகையில் தங்களை ஆண்டு கொள்வதற்கு அவர்களுக்குள்ள உரிமையிலும் நம்பிக்கை கொண்டவன் நான்' என்று மார்தட்டினான். எனினும் மறுகணமே, 'கொலை முறையில் நீ நம்பிக்கை கொள்ளலாகாது. அவசியத்தின் பேரில் கையாண்டாலும் அதை நம்பியிருக்கக் கூடாது. நம்பிக்கை வைத்தாயானால் லட்சியம் முழுவதுமே தவறென்றாகிவிடும்' என்று கூறிக் கொண்டான். அடுத்து வினா விடைப் படலத்தில் திரும்பவும் திளைக்கத் தொடங் கினான்: 'இப்போது, சொல்லு, எத்தனை பேரை நீ கொன்றிருப்பதாக எண்ணுகிறாய்? எனக்குத் தெரியாது. ஏனெனில், நான் கணக்கேதும் வைத்துக் கொள்ளவில்லை இருந்தாலும் எண்ணிக்கை தெரியு மல்லவா? தெரியும்தான் எவ்வளவு பேர்? திட்டமாகக் கூறமுடியாது. ரயில் வண்டிகளுக்கு வெடி வைக்கும்போது பலரைக் கொல்கிறோம்; ஏராளமாகவே இறப்பார்கள். எத்தனை பேர் என்று நிச்சயமாகச் சொல்லமுடியாது. நிச்சயமாகத் தெரிந்த தொகையைச் சொல்லேன்: இருபது பேருக்கு மேல் இருக்கும் அவர்களில் எவ்வளவு பேர் மெய்யான ஃபாஸிஸ்டுகள்? இருவர் உண்டு என்று உறுதியாகக் கூறுவேன். ஏனென்றால், உஸீராவில் கைது செய்ததும் அவர்களை நான் சுட்டுக் கொல்ல நேர்ந்தது அதை நீ பொருட்படுத்தவில்லையே? இல்லை அது உனக்குப் பிடிக்கவுமில்லையே? இல்லைதான். மறுபடி யும் ஒருபோதும் அப்படிச் செய்வதில்லையென்றும் தீர்மானித்தேன். அவ்விதமே தவிர்த்தும் வந்திருக்கிறேன். நிராயுத பாணிகளைக் கொல்வதே கிடையாது!

இந்த வினா விடை விவகாரம் ஜார்டனுக்குப் பிடிக்கவில்லை. 'நிறுத்து உடனே' என்று உத்தரவிட்டுக் கொண்டான். 'உனக்கும் சரி, உன் வேலைக்கும் சரி, இதனால் பெருங்கேடே விளையும்' என அதற்கு விவேக விளக்கமும் கூறிக் கொண்டான். எனினும் மனசாட்சி மீண்டும் பேசலாயிற்று; 'நான் கூறுவதை நீ கேட்டேயாக வேண்டும். ஏனென்றால், நீ செய்வது சாதாரணமான தல்ல; இதை

எப்போதும் நீ உணரும்படி பார்த்துக் கொள்வது என் பொறுப்பு. உன் புத்தி பிசகாமல் நான் பார்த்துக்கொண்டாக வேண்டும். ஏனெனில், அது முற்றிலும் உன் வசத்தில் இல்லாவிட்டால் உன் காரியங்களைப் புரிய உனக்கு உரிமையே கிடையாது; அவையெல்லாம் கொலைபாதக் குற்றங்களேயாகும்; மற்றவர்களுக்கு இன்னும் கொடிய தீமை நேர்வதைத் தவிர்ப்பதற்கல்லாது வேறெதற்காகவும் ஒருவனின் உயிரைப் பறிக்க எவனுக்கும் உரிமையே இல்லை. ஆகவே, இதைச் சரியாகப் புரிந்து கொள்; உன்னிடம் நீயே புளுகிக்கொள்ளாதே.' இதற்கு அவன் மனத்தின் மறுபாதி உடனே பதில் சொல்லிற்று: என்னால் கொல்லப்பட்டவர்களின் கணக்கை, ஏதோ பரிசுப் பட்டியல் போல ஒவ்வொரு சாவுக்கும் சிலர் தங்கள் துப்பாக்கிகளில் முடிச்சுப் போடுவது போல, நான் வைத்துக் கொள்ளமாட்டேன். அதேமாதிரி கணக்குப் பதியாமலிருக்க எனக்கு உரிமையுண்டு. மறந்துவிடவும் உரிமை படைத்தவனே நான்.'

அவன் மனத்தின் முதல்பாதி மறுபடியும் பிடித்துக் கொண்டது; 'இல்லை, எதையும் மறக்க உனக்கு உரிமையில்லை. மறப்பதற்கு மட்டுமல்ல, கண்டும் காணாமலிருப்பதற்கும், மாற்றவும், கடுமையைக் குறைக்கவும் உனக்கு உரிமை கிடையாது.' உடனே, 'மூடு வாயை! போனால் போகிறதென்று பார்த்தால் ஒரேயடியாக அமர்க்களப் படுத்துகிறாயே?' என்றது மறுபாதி. முதல் பாதியும் விடவில்லை; அமர்க்களம் மட்டுமில்லை, உன்னை நீயே ஏமாற்றிக்கொள்ளவும் கூடாதுதான் என்று உரைத்தது, பதிலுக்கு. 'சரி சரி, உன் அறிவுரைகளுக்கெல்லாம் மெத்த நன்றி. இதையும் சொல்லிவிடு; நான் மேரியாவைக் காதலிப்பது சரிதானா?' என்று கேட்டது மறுகூறு. 'சரிதான்' என்று விடை வந்தது. 'சமுதாயம் பற்றி உலகாயத முறையிலான சித்தாந்தத்தில் காதல் என்பதாக ஏதும் இல்லாமலிருப்பினும் கூடவா?' என்று கேள்வி பிறந்தது அடுத்து. பளிச்செனப் பதில் கிடைத்தது அதற்கும்: 'அந்தச் சித்தாந்தம் எப்போது இருந்தது உன்னிடம்? ... ஒருநாளும் இருந்ததில்லை; இனி ஒருபோதும் இருக்கவும் இருக்காது. ஏனெனில், நீ மெய்யான மார்க்ஸீயவாதி அல்ல; இது உனக்கே தெரியும். 'சுதந்தரம், சமத்துவம், சகோதரத்துவம்' ஆகிய தத்துவங்களில் நம்பிக்கை கொண்டவன் நீ. 'வாழ்க்கை, சுதந்தரம், இன்ப நாட்டம்' என்னும் கோட்பாட்டிலும் உனக்குப் பற்றுதல் உண்டு. தத்துவ விசாரணையில் அளவுக்கு மிஞ்சி ஆழ்ந்து விடாதே. அந்த வரட்டு வாதங்களெல்லாம் வேறு சிலருக்காக ஏற்பட்டவையே தவிர உனக்காகவல்ல. ஏமாளியாகிவிடாமல் இருப்பதற்காகத்தான் அவற்றையெல்லாம் நீ அறியவேண்டும். இந்தப் போரில் வெற்றி பெறும் பொருட்டு பல விஷயங்களை நீ மூட்டைகட்டி மூலையில் வைத்திருக்கிறாய். போரில் தோற்றால்

அவ்வளவையும் பறிகொடுத்துவிட வேண்டியதுதான். ஆனால் அதற்கப்புறமோ உனக்கு நம்பிக்கையில்லாத விஷயங்களை எல்லாம் நீ தடையின்றிக் கைவிட்டுவிடலாம். அப்படி உனக்கு நம்பிக்கை யில்லாதவையாக எத்தனையோ இருக்கின்றன. அவ்வாறே, நம்பிக்கை யுள்ளவையும் நிறையவே உண்டுதான்...

இன்னொரு விஷயம்: யாரையோ காதலிப்பதாக ஒருபோதும் எண்ணிவிடாதே. இந்தப் பாக்கியம் பெரும்பாலோருக்குக் கிடைப்பதே கிடையாது. உனக்கும் இதற்குமுன் வாய்த்ததில்லை: இப்போது தான் முதல் முறையாகப் பெற்றிருக்கிறாய். இன்றுடனும் நாளைப் பொழுதில் ஒரு பகுதியுடனும் மட்டும் நின்று விட்டாலும் சரி, நெடு வாழ்வு முழுதும் நீடித்தாலும் சரியே, மேரியாவுடன் உன் உறவனுபவம்தான் மனித வாழ்க்கையில் நிகழக்கூடிய அனைத்திலும் அதி முக்கியமானது. காதலென்று ஏதுமில்லையெனச் சொல்லுபவர் கள் எப்போதும் இருக்கத்தான் இருப்பார்கள்; தங்களால் அதை அடையவியலாது என்பதே அவர்கள் அப்படிப் பேசக் காரணம். ஆனால் அது மெய்தான் என்பதை நான் அடித்துக் கூறுவேன். அதுமட்டுமல்ல, அந்தக் காதலை நீ அடைந்திருக்கிறாய்: நாளையே இறந்துவிட்டாலும்கூட நீ அதிருஷ்டசாலியே ஆவாய் என்றும் சொல்வேன்'.

"போதும், இந்தச் சாவுப் பல்லவி!" என்று சீறியது மறுபாதி. பின்னும் தொடர்ந்தது அது: 'நாம் பேசக்கூடிய முறையல்ல இது. அராஜகவாதிகளே இப்படியெல்லாம் புலம்புவார்கள். நிலைமை குலைந்துவிட்டால் போதும். எதற்காவது தீ வைத்துவிட்டுச் சாகத் துடிப்பார்கள். அவர்களுடைய மனநிலை விசித்திரமானது, மிக மிக வினோதமானதுதான்... எப்படியோ, இன்றைப்பொழுது கழிந்து கொண்டிருக்கிறது, கிட்டத்தட்ட மூன்று மணியாகிவிட்டது. இப்போது சாப்பிடுவதற்குச் சீக்கிரத்தில் ஏதாவது வந்துவிடும், எனினும் இன்னமும் ஸோர்டோவின் முகாமில் வெடிச் சப்தம் ஓய்ந்தபாடில்லை. அவனை எதிரிகள் வளைத்துக் கொண்டு, மேற்கொண்டு படை வருவதற்காகக் காத்திருக்கிறார்கள் போலும். அப்படி வருவதானால், இருட்டுமுன் வந்தாக வேண்டும்; இல்லையேல் பயனில்லை... ஸோர்டோவின் முகாமில் உள்ளவர்கள் இப்போது என்ன எண்ணுவார்கள்? உரிய காலத்தில் எல்லோரும் எதிர்பார்க்க வேண்டிய நிலைதான் இன்று தங்களுக்கு வந்திருக்கிறது என்று நினைப்பார்களா? எப்படியும், அங்கு மகிழ்ச்சிப் பெருக்கு இராது என்பது நிச்சயம். குதிரை கொண்டுவரச் சொல்லி வகை யாகத்தான் மாட்டிவிட்டோம், ஸோர்டோவை... ஸ்பானிஷ் மொழியில் எப்படிக் கூறுவார்கள் அதை? ஆமாம், 'வெளியே போக வழியில்லாத பாதை'யில்தான் அவனை நடக்க வைத்துவிட்டோம்.

அந்த மரணப் பாட்டையில் மருட்சியின்றியே என்னால் போக முடியுமென எண்ணுகிறேன்.

ஒருமுறைதானே அதில் நடக்க வேண்டும்? விரைவிலும்தான் விவகாரம் முடிந்து விடுமே? சூழப்பட்டிருக்கையில் சரணடையச் சந்தர்ப்பமுடன் சண்டையிடுவது மலர் மஞ்சம் போன்றதாகாதா? 'நாம் வளைக்கப்பட்டுவிட்டோம்.' இதுதானே இந்தப் போரின் பெரும் பயப் பல்லவி? அப்படிச் சூழப்பட்டதும் அடுத்தபடி நமக்குத் தெரிவதெல்லாம் நாம் சுடப்படுவதுதான்; அதற்கு முன் வேறு சித்திரவதையில்லையேல் நாம் அதிருஷ்டசாலிகளே யாவோம். ஸோர்டோவுக்கு அந்தப் பாக்கியம் கிட்டப் போவதில்லை. ஏன், நமக்கும்தான் கிட்டாது, உரிய தருணம் வரும்போது?

அப்போது மணி மூன்றாகிவிட்டது. தூரத்திலிருந்து வந்த கரகரப்பொலி காதில் விழுந்தது. நிமிர்ந்து பார்த்த ஜார்டன், விமானங்கள் வந்துவிட்டதைக் கண்டான்.

27

குன்றொன்றின் உச்சியில் சண்டையிட முடிவு செய்தான் ஸோர்டோ. அந்தக் குன்றை அவனுக்குப் பிடிக்கவில்லைதான். மேகப்புண் போலவே உருவம் இருந்ததாக அதைப் பார்த்ததும் அவனுக்குத் தோன்றியது. ஆயினும் சமர்புரிய அந்தக் குன்றின்றி வேறு போக்கிடம் அவனுக்கு இருக்கவில்லை. கண்ணுக்கெட்டிய தூரத்திலிருந்தே அதைத் தேர்ந்தெடுத்துவிட்ட அவன், குதிரையை அதை நோக்கிப் பாயவிட்டான். தானியங்கித் துப்பாக்கி முதுகில் கனத்தது, துடைகளுக்கிடையில் வைத்திருந்த அதன் குழல் தூக்கித் தூக்கிப்போட்டது. கையெறி குண்டுகள் நிறைந்த பை ஒருபுறம் ஊசலாடி மோதியது. தோட்டாத் தொடர்கள் கொண்ட இன்னொரு பை மறுபுறத்தில் முட்டியது. தானியங்கித் துப்பாக்கியைத் தகுந்த இடத்தில் நிறுத்த அவனுக்கு அவகாசம் தேடித்தர வேண்டி ஜோகினும் இக்னாஷியோவும் இடையிடையே நின்று நின்று சுட்டனர்.

அவர்களை மோசம் செய்த பனி அங்கேயும் தொடர்ந்தது. ரவை பாய்ந்துவிட்டதால் குன்றுச்சியின் கடைசிப் பகுதியில் நொண்டியபடி ஏறிய குதிரை, அந்த வெண்பனியில் பளீரென ரத்தத்தைப் பீச்சியடித்தது. எனவே, கீழிறங்கி லகானைக் கழுத்தில் போட்டுக்கொண்ட ஸோர்டோ, கடிவாளத்தைப் பிடித்து அதனை இழுத்துச் செல்லும்படியாயிற்று. இரு தோள்களையும் கனமான பைகள் அழுத்த குன்றுமீது குண்டுமாரியிடையே கஷ்டப்பட்டு

ஏறினான் அவன். பின்னர், பிடரியைப் பிடித்துக் கொண்டபடிக் குதிரையைச் சாமர்த்தியமான முறையிலும் கனிவுடனும் சடுதியில் சுட்டுக்கொன்றான். தான் பொறுக்கியெடுத்திருந்த இடத்திலேயே அவன் அதைச் சாகடித்தான்; எனவே, இரு பாறைகளுக்கிடையில் இருந்த பிளவொன்றை மூடும் முறையில் தலை முன்னாகச் சரிந்து விழுந்தது அது. துப்பாக்கியை அதன் முதுகுக்குமேல் வைத்து இரு தோட்டாத் தொடர்களைச் சுட்டான். சடபடவென ஒலித்தது துப்பாக்கி. வெடித்த ரவைகள் வெண்பனியில் வீழ்ந்தன. கொதித்த குழல் படிந்திருந்த குதிரையின் முதுகில் மயிர் பொசுங்கி நாற்ற மடித்தது. குன்றின்மீது எவரும் ஏறிவிடாமல் சுட்டான்; மீறியேற, முற்பட்டவர்களை மறைவிடம் நாடிச் சிதறியோடச் செய்தான். அத்தனை நேரமும், தனக்குப் பின்னால் எதிரி யாராவது இருந்தனரா என்பதை அறிய இயலாமல் இருந்ததால் அவனுக்கு உள்ளூரப் பீதிதான். தன் ஐந்து சகாக்களில் கடைசி ஆசாமி வந்து சேர்ந்ததும் அந்த அச்சம் அறவே அகன்றுவிட்டது. சுடுவதையும் நிறுத்தினான். தேவைப்படும்போது பயன்படுத்துவதற்காக அதன் மூலம் தோட்டாக் களை மிச்சம் பிடித்தான்.

குன்றுச்சரிவில் மேலும் இரு குதிரைகள் இறந்து கிடந்தன. உச்சியிலோ இன்னும் மூன்று. முதல் நாளிரவு மூன்று குதிரைகளையே அவனால் திருடமுடிந்திருந்தது. அவற்றிலும் ஒன்று, முகாம்மீது துப்பாக்கிப் பிரயோகம் துவங்கியதும் சேணம் போடாமலேயே ஏற முயன்றபோது தப்பியோடிவிட்டது. குன்றின் உச்சியை எட்டிப் பிடித்த ஐவரில் மூவருக்குக் காயம். ஸோர்டோவுக்கும் காலில் ஆடு சதைப் பகுதியிலும் இடது புஜத்தில் இரண்டு இடங்களிலும் காயங்கள் ஏற்பட்டிருந்தன. அந்தக் காயங்கள் காய்த்து குறக்களி வாங்கின. கரத்திலிருந்த காயங்களிலொன்றோ கடும் வலி தந்தது. இந்த உபாதையோடு அவனுக்குத் தாங்க முடியாத தாகமும், தலைவலியும் வேறு. விமானங்களின் வருகைக்காகக் காத்துக் கிடந்தபோது ஸ்பானிஷ் மொழியிலமைந்த தமாஷொன்று அவனுக்கு ஞாபகம் வந்தது 'தலைவலி மாத்திரைபோல மரணத்தையும் ஏற்றுத் தானாக வேண்டும்' என்பதே அதன் பொருள். ஆனால் கசப்பைக் குறித்த அந்தத் தமாஷை அவன் வாய்விட்டுச் சொல்லவில்லை. தன் மண்டையை உடைத்த வலிக்கிடையிலும், எஞ்சியிருந்த சகாக்கள் எப்படியிருந்தனர் என்பதையறியத் திரும்புகையில் கையை அசைத்தபோது கவிந்த கிறு கிறுப்புக்கிடையிலும் உள்ளுக்குள்ளேயே சொல்லிச் சிரித்துக்கொண்டான். ஐந்துமுக நட்சத்திரமொன்றின் முனைகள்போல அந்த ஐவரும் விரவியிருந்தனர். கைகளாலும் முழங்கால்களாலும் குழிகள் தோண்டியிருந்ததுடன் அதனால் கிடைத்த மண்ணையும் கற்குவியல்களையும் கொண்டு தலை, தோள்

களுக்குமுன் முட்டுக்களும் கட்டியிருந்தனர். அந்த மறைப்புகளில் இருந்தபடி மேலும் மண்ணையும் கற்களையும் கொண்டு முட்டுகளை இணைக்கவும் முற்பட்டிருந்தனர்.

பதினெட்டே வயதாகியிருந்த ஜோகின் மண்ணைத் தோண்டவும், மற்றவரிடம் அதைக் கொடுக்கவும் எஃகுத் தொப்பியொன்றைப் பயன்படுத்தினான். ரயில் வண்டிக்கு வெடி வைத்தபோது அந்தத் தொப்பி அவனுக்குக் கிடைத்தது. தோட்டாவினால் ஓட்டை ஏற்பட்டிருந்த போதிலும் அதை அவன் தொடர்ந்து வைத்துக் கொண்டிருந்தது குறித்து எல்லோரும் அவனை எப்போதும் கிண்டல் செய்வது வழக்கம். அவனோ அதைப் பொருட்படுத்தாமல் அந்தத் துளையின் ஓரங்களைத் தட்டிச் சீர்படுத்தியதுடன் மர ஆப்பொன்றையும் செலுத்தியறுத்துத் தொப்பியின் உட்புறத்துக்கு இசைந்தவாறு இழைத்துச் சமமாக்கியிருந்தான். தாக்குதல் தொடங்கிய மாத்திரத்தில் அந்தத் தொப்பியை எடுத்துத் தலையில் ஓங்கியறைந்து வைத்துக் கொண்டான் அவன். அப்போதே இரும்பு வாணலி விளிம்புபோல இடித்து வலித்த அந்தத் தொப்பி, பின்னர் குதிரை கொல்லப்பட்டதால் சுற்றுப்புறமெங்கிலும் முட்டி மோதி முழக்கிய குண்டு மழையிடையே குன்றுச்சியின் கடைசிப் பகுதியில் அவன் ஓடியேறுகையில் பெரும்பாரமாக அழுத்தியது. மார்பு வலிக்க, கால் கெஞ்ச, வாய் வரள வாதைப்பட்டது போதாதே போல. வெடித்துவிடுவதே போன்றிருந்த நெற்றியை இரும்பு வளையமென இறுக்கி நெறித்தது அது. எனினும் அதை அவன் எடுத்தெறிந்தானில்லை. இப்போது அந்தத் தொப்பியைக் கொண்டே இயந்திரம் போல, நிராசை நிதானத்துடன் தொடர்ந்து தோண்டினான் அவன். களைத்திருந்தானேயன்றிக் காயமேதும் அதுவரையில் அவனுக்கு ஏற்பட்டிருக்கவில்லை.

“இறுதியில் இந்தத் தொப்பியும் ஏதோ ஒரு வகையில் உதவுகிறது, பார்த்தாயா?” என்றான் ஸோர்டோ தன் கனக்குரலில். ஜோகினோ. “நிலைத்து நின்று உறுதிப்படுத்திக்கொள், நிச்சயம் வெற்றி பெறுவாய்” என்று பொருள்படும் கம்யூனிஸ்ட் கோஷத்தையே பதிலாகக் கூறினான்; அவன் நாக்கு உலர்ந்து ஒட்டிக் கொண்டிருந்தது. சண்டையின்போது சாதாரணமாக ஏற்படும் தாகத்தையும் மீறி அச்சம் கூட்டுவிக்கும் வரட்சியே அது. தலையைத் திருப்பிய ஸோர்டோ, சரிவில் பாறையொன்றின் பின்னால் பதுங்கியபடி குதிரைப்படை வீரனொருவன் சுடுவதை நோக்கலானான். அந்த ஜோகின் பையனிடம் அவனுக்கு அன்பு மிகுதியென்றாலும் கோஷங்களைக் காது கொடுத்துக் கேட்கும் மனநிலையில் அப்போது அவன் இல்லை.

“என்ன சொன்னாய்?” முட்டுக் கொடுத்துக் கொண்டிருந் தவர்களில் ஒருவன் திரும்பிப் பார்த்துக் கேட்டான். பின்னர், முகவாயைப் பதித்துக்கொண்டு தரையோடு தரையாக ஒட்டிப் படுத்தபடியே கல்லொன்றைக் கவனமுடன் பொருத்தலானான். தோண்டுவதைக் கணமேனும் நிறுத்தாமலே, காய்ந்த குரலில் அந்தக் கோஷத்தை மீண்டும் கூறினான் ஜோகின்.

“கடைசி வார்த்தை என்ன? மறுபடியும் சொல்லு.”

“வெற்றி.”

“பலே! பொருத்தமான பதம்தான் இங்கே.”

“இங்கே பொருந்துவதாக இன்னொன்றும் உண்டு.”

ரட்சா மந்திரங்கள் போல அடுத்தடுத்து வீசலானான் ஜோகின், “முழங்கால்தேய மண்டியிட்டு வாழ்வதைவிடக் காலை ஊன்றி நின்று இறப்பதே மேல் என்கிறாள் பாஷனேரியா.”

“பேஷ்! இதுவும் இங்கே பொருத்தம்தான்” என்றான் முகவா யைப் பதித்திருந்தவன். ஆனால் இன்னொருவனோ, தலையைத் திருப்பி, “இல்லை, தவறு அது. இங்கே நாம் நெடுஞ்சாண் கிடையாகக் கிடக்கிறோமே தவிர மண்டியிட்டிருக்கவில்லை” என்று கிண்டல் செய்த பின்னர் ஜோகினைப் பார்த்து. “ஏய் கம்யூனிஸ்ட், உன்னைத் தானே? இந்த இயக்கம் ஆரம்பித்த பிறகு நீ சொல்லும் பாஷனேரி யாவுக்கு ரஷ்யாவில் ஒரு மகன் பிறந்து, இப்போது அவனுக்கு உன் வயதும் ஆகிவிட்டது என்பது உனக்குத் தெரியுமா?” எனச் சீண்டினான்.

“இல்லை, அது பச்சைப் பொய்தான்” என்று ஜோகின் மறுத்தான்.

“நன்றாகப் போட்டாய் போ! பொய்யா அது? அபூர்வப் பெயருடன் முன்பு வந்திருந்தானே வெடி வைக்க, அவன்தான் அந்தச் செய்தியை எனக்குச் சொன்னான். அவனும் உன் கட்சியைச் சேர்ந்தவன்தான். ஏன் அவன் புளுகவேண்டும்?”

“இல்லை, புளுகேதான். போரில் பங்கெடுக்கவிடாமல் பையனை ரஷ்யாவில் மறைத்து வைக்கும் ஈனச் செயலை அவன் செய்யவே மாட்டான்.”

“இப்போது நான் ரஷ்யாவில் இல்லையே என்று இருக்கிறது எனக்கு. ஏன் கம்யூனிஸ்டே, உன் பாஷனேரியா இப்போது என்னை இங்கேயிருந்து ரஷ்யாவுக்கு அனுப்பிவைப்பாளா, சொல்லு” என்றான் மற்றுமொருவன்.

“உன் பாஷனேரியாவிடம் உனக்கு அத்தனை நம்பிக்கை உண்டென்றால், எங்கே எங்களை இங்கிருந்து அப்பால் கொண்டு

போகச் சொல்லு பார்ப்போம்” என்றான், துடையில் கட்டுப் போட்டுக் கொண்டிருந்த பிரிதொருவன்.

“அவள் வேண்டாம். ஃபாஸிஸ்டுகளே அதைச் செய்து விடுவார்கள்” மண்ணில் முகவாயைப் பதித்திருந்தவன் சொன்னான்.

“இப்படியெல்லாம் பேசாதே” என்றான் ஜோகின்.

“போகட்டும் போ, உன் அம்மா புகட்டிய பால் உன் உதட்டில் இன்னும் ஒட்டிக்கொண்டிக்கிறது: அதைத் துடைத்துவிட்டு, உன் தொப்பியில் மண்ணை நிரப்பிக்கொடு என்னிடம். நம்மில் யாருமே இன்று அஸ்தமனத்தைப் பார்க்கப் போவதில்லை.”

அந்தப் பேச்சில் சம்பந்தமே படாமல் சிந்தனையில் மூழ்கி யிருந்தான் ஸோர்டோ. ‘மேகப்புண் போலவே இருக்கிறது, இந்தக் குன்று. கன்னியொருத்தியின் காம்பில்லாத மார்பகம் போல அமைந் திருக்கிறது என்றும் சொல்லலாம். இல்லாவிட்டால், எரிமலையின் மேல் கூம்புக்கும் ஒப்பிடலாம். ஆனால் நீதான் எரிமலையையே பார்த்ததில்லையே? இனிப் பார்க்கும் சந்தர்ப்பமும் உனக்குக் கிடைக்கப் போவதில்லையே? எனவே எரிமலையை விட்டுவிட்டு மேகப்புண்ணுக்கே ஒப்பிடலாம்; எரிமலையைக் காணும் காலம் கடந்துவிட்டது உனக்கு.

இறந்து கிடந்த குதிரையின் திமிலுக்கு இப்புறமும் அப்புறமும் மிக ஜாக்கிரதையாகப் பார்த்தான். உடனே, சரிவின் கீழ்ப்புறக் கற்பாறையொன்றின் பின்னாலிருந்து இயந்திர பீரங்கி வேகமாகச் சுடத்தொடங்கிவிட்டது. அந்தத் தோட்டாக்கள் குதிரையின் உடலில் சொத்தெனப் பாய்ந்த சப்தத்தை அவன் கேட்டான். குதிரைக்குப் பின்னாலேயே ஊர்ந்து சென்று, அதன் பின்பகுதிக்கும் பாறைக்கு மிடையே இருந்த இடுக்கு வழியாக நோட்டம் விட்டான். சற்றுத் தூரத்தில் மூன்று சடலங்கள் கிடக்கக் கண்டான். தானியங்கித் துப்பாக்கியும் இயந்திர பீரங்கியும் கக்கிய குண்டுகளைத் துணையாகக் கொண்டு உச்சிமீது விரைந்தேற முயன்ற ஃபாஸிஸ்டுகளின் பிணங் களே அவை. கையெறி குண்டுகளை வீசியெறிந்தும், உருட்டிவிட்டும் அவனும் மற்ற ஐவரும் அந்தத் தாக்குதலை முறியடித்திருந்தனர். குன்றுச்சியின் பின்புறங்களில் அவன் பார்வைக்கு எட்டாதபடி ஏனைய சவங்கள் கிடந்தன. தாக்குதலுக்கு இலக்கு ஆகாமல் அந்த உச்சியை எட்டிப் பிடிக்க வாட்டமான வழியேதும் எதிரிகளுக்கு இருக்கவில்லை. எனவே, தனக்குத் துணையாக நால்வர் நின்று, தன்னிடம் தோட்டா ரவை, கையெறி குண்டுகளும் இருக்கும் வரையில் அங்கிருந்து தன்னை அசைக்க முடியாது என்பதை அறிந் திருந்தான் ஸோர்டோ. சக்கர வண்டி பீரங்கியொன்றைக் கொண்டு வந்தால் மட்டுமே தன்னை அகற்ற முடியும் என்று தேர்ந்தான். ‘அப்படியொரு பீரங்கியை அனுப்பி வைக்குமாறு லாகிராஞ்ஜாவைக்

கேட்டிருப்பார்களோ? மாட்டார்கள் என்றே நினைக்கிறேன். ஏனெனில், விரைவில் விமானங்கள் வந்து விடுவது உறுதி. ரோந்து விமானம் வந்து போய்த்தான் நாலு மணிநேரம் ஆகிவிட்டதே' என்று தனக்குத் தானே கூறிக்கொண்ட அவனது சிந்தனை திரும்ப வும் அந்தக் குன்றின் உருவத்தில் லயித்தது.

'மெய்யாகவே மேகப்புண் போலத்தான் இந்தக் குன்று இருக்கிறது. அதிலிருந்து வடியும் சீழ்தான் நாமெல்லாம். பொறுக்குப் போல இறைந்து இறைந்து கிடக்கிறார்கள் எதிரிகள். இப்படிப் பலர் சாக அவர்களது முட்டாள்தனமே காரணம். நம்மை அந்த முறையில் பிடித்துவிட முடியுமென அவர்கள் எப்படி எண்ணினார்கள்? அவர்களிடம் இருக்கும் அதிநவீன ஆயுதங்கள் தான் அசட்டு நம்பிக்கையை ஊட்டி அவர்களை அறவே அறிவை இழக்கச் செய் திருக்கின்றன. பாதிக் குனிந்தபடி ஓடிவந்த அவர்களுக்குத் தலைமை தாங்கிய வாலிப அதிகாரியைக் கேவலம் ஒரு கையெறி குண்டை வீசியெறிந்தே கொன்றுவிட்டேன். உருண்டு புரண்டு குதித்துப் பாய்ந்து ஓடிய அந்தக் குண்டு மோதி வெடித்ததும் எழும்பிய மஞ் சள் ஒளியிலும் சாம்பல் நிறப் புகையிலும் அந்த அதிகாரி சுருண்டு விழுந்ததைக் கண்டேன். சிதறிய பழந்துணிப் பொதி போல இன்னமும் அவன் அங்கேயே கிடக்கிறான் 'அதுதான் அந்தத் தாக்குதலில் அவர்கள் அதிக தூரம் முன்னேறிய இடம்'– அந்தச் சடலத்தையும், அதற்குக் கீழேயிருந்த மற்றவர்களையும் நோக்கியபின் மறுபடியும் ஆலோசனையில் ஆழ்ந்தான் ஸோர்டோ: 'அவர்கள் தைரியசாலிகள்தான் என்றாலும் மடையர்களே. ஆனாலும் விமானங் கள் வரும் வரையில் நம்மைத் திரும்பவும் தாக்கக் கூடாது என்ற விவேகமும் அவர்களுக்கு இருக்கிறது. சக்கர பீரங்கி வருவதாயிருந் தால்தான் அப்படித் தாக்க முற்படலாம். அது வந்துவிட்டதானால் அப்புறம் விவகாரம் வெகு சுலபமாகிவிடும். அதுதான் இப்படிப்பட்ட நிலையில் சாதாரணமாகப் பயன்படுத்த வேண்டியதாகும்' அது வந்த மாத்திரத்தில் தாங்கள் வீழ்ந்து விடுவோம் என்பதை அவன் நன்கறிந்திருந்தான். ஆயினும் விமானங்கள் வரலாமென எண்ணிய போதோ அந்தக் குன்றுச்சியில் ஆடையனைத்தும் அகன்று முழு முண்டமாகத்தான் நிற்பதுபோலப்பட்டது அவனுக்கு. ஆடை மட்டுமின்றித் தோலும்கூட நீக்கப்பட்டுவிட்டது போலத் தோன்றி யது. "அதைவிட அம்மணமான நிலையை என்னால் நினைத்தே பார்க்க முடியவில்லை. அதனுடன் ஒப்பிடும்போது, தோலுரிக்கப் பட்ட முயல்கூடக் கம்பளிக் கரடிபோலவே காண்கிறது. ஏன் தான் விமானங்களை அவர்கள் கொண்டு வரவேண்டுமோ? சக்கர பீரங்கியைக் கொண்டே இங்கிருந்து நம்மை அவர்கள் சுலபமாக அகற்றிவிட முடியுமே? இருந்தாலும் தங்கள் விமானங்களைப்

பொறுத்துத் தற்பெருமை அவர்களுக்கு அதிகம்; ஆகவே, கொண்டு வந்தாலும் வருவார்கள். சுயமாகவே சுடும் ஆயுதங்கள் இருந்த செருக்கில் மடத்தனமாகத் தாக்கினார்களே, அதைப்போல. ஆனாலும் சக்கர பீரங்கிக்கும் அவர்கள் சொல்லியனுப்பியிருப்பார்கள் என்பதில் எனக்குச் சந்தேகமேயில்லை.' இந்த ரீதியில் சென்ற ஸோர் டோவின் சிந்தனை, அவன் சகாக்களிலொருவன் சுட்ட சப்தத்தினால் கலைந்தது. அவன் மறுபடியும் ஒரு ரவையைத் துரிதமாகக் கிளப்பி யதைக் கண்டதும், “ரவைகளை அனாவசியமாகச் செலவழித்து விடாதே” என்று எச்சரித்தான்.

“அந்தத் தட்டுவாணிப் பெற்ற பயல்களிலொருத்தன். அதோ அந்தப் பாறையை எட்டிப் பிடித்து விடப் பார்த்தான்” என அவன் சுட்டிக்காட்டினான்.

தலையைச் சிரமத்துடன் திருப்பிப் பார்த்து, “உன் ரவை அவன்மேல் பாய்ந்ததா?” என்று ஸோர்டோ கேட்டான்.

“இல்லை, அந்தக் குச்சுக்காரி மகன் குபுக்கெனப் பதுங்கி விட்டான்.”

“எல்லாக் குச்சுக்காரிகளிலும் கடைந்தெடுத்தவள் பிலார்தான். நாம் இங்கே செத்துக் கொண்டிருப்பது அந்தத் தட்டுவாணிக்குத் தெரிந்தேயிருக்க வேண்டும்” என்றான், மண்ணில் முகவாயை வைத்திருந்தவன்.

“அவளால் எந்த உதவியும் செய்ய முடியாது” என்றான் ஸோர்டோ. தன் சீரான செவி இருந்த பக்கத்திலிருந்து பேச்சு வந்த படியால் தலையைத் திருப்பாமலே அவனால் கேட்க முடிந்தது. “என்னதான் செய்ய முடியும், அவளால்?” என்று கேட்டான், கேள்வி போட்டவனையே,

“ஏன், அந்தத் தட்டுக்கெட்ட பயல்களைப் பின்னாலிருந்து வளைக்கலாமே?”

“நன்றாய்ச் சொன்னாய் போ! குன்று பூராவையும் நிறைத்து நிற்கிறார்கள். அவர்களை எங்கிருந்து எப்படித் தாக்குவாள்? ஏற்கனவேயே நூற்றைம்பது பேர் இருந்தார்கள்; இப்போது இன்னும் பலர் சேர்ந்திருக்கலாம்.”

“இருட்டும் மட்டும் நம்மால் தாக்குப் பிடிக்க முடிந்தால்” என்று ஜோகின் இழுத்தான்.

“ஈஸ்டரின் போது கிறிஸ்துமஸ் வந்தால்” என்று தானும் இழுத்துப் பேசி அவனைக் கேலி செய்தான், மண்ணில் முகவாயை ஊன்றியிருந்தவன்.

“உன் அத்தைக்கு மீசை முளைத்தால்... சித்தப்பாவாகி விடுவாளடா! இதோ பார், உன் பாஷனேரியாவுக்குச் சொல்லி

யனுப்பு. அவளால் மட்டுமே நமக்கு உதவ முடியும்" என்று இன்னொருவனும் கிண்டலில் சேர்ந்து கொண்டான்.

"அவளுக்கு மகன் உண்டு என்று சொன்னதை நான் நம்பமாட்டேன். அப்படியே ஒருத்தன் இருந்தாலும் விமானியோ வேறேதாவதோ ஆவதற்குத்தான் பயிற்சி பெற்றுக்கொண்டிருப்பான்" என்றான் ஜோகின்.

"இல்லை, பத்திரத்தை உத்தேசித்து அங்கே ஒளித்துத்தான் வைத்திருக்கிறாள்."

"தத்துவங்களைப் படித்துக் கொண்டிருக்கிறான் அந்தப் பிள்ளை. உன் பாஷனேரியா அங்கே போய் வந்தாள். லிஸ்டரும் மாடஸ்டோவும் மற்றவர்களும் போய் வந்திருக்கிறார்கள் – அந்த அபூர்வப் பெயர் ஆசாமி சொன்னான்."

"திரும்பிவந்து உதவி செய்யத்தான் படித்துப் பயில அங்கே அனுப்பப்பட்டார்கள்" என்று ஜோகின் விட்டுக்கொடுக்காமல் பேசினான்.

"அந்த உதவியை இப்போது நமக்குச் செய்யட்டுமே! சுரண்டிக் கொழுக்கும் அந்த ரஷ்யத் தடிப்பயல்களெல்லாம் உடனடியாக வந்து உதவட்டுமே!" என்று சீறியபடிச் சுட்ட இன்னொருவன்,

"அடடா, இந்தத் தடவையும் அவன் தப்பிவிட்டானே!" என்று அங்கலாய்த்தான்.

"உன் ரவைகளை வீணடிக்காதே. வாய் கிழியப் பேசவும் பேசாதே. நாக்கு வறண்டுவிடும். இந்தக் குன்றில் தண்ணீரே கிடை யாது" என எச்சரிக்கை விடுத்தான் ஸோர்டோ.

"இதைப் பிடியும்" என்றபடிப் புரண்டு படுத்த சகா, தன் தோளி லிருந்து தொங்கிய மதுக்குடுவையைத் தலை வழியாகக் கழற்றி ஸோர்டோவிடம் கொடுத்தான். வாயில் விட்டுக் கொப்புளியும், கிழவரே. காயம்பட்டிருக்கும் உமக்குக் கட்டாயம் கடும் தாகம் இருக்கத்தான் இருக்கும்."

"எல்லோருமே பங்கிட்டுக் கொள்வோம்."

"அப்படியானால் முதலில் நான் கொஞ்சம் குடித்து விடுகிறேன்" என்று சொன்ன சொந்தக்காரன், நெடு நேரம் தன் வாய்மீது தூக்கிப் பிடித்திருந்தபின் அந்த தோல் புட்டியை அடுத்தவனிடம் கொடுத்தான்.

"விமானங்கள் எப்போது வருமென எண்ணுகிறீர் ஸோர்டோ?" மண்ணில் முகவாயைப் பதித்திருந்தவன் கேட்டான்.

"எந்தக் கணத்திலும் வரலாம். முன்பே அவை வந்திருக்க வேண்டும்."

“அந்த விபசாரி பெற்ற பயல்கள் நம்மை மறுபடி தாக்குவார்கள் என்று நினைக்கிறீரா?”

“விமானங்கள் வராவிட்டால்தான் தாக்குவார்கள்” என்றான் ஸோர்டோ. சக்கரவண்டி பீரங்கியைப் பற்றிச் சொல்வது அவசிய மென அவனுக்குத் தோன்றவில்லை.

“அவர்களிடம் எத்தனை விமானங்கள் உண்டோ, அதை அந்த ஆண்டவனே அறிவான், நேற்றே நிறையப் பார்த்தோம்.”

“ஏராளமாகத்தான் இருக்கின்றன” என்று ஸோர்டோ சொன் னான். தலைவலி தாளமுடியாததாக இருந்தது. கையில் காயம் கட்டித் தட்டியபடியால் அதை அசைக்கும் போதும் தாங்க முடியாத படி வலித்தது. காயம்படாத கையில் மதுக்குடுக்கையைப் பிடித்துக் குடிக்க முற்பட்டபோது ஆகாயத்தை அவன் அண்ணாந்து பார்க்க நேர்ந்தது. அந்த இளவேனிற் பருவ நீல வானம் மேகங்களின்றிப் பளிச்செனத் துவங்கியது. ஐம்பத்திரண்டு வயதாகிவிட்ட தான் அதைக் காண்பது அதுவே கடைசி முறையெனத் தீர்மானித்து விட்டான் அவன். இறப்பது குறித்து அவனுக்கு அச்சமேயில்லை; மரிப்பதற்கு மட்டுமே.

பிரயோசனப் படத்தக்கதான அந்தக் குன்றின் உச்சியில் தான் சிக்கிக்கொண்டு விட்டதாலேயே அவனுக்குக் கோபமெல்லாம். ‘தாக்குதலிலிருந்து நம்மால் தப்ப முடிந்திருக்குமானால் அதைவிடத் தரமானது வேறிருப்பதற்கில்லை. இல்லாவிடில், பள்ளத்தாக்கின் நீளம் நெடுகிலும் எதிரிகளை இழுத்தடிக்கும் வாய்ப்பாவது நமக்கு கிடைத்திருக்கலாம். அதுவும் இல்லையானால், சாலையைக் கடந்து தப்பியோடும் சந்தர்ப்பம் கிட்டியிருந்தாலும் கூட நன்றாயிருந்திருக்கும். அதெல்லாம் இல்லாமல் இந்த மேகப் புண்குன்றில் வந்து மாட்டிக் கொண்டு விட்டோம். இருந்தாலும் இதையும் இயன்றவரையில் ஒன்றாகப் பயன்படுத்தப் பார்ப்பதே சரி; இதுவரையிலும் இதை அப்படி நாம் உபயோகித்திருப்பதாகவே கூறவேண்டும்’ இந்த ரீதியில் ஓடியது ஸோர்டோவின் சிந்தனை.

இறப்பதற்குக் குன்றைப் பயன்படுத்தும் நிர்ப்பந்தம் வரலாற்றில் எத்தனையோ பேருக்கு ஏற்பட்டிருப்பது மெய்தான். ஆனால் அந்த விவரம் தெரிந்திருந்தாலும் அப்போதைய நிலையில் அவன் மனம் தெம்பு பெற்றிராது என்பது திண்ணம். மற்றவர்களின் அன்புக் கணவர்களும் மாண்டதுண்டு என்பது தெரியாதா, அன்றே கணவனை இழந்து அழுது புலம்புபவளுக்கு? தெரிந்திருந்தும் தேறுதல் பெற அவளால் இயலாதது போலவே, அப்போது ஸோர்டோ இருந்த நிலையில் இருப்பவர்களும் தமக்கு முன்பு அதே கதிக்குப் பலர் ஆளானதிலிருந்து ஆறுதல் பெறமுடியாது. அது குறித்து அச்சம் இருக்கிறதோ இல்லையோ, மரணத்தை ஏற்பதென்பது

எவருக்கும் கடினம்தான். எனவே, ஸோர்டோ அதை ஏற்கத் தயா ராகி விட்டபோதிலும், அவனுக்கு ஐம்பத்திரண்டு வயதானதுடன் மூன்று காயங்களுடன் அந்தக் குன்றில் வளைக்கப்பட்டிருந்த போதிலும் கூட அந்த ஏற்பில் இனிமை இராதது இயற்கையே.

அது குறித்துத் தன்னைத் தானே கிண்டல் செய்து கொண்டபடி வானத்தையும், தூரத்தில் தெரிந்த மலைகளையும் நோக்கிய அவன், மதுவை விழுங்கினானேயல்லாமல் விரும்பிப் பருகவில்லை. 'எவனும் இறந்தேயாக வேண்டும் என்றால் அப்படிச் செத்தே தீரவேண்டும் என்பதும் தெளிவுதான். நான் சாகத் தயார்தான். ஆனாலும் மரணத்தை நான் வெறுக்கவே செய்கிறேன்' என்று மனத்துள் கூறிக் கொண்ட அவனுக்கு சாவில் கஷ்டமேதும் இருந்ததாகத் தோன்ற வில்லை. அதைப்பற்றி எவ்விதக் கற்பனையோ கலக்கமோ கடுகளவும் அவனிடம் கிடையாது. ஆனால் வாழ்வைக் குறித்து வளமான நினைவுகள் நிறையவுண்டு. 'வாழ்வென்றால் மலைச் சரிவிலுள்ள வயலில் காற்றுப் பட்டு அசைந்தாடும் கதிர்போலக் குதியாட்டமே. விண்ணில் விர்ரென்று விரையும் வல்லூறு போன்று சந்தோஷமுடன் சிறகடிப்பதே வாழ்க்கை. களத்தில் கதிரடிக்கப்பட்ட பின் பதர் ஊதப்படுகையில் எழும் புழுதியிடையே மண் கூஜாவிலிருந்து சுரக்கும் தண்ணீர் போலத் தண்ணென அமைவதே வாழ்வு. காலின் கீழ் துப்பாக்கி தொங்க, குதிரை மீதேறிக் குன்றையும் பள்ளத்தாக் கையும் மருங்கிலே மரங்கள் கொண்ட ஓடையையும் கடந்து அப்பாலுள்ள குன்றுகளை நோக்கிக் குதூகலத்துடன் செல்வதே வாழ்க்கை' இப்படிப் பலப்பல இனிய நினைவுகள் வசப்பட ஸோர்டோ, மதுக் குடுக்கையைத் திருப்பிக் கொடுத்துவிட்டு, நன்றி கூறும் முறையில் தலையை ஆட்டினான். பின்னர் முன்புறம் சாய்ந்து, தானியங்கித் துப்பாக்கியின் குழல் தோலைத் தீய்த்திருந்த தன் குதிரையின் தோளைத் தட்டிக் கொடுத்தான். அங்கு மயிர் பொசுங்கிய போது எழும்பிய நாற்றம் இன்னும் அவன் மூக்கை விட்டு அகலவில்லை. திரையை போலச் சுற்றிலும் சோனாமாரியாகச் சூழ்ந்துகொண்டு சீறி வெடித்துக் கிசுகிசுத்த குண்டுகளிடையே நடுங்கி நின்ற அந்தக் குதிரையை அவ்விடத்திலேதான் எப்படிப் பிடித்துக் கொண்டோம், அதன்பின் இரு கண்களுக்கும் காதுகளுக்கு மிடையே குறுக்குக் கோடுகளை எப்படி மானசீகமாக வரைந்து மையத்தைச் சரியாகக் கணக்கிட்டுக் கவனமுடன் சுட்டோம் என்பதையெல்லாம் அவன் அப்போது எண்ணிப் பார்த்தான். அந்தக் குதிரை சரிந்து விழுந்ததும் வெதுவெதுப்பும் வியர்வையும் கூடிய அதன் முதுகின் பின்னால் மண்டியிட்டபடி எதிரிகளைச் சுடத்துவங்கியதையும் நினைத்தான். "ஆனாலும் அபாரமான குதிரையாகத்தான் நீ இருந்தாய்" என்று அந்தச் சடலத்தை

வாய்விட்டுப் பாராட்டிவிட்டு, காயமுறாத புறத்தை நீட்டிப்படுத்த படித் திரும்பவும் வானத்தை நோக்கலானான்... ரவைகளின் காலியுறைக் குவியலே அவன் மஞ்சம். அவனது தலையைப் பாறை மறைத்திருந்தது. உடலோ, குதிரையின் பின் கிடந்தது. காயங்களில் ரத்தம் கெட்டியாகக் கட்டியாகிக் கடும்வலி தந்தது. அசையவே முடியாதபடிக் களைப்பும் மேலிட்டிருந்தது.

"வேதனை தாங்க முடியவில்லையா, கிழவரே?" என்று கேட்டான், அடுத்திருந்தவன்.

"ஒன்றுமில்லை. சிறிது ஓய்வெடுக்கிறேன்; அவ்வளவுதான்."

"தூங்கும். அவர்கள் வந்ததும் நம்மை எழுப்புவார்கள்" என எதிரிகளைக் குறித்தான் அந்தச் சகா.

அப்போது சரிவின் கீழ்ப்பகுதியிலிருந்து யாரோ கூவுவது கேட்டது, "நாங்கள் சொல்வதைக் கேளுங்கள், கொள்ளைக்காரர்களே! உடனே சரணடைந்துவிடுங்கள். இல்லாவிட்டால் விமானங்கள் உங்களைச் சின்னாபின்னமாக்கிச் சிதறடித்துவிடும், ஜாக்கிரதை!" – அனைத்திலும் அருகாமையிலிருந்த தானியங்கித் துப்பாக்கி மறைத்து வைக்கப்பட்டிருந்த கற்குவியலுக்குப் பின்னாலிருந்தே அந்தக் குரல் வந்தது.

"அவன் என்ன சொல்கிறான்?" என ஸோர்டோ வினவினான். உடனே ஜோகின் அதை அவனுக்குச் சொன்னான். அதைக் கேட்டதும், அவன் புரண்டு படுத்தபின் மெள்ள எழுந்தான்; தன் துப்பாக்கிக்குப் பின் திரும்பவும் மண்டியிட்டான். "விமானங்கள் வராமலே போகலாம். அவர்களுக்குப் பதிலேதும் சொல்லாதீர்கள். சுடவும் வேண்டாம். முடிந்தால் அவர்களே மறுபடி தாக்கும்படியும் செய்யலாம்" எனத் தன் சகாக்களுக்குக் கூறினான்.

"வேண்டுமானால் அவர்களைக் கொஞ்சம் திட்டித் தூண்டு வோமே" என்றான். ரஷ்யாவில் பாஷனேரியாவின் பையன் இருந்த தாக ஜோகினிடம் கூறியவன்.

"வேண்டாம். உன் பெரிய கைத்துப்பாக்கியை என்னிடம் கொடு, வேறு யாரிடமாவது இருக்கிறதா?"

"இதோ."

"என்னிடம் கொடு அதை" என்று கூறிப் பதுங்கியபடியே ஸோர்டோ பெற்றுக்கொண்டான், 9 மில்லி மீட்டர் குறுக்களவுள்ள குழல்கொண்ட அந்த ஸ்டார் துப்பாக்கியைப் பின்னர், குதிரைச் சடலத்தின் பின்னால் தரையை நோக்கி ஒரு முறை சுட்டான். சற்று நேரம் பொறுத்துப் பார்த்தபின் கூடுதலும் குறைவுமாக இடைநேரம் விட்டு மேலும் நான்கு வேட்டுகளைத் தீர்த்தான்.

அறுபது எண்ணி முடிக்கும் வரையில் காத்திருந்த பிறகு கடைசி ரவையாக ஒன்றைக் குதிரையின் உடலிலேயே பாய்ச்சினான். சிரித்தபடியே அந்தக் கைத்துப்பாக்கியைத் திருப்பிக் கொடுத்து புது ரவைகளைப் போடு இதில். எவரும் சுடாதீர்கள். வாயைத் திறக்கவும் கூடாது" என உத்தரவிட்டான்.

"கொள்ளைக்காரர்களே!" என்று மீண்டும் கூப்பாடு வந்தது, கற்குவியலுக்குப் பின்புறமிருந்து. குன்றுச்சியில் இருந்தவர்கள் பதில் பேசவில்லை. எனவே, "கொள்ளைக்காரர்களே, உங்களை நாங்கள் கண்டதுண்டமாக்குமுன் நீங்களே மரியாதையாகச் சரணாகி விடுங்கள்" எனத் திரும்பவும் குரல் ஒலித்தது, "நாம் வீசிய தூண்டிலை அந்த மீன்கள் கவ்வுகின்றன" எனக் களிப்புடன் கிசுகிசுத்தான் ஸோர்டோ, கற்குவியலுக்கு மேல் எதிரியொருவன் தலை தூக்கி நோக்கியதை அவன் கவனித்தான். அப்போதும் குன்றுச்சியிலிருந்து எவரும் சுடவில்லை. எனினும் அந்தத் தலை திரும்ப மறைந்தது. ஸோர்டோ கவனித்தபடி காத்துக் கிடந்ததுதான் மிச்சம், ஏதும் நடக்கவில்லை. தலையைத் திருப்பி, தத்தம் சரிவுப் பகுதிகளைக் கண்கொட்டாமல் கவனித்துக்கொண்டிருந்த தன் சகாக்களைப் பார்த்தான். அந்த இடங்களிலும் எதுவும் நடக்கவில்லை என்பதைக் குறிக்கும் வகையில் அவர்கள் தலையசைத்தனர். "யாரும் அசை யாதீர்" என அவர்களுக்கு ஆக்ஞையிட்டான். "தட்டுவாணிப் பெற்ற பிள்ளைகளே!" எனக் கற்குவியலுக்குப் பின்னாலிருந்து மறுபடியும் குரல் கூவியது. "கம்யூனிஸ்ட் பன்றிகளே! தாயைக் கெடுத்தவர்களே! தந்தையைக் கொன்றவர்களே!" என்றெல்லாம் விதவிதமான வசை மொழிகள் அடுத்தடுத்து வந்தன. சீரான காதைத் திருப்பிக் கேட்ட தால் அவையனைத்தும் ஸோர்டோவுக்கு லேசாகக் கேட்டன. அவனுக்குச் சிரிப்பு வந்தது. 'தலைவலி மாத்திரையைவிடத் தரமானதே இது. இந்த முறை எத்தனை காவு கிடைக்கும் நமக்கு? அப்படிப் பலியாகுமளவு முட்டாள்தனமாகவா அவர்கள் நடந்து கொள்வார்கள்? என்ற எண்ணமும் மூண்டது. அதற்கிடையே கற்குவியலுக்குப் பின்னிருந்து வந்த குரல் மறுபடி மவுனமாகிவிட்டது. மூன்று நிமிட நேரம் வரையில் எவ்வித அரவமோ அசைவோ இல்லை. அதன்பின் சரிவில் நூறு கஜ தூரத்துக்கு அப்பால் இருந்த ஒரு பாறைக்குப் பின்னாலிருந்து ஓர் எதிரி வெளிப்பட்டுச் சுட்டான்; குன்றுப் பாறைமீது ரவை பட்டுக் கிறீச்சிட்டபடிப் பாய்ந்தது. அடுத்து, தானியங்கித் துப்பாக்கி இருந்த கற்குவியலுக்கும் பின்புற மிருந்து ஒருவன் வெளிவந்ததை ஸோர்டோ கண்டான். குனிந்த வாக்கில் ஓடித் திறந்தவெளியைக் கடந்த அவன், முதலில் சுட்டவன் மறைந்திருந்த பாறைக்குப் பின் பதுங்கினான். ஸோர்டோ தன் தோழர்களை நோக்கினான். மற்ற பகுதிகளில் நடமாட்டமேதும்

இல்லையென்பதாக அவர்கள் தலையசைத்துத் தெரிவித்தார்கள். ஸோர்டோவும் மகிழ்ச்சியுடன் சிரித்துத் தலையாட்டினான். 'தலைவலி மாத்திரையைவிடப் பத்து மடங்குக்கும் மேல் இது' என எண்ணிக் களித்தவனாய்க் காத்திருந்தான்; பொறியில் பிராணி சிக்கும்போது வேட்டைக்காரனுக்கு ஏற்படும் உவகையையே அவன் நிலைக்கு ஒப்பிடலாம்.

கீழேயோ, கற்குவியலிலிருந்து ஓடிப் பாறைக்குப் பின் பதுங்கி யவனுக்கு அவநம்பிக்கை. அந்த உதிரிப்படையின் தளபதியான அவன். "அதை நீ நம்புகிறாயா?" எனக் கேட்டான், அங்கு முன்பே மறைந்திருந்தவனை. "என்னால் சொல்லக்கூடவில்லை" என்றான் அவன்.

"தற்கொலைதான் தர்க்கநியதிக்கு ஒத்ததாகும். அவர்கள் வளைத்துக் கொள்ளப்பட்டிருக்கிறார்கள். சாவையன்றி வேறெதையும் அவர்கள் எதிர்பார்ப்பதற்கில்லை." மற்றவன் பதிலேதும் கூறாமல் போகவே "நீ என்ன நினைக்கிறாய்?" என்று திரும்பவும் வினவினான். "ஏதுமில்லை" எனப்பதில் வந்தது. "சுட்டபின் எவ்வித அசைவை யாவது கண்டாயா?" என்ற அடுத்த கேள்விக்கு "ஒன்றுமில்லை" என்னும் விடையே கிடைத்தது. அதிகாரி தன் கடிகாரத்தைப் பார்த்தான்; மூன்று மணியாவதற்குப் பத்து நிமிஷம் பாக்கியிருந்தது. "ஒரு மணி நேரத்துக்கு முன்பே விமானங்கள் வந்திருக்க வேண்டுமே" என்று அவன் கூறிய அதே நேரத்தில் இன்னொரு அதிகாரி அங்கு ஓடிவந்து ஒளிந்து கொண்டான். அவனுக்கு இடம் தரச் சிறிது ஒதுங்கிக் கொண்டான் சிப்பாய். "என்ன, பாகோ? உமக்கு எப்படித் தோன்றுகிறது, இந்த நிலைமை?" எனத் தளபதி, கேட்டான், அந்த இரண்டாவது அதிகாரியை.

"தந்திரமாகத்தான் படுகிறது" என்று பாகோ பதிலளித்தான்; தானியங்கித் துப்பாக்கி இருந்த இடத்திலிருந்து விரைந்தேறி வந்ததால் அவனுக்கு இரைத்துக்கொண்டிருந்தது.

"அப்படியொன்றும் அது இல்லாமலிருந்தால்? இறந்து கிடப்ப வர்களை முற்றுகையிட்டுக் கொண்டு இங்கே நாம் காத்துக்கிடப்பது கேலிக்கூத்தாகாதா?"

"கேலிக்கூத்தையும் விட மோசமானதை முன்பே நாம் செய்திருக் கிறோம். அதோ அந்தச் சரிவைச் சற்றுப் பாருங்கள்."

"சரிவின் மேலாகப் பார்வையை ஓடவிட்ட தளபதி சிகரத்துக்கு அருகில் செத்துக் கிடந்தவர்களை நோக்கினான்; இறைந்து கிடந்த கற்களுக்கிடையே லாடமடித்த குளம்புகள் கொண்ட கால்கள் ஸோர்டோவின் குதிரை வயிற்றிலிருந்து நீண்டு நின்றதைக் கண்டான்; பக்கத்தில், புதிதாகத் தோண்டப்பட்டிருந்த மண்குவியல்களையும் பார்த்தான்."

"சக்கரவண்டி பீரங்கிகள் சேதி என்ன?" என இரண்டாவது அதிகாரி அவனைக் கேட்டான்.

"இன்னும் ஒருமணி நேரத்தில் அவை இங்கு வந்துவிடும். முன்னாலேயே வரலாம்."

"அப்படியானால் அவை வந்து சேரும் வரையில் பொறுங்கள். முன்னாலேயே முட்டாள்தனத்தை வேண்டிய அளவில் காட்டியாகி விட்டது."

"ஆனால் தளபதி அதைக் காதில் போட்டுக்கொள்ளவில்லை. சரேலென எழுந்து நின்று, சிகரம் நெருக்கத்தில் இருப்பது போலக் காணுமளவுக்குப் பாறைக்கு மேல் தலையை நன்றாக உயர்த்தி நிமிர்ந்தபடி, "கொள்ளைக்காரர்களே! கம்யூனிஸ்ட் பன்றிகளே! கோழைகளே!" எனத் திரும்பவும் திடுமெனக் கூப்பாடுகள் போடலானான். அதைக் கண்டதும் சிப்பாயை இரண்டாம் அதிகாரி பார்த்து அதிருப்தியைக் காட்டும் விதத்தில் தலையை ஆட்டினான். சிப்பாய் ஏதும் கூறாமல் தலையைத் திருப்பிக் கொண்ட போதிலும் அவனது உதடுகள் இறுகியது தெரிந்தது. தளபதியோ அதையெல்லாம் கவனிக்காமல் கைத்துப்பாக்கிப் பிடியைப் பற்றியவனாகத் தலையைப் பாறைக்குமேல் பின்னும் உயர்த்தி உச்சியை நோக்கிச் சரமாரியாக வசைமொழிகளைப் பொழிந்தான். ஏதும் நடக்காமற் போகவே பாறை மறைவிலிருந்து முற்றிலும் வெளிப்பட்டுச் சிகரத்தை நோக்கி நின்றுகொண்டு, "உயிரோடிருந்தால் சுடுங்களடா, அடே குச்சுக் காரிக்குப் பிறந்த கோழைகளே. எந்தக் கம்யூனிஸ்டுக்கும் பயப்படாத என்னைப் பார்த்துச் சுடுங்களேன்டா" என்று கத்தினான். கடைசி வாக்கியம் நீளமானதாகையால் அதைக் கூவி முடிப்பதற்குள் மூச்சுத் திணறி முகம் சிவந்துவிட்டது அவனுக்கு. அப்படி ஆனந்தம் அளவு கடந்து கத்திய அந்தத் தளபதி தான் முறிவுற்ற முதல் தாக்குதலை நடத்தவும் கட்டளையிட்டவன்.

அதைக் கேட்டதும் இரண்டாவது அதிகாரியான லெப்டி னெண்ட் அதிருப்திக்கு அறிகுறியாகத் திரும்பவும் தலையை ஆட்டி னான். ஒல்லியாக இருந்தான் அவன். வெயிலில் காய்த்துப் போயிருந்த அவனது கண்களில் அமைதி குடிகொண்டிருந்தது. மெலிந்து நீண்ட உதடுகளும், அவற்றின்மீது மயிர்க் குருத்துக்களுமாகக் காணப்பட்ட அவனுடைய முழுப் பெயர் பாகோ பெரெண்டோ. சிகரத்துக்குச் சமீபத்தில் செத்துக் கிடந்த இளம் அதிகாரி அவனுக்கு உயிர்ச் சிநேகிதனான இருந்தவன்.

"என் சகோதரியையும் தாயையும் கொன்ற பன்றிகள் இந்தக் கம்யூனிஸ்டுகளே" என்று தொடர்ந்து திட்டிய தளபதிக்கு இயல் பாகவே சிவந்த முகம். பிரிட்டிஷார் பாணியில் இருந்தது, அவனது பழுப்பு மயிர் மீசை. புருவமயிரும் பழுப்பு நிறமே. அவற்றின் கீழிருந்த

விழிகளோ இளநீல வண்ணத்தில் இருந்தன. அந்தக் கண்களில் ஏதோ கோளாறு; மிக்க மெதுவாகவே அவற்றினால் பார்வையைப் பதிக்க இயன்றதாகத் தோன்றியது. திரும்பவும் "கம்யூனிஸ்டுகளே, கோழைகளே" என்று கூவித் திட்டுமாரியில் இறங்கினான் அந்தக் காப்டன். பாறை மறைவிலிருந்து அவன் அப்போது அறவே வெளிப் பட்டு விலகி வந்திருந்தான். கைத் துப்பாக்கியால் கவனமாகக் குறிபார்த்தவனாய், உச்சியில் தென்பட்ட திட்டமான ஒரே இலக்கு நோக்கிச் சுட்டான்; ஸோர்டோவுக்குச் சொந்தமாயிருந்த குதிரையின் சடலம்தான் அது. அந்தப் பிணத்துக்குப் பதினைந்து கஜ தூரம் இப்பால் ரவை பாய்ந்து புழுதியைக் கிளப்பியது. காப்டன் சுட்ட மற்றொரு ரவையும் பாறையின்மீது பட்டுத் தெறித்தது. சிகரத்தையே நோக்கியவனாக அவன் நிற்கையில் லெப்டினெண்ட் பெரெண் டோவோ, இறந்து விழுந்திருந்த தன் நண்பனான இளம் அதிகாரியையே பார்த்துக் கொண்டிருந்தான். சிப்பாயோவெனில் தரையையே நோக்கியபடியிருந்தான். சற்றுப் பொறுத்து அவன் தன்னை ஏறிட்டுப் பார்த்ததும் "அங்கே யாரும் உயிருடன் இல்லை. ஏறிப்போய்ப் பார்" என்று ஏவினான் காப்டன் பதிலேதும் கூறாமல் அவன் திரும்பத் தரையை நோக்கத் தொடங்கியதைக் கண்டதும், "நான் சொன்னது காதில் விழவில்லையா?" எனக் கத்தினான்.

"கேட்கிறது, காப்டன்."

"அப்படியானால் போவதற்கென்ன?"

"போக நான் விரும்பவில்லை, காப்டன்."

"என்னது, விரும்பவில்லையா?" அந்தச் சிப்பாயின் முதுகில் தன் கைத்துப்பாக்கியை அழுத்தியபடி திரும்பவும் கேட்டான் தளபதி. "போக விருப்பம் இல்லை என்றா சொன்னாய்?"

"எனக்குப் பயமாக இருக்கிறது, காப்டன்" கம்பீரத்துடனேயே சிப்பாய் பதிலளித்தான்.

"தளபதியின் முகத்தையும், விசித்திர விழிகளையும் உற்றுக் கவனித்துக் கொண்டிருந்த லெப்டினெண்ட் பெரெண்டோ, சிப்பாயை அவன் எந்தக் கணமும் சுட்டுவிடக்கூடுமென எண்ணியவனாய், "காப்டன் மோரா!" என்று விளித்தான்.

"என்ன, பெரெண்டோ?"

"சிப்பாய் சொல்வது சரியாகவே இருக்கலாம்."

"தனக்குப் பயமாக இருப்பதாக இவன் சொன்னது சரியென்றா சொல்கிறீர்? கட்டளைக்குக் கட்டுப்பட விருப்பமில்லை என்று இவன் சொன்னதையா சரியென்கிறீர்?"

"இல்லை. இந்த மௌனம் வெறும் தந்திரமென்று இவன் நினைப்பது சரியாக இருக்கலாம் என்றே சொல்கிறேன்."

 நற்றிணை பதிப்பகம் ★ 433

“அவர்களெல்லாம் செத்து எத்தனையோ நேரமாகி விட்டது... என்ன, நான் சொல்வது காதில் விழுந்ததா?”

“சரிவில் செத்துக் கிடக்கும் நம் தோழர்களைப் பற்றித்தானே கேட்கிறீர்கள்? ஆமாம். அவர்கள் செத்துவிட்டது மெய்தான்” என்று குத்தலாகக் கூறினான் பெரெண்டோ.

“மடையன் போலப் பேசாதீர், பாகோ. அங்கே இறந்து கிடக்கும் நம் சகா ஜூலியனிடம் உமக்கு ஒருவருக்கு மட்டும்தானா அக்கறையும் அன்பும்?... கம்யூனிஸ்டுகள் செத்துவிட்டார்கள் என்று தான் சொல்கிறேன். நீரே பாரும், இப்போது” என்று கூறியபடி நிமிர்ந்து நின்ற காப்டன் மோரா, பக்கத்தில் இருந்த பாறைமீது இரு கைகளையும் வைத்து எம்பினான். முதலில் முழங்கால்களை வைத்துப் பின் முண்டியடித்து ஏறி நின்று இரு கரங்களையும் வீசி ஆட்டியபடி, “சுடுங்கள், என்னைச் சுடுங்கள்! சுட்டுக் கொல்லுங்கள், பார்ப்போம்” என்று கூவினான்.

குன்றுச்சியிலோ, குதிரைப் பிணத்துக்குப் பின் கிடந்த ஸோர்டோ அவனைப் பார்த்துச் சிரித்தானே தவிரச் சுடவில்லை. ‘சே, எப்படிப் பட்ட மடையர்கள் இவர்கள்!’ என்று எண்ணியபோது பொத்துக் கொண்டு சிரிப்பு வந்துவிட்டது அவனுக்கு; அதிரச் சிரித்ததால் கையில் வலித்தபடியால் கூடியமட்டிலும் அதைக் கட்டுப்படுத்திக் கொள்ள அவன் முயன்றான். “ஏ கம்யூனிஸ்டுகளே! கசண்டுகளே! சுட்டுப்பாருங்கள், என்னைக் கொல்ல முயலுங்கள்!” என்று கீழேயிருந்து அறைகூவல் தொடர்ந்து வந்தது. சிரிப்பினால் மார்பு குலுங்கியபடிக் குதிரையின் வால் வளையத்தையொட்டி எட்டிப் பார்த்த ஸோர்டோ, கைகளை ஆட்டியவாறு பாறைமீது தளபதி நின்றதைக் கண்டான். அருகில் இன்னொரு அதிகாரியும், பாறையின் மறுபுறத்தில் சிப்பாயும் நின்றதையும் கவனித்தான். இடுக்கிலிருந்து கண்ணை எடுக்காமலேயே மகிழ்ச்சியுடன் தலையை ஆட்டி, “என்னைச் சுட்டுத்தள்ளுங்கள், கொன்று தீருங்கள்!” என்று தனக்குத் தானே மெதுவாகக் கூறிக் கொண்டான், அவனது தோள்கள் மீண்டும் குலுங்கின. அப்படி அதிர்ந்து சிரித்ததால் காயமுற்ற கரத்தில் நோவெடுத்தது. ஒவ்வொரு முறை சிரித்தபோதும் தலையும் வெடித்துவிடும்போல இருந்தது. ஆயினும் சிரிப்பு அவனை மறுபடியும் அலைக்காமலில்லை.

பாறையிலிருந்து இறங்கிய தளபதி, “நான் சொன்னதை இப்போதாவது நம்புகிறீரா, பாகோ?” என வினவினான்.

“இல்லை” என்றான் இரண்டாவது அதிகாரி.

“உம் தலை!” என்று பழிப்புக் காட்டிய தளபதி, “மடையர்களும் கோழைகளுமாகவே கூடியிருக்கிறீர்களே இங்கு” என அலுத்துக்

கொண்டான். பாறைக்குப் பின் மறுபடிப் பதுங்கிவிட்ட சிப்பாய்க்குப் பக்கத்தில் பெரெண்டோ அமர்ந்திருந்தான். தளபதியோ திறந்த வெளியிலேயே நின்றபடி குன்றுச்சியை நோக்கித் திரும்பவும் திட்டுமாரி பொழியத் தொடங்கினான். ஸ்பானிஷ் மொழிபோல அசிங்கப் பதங்கள் மலிந்த பாஷை வேறில்லை. ஆங்கிலத்திலுள்ள அத்தனை கெட்ட வார்த்தைகளுக்கும் அதில் நேர்ப்பதங்கள் உண்டு. அவைமட்டுமல்ல, மதநெறிக்கட்டுப்பாடுடன் போட்டி போட்டு மத தூஷணைகள் மலியும் நாடுகளில் மட்டிலுமே கையாளப்படும் அவ்வளவு சாபங்கள், வசவுகளுக்கும் அதில் பிரதிபதங்கள் இருக் கின்றன. பெரெண்டோவும் சிப்பாயும் மதபக்திமிகுந்த கத்தோலிக் கர்கள், நவாராப் பகுதியிலிருந்து வந்த கார்லிஸ்டுகள். ஆத்திரம் அடைந்தபோது சமய நிந்தனைச் சாபங்களைச் சொரிவதும் திட்டிக் கொட்டுவதும் அவர்களுக்கு வழக்கம் தானென்றாலும் அதை அவர்கள் பாவமாகவே பாவித்தவர்கள்; பின்னர் முறையாகப் பாவ ஒப்புதலும் புரிந்துவந்தவர்கள். எனவே, பாறைக்குப் பின் பதுங்கியபடி கிடந்த அந்நிலையில் தங்கள் காதுகளில் விழுந்த தளபதியின் சொற்கள் அவர்களுக்குக் கட்டோடு பிடிக்கவில்லை; அவனுடன் சேராததுடன் அந்த வார்த்தைகளையும் விலக்கியொதுக்கினார்கள். தாங்கள் இறந்துவிடத் தோது இருந்த தினத்தில் அந்தமாதிரிப் பாவப்பேச்சில் பங்கு கொண்டு மனத்தில் பளுவேற்றிக்கொள்ள அவர்கள் விரும்பவில்லை. மனசாட்சியை உறுத்துவதோடு நில்லாமல் துரதிருஷ்டத்தையும் அந்தப் பேச்சு தேடிக் கொண்டு வந்து சேர்க்கும் என்று சிப்பாய் எண்ணினான். கன்னிமாதாவைச் சந்திக்கிழுத்து நிந்தனை செய்வதால் துர்ப்பாக்கியம் திண்ணமென நினைத்ததோடு கம்யூனிஸ்டுகளையும் கேவலமான முறையில் தன் தளபதி திட்டு கிறானே எனத் தவித்தும் போனான் அவன். பெரெண்டோவின் மனமோ ஜூலியனை எண்ணி ஏங்கியது. ‘இந்தமாதிரி நாளில் அவன் சரிவில் செத்துக்கிடக்கிறானே! இந்த நாற்றவாய்த் தளபதியோ சமயம் தெரியாமல் சமய தூஷணையில் இறங்கி மேலும் துர்பாக்கி யத்தைத் தேடுகிறானே!” என அவன் துக்கித்தான்.

கத்துவதை நிறுத்திவிட்டு பெரெண்டோவின் புறம் திரும்பினான் தளபதி. அவன் விழிகள் வழக்கத்தையும்விட விசித்திரமாகத் தென்பட்டன.

“வாரும், பாகோ, நீரும் நானுமாக மேலே போவோம்” என அழைத்தான்.

“நான் வரவில்லை” எனப் பதில் வந்ததும் “என்ன சொன்னீர்?” என்று கேட்டபடித் திரும்பவும் கைத்துப்பாக்கியை உருவினான்.

‘இந்தமாதிரித் துப்பாக்கியை ஆட்டுபவர்களைக் கட்டோடு வெறுக்கிறேன் நான். அதை வெளியிலெடுக்காமல் இவர்களால்

உத்தரவே போட முடிவதில்லை. கக்கூஸுக்குப் போகும்போதுகூட துப்பாக்கியைத் தூக்கிப்போய்க் குடலுக்குக் கட்டளையிடுவார்கள் போலிருக்கிறது' என்று எண்ணமிட்ட பெரெண்டோ, "நீங்கள் கட்டளையிட்டால் வருகிறேன். ஆனால் ஆட்சேபத்தின் பேரிலேயே அப்படி வருவேன்" என்றான்.

"அப்படியானால் நான் தனியாகவே போகிறேன். இங்கே மண்டிக் கிடக்கும் கோழைத்தனத்தின் நெடியை என்னால் தாங்க முடியவில்லை" என்று கூறியபடிக் கைத்துப்பாக்கியை வலது கரத்தில் பிடித்தபடி சரிவில் நிதானமாக ஏறத் துவங்கினான் தளபதி. பெரெண்டோவும் சிப்பாயும் அவனையே கவனித்தவாறு இருந்தனர். எங்காவது மறைந்துகொள்ள எவ்வித எத்தனமும் செய்யாமல் சிகரத்திலிருந்த கற்குவியலையும், குதிரைச் சடலத்தையும், புதிதாகத் தோண்டப்பட்ட புழுதிக் குவியலையுமே பார்த்தபடி தளபதி நடந்தான். குதிரைக்குப்பின் ஒண்டிக்கொண்டிருந்தபடி ஸோர்டோவும் அவன் வந்ததை நோக்கினான்.

'சேச்சே, ஒருத்தன் தானே வருகிறான்! இவன் மட்டும்தானா நமக்குக் கிடைக்கப் போகிற காவு? இருந்தாலும் இவன் பேசும் தோரணையிலிருந்து இவன் பெரிய புள்ளி என்றே படுகிறது. நடந்து வருகிற பாணியைப் பார்; பிராணி போலல்லவா இருக்கிறான் இவன்! எனக்காகவே இப்போது இவன் வருகிறான். இவனைத்தான் என் இறுதிப் பயணத்தில் துணைக்கு அழைத்துச் செல்லப் போகிறேன். இவனும் அந்தப் பிரயாணத்துக்காகவே வருகிறான். வா, பயணத் தோழா, வா. விரைந்து வா. நேராக இங்கே வா. கடைசிச் சந்திப்பு காத்திருக்கிறது, வா. நிற்காமல் நடந்து வா. தாமதம் செய்யாமல் வேகமாக வா. இப்போது வருகிறபடியே வா, போதும் நின்று திரும்பிப் பார்த்து விடாதே அவர்களை. ஆமாம், அப்படித்தான்! கீழே தரையைக் கூடப் பார்க்காதே. நேராக நோக்கியபடியே தொடர்ந்து நடந்து வா... என்ன இது, இவன் மீசையும் வைத்திருக்கிறானே! அதைப் பற்றி நீ என்ன எண்ணுகிறாய் ஸோர்டோ?... மீசை முளைத்த ஆண்பிள்ளைதான் என் பயணத் தோழன். இவன் ஒரு காப்டன்தான்; கோட்டுக்கைதான் அதைக் கொட்டி முழக்குகிறதே! இவன் பெரிய புள்ளி என்றுதான் அப்போதே சொல்லவில்லையா? இவன் முகத்தைத்தான் பாரேன், இங்கிலீஷ்காரனைப் போல இல்லை? சிவப்பு முகம், பழுப்பு மயிர், நீலக்கண்கள், தலையிலே குல்லாய் இல்லை. மீசையோ மஞ்சள் நிறம். நீல விழிகள், வெளிர் நீல விழிகள். அந்த விழிகளில் ஏதோ கோளாறு போலவும் காண்கிறதே? ஆமாம், பார்வை நிலைக்காத வெளிர் நீலக் கண்கள். அருகில் வந்துவிட்டான், தேவைக்கு மேலேயே நெருங்கிவிட்டான். 'வா, பயணத் தோழா! வந்து இதை

வாங்கிக் கொள்' என்றெல்லாம் தன்னுடன் தானே பேசியபடி தானியங்கித் துப்பாக்கியின் குதிரையை லேசாக அழுத்தினான் ஸோர்டோ. உடனே, முக்காலி மீது அமைந்த அந்த ரக ஆயுதத்துக் குரிய குதிப்புடன் அது சுட்டுப் பின் பின்னோக்கி வழுக்கிப் பாய்ந்து மும்முறை அவன் தோளை இடித்தது. தளபதியோ சரிவில் தலை குப்புறக் கிடந்தான், தன் இடது கை மீது கைத் துப்பாக்கியைத் தாங்கியிருந்த வலது கரம் தலைக்கு மேல் நீண்டு கிடந்தது. சரிவின் பல்வேறிடங்களிலிருந்தும் பலர் பழையபடி அந்தச் சிகரத்தை நோக்கிச் சுடத் துவங்கினர். பெரெண்டோவோ பாறைக்குப் பின்னா லேயே இன்னமும் பதுங்கியிருந்தான். வேட்டுமாரியிடையே திறந்த வெளியைத் திரும்பி எப்படி ஓடிக் கடப்பது என எண்ணமிட்டுக் கொண்டிருக்கையில், குன்றுச்சியிலிருந்து கட்டைக்குரலில் ஸோர்டோ கூவுவது அவன் காதில் விழுந்தது.

"கொள்ளைக்காரர்களே! எங்கே, என்னைச் சுடுங்கள்; கொல் லுங்கள், பார்ப்போம்!" என்றே கத்தினான் ஸோர்டோ. துப்பாக் கிக்குப் பின் கிடந்த அவன் உரக்கச் சிரித்தான்; மார்பு வலித்ததோடு மண்டையும் வெடித்து விடுமோ என்று அவன் பயப்படுமளவுக்குப் பலமாக இருந்தது அந்தச் சிரிப்பு, "கொள்ளைக்காரர்களே, என்னைக் கொல்லுங்களடா. கொள்ளைக்காரர்களா!" எனக் களிப்புடன் திரும்பக் கூவித் தலையை ஆட்டினான் அவன் 'ஏதேது, நம் கடைசிப் பயணத்துக்கு நிறைய தோழர்கள் கிடைப்பார்கள் போலிருக்கிறதே' என்று மகிழ்ந்தான் அவன். பாறைக்குப் பின்னாலிருந்து இன்னொரு அதிகாரி வெளிப்படும்போது அவனை அடுத்த இலக்காகக் கொள்ள முயல்வதென முடிவு செய்தான். உடனே இல்லாவிடினும் சற்றைக் கெல்லாம் அவன் வெளி வந்துதானே தீர வேண்டும் என்று எக்களிப்புடன் எண்ணினான். ஏனெனில், அந்த இடத்தில் இருந்தபடி அந்த அதிகாரி கட்டளைப் பிறப்பிக்க முடியாது என்பது அவனுக்குத் தீர்மானமாகத் தெரிந்திருந்தது. அப்படி வெளிப்படும்போது அவனைத் தீர்த்துக் கட்ட தனக்கு நல்ல வாய்ப்பு இருந்ததாகவே அவன் நினைத்தான். அந்த நேரத்தில் விமானங்கள் வருவதைக் குறிக்கும் முதல் ஒலி அந்தக் குன்றின் உச்சியில் இருந்த மற்றவர் களுக்குக் கேட்டது. செவிடாகையால் அந்தச் சப்தம் காதில் விழாத வனாகத் தானியங்கித் துப்பாக்கியைப் பாறையின் சரிவையொட்டிப் பிடித்தவனாகத் தொடர்ந்து சிந்தனையில் ஆழ்ந்தான் அவன்: 'ஓடத்துவங்கிய பிறகுதான் அந்த இன்னொரு அதிகாரியை நான் பார்க்க முடியும். எனவே, நான் எச்சரிக்கையாக இல்லாவிட்டால் அவனைத் தப்ப விட்டுவிட நேரும். அந்தத் திறந்தவெளி நெடுகிலும் அவனை நான் சுடலாம். அவனுக்கு முன்னும் பின்னுமாகப் பீரங்கியைத் திருப்ப வேண்டும். இல்லாவிட்டால்.

அவன் ஓடத் தொடங்க அனுமதித்து விட்டுப் பின்னாலும், பிறகு முன்னாலும் சுடலாம். அந்தப் பாறையிலிருந்து அவன் வெளிப்பட்டதுமே சுட முயல்வேன்; அப்புறம் அவனுக்கு முன்னால் பீரங்கியை ஓட்டலாம்.' அந்த வேளையில் யாரோ தன் தோளைத் தொடவே ஸோர்டோ திரும்பிப் பார்த்தான். அச்சத்தினால் ரத்தம் செத்துப் பழுப்பேறிக் கிடந்த முகத்துடன் ஜோகின் அங்கே நிற்கக் கண்டான். அந்தப் பையன் காட்டிய திசையில் நோக்கியதும் மூன்று விமானங்கள் வந்ததைக் கவனித்தான். அதே சமயத்தில் பாறைக்கு பின்னாலிருந்த பெரெண்டோ வெளிவந்தான்; தலையைத் தாழ்த்தியபடிக் கால்களை எட்டிப் போட்டுச் சரிவில் விரைந்தோடி, தானியங்கித் துப்பாக்கி இருந்த கற்குவியலைப் போய் அடைந்து விட்டான். விமானங்களையே பார்த்துக் கொண்டிருந்தபடியால் அவன் அப்படி ஓடியதை ஸோர்டோ கவனிக்கத் தவறிவிட்டான். "இதைக் கொஞ்சம் வெளியிலெடுத்துக் கொடு" என்று அவன் கேட்டுக் கொண்டதற்கிணங்க தானியங்கித் துப்பாக்கியைப் பாறைக்கும் குதிரைக்குமிடையிலிருந்து இழுத்துத் தந்து உதவினான் ஜோகின்.

விமானங்கள் அணி வரிசையில் விரைந்து வந்து கொண்டிருந்தன. கணந்தோறும் அவை பெரிதாகப் புலப்பட்டன; ஒலியும் வலுக்கலாயிற்று. "மல்லாந்து படுத்தபடி அந்த விமானங்களைச் சுடுங்கள். மூக்குக்கு முன்னால் சுடுங்கள்" என்று தன் சகாக்களுக்கு ஸோர்டோ கட்டளையிட்டான். அந்த விமானங்களையே இமை மூடாமல் நோக்கிக்கொண்டிருந்த அவனது வாயிலிருந்து, "கோழைகள்! கெட்ட குடிப்பயல்கள்!" என்றெல்லாம் திட்டுகள் துரிதமாகத் தெரித்தன. "பீரங்கியைப் பையன் தோளின் மேல்வை, இக்னேஷியோ" என்று கூவிய அவன், அடுத்து ஜோகினை "அசையாதே, ஆடாதே. குனிந்துகொள். இன்னும் கொஞ்சம். போதாது, இன்னும் கொஞ்சம் குனி" எனப் பணித்தான், மல்லாந்தபடியே. பிறகு; அந்த நிலையிலேயே அந்தத் தானியங்கித் துப்பாக்கி மூலம் குறி பார்க்கலானான். "உன்னைத்தானே. இக்னேஷியோ, இந்த பீரங்கி முக்காலியைப் பிடித்துக் கொள்" என்று ஏவினான். அந்த மூன்று கால்களும் ஜோகினின் முதுகில் தொங்கிக் கொண்டிருந்தன. விமானங்களின் ரீங்கார முழக்கத்தைக் கேட்டவாறு தலையைக் குனிந்தபடி மண்டியிட்டிருந்த ஜோகினால் தன் உடல் நடுக்கத்தைத் தடுக்க முடியவில்லையாகையால் துப்பாக்கியின் குழல் தூக்கிவாரிப் போட்டுக் கொண்டிருந்தது. குப்புறப்படுத்தவனாய்த் தலையைத் தூக்கி விமானங்களின் வருகையைக் கவனித்துக்கொண்டிருந்த இக்னேஷியோ, முக்காலியை இரு கரங்களாலும் பிடித்துத் துப்பாக்கியை நிதானப்படுத்தினான். "உன் தலையைத் தாழ்த்திக்கொள். சற்று முன்னே

தள்ளு” என்றெல்லாம் ஜோகினுக்கு அவன் உத்தரவுகள் பிறப்பித்த வாறு இருந்தான். ரீங்காரம் அருகில் வந்த நேரத்தில் “காலூன்றி நின்று இறப்பதே மேல் என்று பாஷனேரியா சொல்லியிருக்கிறாள்” என்று தனக்குத் தானே கூறிக்கொண்டிருந்த ஜோகினோ திடுமெனப் பிரார்த்தனையில் இறங்கினான். “அருள் நிறை மேரி மாதா, பக்கலில் பரமபிதாவைக் கொண்டவளே, பெண்டிரிடையே புனிதம் மிக்கவள் நீ! நின் பிள்ளைக் கனியமுதாம் இறைவனார் இயேசுவும் புனிதத் திருவுருவே. புனித மேரியே, ஆண்டவனின் அன்னையே, பாவிகளாம் எங்கள் பொருட்டு இந்த இறுதி நேரத்தில் பிரார்த்தனை புரிவாய்... இப்படியே செய்யக் கிருபை கூறுவாய். மறுபடியும் “புனிதமேரியே, ஆண்டவனின் அன்னையே...” என்று அவன் ஆரம்பித்தபோது தாங்கமுடியாத அளவுக்கு விமானக் கர்ஜனை வலுத்து விட்டது சட்டென நினைவு வந்தவனாய்த் தன் பாவச் செயல்களுக்கு மன்னிப்புக் கோரத் தொடங்கினான். “என் ஆண்டவனே, என் அன்பு முழுதும் அர்ப்பணித்து ஆராதிக்கப்படவேண்டியவனான உந்தன் உள்ளம் நோக நடந்து கொண்டமைக்காக நெஞ்சார வருந்துகிறேன்.” அந்நேரம் பேரொலியுடன் வெடித்தபடி அவன் காதுகளைக் கடந்து பாயத்தொடங்கின, துப்பாக்கித் தோட்டாக்கள். அதன் குழலோ அவன் முதுகைச் சுட்டுப் பொசுக்கலாயிற்று. திரும்பவும் இடியோசையென அந்த வெடித் தொடர் துவங்கி அவன் காதுகளைச் செவிடுபட வைத்தது. முக்காலியை இக்னேஷியோ பலமாகக் கீழ்நோக்கி இழுத்தபடி இருந்ததால் அவன் முதுகும் தீய்ந்தது. விமான முழுக்கத்துடன் அந்தப் பேரொலியும் கலக்கவே பாவ்மன்னிப்புக் கோரிக்கை மறந்துவிட்டது.

அவனுக்கு நினைவிருந்ததெல்லாம் ‘இறுதிநேரம்’ “இப்படியே நடக்கக் கிருபை கூர்வாய்” என்னும் வார்த்தைகளே. அவற்றை அவன் திரும்பத் திரும்ப உரைக்கலானான். மற்றவர் அனைவரும் சுட்டுக்கொண்டிருந்தார்கள். அதைக் கண்டும் கூட “இறுதி நேரம்”, “இப்படியே நடக்கக் கிருபை கூர்வாய்” என்றே அவன் மீண்டும் முணுமுணுத்தான். அடுத்து துப்பாக்கியின் தொடரான பெரு முழக் கங்களிடையே காற்று மண்டலம் கிழிந்து பிரிந்ததுபோல ஊதல் ஒலியொன்று கேட்டது. மறுகணமே சிவப்பும் கருப்புமாகக் கூடிக் கனன்று கவிந்து கர்ஜித்தபடிப் பூமி பிளந்தது போலிருந்தது அவன் கால்களின் கீழே. பிளந்த சுருக்கிலேயே அலையென அது எழும்பித் தன் முகத்தில் மோதியதை உணர்ந்தான். பின்னர், மண்ணும் கற் களும் மாரியென எங்கும் பொழியக் கண்டான். தன்மீது இக்னேஷியோ கிடக்க, அவன் மீது துப்பாக்கி கிடந்ததைப் பார்த்தான். ஊதலொலி திரும்ப வந்ததிலிருந்தும், அது மோதித் தரையெல்லாம் கிடுகிடுத்த திலிருந்தும் தான் இன்னும் இறந்து விடவில்லை என்பதை அவன்

ஊகித்துக்கொண்டான். மறுபடியும் அந்தப் பேயொலி வந்தபோதோ அவன் வயிற்றுக்குக் கீழேயிருந்த பூமி அப்படியே பெயர்ந்துவிட்டது; குன்றுச்சியின் ஒரு பகுதி குலுங்கிக் குபீரென எழும்பியபின் அங்கே கிடந்த அவர்கள்மீது மெள்ளச் சரிந்து மூடியது. மேலும் மூன்று முறை அந்த விமானங்கள் திரும்பி வந்து குன்றுச்சிமீது குண்டுகளை வர்ஷித்தன, அங்கே இருந்தவர் எவரும் அதை அறியார். இயந்திரப் பீரங்கிகள் படபடவெனச் சுட்டபடிக் கடைசி முறையாக அந்தக் குன்றுச்சி மீது தாழப் பறந்து தாக்கியபின் முதல் விமானம் மேலே சென்றது. அடுத்து, ஒவ்வொரு விமானமும் அவ்வாறே மேலேறியதும், வந்தபோது வகுத்துக்கொண்டிருந்த அணிவரிசையை விட்டுவிட்டு 'ஸ்' வடிவத்தில் அவை பறக்கலாயின. அப்பால் ஸெகோவியா இருந்த திசையில் அவை சென்று மறைந்துவிட்டன.

அதன் பிறகும் குன்றுச்சிமீது இடைவிடாமல் சுடப் பணித்தான் பெரெண்டோ. அந்த வேட்டுமாரி தொடர்ந்து கொண்டிருக்கை யிலேயே, கையெறி குண்டுகளை வீசியெறிவதற்கு வாட்டமாக விமான குண்டுகள் விளைத்திருந்த குழிகளிலொன்றுக்கு முன்னோடி கோஷ்டியொன்றுடன் முன்னேறினான். இடிபாடுகள் இறைந்து கிடந்த அங்கே இன்னமும் எவராவது உயிருடனிருந்து தங்கள் வருகைக்காகக் காத்துக் கொண்டிருந்தால் என்னாவதென அவனுக்கு பயம். அத்தகைய அனர்த்தத்துக்கு ஏற்ப சந்தர்ப்பமும் அளிக்க அவன் விரும்பவில்லை. எனவே, அந்தக் குண்டுக் குழியிலிருந்து வெளிப்பட்டுச் சுற்றி நடந்து பார்வையிடப் புகுமுன் குதிரைச் சடலங்கள், பிளந்து உடைந்த பாறைத் துணுக்குகள், குண்டும் குழியுமாய் மஞ்சளேறி வெடிமருந்து நெடியும் வீசிய மண் ஆகியவை நிறைந்த பகுதி மீது நான்கு குண்டுகளை வீசினான். இக்னேஷியோவின் சடலத்துக்குக் கீழே மூர்ச்சையுற்றுக் கிடந்த ஜோகினைத் தவிர வேறெவரும் அங்கு உயிருடன் இருக்கவில்லை. அவனது மூக்கிலிருந்தும் காதுகளிலிருந்தும் ரத்தம் வழிந்து கொண்டிருந்தது. நடந்தது எதையுமே அவன் அறிந்திருக்கவில்லை; எவ்வித உணர்வும் அவனுக்கு இருக்கவில்லை. ஏனெனில் இடிவெடியின் நடுவில் அவன் திடுமென இருக்க நேர்ந்திருந்தது; அவ்வளவு கிட்டத்தில் வெடித்த குண்டு அவன் மூச்சைத் தட்டிப் பறித்து விட்டது. அவனுடைய அந்நிலையைக் கண்ணுற்றதும் சிலுவைக் குறியிட்டான் பெரெண்டோ. பின்னர், காயமடைந்த குதிரையை ஸோர்டோ சுட்டபோது போலவே விரைவுடனும் மென்மையுடனும் ஜோகினின் பிடரியில் சுட்டான்.

குன்றுச்சியின் மீது ஏறி நின்ற பெரெண்டோ, சரிவில் செத்துக் கிடந்த தன் படையினரைப் பார்த்தான். பிறகு, ஸோர்டோ அங்கு முடங்குமுன் தாங்கள் சுற்றியலைந்த சுற்றுப்புறப் பகுதி முழுவதையும்

நோக்கினான். ஆங்காங்கு துருப்புகள் நிறுத்தப்பட்டிருந்த இடங்களை யெல்லாம் கவனித்துக் கொண்டதும், இறந்தோரின் குதிரைகளைக் கொண்டுவரச் சொன்னான்; லாகிராஞ்ஜாவுக்கு எடுத்துச் செல்லும்பொருட்டு, சடலங்களை அக்குதிரைகளின் சேணங்களுக்குக் குறுக்காக வைத்துக் கட்டக் கட்டளையிட்டான். "அதோ அவனை யும் கொண்டு வாருங்கள். துப்பாக்கி மீது கைவைத்தபடிக் கிடக் கிறானே, அவனைத்தான் சொல்கிறேன். அவன்தான் ஸோர்டோவாக இருக்கவேண்டும். இங்கே இருப்பவர்களில் அவன்தான் வயதேறிய வனாகக் காண்கிறான்; அவனிடம்தான் துப்பாக்கியும் இருக்கிறது. ஆகவே, அவன்தான் ஸோர்டோ... வேண்டாம், இப்படியே எடுத்து வரவேண்டாம். தலையைத் துண்டித்து விடுங்கள் அதை மட்டும் மேலங்கியில் சுற்றிக் கட்டிக்கொண்டு வாருங்கள், போதும்" என்று சொன்ன அவன் சற்றுச் சிந்தித்தபின் தொடர்ந்தான். "எல்லோருடைய தலைகளையுமே வெட்டியெடுத்து வாருங்கள். இங்கே கிடப்பவர் களுடைய தலைகளை மட்டுமல்ல, கீழேயும், நாம் முதலில் இவர் களைக் கண்ட இடத்திலும் இறந்து விழுந்தவர்களின் சிரங்களையும் சீவிவிடுங்கள். எல்லாத் துப்பாக்கிகள், கைத்துப்பாக்கிகளையும் திரட்டுங்கள்; இயந்திர பீரங்கியைக் குதிரை முதுகில் வைத்துக்கட்டிக் கொண்டு வாருங்கள்." இவ்வாறெல்லாம் உத்தரவுகள் போட்ட பின் தன் நண்பனும், சக லெப்டினெண்டுமான ஜூலியன் இறந்து கிடந்த இடத்துக்கு நடந்தான். அவனைப் பரிதாபமாகப் பார்த்தபடி நின்றானே தவிரத் தொடவில்லை: "போர் என்பது எவ்வளவு மோசமானது!" என அவன் உதடுகள் மட்டிலும் முணுமுணுத்தன. பின்னர் மீண்டும் சிலுவைக் குறியிட்டுவிட்டுச் சரிவில் இறங்கிய அவன், அந்த அருமை நண்பனின் ஆத்மா சாந்தியடையும் பொருட்டு கர்த்தர், மேரி ஜபங்களை ஐந்து முறை கூறித் தொழுதான். தன் கட்டளைகள் நிறைவேற்றப்படுவதை அங்கே தங்கிக் காண அவன் விரும்பவில்லை.

28

விமானங்கள் வந்துபோனபின் மீண்டும் வேட்டுச் சப்தம் தொடங்கியது ஜார்டனுக்கும் பிரிமிடிவோவுக்கும் கேட்டது. அதைச் செவி மடுத்ததும், நின்றுவிட்ட தன் இதயம் திரும்ப இயங்கத் துவங்கிவிட்டது போலுணர்ந்தான் ஜார்டன். குன்றுப் பகுதியில் அவன் கண்ணுக்கெட்டிய கடைசி முகடு மீது புகை மேகமொன்று மிதந்து சென்று கொண்டிருந்தது; விமானங்கள் மூன்றும் சிறுகச் சிறுகப் பின்வாங்கும் சிறு புள்ளிகளாகப் புலப்பட்டன: 'ஸோர்டோ கோஷ்டியாரை அறவே தொடராமல் தங்கள் குதிரைப் படை

பேரிலேயே அந்த விமானங்கள் குண்டுகளைப் பொழிந்துவிட்டுப் போகின்றன போலிருக்கிறது. பயமூட்டிப் பாதிப் பிராணனைப் போகவைத்தாலும் இந்த விமானங்களால் எவரையும் கொல்ல முடிவதில்லை தான்' எனத் தனக்குத்தானே கூறிக்கொண்டான் அவன்.

கடும் வேட்டொலி காதில் விழுந்ததும், "போராட்டம் தொடர்கிறது" என்றான் பிரிமிடிவோ. ஒவ்வொரு குண்டும் எழுப்பிய பெருஞ் சப்தத்தைக் கேட்டபோதெல்லாம் அதிர்ந்து குலைந்திருந்த அவன் உணர்ச்சியால் உலர்ந்துவிட்ட உதடுகளை நாவினால் தடவலானான்.

"தொடர்வதில் என்ன ஆச்சரியம்? விமானங்கள் ஒருவரையும் ஒருநாளும் கொல்வது கிடையாது" என்று ஜார்டன் பதிலளித்ததை யடுத்து வேட்டுச் சப்தம் அடியோடு நின்றுவிட்டது; பெரெண்டோ வின் கைத்துப்பாக்கி சுட்ட ரவையின் ஒலி அவ்வளவு தூரம் எட்டவில்லை. அந்த ஓய்வு ஆரம்பத்தில் அவனைச் சற்றும் பாதிக்க வில்லை. ஆனால் அந்த அமைதி தொடரத் தொடரத் தன்னுள்ளே வெறுமையுணர்வு கூடினாற்போலிருந்தது அவனுக்கு. அப்புறம் கையெறி குண்டுகள் வெடித்த ஒலி கேட்டதும் அவன் இதயம் கணநேரம் குதி போட்டது. பிறகு மீண்டும் மௌனம். அந்த அமைதி நிலைத்து நீடிக்கவே, அனைத்தும் முடிந்து விட்டது என்பதை அறிந்தான்.

அப்போது, அவர்களுக்கான உணவை எடுத்துக் கொண்டு முகாமிலிருந்து மேரியா வந்தாள். அவள் கையிலிருந்த தகர வாளியில் வேகவைக்கப்பட்ட முயலிறைச்சி இருந்தது; அதன் கனத்த கொழுப்பில் நாய்க்குடைகள் ஆழப் பதிந்திருந்தன, அதோடு ஒரு பை நிறைய ரொட்டியையும், ஒரு மதுக்குடுவை, நான்கு தகரத் தட்டுகள், இரு கோப்பைகள், நான்கு சிறு கரண்டிகள் ஆகிய வற்றையும் அவள் எடுத்து வந்தாள். துப்பாக்கித் தலத்துக்கு வந்ததும் நின்று, அங்கு ஆன்ஸெல்மோவுக்குப் பதிலாகப் பொறுப்பு ஏற்றிருந்த அகஸ்டினுக்கும் எலாடியோவுக்கும் தலைக்கொரு தட்டில் இறைச்சியைப் போட்டுக் கொடுத்தாள். ரொட்டியையும் தந்தாள். மதுக் குடுவையின் மூடியை திருகித் திறந்து இரு கோப்பைகளை நிரப்பினாள். ஒரு கையில் வாளியுடனும் தோளில் பையுடனும், குறை முடியில் கதிரவனொளி பட்டுப் பளபளத்தபடி அங்கிருந்து தானிருந்த இடத்துக்கு அவள் லாகவத்துடன் ஏறிவந்ததையே கவனித்துக் கொண்டிருந்த ஜார்டன் சிறிது தூரம் இறங்கிச் சென்று வாளியை வாங்கிக்கொண்டான்; கடைசிப் பாறை மீதேறக் கை கொடுத்து உதவினான்.

“விமானங்கள் வந்தனவே, என்ன செய்தன அவை?” கலக்கமுற்ற கண்களுடன் மேரியா வினவினாள்.

“ஸோர்டோமீது குண்டுகளைப் போட்டன” வாளியைத் திறந்து, ஒரு தட்டில் இறைச்சியை எடுத்து போட்டுக் கொண்டபடியே ஜார்டன் பதிலளித்தான்.

“இன்னமும் சண்டை நடக்கிறதா என்ன?”

“இல்லை, முடிந்துவிட்டது முழுவதும்.”

“ஐயோ” என்றபடி உதட்டைக் கடித்தவளாய், தூரத்தே பார்க்கலானாள் மேரியா.

“எனக்குச் சாப்பாடு வேண்டியிருக்கவில்லை” என்றான் பிரிமிடிவோ.

“எப்படியோ சமாளித்துச் சாப்பிட்டுவை” என ஜார்டன் கூறினான்.

“என்னால் விழுங்க முடியாதே!”

“முதலில் இதைக் குடியும்; அப்புறம் சாப்பிடலாம்” என்று கூறி மதுக் குடுவையை அவனிடம் ஜார்டன் கொடுத்தான்.

“ஸோர்டோவுக்கு நேர்ந்த கதி என் வயிற்றைப் புரட்டி விட்டது. சாப்பாட்டில் விருப்பத்தைச் சாகடித்துவிட்டது.”

“நீர் சாப்பிடும்; எனக்குப் பசியேயில்லை” என்று சொன்ன பிரிமிடிவோவிடம் மேரியா சென்று அவன் கழுத்தைக் கட்டிக் கொண்டு முத்தம் கொடுத்தாள். “சாப்பிடு, அப்பா, சாப்பிட்டுவிடு, யாரும் உடம்பை உதாசீனம் செய்யக்கூடாது” என்று கூறிய அவளிடமிருந்து பிரிமிடிவோ தன் முகத்தைத் திருப்பிக் கொண்டான். மதுப் புட்டியை எடுத்தவன், தலையைச் சாய்த்துக் கொண்டான். அடி நாக்கில் மது விழும்படி அதைத் தூக்கிப் பிடித்து நிதானமாகக் குடித்தான். பிறகு வாளியிலிருந்து இறைச்சியை எடுத்துத் தன் தட்டில் போட்டுக்கொண்டு உண்ணத் தொடங்கினான். அதைக் கண்டதும் மேரியாவை நோக்கித் தலையசைத்தான் ஜார்டன். உடனே அவள் அவனருகில் அமர்ந்து அவன் தோளைத் தழுவிக் கொண்டாள். மற்றவர் மனநிலை என்ன என்பது இருவருக்கும் நன்கு தெரிந்திருந்ததால் ஏதும் பேசாமலே உட்கார்ந்திருந்தனர். நாய்க்குடைகளை நன்கு ருசித்து மென்றவனாய் இறைச்சியைத் தின்று முடித்த ஜார்டன், மதுவையும் குடித்ததும், “விரும்பினால் நீ இங்கேயே தங்கலாம், செல்லக்குட்டியே!” என்றான்.

“ஊஹும், நான் பிலாரிடம் போயாக வேண்டும்.”

“இப்போது இங்கு எதுவும் நடக்குமென நான் நினைக்கவில்லை. எனவே, தங்கினால் பரவாயில்லை.”

“இல்லை. பிலாரிடம் நான் திரும்பிச் சென்றாக வேண்டும். அவள் எனக்குப் போதனை செய்து கொண்டிருக்கிறாள்.”

“என்னது, என்ன செய்கிறாள் என்றாய்?”

“போதனை என்றேன்” சொல்லிச் சிரித்து அவனை முத்தமிட்டாள் மேரியா.

“மத போதனை பற்றி நீங்கள் கேள்விப்பட்டதில்லையா?” எனக் கேட்டதும் நாணினாள். “அதேமாதிரி போதனை தான் இதுவும். ஆனால் வேறுவிதம்” என்றதும் அவளுக்கு மீண்டும் முகம் சிவந்துவிட்டது.

“அப்படியானால் உன் போதனைக்குப் போ” என்று கூறித் தன் தலையில் அவன் தட்டிக் கொடுத்ததும் மறுபடியும் முறுவலித்த அவள் பிறகு பிரிமிடிவோவின் பக்கம் திரும்பி, “கீழேயிருந்து உனக்கு ஏதாவது கொண்டுவரவேண்டுமா?” என வினவினாள்.

“வேண்டாம், மகளே!” என்ற அவன் வாட்டம் இன்னும் தீராதிருந்ததை அவர்களிருவரும் கவனித்தனர். “வருகிறேன் அப்பா, வணக்கம்” என்று அவள் விடைபெற்றதும் “இதோ பாருங்கள், சாவதற்கு எனக்குப் பயமில்லை. ஆனால் அவர்களை அப்படித் தனியாக விட்டுவிட்டதுதான்” எனத் தொடங்கிய அவன் மேற்கொண்டு பேச முடியாமல் துக்கம் தொண்டையை அடைத்துக் கொண்டுவிட்டது.

“ஆனால் வேறு வழியில்லையே” என்றான் ஜார்டன் ஆறுதலாக.

“அது எனக்கும் தெரியும். இருந்தாலும்”

“நம்மால் வேறேதும் செய்திருக்க முடியாது. எப்படியோ, ஆனது ஆகிவிட்டது: இனி அதைப் பற்றிப் பேசாமலிருப்பதே நல்லது.”

“ஆமாம். ஆனாலும் நம்மிடமிருந்து எந்த உதவியுமில்லாமல் அவர்கள் தன்னந்தனியாக”

“அதுதான் சொன்னேனே, அதைப்பற்றி பேசாமலிருப்பதுதான் உத்தமம், இதோ பார், செல்லக் குட்டி, நீ போ உன் போதனைக்கு” என மேரியாவை ஏவிய ஜார்டன், பாறைகளிடையே அவள் இறங்கிச் சென்றதையே இமைக்காமல் பார்த்துக் கொண்டிருந்தான். அப்புறம் சிந்தனையில் ஆழ்ந்தவனாய்ச் சுற்றுப்புறத்தை நோக்கியபடி அங்கேயே நெடுநேரம் அமர்ந்திருந்தான். பிரிமிடிவோ பேச்சுக் கொடுத்த போதிலும் அவன் வாயே திறக்கவில்லை. அங்கே அந்நேரம் சூரியன் சுட்டுக் கொளுத்தலானான்; எனினும் குன்றுச் சரிவுகளையும், அவையனைத்திலும் உயரமாக இருந்ததில் நீளத் திட்டுகளாகச் செரிந்து கிடந்த பைன் மரங்களையும் பார்த்துக்

கொண்டிருந்த ஜார்டன் அந்த வெப்பத்தைக் கவனிக்கவேயில்லை. ஒரு மணி நேரம் கடந்தது; அவனது இடப்புறத்தில் நெடுந்தூரம் நகர்ந்து சென்றுவிட்டான் பகலவன். அப்போதுதான் அனைத்திலும் உயரமான குன்றுச்சியிலிருந்து குதிரைப்படையினர் இறங்கிவரத் தொடங்கியதை அவன் கவனித்தான். உடனே தன் அண்மைப் பார்வைக் கண்ணாடியை எடுத்துப் பொருத்தி நோக்கினான். அந்த நெடிய பசுஞ்சரிவில் முதலில் புலப்பட்ட இருவர் ஏறியிருந்த குதிரை கள் சிற்றெறும்புகளே போலத் தெரிந்தன. அவர்களுக்குப் பின் மேலும் நான்கு குதிரை வீரர்கள் அந்த அகன்ற சரிவில் விரவினாற் போல இறங்கிவரக் கண்டான். பிறகு இரட்டை வரிசையாக மனிதரும் குதிரைகளும் அணிவகுத்து வந்ததை அவன் கருவி தெளி வாகக் காட்டிற்று. அவர்களை நோக்குகையில் தன் அக்குளிலிருந்து வியர்வை பெருக்கெடுத்து விலாப்புறங்களில் வழிந்தோடியதை அவன் உணர்ந்தான். அந்த அணிக்கு முன்னால் ஒருவன் குதிரை ஏறி வந்துகொண்டிருந்தான். மேலும் பல குதிரை வீரர்கள் பின்னால் வந்தனர். அவர்களையடுத்து சாரதியில்லாக் குதிரைகள் வந்தன; அவற்றின் சேணங்களில் சுமைகள் வைத்துக் கட்டப்பட்டிருந்தன. பிறகு மேலும் இரு குதிரை வீரர்கள் வந்தனர். அடுத்து வந்தவர்கள் காயமடைந்தவர்கள்; அவர்கள் ஏறியிருந்த குதிரைகளுக்குப் பக்கத்தில் சிப்பாய்கள் நடந்து வந்தனர். பின்னால் வந்த மேலும் சில குதிரை வீரர்களோடு அந்த அணி முடிவடைந்தது. அவர்கள் சரிவு வழியே இறங்கி மரங்களிடையே மறையும் வரையில் ஜார்டன் கவனித்துக் கொண்டிருந்தான். ஒரு குதிரை சேணத்தின் இருபுறமும் பாதமுடக்கி யுடன் அணைத்துக் கட்டப்பட்டிருந்த நீளமான இரு மூட்டைகளை அந்தத் தொலைவிலிருந்து அவனால் காண முடியவில்லை. மேலங்கியில் சுருட்டப்பட்டிருந்த மூட்டையே அது; இரு கோடிகளில் மட்டுமின்றி இடையிடையிலும் கட்டப்பட்டிருந்தபடியால் அவரையின் விதைகள்போல அங்கங்கே பிதுங்கிக் காட்டின. சேணத்தின் மீதோ ஸோர்டோவுக்குப் பயன்பட்டு வந்த தானியங்கித் துப்பாக்கி எடுப்பாகக் கட்டப்பட்டிருந்தது.

பக்கவாட்டுக் காவலரும் முன்னோடி வீரரும் நிறைய இடை வெளி விட்டுச் சவாரி செய்துவர, அணிக்குத் தலைமை வகித்து நடத்தி வந்த லெப்டினெண்ட் பெரெண்டோவிடமோ இறுமாப் பேதும் இருக்கவில்லை; மாறாக, சண்டைக்குப் பின் சூழும் வெறுமை யுணர்வே அவன் நெஞ்சை நிறைத்திருந்தது. நினைவலைகளுக்கும் அதில் பஞ்சமில்லை. 'தலைகளைக் கொய்தது காட்டுமிராண்டித் தனமான காரியம்தான். ஆனால் அத்தாட்சியும் அடையாளமும் அவசியமாயிற்றே? நடந்ததெற்கெல்லாம் சமாதானம் கூறுவதே சிரமமாக இருக்கப் போகிறது; நிரூபணம் இல்லையென்றால்

இன்னும் தொல்லையாகலாம், யார் கண்டது? இந்தத் தலை விவகாரம் மேலதிகாரிகளுக்குப் பிடித்தாலும் பிடிக்கலாம். இது மெத்தப் படித்தவர்கள் அவர்களிடையே நிச்சயமாக உண்டு. இந்தத் தலைகள் எல்லாவற்றையும் அவர்கள் அப்படியே பர்சோஸுக்கு அனுப்பவும் கூடும். இது மிக்க மிருகத்தனமான செயல்தான். விமானங்களைக் கொண்டு தாக்கியதும் அப்படியே அநாகரிமானது தான்; காட்டுமிராண்டித்தனத்தின் கடைக்கோடியே அது. ஆயினும் அவை விளைத்த அத்தனை சேதத்தையும், நம் தரப்பில் அநேகமாக நஷ்டமின்றியே ஷ்டோக்ஸாக் பீரங்கியொன்றைக் கொண்டு நம்மால் விளைத்திருக்க முடியும். குண்டுகளை இரண்டு கோவேறு கழுதைகள் கொண்டுவர, முதுகின் இருபுறமும் ஒவ்வொரு பீரங்கி வீதம் இன்னொரு கழுதை சுமந்து வந்தால் எப்படிப்பட்ட படையாகி விடுவோம் நாம்! இப்போது இவ்வளவு தானியங்கி ஆயுதங்கள் இருந்தும் பயனில்லையே! ஒரேயொரு கோவேறு கழுதை இருந்தால் போதுமே...! போதாது வெடிகளை எடுத்து வர இரண்டாவது வேண்டும்... சேச்சே, என்ன யோசனை இதெல்லாம்? இதுதான் இப்போது குதிரைப்படையாக இல்லையே! இந்தமாதிரி எண்ணங் களை நிறுத்திவிடு உடனே. காலாட் படையையல்லவா உனக்காகப் படைக்கப் பார்க்கிறாய்! உன் போக்கில் விட்டால் அடுத்தபடி மலைப்பகுதிப் பீரங்கியைக் கூடக் கேட்பாய் போலிருக்கிறதே!

அடுத்து அவன் சிந்தனை ஜூலியனின்பால் சென்றது. குன்றின் மீது இறந்து கிடந்த அவன் குதிரை முதுகில் கட்டப்பட்டு முதல் பிரிவோடு சவாரி செய்து வந்தான், சவமாகவே. சரிவில் சுடரிட்ட சூரியவொளியை விடுத்து இருளும் அமைதியும் இணைந்திருந்த பைன்மரக் காட்டினூடே குதிரையைச் செலுத்துகையில், இறந்து விட்ட நண்பனுக்காக இன்னொரு முறை பெரெண்டோ பிரார்த் திக்கத் தொடங்கினான்; “புனித மிகு அரசியே! அருளுருவாம் அன்னையே! எங்கள் வாழ்வே, இன்பமே! நம்பிக்கைச் சுடரே! இந்தக் கண்ணீர்க் கடலில் நாங்கள் ஏங்கிப் பெருமூச்சு விடுகிறோம், அழுது அரற்றுகிறோம்! இத்தனையும் கண்டு கேட்டுக் கருணை காட்டுவாய், தாயே!” கீழே இறைந்து அடர்ந்து கிடந்த ஊசியிலை களைக் குதிரையின் குளம்படிகள் மிதித்து மெத்தென ஒலிக்க, ஆலயத் தூண்களிடையே கசிந்து வரும் ஒளிபோல, இலைகளின் இடுக்குகளூடே கசிந்து வரும் ஒளி போல, இலைகளின் இடுக்கு களூடே கதிரவனொளி இற்று விழத் தன்னை மறந்து தொழுது கொண்டிருந்த அவன் தன் பக்கவாட்டுப் படையினர் மரங்களை விடுத்து முன்னேறிச் சென்றதைப் பார்த்தான். அவர்களைத் தொடர்ந்து காட்டினின்று வெளிவந்ததும் லாகிராஞ்ஜாவுக்குச் செல்லும் மஞ் சள் வண்ணச் சாலைக்குத் தான் வந்துவிட்டதைக் கண்டான்.

குதிரைகளின் குளம்புகள் புழுதிப் படலத்தை எழுப்பிப் படை யினரைப் போர்த்தின. சேணங்களின் குறுக்காகக் குப்புற வைத்துக் கட்டப்பட்டிருந்த சடலங்களின் மீது சன்னத் தூசு படிந்தது.

காயமுற்றோரும், அவர்களின் குதிரைகளுக்குப் பக்கத்தில் நடந்து வந்தோரும் அடர்ந்த புழுதியில் அகப்பட்டுக் கொண்டனர். அப்படி அப்படை புழுதியூடே கடந்து சென்ற இடத்தில்தான் அதனை ஆன்ஸெல்மோ கண்டான்.

இறந்தோரையும் காயமடைந்தோரையும் அவன் கணக்கிட்ட தோடு ஸோர்டோவின் தானியங்கித் துப்பாக்கியையும் அடையாளம் கண்டுகொண்டான். பாதமுடுக்கித் தோல்பட்டை ஆடுகையில் குதிரை விலாவின் மீது மோதிய மேலங்கி மூட்டையில் என்ன இருந்தது என்பது அப்போது அவனுக்குத் தெரியவில்லை! ஆனால் இருட்டியதும் முகாமுக்குத் திரும்பும் வழியில் ஸோர்டோ வீழ்ந்த குன்றை அடைந்ததும் அந்த நீள மூட்டையில் இருந்ததென்ன என்பது அவனுக்கு நன்கு விளங்கிவிட்டது. அந்தக் குன்றுச்சியில் இறந்து கிடந்தவர்கள் எவரெவர் என்பதை அந்த இருளில் அவனால் இனம் கண்டு கூற முடியவில்லை. எனினும் எத்தனை பேர் இறந்திருந் தனர் என்பதை எண்ணியறிந்ததும் முகாமுக்குப் புறப்பட்டான். அந்த இருட்டில் தனியாக நடக்கையில், குன்றுச்சியில் கண்ட குண்டுக் குழிகளும் முண்டங்களும் அவன் இதயத்தை அச்சத்தால் உறைய வைத்திருந்தன. அந்தப் பெரும் பீதியில் மறுநாளைப் பற்றிய நினைவை அறவே விலக்கியவனாய் இயன்ற வரையில் வேகமாக நடந்தான். அப்படி விரைகையில் ஸோர்டோ, அவனது கோஷ்டியின ரின் ஆத்மாக்கள் சாந்திபெறப் பிரார்த்திக்கலானான். போராட்டம் தொடங்கியபின் அவன் தொழுதது அதுவே முதல் முறை. "பரிவின் சிகரமே! இனிமையின் உறைவிடமே, கருணைக் கடலே, கன்னி மாதா!" என்றெல்லாம் அவனது உதடுகள் ஜபித்தன. எனினும் மறுநாளைப் பற்றி இறுதியில் அவனால் எண்ணாமல் இருக்க முடியவில்லை. 'இங்கிலீஷ்காரர் சொல்கிறவேலையை, அவர் சொல்கிற முறையிலேயே செய்வேன். அவருக்கு அருகில் மட்டிலும் நான் இருக்குமாறு அருள் புரிந்துவிடு, ஆண்டவா. அதோடு அவரது கட்டளைகளும் கச்சிதமாக இருக்கும்படிக் கருணை புரிவாய். ஏனென்றால், விமானங்கள் குண்டு வீசும்போது என்னால் என்னைக் கட்டுப்படுத்திக்கொள்ள முடியுமென்று நான் நினைக்கவில்லை. ஆண்பிள்ளை ஒருத்தன் தன் கடைசி நேரத்தில் எப்படி நடந்து கொள்ள வேண்டுமோ அப்படியே நாளை நான் நடக்க அருள் புரியாய், ஆண்டவனே. நாளைய தினத்தின் தேவைகளை நான் நன்கறியவும் உதவுவாய் 'தூதனே. அதோடு கெட்டவேளை வரும் போது என் கால்களைக் கட்டுப்படுத்தவும் எனக்குச் சக்தி தருவாய்

சர்வேசா! எப்படியும் நாளை நான் ஆண்மகனாகவே நடக்க உதவி புரிவாய்' இறைவா. நிலைமை இக்கட்டாக இல்லாவிட்டால் இந்த உதவிகளை உன்னிடம் நான் கோரமாட்டேன். இனிவேறெதையும் வேண்டப் போவதுமில்லை. இதைத் தெரிந்துகொண்டு தயை காட்டுவாய், தேவா!

இருளில் தனித்துச் சென்ற அவன், அப்படித் தொழுததால் தெம்படைந்தது போல உணர்ந்தான். மறுதினம் சரியான முறை யிலேயே தான் நடந்து கொள்ளப் போகிறோம் என்பதில் அப்போது அவனுக்கு ஐயமிருக்கவில்லை. மேட்டுப் பகுதியிலிருந்து இறங்கியவன் மீண்டும் ஸோர்டோவின் சகாக்களுக்காகப் பிரார்த்தனை புரிந்தவ னாய் விரைவில் முகாமின் மேல்புறக் காவலிடத்தை அடைந்தான். அங்கே நின்ற ஃபெர்னாண்டோ முறைப்படி அவன் யாரென வினவவும், "நான்தான்" என்று பதிலளித்தான்.

"சரி, செல்லலாம்" என்றான் ஃபெர்னாண்டோ.

"ஸோர்டோவுக்கு நேர்ந்த கதி தெரியுமல்லவா, தோழா?" குன்றுவழித் தொடக்கமான அங்கு இருளில் அவன் அருகில் நின்றபடி ஆன்ஸெல்மோ கேட்டான்.

"தெரியாமலென்ன? பாப்லோ எல்லாவற்றையும் சொன்னான்."

"அவன் அங்கே போயிருந்தானா என்ன?"

"போகாமலா சொல்வான்? குதிரைப்படைக் கிளம்பிப் போனதுமே அந்தக் குன்றுக்கு அவன் போய்ப் பார்த்து விட்டான்."

"அப்படியா...? அவன் என்னவெல்லாம் சொன்னான்?"

"எல்லா விஷயங்களையுமே சொன்னான். இந்த ஃபாஸிஸ்டுகள் தான் எவ்வளவு காட்டுமிராண்டிகளாக இருக்கிறார்கள், பார்த்தாயா? இந்த ஸ்பெயினில் அந்த மிருகங்களில் ஒன்றைக்கூட மீதி வைக்காமல் நாம் கொன்று தீர்த்துவிட வேண்டும்" என்ற ஃபெர்னாண்டோ, சற்றுப் பொறுத்து "அவர்களிடம் கண்ணியம், கௌரவம் என்ற எண்ணமே கடுகளவுக்குக்கூடக் கிடையாது" என்று கசப்புடன் கக்கினான்.

"அதைச் செவியுற்றதும் ஆன்ஸெல்மோவுக்குச் சிரிப்பு வந்து விட்டது. அதோடு, ஒரு மணி நேரத்துக்கு முன்னால் என்றால் தன்னால் மீண்டும் சிரிக்கவியலுமெனத்தான் நினைத்தேயிருக்க முடியாதே என்பதையும் எண்ணி, 'இந்த ஃபெர்னாண்டோதான் எத்தனை அற்புதமான ஆசாமி!' என வியந்தான். பின்னர், "ஆமாம், அவர்களுக்கு அதையெல்லாம் நாம் கற்றுக் கொடுத்தாக வேண்டும். அவர்களது விமானங்கள், இயந்திர ஆயுதங்கள், டாங்கிகள், பீரங்கி களையெல்லாம் பறித்துக்கொண்டு, கண்ணியமாக நடப்பது எப்படி என்பதைப் போதிக்க வேண்டும்" என்றான்.

"அதேதான் நான் சொல்வது. நீ ஆமோதிப்பதைக் கண்டு ஆனந்தப்படுகிறேன்" என்று கூறிய ஃபெர்னாண்டோவை அங்கேயே கண்ணிய கௌரவத்துடன் தனித்துநிற்க விட்டுவிட்டு குகையை நோக்கி ஆன்ஸெல்மோ நடந்தான்.

29

குகையினுள் பலகை மேஜைக்கு முன்னால் ஜார்டன் அமர்ந் திருந்ததை ஆன்ஸெல்மோ கண்டான். அவனுக்கு எதிரில் பாப்லோ உட்கார்ந்திருந்தான். இருவருக்குமிடையில் ஒரு பாண்டம் நிறைய மது இருந்தது. ஆளுக்கொரு கோப்பையையும் மேஜைமீது அவர்கள் வைத்திருந்தனர். கோப்பை தவிரத் தன் குறிப்புப் புத்தகத்தையும் மேஜைமீது பிரித்து வைத்து விட்டுப் பென்ஸிலொன்றை விரல்களில் பிடித்துக் கொண்டிருந்தான் ஜார்டன். பிலாரும் மேரியாவும் குகை யின் பின்புறத்தில் இருந்ததால் அவர்களை ஆன்ஸெல்மோவினால் காணவியலவில்லை. அவர்கள் சம்பாஷணை காதில் விழக்கூடாது என்பதற்காகத்தான் மேரியாவைப் பின்பகுதியில் பிலார் இருத்தி வைத்திருந்தாள் என்பதை அவன் அறிய வாய்ப்பில்லை. ஆகவே, பிலார் அங்கு இல்லாதது அவனுக்கு அசாதாரணமாகத் தோன்றியது. வாயிலை மூடியிருந்த திரையை விலக்கிக்கொண்டு அவன் உள்ளே புகுந்ததும் ஜார்டன் நிமிர்ந்து பார்த்தான். பாப்லோவோ மேஜையையே நோக்கிக் கொண்டிருந்தான். மதுப்பாண்டத்தின் மீதே பார்வை பதிந்திருந்த போதிலும் அதை அவன் கண்கள் கண்டுகொள்ளவே யில்லை.

"குன்றுப் பக்கத்திலிருந்து வருகிறேன்" என்று ஜார்டனிடம் ஆன்ஸெல்மோ தெரிவித்தான்.

"பாப்லோ போய்வந்து விவரம் சொல்லி விட்டார்" என்றான் ஜார்டன்.

"அங்கே ஆறு பேர் செத்துக் கிடக்கிறார்கள். அவர்களுடைய தலைகளை எதிரிகள் வெட்டியெடுத்துக்கொண்டு போய்விட்டார்கள். இருட்டியதும் நான் அங்கேதான் போயிருந்தேன்" என்று ஆன்ஸெல்மோ மேலும் சொன்னதைச் செவிமடுத்த ஜார்டன் தலையை ஆட்டினான், புரிந்து கொண்டதைத் தெரிவிக்க, பாப்லோவோ பாண்டத்தையே பார்த்தபடி அமர்ந்திருந்தானே தவிர வாயைத் திறக்கவில்லை. அவன் முகத்திலும் எவ்வித பாவமும் இல்லை. அதற்குமுன் அப்படி யொன்றைக் கண்டதேயில்லை போலப் பாண்டத்தின் பேரிலேயே அவன் கண்கள் குத்திட்டு நின்றன.

“உட்காரும்!” என ஜார்டன் கூறியதும், மேஜையருகில் கிடந்த தோலாசன முக்காலியொன்றின் மீது ஆன்ஸெல்மோ அமர்ந்தான். ஸோர்டோ தனக்குப் பரிசாகக் கொடுத்த சிறிய விஸ்கிப் புட்டியை மேஜையின் அடியிலிருந்து ஜார்டன் எடுத்தான். அதில் பாதியளவு பானம் பாக்கியிருந்தது. கோப்பையொன்றையும் எட்டியெடுத்து கொஞ்சம் விஸ்கியை அதில் ஊற்றி ஆன்ஸெல்மோவின் பக்கம் நகர்த்தியவனாய், “இதைக் குடியும், நண்பரே!” என்றான் அவன்.

அந்த விஸ்கியை விழுங்கியபோது மூக்கு, கண்கள், வாயெல்லாம் சுரீரெனச் சுட்டது போல ஆன்ஸெல்மோவுக்கு இருந்தது. அதன் பின் இன்பமூட்டும் இதமான கதகதப்பு குடலெங்கும் பரவியதை அவன் உணர்ந்தான். புறங்கையால் உதடுகளைத் துடைத்துக் கொண்டதும் ஜார்டனை நோக்கி, “இன்னொரு கோப்பை கொடுக்க முடியுமா?” என்று கேட்டான்.

“ஆட்சேபமென்ன?” என்று கூறியவனாய் இன்னொரு முறை கோப்பையை நிறைத்த ஜார்டன், இம்முறை மேஜைமீது அதை நகர்த்தாமல் கிழவனின் கையிலேயே கொடுத்தான். அதைப் பருகிய போது முன் முறைபோலச் சுடவில்லை; ஆனால் இதமான கதகதப்பு மட்டும் இரட்டித்தது போலிருந்தது. மிகுந்த ரத்தப் போக்குக்கு இலக்காகிவிட்ட ஒருவனுக்கு ஊசிமூலம் உப்பு நீரேற்றி உரமூட்டுவது போல அவன் உள்ளத்தில் உற்சாகத்தை ஊக்கிவிட்டது அது. எனவே, திரும்பவும் தாபத்துடன் அந்தக் குப்பியை அவன் பார்த்தான். ஆனால் ஜார்டனோ, “மிச்சமிருப்பது நாளைக் குடிப்பதற்கு” என்று கூறிவிட்டு, “சாலையில் என்ன நடந்தது. சொல்லும் கிழவரே?” என்றான்.

“ஏராள நடமாட்டம் இருந்தது. பார்த்ததையெல்லாம் நீங்கள் சொன்ன விதத்திலேயே குறித்து வைத்திருக்கிறேன். இப்போதும் எனக்காக அங்கே ஒருத்தி கண்காணித்துக் குறித்துக் கொண்டிருக் கிறாள். அப்புறம் போய் அவளிடமிருந்து விவரமறிந்து வந்து சொல்கிறேன்.”

“டாங்கிகளைத் தாக்கித் தகர்க்கும் பீரங்கி எதையாவது பார்த்தீரா? ரப்பர் சக்கரங்களும் நீளக் குழாய்களும் கொண்டவையாக அவை இருக்கும்.

“பார்த்தேன்; நாலு வண்டிகள் அந்தமாதிரிப் பீரங்கிகளை ஏற்றிப்போனதைப் பார்த்தேன்; பைன் மரக் கிளைகளைப் பரப்பிக் குழாய்களை மறைத்திருந்தார்கள். லாரிகளில் துப்பாக்கிகளோடு ஆறுபேர் போனார்கள்.”

“நான்கு பீரங்கிகள் என்றா சொன்னீர்?”

“ஆமாம், நாலுதான்” என்றான் ஆன்ஸெல்மோ, குறிப்புகளைப் பாராமலே.

"அந்தச் சாலையில் இன்னும் என்னென்ன சென்றன, சொல்லும்."

ஜார்டன் கவனமுடன் கேட்டுக்கொண்டிருக்க, சாலையில் சென்றதனைத்தையும் ஒன்று விடாமல் ஆன்ஸெல்மோ சொன்னான். படிக்கவோ எழுதவோ தெரியாதவர்களுக்குள்ள அரிய ஞாபக சக்தியுடன் ஆரம்பத்திலிருந்து தான் கண்டவை எல்லாவற்றையும் வரிசைக் கிரமப்படிக் கூறினான். அவ்விதம் அவன் விவரித்துக் கொண்டிருந்த நேரத்தில் இருமுறை கோப்பையை நிரப்பிக் குடித்தான் பாப்லோ. அதையெல்லாம் கவனிக்காமல் தொடர்ந்து சொல்லிக் கொண்டே போன ஆன்ஸெல்மோ, "ஸோர்டோ சண்டை போட்ட குன்றுப் பக்கத்திலிருந்து வந்த குதிரைப்படை அப்புறம் லாகிராஞ்ஜாவை நோக்கிப் போயிற்று" என்று கூறிவிட்டு, அந்தப் படையில் தான் கண்ட காயமடைந்தோர் எண்ணிக்கையையும், குதிரைச் சேணங்களோடு கூட்டிக் கொண்டுபோகப்பட்ட சடலங் களின் தொகையையும் தெரிவித்தான்.

"ஒரு மூட்டையில் இருந்தது என்ன என்பது அப்போது எனக்குப் புரியவில்லை; தலைகளைக் கொண்ட மூட்டையே அது என்பது பிறகுதான்தெரிந்தது" என்று கூறிய அவன், நிறுத்தாமல் தொடர்ந்தான்: "குதிரைப் படையொன்றின் பிரிவு அது. ஒரேயொரு அதிகாரிதான் பாக்கியிருந்தான் பீரங்கிக்குப் பக்கத்தில் இன்று காலை நீர் இருந்தபோது வந்தவனல்ல அவன். காலையில் இங்கே வந்தவன் கட்டாயம் இறந்துதான் போயிருக்கவேண்டும். ஏனென்றால், சவங்களில் இரண்டு அதிகாரிகளுடையவை என்பதை அதன் கோட்டுக் கைகளிலிருந்து தெரிந்து கொண்டேன். கைகள் தொங்க லாடக் குப்புற கவிழ்த்தபடி சேணங்கள் மீது அவர்களை வைத்துக் கட்டியிருந்தார்கள். தலைகள் கொண்ட மூட்டை இருந்த குதிரையின் முதுகில் ஸோர்டோவின் இயந்திர பீரங்கியையும் பிணைத்திருந் தார்கள். அதன் குழாய் வளைந்திருந்தது. இவ்வளவுதான் நான் கண்டதெல்லாம்."

"இவ்வளவே போதும்" என்று சொல்லி மதுப்பாண்டத்தில் மீண்டும் கோப்பையை அமிழ்த்திய ஜார்டன், "இங்கே உம்மைத்தவிர இன்னும் யாரார் எதிரியணிகளைக் கடந்து குடியரசுப் பகுதிக்குப் போய் வந்திருக்கிறார்கள்?" என்று கேட்டான்.

"ஆண்ட்ரேஸும் எலாடியோவும் போய்வந்ததுண்டு."

"இரண்டு பேரில் யார் தரமானவர்?"

"ஆண்ட்ரேஸ்தான்"

"அங்கேயிருந்து நவாஸெராடாவுக்கு அவர் போய்ச் சேர எவ்வளவு நேரம் பிடிக்கும்?"

“மூட்டையேதும் இல்லாமல், முன் ஜாக்கிரதையுடனும் போனால் மூன்றே மணி நேரம் போதும். அதாவது, அதிருஷ்டம் அவன் பங்கில் இருந்தால், வெடி மருந்து எடுத்து வந்ததால்தான் பத்திரமான சுற்றுவழியில் நாம் வர நேர்ந்தது.”

“அந்த நேரத்தில் அவரால் அங்கே நிச்சயமாகப் போய்விட முடியுமா?”

“இல்லை ஐயா. இதிலெல்லாம் நிச்சயமாக எதுவும் சொல்வதற் கில்லை.”

“உம் விஷயத்தில் கூடவா?’

“ஆமாம்.”

“யாரை அனுப்புவது என்று இனியும் நான் சிந்தித்துக் குழம்ப இடமில்லை. ஆண்ட்ரேஸைத்தான் அனுப்பவேண்டும் என்பதை இப்போது இவனுடைய பதிலே முடிவு செய்துவிட்டது. இவன் மட்டும் தன்னால் நிச்சயமாகச் செல்ல முடியும் என்று சொல்லியிருந் தானானால் நிச்சயம் இவனைத்தான் அனுப்பியிருப்பேன்” என எண்ணிய ஜார்டன், “உம்மைப்போலச் சுலபமாகவும் சாமர்த்திய மாகவும் ஆண்ட்ரேஸினால் செல்ல முடியுமா?” என்று அடுத்தபடி யாகக் கேட்டான்.

“இன்னும் சுலபமாகக்கூடப் போவான். அவனுக்கு என் வயது ஆகவில்லையே?” என்றான் கிழவன்.

“எப்படிப் போவாரோ, நான் கொடுப்பதை எப்பாடுபட்டாவது அங்கே எடுத்துப்போய்ச் சேர்த்துவிட வேண்டும்.”

“வழியில் ஏதாவது விபரீதம் நேரவில்லையானால் அவன் கட்டாயம் கொண்டுபோய்ச் சேர்ந்துவிடுவான். அப்படியில்லாமல் ஏதாவது ஏற்பட்டால் அது எவருக்கும் ஏற்படக்கூடியதுதான்.”

“ஒரு செய்திக்குறிப்பு எழுதி அவர் வழியாக அனுப்பப்போகிறேன். ஜெனரலை எந்த இடத்தில் பார்க்க முடியும் என்பதை அவருக்கு விளக்கிச் சொல்கிறேன். பட்டாளத்தின் முக்கிய கேந்திரத்தில்தான் அவர் இருப்பார்.”

“இந்தப் பட்டாளம், பிரிவு என்ற பேச்செல்லாம் அவனுக்குப் புரியாது. அது என்னையே எப்போதும் குழப்பி வந்திருக்கிறது. ஜெனரலின் பெயரென்ன, அவரை எங்கே பார்ப்பது என்பதை யெல்லாம் அவனுக்குச் சொல்ல வேண்டும்.”

“அவர்தான் பட்டாளக் கேந்திரத்தில் இருப்பார் என்று சொன்னேனே!”

“அப்படி ஒரு குறிப்பிட்ட இடம் இருக்கிறதா, என்ன?”

“இருக்கத்தான் இருக்கிறது, கிழவரே. அந்த இடத்தை ஜெனரலே பொறுக்கிக்கொள்வார். சண்டை நடத்துவதற்கான தலைமையகத்தை அங்கேதான் அவர் அமைத்துக்கொள்வார்” என்று ஜார்டன் பொறுமையோடு விளக்கிக் கூறினான்.

“அப்படியானால் அது எங்கேதான் இருக்கிறது, சொல்லுங்கள்” எனக் களைத்தவனாய்க் கேட்டான் ஆன்ஸெல்மோ. களைப்பு அவன் மூளையை மழுக்கியிருந்தது. தவிர, பட்டாளங்கள், படைகள், பிரிவுகள் போன்ற பதங்கள் அவனே கூறியது போல அவனை எப்போதுமே குழப்பிவிடும். முதலில் அணிகளைத்தான் அவன் அறிய நேர்ந்தது. அடுத்து பிரிவுகள் இருப்பதைத் தெரிந்து கொண்டான். பின்னர் ‘படைகள்’ வந்தன. இப்போதோ ‘பட்டாளம்’ என்று புதிதாகச் சேரவே, புரியாமல் பிரமித்தான். இடம் என்று ஒன்று இருந்தால் அதற்கு ஏதாவது பெயர் இருக்கவேண்டாமாவெனக் குழம்பினான்.

“மெதுவாகவே புரிந்துகொள்ளும், கிழவரே” என்றான் ஜார்டன். ஏனெனில், தன்னால் ஆன்ஸெல்மோவுக்குப் புரியவைக்க முடியவில்லையானால் ஆண்ட்ரேஸுக்கும் தெளிவாக விளக்கவியலாது என்பதை அவன் அறிந்திருந்தான்.

“முக்கிய கேந்திரம் என்பது தன் தலைமையகத்தை அமைக்க ஜெனரல் தேர்ந்தெடுத்திருக்கக்கூடிய இடமாகும். அவர் ஒரு பட்டாளத்துக்குத் தலைவர். பட்டாளம் என்பது இரண்டு படைகளைக் கொண்டது. அந்தக் கேந்திரம் எங்கே இருக்கிறது என்பது எனக்குத் தெரியாது; ஏனென்றால், அது பொறுக்கப்பட்ட போது நான் அங்கே இல்லை. குகையாகவோ, குழியாகவோ, அல்லது குடிலாகவோதான் அது அநேகமாக இருக்கும். அந்த இடத்துக்குத் தந்திக்கம்பிகள் போகும். கேந்திரம் எங்கே இருக்கிறது என்று ஆண்ட்ரேஸ் கேட்க வேண்டும். ஜெனரலுடன் சந்திப்பைக் கோர வேண்டும். இந்தக் கடிதத்தை அவரிடமோ, அல்லது அந்தக் கேந்திரத்தின் தலைமையதிகாரியிடமோ தரவேண்டும். இன்னொருவரிடமும் கொடுக்கலாம்; அவர் பெயரை எழுதித் தருகிறேன். அந்த மூன்று பேரில் யாராவது ஒருவர் அங்கே நிச்சயமாக இருப்பார். தாக்குதலுக்கான ஏற்பாடுகளைப் பார்வையிடப் போகும் போதும் தங்களில் ஒருவர் அங்கேயே இருக்கும்படியாக அவர்கள் பார்த்துக்கொள்வார்கள்... என்ன, விவரம் இப்போது புரிகிறதா?”

“புரிகிறது.”

“அப்படியானால் ஆண்ட்ரேஸை அழைத்து வாரும். கடிதத்தை எழுதி, இந்த முத்திரையை வைத்துக் கொடுக்கிறேன்” என்று கூறி, சிறியதொரு மரத்துண்டில் பதித்து வைக்கப்பட்டிருந்த வட்ட

வடிவமான ரப்பர் முத்திரையையும், அதில் இங்கியேற்ற அதேபோலச் சிறிய அளவிலும், வட்டமாகவும், தகர மூடியிட்டும் வைக்கப்பட்டிருந்த பத்தையையும் தன் ஜேபியிலிருந்து எடுத்து ஆன்ஸெல்மோவுக்குக் காட்டிய ஜார்டன் மேலும் சொன்னான், "இந்த முத்திரைக்கு அவர்கள் மதிப்பளிப்பார்கள். ஆண்ட்ரேஸை உடனே இட்டு வாரும். அவருக்கு விஷயத்தை விளக்குகிறேன். அவர் விரைவில் செல்ல வேண்டும் என்றாலும் அதற்கு முன்னால் விஷயத்தைப் புரிந்துகொள்வது அவசியம்."

"எனக்குப் புரிந்தால் அவனுக்கும் விளங்கிவிடும். இருந்தாலும் இன்னும் தெளிவாக நீங்கள் சொல்வது அவசியம். இந்தப் பட்டாளங்கள், தலைமை நிலையங்கள் என்ற பேச்செல்லாம் இன்னமும் எனக்குப் புதிராகவே இருக்கிறது. வீடு போலத் திட்டமான இடங்களுக்குத்தான் நான் எப்போதும் போய் வந்திருக்கிறேன். நவாஸெராவில் ஒரு பழைய ஓட்டலில் தலைமையகம் இருக்கிறது. காடரமாவிலோ தோட்டமுள்ள வீட்டில் அது இருக்கிறது."

"நான் சொல்கிற இந்த ஜெனரலைப் பொறுத்தவரையில் படைவீடுகளுக்குப் பக்கத்திலேயே அந்த முக்கியக் கேந்திரம் இருக்கும். விமானங்களின் தாக்குதலிலிருந்து பாதுகாப்பதற்காகப் பாதாள அறையில் அதை அமைத்திருப்பார்கள். எதைக் கேட்பது என்பது தெரிந்திருந்தால் ஆண்ட்ரேஸ் அதை எளிதாக விசாரித்து அறிந்துவிடலாம். அங்கே போய், நான் எழுதியிருப்பதைக் கொடுத்தால் போதும். இது அங்கே சீக்கிரம் போய்ச் சேரவேண்டும். போய் அவரை அழைத்துவாரும், உடனே."

வாசல் திரையின் கீழ்க்குனிந்தபடி ஆன்ஸெல்மோ வெளியே சென்றான். ஜார்டனும் தன் குறிப்புப் புத்தகத்தில் எழுதத் தொடங்கினான். அதுவரை வாய் திறவாமலே இருந்த பாப்லோ அப்போது தான் முதல் முறையாக, "இதைக் கேளும், இங்கிலீஷ்காரரே" என்றான், இன்னமும் மதுப்பாண்டத்தையே பார்த்துக் கொண்டிருந்தன அவன் கண்கள்.

"நான் எழுதிக் கொண்டிருக்கிறேன்" என்றான் ஜார்டன், ஏறிட்டுப் பாராமலே.

"நான் சொல்வதைக் கேளும், இங்கிலீஷ்காரரே. மனம் இடிந்துவிடும்படியாக இப்போது ஒன்றும் நடந்துவிடவில்லை. ஸோர்டோ இல்லாமலேயே எதிரியின் காவல் சாவடிகளைப் பிடிக்கவும், பாலத்தைப் பிளக்கவும் நம்மிடம் பலம் உண்டு" என்று பாண்டத்தைப் பார்த்தவாறே பாப்லோ பேசினான்.

"அப்படியானால் நல்லதே!" எழுதுவதை நிறுத்தாமலே ஜார்டன் கூறினான்.

"நிறையவே உண்டு, இன்று நீர் காட்டிய விவேகம் என்னை வியக்க வைத்திருக்கிறது, இங்கிலீஷ்காரரே. உமக்கு நிறையத்தான் புத்தி இருக்கிறது. என்னைவிட நீர் கெட்டிக்காரரே. உம்மிடம் எனக்கு நம்பிக்கை உண்டு."

ஆனால் பாப்லோ கூறியதை ஜார்டன் சரியாகக் காதில் வாங்கிக்கொள்ளவில்லை. கோல்ஸுக்குக் கடிதம் எழுதுவதிலேயே அவன் குறியாயிருந்தான். கூடிய வரையில் குறைந்த வார்த்தைகளைப் பயன்படுத்தினாலும் முற்றிலும் ஏற்கக்கூடிய விதத்தில் அதை அமைக்க அவன் முற்பட்டிருந்தான். தாக்குதல் ரத்தாக வேண்டும் என்பதே அவனுடைய நோக்கம். ஆனால் தன் பணியில் இருந்த அபாயம் பற்றிய அச்சத்தினால் அவ்விதம் அவன் யோசனை கூறவில்லை; எல்லா விவரங்களையும் அவர்களுக்கு அறிவிப்பதே தன் விருப்பம் என்பதை மேலிடத்தார் நம்பச்செய்ய அவன் முயன்று கொண்டிருந்தான். அந்நிலையில், "இங்கிலீஷ்காரரே" என்று பாப்லோ மீண்டும் விளித்தபோது "நான் எழுதிக்கொண்டிருக்கிறேன்" எனத் திரும்பவும் கூறினான் நிமிர்ந்து பாராமலே. கடிதம் பற்றிய சிந்தனையிலேயே அவன் ஆழ்ந்திருந்தான். 'இதற்கு இன்னொரு பிரதி எடுத்து இரண்டு பேரிடமாகக் கொடுத்தனுப்புவதுதான் சிறந்ததாக இருக்கலாம்.'

ஆனால் நான் அப்படிச் செய்தால், இங்கே பாலத்தைத் தகர்க்கப் போதிய ஆட்கள் இருக்கமாட்டார்கள். இந்தத் தாக்குதலின் நோக்கம் என்னவோ, எனக்கென்ன தெரியும்? பிடித்துள்ள இடத்தை இருத்தி வைத்துக் கொள்வதற்காகவே இது நடக்கலாம். இல்லா விட்டால், எதிரிப் படைகளை வேறெங்கிருந்தாவது இங்கு இழுப்ப தற்கான முயற்சியாக இது இருக்கலாம். அதுவுமில்லாவிடில், வடக்கே யிருந்து விமானங்களை இங்கு திருப்புவதும் நோக்கமாக இருக்கக் கூடும்... ஆம், அப்படித்தான் இருக்கவேண்டும். இந்தத் தாக்குதல் வெற்றிபெற வேண்டுமென எவரும் எதிர்பார்க்கவேயில்லையோ என்னவோ! அதையெல்லாம் பற்றி எனக்கென்ன? இது கோல்ஸுக்கு நான் எழுதும் செய்திக் குறிப்பு. தாக்குதல் தொடங்கும் வரை பாலத்தைத் தகர்க்கக் கூடாது என்று எனக்குத் தெளிவாகக் கட்டளையிடப்பட்டிருக்கிறது. தாக்குதல் ரத்தானால் நான் தகர்க்கத் தேவையில்லை. இருந்தாலும் கட்டளையை நிறைவேற்றக் குறைந்த பட்ச ஆட்களை இங்கு நான் வைத்திருந்தாக வேண்டும்' என்றெல் லாம் எண்ணிய அவன் இறுதியில், "என்ன சொன்னீர்?" என்று பாப்லோவை வினவினான்.

"உம்மிடம் எனக்கு நம்பிக்கை உண்டு என்றேன்" என்றான் பாப்லோ, இன்னமும் பாண்டத்தையே நோக்கியபடி.

"அந்த நம்பிக்கை எனக்கு இல்லையே என்று ஏங்குகிறேன்" என்று எண்ணியபடி ஜார்டன் தொடர்ந்து எழுதலானான்.

30

இன்றிரவு செய்யவேண்டியவை அனைத்தையும் செய்து முடித்தாகிவிட்டது. எல்லாக் கட்டளைகளும் போடப்பட்டு விட்டன. காலையில் எழுந்ததும் தாங்கள் என்னென்ன செய்ய வேண்டும் என்பதை எல்லோரும் திட்டமாகத் தெரிந்துகொண்டு விட்டனர். ஆண்ட்ரேஸ் புறப்பட்டுப் போய் மூன்று மணி நேரம் ஆகிவிட்டது. எனவே பாலத்துக்கு வெடிவைக்கும் வேலையைக் கைவிடக்கூறும் கட்டளை விடிந்ததுமே வந்துவிடும். அப்படி அது வராமல் இருக்கவும் சந்தர்ப்பம் உண்டுதான். எனினும் அது 'வருமென்றே நம்புகிறேன்' – பிரிமிடிவோவிடம் பேசுவதற்காக மேலே போய்விட்டுத் திரும்பி நடந்து வந்துகொண்டிருக்கையில் ஜார்டனின் மனத்தில் முளைத்த சிந்தனை கிளைத்துப் பரவியது. தாக்குதலை நடத்துபவர் கோல்ஸ். ஆனால் அதை நிறுத்துவதற்கு அவருக்கு அதிகாரம் கிடையாது. அதை ரத்து செய்வதற்கான அனுமதி மாட்ரிட் நகரிலிருந்தே வந்தாக வேண்டும். அங்கே எவரை யும் எழுப்பிக் கேட்க கோல்ஸ் கோஷ்டியினரால் இயலாது. அப்படியே யாராவது விழித்தெழுந்தாலும் தூக்கக் கலக்கத்தில் அவர்களால் சிந்திக்க முடியாது. தாக்குதலுக்கு ஈடுகொடுக்க எதிரிகள் செய்துள்ள ஏற்பாடுகள் பற்றி கோல்ஸுக்கு நான் முன்னதாகவே சொல்லியனுப்பியிருக்க வேண்டும். ஆனால் எதையும் பற்றி அது நடக்கு முன்பே என்னால் எப்படித் தகவல் தெரிவிக்க முடியும்? டாங்கிகளை எதிர்த்தடிக்கும் பீரங்கிகளை இருட்டுவ தற்குமுன் அவர்கள் இங்கே கொண்டு வரவில்லையே! சாலையில் எந்த நடமாட்டத்தையும் விமானங்கள் கண்டுபிடித்துவிடக்கூடாது என்பதற்காகவே அவர்கள் இப்படிச் செய்திருக்கிறார்கள். ஆனால் அதே நேரத்தில் அவர்களுடைய விமானங்கள் பறந்து திரிந்திருக் கின்றனவே, அவை சுட்டுவது எதை? அவற்றைக் கண்டதும் நம் தரப்பினர் நிச்சயம் எச்சரிக்கை அடைந்தேயிருக்க வேண்டும். ஆயினும் குவாடலஜாரா வழியாக இன்னொரு தாக்குதலை நடத்துவ தற்காக இங்கே அந்த விமானங்கள் போலி நாடகமாடிக் கவனத்தைத் திருப்ப முற்பட்டிருக்கவும் தோது உண்டுதான். வடக்கேயுள்ளவை தவிர ஸோரியாவிலும் ஸிகுவென்ஸாவிலும் இத்தாலியத் துருப்புகள் குவிந்திருப்பதாகச் சொல்கிறார்கள். இருந்தாலும் ஒரே சமயத்தில் இரண்டு பெரிய தாக்குதல்களை நடத்த அவர்களிடம் போதிய ஆள்பலமோ, ஆயுத வசதியோ கிடையாது. அது அசாத்தியமானது தான்; ஆகவே, அது வெறும் வாய்ப்பந்தலே என்பது உறுதி...

எனினும் போன மாதமும், அதற்கு முந்தின மாதமும் காடிஸில் ஏராள இத்தாலியத் துருப்புகள் வந்திறங்கியது நம்மவருக்கு நன்றாகத் தெரியும். எனவே குவாடலஜாராவில் மறுபடியும் கைவரிசையைக் காட்ட அவர்கள் எத்தனிப்பதற்கு எப்போதும் ஏது உண்டு என்பதை அவர் மறுப்பதற்கில்லை. முன்முறை போல முட்டாள்தனமாக முயற்சி செய்யாமல், மூன்று முக்கிய அணிகளாகப் பிரிந்து அவர்கள் முன்னேற முற்படக் கூடும். அப்படி முன்னேறியபின் இணைந்து விசிறிபோல விரிந்து, ரயில் மார்க்கத்தை ஒட்டியே சென்று பீட பூமியின் மேற்குப்புறத்தை அவர்கள் எட்டிவிட முடியும். இதைச் சீராகச் செய்துமுடிப்பது சாத்தியம்தான் என்பதை ஹான்ஸ் முன்பே எனக்கு விளக்கிக் காட்டியிருக்கிறார். ஆனால் அவர்கள் போனமுறை பல பிசகுகளைப் புரிந்துவிட்டார்கள். குவாடலஜாராவில் பயன் படுத்திய படையினரில் எவரையும் மாட்ரிட் வாலென்ஷியா சாலையை இலக்காகக் கொண்டு ஆர்கண்டாவில் நடந்த படையெடுப்பில் அவர்கள் ஈடுபடுத்தவேயில்லை. அந்த இரு தாக்குதல்களையும் அவர்கள் ஏன் ஒரே சமயத்தில் நடத்தாமல் போனார்கள்? ஏன், எதனால்? என்ன காரணம் என்பது நமக்கு எப்போதுதான் தெரியப்போகிறது? எனினும் இருமுறையும் ஒரே படையினரைக் கொண்டே நாம் அவர்களைத் தடுத்து நிறுத்தினோம். ஒரே நேரத்தில் இரு படையெடுப்புகளையும் அவர்கள் நடத்தி யிருந்தால் அது நம்மால் இயன்றிருக்காது... இந்தமாதிரி அற்புதங் களெல்லாம் இதற்கு முன்பே நடந்திருப்பதைப் பார்த்த பிறகும் உனக்கேன் கவலை? இரண்டிலொன்றுதான் நடக்கக்கூடியது. ஒன்று, அந்தப் பாலத்தை நீ தகர்த்தாக வேண்டியிருக்கும், இல்லா விட்டால், வாளாவிருக்க வேண்டிவரும். ஆனால் அப்படி அழிக்கும் அவசியம் உனக்கு வராமலே போய்விடும் என்று வீணாக எண்ணி ஏமாந்துவிடாதே. இன்றில்லாவிடில் நாளை நீ அதைத் தகர்த்துத்தான் தீருவாய். அந்தப் பாலமில்லையேல் இன்னொரு பாலத்தை நீ பிளக்கும் படியிருக்கும், அவ்வளவுதான். என்ன செய்யப்பட வேண்டும் என்று தீர்மானிப்பது நீயல்ல. கட்டளைகளைக் கடைப் பிடிப்பதே உன் கடமை. அவற்றை அப்படியே பின்பற்றுவதுதான் உன் பொறுப்பு. அவற்றுக்குப் புறம்பாகச் சிந்திக்க அனாவசியமாக முயலாதே... இப்போது எனக்கு இடப்பட்டுள்ள உத்தரவுகள் மிகவும் வியக்கதக்கதாகவே இருக்கின்றன. உண்மையில் அவை தேவைக்கு மேலேயே தெளிவாக உள்ளன... ஆனால் அதற்காக உன்னை நீ அலட்டிக்கொள்வதோ அச்சமடைவதோ ஆகாது. அம்மாதிரி இயல் பான பயத்தில் ஆழ்ந்து திளைக்க உன்னை நீ அனுமதிப்பாயானால் உன்னோடு உழைக்கவேண்டிய பிறரையும் அந்தப் பீதி பற்றிக்கொண்டு விடுவது உறுதி... இருந்தாலும் அந்தத் தலைவெட்டி விவகாரம் அலாதியானதுதான். அந்தக் குன்றுச்சியில் எதிரிகளிடம் ஸோர்

டோக் கிழவன் தனியாகச் சிக்கிக்கொண்டதை எண்ணும்போது என்னவோ போலத்தான் இருக்கிறது. அந்த மாதிரி அகப்பட்டுக் கொள்ள நீ ஒருநாளும் விரும்பியிருக்கமாட்டாய், இல்லையா? அது உனக்கு அச்சமூட்டியது, அப்படித்தானே....ஆமாம் அது உன்னைக் கலக்கித்தான் விட்டது. அதுமட்டுமல்ல. இன்று நடந்த இன்னும் சில விஷயங்களும் உன்னை உளைக்கத்தான் செய்தன. இருந்தாலும் நீ சீராகவே நடந்து கொண்டாய். இதுவரையிலும் நிதானமிழக்காமல் நல்லபடியாகத்தான் நீ நடந்துகொண்டிருக்கிறாய்...

'மொன்டானா பல்கலைக்கழகத்தில் ஸ்பானிஷ் மொழி போதித்து வந்தவன்தானே நீ. விசேஷப் பயிற்சியேதும் உனக்குக் கிடையாது. அதை நினைக்கும்போது உன் சாதனை திருப்திகரம்தான். ஆனால் இதைக் கொண்டு நீ ஏதோ தனிப்பிறவி என்று கருதத் தொடங்கிவிடாதே. இந்த விவகாரத்தில் அப்படியொன்றும் அதிகமாக நீ முன்னேறிவிடவில்லை. டுரானை ஞாபகப்படுத்திக்கொள், போதும். போராட்டம் துவங்குமுன் பாட்டு புனைந்து கொண்டிருந் தவன் அவன். ஊரைச் சுற்றும் உல்லாச வாலிபனாக இருந்தானே தவிர ராணுவப் பயிற்சியேதும் பெறவில்லை. ஆனால் இன்றோ ஒரு படைக்கு தலைமை தாங்கும் அரிய ஜெனரலாக உயர்வு பெற்றிருக்கிறான். பிஞ்சுப் பிராயத்திலேயே சதுரங்கத்தில் மேதையான ஒருவன் அந்த ஆட்டத்தை எளிதாகக் கற்றுத் தேர்ந்து விடுவதைப் போலவே அனைத்தையும் அவன் சுலபமாகப் புரிந்து கொண்டு பயின்றுவிட்டான். நீயும்தான் பிள்ளைப் பருவத்திலிருந்தே போர்க் கலையைப் படித்து வந்திருக்கிறாய். போதாக் குறைக்கு உன் பாட்டனார் வேறு அமெரிக்க உள்நாட்டுப் போர் பற்றி அநேக விவரங்களைச் சொல்லி அதை அவர் கலகப் போர் என்றே அழைத்து வந்தாலும்கூட உன் ஆராய்ச்சியை ஆரம்பித்துவைத்தார். ஆயினும் டுரானுடன் ஒப்பிடும்போது, சிறுவயதிலேயே சதுரங்கத்தில் இயல்பான திறமை பெற்றுவிட்ட ஒருவனின்முன் சாதாரண ஆட்டக் காரனைப் போன்றவன்தான் நீ... அடடா அந்தப் பழைய நண்பன் டுரான்தான் எப்படிப்பட்டவன்! அவனை மறுபடிப் பார்க்கவேண்டும் போல இருக்கிறது எனக்கு. இதெல்லாம் முடிந்த பிறகு கேலார்டில் அவனைச் சந்திக்கப் போகிறேன்... ஆமாம். இந்த வேலை முடிந்தபின்தான், ஆஹா! நான்தான் எத்தனை அறிவு நிதானத்துடன், அருமையான முறையில் நடந்து கொள்கிறேன்! ஆம். இந்த வேலையைச் செய்து முடித்ததும் டுரானைக் கட்டாயம் கேலார்டில் காணத்தான் போகிறேன்... இதோ பார், உன்னையே ஏமாற்றிக் கொள்ளாதே. நீ சீராகவே சிந்தித்தும் செயல்புரிந்தும் வந்திருப்பது மெய்தான்: உணர்ச்சிகளை ஒதுக்கி வைத்துவிட்டுத்தான் எல்லாம் செய்திருக்கிறாய். உண்மையே ஆனால் அந்த விழிப்பு இப்போது

எங்கே போய்விட்டது? ஆம், இனி ஒருபோதும் டுரானை நீ பார்க்கப்போவதில்லை. அவனைச் சந்திப்பது அப்படியொன்றும் முக்கியமானதல்ல. அதெல்லாம் அனாவசிய ஆடம்பரம், போலிப் பகட்டுதான். அந்தச் சொகுசு வாழ்விலெல்லாம் நாட்டம் காட்டாதே. அதே வேளையில் விரக்தி வீரமும் வேண்டாம். எப்படியும், அப்படிப்பட்ட அசட்டுத் துணிச்சல் மிகுந்தவர்கள் இந்த மலைப்புறத்தில் கூடவே கூடாது. அமெரிக்க உள்நாட்டுப் போரில் நான்கு வருடம் பங்கெடுத்தவர் உன் பாட்டனார். நீயோ இந்தப் போரில் ஈடுபட்டு இன்னும் ஓராண்டைக்கூட முடிக்கவில்லை. இன்னும் நெடுநாள் வாழ்ந்தாகவேண்டும் நீ. அதற்கு ஏற்றபடித்தான் அமைந்துமிருக்கிறாய். அதோடு, இப்போது உனக்கு மேரியாவும் இருக்கிறாள். ஏன், எல்லா நலன்களுமே உனக்கு வாய்த்திருக்கின்றன. நீ வீணாகக் கவலைப்பட்டுக் குழம்பக் கூடாது. ஒரு கொரில்லாக் கோஷ்டியும் குதிரைப் படைப் பிரிவொன்றும் மோதிக் கொண்டதால் என்ன மோசம் வந்துவிட்டது இப்போது? அந்தச் சில்லறைக் கைகலப்பை நீ பெரிதாக நினைக்கக்கூடாது. அதில் சிலபேரின் தலைகளை வெட்டிவிட்டதாலும்தான் என்ன குடி முழுகிவிட்டது? அது உன் நிலைமையை எள்ளளவாவது மாற்றுகிறதா? இல்லவே யில்லையே! உள்நாட்டுப் போருக்குப் பிறகு கீர்னி கோட்டையில் தாத்தா சேவை செய்தபோது தலைகளைக் கொய்வது செவ்விந்தியர்களுக்கு சர்வ சகஜமாம். அம்பு நுனிகள் பரப்பி வைக்கப்பட்ட அலமாரியொன்று உன் தந்தையின் காரியாலய அறையில் இருக்குமே, நினைவில்லையா உனக்கு? அவற்றை மட்டுமா, அந்த அலமாரியின் சுவர்களில் செவ்விந்தியர்களின் சண்டைத் தொப்பிகள் மாட்டப் பட்டிருந்ததையும் நீ பார்த்திருக்கிறாய். அந்தத் தொப்பிகளில் செருகப்பட்டிருந்த கழுகு இறகுகள் கூடச் சாய்ந்திருக்குமே, ஞாபகமில்லையா? இன்னும், அவர்கள் காலுக்கும் மேலுக்கும் போட்டிருந்த மான்தோல் ஆடைகளின் வாடையையும் அங்கே நீ முகர்ந்திருக்கிறாய், மணி வைத்துத் தைத்த காலுறைகளைத் தொட்டுக்கூடப் பார்த்திருக்கிறாயே! அதே அலமாரியின் ஒரு மூலையில், எருமை வேட்டைக்கான வில்லின் பெரிய வளைவுப் பகுதியொன்று சாய்த்து வைக்கப்பட்டிருக்கும், கூடவே வேட்டையம்புகளும், சண்டையம்புகளும் கொண்ட இரு துணிகளும் இருக்குமே. நினைவிருக்கிறதா? அந்த அம்புக் கட்டைவிரல்களால் வளைத்துப் பிடித்துக்கூடப் பார்ப்பதுண்டே நீ! அப்படிப்பட்டவற்றில் ஏதாவதொன்றை இப்போது நினைத்துப் பார்த்துக்கொள். அம்மாதிரி உருவான, யதார்த்தமான ஒன்றைத்தான் ஞாபகப்படுத்திக் கொள்ள வேண்டும்...

‘ஏன், உன் பாட்டனாரின் வளைந்த வாளைத்தான் நினைத்துப் பாரேன்! நன்றாக எண்ணெய் போட்டுப் பளபளவென்று இருக்கும் அது, நசுங்கிப்போன உறையில் கிடக்கும். சாணைப் பிடிப்பவனுக்குப் பலமுறை அனுப்பப்பட்டதால் அந்த வாள் தேய்ந்து மெலிந்திருந் ததைக்கூட உன் தாத்தாவே உனக்குக் காட்டியிருக்கிறாரே! அது இல்லாவிட்டால் அவருடைய ஸ்மித் வெஸ்டன் கைத்துப்பாக்கியை எண்ணிப்பார். அதிகாரிகளுக்கான ரகம் அது; ஒரு முறையில் ஒரு ரவைதான் சுடலாம். கொக்கிக்குக் காப்பும் கிடையாது. இருந்தாலும் அந்தக் கொக்கியைப் போல லகுவாக, இதமூட்டி இழுபட்டது எதையும் நீ தொட்டதே கிடையாது. எப்போதும் நன்றாக எண்ணெய் போடப்பட்டே இருக்கும் அது. மெருகு போய்விட்ட போதிலும் குழலுக்குள் எப்போதும் சுத்தமாகவே இருக்கும். தோலுறையுடன் உரசியுரசித் தண்டும் குழாயும் வழுவழுப்பாகியிருந்தன. ‘அமெரிக்கா’ என்று மேலே பொறித்த அந்த உறையிலேயே போட்டு, அலமாரியின் இழுப்பறை ஒன்றிலேயே அந்தத் துப்பாக்கியைத் தாத்தா வைத் திருப்பார். பக்கத்திலேயே அதைத் துடைத்துத் துப்புரவு செய்வதற் கான சாமக்கிரியைகளும், இருநூறு ரவைச் சுற்றுகளும் இருக்கும். அவற்றை அட்டைப்பெட்டிகளில் போட்டு, மெழுகேற்றப்பட்ட நூலினால் கச்சிதமாகக் கட்டியிருப்பார். அப்படிப் பத்திரப்படுத்தி யிருந்தாலும் அந்தத் துப்பாக்கியை நீ வெளியிலெடுத்து வைத்துக் கொள்ள அவர் அனுமதிப்பார்.

“தாராளமாக எடுத்துப் பார்க்கலாம்; தடையேயில்லை” என்பார். ஆனால் அதை வைத்துக்கொண்டு விளையாட விட மாட்டார். “ஆபத்தான ஆயுதம்” என்று காரணம் கூறுவார். அதைக் கொண்டு எவரையாவது அவர் கொன்றதுண்டா என்று ஒருமுறை நீ கேட்டதற்கு “உண்டு” என்று பதிலளித்தார். “எப்போது?” என்றாய். “கலகப் போரிலும், பிற்பாடும்” என்று அவர் சொன்னார். “அதைப்பற்றிக் கொஞ்சம் சொல்லுங்கள், தாத்தா” என்று நீ கெஞ்சிய போதோ. “முடியாது, ராபர்ட். அதைப்பற்றிப் பேச எனக்கு மனமில்லை” என மறுத்துவிட்டார். பிறகு அந்தக் கைத்துப்பாக்கியைக் கொண்டே உன் தந்தை தன்னைச் சுட்டுக்கொண்டு இறந்தார். அதையடுத்துப் பள்ளியிலிருந்து நீ வீட்டுக்கு வந்தாய். சவ அடக்கம் நடந்தது. பிரேத விசாரணை நடத்திய அதிகாரி அந்தத் துப்பாக்கியை உன்னிடம் திருப்பிக் கொடுத்தார். அப்போது அவர், “இந்தத் துப்பாக்கியை என்னிடமே வைத்துக் கொள்வதுதான் முறை, பாப். இருந்தாலும் உன்னிடம் இருக்கவேண்டுமென நீ விரும்புவாய் என்றே எண்ணுகிறேன். ஏனென்றால், உன் அப்பா இதை எந்த அளவுக்குப் போற்றிப் பாதுகாத்து வந்தார் என்பது எனக்குத் தெரியும். அவருடைய அப்பா உள்நாட்டுப் போர்க்காலம் பூராவிலும்

இதை உபயோகித்திருந்ததே அப்படி அவர் மதிக்கக் காரணம். அப்போது மட்டுமல்ல பிற்பாடு குதிரைப் படையோடு உன் தாத்தா இங்கே முதல் தடவையாக வந்தபோதும் இதைப் பயன்படுத்தினார். இப்போதும்கூட இது நல்ல துப்பாக்கியாகவே இருக்கிறது. இன்று மாலை நானே சுட்டுப் பார்த்தேன் அப்படியொன்றும் பெரிய ரவைகளைப் பிரமாதமாக இது வீசிவிடவில்லை. இருந்தாலும் இதைக்கொண்டு சுலபமாகச் சுட்டு வீழ்த்துவது சாத்தியம்தான் என்றாயே நினைவிருக்கிறதல்லவா?"

அவரிடமிருந்து அந்தத் துப்பாக்கியைப் பெற்றுக் கொண்ட நான், அலமாரியின் இழுப்பறையில் அதற்குரிய இடத்திலேயே திரும்பவைத்தேன். என்றாலும் மறுநாளே அதை எடுத்துக்கொண்டு குதிரை மீதேறிக் கிளம்பினேன். இப்போது கணவாய்க்குமேல் குக்ஸிடிக்குப் போகும் சாலையைப் போட்டிருக்கிறார்களே, அந்தக் குன்றுப் பகுதியின் உச்சிக்கு சப் சகிதம் போனேன். அங்கே காற்றில் அடர்த்தி இருக்காது; கோடைக்காலத்திலும் கூடப் பனி இருக்கும் அங்கே, எண்ணூறு அடி ஆழம் உடையதென நாங்கள் எண்ணி வந்த கரும் பச்சை நிற ஏரியின் கரையை அடைந்தோம். இரு குதிரைகளையும் சப் பிடித்துக்கொண்டு நிற்க, நான் ஒரு பாறை மீதேறிக் குனிந்து பார்த்தேன். சலனமில்லாமல் இருந்த அந்த ஏரித் தண்ணீரில் என் முகத்தைப் பார்த்தேன். கையில் நான் பிடித்திருந்த துப்பாக்கியையும் அதில் கண்டேன். அப்புறம் அதன் குழலைப் பிடித்துக்கொண்டேன்; அப்படியே கீழே நழுவவிட்டேன். கொப்புளங் களை எழுப்பியபடித் தண்ணீருக்குள் அது இறங்கியதைக் கவனித் தேன். அந்தத் தெளிந்த நீரில் தாயத்து அளவுக்கு அது சிறுக்கும் வரை நோக்கிக் கொண்டேயிருந்தேன். அப்புறம் என் பார்வைக்குப் புலப்படாத ஆழத்துக்கு அது போய்விட்டது. பிறகு பாறையிலிருந்து இறங்கி வந்து என் பெஸ் குதிரைபேரில் பாய்ந்து ஏறினேன். அப்படித் தாவியபோது பாதமுடுக்கிகளில் நான் அடிவைத்து இடித்த வேகத்தினால் கோபம்கொண்ட பெஸ் ஆடும் குதிரை போலக் குதிபோடத் தொடங்கிவிட்டது. அப்படி நர்த்தனமாடிய அதை அந்த ஏரிக்கரையோரமாகவே சிறிது தூரம் செலுத்தினேன். சண்டித்தனத்தை அது கைவிட்டதும் பழைய பாட்டைக்குத் திரும்பினோம். அப்போது, "நீ ஏன் அந்தத் துப்பாக்கியைத் தூக்கி யெறிந்தாய் என்பது எனக்குத் தெரியும், பாப்" என்று சப் சொன் னான். "தெரியுமல்லவா? அப்படியானால் அதைப் பற்றி பேசத் தேவை இல்லை" என்று நான் பதிலளித்தேன். அப்புறம் அதுபற்றி நாங்கள் பேசிக்கொள்ளவேயில்லை. அதோடு முடிந்தது தாத்தா வைத்திருந்த துப்பாக்கியின் கதை. அவருடைய வளைந்த வாளை மட்டும் மற்ற சாமான்களோடு மிஸ்ஸியாவில் இருக்கும் என் பெட்டியில் இன்னமும் வைத்திருக்கிறேன்."

அடுத்து, அவனுடைய அப்போதைய நிலைக்குத் திரும்பி வந்தது ஜார்டனின் சிந்தனை. தாத்தா மட்டும் இப்போது இருந்தால்? இந்த நிலைமை பற்றி அவர் என்ன நினைப்பார்? அவர் சிறந்த ஒரு சிப்பாய் என்று எல்லாருமே சொல்லியிருக்கிறார்கள். அவர் மட்டும் அன்று உடனிருந்திருந்தால் கஸ்டர் அப்படிச் சிக்கிக்கொள்ள விட்டிருக்கவே மாட்டார் என்றுகூடச் சொன்னார்கள். ஆனால் லிட்டில் பிக் ஹார்ன் வட்டாரத்தில் இருந்த அந்தச் செவ்விந்தியரின் குடிசைகளிலிருந்து எழும்பிய புகையையும் புழுதியையும் அவர் எப்படிப் பார்க்காமல் இருந்திருக்க முடியும்? அன்று காலை கடும் பனி மூட்டம் போட்டிருந்தால்தான் அது சாத்தியம். ஆனால் அன்றுதான் மூட்டமே கிடையாதாமே! அது எப்படியோ, எனக்குப் பதிலாகத் தாத்தா இங்கே இப்போது இருக்கக் கூடாதா என்றே இருக்கிறது எனக்கு. எனினும் இன்றில்லாவிட்டாலும் நாளையிரவு நாங்களிருவரும் ஒன்றுசேர்ந்து விடக்கூடும். சொர்க்கம், நரகம் என்றெல்லாம் ஏதோ உளறுகிறார்களே அப்படியேதும் கிடையா தென்று நான் நிச்சயமாகச் சொல்வேன். உண்மையிலேயே அவ்விதம் ஏதாவது இருக்குமானால் அங்கே அவரைச் சந்தித்துப் பேசத் துடிக்கிறேன் நான். ஏனென்றால், அவரிடம் நான் பல விஷயங்கள் பற்றிக் கேட்டறிந்தாக வேண்டும். அதே விதக் காரியங்களை நானும் செய்திருக்கிறபடியால் அப்படிக் கேட்க எனக்கு இப்போது உரிமை யும் உண்டு. நான் கேட்பதை அவர் இப்போது தப்பாகக் கருத மாட்டார் என்றே எண்ணுகிறேன். முன்பு எனக்கு அதற்கு உரிமை இருக்கவில்லை. என்னை அப்போது அவர் அறிந்திருக்கவில்லை யாதலால் அவர் பதில் சொல்லாமல் போனதில் பிசகேயில்லை. இப்போதோ இருவரும் சமநிலையில் இருக்கிறோம். சீரான முறையில் பேசமுடியும். இந்தக் கணமே பேசி, அவருடைய ஆலோசனையைப் பெறப் பரபரக்கிறது என் மனம்... அட, அறிவுரையைப் பெறா விட்டாலும் அவருடன் பேசவாவது எனக்கு வாய்ப்புக் கிடைக்கக் கூடாதா?

“எங்களைப்போல நெருக்கமானவர்களிடையே இத்தனை கால வித்தியாசம் இருப்பது கேலிக்கூத்தல்லாமல் வேறென்ன?”

ஆனால், இறந்த உறவினர் அப்படித் திரும்ப ஒன்றுகூடுவது எப்போதாவது சாத்தியமென்றால் தன் தந்தையின் பிரசன்னத்தால் தனக்கும் தன் தாத்தாவுக்கும் மிகுந்த தர்மசங்கடம் ஏற்பட்டுவிடாதா என்ற கேள்வி கிளர்ந்தது, ஜார்டனின் மனத்தில். உடனே அதற்குப் பதிலும் கிட்டியது. ‘எவருக்கும் தற்கொலை செய்துகொள்ள உரிமை உண்டு என்பதை மறுக்க முடியாது. இருந்தாலும் அது நல்லதல்ல தான். அது ஏன் நடக்கிறது என்பது எனக்குப் புரிகிறது. எனினும் அதை என்னால் ஒப்புக்கொள்ள முடியாது... என்ன இது, உனக்குப்

புரிகிறது என்றா சொன்னாய்...? ஆமாம், சந்தேகமில்லாமல், புரியத் தான் புரிகிறது? ஆனால்... ஏன் 'ஆனால்' போட்டு நிறுத்திவிடுகிறாய்? சொல்லேன், மேலே... அந்தமாதிரித் தற்கொலை செய்து கொள்வ தென்றால் கவலையில் முழுக்க முழுக்க முழுகித்தான் போயிருக்க வேண்டும்... போதும் போதும், தந்தையின் நினைவு. தாத்தாதான் இப்போது இங்கே எனக்கு வேண்டும். ஒரு மணி நேரம் உடனிருந்தால் கூடப்போதும். துப்பாக்கியைத் துஷ்பிரயோகம் செய்தாரே, இந்தத் தந்தை மூலம்தான் என்னிடம் கொஞ்சநஞ்சமுள்ள சக்தி புத்தியை அவர் கொடுத்தனுப்பியிருப்பாரோ, ஒரு வேளை? எங்கள் இருவருக்குமிடையில் தந்தைதான் தொடர்பு போலும். சேச்சே, என்ன இழவெடுத்த எண்ணம்! இந்தக் கால வித்தியாசம் இவ்வளவு நீண்டதாக ஏன்தான் இருந்து தொலைக்க வேண்டுமோ? இப்படி இல்லையேல், என் தந்தையால் எனக்குச் சொல்லிக் கொடுக்க முடியாததைத் தாத்தாவிடமிருந்து நான் நேரிடையாகவே தெரிந்து கொண்டிருக்க முடியும் அல்லவா? ஆனால் உள்நாட்டுப் போர்க் காலத்தில் தாத்தா அனுபவித்து ஆட்கொள்ளப்பட்டுக் கடைசி நான்காண்டுகளில் எப்படியோ கரைத்துவிட்ட அச்சம்தான் என் தந்தையைக் கோழையாக்கி விட்டதோ? பின்னர் செவ்விந்தியருடன் நடந்த சண்டைகளில் பாட்டனாருக்கு ஏற்பட்ட பயம்தான் அப்படியேதும் அதிக அளவில் மூள முகாந்தரம் இராவிட்டாலும்கூட தந்தையைப் பயங்கொள்ளியாக்கி விட்டதோ, காளைபிடி வீரர்களின் குமாரர்கள் கவைக்குதவாதவர்களாவதே போல இது அப்படியும் இருக்குமோ? அந்தக் கோழைத் தந்தையின் மூலம் பாய்ந்ததால்தான் தாத்தாவின் ரத்தம் திரும்பச் சீராகி எனக்குக் கிடைத்ததோ? அவர் ஒரு கோழையே என்பதை முதன்முதலில் அறிந்தபோது எனக்கு ஏற்பட்ட அருவருப்பை என்னால் ஒருநாளும் மறக்க முடியாது. ஏன் ஸ்பானிஷ் மொழியோடு நிறுத்துகிறாய், ஆங்கிலத்திலும் அதைச் சொல்லேன்... கோழை! இப்படிச் சொந்த மொழியிலேயே சொல்லி விடுவது சுலபமாக இல்லையா? எப்படியும், வேசிமகனை வேற்று மொழியில் அப்படிக் கூறுவதில் அர்த்தமேயில்லை. ஆனால் அவர் அப்படியொன்றும் விபசாரி பெற்ற பிள்ளையல்ல; வெறும் கோழைதான். அதைவிடத் துரதிருஷ்டம் அவருக்கு வாய்த்திருக்க முடியாது. ஏனென்றால், அப்படிமட்டும் அவர் துடைநடுங்கியாக இல்லாமல் இருந்திருந்தால் அந்தப் பெண்பிள்ளையை எதிர்த்து நின்றிருப்பது நிச்சயம். அவள் தன்னை ஆட்டிப்படைக்க அனுமதித் திருக்கவே மாட்டார். அவர் வேறு யாரையாவது மணந்திருந்தால் நான் எப்படி அமைந்திருப்பேனோ, யார் கண்டது? ஒருவேளை அவளிடம் இருந்த அட்டகாசக் குணம்தான் அவரிடம் இல்லாததை ஈடு செய்து எனக்கு வழங்க உதவியதோ என்னவோ...? இதோ

பார், இப்படியெல்லாம் அனாவசியமாக அலட்டிக்கொள்ளாதே. நாளைய வேலை முடிகிறவரையில் இந்த நல்ல ரத்த கெட்ட சுபாவப் பேச்செல்லாம் வைத்துக்கொள்ள வேண்டாம். அதற்குள் ளாக மூக்கைச் சிந்தத் தொடங்கிவிடாதே; அந்த ஈனச்செயலே கூடாது. எந்தமாதிரி ரத்தம் உன் உடம்பில் ஓடுகிறது என்பதைத்தான் நாளை பார்த்து விடலாமே!'

எனினும் மீண்டும் பாட்டனார் பற்றியே ஜார்டன் எண்ணத் தொடங்கினான்: "புத்திசாலியான குதிரைப் படைத்தலைவன் என்று கஸ்டரைப் பற்றிக் கூற முடியாது, ராபர்ட், தலைமைப் பதவிக்குத் தகுந்த புத்தி கிடக்கட்டும், சாதாரண மூளைகூட அவனுக்குக் கிடையாது" என்று தன் தாத்தா கூறியது அவனுக்கு ஞாபகம் வந்தது. ஸியூக்ஸ் செவ்விந்தியர்கள் தன்னைச் சூழ்கையில் குன்றுச்சியில் கைத்துப்பாக்கியைப் பிடித்தபடி ஜார்ஜ் கஸ்டர் நின்ற காட்சியை அவன் படத்தில் பார்த்திருந்தான். அந்தப் பழங்காலச் சித்திரத்தில் மான்தோல் சட்டை அணிந்து, மஞ்சள் முடி காற்றில் பறக்க நின்று கொண்டிருந்த அந்த வீரவுருவுக்கு எதிராக அப்படித் தன் பாட்டனார் பேசியபோது தனக்கு ஆத்திரம் வந்ததையும் அவன் நினைவுகூர்ந்தான். "தொல்லையில் மாட்டிக்கொள்ளவும், பிறகு அதிலிருந்து விடுபடவும்தான் அவனுக்குப் பெருஞ் சாமர்த்தியம் இருந்தது.

லிட்டில் பிக் ஹார்னிலும் அவன் அப்படியே சங்கடத்தில் சிக்கிக்கொண்டான்; ஆனால் அப்புறம் அதிலிருந்து மீளத்தான் அவனால் முடியவில்லை. ஃபில் ஷெரிடன், ஜெப் ஸ்டூவர்ட் ஆகியவர்களோ, கெட்டிக்காரர்கள்தான். ஆனாலும் ஜான் மாஸ்பி தான் உலகம் கண்ட குதிரைப்படைத் தலைவர், எல்லாரிலும் சிறந்தவர்" என்றும் அவன் தாத்தா தொடர்ந்து சொல்லியிருந்தார். 'குதிரைக் கொலையாளி' கில்பாட்ரிக்குக்கு ஜெனரல் ஃபில் ஷெரிடன் எழுதியிருந்த கடிதத்தை அது அவனுக்கு நினைவூட்டியது. மிஸ்ஸூலாவில் இருந்த பெட்டியில் தன் இதர சாமான்களோடு அவன் வைத்திருந்த அக்கடிதத்தில், வழக்கமான பயிற்சி அளிக்கப் படாத குதிரைப் படைக்கு மாஸ்பியைவிட அவனது தாத்தாவே தரமான தலைவரெனப் பாராட்டப்பட்டிருந்தது. அதைப் பற்றி நினைத்ததும், தன் தாத்தாவைக் குறித்து கோல்ஸுக்குக் கட்டாயம்கூற வேண்டுமென அவனுக்கு விருப்பம் ஏற்பட்டது. கூடவே ஐயமும் முளைத்தது. தாத்தாவைப்பற்றி கோல்ஸ் கேள்விப்பட்டிருக்கவே மாட்டார். மோஸுரியைப் பற்றிக்கூட அவர் அறிந்திருப்பது சந்தேகம்தான். ஆனால் பிரிட்டிஷ்காரர்கள் அனைவரும் அவரை அறிவார்கள்; அமெரிக்க உள்நாட்டுப் போரைப்பற்றி மற்ற ஐரோப்பிய நாட்டினரைவிட அவர்கள் அதிக அளவில் படிக்க நேர்வதே

அதற்குக் காரணம். இந்த விவகாரமெல்லாம் முடிந்ததும் நான் விரும்பினால் மாஸ்கோவிலுள்ள லெனின் கழகத்துக்குப் போய்ப் பயிலலாம் என்று கார்க்கோவ் சொல்லியிருக்கிறார். எனக்கு மனமிருந்தால் செஞ்சேனையின் பயிற்சிப்பள்ளியிலும் நான் சேரலாம் என்று அவர் சொன்னார். இதையெல்லாம் கேள்விப்பட்டால் தாத்தா என்ன கூறுவார்? அதில் என்ன மர்மம் இருக்கிறது? அவர் தான் வாழ்நாளெல்லாம் ஜனநாயகவாதிகளை வெறுத்தொதுக்கி வந்தவராயிற்றே? அந்தக் கட்சியைச் சேர்ந்தவர் என்பது தெரிந்தால் ஒரே மேஜைமுன் அமர்ந்து சேர்ந்து சாப்பிடக்கூட மாட்டாரே...! எப்படியும், ராணுவத்தில் சேவை செய்ய எனக்கு விருப்பமே கிடையாது; அது எனக்கு நன்றாகத் தெரிந்த விஷயம். ஆகவே, அதைப்பற்றி யோசிக்க இடமே கிடையாது. நான் வேண்டுவதெல்லாம் இந்தப் போரில் நம் தரப்பு வெற்றி பெறவேண்டும் என்பதுதான். மெய்யாகவே சிறப்புடைய சிப்பாய்களுக்கு வேறெந்தத் துறையிலும் திறமை இராது என்றே எண்ணுகிறேன்... இல்லையில்லை, நீ நினைப்பது தப்பு. நெப்போலியனையும் வெலிங்டனையும் மறந்துவிட்டாயே! என்ன நேர்ந்துவிட்டது உனக்கு? இன்று ஏன் இத்தனை மடையனாகியிருக்கிறாய்? சாதாரணமாக அவன் மனமே அவனுக்குச் சிறந்த சகா; அதோடு பேசிப் பொழுதைப் போக்கி விடுவான். பாட்டனாரைப் பற்றி எண்ணியபோது கூட அப்படித் தான் அது செயற்பட்டது. பிறகு தந்தையைப்பற்றி மூண்ட நினைவே அதைத் தடம் புரளச் செய்துவிட்டது. தன் தந்தையின் நிலையை அவன் நன்கு புரிந்துகொண்டிருந்தான்; அவருடைய குறைகளை மறந்து, அவருக்காகப் பச்சாதாபமும் பட்டான். எனினும் அவரைக் குறித்து அவன் வெட்கித் தலைகுனியவே செய்தான்.

அப்படிக் கோளாறு காணவே, சிந்தனைகளை மூட்டை கட்டி வைத்துவிடுவதே சிறந்ததென அவனுக்குத் தோன்றியது. அவ்வாறே முற்றுப்புள்ளி வைக்கும்படித் தன் மனத்துக்கும் உத்தரவிட்டான். 'விரைவில் நீ மேரியாவுடன் இருப்பாய்; அப்போது நீ சிந்திக்க அவசியமே இருக்காது. எல்லாம் ஏற்பாடாகிவிட்ட இப்போதைய நிலையில் அதுதான் சாலச் சிறந்தது. உன்னால் நிறுத்த முடியாத ஒரு நிகழ்ச்சியிலேயே உன் மூளை முழுவதையும் செலுத்தியிருக்கிறாய். கட்டறுத்துக் கொண்ட குதிரையைப் போல நாலுகால் பாய்ச்சலில் நாலாபுறமும் ஓடிக்கொண்டிருக்கிறது அது. இந்நிலையில் நீ எதையும் எண்ண முற்படாமல் இருப்பதே உத்தமம்.

ஆனாலும், நம் தரப்பு விமானங்கள் குண்டுகளைப் பொழிந்து, டாங்கிகளைத் தாக்கித் தகர்க்க எதிரிகள் வைத்திருக்கும் பீரங்கிகளை அழித்துவிடுவதோடு மற்ற முஸ்தீபுகளையும் குலைத்துவிடுமானால் அதன் பிறகு நம் தரப்பு டாங்கிகள் குறிப்பிட்ட குன்றுமீது

கஷ்டமின்றி ஏறவியலுமானால் – குடிகாரர்கள், உதவாக்கரைகள், போக்கிரிகள், வெறியர்கள், வீரர்கள் போன்று பல தரப்பட்டவர்களும் கொண்ட கதம்பப் படையை கோல்ஸ் முடுக்கி முன்னேற வைக்க முடியுமானால்? டுரானின் தலைமையில் இருக்கும் அவருடைய இன்னொரு படையைச் சேர்ந்தவர்களெல்லாம் சிறந்தவர்கள் என்பது நன்றாகத் தெரியும் – நிச்சயம் நாளையிரவு நாம் ஸெகோவியாவில் இருப்போம்... இருந்தாலும், என் இஷ்டத்துக்கு விடுவதானால் லாகிராஞ்ஜாவுக்கே நான் போவேன். அது சரி, இரண்டு இடங்களில் எதற்குப் போவதாயிருந்தாலும் தாக்குதலுக்குமுன் பாலத்தை நீ தகர்த்தாகவேண்டும்!' இந்த அவசியத்தைத் திட்டமாக உணர்ந்த ஜார்டன், 'அந்தத் திட்டம் ரத்தாகவில்லை, இனியும் ரத்தாகாது. ஏனென்றால், சிறிது நேரத்துக்கு முன்பு நீ நினைத்தாயே, அதே விதத்தில்தான் இந்தத் தாக்குதலின் சாத்தியக் கூறுகள் பற்றி அதற்கு உத்தரவிட்டவர்களுக்கும் தோன்றியிருக்கிறது. ஆகவே, பாலத்தை நீ உடைத்துத்தானாக வேண்டும். ஆண்ட்ரேஸுக்கு என்ன நேருகிறதோ, அதைப்பற்றி அக்கறையே இல்லை' என்ற முடிவுக்கு வந்தான்.

செய்ய வேண்டியவை அனைத்தையும் செய்தாகி விட்டபடியால் அடுத்த நான்கு மணி நேரத்துக்குக் கவலையின்றி இருக்கலாம் என்ற நிம்மதியுடனும், பழைய நினைவுகளைப் பிரத்தியட்ச அனுபவங்களுடன் பிணைத்துப் பார்த்ததால் சுரந்த நம்பிக்கையுடனும் அந்த இருளில் மேலிருந்து இறங்கி வந்தபோது, பாலத்தைத் தான் தகர்த்தேயாக வேண்டும் என்பதை அனுமானத்தால் அறிந்து கொண்டது அவனுக்கு ஆறுதலே அளித்ததெனலாம். கோல்ஸிடம் கொடுக்கக் கடிதத்துடன் ஆண்ட்ரேஸை அனுப்பியது முதற் கொண்டே அநிச்சிய உணர்வொன்று அவனை அலைத்து வந்தது. விருந்தொன்றுக்கு வரவேண்டியவர்கள் தேதிக் குழப்பத்தின் காரணமாக வருவார்களோ மாட்டார்களோ என்று எண்ணும்போது ஏற்படுவது போன்ற அநிச்சிய உணர்வான அது அவன் மனத்தில் வரவர வியாபித்து வந்ததை விடுத்துத் திடுமெனக் கழன்று விழுந்தது அப்போது. அந்தத் 'திருவிழா' ரத்தாகாது என்பதில் அதற்குப்பின் அவனுக்கு ஐயமிருக்கவில்லை; அது நடந்தே தீருமென நிச்சயமாக நினைத்தான். 'நிச்சயப்படுத்திக் கொள்வது நல்லது, எப்போதும் எதிலுமே நிச்சமாக இருப்பதே தரம்' என்று எண்ணியபடி முகாமுக்குத் திரும்பினான் ஜார்டன்.

31

ஜார்டனும் மேரியாவும் படுக்கைச் சுருளுள் மீண்டும் சேர்ந்து உறங்கலாயினர், இரவின் கடைசி ஜாமம் அப்போது மேரியா அவன் உடலோடு ஒட்டிப் படுத்திருந்தாள். தன்னுடைய துடைகளை தழுவியபடிக் கிடந்த அவளுடைய நெடிய துடைகளின் வழுவழுப்பை அவன் உணர்ந்து அனுபவித்தான். நீண்ட சமவெளியொன்றில் முளைத்தெழும் இரு சிறு குன்றுகள்போல அவளுடைய மார்பகங்கள் இருந்ததைக் கண்டான். அந்தக் குன்றுகளுக்கு அப்பாலிருக்கும் பள்ளத்தாக்காக அவளது தொண்டையைக் கொண்டு, அங்கே தன் உதடுகளைப் பதித்திருந்தான். பேச்சு மூச்சற்று அப்படியே கிடந்தான்; எவ்விதச் சிந்தனையும் செய்யவில்லை. அந்நிலையில் அவன் தலையை மிருதுவாகத் தட்டிக்கொடுத்தாள் மேரியா. "ராபர்ட்டோ" என்று மெதுவாக அழைத்து முத்தமொன்று தந்தாள். பின், "எண்ணினாலே அவமானமாக இருக்கிறது எனக்கு. உங்களுக்கு ஏமாற்றம் அளிக்க நான் விரும்பவில்லை. இருந்தாலும் நொந்து புண்ணாகி நிரம்ப வலிப்பதைச் சொல்லாமல் இருக்கமுடியவில்லை. இன்றிரவு இனி உங்களுக்கு நான் பயன்படமாட்டேன் என்றே நினைக்கிறேன்" என்றாள்.

"புண்ணாகி நோவெடுப்பது எப்போதுமே வழக்கம்தான். வேண்டாம், முயல்குட்டி, அதைப்பற்றி உன் மனசை அலட்டிக் கொள்ளாதே. வலிக்கக்கூடியதாக நாம் எதுவுமே இப்போது செய்யப் போவதில்லை!" என்றான் ஜார்டன்.

"இல்லை, வலியைப்பற்றி நான் சொல்ல வரவில்லை. உங்கள் விருப்பப்படி இப்போது நடந்துகொள்ள முடியாமல் இருக்கிறதே என்று என் மனம்தான் அதிகமாக நோகிறது."

"அது பெரிய விஷயமல்ல; கணநேர விசாரமே. சேர்ந்து படுத்திருக்கும்போது நமக்கிடையே இருக்கும் நெருக்கம் தான் முக்கியம்."

"மெய்தான். ஆனாலும் எனக்கு அவமானமாகவே இருக்கிறது, முன்னே என்னைக் கெடுத்தார்களே, அதனால் வந்த தொல்லையே இது என்று எண்ணுகிறேன். உங்களுடைய உறவினால் இது நேர்ந்துவிடவில்லை என்பது நிச்சயம்."

"அதைப்பற்றி நாம் பேச வேண்டாம்."

"எனக்கும் அதில் விருப்பமில்லைதான். ஆனால் இந்த இரவில் உங்களுக்கு உபயோகப்படாமல் இருக்கிறேனே என்ற மனவேதனை யைத்தான் என்னால் தாங்க முடியவில்லை. அதைத் தெரிவித்து மன்னிப்புக் கேட்கவே பேசினேன்."

“இதோ பார், முயல்குட்டி! இதெல்லாம் விரைவில் கடந்து மறைந்துவிடும் விஷயங்களே; அப்புறம் எந்தத் தொல்லையுமே இராது” என்று மேலுக்குச் சொன்னாலும், ‘கடைசி இரவில் இப்படி எனக்கு அதிருஷ்டம் கெட்டுவிட்டதே’ என்று உள்ளூர ஜார்டன் வருந்தாமல் இல்லை. ஆயினும் அப்படி எண்ணியதற்காக அடுத்த கணமே நாணியவனாக, “என்னோடு இன்னும் நெருங்கிப் படுத்துக் கொள், முயல்குட்டி. குலவிக் கலவி புரிகையில் உள்ள அளவுக்கு இப்படி ஒட்டிக்கொள். இந்த இருட்டில் நீ ஒட்டிப் படுத்திருக்கும் போது உன்னை நான் காதலிக்கிறேன்” என்றான்.

“ஸோர்டோவின் முகாமுக்குப் போய்விட்டுத் திரும்பி வந்தபோது மலைப்புறத்தில் அனுபவித்தோமே, அதேமாதிரி இன்பத்தை இன்று ராத்திரி மறுபடியும் அடையலாம் என்று எதிர்பார்த்திருந்தேன். அதையும் எண்ணி இந்த நிலையையும் நினைக்கும்போது எனக்கு இரட்டிப்பு அவமானமாக இருக்கிறது.”

“அழகுதான் போ! அந்தமாதிரி இன்ப அனுபவம் தினந்தோறும் கிடைத்துவிடுமா. என்ன? அன்று போலவே இன்று இந்த நிலையும் எனக்குப் பிடித்தமானதாகத்தான் இருக்கிறது” எனத் தன் ஏமாற்றத்தை விலக்கி வைத்துவிட்டு மனமறிந்தே புளுகினான் ஜார்டன், “இங்கே இப்படியே நாம் சும்மாக் கிடப்போம், தூங்கு வோம். இல்லாவிட்டால், பேசுவோமே? எப்போதாவது அபூர்வமாகத் தானே நீ பேசுகிறாய்!”

“அப்படியானால் நாளைய தினத்தைப் பற்றியும், உங்கள் வேலையைப் பற்றியும் பேசுவோமா? உங்கள் வேலையைப் பற்றிய விவரம் தெரிந்துகொள்ளத் துடிக்கிறது என் மனம்.”

“வேண்டாம்” என்று கூறிக் காலை படுக்கைச் சுற்றின் முழு நீளத்துக்கும் நீட்டி முன்னிலும் வசதியாகப் படுத்த ஜார்டன், அவள் தோள்மீது கன்னத்தைப் பதித்துக்கொண்டான். அவள் தலையைத் தாங்கியிருந்தது அவனது இடக்கரம்.”

“நாளை நடப்பதைப் பற்றியோ, இன்று நடந்ததைக் குறித்தோ பேசாமலிருப்பதுதான் புத்திசாலித்தனம். இன்றைய நஷ்டங்களைப் பற்றிப் பேச இந்த வேளை உகந்ததல்ல. நாளை செய்ய வேண்டி யதையும் விடிந்ததும் செய்துகொள்ளலாம். இல்லாவிட்டால், ஏன் அதைப்பற்றி உனக்குப் பயம் வந்துவிட்டதோ ஒருவேளை?”

“நன்றாய்ச் சொன்னீர்கள்! எனக்குப் பயம் இல்லாத நேரம் தான் ஏது? ஆனால் இப்போது என் பயமெல்லாம் உங்களைப் பற்றித் தான். அதில் என்னைப் பற்றிய நினைப்பு அடியோடு அமுங்கியே போய்விட்டது.”

“இப்படியெல்லாம் நீ பயப்படக்கூடாது, முயல் குட்டி நான் எத்தனையோ காரியங்களைச் செய்திருக்கிறேன். இதைவிட ஆபத்தான வேலைகளிலும் ஈடுபட்டிருந்தது உண்டு” என ஜார்டன் மீண்டும் பொய் சொன்னான். அடுத்து, கனவுலகில் சஞ்சரிக்கும் சுகானுபவச் சபலத்துக்குத் திடுமென உட்பட்டவனாகி, “நாம் மாட்ரிட்டைப் பற்றியும், அங்கே நாம் அலைந்து திரிந்து ஆனந்தப்படுவது பற்றியும் பேசுவோம்” என்றான்.

“பேஷ் அப்படியே செய்யலாம்” என மேரியா ஆமோதித்தாளாயினும் “உங்களுக்கு நான் உபயோகப்படாமல் இருக்கிறேனே என்றுதான் வருந்துகிறேன் ராபர்ட்டோ. அதற்குப் பதிலாக உங்களுக்கு நான் வேறு ஏதாவது செய்யக்கூடுமா?” என வினவினாள்.

அவள் தலையைத் தட்டிக் கொடுத்ததுடன் முத்தமும் தந்தபின் அவள் பக்கத்தில் இன்னும் நெருக்கமாகப் படுத்துக்கொண்டபடி இரவின் அமைதியை அனுபவிக்கத் தொடங்கிய ஜார்டன், “மாட்ரிட்டைப் பற்றி நீ என்னுடன் பேசுவதே போதும்” என்றான். அவன் மனமோ, என்னிடம் சக்தி மிதமிஞ்சிப் போயிருக்குமேயானால் அதை நாளைத் தேவைக்கு வைத்துக்கொண்டால் போயிற்று. அது முழுவதுமே எனக்கு நாளை வேண்டியிருக்கும். இந்த ஊசி இலைகள்மீது அதை இப்போது சிதறடிக்க வேண்டாம்; இந்த இலைகளுடையதைவிட என் தேவைதான் அதிகம். தரைமீதே விந்து கொட்டியதாக பைபிளில் கூறியிருக்குமே, யார் அது? ... ஆமாம், ஓனன். அவனுக்கு அப்புறம் என்னாயிற்று? அவனைப் பற்றி அதற்கு மேல் ஒன்றுமே தெரியவில்லையே’ என்று எண்ணியதும் அவனுக்குச் சிரிப்பு வந்துவிட்டது. பின்னர் அந்தக் கனவுலக சஞ்சார சுகத்தில் திரும்பவும் திளைக்கத் தொடங்கினான். அதில் சிறுகச் சிறுக அமிழ்ந்தபோது, மதிமயங்கிக் கிடக்கும் இரவு நேரத்தில் வந்துறும் இன இணக்கம்போல, அந்த இணக்கமே பேரின்பக் கொள்ளையாக அமைவது போலவே இருந்தது. அவளுக்கு மீண்டுமொரு முத்தம் தந்தபின் தானே பேச்சைத் துவக்கினான், “அன்பே, கேள், நேற்றிரவும் நான் மாட்ரிட்டைப் பற்றிச் சிந்தித்தேன். அப்போது, அங்கே நாம் போனதும் உன்னை ஓட்டலில் விட்டுவிட்டு நான் மட்டும் ரஷ்யர்களைக் காண அவர்களுடைய ஓட்டலுக்குச் செல்லலாமென நினைத்தேன். ஆனால் அது தப்பான எண்ணமே. உன்னை அப்படி எந்த ஓட்டலிலும் விட்டுவிட்டுப் போக மாட்டேன்.”

“ஏனாம்?”

“ஏன்னா, உன்னை நான் பேணிப் போற்றப் போவதால்தான் அப்படி. உன்னை ஒரு கணம்கூடப் பிரிய மாட்டேன். உன்னுடனேயே ஸெகுரிடாடுக்குச் சென்று பத்திரிகைகளை வாங்கிக்கொள்வேன்.

அப்புறம் உனக்குத் தேவைப்படும் உடைகளை வாங்க உன்னுடன் வருவேன்."

"அதிகமாகத் தேவையில்லை: நானே வாங்கிவிட முடியும்."

"இல்லை, நிறையவே தேவை. இரண்டுபேரும் சேர்ந்தே போய், நல்ல ஆடைகளை வாங்குவோம். அந்த உடைகளில் உன் அழகு சுடர் விடுவது உறுதி."

"ஓட்டல் அறையிலேயே நாம் இருந்தபடி உடைகளுக்குச் சொல்லியனுப்பலாம் என்று படுகிறது எனக்கு... ஆமாம் அந்த ஓட்டல் எங்கே இருக்கிறது என்று நீங்கள் சொல்லவில்லையே!"

"பிளாஸா டெல் காலோ பகுதியில் அது அமைந்திருக்கிறது. அறை அருமையாக இருக்கும். அகலமான கட்டில் போட்டு, சுத்தமான விரிப்புகளை விரித்திருப்பார்கள். ஸ்நானத் தொட்டியில் சுடுநீர் அருவியாகக் கொட்டும். இரண்டு அலமாரிகள் உண்டு. ஒன்றில் என் சாமான்களை வைத்துக் கொள்கிறேன். இன்னொன்று உன் சாமான்களுக்கு. ஜன்னல்கள் நல்ல அகல, உயரம் உடையவை! சுலபமாகத் திறந்து பார்க்கலாம். திறந்தால், வீதிகளில் வசந்தக் காட்சிகளைக் காணலாம். சாப்பிடுவதற்கு நல்ல இடங்களையும் எனக்குத் தெரியும்; அந்த இடங்கள் சட்டப்படி அனுமதி பெறா விட்டாலும் நல்ல சாப்பாடு போடுபவை. இன்னமும் ஒயினையும் விஸ்கியையும் விற்கும் கடைகளையும் நானறிவேன். நமக்குப் பசித்தால் சாப்பிடுவதற்காக அறையில் பலகாரங்களை வாங்கி வைத்துக்கொள்வோம். வேண்டும்போது குடிக்க எனக்காக விஸ்கியையும், உனக்காக மன்ஸானில்லாவையும் வாங்கிவைத்து விடுகிறேன்."

"விஸ்கியைக் குடித்துப் பார்க்க விருப்பமாக இருக்கிறது எனக்கு."

"ஆனால் அது கிடைப்பது கஷ்டம் உனக்கு மன்ஸானில்லா பிடிக்காதா?"

"சரி சரி, உங்கள் விஸ்கியை நீங்களே வைத்துக் கொள்ளுங்கள்! ஆஹா! உங்களை நான் எந்த அளவுக்குக் காதலிக்கிறேன் தெரியுமா, ராபர்ட்டோ? நீங்களோ வெறும் விஸ்கியைக்கூட எனக்குக் கொடுக்க மாட்டேன் என்கிறீர்கள். சேச்சே, எப்படிப்பட்ட சுயநலப் பிராணி நீங்கள்!"

"போதும் நீயும் அதைக் குடித்துப் பார். பெண்பிள்ளைகளுக்கு அது ஏற்றதல்ல என்பதை நீயே தெரிந்துகொள்வாய்."

"இதுவரையிலும் பெண்டுகளுக்கு உண்டானதை மட்டுமே நான் அடைந்து அனுபவித்திருப்பதால்தான் அப்படி எனக்கு ஆசை. போகட்டும் கட்டிலில் என் கலியாணச் சட்டையுடனேயே நான் படுத்துக்கொள்ளலாம் இல்லையா?"

"வேண்டாம் விதவிதமான இரவுக் கவுன்களை வாங்கித் தருகிறேன். போட்டுக்கொள். நீ பிரியப்பட்டால் பைஜாமாக்களும் வாங்கலாம்."

"மொத்தம் ஏழு கலியாணச் சட்டைகளை நான் வாங்கப் போகிறேன்; வாரம் ஏழு நாளுக்கும் ஒவ்வொன்று வீதம் இருக்கும் அல்லவா? அவை தவிர உங்களுக்கும் ஒரு கலியாணச் சட்டை வாங்கப் போகிறேன்... ஆமாம், சட்டையை நீங்கள் சலவை செய்வதேயில்லையா?"

"சில சமயங்களில் செய்ததுண்டு."

"எல்லா ஆடைகளையும் நான் துவைத்துத் துப்புரவாக வைத்திருப்பேன். உங்களுக்கு விஸ்கி கொடுப்பேன்; ஸோர்டோவின் முகாமில் நடந்ததுபோல அதில் தண்ணீர் ஊற்றித் தருவேன். அதை நீங்கள் குடிக்கும் போது கொறிப்பதற்காக ஆலிவ் உப்பிட்டமீன், ஹேசல் கொட்டைகளையெல்லாம் திரட்டிவைத்திருப்பேன். அந்த அறையில் நாம் ஒரு மாதம் தங்கியிருப்போம்; ஒரு நிமிஷம்கூட வெளியே போக வேண்டாம் அதாவது, உங்களுக்கு நான் மறுபடி உபயோகப்பட முடிந்துவிட்டதானால்" என்று கூறிய போது மேரியாவுக்குத் திரும்பவும் திடுமெனத் துக்கம் மேலிட்டுவிட்டது.

"அதுதான் அற்ப விஷயம் என்றேனே? மெய்யாகவே சொல் கிறேன், அது எனக்குப் பெரிதேயில்லை. அந்த இடத்தில் முன்பே உனக்குப் புண் கண்டு வடு ஏற்பட்டிருக்கலாம். அந்தத் தழும்புதான் இப்போது மறுபடி நொந்துபோய் வலிக்கிறது போலிருக்கிறது. இப்படி நேர்வது சாதாரணம்தான். இதெல்லாம் சீக்கிரத்திலேயே ஆறிவிடும். கடுமையாகவே கோளாறு ஏற்பட்டிருந்தாலும்கூட அதைக் குணப்படுத்துவதற்கு மாட்ரிட் நகரில் நல்ல வைத்தியர்கள் நிறைய இருக்கிறார்கள்."

"ஆனால் அது முன்பு நன்றாகத்தானே இருந்தது?"

"அது மறுபடியும் சரியாகிவிடும் என்பது அதிலிருந்தே தெரியவில்லையா?"

"அப்படியானால் சரி, மாட்ரிட்டைப் பற்றியே நாம் மறுபடிப் பேசுவோம்" என மேரியா கூறி அவன் கால்களுக்கிடையே தன் கால்களைக் கொடுத்துக் கட்டிக்கொண்டதுடன் அவன் தோளையும் தன் முடியால் உரசினாள். இருந்தாலும் அவள் ஐயம் நீங்கவில்லை; "இந்தக் குட்டை முடியோடு நான் அங்கே வந்தால் அவலட்சணமாக இருக்கமாட்டேனா? அதனால் உங்களுக்கு அவமானமாக இருக் காதா?" என்று கேட்டாள்.

"இல்லையில்லை, நீ அவலட்சணமேயில்லை. உன் முகத்தில் அழகு சொட்டுகிறது. உன் நெடிய உடல் நெடுகிலும் எழில் கொழிக்

கிறது. உன் மேனியோ மிருதுவாக, தங்கத்தை உருக்கி வார்த்தாற் போலத் தகதகக்கிறது. உன்னை என்னிடமிருந்து கொத்திக் கொண்டு போக எல்லோரும் முயல்வார்கள் என்றல்லவா பயமாக இருக்கிறது எனக்கு!"

"கொத்திக்கொண்டு போவார்களா? சரிதான், 'போங்கள்.' நான் சாகும்வரையில் என்னை வேறொருத்தர் தொட்டுவிட முடியாது, ஆமாம். நன்றாய்ச் சொன்னீர்கள், தட்டிப்பறிக்கப் பார்ப்பார்கள் என்று!"

"இருந்தாலும் பலபேர் முயற்சி செய்வார்கள். நீ பார்க்கத்தான் போகிறாய்."

"அப்படி எவராவது என்னைத் தொடப்பார்த்தால், கொப்பரை நிறையக் காய்ச்சிய ஈயத்தில் கையை விடுவதுபோலத்தான் இருக்கும் என்பதை அவர்கள் கண்டு கொள்வார்கள், கட்டாயமாக. அவர்கள் கிடக்கிறார்கள், உங்களைப் பற்றிச் சொல்லுங்கள்."

"உங்களைப் போலவே நேர்த்தியான பண்புடைய அழகான பெண்பிள்ளையை நீங்கள் பார்க்கும்போது என்னைப்பற்றி உங்களுக்கு அவமானமாக இருக்காதா?"

"ஒருபோதுமில்லை. உன்னைத்தான் நான் கலியாணம் செய்து கொள்வேன்."

"விரும்பினால் செய்து கொள்ளுங்கள். ஆனால் இப்போதுதான் நமக்கு மதம், மதாலாயம் என்று எதுவுமில்லையே? ஆகவே, திருமணம் முன்னைப்போல் முக்கியமாகக் கருதப்படவில்லை என்றே எண்ணுகிறேன்."

"இருந்தாலும் நாம் மணக்கவேண்டும் என்பதே என் ஆசை."

"உங்களுக்கு இஷ்டமென்றால் அப்படியே நடக்கட்டும். ஆனால் அதை மதாலயம் இன்னமும் இருக்கும் மற்றெந்த நாட்டுக்காவது நாம் போகும்போது முடித்துக் கொள்ளலாம்."

"என் நாட்டில் அது இன்னமும் இருக்கிறது. அதை நீ பெரிதாகக் கருதுவதாயிருந்தால் அங்கேயே போய்க் கலியாணம் செய்துகொள்ளலாம். நான் இதுவரையில் பிரம்மசாரிதான்; ஆகவே, சிரமமேதும் இருக்காது."

"உங்களுக்கு இதற்குமுன் கலியாணமே நடக்காததை நினைக்க எனக்கு எவ்வளவு சந்தோஷம், தெரியுமா? அப்படியிருந்தும் சிறிது நேரத்துக்கு முன்னால் நீங்கள் சொன்ன விஷயங்கள் உங்களுக்குத் தெரிந்திருப்பது பற்றியும் எனக்கு ஆனந்தமே. ஏனென்றால், நீங்கள் பல பெண்களை அனுபவித்தவர் என்பது அதிலிருந்து தெரிகிறது. அப்படிப்பட்டவர்கள்தான் கணவராவதற்கு லாயக்கு என்று பிலார் சொன்னாள். ஆனால் இனி அப்படி எந்தப் பெண்ணையும் துரத்திப்

போய்விடமாட்டீர்களே, சொல்லுங்கள். நீங்கள் அந்த மாதிரி ஓடினால் நான் செத்தே போய் விடுவேன்."

"ஆனால் நான் அப்படியொன்றும் பல பெண்களைத் தொடர்ந்து ஓடியதில்லை. உன்னைச் சந்திக்குமுன் என்னால் எவரையும் நெஞ்சார நேசிக்க முடியும் என்று நான் நினைத்ததே கிடையாது" உண்மையே உரைத்தான் ஜார்டன்.

அவனுடைய கன்னங்களைத் தடவிக் கொடுத்த பின் அவன் கழுத்துக்குப் பின் கைகளைக் கோத்துக் கொண்ட மேரியா, "இருந் தாலும் ஏராளமான பெண்களோடு உங்களுக்குப் பழக்கம் இருக்கத் தான் இருந்திருக்கும்" என்றாள்.

"காதலிக்குமளவுக்கு யாருடனும் பழக்கமில்லை."

"பிலார் ஒரு சமாச்சாரம் சொன்னாள், கேட்கிறீர்களா?"

"சொல்லேன், கேட்போம்?"

"வேண்டாம். அதைச் சொல்லாமல் இருப்பதே நல்லது. அதற்குப் பதிலாக மாட்ரிட்டைப்பற்றியே நாம் மறுபடியும் பேசுவோம்."

"என்னசொல்ல ஆரம்பித்தாய், அதைச்சொல்லு."

"அதைச் சொல்ல எனக்கு மனம் வரமாட்டேன் என்கிறது."

"முக்கியமானதென்றால் சொல்லி விடுவதே தரம்."

"இது முக்கியமென்றா நினைக்கிறீர்கள்?"

"ஆமாம்."

"அது என்ன என்பதே உங்களுக்குத் தெரியாத போது முக்கியமானதென்று எப்படிச் சொன்னீர்கள்?"

"உன் பாவனையைப் பார்த்தாலே புரிகிறதே அது!"

"அப்படியானால் அதை நான் உங்களிடம் மறைக்கப் போவ தில்லை. நாளை நாமெல்லாரும் செத்துவிடுவோம் என்று பிலார் சொன்னாள். அது தன்னைப் போலவே உங்களுக்கும் நன்றாகத் தெரியு மென்றும், ஆனால் அதை நீங்கள் பெரிதாக மதிக்கவில்லையென்றும் சொன்னாள். இவ்வளவையும் பாராட்டாகத்தான் சொன்னாளே தவிரக் குறைகூறும் வகையிலில்லை."

"அந்தமாதிரியா சொன்னாள் அவள்?" என்று வினவிய ஜார்டன் தன் மனத்துக்குள்ளேயே 'கிறுக்குப் பிடித்த குச்சுக்காரி' என்று பிலாரைத் திட்டினான். பின்னர், "அவளுடைய ஜிப்ஸி ரத்தம்தான் அவளை அப்படி உளற வைத்திருக்கிறது. சந்தைக்கு வரும் வம்புக் கிழவிகளும், வீதியோர ஓட்டல்களில் பொழுது போக்கும் கோழைகளும்தான் அப்படிப் பிதற்றுவார்கள். அத்தனை யும் சுத்தப் பைத்தியக் காரப் பேச்சே!" என்றான். எனினும் தன் அக்குளிலிருந்து அருவியென வியர்வை பாய்ந்து விலாப்புறத்தை

நனைந்ததை அவன் உணர்ந்தான். 'ஆக, நீ பயந்து விட்டாய், அல்லவா?' என்று தன்னைத் தானே கேட்டுக்கொண்டவன், "மூடநம்பிக்கைக் குட்டையில் ஊறிய மட்டையே பிலார். அவள் பிதற்றலைப் பொருட்படுத்தாதே. மாட்ரிட்டைப் பற்றியே நாம் மறுபடியும் பேசுவோம் வா" என்று கூறினான்.

"அப்படியானால் உங்களுக்கு அந்தமாதிரி எதுவும் தெரியாது என்றா சொல்கிறீர்கள்?"

"தெரியவே தெரியாது, நான் அப்படி நினைக்கவேயில்லை. அந்த அபத்தத்தை நீயும் பேசாதே" இம்முறை 'அபத்தம்' என்பதற்கு இன்னும் அழுத்தமான, அசிங்கமான வார்த்தையை அவன் பயன்படுத்திய போதிலும் பின்னர் மறுபடி மாட்ரிட்டைப் பற்றிப் பேசுகையில் முன்னைப்போல மாயாலோகத்தில் மனத்தைத் திரிய விடமுடியவில்லை. சண்டைக்கு முந்திய அந்த இரவை அண்டப் புளுகுகளை அவிழ்த்துவிட்டுக் கழிப்பதிலேயே அப்புறம் அவன் ஈடுபட்டான். அந்தப் பெண்ணிடம் மட்டுமின்றித் தன்னிடமும் பொய்யைப் பேசினான். அதனை அவன் அறிந்துமிருந்தான். அது மட்டுமில்லை. அப்படிப் புளுகுவது அவனுக்குப் பிடித்தமாகவும் இருந்தது. ஆனால் முன்னர் அவன் அனுபவித்த இனவிணக்கத்தை நிகர்த்த இன்பம் இப்போதில்லை. இருப்பினும் தொடர்ந்தான், "உன் முடியைப் பற்றி நான் நினைக்காமலில்லை. இதைப் பொறுத்து நாம் என்ன செய்யலாமென நெடுநேரம் ஆலோசித்தேன். இப்போது இது எப்படி இருக்கிறது தெரியுமா? முயலைப் போன்ற பிராணிகளின் மேனியெங்கும் உள்ள நீளத்துக்கு உன் தலை முழுவதிலும் ஒரே சீராக வளர்ந்துள்ளது. தொட்டால் பட்டுப்போல இருக்கிறது. அழகு கொழிக்கும் இது என்நெஞ்சை அப்படியே அள்ளுகிறது. கையால் தடவிப் பார்க்கும்போதோ, காற்றுப்பட்ட கோதுமை வயல் அலை பாய்வதைப் போலத் தாழ்ந்து நிமிர்கிறது."

"அப்படியானால் அதைக் கொஞ்சம் தடவிக் கொடுங்களேன் இப்போது" என்றாள் மேரியா.

அவ்வாறே அவன் தடவியதோடன்றித் தன் கையை அவள் முடியிலேயே தொடர்ந்து வைத்திருந்தான். தன் தொண்டை விம்மிப் புடைக்க, அவள் தொண்டையில் உதடுகளை உரசியபடியே பேசினான், "இருந்தாலும் மாட்ரிட்டில் உன்னைத் தலையலங்காரச் சாலைக்கு அழைத்துப்போகவே எண்ணியிருக்கிறேன். எனக்குச் செய்திருக்கிறார்களே அதைப் போலப் பிடரியிலும் காதுகளுக்கு மேலும் அங்கே கத்தரிக்கச் சொல்லலாம் என்பது என் உத்தேசம். அப்படி வெட்டிவிட்டால் நகரத்தில் நாமிருக்கையில் முடி வளரும்போது பார்க்கத் தரமாயிருக்கும்."

"அது மட்டுமில்லை, உங்களைப் போலவே நானும் தோற்றம் தருவேன். அதற்கப்புறம் அதை மாற்றவே எனக்கு மனம் வராது" என்று மேரியா கூறி அவனை இன்னும் இறுகக் கட்டிக்கொண்டாள்.

"கூடாது, அதை மாற்றாமல் இருக்கலாகாது. தொடர்ந்து வளர்ந்து கொண்டேயிருக்கும் உன் முடி. போதிய நீளத்துக்கு வளரும் வரையில் பாந்தமாகக் காணும் பொருட்டே அந்த ஏற்பாடு... அது நீண்டு வளர எத்தனை நாளாகும், சொல்லு."

"எவ்வளவு நீளத்துக்கு? இடுப்பு வரையிலுமா?"

"இல்லை. உன் தோளை அது எட்டுவதற்கு எவ்வளவு நாளாகும் என்றுதான் கேட்கிறேன். அந்த அளவு வரை நீ வைத்துக்கொள்வதே எனக்குப் பிடிக்கும்."

"சினிமா நட்சத்திரம் கிரேடா கார்போவைப் போலவா?"

"ஆமாம்" என்று குரல் கரகரக்கக் கூறினான் ஜார்டன். தன்னிட மிருந்து விலகியோடிய கற்பனை உலகம் அப்போது தன்னை நோக்கித் திரும்பத் தாவி வந்ததை அவன் உணர்ந்தான். அதை அள்ளியணைக்க விழைந்தான்; அதுவும் அவனை ஆட்கொண்டது. அதில் முற்றிலும் ஆழ்ந்தவனாய் அவன் தன் பேச்சைத் தொடர்ந் தான். "தோள் வரையில் நேராகத் தொங்கினாலும் உன் முடியின் நுனி, கடலலை போலச் சுருண்டிருக்கும். நிறமோ முற்றிய கோதுமை போல உருக்கிய தங்கத்தின் நிறம். உன் முகத்துக்கும் முடிக்கும், மேனிக்கும் பொருத்தமான வண்ணத்தில்தான் உன் கண்களும் அமைந்திருக்கின்றன. கரும்புள்ளி கொண்ட தங்கத் தகடுகளாக அவை தகதகக்கின்றன. உன் தலையைப் பின்னுக்குத் தள்ளி, உன் கண்களை உற்று நோக்கியபடியே உன்னை இறுக்கமாகக் கட்டிக் கொள்வேன்."

"எங்கேயாம்?"

"எந்த இடத்தில் வேண்டுமானாலும்தான். நாம் எங்கு இருக்க நேருகிறதோ, அந்த இடத்திலேயே. சொல்லு, எத்தனை நாளாகும் உன் முடி அம்மாதிரி வளர்வதற்கு?"

"அது எனக்குத் தெரியாது. ஏனெனில் இதற்கு முன் அது கத்தரிக்கப்பட்டதே கிடையாது இருந்தாலும் இன்னும் ஆறு மாதத்தில் காதுக்குக் கீழே அது தொங்கத் தொடங்கிவிடும் என்றே எண்ணுகிறேன். ஒரு வருஷத்திலோ, நீங்கள் வேண்டுமளவுக்கு நீண்டு விடும். ஆனால் அதற்கு முன்னால் என்ன நடக்கும் என்பது தெரியுமா உங்களுக்கு?"

"தெரியாது, சொல்லேன்."

“அந்தப் பிரசித்தமான ஓட்டலில் நீங்கள் சொன்ன பிரமாதமான அறையில் சுத்தமான பெரிய கட்டிலில் நாம் சேர்ந்து உட்கார்ந்திருப் போம். அந்த அறையில் இருக்கும் கண்ணாடியில் நம்மைப் பார்த்துக் கொள்வோம். அப்புறம் இந்த மாதிரி உங்கள் பக்கம் திரும்புவேன். பிறகு இப்படி உங்களைக் கட்டிக்கொள்வேன். அதற்குப் பிறகு உங்களுக்கு இதோ இவ்வாறு முத்தம் தருவேன்.” பின்னர் அவ்விரவில் அவர்களிருவரும் ஆரத் தழுவிக் கிடந்தனர். பேச்சில்லை, மூச்சில்லை, தகிப்புண்டு, தவிப்புண்டு. நெருக்கமாக இருந்த அவளை இன்னும் இறுக்கினான் ஜார்டன். அவளை மட்டுமல்ல, ஒருநாளும் நடக்க வியலாதவையெனத் தனக்கு நன்கு தெரிந்திருந்த கற்பனையுலக நிகழ்ச்சிகளையும் அவன் கெட்டியாகப் பிடித்துக்கொண்டிருந்தான். அவை பற்றி வேண்டுமென்றே பேச்சை வளர்த்தான், “ஆனால் அந்த ஓட்டலிலேயே நாம் எப்போதும் இருந்து விடமாட்டோம், முயல் குட்டி!”

“அப்படியென்றால்?”

“ப்யூயன் ரிடைரோ பார்க்கையொட்டிச் செல்லும் வீதியில் ஒரு ஜாகை நமக்குக் கிடைத்துவிடும். விடுதிகளை வாடகைக்கு விட்டுவந்த ஒரு அமெரிக்கப் பெண்மணியைப் போராட்டம் தொடங்குவதற்கு முன்பிருந்தே எனக்குத் தெரியும். அந்தக் காலத்திய வாடகைக்கு அந்த ஜாகையைப் பெறும் வழியையும் நான் அறிவேன். அந்தப் பூங்காவுக்கு நேர் எதிரில் அமைந்த ஜாகைகள் அங்கே உண்டு. ஜன்னல்கள் வழியாகப் பூங்கா பூராவையுமே பார்க்க முடியும். இரும்புவேலி, தோட்டம், சரளைக் கற்கள் பரப்பப்பட்ட நடைவழிகள், அந்தப் பாதைகளை ஒட்டியுள்ள புல்தரைகள், நிழலடர்ந்த மரங்கள், பலப்பல குழாயூற்றுகள் ஆகிய எல்லாமே அங்கிருந்து தெரியும். இப்போது செஸ்நட் மரங்களும் மலர்ந்து காட்சியளிக்கும். அந்த நந்தவனத்தில் நாம் நடந்து சுற்றலாம். தண்ணீர் திரும்ப வந்திருந்தால் ஏரியில் படகும் விடலாம்.”

“அதுசரி, அதில் முன்பு இருந்த தண்ணீர் என்னவாயிற்று?”

“குண்டு வீசி விமானங்கள் வந்தபோது கண்டுகொள்ளக்கூடியதாக இருக்கவே, அதிலிருந்த தண்ணீரை நவம்பர் மாதத்தில் இரைத்து விட்டார்கள் ஆனால் நிச்சயமாகத் தெரியாவிட்டாலும் அதில் இப்போது மறுபடியும் தண்ணீர் நிரம்பியிருக்கும் என்றே நினைக் கிறேன். அது வற்றிக் கிடந்தாலும் கூடப் பரவாயில்லை. பூங்கா பூராவிலும் நாம் சுற்றித்திரியலாம். அதில் ஒரு பகுதியில் உலகத்தின் எல்லாப் பாகங்களிலிருந்தும் கொண்டுவந்த மரங்களை நட்டுக் காடுபோல வளர்த்திருக்கிறார்கள். அவை என்ன மரங்கள், எங்கே யிருந்து வந்தவை என்பதையெல்லாம் சீட்டில் எழுதி மாட்டி யிருக்கிறார்கள்.”

"மாட்ரிட்டுக்குப் போனதும் சீக்கிரத்தில் சினிமாப் பார்க்கவே எனக்கு ஆசை. இருந்தாலும் அந்த மரங்களைப் பற்றி நீங்கள் சொன்னது சுவாரசியமாக இருக்கிறது. உங்களுடன் வந்து அந்தப் பெயர்களையெல்லாம் கேட்டு அவைகளை நினைவில் வைத்துக் கொள்ளப் பார்க்கிறேன்."

"பொருட்காட்சிச்சாலையில் போலச் செயற்கையான முறையில் அந்த மரங்கள் வைக்கப்பட்டிருக்கவில்லை. இயற்கையாகவே வளர்கின்றன. அவை தவிர அந்தப் பூங்காவில் குன்றுகளும் இருக்கின்றன. இன்னொரு பகுதியில் விலங்குகள் கொண்ட அசல் காடு போலவே அமைத்திருக்கிறார்கள். அதற்கு இப்பால் புத்தகச் சந்தை இருக்கிறது. அங்கே நடைபாதையையொட்டி நூற்றுக்கணக்கான புத்தகக்கடைகள் உண்டு. எல்லாம் பழைய புத்தகங்கள்தான். போராட்டம் ஆரம்பித்தது முதல் அங்கே ஏராளமான புத்தகங்கள் வருகின்றன; குண்டு விழுந்த வீடுகளில் கொள்ளையடித்த நூல்களையும், ஃபாஸிஸ்டுகளின் வீடுகளில் திருடிய புத்தகங்களையும் அவரவரே அங்கு கொண்டு வருகிறார்கள். போராட்டத்துக்கு முன்பெல்லாம் நாள் முழுவதையும் அங்கேயே நான் கழிப்பேன். இப்போதும்கூட அவகாசம் கிடைக்குமானால் அப்படியே செய்வேன்."

"அந்தச் சந்தைக்கு நீங்கள் செல்லும் நேரங்களிலெல்லாம் நான் வீட்டுக்காரியங்களைச் செய்து பொழுது போக்குவேன்... ஆமாம், அங்கே வேலைக்காரி வைத்துக் கொள்ளும் அளவுக்கு நம்மிடம் பணம் இருக்குமா?"

"சந்தேகமில்லாமல். உனக்குப் பிடித்துப்போனால் ஓட்டலில் வேலை செய்யும் பெட்ராவையே என்னால் ஏற்பாடு செய்ய முடியும். அவள் நன்றாகச் சமைப்பாள், சுத்தமாகவும் இருப்பாள். அவள் சமைத்துப்போட்ட பத்திரிகைக்காரர்களுடன் நானும் சேர்ந்து சாப்பிட்டிருக்கிறேன். அவர்களெல்லாம் தங்கள் அறைகளில் மின்சார அடுப்புகளை வைத்திருக்கிறார்கள்."

"உங்களுக்குப் பிடித்திருந்தால் அவளையே வைத்துக் கொள்ளலாம். இல்லாவிட்டால் வேறு எவளாவது ஒருத்தியை நான் தேடிப் பிடிக்கிறேன்; ஆனால் அங்கேயிருந்து அடிக்கடி வேலை விஷயமாக நீங்கள் வெளியூர் போகவேண்டியிருக்கும், இல்லையா? இந்த மாதிரி வேலையில் நானும் உங்களுடன் செல்வதை அனுமதிக்க மாட்டார்களே?"

"ஒருவேளை மாட்ரிட்டிலேயே எனக்கு வேலை கொடுக்கப் படலாம். இந்த வேலையை நான் நெடு நாளாகச் செய்துவருகிறேன். இயக்கம் ஆரம்பித்த நாளிலிருந்தே போராடி வருகிறேன். ஆகவே

வேலை மாறுதலுக்கு வாய்ப்பு உண்டு. ஆனால் ஒருபோதும் நான் மாற்றம் கேட்டதில்லை. ஒன்று போர்முனையில் இருப்பேன்; இல்லாவிடில் இந்த வேலையில் ஈடுபட்டிருப்பேன். எப்போதும் என்னைப் பொறுத்தவரை இதுதான் நடந்து வந்திருப்பது. உன்னைச் சந்திக்குமுன் எதையும் எவரிடமும் நான் கோரியதில்லை. எதற்கும் ஆசைப்பட்டதுமில்லை என்பது தெரியுமா உனக்கு? அது மாத்திரமல்ல. இயக்கத்தையும் இந்தப் போரில் வெற்றி பெறுவதையும் தவிர வேறெதைக் குறித்தும் நான் நினைத்ததும் கிடையாது. மெய் யாகவே என் ஆர்வமிக்க விருப்பங்கள் அணுவளவும் அப்பழுக்கு இல்லாமலே இருந்து வந்திருக்கின்றன. ஏராளப் பணி புரிந்து விட்டேன். இப்போதோ உன்னை நெஞ்சார நேசிக்கிறேன்!" என்ற ஜார்டன், நடக்கப்போகாத நிகழ்ச்சிகளின் நினைவில் முற்றிலும் மூழ்கியவனாய்த் தொடர்ந்தான்: "நாம் இதுவரை ஆதரித்துப் போராடி வந்துள்ள அனைத்தையும் போலவே இப்போது உன்னை நான் உளமார நேசிக்கிறேன். சுதந்திரத்தையும், மனித கௌரவத்தையும், பட்டினி கிடக்காமல் பாடுபட எல்லோருக்கும் உள்ள உரிமையையும் நான் நேசிக்குமளவுக்கு உன்னைக் காதலிக்கிறேன். நாம் பாதுகாத்து வந்துள்ள மாட்ரிட் மாநகரைப் போலவே உன்னிடமும் எனக்கு மனமார்ந்த பிரேமை உண்டு. செத்துவிட்ட என் சகாக்கள் சகலரை யும் நேசிக்கும் அளவுக்கு உன்னையும் காதலிக்கிறேன். எத்தனையெத் தனையோ பேர் செத்து விழுந்துவிட்டார்கள். எவ்வளவு பேர் என்று உன்னால் எண்ணிக் கூடப் பார்க்க முடியாது. ஆயினும் அவ்வளவு பேரையும் போலவே, இந்த உலகில் அனைத்திலும் அதிகமாக நான் நேசிப்பவற்றின் அளவுக்கு உன்னை நான் காதலிக்கிறேன் ஏன்? அவற்றையும்விட அதிகமாகவே காதலிக்கிறேன். மெய்யாகவே உன்னை நான் மிகமிகக் காதலிக்கிறேன், முயல்குட்டி! இன்னும் எவ்வளவோ சொல்லலாம்; இருந்தாலும் இப்போது இந்தக் கொஞ்ச அளவே போதுமென நிறுத்திக் கொள்கிறேன். இதற்கு முன் எனக்கு மனைவியெவரும் இருந்ததில்லை. இப்போது நீ அந்த இடத்துக்கு வந்துவிட்டாய். இதில் எனக்குள்ள மகிழ்ச்சியைச் சொல்லிமுடியாது."

"நானும் என்னால் முடிந்த அளவுக்கு நல்ல மனைவியாக இருப்பேன். அதற்கு எனக்குப் போதிய பயிற்சியில்லைதான்; இருந்தாலும் அந்தக் குறையைச் சரிக்கட்ட முயல்வேன். மாட்ரிட்டில் நம்மால் வாழ முடிந்தால் நல்லது. அங்கில்லாமல் வேறெங்கு நாம் வாழ நேர்ந்தாலும் எனக்கு அதுவும் சம்மதமே. திட்டமாக ஓரிடம் என்று இல்லாமல் உங்களுடனேயே எங்கும் என்னால் செல்ல இயன்றாலோ இன்னும் தரமானது. உங்கள் நாட்டுக்குப் போவோ மானால் மற்ற இங்கிலீஷ்காரர்களைப் போலவே ஆங்கிலம் பேசக்

கற்றுக் கொள்வேன்: அவர்களுடைய நடையுடை பாவனைகளை யெல்லாம் கவனித்து அப்படியே நானும் நடப்பேன்."

"அப்போது உன்னைப் பார்க்க வெகு வேடிக்கையாகத்தான் இருக்கும்."

"ஆமாம், பல தவறுகள் செய்யத்தான் செய்வேன். ஆனாலும் நீங்கள் எடுத்துச் சொன்னால் இரண்டாம் முறை செய்யமாட்டேன். எப்படியும் இரண்டு முறையோடு நிறுத்திக்கொண்டு விடுவேன். அப்புறம், உங்கள் நாட்டில் இந்தப் பக்கச் சாப்பாட்டுக்கு உங்கள் நாக்கு தவித்தால் என்னால் சமைத்துப்போட முடியும். மனைவியாக இருப்பது எப்படி என்பதைச் சொல்லிக் கொடுக்க உங்கள் நாட்டில் ஏதாவது பள்ளிக்கூடம் இருந்தால் அதற்கும் போய்ப் படிப்பேன்."

"அப்படிப்பட்ட பள்ளிக்கூடங்கள் அங்கே உண்டுதான். ஆனால் அந்தமாதிரிப் படிப்பு உனக்குத் தேவையேயில்லை."

"அந்தப் பள்ளிக்கூடங்கள் உங்கள் நாட்டில் இருப்பதாகவே தான் நினைப்பதாகப் பிலாரும் சொன்னாள். ஏதோ பத்திரிகையில் படித்துத் தெரிந்து கொண்டாளாம். என்னைப்பற்றி நீங்கள் என்னாளும் அவமானப்படாமல் இருப்பதற்காக ஆங்கிலத்தில் நன்றாகப் பேச நான் கற்றுக்கொள்ள வேண்டும் என்றும் அவள் சொன்னாள்."

"எப்போது சொன்னாள் அப்படி?"

"இன்று நாங்கள் மூட்டை கட்டிக்கொண்டிருக்கும் போது தான் சொன்னாள். உங்களுக்கு ஏற்ற மனைவியாக இருக்க நான் என்னென்னவெல்லாம் செய்யவேண்டும் என்பது பற்றியே இடைவிடாமல் பேசினாள்."

'அவளும் மாட்ரிட்டுக்கு வந்தால் வசதியாக இருக்குமே!' என்று மனத்துக்குள் கூறிக்கொண்ட ஜார்டன், "இன்னும் என்னென்ன சொன்னாள்?" என்று கேட்டான்.

"என் உடம்பை நான் நன்றாகப் பராமரிக்க வேண்டும். அது உப்பிவிடாமல் இருப்பதில் மாட்டுச் சண்டைக்காரர்களைப் போலவே கவனமாக இருக்க வேண்டும் என்று சொன்னாள். இது மிகமிக முக்கியமானது" என்றாள்.

"அவள் சொன்னது மெய்தான். ஆனால் அதைப்பற்றி நீ இன்னும் பல வருஷங்களுக்குக் கவலைப்படத் தேவையே கிடையாது."

"அப்படியில்லையாம்; எங்கள் இனத்தைச் சேர்ந்தவர்கள் திடீரென்று பெருத்துவிடுவார்கள் என்றும், அதனால் நான் எப்போதும் கண்ணும் கருத்துமாக இருக்கவேண்டும் என்றும்

சொன்னாள். ஒரு காலத்தில் அவளும் என்னைப்போலவே ஒல்லி யாக இருந்தவள்தானாம்; அந்தக் காலத்தில் பெண்கள் தேகப் பயிற்சி செய்யும் வழக்கமில்லாதபடியால் அவள் பெருத்து விட்டா ளாம். எந்த மாதிரிப் பயிற்சிகளை நான் செய்ய வேண்டும், எந்தெந்தப் பண்டங்களை நான் சாப்பிடக் கூடாது என்பதெல்லாம் அவள் எடுத்துச் சொன்னாள். எதையும் அளவுக்கதிகமாத் தின்னக் கூடாது என்றும் வற்புறுத்தினாள். ஆனால் அவள் சாப்பிடக்கூடாது என்று சொன்ன பண்டங்களின் பட்டியல் எனக்கு மறந்து போய்விட்டது; திரும்பவும் அவளைத்தான் கேட்டுத் தெரிந்துகொள்ள வேண்டும்."

"உருளைக்கிழங்கு உதவாது என்று சொல்லியிருப்பாளே?"

"ஆமாம், அந்தக் கிழங்கையும், பொறித்த பதார்த்தங்களையும் சாப்பிடக் கூடாது என்று சொன்னாள். இதோ எனக்கு வந்திருக் கிறதே புண், இதை அவளிடம் நான் ஒளிக்கவில்லை. அதற்கு அவள், இதை நான் உங்களிடம் தெரிவிக்கலாகாது என்றும், வலியைக் காட்டிக்கொள்ளவே கூடாது என்றும் சொன்னாள். இருந்தாலும் இதை உங்களிடம் நான் சொல்லிவிட்டேன். உங்களிடம் ஒருநாளும் பொய் பேச நான் விரும்பாததே அதற்குக் காரணம். முன்போல அதில் இரண்டு பேருக்கும் இன்பம் என்றும், அந்த மலைப்புறத்தில் மகிழ்ச்சிச் சிகரத்தை நாம் தொட்டது வெறும் கற்பனையே என்றும் நினைத்து விடலாமென நான் பயப்பட்டதும் இன்னொரு காரணம்."

"அதை நீ என்னிடம் சொன்னது சரிதான்."

"நிஜமாகத்தான், இருந்தாலும் எனக்கு அவமானமாகத்தான் இருக்கிறது. நீங்கள் இஷ்டப்படுவது எதையும் செய்யத் தயார். கணவனுக்கு மனைவி செய்யக் கூடியதையெல்லாம் பிலார் எனக்குப் படித்துப் படித்துச் சொல்லியிருக்கிறாள்."

"நீ எதையும் செய்ய அவசியமேயில்லை. உள்ளத்தையும் உள்ளதையும் இரண்டு பேரும் பகிர்ந்துகொள்வோம்; பேணிப் போற்றிப் பாதுகாப்போம். இந்தமாதிரி என்னைத் தொட்டபடி என் பக்கத்தில் நீ படுத்துக்கிடக்கிறாய் என்கிற நினைப்பே எனக்குப் பேரானந்தமாக இருக்கிறது. இதற்காகவே உன்னை நான் காதலிக் கிறேன். உன் ரணம் ஆறி நீ மறுபடியும் தேறித் தயாரானதும் மற்றதையெல்லாம் வைத்துக் கொள்ளலாம்."

"உங்களுக்காக நான் எந்தக் காரியமும் செய்யவேண்டாம் என்றா சொல்கிறீர்கள்? பலப்பல இருப்பதை பிலார் எனக்கு விளக்கிச் சொன்னாளே."

“அப்படி ஏதுமேயில்லை. அவசியமான காரியங்களை நாம் சேர்ந்தே செய்வோம். உனக்குத் தெரியக் கூடாத தனிப்பட்ட தேவை யேதும் எனக்குக் கிடையாது.”

“அப்படியானால் நல்லதுதான். இருந்தாலும் உங்கள் விருப்ப மெதையும் நிறைவேற்ற நான் எப்போதும் தயார் என்பதைச் சந்தேக மில்லாமல் தெரிந்து கொண்டுவிடுங்கள். ஆனால் அந்த விருப்பங் களை நீங்கள்தான் எனக்கு எடுத்துச் சொல்லவேண்டும். ஏனென் றால், நான் ஏதுமே அறியாதவள். பிலார் சொன்னதிலும் பல விஷயங்களை என்னால் தெளிவாகப் புரிந்துகொள்ள முடியவில்லை. திரும்பக் கேட்டுத் தெரிந்துகொள்ள எனக்கு வெட்கமாக இருந்தது. அவளுக்குத்தான் எவ்வளவு அறிவு! எத்தனை விஷயங்களைத்தான் அவள் தெரிந்துவைத்திருக்கிறாள்!”

“நீயும் ஒன்றும் சோடையில்லை, முயல்குட்டி. அபார அறிவுள்ளவளே நீ.”

“அழகுதான், போங்கள்! ஆனாலும் மலைமேலே ஒரு சண்டை நடக்கும்போது இன்னொரு சண்டைக்குச் சித்தமாக முகாமைக் கலைத்து மூட்டை கட்டிக்கொண்டிருப்பதற்கு நடுவில் மனைவியின் கடமைகளையெல்லாம் ஒரே நாளில் கற்றுக் கொள்ளப் பார்ப்பது என்பது சாதாரணமாகச் சாத்தியமில்லைதான். ஆகவே, நான் பெரிய பிசகுகள் செய்தால் நீங்கள் எனக்குச் சுட்டிக்காட்ட வேண்டும். ஏனென்றால், நான் உங்களை உயிருக்குயிராகக் காதலிப்பவள். தவிர, பிலார் சொன்னதில் பல விஷயங்கள் பெருஞ் சிக்கலாக இருந்தன. நான் தவறாகப் புரிந்து கொண்டிருக்கலாம். நீங்கள் எடுத்துச் சொன்னால்தான் எனக்குத் தெரியும்.”

“இன்னும் என்னவெல்லாம் சொன்னாள் அவள்?”

“எத்தனை யெத்தனையோ சொன்னாள், எனக்குத்தான் மறந்து போய்விட்டது. எனக்கு எதிரிகள் செய்த கொடுமை மறுபடி நினைவுக்கு வந்தால் அதை உங்களிடம் சொல்லிவிடச் சொன்னாள். நீங்கள் நல்லவராக இருப்பதாலும், அதை அறிந்து புரிந்து கொண் டிருப்பதாலும் அப்படிச் சொல்வதில் தவறில்லை என்றாள். ஆனால் முன்பே நடந்திருப்பது போல அந்த நினைவு என் நெஞ்சில் பாறை யாகக் கனத்து, அதை உங்களுக்குச் சொன்னால்தான் சுமை குறையு மெனத் தோன்றினால் தவிரச் சொல்லாமல் இருப்பதே நல்லதென்றும் சொன்னாள்.”

“அந்த நினைவு இப்போது உன் நெஞ்சத்தை அழுத்துகிறதா என்ன?”

“இல்லவேயில்லை; அது நடக்கவேயில்லை போலத்தான் இருக்கிறது. நாம் இரண்டுபேரும் முதல் முறையாகச் சேர்ந்திருந்தது

முதற்கொண்டு, என் பெற்றோர் பற்றிய துக்கம் தொடர்ந்து இருந்து வருவது மெய்தான்; ஆனால் அது எப்போதுமே இருக்கக்கூடியது தான். எதற்கும் ஒன்றை நீங்கள் கேட்டுக் கொண்டு விடவேண்டும் என்று ஆசைப்படுகிறேன். நான் உங்கள் மனைவியாவதாயிருந்தால் உங்கள் சுயமரியாதையைப் பங்கம் இல்லாமல் பாதுகாக்கும் அது – நான் எவரது பலாத்காரத்துக்கும் எளிதாகப் பணிந்தது கிடையாது. எப்போதும் போராடியே வந்திருக்கிறேன்; என்னைக் கெடுப்ப தென்றால் எப்போதும் இரண்டு பேருக்குக் குறையாமல் வேண்டி யிருந்து வந்திருக்கிறது. ஒருவன் என் தலைமீது உட்கார்ந்து என்னை அமுக்காமல் அது நடக்காது. உங்கள் தன்மானத்தை உத்தேசித்துத் தான் இதைச் சொல்கிறேன்."

"என் மானமும் பெருமையும் நீதான், உன்னிடம்தான் உள்ளன. அதைப்பற்றி நீ பேசவே வேண்டாம்."

"இல்லை, உங்கள் மனைவியைப் பொறுத்து உங்களுக்கு இருக்க வேண்டிய மான உணர்வை எண்ணியே சொன்னேன். இன்னொரு விஷயம். என் தந்தை எங்கள் கிராம முதல்வராக இருந்தவர். கௌரவமான மனிதர். என் தாயும் கண்ணியம் மிகுந்த கத்தோலிக்கப் பெண்மணியே. இருந்தாலும் என் தந்தை குடியரசுவாதியாக இருந்த படியால் அவரையும் அவருடைய அரசியலைச் சாக்கிட்டு அவளை யும் சுட்டுச் சாகடித்தார்கள். அந்த கோரக் காட்சியை என் கண் ணாலேயே பார்த்தேன். எங்கள் கிராமத்துக் கசாப்புக் கொட்டடிச் சுவர் முன்னால் என் தந்தையை நிறுத்தி வைத்துச் சுட்டபோதும் 'குடியரசு வெல்க, வாழ்க!' என்றே அவர் கோஷம் போட்டார். அதே சுவருக்கு முன் நிறுத்தப்பட்ட என் தாயோ, 'இந்தக் கிராமத்து முதல்வரான என் கணவரின் லட்சியம் வெற்றி பெறட்டும்' என்று கூவினாள். என்னையும் சுடுவார்கள், அப்போது 'குடியரசும், என் பெற்றோர் பெயரும் நீடூழி வாழட்டும்' எனக் கத்தலாம் என்றே எதிர் பார்த்திருந்தேன். ஆனால் அவர்களோ அதற்குப் பதிலாக என்னைக் கெடுக்க முற்பட்டார்கள். எனக்கு நடந்த ஒரு விஷயத்தைச் சொல்லிவிடுகிறேன், கேட்டுக்கொள்ளுங்கள். ஏனென்றால் அது நம்மிருவரையும் பாதிப்பதாகும் என்று கூறி மேரியா அதை விவரிக்கலானாள்."

"அந்தக் கசாப்புக் கொட்டடியில் கொலை வேலை முடிந்ததும் எங்களையெல்லாம் – அந்தக் கோரத்தைக் காண்பதற்குக் கொண்டு போகப்பட்டபின் சுடப்படாமல் விடப்பட்ட உறவுக்காரர்களை யெல்லாம் – அங்கேயிருந்து செங்குத்தான குன்றின் வழியாக ஊரின் முக்கியச் சதுக்கத்துக்கு மறுபடி இட்டுவந்தார்கள். அநேகமாக எல்லாரும் அழுது கொண்டிருந்தார்கள். சிலர் கண்களில்தான் நீரில்லை; அவர்கள் கண்ட கோரம் அதைக் காயவைத்து அவர்களது

உணர்ச்சிகளையும் மரத்துப் போகச் செய்து விட்டதே அதற்குக் காரணம். என்னாலும் அழ முடியவில்லை. என் எதிரே நடந்தது எதுவும் என் கண்ணுக்குப் புலப்படவில்லை; சுடப்பட்டபோது என் தந்தையும் தாயும் தந்த தோற்றங்கள்தான் அதை நிறைத்திருந்தது. சுற்றுப்புறச் சந்தடியெதுவும் என் காதிலும் விழவில்லை; 'இந்தக் கிராமத்து முதல்வரான என் கணவரின் லட்சியம் வெற்றி பெறட்டும்' என்ற என் தாயின் வாக்கியமே அதில் கேட்டுக் கொண்டிருந்தது; ஓயாத அலறல் போலத் தொடர்ந்து ஒலித்து என் மண்டையைக் குடைந்தபடி இருந்தது அது. என் தாயும் குடியரசுவாதியல்ல; ஆகவே, குடியரசை வாழ்த்த அவள் விரும்பவில்லை. அதற்குப் பதிலாகத்தான் அப்போது தன் காலடியில் சுடப்பட்டுக் கிடந்த என் தந்தைக்கு ஜே போட்டாள். அப்படி அவள் மாற்றிக் கொண்டாலும் அலறலே போல அதை உரத்துக் கூவினாள். உடனே அவர்கள் சுடவும் அவள் சுருண்டு விழுந்தாள். அதைக் கண்டதும் நான் நின்ற அணியிலிருந்து அவள் பக்கத்துக்குப் பாய்ந்தோடப் பார்த்தேன். ஆனால் நாங்களெல்லாரும் சேர்த்துக் கட்டப்பட்டிருந்த படியால் என்னால் அப்படிப் போக முடியவில்லை. சுட்டவர்கள் சிவில் காவலர்கள்தான்."

"மேலும் பலரைச் சுட்டுக்கொல்ல அவர்கள் காத்துக் கொண்டிருந்தார்கள். ஆனால் அங்கிருந்த ஃபலாஞ்ஜிஸ்ட் கட்சித் தலைவரோ அதற்குச் சந்தர்ப்பமளிக்கவில்லை. துப்பாக்கிமீது சாய்ந்த படி சடலங்களை அவர்கள் அங்கேயே கவனித்துக் கொண்டிருக்க விட்டுவிட்டு எங்களை மட்டும் குன்று வழியாக ஊருக்குள் ஓட்டி வந்தார். சிறியவரும் பெரியவருமாகப் பல பெண்களின் மணிக்கட்டு களைக் கோத்துக் கட்டியிருந்தார்கள். அந்த நீண்ட வரிசையைப் பல வீதிகள் வழியாக இழுத்து வந்து சதுக்கத்தை அடைந்ததும் ஒரு சவரக் கடைக்கு முன்னால் நிறுத்தினார்கள். அங்கே ஒருத்தன் என்னைப் பார்த்து, "இவள்தான் கிராமத்து முதல்வரின் மகள்" என்றான். உடனே இன்னொருத்தன், "அப்படியானால் இவளுட னேயே நம் வேலையை ஆரம்பிக்கலாம்" என்று சொன்னதும் கயிற்றை அறுத்து என் இரண்டு மணிக்கட்டுகளையும் விடுவித் தார்கள். "வரிசையைச் சேர்த்துக்கட்டுங்கள்" என்று மற்றவர்களிடம் சொல்லிவிட்டு அந்த இரண்டு பேரும் என்கைகளைப் பிடித்து சவரக் கடையினுள் கொண்டு போனார்கள். அங்கே போனதும் என்னைத் தூக்கி நாற்காலியில் உட்காரவைத்துப் பிடித்துக் கொண்டார்கள். அந்தக் கடையில் இருந்த கண்ணாடியில் முகம் தெரிந்தது; என்னை இருத்தி வைத்திருந்த இரண்டு பேரைத் தவிர என்மீது குனிந்து கொண்டிருந்த இன்னும் மூவருடைய முகங்களையும் அதில் பார்த்தேன் அதற்குமுன் அவர்களில் யாரையுமே நான்

கண்டதில்லை. அவர்கள் என்னைப் பார்த்தார்களே தவிர கண்ணாடியைப் பார்க்கவில்லை; நானோ என்னோடு அவர்களையும் சேர்த்துப் பார்த்துக் கொண்டிருந்தேன். பல் வைத்தியம் பார்த்துக் கொள்ள நாற்காலியில் உட்காருவது போலவே அப்போது இருந்தது. ஆனால் ஒரு வைத்தியருக்குப் பதிலாகப் பல பேர் இருந்தார்கள்; அவர்களுக்குப் பைத்தியம் வேறு. என் முகத்தை என்னாலேயே அடையாளம் கண்டுகொள்ள முடியவில்லை; துக்கத்தினால் அந்த அளவுக்கு அது மாறியிருந்தது. இருந்தாலும் பார்த்தேன், அது என் முகமேயென உறுதி செய்து கொண்டேன். என் வருத்தத்தை வர்ணிக்க முடியாது. அந்த நிலையில் ஏற்படக்கூடிய பயத்தை அடியோடு உணரமுடியாத அளவுக்கு அது என்னைக் கவ்விக் கொண்டிருந்தது. துக்கம் தவிர வேறெந்த உணர்ச்சியுமே அப்போது என்னிடமில்லை. அந்த நாளில் நான் என் முடியில் இரட்டைப் பின்னல் போட்டிருந்தேன். நான் கண்ணாடியையே பார்த்துக் கொண்டிருந்தபோது அவர்களில் ஒருத்தன் அந்தப் பின்னல்களி லொன்றை தூக்கியிழுத்தான். என் வருத்தத்துக்கிடையிலும் திடுமென வேதனையைப் பாய்ச்சுமளவுக்கு வேகமாக இழுத்த அவன், என் மண்டையுடன் ஒட்டியவாக்கில் கத்தியால் அதை அறுத்தான். ஒற்றைப் பின்னலோடும், முன்பு மற்றொன்று இருந்த இடத்தில் சிரைப்புடனும் என் முகம் இருந்த கோலத்தைக் கண்ணாடியில் கண்டேன். அப்புறம் இன்னொரு பின்னலையும் அவன் நறுக்கினான். இழுக்காமலே அறுத்தாலும் அப்போது என் காதில் கத்தி பட்டுச் சிறிய வெட்டு விழுந்துவிட்டது. அதிலிருந்து ரத்தம் வந்ததையும் கண்ணாடியில் பார்த்தேன். இதோ இங்கேதான் இருக்கிறது, அந்த வெட்டுக்காயம்; உங்கள் விரலால் தடவிப் பாருங்கள்."

"ஆம். தட்டுப்படுகிறது. அது இருக்கட்டும். இந்தக் கதையை யெல்லாம் நீ சொல்லாமல் இருப்பதே நல்லதில்லையா?"

"இது என்ன பிரமாதம்? நிஜமாக மோசமானதை நான் உங்களிடம் சொல்லப்போவதில்லை" என்று கூறிய மேரியா மேற்கொண்டு சொன்னாள்:

"அப்படி அவன் என் முடியை ஒட்டக் கத்தரித்ததும் மற்றவர்கள் சிரித்தார்கள். நானோ வெட்டு விழுந்ததைக்கூட உணரவில்லை. அப்புறம், மற்ற இரண்டு பேரும் என்னைப் பிடித்துக்கொண்டிருக்கை யில் அந்த ஜடைகளாலேயே என் முகத்தில் அடித்தபடி "கம்யூனிஸ்ட் கன்னிமாடப் பெண்களை நாங்கள் உருவாக்கும் விதம் இதுதான். உங்கள் உழைப்பாளிச் சகோதரர்களுடன் ஒன்றுசேரும் வழியைக் இந்தக் கோலம் கட்டாயம் காட்டும். கம்யூனிஸ்ட் கிறிஸ்துவின் கலியாணப் பெண்ணே!" என்றான்.

"அந்தக் கற்றைகளால் என முகத்தில் திரும்பத் திரும்ப அடித்தபிறகு என் வாயில் திணித்தார்கள்; மிஞ்சிய குழலைத் தொண்டையைச் சுற்றிக் கொண்டு போய்ப் பின்புறத்தில் முடி போட்டதும், என்னைப் பிடித்திருந்த இரண்டு பேரும் விழுந்து விழுந்து சிரித்தார்கள். அதைப் பார்த்த எல்லாருக்குமே சிரிப்பு வந்தது. கண்ணாடியில் அதைக் கண்டதும் நான் அழ ஆரம்பித்து விட்டேன். பெற்றோர் சுடப்பட்டதைப் பார்த்தபோது உறைத்த உணர்ச்சிகள் கரைந்து விட்டன, ஆனால் என் வாயை அடைத்தவனே, என் தலை நெடுகிலும் கத்திரிபோடத் தொடங்கிவிட்டான். முதலில் என் நெற்றியில் ஆரம்பித்துப் பிடரி வரையில் அதைக் கொண்டுபோனான். பிறகு உச்சந்தலையில் கத்திரித்தான். மண்டை முழுவதிலும் வட்டமடித்து விட்டுக் காதுகளுக்குப் பின்னாலும் வெட்டினான். அந்த வேலை நடந்த நேரம் பூராவிலும் கண்ணாடியில் அதை நான் பார்க்கும்படி அவர்கள் என்னைப் பிடித்துக் கொண்டிருந்தார்கள். கண்கலங்கக் கண்டும்கூட அதை என்னால் நம்பமுடிய வில்லை. அழுதேன், அலறினேன். ஆனாலும் திறந்த வாயில் என் ஜடைகள் அடைத்துக் கட்டப்பட்டிருக்க என் முகம் காட்டிய அவலக் கோலத்திலிருந்தும், கத்திரி பாய்ந்து மொட்டையாகிவந்த மண்டையிலிருந்தும் என் கண்களை என்னால் திருப்ப முடியவே வில்லை... அந்தக் கடையை நடத்தி வந்தவனையும் அதற்கு முன்பே அவர்கள் சுட்டுக் கொன்றிருந்தார்கள். அவன் தொழில் கூட்டில் சேர்ந்திருந்ததுதான் அதற்குக் காரணம். அவனது சடலம் அந்தக் கடையின் வாசலிலேயே கிடந்தது. அதற்கு மேலே தூக்கிப் பிடித்துத் தான் அவர்கள் என்னை உள்ளே கொண்டுவந்தார்கள். அவன் அந்தக் கடையிலிருந்த அலமாரியில் வைத்திருந்த அயோடின் மருந்துப் புட்டியை என் தலைமயிரைக் கத்திரித்து முடித்தவன் தன் கையில் எடுத்துக்கொண்டான். அதன் பிறகு அந்தப் புட்டியில் எப்போதும் இருக்கும் கண்ணாடிக் குச்சியினால் என் காதில் ஏற்பட்டிருந்த வெட்டுக் காயத்தைத் தொட்டான். அப்படி அவன் அயோடினைத் தடவியதும் அந்தத் துக்கத்தையும் மீறிக் கொண்டு சுரீரென்று வலித்தது. அப்புறம் எனக்கு முன்னால் நின்றபடி அந்த அயோடின் குச்சியினாலேயே என் நெற்றியில் யூ.எச்.பி. என்று அவன் எழுதினான். ஏதோ ஓவியம் தீட்டியதுபோல மெதுவாக, கவனமாக அந்த எழுத்துக்களை அவன் வரைந்த நேரம் பூராவும் கண்ணாடியிலேயே என் பார்வை பதிந்திருந்தது."

"ஆனால் முன்னைப்போல நான் அழவில்லை. ஏனென்றால், என் பெற்றோருக்கு நேர்ந்த கதி என் இருதயத்தை உறையச் செய்திருந்தது. அவர்கள் சுடப்பட்டதுடன் ஒப்பிட்டால் என்னை அவர்கள் அலங்கோலமாக்கியது அற்பமே என்பதையும் நான்

அறிந்திருந்தேன். அந்த எழுத்துக்களை முடித்ததும் அந்த ஃபாலஞ் ஜிஸ்ட் சற்றுப் பின்னால் தள்ளிநின்று, தன் கைவேலையைப் பரிசீலிப்பதற்காக என் தலையைப் பார்த்தான். பிறகு அயோடின் புட்டியைக் கீழே வைத்துவிட்டுக் கத்தரியை மறுபடி கையில் எடுத்துக் கொண்டு, “இனி அடுத்தவளைக் கொண்டுவரலாம்” என்றான். அதன்பேரில் என் கைகளை கெட்டியாகப் பிடித்தபடி அவர்கள் என்னை அந்தக் கடைக்கு வெளியே இழுத்து வந்தார்கள். அப்படி வரும்போது சாம்பல் பூத்த முகத்துடன் மல்லாந்தபடி கடைவாசலிலேயே இன்னமும் கிடந்த கடைக்காரனின் பிணம் என் காலை இடறிவிட்டது. என் ஆருயிர்ச் சிநேகிதியான கன்ஸெப்ஸி யான் கிரேஷியாவுடன் கிட்டத்தட்ட முட்டிக் கொள்ளவும் இருந் தேன். வேறு இரண்டு பேர் அவளை அப்போது உள்ளே இருந்து இழுத்து வந்து கொண்டிருந்தார்கள். முதலில் அவளுக்கு என்னை அடையாளம் தெரியவில்லை. அப்புறம் கண்டுகொண்டதுமே கிறீச் சென்று கத்தினாள். சதுக்கத்தைக் கடந்து, ஊர்மன்ற வாசலைத் தாண்டி, மாடிப்படிகளில் ஏறி, என் அப்பாவின் காரியாலயத்தில் இருந்த ஆசனத்தில் அவர்கள் என்னைக் கிடத்தும் வரையில் அந்த அலறல் என் காதில் ஒலித்துக் கொண்டேயிருந்தது. அங்கேதான் அவர்கள் என்னைக் கெடுத்தார்கள்.”

ஜார்டனின் நெஞ்சம் நெகிழ்ந்துவிட்டது. “என் முயல்குட்டியே” என்றபடி இயன்றவரை மென்மையுடனேயே மேரியாவை ஆரத் தழுவிக் கொண்டான். எனினும் அந்த நெகிழ்ச்சியிடையே எந்த மனிதனுக்கும் ஏற்படக்கூடியவகையில் துவேஷமும் நிறைந்திருந்தது. “அதைப்பற்றி மேற்கொண்டு சொல்லாதே. ஆத்திர ஆவேசத்தை இப்போதே என்னால் தாங்கமுடியவில்லை” என்றான்.

அவன் அணைப்பில் உணர்ச்சியற்ற மரக்கட்டை போலக் கிடந்த மேரியா, “இல்லை, ஒருநாளும் மற்ற விவரங்களைச் சொல்ல மாட்டேன்.” இருந்தாலும் அவர்கள் கெட்டவர்கள், முடிந்தால் உங் களுடன் அவர்களில் சிலரையாவது சாகடிக்க என் கை பரபரக்கிறது என்பதைச் சொல்லியே ஆகவேண்டும். ஆனால் நான் உங்கள் மனைவி யாக நேர்ந்தால் நீங்கள் அவமான உணர்ச்சிக்கு ஆளாகக்கூடாது என்பதற்காகவே, என் மனநிலையை நீங்கள் புரிந்து கொள்ள வேண்டும் என்பதற்காகவே, இந்தத் துடிப்பைத் தெரிவித்தேன்.”

“நீ சொன்னவரையில் எனக்குச் சந்தோஷமே. நாளை நமக்கு அதிருஷ்டம் இருக்குமானால் நிறைய பேரைக் கொன்றுவிடலாம்.”

“ஆனால் அவர்களில் ஃபாலஞ்ஜிஸ்டுகள் இருப்பார்களா? அவர்கள்தான் என்னை அலங்கோலமாக்கிக் கெடுத்தவர்கள்.”

“அவர்கள் சண்டைக்கு வருவதில்லை; பின்புறத்தில் இருந்த படியே கொல்பவர்கள் அவர்கள். போர்க்களத்தில் நாம் மோதுவது அவர்களுடன் அல்லவே” என விசனத்துடன் ஜார்டன் விடை யிறுத்தான்.

“இருந்தாலும் எந்த வகையிலாவது அவர்களைக் கொல்ல முடியாதா? சில பேரையாவது சாகடிக்க என் கை துடிதுடிக்கிறது.”

“அவர்களை நான் கொன்றிருக்கிறேன். ரயில் வண்டிகளைக் கவிழ்த்தபோது பலபேரைச் சாகடித்திருக்கிறோம். மேலும் பலரைத் தீர்த்துக்கட்டியே தீருவோம்.”

“நீங்கள் ஏதாவது ரயில் வண்டிக்கு வெடிவைக்கப் போகும் போது உங்களோடு வருவதற்கு எனக்கு ஆசையாக இருக்கிறது. அப்படி ஒரு ரயில்வண்டி கவிழ்க்கப்பட்டபோதுதான் பிலார் என்னைக் கண்டுபிடித்து இங்கே கொண்டுவந்தாள். ஆனால் அப்போது என் சித்தம் சிறிது கலங்கிக் கிடந்தது. நான் என்ன நிலையில் இருந்தேன் என்பதை அவள் உங்களிடம் சொன்னாளா?”

“எல்லாம் சொன்னாள். அதைப்பற்றியும் நீ பேச வேண்டாம்.”

“என் மூளை மரத்துக்கிடந்தது; அழுவதொன்றுதான் என்னால் செய்ய முடிந்ததெல்லாம்... இருங்கள், நான் சொல்ல வேண்டியது இன்னொன்றும் உண்டு: அதைக் கட்டாயம் கூறியேயாக வேண்டும். அதைக் கேட்டால் நீங்கள் என்னைக் கலியாணம் செய்துகொள்வதைக் கைவிட்டாலும் கைவிடலாம், இருந்தாலும், உங்களுக்கு அப்படி இஷ்டமில்லையென்றால், நாம் எப்போதும் சேர்ந்தாவது இருக்கலாம் இல்லையா?”

“உன்னை நான் கலியாணம் செய்து கொள்ளத்தான் போகிறேன்.”

“மாட்டீர்கள். அதற்கான காரணத்தை நான் முதலிலேயே சொல்ல மறந்துவிட்டேன். அது தெரிந்த பிறகு நீங்கள் மறுத்து விடுவதே முறையாகவும் இருக்கும் என்பேன். ஒரு பெண்ணையோ பிள்ளையையோ உங்களுக்கு நான் பெற்றுத்தர முடியாமலே போகலாம். அது என்னால் முடியுமானால் என்னை அவர்கள் கெடுத்ததுமே பிறந்திருக்கும் என்று பிலார் சொல்கிறாள். இதை நான் உங்களுக்குத் தெரிவிக்காமல் இருக்க முடியாது. ஐயோ, இதை முதலிலேயே சொல்ல ஏன் மறந்தேனோ, எனக்கே தெரியவில்லையே!”

“அது எனக்கு அற்ப விஷயம்தான், முயல்குட்டி. நீ மலடாக இல்லாமலும் இருக்கலாம்; எப்படியும், வைத்தியர் பார்த்துக் கூற வேண்டிய விஷயமே அது. தவிர இந்த உலகம் இன்று இருக்கும் நிலையில் ஒரு பிள்ளையையோ பெண்ணையோ இதில் பிறக்க

வைக்கவும் எனக்கு விருப்பமில்லை. அது மட்டுமா, என் அன்பு முழுவதுக்கும் நீயல்லவா பாத்திரமானவள்?"

"இருந்தாலும் உங்களுக்கு ஒரு பிள்ளையையும் பெண்ணையும் பெற்றுத்தரவே எனக்கு ஆசையாக இருக்கிறது. மேலும் ஃபாஸிஸ்டு களை எதிர்த்துப் போராடும் நமக்குக் குழந்தைகள் இல்லையென்றால் உலகத்தை உயர்த்துவதுதான் எப்படி?"

"இதோ பார், உன்னை நான் காதலிக்கிறேன். என்ன, நான் சொன்னது காதில் விழுந்ததல்லவா? சரி, இனிமேல் பேசாமல் தூங்கு, முயல்குட்டி. விடிவதற்கும் வெகுநேரம் முன்பே நான் விழித் தெழுந்தாக வேண்டும். இந்த மாதத்திலோ வழக்கத்தைவிடச் சீக்கிர மாகவே வேறு விடிந்து தொலைக்கும்."

"அப்படியானால் நான் கடைசியில் சொன்ன விஷயம் பற்றி உங்களுக்குக் கவலையே கிடையாதா? என்னைக் கல்யாணம் செய்து கொள்ள இன்னமுமா விரும்புகிறீர்கள்?"

"நாம் முன்பே தம்பதிதான். இதோ இப்போதே உன்னை மணக்கிறேன். நீ என் மனைவியே! திருப்திதானே? இனிப் பேசாமல் தூங்கு. அதற்கு அதிகநேரம் பாக்கியில்லை."

"நாம் நிஜமாகவே கணவன் மனைவி ஆவோமா? வெறும் வாய்ப்பேச்சு இல்லையே இது?"

"நிஜமாகத்தான் சொல்கிறேன்."

"அப்படியானால் தூங்குகிறேன். கண் விழிக்கும்போது அதைப்பற்றிச் சிந்தித்துச் சந்தோஷப்படுவேன்."

"நானும் அப்படித்தான் செய்யப்போகிறேன்."

"நல்லிரவு, நாதா!"

"குட்நைட், தேவி!"

மேரியாவிடமிருந்து நிதானமாக, ஒழுங்காக மூச்சொலி எழுந்தது அவன் காதில் விழுந்தது. அதிலிருந்து அவள் உறங்கிவிட்டதை உணர்ந்தான். அவன் என்னவோ அப்புறம் விழித்தபடியே கிடந்தான். சற்றும் நகரவில்லை. அவள் தன்னிடம் கூறாது விடுத்த வரலாற்றுப் பகுதியையே வட்டமிட்டது, அவனது எண்ணவோட்டம். அவளுடைய கற்பைச் சூறையாடியவர்களைக் கட்டோடு வெறுத்துப் படுத்திருந்த அந்நேரத்தில் அவனுக்கு மறுநாள் காலை நடக்கவிருந்த கொலைகள் களிப்பையே அளித்தன. ஆயினும் அந்தக் கொலை யெதையும் தன் கையால் புரியக்கூடாது என்று முடிவெடுத்தான். ஆனால் அந்த முடிவையடுத்துப் பற்பல சிந்தனைகள் கிளர்ந்தன! 'என்னால் எப்படி ஒதுங்கி நிற்க முடியும்? அது இருக்கட்டும், அவர்களுக்கு நம் தரப்பினரும்தான் பல கொடுமைகளை

இழைக்கவில்லையா? ஆனால் நம்மவருக்குப் போதிய கல்வியறிவு இல்லாததால்தான் அப்படி நடந்தது. அதுவன்றி வேறு வழி தெரியாததால்தான் அவ்விதம் செய்தார்கள். ஆனால் நம் எதிரிகளோ அவ்வளவையும் வேண்டுமென்றே, மனமறிந்தே செய்திருக்கிறார்கள். அவர்களுடைய கல்வியின் கடைசி அரும்புகள் அவர்கள். ஸ்பானிஷ் வீரத்தின் மலர்கள். அவர்கள்தான் எப்படிப் பட்ட ஈன மக்களாக இருந்திருக்கிறார்கள்! கோர்ட்டெஸ், பிஸாரோ, மெனென்ட்டெஸ்டி ஆவலாவில் ஆரம்பித்து என்ரிகேலிஸ்டர் வழியாக வந்து பாப்லோ வரையில் எத்தனை மட்டரக மனிதர்கள் தோன்றியிருக்கிறார்கள். அதே நேரத்தில் இவர்கள், அற்புத மக்களும் ஆவார்கள். உலகிலேயே இவர்களைவிட உயர்ந்தவர்களும் இல்லை, தாழ்ந்தவர்களும் கிடையாது. இவர்கள் அளவுக்கு எவரிடமும் கருணையுள்ளமும் இல்லை, கொடிய சித்தமும் கிடையாது. இவர்களை யார்தான் சரியாகப் புரிந்துகொண்டிருக்கிறார்கள்? நிச்சயமாக நானில்லை. ஏனென்றால், அப்படிப் புரிந்து கொண் டிருந்தால் அனைத்தையும் மறந்து மன்னித்திருப்பேனே! புரிந்து கொண்டால் மன்னிக்காமல் முடியாது. இல்லை, இது சரியல்ல; மன்னிப்பின் மாண்பு மிகைப்படுத்தப்பட்டே இருக்கிறது. அது கிறிஸ்தவ மதக் கருத்தேயாகும். ஸ்பெயினோ ஒருநாளும் மெய்யான கிறிஸ்தவ நாடாக இருந்ததில்லை. கிறிஸ்தவ மதவட்டத்துக்குள்ளேயே தன் விசேஷ விக்கிரகத்தை அது எப்போதும் ஆராதித்து வந்துள்ளது. ‘இன்னுமொரு கன்னி’ என்று அதை அழைக்கிறார்கள். இதனால்தான் தங்கள் எதிரிகளிடையே இருந்த கன்னியரைக் களைய அவர்கள் முற்பட நேர்ந்தது போலும்! ஸ்பானிஷ் மக்களைவிட மதவெறியர் களிடையேதான் அந்த ஆர்வம் ஆழ்ந்து இருந்து வந்துள்ளது என்ப தில் ஐயமேயில்லை. மதத்தினின்று மக்கள் விலகி ஒதுங்கிவிட்டனர். அரசாங்கத்தில் மதம் ஐக்கியமாகியதும், ஆட்சி எப்போதும் மோச மாக இருந்து வந்திருப்பதுமே அதற்குக் காரணம். மதச்சீர்திருத்த இயக்கம் எட்டாத ஒரே நாடு ஸ்பெயின்தான். அந்த நாளைய விசாரணை மன்ற மரண தண்டனைகளுக்கு இப்போது ஈடு கொடுக்க வேண்டி வந்திருக்கிறது என்று கூறுவதே பொருந்தும், ஆழ்ந்து ஆலோசிக்கவேண்டிய விஷயம் இது. என் வேலை பற்றி நான் எண்ணிக் கவலைப்படுவதைத் தவிர்க்க இது கட்டாயம் உதவும்.எப்படியும் பாசாங்குப் பேச்சைவிட இந்த ஆலோசனை எத்தனையோ மேல். அடடா, நான்தான் இன்று எவ்வளவு போலி நாடகம் ஆடியிருக்கிறேன்! நான் மட்டுமா, பிலாரும் நாள் பூராவும் பாசாங்கு செய்திருக்கிறாள், சந்தேகமேயில்லை. நாளை நாம் கொல்லப்பட்டுவிட்டால்தான் என்ன மோசம்? பாலத்தைச் சரிவரத் தகர்க்க முடிந்து விட்டால் போதும்; அதன்முன் சாவு பெரிதில்லை. நாளை நாம் செய்யவேண்டியதெல்லாம் அதுவே... இல்லை,

அப்படிச் சாவைச் சட்டை செய்யாமல் இருப்பதற்கில்லை. எப்படி யும் இந்த வேலையை என்னால் முடிவின்றிச் செய்துகொண்டிருக்க முடியாது... ஆனால் என்றுமே சாசுவதமாக நீ இருந்துவிட முடி யுமா?... மூன்றே நாளில் முழு வாழ்வையும் நான் வாழ்ந்து விட்டேனோ? அது மெய்யென்றால் இந்தக் கடைசி இரவு வேறு வகையில் கழியலாகாதா என்றே எனக்கு இருக்கிறது. ஆனால் இறுதி இரவுகள் ஒருபோதும் சீராக அமைவதில்லை. ஆயினும் கடைசிச் சூன்யங்கள் சிறந்தவையாக ஆவதுமுண்டு. ஆம், இறுதிச் சொற்கள் சில சமயங்களில் சிறப்பாகவே இருந்திருக்கின்றன. 'இந்தக் கிராமத்து முதல்வரான என் கணவரின் லட்சியம் வாழ்க என்பது அப்படிப்பட்ட ஒன்றுதான்' அதைத் தனக்குத் தானே கூறிக்கொண்ட போது உடல் நெடுகிலும் சிலிர்த்ததிலிருந்து அது சிறந்ததே என்பதைச் சந்தேகமற அறிந்துகொண்ட ஜார்டன், சாய்ந்து மேரி யாவை முத்தமிட்டான். அப்போதும் விழித்துக்கொள்ளாத அவளை நோக்கி, "நான் உன்னை மணக்க ஆசைப்படுகிறேன், முயல்குட்டி உன் குடும்பத்தை எண்ண எனக்குப் பெருமையாக இருக்கிறது" என்று ஆங்கிலத்தில் மெள்ளக் கூறினான்.

32

மலை முகாமில் மேரியாவுடன் ஜார்டன் தனித்திருந்த அதே இரவில் மாட்ரிட் நகரிலுள்ள, கேலார்ட் ஓட்டலில் பலர் கூடி யிருந்தனர். அவர்களோடு சேர்ந்து கொள்ளும் பொருட்டு, நீல வண்ணம் பூசிய முன்விளக்குகள் கொண்ட மோட்டார் வண்டி ஒன்றில் அந்த ஓட்டலின் முகப்புக்கு வந்து சேர்ந்தார் மேலும் ஒருவர். குட்டையாக இருந்த அந்த மனிதர் கருநிறச் சவாரி ஜோடு களைப் போட்டிருந்தார். அவர் அணிந்திருந்த சவாரிச் சராய் மட்டுமின்றி கழுத்து வரையில் பித்தான்களுடன் குட்டையாகவிருந்த கோட்டும் சாம்பல் நிறத்திலேயே இருந்தது. காரிலிருந்து இறங்கி ஓட்டல் கதவைத் திறந்துகொண்டு உள்ளே புகுந்தபோது அங்கு காவல் இருந்த இரு சிப்பாய்கள் அவருக்கு வணக்கம் செலுத்தினர். பதில் வணக்கம் தெரிவித்ததோடு ஓட்டல் மூட்டை தூக்கியின் இடத்தில் உட்கார்ந்திருந்த ரகசியப் போலீஸ்காரனையும் நோக்கித் தலையை அசைத்துவிட்டு மின்சார ஏணிப்பெட்டியில் அவர் ஏறிக் கொண்டார். சலவைக் கற்கள் பதிக்கப்பட்ட பிரவேச மண்டபத்தை அது அடைந்ததும் இறங்கினார். அங்கே பக்கத்துக்கு ஒருவராக நாற்காலிகளில் இரு காவலர் அமர்ந்திருந்தனர். அவர் தங்களைக் கடந்து நுழைந்தபோது நிமிர்ந்து பார்த்ததோடு அவர்கள் நிறுத்திக் கொண்டனர். தங்களுக்குத் தெரியாதவர் எவராவது அங்கே வந்தால்

கைத்துப்பாக்கி ஏதாவது இருக்கிறதா என்று அவரது விலாப்புறங்கள், அக்குள்கள், இடுப்பு ஜேபி ஆகியவற்றைத் தடவிப் பார்ப்பது அவர்களது அலுவல். அப்படி ஏதாகிலும் இருந்தால் அதைக் கீழே போய் ஓட்டல் சிப்பந்தியிடம் கொடுத்துவிட்டு வரச் சொல்லுவர். ஆனால் சவாரி ஜோடுகளைத் தரித்து வந்த அந்தக் குட்டை மனிதர் கார்க்கோவை அவர்கள் நன்கறிவர்; ஆகவேதான் ஏறிட்டுப் பார்த்ததற்கு மேல் ஏதும் செய்யவில்லை.

அந்த ஓட்டலிலேயே ஒரு விடுதியில் அவர் வசித்து வந்தார். நேராக அந்த அறைக்குச் சென்றார். புகுந்ததும் அங்கே பலபேர் குவிந்திருக்கக் கண்டார். நின்றபடியும் அமர்ந்தபடியும் அவர் களனைவரும் சளசளவெனப் பேசிக்கொண்டிருந்தனர். எந்தச் சம்பாஷணை அறையிலும் போலவே. ஆடவர் மட்டுமின்றிப் பெண்டிரும் இருந்தனர். ரஷ்யரின் பானமான வாட்கா தவிர ஸோடா கலந்த விஸ்கியையும், பெரிய ஜாடிகளிலிருந்து சிறிய கண்ணாடிக் கோப்பைகளில் ஊற்றப்பட்ட பீரையும் அவர்கள் பருகிக்கொண்டிருந்தார்கள்; ஆடவரில் நால்வர் ராணுவ உடுப்புப் போட்டிருந்தனர். மற்றவர்கள் தோல் கோட்டுகளையோ கம்பளிச் சட்டைகளையோ அணிந்திருந்தனர். அங்கிருந்த நான்கு பெண்டிரில் மூவர் சாதாரண உடையிலேயே இருந்தனர். ஒடுங்கிப் பழுப்புச் சாயலுடன் ஒல்லியாக இருந்த அவள், ஒயிலே இல்லாதபடி வெட்டித் தயாரிக்கப்பட்டிருந்த படைப் பெண் உடையைத் தரித்திருந்தாள். பாவாடையைக் கிட்டத்தட்ட எட்டுமளவுக்கு உயரமான ஜோடுகள் வேறு! அறையினுள் நுழைந்ததும் நேராக அவளையே நாடிச் சென்றார் கார்க்கோவ். தலை தாழ்த்தி மரியாதை காட்டியபின் கைகுலுக்கினார். தன் மனைவியேயான அவளிடம் ரஷ்ய மொழியில் ஏதோ கூறினார். மற்றவர் எவர் காதுக்கும் அது கேட்கவில்லை யாயினும், அறையினுள் புகுந்த போது அவருடைய கண்களில் தெறித்த இறுமாப்பு கணநேரம் விலகியதாகவே தோன்றியது. சற்றைக்கெல்லாம் அவை மீண்டும் சுடரிட்டன. அவரது ஆசைநாயகி அவற்றில் தட்டுப்பட்டதே அதற்குக் காரணம். நல்ல உடற்கட்டும், செம்பட்டை மயிரும், மோக மயக்கம் தேங்கிய முகமும் வாய்த்திருந்த அவளை நோக்கி டக்டக்கென நடந்து சென்று சிரம் தாழ்த்தி வணங்கிய பின் கைகுலுக்கினார். தம் மனைவிக்கு அவர் காட்டிய மரியாதைக்கு ஒரு மாற்றுக்கூடக் குறைந்திருந்ததாக அதைப் பார்த்த எவரும் கூறவே முடியாது. அந்த மனைவியோ அவர் அப்படித் தன்னைவிட்டுப் பிரிந்து மற்றவளின் பக்கம் சென்றதை நோக்கவே யில்லை.

உயரமும் பொலிவும் கூடியவனாய்த் தன் பக்கத்தில் நின்றிருந்த ஸ்பானிஷ் ராணுவ அதிகாரியொருவனுடன் அந்த ஆசைக்கிழத்தி

பேசிக்கொண்டிருந்ததைக் கண்டதும், "உன் அருமைக் காதலனுக்குக் கொஞ்சம் சதை போடுகிறது போலிருக்கிறதே? ஆனால் போரின் இரண்டாவது வருஷம் நெருங்கி வரவர தம் வீரர் எல்லாருமே கொழுத்துத்தான் வருகிறார்கள்" என்று ரஷ்ய மொழியில் கார்க்கோவ் கூறினார். அப்படித்தாம் குறிப்பிட்ட அந்த அதிகாரியை அவர் ஏறிட்டுப் பார்க்கவேயில்லை.

"நீங்கள் மட்டும் பெருக்கவில்லையா? தேரையைப் பார்த்தாலும் கூட நீங்கள் பொறாமைப்படும் அளவுக்கல்லவா உங்களுக்குத் தொந்தி விழுந்திருக்கிறது!" எனப் பதிலுக்கு ஜெர்மன் மொழியில் பரிகாசம் செய்த அவள், "நாளை நடக்கவிருக்கும் படையெடுப்பின் போது நானும் உங்களுடன் வரலாமா?" என்று கேட்டாள்.

"அது இயலாது. அப்படியொரு படையெடுப்பும் கிடையாது."

"எதற்காக மறுத்து மறைக்கப் பார்க்கிறீர்கள்? எல்லோருக்கும் தான் அது தெரியுமே! டோலாஸ் வருகிறாள். அவளுடனோ கார்மெனுடனோ நானும் வந்துவிட்டுப் போகிறேன். இன்னும் எவ்வளவோ பேர்தான் வரப்போகிறார்களோ!"

"எவருடன் வேண்டுமானாலும் போ, வா. நான் என்னவோ அழைத்துப் போகப்போவதில்லை" என்ற கார்க்கோவ், திடுமென வேடிக்கைத் தொனியைக் கைவிட்டு, "அதைப்பற்றி உனக்கு யார் சொன்னது? மழுப்பாமல் சொல்லு" என்றார்.

"ரிச்சர்ட்தான்" என்று அவளும் அதே ரீதியில் பதில் கூறினாள்.

அதையடுத்து அதிருப்தி விரக்தியுடன் தோள்களைக் குலுக்கி விட்டு அப்பால் சென்ற அவரை "கார்க்கோவ்" என்று பெயரைச் சொல்லிக் கூப்பிட்டார் நடுத்தர உயரம் கொண்ட ஒருவர். சாம்பல் பூத்து வீங்கித் தொங்கியது அவர் முகம். கீழ் ரப்பைகள் கீழுதடுகளும் பெருத்துப் புடைத்திருந்த அந்த ஆசாமி, "நல்ல சேதியைக் கேள்விப் பட்டீர்களா?" என்று வயிற்றுவலிக்காரனைப்போல ஈன ஸ்வரத்தில் வினவினார். தன் பக்கத்தில் கார்க்கோவ் வந்ததும், "இப்பொழுதுதான் எனக்கும் அது காதில் விழுந்தது; பத்து நிமிஷம்கூட இருக்காது. அருமையான தகவல் அது. ஸெகோவியாவுக்கு அருகில் இன்று பகல் பூராவிலும் தங்களுக்குள்ளேயே ஃபாஸிஸ்டுகள் சண்டை போட்டுக் கொண்டார்களாம். அந்தக் கலகத்தை அடக்க துப்பாக்கி போதாமல் இயந்திர பீரங்கியையும் பிரயோகிக்கவேண்டி வந்ததாம். மாலையிலோ தங்கள் துருப்புகள் மீதே விமானங்களிலிருந்து குண்டுகளை வீசினார்களாம்."

"நிஜம்தானா?"

"நிஜமேதான். டோலஸ் நேரிலேயே இந்தச் செய்தியைக் கொண்டு வந்தாள். குதித்துக் கும்மாளமிட்டபடி இங்கே வந்து

சொன்னாள்; அந்த அளவு ஆனந்தபரவசத்தை அவள் முகத்தில் அதற்கு முன் நான் கண்டதேயில்லை. செய்தி மெய்தான் என்பது அந்த முகத்தில் பளிச்சென்று தெரிந்தது. அந்த அருமையான அழகு முகத்தில்” என்று மகிழ்ச்சிப் பெருக்கில் திணறினார் அந்தப் புடைத்த முகப் பேர்வழி.

“அந்த அருமையான அழகு முகம்!” என வறண்ட குரலில் குத்தலாக கார்க்கோவ் கூறினார்.

“அடடா, அவள் அந்தச் செய்தியைச் சொன்ன போது நீங்கள் கேட்காமல் போய்விட்டீர்களே! அவள் முகத்தில்தான் அப்போது எப்படிப்பட்ட ஒளி பிரகாசித்தது! இந்த உலகத்தையே சேர்ந்ததல்லாத அந்த ஒளியில் செய்தியின் மெய்த்தன்மையும் அல்லவா மினு மினுத்தது! அது மட்டுமல்ல, அவள் குரலிலிருந்து அது உண்மையே என்பதை உணர முடிந்தது. இதையெல்லாம் ‘இஸ்வெஸ்டியா’ பத்திரிகைக்கு அனுப்பும் கட்டுரையில் நான் எழுதப் போகிறேன். கனிவு, அனுதாபம், உண்மை ஆகிய அத்தனையும் இனிதாக இணைந்திருக்கும் அந்த அரிய குரலில் அந்தச் செய்தியை அவள் கூறிக் கேட்ட தருணம் என்னைப் பொறுத்தவரையில் இந்தப் போரின் அரும் பெரும் நேரங்களிலேயே ஒன்றாகும். மெய்ஞானி ஒருவரைப் போலவே அவளிடம் நல்லியல்பும் அந்தரங்க சுத்தியும் சுடர்விடுகின்றன. லா பாஷனோரியா என்று சும்மாவா அழைக் கிறார்கள்?”

“சும்மாவுக்காகிலும் இல்லைதான். அந்த அழகான கடைசி முக்கிய வரி மறந்தாலும் மறந்துவிடும்; அதற்குமுன், உடனேயே ‘இஸ்வெஸ்டியா’வுக்காக அதை எழுதிவிடுங்கள்” என மீண்டும் மந்தமான குரலிலேயே கார்க்கோவ் கிண்டல் செய்தார்.

“பரிகாசமாகப் பேசக்கூடிய பெண்பிள்ளையல்ல அவள். உங்களைப் போல உம்மணா மூஞ்சிகளாலும்கூட உதாசீனப்படுத்தப் படக் கூடியவளல்லதான். நீங்கள் மட்டும் அப்போது இங்கு இருந்து அவள் குரலைக் கேட்டிருந்தால் இப்படிக் கேலி செய்யமாட்டீர்கள் என்பது நிச்சயம்.”

“அந்த அரிய குரல், அந்த அருமையான முகம் எழுதுங்கள் அப்படியே. என்னிடம் சொல்லி அவ்வளவையும் வீணடிக்காதீர்கள். உடனேயே போய் எழுதி விடுங்கள்.”

“தேவையில்லை, உடனேயே எழுத அவசியமில்லை.”

“இல்லை, அதுதான் நல்லதென நான் நினைக்கிறேன்” என்று கூறி அவரைப் பார்த்தபின் முகத்தை வேறுபுறம் திருப்பிக் கொண்டார் கார்க்கோவ். அதன் பின் அந்தப் புடைத்தமுகப் பேர் வழி தன் கையில் வாட்கா கோப்பையைப் பிடித்தபடி அங்கேயே

இரண்டு நிமிஷ நேரம் நின்றார். பாஷனேரியாவிடம் தான் கண்டு கேட்ட அழகிலேயே தன் வீங்கிய கண்கள் சொக்கி நிற்கச் சிந்தித்த பின் அதைப் பற்றி எழுதுவதற்காக அங்கிருந்து புறப்பட்டார். உடனே கட்டைக் குட்டையாக, குஷிப்பேர்வழியாகக் காணப்பட்ட இன்னொருவரை நோக்கி கார்க்கோவ் சென்றார். அந்த ஆசாமிக்குச் சுமார் ஐம்பத்தெட்டு வயது இருக்கும். கண்கள் வெளிர்நீல வண்ணமுடன் விளங்கின. வெளுத்த முடியில் வழுக்கை விழுந்து கொண்டிருந்தது. முள்ளைப் போல விலகி விறைத்து நின்ற மீசை மயிரின் நிறமோ மஞ்சள். ராணுவ உடுப்பு அணிந்திருந்த அவர் ஒரு படைப் பிரிவுக்குத் தலைவர்; ஹங்கேரி நாட்டைச் சேர்ந்தவர். "இங்கே டோலாஸ் வந்தபோது நீங்கள் இருந்தீர்களா?" என்று அவரை கார்க்கோவ் கேட்டார்.

"இருந்தேன்."

"என்ன சொன்னாள் அவள்?"

"ஃபாஸிஸ்டுகள் தங்களுக்குள் சண்டை போட்டுக் கொண்டதாக ஏதேதோ சொன்னாள். மெய்யாக இருந்தால் நேர்த்தியான செய்தி தான்."

"நாளையப் படையெடுப்பைப் பற்றி இங்கே பலமாகப் பேச்சு அடிபடுகிறது அல்லவா?"

"ஆமாம், சுத்தக் கேலிக்கூத்தாக இருக்கிறது. பத்திரிகையாளர்களையெல்லாம் சுட்டுக் கொல்ல வேண்டும். அவர்களை மட்டுமல்ல, இந்த அறையிலுள்ள அத்தனை பேரையும் தீர்த்துக் கட்டுவது அவசியம். வேறு எவரை விட்டாலும் நிச்சயமாக அந்தக் கேடுகெட்ட ஜெர்மானிய சதிகாரன் ரிச்சர்ட்டை சுட்டுத்தள்ளுவது முக்கியம். அந்த வாயரட்டை வெட்டி வீரனுக்குத் தலைமைப் பதவி தந்தவரையும் கொல்லவேண்டியதுதான். ஏன், உங்களையும் என்னையும்கூடச் சுடத்தான் வேண்டும். அப்படி நடந்தாலும் நடக்கும்" என்று சொல்லிச் சிரித்த அந்த ஜெனரல், "ஆனால் அப்படி யாருக்கும் ஆலோசனை மட்டும் சொல்லிவிடாதீர்கள்" என்றார்.

"அந்தப் பேச்சு எப்போதுமே எனக்குப் பிடிக்காத விஷயம். இங்கே சிலசமயம் ஒரு அமெரிக்கன் வருவானே, அவன் இப்போது அங்கே போயிருக்கிறான். ஜார்டன் என்று பெயர். கொரில்லாக்களிடையே சேவை செய்பவன். உங்களுக்கும் அவனைத் தெரிந்திருக்கும். இவர்கள் பேசிய கலகம் நடந்ததாக நினைக்கப்படும் இடத்தில்தான் அவன் இப்போது இருக்கிறான்."

"அப்படியானால் அவனிடமிருந்து அதுபற்றி இன்றிரவு தகவல் வரும். காரியாலயத்தில் என்னைக் கண்டால் பிடிப்பதில்லை;

இல்லாவிட்டால் நான் அங்கே போய் விஷயத்தை அறிந்து வந்து உங்களிடம் சொல்வேன். கோல்ஸின் கீழேதானே அவன் வேலை செய்கிறான்? அவரை நாளை பாருங்களேன்.”

“காலையிலேயே போய்ப் பார்க்கிறேன்.”

“படையெடுப்பு பாங்காகத் துவங்கும்வரை அவர் பாதையில் குறுக்கிட்டு விடாதீர்கள். என்னைப் போலவே அவரும் உங்களைப் போன்ற இரண்டுங்கெட்ட தொண்டர்களைக் கட்டோடு வெறுக் கிறார். இருந்தாலும் என் அளவுக்கு அவர் முன்கோபியல்ல.”

“அது இருக்கட்டும், அந்தக் கலகம்”

“ஃபாஸிஸ்டுகளின் போர் ஒத்திகையாகத்தான் அது அநேகமாக இருக்கும்” என்று கூறி அந்த ஜெனரல் மீண்டும் நகைத்தபடி, “கோல்ஸும் அந்த மாதிரி ஒத்திகை நடத்தி எதிரிகளை ஏமாற்ற முடிகிறதா, பார்க்கலாம். அவர் தன் கைவரிசையைக் காட்டட்டுமே! குவாடலஜாராவில் நாம் அப்படித்தானே செய்தோம்?” என்றார். “நீங்களும் பயணம் போவதாகக் கேள்விப்பட்டேன்” என்று சொல்லித் தன் சீரற்ற பல்வரிசை தெரிய கார்க்கோவும் சிரித்தது ஜெனரலுக்குத் திடுமெனக் கோபம் வந்துவிட்டது. “என்ன, என் பெயருமா சந்தி சிரிக்கிறது?... ஆமாம், நம் எல்லோரையும்பற்றி எப்போதும்தான் பேச்சு அடிபடுகிறது. சேச்சே, படுமட்டமான வம்புமடம்தான் இது. ஒருத்தனாவது வாயை மூடிக்கொண்டு இருப்பதில்லை. நாட்டை உருப்பட விடமாட்டான் போலிருக்கிறதே” என்று குமுறிக்கொட்டினார்.

“முதலில் உங்கள் நண்பர் பிரீடோவைப் பேசாமல் இருக்கச் சொல்லுங்கள் போதும்!”

“ஆனால் நாம் வெற்றி பெறுவோமென அவருக்கு நம்பிக்கையே இல்லையே. மக்களிடம் நம்பிக்கையில்லாமல் ஜெயிப்பது எப்படி?”

“அதை நீங்கள் தீர்மானியுங்கள். நான் போய்ச் சற்று நேரம் தூங்குகிறேன்” என்று சொல்லி, புகையும் வம்பும் மண்டியிருந்த அந்த அறையிலிருந்து பின்னால் இருந்த தன் படுக்கையறைக்குப் போய்க் கட்டிலில் அமர்ந்தார் கார்க்கோவ். காலிலிருந்து ஜோடுகளைக் கழற்றும்போது அங்கும் பேச்சொலி எட்டியதைக் கண்டதும் எழுந்துபோய் அறைக்கதவை மூடிவிட்டு ஜன்னலைத் திறந்தார். ஆடையை அவிழ்க்காமல் அப்படியே படுத்தார். ஏனென்றால், காலையில் கோல்ஸ் தாக்கவிருந்த போர்முனையை அடைவதற்காக இரவு இரண்டு மணிக்கே அவர் விழித்தெழுந்து காரிலேறி கோல்மெனார், ஸெர்ஸேடா, நவாஸெராடாவுக்கெல்லாம் போகவேண்டியிருந்தது.

33

ஜார்டனைப் பிலார் எழுப்பியபோது இரவு இரண்டு மணி ஆகியிருந்தது. அவள் கை தன்பேரில் பட்டதுமே மேரியாதான் தொடுவதாக அவன் முதலில் நினைத்துவிட்டான். எனவே, அவளை நோக்கிப் புரண்டு, “முயல்குட்டி” என அழைத்தான். அதைக் கண்டதும் தன் பெருங்கரத்தினால் அவன் தோளை ஆட்டியசைத்தாள் பிலார். அது அவனுக்குத் திடுமென முழுவிழிப்பைக் கொடுத்து விட்டது. ஆடையேதுமற்றுக் கிடந்த தன் வலதுகாலையொட்டி வைத்திருந்த கைத்துப்பாக்கியைச் சட்டென பற்றினான்; அதன் கொக்கித் தடுப்பானையும் கழற்றினான். சுடுவதற்கு அது அப்படிச் சித்தமானது போலவே அவனது ஒவ்வொரு அங்கமும் உஷாராகிவிட்டது. அப்போதுதான் அங்கு வந்திருந்தது பிலாரே என்பதை அந்த இருளூடே அவன் கண்டு கொண்டான். தன் கைக்கடிகாரத்தை நோக்கினான். அதன் இரு முட்களும் மேல்புறத்தில் குறுகிய கோணமே காட்டி ஒளிர்ந்து கொண்டிருந்தன. அதிலிருந்து இரண்டு மணிதான் ஆகியிருந்தது என்பதை அறிந்ததும், “உங்களுக்கு என்ன வந்துவிட்டது இப்போது? எதற்காக எழுப்பினீர்கள்?” என்று வினவினான்.

“பாப்லோ போய்விட்டான்” என்று பிலார் பதிலளித்ததும் அவசரமாகச் சராயையும் ஜோடுகளையும் மாட்டிக் கொண்டான்; அவ்வளவிலும் மேரியா விழித்துக்கொண்டுவிடவில்லை. “எப்போது போனான்?” என்ற அவன் கேள்விக்கு, “ஒரு மணி நேரம் ஆகியிருக்கும்” என விடை வந்தது. “வேறு ஏதாவது?” என்று பொருள் பொதிந்த முறையில் அரைகுறையாக அவன் கேட்டதுமே புரிந்துகொண்டவளாய், “உம் சாமானில் கொஞ்சம் எடுத்துப் போயிருக்கிறான்” என்று பிலார் தெரிவித்தாள்.

“அப்படியா, எதை?” என்று அவன் பதறியதும், “எனக்குத் தெரியாது, வந்து பாருங்கள்!” என்றாள் அவள். அதன்பேரில் அவ்விருவரும் குகைவாயிலுக்கு நடந்து சென்று திரைக்குக் கீழே குனிந்து உள்ளே புகுந்தனர். அவிந்த சாம்பலின் நாற்றம், கெட்ட காற்று, தூக்க வாடை ஆகியவை கலந்தடித்த குகையினுள் பிலாரை ஜார்டன் பின்தொடர்ந்தான். தரையில் தூங்கிக் கொண்டிருந்தவர்கள் மீது தடுக்கி விழாமல் இருப்பதற்காக மின்சாரக் கைவிளக்கின் ஒளியைப் பாய்ச்சியபடியே அவன் மெள்ள நடந்தான். ஆயினும் ஆன்ஸெல்மோ விழித்துக் கொண்டு, “அதற்குள் நேரமாகிவிட்டதா, என்ன?” என்று கேட்டான். “இன்னுமில்லை. தூங்கும், கிழவரே” என்று ஜார்டன் மெதுவாகக் கூறிவிட்டு முன்னேறினான்.

குகையின் மற்ற பகுதிகளிலிருந்து மறைப்புப் போட்டுப் பிரிக்கப்பட்டிருந்த பிலாரின் படுக்கைக்குத் தலைமாட்டில் இரு மூட்டைகளும் இருந்தன. விளக்கொளியை வீசி அவற்றைப் பார்ப்பதற்காக அந்தப் படுக்கை மீது மண்டியிட்டபோது செவ்விந்தியரின் படுக்கை போலவே வியர்வை காய்ந்து புளித்த வாசனை அதிலிருந்து எழும்பியதை ஜார்டன் உணர்ந்தான். இரு மூட்டைகளிலும் அடியிலிருந்து முடிவரையில் நீளமாகக் கிழிக்கப்பட்டிருந்தது. விளக்கை இடது கையில் பிடித்துக்கொண்டபடி வலது கையை ஒரு பையினுள் விட்டுத்துழாவினான். அதில்தான் அவன் படுக்கைச் சுருளை வைத்திருந்தான். அதை எடுத்து விட்டபடியால் ஓரளவு காலியிடத்தை அவன் எதிர்பார்த்தான். அப்படியேதான் அது இருந்தது. அதில் வைத்த கம்பிச் சுருளைத் தேடினான். அது பத்திரமாகவே இருந்தது. ஆனால் மரத்தாலான சதுரமான வெடிப் பெட்டியைக் காணவில்லை. திரிகள் கவனமுடன் சுற்றிவைக்கப் பட்டிருந்த சுருட்டுப்பெட்டி மட்டுமல்ல, பற்றவைக்க எரிபொருள் போட்டுத் திருகி மூடி வைக்கப்பட்டிருந்த தகர டப்பாவும் கெட்டுப் போய்விட்டது. அடுத்து மற்ற மூட்டையை அவன் பரிசீலித்தபோது அதில் இன்னமும் வெடிமருந்து நிறைந்திருந்ததைக் கண்டான். ஒரு கட்டுக்கு மேல் அதிலிருந்து எடுக்கப்பட்டிராது என்று எண்ணிய வனாய் எழுந்து நின்று பிலாரின் பக்கம் திரும்பினான். அதிகாலை யில் அதிசீக்கிரமாக எழுப்பப்படுபவன், ஏதோ பெருநாசம் ஏற்படப் போவதைப்போல வெறுமையுணர்வுக்கு இலக்காவது வழக்கம். அதைப் போல ஆயிரம் மடங்கு சூன்ய சஞ்சலத்துக்கு ஆளாகியிருந்த அவன் "இதுதான் என் மூட்டைகளை நீங்கள் பார்த்துக் கொண்ட லட்சணமா?" என்று பிலார் பேரில் பாய்ந்தான்.

"இந்த மூட்டைகள் என் தலையில் முட்டும்படிதான் படுத்தேன்; ஒரு கையால் வேறு தொட்டுக்கொண்டிருந்தேன்" என்று பிலார் பதிலளித்தாள்.

"அப்படியானால் வசதியாகப் படுத்து நன்றாகத்தான் தூங்கி யிருக்கிறீர்கள்!"

"நடந்ததைச் சொல்லிவிடுகிறேனே! நடுராத்திரியில் படுக்கை யிலிருந்து அவன் எழுந்தபோது, "எங்கே போகிறாய், பாப்லோ?" என்று கேட்டேன்.

"சிறுநீர் கழித்துவிட்டுவர" என்று அவன் சொல்லவே, நான் திரும்பத் தூங்கிவிட்டேன். மறுபடி எத்தனை நேரம் கழித்து விழித் தேனோ, எனக்குத் தெரியாது. பக்கத்தில் அவனைக் காணாததும், வழக்கம் போலக் குதிரைகளைப் பார்த்துவரப் போயிருந்ததாகவே எண்ணிவிட்டேன். நேரமாகியும் அவன் வராமல் போகவே எனக்குக் கவலையாகிவிட்டது. எல்லாம் நல்லபடி இருக்கிறதா என்று

நிச்சயப்படுத்திக் கொள்ள மூட்டைகளைத் தடவிப் பார்த்தேன். அவை கிழிந்திருந்ததைக் கண்டதும் உங்களைத் தேடி வந்துவிட்டேன்."

"சரி, வெளியே போய்ப் பேசலாம், வாருங்கள்" என்று ஜார்டன் சொன்னதையடுத்து இருவரும் குகைக்கு வெளியில் வந்தார்கள். இன்னும் நடுநிசிக்கு நெருக்கத்தில்தான் இருந்ததாகத் தோன்றியதே தவிர விடிவதற்கான அறிகுறியே காணவில்லை. "காவலிடம் தவிர குதிரைகளுடன் அவன் இங்கிருந்துபோக வேறு வழிகள் உண்டா?" என்று அவன் மீண்டும் பேச்சைத் துவக்கினான்.

"இரண்டு வழிகள் உண்டு."

"மேலே யார் காவல் காப்பது?"

"ஏலாடியோ."

மேய்வதற்காக முளையடித்துக் கட்டப்பட்டிருந்த புல்வெளியை அடையும் வரையில் ஜார்டன் மேற்கொண்டு ஏதும் பேசவில்லை. அங்கே மூன்று குதிரைகள் அசை போட்டுக் கொண்டிருந்தன; செம்பழுப்புக் குதிரையையும், சாம்பல் நிறக் குதிரையையும் காணவில்லை.

"அவன் உங்களைப் பிரிந்துபோய் எவ்வளவு நேரம் ஆகியிருக்கும் என்று எண்ணுகிறீர்கள்?" என்று அவன் திரும்பவும் கேட்டான்.

"அதுதான் ஒரு மணிக்குக் குறையாது என்றேனே."

"அப்படியானால் வேறு யோசனைக்கே இடமில்லை. மிஞ்சி யிருப்பதோடு என் மூட்டைகளை எடுத்துக் கொண்டுபோய்ப் படுக்க வேண்டியதுதான் நான்."

"நானே பார்த்துக்கொள்கிறேன்."

"அதுதான் ஒருமுறை அழகாக கவனித்துக் கொண்டுவிட்டீர்களே, அதுவே போதும்."

"இதோபாரும், இங்கிலீஷ்காரரே! உம்மைப் போலவே எனக்கும் இதில் நஷ்டம்தான், வருத்தம்தான். உம் சொத்தைத் திரும்பக் கொண்டுவர எதை வேண்டுமானாலும் செய்ய நான் தயார். நொந்த மனசை நீர் மேலும் நோகடிக்க வேண்டாம். நம் இரண்டு பேருக்குமே பாப்லோ துரோகம் செய்து விட்டான்."

பிலார் இப்படிச் சொன்னதும், மனம் கசந்து குமுறலைக் கக்கும் நிலையில் தான் அப்போது இல்லை; எப்படியும் அவளுடன் சண்டை போடுவது சாத்தியம் அல்ல என்பதை ஜார்டன் உணர்ந் தான். அன்று அவளுடன் உழைத்தாக வேண்டும், அதில் ஏற்கன வேயே இரண்டு மணி நேரத்துக்கு மேல் கழிந்துவிட்டது என்பதையும் எண்ணிப் பார்த்தவனாய் அவளுடைய தோளின் மீது கைவைத்தான்.

"அது அற்ப நஷ்டம்தான், பிலார். அதைப் போலவே வேலை செய்ய நாம் வேறு ஏற்பாடு செய்துவிடலாம்" என்றான் ஆறுதலாக.

"அவன் என்னதான் எடுத்துக் கொண்டு போனான்?"

"ஒன்றும் பிரமாதமில்லை; அனாவசியமான சில ஆடம்பரப் பகுதிகள்தான் போய்விட்டன."

"வெடிவைக்கும் ஏற்பாட்டில் ஒரு பகுதிதானே அது?"

"ஆமாம். ஆனாலும் வெடிக்கவைக்க வேறு வழிகளும் உண்டு. ஒன்று தெரியவேண்டும் எனக்கு. பற்ற வைக்கும் குமிழ்களும் மருந்தும் பாப்லோவிடம் இருந்தன அல்லவா? முன்பே அவனுக்கு அவைகளைத் தந்திருப்பார்களே."

"அந்தக் குமிழ்களைத்தான் உடனே தேடினேன்; எடுத்துப் போய்விட்டான்."

காடு வழியே நடந்து குகை வாயிலை அடைந்ததும்: "போய்ச் சிறிது நேரம் தூங்குங்கள். பாப்லோ இல்லாததும் நல்லதே" என்றான் ஜார்டன்.

"ஊஹூம், நான் ஏலாடியோவைப் பார்க்கப் போகிறேன்."

"ஆனால், பாப்லோ வேறு வழியாகப் போயிருப்பானே."

"இருந்தாலும் பார்க்கப்போகிறேன். மூளை இல்லாமல் நடந்து உங்களை மோசம் செய்துவிட்டேன்."

"அப்படியொன்றுமில்லை. போய்த் தூங்குங்கள். நாம் நாலு மணிக்குக் கிளம்பியாக வேண்டும்" என்று கூறிவிட்டுக் குகைக்குள் சென்று இரண்டு மூட்டைகளையும் வெளியிலெடுத்து வந்தான் ஜார்டன்; ஓட்டைகளிலிருந்து ஏதும் விழுந்துவிடாமல் இரு கைகளிலும் அவற்றை அவன் ஏந்தியிருந்தான்.

"நான் தைத்துத் தந்துவிடுகிறேனே" என்றாள் பிலார்.

"காலையில் கிளம்புமுன் தைத்துக்கொள்ளலாம். இப்போது நான் எடுத்துச் செல்வது உங்களிடம் நம்பிக்கை இல்லாததால் அல்ல; நான் நன்றாகத் தூங்குவதற்காகத்தான்."

"தைப்பதானால் சீக்கிரம் எடுத்து வரவேண்டும்."

"அப்படியே கொண்டுவருகிறேன். போய்ச் சற்று நேரம் தூங்குங்கள்."

"ஊஹூம், உமக்கும் குடியரசுக்கும் என் கடமையில் தவறி விட்டேன்."

"போய்ச் சற்றுத் தூங்குங்கள், போங்கள்" என்றான் ஜார்டன், கனிவுடன்.

நற்றிணை பதிப்பகம் ∗ 499

34

ஜார்டனிடமிருந்து கோல்ஸுக்குக் கடிதமெடுத்து சென்று கொண்டிருந்தான் ஆண்ட்ரேஸ். குன்றின் உச்சிகள் ஃபாஸிஸ்டுகள் வசத்தில் இருந்தன. அப்பகுதியைக் கடந்தாகிவிட்டது. அடுத்து, எவர் வசத்திலும் இல்லாத பள்ளத்தாக்கொன்று இருந்தது; அதில் ஒரு பண்ணை வீட்டை மட்டும் ஃபாஸிஸ்டுகள் பிடித்து வெளிக் கட்டடங்களையும் களஞ்சியத்தையும் பலப்படுத்தியிருந்தனர். எனவே, அதைத் தவிர்க்கும் பொருட்டு அந்த இருளில் வெகுதூரம் சுற்றிக் கொண்டு சென்றான் ஆண்ட்ரேஸ். அந்தப் பக்கமாக வந்தவர்களின் காலில் பட்டதும் பீரங்கியொன்றைச் சுடவைக்கும் வகையில் அங்கு இரும்புக் கம்பி இழுத்துக் கட்டப்பட்டிருந்தது அவனுக்குத் தெரியும். ஆகவே, அந்த இருளிலேயே அவன் அதைக் கண்டுபிடித்துத் தாண் டினான். பிறகு, இரவுக் காற்றில் இலைகள் சலசலத்தபடி இரு மருங்கிலும் பாப்லர் மரங்களைக் கொண்டிருந்த சிற்றோடையொன்றை ஓட்டிச் செல்லலானான். ஃபாஸிஸ்டுகள் இருந்த பண்ணை வீட்டில் அப்போது ஒரு கோழி கூவியது. திரும்பிப் பார்த்த போது, அந்த வீட்டு ஜன்னல் ஒன்றின் கீழே உள்ள இடுக்கு வழியாக விளக்கு வெளிச்சம் கசிந்துவந்ததை மர இடுக்குகளூடே கண்டான். அமைதி யும் தெளிவும் கூடியிருந்த அவ்விரவில் அதன்பின் ஓடைக்கரையை விடுத்துப் புல்வெளியின் குறுக்காக நடக்கலானான். அங்கே நான்கு வைக்கோற்போர்கள் முன் வருடம் ஜூலையில் சண்டை நடந்த நாள் முதற்கொண்டே இருந்து வந்தன. எவரும் அங்கிருந்து வைக் கோலை எடுத்துச் சென்றிருக்கவில்லை. நான்கு பருவங்கள் கடந்து விட்டபடியால் போர்கள் சரிந்து, வைக்கோல் பயனற்றுப் போயிருந்தது. இரு பரண்களுக்கிடையே இருந்த இன்னொரு இரும்புக் கம்பியைத் தாண்டிய ஆண்ட்ரேஸுக்கு அது பெருநஷ்டமாகப் பட்டது. ஆனால் குடியரசுவாதிகள் இந்த வைக்கோலை எடுத்துச் செல்வதானால் புல்வெளிக்கு அப்பால் செங்குத்தாகச் சரிந்து நிற்கும் குவாடராம மலையை ஏறிக் கடந்தாக வேண்டுமே' என்று அவன் தன்னைத் தானே தேற்றிக் கொண்டான். கூடவே.

"ஃபாஸிஸ்டுகளுக்கு இந்த வைக்கோல் தேவையில்லை போலிருக்கிறது. ஆமாம். இது எதற்கு அவர்களுக்கு? வேண்டிய அளவு வைக்கோலும் தானியமும்தான் அவர்களிடம் உண்டே. இரண்டையும் ஏராளமாகவே வைத்திருக்கிறார்கள்" என்று அவன் பொருமினான். 'இருந்தாலும் நாளைக் காலையில் அவர்களுக்கு நாங்கள் செம்மையாக அடிகொடுப்போம். ஸோர்டோவைச் சாகடித்ததற்குச் சரியாக வஞ்சகம் தீர்த்துக் கொண்டு விடுவோம்.

சேச்சே, எப்படிப்பட்ட காட்டுமிராண்டிகள் அவர்கள்!" என்றும் கூறிக்கொண்டான்.

அதே சமயம் காலையில் சாலையெங்கும் புழுதி கிளம்பிவிடுமே என்ற கவலையும் அவன் மனத்தில் மூண்டது. எனவே, கடிதத்தைக் கொண்டுபோய்க் கொடுத்துவிட்டு, எதிரி நிலையங்களைத் தாக்குவதில் பங்கு கொள்வதற்காகக் காலைக்குள் திரும்பிவிடவே அவன் விரும்பினான். ஆனால் தன் உள்ளத்தில் உண்மையிலேயே ஒரு விருப்பம் உண்டா, அப்படியில்லாமல் தன்னுள்ளேயே நடக்கும் போலி நாடகமா அது என்று அவனுக்குப் பயம் பிறந்து விட்டது. கடிதத்தை எடுத்துச் செல்லவேண்டும் என்று இங்கிலீஷ்காரர் சொன்னதும், தனக்கு தண்டனை நிறுத்தம் போன்ற உணர்ச்சி ஏற்பட்டதை அவன் நன்கறிந்திருந்தான். காலையில் குறித்து அவனுக்குக் கலக்கமே கிடையாது; செய்தாகவேண்டிய காரியமே அது. ஆதரித்து வேறு பேசியிருக்கையில் கட்டாயம் அதைச் செய்துதான் தீர வேண்டும் என்று அவன் முடிவு கட்டியிருந்தான். ஸோர்டோ கொன்று குதறப்பட்டது அவன் நெஞ்சை நெக்குருக வைத்தது நிஜம்தான். 'ஆனாலும் செத்தது ஸோர்டோதானே, நாமல்லவே? நம் கடமையை நாம் செய்துதானே ஆகவேண்டும்?' என்று தேர்ந்திருந்தான், ஆகவே கடிதத்தை எடுத்துப்போகும்படி இங்கிலீஷ்காரர் கட்டளையிட்டதும், தான் சிறுவனாக இருந்தபோது நடந்தது அவனுக்கு நினைவு வந்தது. அவன் கிராமத்தில் திருவிழா நடக்கவிருந்த நாள் அன்று, ஆனால் படுக்கையிலிருந்து எழுந்த போதோ கடும் மழை பெய்து கொண்டிருக்கக் கண்டான். அதனால் எங்கும் தண்ணீர் நிறைந்து கிடக்குமாகையால், சதுக்கத்தில் காளை களைச் சீண்டச் செய்யப்பட்டிருந்த ஏற்பாடு ரத்தாகிவிடும் என்பதை அவன் உணர்ந்தான். அப்போது அவனுக்கு ஏற்பட்டது போன்ற ஏமாற்றமே ஜார்டனின் கட்டளையைக் கேட்டபோதும் உண்டாயிற்று.

பாலகனாக இருந்தபோது அந்தக் காளைச் சீண்டலில் அவனுக்கு மெத்தப் பிரியம், அதை ஆவலுடன் எதிர்பார்ப்பான். கொதிக்கும் வெயிலில் சதுக்கத்தில் நின்று நோக்க ஆர்வமுடன் ஓடுவான், அப்போது புழுதி பறக்கும். சுற்றிலும் வண்டிகள் நிறுத்தப் பட்டுச் சதுக்கவாயில்கள் மூடப்பட்டிருக்கும். அப்படி அடைபட்டு விட்ட அப்பகுதியினுள் காளை கொண்டு வரப்படும்? அதுவரும் பெட்டி வண்டியின் கடைக்கதவைத் தூக்குவார்கள். உடனே நான்கு கால்களையும் பரப்பிக்கொண்டு அது சரிந்து விழும். அந்தப் பெட்டியின் மரச்சுவர்கள் மீது காளையின் கொம்புகள் முட்டி மோதும் ஒலி எழும் கணத்தைப் பரபரப்பு, பேரானந்தம், பயம் பெருக்கும் வியர்வையுடன் அவன் எதிர் நோக்குவான். அடுத்து

அந்தக் காளை சரிந்து விழுந்து பின் எழுந்து நிற்பதைக் காண்பான். தலை நிமிர்ந்து நிற்கும் அது. மூக்குத்துவாரங்கள் விரிந்து காணும். காதுகள் படபடவென அடித்துக்கொள்ளும். கருமேனியின் மீது மினுமினுப்பில் புழுதி இழையோடியிருக்கும் இரு விலாப்புறங்களிலும் சாணம் காய்ந்து கட்டிதட்டி ஒட்டிக் கிடக்கும். மணல் போட்டுத் தேய்த்து மெருகேற்றப்பட்ட மரத்துண்டுபோல் வழுவழுப்பும் உறுதி யும் கூடியதாயும் கூரான நுனிகளுடன் மேல் நோக்கியும் அமைந் திருக்கும் அகன்ற கொம்புகளுக்குக் கீழே இம்மியும் இமைக்காமல் இருக்கும் கண்களை நோக்குவது இருக்கிறதே, அது இணையற்றதோர் இனிய அனுபவம்தான். தாக்குவதற்கு எவரைத் தேர்ந்தெடுப்பதென அந்தக் கண்கள் நோட்டமிடுவதையே அவன் நோக்கிக் கொண்டிருப் பான். திடுமெனத் தலையைத் தாழ்த்தித் தாக்கும் அக்காளை; கொம்புகளை நீட்டிக் குபீரென அது பாயும்போது அவன் இதயத் துடிப்பு தடக்கென நின்றுவிடும். சிறுவனாக இருந்தபோது காளை அப்படிச் சதுக்கத்தில் வந்து கொம்பைத் தூக்கும் அந்த நாளின் அந்தக் கணத்துக்காக ஆண்டு முழுதும் ஆவலுடன் ஆண்ட்ரேஸ் காத்திருப்பான். அதைப் பாழடிக்கும் வகையில் வீட்டின் கிலேட்டுக் கூரைகள் மீதும், கற்சுவர்களின் பேரிலும், கிராமத்தின் புழுதித் தெருவில் தேங்கிக் கிடக்கும் குட்டைகளிலும் மழைத் தாரைகள் கொட்டும்போது அவனுக்கு ஏற்படும் ஏமாற்றம் கொஞ்ச நஞ்சமாக இராது. அதேபோன்ற கொடிய ஏமாற்றம்தான் ஜார்டனின் கட்டளையைக் கேட்டபோது அவனுக்கு ஏற்பட்டது.

அந்தக் கிராமத்து ‘மஞ்சுவிரட்டு’களில் மட்டுமல்லாமல் சுற்றுப்புறத்தில் இருந்தவர்களில் எவரையும்விடத் தைரியத்தில் குறைந்தவனல்ல அவன். மற்ற கிராமங்களில் நடந்த மாடுபிடி விழாக்களுக்கு அவன் போவதில்லை என்றாலும் தன் கிராமத்தில் நடந்ததில் மட்டிலும் எந்தக் காரணத்தாலும் கலந்துகொள்ளாதிருக்க அவன் ஓராண்டும் ஒருப்படமாட்டான். காளை தாக்கப் பாயும்போது ஆடாது அசையாது நிற்கும் திறன் அவனுக்குக் கைவந்திருந்தது. கடைசிக் கணத்தில்தான் அப்பால் தாவித் தப்புவான், எவரையாவது வீழ்த்தியிக்குமானால் அவரிடமிருந்த காளையின் கவனத்தைத் திருப்ப அதன் மூக்கருகே மூட்டையொன்றை ஆட்டும் வித்தையில் அவன் வல்லவன், அப்படி விழுந்துவிட்டவரைக் காப்பாற்ற எத்தனையோ முறை காளையின் கொம்புகளையே அவன் பற்றி யிருந்தான். அப்படிக் கொம்புகளைப் பிடித்து இழுத்ததோடு, விழுந்த வரை விடுத்து வேறொருவரைத் தாக்க அது திரும்பும் வரையில் காளையின் முகத்தில் அவன் இடைவிடாமல் அறைந்ததும் உதைத்ததும் உண்டு. கொம்புகள் கைக்கெட்டாதபோது அதன் வாலைப்பிடித்துப் பலமாக இழுப்பான், முறுக்குவான். ஒரு முறை

அவ்விதம் ஒரு கையால் திருகியிழுத்தபடி இன்னொரு கரத்தினால் கொம்பை எட்டிப் பிடிக்க முயன்றபோது அவனையே தாக்குவதற்காக ஒரு காளை தலையைத் தூக்கியது. உடனே, அதை அப்படிப் பற்றிய படியே பின்னுக்கு ஓடி அதனுடன் அவன் வட்டமிடத் தொடங் கினான். அப்புறம் கூட்டத்தினர் வந்து குவிந்து கத்தியால் அந்தக் காளையைக் குத்திக் கொன்றார்கள். வெய்யில் கொளுத்தியது. தூசியும் கூவலும் எங்கும் நிறைந்திருந்தன. காலை நாற்றம், மனித வாடை, ஒயின் நெடி ஆகிய மூன்றும் கலந்து மூக்கைத் துளைத்தன. அந்தச் சூழலில் காளை பேரில் போய் விழுந்த முதல் கும்பலில் அவனும் இருந்தான். குத்தப்பட்ட காளை ஆடி ஆடி விழும்போது ஏற்படும் பரவசம் அதன் மூலம் அவனுக்கு வாய்த்தது. ஒரு கொம் பின் அடிப்பாகத்தை ஒரு கை கெட்டியாகக் கட்டிக் கொண்டிருக்க, இன்னொரு கரத்தினால் மற்றொரு கொம்பை உறுதியாகப் பற்றியபடியே அவனும் கூடவே அதன் திமில் மீது விழுந்தான். காளை ஆடித் திமிறிய போதும் அவனது விரல்கள் விடவில்லை. இடது கரம் இற்று விழுந்துவிடும்போல இருந்தாலும் இறுக்கிய பிடியை அவன் சற்றும் தளர்த்தவில்லை. கனலெனக் கொதித்த உடலும், முள்ளெனக் குத்திய மயிருமாய் அசைந்தாடிய அந்த மாமிச மலை மீது அப்படியே கிடந்தான். பின் அதன் காதைத் தன் பற்களால் பலமாகப் பற்றியபடி, பம்மிப் புடைத்துப் பேயாட்டம் ஆடிய கழுத்தில் மீளமீளக் கத்தியால் குத்தினான். விம்மி நின்ற திமில் மீது தன் முழு எடையும் படியப் பாய்ந்து பாய்ந்து குத்திக் குதறியபோது குபீரெனப் பீறியடித்த குருதி அவன் மணிக்கட்டு முழுதும் பரவிப்படர்ந்து வெப்பமூட்டித் தொப்பலாக அவனை நனைத்து விட்டது.

மாட்டை அசைத்து புரளப் புரளக் கழுத்தும் தாடைகளும் இறுகிப் பாறையாகுமளவுக்கு அதன் காதைக் கடித்து மேன்மேலும் ஆழமாகப் பற்களைப் பதித்ததை முதல் முறை கண்டவர்களெல்லாம் பிற்பாடு அவனைக் கிண்டல் செய்தார்கள். ஆயினும் அவனிடம் அவர்களுக்குப் பெருமதிப்புதான். ஆகவே, அதன்பின் ஆண்டு தோறும் அந்த வித்தையை அவன் செய்து காட்ட வேண்டியதாயிற்று. அதனால் அவனுக்கு வில்லாகோனிஜோஸ் கிராமத்துக் கடிதாய் என்று அவர்கள் புதுப்பெயர் சூட்டியதுடன், மாட்டு மாமிசத்தைப் பச்சையாகத் தின்பவன் என்றும் தமாஷாகவும் பேசலாயினர். எனினும் அவர்கள் மட்டுமின்றிக் கிராமத்தில் இருந்தவர் அனை வருமே அவன் அப்படிச் செய்வதை ஆவலுடன் எதிர்பார்த்தனர். அவனும் ஒவ்வொரு வருடமும் முதல் மாட்டுக்கு முகம் கொடுப்பான், அது முட்டி மோதுவதற்கு ஈடு கொடுப்பான். அப்புறம் அதைக் குத்திக் கொல்வதற்குக் கூப்பாடு கிளம்பியதும் தாவி வருவோருடன்

தானும் சேர்ந்து தன் பிடிக்காகப் பாய்வான், காளையின் கதை முடிந்து, ஏறிக் குத்தியவர்களின் எடையின்கீழ் அது சரிந்து இறுதியாக இறந்ததும் எழுந்து நிற்பான். காதைக் கடித்ததற்காகக் கூசுவானாயினும் எவருக்கும் குறையாத பெருமையுடனேயே ஏறு நடைபோடுவான். கைகளைக் கழுவ வண்டிகளைக் கடந்து குழாயூற்றை அவன் அடைந்ததும் பலர் அவன் முதுகில் தட்டிக் கொடுப்பார்கள். "சபாஷ் கடிதாயே! உன்னைப் பெற்றவள் பாக்கிய சாலிதான்!" என்று மதுக்குடுவைகளைக் கொடுத்தபடியே பாராட்டு வார்கள். "ஆண்பிள்ளைச் சிங்கம் என்றால் நீதான்! ஆண்டு தவறாமல் குத்தித் தள்ளிக் கடித்துக் குதறி விடுகிறாயே!" என்று போற்றுவார்கள். கடிப்பது பற்றிய அந்த நிந்தாஸ் துதியைக் கேட்கும் போது ஆண்ட்ரேஸுக்கு அவமானமாக இருக்கும், நெஞ்சில் சூனியம் சூழும், அதே சமயத்தில் தன் சாதனை குறித்துப் பெருமையும் மகிழ்ச்சியும் பெருகும். அவ்வளவையும் உதறிவிட்டுத் தன்கைகளையும் கத்தியையும் நன்றாகக் கழுவுவான். பிறகு மதுக் குடுக்கைகளில் ஒன்றை எடுத்து வாயில் கவிழ்த்துக் கொள்வான், முதலில் அந்த ஆண்டுக்கான காளைக் காதின் ருசி அறவே அற்றுப்போகும் வரையில் கொப்புளித்து விட்டுச் சதுக்கக் கற்கள் மீதே துப்புவான். அப்புறம் தான் குடுக்கையை நன்றாக உயர்த்திப் பிடிப்பதால் அடிநாக்கில் விழும் ஒயினை அனுபவித்து அருந்துவான்.

ஐயமில்லை, வில்லாகோனிதோஸ் கிராமத்தின் இணையிலாக் கடிதாய்தான் அவன்; ஆண்டுதோறும் அந்தச் சாதனையைச் செய்வதில் இருந்த ஆனந்தத்தை எதன்பொருட்டும் இழக்க அவன் தயாரில்லைதான். எனினும் அதைத்தான் செய்யத் தேவையில்லை என்பதைத் தெரிவிக்கும் வகையில் மழையொலியைக் கேட்கும்போது ஏற்பட்ட உணர்ச்சிக்கு ஈடானது எதுவும் கிடையாது என்பதும் அவனுக்குத் தெரிந்திருந்தது. இருந்தாலும் நான் திரும்பிச் செல்ல வேண்டியதுதான். நிலையங்களைத் தாக்கிப் பாலத்தைப் பிளக்கும் வேலைக்கு தான் திரும்பிப் போய்த்தான் தீரவேண்டும் என்பதில் சற்றும் சந்தேகத்துக்கு இடமே கிடையாது. என் எலும்பும் தசையுமே கொண்ட என் சகோதரன் எல்பியோ அங்கே இருக்கிறான். இன்னும் ஆன்ஸெல்மோ, பிரிமிடிவோ, ஃபெர்னாண்டோ, அகஸ்டின் ஆகியவர்களும் இருக்கிறார்கள். விளையாட்டுப் பிள்ளைதான் என்றாலும் ரஃபேலும் இருக்கிறான், அந்த இரண்டு பெண்டுகள் தவிர பாப்லோவும் இருக்கிறான். அந்நியராகையாலும் ஆக்ஞைப் படியே நடப்பவராகையாலும் அவரைக் கணக்கில்சேர்த்துக் கொள்ளக்கூடாதுதான் என்றாலும் இங்கிலீஷ்காரரும் இருக்கிறார். அங்கே உள்ள அவர்கள் அத்தனைபேரும் அந்த வேலையில் பங்கு கொள்ளப் போகிறார்கள். நான் மட்டும் ஒரு கடிதம் காரணமாக

அந்தச் சோதனையிலிருந்து தப்புவது என்பது ஆகாத காரியமே. இந்தச் செய்தியைச் சீக்கிரத்தில் சரியானபடி சேர்த்துவிட்டு, தாக்குதலுக்காகத் தக்க தருணத்தில் திரும்பிவந்து விடவேண்டும். இந்தக் கடிதத்தைச் சாக்கிட்டுத் தான்கலந்து கொள்ளாமல் இருப்பது வெட்கக்கேடே ஆகும்! என்று அவன் தனக்குத் தானே கூறிக் கொண்டான். ஒரு காரியத்தின் சிரமமான அம்சங்களை மட்டுமே சிந்தித்துக் கொண்டிருப்பவனுக்கு அதில் சந்தோஷமும் உண்டு என்பது திடுமென நினைவுக்கு வருவதுபோல அடுத்து அவனது எண்ணத் தடமும் புரண்டது. 'தவிர, சில ஃபாஸிஸ்டுகளையாவது சாகடிப்பது எனக்கு ஆனந்தமும் தரும். அப்படி எவனையும் நாம் கொன்று நெடுநாளாகி விட்டது. நாளை உருப்படியாக நிறைய காரியம் செய்யலாம். நிறைய பேரைத் தீர்த்துக்கட்டித் திருப்தி காணலாம். பயனுள்ள நாளாகப் போகிறது நாளை. அந்த நாளும் விரைவில் வந்திடாதோ, அதில் நாமும் பங்கேற்க மாட்டோமா என்றே இருக்கிறது எனக்கு.

அங்கே முழுங்காலளவு உயரம் வளர்ந்திருந்த முட்செடிகளூடே செங்குத்தான மலைச்சரிவில் ஏறிக் குடியரசுப் பகுதியை நோக்கி அவன் விரைந்து கொண்டிருந்த வேளையில் அவனது காலடியிலிருந்து கிளம்பிச் சிறகடித்தது ஒரு கௌதாரி. அந்த இருட்டில் விர்ரெனப் பேரொலி எழுப்பியபடி அது பாய்ந்து பறந்த போது பயத்தினால் கணப்பொழுதுக்கு அவன் இதயம் நின்று விட்டது. அது திடுமெனப் புறப்பட்டதன் விளைவே அந்த அச்சம் என்று அவன் தன்னைத் தேற்றிக் கொண்டான். அதைத் தொடர்ந்து அந்தப் பறவையைப் பற்றிப் படர்ந்தது அவனது சிந்தனைக் கொடி. 'இந்தப் பறவைகளினால் எப்படித்தான் இவ்வளவு வேகமாகச் சிறகடிக்க முடிகிறதோ! இப்போது புறப்பட்ட கௌதாரி இங்கே கூடு கட்டி கண்டை காத்து வந்தது போலிருக்கிறது. அதன் முட்டை களுக்குக் கிட்டத்தில் போய்விட்டானோ என்னவோ? அடாடா இந்தச் சண்டை மட்டும் குறுக்கிடாமல் இருந்தால் இப்போது ஒரு கைக்குட்டையைக் கட்டிவிட்டுப் போவேன் விடிந்ததும் திரும்பிவந்து இந்த முட்டைகளை எடுத்துப்போய் அடைகாக்கும் பெட்டைக் கோழியிடம் விட்டு வைப்பேன். அந்த முட்டைகள் பொரிந்ததும் கோழிக் கொட்டடியிலேயே இந்தக் கௌதாரியின் குஞ்சுகள் இருந்து வரும். அவை வளர்வதைக் கவனித்தபடியே இருப்பேன். நன்றாக வளர்ந்ததும், மற்ற கௌதாரிகளுக்குக் குரல் கொடுத்துக் கவர்ந்திழுப்ப தற்குப் பழக்குவேன். அவை சொன்னதைக் கேட்குமாகையால் தப்பிப் பறந்துவிடாது. அப்படியில்லாமல் அவை பறந்து போய் விடுமோ ஒருவேளை? போனாலும் போகலாம்தான். அப்போது பொட்டையாக்குவதைத் தவிர வேறு வழி கிடையாது, ஆனால்

என் கையாலேயே வளர்த்தபிறகு அந்த மாதிரிச் செய்ய எனக் கென்னவோ மனமில்லை. அதற்குப் பதிலாக குரல் கொடுக்கச் செய்யும்போது ஒரு காலைக் கட்டிப் போடலாம்.

இல்லாவிட்டால், இறக்கைகளைக் கத்திரித்து விடுவேன். சண்டை மட்டும் இல்லையென்றால், அந்த ஃபாஸிஸ்ட் படை வீட்டுக்குப் பக்கத்திலுள்ள ஓடைக்கு எலாடியோவுடன் போய் மீன் பிடிப்பேன். ஒரே நாளில் நாலு டஜன் மீன்களை எங்களுக்கு அள்ளித்தந்த அருவி அது. இந்தப் பால வேலை முடிந்ததும் ஸியரா டி கிரெடோஸுக்குப் போவோமானால் அங்கேயுள்ள பற்பல ஓடைகளில் இன்னும் பலவித மீன்களைப் பிடிக்கலாம். அப்படிப் போகமுடியும் என்பதே என் நம்பிக்கை. கோடையிலும் இலையுதிர் காலக் கஷ்டமே இல்லாமல் காலம் தள்ளலாம். மழைக் காலத்தில் தான் குளிர் நடுக்கியெடுத்துவிடும். ஆனால் அதற்குள் இந்தப் போரில் வெற்றி கிடைக்காமலா போய்விடப் போகிறது...? எங்கள் தந்தை மட்டும் குடியரசுவாதியாக இல்லாமல் இருந்திருந்தாரானால் நானும் எலாடியோவும் இந்நேரம் ஃபாஸிஸ்ட் சிப்பாய்களாகத்தான் இருப்போம். அப்படி இருந்தால் எந்தவிதத் தொல்லையுமே இருக்காது. கட்டளைகளுக்குக் கீழ்ப்படிந்து வாழ்வோம் அல்லது சாவோம். எல்லோருக்கும் ஏற்படக்கூடிய முடிவுதானே அது. என்ன இருந்தாலும் ஒரு ஆட்சியை எதிர்த்துப் போராடுவதைவிட அதன் கீழ் வாழ்வது சுலபமானதுதான். அதிலும் இந்தக் கொரில்லாப் போர் முறையிலோ பொறுப்பு மிகுதி. அலட்டிக் கொள்பவனாக இருந்தால் கவலைகளுக்குக் குறைவேயில்லை. எலாடியோ என்னைவிட அதிகமாக ஆலோசிக்கும் சுபாவமுள்ளவன்; கவலைப் பட்டுக் கலங்குவான். என் லட்சியத்தில் எனக்கு நிஜமான நம்பிக்கை இருக்கிறது; இருந்தாலும் இது பொறுப்பு மிகுந்த வாழ்க்கைதான்!

அதையடுத்து, வாழ்க்கையின் கஷ்டங்கள் பற்றி ஆண்ட்ரேஸ் எண்ணலானான்: 'கஷ்டம் மிக்க காலத்தில் பிறந்துவிட்டோம் என்பதே என் கருத்து. மற்றெந்தக் காலத்திலும் நிச்சயம் இவ்வளவு சிரமம் இருந்திருக்காது. தவிப்பைத் தாங்கக் கற்றுத் தேர்ந்திருப்ப தாலேயே நமக்கெல்லாம் அது அதிகமாக உறைப்பதில்லை. அப்படி அவதியால் அல்லாடுகிறவர்கள் இந்த மண்ணுக்கு ஏற்றவர்களேயல்ல. சிரமம் மிகுந்த முடிவுகளைச் செய்ய நேர்ந்திருக்கும் சமயம் இது. ஆனால் தம்மை வலுவில் தாக்கியதன் மூலம் ஃபாசிஸ்டுகளே நமக்காக முடிவைத் தீர்மானித்துத் தந்துவிட்டார்கள். வாழ்வதற் காகவே இப்போது போராடுகிறோம். இருந்தாலும் அந்தப் புதரில் கைக்குட்டையைக் கட்டிவிட்டுப் பிறகு பகலில் வந்து முட்டைகளை எடுத்துப் போய்ப் பெட்டையைக் கொண்டு அடைகாக்க வைத்து வெளியே வரும் கௌதாரிக் குஞ்சுகளை என் வீட்டுப் புழக்கடை

யிலேயே பார்க்கும்படியாக இந்தப் போராட்டம் அமையவேண்டும் என்பதே என் விருப்பம். இந்த மாதிரிச் சிறிய விஷயங்கள் முறையாக நடந்து வரவேண்டும் என்றே எனக்கு ஆசையாக இருக்கிறது. ஆனால் வீடோ வாசலோ இல்லாத வெற்றாள் அல்லவா நீ? உனக்குக் குடும்பமேதும் கிடையாது. ஒரேயொரு சகோதரன்தான் இருக்கிறான், அவனும் காளைச் சண்டையில் கலந்து கொண்டு விடப்போகிறான். காற்று வீசிச் சூரியன் கொளுத்தும் திறந்தவெளி யையும், காலி வயிற்றையும் தவிர உனக்குச் சொந்தமானது என்று எதுவும் கிடையாது. அந்தச் சூரியனும் இப்போது கிடையாது. காற்றும் கொஞ்சம்தான். இப்போது உன் ஜேபியில் உள்ளதெல்லாம் நான்கு கையெறி குண்டுகளேதான். வீசியெறியத்தான் அவை லாயக்கு. முதுகில் துப்பாக்கித் தொங்குவது உண்மையே; ஆனால் அதனாலும் தோட்டாக்களைத்தான் விட்டெறிய முடியும். அப்படியெல்லாம் எறியாமல் நீ கொடுக்கக் கூடியது கடிதம் ஒன்றுதான்... இல்லையில்லை, இந்த மண்ணுக்குக் கொடுக்க நிறைய பலம் இருக்கிறது, உன்னுள்ளே. அதற்கு அபிஷேகத் தண்ணீராக உதவ உன்னிடம் சிறுநீருக்கும் பஞ்சமில்லை, உன்னிடம் இருப்பதெல் லாம் மற்றவருக்குக் கொடுப்பதற்காக ஏற்பட்டவைதான். மெய் யாகவே நீ ஒரு தத்துவ வினோதன்தான்; துருதிர்ஷ்டசாலியும் கூட! என்று அவன் சிந்தனை முடிவுற்றபோது, மலத்தைப் பற்றி நினைக்கையில் மூண்டதுபோலவே மீண்டும் சிரிப்பு வந்தது. எனினும், அதற்குமுன் முற்றிலும் மாறான உயர் கருத்துகள் அவன் உள்ளத்தில் ஊடாடி நின்ற போதிலும் திருவிழா நாளில் மழையொலி கேட்கும் போதெல்லாம் மண்டிய உணர்வு அவனை விட்டு அகல வில்லை. அந்நிலையிலேயே தனக்கு எதிரில் இருந்த மேட்டின் உச்சி யில் அரசாங்க நிலையத்தைக் கண்டால் அங்கு தன் அடையாளத் தைக் கேட்காமல் விடமாட்டார்கள் என்பதை நன்கறிந்தவனாகவே நடந்தான்.

35

“படுக்கைச் சுருளில் இன்னமும் உறங்கிக் கொண்டிருந்த மேரியா வின் அருகிலேயே அப்போதும் கிடந்தான் ஜார்டன். அவனை நோக்கியிராமல் பக்கவாட்டில் படுத்திருப்பினும் அவளது நெடிய உடல் அவன் முதுகில் உரசியது. அந்த உராய்வு தன்னைக் குத்திக் கேட்பதுபோல அவனுக்கு அப்போது பட்டது. தன்னைத் தானே சாடலானான்: ‘ஏய், உன்னைத்தானே, ஆம், உன்னைத்தான் கேட்கிறேன், அவன் எப்போது உன்னிடம் நேசம் காட்டத் தொடங்கு கிறானோ அப்போது உனக்குத் துரோகம் செய்யவும் துவங்கி

விடுவான் என்று அவனை முதல்முறை பார்த்தபோது உனக்கு நீயே கூறிக்கொண்டாயல்லவா? அப்புறமும் ஏனடா மடத்தனமாக நடந்து கொண்டாய்?... ஆமாம், வடிகட்டின முட்டாளாகத்தான் நீ நடந்து கொண்டிருக்கிறாய்... சேச்சே, எதற்கு இந்தத் தூஷணைப் படலம்; விட்டுத்தொலை. நீ இப்போது செய்யவேண்டியது அதுவல்ல. அந்த வெடிப்பெட்டி வகையறாவை அவன் ஒளித்துவைத் திருப்பானா? அல்லது, வீசியெறிந்திருப்பானா? இதன் சாத்தியக்கூறு களைப்பற்றி இப்போது நீ சிந்திக்கச் சந்தர்ப்பம் அதிகமில்லைதான். அப்படியே அவன் எறிந்திருந்தாலும் இந்த இருட்டில் உன்னால் கண்டுபிடிக்க முடியாது. அவன் மறைத்து வைத்திருக்கவே அதிக மாகத் தோதுண்டு. சில வெடிக்குச்சிகளையும் எடுத்துப்போயிருக் கிறான் அந்த உதவாக்கரைத் துரோகிப்பயல். சும்மா போயிருக்கக் கூடாதா, அழுக்குப் படிந்த அந்த அழுகுணி? திரிப்பெட்டியையும் அல்லவா தூக்கிக்கொண்டு போயிருக்கிறான், அசிங்கம் பிடித்த களவாணி. அந்தப் பாழாய்ப்போன பெண்பிள்ளையிடம் எல்லாச் சாமான்களையும் விட்டு வைக்கும் அளவுக்கு நானும்தான் ஏன் நிர்மூடனானேனோ? தட்டுக்கெட்டுப் பிறந்த கெட்டிக்காரக் கழுத்தறுப்பான்! அழுக்குருண்டைக் கோழைப்பயல்!”

அந்த வசைமாரியை அவனாலேயே பொறுக்க முடியவில்லை. “நிறுத்து இதை. அனாவசியமாக அலட்டிக்கொள்ளாதே” என்று தனக்கே கட்டளையிட்டுக் கொண்டபின் தன் நடைமுறைக்கு நியாயமும் கற்பிக்கலானான். ‘ஏதாவது பணயம் வைக்கும்படியாகவே உன் நிலைமை இருந்தது. அந்தச் சந்தர்ப்பத்தில் அதிக அனுகூலமாய்த் தென்பட்டது அதுவே. ஆகவே அவ்வேற்பாட்டை வரித்தாய். இப்போதோ அது காலை வாரிவிட்டது. கயிரறுந்த பட்டம் போல அல்லாடுகிறாய் இந்த நேரத்தில் நீ நிதானத்தை இழக்கக் கூடாது. கோபத்தைக் கட்டுப்படுத்த வேண்டும். ஓலைச்சுவரில் ஒட்டிக் கொண்டு ஒப்பாரிவைப்பது போலப் பிலாக்கணம் பாடுவதை நிறுத்திவிட வேண்டும். போனது போய்விட்டது, போய்த் தொலைந்து விட்டது. ஒழிந்து போய்விட்டான் அந்தப் பன்றிப்பயல்; நாசமாய்ப் போய் நரகத்தில் விழட்டும்! இந்த இக்கட்டிலிருந்து மீள உன்னால் வழி காணமுடியாதா, என்ன? நன்றாக முடியும் முடிந்தேயாக வேண்டும். பெட்டியில்லாவிட்டால் கையில் பிடித்துக்கொண்டாவது அதை நீ வெடிக்க வைத்துப் பாலத்தைத் தகர்த்தே தீரவேண்டும். அதோடு நீயும் சிதறுவதானாலும் அதைச் செய்தேயாக வேண்டும் என்பதை நீ நன்கறிவாய் இதோ பார், இந்த மரணப் பல்லவியும் வேண்டாம், நிறுத்தித் தொலைத்துவிடு இதையும்... ஏன், நல்ல வழிகாட்டும்படி உன் பாட்டனைத்தான் கேளேன்...! பாட்டனாவது பாட்டியாவது. போய்த் தொலையட்டும் எல்லோரும்! இந்தப்

பாழாய்ப்போன ஸ்பெயினும், இதிலுள்ள ஒவ்வொருனும் ஒழியட்டும்! பிரீடோ, அஸெஷியோ, மியாஜா, ரோஜா அனைவருமே அழியட்டும்! பூண்டே இல்லாமல் போகட்டும் எல்லோருமே! துரோகம் தளும்பும் இந்தத் தேசம் தொலையட்டும் அடியோடு! இவர்களின் செருக்கும் துரோக சிந்தனையும் தொலைந்து மடிந்து மீளா நரகப் படுகுழியில் புதைந்து போகட்டும்! இவர்களுக்காக நாம் சாகுமுன் இவர்கள் செத்தொழியட்டும்! நாம் செத்தபின் இவர்கள் சுண்ணாம்பாகட்டும்! நரகத்திலிருந்து மீளவே முடியாமல் நிலையாக மாளட்டும்! முக்கியமாக பாப்லோ போய்த் தொலையட்டும்! அவன் ஒருவன் செத்தாலே சகலரும் சாவதற்குச் சமம்தான். இந்த ஸ்பானிஷ் மக்களுக்கு ஆண்டவன்தான் அனுதாபம் அருளிக் கருணை காட்ட வேண்டும். எல்லாத் தலைவர்களும் இவர்களுடைய காலை வாரிவிடு கிறவர்களாகவே இருக்கிறார்கள். இரண்டாயிரம் ஆண்டுகளில் இவர்களுக்குக் கிடைத்த நல்ல தலைவன் பாப்லோ இக்லேஷியாஸ் ஒருவன்தான். மற்றவர்கள் அனைவரும் துரோகம் செய்தே வந்திருக்கிறார்கள்.

'இந்தப் போரில் அந்த இக்லேஷியாஸ் இருந்தால் எப்படி நடந்திருப்பான்? அவனைப்போலவே அற்புதமாக அமைவான் என்று லார்கோவைப் பற்றி நான் எண்ணவில்லை முன்பு. ஏன்? துருதியும் கூடச் சிறந்தவன் என்றே நினைத்தேன். ஆனால் அவனுடைய மக்களே ஃபிரான்ஸெஸ் முனையில் அவனைச் சுட்டுக் கொன்று விட்டார்களே! எதிரியைத் தாக்கவேண்டும் என்று அவர்களைத் தூண்டியதுதான் அவன் தவறு. அதற்காகவே சுட்டுத் தள்ளினார்கள். கட்டுப்பாடின்மையில் 'அருமையான' கட்டுப்பாடு காட்டிச் சுட்டு விட்டார்கள். பயங்கொள்ளிப் பன்றிகள் சுட்டுச் சாகட்டும். செத்து மடியட்டும் அத்தனைபேரும்! என் வெடிப் பெட்டியையும் திரிப்பெட்டியையும் தூக்கிக் கொண்டு போனானே அந்த பாப்லோவும் சேர்ந்து சாகட்டும்! எல்லோரையும்விட ஆழமான நரகப் படுகுழியில் நாசமாய்ப் போகட்டும் அவன்! இல்லையில்லை, அவனல்லவா நம்மை நாசமாக்கிப் போய்விட்டான்? கோர்ட்டெஸ், மெனெண்டெஷ் டி ஆவிலாவில் ஆரம்பித்து மியாஜா வரையில் இவர்கள் அனைவருமே மற்றவருக்குத் துரோகம் செய்து தொலைத்துக் கட்டுபவர்கள்தான். க்ளெபெருக்கு அந்த மியாஜா செய்த தீவினையைத்தான் பாரேன்! சுத்த அகம்பாவம் பிடித்த வழுக்கைத் தலைவன்! மண்டை முழுதும் களிமண்தான். தட்டு வாணிக்குத் தட்டுக்கெட்டுப் பிறந்த அந்தப் பயலுக்கு! ஸ்பெயினையும், அதன் படைகளையும் ஆட்டிப்படைத்து வந்திருப்பவர்கள் எல்லோருமே எப்போதுமே புத்தி பிசகியவர்கள், திமிர் மிகுந்தவர் கள்தான், துரோகிகள்தான், பன்றிகள்தான், அத்தனைபேரும்

அழிந்தொழியட்டும்! மக்கள் தவிர மற்றவர் அனைவரும் மடிந்து மண்ணாகட்டும்! ஆனால் அப்புறம் அந்த மக்களிடம் அதிகாரம் போனதும் அவர்கள் எப்படி மாறுகிறார்கள் என்பதை மட்டும் நீ மிகக் கவனமாகக் கண்காணிக்க வேண்டும், ஆமாம்!"

மேன்மேலும் மிகைப்படுத்திக்கொண்டே போய்த்தான் வெறுப்பைத்தானே நம்பமுடியாத அளவுக்கு வர வர விரிவான வகையிலும் அநீதமான முறையிலும் அவன் கொட்டக் கொட்ட அவனது கோபம் குறைந்து கொண்டே வந்தது. அவர்கள் அனைவரும் அத்தனை மோசமென்றால் நீ இங்கிருப்பது எப்படி, எதற்காக? அது மெய்யல்ல என்பதை நீயே நன்கறிவாய், நல்லவர்கள் எவ்வளவு பேர் இருக்கிறார்கள், பார்.

நேர்த்தியானவர்களை மட்டும் நோக்கு என்று தன்னைத் தானே ஏவினான். ஏனெனில், நியாயமற்ற முறையில் நடந்து கொள்வதை அவனால் பொறுக்கவே முடியாது. கொடுமையைப் போலவே அக்கிரமத்தையும் அவன் அறவே வெறுத்தான். கோபம்தான் அவன் மனத்தை மழுக்கி, மூளையைக் குழப்பிவிட்டது. அந்த ஆத்திரம் அடங்குமட்டும் அப்படியே கிடந்தான். கண்ணைக் கட்டிக் கொல்லாமல் கொன்ற அந்தக் கோபமும் கரைந்து கடைசியில் அகன்றது அடியோடு. அமைதி மீண்டது அவன் உள்ளத்தில். காதலிக்காத காரிகை ஒருத்தியுடன் கலவி புரிந்தபின் ஏற்படுமே, அதைப் போன்று உணர்ச்சியற்றுச் சூன்யம் செறிந்த சாந்தம். குனிந்து மேரியாவை நோக்கினான். துயிலிலேயே குறுநகை புரிந்தவளாய் அவனோடு முன்னிலும் அதிக நெருக்கமாக ஒட்டிக் கொண்டாள் அவள். "உன்னைத்தான், என் அப்பாவி முயல்குட்டி!" நீ மட்டும் சற்றுமுன் வாயைத் திறந்திருந்தாயானால் உன்னைத் தீர்த்துக் கட்டியிருப்பேன். ஆத்திரத்தில் மனிதன்தான் எப்படி மாறி மிருகமாகி விடுகிறான்!' என மெதுவாகக் கூறினான்:

மேரியாவை ஆரத்தழுவி அவள் தோளில் தன் முகவாயைப் பதித்தபடி அப்போது படுத்திருந்தான் ஜார்டன். தான் இனிச் செய்யவேண்டியது என்ன, அதை எப்படிச் செய்வது என்பதிலேயே அவனது மூளை முழுதும் முனைந்திருந்தது. நிலைமை அப்படி யொன்றும் அடியோடு மோசமாக இருக்கவில்லை என்றே அவன் எண்ணினான். 'இல்லை, மெய்யாக முழு மோசமில்லை. நான் செய்யப்போவதுபோல் இதற்குமுன் யாராவது செய்ததுண்டா என்பது எனக்குத் தெரியாது. இருந்தாலும் இப்படிப்பட்ட இக்கட்டில் இனி மாட்டிக் கொள்பவர்கள் இவ்வாறு செய்வர் என்பதில் சந்தேகமில்லை. அதாவது நாம் இம்மாதிரிச் செய்து, இதுபற்றி அவர்கள் கேள்வியும் படும்பட்சத்தில்... ஆம், கேள்விப்பட்டால்தான் அது சாத்தியம். எப்படிச் செய்தோம் என்று சும்மா திகைத்துப்

மலைத்துப் பயனென்ன? நம்மிடம் போதுமான ஆட்களில்லைதான். ஆனால் அதற்காக அலட்டிக்கொள்வதில் அர்த்தமில்லை. உள்ளவர்களைக் கொண்டு ஒப்பேற்றிப் பாலத்தைப் பிளந்தே தீருவேன்... ஆத்திரம் அகன்றதுதான் எத்தனை ஆனந்தமாக இருக்கிறது. சூறாவளியில் சிக்கித் திணறியது போலல்லவா இருந்தது அப்போது? அப்படிக் கோபித்துக் கொதிப்பதற்கும் கொடுத்து வைத்தவனல்ல நீ இப்போது' என்று மனசோடு கூறிக்கொண்டவனாய் மேரியாவின் மென்தோளில் பதிந்திருந்த அவனது உதடுகள் மெல்லச் சொல்லின: "எல்லாம் யோசித்து முடிவு செய்துவிட்டேன், செல்லக்குட்டி. உன்னைத் தொல்லைப் படுத்தாமலே எல்லாத் திட்டமும் தீட்டி விட்டேன். அதைப்பற்றி அணுவும் அறியமாட்டாய் நீ. அதன்படி நாம் எல்லோரும் கொல்லப்பட்டு விடுவோம்! ஆனாலும் பாலத்தைப் பிளந்துவிடுவோம். திருமணத்துக்குத் தகுந்த பரிசுதான் அது. ஆயினும் ஒருநாள் இரவாயினும் ஆழ்ந்த உறக்கத்துக்கு ஈடேது, மதிப்பேது? அப்படிப்பட்ட துயிலில் நீ தோய்ந்திருக்கிறாய். மண மோதிரத்தைப்போல அதை விரலில் போட்டுக்கொள்ள முடியுமா பார். தூங்கு, செல்லக்குட்டி, நன்றாகத் தூங்கு, கண்ணாட்டி, உன்னை நான் எழுப்பப்போவதில்லை. இதுதான் நான் உனக்கு இப்போது செய்யக்கூடிய உபசாரமெல்லாம்" இப்படிக் கூறி அவளை லேசாகப் பற்றியவனாய் ஜார்டன் கிடந்தான். அவளது நிம்மதியான சுவாசத்தையும் இதயத் துடிப்பையும் கவனித்தபடியே கடிகாரத்தையும் கண்காணித்துக் காலகதியைக் கணித்துக் கொண்டிருந்தான்.

36

அரசாங்க ராணுவச் சாவடியில் இருந்தவர்களுக்குத் தானாகவே குரல் கொடுத்தான் ஆண்ட்ரேஸ். மூன்று முட்கம்பிகளான வேலிக்குக் கீழே தரை திடுமெனச் சரிந்த இடத்தில் படுத்தபடி, மண்ணும் கல்லும் கலந்து கட்டப்பட்ட கொத்தளத்தை நோக்கி அவன் கூவினான். தொடர்ச்சியான தற்காப்பு அரண், அணியேதும் அங்கு கிடையாது, விரும்பியிருந்தால் அவன் அதை எளிதாகக் கடந்து அரசாங்கப் பகுதியினுள் சென்றிருக்க முடியும்; தட்டிக் கேட்கக் கிட்டத்தில் எவரும் வராதவரையில் தொடர்ந்து ஊடுருவ இயன்றிருக்கும். ஆனால் அப்பால் வரக்கூடிய அந்த விசாரணைக்கு இங்கேயே இப்போதே உட்பட்டுவிடுவதுதான் பத்திரமானது, சுலபமானது என்று எண்ணியவனாய், "வணக்கம், படையினரே, வணக்கம்!" என்று அவன் கத்தினான். துப்பாக்கிக் கொக்கி பின்னுக்கு இழுக்கப்படும் சப்தம் அவனது காதை எட்டியது. அடுத்து, கொத்தளச் சுவரில் தூரத்தேயிருந்து துப்பாக்கியொன்று

சுட்டது. படீரென வெடித்தபடி பாய்ந்து கீழே வந்தது, மஞ்சள் கீற்றொன்று. கொக்கி இழுக்கப்பட்டபோதே தரையோடு தலை ஒட்டும்படியாகப் பக்கெனப்படுத்துவிட்ட ஆண்ட்ரேஸ், "சுடாதீர்கள், தோழர்களே, என்னைச் சுடாதீர்கள்! உள்ளே வர விரும்புபவனே நான்!" என்று கூப்பாடு போட்டான். "நீங்கள் எத்தனை பேர் அங்கே இருக்கிறீர்கள்?" என்று சுற்றுச் சுவருக்குப் பின்னாலிருந்த படியே எவனோ கேட்டான். "ஒருத்தன்தான். நான் ஒருத்தன் மட்டுமே."

"நீ யார், சொல்லு."

"ஆண்ட்ரேஸ் லோபெஸ். நான் வில்லாகோனி ஜோஸ் கிராமத்தைச் சேர்ந்தவன். பாப்லோ கோஷ்டி ஆள். செய்தியோடு வந்திருக்கிறேன்."

"துப்பாக்கியும், வெடிகுண்டு வகைகளும் வைத்திருக்கிறாயா?"
"வைத்திருக்கிறேன், ஐயா."

"அவை இல்லாத யாரையும் நாங்கள் அனுமதிக்க மாட்டோம். மூன்று பேருக்கு மேற்பட்ட கோஷ்டியென்றாலும் உள்ளே விட மாட்டோம்."

"நான் தனியாகவே இருக்கிறேன். மிக முக்கியமான வேலை. உள்ளே வர அனுமதியுங்கள்!" என்ற ஆண்ட்ரேஸின் செவியில் அவர்கள் ஏதோ பேசிக் கொண்டது விழுந்தது; ஆனால் என்ன வென்று விளங்கவில்லை.

"நீங்கள் எத்தனை பேர்?" என்று மீண்டும் சுவருக்குப் பின்புற மிருந்து குரல் வந்தது.

"ஒருவன்தான் என்று சொன்னேனே? ஆண்டவன் அறிய நான் தனியாகத்தான் இருக்கிறேன்."

பிடிச்சுவருக்குப் பின்னால் மறுபடியும் பேச்சொலி கேட்டது. அடுத்து, "இதைக் கேள், ஃபாஸிஸ்டே!" என அழைப்பு ஒலித்தது.

"நான் ஃபாஸிஸ்ட் அல்ல. பாப்லோவின் கோஷ்டியைச் சேர்ந்த கொரில்லாதான். ராணுவத் தலைமையகத்துக்குச் செய்தியுடன் வந்திருக்கிறேன்."

"பைத்தியக்காரன் போலிருக்கிறது. அவன்மேல் ஒரு குண்டை வீசியெறி" என எவனோ சொன்னது கேட்டதும், "நான் மட்டுமே இருக்கிறேன். புனித அற்புதங்கள் மேல் ஆணை. நான் தனியாகவே இருக்கிறேன். வர அனுமதியுங்கள்" என்று கூவினான்.

"கிறிஸ்தவன் போலல்லவா பேசுகிறான்!" என்று யாரோ கூறி நகைத்தான். "அவன்மீது குண்டு வீசுவதே சிறந்தது!" என்றான் இன்னொருவன். உடனே, "அப்படிச் செய்துவிடாதீர்கள். குண்டு

வீசினால் பெரிய பிசகு செய்தவர் ஆகிவிடுவீர்கள். முக்கியமான வேலை மேல் வந்திருக்கிறேன். உள்ளே வரவிடுங்கள்" எனத் திரும்பவும் ஆண்ட்ரேஸ் கத்தினான். அணிகளுக்கிடையே பயணங்களை இம்மாதிரிக் குளறுபடி காரணமாகத்தான் அவன் ஒருபோதும் விரும்பியதில்லை. சில சமயங்களில் இத்தனை சங்கடம் இருக்காது தான். ஆனால் சீராக, கவலை தராமல் நடந்ததென்பது ஒருநாளும் கிடையாது.

"நீ தனியாளாகத்தான் இருக்கிறாயா?" எனத் திரும்பவும் கேட்டது குரல்.

"எத்தனை தடவைதான் சொல்வது? நான் மட்டுமே, தனி யாகவே இருக்கிறேன்."

"அப்படி நீ தனியாக இருக்கும்பட்சத்தில் துப்பாக்கியைத் தலைக்கு மேலே பிடித்துக்கொண்டு நில்."

அதன்படி ஆண்ட்ரேஸ் இருகைகளாலும் துப்பாக்கியைத் தலைக்குமேல் தாங்கியபடி எழுந்து நின்றான்.

"சரி, இனி நீ கம்பிக்குள் நுழைந்து உள்ளே வரலாம். வாலாட் டினால் தொலைந்தாய்; உன்னைக் குறி பார்த்தபடி இயந்திர பீரங்கியை வைத்திருக்கிறோம்."

வளைந்து நெளிந்து சென்ற முதல் முட்கம்பி வேலியை அடைந்த ஆண்ட்ரேஸ், "வேலியில் புகுந்து வரக் கைகளை உபயோ கித்தாக வேண்டுமே" என்றான்.

"தலைக்குமேல் தூக்கியபடியே வா" கட்டளையிட்டது குரல்,

"கம்பியில் சிக்கிக்கொண்டு விட்டேனே."

"பேசாமல் அவன்மீது குண்டை வீசியெறிந்திருந்தால் தொல்லையே இருந்திருக்காது இல்லையா?" என்றது இன்னொரு குரல்.

"துப்பாக்கியை முதுகில் மாட்டிக்கொள்ளட்டுமே. தலைக்குமேல் கைகளை வைத்தபடி அவனால் எப்படி நுழைந்துவர முடியும்? யோசித்துப் பாருங்கள்" என்று மற்றொரு குரல் குறுக்கிட்டது.

"இந்த ஃபாஸிஸ்டுகள் எல்லாருமே இப்படித்தான்; ஒரே குட்டையில் ஊறிய மட்டைகள். ஒவ்வொரு நிபந்தனையாக அடுக்கு வார்கள்" என்றது முதல் குரல்.

"மறுபடியும் சொல்கிறேன், நான் ஃபாஸிஸ்ட் அல்ல; பாப்லோ வின் கோஷ்டியைச் சேர்ந்த கொரில்லாதான். டைஃபாயிட் கிருமிகளையும்விட அதிக அளவில் ஃபாஸிஸ்டுகளை நாங்கள் கொன்றிருக்கிறோம்" என ஆண்ட்ரேஸ் அலறினான் மீண்டும்.

"பாப்லோ கோஷ்டி என்று எதையும் பற்றி நான் கேள்விப் பட்டதேயில்லை. பாப்லோ என்ன, இன்னும் பீடர், நால் என்று மகாபுருஷர்கள், ஞானிகளைப் பற்றியோ, அவர்களுடைய கோஷ்டி களைப் பற்றியோ கேட்டதும் கிடையாது. இருந்தாலும் தொலைகிறது, துப்பாக்கியைத் தோளில் மாட்டிக்கொண்டு, கைகளை உபயோகித்தே நுழைந்து உள்ளே வா" என்றான் அந்தச் சாவடிக்குத் தலைவனெனத் தொனித்தவன்.

"இயந்திர பீரங்கியை நாங்கள் இயக்கத் தொடங்குமுன் வேகமாக வந்துவிடு" என இன்னொருவன் கூவினான்.

"நீங்கள் சுமுகமாக நடந்துகொள்ள மாட்டோம் என்கிறீர்களே" என்றபடியே கம்பிகளுக்கிடையே ஆண்ட்ரேஸ் நுழையலானான்.

"சுமுகமா? நாம் இப்போது சண்டை போடுகிறோம் அப்பனே, சண்டை!" என்று எவனோ ஒருவன் கேலியாகக் கத்தினான்.

"அப்படித்தான் தோன்றுகிறது" என்றான் ஆண்ட்ரேஸும் பதிலுக்கு.

"ஏதோ திமிராகப் பேசுகிறான் போலிருக்கிறதே" என்ற குரலை யடுத்துத் துப்பாக்கிக் கொக்கி இழுக்கப்படும் ஒலி அவன் காதில் விழுந்தது. உடனே, "நான் ஒன்றும் சொல்லவில்லை, எதுவுமே சொல்லவில்லை. இந்தப் பாழாய்ப்போன வேலியை நான் தாண்டும் வரையில் தயவு செய்து சுடாதீர்கள்" எனக் கூப்பாடு போட்டான்.

"ஏய், வேலியை வையாதே. திட்டினால் குண்டை வீசிவிடுவோம் வீசி."

"ஆகா, என்ன அழகான வேலி இது! கடவுள் கெட்டார் போங்கள்! இந்தக் கட்டழகியின் கிட்டே அவர் வரமுடியுமா? இதோ சடுதியில் உங்களிடம் வந்து சேர்ந்துவிடுகிறேன் தோழர்களே" எனத் திரும்பவும் ஆண்ட்ரேஸ் கத்தினான்.

"ஏன் தயக்கம்? குண்டை அவன்மேல் வீசுங்கள். அதுதான் இந்த விவகாரத்துக்குச் சரியான பரிகாரம்" என்று வற்புறுத்தினான், அந்த யோசனையை வெளியிட்டவன். எந்தக் கணத்திலும் அவனே அதை வீசியெறிந்துவிடக்கூடும் என்பதை ஆண்ட்ரேஸ் நன்கறிந்திருந்தான். எனவே பயந்து வியர்வையால் தெப்பமாக நனைந்திருந்த அவன், "வேண்டாம் தோழர்களே. நான் அற்பப் பதர்தான்" என்றான்.

"நீ சொல்வது சரிதான், நம்புகிறேன்" என்றான் குண்டுக்காரன்.

"சரியாகச் சொன்னீர்கள் நீங்களும்" ஆண்ட்ரேஸும் விடாமல் விடையிறுத்தான். "நான் சாதாரணமானவன்தான்; எந்தவித முக்கியத்துவமும் எனக்கும் கிடையாது. ஆனால் நான் வந்திருப்பது

பெரிய காரியத்தையொட்டி. அது மிகமிக முக்கியமானது" என்றபடி சுவருக்கு அதிசமீபத்தில் இருந்த மூன்றாவது படலினுள் அவன் புகுந்து கொண்டிருந்தான்.

"சுதந்திரத்தைவிடப் பெரியது எதுவுமில்லை. அப்படி ஏதாவது இருக்கிறது என்று நீ நினைக்கிறாயா என்ன?" சவால்விடும் தோரணையில் 'குண்டபிமானி' கேட்டான்.

"இல்லை ஐயா, இல்லவேயில்லை. சுதந்திரம் வெல்லட்டும், வாழட்டும்!" என்று ஆறுதலடைந்தவனாய் ஆண்ட்ரேஸ் கூவினான். கறுப்பும் சிவப்பும் கலந்த கழுத்துக்குட்டை அணியும் அரைப்பைத்தி யங்களே அவர்கள் என்பதை அவன் அறிந்துகொண்டுவிட்டான்.

"வெல்லட்டும் கூட்டணி, வாழட்டும் சுதந்திரம்!" என்று சுற்றுச் சுவர்மீது இருந்தவர்கள் அவனை நோக்கிப் பதில் கூப்பாடு போட்டார்கள்.

"வாழட்டும் குடியரசு! நீடூழி வாழ்வோம் நாம்!" என்றான் ஆண்ட்ரேஸ்.

"அடடா, நம் கூட்டாளி போலல்லவா இருக்கிறது? நல்லவேளை, குண்டுவீசி இவனைக் கொல்லாமல் இருந்தேனே!' தன் கையில் குண்டைவைத்துப் பார்த்துக் கொண்டிருந்தவனின் நெஞ்சம், சுவர்மீது ஏறிய ஆண்ட்ரேஸைக் கண்டதும் நெகிழ்ந்துவிட்டது. ஆண்ட்ரேஸை அவன் அப்படியே கட்டிக்கொண்டு இரு கன்னங்களிலும் முத்தமிட்டான். ஒரு கையில் அவன் இன்னமும் வைத்திருந்த குண்டு அப்போது ஆண்ட்ரேஸின் தோள்பட்டையைத் தொட்டு உறவாடியது."

"உமக்கு ஏதும் அசம்பாவிதம் நேராததில் எனக்குத் திருப்தி தோழரே, பரமானந்தம்" என்றான் அவன்.

"உங்கள் தலைமையதிகாரி எங்கே?" என அவனை ஆண்ட்ரேஸ் வினவினான்.

"இதோ நான்தான் இங்கே தலைமை தாங்குபவன். உம் அடையாள அத்தாட்சிகளைக் கொடும் பார்க்கிறேன்" என்று கூறிப் பெற்றுக்கொண்ட ஒருவன், அவற்றைக் குழியறையொன்றினுள் எடுத்துச் சென்று மெழுகுவர்த்தி வெளிச்சத்தில் பார்வையிட்டான். சிறிய சதுர அளவிலான குடியரசின் பட்டுக்கொடி அவற்றிடையே இருந்தது. மடித்து வைக்கப்பட்டிருந்த அதன் மத்தியில் முத்திரையும் பொறிக்கப்பட்டிருந்தது. ஆண்ட்ரேஸின் பெயர், வயது, ஊர், பிறப் பிடம், அவன் செல்லும் காரியத்தின் நோக்கம் ஆகியவற்றையெல்லாம் தன் குறிப்புத் புத்தகத் தாளொன்றில் குறித்து ஜார்டன் கொடுத்திருந்த பத்திரப் பயண அத்தாட்சிமீதும் அதே முத்திரை குத்தப்பட்டிருந்தது. கோல்ஸிடம் கொடுப்பதற்காக நான்கு தாள்களில் எழுதி மடித்து

நூலொன்றினால் கட்டி அரக்கு முத்திரை வைத்து அவன் தந்திருந்த கடிதத்தின்மீதும் அதே குறிதான். ஆனால் முந்தியது ரப்பர் முத்திரை; இதுவோ, அதன் மீதிருந்த மரப்பிடியின் மறு நுனியில் இருந்த உலோக முத்திரையால் உருப்பெற்றதாகும்.

"இதை நான் முன்பே பார்த்திருக்கிறேன்" என்று கூறிப் பட்டுத் துண்டை சாவடித் தலைவன் ஆண்ட்ரேஸிடம் திருப்பிக் கொடுத் தான். "இது உங்கள் எல்லாரிடமுமே உண்டு. ஆகவே அத்தாட்சியாகக் கொள்ள முடியாது, இதுமட்டும் இல்லாவிட்டால்" என்று கூறியபடி பத்திரப் பயணச்சீட்டை எடுத்து மறுபடியும் படித்துப் பார்த்தான். பிறகு, "நீர் பிறந்தது எங்கே?" என வினவினான்.

"வில்லாகோனிஜோஸ் என்ற கிராமத்தில்" என்று ஆண்ட்ரேஸ் விடையளித்தான்.

"அங்கே என்ன பயிர் செய்கிறார்கள்?"

"முலாம்பழங்களைத்தான். அவை உலகப் பிரசித்தம் அல்லவா!"

"அங்கே உமக்கு யாரைத் தெரியும்?"

"ஏன், நீங்களும் அவ்வூரைச் சேர்ந்தவரா?"

"இல்லையில்லை, நான் அங்கே போயிருக்கிறேன்; அவ்வளவு தான். நான் அராஞ்ஜுவெஸைச் சேர்ந்தவன்" என்றான் சாவடித் தலைவன்.

"வில்லாகோனிஜோஸில் யாரைப்பற்றி வேண்டுமானாலும் கேளுங்கள் என்னால் சொல்ல முடியும்."

"ஜோஸ் ரின்கான் என்பவர் யார்? எப்படிப்பட்டவர்?"

"மதுக்கடை வைத்திருக்கிறாரே, அவரைத்தானே சொல் கிறீர்கள்?"

"ஆமாம்."

"தலையை மழுங்கச் சிரைத்திருப்பவர் அவர். தொப்பை விழுந்தவர். ஒரு கண்ணில் பட்டை மாட்டியிருப்பார்."

"அப்படியானால் இந்த அத்தாட்சிப் பத்திரம் செல்லத்தக்கது தான்" என்று சொல்லி அதை ஆண்ட்ரேஸிடம் திருப்பித் தந்த தலைவன் "வில்லாகோனிஜோஸைச் சேர்ந்த நீர் எதிரிப் பகுதியினுள் போய்ச் சேர்ந்தது எப்படி, எதற்காக?" என்று கேட்டான்.

"இயக்கம் துவங்குமுன் வில்லாசாஸ்டினுக்கு என் அப்பா போக நேர்ந்தது. அப்புறம் நாங்கள் மலைகளுக்கு அப்பால் சமவெளியில் இருக்கும் அங்கேயே நிலைத்துவிட்டோம். போராட்டம் எதிர்பாராத வகையில் ஆரம்பிக்கவும் அகப்பட்டுக்கொண்டோம். ஆரம்பத்திலிருந்தே பாப்லோ கோஷ்டியுடன் சேர்ந்து போராடி

வருகிறேன். அது இருக்கட்டும், இந்தக் கடிதத்தை நான் சடுதியில் சேர்த்தாகவேண்டுமே ஐயா!"

ஆனால் அந்தச் சாவடித் தலைவனுக்கு அப்படியொன்றும் அவசியமில்லை. "ஃபாஸிஸ்ட் பகுதியில் நிலவரம் எப்படி இருக்கிறது?" என நிதானமாகக் கேட்டான்.

"இன்று ஏராளமான ரத்தம் சிந்தினோம்" என்று பெருமை மிதப்புடன் ஆண்ட்ரேஸ் பதிலளித்தான்.

"இன்று பூராவும் சாலையில் ஏகப்பட்ட போக்குவரத்து; ஒரே புழுதிமயம் தான். ஸோர்டோவின் கோஷ்டியை எதிரிகள் இன்று அழித்தொழித்து விட்டார்கள்" என்றான் தொடர்ந்து.

"ஸோர்டோவா? யார் அது?"

"அந்த மலைப்பகுதியில் சிறந்ததொரு கோஷ்டியின் தலைவன் அவன்."

"நீங்களெல்லாம் குடியரசுக்கு வந்து ராணுவத்தில் சேர்ந்து விடுவதுதான் சரியானது. இந்த உருப்படாத கொரில்லா மடத்தனம், ஆனாலும் அளவு கடந்து போய் விட்டது. நீங்கள் எல்லோருமே வந்து நம் விடுதலைப் பட்டாளத்தின் கட்டுப்பாட்டுக்கு உட்பட்டு விடுவதே உத்தமம். அப்புறம் தேவைப்படும்போது கொரில்லா கோஷ்டிகளை எங்கள் இஷ்டப்படி அனுப்பலாம்."

"அளவிடற்கரிய பொறுமை படைத்தவன் ஆண்ட்ரேஸ். கம்பி கொடுத்த வம்பை அமரிக்கையுடனேயே அவன் ஏற்றான். விசாரணை யின்போதும் அவன் நிதானம் இழந்துவிடவில்லை. தங்களைப் பற்றியோ, தாங்கள் செய்துவந்த சேவை குறித்தோ அந்தத் தலைவனுக்கு ஏதும் தெரியாமல் இருந்ததை அவன் இயல்பாகவே எடுத்துக்கொண்டான். முட்டாள்தனமான முறையில் அவன் பேசியதையும்கூட ஓரளவுக்கு எதிர்பார்த்திருந்தான். அந்த மடத்தனம் நாளாவட்டத்தில் சிறுகச் சிறுக நீங்கிவிடும் என்பதும் அவன் நம்பிக்கை. ஆகவே அதைப்பற்றி அப்போது அனாவசியமாக வாதம் செய்து அவகாசத்தை வீணடிக்க அவன் விரும்பவில்லை. உடனடி யாக அங்கிருந்து கிளம்பிவிடவே துடித்தான். எனவே, "நீங்கள் சொல்வது சரியாகவே இருக்கலாம் தோழரே. ஆனால் நான் இப்போது அவசரமாகப் போயாகவேண்டும். இந்த மலைப் பகுதியில் 35ஆவது பட்டாளம் நாளைக் காலையில் தாக்கவிருக்கிறது. அதற்கு முன் அந்தப் பட்டாளத்தின் தலைவரிடம் இந்தக் கடிதத்தை நான் கொடுத்தாக வேண்டும். இப்போதே பாதி ராத்திரியாகிவிட்டது. உடனே போக உதவுங்கள்" என்றான்.

"தாக்குதலா? – அதைப் பற்றி உமக்கு என்ன தெரியும்?"

“ஒன்றும் தெரியாது. மெய்யாக ஏதுமே தெரியாதுதான். இருந்தாலும் நான் உடனடியாக நவாஸெராடாவுக்குப் போக வேண்டும். அங்கிருந்து படைத் தலைமையகத்துக்குப் போய்க் கொள்கிறேன். அதற்கு வண்டி வசதி செய்துதர உங்கள் தளபதியிடம் என்னை அனுப்புங்கள். அனாவசியத் தாமதத்தைத் தவிர்ப்பதற்காக உங்கள் ஆள் ஒருவனைக் கொண்டு என்னை அவரிடம் அழைத்துப் போகச் செய்யுங்கள்.”

“உம் பேச்சில் எனக்கு அடியோடு நம்பிக்கை விழமாட்டேன் என்கிறதே. நீர் கம்பிக்கு அருகே வந்தபோதே உம்மைச் சுட்டுக் கொன்றிருப்பதுதான் ஒரு வேளை உசிதமாக இருந்திருக்குமோ என்னவோ.”

“நீங்கள்தான் என் அத்தாட்சிகளையெல்லாம் பார்த்தீர்களே தோழரே? என் தூது நோக்கத்தையும்தான் உங்களுக்கு விரிவாக விளக்கிச் சொன்னேனே?” என்று மிக்க பொறுமையுடனேயே ஆண்ட்ரேஸ் பேசினான்.

“அவை வெறும் காகிதங்கள் தானே? சுலபமாகப் போலி அத்தாட்சிகளைத் தயாரித்துவிடலாம். நீர் என்னவோ தூது என்றீரே, அதையும் எந்த ஃபாஸிஸ்டாலும் எளிதாக இட்டுக் கட்டிவிட முடியும். ஆகவே நானே உம்முடன் தளபதியிடம் வருகிறேன் வாரும்.”

“அதுவே நல்லது. நீங்கள் வருவதுதான் சிறந்தது. ஆனால் ஒரேஒரு வேண்டுகோள்; சீக்கிரமாகப் போவோம் வாருங்கள்.”

“ஏய், ஸாஞ்செஸ். நான் திரும்பி வரும் வரையில் நீ தலைமை தாங்கு; என் அலுவல்களெல்லாம்தான் உனக்கு நன்றாகத் தெரியுமே. நான் இந்தத் தோழர் எனப்படுபவரைத் தளபதியிடம் அழைத்துப் போகிறேன்” என்றான் தலைவன்.

குன்று உச்சிக்குப் பின்னால் ஆழமற்ற வகையில் அமைந்திருந்த குழிப்பாதை வழியாக அவ்விருவரும் இறங்கிச் செல்லலாயினர். அந்தச் சரிவெங்கிலும் இருந்த செடிகளிடையே அந்தக் காவலாளிகள் செய்திருந்த அசிங்கத்தின் நாற்றம் ஆண்ட்ரேஸின் மூக்கைத் துளைத்தது. அவர்களை அவனுக்கு அறவே பிடிக்கவில்லை. அழுக்கும் அசிங்கமும் பிடித்தவர்கள், அறியாமையும் மூடத்தனமும் மிகுந்தவர்கள், கட்டுப்பாட்டைக் கட்டோடு விட்டவர்கள் என்பதே அவர்களைப்பற்றி அவனது எண்ணம். ஆயினும் அவர்கள் அன்பும் பரிவும் உடையவர்கள் என்பதை அவன் அறிந்திருந்தான். ஆனால் ஆயுதபாணிகளாகையால் அவர்கள் ஆபத்தானவர்களே; கூடாத பொருளைக் கையில் வைத்திருக்கும் குழந்தையிடம் போலவே அவர்களிடம் நடந்துகொள்ள வேண்டும் என்பதும் அவனுக்குத்

தெரிந்திருந்தது. குடியரசை ஆதரிப்பதன்றி அவனுக்கு வேறு அரசியல் ஏதும் தெரியவும் தெரியாது. அவர்கள் அது குறித்துப் பேசியதை அவன் அநேக முறை கேட்டிருந்தது மெய்தான். ஆனால் அந்தப் பேச்செல்லாம் நேர்த்தியாக இருந்ததாக அவன் நினைத்தானே தவிர அவர்களை என்னமோ அவனுக்குப் பிடிக்கவில்லை. தான் கழிக்கும் நாற்றமுள்ள மலத்தை மூடாமலே விடுவதுதானா ஒருவன் சுதந்திரத்தை அனுபவிக்கும் லட்சணம் என்று தன்னைத் தானே அவன் கேட்டுக்கொண்டான். 'அப்படிப் பார்த்தால் பூனையைவிட அதிகச் சுதந்திரம் உடைய பிராணி வேறில்லை; ஆனால் அதுகூடத் தன் மலத்தை மூடிவிடுகிறதே! ஆகவே, அதுதான் சிறந்த சுதந்திர வாதி. அந்தப் பூனையிடமிருந்து அதைக் கற்றுக் கொள்ளும் வரையில் இவர்களை என்னால் மதிக்க முடியாது' என முடிவு கட்டினான். அப்போது அவனுக்கு முன்னால் போய்க்கொண்டிருந்த அதிகாரி திடுமென நின்று, "நீர் உம் துப்பாக்கியை இன்னமும் வைத்திருக்கிறீரா என்ன?" என வினவினான்.

"இதோ இருக்கிறது. ஏன் இதை வைத்துக் கொள்ளக்கூடாதா?"

"என்னிடம் கொடுத்துவிடும். அதனால் என் முதுகில் நீர் சுட்டுவிடலாம் இல்லையா?"

"ஏன்? நான் எதற்காக உங்களைச் சுடப்போகிறேன்?"

"அதையெல்லாம் யார் கண்டது? நான் யாரையும் நம்புவதில்லை. கொடுத்துவிடும்" என அதிகாரி விடாமல் வற்புறுத்தவே துப்பாக்கியைத் தோளிலிருந்து கழற்றிக் கொடுத்து, "உமக்கு அப்படி இஷ்டமென்றால் நீரே எடுத்து வாரும்" என்றான்.

"இதுதான் நல்லது, நமக்குப் பத்திரமான ஏற்பாடு" என அதிகாரி கூறவும் இருளில் தொடர்ந்து இறங்கினர்.

37

மேரியாவுடன் படுத்திருந்த ஜார்டன், கால ஓட்டத்தைக் கணிக்கக் கைக்கடிகாரத்தைப் பார்த்தபடியே இருந்தான். மிகச் சிறிய கடிகாரம் அது; ஆகவே, அது ஓடியதே அவனுக்குத் தெரியவில்லை. மேலும் அதன் வினாடி முள்ளை அவனால் காணக்கூடவில்லை; எனவே, அது மிக மெதுவாக ஓடுவதாகவே அவனுக்குத் தோன்றியது. நிமிஷ முள்ளையே அவன் நோக்கிக்கொண்டிருந்தான். அப்படி உற்றுப் பார்ப்பதன் மூலம் அதன் இயக்கத்தைத் தன்னால் தடுத்துவிட முடியும் என்று அவனுக்குப் பிரமை தட்டியது. அப்போது மேரியாவின் தலைமீது தன் முகத்தை அவன் பதித்திருந்தான். ஆதலால், கடிகாரத்தைப் பார்க்கத் தலையைத் திருப்பியபோது

அவளது குறைமுடி அவன் கன்னத்தை உரசியது. பொறியில் சிக்கிய குழிமுயலை எடுத்துப் பிடித்துத் தடவிச் சரிப்படுத்தும்போது அதன் உரோமம் சிலிர்த்தெழும்; அதே உயிர்க்களை மென்மையும் பட்டுப் போன்ற வழுவழுப்பும் அவள் கூந்தலில் கூறியிருந்ததை அவன் கண்டான். அது தன் கன்னத்தில் உராய்ந்த போதெல்லாம் தன் தொண்டை புடைத்துக் கொண்டதை அவன் உணர்ந்தான். இரு கைகளாலும் அவளைப் பிடித்திருந்தபடியால் கடிகாரத்தைக் கிட்டத்தில் நோக்குவதற்காகப் பிடியை இறுக்கியபோது அந்தத் தொண்டையில் துவங்கி உடல் நெடுகிலும் வெறுமைமிகு வேதனை யொன்று ஓடியது போலிருந்தது. எனினும் தலையைத் தாழ்த்திக் கண்களைக் கடிகாரத்தின் அருகில் வைத்துப் பார்த்தான். அதன் வட்டத்தின் இடதுபுறத்தில் ஈட்டி போன்ற கூரிய நுனியை உடைய முள் மெள்ள மேலேறியது. முன்னைவிடத் தெளிவாக அதனை அவனால் பார்க்க முடிந்தது. அதை மேலும் மெதுப்படுத்துவ தற்கேபோல மேரியாவை முன்னிலும் இறுகக் கட்டிக்கொண்டான். அவளை எழுப்ப அவன் விரும்பவில்லை. அதேபோது அவளை அந்தக் கடைசி நேரத்தில் வாளாவிடவும் அவனுக்கு மனமில்லை. எனவே, அவளது காதுக்குப் பின் தன் உதடுகளை வைத்து அவற்றை மெதுவாக நகர்த்தலானான்.

அவ்விதம் செய்தபோது அவளது மென்மேனியும், கழுத்து ரோமத்தின் மென்மையான ஸ்பரிசமும் அவனைப் புல்லரிக்க வைத்தன. கடிகார முள் ஊர்வதை நோக்கியவாறே அவளை இன்னும் கெட்டியாகப் பிடித்துக் கொண்டதோடு தன் நாக்கு நுனியையும் அவளது கன்னத்தில் ஓடவிட்டான். பிறகு காதுமடல் வழியாகக் கொண்டுபோய் அழகிய மடிப்புகளைக் கடந்து, இனிமை யும் உறுதியும் வாய்க்கப் பெற்ற விளிம்பை எட்டியதும் அவனது நாக்கு நடுங்கலாயிற்று. அந்தத் துடிப்பு தன் தேகம் முழுவதிலும் பரவிப் பாய்ந்து, முன்னரே அதில் கண்டிருந்த வேதனையுடன் கலந்ததை உணர்ந்தான். அந்நேரம் கடிகாரத்தின் தலைப்பகுதியில் இருந்த மணி எண்ணை முள் அண்டி வந்ததைக் கண்டான். இன்னமும் உறக்கம் கலையாதிருந்த அவளது தலையைத் திருப்பி உதடுகளில் முத்தம் பதித்தான். துயிலால் இறுகியிருந்த அவளது வாயை அவனுடைய உதடுகள் லேசாகத் தொட்டபடி சற்று நேரம் அப்படியே இருந்தன. பின் அவற்றை அதன் மீது மெள்ள இழுத்தான். அவள் புறம் முற்றிலும் திரும்பி இன்பமும் துய்க்கலானான். இறகென லேசாக நீண்டு கிடந்த அவளது அழகிய உடலெங்கிலும் சிலிர்ப் பொன்று படர்ந்ததை உணர்ந்தான். தூங்கியபடியே நெடுமூச்சு விட்ட அவள், அந்நிலையிலேயே அவனை ஆரத் தழுவிக்கொண்டாள். பின்னரே விழிப்பு வந்தது அவளுக்கு. உதடுகளை இறுக்கி அழுத்தி அவன் முத்தத்துக்கு ஈடு கொடுத்தாள்.

"வலிக்கவில்லையா?" என அவன் வினவினான்.

"இல்லை, இல்லவேயில்லை" என்று அவள் விடையிறுத்தாள்.

"செல்ல முயல்குட்டி!"

"வேண்டாம், பேசாதீர்கள்!"

"என் முயல்குட்டியே!"

"ஊஹூம், பேசவே பேசாதீர்கள்."

"அதன்பின் அவ்விருவரும் அப்படியே கெட்டியாகக் கட்டிப் பிடித்தபடியே படுத்துக் கிடந்தனர். காணாமலே கடிகாரம் ஓடிய அந்நேரத்தில் தம்மிருவரில் எவருக்கும் எதுவும் என்னாளும் தனித்து நிகழ முடியாது. அப்போது அனுபவித்ததைவிட அதிக ஆனந்தம் அளிக்கக் கூடியது ஏதும் தங்களுக்கு நேரவியலாது என்பதை அவர்கள் அறிந்துகொண்டனர். அந்த அனுபவமே அனைத்துமானது, அமரத்துவமும் உடையது என்று தேர்ந்தனர். முன்னர் தாங்கள் துய்த்த பேரின்பம் போலவே இதையும் இனி எப்போதும் அப்படியே இருக்குமென்றும் இருவரும் தேர்ந்தனர். கிடைக்காது என்று இருந்த கலவி அப்போது அவர்களுக்குக் கிடைத்திருந்தது. இப்போது துய்த்த இன்பம் முன்பே அவர்களுக்குக் கிடைத்ததுதான்; எப்போதும் கிடைத்து வந்திருந்ததுதான். 'ஆனாலும் இப்போது, இந்தக் கணம், இப்படி... ஆகா, இக்கணத்துக்கு இணையானது எதுவுமேயில்லை. உன்னையன்றி இவ்வினாடியில் ஏதுமே கிடையாது. நீயே இப் பொழுது ஆவாய்; இக்கணமே உன் வருங்காலத்தை வகுப்பது. ஆகவே அமரத்துவம் உடையது இந்நேரம். வா, கூடி மகிழ்வோம் இப்பொழுதே; இப்பொழுதன்றி அதற்கு வேறு பொழுது ஏது? ஆம், இப்பொழுதேதான், இக்கணமேதான். இதுவன்றி வேறேதும் வேண்டாம் இப்போது. உடனே வா... எங்கே இருக்கிறாய் நீ? நான் எங்குள்ளேன்? எங்கு சென்றுவிட்டன ஏனைய எல்லாமே...? எங்கே, ஏன், எப்படி என்ற கேள்விகளுக்கெல்லாம் என்றுமே இடமில்லை. இதுதான் இப்போது; என்றுமே இது ஒன்று தான்; இந்தக்கணம் எந்த நாளுமே அழியாதிருக்கட்டும். ஈருடல் ஓருயிர் ஆகிவிட்டோம் இப்போது; ஒன்றன்றி வேறில்லை நாங்கள். புறப்பட்டு விட்டோம் இன்பப் பயணம். இதோ மேலேறுகிறோம்; மிதக்கிறோம் இப்போது. திரும்புகிறோம், பறக்கிறோம் எங்கெங்கோ. நெடுவழி செல்கிறோம்; கூடு பிரியவில்லை. இப்போதும் ஒன்றே, இன்னமும் ஒன்றே, ஒன்றே யொன்றே. இறங்குகிறோம் மென்மையாக. ஆசையும் அன்பும் அலைமோதுகின்றன. ஆனந்தம் அள்ளுகிறது. நினைவில் நீக்கயியலாமல் நிலைக்கிறது. இதோ இந்த மண்ணுலகுக்குத் திரும்பி விட்டோம். படுத்ததால் படிந்த பைன்மரக் கிளைகளில் முழங்கைகள் பதிந்திருக்கின்றன. பைன் மணக்கிறது, இரவின் இருள் இதோ

தெரிகிறது. தரைக்கு இப்போது திட்டமாகத் திரும்பிவிட்டோம். விரைவில் விடியற்காலை வரவிருக்கிறது' இப்படி மனத்துள்ளேயே மொழிந்துகொண்டிருந்த ஜார்டன் அதன் பிறகே முதல்முறையாக வாய்திறந்து "ஓ மேரியா, உன்னை நான் காதலிக்கிறேன்! இந்த இன்பம் அளித்ததற்காக நன்றி கூறுகிறேன்" என்றான்.

"வேண்டாம், பேசாதீர்கள்; பேசாமலிருப்பதே நல்லது" என்றாள் மேரியா.

"இல்லை, சொல்லித்தான் ஆகவேண்டும், அப்படிப்பட்ட பெரும் பேறு அது."

"இல்லை, அப்படியொன்றுமில்லை."

"முயல்குட்டி" என அவன் மெல்ல அழைத்தான். ஆனால் அவளோ பதில் பேசாமல் முகத்தைத் திருப்பிக் கொண்டாள். எனவே. "வலிக்கிறதா, முயல்குட்டி?" என்று வினவினான்.

"இல்லையில்லை. என் நெஞ்சம் நன்றியால் நிறைந்திருப்ப தாலேயே நா எழவில்லை. அன்று கண்டோமே அந்த சொர்க்கபூமிக்கு அல்லவா என்னை மறுபடியும் இட்டுச் சென்றீர்கள்!"

அதன் பின் அவ்விருவரும் ஆடாமல் அசையாமல் அப்படியே கிடந்தனர், அடுத்தடுத்து; தோளில் தொடங்கி, இடுப்பு, தொடையைக் கடந்து கணுக்கால் வரையிலும் இருவர் உடல்களும் ஒட்டியுறவாடின. மீண்டும் ஜார்டனின் கண்ணுக்குப் புலனாகக்கூடிய இடத்துக்குக் கடிகாரம் வந்துவிட்டது.

"நமக்குப் பேரதிருஷ்டம் வாய்த்திருக்கிறது" என்றாள் மேரியா.

"ஆமாம், நாம் கொடுத்து வைத்தவர்கள்தான், பேரதிருஷ்ட சாலிகள்தான்."

"இனித் தூங்க அவகாசம் இல்லையல்லவா?"

"இல்லை, விரைவிலேயே வேலை துவங்கிவிடும்."

"எழுந்துதான் ஆகவேண்டுமென்றால் வாருங்கள், போய் ஏதா வது சாப்பிடுவோம்."

"அப்படியே செய்வோம்."

"உங்களைத்தானே? எதைப்பற்றியும் உங்களுக்குக் கவலை இல்லையே?"

"இல்லை."

"நிஜமாகவா?"

"இல்லவேயில்லை, இப்போது எக்கவலையும் இல்லை."

"அப்படியானால் முன்பு கவலை இருந்ததா?"

“இருந்தது, கொஞ்ச நேரத்துக்கு.”

“என் உதவியால் தணியக்கூடியதா அது?”

“இல்லை, நீ ஏற்கெனவேயே நிறைய உதவி செய்து விட்டாய்.”

“அதையா சொல்கிறீர்கள்? அது எனக்கல்லவோ இன்பம் தந்தது!”

“இல்லை, நாம் இரண்டு பேருமேதான் இன்பம் கண்டோம். அந்தச் சொர்க்கபூமியில் எவரும் தனித்திருக்க முடியாது. வா, முயல்குட்டி, உடுத்துக் கொண்டு புறப்படுவோம்.”

ஆனால் அவன் வாய்தான் அப்படிக் கூறிற்றே தவிர அவன் மனமோ சொர்க்கலோகம் என்பதைக் குறிக்க அவள் சொன்ன ‘புகழ் பூமி’ என்ற பதத்தையே அசை போடலாயிற்று. ‘அதற்கும் புகழுக்கும் சம்பந்தம் ஏதுமே கிடையாது; ஃபிரெஞ்சுக்காரர்கள் கூறும் புகழ் பூமியும் அல்ல. காண்டிஹோண்டோ, ஸேயிடாஸ், கிரீகோ, ஸான்ஜுவான் டிலாகிரஸ் ஆகியோரெல்லாம் குறிப்பிட்டிருப்பதே அது. அவர்களைப் போல ஆன்மீக ஈடுபாடு எதுவும் எனக்குக் கிடையாதுதான். எனினும் அதன் பொருட்டு அது இல்லை என்று சொல்வது, டெலிபோன் என்று ஏதுமில்லை, சூரியனைப் பூமி சுற்றவில்லை என்றெல்லாம் கூறுவது எப்படியோ அப்படி முட்டாள்தனமேயாகும். நாம் கற்றது கைம்மண் அளவுதான்; கல்லாததோ உலகளவு. இன்றே இறந்து விடுவதற்குப் பதில் இன்னும் நெடுங்காலம் வாழமாட்டோமா என்றே இருக்கிறது எனக்கு. ஏனெனில் இந்த நான்கு நாட்களில் வாழ்க்கையைப் பற்றி எத்தனையோ விஷயங்களை நான் தெரிந்து கொண்டிருக்கிறேன்; முன்னெப்பொழுதும் அறிந்தது அனைத்தையும்விட அதிகமாக அறிந்துகொண்டுவிட்டேன். வயதேறி மூப்படைந்து மெய்யான அனுபவ அறிவு உடையவனாக ஆகவேண்டும் என்பதே என் அவா. நாம் தொடர்ந்து அறிந்து வருவோமா, இல்லை ஓரளவுக்குமேல் எவனாலும் கிரகிக்க முடியாது போய்விடுமோ? எனக்கு ஏதுமே தெரியாத எத்தனை விஷயங்கள் பற்றித்தான் எல்லாமே அறிந்திருந்ததாக எண்ணி வந்துள்ளேன் நான்! அடடா, இன்னும் அதிக அவகாசம் கிடைக்க எனக்கு அதிருஷ்டம் இல்லாமற்போய் விட்டதே!’ இவ்வளவையும் ஆங்கிலத்திலேயே அவன் சிந்தித்தானாகையால் தன்னையறியாமலே, “நீ எனக்குப் பல விஷயங்களைக் கற்றுக்கொடுத்துவிட்டாய், செல்லக் குட்டி” என்று வாய்விட்டும் அதே மொழியில் கூறினான்.

“என்ன சொன்னீர்கள்?” என்று புரியாமல் மேரியா வினவினாள்.

“உன்னிடம் நான் நிறையக் கற்றுக்கொண்டிருக்கிறேன் என்றேன்.”

“அழகுதான் போங்கள்! நீங்களல்லவா நிறையக் கற்றறிந்தவர்!”

நற்றிணை பதிப்பகம் ✸ 523

கற்றறிந்தவர் என்ற சொல் அவன் எண்ணக் குளத்தை மீண்டும் கலக்கியது: 'கல்வியின் அடியைத் தொட்டவனே நான். ஆரம்பக்கல்வி தான் நான் படித்திருப்பதெல்லாம் என்று கூறவேண்டும். ஆனாலும் இன்று நான் இறந்தேனானால் அது வெறும் விரயம் என்றுதான் கூறுவேன். ஏனெனில், இப்போது நான் சில விஷயங்களைத் தெரிந்து கொண்டிருக்கிறேன்... அவகாசம் குறுகிவிட்டது காரணமாக உன் மதி கூர்மையானதனால்தான் உன்னால் இப்போது அந்த விஷயங் களையெல்லாம் அறிய முடிந்திருக்கிறதோ ஒருவேளை? இல்லை, அவகாசக் குறைவு என்று எதுவுமே இருக்க முடியாது; இதை அறிந்துகொள்ளக்கூடவா உன்னிடம் பகுத்தறிவுக்குப் பஞ்சம்...? இந்த மலைப்பகுதியில் என்று அடிவைத்தேனோ, அன்றே என் வாழ்க்கை துவங்கியது. இங்கேயே என் வாழ்நாள் முழுவதையும் கழித்திருக்கிறேன். ஆன்ஸெல்மோதான் எனக்கு அனைவரிலும் மூத்த நண்பன். சார்லஸ், சப், கை, மைக் ஆகியோரையெல்லாம் எனக்கு நன்கு தெரியும். ஆயினும் அவர்கள் அனைவரையும்விட நான் அதிகமாக அறிந்திருப்பது ஆன்ஸெல்மோவைப் பற்றித்தான். அந்தத் திட்டுவாயன் அகஸ்டின் இருக்கிறானே, அவன்தான் என் சகோதரன். அவனுக்குமுன் எனக்குச் சகோதரன் எவனுமே கிடையாது. மேரியாவே என் மெய்யான காதலி; மனைவியுமாவாள். அவளுக்கு முன் எனக்கு அப்படியும் ஒருத்தி இல்லை. ஏன், அவள் என் மகளும் கூடத்தான்; எனக்குத்தான் என்னாளும் மகள் பிறக்கப் போவ தில்லையே. இப்படிப்பட்டவளை இழக்க எனக்கு மனம் வருமா?"

தன் ஜோடுகளைப் போட்டுக் கட்டிமுடிந்த அவன் "வாழ்க்கை எனக்குச் சுவாரஸ்யமாக இருக்கிறது இப்போது" என்று மேரியாவிடம் கூறினான். தன் கணுக்கால்களைக் கைகளினால் சேர்த்துக் கட்டிய வாறு படுக்கைச்சுருள்மீதே அவன் பக்கத்தில் அவள் அமர்ந்திருந் திருந்தாள். அப்போது குகைவாயிலை மூடியிருந்த மறைப்பை யாரோ சற்று விலக்கவும் இருவர் கண்ணிலும் விளக்கொளி தென் பட்டது. இன்னமும் இரவு விலகிவிடவில்லை; பைன் மரங்களினூடே ஆகாயத்தை அண்ணாந்து பார்த்தபோது விண்மீன்கள் அருகில் நெருங்கி வந்திருப்பதைக் கண்டதிலிருந்துதான் அதிகாலை அருகில் வந்துவிட்டது என்பதை அவன் ஊகித்தான். இந்த மாதத்தில் இந்த அறிகுறியை அடுத்து விடியற்காலை விரைவாக வந்துவிடும் என்பது அவனுக்குத் தெரியும்.

"ராபர்ட்டோ" என விளித்தாள் மேரியா.

"என்ன செல்லக்குட்டி?"

"இன்று நடக்கப்போகும் காரியத்தில் நாம் சேர்ந்திருப்போம், இல்லையா"

"ஆம். ஆரம்பித்தபிறகு."

"ஏன், ஆரம்பத்தில் முடியாதா?"

"முடியாது. அப்போது குதிரைகளுடனேயே நீ இருந்தாக வேண்டும்."

"உங்களுடன் இருக்க முடியாது என்றா சொல்கிறீர்கள்?"

"ஆமாம். நான் மட்டுமே செய்யக்கூடிய வேலையில் ஈடுபட்டிருப்பேன். அப்போது நீயும் உடனிருந்தால் உன்னைப்பற்றி வீணாகக் கவலைப்பட நேரும்."

"அது முடிந்ததும் வேகமாக வந்துவிடுவீர்கள் அல்லவா?"

"விரைந்தோடி வந்துவிடுவேன், கவலைப்படாதே" என்று கூறிச் சிரித்த அவன், "வா, செல்லக்குட்டி, போய்ச் சாப்பிடுவோம், வா" என அழைத்தான்.

"உங்கள் படுக்கைப் பை என்னாவது?"

"விரும்பினால் சுருட்டிக் கட்டேன்."

"விரும்பினால் என்ன, இதுவே என் ஆசை."

"நானும் அதில் உதவுகிறேன்."

"வேண்டாம். நானே தனியாகச் செய்ய விட்டு விடுங்கள்" என்று கூறி, படுக்கைச் சுருளைச் சுருட்டுவதற்காக மேரியா மண்டியிட்டாள். பின்னர் மனம் மாறியவளாக எழுந்து நின்று உதறியதும் அது மடித்துக் கொண்டது. அப்புறம் அதை நேராக்கிச் சுருட்டுவதற்காக மீண்டும் மண்டியிட்டாள். இதற்கிடையே ஓட்டைகள் வழியாக ஏதும் விழுந்துவிடாத வண்ணம் இரு மூட்டைகளையும் எடுத்து ஜாக்கிரதையாகப் பிடித்தபடி ஜார்டன் நடந்தான். பைன் மரங்களைக் கடந்து, புகை படிந்த திரை தொடங்கிய குகையின் வாயிலை அடைந்தான். அதை முழங்கையால் விலக்கிக் கொண்டு உள்ளே புகுந்தான். கைக்கடிகாரப்படி மூன்று மணி ஆவதற்குப் பத்து நிமிஷம் இருந்தது.

38

குகையினுள் மேரியா விசிறிய கணப்பின்முன் ஆடவர் அனைவரும் நின்றுகொண்டிருந்தனர். பிலார் காப்பி தயாரித்து வைத்திருந்தாள். ஜார்டனை எழுப்பியழைத்து வந்தபின் உறக்கமே கொள்ளாத அவள் அந்தப் புகையடர்ந்த குகையில் அப்போது ஒரு முக்காலியில் அமர்ந்து தைத்துக்கொண்டிருந்தாள். ஜார்டனின் மூட்டையொன்றில் கிழிந்திருந்த பகுதியே அவள் அப்படித் தைத்தது;

மற்றொரு மூட்டையில் இருந்த ஓட்டையை அவள் முன்பே தைத்து முடித்திருந்தாள். கணப்பின் சுடர்கள் தன் முகத்தில் ஒளி பாய்ச்ச அவ்வேலையில் ஆழ்ந்திருந்த அவள், "இன்னும் கொஞ்சம் இறைச்சியைத் தின்றுவை. உன் வயிறு வெடிக்குமளவு நிறைந்துவிட்டால் ஒன்றும் மோசமாகிவிடாது. கொம்பு மாட்டி அது கிழிந்தாலும்தான் சிகிச்சை செய்ய இங்கே வைத்தியர் கிடையாதே" என்று ஃபெர்னாண்டோவை நோக்கி இகழ்ச்சியாகச் சொன்னாள்.

"இப்படியெல்லாம் தாழ்த்திப் பேசாதே பெண் பிள்ளே, ஆனாலும் விஷநாக்கு வாய்த்திருக்கிறது உனக்கு; தட்டுவாணியிலும் கேடு கெட்டவள்கூட இப்படி எல்லாம் பேசமாட்டாள்" எனத் தானியங்கித் துப்பாக்கிமீது சாய்ந்தபடி அகஸ்டியன் கூறினான். தண்டையொட்டி அதன் கால்கள் மடித்து வைக்கப்பட்டிருந்தன. அவனுடைய ஜேபிகளில் கையெறி குண்டுகள் நிறைந்திருந்தன. தோள்கள் இரண்டிலும் தோட்டா மூட்டைகள் தொங்கின. சிகரெட் பிடித்தபடி ஒரு கையில் காப்பிக் கோப்பையை ஏந்தியிருந்தான் அவன். சிகரெட் புகையைக் காப்பிப் பரப்புமீது ஊதி ஊதிக் குடித்துக் கொண்டிருந்த அவனைப் பார்த்து, "இரும்புக்கடை போலல்லவா இருக்கிறாய் நீ! இவ்வளவையும் சுமந்துகொண்டு உன்னால் நூறு கஜம் கூட நடக்க முடியப்போவதில்லை பார்" என்று பரிகாசம் செய்தாள் பிலார்.

"சரிதான், சும்மாயிரு. இறங்கித்தானே போகப் போகிறோம்? கஷ்டமாக இருக்காது" என்றான் அகஸ்டின்.

"இறங்குவதற்கு முன்னால் காவலிடத்துக்கு ஏறியல்லவா போக வேண்டும்?" என்பதை ஃபெர்னாண்டோ எடுத்துக் காட்டினான்.

"செம்மறியாடுபோல என்னால் ஏறவும் முடியும்" என்ற அகஸ்டின், அடுத்து எலாடியோவின் பக்கம் திரும்பி, "உன் அண்ணன் என்னவானான்? தீர்ந்து விட்டதல்லவா அவன் கதை?" என்று சீண்டினான்.

"சட், வாயை மூடு!" என்று சீறினான், சுவரில் சாய்ந்து கொண்டிருந்த எலாடியோ. அவன் மிகுந்த கலக்கமடைந்திருந்ததை அனைவரும் நன்கறிந்தனர். எப்போதுமே அவன் இப்படித்தான்; எந்தச் செயலில் இறங்குமுன்பும் எல்லோர் பேரிலும் எரிந்து விழுவான். சுவரருகிலிருந்து மேஜைக்கு வந்த அவன், அதன் காலையொட்டித் திறந்தபடி சாய்த்து வைக்கப்பட்டிருந்த தோல்பையிலிருந்து கையெறி குண்டுகளை எடுத்துத் தன் ஜேபிகளை நிரப்பலானான். அந்தப் பைக்கு அருகில் குந்தியிருந்த ஜார்டனுடன் நான்கு குண்டுகளைப் பொறுக்கியெடுத்தான். அவற்றில் மூன்று முட்டை வடிவிலான மில்ஸ் ரகத்தைச் சேர்ந்தவை; கனமான இரும்பினால் ஆனவை.

இழுப்பு வளையத்துடன் கூடிய கொக்கியினால் அவற்றின் வில்கள் அழுத்தி இருத்தி வைக்கப்பட்டிருந்தன. "இவையெல்லாம் உங்களுக்கு எங்கிருந்து கிடைத்தன?" என எலாடியோவை அவன் வினவினான்.

"இவையா? குடியரசிலிருந்துதான். கிழவன்தான் கொண்டு வந்தான்."

"எப்படி வேலை செய்கின்றன இவை?"

"பிரமாதம்! ஒவ்வொன்றும் ஓராயிரம் பொன் பெறும்."

"நான்தான் எடுத்து வந்தேன். ஒரே மூட்டையில் அறுபது இருந்தன. மொத்தம் தொண்ணூறு பவுண்டு எடை இருந்தது இங்கிலீஷ்காரரே" என்று ஆன்ஸெல்மோ கூறினான்.

"நீங்கள் இந்தக் குண்டுகளை உபயோகித்துப் பார்த்திருக் கிறீர்களா?" எனப் பிலாரை ஜார்டன் கேட்டான்.

"நன்றாகக் கேட்டீர் போம்! ஒடேரோ சாவடியில் இருந்தவர் களையெல்லாம் இந்தக் குண்டுகளால்தானே பாப்லோ ஒழித்தான்."

பாப்லோவின் பெயர் பிரஸ்தாபிக்கப்பட்டதும் அகஸ்டின் அவனைத் திட்டத் தொடங்கிவிட்டான். இதைக்கேட்டு பிலாரின் முகம் போன போக்கைக் கணப்பொளியில் ஜார்டனால் நன்கு காண முடிந்தது. "ஏய், நிறுத்தமாட்டாய் நீ? இந்த மாதிரித் திட்டிப் பேசுவதால் காரியம்தான் கெட்டுப்போகும்" என அகஸ்டினை அவள் கடிந்ததையடுத்து, "இவை தவறாமல் வெடித்து வந்திருக் கின்றனவா?" என்று ஜார்டன் கேட்டான்; அந்தச் சாம்பல்நிறக் குண்டுகளிலொன்றைக் கையில் வைத்துக்கொண்டு, கட்டைவிரல் நகத்தினால் அதன் கொக்கி வளையை அவன் நிமிண்டிக் கொண்டிருந்தான்.

"எப்போதுமே எல்லாமே வெடித்திருக்கின்றன. ஒன்றுகூடச் சோடை போனது கிடையாது" என்று எலாடியோ பதிலளித்தான்.

"எவ்வளவு சீக்கிரம் வெடிக்கும்?"

"தூரத்தில் வீசியெறியலாம். சடுதியில் வெடித்து விடும். தேவை யான அளவு துரிதமாகவே வெடிக்கும்."

"இவை எப்படி?" என்று வினவியவனாய், டப்பா போலிருந்த குண்டை ஜார்டன் தூக்கிக் காட்டினான்; அதில் கம்பிச் சுருக்கைச் சுற்றி நாடாவொன்று கட்டப்பட்டிருந்தது.

"வெறும் குப்பைதான் இந்தக் குண்டுகள். வெடிப்பது வாஸ்தவமே. ஆனால் பளீரெனப் பிரகாசிப்பதோடு சரி. சிதறித் தகர்ப்பதில்லை" என்று எலாடியோவே பதில் சொன்னான்.

"இருந்தாலும் எப்போதும் இவை வெடிக்கின்றன அல்லவா?"

“இதென்ன பல்லவி? இங்கே எல்லாம் எப்போதுமே வெடிப்பது என்பது கிடையாது. நம் வெடிகள் மட்டுமில்லை, எதிரி வெடிகளின் விஷயமும் அதுதான்” என்று பிலார் குறுக்கிட்டுக் கூறினாள்.

“ஆனால் இந்த இன்னொரு ரகம் எப்போதும் வெடிப்பதாகச் சொன்னீர்களே?”

“நானா சொன்னேன்? எலாடியோவைக் கேட்டீர், அவன் ஏதோ சொல்லிவைத்தான். இந்தக் குண்டுகளில் எதுவும் எல்லா நேரத்திலும் வெடித்து நான் கண்டதே கிடையாது.”

“இல்லை, எல்லாமே வெடித்திருக்கின்றன. ஏன் பொய் சொல்கிறாய், பிலார்?” என்றான் எலாடியோ.

“அது எப்படி உனக்குத் தெரியும்? ஒடேரோவில் ஒரு ஆளைக்கூட நீ கொல்லவில்லையே!” என்று பிலார் சொன்னதும், “அந்த பஜாரியின் பிள்ளை பாப்லோ...’ என அகஸ்டின் மீண்டும் வசைபாட ஆரம்பித்து விட்டான். “அவன் பேச்சை எதற்கு எடுக்கிறாய்?” என்று அவன் பேரில் எரிந்து விழுந்த அவள், பின்னர் ஜார்டனை நோக்கி, “எல்லாம் ஒன்றுதான் இங்கிலீஷ்காரரே. தெளிவுள்ள குண்டுகள் கையாளச் சுலபமானவை என்பதுதான் இதிலுள்ள வித்தியாசமெல்லாம்” என்றாள்.

“சரி, இரண்டு ரகங்களிலுமே ஒவ்வொன்றை உபயோகித்தால் போயிற்று. இவள் சொல்வதும் மெய்தான்; ரம்பம்போலப் பற்கள் கொண்ட ரகத்தை எளிதாகவும் இறுக்கியும் கட்டலாம்” என எண்ணத் துவங்கிய ஜார்டனை, “நீரும் குண்டு வீசப்போகிறீரா, என்ன?” என்று அகஸ்டின் கேட்டான்.

“ஏன் கூடாது?” என்று பதிலுக்குக் கேட்டபோதிலும், மண்டியிட்டு அமர்ந்து குண்டுகளைப் பொறுக்கிக் கொண்டிருந்த அந்நேரத்தில் அது அசாத்தியமானதேயென அவன் நினைத்தான். “எப்படித்தான் என்னை நானே ஏமாற்றிக்கொண்டேனோ, எனக்கே தெரியவில்லை. பனிமழை நின்றதும் ஸோர்டோ சங்கடத்தில் சிக்கிவிட்டான்; அவன் தாக்கப்பட்டதுமே, அதே அளவு அபாயத்தில் நாமும் அகப்பட்டுவிட்டோம். ஆனாலும் அந்நிலையை உன்னால் ஒப்புக்கொள்ள முடியவில்லை. நிறைவேற்ற முடியாது என்பது தெரிந்திருந்தும் திட்டமொன்றை நீ தயாரிக்க வேண்டியிருந்தது. அப்படியே அதைத் தீட்டினாய். இப்போதோ அது உதவாக்கரை என்பதை உணர்ந்துவிட்டாய். ஆம், இந்தக் காலைப்பொழுதில் அது கவைக்குதவாததாகவே காண்கிறது. இங்கே இருக்கும் ஆட்கள் ஆயுதங்களைக் கொண்டு எதிரி நிலையங்கள் இரண்டிலொன்றை லகுவாக உன்னால் பிடித்துவிட முடியும். ஆனால் இரண்டையுமே கைப்பற்றுவது என்பது காரிய சாத்தியமல்ல. முயலலாம் என்றாலும்

முடிவாக வெற்றி கிடைக்கும் என்று உறுதியாகக் கூற முடியாது. ஆகவே உன் கண்ணில் நீயே மண்ணைத் தூவிக்கொள்ளாதே, விடிந்த பிறகுமா இந்த வேலை?"

ஜார்டனின் சிந்தனைச் சக்கரம் தொடர்ந்து சுழன்றது. "இரு நிலையங்களையும் பிடிக்க எம்முயற்சியும் பலிக்காது என்பது நிச்சயம். ஆரம்பத்திலிருந்தே பாப்லோ இதை அறிந்திருந்தான் என்பதிலும் ஐயமில்லை. கோளாறாக்குவதுதான் எப்போதுமே அவனது உத்தேசமாக இருந்து வந்திருந்தாலும், ஸோர்டோ தாக்கப்பட்டதுமே தானேதும் தனியாக முயற்சி செய்ய வேண்டிய தில்லை என்பது அவனுக்குத் தெரிந்திருக்க வேண்டும். ஏதோ அற்புதங்கள் நிகழப்போகின்றன என்று நினைத்து எந்த நடவடிக் கையையும் நாம் மேற்கொள்ளலாகாது. இங்கே இருப்பவர் அத்தனைப் பேரையும் கொல்வதுதான் மிச்சமாக இருக்கும், இப்போது உன்வசமுள்ள ஆயுத, வெடிவகைகளைவிடத் தரமானவை கிடைக்காவிட்டால்; அத்தனைக் காவு கொடுத்தும்கூடப் பாலம் என்னவோ தகர்க்கப் படாமலே இருக்கும். ஆம், பிலார், ஆன்ஸெஸ்மோ, அகஸ்டின், பிரிமிடிவோ, இந்தத் துடைநடுங்கி எலாடியோ, அந்த உதவாக்கரை ஜிப்ஸி, ஃபெர்னாண்டோ ஆகிய அத்தனைப் பேரையும் பலியிட்டும் பாலத்தைப் பிளக்க உன்னால் முடியவே முடியாது. ஆண்டரேஸ் எடுத்துப்போயுள்ள கடிதத்தைக் கோல்ஸ் பெற்று, அதன்பேரில் படையெடுப்பை நிறுத்த அவர் ஆக்ஞையிடும் அற்புதம் நிகழுமென்றா நம்புகிறாய்? அது நடக்கவிட்டால் பழைய கட்டளைப்படியே நடந்து இவர்களையெல்லாம் நீ கொல்லத்தான் போகிறாய். மேரியாவையும்கூடத் தீர்த்துக்கட்டிவிடுவாய். இவளைக் கூடவா இதிலிருந்து உன்னால் தப்பவைக்க முடியாது?" என்று தன்னைத் தானே கேட்டுக்கொண்ட அவன், பாப்லோவைப்பற்றிய நினைவு மீளவும், 'அவன் நாசமாய்ப் போக! நரகப் படுகுழியில் அந்தப் பாவி விழுந்து தொலையமாட்டானோ?' என்று சபிக்க லானான். ஆயினும் அடுத்த கணமே, 'கூடாது, இப்படியெல்லாம் நீ ஆத்திரப்படலாகாது. கதிகலங்குவதைப்போல் கெடுதலானதுதான் கோபப்படுவதும்" எனத் தானே அறிவுரை கூறிக்கொண்டான்.

அடுத்து, உரியகாரியம் செய்யத் தவறிவிட்டதாகத் தன்னிடமே குறை கண்டான்: "உன் காதலி மேரியாவுடன் படுத்து படுத்து வீண் பொழுது போக்கி விட்டாய். அதற்குப் பதிலாக, இந்த வேலையைச் செய்யப் போதிய ஆட்களைத் தேடித்திரட்டுவதற்காகப் பிலாருடன் இரவு முழுவதும் இந்த மலைப்பகுதியில் நீ அலைந்து திரிந்திருக்க வேண்டியதே முறை. அப்படி ஏன் நீ செய்யவில்லை?அலையும்போது அனர்த்தத்துக்கு ஆளாகிவிட்டால் வெடிவைக்க இங்கே நாம் இல்லாமல் போய்விடுவோமே என்று நீ பயந்து விட்டாய். ஆம்,

அதுதான் காரணம்: அதனால்தான் நீ வெளியே போகாமல் இருந்து விட்டாய். வேறுயாரையும் உன்னால் அனுப்ப முடியவில்லை. ஏனெனில், அந்த ஆசாமியை இழந்துவிடும் அபாயம் அதில் இருந்தது; அதனால் இருக்கும் சொற்பப் பேரில் இன்னொருவன் குறைந்து விடுவானே என்று கலங்கினாய். கைவசத்தில் இருந்தவர்களை இருத்தி வைத்துக்கொண்டு, அவர்கள் மூலம் காரியத்தை ஒப்பேற்ற நீ திட்டம் வகுக்க வேண்டியிருந்தது. ஆனால் அந்தத் திட்டமோ மட்டமானது; ஓட்டை உடைசலானது; எட்டவோட்டும் அளவுக்குக் கெட்ட நாற்றம் வீசுவது. இரவு நேரத்தில் போட்ட திட்டமே அது. இப்போதோ பொழுது புலர்ந்துவிட்டது. இரவுநேரத் திட்டங்களெல்லாம் காலை வந்தால் கவைக்குதவாதவையே. இராப்பொழுதில் செல்லும் சிந்தனைப் போக்கு காலைவேளையில் கட்டோடு பிரயோசனப்படாது. ஆக, அந்தத் திட்டம் உதவாக்கரையே என்பதை இப்போது நீ உணர்ந்து கொண்டுவிட்டாய் அல்லவா? இதைப்போல அசாத்தியமான திட்டங்களை ஜான் மாஸ்பியினால் நிறைவேற்ற முடிந்தது நிஜமே. நான் மறுக்கவில்லை; கடினமான காரியங்களைக்கூட அவர் செய்தார். ஆனால் அவர் அப்படி வெற்றி பெற்றதால் நீயும் சாதிக்க முடியும் என்பது கட்டாயமா என்ன? ஒன்றை நீ மறக்கவே கூடாது. ஆச்சரிய அம்சம்தான் அனைத்திலும் அதிமுக்கியமானது. நினைவில் நீ நிலைநிறுத்தி வைத்துக்கொள்ள வேண்டியதாகும் இது. வெற்றிபெற மட்டும் முடிந்துவிட்டால் மடத்தனமாக அது கருதப்பட்டது என்பதையும் மறவாதே. ஆனால் அதற்காக முட்டாள்தனமாகத் திட்டத்தைத் தீட்டலாம் என்றும் எண்ணிவிடாதே. சாத்தியமானதாக மட்டுமில்லாமல் சந்தேகமற வெற்றி பெறும் வகையிலேயே அதை நீ வகுக்க வேண்டும். ஆனால் இப்போது அது முழுவதுமே எப்படிப் போய் விட்டது, பார்த்தாயா? உம், முதலிலேயே கோணல் அது; இப்போதோ முழுக் கோளாறாகிவிட்டது. பனிப்பந்து மீது மேலும் மேலும் ஈரப்பனிவிழுந்து ஒட்டிக்கொண்டு பெரிதாவதேபோல இந்தமாதிரி வேலைகள் விநாசத்தை வரவர வளர்க்கின்றன, அவ்வளவுதான்."

மேஜைக்கருகில் குந்தியபடி நிமிர்ந்து நோக்கிய ஜார்டன், தன்னைப் பார்த்து மேரியா முறுவலிப்பதைக் கண்டான். பதிலுக்குப் பட்டும் படாமலும் சிரித்துவிட்டு மேலும் நான்கு கையெறி குண்டுகளைப் பொறுக்கித் தன் ஜேபிகளுக்குள் போட்டுக் கொண்டான். "வெடித் திருகுகளைக் கழற்றிவிட்டு வீசியெறியலாம் இவற்றை. சிதறலால் சீர்குலைவு ஏற்படாது என்றே எண்ணுகிறேன். மருந்து வெடித்த மாத்திரத்தில் அந்தச் சிதறல் ஏற்பட்டுவிடுமாகையால் சிந்தி வீணாக இடமில்லை. அப்படி நடக்கிறதோ இல்லையோ, அதுதான் என் நினைப்பு. நினைப்பு என்ன, நிச்சயமாக அவ்விதம்

தான் நடக்கும். உனக்கு இப்போது தேவையெல்லாம் கொஞ்சம் நம்பிக்கைதான். நீயும் உன் தாத்தாவும் அபார தைரியசாலிகள். உன் தந்தைதான் கோழை என்று நேற்றிரவு நீ நினைக்கவில்லையா? அப்படிப்பட்டவனா இப்போது நம்பிக்கையிழந்து இருப்பது?" இப்படி எண்ணம் வந்ததும் மேரியாவை நோக்கி அவன் மீண்டும் சிரித்தான். ஆனால் இப்போதும் மேலெழுந்தவாரியாகவே அந்தச் சிரிப்பு இருந்தது. கன்ன எலும்புகள்மீதும் வாய்மீதும் முறுக்கி நின்ற சருமத்தைத் தாண்டிக் கீழே போகவில்லை அது. 'இவள் என்னவோ உன்னை அற்புதபுருஷன் என்று எண்ணுகிறாள். ஆனால் நானோ நீ நாற்றப்பண்டம் என்றே நினைக்கிறேன். புகழ்பூமி, சொர்க்க சுகம் என்றெல்லாம் பேசினீர்களே, அத்தனையும் சுத்த அபத்தம்தான். அடடா, எப்படிப்பட்ட அபூர்வமான கற்பனைகளெல்லாம் உன் உள்ளத்தில் துள்ளின! உலகத்தையே அலசி எடைபோட்டுவிட்டது போலல்லவா பேசினாய்! அத்தனையும் பிதற்றல்தான், தெரிந்து கொள். தூக்கிக் குப்பையில் போடு அவ்வளவையும்! – வேண்டாம், அலட்டிக்கொள்ளாதே! அனாவசியமாக ஆத்திரப் படாதே. திக்குத் தெரியாத காட்டில் அதுவும் ஒரு வழி ஆமாம், விடுபடும் வழிகளுக்கு என்னாளும் பஞ்சமில்லை, நீ வரிந்துகட்டி இறங்கவேண்டிய வேளை இதோ வந்துவிட்டது. இழந்துவிடப்போகிறோம் என்ற ஒரே காரணத்துக்காக, இதுவரை இருந்ததனைத்தையும் நீ மறுத்தொதுக்கத் தேவையே கிடையாது. முதுகு முறிந்த பாம்பு தன்னைத்தானே கடித்து விழுங்க முயல்வதைப்போல நீயும் செய்யாதே. மேலும், உன் முதுகும் முறியவில்லையடா, மூடனே. முறியும் முன்பே எதற்காக அலறியழ ஆரம்பிக்கிறாய்? ஆத்திரப்படுவதற்கும் அவசரப் படாதே; போராட்டம் துவங்கும் வரை பொறுத்திரு, போதும். அப்புறம் அதற்கு ஏராள அவகாசம் கிடைப்பது நிச்சயம். சண்டையில் அந்தக் கோபம் உனக்கு உதவுவதும் உறுதி' என்றெல்லாம் ஜார்டன் மேலும் சிந்தித்துக் கொண்டிருக்கையில் கையில் அவனது பையுடன் பிலார் அங்கே வந்து "இப்போது உம் மூட்டை வலுவாகி விட்டது. இந்தக் குண்டுகளும் மிக நேர்த்தியானவையே, இங்கிலீஷ்காரரே! நீர் நம்பி வீசலாம்!" என்று கூறினாள்.

"உங்கள் மனநிலை எப்படி இருக்கிறது, பிலார்?"

அவனைப் பார்த்துத் தலையை ஆட்டிச் சிரித்தாள் அவள். அந்தச் சிரிப்பு அவள் முகத்தில் எவ்வளவு தூரம் ஊடுருவியிருக்கும் என எண்ணப் புகுந்த அவனுக்கு அது ஆழ்ந்ததாகவே தோன்றியது. "நல்லபடித்தான் இருக்கிறது. இப்போதுள்ள சூழ்நிலையில் சிறந்ததாகவே இருக்கிறது என்பேன்" என்று அவள் கூறினாள். அதன்பின் அவனருகிலேயே அமர்ந்தவளாய், "இப்போதுதான் மெய்யாகக் காரியத்தில் இறங்கிவிட்டோமே, எல்லாம் எப்படித் தோன்றுகிறது உமக்கு?" என்று கேட்டாள்.

"நம்மிடம் ஆள்பலம் அதிகமில்லை என்று காண்கிறது" எனத் தயங்காமல் சட்டெனப் பதிலளித்தான் ஜார்டன்.

"எனக்கும் அப்படித்தான் தோன்றுகிறது, நம்மிடம் ஆள்பலம் சொற்பமே" என்று சொன்ன பிலார் பிறகு அவனுக்கு மட்டும் கேட்கும்படியாகத் தணிந்த குரலில், "மேரியா தனியாகவே குதிரைகளைப் பிடித்துக் கொண்டு இருந்துவிடலாம்; அதற்கு நான் தேவையில்லை. வேண்டுமானால் அந்தக் குதிரைகளின் கால்களைக் கட்டிப் போடலாம். எல்லாம் குதிரைப் படையில் இருந்தவை; ஆகவே, வேட்டுச் சப்தம் கேட்டு மிரளப் போவதில்லை. கீழ்ச் சாவடிக்கு நான் போகிறேன். அங்கே பாப்லோ செய்யவேண்டியதை நான் செய்கிறேன். அதன் மூலம் நமது பலம் ஓராள் அளவுக்குக் கூடும்" என்றாள்.

"சபாஷ்! அப்படி நீங்கள் செய்ய விரும்புவீர்கள் என்றே நான் நினைத்தேன்."

"வேண்டாம், இங்கிலீஷ்காரரே. வீணாகக் கவலைப் படாதீர். எல்லாம் சரியாகப் போய்விடும். இப்படியெல்லாம் நடக்கும் என்று எதிரிகள் எதிர்பார்க்க மாட்டார்கள் என்பதை மறவாதேயும்" என ஜார்டனைக் கூர்ந்து நோக்கியவாறு பிலார் கூறினாள்.

"ஆமாம், எதிர்பார்க்கமாட்டார்கள்தான்."

"இன்னொரு விஷயம்: உம் கையைப் பார்த்துச் சொன்னேன்" கரகரப்பான தன் கிசுகிசுப்பில் எவ்வளவு முடியுமோ அவ்வளவு மென்மையைப் புகுத்திப் பிலார் பேசத் துவங்கினாள்.

"என்ன சொன்னீர்களாம்?" எனக் கோபத்துடன் ஜார்டன் கேட்டான்.

"கோபப்படாமல் கேளும், சின்னப் பிள்ளையே, கையைப் பார்த்துச் சொன்னேனே, அதெல்லாம் எல்லாம் தெரிந்தவளாக என்னைக் காட்டிப் பெருமை பெறுவதற்காக ஜிப்ஸிகள் அவிழ்த்து விடும் பிதற்றலே. அப்படி ஏதுமேயில்லை உம் கையில்"

"அதைப்பற்றித்தான் பேசவே வேண்டாம் என்றேனே" எனச் சிடுசிடுத்துச் சொன்னான் ஜார்டன்.

"மாட்டேன்" எனக் கடுமையுடன் அன்பையும் குழைத்துக் கூறினாள் பிலார், "சுத்தப் புளுகுப் பிதற்றல்தான் அவ்வளவும். சண்டை நடக்கப்போகும் இந்த நாளில் அதை நினைத்து நீங்கள் சஞ்சலப்படுவதை நான் விரும்பவில்லை."

"எனக்குக் கலக்கமே கிடையாது."

"இல்லை, இங்கிலீஷ்காரரே. நீர் கலங்கித்தான் காண்கிறீர். இப்படி நீர் கவலைப்படக் காரணமும் உண்டு. இருந்தாலும்

கடைசியில் எல்லாம் சரியாகப் போய்விடும். இப்படிக் கடமையைச் செய்யத்தானே நாம் பிறந்திருக்கிறோம்?"

"இதோ பாருங்கள், எனக்கு அரசியல் ஆலோசக அதிகாரி எவரும் அவசியமில்லை."

ஜார்டனை நோக்கி அவள் மீண்டும் சிரித்தாள்; கடுமை தெறித்த அவள் உதடுகளிலும் அகன்ற வாயிலும் அந்தச் சிரிப்பு அழகாக அரும்பியது. மெய்யாக மலர்ந்தது. "உம்மிடம் எனக்கு நிறைய அக்கறை உண்டு, இங்கிலீஷ்காரரே!" என்றாள்.

"அந்த அக்கறை எதுவும் எனக்கு இப்போது வேண்டாம். உங்கள் தயவோ, அந்த ஆண்டவனின் தயவோ எனக்குத் தேவையில்லை."

"அது எனக்குத் தெரியும் இங்கிலீஷ்காரரே. இருந்தாலும் சொல்ல ஆசைப்பட்டேன். வீணாகக் கவலைப்படாதீர். நாம் எல்லாருமே சரியாகச் செய்து விடுவோம்" எனக் கரகரகத்த மென்குரலில் பிலார் பகர்ந்தாள்.

"ஏன் செய்யாமல்? சரியாகத்தான் செய்வோம். எல்லாம் சீராகத்தான் முடியும்" என்ற ஜார்டனின் முகத்தில் மிக மெல்லிய முறுவல் கீற்றொன்று ஓடியது.

"நாம் எப்போது புறப்படப்போகிறோம்?"

தன் கடிகாரத்தைப் பார்த்த ஜார்டன், "எந்த நிமிஷமும் கிளம்பலாம்" என்றான். தன் மூட்டைகளிலொன்றை ஆன்ஸெல்மோ விடம் கொடுத்தபடி, "நீர் எப்படி இருக்கிறீர், கிழவரே?" என்று கேட்டான்.

"நான்தானே?" என்று வினவித் தலையை ஆட்டிய ஆன்ஸெல்மோ, "இதுவரை நல்லபடியாகத்தான் இருக்கிறேன்" எனக் கூறிக் கையை நீட்டினான், "நீங்களே பார்த்துக் கொள்ளுங்கள்" என்று சொல்லிச் சிரித்தான். அக்கையில் சற்றும் நடுக்கமில்லை.

"இதில் என்ன பிரயோசனம்? என்னால் எப்போதுமே என் கையைச் சிறிதும் உதறாமல் வைத்துக் கொள்ள முடியும். எங்கே, ஒரு விரலைச் சுட்டிக்காட்டும், பார்ப்போம்."

அவ்வாறே ஆன்ஸெல்மோ சுட்டிய விரல் வெடவெடவென ஆடியது, ஜார்டனை நோக்கித் தலையை ஆட்டினான் அவன்.

"என் விரலும் ஆடுவதுண்டு, எப்போதுமே இது சகஜம்தான்" என்று கூறித் தன் விரல் அசைந்ததை ஜார்டன் காட்டினான்.

"ஆனால் என் விரல் நடுங்குவதே கிடையாது" என்று ஃபெர்னாண்டோ சொல்லித் தன் வலது ஆள்காட்டி விரலை நீட்டினான். பின்னர் இடதுகையிலும் அதே விரலை நீட்டிக் காட்டினான்.

“அது இருக்கட்டும், உன்னால் காறித் துப்ப முடியுமா, சொல்லு?” என அகஸ்டின் கேட்டுவிட்டு ஜார்டனை நோக்கிக் கண்ணைச் சிமிட்டினான். உடனே ஃபெர்னாண்டோ உரக்கச் செருமிப் பெருமிதத்துடன் குகைத் தரையில் துப்பி பின்னர் காலால் தேய்த்தான்.

“அடச்சீ! அசிங்கம் பிடித்த கழுதையே!” என அவன்மீது பிலார் சீறினாள், “உன் தைரியத்தைத் தமுக்கடித்துத்தான் தீரவேண்டு மென்றால் கணப்பில் துப்பித் தொலையேன்.”

“இந்த இடத்தைவிட்டுக் கிளம்பப் போகிறோமே என்று தான் துப்பினேன் பிலார். இல்லாவிட்டால் உமிழமாட்டேன்.”

“அது விஷயத்தில் இன்று நீ ஜாக்கிரதையாக இருந்தாக வேண்டும். ஏனென்றால், துப்பும் இடத்திலேயே நீ இருக்க நேர்ந் தாலும் நேரலாம்.”

“சாகுருவி என்றால் இவளுக்குத்தான் பொருந்தும்” என்றான் அகஸ்டின். அவள் அம்மாதிரி ஃபெர்னாண்டோவின் தலைவிதி அன்று தீர்ந்துவிடுமென சூசகமாகக் கூறியதைக் கேட்டதும் அச்சம் காரணமாக அதாவது தமாஷாகப் பேசுவது அவனுக்கு அப்போது அவசியமாக இருந்தது. அப்படி அரிப்பு இல்லையாயினும் மற்றவர் களும் அச்சத்தின் வசப்பட்டிருந்தனர்.

“விளையாட்டுக்குத்தான் சொன்னேன்” என்றாள் பிலார்.

“நான் சொன்னதும் தமாஷாகத்தான். ஆனால் வேலை ஆரம்பித்ததும் நான் மாறிவிடுவேன்; குறையெல்லாம் மறைந்து முழுத்திருப்தி கண்டுவிடுவேன்” என அகஸ்டின் சொன்னான்.

“ஜிப்ஸி எங்கே?” என்று எலாடியோவை அப்போது ஜார்டன் வினவினான்.

“குதிரைகளைக் கவனிக்கப் போயிருக்கிறான். குகை வாசலில் நின்றால் அவனைப் பார்க்கலாம்.”

“அவன் எப்படி இருக்கிறான்?”

“கேட்கவேண்டுமா, குலைநடுக்கம்தான்” என்று எலாடியோ இளித்தான். வேறொருவனுடைய பயம் பற்றிப் பேசுவது அவனுக்குத் தன்னம்பிக்கை தருவதாயிருந்தது.

“கேளும், இங்கிலீஷ்காரரே” என்று ஏதோ கூறத் தொடங்கிய பிலாரை ஜார்டன் நோக்கியபோது அவள் வாய் பிளந்ததைக் கண்டான்; அவள் முகத்திலும் அவநம்பிக்கை அலையோடியதைப் பார்த்தான். கைத்துப்பாக்கியை நாடியவாறே குகைவாயிலை நோக்கித் திடுமெனத் திரும்பினான். அங்கே திரையை ஒருகையால் விலக்கியபடி பாப்லோ நின்றுகொண்டிருந்தான். குட்டையான தானியங்கித் துப்பாக்கியின் குழல் அவன் தோளுக்கு மேல் நீட்டிக்

கொண்டிருந்தது. மயிர் மண்டிய முகத்துடன் கட்டை குட்டையாக நின்ற அவனது செவ்வரியிட்ட கண்கள் குறிப்பாக யாரையும் நோக்காததையும் ஜார்டன் கவனித்தான்.

"நீயா? நீதானா?" எனத் தன் கண்ணால் கண்டதை நம்ப முடியாதவளாய்ப் பிலார் கேட்டாள்.

"ஆமாம், நானேதான்" என்று நிதானமாகக் கூறியபடிக் குகையினுள் வந்த பாப்லோ, "என்ன, இங்கிலீஷ்காரரே, எலையாஸ், அலிநாண்ட்ரோ கோஷ்டிகளைச் சேர்ந்த ஐந்து பேரைக் குதிரைகளோடு இட்டு வந்துமேலே நிறுத்தியிருக்கிறேன்" என்றான்.

"வெடிப் பெட்டியும் திரிப்பெட்டியும் என்னவாயின?" என ஜார்டன் வினவினான்.

"எல்லாப் பெட்டிகளையும் ஆற்றுப்பள்ளத்தில் எறிந்துவிட்டேன். இருந்தாலும் கையெறி குண்டைக் கொண்டு வெடிக்கவைக்கும் வழி யொன்றை யோசித்து வைத்திருக்கிறேன்" என்றான் பாப்லோ.

"நானும்தான் ஆலோசித்து வழி கண்டுபிடித்திருக்கிறேன்."

"அது சரி, இங்கே குடிப்பதற்கு ஏதாவது இருக்கிறதா?" என ஆயாசத்துடன் பாப்லோ விசாரிக்கவும் தன் குப்பியை அவனிடம் ஜார்டன் கொடுத்தான். மடமடவெனக் குடித்துவிட்டுப் புறங்கையால் உதடுகளைப் பாப்லோ துடைத்துக்கொண்டான்.

"என்ன வந்து விட்டது உனக்கு?" என்று பிலார் வினவினாள்.

"ஒன்றுமில்லை, ஒன்றுமேயில்லை திரும்பி வந்து விட்டேன். அவ்வளவுதான்" என்று சொல்லி வாயைத் திரும்பவும் துடைத்தான் பாப்லோ.

"என்ன நேர்ந்தது, சொல்லித் தொலையேன்."

"ஒன்றுமில்லை என்றேனே, கணநேரம் என் மனம் பலவீனப்பட்டது. போனேன். ஆனாலும் இப்போது திரும்பிவந்துவிட்டேன்" என்று கூறிய பாப்லோ பிறகு ஜார்டன் பக்கம் திரும்பி, "அம்மட்டத்தில் என்னிடம் கோழைத்தனம் கிடையாது" என்றான்.

ஆனால் உன்னிடம் வேறு பல குணங்கள் இருக்கின்றனவே. ஒன்றா இரண்டா, எத்தனையோ உண்டு நிச்சயமாக. இருந்தாலும் உன்னைக் கண்டதில் எனக்கு மகிழ்ச்சிதான், "குச்சுக்காரி மகனே" என மனத்துக்குள் ஜார்டன் கூறிக்கொண்டான்.

"எலையாஸிடமிருந்தும் அலிஜான்ரோவிடமிருந்தும் ஐந்து பேரைத்தான் என்னால் பெற முடிந்தது. இங்கிருந்து புறப்பட்டது முதல் குதிரை முதுகிலேயே சுற்றியலைந்திருக்கிறேன். நீங்கள் ஒன்பது பேர்தான்; உங்களால் அந்தக் காரியத்தைச் செய்திருக்க முடியாது, ஒருநாளும் முடியாது. நேற்று ராத்திரி இங்கிலீஷ்காரர் விளக்கியதுமே

அதை நான் தெரிந்து கொண்டுவிட்டேன். கீழ்ச்சாவடியில் மட்டும் ஏழு சிப்பாய்களும் ஒரு கார்ப்பொரலும் இருக்கிறார்கள். அவர்கள் எச்சரிக்கப்பட்டுவிட்டாலோ, சண்டைபோட முற்பட்டாலோ என்னவாகும்?" என்று கூறிய பாப்லோ பின்னர் ஜார்டனை நோக்கி, "அது அசாத்தியம் என்பதை அறிந்து கைவிடுவீர்கள் என்று எண்ணியே புறப்பட்டேன். பெட்டிகளை விட்டெறிந்த பிறகு வேறு வகையில் நினைக்கலானேன்" என்றான்.

"உம்மைக் கண்டதில் எனக்கு மகிழ்ச்சியே" என்று கூறிப் பாப்லோவிடம் சென்ற ஜார்டன், "கையெறி குண்டுகளைக் கொண்டு வெடிக்க வைக்கலாம். கட்டாயம் அவை வெடிக்கும். பெட்டிகள் போனதால் பரவாயில்லை" என்றான்.

"இல்லை உமக்காகவென்று நான் ஒன்றும் செய்யவில்லை. நீர் தர்குறியே, ஆனால் உம் பெட்டிகளை எறிந்ததும் தனிமையில் தவித்துப் போய்விட்டேன்."

"நாசமாய்ப் போனவளின் மகனே" என்று திட்டத் தொடங் கினாள் பிலார்.

"ஆகவே, எடுத்த காரியம் வெற்றி பெறுவதைச் சாத்தியமாக்குவ தற்காக மேலும் சிலரைத் திரட்டி வரத்திரிந்தேன். என்னால் முடிந்தவரையில் சிறந்தவர்களையே தேடிப் பிடித்து வந்திருக்கிறேன். உம்முடன் முதலில் பேசுவதற்காகத்தான் அவர்களை மேலேயே இருத்திவிட்டு வந்திருக்கிறேன். நான்தான் தலைவன் என்று அவர்கள் நினைத்துக் கொண்டிருக்கிறார்கள்."

"நீதான் தலைவன், அப்படி இருக்க உனக்கு இஷ்டம் இருந் தால்" என்று குறுக்கிட்டுக் குறிப்பிட்ட பிலாரை பாப்லோ பார்த் தானே தவிரப் பேசவில்லை. பிறகு அடங்கிய குரலிலேயே தொடர்ந்தான். "ஸோர்டோவுக்கு நேர்ந்த கதியைக் கண்ட பிறகு நான் நெடுநேரம் யோசித்தேன். செத்துத்தான் தீர வேண்டுமென்றால் சேர்ந்து சாவதே சிறந்தது என்பது என் நினைப்பு. இருந்தாலும் இங்கிலீஷ்காரரே, இந்தக் கஷ்டத்தை எங்களுக்குக் கொண்டுவந்ததற்காக உம்மைக் கட்டோடு வெறுக்கிறேன்!"

ஜேபிகளெல்லாம் கையெறி குண்டுகளால் நிறைந்திருக்க, ரவைகள் கொண்ட பை தோளில் தொங்க, இறைச்சித் தட்டை ரொட்டித் துண்டால் துடைத்துக் கொண்டிருந்த ஃபெர்னாண்டோ அந்தக் கட்டத்தில் பேச்சில் தலையிட்டான், "ஆனால் பாப்லோ, இந்த நடவடிக்கை வெற்றி பெறும் என்று நீ நம்பவில்லையா? வெற்றி நிச்சயம் என்று திடமாக நினைப்பதாக அல்லவோ முந்தா நாள் ராத்திரி நீ சொன்னாய்."

“அவனுக்கு இன்னும் கொஞ்சம் பரிமாறு” என மேரியாவை நோக்கிக் கடுமையாகக் கூறியபின் கண்களில் இளக்கத்துடன் பாப்லோவைப் பார்த்த பிலார் “ஆக, நீ திரும்பிவந்து விட்டாய், இல்லையா?” என்றாள்.

“ஆமாம், பிலார்.”

“வந்த வரையில் உன்னை வரவேற்கவே செய்கிறேன். நீ இந்த அளவுக்கு நாசமாகியிருப்பாய் என்று நான் நினைக்கவேயில்லை.”

“அந்தப் பெட்டிகளை விட்டெறிந்தபின் ஏற்பட்ட தனிமையின் தவிப்பை என்னால் தாங்க முடியவில்லை.”

“தாங்க முடியாதுதான். உன்னால் பதினைந்து நிமிஷத்துக்குக்கூட அதைத் தாள முடியாதுதான்” என்று இகழ்ச்சியாக பிலார் பேசலானாள்.

“என்னைப் பரிகாசம் செய்யாதே, பிலார்! நான்தான் திரும்பி வந்துவிட்டேனே.”

“அதுதான் உன்னை வரவேற்கிறேன் என்று ஒரு தடவை சொல்லிவிட்டேனே, காதில் விழவில்லையா? சரி சரி, காப்பியைக் குடி, கிளம்புவோம். இந்த நாடகத்தைப் பார்த்துச் சலித்துவிட்டேன் நான்.”

“அது காப்பியா?”

“சந்தேகமென்ன?” என்றான் பெர்னாண்டோ.

“எனக்குக் கொஞ்சம் கொடு, மேரியா. நீ எப்படி இருக்கிறாய், சொல்லு” என்று அவளை ஏறிட்டுப் பாராமலேயே பாப்லோ கேட்டான்.

“நன்றாகத்தான் இருக்கிறேன்” என்று பதில் சொல்லிவிட்டு அவனுக்கு ஒரு காப்பிக் கோப்பையை மேரியா கொண்டுவந்து கொடுத்தாள். “உமக்கு இறைச்சிக் குழம்பு வேண்டுமா?” என்றும் வினவினாள். வேண்டாம் என்று தலையாட்டிவிட்டு பாப்லோ தொடர்ந்தான், “தனியாயிருக்க எனக்குப் பிடிப்பதேயில்லை. புரிந்ததா? மற்றவர்களின் நன்மைக்காக நேற்றுப் பகல் பூராவும் திரிந்தபோது தனிமை என்னை வாட்டவில்லை, ஆனால் ராத்திரி வந்ததுமோ தவித்துத் துடித்து விட்டேன்” இவ்வளவையும் பிலாரைப் பார்த்தே அவன் சொன்னான்; அங்கே மற்றவர்கள் இருந்ததை அவன் கவனித்ததாகவே காட்டிக்கொள்ளவில்லை.

“உன் முன்னவன் இருந்தானே, ஜுடாஸ் இஸ்கேரியட் – அந்தத் துரோகி தூக்கு மாட்டிக்கொண்டு செத்தான், தெரியுமல்லவா?” என்றாள் பிலார்.

“இந்தமாதிரியெல்லாம் பேசாதே, பிலார். நீதான் பார்க்கிறாயே, நான் திரும்பி வந்துவிட்டேன்.”

"நீ கொண்டுவந்திருக்கும் ஆசாமிகள் எப்படிப்பட்டவர்கள்? உருப்படியானவர்கள்தானா?"

"சிறந்தவர்கள்தான்" என்று கூறித் துணிந்து பிலாரை உற்று நோக்கிய பாப்லோ, உடனேயே பார்வையைத் திருப்பிக்கொண்டான்.

"சிறந்தவர்களாக மட்டுமில்லாமல் முட்டாள்களாகவும் இருக்கிறார்கள் அல்லவா? சாவதற்கும் சித்தமாக அவர்கள் இருக்க வேண்டுமே? அதுதானே உன் ருசிப்போக்கு, நீ விரும்பும் விதம்."

பிலாரைத் திரும்பவும் திடமாக நோக்கினான் பாப்லோ. இம்முறை பார்வையை அவன் திருப்பிக் கொண்டுவிடவில்லை. செவ்வளையமிட்ட தன் எலிக்கண்களை இமைக்காமலே நோக்கினான்.

"உன்னைத்தானே? ஒருத்தனிடம் ஒரு காலத்தில் ஒரு குணம் இருந்தால் அதில் கொஞ்சமாவது எப்போதும் ஒட்டிக்கொண்டிருக்கும் என்றே நினைக்கிறேன்" என்று தன் கரகரப்புக் குரலில் மீண்டும் அன்பு தொனிக்க பிலார் பேசினாள். "கேட்டுக்கொள் இதை. இன்று எது நேர்ந்தாலும் எதிர்கொள்ள நான் தயார்" என்று இன்னமும் உறுதியுடன் நோக்கியபடியே பாப்லோ உரைத்தான்.

"நீ திருந்தித் திரும்பிவிட்டதாகவே நம்புகிறேன். ஆனால் அதிக நேரம் அலைந்து திரிந்துவிட்டாய்."

அதற்குமேல் அவளுடன் பாப்லோ பேசவில்லை. ஜார்டனை நோக்கித் திரும்பி, "உன் குப்பியில் இன்னொரு வாய் கொடும். அப்புறம் நாம் புறப்படலாம்" என்றான்.

39

இருட்டுடனேயே புறப்பட்ட அவர்கள், மரங்களைக் கடந்து மேலேறி வந்து, குன்றுச்சிப் பகுதியில் இருந்த குறுகலான கணவாயை அடைந்தார்கள். பெரும் பளுவைச் சுமந்தபடியால் அவர்களால் மெதுவாகவே ஏறி வர முடிந்தது. சேணங்கள்மீது கட்டப்பட்ட சுமைகளைக் குதிரைகளும் தூக்கிவந்தன. அவற்றை வைத்துக் கட்டுகையில், "தேவையானால் கட்டுகளை அறுத்து இந்தச் சாமான்களைக் கழித்துக் கட்டிவிடலாம். அப்படிச் செய்யாமல் நம்மால் வைத்துக்கொள்ள முடிந்தாலோ மற்றொரு இடத்தில் முகாம் அமைக்கலாம்" என்று பிலார் கூறினாள். "பாக்கி வெடி வகைகளை எதில் வைத்திருக்கிறீர்கள்?" என்று ஜார்டன் கேட்ட போது, "சேணப் பைகளில் தான்" என்றாள் அவள்.

அவன் முதுகில் சுமந்த மூட்டை இரும்பாகக் கனத்தது. கோட்டு ஜேபிகளில் நிறைந்திருந்த கையெறி குண்டுகள் கழுத்தை இழுத்தன. கைத் துப்பாக்கியின் கனம் அவன் தொண்டையை அழுத்தியது. அவன் வாயில் காப்பி ருசி தேங்கியிருந்தது. வலது கையில் இயந்திர பீரங்கியை ஏந்தியிருந்தான். முதுகு மூட்டை நாடாக்களைத் தளர்த்துவதற்காக இடது கரத்தினால் கோட்டுக் காலரை அவன் இழுத்து விட்டுக்கொண்டான். அப்போது, அவனுக்குப் பின்னாலேயே வந்த பாப்லோ, "இங்கிலீஷ்காரரே!" என்று விளித்தாள்.

"என்னய்யா?"

"நான் அழைத்து வந்தேனே, அவர்களெல்லாம் இந்தக் காரியம் வெற்றிகரமாகும் என்று எண்ணுகிறார்கள்; இட்டுவந்தது நான் என்பதாலேயே அப்படி நினைக்கிறார்கள். அவர்களுக்கு ஏமாற்றம் தரும்படியாக ஏதும் சொல்லிவிடாதேயும்."

"அப்படியே ஆகட்டும். அதை வெற்றி பெறவும் வைப்போம்."

"அவர்களிடம் ஐந்து குதிரைகள் உண்டு, என்ன, நான் சொல்வது புரிந்ததா?"

"புரிந்தது எல்லாக் குதிரைகளையும் சேர்த்தே வைத்திருப்போம்."

"அது தான் நல்லது" என்று கூறியதோடு பேச்சை முடித்தான் பாப்லோ.

"அலைந்து திரிந்தபோது நீ முழுக்கத் திருந்தியிருப்பாய் என்று நான் நினைக்கவில்லை. நான் எண்ணியது சரிதான் என்பதை உன் குதிரை வியாபாரம் காட்டிவிட்டது. அதை நீ விட்டிருந்தால் பேரதிசயம்தான்; ஆனால் நீ திரும்பி வந்ததே அற்புதம்தான், போ. அது ஒன்றுக்காகவே உன்னைப் புனிதப் புருஷனாக்கிவிடலாம், கஷ்டமில்லாமல்!" என்று மனத்துக்குள்ளேயே ஜார்டன் கூறிக் கொண்டிருக்கையில் பாப்லோ மீண்டும் பேசத் தொடங்கினான், "ஸோர்டோ இருந்தால் எப்படிச் செய்திருப்பானோ அப்படி அந்த ஐந்து பேரைக்கொண்டு கீழ்ச் சாவடியை நான் கவனித்துக் கொள்கிறேன். நாம் முன்பே முடிவு செய்தபடி, தந்திக் கம்பிகளைக் கத்தரித்து விட்டுப் பாலத்துக்குப் பின்வாங்குகிறேன்."

"இதையெல்லாம் பற்றித்தான் பத்து நிமிஷங்களுக்குமுன் பேசியாகிவிட்டதே! இப்போது எதற்கு மறுபடி?" என்று ஜார்டன் மீண்டும் தன்னையே கேட்டுக் கொண்டான்.

"கிரிடோஸுக்குத் தப்பிப் போய்விடத் தோது உண்டு. அதைப்பற்றி நெடுநேரம் நிறைய யோசித்து வைத்திருக்கிறேன்" என்று பாப்லோ மேலும் கூறவும், "கடந்த சில நிமிஷங்களுக்குள் இன்னொரு அபார யோசனை உன் மனத்தில் திடீரெனப் பளிச்

சிட்டது, இன்னொரு அரிய கண்டுபிடிப்பு கைவரப் பெற்றாய் என்பதுதானே நீ சொல்லப் போவது? என்ன வேண்டுமானாலும் சொல்லு, ஆனால் அங்கே வர எனக்கும் அழைப்பு உண்டு என்று மட்டும் என்னை நம்பவைக்க முயலாதே. இல்லை, பாப்லோ, உன்னால் என்னை நம்ப வைக்கவே முடியாது. அசாத்தியத்தையா நம்பச் சொல்கிறாய்?” என்ற ரீதியில் ஜார்டனின் எண்ணங்கள் ஓடின.

குகைக்குள் பாப்லோ வந்து தன்னிடம் ஐந்து ஆட்கள் இருப்பதாகச் சொன்னது முதற்கொண்டே அவன் மனத்தெம்பு வரவர அதிகரித்து வந்தது. பனிமழை பொழிந்ததும் துவங்கிய துன்பச் சூழலிலிருந்து வெடிவைப்பு நடவடிக்கை மீண்டு விட்ட தாகவே பாப்லோவை மீண்டும் பார்த்ததும் அவனுக்குத் தோன்றியது. ஆனால் அதிருஷ்டத்தில் அவனுக்கு நம்பிக்கை கிடையாது; ஆகவே பாப்லோ திரும்பியதும் அதிருஷ்டம் திரும்பிவிட்டதாக அவனால் நினைக்க முடியவில்லை. ஆயினும் முழு விவகாரமும் சீரான பாதையில் செல்லத் தொடங்கிவிட்டது. அது சாத்தியமான பாதையும் கூட என்று அவன் எண்ணலானான். திண்ணம் என்றிருந்த தோல்விக்கு மாறாகத் தன்னம்பிக்கையானது கடல் அலையின் உயரம் வரவர அதிகரிப்பது போலவும், மரத்தினுள் ரஸம் ஏறுவது போலவும் தன்னுள் அந்த நம்பிக்கை நிதானமாகக் கூடிவந்ததை அவனால் கண்டுகொள்ள முடிந்தது.

எப்படிப்பட்ட கெட்ட முடிவு ஏற்படுவதாயினும் அதை அசட்டை செய்துவிடாமல் வெறுக்கும் இயல்பு அவனிடம் உண்டு. அவனிடம் இருந்த அருங்குணங்கள் அனைத்திலும் இதுவே சிகரமானது. அவனைப் போருக்குப் பொருத்தமாக்கிய அருந்திறனும் இதுவே. மற்றவர்களின் பொருட்டு மிதமிஞ்சிய பொறுப்பை ஏற்கும்போதோ; சரிவரத் திட்டமிடப்படாத அலுவலை ஏற்கும் அவசியம் ஏற்படும்போதோ இந்தத் தன்மை குன்றிக் குலைந்துவிடும். ஏனெனில், அம்மாதிரிக் காரியங்களில் கெட்ட முடிவை, தோல்வியை அலட்சியம் செய்யவியலாது. தனக்குத் தீங்கு ஏற்படுவதற்கான தோது பற்றிய எண்ணத்தால் ஏற்படுவதல்ல அது; அவனைப் பொறுத்த வரையில் அந்தத் தோது எளிதாகப் புறக்கணிக்கக் கூடியதாகவே இருந்து வந்தது. தான் ஒரு பொருட்டல்ல. தன் சாவும் பெரிதல்ல என்பது அவனுக்குத் தெரிந்திருந்தது. மற்ற எதையும் போலவே மெய்ப்பாடாகவே அதை அவன் அறிந்திருந்தான். தானும் மேரியாவும் கூடியிருந்தால் தாங்களே சகலமுமென எண்ணவியலும் என்பதைக் கடந்த சில நாட்களில் அவன் கண்டு கொண்டிருந்தது மெய்தான். ஆனால் பொது விதிக்கு அது ஒன்று தான் விலக்கு என்பதையும் அவன் உள்ளூர உணர்ந்திருந்தான்.

'அந்த அனுபவம் எங்களுக்குக் கிடைத்தது. அதுவரையில் நான் பெரும் பாக்கியசாலியே. ஒருவேளை நான் ஒருபோதும் கேளாததால் தான் அது எனக்கு வாய்த்தது போலும். எப்படியோ, அந்த அனு பவத்தை இனி எவராலும் அபகரிக்க முடியாது; நானாக இழந்து விடப் போவதுமில்லை. இருந்தாலும் அந்த விவகாரம் நேற்றிரவோடு முடிந்து விட்டது. இந்தக் காலை வேளையில் நம்மை எதிர் நோக்கி நிற்பது நம் வேலையே' என்று எண்ணிய ஜார்டன் பின்னர் தன்னுடன் தானே மனத்துள் பேசலுற்றான்:

"சிறிது காலத்துக்கு நீ இழந்திருந்த ஒன்று கொஞ்சமாவது உன்னிடம் திரும்பி வந்துவிட்டதில் எனக்கு எவ்வளவு ஆனந்தம் தெரியுமா? முகாமில் மிக மிக மோசமாயிருந்தாய் நீ. உன் பொருட்டு நான் சற்றுநேரம் நாணித் தலைகுனியும்படியும் ஆகிவிட்டது. நீயாக நான் இருந்தால்தான் ஏதும் நடக்கவில்லை. உன்னை விசாரித்துத் தீர்ப்புக்கூற என்னில் எதுவும் எஞ்சியிருந்தால்தானே? நீயும் நானும் நிலைகுலைந்து கிடந்தோம். ஆம், இரண்டு பேருமேதான்... சரி சரி, போதும் இந்தப் பேச்சு. இரட்டை மனக்கூறு உள்ளவனைப்போல எண்ணுவதை நிறுத்து. ஒவ்வொரு சமயமும் ஒரே வகையிலேயே சிந்தனை செய். இப்போது உன்னைப் பொறுத்து அனைத்தும் சீராகி விட்டது மறவாதே. ஆனாலும் ஒன்றைக் கேட்டுக்கொள்; மேரி யாவைப் பற்றி பகல் பூராவும் நீ ஒருமுறைகூட நினைக்கக்கூடாது. இந்தக் காரியத்திலிருந்து விலக்கி வைப்பதைத் தவிர அவளைக் காப்பாற்றுவதற்கு இப்போது ஏதுமே செய்ய முடியாது. அதைத் தான் நீ செய்து கொண்டிருக்கிறாய். உள்ள அறிகுறிகளை நம்புவ தானால் நிறைய குதிரைகள் இருக்கும்போலவே காண்கிறது. வேலையை நன்றாகவும் சீக்கிரமாகவும் செய்து வெளியேறிவிடுவதே அவளுக்கு நீ செய்யக்கூடிய சிறந்த உதவி. அவளைப்பற்றி எண்ணினாலோ அந்த வேலை தடைப்படத்தான் செய்யும். ஆகவே நினைக்கவே நினைக்காதே."

- இப்படிச் சிந்தித்துத் தீர்மானித்ததும் பிலார், ரஃபேல், மற்றும் குதிரைகளோடு மேரியா ஏறிவரும் வரையில் அவன் காத்து நின்றான். அப்புறம், "என்ன, செல்லக்குட்டி, எப்படி இருக்கிறாய்?" என்று கேட்டான்.

"நல்லபடியாகவே இருக்கிறேன். ராபர்ட்டோ!"

"எதைக் குறித்தும் கவலைப்படாதே" என்று கூறியவனாய் இயந்திரப் பீரங்கியை இடது கைக்கு மாற்றிக்கொண்டு வலது கரத்தை அவளது தோள் மீது வைத்தான்.

"நான் கவலைப்படவே இல்லையே."

"எல்லாம் சீராகத் திட்டமிடப்பட்டுச் சிறப்பாக நடந்து வரு கின்றன. குதிரைகளுடன் ரஃபேலும் உன் கூட இருப்பான்."

 நற்றிணை பதிப்பகம்

"உங்களுடன் இருக்கத்தான் எனக்கு ஆசை."

"ஊஹூம், குதிரைகள் இருக்குமிடம்தான் நீ உதவக்கூடிய இடம்."

"அப்படியானால் சரி. அங்கேயே நான் இருக்கிறேன்" என்று மேரியா கூறிய அதே நேரத்தில் அக்குதிரைகளிலொன்று கனைத்தது. உடனே, கணவாய்க்குக் கீழேயிருந்த திறந்தவெளியிலிருந்து பதில் கனைப்பு கேட்டது. சிறுகச் சிறுக அதன் சுருதி உயர்ந்து கிறீச்சிட்டுச் சட்டென நின்றது, எதிரே செறிந்திருந்த இருளிடையே புதிய குதிரைகளின் வரி வடிவத்தைக் கண்டதும் பாப்லோவுடன் பாய்ந்து முன்னேறினான் ஜார்டன். குதிரைகளுக்குப் பக்கத்தில் நின்றவர்களை அணுகியதும் "வணக்கம்" என்றான்.

"வணக்கம்" என்று அவர்கள் பதிலுரை கூறிய போதிலும் அந்த இருட்டில் அவர்களுடைய முகங்களை அவனால் காணக்கூடவில்லை.

"இவர்தான் நம்முடன் வரும் இங்கிலீஷ்காரர். வெடி வைப்பவர்" என்று பாப்லோ அறிமுகப்படுத்தி வைத்தான். அப்போது அவர்கள் பதிலேதும் சொல்லவில்லை. ஒருவேளை தலையாட்டினார்களோ என்னவோ; அந்த இருளில் அது தெரியவில்லை.

"நாம் புறப்படுவோம், பாப்லோ. விரைவில் விடிந்துவிடும்" என்று அந்த ஐவரில் ஒருவன் கூறினான்.

"மேற்கொண்டு கையெறி குண்டுகளைக் கொண்டு வந்திருக் கிறீர்களா?" என மற்றொருவன் கேட்டான்.

"ஓ, நிறையவே எடுத்து வந்திருக்கிறோம். குதிரையை விட்டுச் செல்லும்போது வேண்டிய மட்டும் எடுத்துக் கொள்ளுங்கள்" என்றான் பாப்லோ.

"அப்படியானால் உடனேயே கிளம்புவோம். இங்கே நாங்கள் காத்துக் காத்துப் பாதி ராத்திரியைக் கழித்துவிட்டோம்" என இன்னொருவன் சொன்னான்.

"வா, பிலார்" என்று விளித்தான் பிறிதொருவன்.

"என்ன இது, பீப் போல இருக்கிறதே? எப்படி இருக்கிறாய், இடையனே?" எனக் கரகரத்த குரலில் பிலார் விசாரித்தாள்.

"சௌக்கியம்தான்."

"நீ ஏறியிருப்பது எந்தக் குதிரை?"

"பாப்லோவின் அதே பழைய சாம்பல்நிறக் குதிரைதான். அபாரமான குதிரை இது."

"வாருங்கள், புறப்படுவோம். இங்கு வம்படிப்பதால் ஆவ தொன்றுமில்லை" என்றான் இன்னொருவன். அவன் குதிரைமீது

ஏறியதும், "நீ எப்படி இருக்கிறாய், எலிஸியோ?" என்று பிலார் கேட்டாள்.

"எப்படி இருப்பேனாம்; சரி சரி வா, வேலை இருக்கிறது நிறைய" என்று அவன் சிடுசிடுத்தான்.

பெரிய குதிரைமீது ஏறிக்கொண்ட பாப்லோ, "எல்லோரும் வாயை மூடிக்கொண்டு என் பின்னால் வாருங்கள். குதிரைகளை விடவேண்டிய இடத்துக்கு இட்டுப் போகிறேன்" எனக் கூறிக் கிளம்பினான்.

40

பாலத்தைப் பிளப்பது பற்றித் திட்டமிட்டும் மேரியாவுடன் பேசியும் பின்னர் உறங்கியும் ஜார்டன் போக்கிய நேரத்தில் ஆண்ட்ரேஸினால் மிக மெதுவாகவே முன்னேற முடிந்தது. அப்பிர தேசத்தை நன்கறிந்ததுடன் நல்ல உடல் வலிமை கூடிய நாட்டுப் புறத்தானால் இருளில் எவ்வளவு முடியுமோ அவ்வளவு விரைவாகவே காட்டிலும் மேட்டிலும் ஃபாஸிஸ்ட் பகுதியினூடும் பயணம் செய்தான் அவன். ஆனால் குடியரசுத் தரப்பை அடைந்ததுமோ அந்த வேகம் மிகவும் மட்டுப்பட்டுவிட்டது. முத்திரையிட்டு ஜார்டன் கொடுத்திருந்த பத்திரப் பயணச் சீட்டையும் கடிதத்தையும் காட்டினால் போதும், இலக்கை நோக்கி அவன் துரிதமாக அனுப்பப் பட்டுவிட வேண்டும்; ஏட்டளவில் இதுவே காரியக் கிரமம். ஆனால் நடைமுறையிலோ இப்படி நடக்கவில்லை. முகப்பு அணியில் அவன் சந்திக்க நேர்ந்த முதல் தளபதியே அவனது தூதில் ஆழ்ந்த ஐயம் கொண்டுவிட்டான். அவனோடு பிரிவுத் தளபதியிடம் ஆண்ட்ரேஸ் போய்ச் சேர்ந்தான். கோமெஸ் என்று பெயர் கொண்ட அந்தத் தளபதி போருக்கு முன் சவரத் தொழிலாளியாக இருந்தவன். தூது குறித்துக் கேட்டதும் அவனுக்கு மிக்க உற்சாகம் ஏற்பட்டுவிட்டது. முதல் முகாமிலிருந்த தளபதியின் முட்டாள்தனத்துக்காகத் திட்டிக் கொட்டிவிட்டு ஆண்ட்ரேஸைத் தட்டிக் கொடுத்தபின் மட்டரக பிராந்தி மதுவை வழங்கிய அவன், கொரில்லாவாகப் போராடுவதே தனக்கு எப்போதும் பெரு விருப்பமாக இருந்துவந்ததெனத் தெரிவித்தான். பின்னர் தன் துணையதிகாரியை எழுப்பி அவனிடம் பிரிவுப் பொறுப்பை ஒப்படைத்தான். தன் மோட்டார் சைக்கிளை ஓட்டுபவனை எழுப்பி அழைத்து வர ஏவலாளையும் அனுப்பினான். சைக்கிள் ஓட்டிவந்ததும் அவனோடு ஆண்ட்ரேஸை அனுப்பி வைப்பதற்குப் பதிலாகக் காரியங்களை முடிக்கும் பொருட்டு தானே கிளம்பினான். அவனுக்கு முன்னால் இருந்த ஆசனத்தை ஆண்ட்

ரேஸ் உறுதியாகப் பற்றியபடி உட்கார்ந்திருக்க அவர்கள் புறப் பட்டார்கள். இரட்டை வரிசையாக இருந்த பெரு மரங்களுக்கிடையே குண்டுகள் விழுந்து குழிகள் மலிந்திருந்த மலைச்சாலையில் தூக்கித் தூக்கிப் போட்டபடி பெருமுழக்கத்துடன் மோட்டார் சைக்கிள் பறந்தது. வெள்ளையடிக்கப்பட்ட அடிமரங்களை விளக்கொளியில் காட்டிக்கொண்டே விரைந்தது அது. போர் தொடங்கியதும் வந்த கோடையில் அந்தச் சாலையில் நடந்த சண்டையின்போது குண்டுத் துண்டுகளும் தோட்டாக்களும் பட்டு வெள்ளையும் பட்டையும் பெயர்ந்து விழுந்திருந்த மரப் பகுதிகளும் அந்த விளக்கொளியில் நன்கு புலப்பட்டன. முடிவில், தலைமையகம் அமைந்திருந்த சிற்றூரில் அவர்கள் நுழைந்தார்கள். அந்த மலை வாசஸ்தலத்தில் அநேகமாக எல்லாக் கூரைகளுமே நொறுங்கியிருந்தன. தூங்கி வழிந்து கொண்டிருந்த காவல்காரனொருவன் இருந்த வீடொன்றை நெருங்கியதும் சைக்கிளைச் சட்டென நிறுத்தினான் கோமெஸ். அந்த வீட்டுச் சுவர் மீதே சைக்கிளைச் சாய்த்துவைத்துவிட்டு அவன் நுழைந்ததும் அந்தக் காவல்காரன் விழிப்புற்று விறைத்தான். அவனை கோமெஸ் வேகமாகக் கடந்து பெரியதொரு அறையில் புகுந்தான். சுவர்களெங்கும் நிலப்படங்கள் நிறைந்திருந்த அந்த அறையில் இருந்த அதிகாரியும் தூங்கியாடிக் கொண்டிருந்தார். கண்கள் மீது பச்சை வண்ண மறைப்புப் போட்டுக்கொண்டு, விளக்கும் இரு டெலிபோன்களும் 'முண்டோ ஒப்ரிரோ' பத்திரிகைப் பிரதியொன்றும் வைக்கப்பட்டிருந்த மேஜை முன் அமர்ந்திருந்த அவர், கோமெஸைக் கண்டதும், "இங்கே எதற்கு வந்தீர்? டெலிபோன் என்று ஒன்று இருப்பதைப் பற்றி நீர் கேள்விப்பட்டதேயில்லையா?" என்று கடுகடுத்தார்.

"லெப்டினெண்ட் – கர்னலைப் பார்ப்பதற்காகவே வந்திருக் கிறேன்" என்று கோமெஸ் பதிலளித்தான்.

"அவர் தூங்குகிறார், இப்போது பார்க்க முடியாது. ஆனால் நீர் ஒரு மைல் தூரத்தில் வரும்போதே உம் சைக்கிளின் விளக்கை நான் பார்த்துவிட்டேன். எதிரிகள் கண்டுகொண்டு சுடவேண்டும் என்பது உமது ஆசையா?"

"சரிதான், லெப்டினெண்ட் – கர்னலைக் கூப்பிடுங்கள். மிகமிக முக்கியமான காரியமாக வந்திருக்கிறேன்."

"அவர்தான் தூங்குகிறார் என்று சொன்னேனே? அது சரி, உம்மோடு வந்திருக்கும் இவன் யார்? கொள்ளைக்காரன் போலிருக் கிறதே?" என்று ஆண்ட்ரேஸை அந்த அதிகாரி சுட்டிக்காட்டிக் கேட்டார்.

"எதிரியணிக்குப் பின்னாலிருந்து வந்திருக்கும் கொரில்லா இவர். அதிகாலையில் நவஸெராடாவுக்கு அப்பால் நடக்கவிருக்கும் தாக்குதலுக்குத் தலைமை தாங்கும் ஜெனரல் கோல்ஸுக்கு மிக முக்கியமான கடிதத்தை இவர் எடுத்து வந்திருக்கிறார். உமக்குப் புண்ணியமாகப் போகட்டும், லெப்டினெண்ட் – கர்னலை எழுப்புங்கள்" என்று பரபரப்புடனும் மெய்ப்பாட்டுடனும் கோமெஸ் கூறினான்.

பச்சைப் பட்டையின் அடியில் பாதி மூடிய கண்களால் அவனை நோக்கிய அந்த அதிகாரி, உங்களுக்கெல்லாம் பைத்தியம் தான் பிடித்திருக்க வேண்டும். ஜெனரல் கோல்ஸ் என்று எவரைப் பற்றியும் நான் கேள்விப்பட்டதே கிடையாது; படையெடுப்பு பற்றியும் தெரியாது. இந்த விளையாட்டு வீரனை அழைத்துக் கொண்டு உம் இடத்துக்குத் திரும்பிப் போமய்யா!" என்றார்.

"லெப்டினெண்ட் – கர்னலை எழுப்ப மாட்டீர் நீர்?" என்ற கோமெஸின் உதடுகள் இறுகியதை ஆண்ட்ரேஸ் கவனித்தான்.

"நாசமாய்ப் போமய்யா, போம்" என்ற சோம்பி வழிந்து கூறி விட்டு முகத்தை மறுபுறம் திருப்பிக் கொண்டார் அந்த அதிகாரி. உடனே உறையிலிருந்து தன் கைத்துப்பாக்கியை கோமெஸ் உருவியெடுத்து அவரது தோளையொட்டி நீட்டியபடி, "ஓய் ஃபாஸிஸ்ட் பதரே, எழுப்பும் அவரை. எழுப்பாவிட்டால் உம்மைச் சுட்டுக் கொன்றுவிடுவேன்" என்று மிரட்டினான்.

"எதற்காக ஆத்திரப்படுகிறீர்? இந்தச் சவரக்காரர்களே இப்படித் தான், இலகுவாக உணர்ச்சிவசப்பட்டு விடுகிறீர்கள்" என்று அந்த அதிகாரி கூறியதும் கோமெஸின் முகம் வெம்பகையால் துடித்துப் புடைத்ததை ஆண்ட்ரேஸ் கண்டான். எனினும் "அவரை எழுப்பும்" என்று மீண்டும் ஏவியதோடு கோமெஸ் நிறுத்திக் கொண்டு விட்டான். அதிகாரியும் வெறுப்புத் தொனிக்கக் குரல் கொடுத்ததும் கதவருகில் ஒரு சிப்பாய் வந்து நின்று சலாம் செய்துவிட்டு அப்பால் சென்றான். "கர்னலின் காதலி வந்திருக்கிறாள், இந்த நேரமாகப் பார்த்து நீர் வந்திருப்பதில் அவர் பரமானந்தப்படாமலா போகப் போகிறான்?" என்று பரிகாசமாகக் கூறிவிட்டுப் பத்திரிகையை மறு படி படிக்கத் தொடங்கினார் அதிகாரி. "உம்மைப் போன்றவர்கள்தான் இந்தப் போரில் ஜெயிப்பதற்கான எல்லா முயற்சிகளுக்கும் முட்டுக்கட்டையாக இருக்கிறீர்கள்" என்று கோமெஸ் கூறியதை அவர் காதில் போட்டுக் கொள்ளவேயில்லை. தொடர்ந்து படித்துக் கொண்டே போன அவர் தனக்குத் தானே கூறிக்கொள்வது போல, "அடடா, இதுதான் எத்தனை விசித்திரமான பத்திரிகை!" என்றார்.

"அப்படியானால் 'எல்டிபேட்'டை நீர் படிப்பதற்கென்ன? அதுதானே உமக்கேற்ற பத்திரிகை?" என்றான் கோமெஸ் – போருக்கு

நற்றிணை பதிப்பகம் ★ 545

முன் மாட்ரிட் நகரில் பிரசுரமாகி வந்த கத்தோலிக்கக் கன்ஸெர் வெடிவ் கட்சிப் பத்திரிகைகளிடையே முன்னணியில் இருந்தது அது.

"உமக்கு நான் உயரதிகாரி என்பதை மறந்து விடாதீர். உம்மைப் பற்றி நான் எது சொன்னாலும் அதற்கு மதிப்பளிப்பார்கள். நினைவிருக்கட்டும். 'எல்டிபேட்'டை நான் ஒருநாளும் படிப்பதில்லை. பொய்ப் புகார்களைக் கூறாதீர்" – தலையை நிமிர்த்தி நோக்காமலேயே அதிகாரி பேசினார்.

"இல்லையில்லை, இன்னமும் ஏ.பி.ஸி.யைத்தான் நீர் படிக்கிறீர் உம்மைப் போன்றவர்களால்தான் ராணுவம் இன்னமும் கெட்டுக் கிடக்கிறது. போரைத் தொழிலாகக் கொண்ட நீங்களெல்லாம்தான் அதை நார அடித்திருக்கிறீர்கள். ஆனால் அது எப்போதும் இப்படியே இருந்து விடாது. மடையர்களுக்கும் அழுமூஞ்சிகளுக்கு மிடையே நாங்கள் மாட்டிக் கொண்டிருக்கிறோம். இருந்தாலும் முன்னவருக்கு அறிவூட்டிப் பின்னவரை அழித்துக் கழித்துவிடுவோம் நாங்கள்."

"ஆம், 'கழிப்பு' என்பதுதான் இப்போது உமக்கு வேண்டிய பதம். இதோ இந்தப் பத்திரிகையும்கூட உமது பிரசித்த ரஷ்யர்களில் மேலும் பலர் கழித்துக் கட்டப்பட்டதைக் கூறுகிறது. இந்தச் சகாப்தத்தில் பேதி உப்பு சாதித்ததைவிட அதிகமான கழிப்பு வேலையை அவர்கள் செய்து வருகிறார்கள்" – தலையை இன்னமும் தூக்காமலேயே அதிகாரி மொழிந்தார்.

"அதற்கு என்ன பெயர் கொடுத்தாலும் சரி, உம்மைப் போன்ற வர்கள் ஒழிந்து தொலைந்தால் போதும்" என்று ஆத்திரத்துடன் கோமெஸ் கூறினான்.

"இன்னொரு பதம் 'ஒழித்துக்கட்டுவது' என்பது. ஆனால் இந்தப் புதிய வார்த்தையில் காஸ்டில் வட்டார வாடை வீசவில்லையே!" – தன்னுடன் தானே பேசிக் கொள்வது போலத் திமிராகவே அதிகாரி கூறினார்.

"அப்படியானால் 'சுடுவது' என்று வைத்துக் கொள்ளுமய்யா. அது காஸ்டில் பதம்தான். புரிகிறதல்லவா உமக்கு?"

"புரிகிறது, புரிகிறது. ஆனால் இவ்வளவு சப்தம் போட்டுப் பேசாதீர். இந்தத் தலைமையகத்தில் தற்சமயம் லெப்டினெண்ட் கர்னலைத் தவிர வேறு சிலரும் படுத்திருக்கிறார்கள். உரக்கப் பேசி அவர்களை எழுப்பி விடாதேயும். தவிர, உம் ஆவேசப்போக்கு என்னை அலுத்துச் சலிக்க வைக்கிறது. அதனால்தான் எப்போதும் நானே சிரைத்துக் கொண்டு விடுகிறேன்; சவரத் தொழிலாளிகளின் பேச்சும் எனக்குப் பிடிப்பதே கிடையாது."

அதைக் கேட்டதும் ஆண்ட்ரேஸைப் பார்த்துத் தலையை ஆட்டினான் கோமெஸ். கோபமும் குரோதமும் கிளறிய கலக்கம் அவனது கண்களில் சுடர் விட்டுக் கொண்டிருந்தது. ஆயினும் தலையை அசைத்தானே தவிர வாயைத் திறக்கவில்லை. பின்னர் ஒரு சமயம் பயன்படுத்தும் பொருட்டு அந்தப் பரிகாச மொழிகளை அவன் அப்படியே பதுக்கிவைத்துக் கொண்டுவிட்டான். ஸியரா பகுதியில் ஒரு படைப் பிரிவுக்குத் தலைமை தாங்கும் தகுதியை அடையப் பிடித்த ஒன்றரை ஆண்டு காலத்தில் இம்மாதிரி இன்னும் பலப்பல அவனால் சேமித்து வைக்கப்பட்டிருந்தன. அப்போது தன் பைஜாமாக்களை அணிந்தபடி அறையினுள் லெப்டினெண்ட் கர்னல் வரவும் அவன் விறைத்து நின்று வணங்கினான்.

சாம்பல் வண்ண முகத்துடன் குட்டையாக இருந்த அந்த லெப்டினெண்ட் கர்னலின் பெயர் மிராண்டா என்பதாகும். வாழ்க்கை முழுவதையும் ராணுவத்திலேயே கழித்தவர் அவர். மொராக்கோவில் பணிபுரிந்து தன் வயிற்றை மட்டுமின்றி மணவாழ்வையும் பாழடித்துக் கொண்டுவிட்டார். அவர் அங்கு இருக்கையில் மாட்ரிட்டில் வசித்த மனைவி சுதந்திரப் பறவையாகிச் சிறகடிக்கலானாள். அவளை விவாகரத்து செய்ய முடியாது என்பதைக் கண்டதும் (வயிறு கெட்டதென்னவோ நிரந்தரமாகி விட்டது; அது சரியாவதற்கான சாத்தியக்கூறு அறவே இல்லை) குடியரசுவாதியாகி உள்நாட்டுப் போரில் கலந்துகொண்டார். அதில் அவர் சேர்ந்ததே லெப்டினெண்ட் – கர்னலாகத்தான். அவருக்கு இருந்த ஒரே ஆசை போர் முடியும் போதும் அதே அந்தஸ்துடன் விலகவேண்டும் என்பதே. ஸியரா பகுதியை நல்லபடி பாதுகாத்திருந்தார் அவர். அது திரும்பத் தாக்கப்படும் போதெல்லாம் தக்க படிக் காக்கத் தன்னை எவர் தலையீடுமின்றி அங்கேயே விட்டுவைக்க வேண்டும் என்பதே அவரது விருப்பம், போரின் பயனாக அவரது உடல்நிலை நன்கு தேறியிருந்தது. மாமிச உணவு வகை கட்டாயமாகக் குறைக்கப்பட்டதே அதற்குக் காரணமாக இருந்திருக்கலாம். எனினும் அஜீரணத்தை அகற்ற ஏராள சோடா உப்பை அவர் கைவசத்தில் வைத்திருந்தார். அது தவிர மாலை வேளையில் விஸ்கியும் வஞ்சனையின்றி அவருக்குக் கிட்டியது. அது அளித்த உற்சாகம் தவிர இருபத்து மூன்று வயதாகியிருந்த அவருடைய ஆசைநாயகி அப்போது கருவுற்றிருந்ததும் அவருக்கு உவகை ஊட்டியது – ஆனால் முன்வருட ஜூலையில் ராணுவ சேவகிகளாகப் பணிபுரியத் துவங்கிய பெண்களில் அநேகமாக அனைவருமே அப்போது அந்தச் சூலுற்ற நிலையில்தான் இருந்தனர் – அறையினுள் வந்த அவர் கோமெஸின் வணக்கத்துக்குப் பதிலாகத் தலையை அசைத்துவிட்டுக் கையை நீட்டினார்.

"என்ன விஷயம், கோமெஸ்? எதற்கு வந்திருக்கிறாய்?" என்று கேட்டபின் மேஜைமுன் அமர்ந்திருந்த தன் அலுவலகத் தலைவரை விளித்து, "தயவுசெய்து ஒரு சிகரெட் கொடு, பீப்" என்றார்.

ஆண்ட்ரேஸின் அத்தாட்சிகளையும், ஜார்டன் அவனிடம் கொடுத்திருந்த கடிதத்தையும் அவரிடம் கோமெஸ் காட்டினான். பத்திரப்பயணச் சீட்டைத் துரிதமாகக் கண்ணோட்டம் விட்ட அவர் அதன்பின் ஆண்ட்ரேஸை நோக்கித் தலையை ஆட்டிச் சிரித்தார். பிறகு கடிதத்தை ஆர்வத்துடன் பார்த்தார். முத்திரையை விரலால் தடவிப் பரிசோதித்ததும் சீட்டையும் கடிதத்தையும் ஆண்ட்ரேஸிடம் திரும்பத் தந்துவிட்டு, "மலைப்பகுதியில் வாழ்க்கை பெரும் பாடாகவா இருக்கிறது?" என வினவினார்.

"இல்லை, ஐயா" என்றான் ஆண்ட்ரேஸ்.

"ஜெனரல் கோல்ஸின் தலைமையகத்துக்கு எந்த இடம் கிட்டத்தில் இருக்கிறது என்று உமக்குச் சொன்னார்களா?"

"நவஸெராடாவுக்குப் பக்கத்தில் எங்காவது அது இருக்கும், படையணிகளுக்குப் பின்னால் வலப்புறத்தில்தான் இருக்கும் என்று இங்கிலீஷ்காரர் சொன்னார், ஐயா."

"யார் அது, இங்கிலீஷ்காரர்?" என்று பதட்டமின்றியே லெப்டினெண்ட் கர்னல் கேட்டார்!

"வெடி வைப்பதற்காக எங்களிடம் வந்திருக்கிறாரே, அந்த இங்கிலீஷ்காரர்தான்."

லெப்டினெண்ட் கர்னல் புரிந்ததுபோலத் தலையை ஆட்டினார், 'இந்தப் போரில் எவ்வித முன்னறிவிப்போ விளக்கமோ இல்லாமல் திடீர்த் திடீரென நிகழும் அபூர்வ நடவடிக்கைகளில் இது இன்னொன்று போலும் என்று எண்ணியவராக. பின்னர் கோமெஸைப் பார்த்து, "இவரை நீரே மோட்டார் சைக்கிளில் அழைத்துப் போவது நல்லது" என்றார். கண்களுக்குப் பச்சை மறைப்புப் பட்டை போட்டிருந்த அதிகாரியை நோக்கி, "ஜெனரல் கோல்ஸின் தலைமைக் காரியாலயத்துக்கு இவர்கள் பத்திரமாகப் போய்ச் சேரப் பலமாகச் சிபாரிசு செய்து ஒரு பயணச்சீட்டு எழுதும், நான் கையெழுத்துப் போட்டுத் தருகிறேன். தட்டெழுத்திலேயே அடித்துக்கொடும். இதோ இருக்கின்றன விவரங்கள். அடித்து முடிந்ததும் இரண்டு முத்திரைகளை வைத்துத் தாரும்" என்று கூறி, பத்திரப் பயணச் சீட்டை அவரிடம் தருமாறு ஆண்டரேஸுக்குச் சைகை செய்தபடி பணித்தார். பிறகு கோமெஸின் புறம் திரும்பி, "இன்றிரவு உமக்குத் திடமான பானம் தேவை. அப்படிக் குடிப்பதுதான் நல்லது. படையெடுப்பு நடக்கவிருக்கும்போது எல்லாரும் உஷாராக இருக்க வேண்டும் அல்லவா? என்னால் முடிந்த அளவுக்குச் சக்தி மிகுந்த

கலவையாகவே தயாரித்துத் தருகிறேன்" என்று கூறியவர், மறுபடியும் ஆண்ட்ரேஸைப் பரிவுடன் பார்த்து, "உமக்கு ஏதாவது வேண்டுமா? சாப்பிடவோ குடிக்கவோ கொடுக்கட்டுமா?" என விசாரித்தார்.

"வேண்டாம், ஐயா. எனக்குப் பசியில்லை. நான் கடந்த கடைசி முகாமில் குடிப்பதற்குக் நாக்காக் கொடுத்தார்கள். அதற்குமேல் குடித்தால் எனக்குக் கிறுகிறுப்பு வந்துவிடும்."

"நீர் வந்தபோது என் அணிக்கு எதிர்த்தரப்பில் ஏதாவது நடவடிக்கையோ நடமாட்டமோ நடப்பது உம் கண்ணில் பட்டதா?" என மரியாதைமிக்க முறையில் லெப்டினெண்ட் கர்னல் கேட்டார்.

"எப்போதும் போல அமைதியாகத்தான் இருந்தது. ஒரே அமைதி."

"உம்மை ஸெர்ஸெடில்லாவில் மூன்று மாதத்துக்கு முன் நான் பார்த்திருக்கிறேன் இல்லையா?"

"ஆமாம், ஐயா."

"அப்படித்தான் இருக்குமென அப்போதே நினைத்தேன்" என்று கூறியவராய் ஆண்ட்ரேஸின் தோளில் அதிகாரி அன்புடன் தட்டிக்கொடுத்தார்.

"அந்தக் கிழவர் ஆன்ஸெல்மோவுடன்தான் உம்மைப் பார்த்தேன். அவர் எப்படி இருக்கிறார்?"

"நல்லபடிதான் இருக்கிறான்."

"நல்லது. கேட்பதற்குச் சந்தோஷமாக இருக்கிறது" என்று சொன்ன லெப்டினெண்ட் – கர்னலிடம் தட்டெழுத்தில் பொறித்த பத்திரப் பயணச் சீட்டைப் பச்சைப்பட்டை போட்டிருந்த துணையதிகாரி காட்டினார். அவர் அதைப் படித்துக் கையெழுத்திட்டதும் கோமெஸையும் ஆண்ட்ரேஸையும் நோக்கி, "இனிமேல் நீங்கள் போகலாம்; சீக்கிரமாகப் போய்ச் சேர வேண்டும். மோட்டார் சைக்கிளை ஜாக்கிரதையாக ஓட்டு கோமெஸ். விளக்கைப் போடாமல் போகாதே. ஒரு வண்டி போவதால் தொல்லை வந்து விடாது: இருந்தாலும் நீ உஷாராகப் போகவேண்டும். ஜெனரல் கோமெஸுக்கு என் வாழ்த்தைச் சொல்லு; பெகூரினாஸ் போராட்டத்துக்குப் பிறகு அந்தத் தோழரை நான் சந்தித்திருக்கிறேன்" என்றவர், இருவருடனும் கைகுலுக்கி விடையளித்தார், "பத்திரங்களையெல்லாம் சட்டை ஜேபியில் வைத்துக்கொண்டு பித்தான்களைப் போடும்; மோட்டார் சைக்கிளில் போகும்போது காற்று விசையாக வீசுமல்லவா?"

ஆண்ட்ரோஸும் கோமெஸும் அறையிலிருந்து வெளியேறியதும் அலமாரியொன்றை அணுகி ஒரு புட்டியையும் கோப்பையையும்

லெப்டினெண்ட் கர்னல் வெளியிலெடுத்தார், புட்டியிலிருந்து கோப்பையில் சிறிது விஸ்கியை விட்டதும், சுவாரோரமாகக் கீழே வைத்திருந்த மண் கூஜாவிலிருந்து கொஞ்சம் தண்ணீரை ஊற்றிக்கொண்டார். கோப்பையைக் கையில் பிடித்தபடி விஸ்கியை மிக மெதுவாகப் பருகியவாறு சுவரிலிருந்த பெரிய நிலப்படத்துக்கு எதிரே நின்று, நவஸெராடாவுக்கு அப்பால் தாக்குதலுக்கான சாத்தியக் கூறுகளை ஆராயலானார். "தானில்லாமல் கோல்ஸே அதை நடத்தப்போகிறார்; அதுவரையில் எனக்கு மகிழ்ச்சியே!" என்று துணையதிகாரியிடம் கூறினார். அவர் பதிலேதும் பேசாமல் போகவே திரும்பிப் பார்த்தபோது, கைகளில் தலையைத் தாங்கியபடித் தூங்கிவிட்டதைக் கண்டார். மேஜையிடம் சென்று, அவரது தலையை இருபுறமும் தொடும்படி இரு தொலைபேசிகளையும் நெருக்கிவைத்தார். பின்னர் மறுபடியும் அலமாரியை அணுகிக் கோப்பையில் மீண்டும் மதுவையும் தண்ணீரையும் ஊற்றி எடுத்துக் கொண்டு நிலப்படத்தைத் திரும்பவும் பரிசீலிக்கலானார்.

இதற்கிடையில், மோட்டார் சைக்கிள் ஆசனத்தை ஆண்ட்ரேஸ் கெட்டியாகப் பிடித்துக் கொண்டான். பெருஞ் சப்தம் போட்டபடி மோட்டார் சைக்கிள் ஓடத் தொடங்கியதும் முகத்தில் காற்று வீசாதபடித் தலையைக் குனிந்து கொண்டான். கறுத்து ஓங்கிய பாப்லார் மரங்களை இரு மருங்கிலும் கொண்ட மண்சாலையில் மண்டியிருந்த இருளை மோட்டார் சைக்கிளின் விளக்கு கிழித்தது, ஓடைப்படுகை ஒன்றையொட்டிப் பனியில் ஆழ்ந்தபோது அந்த விளக்கின் ஒளி மங்கி மஞ்சள் பூத்தது. படுகையிலிருந்து ஏறியதும் விளக்கு திரும்பவும் பளிச்சிடலாயிற்று. எதிரே சாலைச்சந்தி தெரிந்தது. மலையிலிருந்து காலியாக இறங்கிவந்து கொண்டிருந்த லாரிகள் பெரும் பழுப்புப் பூதங்களாக அந்த விளக்கின் ஒளியில் தென்பட்டன.

41

குதிரையை நிறுத்திவிட்டுக் கீழே இறங்கினான் பாப்லோ. இருளில் ஜார்டனின் கண்ணுக்கு ஏதும் புலப்படவில்லை. எனினும் பாப்லோவைத் தொடர்ந்து அனைவரும் இறங்கியதால் சேணங்கள் கரகரத்த ஒலியும், குதிரைகளின் பெருமூச்சுச் சப்தமும் அவன் காதில் விழுந்தன. குதிரைகளின் நெடியுடன் கூடிவந்த மனித வாடையோ அவனது மூக்கைத் துளைத்தது, நாற்றம் வீசியது; குகையிலிருந்து வந்தவர்களிடமோ அந்தத் தூக்கத் துர்க்கந்தத்துடன் மரப்புகையின் நெடியும் படிந்திருந்தது. அவனுக்கு அருகில் நின்ற பாப்லோவிடமிருந்து மட்டும் வேறுவித வாடை அடித்தது. வாயில்

செப்புக்காசைப் போட்டுக் கொண்டால் ஏற்படுவது போன்ற உலோகக் கலப்புடன் கூடியதாய்ப் பாழான மதுவின் நாற்றம் அது. சுடரொளி வெளியில் தெரியாதபடி விரல்களைக் குவித்து மறைத்த வாறு ஒரு சிகரெட்டை ஜார்டன் பற்றவைத்தான். நெடியதொரு இழுப்பாக அதன் புகையை உறிஞ்சியபோது, "இந்தக் குதிரைகளின் கால்களை நாங்கள் கட்டுகிறோம்; அதற்குள் கையெறி குண்டுப் பையை எடு, பிலார்" என்று இன்குரலில் பாப்லோ சொன் னதை அவன் செவியுற்றான். உடனே அகஸ்டினை அவன் விளித்து, "நீரும் ஆன்ஸெல்மோவும் என்னுடன் பாலத்துக்கு வாருங்கள். இயந்திர பீரங்கிக் குண்டுகள் கொண்ட பை உம்மிடம் இருக்கிற தல்லவா?" என்றான்.

"இல்லாமலென்ன? எல்லாம் இருக்கிறது" என்று அகஸ்டின் கூறியதும், பிரிமிடிவோவின் உதவியுடன் குதிரைகளிலொன்றின் முதுகிலிருந்து மூட்டைகளை இறக்கிக் கொண்டிருந்த பிலாரிடம் ஜார்டன் சென்று "இதைக் கேட்டுக் கொள்ளுங்கள் பிலார்!" என்று மென்குரலில் கூற ஆரம்பித்தான்.

"இப்போது புதிதாக என்ன சொல்லப் போகிறீர்?" எனத் தாழ்ந்து தழுதழுத்த குரலில் கேட்டபடியே குதிரையின் அடிவயிற்றி லிருந்து கொக்கியை நீக்கினாள் அவள்.

"குண்டுகள் விழும் சப்தம் கேட்கும் வரையில் எதிர்ச்சாவடியைத் தாக்கத் தொடங்கக்கூடாது என்பதைத் தெளிவாகத் தெரிந்துகொண்டு விட்டீர்கள் அல்லவா?"

"அதை நீர் எத்தனை தடவைதான் சொல்லுவீர். ஆனாலும் கிழவி போலத்தான் பேசுகிறீர் இங்கிலீஷ்காரரே!"

"புரிந்துகொண்டீர்களா என்று சரிபார்க்கத்தான் கேட்டேன்... சாவடி நிர்மூலமாக்கப்பட்டதும் நீங்கள் பாலத்துக்குப் பின்வாங்கி மேலிருந்தபடியே சாலையையும் என் இடப்புறத்தையும் காபந்து செய்ய வேண்டும்."

"நீர் முதல் தடவை சொன்னபோதே என்னால் முடிந்த அளவுக்குப் புரிந்துகொண்டு விட்டேன், கவலைப்படாமல் போய்க் காரியத்தைப் பாரும்."

"குண்டுகள் விழும் சப்தம் கேட்கும் வரையில் யாரும் சுடவோ, குண்டு வீசவோ கூடாது என்பது மட்டுமல்ல; இடத்தை விட்டு நகரவும் கூடாது."

"என் பொறுமையைச் சோதித்தது போதும் போம்; ஸோர்டோ வைச் சந்திக்கப் போனபோதே இதையெல்லாம் நான் புரிந்து கொண்டாகி விட்டது" என்று எரிச்சலுடன் பிலார் கிசுகிசுக்கவும், குதிரைகளை பாப்லோ கட்டிக்கொண்டிருந்த இடத்துக்கு ஜார்டன் போனான்.

“பயந்து மிரளக்கூடிய குதிரைகளின் கால்களை மட்டுமே தான் கட்டிப் போட்டிருக்கிறேன். ஒரு தடவை இழுத்தால் கயிறு அவிழ்ந்துவிடக்கூடிய வகையில்தான் கட்டியிருக்கிறேன், பார்த்தீரா?” என்றான் பாப்லோ.

“நல்ல காரியம் – செய்தீர்!” என்று ஜார்டன் பாராட்டினான்.

“எப்படிக் கையாள்வது என்பதை மேரியாவுக்கும் ஜிப்ஸிக்கும் விளக்கிச் சொல்லிவிடுகிறேன்” என்று அவன் கூறியதையடுத்து, தங்கள் துப்பாக்கிகள் மீது சாய்ந்தபடி நின்று கொண்டிருந்த புதிய பேர்வழிகளை ஜார்டன் நோக்கி, “உங்களுக்கு எல்லாம் விளங்கி விட்டதா?” என வினவினான்.

“விளங்காமலென்ன? சாவடியை அழித்துக் கம்பிகளை அறுக்க வேண்டும். பிறகு பாலத்துக்குப் பின்வாங்கி, அதை நீர் பிளந்து முடிக்கும்வரை பாதுகாக்க வேண்டும் அப்படித்தானே?” என்றான் பாப்லோ.

“குண்டுவீச்சுத் தொடங்கும்வரை நீங்கள் ஒன்றுமே செய்யக் கூடாது.”

“அப்படியே ஆகட்டும்.”

“அப்படியானால் சரி; அதிருஷ்டம் நிறையக் கிடைக்கட்டும் உங்களுக்கு” என ஜார்டன் வாழ்த்தினான்.

அதைக் கேட்டதும் செருமிய பாப்லோ, “நாங்கள் திரும்பி வரும்போது உம் இயந்திர பீரங்கியாலும் சிறிய பீரங்கியைக் கொண்டும் எங்களுக்கு நல்ல பாதுகாப்புத் தருவீர் அல்லவா?” என்று கேட்டான்.

“சந்தேகமில்லாமல் அதுதான் என் முழுமுதல் வேலை.”

“அப்படியானால் சரி, வேறெந்தச் சந்தேகமும் இல்லை. ஆனாலும் ஒன்று, அந்த நேரத்தில் அதிஜாக்கிரதையாக நீர் இருக்கவேண்டும், இங்கிலீஷ்காரரே. அப்படி இல்லாவிட்டால் அதைக் கையாள்வது சுலபமல்ல.”

“நானேதான் இயந்திர பீரங்கியை இயக்கப் போகிறேன்.”

“அதில் உமக்குப் போதுமான அனுபவமுண்டா, சொல்லிவிடும். ஏனென்றால், நல்ல எண்ணம் நிறைய இருந்தாலும் அகஸ்டினின் அஜாக்கிரதையினால் சுடப்பட்டு விடுவதை நான் விரும்பவில்லை.”

“எனக்கு நிறைய அனுபவமுண்டு, நிஜமாகத்தான் சொல்கிறேன், இயந்திர பீரங்கிகளில் எதை அகஸ்டின் கையாண்டாலும் சரி, அதை உம் தலையிலிருந்து தொலைவிலேயே குறிபார்க்கச் சொல்லுகிறேன். தலைக்கு மிக மிக மேலேதான் குண்டுபாயும், கவலைப்படாதீர்.”

"அது போதும்" எனக் கூறி பாப்லோ, பிறகு ஜார்டனின் காதோடு, "இன்னமும் குதிரைகள் குறைவாகவே இருக்கின்றன" என்று கூறினான்.

இதைக் கேட்டதும், "கேடுகெட்ட பயல் முதல்முறை சொன்ன போதே நான் புரிந்து கொள்ளவில்லை என்று நினைக்கிறானா என்ன இவன்?" என்று ஜார்டன் எண்ணியபோதிலும், "நான் நடந்து தான் போகப் போகிறேன். குதிரைகள் விவகாரம் உம்முடையதே" என்றான்.

"வேண்டாம், உமக்கும் ஒரு குதிரை உண்டு, இங்கிலீஷ்காரரே. இங்கு எல்லாருக்குமே குதிரைகள் கிடைத்துவிடும்" என ரகசியக் குரலில் பாப்லோ சொன்னான்.

"அதுதான் உமது விவகாரம் என்று சொல்லி விட்டேனே. எப்படியும், உம் கணக்கில் என்னைச் சேர்த்துக் கொள்ள வேண்டாம். உம் புதிய இயந்திர பீரங்கிக்குப் போதுமான தோட்டாக்களை வைத்திருக்கிறீரா, அதைச் சொல்லும்."

"வைத்திருக்கிறேன். குதிரைப்படைக்காரனிடம் இருந்த எல்லா ரவைகளையுமே எடுத்து வந்துவிட்டேன். நாலே நாலைத்தான் சுட்டுப்பார்த்தேன். நேற்று சிகரப் பகுதிகளில் அந்தப் பரிசோ தனையை நடத்தினேன்."

"சரி, இனி நாம் புறப்படலாம். அங்கே சீக்கிரப் போய்ச் சேர்ந்து நன்றாக ஒளிந்துகொண்டு விட வேண்டும்."

"இதோ எல்லாருமே கிளம்பிவிடுவோம். புறப்படுமுன் என் வாழ்த்தைப் பெற்றுக்கொள்ளும், இங்கிலீஷ்காரரே!"

'இந்தக் கேடுகெட்ட பயல் இப்போது என்ன திட்டம் போடு கிறான் என்பது எனக்குத் தெரியாதா என்ன? இந்தப் புது ஆட்களின் குதிரைகளைப் பறிப்பதுதான் இவன் நோக்கம் என்பது எனக்கு நிச்சயமாகத் தெரியும். ஆனால் அது இவன் விவகாரமே தவிர எனக்கேதும் சம்பந்தமில்லை. நல்ல வேளை, இந்த ஆசாமிகளை எனக்குத் தெரியாது' என்று எண்ணிய ஜார்டன் கையை நீட்டி, "உமக்கும் என் வாழ்த்து, பாப்லோ" என்றான். இருவர் கரங்களும் இருளில் இணைந்தன. பாப்லோவின் கை எப்படி இருக்கும் என்று ஜார்டனுக்குத் தெரியாது. ஏதாவது பாம்புபோல, அல்லது குஷ்டரோகியைப் போலத்தான் அதைத் தொடும்போது தோன்றும் என்று அவன் எதிர்பார்த்தான். ஆனால் இருளில் அவன் கரத்தை பாப்லோவின் கை இறுக அழுத்தியபோது அதில் ஒரு கபடின்மை தெரிந்தது; எனவே, பதிலுக்குத் தானும் பலமாக அழுத்தினான். நல்லதொரு கரமாகவே அந்த இருளில் அது தோன்றியது. அதைத் தொட்டதும் அன்று காலை அனுபவித்த அனைத்திலும் அசாதாரண மானதொரு உணர்ச்சியின் வசப்பட்டான். "நாங்கள் இப்போது

கூட்டாளிகள் ஆகிவிட்டதைப் போலவே இருக்கிறது. கூட்டாளிகள் என்றால் கைகுலுக்கல்களுக்குக் குறைவு இருக்காது, இரு கன்னங் களிலும் மாறி மாறி முத்தமிடுவதும், பதக்கம், பட்டை சூட்டிப் பாராட்டுவதும் உண்டு. அந்த மாதிரியெல்லாம் இங்கே நாங்கள் செய்ய நேராத வரையில் எனக்குச் சந்தோஷமே. எல்லாக் கூட்டாளி களுக்கும் அதெல்லாம் இப்படித்தான் உள்ளூரப் பிடிக்காது என்றே எண்ணுகிறேன். இருந்தாலும் இந்த பாப்லோ என்னவோ சாதாரண மானவனல்லன்தான் என்று சிந்தித்த ஜார்டன், "பாப்லோ, உமக்கு என் வாழ்த்து" என மீண்டும் கூறியவனாய் உறுதியும் செயலார்வமும் கூடிய அந்த விசித்திரக் கரத்தைக் கெட்டியாகப் பற்றிக்கொண்டான். "உமக்குப் பக்கபலமாக இருந்து நன்றாகப் பாதுகாக்கிறேன், கவலையே வேண்டாம்" என்று உறுதியும் அளித்தான்.

"உம் வெடி வகையறாவைத் திருடிவிட்டதற்கு வருந்துகிறேன். இங்கிலீஷ்காரரே. தெளிவான சிந்தனை இல்லாததால் நேர்ந்த வினையே அது."

"ஆனால் அதற்குப் பதிலாகத்தான் நமக்குத் தேவைப்பட்ட ஆட்களைத் திரட்டி வந்து விட்டீரே. ஏன் வருத்தப்படுகிறீர்?"

"இந்தப் பாலம் சம்பந்தமாக உம்மிடம் எவ்வித மனக்குறையோ விரோதமோ கிடையாது. இந்த வேலை வெற்றிகரமாக முடியும் என்பதில் எனக்குச் சந்தேகமில்லை!"

"என்ன செய்கிறீர்கள் இரண்டு பேரும்? கலியாணம் பேசு கிறீர்களா என்ன?" அந்த இருட்டில் திடுமென அவர்கள் அருகில் முளைத்துக் கேட்ட பிலார் பின்னர் பாப்லோவை நோக்கி, "அது ஒன்றுதான் உனக்குக் குறைச்சல்" என்று ஏசினாள். பிறகு ஜார் டனைப் பார்த்து, "கிளம்பும், இங்கிலீஷ்காரரே. இந்த விடை கூறும் படலத்தை நீர் நீட்டிக்கொண்டே போனால் உம்மிடம் பாக்கி யிருக்கும் வெடி மருந்தையும் இந்தக் களவாணி திருடிவிடுவான், ஜாக்கிரதை" என்றாள்.

"பிலார் என்னை நீ புரிந்துகொள்ளவேயில்லை, இங்கிலீஷ் காரரும் நானும்தான் பரஸ்பரம் புரிந்து கொண்டிருக்கிறோம்" என்றான் பாப்லோ.

"உன்னை யாருக்குமே புரியவில்லை. உன்னைப் படைத்த ஆண்டவனானாலும், உன்னைப் பெற்ற தாயாலும்கூட உன்னைப் புரிந்துகொள்ள முடியாது. என்னாலும் உன்னைப் புரிந்துகொள்ள முடியாது... சரி சரி, புறப்படும், இங்கிலீஷ்காரரே. போகும்போது உம் குட்டை மயிர்க் காதலியிடம் சொல்லிக்கொண்டு கிளம்பும். நீர் இங்கே நிற்க நிற்க காரியத்தில் இறங்க நீர் பயப்படுகிறீர் என்றே எனக்கு எண்ணத் தோன்றுகிறது."

"பயமா, பாழாய்ப் போனவளுக்குப் பிறந்தவளே?"

“எனக்காவது அம்மா உண்டு, உமக்கோ அப்படி ஒருத்தி கிடையவே கிடையாது. போம்... சரி சரி, உடனே புறப்படும். இந்த வேலையைச் சீக்கிரம் ஆரம்பித்து முடிக்கப் பரபரக்கிறது எனக்கு” என்று உற்சாகத்துடன் கூறிய பிலார் பின்னர் பாப்லோவை நோக்கி, “உன் ஆட்களுடன் கிளம்பு. அவர்கள் எத்தனை நேரம் உறுதி குலையாமல் இருப்பார்களோ, யார் கண்டது? ஆகவே, நீ சீக்கிரம் புறப் படுவதுதான் நல்லது. உன்னைக்கூடப் பதிலுக்குக் கொடுக்க முடியாத மோசமான பேர்வழிகளாக இரண்டுபேர் அவர்களிடையே இருக் கிறார்கள். அவர்களையும் அழைத்துக் கொண்டு சடுதியில் புறப்படு” என்றார்.

மூட்டையை முதுகில் மாட்டிக்கொண்ட ஜார்டன், குதிரைகள் இருந்த இடத்துக்கு நடந்தான். அங்கே மேரியாவைக் கண்டதும், “விடை பெறுகிறேன் செல்லக்கூட்டி விரைவில் திரும்பிவந்து பார்க்கிறேன்” என்றான். ஆனால் அனைத்துமே மாயை போன்ற எண்ணமே அவனுக்கு ஏற்பட்டது. அந்த வார்த்தைகளை முன்பே கூறிவிட்டது போலத் தோன்றியது. ஏதோ ரயில் வண்டி புறப்படப் போவது போலவும், தான் ரயில் நிலையத்தில் நிற்பது போலவும் பிரமை தட்டியது.

“போய்வாருங்கள், ராபர்ட்டோ. வெகு ஜாக்கிரதையாக இருங் கள்” என்றாள் மேரியா.

“நிச்சயம் எச்சரிக்கையாகவே இருப்பேன்” என்று கூறியபடி மேரியாவை முத்தமிட ஜார்டன் குனிந்த போது அவனது முதுகில் இருந்த மூட்டை முன்னால் சரியவே அவளுடைய நெற்றியில் பலமாக முட்டிக் கொண்டான். ஆனால் அப்படி மோதுவதும்கூட முன்னரே நடந்திருந்தது போலவே அப்போதைய பிரமையில் அவனுக்குத் தோன்றியது. “அழாதே” என்று சங்கடப்பட்டவனாய் ஆசுவாசப்படுத்தினான். மூட்டை மட்டுமின்றிப் பிரிவும்தான் அவனை அப்படிச் சங்கடப்படுத்தியது.

“நான் அழவில்லை. இருந்தாலும் நீங்கள் சீக்கிரம் திரும்பிவிட வேண்டும்.”

“வேட்டுச் சப்தம் கேட்டதும் கலவரப் பட்டுவிடாதே. துப்பாக்கி களுக்கு நிறைய வேலை இருக்கத்தான் இருக்கும்.”

“பயப்படமாட்டேன். ஆனாலும் நீங்கள் விரைவில் வந்துவிட வேண்டும்.”

“வருகிறேன், செல்லக்குட்டி.”

“சென்று வாருங்கள். வணக்கம், ராபர்ட்டோ.”

திடுமெனத் தன் வயது வெகுவாகக் குறைந்து விட்டது போல ஜார்டனுக்குத் தோன்றியது. முதன் முறையாகப் பள்ளிக்குப் போவ

தற்காக பில்லிங்ஸ் நிலையத்தில் ரயிலைப் பிடிக்க ரெட்லாட்ஜில் வண்டியேறியதற்குப் பிறகு அத்தனை இளமையுணர்வு அவனை ஆட்கொண்டதேயில்லை. பள்ளிக்குப் போக அவனுக்குப் பயமாக இருந்தது. ஆனால் அதை எவரும் அறிய அவனுக்கு விருப்பமில்லை. நிலையத்தில் அடைந்ததும் வண்டிப் படிகளில் அவன் ஏறுவதற்கு வாட்டமாகப் பெட்டியொன்றை ரயில் சிப்பந்தி போட்டான். அதன் மீது ஏறிப் படியில் காலை வைத்ததும், அவன் தந்தை அவனுக்கு விடையளிக்கும் முகமாக முத்தம் கொடுத்தார். "நானும் நீயும் பிரிந்திருக்கையில் கடவுள் நம்மிடையே இருந்து கவனித்து வரட்டும்" என்று அவர் கூறினார். ஆழ்ந்த சமயப் பற்று உடையவர் அவர்; ஆகவே, அந்த எளிய வார்த்தைகளை அந்தரங்க ஆர்வத்துடன் அவர் கூறினார். அப்போது அவரது மீசை ஈரமாக இருந்ததையும் கண்கள் கலங்கியதையும் ஜார்டன் கவனித்தான். தந்தை புரிந்த பிரார்த்தனையின் கசிந்துருகிய தொனியும், அவர் அளித்த முத்தமும் ஜார்டனை மிக மிகச் சங்கடப்படுத்திவிட்டன. அதன் விளைவாகத் தந்தையைவிடத் தனக்கு அதிக வயது ஆகிவிட்டது போல அவனுக்குத் தோன்றியது. அதோடு, அந்தச் சங்கடம் தந்தைக்காக அவனை வருந்தவும் வைத்தது. அந்த அனுதாபச் சுமையைத் தாங்க முடியாமல் அவன் தவித்தான். வண்டி புறப்பட்டதுமே பின் தளத்தில் நின்றபடி, நிலையமும் நீர்த் தொட்டியும் வரவரச் சிறுத்து வந்ததையும் அவை இருந்த இடத்தில் தொலைவு காரணமாகக் குறுகிய இருப்புப் பாதையையும் அவன் பார்த்துக் கொண்டிருந்தபோது, "தந்தையை உன் பிரிவு கலக்கிக் கஷ்டப்படுத்தி விட்டதுபோலக் காண்கிறதே, பாப்" என்று ரயில் சிப்பந்தி கூறினான். "ஆமாம்" என்று பதிலளித்த ஜார்டன், தடதடவென்ற ஒழுங்கான ஒலியுடன் ஓடிக்கொண்டிருந்த வண்டியிலிருந்து வெகு தூரத்தில் மிகச்சிறு புள்ளிகளாகப் புலப்பட்ட நிலையத்தையும் தொட்டியையும் நோக்குவதை விடுத்துவிட்டு பக்கத்துச் சாலையின் ஓரத்தில் தொடங்கி தந்திக் கம்பங்களுக்கு மட்டும் இடைவெளி விட்டுவிட்டு மண்டிக்கிடந்த முட்செடிகளைப் பார்க்கலானான்; புதர்ப் பறவைகளுக்காகவே அப்படிப் பார்வையை ஓடவிட்டான். "பள்ளிக்குப் போவதைப் பற்றி உனக்கு மனக்கஷ்டம் இல்லையே?" என்று சிப்பந்தி கேட்டபோது, "இல்லை" என்று அவன் சொன்னான். மெய்யாகவே அவனுக்குக் கலக்கம் கிடையாதுதான். அதற்குச் சற்று முன்னால் அப்படி இருந்திராது என்றாலும் அப்போது அவன் கூறியது என்னவோ நிஜம்தான். அந்த வண்டி புறப்படுவதற்கு முன் அவன் அனுபவித்த சிறுபிள்ளைக் கலக்கம் அதன் பிறகு இப்போதுதான், இந்தப் பிரிவின்போதுதான் அவனைத் திரும்பத் தொற்றிக்கொண்டது, சிறு பையனாகி விட்டது போலச் சங்கடப்பட்டான்; பள்ளியில் படிக்கும் சிறுவனொருவன்

தன் தோழனிடம் வீட்டு வாயிலில் விடைபெறுகையில் அவளுக்கு முத்தமிடுவதா கூடாதா என்று குழம்பும்போது எப்படி இருக்குமோ அதே போன்ற அவஸ்தையுடன் பிரியாவிடை மொழியைப் பிதற்றினான். ஆயினும் விடைபெறுவதால் வந்ததல்ல அந்தச் சங்கடம் என்பது அடுத்த கணமே அவனுக்கு விளங்கிவிட்டது. அடுத்து நிகழவிருந்த சந்திப்பே அந்தத் தவிப்பைத் தந்தது என்பதையும், அந்தச் சந்திப்பு குறித்து மூண்ட மனக் குழப்பத்தின் ஒரு பகுதியே விடைப் படலத்தின் வேதனை என்பதையும் அவன் அறிந்து கொண்டு விட்டான். "ஏதேது. பழைய குழப்பத்தில் மறுபடியும் மூழ்கிவிடுவாய்ப் போலிருக்கிறதே! அந்த வேலை தன் வயதை மீறியது என்று எவர்தான் எண்ணவில்லை...? சரி சரி, எதற்காக அந்த வேலையை விவரித்துக் கொண்டு வேதனைப்பட வேண்டும்! உம்... உம் உடனேயே புறப்படு! மறுபடி குழந்தையாவதற்கு உனக்கு இன்னும் போதிய வயது ஆகிவிடவில்லை" என்று தனக்குத் தானே கூறிக்கொண்டவனாய், "போய் வருகிறேன். செல்லக்குட்டி. வருகிறேன், என் முயல்குட்டி" என மேரியாவிடம் மீண்டும் விடை பெற்றான். "போய் வாருங்கள். என் ராபர்ட்டோ?" என்று அவள் விடையளிக்கவும், ஆன்ஸெல்மோவும் அகஸ்டினும் நின்றிருந்த இடத்தை அவன் அணுகி, "புறப்படுவோம், வாருங்கள்" என்றான்.

தன் பளுவான மூட்டையை ஆன்ஸெல்மோ தூக்கிக் கொண்டான். குகையிலிருந்து கிளம்பியது முதற்கொண்டே நிறைந்த பளுவைச் சுமந்துகொண்டிருந்த அகஸ்டின், ஒரு மரத்தின் மீது சாய்ந்து கொண்டிருந்தான்; தானியங்கித் துப்பாக்கிக் குழல் அந்தச் சுமைக்கு மேலாக நீட்டிக்கொண்டிருந்தது. "நல்லது, புறப்படுவோம்" என்று அவன் கூறியதும் மூவரும் குன்றுச் சரிவில் இறங்கத் தொடங்கினர். ஒற்றை வரிசையில் மரங்களுக்கிடையே அவர்கள் நடந்து தன்னைக் கடந்தபோது, "நீடுழி வாழுங்கள், ராபர்ட்டோ!" என்றான் ஃபெர்னாண்டோ; சற்றுத் தூரத்தில் குந்திப் பதுங்கியிருந்த போதிலும் மிக்க மிடுக்குடனேயே அவ்விதம் அவன் வாழ்த்தினான்.

"நீரும் நீடுழி வாழும்" என ஜார்டன் பதில் வாழ்த்துக் கூறினான்.

"நீ எது செய்தாலும் வெற்றிபெற வாழ்த்துகிறேன்" என்று அகஸ்டினும் சேர்ந்து கொண்டான்.

"உங்களுக்கு என் நன்றி, ராபர்ட்டோ!" என்றான் ஃபெர்னாண்டோ, அகஸ்டினின் கிண்டலால் கடுகளவும் கலங்கிவிடாமல்.

"இவன் ஒரு தனிப் பிறவிதான் இங்கிலீஷ்காரரே" என்று ஜார்டனின் காதோடு அகஸ்டின் கூறினான்.

"நீர் சொல்வதை அப்படியே நம்புகிறேன். அது இருக்கட்டும். உமக்கு நான் உதவட்டுமா? குதிரைச் சுமை அளவுக்கு ஏற்றிக் கொண்டிருக்கிறது."

“வேண்டாம். எனக்கு எவ்விதக் கஷ்டமுமில்லை. நாம் கிளம்பிவிட்ட வரையில் எனக்குப் பரமதிருப்தி, ஐயா.”

“மெதுவாகவே பேசு. இனிமேல் கொஞ்சமாகப் பேசு. எதையும் சன்னக் குரலிலேயே சொல்ல வேண்டும்” என்று ஆன்ஸெல்மோ எச்சரித்தான்.

ஆன்ஸெல்மோ முன்னாலும், அவனையடுத்து அகஸ்டினும் ஜாக்கிரதையாக இறங்கினர். சறுக்கி விழாதபடிப் பாதங்களை எச்சரிக்கையுடன் பெயர்த்து வைத்தவனாய் அவர்களுக்குப் பின்னால் ஜார்டன் நடந்தான். இற்று விழுந்திருந்த பைன் ஊசியிலைகள் அவனது கயிற்றுப் பாதக் காலணிகளின் கீழ் நசுங்கின. மர வேரொன்றில் ஒரு கால் இடறவும் கரமொன்றை முன்னால் நீட்டி தானியங்கித் துப்பாக்கிக் குழலின் உலோக நுனியையும் மடக்கி வைக்கப்பட்டிருந்த முக்காலியையும் பிடித்து நிதானித்துக் கொண்டான். பின்னர் பக்கவாட்டில் இறங்கலானான். அவனது காலணிகள் சரிந்து காட்டுத் தரையில் வரியிட்டன. இடது கரத்தை மீண்டும் முன்னால் நீட்டினான்; பட்டை சொறசொறப்பாகவிருந்த அடி மரமொன்றின் மீது அந்தக் கரம் பட்டது. தொட்டுத் தடவியதும் வழு வழுப்பாகவிருந்த அம்மரப் பகுதியொன்று தட்டுப்பட்டது. பட்டை வெட்டப்பட்டிருந்த பகுதியே அது. ஆகவே அதிலிருந்து கரத்தை எடுத்தபோது பிசின்போலிருந்த மரச்சாறு அவனது உள்ளங்கையின் அடிப்புறத்தில் படிந்திருந்தது. மரங்கள் செறிந்து செங்குத்தாகவிருந்த சரிவில் இப்படியாக அவர்கள் இறங்கியதும் பாலத்துக்குமேல் முதல் நாள் ஜார்டனும் ஆன்ஸெல் மோவும் நின்று கவனித்த இடத்தை அடைந்தனர். அந்த இருளில் பைன் மரமொன்று ஆன்ஸெல்மோவின் பாதையில் குறுக்கிட்டு அவனை நிறுத்தியது. உடனே அவன், “பாருங்கள், சாவடியில் இருப்பவனின் கணப்பு அடுப்பில் நெருப்பு எரிவதைப் பாருங்கள்” என்றான். ஜார்டன் கஷ்டப்பட்டே கேட்குமளவுக்கு மெதுவாக இருந்தது அவன் குரல். கையைப் பிடித்து அவன் காட்டிய இடத்தில் தான் சாலையோடு பாலம் சேர்ந்தது என்பது ஜார்டனுக்குத் தெரியும். “இதோ இங்கேதான் நாம் நின்று கவனித்தோம்” என்று ஆன் ஸெல்மோ மேலும் சொன்னதோடு ஜார்டனின் கையைக் கீழே கொண்டுபோய், அடிமரத்தில் புதிதாக வெட்டுப்பட்டிருந்த இட மொன்றைத் தொட்டுக்காட்டி, “நீங்கள் நின்று கவனித்துக்கொண் டிருந்தபோது இந்தக் குழியை நான் வெட்டினேன். நீங்கள் இயந்திர பீரங்கியை வைக்க விரும்பிய இடம் வலது புறத்தில் இருக்கிறது” என்றான்.

“அங்கேயே அதை வைப்போம்.”

“நல்லது, அப்படியே செய்வோம்.”

பைன் மரங்களின் அடிப்புறத்துக்குப் பின்னால் தங்கள் மூட்டைகளை அவர்கள் இறக்கி வைத்தனர். அதன்பின், சில பைன் செடிகள் மட்டுமே கொத்தாக இருந்த சமப் பரப்புக்கு ஆன்ஸெல்மோ வைப் பின்தொடர்ந்து மற்ற இருவரும் சென்றனர். "இதோ இங்கே தான், இந்த இடமேதான்!" என்று ஆன்ஸெல்மோ சுட்டிக் காட்டினான்.

"விடிந்ததும் இங்கிருந்து பார்த்தால் சாலையின் சிறு பகுதி யொன்றும் பால முகப்பும் தெரியும். பாலத்தின் நீளம் முழுவதும் மட்டுமின்றி மறுபுறத்தில் பாதைகளுக்கிடையே வளையுமுன் சாலையில் கொஞ்ச தூரமும் தென்படும்" என்று செடிகளுக்குப் பின்னால் பதுங்கியபடி அகஸ்டினின் காதோடு ஜார்டன் கூறினான், அகஸ்டின் ஏதும் கூறவில்லை.

"வெடிகளைப் பொருத்தும் வேலையில் நாங்கள் ஈடுபட் டிருக்கும்போது இங்கு நீர் படுத்துப் பார்க்க வேண்டும். இந்தப் புறத்திலிருந்தோ அந்தப் பக்கத்திலிருந்தோ எது வந்தாலும் நீர் சுட வேண்டும்" என்று ஜார்டன் தொடர்ந்து கூறினான்.

"வெளிச்சம் தெரிகிறதே, அது எங்கிருந்து வருகிறது?" என அகஸ்டின் வினவினான்.

"இந்தப் பக்கத்தில் இருக்கும் காவல் பெட்டியிலிருந்துதான் வருகிறது."

"காவல்காரர்களை யார் கையாள்வது?"

"கிழவரும் நானும் அவர்களைக் கவனித்துக் கொள்வோம் என்றுதான் முன்பே சொன்னேனே? அப்படி எங்களால் முடியாமல் போய்விட்டால் அந்தப் பெட்டிகள் மீதும், காவலர் யாராவது கண்ணில் பட்டால் அவர்களை நோக்கியும் நீர் உடனே சுட வேண்டும்."

"அதையும்தான் அப்போதே சொன்னீர்களே."

"பாலம் வெடித்ததும் பாப்லோவின் ஆட்கள் அந்தத் திருப்பம் வழியாக வருவார்கள். அப்போது யாராவது பின்தொடர்ந்து வந்தால் பாப்லோ ஆட்களின் தலைகளுக்கு மேலாக அவர்களை நோக்கிச் சுடவேண்டும், அப்படி யாராவது வந்துவிடாமல் தடுக்க எப்படியும் தலைகளுக்கு மிக உயரத்தில் சுட்டேயாக வேண்டும். என்ன நான் சொல்வது புரிந்ததா?"

"புரியாமலென்ன? நேற்று ராத்திரியேதான் எல்லாம் சொன் னீர்களே."

"உமக்கு இன்னமும் ஏதாவது சந்தேகமிருந்தால் கேளும்."

"ஒன்றுமேயில்லை. என்னிடம் இரண்டு பைகள் உண்டு. கீழேயிருந்து பார்த்தால் தெரியாதபடி மேலே போய் மண்ணை நிறைத்துக்கொண்டு இங்கே எடுத்து வரலாம் என்று எண்ணுகிறேன்."

"அப்படியே செய்யும். ஆனால் இங்கே அதற்காகக் குழியேதும் பறித்து விடாதீர். மேலே மறைந்திருந்தோமே, அதைப் போலவே இங்கேயும் நன்றாக நீர் ஒளிந்திருக்க வேண்டும்."

"இங்கே தோண்டமாட்டேன். இருட்டுப் புரியுமுன்பே மண்ணை நிரப்பி மூட்டைகளை இங்கே வைத்து விடுவேன். நீங்களே பாருங்களேன்."

"பாலத்துக்கு மிக அருகில் நீர் இருக்கிறீர். புரிந்ததா! விடிந்ததும் கீழிறங்கிப் பார்த்தால் இந்தச் செடிக் கொத்து நன்றாகத் தெரியும், ஜாக்கிரதை."

"கவலைப்படாதீர்கள், இங்கிலீஷ்காரரே. நீங்கள் எங்கே போகப் போகிறீர்கள், சொல்லுங்கள்?"

"என் சிறிய இயந்திர பீரங்கியுடன் இதோ இங்கிருந்து அருகில் இறங்கப் போகிறேன். கிழவரோ மலைப் பள்ளத்தைக் கடந்து மறுபுறம் போவார். எதிர்க் கோடியில் இருக்கும் காவல் பெட்டியை அவர் கவனித்துக்கொள்வார். மலைப் பள்ளத்தை நோக்கித்தான் அது இருக்கிறது."

"அவ்வளவுதான் நான் அறிய விரும்பியதெல்லாம் வணக்கம், இங்கிலீஷ்காரரே. சிகரெட் இருந்தால் கொடுங்கள், போதும்."

"இங்கே நீர் புகைக்க முடியாது. எதிரிக்கு மிக அருகில் அல்லவா நீர் இருக்கிறீர்."

"இல்லை, புகைப்பதற்காகக் கேட்கவில்லை; சும்மா வாயில் வைத்துக் கொள்ளத்தான் கேட்டேன், அப்புறம் புகைத்துக் கொள் கிறேன்."

தன் சிகரெட் பெட்டியை ஜார்டன் நீட்டினான். அதிலிருந்து மூன்று சிகரெட்டுகளை அகஸ்டின் எடுத்துத் தன் தட்டைக் குல்லாயின் முன்புறப்பட்டையினுள் வைத்துக்கொண்டான், பின்னர், இயந்திர பீரங்கியின் முக்காலியைப் பிரித்து நிறுத்தினான். மூட்டையைப் பிரித்தான். அதில் இருந்தவை அந்த இருளில் அவன் கண்ணுக்குத் தெரியாவிட்டாலும் தொட்டுத் தடவித் தெரிந்து கொண்டு ஒவ்வொன்றையும் தான் விரும்பிய இடங்களில் வைத்து விட்டு, "அவ்வளவுதான், ஐயா இனிக் கேட்கவேண்டியது எதுவு மில்லை" என்றான்.

ஜார்டனும் ஆன்ஸெல்மோவும் அவனை அங்கேயே விட்டு விட்டுத் தங்கள் மூட்டைகள் இருந்த இடத்துக்குத் திரும்பிச்

சென்றனர். "இவற்றை வைத்து விட்டுச் செல்லச் சிறந்த இடம் எது?" என்று கிழவனின் காதோடு ஜார்டன் கேட்டான்.

"இதுவே நல்ல இடமென நினைக்கிறேன். ஆனால் இங்கிருந்த படி உங்கள் சிறிய பீரங்கியைக் கொண்டு காவலாளியைச் சரியாகக் குறிபார்த்து நிச்சயமாகச் சுட்டுத்தள்ள உங்களால் முடியுமா?"

"அன்று நாம் வந்தது இந்த இடம்தானே?"

"இதே மரம்தான். என் கத்தியால் கீறியிருக்கிறேன், பாருங்கள்!" என்று ஆன்ஸெல்மோ கிசுகிசுத்தான். அவன் கூறியது மிக லேசா கவே காதில் விழுந்தது. அதிலிருந்து, நான் முதல்நாள் பார்த்தபோது போலவே உதடுகளை அசைக்காமலேயே அவன் பேசினான் என்பதை ஜார்டன் அறிந்துகொண்டான். எல்லாமே முன்பு ஒரு முறை நடந்துவிட்டது போன்றதொரு பிரமை அவனுக்கு மீண்டும் ஏற்பட்டது. அப்படித் தோன்றியதற்கு அவனேதான் காரணம்; முன்பே ஒருமுறை கேட்டுவிட்ட கேள்வியைத் திரும்பப் போட்டு ஆன்ஸெல்மோவிடமிருந்து பழைய பதிலையே பெற்றதால் தான் அப்படி. அகஸ்டினைப் பொறுத்தும் அவ்வாறே நடந்தது; பதில் தெரியுமென்றாலும் காவலர்களைப் பற்றி அனாவசியமாகக் கேள்வியை எழுப்பினான் அவன்.

"போதுமான அளவு பக்கத்தில்தான் இந்த இடம் இருக்கிறது. சொல்லப் போனால், அளவுக்கதிகமாகவே அருகில் இருக்கிறது என்பேன். ஆனாலும் சூரியன் நமக்குப் பின்னாலேயே இருப்பான். ஆகவே, இந்த இடமே சரி."

"அப்படியானால் நான் போய்ப் பள்ளத்தைக் கடந்து மறுபுறத் தில் தயாராக இருக்கிறேன்... என்னை மன்னிக்க வேண்டும். இங்கிலீஷ்காரரே. நான் எந்தத் தவறும் செய்யாமல் இருக்கவேண்டும்; முட்டாள்தனமாக எதையும் செய்துவிடக் கூடாது, ஆகவே சொல்லுங்கள்."

"எதை?" என்று மெள்ளக் கேட்டான் ஜார்டன்.

"சிறிதும் பிசகாமல் அப்படியே நான் சொல்வதற்காக இன்னொரு முறை எல்லா விவரங்களையும் சொல்லுங்கள் என்று தான் கேட்கிறேன்."

"நான் சுடும்போது நீரும் சுடவேண்டும், உம்பேர்வழி செத்து விழுந்ததும் பாலத்தைக் கடந்து என் பக்கத்துக்கு வாரும். அதற்குள் மூட்டைகளை அங்கே நான் எடுத்துப் போயிருப்பேன். வெடிகளை வைப்பதற்கு நான் சொல்வதையெல்லாம் நீர் செய்தால் போதும். ஒவ்வொன்றையும் விவரமாகச் சொல்வேன். எனக்கு ஏதாவது நேருமானால் நான் சொன்னபடி நீரே அதைச் செய்து முடியும். அவகாசம் அதிகமானாலும் எல்லாவற்றையும் மர ஆப்புகளால்

உறுதியாகப் பிணைக்க வேண்டும்; கையெறி குண்டுகளையும் கெட்டியாகக் கட்டுவது அவசியம்."

"எல்லாம் எனக்குத் தெளிவாகப் புரிந்துவிட்டது. இனி எதையும் மறக்க மாட்டேன். சரி, புறப்படுகிறேன், விடியும்போது எவர் கண்ணிலும் படாதபடி நன்றாக ஒளிந்துகொள்ளுங்கள், இங்கிலீஷ்காரரே."

"சுடும்போது கையை எதன் மீதாவது வைத்துத் தாங்கிக் கொள்ளும். சற்றும் தவறாதபடிக் குறிபாரும். எதிரே இருப்பது மனிதனல்ல. ஒரு இலக்குத்தான் என்றே எண்ணவேண்டும். தெரிந்ததா? உடல் நெடுகிலும் சுட முற்படாமல் ஒரு குறிப்பிட்ட இடத்தை நோக்கியே சுடவேண்டும். எதிரி உம்மை நோக்கி இருந்தானானால் அவன் வயிற்றின் மையத்தைக் குறிவையும். மறுபுறம் பார்த்தபடி இருந்தால் முதுகின் நடுவில் சுடும் அவன் உட்கார்ந்திருக்கும் போது சுட்டால் ஓடுவதற்கும் ஒளிவதற்கும் முன்னால் அவன் எழுந்து நிற்பான். அந்தச் சமயம் பார்த்துச் சுடும். தொடர்ந்து உட்கார்ந்திருந்தாலும் சுட வேண்டும். வீணாகக் காத்துக் காலம் கழிக்காதீர். ஆனால் நிச்சயப்படுத்திக் கொண்டே சுடுவது அவசியம். அவனுக்கு ஐம்பது கெஜ தூரத்துக்குள் போய்விடும். நீரோ வேட்டைக்காரர். ஆகவே, அது உமக்குக் கஷ்டமல்ல."

"நீங்கள் கட்டளையிட்டபடியே செய்கிறேன்."

"ஆமாம். நான் சொன்னதுதான் உத்தரவின் விவரம்," என்ற ஜார்டன், அப்படிச் சொல்லத் தனக்கு நினைவிருந்ததற்காகச் சந்தோஷப்பட்டான். அப்படிச் சொல்வதுதான் இவனுக்கு உதவியாகும். காரியத்திலுள்ள கெடுதலைக் கொஞ்சமாவது குறைக்க அது உதவுகிறது அல்லவா? அப்படிக் குறைக்க வேண்டும், சற்றாவது கழித்துக் கட்ட வேண்டும் என்பதே என் விருப்பம். கொலை செய்வதைப் பற்றி முதல்நாள் இவன் சொன்னதை மறந்தல்லவா இருந்துவிட்டேன்? என்று தனக்குத் தானே கூறிக்கொண்டவனாய், "அப்படித்தான் நான் கட்டளையிட்டிருக்கிறேன். இனி நீர் கிளம்பலாம்" என்றான்.

"சென்றுவருகிறேன்; விரைவிலேயே வருகிறேன், இங்கிலீஷ்காரரே."

"விரைவிலேயே சந்திப்போம். கிழவரே" என்று பதிலுக்குக் கூறியபோது, ரயில் நிலையத்தில் கண்ணீர் மல்கத் தன் தந்தை தந்த விடையளிப்பு ஜார்டனுக்கு ஞாபகம் வந்துவிட்டது. ஆகவே, 'வணக்கம்,' 'நற்பிரிவாக இருக்கட்டும்,' 'நல்லதிர்ஷ்டம் கிட்டட்டும்' என்பவை போன்ற சம்பிரதான வாழ்த்துமொழி எதையும் அவன் கூறவில்லை. "உங்கள் துப்பாக்கிக் குழாயில் எண்ணெய் கொஞ்சங்கூட இல்லாமல் சுத்தமாகத் துடைத்து விட்டீரா, கிழவரே?

அப்போதுதானே வழுக்கி வழிதவறாமல் தோட்டா பாயும்?" என்றுதான் அவனால் கேட்க முடிந்தது.

"குகையிலேயே அந்த வேலையைச் செய்து முடித்து விட்டேன். கருணையை உள்ளே விட்டிழுத்து குழாய் முழுவதையும் சுத்தமாகத் துடைத்துவிட்டேன்."

"அப்படியானால் விரைவிலேயே சந்திப்போம், சென்றுவாரும்" என்று ஜார்டன் சொல்லவும் கிழவன் கிளம்பினான். கயிற்றுப் பாதக் காலணிகள் போட்டிருந்தபடியால் சற்றேனும் சப்தமெழுப் பாமல் மரங்களிடையே அவன் ஆடிஅசைந்து சென்றான்.

பைன்மர ஊசியிலைகள் பாய்விரித்திருந்த காட்டுத் தரையில் அப்படியே படுத்தான் ஜார்டன். விடியற்காலை வரும்போது பைன் மரக் கிளைகளில் ஏற்படும் முதல் சலசலப்பைக் கேட்பதற்காகக் காதைத் தீட்டிக் கொண்டிருந்தான் அவன். இயந்திர பீரங்கியின் தோட்டாக் கூட்டை நீக்கிவிட்டு பிணைப்புப் பகுதியை முன்னும் பின்னும் தள்ளிப் பார்த்தான். பின்னர் அந்தப் பகுதி திறந்தேயிருக்க, பீரங்கியைத் திருப்பினான். நுனியில் தன் உதடுகளைப் பொருத்திக் குழல் வழியே ஊதினான். அந்த உலோகப் பகுதியின் ஓரத்தில் அவனது நாக்கு பட்டபோது எண்ணெயும் மெழுகும் இதில் படிந்திருந்தது தெரிந்தது. தன் புஜத்தின் மீது குறுக்காக அதை வைத்துக்கொண்டான். இயக்கும் பகுதி மேல்புறத்திலேயே இருந்தது; ஊசியிலைகளோ, வேறு ஏதாவது குப்பை கூளமோ உள்ளே புகுந்து விடாமல் இருக்கவே அப்படி அதை வைத்தான். தன் முன்னால் ஒரு கைக்குட்டையை விரித்துப் போட்டான். கட்டைவிரலைக் கொடுத்து தோட்டாக் கூட்டை நெம்பினான். அதிலிருந்த தோட்டாக் களெல்லாம் கைக்குட்டையில் கொட்டின. அடுத்து, அந்த இருளிலேயே ஒவ்வொரு தோட்டாவையும் தடவி, விரல்களால் உருட்டிப் பார்த்தான். உருப்படியானவையே என்பதை உணர்ந்ததும் ஒவ்வொன்றாக அழுத்திக் கூட்டினுள் திரும்பப் போட்டான். இதனால் கூடு மீண்டும் கனக்கலாயிற்று. அதை பீரங்கியினுள் புகுத்தினான். அது சீராகப் பொருந்திக் கொண்ட சப்தத்தைச் செவி மடுத்தான். இடது புஜத்தின் குறுக்காகவே இன்னமும் அந்தப் பீரங்கியை வைத்துக் கொண்டபடி பைன் மரத்தின் பின்னால் படுத்தான்; தனக்குக் கீழே தெரிந்த வெளிச்சப் புள்ளியையே உற்று நோக்கலானான். சில சமயங்களில் அதை அவனால் காணமுடியாமற் போயிற்று. அப்போது காவல் பெட்டியில் இருந்தவன் கணப்பின் முன் நகர்ந்து கவிந்து கொண்டிருப்பான் என்பதை ஊகித்தவனாய் விடியற்காலைக்காகக் காத்துக்கிடந்தான் ஜார்டன்.

42

குன்றுப் பகுதியில் பாப்லோ சுற்றியலைந்துவிட்டு குகைக்குத் திரும்பிச் சென்றதற்கும் கோஷ்டியினர் அனைவரும் குதிரைகளை விடுத்துவிட்டுக் கீழிறங்கியதற்கும் இடைப்பட்ட நேரத்தில் ஆண்ட்ரேஸோ கோமெஸுடன் கோல்ஸின் தலைமையகத்தை நோக்கி விரைவாக முன்னேறினான். நவஸெராடாவுக்குச் செல்லும் பிரதான சாலையை அவர்கள் அடைந்தார்கள். மலையிலிருந்து லாரிகள் திரும்பிச் சென்று கொண்டிருந்த அந்தச் சாலையில் ஒரு தடைக்கட்டு நிலையம் இருந்தது. அந்தச் சாவடியில் இருந்த காவலனிடம்தான் லெப்டினெண்ட் கர்னல் மிராண்டாவிடமிருந்து வாங்கி வந்திருந்த பத்திரப் பயணச் சீட்டை கோமெஸ் காட்டினான். தன் கையில் இருந்த முன்விளக்கை முடுக்கிப் பார்வையிட்டதும் தன்னோடு இருந்த இன்னொருவனிடம் அதை அந்தக் காவலன் காண்பித்தான். பிறகு திருப்பிக்கொடுத்து சலாம் செய்ததுடன், “சரி, நீங்கள் போகலாம். ஆனால் விளக்குகளைப் போட்டுக் கொண்டு செல்லாதீர்கள்” என்று கூறினான்.

திரும்பவும் பெருமுழக்கத்துடன் மோட்டார் சைக்கிள் கிளம்பி யது. முன்னிருக்கையை ஆண்ட்ரேஸ் இறுகப் பிடித்துக்கொண்டிருக்க, அந்தப் பெருஞ்சாலையில் அவர்கள் செல்லத் தலைப்பட்டனர். மற்ற வண்டிகளுடன் மோதிவிடாதிருக்கும் பொருட்டு சைக்கிளை மிக ஜாக்கிரதையுடனேயே கோமெஸ் ஓட்டினான். எந்த லாரியிலும் விளக்குகள் எரியவில்லை.

நீண்டதொரு வண்டி வரிசையில் அந்த நெடுஞ்சாலையில் அவர்கள் நகர்ந்தனர், எதிர்ப்புறத்திலிருந்தும் பளுவேற்றிய வண்டிகள் வந்தன. எனவே, பெரும் புழுதிப் படலம் எழுந்தது. ஆனால் அந்த இருளில் அப்படலத்தை ஆண்ட்ரேஸினால் பார்க்க முடியவில்லை. எனினும் முகத்தில் மோதியதிலிருந்தும். பற்களிடையே புழுதி சிக்கி அறைபட்டதிலிருந்தும் அதை அவன் அறிந்து கொண்டான்.

லாரியொன்றின் பின்பலகையைத் தொட்டாற்போல ஓட்டியபடி மோட்டார் சைக்கிளை ஓட்டிக் கொண்டிருந்த கோமெஸ் சற்றைக் கெல்லாம் வேகத்தைக் கூட்டிக் கடந்தான். இவ்விதம் அடுத்தடுத்துப் பல லாரிகளை அவன் தாண்டுகையில், அவர்களது இடது புறத்திலோ எதிர்த்திசையிலிருந்து விரைந்து வந்த லாரிகள் பெரும் முழக்கத்துடன் கடந்தோடின. அந்தக் கட்டத்தில் அவர்களுக்குப் பின்னால் காரொன்று வந்து சேர்ந்தது. தன் ஊதுகுழலை அது திரும்பத் திரும்ப உரக்க ஒலித்து லாரிகள் எழுப்பிய பெருஞ் சப்தத்தையும் புழுதிப்படலத்தையும் ஊடுருவியது. அதோடு

விடவில்லை; தன் முன்விளக்குகளையும் அது போட்டது. பளிச்சிட்ட அந்த வெளிச்சத்தில் திடமானதொரு மஞ்சள் மேகமாகப் புழுதிப் படலம் புலப்பட்டது. பின்னர், தன் முடுக்கிகள் வரவர உரத்துக் கரகரக்க, உருட்டியும் மிரட்டியும் ஊதுகுழலை ஒலித்தவாறு அந்தக் கார் அவர்களை விரைந்து கடந்து பாய்ந்தது. சிறிது தூரம் சென்றதும் எல்லா லாரிகளும் நின்றுவிட்டன. ஆபத்துதவி வண்டிகள், அதிகாரிகளின் கார்கள், அடுத்தடுத்து மூன்று கவச மோட்டார்கள் ஆகியவற்றை எப்படியோ இடைவெளி கண்டுபிடித்து கோமெஸ் கடந்தான். பீரங்கிகள் துருத்தி நின்ற அந்தக் கவச வண்டிகள், இன்னும் புழுதி அடங்காத அந்த இருண்ட சாலையில் உலோகத்தாலான கனமான ஆமைகள் போலவே தென்பட்டன. அவற்றைத் தாண்டியதும் இன்னொரு தடைக்கட்டுச் சாவடியை அவர்கள் கண்டனர். அங்கே நேர்ந்த மோதலொன்றே வண்டிகள் அனைத்தும் நின்றுவிடக் காரணம் முன்னால் சென்ற லாரியொன்று நின்றதைப் பின்தொடர்ந்துவந்த மற்றொரு லாரி கவனிக்கத் தவறிவிட்டது. அதன் விளைவாக முதல் லாரியின் பின்புறத்தில் இரண்டாவது லாரி புகுந்து நொறுக்கி விட்டது. அங்கிருந்த தோட்டாப் பெட்டிகள் அதனால் சாலையில் தூக்கியெறியப்பட்டன. அப்படி விழுந்த பெட்டிகளிலொன்று உடைந்து திறந்துகொள்ளவே, உள்ளேயிருந்தவை சிதறின. சாவடியில் பத்திரப் பயணச் சீட்டைக் காட்டுவதற்காக மோட்டார் சைக்கிளை கோமெஸ் நிறுத்தித் தள்ளிக்கொண்டு சென்றான். நின்றுவிட்ட வண்டிகளிடையே அப்படி நடந்துசெல்ல நேர்ந்தபோது இரைந்து கிடந்த ஆயிரக்கணக்கான ரவைகளின் பித்தளைக் கூடுகளை ஆண்ட்ரேஸ் மிதிக்க வேண்டிவந்தது. இரண்டாவது லாரியின் முன்புறக் குழாய்ப் பகுதி முற்றிலும் நொறுங்கியிருந்தது. அதற்குப் பின்னாலிருந்த லாரியோ அதன் பின்கதவைத் தொட்டபடி நின்றது. நூற்றுக்கணக்கான வண்டிகள் பின்னால் தேங்கி நின்று குவிந்தவண்ணமாக இருந்தன. நொறுங்கிய லாரியை அகற்றும்பொருட்டு அவற்றைச் சற்றே பின்னால் போகும்படி உரக்கக் கூவிப் பணித்தவாறு கனமான ஜோடுகள் போட்டிருந்த அதிகாரியொருவன் ஓடினான். வரவர வளர்ந்து வந்த வரிசையின் கோடியை அடைந்து அது மேலும் அதிகரிக்காதபடி அவ்வதிகாரி பார்த்துக்கொண்டாலன்றி பின்னுக்குப் போக வழியிருக்கவில்லை; அதை அசாத்தியமாக்கும் அளவுக்கு அத்தனை வண்டிகள் அதற்குள் சேர்ந்துவிட்டன. கையில் மின்விளக்கைப் பிடித்தபடி அந்த இருட்டில் திட்டிக்கொட்டித் தடுமாறி விழுந்தவாறு அந்த அதிகாரி ஓடியதை ஆண்ட்ரேஸ் கண்டான்; அவன் ஓடஓட வரிசை நீண்டுகொண்டே போயிற்று. சாவடியில் இருந்தவனோ அவர்களிடம் பத்திரப் பயண சீட்டைத் திருப்பித்தர மறுத்தான். முதுகில் துப்

பாக்கி தொங்க, கையில் விளக்குப் பிடித்தபடி அவனோடு இன்னொரு காவலனும் அதே கோலத்தில் அங்கு இருந்தான்; இருவருமே அதிகாரியைப் போலக் கூப்பாடு போட்டுக் கொண்டிருந்தனர். சீட்டைக் கையில் வைத்திருந்தவன், எதிர்த்திசையில் சென்ற லாரியொன்றை அணுகினான், அங்கே நேர்ந்திருந்த நெரிசல் நேராகும் வரையில் மேற்கொண்டு வண்டிகளை விடவேண்டாமென அடுத்த தடைக் கட்டுக்குப் போய்ச் சொல்லும்படி அதை ஓட்டிவந்தவனிடம் கூறினான்.

அதைக் கேட்டுக்கொண்டு லாரியோட்டி புறப்பட்டுப் போனதும், தோட்டாப் பெட்டிகள் தூக்கியெறியப்பட்டிருந்த லாரியிடம் அவன் திரும்பி வந்தான். பத்திரப் பயணச் சீட்டைத் தன் கையிலேயே இன்னமும் பிடித்தபடி, "பெட்டிகளை இப்படியே விட்டு விட்டு முன்னால் ஓட்டும், உமக்குப் புண்ணியமாகப் போகட்டும். நீர் நகர்ந்தால்தான் நெரிசலைப் போக்க எங்களால் முடியும்" என்று அந்த லாரியை ஓட்டிவந்தவனை நோக்கிக் கத்தினான்.

லாரியின் பின்புறத்தில் குனிந்தவாறு ரவைகளைப் பொறுக்கிக் கொண்டிருந்த அந்த லாரியோட்டி, "என் வண்டியின் விசைத்தண்டு நொறுங்கிவிட்டதே" என்று பிரலாபித்தான்.

"தண்டு விட்டாலென்ன, அது பாழாய்ப்போனால்தான் என்ன? வண்டியை எடுமய்யா இங்கிருந்து!"

"வேகத்தைக் கூட்டிக் குறைக்க வழியில்லாதபோது வண்டியை விடுவது எப்படி?" என்று கேட்டுவிட்டுத் திரும்பவும் குனிந்தான் லாரியோட்டி.

"அப்படியானால் வேறு வண்டியை விட்டு இழுக்கச் சொல்லும். எப்படியாவது அப்பால் போய்விடும். அப்போதுதானே இறைந்து கிடக்கிற இந்த இழவையெல்லாம் நாங்கள் அகற்ற முடியும்?" என்றபடி நொறுங்கிக் கிடந்த அந்த லாரியின் பின்புறத்தில் மின்விளக்கு வெளிச்சத்தை வீசிய காவலனைக் குமுறலுடன் லாரியோட்டி உறுத்து நோக்கினான். காவலனோ அதைச் சட்டை செய்யாமல் "வண்டியைக் கிளப்பும், முன்னாய் ஓட்டும்" என்று மீண்டும் கூவினான், பயணச் சீட்டு இன்னமும் அவன் கையிலே இருந்தது.

"என் சீட்டைக் கொடுங்கள். நாங்கள் அவசரமாகப் போகிறோம்" என்றான் கோமெஸ்.

"இந்தாரும், எடுத்துக்கொண்டு ஒழியும்" என்று சொல்லிச் சீட்டை அவனிடம் கொடுத்துவிட்டு, எதிர்த்திசையிலிருந்து வந்த லாரியொன்றை நிறுத்தக் காவலன் ஓடினான், "சாலைச் சந்தியில் வண்டியைத் திருப்பிக் கொண்டு வாரும், நொறுங்கிவிட்ட இதை முன்னால் இழுக்க வேண்டும்" என்று அதை ஓட்டியவனிடம் கூறினான்.

"எனக்கு என்ன உத்தரவு என்றால்"

"உம் உத்தரவைக் கொண்டுபோய் உடைப்பில் போடும். செய்யு மய்யா, நான் சொல்கிறபடி!"

மறுபேச்சுப் பேசாமல் வண்டியை வேகமாக முடுக்கிப் புழுதியை எழுப்பியபடிப் பறந்துவிட்டான் அந்த லாரியோட்டி. நொறுங்கிக்கிடந்த லாரிக்கு அப்பால் அப்போது வண்டியேதும் இல்லாமலிருந்தது. வலது புறத்துக்கு மோட்டார் சைக்கிளை ஓட்டினான் கோமெஸ். முன்னிருக்கையை மறுபடி கெட்டியாகப் பற்றிக் கொண்ட ஆண்ட்ரேஸ், இன்னொரு லாரியைக் காவலாளி நிறுத்தியதையும் அதை ஓட்டிவந்தவன் குனிந்து அவன் கூறியதைச் செவிமடுத்ததையும் கவனித்தான். மலையை நோக்கிச் சிறுகச் சிறுக ஏறிய சாலையில் அவர்கள் விரைவாகச் செல்லலாயினர். அவர்கள் வந்த திசையில் எல்லா வண்டிகளும் நிறுத்தப்பட்டு விட்டபடியால் மலையிலிருந்து இறங்கிவந்த லாரிகள் மட்டுமே அவர்களுக்கு இடப்புறத்தில் விரைந்தோடின. சைக்கிளின் வேகம் கூடியது. அதன் விளைவாகத் தடைக்கட்டுச் சாவடியில் மோதலுக்குமுன் தாண்டி முன்னால் சென்றிருந்த வண்டிகளை அவர்கள் விரைவில் முந்திக் கொள்ளத் தொடங்கினர். இன்னமும் சைக்கிளின் விளக்கைப் போடாமலேயே மேலும் நான்கு கவச மோட்டார்களைக் கடந்தனர். அடுத்து, துருப்புகளைச் சுமந்து சென்ற நீண்டதொரு லாரி வரிசை யைத் தாண்டினர், பேச்சற்று இருளில் புழுதியிடையே மறைந்து இருந்தன அத்துருப்புகள். எனவே, லாரிகளுக்குமேல் எழும்பி நின்று தன்னை மேகமெனக் கவிந்துகொண்டிருந்தது போலத்தான் அந்தத் துருப்புகளின் பிரசன்னத்தை ஆண்ட்ரேஸினால் ஆரம்பத்தில் உணர முடிந்தது. அதன்பின் இன்னொரு அதிகாரியின் மோட்டார் ஊதுகுழலை அலறவிட்டதோடு அடிக்கடி விளக்குகளையும் போட்டபடி அவர்களுக்குப் பின்னால் வேகமாக வந்தது. ஒவ்வொரு முறை அது விளக்குகளைப் போட்டபோதும் லாரிகளில் இருந்த துருப்பு களை ஆண்ட்ரேஸினால் காண இயன்றது. உருக்குத் தொப்பிகளை அணிந்து, துப்பாக்கிகளைச் செங்குத்தாகப் பிடித்தப்படி அந்த வீரர் கள் நின்றனர். அவர்களுடைய இயந்திர பீரங்கிக் குழல்கள் இருளடர்ந்த ஆகாயத்தை நோக்கித் துருத்தியிருந்தன. காரின் விளக்கு கள் அணைந்து மீண்டும் இருள் சூழ்ந்தபோதும் ஆகாயப் பின்னணி யில் அவை தெளிவாகத் துலங்கின.

அப்படிப்பட்ட துருப்பு லாரியொன்றின் அருகில் அவர்களது மோட்டார் சைக்கிள் செல்கையில் ஒருமுறை கார் விளக்குகள் ஒளிர்ந்தன. அப்போது அந்த வீரர்களின் முகங்களைக் காணும் வாய்ப்பு ஆண்ட்ரேஸுக்குக் கிட்டியது. வேறெங்கோ லயித்தவையாய் வருத்தத்தில் தோய்ந்தவையாய் அவை இருந்ததை அவன் கண்டான்.

தாக்குதல் என்பது தவிர வேறெவ்வித விவரமும் தெரிந்திராத வேலைக்காக அந்த இருளில் சென்ற அவர்கள் தத்தம் சொந்தப் பிரச்சனைகள் பற்றிய சிந்தனையில் மூழ்கியிருந்ததைத் தொங்கிய முகங்கள் தெளிவுறக் காட்டின. பளிச்சென விளக்கு வெளிச்சத்தில் தெரிந்தவாறு பகல்பொழுதில் அவை இருந்திருக்க முடியாது. ஏனெனில், பிறருக்கு அந்த வருத்தக் குறியைக் காட்ட அவர்கள் வெட்கினர். ஆனால் விமானங்கள் குண்டுகளை வீசி, தாக்குதலைத் தொடங்கும்வரைதான் அப்படிப்பட்ட சிந்தனை, கூச்சமெல்லாம். அதற்கப்புறம் முகத்தைப் பற்றி நினைக்க யாருக்கு அவகாசம் இருக்கப் போகிறது? தொடர்ந்துவந்த அதிகாரிகள் காருக்கு முன்னால் வெற்றிகரமாக வழி கண்டுபிடித்து மோட்டார் சைக்கிளை கோமெஸ் ஓட்டிச் செல்ல, வண்டி வண்டியாகத் துருப்புகளைக் கடந்துச் சென்ற ஆண்ட்ரேஸோ அவர்கள் முகங்களைக் கண்டதும், 'அடடா, எப்படிப்பட்ட ராணுவம்! எத்தனை சாதனங்கள்! இயந் திரங்கள்தான் எவ்வளவு! இவர்கள்தான் எத்தனை கம்பீரமாகக் காண்கிறார்கள்! இவ்வளவும் குடியரசின் துருப்புகள். ஒரேவித உடை அணிந்து வண்டி வண்டியாக வருகிறார்கள், எல்லோர் தலைகளிலும் எஃகுத்தொப்பிகள். விமானங்கள் வந்தால் வீழ்த்த இந்த வண்டிகளில் துருத்திநிற்கும் இயந்திர பீரங்கிகளைத்தான் பாரேன்! ஆகா, எவ்வளவு பலமான ராணுவத்தைப் படைத்துவிட் டார்கள்' இவ்விதம்தான் அவனது சிந்தனை ஓடியது.

துருப்புகள் நிறைந்து உயர்ந்தோங்கியிருந்த சாம்பல் வண்ண லாரிகளை ஒவ்வொன்றாக மோட்டார் சைக்கிள் கடந்தது. அந்த லாரிகளை ஓட்டியவர்கள் அமர்ந்திருந்த முன்பெட்டிகள் சதுரமாக இருந்தன. உயரத்தில் இருந்த அவற்றுக்கு முன்னால் அமைந்த முகப்புப் பகுதிகளும் சதுரமாக இருந்ததோடு விகாரமாகவும் விளங் கின. பின்னால் வந்த அதிகாரிகள் கார் அவ்வப்போது விளக்கு வெளிச்சத்தை வீச, புழுதிப்படலத்தூடே மேலேறியது மோட்டார் சைக்கிள். லாரிகளின் பின்பலகைகளில் ராணுவத்தின் சிவப்பு நட்சத்திரக் குறி பொறிக்கப்பட்டிருந்தது விளக்கொளியில் தெரிந்தது. அவற்றைக் கடந்து, புழுதி படிந்த லாரிகளின் பக்கவாட்டிலும் அவ்வொளி அவ்வப்போது பாய்ந்தது. அவற்றையெல்லாம் கவனித்த படி நிதானம் குன்றாமல் மேலேறி வந்துகொண்டிருந்த அவர்கள், குளிரத் துவங்கிவிட்டதை உணர்ந்தார்கள். சாலையில் வளைவுகளும் திருப்பங்களும் தொடங்கிவிட்டதையும் கண்டார்கள். அந்த ஏற்றம் லாரிகளைச் சிரமப்பட வைத்தது; திருப்பங்களோ சக்கரங்களைச் சர்ரெனச் சப்திக்கச் செய்தன. அந்தக் குளிரில் ஏற்பட்ட அவ்வுராய்வு சில லாரிகளினின்று ஆவியை எழுப்பியது விளக்கொளியில் நன்கு தெரிந்தது. மோட்டார் சைக்கிளும் சங்கடப்பட்டே ஏறவியன்றது.

ஆண்ட்ரேஸோ முன்னிலும் உறுதியாக முன்னிருக்கையைப் பிடித்துக் கொண்டான். அதற்குமுன் மோட்டார் சைக்கிளில் அவன் சென்றதே யில்லை; தாக்குதலுக்கான துருப்பு நடமாட்டத்துக்கிடையே அப் போது மலையேறியதுதான் அவனது முதல் சவாரி. ஆகவே, அது அவனது கருத்தைக் கவர்ந்தது. அதே நேரத்தில், பாலக்காவல் சாவடிகள் மீது நடக்கவிருந்த தாக்குதலில் பங்குகொள்ளத் தக்க தருணத்தில்தான் திரும்புவது இனி நடக்காத காரியமே என்பதும் அவனுக்கு நன்கு தெரிந்து விட்டது. அந்தப் பரபரப்புக்கும் குழப்பத் துக்குமிடையே மறுநாளிரவு தன்னால் திரும்ப முடிந்தாலே பேர திர்ஷ்டம்தான் என்று அவனுக்குத் தோன்றியது. படையெடுப்பையோ, அதற்கான ஆயத்தங்களையோ அதற்கு முன் அவன் பார்த்தது கிடையாது. ஆகவே, குடியரசு அமைந்துவிட்ட அந்த ராணுவத்தின் அளவையும் பலத்தையும் கண்டு வியந்தபடியே மலைமீது ஏறலா னான் அவன். விரைவில், மலை முகப்பின் குறுக்காக வரவர உயர்ந்தபடி நீண்டு சென்றதோடு சாலைப் பகுதியை அவர்களது மோட்டார் சைக்கிள் அடைந்தது. அதன் உச்சி நெருங்க நெருங்கச் சரிவின் உயரம் கூடவே, அவனைக் கீழிறங்கும்படி கோமெஸ் கூறினான். இருவரும் வண்டியைப் பிடித்துத் தள்ளியதால்தான் கடைசியாக இருந்த செங்குத்தான கட்டத்தைக் கடக்க முடிந்தது. அந்தச் சிகரத்தைத் தாண்டியதும் இடது புறத்தில் ஒரு வளைவு தெரிந்தது; கார்களைத் திருப்புவதற்கான பகுதியே அது. இருளடர்ந்த ஆகாயப் பின்னணியில் நீண்டு கருத்துக் கிடந்த பெரியதொரு கற்கட்டடம் அங்கிருந்து புலப்பட்டது. அதன் முகப்பில் இருந்த விளக்குகள் சிமிட்டியதாலேயே அது தெரிந்தது.

“தலைமைக் காரியாலயம் எங்கே இருக்கிறது என்று அதோ அந்தக் கட்டடத்துக்குப் போய்க் கேட்டறிவோம்” என்று கோமெஸ் கூறியதும் இருவரும் சைக்கிளை அந்த இடத்துக்குத் தள்ளிச் சென்றனர். அப்பெரிய கட்டடத்தின் வாயிற்கதவு மூடப்பட்டிருந்தது. அதன் முன் இரு காவலாளிகள் நின்றனர். சுவரின் மீது சைக்கிளை கோமெஸ் சாய்த்து வைத்ததும், தோலுடை தரித்தவனாய் உள்ளிருந்து ஒரு சைக்கிளோட்டி வெளிவரக் கண்டான். கதவு திறந்து கட்டடத் தினுள்ளிருந்து வீசிய ஒளி பட்டதும் அவன் தோளில் கடிதப் பை தொங்கியதும், மரவுறையொன்றில் மௌஸர் ரகக் கைத்துப்பாக்கி யொன்று இடுப்பில் செருகப்பட்டிருந்ததும் தெரிந்தன. கதவு மூடப்பட்டு வெளிச்சம் அடைபட்ட போதிலும்கூட இருட்டிலேயே தன் மோட்டார் சைக்கிளை அவன் அடைந்தான்; கிளப்புவதற்காகச் சற்றுத் தூரம் தள்ளிச் சென்றபின் பெரும் சப்த மெழுப்பியபடிப் புறப்பட்டுப் போனான். அதையடுத்து, கதவருகில் நின்ற காவலர் களில் ஒருவனை கோமெஸ் அணுகி, “அறுபத்து ஐந்தாவது படை யைச் சேர்ந்த காப்டன் கோமெஸ் நான். முப்பத்தைந்தாவது பிரிவின்

தளபதியான ஜெனரல் கோல்ஸின் தலைமைக்காரியாலயத்தைத் தேடிப்போகிறேன். அது எங்கே இருக்கிறது என்று உங்களால் எனக்குச் சொல்ல முடியுமா?" அன்று கேட்டான்.

"அது இங்கே இல்லை" என்றான் அந்தக் காவல் சிப்பாய்.

"இங்கே இருப்பது என்ன?"

"இது தலைமைக்கூடம்."

"எதற்குத் தலைமைக்கூடம்?"

"தலைமைக்கூடம் என்றால் தெரியாதா?"

"எதற்குத் தலைமைக்கூடம் என்றுதான் கேட்டேன்."

"நீங்கள் யார், இவ்வளவு கேள்விகள் போடுவதற்கு?" என்று அந்த இருளில் கோமெஸ்மீது எரிந்து விழுந்தான் காவல்காரன். அந்தச் சாலைச் சிகரத்தில் வானவிதானம் தெளிவுறத் திகழ்ந்ததோடு தாரகைகளின் ஒளியும் வீசியது. மேலும், புழுதிப் படலமும் இல்லை. எனவே, அந்த இருளிலும் ஆண்ட்ரேஸினால் துல்லியமாகக் காண முடிந்தது. தாங்கள் நின்ற இடத்துக்கு நேர் கீழே வலது புறம் திரும் பிய சாலையில் சென்ற லாரிகளையும் கார்களையும்கூட அவனால் தெளிவாகப் பார்க்கவியன்றது.

"அறுபத்தைந்தாவது படையின் முதல் பட்டாளத்தைச் சேர்ந்த காப்டன் கோமெஸ் நான். அந்த முறையிலேயே ஜெனரல் கோல்ஸின் தலைமைக் காரியாலயம் எங்கிருக்கிறது என்று கேட்கிறேன்" சொல்ல முடியுமா என்றான் கோமெஸ்.

உடனே வாயிற்கதவை சிறிதே திறந்து, "காவற்படையின் கார்ப்பொரலைக் கூப்பிடுங்கள்" என்று காவலாளி உட்புறம் நோக்கிக் குரல் கொடுத்தான்.

அதே நேரத்தில் சாலைத் திருப்பத்தில் அதிகாரிகள் காரொன்று திரும்பியது. கார்ப்போரெல் வருவதற்காக கோமெஸும் ஆண்ட்ரேஸும் காத்து நின்ற கட்டடத்தை நோக்கி வளைவைக் கடந்து வந்தது, அந்தப் பெரிய கார். வாயிலுக்கு நேராக நின்றதும் அதிலிருந்து பருமனுடன் வயதும் கூடிய ஒருவர் இறங்கினார். ஃபிரெஞ்சுக் காலாட்படை வீரர் அணிவது போன்று காக்கி வண்ணத்தில் பெரி தாகவிருந்த தட்டைக் குல்லாயை அவர் தரித்திருந்தார். கையில் நிலப்படப் பெட்டியொன்றை அவர் ஏந்தியிருந்தார். அவர் போட் டிருந்த மேல் கோட்டின் இடுப்பைச் சுற்றியிருந்த பட்டையிலிருந்து கைத்துப்பாக்கி தொங்கியது! காரின் பின்னிருக்கையிலிருந்து வெளி வந்த அவரோடு சர்வதேசப் படையினரின் சீருடையை அணிந்திருந்த மற்றுமிருவரும் இறங்கினர். வாயிற்புறத்திலிருந்து காரை நகர்த்தி ஏதாவது கூரைக்குக்கீழ் கொண்டுபோய் நிறுத்தும்படி தன் காரோட்

டிக்கு அவர் கட்டளையிட்டார். ஃபிரெஞ்சு மொழியில்தான் அவர் பேசினார். அந்த மொழியை ஆண்ட்ரேஸ் அறியாததால் அவர் கூறியது அவனுக்கு விளங்கவில்லை.

க்ஷவரத் தொழிலாளியாக இருந்த கோமெஸுக்கு அந்த மொழியில் ஒருசில பதங்கள்தான் தெரியும். ஆகவே அவனுக்கும் அவர் பேசியது புரியவில்லையென்றாலும் மற்ற இரு அதிகாரிகளோடு வாயிலில் புகுந்த போது அவர் மீது விளக்கொளி விழுந்ததும் அவரை அவன் அடையாளம் கண்டுகொண்டு விட்டான். அரசியல் கூட்டங்களில் அவரை அவன் பார்த்திருந்தான். அவருடைய கட்டுரைகளையும் அடிக்கடி படித்திருந்தான்; ஃபிரெஞ்சு மொழியிலிருந்து அவற்றை 'முண்டோ ஒப்ரிரே' பத்திரிகை மொழிபெயர்த்துப் பிரசுரிப்பது வழக்கம். அவருடைய அடர்ந்த புருவங்கள், கலங்கிக் காணப்பட்ட சாம்பல் நிறக் கண்கள் முகவாய், அதன்கீழ் மற்றொரு முகவாய் போல அமைந்திருந்த சதைக்கோளம் ஆகியவற்றைப் பார்த்தவுடனேயே ஃபிரான்ஸின் நவயுகப் புரட்சிப் பெருமகன்களில் ஒருவர் அவர், கருங்கடலில் ஃபிரஞ்சுக் கடற்படையின் கலகத்துக்குத் தலைமை தாங்கியவர் அவர் என்பதை கோமெஸ் தெரிந்துகொண்டு விட்டான். சர்வதேசப் படையினரிடையே அவருக்கிருந்த உயரிய அரசியல் அந்தஸ்தையும் அவன் அறிவான். ஆகவே, கோல்ஸின் தலைமைக் காரியாலயம் எங்கே இருக்கிறது என்பது அவருக்குக் கட்டாயம் தெரிந்திருக்கும். அங்கு செல்லத் தனக்கு அவர் நிச்சயம் வழிகாட்டுவார் என்று அவன் நினைத்தான். காலப்போக்கு, ஏமாற்றம் குடும்பத்திலும் அரசியலிலும் நேர்ந்த சம்பவங்களால் ஏற்பட்ட மனக்கசப்பு, ஆசாபங்கம் ஆகியவற்றால் அவர் எவ்வளவு தூரம் மாறியிருந்தார் என்பதை அவன் அறிந்திருக்கவில்லை; அந்த நிலையில் அவரை எதுவும் கேட்பது பேராபத்து என்பதும் அவனுக்குத் தெரியாது. ஏதுமறியாத அப்பாவியாக அவரது பாதையின் முன் சென்று, முஷ்டியை மூடிச் சலாமிட்டபடி, "தோழர் மஸ்ஸார்ட் அவர்களே, நாங்கள் ஜெனரல் கோல்ஸுக்கு ஒரு கடிதம் எடுத்துப் போகிறோம். அவருடைய தலைமைக் காரியாலத்துக்குத் தாங்கள் வழி கூறமுடியுமா? விஷயம் மிக அவசரமானது" என்றான்.

தலை துருத்தி நிற்க, உயர்ந்து படுத்திருந்த அந்தக் கிழவர் தன் கலங்கிய கண்களால் கோமெஸை உற்று நோக்கினார். குளிர் சுரீரென உறைத்த அவ்விரவில் திறந்த காரில் அப்போதுதான் அவர் வந்திருந்தார். ஒரேயொரு மின் விளக்கின் ஒளி வட்டத்திலேயே நின்றார். அந்நிலையிலும்கூட அவரது சாம்பல் வண்ண முகத்தில் சிதைவுச் சாயை சந்தேகமறத் தெரிந்தது. மூப்பு மிகுந்துவிட்ட சிங்கமொன்றின் நகங்களில் சிக்கிக்கிடக்கும் கழிவுப் பொருளைக் கொண்டு உருவாக்கப்பட்டது போலவே அவரது முகம் தென்பட்டது.

"என்னது, என்ன எடுத்துப் போவதாகச் சொன்னீர், தோழரே?" என்று கோமெஸை அவர் கேட்டார். கடலான் வட்டார உச்சரிப்பு அழுத்தமாக விழுந்த ஸ்பானிஷ் மொழியிலேயே அவர் வினவினார். அவரது கடைக்கண் பார்வை ஆண்ட்ரேஸை அளந்துவிட்டுத் திரும்பவும் கோமெஸ் மீது பதிந்தது.

"தலைமைக் காரியாலயத்தில் ஜெனரல் கோல்ஸைச் சந்தித்துக் கொடுப்பதற்காகக் கடிதமொன்றைத் தான் கொண்டுபோகிறேன்.'

"எங்கிருந்து வருகிறது அது?"

"ஃபாஸிஸ்ட் படையணிகளுக்குப் பின்னாலிருந்து." உடனே கை நீட்டி அந்தக் கடிதத்தையும், பிற பத்திரங்களையும் ஆண்ட்ரே மஸ்ஸார்ட் வாங்கிப் பார்த்துத் தன் ஜேபியில் போட்டுக்கொண்டதும், "இந்த இரண்டு பேரையும் கைது செய்யுங்கள். நன்றாகச் சோதனை போடுங்கள். அப்புறம் நான் சொல்லும்போது என்னிடம் கொண்டு வாருங்கள்" என்று காவற்படைக் கார்ப்பொரலுக்குக் கட்டளை யிட்டார். பிறகு அந்தப் பெரிய கட்டடத்துக்குள் அவர் போய் விட்டார்.

வெளியில் இருந்த காவலர் அறையில் கோமெஸும் ஆண்ட்ரேஸும் பரிசோதனைக்கு இலக்காகினர். அப்போது, "என்ன நேர்ந்து விட்டது அவருக்கு?" என்று ஒரு காவல் வீரனை கோமெஸ் கேட்டான்.

"கிறுக்குப் பிடித்துவிட்டது. அவ்வளவுதான்!" என்றான் காவலன்.

"இல்லை, இருக்கமுடியாது. முக்கியத்துவம் மிகுந்த அரசியல் பிரமுகராயிற்றே அவர், சர்வதேசப் படையினருக்குத் தலைவரு மல்லவா?"

"அப்படியிருந்தும்கூட அவர் கிறுக்கர்தான். அவர் இருக்கட்டும், ஃபாஸிஸ்ட் படைகளுக்குப் பின்னால் நீங்கள் என்ன செய்கிறீர்கள். சொல்லுங்கள்?"

"இந்தத் தோழர் அங்கே கொரில்லா வீரராக இருப்பவர். ஜெனரல் கோல்ஸிடம் கொடுப்பதற்காக ஒரு கடிதத்தை இவர் கொண்டு வந்திருக்கிறார். என் தஸ்தாவேஜுகளைத் தொலைத்து விடாதீர்கள். அந்தப் பணமும் பத்திரம். அந்த நூலில் தொங்கும் குண்டும் கெட்டுப்போகாமல் பார்த்துக் கொள்ளுங்கள்; காடர்ராமா வில் எனக்கு ஏற்பட்ட முதல் காயத்திலிருந்து எடுத்த ரவை அது." தன்னைச் சோதனையிட்ட காவலனிடம் கோமெஸ் இப்படிக் கூறினான்.

"கவலைப்படாதீர். எல்லாப் பொருள்களும் இந்த இழுப்பறையில் பத்திரமாகவே இருக்கும்... ஆமாம், கோல்ஸ் எங்கே இருக்கிறார்

என்று ஏன் என்னைக் கேட்காமல் அவரை போய்க் கேட்டீர்?" என்று கார்ப்பொரல் வினவினான்.

"அதற்குத்தான் முயற்சி செய்தோம். காவல் வீரரைக் கேட்டோம்; அவர் உங்களுக்குக் குரல் கொடுத்தார்."

"அப்போது அந்தக் கிறுக்கர் வந்ததும் அவரைக் கேட்டுவிட்டீர், அப்படித்தானே? எவரும் அவரை எதுவும் கேட்கக்கூடாது. சுத்தப் பைத்தியம் அவர். நீர் தேடும் கோல்ஸ் இதே சாலையில் மூன்று கிலோ மீட்டர்களுக்கு அப்பால்தான் இருக்கிறார். அங்கே வலது புறத்திலுள்ள காட்டில் குன்றுகளுக்கிடையே இருக்கிறார்."

"அப்படியானால் அவரை இப்போதே நாங்கள் போய்ப்பார்க்க வேண்டும். உங்களால் அனுமதிக்க முடியுமல்லவா?"

"ஊஹூம், முடியாது. அப்படிச் செய்தால் என் தலை போய் விடும். அந்தக் கிறுக்கரிடம் உங்களை நான் அழைத்துப் போய்த்தான் ஆகவேண்டும். தவிர, உங்கள் கடிதம் வேறு அவரிடம் அகப்பட்டுக் கொண்டிருக்கிறதே."

"வேறு எவரிடமாவது இந்த விவகாரத்தைச் சொல்லி உங்களால் எங்களை விடுவிக்கமுடியாதா?" என கோமெஸ் கேட்டான்.

"முடியும். முதலில் கண்ணில் படும் உயரதிகாரி யாராயிருந் தாலும் விஷயத்தைச் சொல்கிறேன். அவர் கிறுக்கர் என்பது இங்கே அனைவருக்கும் தெரியும்."

"அவர் ஒரு பெருமகனார், ஃபிரான்ஸின் புகழ் மிக்க புதல்வர் களில் ஒருவர் என்றல்லவா எப்போதும் எண்ணி வந்திருக்கிறேன் நான்!"

"அவருக்குப் புகழ், பெயர் எல்லாம் இருக்கலாம் தான். ஆனால் இப்போதோ வெறிநாய் அளவுக்குக் கிறுக்குப் பிடித்துக் கிடக்கிறார். சுட்டுத் தள்ளுவதில் மட்டில்லாத ஆர்வம் கொண்டிருக்கிறார்" என்று கார்ப்பொரல் கூறினான்.

"மெய்யாகத்தான் சொல்கிறீர்களா?"

"பின் பொய்யா சொல்வேன்? கொள்ளை நோயையும் விடக் கூடுதலான பேரைக் கொன்று குவிக்கிறார் அந்தக் கிழவர். ஆனால் நம்மைப்போல அவர் ஃபாஸிஸ்டுகளைச் சாகடிப்பதில்லை; விளை யாட்டுக்காகக் கூடக் கொல்வதில்லை. அபூர்வ ஆசாமிகளைத்தான் அழிக்கிறார். டிராட்ஸ்கிஸ்டுகளைத்தான் தீர்த்துக் கட்டுகிறார். அவர்களைப் போலப் பரிந்து செல்லும் அபூர்வப் பேர்வழிகளைத்தான் சுட்டுக்கொல்கிறார்."

இந்தப் பேச்சில் எதுவும் ஆண்ட்ரேஸுக்கு அர்த்தமாகவில்லை. அவனைக் கவனியாமல் கார்ப்பொரல் தொடர்ந்தான். "எஸ்கோரி

யலில் நாங்கள் இருந்தபோது அவர் கட்டளைப்படி எத்தனை பேரைச் சுட்டுத் தள்ளினோமோ, எங்களுக்கே கணக்குத் தெரியாது. எப்போதும் நாங்கள்தான் அவருக்காகச் சுடுவது வழக்கம்; தங்கள் வீரர்களைச் சாகடிக்க சர்வதேசப் படையினர் சம்மதிப்பதில்லை. குறிப்பாக ஃபிரெஞ்சுக்காரர்கள் இசையமாட்டார்கள். ஆகவே, தொல்லையைத் தவிர்ப்பதற்காக அவரது ஆணையை நாங்கள்தான் நிறைவேற்றுவோம். ஃபிரெஞ்சுக்காரர்களை நாங்கள் சுட்டிருக்கிறோம். பெல்ஜியத்தைச் சேர்ந்தவர்களைச் சாகடித்திருக்கிறோம். இன்னும் பல நாடுகளின் பிரஜைகளைத் தீர்த்துக்கட்டியிருக்கிறோம். எல்லா ரகத்தினரும் எங்களுடைய குண்டுகளுக்கு இலக்காகியிருக்கிறார்கள். கொல்வதில் எப்போதும் ஒரு வெறி அவருக்கு. எல்லாக் கொலை களும் அரசியல் காரணங்களுக்காகத்தான். கிறுக்கு தலைக்கேறி விட்டது. ஸால்வர்ஸான் மாத்திரையைத் தெரியுமில்லையா? வெட்டை நோயை அது எப்படி வெட்டுகிறதோ, அதைவிடத் துப்புரவாக அரசியல் எதிரிகளைக் களைத்துவிடுகிறார் அவர்."

"நாங்கள் எடுத்துவந்த கடிதம் பற்றி எவரிடமாவது சொல்வீர்கள் அல்லவா?"

"சொல்கிறேன், ஐயா, கட்டாயம் சொல்கிறேன். இந்த இரண்டு சர்வதேசப் படைகளில் இருக்கும் எல்லோரையும் எனக்குத் தெரியும். அனைவரும் இங்கே வந்துபோகிறவர்கள்தான். ஒரு சிலர்தான் ஸ்பானிஷ் மொழி பேசுகிறார்கள் என்றாலும் ரஷ்யர்களையும் கூட அறிவேன். ஸ்பானிஷ்காரர்களையாவது இந்தக் கிறுக்கர் கொல்லாம லிருக்க வேண்டியதெல்லாம் செய்வோம், கவலைப்படாதீர்."

"ஆனால் கடிதமும் கெட்டுப்போகாமல் இருக்க வேண்டுமே."

"அதற்கும் ஒன்றும் நேர்ந்துவிடாது, கவலைப்படாதீர். இந்தக் கிறுக்கரை எப்படிக் கையாள்வது என்பது எங்களுக்குத் தெரியும். தன் சொந்த மக்களிடையேதான் அவர் ஆபத்து மிகுந்தவர். அவரை நாங்கள் இப்போது நன்றாகப் புரிந்து கொண்டுவிட்டோம்."

அந்நேரத்தில், "இரண்டு கைதிகளையும் இங்கே கொண்டு வாருங்கள்" என ஆண்ட்ரே மஸ்ஸார்ட்டின் ஆணைக்குரல் கேட்டது. உடனே, அவ்விருவரையும், "ஏதாவது குடிக்கத் தரட்டுமா?" என்று கார்ப்பொரல் கேட்டான்.

"அதற்கென்ன தடை, கொடுங்கள்."

அதன் பேரில் ஓர் அலமாரியிலிருந்து அனிஸ் மதுப்புட்டி யொன்றை கார்ப்பொரல் வெளியிலெடுத்தான். கோமெஸும் ஆண்ட்ரேஸும் அருந்தியதும் அவனும் குடித்துவிட்டு வாயைத் துடைத்தபடி, "இனிக் கிளம்பலாம்" என்றான். சுட்டெரித்தபடி

விழுங்கப்பட்ட அனிஸ் அவர்களுடைய வாய்கள், வயிறுகளை வெதுவெதுப்புறச் செய்ததோடு இதயங்களிலும் இன்சூடு பரப்ப, காவலர் அறையிலிருந்து அம்மூவரும் வெளிவந்து முன்னறையைக் கடந்து மஸ்ஸார்ட் இருந்த அறையை அடைந்தனர். தன் முன் நிலப்படத்தை விரித்துவைத்துக் கொண்டு நீண்டதொரு மேஜையின் பின் அவர் அமர்ந்திருந்தார். தளபதியாகத் தர்பார் நடத்தத் துணை புரிந்த சிவப்புநீலப் பென்ஸில் அவரது விரல்களிடையே சுழன்றது. ஆண்ட்ரேஸைப் பொறுத்தவரையில் அச்சமேதும் இருக்கவில்லை, அது இன்னொரு வழக்கமான விசாரணையே என்று எண்ணினான். அன்றிரவே அநேக விசாரணைகளுக்கு அவன் ஆளாகியிருக்க வில்லையா? 'எப்போதுமே இப்படித்தான்; பல விசாரணைகளுக்கு உட்பட்டுத்தான் தீரவேண்டும். தஸ்தாவேஜுகள் சரியாகவிருந்து, இதயத்திலும் களங்கமில்லை என்றால் அபாயமேதுமே கிடையாது. இறுதியில் விடுவித்து தொடர்ந்து செல்ல அனுமதித்துவிடுவர். ஆனால் இன்றோ இங்கிலீஷ்காரரர் சீக்கிரம் செல்லச் சொல்லி யிருக்கிறார். பாலத்தைத் தாக்குவதில் கலந்து கொள்ள நான் இனிமேல் திரும்ப முடியாதுதான். ஆனால் எப்படியும் கடிதத்தைக் கொண்டுபோய்க் கொடுத்தாக வேண்டும். அந்தக் கடிதத்தையோ இதோ இந்த மேஜைக்குப் பின்னால் உட்கார்ந்திருக்கும் கிழவர் தன் ஜேபியில் போட்டுக்கொண்டிருக்கிறார் என்று எண்ணியபடி முன்னேறிய ஆண்ட்ரேஸை ஏறிட்டுப் பாராமலேயே, "அப்படியே நில்லுங்கள்" என்று மஸ்ஸார்ட் பணித்தார்.

"கேளுங்கள், தோழர் மஸ்ஸார்ட் அவர்களே! இன்றிரவு ஏற்கனவேயே ஒருமுறை அராஜகவாதிகளின் அறியாமையால் எங்கள் பயணம் தடைப்பட்டு விட்டது. அப்புறம் மந்தம் மிகுந்த வொரு ஃபாஸிஸ்டின் சோம்பலினால் சங்கடப்பட்டோம். இப்போதோ, சக கம்யூனிஸ்டான உங்களின் வீண் சந்தேகத்துக்கு உள்ளாகி அவஸ்தைப்படுகிறோம்" – ஆத்திரத்துக்கு அனிஸ் மது பக்கபலம் கூட்ட, வெடித்துக் கொட்டினான் கோமெஸ்.

"சட், வாயை மூடு! இங்கே பொதுக்கூட்டமேதும் நடக்கவில்லை" இன்னமும் நிமிராமலேயே மஸ்ஸார்ட் கூறினார்.

"தோழரே, நாங்கள் மிக அவசரமான வேலையாகச் செல்கிறோம். அது மிகமிக முக்கியமான விஷயமும்கூட."

பலமுறை பார்த்துவிட்டபோதிலும் தாங்கள் எப்போதும் ரசிக்கக்கூடிய சுவையான சில சிறந்த கட்டங்களைக் கொண்ட விளையாட்டொன்றைக் காண்பதே போல கார்ப்பொரலும், உடன் வந்த காவலனொருவனும் அந்த நாடகத்தை ஆர்வமுடன் கவனித்துக் கொண்டிருந்தனர்.

"எல்லாமே அவசரமானவைதான், முக்கியமானவைதான்" என்றபடி நிமிர்ந்து அவர்களை நோக்கிய மஸ்ஸார்ட் பென்ஸிலை உருட்டியவாறு பேச்சைத் தொடர்ந்தார், "கோல்ஸ் இங்கே இருப்பது உங்களுக்கு எப்படித் தெரியும்? தாக்குதல் தொடங்குமுன் தனிப்பட்டவொரு தளபதியைத் தேடிவருவது எத்தனை ஆபத்தான விஷயம் என்பது உங்களுக்கு விளங்கவில்லையா? அப்படிப்பட்ட ஒரு ஜெனரல் இங்கிருப்பார் என்பதை நீங்கள் எப்படி அறிந்தீர்கள்?"

"அவருக்குச் சொல்லும், தோழரே" என்று ஆண்ட்ரேஸை கோமெஸ் தூண்டினான்.

"பாலமொன்றை வெடிவைத்துப் பிளப்பதற்காக எங்களிடம் வந்த ராபர்ட்டோ என்ற இங்கிலீஷ்காரனால் என்னிடம் அந்தக் கடிதம் கொடுக்கப்பட்டது, ஜெனரலே! இப்போது புரிந்ததா?"

"மேலே சொல்லு, உன் கதையை" என்றார் மஸ்ஸார்ட். பொய், புளுகு, புனைசுருட்டு என்ற பதங்களைப் பகர்வது போலவே கதை என்ற சொல்லையும் அவர் கையாண்டார்.

"ஜெனரல் கோல்ஸிடம் முடிந்த அளவு வேகமாகக் கடிதத்தைக் கொண்டுபோய்ச் சேர்க்கும்படி இங்கிலீஷ்காரர் என்னை ஏவினார். இன்று இந்தக் குன்றுப்பகுதியில் அந்த ஜெனரல் தாக்குதல் நடத்தவிருக்கிறார். அதைத் துரிதமாக அவரிடம் எடுத்துப் போய்ச் சேர்க்கத் தாங்கள் பெரிய மனது வைக்கவேண்டும் என்பதே நாங்கள் வேண்டுவதெல்லாம்."

மஸ்ஸார்ட் மறுபடியும் தலையை ஆட்டி மறுத்தார். ஆண்ட்ரேஸையே அவர் நோக்கினாலும் அவனைக் கண்டு கொண்டு விடவில்லை. 'கோல்ஸ்' என்ற பெயரைக் கேட்டதும் அருவெறுப்புடன் ஆனந்தமும் பீறிட்டது அவர் உள்ளத்துள். தொழில் துறை எதிரியொருவன் கோரமான கார் விபத்தொன்றில் கொல்லப்பட்டு விட்டான் என்று கேள்விப்பட்டதும் எப்படியிருக்குமோ அதுபோல அல்லது, நாம் மனமார வெறுத்த போதிலும் நாணயத்தைப் பொறுத்துச் சந்தேகிக்கப்படாத ஒருவன் பணமோசடி செய்துவிட்டான் என்ற செய்தி காதில் விழுந்ததும் ஏற்படக்கூடியதுபோலவும் அவரது அப்போதைய மனநிலை இருந்ததெனலாம். உடனே எண்ண வலை பின்னத் தொடங்கிவிட்டார்; 'கோல்ஸ் கூடவா அப்படிப்பட்ட துரோகிகளில் ஒருவர்? ஃபாஸிஸ்டுகளுடன் அவரா இப்படிப் பகிரங்கத் தொடர்பு வைத்திருக்கிறார்! ஏறக்குறைய இருபது வருஷமாக எனக்குத் தெரிந்தவராயிற்றே, அவரா இப்படிச் சொல்கிறார்? சைபீரியாவில் நல்ல குளிர் காலத்தில் லுகாக்ஸுடன் சேர்ந்து, தங்கத்தைத் தாங்கிச் சென்ற ரயில் வண்டியைத் தாக்கிப் பிடித்த தங்கமான மனிதரல்லவா அவர்! கோல்சாக்குடன் கைகலந்த

சூரராயிற்றே அவர்! போலந்திலும், பிறகு காகஸஸிலும், சீனாவிலும் அவர் போராடியவரல்லவா!

இந்த ஸ்பெயினிலும் அக்டோபர் முதல்தேதி முதல் பணி யாற்றுகிறாரே, அவரா இப்படி ஆகிவிட்டார்? ஆனால் ஒன்று! டுகாசெவ்ஸ்கியுடன் நெருங்கிப் பழகியவர் அவர். வோரோஷிலோ வுக்கும் நெருக்கமானவர் என்பது நிஜம்தான். இருந்தாலும் டுகாசெவ்ஸ்கியுடன் இழைந்தவரே அவர் இன்னும் எவரெவருடன் அவர் ஒட்டியுறவாடியிருக்கிறார்? இங்கே கார்க்கோவுடன் கட்டிப் புரண்டிருக்கிறார். லுகாக்ஸுடனும் இறுக்கமான உறவு உண்டு. ஆனாலும் என்ன, எல்லா ஹங்கேரிக்காரர்களுமே சூழ்ச்சியாளர்தான்.

கால் என்றால் கோல்ஸுக்குப் பிடிக்காது; அவரைக் கட்டோடு வெறுத்து வந்திருக்கிறார். இதை மறந்து விடாதே. ஞாபகமாகக் குறித்து வைத்துக்கொள்.

காலை வெறுத்த கோல்ஸுக்கு புட்ஸ் என்றால் பிடிக்கும், இதையும் நினையில் வைத்துக்கொள். டுவால்தான் கோல்ஸின் அலுவலகப் பிரதம அதிகாரி. இந்த உறவிலிருந்து என்ன கிடைக்கிறது என்பதை எண்ணிப் பார். கோபிக் ஒரு முட்டாள் என்று அவர் கூறிக் கேட்டதில்லையா நீ? திட்டவட்டமாகவல்லவா அப்படி அவர் சொன்னார், அந்தக் கருத்து அழிந்துவிட முடியுமா? இப்போதோ ஃபாஸிஸ்ட் அணிகளிலிருந்து இந்தக் கடிதம் வந்திருக் கிறது. அழுகிவிட்ட கிளைகளைக் கழித்துக் கட்டினால் தான் மரம் ஆரோக்கியமாக வளர்ந்தோங்க முடியும். ஆனால் அழித்தொழிக்க ஆரம்பிக்குமுன் அழுகல் தெளிவாக தெரிந்தாக வேண்டுமே! எத்தனையோ பேர் இருக்க கோல்ஸா இப்படித் துரோகியாக வேண்டும்? எவரையும் நாம் நம்ப முடியாது என்பது நமக்குத் தெரிந்ததுதான். ஆமாம், எவரையும் ஒருபோதும் நாம் நம்பவியலாது. மனைவியைக்கூடத்தான். சகோதரனையோ, எல்லோரிலும் பழைய தோழனையோகூட ஒருநாளும் நம்பவே கூடாதுதான்'இறுதியில் ஒருவாறு சிந்தனை கலைந்த அவர், "இவர்களை அப்பால் அழைத்துப் போங்கள். பத்திரமாகப் பார்த்துக் கொள்ளுங்கள்" என்று காவலருக்குக் கட்டளையிட்டார்.

ஏதும் புரியாமல் காவல் வீரனை கார்ப்பொரல் நோக்கினான். ஏனெனில், மஸ்ஸார்ட்டைப் பொறுத்தவரையில் அமர்க்களம் செய்யாமல் அப்படி அடக்கமாக நடந்துகொண்டது அரிதிலும் அரிதானதாகும்.

"நிதானத்தை இழந்து நடந்துகொள்ளாதீர்கள், தோழரே. விசுவாசமுள்ள அதிகாரியும் தோழனுமான நான் சொல்வதைக் காது கொடுத்துக் கேளுங்கள். கட்டாயம் கொண்டுபோய்ச் சேர்க்கப் பட்டாக வேண்டிய கடிதம் அது. ஜெனரல் கோல்ஸிடம் கொடுப்ப

தற்காகத்தான் இந்தத் தோழர் அதை ஃபாஸிஸ்ட் அணிகளுக்குப் பின்னாலிருந்து எடுத்து வந்திருக்கிறார்" என்றான் கோமெஸ்.

"இவர்களை இட்டுச் செல்லுங்கள்" எனக் காவலனை மீண்டும் மஸ்ஸார்ட் பணித்தார். ஆனால் இம்முறை அந்த ஆக்ஞையில் அன்பு கனிந்திருந்தது. அவர்களைத் தீர்த்துக் கட்டித்தான் தீரவேண்டு மென்றால் மனிதர்கள் என்ற முறையில் அவர்கள் பால் அனுதாபம் சுரந்தது அவர் மனத்தில். ஆனால் அதைவிட கோல்ஸின் அவலப் போக்குதான் அதை அதிக அளவில் வருத்தி வாட்டியது. 'போயும் போயும் கோல்ஸா இப்படி ஆகிவிடுவது? இந்த ஃபாஸிஸ்ட் கடிதத்தை உடனடியாக வார்லோஃபிடம் எடுத்துப்போய்க் காட்டப் போகிறேன் நான்... ஊஹூம், கூடாது. கோல்ஸிடம் கொண்டுபோய்க் கொடுப்பதே நல்லது; இதைப் பெறும்போது அவர் முகம் போகிற போக்கைப் பார்க்கலாம் அல்லவா? ஆம், அப்படித்தான் செய்ய வேண்டும். கோல்ஸே துரோகிகளில் ஒருவராகிவிட்டபோது வார்லோஃப் மட்டும் அப்படி இருக்கமாட்டார் என்று எப்படி நிச்சயமாகக் கூறமுடியும். ஆகவே, இதை அவரிடம் கொண்டுபோகவே கூடாது? மிகமிக எச்சரிக்கையுடனேயே நடந்து கொள்ள வேண்டிய விவகாரம் இது' என்று அவர் எண்ணமிட்டுக் கொண்டிருந்தபோது கோமெஸின் பக்கம் திரும்பிய ஆண்ட்ரேஸ், "இவர் நம் கடிதத்தை அனுப்பி வைக்கமாட்டார் என்றா நினைக்கிறீர்கள்?" என்று வினவினான், அதை நம்பமுடியாதவனாக.

"நடப்பதைப் பார்த்தாலே தெரியவில்லையா அது."

"அப்படியானால் இவருக்குக் கிறுக்குத்தான் பிடித்திருக்க வேண்டும்."

"ஆமாம், இவர் கிறுக்கர்தான்" என்ற ஆண்ட்ரேஸ், பென்ஸிலோடு நிலப்படத்தின் மீது திரும்பக் கவிந்து கொண்டுவிட்ட மஸ்ஸார்ட்டை நோக்கி, "நீர் கிறுக்கர்தான்! கேட்டுக்கொண்டீர்கள் அல்லவா, நீர் கிறுக்கரே! கொலைவெறி பிடித்த பைத்தியக்காரர்தான் நீர்!" என்று கூவினான்.

"இவர்களை அப்பால் இட்டுப்போ. இவர்கள் செய்த பெருங் குற்றமே இவர்களுடைய மூளைகளைக் கலக்கிவிட்டது" என்று காவலனை நோக்கி மஸ்ஸார்ட் கூறினார். ஆனால் அந்தச் சொற்கோவை கார்ப்பொரலைப் பொறுத்தவரையில் புதிதல்ல; அதை எத்தனையோ முறை அவன் கேட்டிருந்தான்.

"கிறுக்குப் பிடித்த கொலைகாரரே!" என்று கூப்பாடு போட்டான் கோமெஸ்.

"பைத்தியம் பிடித்த பெரிய மனிதரே!" என ஆண்ட்ரேஸும் சேர்ந்துகொண்டான், மஸ்ஸார்ட்டின் மடத்தனம் அவனுக்குக்

கோபத்தைக் கொடுத்தது. 'இவர் கிறுக்கரென்றால் இப்படியே விட்டுவைப்பானேன்? அப்புறப்படுத்துவதற்கென்ன, அப்படியே கருதி? எப்படியோ இவர் ஜேபியிலிருந்து கடிதத்தை எடுத்துக் கொடுத்துவிட வேண்டும். இந்தப் பைத்தியக்காரரைப் பாழ்நரகத்தில் புதைக்க வேண்டும் ஆண்டவன்" என்றெல்லாம் எண்ணத் தொடங்கிய ஆண்ட்ரேஸின் வழக்கமான அமைதியையும் நல்லியல்பையும் மீறிக்கொண்டு, ஸ்பானிஷ்காரர்களுக்கே உரித்தான கடுங்கோபம் கொந்தளிக்கவாரம்பித்தது. இன்னும் சற்றுநேரம் சென்றால் அறிவிழக்கும் நிலையை அவன் அடைந்துவிடுமளவுக்கு அந்த ஆத்திரம் அதிகரித்துக் கொண்டிருந்தது.

ஆனால் மஸ்ஸார்ட் அதைக் கண்டுகொள்ளவேயில்லை. நிலப்படத்தையே நோக்கிக்கொண்டிருந்த அவர், கோமெஸையும் ஆண்ட்ரேஸையும் காவலர் அப்புறப்படுத்துகையில் வருத்தமுடன் தலையை ஆட்டியதோடு சரி. அவர் அப்படித் திட்டித் தீர்க்கப்பட்டதைக் கண்டு காவலாளிகளுக்குத் திருப்திதான் என்றாலும் அந்த நாடகம் எப்போதும் போல நடக்காததில் அவர்கள் ஏமாற்றமும் அடைந்தனர்; ஏனெனில் எத்தனையோ 'நல்ல' நாடகங்களை அவர்கள் கண்டிருந்தனர். மஸ்ஸார்ட்டோ அவ்விருவரும் அப்படித் தன்னை ஏசியதைச் சற்றும் பொருட்படுத்தவில்லை; ஏனெனில், முன்னமேயே முடிவில் எவ்வளவோ பேர் அம்மாதிரி அவர்மீது வசைமழை பொழிந்திருந்தார்கள். மனிதர்கள் என்ற முறையில் அவர்களின் பொருட்டு மெய்யாகவே வருந்தினார் அவர்; என்றுமே அப்படித்தான். அதைத் தனக்குத் தானே எப்போதும் கூறிக் கொள்வதும் அவர் வழக்கம்; அவரிடம் இன்னமும் எஞ்சியிருந்த ஒருசில சொந்தக் கருத்துக்களில் ஒன்று அது. மீசையும் கண்களும் நிலப்படத்தில் பதிந்திருக்க, அப்படியே அவர் அமர்ந்திருந்தார். ஆனால் சிலந்தி வலைபோலச் சன்னமான வட்டக் கோடுகள் பழுப்பு வண்ணத்தில் பொறிக்கப்பட்டிருந்த அப்படத்தில் அவர் அப்படி ஒன்றியிருந்த போதிலும் ஒருநாளும் அதை அவர் புரிந்து கொண்டதேயில்லை. மேடு, பள்ளங்களை அவரால் காண முடிந்தது மெய்தான். ஆயினும் ஒரு குறிப்பிட்ட மேட்டுப் பகுதி அல்லது பள்ளத்தாக்குக்கு ஏன் திட்டமானதொரு பெயர் இருக்க வேண்டும், அதை வேறு பெயரினால் ஏன் அழைக்கக் கூடாது என்பது உண்மையிலேயே அவருக்கு விளங்கியதே கிடையாது. இருந்தாலும் ராணுவத் தலைமையகத்தில் இருக்கும்போது ஏதாவதொரு இடத்தை அவர் தொட்டுக் காட்டி, "இதோ இதுதான் பலவீனமான இடம்" என்பார். திட்டமிட்டதே போல வளையும் நதிப்போக்குக்கு இசைவாக அமைந்த சாலைக் கோடுகளினால் வெட்டப்பட்டுக் கிடக்கும் பச்சை வண்ணக் காட்டுப் பகுதி

களிடையே மெல்லிய பழுப்பு நிற வட்டங்களால் சூழப்பட்டு இலக்க மொன்றையும் பெற்றுள்ள இடமாகவே அது இருக்கும். அரசியல் ஆட்சியாளர் முறை காரணமாகவே, சர்வதேசப் படையினரின் அரசியல் அதிபர் என்ற முறையிலேயே அவ்விதம் அவர் குறுக்கிட்டுக் கூற முடிந்தது. அவரைப் போலவே அரசியலாளராக இருந்ததோடு பதவிக்கும் புகழுக்கும் பேராசையும் கொண்டிருந்ததாலும், கோபிக்கும் அவருடைய கருத்தை ஏற்று விடுவர். அதையடுத்து, அந்த நிலப்படத்தை ஒருநாளும் கண்டிராமல் குறிப்பிட்ட குன்றின் எண்ணை மட்டும் கேட்டுக்கொண்டவர்களாய் முகாமில் இருந்தவர் கள் கிளம்புவார்கள். அந்தக் குன்றில் அகழிகள் வெட்டப்பட்டதால் ஆங்காங்கு குவிந்திருக்கும் மணல் மேடுகள் அவர்களுக்குச் சுட்டிக் காட்டப்படும். பின்னர் அதன்மீது அவர்கள் ஏற முற்படுவார்கள். ஒன்று, அந்தக் குன்றுச் சரிவில் அவர்கள் கொல்லப்பட்டு விழுந்து விடுவார்கள். இல்லையேல், ஏறப்புகு முன்பே ஆலிவ் மரத் தோப்பு களில் மறைத்து வைக்கப்பட்டிருக்கும் இயந்திர பீரங்கிகளால் சுட்டு வீழத்தப்பட்டுவிடுவார்கள். அவ்வாறின்றி மற்றும் சில முனைகளில் அவர்களால் ஏறமுடிந்தாலும் முடிந்துவிடும்; ஆனால் அப்படி ஏறியதால் உருவான பயன்தான் ஏதுமிராது. எனவே, கோல்ஸின் காரியாலயத்தில் அப்படி அவர் தன் விரலை நிலப்படத்தின் பேரில் வைக்கும் போதெல்லாம் காய வடுக்கள் நிறைந்த மண்டையும் வெளுத்த முகமும் படைத்த அந்த ஜெனரலின் முகவாய்த் தசைகள் முறுக்கிக்கொள்ளும். 'என் படத்தில் உம் அழுகல் விரலை நீர் அழுத்துமுன் உம்மைச் சுட்டுச் சாகடித்துவிட மாட்டோமோ என்று துடிக்கிறது என் கை. உமக்குத் தெரியாத விவகாரங்களில் தலை யிட்டதால் எத்தனை பேரை நீர் வீணாகக் கொன்றிருக்கிறீர் தெரி யுமா? அவர்களை நினைத்தால் உம்மைப் பாழ் நரகத்தில் ஆழ்த்த வேண்டும் என்ற பரபரப்பு பற்றிக் கொள்கிறது என்னை. ஏன்தான் உம் பெயரை இயந்திரக் கலப்பைத் தொழிற்சாலைகளுக்கும் கிராமங்களுக்கும் கூட்டுறவுச் சங்கங்களுக்கும் வைத்துத் தொலைத் தார்களோ? என்னால் தொடமுடியாத புகழ்ச் சின்னமாக அதனால் அல்லவோ ஆகிவிட்டீர் நீர்! வேறெங்காவது போய் உம் சந்தேகங் களை அவிழ்த்து விளையாடவிடும். அங்கெல்லாம் வாய் கிழியப் பேசி, வேண்டிய மட்டும் தலையிடும், மனம்போலத் திட்டிக் கொட்டித் தீர்த்துக் கட்டும், எனக்கு ஆட்சேபமில்லை. இங்கே மட்டும் எங்களைச் சும்மா விட்டுவிடும் போதும்' என்று தன் மனத்துள் அவர் கூறிக்கொள்வாரே தவிர வாய் திறந்து சொல்ல மாட்டார். அதற்குப் பதிலாக, வாய் நாற்றமுடன் வெளுத்திருக்கும் மீசையும் கலங்கிய சாம்பல் நிறக் கண்களும் பருத்த உடலும் படைத்தவராய்க் குனிந்து விரலை நகர்த்தும் மஸ்ஸார்ட்டிடமிருந்து

விலகிப் பின்புறம் சாய்ந்தபடி, "ஆமாம், தோழர் மஸ்ஸார்ட், உங்கள் திட்டம் எனக்கு நன்றாகத் தான் புரிகிறது. ஆனால் அது நல்லபடி அமைந்திருப்பதாகக் கூறமுடியாது. ஆகவே, நான் சம்மதிப்பதற் கில்லை. விரும்பினால் என்னை மீறி அதை நிறைவேற்ற நீங்கள் முயற்சி செய்யலாம். ஆமாம், நீங்களே சொன்னது போல அதைக் கட்சி முடிவு செய்யும் விவகாரமாக்கலாம். இருந்தாலும் நான் இசையவியலாது" என்றுதான் அவர் வெளிப்படையாகக் கூறுவார்.

எனவேதான் மேலே மறைப்பேதுமில்லாமல் சுட்டெரித்த மின் விளக்கினடியில் வெற்று மேஜைமீது விரிக்கப்பட்டிருந்த நிலப் படத்தின் பேரில் தலையை நட்டபடி தாக்குதலுக்கான கட்டளையின் பிரதியை மஸ்ஸார்ட் படித்துக் கொண்டிருந்தார். விளக்கொளி கண்ணில் படாதபடி தட்டைக் குல்லாயை முன்னால் இழுத்துவிட்டு மறைத்துக்கொண்டவாறு படித்ததோடு அந்த உத்தரவில் குறிப்பிடப் பட்டிருந்த இடங்களை நிலப்படத்திலும் மிகவும் கவனமுடனும் மெதுவாகவும் ஒத்திட்டுப் பார்த்துக் கொண்டிருந்தார், மெத்தச் சிரமப்பட்டு. பயிற்சிக் கல்லூரியில் இளம் அதிகாரியொருவன் ஏதா வது பிரச்சனைக்குப் பரிகாரம் காணப் பாடுபடுவது போலவே இருந்தது, அப்போது அவரைப் பார்த்தபோது. போரில் பங்குகொண் டிருக்கவில்லையா அவர்? சாதாரண பங்கா அது! துருப்புகளுக்குத் தாம் தலைமை தாங்கியதாகவே அவர் எண்ணினார். அது காரண மாகத் தலையிடத் தமக்கு உரிமையுண்டு என்பதில் அவருக்கு ஐயமிருக்கவில்லை. தலைமை என்றால் குறுக்கிடும் உரிமையே என்பது அவரது கருத்தாக இருந்தது. ஆகவேதான் கோல்ஸுக்கென ஜார்டன் அனுப்பிய கடிதம் தன் ஜேபியிலேயே கிடக்கப் பார்வையைப் படத்தில் பதித்திருந்தார் அவர். கோமெஸும் ஆண்ட் ரேஸும் அப்போது காவலர் அறையில் காத்துக் கிடக்க, ஜார்டனோ பாலத்துக்கு மேற்புறத்தில் இருந்த காட்டுப் பகுதியில் தக்க தருணத் துக்குத் தவமிருந்தான்.

மஸ்ஸார்ட் அப்படித் தலையிட்டுத் தடுத்திராமல் ஆண்ட்ரே ஸும் கோமெஸும் தொடர்ந்து செல்ல அனுமதிக்கப்பட் டிருந்தாலும்கூட ஜார்டன் கடிதம் அனுப்பிய நோக்கம் சித்தியாகி யிருக்குமா என்பது சந்தேகமே. ஏனெனில், தாக்குதலை ரத்து செய்வதற்குப் போதிய அதிகாரம் படைத்த எவரும் அப்போது போர்முனையில் இருக்கவில்லை. நினைத்த மாத்திரத்தில் திடுமென நிறுத்திவிட முடியாதபடி நீண்ட நெடுநாட்களாக ஆயத்தங்கள் அனைத்தும் அதிஜரூராக நடந்தேறியிருந்தன. எந்த அளவு படைத்த தாயினும் சரி, எல்லா ராணுவ நடவடிக்கைகளிலுமே பெரியதோர் தேக்கச் சக்தி உண்டு. ஆனால் ஒரு முறை அந்தத் தேக்கம் போக் கடிக்கப்பட்டு இயக்கம் தொடங்கிவிட்டாலோ அப்புறம் அதைத்

தடுப்பது என்பது முதலில் முடுக்கிவிடுவதில் ஏற்படுமளவு சிரமம் மிகுந்ததேயாகும்.

தட்டைக் குல்லாயை நீட்டிவிட்டுக்கொண்டபடி நிலப்படத்தின் மீது மஸ்ஸார்ட் கிழவர் கவிந்துகொண்டிருக்கையில் கதவு திறந்தது. ரஷ்யப் பத்திரிகையாளரான கார்க்கோவ் இன்னும் இரு ரஷ்யர் களோடு அறையினுள் வந்தார். அவ்விருவரும் சாதாரண ஆடை அணிந்து, தோல் கோட்டும் குல்லாயும் தரித்திருந்தனர். அவர்களை உள்ளே விட்டபின் மனமில்லாதவனாகவே அறைக் கதவைக் கார்ப்பொரல் மூடினான். ஏனெனில், அதிகாரப் பொறுப்புப் படைத்தவர்களில் கார்க்கோவுடன்தான் அவனால் முதன் முதலில் தொடர்பு கொள்ள முடிந்திருந்தது. ஆகவே, உள்ளே நடப்பதையறிய அவனுக்குப் பேரார்வம்.

சீர்கெட்ட தன் பற்கள் தெரியச் சிரித்தபடி, "தோழர் மஸ்ஸார்ட்" என்று கார்க்கோவ் விளித்தார்; மரியாதையுடன் வெறுப்பைக் காட்டும் வழக்கமான தன் மழலை மொழியிலேயே அவர் அப்படி அழைத்தார், அவர் குரல் காதில் விழுந்ததும் மஸ்ஸார்ட் சட்டென எழுந்தார். கார்க்கோவை அவருக்குப் பிடிக்காதுதான். ஆயினும் 'பிராவ்டா' பத்திரிகையின் பிரதிநிதி அவர். அதோடு ஸ்டாலினுடன் நேரிடைத் தொடர்பு கொண்டிருந்தவர்; ஸ்பெயினில் அத்தருணத்தில் அனைவரிலும் அதிமுக்கியமானவர்களாக இருந்த மூவரில் ஒருவர். எனவே, "வணக்கம், கார்க்கோவ்!" என்றபடியே மஸ்ஸார்ட் எழுந்தார்.

"தாக்குதலுக்குத் தயார் செய்துகொண்டிருக்கிறீர்கள் போலிருக் கிறதே?" நிலப்படத்தை நோக்கி தலையை ஆட்டியபடியே திமிராகக் கேட்டார் கார்க்கோவ்.

"அதை ஆராய்ந்துகொண்டிருக்கிறேன்."

"தாக்குதலை நடத்தப் போவது நீங்களா? இல்லை, கோல்ஸா?" விஷமக் கேள்விதான் என்றாலும் வெளிப்படையாக விளங்காதபடியே கார்க்கோவ் வினவினார்.

"நான் வெறும் அரசியலாளன்தான்! அது நீங்கள் அறியாததா என்ன?"

"இல்லையில்லை, வேண்டுமென்று அடக்கம் காட்டுகிறீர்கள் நீங்கள். வாஸ்தவத்தில் நீங்கள் ஒரு ஜெனரல்தான்; இதோ இந்த நிலப்படமும், களக் கண்ணாடியுமே அதற்குச் சாட்சிகள். ஏன் தோழரே, நீங்கள் ஒரு காலத்தில் கடற்படைத் தலைவராகவும் இருந்திருக்கிறீர்கள் இல்லையா?"

"அப்படியொன்றுமில்லை, பீரங்கி சுடுபவனுக்குச் சகாயம் செய்பவனாகத்தான் இருந்தேன்" என்று மஸ்ஸார்ட் பதிலளித்தார். ஆனால் அவர் சொன்னது பொய்தான்; கலகத்தின்போது கடற்

படைத் தொண்டர் படைக்குத் தலைவராகவே அவர் இருந்தார். ஆயினும் இப்போதெல்லாம் தான் எப்போதும் துணையாளனாக இருந்து வந்ததாகவே அவருக்கு நினைப்பு.

"அடடா, நீங்கள் முதல்தரத் தொண்டர் தலைவராக இருந்ததாக அல்லவா எண்ணிவந்தேன்! தவறான தகவல்களைத் திரட்டுவதே எப்போதும் எனக்கு வழக்கமாகப் போய்விட்டது. நான் பத்திரிகை யாளன் அல்லவா, இப்படித்தான் இருக்கும்."

இந்தச் சம்பாஷணையில் இதர ரஷ்யர்கள் கலந்து கொள்ளவே யில்லை. மஸ்ஸார்ட்டின் தோளுக்கு மேலாக எம்பி நிலப்படத்தையே அவர்கள் நோக்கிக் கொண்டிருந்தார்கள்; அவ்வப்பொழுது ரஷ்ய மொழியில் ஏதோ கூறியதோடு சரி. மஸ்ஸார்ட்டும் கார்க்கோவுமோ அம்மொழியில் பரஸ்பரம் வணக்கம் தெரிவித்ததோடு நிறுத்திக் கொண்டுவிட்டார்கள்; அதன் பிறகு ஃபிரெஞ்சு மொழியிலேயே அவர்கள் பேசினார்கள். அம்மொழியில் கார்க்கோவ் பயன்படுத்திய பதமொன்று மஸ்ஸார்ட்டைக் கலக்கிவிட்டது. தவறான தகவலைக் குறிக்கும் அவ்வார்த்தை அவரை எச்சரிக்கையும் கொள்ளவைத்தது. கார்க்கோவ் எப்போதுமே அப்படித்தான்; மஸ்ஸார்ட்டின் மிடுக்கை வடிக்காமல் அவர் இருக்கவே மாட்டார். எனவே, இழந்த மதிப்பைத் திரும்பப் பெறும்பொருட்டு, "பிராவ்டாவில் தவறான தகவல்கள் புகாமல் பார்த்துக் கொள்வதே நல்லது" என்று பட்டெனப் பகர்ந் தார். கார்க்கோவ் பேசியபோதெல்லாம் தாம் எத்தனை முக்கியத்து வத்துடன் ஃபிரெஞ்சுக் கம்யூனிஸ்ட் கட்சியிலிருந்து வந்தோம் என்பதை ஞாபகத்தில் வைத்துக் கொள்வது அவருக்குக் கடினமாகவே இருந்தது. தம்மை எவரும் எட்டித் தொட்டுவிட முடியாது என்பதை நினைவிலிருத்தவும் அவர் மிகவும் சிரமப்பட்டார். ஏனெனில், கார்க்கோவ் எப்போது விரும்பினாலும் அவரை எளிதாக எட்டி எள்ளி நகையாடக் கூடியவராக இருந்தார். எனவேதான் அப்படி முகத்தில் அடித்தாற்போல மஸ்ஸார்ட் மறுமொழி கூறினார்.

"பிராவ்டாவுக்கு அனுப்புமுன் எல்லாச் செய்திகளையும் சரி பார்த்துச் சீர் செய்வதுதான் என் வழக்கம். எப்போதும் சரியான செய்திகளையே அதற்கு அனுப்புகிறேன். அதனால்தான் இப்போதும் உங்களிடம் வந்திருக்கிறேன். ஏன், தோழரே, செகோவியா வட்டாரத் தில் வேலை செய்யும் நம் கொரில்லாக் குழுக்களில் ஒன்றிடமிருந்து கோல்ஸுக்கு ஏதாவது செய்தி வந்ததாக உங்கள் காதில் விழுந்ததா? அங்கே இருக்கும் ஜார்டன் என்னும் அமெரிக்கத் தோழரிடமிருந்து தகவல் வந்திருக்க வேண்டும். ஃபாஸிஸ்ட் அணிகளுக்குப் பின்னால் சண்டைகள் நடப்பதாகச் செய்திகள் கிடைத்திருக்கின்றன. அவை பற்றி கோல்ஸுக்கு அவர் கட்டாயம் கடிதம் அனுப்பியிருக்க வேண்டும். நீங்கள் அது சம்பந்தமாக ஏதாவது கேள்விப்பட்டீர்களா, சொல் லுங்கள்" – ஏதுமே அறியாதவர்போல வினவினார் கார்க்கோவ்.

“என்னது, அமெரிக்கரா?” எனக் கேட்ட மஸ்ஸார்ட், “இங்கிலீஷ்காரன் என்றல்லவா அந்த ஆண்ட்ரேஸ் சொன்னான்? ஆக அதனால்தான் கோளாறுபோல் இருக்கிறது; தவறான தகவல் பெற்றதால்தான் குழம்பிப் போய் விட்டேன். ஏன்தான் அந்த முட்டாள்கள் அப்படிப் பேசித் தொலைத்தார்களோ?” என்று தனக்குள் தானே பேசிக்கொண்டார்.

வெறுப்பைக் கக்கியவராக அவரை வெறித்து நோக்கிய கார்க்கோவ், “ஆமாம், அமெரிக்கர்தான். அந்த இளைஞர் அதிக அரசியல் முதிர்ச்சி பெறாவிட்டாலும் ஸ்பானிஷ்காரர்களின் அன்பை எளிதில் பெறுபவர், கொரில்லா நடவடிக்கைகளில் அருஞ் சாதனைகளும் புரிந்திருப்பவர். சரி சரி, அந்தக் கடிதத்தை என்னிடம் கொடுங்கள், தோழரே, ஏற்கனவேயே அது அதிக நேரம் தாமதப்படுத்தப்பட்டுவிட்டது.”

“எந்தக் கடிதத்தை?” – அது மடத்தனமான கேள்வியே என்பதை அவர் நன்கறிந்திருந்தும்கூட மஸ்ஸார்ட் கேட்டார். ஏனெனில், தான் தவறு செய்து விட்டதை அவ்வளவு சீக்கிரத்தில் ஒப்புக்கொள்ள அவரால் இயலவில்லை தவிர, அதற்காகத் தலைகுனியும் தருணத் தைத் தள்ளிப்போடவும் அவர் விரும்பினார்.

“கடிதத்தோடு பத்திரப் பயணச் சீட்டையும் கொடுத்துவிடுங்கள்” சீரற்ற பற்கள் வழியே சீறினார் கார்க்கோவ்.

மறுபேச்சுப் பேசாமல் ஜேபியில் கையை விட்டுக் கடிதத்தை வெளியிலெடுத்த மஸ்ஸார்ட், அதை மேஜை மீது வைத்த பின் கார்க்கோவைக் கூச்சமின்றி நோக்கினார், ‘ஆமாம், நான் பிசகுதான் புரிந்து விட்டேன். ஆனால் அதற்காக இப்போது என்ன செய்துவிட முடியும்? எப்படியும் சிறுமைப்பட்டுச் சங்கடப்பட நான் சம்மதிக்கவே மாட்டேன்’ என்று எண்ணியவராக. “சீட்டையும் கேட்டேனே!” என்று கார்க்கோவ் கூறவும், பத்திரப் பயணச் சீட்டையும் எடுத்துக் கடிதத்தின் பக்கத்திலேயே வைத்தார். உடனே, “கார்ப்பொரல் தோழரே” என்று ஸ்பானிஷ் மொழியில் கார்க்கோவ் கூப்பிடவே கதவைத் திறந்துகொண்டு கார்ப்பொரல் அவ்வறையினுள் வந்தான். மஸ்ஸார்ட்டைச் சட்டென நிமிர்ந்து நோக்கினான் அவன். அவரோ வேட்டை நாய்களால் வளைத்துக்கொள்ளப்பட்டுவிட்ட கிழட்டுக் காட்டுப்பன்றி போல அவனைப் பதிலுக்குப் பார்த்தார். அவர் முகத்தில் அச்ச அறிகுறியேதும் இல்லை; அவமான உணர்ச்சியும் அறவே கிடையாது. ஆத்திரம்தான் அடைந்திருந்தார் அவர்.

வளைக்கப்பட்ட நிலை தற்காலிகமானதுதான் என்ற நினைப்பும் அந்த முகத்தில் நன்கு புலப்பட்டது. அந்த நாய்களால் தம்மை நீடித்து நிறுத்தி வைத்துவிட முடியாது என்பது அவருக்காத் தெரியாது?

"இந்த இரண்டையும் எடுத்துப்போய், காவலர் அறையிலிருக்கும் தோழர்களிடம் கொடும். அவர்களை ஜெனரல் கோல்ஸின் தலைமைக் காரியாலயத்துக்குப் போகச் சொல்லும், மேலும் தாமதிக்க வேண்டாம்" என்று கார்க்கோவ் கூறியதும் கார்ப்பொரல் வெளியே போனான். அவன் சென்றதை நோக்கியபின் கார்க்கோவ் மீது பார்வையைப் பதித்தார் மஸ்ஸார்ட். அதைச் சற்றும் பொருட் படுத்தாத கார்க்கோவ், "வந்தனம், மஸ்ஸார்ட். உம்மை எவரும் எதுவும் செய்ய முடியாது என்கிறார்கள். அது எந்த அளவுக்குச் சரி என்பதைப் பார்த்துவிடப் போகிறேன்" என்றார். ஏதும் கூறாமல் அவர் உற்று நோக்கவே, தொடர்ந்து சொன்னார், "அந்தக் கார்ப் பொரலைத் தொலைத்துக் கட்ட அனாவசியமாகத் திட்டமேதும் போடத் தொடங்கிவிடாதீர்கள். இப்போது நடந்ததற்கு அவனல்ல காரணம். காவலர் அறையில் பார்த்த போது அந்த இரண்டு பேருமே என்னிடம் விஷயத்தைச் சொன்னார்கள். பச்சைப் புளுகு தான் இது! எப்போதும் எல்லோரும் எல்லாவற்றையும் என்னிடம் சொல்வார்கள் என்றே எதிர்ப்பார்க்கிறேன்" – கார்ப்பொரல்தான் கூறினான் என்றாலும் அவர் கடைசியாகச் சொன்னதென்னவே உண்மைதான். தன்னை அனைவரும் எளிதாக அணுக முடிவதாலும், மனித தயையுடன் தன்னால் தலையிட இயல்வதாலும் நன்மையே விளையும் என்பது அவரது நம்பிக்கை. இது ஒன்றைப் பொறுத்துத் தான் அவர் ஒருபோதும் தற்குறித்தனமாகத் தூக்கியெறிந்து பேசுவதில்லை. "சோவியத் யூனியனில் நான் இருக்கும் போது என்ன நடக்கும் தெரியுமா? அஸெர்பெய்ஜனிலோ வேறு ஏதாவது ஓர் ஊரிலோ எந்த அநியாயம் நடந்தாலும் சரி, 'பிராவ்டா'வுக்கு எழுதி எனக்குத் தெரிவிப்பார்கள் பொதுமக்கள். 'கார்க்கோவ் எங்களுக்கு உதவுவார்' என்று அவர்களெல்லாம் கூறுவார்கள், அறிவீரா நீர்?" என்று தொடர்ந்து கேட்டார் அவர்.

பதிலேதும் பகராமல் அவரையே தொடர்ந்து நோக்கினார் மஸ்ஸார்ட். அவர் முகத்தில் கோபமும் வெறுப்பும் கொந்தளித்தன; அவை தவிர வேறெவ்வித உணர்ச்சியும் அதில் வெளிப்படவில்லை. தமக்கு எதிராக எதையோ கார்க்கோவ் செய்துவிட்டார் என்பதன்றி வேறெந்த எண்ணமும் அப்போது அவர் மனத்திலும் இல்லை 'சரி, பார்ப்போம். என்னதான் செல்வாக்குப் படைத்தவனாக இருக் கட்டுமே, இனி இந்த கார்க்கோவ் உஷாராக இல்லாவிட்டால் தொலைந்தான்' என்று உள்ளத்துள் கருவினார் அவர்.

"இப்போது நான் கேட்கப்போவது வேறுவிஷயம், தோழரே. இருந்தாலும் இரண்டுக்கும் அடிப்படை ஒன்றுதான்; உங்களை அசைக்க முடியாது என்பது எந்த அளவுக்கு உண்மை என்பதைக் கண்டறிவதே என் நோக்கம். அந்த இயந்திரக் கலப்பைத் தொழிற்

சாலையின் பெயரை மாற்றுவது சாத்தியமா, சொல்லுங்கள்" என்று கிண்டலைத் தொடர்ந்தார் கார்க்கோவ். அப்போதும் பதிலேதும் பேசாமல் தலையைத் திருப்பி நிலப்படத்தைத் திரும்ப நோக்கத் தொடங்கியதைக் கண்டதும் "அந்தக் கடிதத்தில் ஜார்டன் என்ன சொல்லியிருக்கிறார், அதையாவது கூறுங்கள்" என்றார்.

"அதை நான் படிக்கவில்லை, தோழரே. என்னை இப்போது சும்மா விட்டுவிட்டுச் செல்லுங்கள், போதும்" என்று இறுதியில் ஒருவாறாக வாய்த் திறந்தார் மஸ்ஸார்ட்.

"நல்லது, அப்படியே செய்கிறேன். ராணுவ வேலைகளில் நன்றாக முழுகும்" என்று கார்க்கோவ் கூறிவிட்டு அவ்வறையிலிருந்து வெளிவந்து காவலர் அறைக்கு நடந்தார். அதற்குள் ஆண்ட்ரேஸும் கோமெஸும் அங்கிருந்து போய்விட்டிருந்தனர். அங்கேயே ஒரு கணம் நின்றபடி சாலையை அவர் நோட்டம் விட்டார். அதற்கு அப்பால் இருந்த மலைச்சிகரங்கள் அதிகாலையின் மங்கலான முதலொளியில் தெரிந்தன. 'அந்தச் சிகரங்களில் நாம் ஏறியாக வேண்டும். இனி விரைவிலேயே ஏறியும் விடுவோம்', என்று அவரது எண்ணம் ஓடியது.

இதற்கிடையே, விடிந்து கொண்டிருந்த அவ்வேளையில் ஆண்ட்ரேஸும் கோமெஸும் மீண்டும் மோட்டார் சைக்கிளில் ஏறிச் சாலையில் விரைந்து கொண்டிருந்தனர். தனக்கு முன்னால் இருந்த இருக்கையின் பின்புறத்தை மறுபடியும் உறுதியாக ஆண்ட்ரேஸ் பற்றிக்கொண்டிருந்தான்; கணவாய் உச்சிமீது இலேசான சாம்பல்நிறத் திரையாகப் பனிமூட்டம் போட்டிருக்க, திருப்பத்தையடுத்து வளைவாக மீண்டும் மீண்டும் அவர்கள் வண்டி தாண்டியேறிக் கொண்டிருந்தது. துரிதமாகச் சென்ற அது திடுமெனச் சறுக்கியபடி நின்றதை அவன் கண்டான். அந்தச் சாலையின் நீண்டு சரிந்த பகுதியொன்றில் அந்த வண்டியை நிறுத்திக்கொண்டு அவர்கள் நோக்கினார்கள். இடது புறத்தில் இருந்த காடுகளில் பைன் மரக்கிளைகளைப் போர்த்துக்கொண்டு டாங்கிகள் நிற்பது அவர்களுக்குத் தெரிந்தது. காடுகள் நெடுகிலும் துருப்புகள் நிறைந்திருந்தன. காயமுற்றவர்களைத் தூக்கிச்செல்வதற்கான தூளிகளின் நீண்ட கம்புகளைப் பலர் தங்கள் தோள்களில் தாங்கிப் போனதைக்கூட ஆண்ட்ரேஸ் பார்த்தான். வலதுபுறத்திலோ, சாலையிலிருந்து விலகி மரத்தடியில் மூன்று கார்கள் நின்றன; அதிகாரிகளின் வண்டிகளான அவை பக்கவாட்டிலும் கூரை மீதும் பைன்மரக் கிளைகளைப் போட்டு மறைக்கப்பட்டிருந்தன. அந்தக் கார்களிலொன்றை நோக்கி மோட்டார் சைக்கிளைத் தள்ளிச்சென்ற கோமெஸ், அதை ஒரு பைன் மரத்தின் மீது சாய்த்துவைத்தான். அருகில் இருந்த மற்றொரு மரத்தின்மீது முதுகைச் சாய்த்து உட்கார்ந்திருந்த மோட்டா

ரோட்டியை அணுகி, கோல்ஸைக் குறித்துக் கேட்டான். "நானே உம்மை அவரிடம் இட்டுச்செல்கிறேன். ஆனால் அதற்கு முன் உம் சைக்கிளை இந்தக் கிளைகளைக் கொண்டு மூடி விடும்" என்று கூறி, பக்கத்தில் வெட்டுண்டு கிடந்த பைன்மரக் கிளைகளை அந்த மோட்டாரோட்டி சுட்டிக்காட்டினான்.

பைன் மரங்களின் உயர்கிளைகளூடே அப்போதுதான் சூரிய வொளி பாயத் தொடங்கியிருந்தது. அவ்வேளையில், விஸெண்ட் என்ற பெயர் கொண்ட அந்தக் காரோட்டியை கோமெஸும் ஆண்ட்ரேஸும் பின்தொடரலாயினர். மரங்களைக் கடந்து சரிவிலேறியதும் குடைவறையொன்றின் வாயிலை அவர்கள் அடைந்தனர்; அதன் உச்சி மீதிருந்து தந்திக் கம்பிகள் தொடங்கி மரங்கள் செறிந்த சரிவு வழியே சென்றன. காரோட்டி உள்ளே செல்ல, மற்ற இருவரும் வெளியிலேயே காத்து நின்றனர். அப்போது அக்குடைவின் அமைப்பு கண்டு அதிசயிக்க ஆண்ட்ரேஸுக்கு வேண்டிய அவகாசம் கிடைத்தது. குன்றுப்புறத்தில் சிறியதொரு பொந்துபோலத்தான் அது தென்பட்டது; எனினும் வாயிலிலிருந்து பார்த்தபோதே அது ஆழ்ந்தகன்று இருந்தது அவனுக்கு நன்கு தெரிந்தது. கனமான மர உத்தரங்கள் போட்டிருந்த கூரையில் தலை முட்டுமோ என்று அஞ்சிக் குனிய அவசியமில்லாமல் அதில் அங்கு மிங்கும் தாராளமாக மனிதர் நடமாடியதை அவன் கண்டான். அப்போது விஸெண்ட் வெளியே வந்து, "தாக்குதலுக்காகத் துருப்பு களை அணி வகுக்கும் இடத்துக்கு கோல்ஸ் போயிருக்கிறார். ஆகவே, அவருடைய அலுவலகத் தலைவரிடம் அக்கடிதத்தைக் கொடுத்துவிட்டு வந்தேன். பெற்றுக் கொண்டதற்கு இதோ கையெழுத்துப் போட்டிருக்கிறார், பாருங்கள்" என்றான். கையெழுத் துடன் கூடிய அவ்வுரையை அவனிடமிருந்து கோமெஸ் வாங்கி ஆண்ட்ரேஸிடம் கொடுத்தான். அதைப் பெற்றுப் பார்த்ததும் ஜேபி யில் போட்டுக்கொண்ட அவன், "கையெழுத்துப் போட்டவரின் பெயர் என்ன?"

"டுவால்" என்றான் விஸெண்ட்.

"அப்படியா? நல்லது. அதை நான் கொடுக்கக் கூடிய மூவரில் அவரும் ஒருவரே."

"பதிலேதும் பெற நாம் காத்திருந்தாக வேண்டுமா?" என்று அதன்பேரில் ஆண்ட்ரேஸை கோமெஸ் வினவினான்.

"அதுதான் நல்லதென நினைக்கிறேன். பாலத்தைப் பிளந்த பிறகு இங்கிலீஷ்காரரையும் பாக்கிப் பேரையும் நான் எங்கு சந்திக்க முடியும் என்பதை அந்த ஆண்டவன்தான் அறிவான் என்றாலும் பதிலைத் தெரிந்து போவதே மேல்."

"அப்படியானால் ஜெனரல் திரும்பும்வரை என்னோடு வந்து காத்திருங்கள். நான் காப்பி தருவித்துத் தருகிறேன். உங்களுக்குப் பசியாக இருக்குமே" என்றான் விஸெண்ட்.

மரக்கிளைகளால் மூடி மறைக்கப்பட்டு மண்ணின் வண்ண முடன் நின்ற டாங்கிகளை அவர்கள் நடந்து கடந்து கொண்டிருந் தனர். ஒவ்வொரு டாங்கியையுமொட்டி ஊசியிலைகள் மீது ஓடிய ஆழ்ந்த தடங்கள் அவை. சாலையிலிருந்து பிரிந்து பின்புறமாக வந்து நின்றிருந்ததை நன்கு காட்டின. 45 மில்லிமீட்டர் குறுக்களவு கொண்ட அவற்றின் பீரங்கிக் குழல்கள் மரக்கிளைகளுக்கிடையே நீட்டி நின்றதும் தெரிந்தது. அவற்றை ஓட்டுபவர்களும் பீரங்கிகளை இயக்குபவர்களும் தோல் கோட்டுகளையும், வரியிட்ட உருக்குத் தொப்பிகளையும் தரித்தவர்களாய் மரங்களின் மீது முதுகுகளைச் சாய்த்து அமர்ந்திருந்தனர்; அல்லது தரையில் படுத்துத் தூங்கிக் கொண்டிருந்தனர்.

இதையெல்லாம் பார்த்ததும், "இந்த டாங்கிகளெல்லாம் இங்கேயே நிற்பதேன்?" என்று விஸண்டை கோமெஸ் கேட்டான்.

"தேவைப்படும்போது அனுப்புவதற்காக இருத்தி வைக்கப் பட்டிருக்கும் டாங்கிகளே இவை. அதோ அந்தத் துருப்புகளும்கூட அவசியம் ஏற்படும்போதுதான் அனுப்பப்படும். இப்போது தாக்கு தலைத் துவக்கப் போகிறவர்களெல்லாம் மேற்புறத்தில் இருக்கிறார் கள்" என விஸெண்ட் விளக்கினான்.

"இங்கேயே ஏராளமானப் பேர் இருக்கிறார்கள் போலிருக்கிறதே!" என்று ஆண்ட்ரேஸ் ஆச்சரியப்பட்டான்.

"ஆமாம், இங்கே ஒரு முழுப்படையே இருக்கிறது" என விடை யிறுத்தான் விஸெண்ட்.

இதற்கிடையில் குடைவறையினுள்ளோ ஜார்டனின் கடிதத்தை இடது கையில் வைத்துக்கொண்டு அதைப் படிப்பதும், அதே கரத்தில் இருந்த கடிகாரத்தைப் பார்ப்பதுமாக இருந்தார் டுவால். அதை அவர் அதற்குள் நான்கு முறை படித்தாகிவிட்டது. ஒவ்வொரு முறை படித்தபோதும் அக்குளில் ஆறாக வியர்வை பெருகி விலாப் புறங்களில் வழிந்தோடியதை உணர்ந்தவராய், "சரி, அப்படியானால் செகோவியா நிலையத்துக்குத் தொடர்பு கொடுங்கள்... என்ன, அங்கேயிருந்தும் புறப்பட்டுவிட்டாரா?... சரி, ஆவிலா நிலையத்துடன் இணையுங்கள்!" என்று தொலைபேசி மூலம் அவர் கட்டளையிட்டார். அப்படித் தொடர்ந்தும் பயனில்லை. தேவைப்பட்ட தொடர்பு கிடைக்கவில்லை அவருக்கு. இரு பட்டாளங்களுடனும்தான் இணைப்புக் கிடைத்தது. தாக்குதலுக்கான அணிவரிசைகளைப் பரிசீலித்து விட்டுப் பார்வைத் தளமொன்றுக்கு கோல்ஸ் போய்

விட்டார் என்பதே அவற்றிடமிருந்து அவருக்குக் கிடைத்த தகவலெல்லாம்.

உடனே அந்தத் தளத்தைக் கூப்பிட்டுக் கேட்டார். ஆனால் அங்கேயும் கோல்ஸ் கிடைக்கவில்லை. எனவே, எல்லாப் பொறுப்பையும் தாமே திடுமென, ஏற்றவராக, "விமானப் படையின் முதல் பிரிவைக் கூப்பிடுங்கள்!" என்று தொலைபேசி மூலம் உத்தரவிட்டார். 'தாக்குதலை நிறுத்துவதற்கு நானே பொறுப்பேற்று விடுகிறேன். ஆம், அப்படி நிறுத்துவதுதான் நல்லது. படையெடுப்புக்காகக் காத்துக்கிடக்கும் எதிரிகளை எதிர்பாராமல் தாக்குவது என்பது எப்படி? அது நடக்காத காரியமே; காத்திருக்கிறார்கள் என்றால் நம்மவர் அல்லவா அவர்களிடம் சிக்குவர்? அதற்கா நமது படைகளை அனுப்புவது? படுகொலை அல்லவா ஆகும் அது? அப்படி படுகொலையாகவிடக் கூடாது. என்ன நேர்ந்தாலும் சரி, நீ அனுப்பவே கூடாது. இவ்விதம் நீ நிறுத்துவதற்காக மேலதிகாரிகள் உன்னை என்ன செய்துவிடப் போகிறார்கள்? வேண்டுமானால் உன்னைச் சுட்டுக் கொல்லலாம், அவ்வளவுதானே? இதோ, விமான நிலையத்தையே நேரிடக் கூப்பிட்டு, குண்டு வீச்சுத் திட்டத்தை ரத்து செய்துவிடுகிறேன். ஆனால், பிடித்த இடங்களை இருத்தி வைத்துக்கொள்வதற்கே திட்டமிட்ட தாக்குதலாக இது இருக்குமானால்? அந்த எதிரிப் படைகளையும் ஆயுத வெடிவகைகள் அனைத்தையும் இழுத்தழிப்பதே இதன் நோக்கமாக இருந்தால்? அதற்காகவே இது நடக்கிறதென்றால்?... சேச்சே அப்படிப்பட்ட தாக்குதல் நடக்கும்போது அதைத் திட்டமாகச் சொல்லித் தொலைக்கமாட்டேன் என்கிறார்களே!' என்றெல்லாம் சிந்தித்துச் சலித்துக் கொண்ட டுவால், "விமானப் படைப் பிரிவுடன் தொடர்பு வேண்டாம், அதை ரத்து செய்துவிடுங்கள், அதற்குப் பதிலாக 64 வது பிரிவின் பார்வைத் தளத்துடன் தொடர்பு தாருங்கள்" என்று தொலைபேசியில் சொன்னார். ஆனால் அவர் கூப்பிட்டு முடிக்கும் முன்பே விமானங்கள் புறப்பட்ட ஒலி அவரது காதை எட்டி விட்டது.

அதே நேரத்தில் பார்வைத் தளத்துடன் டுவாலுக்குத் தொடர்பும் கிட்டிவிட்டது. "என்ன விஷயம்?" என்று அமைதியாகக் கேட்டார், கோல்ஸ். மணல் மூட்டை மீது முதுகைச் சாய்த்து அமர்ந்திருந்த அவர், தம் பாதங்களையோ பாறையொன்றின் பேரில் பொருத்தியிருந்தார். கீழுதட்டிலிருந்து சிகரெட் தொங்கலாட, மேலே நோக்கியபடியே தொலைபேசியில் அவர் விசாரித்தார். தூரத்தே கதிரவனின் முதல் கிரணங்கள் விழுந்த மலை முகட்டின் மீது மும்மூன்றாகப் பிரிந்து விரிந்து, பளபளத்து முழக்கியவாறு வந்த விமானங்கள் பேரிலேயே அவரது பார்வை பதிந்திருந்தது. பகலவனொளியில்

வெள்ளியெனத் தக தகத்தபடி அழகுமிக அவை வந்ததையே அவர் நோக்கினார். ஒளிவட்டங்களையே கண் கொட்டாமல் கவனித்துக் கொண்டிருந்த அவர், "ஆமாம் காலங்கடந்துதான் கிடைத்திருக் கின்றன. சேச்சே, காரியம் மிஞ்சிப் போய்விட்டதே!" என்று தொலை பேசியில் துக்கக்குரல் கொடுத்தார்; மறுகோடியில் இருந்தபடியால் ஃபிரெஞ்சு மொழியிலேயே அவர் பேசினார்.

அவர் வருந்தியபோதிலும் விரைந்துவந்த விமானங்களைக் கண்ட அவரது கண்கள் பெருமையால் விரிந்தன. இறக்கைகளில் இருந்த சிவப்பு அடையாளங்கள் தெளிவாகத் தெரியுமளவு கிட்டத் தில் அவை அப்போது வந்துவிட்டன. கம்பீரமாகக் கர்ஜனை செய்தவாறே கடுகி முன்னேறிய அவற்றைக் கண்டதும் இப்படியன்றி வேறெவ்விதத்திலும் நடந்திருக்க முடியாது. அவையனைத்தும் நம் விமானங்களே. பகுதி பகுதியாகப் பெட்டிகளில் பத்திரப்படுத்தி கருங்கடலில் கப்பலேற்றி அனுப்பப்பட்டவை இவை. மார்மோரா ஜலசந்தி வழியாக வந்து, டார்டனெல்ஸைக் கடந்து மத்திய தரைக் கடலையும், தாண்டி, அலிகாண்டையே அடைந்ததும் அன்புடன் பெட்டிகளை இறக்கினார்கள்; திரும்பத் திரும்பத் தொகுத்தார்கள்; தீரப்பரிசோதித்துக் குறையேதும் இல்லாதிருக்கக் கண்டார்கள். ஆகவேதான் இவை இப்போது இங்கே சீருடன் சிங்காரமாகச் சீறிப் பறக்கின்றன.

காலைக் கதிரவனொளியில் வெள்ளியெனப் பிரகாசித்தபடி 'ட' வரிசையில் நெருக்கமாக, துல்லியமாகப் பறக்கின்றன இவை! நாம் தடையின்றி முன்னேறும் பொருட்டு அதோ அங்கேயுள்ள மலைமுகடுகளைத் தாக்கித் தகர்த்துத் தூக்கியெறிந்து தூளாக்குவ தற்காகவல்லவா இவை உயரத்தில் விரைகின்றன? என்றெல்லாம் அவர் எண்ணலானார்.

தம் தலையைத்தாண்டி அவ்விமானங்கள் சென்றபின் சற்றைக் கெல்லாம் சரமாரியாகக் குண்டுகள் பொழியத் தொடங்கிவிடும், ஆகாயத்தில் உருண்டு விழும்போது ஆமை போலவே அவை தென்படும் என்பது கோல்ஸுக்குத் தெரியும். அதையடுத்து அம்மலை முகடுகள் கனலைக் கக்கிப் புகையைப் பெருக்கும். அப்பால் அனைத் துமே படாரென வெடிக்கும், பெரிய தொரு மேகத்தில் புதைந்து சிதறி மறைந்துவிடும் என்பதையும் அவர் அறிவார். பின்னர் அவ்விரு மலைச் சரிவுகளிலும் மளமளவென அரைத்தபடி டாங்கிகள் ஏறும், தொடர்ந்து தம்மிரு பட்டாளங்களும் செல்லும் என்பதும் அவருக்குத் தெரிந்தவிஷயங்களே. எதிர்பாராத தாக்குதலாக மட்டும் அது இருக்குமானால் சரிவில் ஏறியபின் அவை இறங்கலாம், சுற்றிச் சுழன்று வரலாம், துளைத்துப் பிளக்கலாம்.

அதுமட்டுமல்ல தேவைப்பட்டபோது அவை ஓய்வெடுக்கலாம். எதிரிகளை அறவே துடைத்தெறியலாம், இன்னும் எவ்வளவோ செய்யலாம். வேலைக்கா பஞ்சம்? அதையெல்லாம் செய்யலாம், செய்யப் புத்திதான் தேவை. உதவிக்கோ டாங்கிகள் இருக்கின்றன. முன்னேறிச் செல்லும் அவை திரும்பிவந்து பக்கபலமாகக் குண்டு களைப் பொழிந்து தள்ளும். அவற்றிலேயே இன்னும் சில டாங்கிகள், தாக்குவோரை ஏற்றிவந்து இறக்கிவிட்டுத் திரும்பவும் துளைத்துக் கொண்டு கீழிறங்கிச் செல்லும். எவரும் துரோகம் செய்யாமல், எல்லோரும் தத்தம் பணியைப் புரிவரேயாகில் இப்படித்தான் நடக்க வேண்டும் என்பதை அவர் நன்கறிந்திருந்தார். இரு மலை முகடுகளும் எதிரே இருந்தன. டாங்கிகள் முன்னால் நின்றன, இரு பட்டாளங் களும் தாக்கத் தயாராகக் காட்டில் காத்திருந்தன, விமானங்களும் வந்தாகிவிட்டது. அவர் தாம் செய்யவேண்டியதனைத்தையும் சரிவரச் செய்து முடித்துத்தான் இருந்தார்.

ஆயினும் அநேகமாகத் தம் தலைக்கு நேர்மேலே வந்துவிட்ட அந்த விமானங்களைப் பார்த்தபோது அவரது வயிற்றில் வேதனை மூண்டது. தொலைபேசி மூலமாகத் தெரிவிக்கப்பட்ட ஜார்டனின் கடிதத்திலிருந்து அந்த இரு மலை முகடுகளிலும் அப்போது எவரும் இருக்கமாட்டார்கள் என்பதை அவர் அறிந்து கொண்டிருந்ததே அதற்குக் காரணம். குண்டுச் சிதறல்களிலிருந்து தப்பும்பொருட்டுச் சற்றுக் கீழே இருந்த குறுகலான பதுங்குக்குழிகளுக்கு அவர்கள் வாபஸ் பெறப்பட்டிருப்பர், அல்லது மரங்களிடையே மறைந்து கொள்வர் என்பதை அவர் உணர்ந்திருந்தார். வெடிவீசி விமானங்கள் தங்களைக் கடந்து சென்றாலும் தங்கள் இயந்திர பீரங்கிகள், தாமே இயங்கும் இதர ஆயுதங்கள், இன்னும் சாலைவழியே மேலேறிச் சென்றதாக ஜார்டன் தெரிவித்திருந்த டாங்கி எதிர்ப்பு பீரங்கிகள் ஆகியவற்றுடன் அவர்கள் மறுபடி மலையேறிவிடுவர். அதற்கப்புறம் இன்னொரு பிரசித்தமான படுதோல்வியன்றி தங்களுக்கு வேறேதும் நேரத் தோதில்லை என்பதும் அவருக்குத் தெரிந்திருந்தது. எனினும் காது செவிடுபடச் செய்யும் பெருமுழக்கத்துடன் விமானங்கள் வந்ததே பொருத்தமானதென அவருக்குத் தோன்றியது. அண்ணாந்து பார்த்தவராக. "இல்லை, ஏதும் செய்வதற்கேயில்லை. யோசனைக்கு இனி இடமே கிடையாது. வருவதை ஏற்றுத்தான் தீரவேண்டும்" என்று தொலைபேசியில் கூறினார். வைரம் பாய்ந்து பெருமை தெறித்த கண்களால் விமானங்களையே அவர் பார்த்துக் கொண் டிருந்தார். அந்தத் தாக்குதல் எப்படி முடிந்திருக்கக்கூடும் என்பதை எண்ணியே அகக்கண்களில் பெருமை தெறித்த கண்களால் விமானங் களையே அவர் பார்த்துக் கொண்டிருந்தார். அந்தத் தாக்குதல் எப்படி முடிந்திருக்கக்கூடும் என்பதை எண்ணியே அகக்கண்களில்

பெருமை சுடரிட்டது. அப்படி நடக்காவிட்டாலும் அவ்விதம் நடக்கக் கூடும் என்பதில் அவருக்கு இருந்த நம்பிக்கை அவற்றில் நன்கு தெரிந்தது. அதே நேரத்தில், அவ்வாறின்றி வேறுவிதமாக அது முடியப் போவதையும் அறிந்தவராக, "நல்லது, இனி நம்மாலானதைச் செய்வோம்" என்று இறுதியாகக் கூறி தொலைபேசியைக் கீழே வைத்தார். ஆனால் அவர் பேசியது டுவாலின் காதில் விழவேயில்லை. கேட்கும் குழலைக் காதில் வைத்தபடி மேஜைமுன் அமர்ந்திருந்த அவர் செவிமடுத்ததெல்லாம் விமானங்களின் கர்ஜனையே. கேட்கிறதல்லவா? வெடி விமானங்கள் விரைந்து வருகின்றன. இம்முறை எதிரிகள் அனைவரையும் அவை தகர்த்தெரிந்து விடலாம். அதன் பயனாக எதிரி அணிகளிடையே நாம் ஊடுருவவும் இயலலாம். கோல்ஸ் கேட்ட துணைப்படைகள் வந்தாலும் வரலாம். ஒருவேளை இந்த விமானங்களில்தான் அவை வருகின்றனவோ? உற்ற தருணம் வந்துவிட்டதோ? வாருங்கள் போய்த் தாக்குங்கள்" என்றெல்லாம் அவரது எண்ணங்கள் ஓடியபோதிலும் அந்தச் சப்தத்தில் அந்த உட்குரலேகூட அவரது காதில் விழவில்லை.

43

சாலைக்கும் பாலத்துக்கும் மேலாக இருந்த சரிவில் ஒரு பைன் மரத்துக்குப் பின்னால் படுத்திருந்த ஜார்டன் பார்த்துக் கொண்டிருந்தபோதே பொழுது விடிந்து வந்தது. எப்போதுமே இந்த விடி வேளையிடம் அவனுக்கு விசேஷப் பிரியம் உண்டு; எனவே, உன்னிப்பாகக் கவனித்து வந்தான். கதிரவன் உதிக்குமுன் மெதுவாகப் பர வும் மங்கலொளியில் தானும் ஒரு பகுதியே போலத் தன்னுள் அது சாம்பல் பூத்துச் செரிந்து கிடப்பதாக அவனுக்கொரு பிரமை ஏற்பட்டது. திடமான பொருள்கள் திரும்ப அடர்த்தி பெற்றுக் கருமை காணும் நேரம் அது. வெளிகளில் வெளிச்சமேறும் வேளை அது. இரவுப் பொழுதில் ஒளிர்ந்த விளக்குகள் மஞ்சள் வண்ணமுடையவையாக மாறிப் பின்னர் பகல் வருவதோடு மங்கும் சமயம் அது. எனவே தனக்குக் கீழேயிருந்த பைன் மரங்கள் உறுதியும் தெளிவும் திரும்பப் பெற்றுத் திகழத் தொடங்கியதை அவன் கண்டான்; அவற்றின் அடி மரங்களில் அடர்த்தியும் பழுப்பும் கூடியதையும், மேலே லேசான பனி மூட்டத்தோடு சாலை பளபளக்கத் துவங்கியதையும் பார்த்தான். பனிநீர் அவனை முழுக்காட்டியிருந்தது. காட்டின் தரை மென்மையுற்றிருந்தது, பைன் மரங்களிலிருந்து அதன் மீது இற்று விழுந்திருந்த பழுப்பு நிற ஊசியிலைகள் தன் முழங்கைக்குக் கீழே மெத்தென இருந்ததையும் அவன் உணர்ந்தான். ஓடைப் படுகைமீது கவிந்திருந்த சன்னமான பனிப்போர்வையினூடே

உருக்குப் பாலத்தையும் அவன் பார்த்தான். சிறிதும் தொய்வின்றி நேர்கோடாகப் பள்ளத்தைக் கடந்த அதன் இரு கோடிகளிலும் இருந்த காவலரின் மரக்கூண்டுகளும் தெரிந்தன. ஆயினும் ஓடையின் மீது பனி போர்த்திருந்த படியால் இன்னமும் மயிரிழைபோல் மெல்லியவையாகவே பாலத் தண்டவாளங்கள் அவனது கண் களுக்குப் புலப்பட்டன. அடுத்து மரக்கூண்டில் நின்ற காவலாளியின் முதுகுப்புறம் தெரிந்தது. கைகளுக்குக் கதகதப்பூட்டுவதற்காகத் துளைகள் போட்ட பெட்ரோல் பீப்பாயினாலான கணப்பை நோக்கிக் குனிந்தபோது தொங்கிய கம்பளிக் கோட்டுக்கு மேலாகத் தலையில் தரித்திருந்த உருக்குத் தொப்பியும் தென்பட்டது. தூரத்தே பாறைகளிடையே அந்தச் சிற்றாறு சலசலத்த சப்தம் ஜார்டனின் காதை எட்டியது. அதே சமயத்தில், காவலர் பெட்டியின் உச்சியி லிருந்து மெல்லிய புகைக்கீற்று எழுந்ததையும் அவன் கவனித்தான்.

"கடிகாரத்தை நோக்கி மணி பார்த்ததுதான் தாமதம், அவனது மனம் எண்ணச் சங்கிலி பின்னத் தொடங்கியது. கடிதம் கொண்டு சென்ற ஆண்ட்ரேஸ் கோல்ஸிடம் போய்ச் சேர்ந்திருப்பானா? பாலத்தைப் பிளந்துதான் தீரப்போகிறோம் என்றால் மெதுவாகச் சுவாசிக்கவே விரும்புகிறேன்: அதன் மூலம் கால ஓட்டத்தை மறுபடி மெதுப்படுத்தி மெய்ப் புலனால் உணரவியலும் அல்லவா? ... அதுசரி, ஆண்ட்ரேஸ் அங்கே போய்ச் சேர்ந்திருப்பான் என்றா எண்ணுகிறாய்? அப்படி அவன் அவ்விடத்தை அடைந்திருந்தானா னால் தாக்குதலை அவர்கள் கைவிடுவார்களா? அதற்கு அவர்களுக்கு அவகாசம் இருக்குமா?... அழகுதான், போ! எதற்காக நீ கவலைப் பட்டுக் கலங்குகிறாய்? நிறுத்தினாலும் நிறுத்துவார்கள், நிறுத்தாவிடில் போனாலும் போவார்கள். எப்படியும் இனிமேல் முடிவேதும் எடுக்க முடியாது. எல்லாம் இன்னும் சிறிது நேரத்தில் உனக்குச் சந்தேகமறத் தெரிந்துவிடும். நீ நினைக்கிறபடி இல்லாமல் தாக்குதல் வெற்றிபெற வியலாதா? இயலும் என்று கோல்ஸ் கூறினாரே, தோது இருப்பதாகத் திட்டமாகச் சொன்னாரே! அந்தச் சாலை வழியே நம் டாங்கிகளும், வலதுபுறத்திலிருந்து படைகளும் இறங்கிவந்து லாகிராஞ்ஜாவைக் கடந்து மலைகளின் இடப்புறம் நெடுகிலும் இருக்கும் நிலையை அடியோடு மாற்றினால் அது சாத்தியம்தானே? வெல்வது எப்படி என்பது பற்றி நீ ஏன் நினைக்கவே மாட்டேன் என்கிறாய்? நெடுநாட் களாகத் தற்காப்பிலேயே நீ ஈடுபட்டிருந்ததுதான் அதற்குக் காரணம், ஐயமேயில்லை... ஆனால் அந்த வெற்றி வாய்ப்பெல்லாம் டாங்கி எதிர்ப்புப் பீரங்கிகள் மலைமீதேறிச் செல்வதற்கு முன்பல்லவா இருந்தன? அந்த விமானங்கள் வருவதற்கு முன்னால் இருந்த நிலையல்லவா அது? ஆகவே, வெற்றி, வாய்ப்பு எனினும் இங்கேயே ஃபாஸிஸ்டுகளை நாம் இருத்தி வைக்கும்வரை அவர்களால்

வேறெங்கும் தாக்க முடியாது என்பதையும் நீ மறந்துவிடக்கூடாது. நம்மை ஒழித்துக் கட்டும் வரையில் வேறெப்பகுதியையும் அவர்களால் தாக்கமுடியாது. நம்மையோ அவர்களால் ஒருநாளும் ஒழிக்க முடியப் போவதில்லை. ஃபிரஞ்சுக்காரர்கள் நமக்குச் சிறிது உதவினார் களானால் உதவாவிட்டாலும் எல்லையையாவது அவர்கள் மடக்காமல் வைத்திருந்தார்களானால் அதோடு அமெரிக்காவிலிருந்து நமக்கு விமானங்களும் உதவிக்கு வருமானால் நம்மை ஒருநாளும் அவர்களால் தீர்த்துக்கட்ட முடியாது என்பது திண்ணம். ஆமாம், ஏதாவது உதவி மட்டும் கிட்டுமானாலும் என்னாளும் நடக்காத காரியமே அது என்பது நிச்சயம். இந்தப் பகுதி மக்களுக்குப் போதிய ஆயுதம் கிடைத்துவிடுமானால் முடிவேயில்லாமல் அல்லவா போராடுவார்கள்!"

ஸ்பானிஷ்காரர்களை அப்படி அவன் வியந்து பாராட்டிய போதிலும் அடுத்த கணமே அவனது எண்ணப் போக்கு மாறி விட்டது: ஊஹூம், இங்கே நீ வெற்றியை நீ எதிர்பார்க்கக்கூடாது. இன்னும் சில வருஷங்களுக்காவது அது சாத்தியமில்லாமல்தான் இருக்கும். பிடித்த இடங்களை இருத்தவும், எதிரிகளைத் தேக்கி நிறுத்தவும்தான் இந்தத் தாக்குதல். ஆகவே, இதைப் பற்றி நீ இப்போது மனக்கோட்டையேதும் கட்டலாகாது... இருந்தாலும் இன்று நாம் எதிரியணியை ஊடுருவி விட்டோமானால்? இதுவே நம் முதல் பெரும் படையெடுப்பு அல்லவா? ... ஏன்தான் இப்படி அறிவு நிதானத்தை நீ இழந்துவிடுகிறாயோ!... ஆயினும் ஊடுருவிவிட் டோமானால் என்னாகும் என்பதைத்தான் எண்ணிப் பாரேன்!... எதற்காக இப்படிப் பரபரக்கிறாய்? சாலை வழியே மேலேறிச் சென்ற பீரங்கிகளை நீ மறந்துவிட்டாயா என்ன? அது விஷயத்தில் உன்னால் முடிந்ததை நீயென்னவோ செய்து முடித்துத்தான் விட்டாய். இருப்பினும் செய்திகளை அவ்வப்போது சடுதியில் அனுப்புவதற்கு சுலபமாக எங்கும் எடுத்துச் செல்லக்கூடிய சிற்றலை ஒலிபரப்புப் பெட்டிகள் நமக்கு அவசியமானவையே. அவையும் காலப்போக்கில் நமக்குக் கிடைக்கத்தான் போகின்றன, பார்த்துக் கொண்டேயிரு. ஆனால் இப்போதென்னவோ அப்படியொரு பெட்டி நம்மிடம் கிடையாது. ஆகவே, சுற்றுப் புறத்தைக் கவனமாகப் பார்த்துச் செய்யவேண்டியதை நீ செய்வதுதான் இப்போது வேண்டுவது. இனிமேல் பிறக்கப் போகிற எத்தனையோ நாட்களைப் போன்றது தான் இன்றைய தினமும். ஆனாலும் இன்று நீ செய்யப் போவதைப் பொறுத்துத்தான் இனி வரும் நாட்களில் எல்லாம் அமையும். இந்த வருஷம் பூராவிலும் இப்படித்தான் நடந்திருக்கிறது. ஏன் இதற்கு முன் எவ்வளவோ முறை இவ்விதம் நடக்கவில்லையா? ஏன், இந்தப் போர் முழுவதிலும் எல்லா நாட்களும் இவ்வாறுதான் அமைந்திருக்

கின்றன. எதற்காகத்தான் இந்த விடிகாலை வேளையில் இப்படி வீணுக்குப் பீற்றிக்கொள்கிறாயோ! பார், அதோ யார் வருகிறார்கள் பார்.

கம்பளி மேலங்கி அணிந்து எஃகுத் தொப்பியும் தரித்திருந்த இரு காவல் வீரர்தான் அப்படி அவனது சிந்தனை வலையை அறுத்தனர். தோளில் துப்பாக்கிகளைத் தொங்கவிட்டபடி சாலை வளைவில் திரும்பிப் பாலத்தை நோக்கி நடந்தனர், அவர்களில் ஒருவன் பாலத்தின் எதிர்க்கோடியில் நின்றான். சற்றைக்கெல்லாம் காவலர் கூண்டுக்குள் அவன் மறைந்து விட்டான். மற்றவனோ மெதுவாக ஆடியசைந்தபடிப் பாலத்தில் நடந்து வந்தான். சிறிது தூரம் கடந்ததும் நின்று பள்ளத்தில் காறித் துப்பினான். பின்னர், முன்னைப் போலவே மெதுவாக நடந்து மறுகோடிக்கு வந்து சேர்ந் தான். அங்கேயிருந்த காவற்சிப்பாய் அவனிடம் ஏதோ சொன்னதும் பாலத்தில் நடந்து போகலானான். முன்னவனைவிட வேகமாக நடந்த போதிலும் (காப்பி குடிப்பதற்காகத்தான் இவன் இவ்வளவு விரைவாகப் போகிறான் என்று ஜார்டன் எண்ணினான்) அவனைப் போலவே இவனும் நின்று பள்ளத்தில் காறியுமிழவே செய்தான்.

அதைக் கண்டதும், 'இது ஏதாவது குருட்டு நம்பிக்கையாக இருக்குமோ? அப்படியானால் நானும் துப்பிப் பார்க்கவேண்டும். அதாவது, அந்நேரம் வரையில் என் வாயில் எச்சில் உலராமல் இருக்குமானால் அப்படி உமிழ்ந்து பார்ப்பேன். ஊஹூம், அது வொன்றும் சக்தி மிக்க வெற்றிரட்சையாக இருக்க முடியாது. அதனால் ஏதுமே செய்யவியலாது என்பது உறுதி. ஆகவே அங்கே நான் போய்ச் சேருமுன்பே அது வெறும் பிரமையே என்பதை நான் நிரூபித்தாக வேண்டும்' என்றெல்லாம் ஜார்டன் நினைத்தான்.

இதற்கிடையே புதுக் காவலாளி தன் கூண்டுக்குள் போய் உட்கார்ந்துவிட்டான், ஈட்டி செருகப்பட்டிருந்த அவனது துப்பாக்கி சுவர்மீது சாய்த்து வைக்கப்பட்டிருந்தது. சட்டை ஜேபியிலிருந்து தன் தொலைநோக்கிக் கருவியை ஜார்டன் எடுத்தான். பாலத்தின் எதிர்க்கோடியும், சாம்பல் வர்ணம் பூசப்பட்டிருந்த இரும்புக் கிராதி களும் தெளிவாகத் தெரியும்வரையில் அதன் கண்ணாடி வில்லை களைத் திருப்பினான். பின்னர் காவல் பெட்டியை நோக்கலானான். அப்போது, சுவர்மீது அந்தக் காவற்காரன் சாய்ந்தபடி அமர்ந் திருந்ததை அவன் காண முடிந்தது. அவனது உருக்குத் தொப்பி ஒரு முளையில் தொங்கியது. துல்லியமாகத் தெரிந்த முகத்திலிருந்து இரு தினங்களுக்கு முன் பிற்பகலில் அங்கு காவல் காத்து நின்றவனே அவன் என்பதை ஜார்டன் கண்டு கொண்டான். கம்பளி நூலால் பின்னப்பட்ட பழைய குல்லாயைத்தான் அவன் போட்டிருந்தான். இன்னமும் அவன் முகசவரம் செய்து கொள்ளவில்லை. அவனுடைய

கன்னங்கள் குழிவிழுந்து, எலும்புகள் எழும்பிநின்றன. அடர்ந்த புருவங்கள் இரண்டும் மத்தியில் கூடியிருந்தன. தூக்கக் கலக்கத்தில் இருந்தவன்போல அவன் தென்பட்டான். அதை உறுதி செய்வதே போல, ஜார்டன் பார்த்துக்கொண்டிருந்தபோதே அவன் கொட்டாவி விட்டான். பிறகு ஒரு புகையிலைப் பையையும் காகிதக் கட்டொன் றையும் எடுத்து ஒரு சிகரெட்டைச் சுருட்டினான். அதைப் பற்ற வைப்பதற்காக ஒரு சுடர்ப்பெட்டியை ஏற்ற முயன்றான். முடியாமற் போகவே அதை ஜேபியில் போட்டுக் கொண்டு விட்டுக் கணப்பருகே சென்றான். குனிந்து கையை விட்டு ஒரு கரித்துண்டை எடுத்தான். ஒரு கையில் வைத்து அம்மானை ஆடியபடியே அதில் சிகரெட்டைப் பற்றவைத்துக்கொண்டதும் கணப்பில் திருப்பிப் போட்டான். ஸீயிஸ் தயாரிப்பான சக்தி மிக்க கண்ணாடி வில்லைகள் வழியே நோக்கிக் கொண்டிருந்த ஜார்டன், கூண்டின் சுவரில் சாய்ந்தபடிப் புகையை இழுத்த காவலாளியின் முகத்தைக் கவனித்தான். சற்றுப் பொறுத்து அந்தத் தூரதர்சனியைத் திரும்பவும் மடித்து ஜேபியில் போட்டுக் கொண்டு விட்டான். “இனிமேல் ஒருமுறை கூட அவனைப் பார்க்க மாட்டேன். பார்க்கவே மாட்டேன்” என்று தனக்குத் தானே கூறியும் கொண்டான்.

சாலையைக் கண்காணித்தபடியே கிடந்த அவன் தன் மனம் எவ்விதச் சிந்தனையிலும் ஈடுபடுவதைத் தவிர்க்கப் பெரிதும் முயன் றான். அவனுக்குக் கீழேயிருந்த பைன் மரமொன்றில் ஓர் அணில் காச்சுமூச்சென்று கத்தியது. மரத்தில் இறங்கிவந்த அது நடுவழியில் நின்றதையும், கவனித்துக் கொண்டிருந்த தன்னைப் பார்க்கத் தலையைத் திருப்பியதையும் அவன் கண்டான். சிறு ஒளிப்புள்ளியாக அதன் கண்கள் சுடரிட்டன. பரபரப்பினால் அதன் வால் எம்பி யெம்பிக் குதித்தது. பின்னர் அந்த அணில் தரையில் இறங்கியது; வாலைப் பெரிதாக வளைத்தபடி தன் சிற்றடிகளால் நீண்ட தாவல் களாகத் தாண்டி இன்னொரு மரத்துக்கு ஓடியது. அந்த மரத்தி லிருந்தும் ஜார்டனைத் திரும்பிப் பார்த்தபின் மறுபுறம் போய் மறைந்து விட்டது. எனினும் அதன் கிறீச்சொலி உயர்கிளையொன்றி லிருந்து சற்றைக்கெல்லாம் வந்தது. அந்தக் கிளையில் இருந்தபடி வாலை ஆட்டியவாறு தன்னையே அது நோக்கியதை அவன் கவனித்தான்.

பைன் மரங்களிடையே இருந்த இடுக்குகள் வழியாக காவலர் கூண்டை மீண்டும் நோக்கினான் ஜார்டன். அப்போது தன் ஜேபி யில் அந்த அணில் இருக்கக் கூடாதா என்று இருந்தது அவனுக்கு. தொடக்கூடியதாக எது இருந்தாலுமே அந்நேரத்தில் அவனுக்குப் பிடித்திருக்கும். முழங்கைகளை ஊசியிலைகளின்மீது உரசப் பார்த்தான்; ஆனால் முன்போல அவை மெத்தென இருக்கவில்லை.

‘இந்தக் காரியத்தைச் செய்யும் போது எந்த அளவுக்குத் தனிமையுணர்வு சூழ்கிறது என்பது எவருக்கும் தெரியாது. ஆனால் எனக்கு மட்டும் அது தெரியும் ... இந்தச் சோதனையிலிருந்து முயல்குட்டி மேரியா எவ்வித பங்கமுமின்றித் தப்பி பிழைத்துவிடுவாள் என்றே நம்புகிறேன்... இந்தப் பல்லவியை நிறுத்தமாட்டாயா நீ?... இதோ நிறுத்தி விட்டேன், ஐயம் வேண்டாம். இருந்தாலும் நான் எதிர் பார்க்கலாம். வேண்டலாம் இல்லையா? அதைத்தான் இப்போது செய்கிறேன். பாலத்தை நான் தக்க முறையில் தகர்த்து; அவளும் சீராகத் தப்பவேண்டுமென்றே வேண்டுகிறேன். ஆமாம், அவ்வளவுதான். இவ்வேளையில் வேறெதையுமே நான் விரும்பவில்லை’ என்று எண்ணியபடிக் கிடந்த அவன் அந்தச் சாலையிலிருந்தும் காவலர் பெட்டியிலிருந்தும் பார்வையைத் திரும்பித் தொலைவில் இருந்த மலையை நோக்கலானான். ‘எந்தச் சிந்தனையிலும் இறங்கிவிடாதே, என்று தன்னைத் தானே பணித்துக் கொண்டவனாக ஆடாமல் அசையாமல் படுத்தபடி பொழுது விடிவதைக் கவனிக்கத் தொடங்கினான். இளவேனிலின் இனியதொரு விடிவேளை அது. மே மாத முடிவாதலால் விரைந்து விடிந்து கொண்டிருந்தது. அதையே அவன் பார்த்துக் கொண்டிருக்கையில், தோல் கோட்டும், முழுவதும் தோலினாலான தொப்பியும் தரித்த ஒருவன் மோட்டார் சைக்கிளில் பாலத்தின் வழியாக வந்ததைக் கண்டான்; இடது காலையொட்டி இருந்த உறையில் தானியங்கித் துப்பாக்கியொன்றைச் செருகியிருந்த அவன் சாலை வழியே சென்றதையும் பார்த்தான். இன்னொருமுறை ஆபத்துதவி வண்டியொன்று பாலத்தைக் கடந்து வந்து, அவன் இருந்த இடத்துக்குக் கீழாகச் சென்றபின் காலையில் போனதைக் கவனித்தான். அவ்வளவுதான் அவன் கண்ட போக்குவரத்தெல்லாம், அதற்குமேல் நடமாட்டம் ஏதுமில்லை. பைன்மரங்களின் வாசனை அவனது நாசியை எட்டியது; சிற்றாற்றில் சலசலப்புச் சப்தமும் காதில் விழுந்தது. கூடிவிட்ட காலையொளியில் முன்னைவிடத் தெளிவாகவும் அழகாகவும் பாலம் தென்பட்டதையும் பார்த்தான். இடது புஜத்தில் இயந்திர பீரங்கி இருந்தபடி பைன் மரத்தின் பின்னாலேயே பேசாமல் படுத்துக்கிடந்தான். அதன்பின் வெகுநேரம் வரையில் காவலர் கூண்டை அவன் மீண்டும் நோக்கவேயில்லை. எதிர்பார்த்தது வரவே வராதோ, அத்தகைய இனிய மே மாதக் காலைப் பொழுதில் ஏதுமோ நடக்காதோ என்று எண்ணி அலுத்த வேளையில் திடுமெனக் கொத்துக்கொத்தாகப் பொத்துப் பொத்தெனக் குண்டுகள் விழுந்த சப்தம் கேட்டபோதுதான் மறுபடிப் பார்த்தான். முதல் ஒலி கேட்டதுமே, மலையிலிருந்து எதிரொலி முழங்கு முன்பே நெடியதொரு நிம்மதி மூச்சு இழுத்தவனாக இயந்திர பீரங்கியை அவன் எடுத்துக்கொண்டு விட்டான். அதன் கனம்

அழுத்தியதால் அவனது புஜம் மரத்துப்போயிருந்தது. விருப்பமின்மை யின் விளைவாக விரல்களும் கனத்துத் தொங்கின.

குண்டொலி காதில் விழுந்ததும் கூண்டில் இருந்த காவல் வீரனும் எழுந்து நின்றான். அதை உன்னிப்பாகக் கேட்டவனாய்த் துப்பாக்கியை எடுத்துக் கொண்டு அவன் வெளியே வந்ததை ஜார்டன் கண்டான். கதிரவனொளியில் தோய்ந்தவனாகச் சாலையில் அந்தக் காவலாளி நின்றான். பின்னல் குல்லாய் அவனது தலையில் ஒருபுறமாக ஒதுங்கியிருந்தது. விமானங்கள் வெடிவீசிய திசையில் ஆகாயத்தை அண்ணாந்து பார்த்தபோது சவரம் செய்யாத அவனது முகம் பகலவனொளி பட்டுப் பிரகாசித்தது. சாலை மீதிருந்து அப்போது பனித்திரை விலகிவிட்டது. ஆகவே, வானத்தை நோக்கிய படி நின்ற அவனை ஜார்டனால் தெளிவாகக் காணமுடிந்தது. பைன்மரங்களிடையே சூரியக் கதிர்கள் பாய்ந்ததால் அவனைக் கண்டதும் ஏதோ கம்பியொன்று தன் மார்பைக் கட்டியிருந்தது போல ஜார்டனுக்கு மூச்சு முட்டியது. முழங்கைகளை நிதானப் படுத்திக்கொண்டான். பீரங்கியின் தலைப்பிடியின் வரி வரிசை அவனது விரல்களில் நெருடியது. பின்புறம் பிளவில் பொருந்தியிருந்த நீள்சதுர முன்னோக்கியை அந்தக் காவல் சிப்பாயின் மார்பு மத்தியை நோக்கி நகர்த்தினான். பின்னர் அதன் கொக்கியை மென்மையுடன் அழுத்தினான். அவ்வளவுதான், சதக்கெனத் தன் தோளில் இடித்ததுதான் அடுத்தபடி அவன் உணர்ந்ததெல்லாம். சாலையிலோ, திகைத்துத் தாக்குண்டவனாய் முழங்கால்களும் நெற்றியும் தரையில் மோதியபடி மடிந்து விழுந்தான் காவல் வீரன். அவனது துப்பாக்கியும் பக்கத்தில் விழுந்தது. மணிக்கட்டு முன்புறம் மடிந்திருக்க, அவன் விரல்களிலொன்று அந்தத் துப்பாக்கிக் குதிரை யின் கொக்கியில் சிக்கியிருந்தது. முன்புறத்தில் ஈட்டி நீட்டியிருந்த படியே சாலையில் கிடந்தது அந்தத் துப்பாக்கி. மண்டை மடிந்து கிடந்த அந்தக் காவலாளியிடமிருந்து பார்வையைத் திருப்பிப் பாலத்தையும் அதன் மறுகோடியில் இருந்த மற்றொரு காவலர் கூண்டையும் ஜார்டன் நோக்கினான். அதிலிருந்த காவற்காரனை அவனால் காண முடியவில்லை. ஆகவே, வலதுபுறச் சரிவு வழியாகப் பார்வையை ஓட்டி, அகஸ்டின் மறைந்திருந்த இடத்தில் அதைச் செலுத்தினான். அந்நேரம் ஆன்ஸெல்மோ சுட்ட வேட்டுச் சப்தம் அவன் காதை எட்டியது; ஆற்றுப் பள்ளத்திலிருந்து அதன் பேரெதி ரொலியும் அடுத்துக் கேட்டது. அது அடங்குமுன்பே திரும்பச் சுட்டான் ஆன்ஸெல்மோ. பால மூலைக்கு இப்பாலிருந்து கையெறி குண்டுகள் வீசியெறியப்பட்டதால் எழுந்த பேரொலிகள் அதைத் தொடர்ந்தன. இடது பக்கச் சாலையிலிருந்து எறியப்பட்ட குண்டு களின் சப்தமும் சேர்ந்துகொண்டது. அடுத்து சாலையில் தூரத்தே துப்பாக்கி வேட்டுகளின் ஒலி கேட்டது. கீழேயோ, பாப்லோ

வைத்திருந்த குதிரை வீரனின் தானியங்கித் துப்பாக்கிப் படபடவென ரவைகளைப் பொழிந்து, கையெறி குண்டுகளின் பேரோசையுடன் கூடிக் கலந்தது.

செங்குத்தான பள்ளத்தில் ஆன்ஸெல்மோ இறங்கிப் பாலத்தின் மறுமுனையை எட்டியதை ஜார்டன் கண்டான். உடனே இயந்திர பீரங்கியைத் தூக்கித் தோளில் தொங்கவிட்டான். பைன் மரங் களுக்குப் பின்னால் பதுக்கி வைத்திருந்த பளுவான பைகளிரண் டையும் கைக்கொன்றாக எடுத்துக்கொண்டான். தோள்களிலிருந்து தனியே பிய்த்து விழுந்து விடுமோவெனப் பயப்படுமளவுக்கு இரு கரங்களையும் மூட்டைகளின் கனம் கீழிழுக்க, செங்குத்தான சரிவில் சாலையை நோக்கி இடறியபடி இறங்கியோடினான். அப்போது, "நல்ல வேட்டைதான் இங்கிலீஷ்காரரே! சரியான வேட்டை கிட்டட்டும் உமக்கு!" என்று அகஸ்டின் கூவிய வாழ்த்து அவன் காதில் விழுந்தது. 'சரியான வேட்டைதான்! ஆமாம், நரகத்தைப் போல நல்ல வேட்டைதான்' என அவன் நினைத்த அதே நேரத்தில் எதிர்க்கரையில் ஆன்ஸெல்மோ சுட்ட சப்தம் கேட்டது. உருக்குத் தண்டவாளங்களில் மோதிப் பேரொலி எழுப்பியது அந்த வேட்டு. மூட்டைகள் தன் கைகளில் தொங்கலாடியபடியே கீழே விழுந்து கிடந்த காவல்வீரனைத் தாண்டிக்கொண்டு பாலத்துக்கு ஓடினான் அவன். எதிர்ப்புறமிருந்து கிழவனும் அவனை நோக்கி ஓடி வந்தான். துப்பாக்கியை ஒரு கையில் தூக்கிப் பிடித்தபடி, "கோளாறேதுமில்லை எல்லாம் நல்லபடி முடிந்துவிட்டது. அந்தக் காவற்காரனை நான் கொல்லும்படியாகி விட்டது அவ்வளவுதான்!" என்று அவன் கூவி னான். பாலத்தின் மையத்தில் மண்டியிட்டபடி பைகளைத் திறந்து வெடிப் பொருள்களை வெளியிலெடுத்துக் கொண்டிருந்த ஜார்டன் நரைமயிர் முளைவிட்டிருந்த அந்தக் கிழவனின் கன்னங்களில் கண்ணீர் வழிந்தோடியதைக் கண்டான். "ஆமாம், ஐயா, ஆமாம். அவர்களை நாம் கொன்றாக வேண்டியிருக்கிறது. ஆகவேதான் கொல்கிறோம்" என்று ஆறுதலடைந்தவனே போல ஆன்ஸெல்மோ சொன்னான்.

பாலச் சட்டங்களினூடே இறங்கிக்கொண்டிருந்தான் ஜார்டன். உருக்கினால் உருவாக்கப்பட்டவையாதலால் அவை பனிநீர் படிந்து குளிர்ந்தும் நனைந்தும் இருந்தன. எனவே, வழுக்கிவிடாமல் எச்சரிக்கையுடனேயே இறங்கினான். சூரியவொளி அவனது முதுகில் சுட்டது. ஆதாரக் கிராதிகளிடையே அழுத்திப் பிணைத்துக்கொண்ட அவன் காதில், கீழே குதித்தோடிய சிற்றாற்றின் சலசலப்புச் சப்தம் விழுந்தது. மறுகரைச் சாவடியருகே துப்பாக்கி வேட்டுகளும் பலமாக ஒலித்ததைக் கேட்டான். பாலத்தின் கீழே சிலுசிலுவென்றே இருந்த போதிலும் அப்போது அவனுக்கு வியர்த்துக்கொட்டியது. அவனது

கரமொன்றைச் சுற்றிக் கம்பிச் சுருள் இருந்தது. மணிக்கட்டிலிருந்து தொங்கிய மணிக்கயிற்றில் குறடொன்று ஊசலாடியது. “ஒவ்வொரு பொட்டலமாக என்னிடம் கொடும்” என்று ஆன்ஸெல்மோவுக்கு அவன் குரல் கொடுத்தான். நீள் சதுரமாக இருந்த வெடிமருந்துக் கட்டிகளை அவன் சொற்படி எட்டிக் கொடுக்கப் பால விளிம்புக் கப்பால் வெகுதூரம் கிழவன் குனியவேண்டி வந்தது. எட்டிப் பிடித்துக்கொண்ட அவற்றைத் தான் விரும்பிய இடங்களில் ஜார்டன் செருகினான். நெருக்கமாக இருக்கும்படி திணித்துப் பிணைத்தான். பின்னர், “ஆப்புகளைக் கொடும் கிழவரே!” என்று திரும்பக் கூவினான். அவ்வாறே அவை வந்தன. வெடிமருந்துக் கட்டிகளைக் கிராதிகள் கெட்டியாகப் பிடித்துக் கொள்ளும் பொருட்டு அந்த ஆப்புகள் இறுகக் கவ்வும் வரை அறைந்தான். சீவிச் சிறிது காலமே ஆகியிருந்த படியால் அந்த ஆப்புகள் அப்போது எழுப்பிய புதுமணம் அவன் மூக்கைத் துளைத்தது. இவ்வாறு கட்டிகளை வைத்துக் கம்பியால் கெட்டியாகக் கட்டியும், ஆப்புகளை அறைந்து இறுக்கியும் அவன் வேலை செய்து கொண்டிருந்தபோது வெடி வைத்துத் தகர்ப்பதன்றி வேறு சிந்தனையே அவனுக்கு இல்லை. ரணசிகிச்சை நிபுணரைப்போலத் துரிதமாகவும் திறம்படவும் அவ்வேலையை அவன் செய்த அந்நேரத்தில் சாலையின் இப்புறத்தில் சடசடவென வேட்டொலி கேட்டது. அடுத்து, கையெறிகுண்டொன்று வெடித்த சப்தம் காதில் விழுந்தது. சிற்றாற்றின் சலசலப்பையும் மீறி இன்னொன்றின் இடியோசையும் வந்தது. அப்புறம் அந்தத் திசையில் எவ்வித அரவமும் இல்லை. ‘நாசமாய்ப் போக! என்ன இழவு அவர்கள் தலையில் விழுந்ததோ?’ என்று தன்னைத் தானே கேட்டுக் கொண்டான் அவன்.

ஆனால் மறுகரைச் சாவடியிலோ, வேட்டொலி தொடர்ந்து கேட்டுக்கொண்டே இருந்தது. மருளூட்டுமளவுக்கு மித மிஞ்சிய தாகவே அது இருந்தபோதிலும் செருகித் திணித்து வைக்கப்பட்டிருந்த வெடிமருந்துக் கட்டிகளின் மீது இரு கையெறி குண்டுகளை ஒட்டினாற் போல வைத்துக் கம்பியால் கட்டிக்கொண்டிருந்தான் ஜார்டன். இறுகப் பிணையும் பொருட்டு அந்தக் குண்டுகளின் மீதிருந்த வரி வரிசைகள் வழியே கம்பியைக் கொடுத்துச் சுற்றினான். இழுத்து இறுக்கியபின் குறட்டினால் முறுக்கினான் இறுதியாக. இவ்விதம் வேலையை முடித்தபின் எல்லாவற்றையும் தடவிப் பார்த்தவன் இன்னும் உறுதியாக்கும் பொருட்டு கையெறி குண்டு களுக்குமேல் இன்னொரு ஆப்பைச் செருகி அறைந்தான். அதன் பயனாக அந்த வெடிக்களஞ்சியம் முழுதும் உருக்குச் சட்டங்களுடன் உறுதியாக ஒன்றிவிட்டது.

"இனி மறுபுறத்தைக் கவனிப்போம் கிழவரே" என்று ஆன்ஸெல்மோவை நோக்கிக் கூவிவிட்டு தண்டவாளங்களைத் தாண்டலானான். 'எஃகுக் காட்டில் எம்பிக்குதிக்கும் டார்ஜானைப் போலல்லவா நான் இப்போது இருக்கிறேன்!' என்று எண்ணியவனாக இருளைக் கடந்து மறுபுற வெளிச்சத்துக்கு வந்தான். கீழே ஓடை நீர் சலசலத்து ஓடியதைக் கேட்டபடியே நிமிர்ந்த அவன் கண்களில் குனிந்து வெடிமருந்துக் கட்டிகளை எட்டிக்கொடுத்த கிழவனின் முகம் தென் பட்டது. அவ்வளவுதான், சிந்தனைப் பறவை சிறகடிக்கத் தொடங்கி விட்டது. 'அடடா, எத்தனை நேர்த்தியான முகம் இது! முன்போல இதில் இப்போது கண்ணீர்ச் சுவடு இல்லை; அந்த மட்டும் நல்லதே. ஒருபுறத்தில் நம் வேலை முடிந்துவிட்டது. பக்கத்திலும் கட்டிவிட்டால் நம் காரியம் ஆகிவிடும். இந்தப் பாலத்தைப் பொடிப்பொடியாக்க இந்த அளவு போதும், புறப்படு... இந்தா, எதற்காகப் பரபரக்கிறாய்? வேலையைச் செய், முதலில். அந்தப் பக்கத்தில் போலவே சீராகவும் சீக்கிரமாகவும் செய்துமுடி. குளறிக் கோளாறாக்கி விடாதே. எவ்வளவு வேண்டுமோ அவ்வளவு அவகாசத்தை எடுத்துக்கொள். உன்னால் முடிவதைவிட வேகமாகச் செய்து முடிக்க முயலாதே. இனித் தோல்வியென்பது உனக்கில்லை. பாலத்தின் ஒரு புறத்தை யாவது நீ பிளப்பதை எவராலும் இப்போது தடுக்க முடியாது. எப்படிச் செய்ய வேண்டுமோ அப்படித்தான் கச்சிதமாகக் காரி யத்தைச் செய்துவிடுகிறாய் நீ... ஆஹா, இந்த இடம் தான் எவ்வளவு குளுகுளுவென்று இருக்கிறது, மதுவைப் புளிக்கவைக்கும் பாதாளக் கிடங்கைப்போல! இன்னொன்று, இங்கே பறவைகளின் கழிச்சலும் கிடையாது. கற்பாலத்தின் அடியில் இப்படி இருக்காது; எங்கும் எச்சம்தான் நிறைந்திருப்பது வழக்கம். கனவுலகப் பாலமே இது! ஆமாம், இதில் ஐயமேயில்லை. மேலேயிருக்கிற கிழவனுக்குத்தான் சங்கடம். இப்படி வசதியான நிலையில் இல்லை அவன். ஆனால் அதற்காக அவசரப்பட்டுக் காரியத்தைச் செய்யப் பார்க்காதே... மேலே துப்பாக்கிப் பிரயோகம் தீர்ந்து தொலைக்காதா?' மளமள வென வேலையைச் செய்து கொண்டே இப்படியெல்லாம் எண்ணி யவன், "கொஞ்சம் ஆப்புகளைக் கொடும், கிழவரே!" என்று ஆன்ஸெல்மோவுக்குக் குரல் கொடுத்தான். அவை கிடைத்ததும் மீண்டும் நினைவலைகளில் மூழ்கினான்: அந்த வேட்டொலி இன்னமும் எனக்குக் கட்டோடு பிடிக்கவில்லைதான். அங்கே பிலார் சங்கடத்தில் சிக்கிக்கொண்டு விட்டாள் என்பதில் சந்தேக மில்லை. அந்தச் சாவடியைச் சேர்ந்த சிலர் தாக்குதலின்போது வெளியில் இருந்திருக்கவேண்டும்; அதனால்தான் இப்படியாகி விட்டது. சாவடிக்குப் பின்புறமோ, அறுப்பாலைக்குப் பின்னாலோ அப்போது அவர்கள் போயிருந்திருப்பார்கள், அவர்கள் தான்

இன்னமும் சுடுகிறார்கள். அப்படியானால் ஆலையில் யாரோ சிலர் இருக்கிறார்கள் என்றாகிறது; நாசமாய்ப்போன அந்த மரத்தூளுக்கு நடுவே இருக்கிறார்கள் என்று பொருளாகிறது. மலை மலையாக அல்லவா அங்கே தூள் குவிந்துகிடக்கிறது! பழசாகிக் கெட்டிப்பட்டு விட்டால் மறைந்திருந்து சுட மரத்தூள் குவியல் ஏற்றதுதான். சிதறாமல் இன்னமும் பல குன்றுகள் அங்கே இருக்கத்தான் வேண்டும்... பாப்லோ இருக்கவேண்டிய இடத்தில் அரவத்தையே காணோம்! அங்கே எதனால் இரண்டாவது முறை வேட்டொலி கிளம்பியது?... மோட்டார்காரரோ சைக்கிளோ வந்தால்தான் அவர்கள் சுட்டிருக்க வேண்டும், ஆமாம். அப்படி ஏதாவது வேண்டுமானால் வந்துவிட்டுப் போகட்டும், கவச மோட்டார்கள் வராமல் இருந்தால் சரி. அப்படியே டாங்கிகளும் வராமல் தடுக்க ஆண்டவன்தான் அருள வேண்டும்... சரி சரி, வேலையைப் பார். உன்னால் முடிந்த அளவு விரைவாக வெடிக்கட்டி களை வைத்து ஆப்புகளை இறுக்கு, கெட்டியாகக் கட்டு... பெண் பிள்ளையைப் போலல்லவா உன் உடல் வெட வெடக்கிறது! என்னதான் கேடுகாலம் வந்துவிட்டது உனக்கு...? சாத்தியமானதை விட வேகமாகச் செய்ய நீ முயல்வதால் வந்த வினைதான் இது. மேலே இருக்கிறாளே பிலார், அவள் இப்போது இப்படி நடுங்க மாட்டாள் என்று நிச்சயமாகச் சொல்வேன். பந்தயம் கூடக் கட்டத் தயார்... இல்லை, ஒருவேளை அவளும் பதறுகிறாளோ? பெருஞ் சங்கடத்தில் அவள் சிக்கிக் கொண்டுவிட்டது போலல்லவா காண் கிறது? வாதனை வலுத்தால் அவள் மட்டும் வெலவெலக்காமல் போய்விடுவாளா? எல்லோரையும் போலத்தான் அவளும் அல்லாடு வாள், சந்தேகமேயில்லை."

தலையைத் தூக்கி வெளிச்சத்தில் நீட்டினான் ஜார்டன். ஆன்ஸெல்மோ கொடுத்ததைப் பெற்றுக் கொள்ளக் கையையும் நீட்டினான். அருவிச் சப்தம் அவன் காதை நிறைக்காத அப்போது மறுபுறச் சாலையில் சட்டென வேட்டொலி வலுத்தது கேட்டது. கையெறி குண்டுகளின் முழக்கம் மீண்டும் எழும்பியது.

"அறுப்பாலையைத் திடுமெனத் தாக்குகிறார்கள் போலிருக்கிறது" என்று வாய்விட்டுச் சொன்னவன் மறுபடியும் மனத்துள் பேசிக் கொள்ளத் துவங்கி விட்டான்: 'குச்சிகளாக இல்லாமல் கட்டிகளாக இந்த வெடிப்பொருள் கிட்டியது என் அதிருஷ்டமே. குச்சிகளாக இருந்தால் தொல்லைதான். கட்டிகளைக் கச்சிதமாக வைத்துக் கட்டிவிட முடிகிறது. ஆனாலும் ஒரு சாக்கு நிறைய வெடிக்கூழ் இருந்தாலோ, வேலை இன்னும் சீக்கிரமாக முடிந்துவிடும். ஊஹூம், இரண்டு சாக்குகள் தேவை... இல்லையில்லை, ஒன்றே போதும். வெடிப்பெட்டிகளும் திரிப் பெட்டியும் இப்போது இங்கே இல்லையே

என்றும் இருக்கிறது எனக்கு. திரிப் பெட்டியை அந்த பஜாரிப் பயல் பாப்லோ ஆற்றிலல்லவா எறிந்துவிட்டான்? அந்தப் பெட்டி தான் எத்தனை பழசு. எவ்வளவு இடங்களுக்குப் போய்வந்திருக்கிறது! ஆமாம், இந்த ஆற்றில்தான் அதைத் தூக்கியெறிந்தான், அந்தத் தட்டுவாணி மகன். இருந்தாலும் போனால் போகிறான், சற்றுமுன் எதிரிகளை அவன் கலங்கடிக்கவில்லையா?" என்று எண்ணியவன், "இன்னும் கொஞ்சம் கொடும், கிழவரே" என்று ஆன்ஸெல்மோவை நோக்கிக் கூவினான்.

அதையடுத்து அவனைச் சுற்றி ஜார்டனின் எண்ணச் சுழல்கள் ஓடலாயின; 'கிழவன் நன்றாகத்தான் காரியம் செய்கிறான். அவன் இருக்குமிடமும் வசதியானதே. காவல் வீரனைக் கொல்ல அவனுக்குக் கட்டோடு பிடிக்கவில்லை என்பது மெய்தான். ஆனால் எனக்கு மட்டும் மனமிருந்ததா என்ன? என்றாலும் அதைப்பற்றி நான் யோசிக்கவேயில்லை; இப்போதும் கூட இம்மியும் நினைக்க வில்லை. எப்படியும், காரியத்தை முடிப்பதென்றால் கொன்றுதான் தீரவேண்டும். அப்படிப்பட்டவர்களைப் பற்றி எனக்குத் தெரியாதது எது? இருந்தாலும் ஒன்று. சுயமாக இயங்கும் ஆயுதங்களைக் கொண்டு கொல்வது சுலபமே; கொல்பவனின் மனசை அவை அதிகமாகக் கலக்குவதில்லை. ஏனென்றால், மற்ற ஆயுதங்களிலிருந்து அவை முற்றிலும் மாறுபட்டவை. ஒரு முறை முடுக்கிவிட்டால் போதும், அப்புறம் அவை தாமாகவே சுட்டுத்தள்ளிவிடும்: மறுபடி தொடத் தேவையே கிடையாது... சரி சரி, இந்தச் சிந்தனை போதும்; மூட்டை கட்டிவை சமயம் வரும்போது சாவதானமாக அசை போடலாம். ஏன்தான் நீ இப்படி இருக்கிறாயோ, உன் மூளையும் ஏன்தான் இப்படியெல்லாம் போகிறதோ? ஆனாலும் அபார மூளை தான், ஜார்டன் பையா! அந்த மண்டை இப்போது உருண்டால் எப்படி இருக்கும்? எங்கே, உருண்டுவிழு, பார்ப்போம்! உதை பந்து இழுக்கடித்து உன்னை உபத்திரவிக்கும்போதெல்லாம் அப்படித்தானே உன் சகாக்கள் உரக்கக் கத்துவார்கள். உனக்கு நினைவில்லையா? கீழே விழ நீ கொடுத்து வைத்திருக்க வேண்டுமே! இங்கே ஓடும் இந்த ஓடையைவிட அந்தப் பாழாய்ப்போன ஜார்டன் ஆறு அப்படி யொன்றும் பெரிதில்லை, தெரியுமா உனக்கு? அந்த நதியின் தலைப் பைத்தான் சொன்னேன். எதனுடைய ஆரம்ப கட்டமும் இப்படித் தான் இருக்கும். இந்தப் பாலத்தின் அடியில் இருக்கும் இந்த இடம்தான் இப்போது என் வாசஸ்தலம். எப்போதுமே பாலத் தடிதான் என் மறுவீடு. போதும், ஜார்டன், சிந்தனையைச் சிதற விடாமல் வேலையைக் கவனி. இது பெரிய காரியம், புரியவில்லையா உனக்கு? நிலைமை மோசமாகவிருப்பது விளங்கவில்லையா?... மோசமா! முற்றுவதற்குப் பதிலாக வரவர வடிந்தல்லவோ

வருகிறது?... அப்படியா? மறுகரையைப் பார், தெரியும்... எதற்காகப் பார்க்க வேண்டுமோ, தெரியவில்லையே! பிலார் எப்படிப் போனாலும் நான் என்னவோ இப்போது பத்திரமாகத்தானே இருக்கிறேன்? மெயின் நதி ஓடுவதைப் பொறுத்தே இருக்கின்றன, அமெரிக்க நாடு வாழ்வதும் தாழ்வதும். ஜார்டன் நதிதான் யூதர்களின் தலைவிதியை நிர்ணயிக்கிறது. அவை போன்றதுதான் இந்தப் பாலமும். இந்த ஜார்டன் கையில் தான் இப்போது இந்தப் பாழாய்ப்போன பாலத்தின் விதி இருக்கிறது... இல்லையில்லை, இதைப்பொறுத்தே இருக்கிறது என் கதி!

"இன்னும் கொஞ்சம் கொடும், ஆன்ஸெல்மோ கிழவரே" என்று அவன் கூவியதும் கிழவன் தன் தலையை ஆட்டினான். "வேலை அநேகமாக முடிந்து விட்டது" என்று தொடர்ந்து சொன்ன போதும் திரும்பத் தலையாட்டியதோடு சரி.

வெடிக் கட்டிகளோடு கையெறி குண்டுகளைப் பொருத்திக் கம்பியால் இறுகக் கட்டி முடித்ததும் ஜார்டனின் காதில் வேட்டொலி விழுவது நின்று விட்டது. திடுமென ஆற்றோசை மட்டுமே கேட்டது. வேலையை நிறுத்திவிட்டுக் கீழே நோக்கினான். தனக்கு நேர்கீழே ஓடிய நீர், பாறைகளிடையே பம்மிப் பொங்கி நுரைத்ததைப் பார்த்தான். சற்றுத் தூரம் சென்றதும் அடியிலிருந்த சிறு கற்கள் தெளிவாகத் தெரிந்த குட்டையொன்றில் அந்த நீர் விழுந்ததையும், தன் கையிலிருந்து தவறி விழுந்த ஆப்புகளிலொன்று அந்தச் சுழலில் சுற்றியதையும் அவன் கண்டான். அப்போது ஏதோவொரு பூச்சியைப் பிடிப்பதற்காக எம்பிய மீனொன்று அந்த ஆப்பு சுழன்ற இடத்துக்கு அருகாகவே நீரின் மேற்பரப்பில் வட்டமடித்தது. இரு கையெறி குண்டுகளையும் இருத்திவைத்த கம்பியைக் குறட்டினால் உறுதியாகத் திருகியபோது, மலையின் பசுஞ்சரிவில் பகலவனொளி பாய்ந்து பரவியதைப் பாலச் சட்டங்களினூடே பார்த்தான் ஜார்டன். 'மூன்று தினங்களுக்குமுன் அவ்விடம் முழுவதும் பழுப்பு நிறமாகவல்லவோ இருந்தது!' என்று நினைத்தபடியே பாலத்தின் அடியில் மண்டியிருந்த இருளுக்கும் குளிருக்குமிடையிலிருந்து சூரிய வெளிச்சத்தில் தலையை நீட்டினான். குனிந்திருந்த ஆன்ஸெல்மோவின் முகத்தை நோக்கி, "அந்தப் பெரிய கம்பிச் சுருளைக் கொடும்" என்று கூவினான்.

அவ்வாறே கிழவன் அதை எடுத்துக் கொடுத்தான். அதன் பின், கையெறி குண்டுகளின் நெம்புகோல்களை விடுவிக்கும் வளையங்களை இருத்திவைத்திருந்த கொக்கிகளைத் தொட்டுத் தடவியபடியே, 'உனக்குப் புண்ணியமாகப் போகட்டும், எதையும் இதற்குள் தளர்த்தித் தொலைத்துவிடாதே. இந்தக் கம்பி அதைச் செய்துவிடும். முழு நீளத்துக்கும் கம்பி இருந்தால் நல்லதுதான். பரவாயில்லை, இப்போது இருக்கும் நீளத்தைக் கொண்டே

ஒப்பேற்றிவிடலாம்' என்று தனக்குத் தானே கூறிக்கொண்டான். கொக்கிகள் இழுக்கப்படும் போது நெம்புகோல்கள் துள்ளியெழப் போதிய இடமிருக்கிறதா என்று சரிபார்த்தான்; பக்கவாட்டிலேயே குண்டுகள் கட்டப்பட்டிருந்தபடியாலும் பிணைத்த கம்பியும் நெம்பு கோல்களுக்கு அடியிலேயே நுழைந்து சென்றதாலும் நிறைய இடமிருந்தது. பிறகு ஓரளவு கம்பியை ஒரு வளையத்துடன் இணைத் தான். வெளிப்புறமிருந்த குண்டின் வளையத்தில் பொருத்தப்பட்டிருந்த பிரதானக் கம்பியுடன் அதைப் பிணைத்தான். சுருளிலிருந்து சிறிதளவு கம்பியை விடுவித்து எஃகுக் கிராதியொன்றின் மேலாக எடுத்துச்சென்று ஆன்ஸெல்மோவிடம் கொடுத்து, "ஜாக்கிரதையாகப் பிடித்துக் கொள்ளும்" என்றான், பின்னர் பாலத்தின் மீதேறிக் கிழவனிடமிருந்து கம்பிச்சுருளை வாங்கிக்கொண்டான். பாலத்தின் விளிம்பையொட்டிச் சுருளைப் பிரித்து விடுவித்தபடியே எவ்வளவு முடியுமோ அவ்வளவு விரைவாகப் பின்னோக்கி நடந்தான். சாலை யில் சுருண்டு கிடந்த காவலாளியை நோக்கி அவ்விதம் சென்றபடியே, "மூட்டைகளை எடுத்துவாரும்" என்று ஆன்ஸெல்மோவை நோக்கிக் கத்தியதுடன் குனிந்து தன் இயந்திர பீரங்கியையும் எடுத்துத் திரும்பத் தோளில் தொங்கவிட்டுக் கொண்டான்.

அப்படிக் கம்பியை விடுவிப்பதிலிருந்து கவனத்தைச் சற்றே திருப்பி நோக்கியபோதுதான் மறுகரைச் சாவடியிலிருந்து தூரத்தே வந்து கொண்டிருந்தவர்களை அவன் கண்டான். நால்வர் மட்டுமே இருந்ததையும், அவர்களிடையே எலாடியோ இல்லாததையும் பார்த்தான். அதன்பிறகு. பாலத்திலிருந்து நீட்டி நின்ற எதிலாவது சிக்கிக் குளறுபடியாக்கி விடாமலிருக்கும் பொருட்டுக் கம்பியை அவன் திரும்பக் கவனிக்கவேண்டி வந்துவிட்டது. அப்படியே பாலத்தின் கோடிவரை சென்ற அவன், அதன் கடைசித் தூணில் அந்தக் கம்பியை ஒரு சுற்றுச் சுற்றியபின் சாலையோடு ஓடலானான். குறிக்கல்லொன்றை அடைந்ததும்தான் அவன் நின்றான். அங்கே கம்பியை அறுத்ததும் ஆன்ஸெல்மோவிடம் கொடுத்து, "இதைப் பிடித்துக்கொள்ளும், கிழவரே. பிறகு என்னோடு பாலத்துக்குத் திரும்பி நடந்துவாரும்... நடக்கும் போதே நேராக்கிவிடும்... வேண்டாம், நானே அதைச் செய்துவிடுகிறேன்" என்றான். பின்னர், பாலத்துக்குத் திரும்பியதும் கம்பியை இழுத்துச் சிக்கலொன்றைச் சரிப்படுத்தினான். அதன் பயனாக அக்கம்பியானது கையெறி குண்டுகளின் வளையங்கள் நெளிவோ நெருடலோ இல்லாமல் நேராகச் சென்றது. பாலத்தின் பக்கவாட்டிலேயே அப்படி இடரேது மின்றி ஓடிய அதை அப்புறம் ஆன்ஸெல்மோவிடம் திரும்பத் தந்து, "இதை இப்போது அந்தக் கல்லுக்குத் திருப்பியெடுத்து செல்லும். தாங்கலாகப் பிடித்துக்கொள்ளும். ஆனால் தளரவிட்டுவிடக்

கூடாது; பிடி உறுதியாகவே இருக்க வேண்டும். அதற்காகப் பலமாக இழுத்துவிடவும் கூடாது. அப்படி வலித்திழுத்தால் பாலம் படாரென வெடித்துவிடும், புரிகிறதல்லவா?" என்றான்.

"புரிகிறது" என்று ஆன்ஸெல்மோ பதிலளித்தான்.

"ஏந்தலாகவே எடுத்துச் செல்லும். நெகிழவிட்டால் நெருடல் விழுந்துவிடும். இழுக்காமலேயே லேசான முறையில் இறுகப் பிடித்தபடியே நடக்க வேண்டும். இறுதி முறை வரும்போதுதான் இழுக்கவேண்டும். புரிந்ததா?"

"புரிந்தது."

"இறுதியாக இழுக்கும்போது பலமாகப் பற்றியிழுக்க வேண்டும். ஆட்டி அசைத்துவிடக் கூடாது!" என்று கூறியபடியே பிலாரின் கோஷ்டியில் பாக்கியிருந்தவர்கள் நடந்து வந்ததை ஜார்டன் நோக்கினான். அவர்கள் அப்போது அருகில் வந்துவிட்டார்கள். ஃபெர்னாண்டோவை பிரிமிடிவோவும் ரஃபேலும் தாங்கிப் பிடித்துக் கொண்டிருந்ததை அவன் கண்டான். அடிவயிற்றில் தோட்டா துளைத்திருந்தது போலத் தோன்றியது; ஏனெனில், இரு புறத்திலும் இருந்த இருவராலும் கைகொடுத்துக் கொண்டுவரப்பட்ட அவன் தன்னிரு கரங்களாலும் அடிவயிற்றைப் பிடித்துக் கொண்டிருந்தான். அவனது இடது காலிலும் அடிபோலிருந்தது: ஜோடு தரையில் தேய்த்தபடி அக்காலை அவன் இழுத்து நடந்து வந்தான். பிலாரோ மூன்று துப்பாக்கிகளை ஏந்தியபடி மரங்களுக்கிடையில் செல்ல ஆற்றங்கரையில் ஏறிக்கொண்டிருந்தாள். அவள் முகத்தை ஜார்டனால் பார்க்க முடியவில்லையாயினும் அவளது தலை தோல்வி யெதனாலும் தாழ்ந்துவிடாமல் நிமிர்ந்திருந்ததையும், முடிந்தவரையில் விரைவாகவே அவள் ஏறியதையும் கவனித்தான்.

"எப்படி இருக்கிறது நிலவரம்?" பிரிமிடிவோதான் முதலில் கேட்டான்.

"எல்லாம் நல்லபடிதான். வேலையை அனேகமாக முடித்து விட்டோம்" என்று ஜார்டன் பதிலுக்குக் கூவினான். அவர்கள் முயற்சி என்னாயிற்று என்று கேட்க அவனுக்கு அவசியமிருக்கவில்லை. அவன் பார்வையைத் திருப்பியபோது அவர்களில் மூவர் சாலை யோரத்தை எட்டிவிட்டனர். கைலாகு கொடுத்துத் தன்னையும் கரையேற்ற அவர்கள் முயன்றபோது ஃபெர்னாண்டோ தலையாட்டி மறுத்தது தெரிந்தது. அதையடுத்து, "ஒரு துப்பாக்கித் தாருங்கள்" என்று அடைத்த குரலில் அவன் கோரியதும் ஜார்டனின் காதில் விழுந்தது.

"வேண்டாம், தோழா. உன்னைக் குதிரைகள் இருக்குமிடத்துக்கு இட்டுப் போகிறோம்."

“குதிரையை வைத்துக்கொண்டு நான் என்ன செய்ய முடியும்? இந்த இடமே நல்லது, வசதியாக இருக்கிறது” என்று ஃபெர்னாண்டோ பதிலளித்தான்.

அதற்கு மேல் அந்தச் சம்பாஷணையை ஜார்டன் கேட்கவில்லை; ஏனெனில், ஆன்ஸெல்மோவுடன் அவன் பேசவேண்டி வந்துவிட்டது. “டாங்கிகள் வருமானால் கம்பியை இழுத்துப் பாலத்தைப் பிளந்து விடும். அதன் பேரில் டாங்கிகள் வந்த பிறகே அப்படி இழுக்க வேண்டும் கவச மோட்டார்கள் வந்தாலும் அப்படித்தான். வேறு ஏதாவது வந்தால் பாப்லோ தடுத்து நிறுத்திவிடுவான்” என்றான் அவன்.

“நீங்கள் பாலத்தின் கீழே இருக்கும்போது நான் இழுக்க மாட்டேன்” என்றான் ஆன்ஸெல்மோ.

“என்னைப் பற்றி எண்ணவே எண்ணாதீர். தேவைப்படும்போது தகர்த்துத் தள்ளிவிடும். இன்னொரு கம்பியைப் பொருத்திவிட்டு இதோ இழுத்து வந்துவிடுகிறேன். அப்புறம் இரண்டு பேருமாகச் சேர்ந்து பிளக்கலாம்” என்று சொல்லிவிட்டுப் பாலத்தின் மையத்தை நோக்கி ஜார்டன் ஓடினான். புஜத்திலிருந்து கம்பிச் சுருளும், ஒரு மணிக்கட்டிலிருந்து குறடும், முதுகிலிருந்து இயந்திர பீரங்கியும் தொங்கியபடி பாலத்தின் மீது அவன் ஓடியதையே ஆன்ஸெல்மோ பார்த்துக் கொண்டிருந்தான். அடுத்து கிராதிகள் மீது அவன் ஏறி யிறங்கி மறைந்ததைக் கண்டான். பின்னர், கம்பியைத் தன் வலது கையில் பிடித்தபடி குறிக்கல்லுக்குப் பின் பதுங்கியவாறு சாலையை யும் பாலத்தையுமே கவனிக்கலானான். அவனுக்கும் பாலத்துக்கு மிடையே பாதித் தூரத்தில் காவல் வீரன் கிடந்தான்; முதுகின் மீது சூரியவொளி உறைத்து அழுத்தத் துவண்டவனாய் சாலையின் மென்பரப்போடு முன்னிலும் ஒட்டியிருந்தான் அவன். ஈட்டி செருகப்பட்டபடி பக்கத்தில் கிடந்த அவனது துப்பாக்கி நேராக ஆன்ஸெல்மோவையே நோக்கியிருந்தது. பார்வையை அவனைக் கடந்து ஓட்டினான் கிழவன்; கிராதிகளின் நிழல்கள் படித்திருந்த பாலப் பரப்பையும் தாண்டிச் செலுத்தினான். கணவாயையொட்டி இடதுபுறம் திரும்பிய பிறகு குன்றுக்குப் பின் மறையத் தொடங்கிய சாலைப் பரப்பு பூராவையும் நோட்டம் விட்டான். அதன்பின் தூரத்தே கதிரவனொளியில் குளித்துக் கொண்டிருந்த காவற்கூண்டை நோக்கினான். கையிலிருந்த கம்பியினின்று கவனம் பிறழாமலே தலையைத் திருப்பினான்: பிரிமிடிவோவுடனும் ஜிப்ஸி ரஃபேலுடனும் ஃபெர்னாண்டோ பேசிக்கொண்டிருந்ததைக் காதுகொடுத்துக் கேட்கலானான்.

“என்னை இங்கேயே விட்டுவிட்டுப் போங்கள். வலி தாள முடியவில்லை. வயிற்றுக்குள்ளே ரத்தமும் ஏராளமாகக் கொட்டியிருக்

கிறது. அசையும்போது ஏற்படும் களகளப்புச் சப்தத்திலிருந்து அது எனக்குத் தெரிகிறது" என்றான் ஃபெர்னாண்டோ.

"சரிவின் மீது உன்னை ஏற்றிவிடுகிறோம். எங்கள் தோள்களைச் சுற்றிக் கைகளை வைத்துக்கொள். நாங்கள் உன் கால்களைப் பிடித்துக் கொள்கிறோம்" என்றான் பிரிமிடிவோ.

"அதெல்லாம் பிரயோசனப்படாது. இங்கேயே ஒரு பாறைக்குப் பின்னால் என்னைப் போட்டுவிடுங்கள். இனி நான் மேலே இருந்தாலென்ன, இங்கேயே கிடந்தாலென்ன? இரண்டும் ஒன்றுதான்."

"எதற்கும் மேலே போவோம், வா."

"வேண்டாம், என்னை விட்டுவிடுங்கள். இந்தக் காயத்தோடு பயணம் புறப்படுவது என்ற பேச்சுக்கே இடமில்லை. அதனால் இன்னொரு குதிரை உபயோகப்படாமற் போவதுதான் மிச்சம். இங்கேயே இருந்து விடுவதுதான் நல்லது. எதிரிகளும் விரைவில் வந்து விடுவது நிச்சயம்."

"உன்னைக் குன்றின் மீது எங்களால் ஏற்றிவிட முடியும். அதிலொன்றும் கஷ்டமில்லை" என்று ஜிப்ஸியும் குறுக்கிட்டுக் குறிப்பிட்டான்.

"வேண்டாம், இங்கேயே வசதியாக இருக்கிறது. நான் கிடக்கிறேன், எலாடியோவுக்கு என்னவாயிற்று சொல்லு."

காயம் எங்கே பட்டது என்பதைக் காட்டத் தன் மண்டை மீது விரலை வைத்தபடியே, "இங்கேதான் பாய்ந்தது உனக்கு அப்புறம்தான் அவன் அடிபட்டான். சாவடியை நாம் திடீரென்று தாக்கியபோதுதான் அந்தத் தோட்டா துளைத்தது" என்று ஜிப்ஸி விவரித்தான்.

"என்னை இங்கேயே விட்டுவிட்டுப் போங்கள்" என்று திரும்பவும் கூறிய ஃபெர்னாண்டோ மிகுந்த அவதிப்பட்டதை ஆன்ஸெல்மோ நன்கு காண முடிந்தது. ஆற்றங்கரைமீது தலையைத் திரும்பச் சாய்த்தபடி இரு கரங்களாலும் அடிவயிற்றைப் பிடித்துக் கொண்டிருந்தான் ஃபெர்னாண்டோ. இரு கால்களும் அவனுக்கு முன்னால் நேராக நீட்டிக் கிடந்தன. அவனது முகம் சாம்பல் பூத்து, வியர்த்துக் கொட்டிக் கொண்டிருந்தது. "தயவு செய்து என்னை விட்டு விட்டுப் போங்கள். இங்கேயே இருப்பதுதான் எனக்குச் சௌகரியம்" என்று மன்றாடிய அவனது கண்கள் வேதனையைத் தாங்க முடியாமல் மூடியிருந்தன. அவனது உதட்டோரங்களும் துடிதுடித்தன.

"அப்படியானால் இதோ துப்பாக்கியும் ரவைகளும் இருக்கின்றன" என்றான் பிரிமிடிவோ.

“துப்பாக்கி என்னுடையதுதானா?” என்று ஃபெர்னாண்டோ கேட்டான், கண்களைத் திறவாமலேயே.

“இல்லை, உன்னுடையதை பிலார் வைத்திருக்கிறாள். இது என் துப்பாக்கி” என்று பிரிமிடிவோ பதிலளித்தான்.

“என் துப்பாக்கி இருந்தால் தரமாயிருக்கும், அதைத்தானே நான் அதிகமாகக் கையாண்டு பழகியிருக்கிறேன்!”

“அதையே எடுத்து வந்து தருகிறேன். அதுவரையில் இதை வைத்துக்கொள்” என்று ஜிப்ஸி புளுகினான் ஆசுவாசப்படுத்தும் பொருட்டு.

“இங்கேதான் இடம் வெகு வாகாக இருக்கிறது. சாலையை நோக்கியும் சரி, பாலத்துப் பக்கமும் சரி, இதுதான் சுடுவதற்கு வாட்டமான இடம்!” கண்களைத் திறந்து தலையைத் திருப்பிப் பாலத்தைப் பார்த்தபடி பேசினான் ஃபெர்னாண்டோ. பின்னர் மீண்டும் வலியெடுக்கவே கண்களை மூடிக்கொண்டுவிட்டான்.

அவனது அந்தப் பிடிவாதத்தைக் கண்டு தலையிலடித்துக் கொண்ட ஜிப்ஸி, அங்கிருந்து கிளம்பலாமென பிரிமிடிவோவை நோக்கிக் கட்டைவிரலால் சமிக்ஞை காட்டினான். அதன்பேரில், “அப்படியானால் உன்னை இட்டுப் போக நாங்கள் அப்புறம் இறங்கி வருகிறோம்” என்று கூறிவிட்டு புறப்பட்ட பிரிமிடிவோ குன்றுச் சரிவில் விரைவாக ஏறிச் சென்ற ஜிப்ஸியைப் பின்தொடர்ந்தான்.

ஆற்றங்கரை மீது அப்படியே மல்லாந்து கிடந்தான் ஃபெர்னாண்டோ. சாலையின் ஓரத்தைக் குறிக்கச் சுண்ணாம்பு அடிக்கப்பட்ட கற்களிலொன்று அவனுக்கு முன் கிடந்தது. அதன் நிழலில் அவன் தலை இருந்த போதிலும், அடைத்துக் கட்டுப் போடப்பட்டிருந்த காயத்தின் மீதும், அதன் மீது அவன் குவித்து வைத்திருந்த கரங்களிலும் கதிரவன் காய்ந்தான். அவனுடைய பாதங்கள் வெயிலிலேயே இருந்தன. பக்கத்தில் துப்பாக்கி கிடந்தது. அதன் அருகாக மூன்று ரவைச் சுற்றுகள் பளபளத்தன. ஈயொன்று அவனது கரங்களின் மீது ஊர்ந்தது. ஆனால், அதனால் ஏற்பட்ட குறுகுறுப்பை அப்போது இருந்த வலியில் அவனால் உணரக்கூடவில்லை.

“ஃபெர்னாண்டோ!” கம்பியைப் பிடித்தபடி தான் பதுங்கிய இடத்திலிருந்தே ஆன்ஸெல்மோ குரல் கொடுத்தான். அந்தக் கம்பியின் நுனியை அவன் வளையமாக முடிந்திருந்தான். அதை இறுக்கி முறுக்கி முஷ்டியில் பிடித்திருந்த அவன், பதிலேதும் வராமல் போகவே “பெர்னாண்டோ!” என்று மீண்டும் கூப்பிட்டான்.

கண்களைத் திறந்து அவனை நோக்கிய ஃபெர்னாண்டோ. “எப்படி இருக்கிறது ஏற்பாடுகள் எல்லாம்?” என்று கேட்டான்.

“எல்லாம் நல்லபடிதான். இன்னும் ஓரிரு நிமிஷத்தில் பாலத்தைத் தகர்த்துவிடுவோம்” எனக் கிழவன் பதில் சொன்னான்.

“அப்படியா? மெத்த மகிழ்ச்சி. என் உதவி தேவையானால் சொல்லு” என்று கூறிய ஃபெர்னாண்டோ, திரும்பியதும் வலியைத் தாங்க முடியாமல் கண்களை மீண்டும் மூடிக்கொண்டுவிட்டான்.

ஆன்ஸெல்மோவுக்கோ அவனைப் பார்க்கத் தாளவில்லை; அவனிடமிருந்து பார்வையைத் திருப்பிப் பாலத்தையே நோக்க லானான். கம்பிச் சுருள் பாலத்தின் கிராதிக்கு மேல் நீட்டப்படும் நேரத்துக்காக ஆவலுடன் காத்திருந்தான். அதையடுத்து, வெயிலில் காய்ந்து பழுத்த ‘இங்கிலீஷ்காரரி’ன் மண்டையும் முகமும் மேலெழும் புவதைக் காணத் துடித்தான். அதே சமயத்தில் பாலத்துக்கப்பால், சாலைத் திருப்பத்தில் ஏதாவது வருகிறதா என்றும் அவன் கவனித்துக் கொண்டிருந்தான். அப்போது அவனுக்கு அச்சமேதுமே இருக்கவில்லை. ஏன், அன்று பகல் பூராவுமே பயம் தலைகாட்ட வில்லை அவனிடம். ‘எல்லாம் வேகமாகத்தான் நடக்கிறது; இருந் தாலும் இயல்பாகவே தோன்றுகிறது. காவலாளியைச் சுட்டுக் கொன்றது எனக்குப் பிடிக்கவில்லைதான்; அதனால் என் உள்ளம் கலங்கியதும் உண்மையே. ஆனால் அதெல்லாம் அப்போதே போய் விட்டது... மிருகத்தைச் சுடுவதுபோலத்தான் மனிதனைக் கொல்வ தும் என்று இங்கிலீஷ்காரர் சொன்னாரே, அது எப்படிச் சரியாகும்? வேட்டையின் போதெல்லாம் குதூகலத்தையே கண்டேன்; தவறு செய்ததாகத் தவித்ததே கிடையாது. ஆனால் மனிதனைச் சுடும் போதோ, வளர்ந்துவிட்ட சொந்தச் சகோதரனையே கொல்வது போலல்லவா கலக்கம் காண்கிறது? கொல்வதற்காகப் பலமுறை சுடும்போதோ? சொல்லவும் வேண்டுமா? வேண்டாம், அதைப்பற்றி நினைக்கவே கூடாது. அவனைச் சுட்டுத் தள்ளியதுதான் உன்னை எப்படிக் கலக்கிவிட்டது! பெண் பிள்ளையைப் போலப் புலம்பிக் கொண்டேயல்லவா பாலத்தின்மீது ஓடினாய்! ஆனாலும் அது நடந்து முடிந்துவிட்ட காரியமே. மற்ற பாவங்களைப்போல அதற்கும் பிராயச்சித்தம் தேடுவதுதான் இனி நீ செய்யக்கூடியதெல்லாம்... நேற்றிரவு வேண்டினாயே, அந்தச் சந்தர்ப்பம் இப்போது மலையைத் தாண்டி உன்னை நோக்கி ஓடிவரப்போகிறது. இப்போது நீ நிற்பது சண்டைக் களத்தில்தான்; இனி எந்தப் பிரச்சனையும் உனக்குக் கிடையாது. இந்தக் காலைப்பொழுதில் இறப்பதாயினும் கவலைப் படக் கூடாது” என்று தன்னுடனேயே பேசிக்கொண்டான் ஆன்ஸெல்மோ.

இடுப்பு மடிப்பின் மீது கைகளைக் குவித்து வைத்துக் கொண்ட படி ஆற்றங்கரைமீது கிடந்த ஃபெர்னாண்டோவை அவன் மீண்டும் நோக்கினான். அவனுடைய உதடுகள் நீலம் பாய்ந்திருந்தன. அவன்

சிரமப்பட்டு மிக மெதுவாக மூச்சுவிட்டுக் கொண்டிருந்தான். அந்நிலையைப் பார்த்ததும், 'நான் இறப்பதானால் சீக்கிரமே அது நடந்தேறிவிட அருள் புரிவாய், ஆண்டவா! இன்று நான் வேண்டியதை மட்டும் அருள் புரிந்துவிட்டாயானால் வேறெதையும் வேண்ட மாட்டேன் என்று அப்போதே சொன்னேன். ஆகவே நான் கேட்கப்போவதில்லை, புரிந்ததா? எதையுமே நான் கேட்க வில்லை. எதுவுமே எனக்கு வேண்டாம். நான் கோரியதை மட்டும் கொடுத்துவிடு. மற்றதையெல்லாம் உன் திருவுள்ளத்துக்கே விட்டுவிடு கிறேன்!' என்று இறைஞ்சிய அவன் காதில் தூரத்தே கணவாயில் நடந்த சண்டையின் சப்தம் விழுந்தது, கவனமாகக் கேட்ட அவன், 'மெய்யாகவே இது மகத்தான நாள். இதன் பெருமையை நான் உணர்வது முக்கியம், அறிவது அவசியம்' என்று திரும்பவும் தன்னிடமே கூறிக்கொண்டான். எனினும் அவனது உள்ளத்தில் உற்சாகம் சுரக்கவில்லை, பரபரப்பு மூடவில்லை. அவை யெல்லாம் எப்போதோ அடங்கிவிட்டன. அமைதியன்றி அப்போது வேறேதும் அதில் நிலவவில்லை. சாலையோரச் சரளைக் கற்களில் மண்டியிட்ட படி கையில் ஒரு சுற்றும் மணிக்கட்டில் மற்றொரு சுற்றுமாகக் கம்பியைப் பிடித்தவாறு குறிக்கல்லுக்குப் பின்னால் பதுங்கிக்கிடந்த அந்த நேரத்தில் தனிமையுணர்வும் அவனைத் தவிக்க வைக்கவில்லை. கம்பியோடு ஒன்றியிருந்தான் அவன். அதனுடன் மட்டுமல்ல, பாலத் துடனும், அதன் கீழ் 'இங்கிலீஷ்காரர்' வைத்திருந்த வெடிகளுடனும் ஐக்கியமாகியிருந்தான். இன்னமும் பாலத்தின் அடியிலேயே வேலை செய்துகொண்டிருந்த 'இங்கிலீஷ்கார'ருடனும் ஒருமையுணர்வு கொண்டான். அங்கு நடந்த சண்டை முழுவதுடனும் குடியரசு பூராவுடனுமேதான் கலந்தொன்றியிருந்ததாகவும் கண்டான். ஆயினும் அப்படிப் பரிணமித்திருந்த நிலையிலும்கூட அவனால் பரபரப்புக் காணக் கூடவில்லை. அவன் மனத்தில் மட்டுமின்றி வெளியிலும் பூரண அமைதியே நிலவியது. குனிந்து பதுங்கியிருந்த அவனுடைய முதுகிலும் தோள்களிலும் சூரியக் கிரணங்கள் சுள்ளென எரித்தன. நிமிர்ந்து பார்த்தபோது மேகமேதுமற்றதாய் வானம் தெளிந்து உயர்ந்திருக்கக் கண்டான். ஆற்றுக்கு அப்பால் வரவர உயர்ந்த மலைச்சரிவும் அவன் கண்ணில் பட்டது. அவன் மனத்தில் மகிழ்ச்சி இல்லையாயினும், தனிமையுணர்வும் இல்லை? அச்சமும் அறவே கிடையாது.

பிலாரோ குன்றுச் சரிவில் மரத்தின் பின்னால் பதுங்கிப் படுத்தபடி, கணவாயிலிருந்து கீழிறங்கிவந்த சாலையையே கவனித்துக் கொண்டிருந்தாள். அவள் பக்கத்தில் மூன்று துப்பாக்கிகள் கெட்டிக்கப்பட்டுக் கிடந்தன. தன்னருகில் வந்து ஒளிந்துகொண்ட பிரிமிடிவோவிடம் அந்தத் துப்பாக்கிகளிலொன்றை அவள் அளித்து,

“அதோ அந்த மரத்தின் பின்னால் போய் மறைந்துகொள்” என்றாள். பின்னர் ரஃபேலை நோக்கி, “ஏய் ஜிப்ஸி, நீ அங்கே போய் பதுங்கு” என்று தனக்குக் கீழே இருந்த மற்றொரு மரத்தைக் காட்டினாள். அதன்பின்தான், “அவன் செத்துவிட்டானா என்ன?” என்று ஃபெர்னாண்டோவைக் குறித்துக் கேட்டாள்.

“இல்லை, இன்னும் சாகவில்லை” என்று பிரிமிடிவோ பதிளித்தான்.

“துரதிருஷ்டம்தான் அது. நம்மிடம் இன்னும் இரண்டுபேர் இருந்திருந்தால் அப்படி நடந்திருக்கவே வேண்டியதில்லை. மரத்தூள் குவியலைச் சுற்றிக் கொண்டு அவன் ஊர்ந்து செல்லத் தவறி விட்டான். அந்த இடம் அவனுக்கு வசதியாகத்தானே இருக்கிறது?” என்று பிலார் மேலும் வினவவும், பிரிமிடிவோ தலையை ஆட்டினான்.

“பாலத்தை இங்கிலீஷ்காரர் தகர்க்கும்போது சிதறல்கள் இத்தனை தூரம் வருமோ?” என்று மரத்தின் பின்னாலிருந்தபடியே ஜிப்ஸி கேட்டான், அப்போது.

“அது எனக்குத் தெரியாது. ஆனால் உன்னைவிட இன்னும் பக்கத்தில் இயந்திர பீரங்கியை வைத்துக் கொண்டு அகஸ்டின் இருக்கிறான். சிதறல்கள் விழுமளவு சமீபமாக அந்த இடம் இருந்தால் இங்கிலீஷ்காரர் அவனை அங்கு வைத்திருக்கமாட்டார்” என்று பிலார் பதிலளித்தாள்.

“ஆனால் ரயில் வண்டியைத் தகர்த்தோமோ! அப்போது எஞ்சினின் விளக்கு என் தலைக்கு மேலாகப் பிளந்து பாய்ந்ததும், உருக்குத் துண்டுகள் வானம்பாடிகளைப் போலப் பறந்ததும், எனக்கு இன்னமும் நினைவிருக்கிறது.”

“அடடா, உன் நினைவுதான் எத்தனை நேர்த்தியானது! கவிஞனைப்போலல்லவா கற்பனை மேதையைக் காட்டுகிறாய்! வானம்பாடிகளைப் போலவாமே...? போடா உதவாக்கரை! வெறும் அண்டாத் துண்டுகளைப்போலத்தானடா அவையெல்லாம் இருந்தன. இதோபார், ஜிப்ஸி, இன்று பூராவும் நீ மெச்சும்படிதான் நடந்து கொண்டிருக்கிறாய். இந்த நேரம் பார்த்தும் உன் பழைய பயம் திரும்பப் பிடித்துக்கொள்ளும்படி விட்டுவிடாதே.”

“அப்படி என்ன கேட்டுவிட்டேன் நான்? பாலச் சிதறல்கள் இவ்வளவு தூரம் பாயுமா என்று கூடக் கேட்கக்கூடாதா? மரத்தின் பின்னால் நன்றாக மறைந்து கொள்ள வேண்டுமா, வேண்டாமா என்பதைத் தெரிந்துகொள்வதுதான் என் நோக்கமெல்லாம்.”

“இதற்கிடையே இரு, போதும்... அது சரி, இதுவரை எத்தனைப் பேரை நாம் கொன்றிருக்கிறோம், சொல்லு.”

"மொத்தம் ஐந்து பேரை நாம் சாகடித்திருக்கிறோம். இங்கே இரண்டு பேர். அதோ எதிர்க்கோடியில் இன்னொருத்தன் கிடப்பது உன் கண்ணுக்குத் தெரியவில்லையா? பாலத்தின் பக்கம் பார். காவல் கூண்டு தெரிகிறதல்லவா? அதன் பக்கத்தில் பார். இப்போது தெரிகிறதா?" என்று சுட்டிக்காட்டிய ஜிப்ஸி, "அப்புறம் பாப்லோ விடம் சரியாகக் கீழே எட்டுப்பேர் இருந்தார்கள். இங்கிலீஷ்காரருக்காக இந்தச் சாவடியைக் கண்காணித்தபோது அவர்கள் தொகையை எண்ணினேன்."

பிலார் செருமினாள். பின்னர் திடுமெனக் கோபத்தால் கொதித்தவளாக, "அந்த இங்கிலீஷ்காரருக்கு என்னதான் வந்து விட்டது? எதற்காக அந்தப் பாலத்தடியில் பொழுதைப் போக்கு கிறார்? சுத்த சோம்பேறி! அவரென்ன பாலத்தைப் பிளக்க வந்தாரா, அல்லது கட்டப்போகிறாரா?" என்று சீறினாள். தலையைத் தூக்கிக் கீழே நோக்கியவள், குறிக்கல்லுக்குப் பின்னால் பதுங்கியிருந்த ஆன்ஸெல்மோவைப் பார்த்ததும், "ஏய் கிழவா, அந்த நாசமாய்ப் போன இங்கிலீஷ்காரருக்கு என்னதான் நேர்ந்துவிட்டது சொல்லேன்?" என்று கேட்டாள்.

"பொறு, பிலார், பொறு. தன்வேலையைக் கிட்டத்தட்ட முடித்துவிட்டார் அவர்" என்று கம்பியை உறுதிதளராமலே லேசாகப் பிடித்தபடி கிழவன் பதிலுக்குக் கூவினான்.

"பஜாரிமேல் ஆணை, அங்கே இத்தனை நேரமாக அவர் என்ன செய்து கொண்டிருக்கிறார் என்பதைச் சொல்லித் தொலை."

"மனசாட்சியை மதித்து மெய்யாகத்தான் பாடுபடுகிறார். விஞ் ஞான வேலையல்லவா அது?"

"விஞ்ஞானத்தில் இடிவிழ! அந்த விடியாமூஞ்சி வெடிமருந்து வெடித்துத் தொலைத்து வேலையைச் சீக்கிரம் முடிக்கக்கூடாதா?" என்று ஜிப்ஸியை நோக்கி கனலைக் கக்கிய பிலார் பிறகு குன்றின் மீதிருந்த மேரியாவை நோக்கி தன் பெருங்குரலைப் பாய்ச்சினாள். "ஏய் மேரியா, ஏய் இங்கிலீஷ்காரர்" என்று தொடங்கிய அவள், பாலத்தின் அடியில் ஜார்டன் ஏதேதோ செய்வதாகக் கற்பனை செய்து கொண்டு வசைவெள்ளத்தை அலைமோத விட்டாள்.

அது காதில் விழுந்ததும், "பதறாதே, பிலார். மகத்தானதொரு வேலையை அவர் செய்துவருகிறார். இதோ, முடித்துக் கொண்டே யிருக்கிறார்" என்று மீண்டும் கிழவன் கத்தினான்.

"நாசமாய்ப் போகட்டும் அது. இப்போது தேவைப்படுவ தெல்லாம் துரிதம்தான்" என்று திரும்பவும் ஆவேசமுடன் கூவினாள் பிலார்.

அதே நேரத்தில், பாப்லோ பிடித்திருந்த சாவடியின் பக்கத்தில் வேட்டொலி எழுந்தது அவர்கள் காதுகளில் விழுந்தது. திட்டுவதை நிறுத்திவிட்டுக் கவனமாகக்கேட்ட பிலார், "ஆகாகா! அதோ ஆரம்பமாகி விட்டது நான் வேண்டியது" என்று குதூகலித்தாள்.

கம்பிச் சுருளைப் பாலக் கிராதிக்கு மேலாகப் போட்டுவிட்டு, அதைப் பின்தொடர்ந்தபடியே ஏறத்தொடங்கிய ஜார்டனின் காதுக்கும் அந்த வேட்டொலி கேட்டது. தண்டவாள விளிம்பில் முழங்கால்கள் ஊன்றியிருக்க பாலப்பரப்பை அவன் கைகள் பிடித்துக் கொண்ட நேரத்தில் சாலை வளைவுக்கப்பால் இயந்திர பீரங்கி சுட்டதைச் செவிமடுத்தான். பாப்லோவிடமிருந்த தானியங்கித் துப்பாக்கியின் ஒலி அல்ல அது; முற்றிலும் வேறாகத் தோன்றியது. எனினும் அதைப் பொருட்படுத்தாமல் எம்பியேறிப் பாலத்தில் எழுந்து நின்றான்; பின்னர், பால ஓரத்தின் மீது குனிந்தவனாகக் கம்பிச் சுருளை எதிலும் படாதபடி விடுவித்துக் கொண்டே பின்னோக்கி நடக்கலானான். வேட்டொலி தொடர்ந்து கேட்டது; தன் குடலையே அது ஊடுருவி எதிரொலித்தது போன்ற வேதனை யை உணர்ந்தவனாய் நடந்தான். பின்னோக்கியே போனவனாய்ச் சப்தத்தைச் சமீபித்ததும் திரும்பிச் சாலை வளைவைப் பார்த்தான். ஆனால், அங்கே காரோ, டாங்கியோ, மனிதர்களோகூடத் தென்பட வில்லை. பாலத்தில் பாதித் தூரம் போன பிறகும்கூட அவ்விடம் எவருமோ எதுவுமோ அற்றே இருந்தது. சிக்கலேதும் ஏற்படாதபடி சீராகக் கம்பியை விடுவித்துக் கொண்டே முக்கால் பாலத்தைக் கடந்துவிட்டபோதும்கூட அப்படித்தான் அது தெரிந்தது. இரும்புச் சட்டங்களில் மாட்டிக்கொண்டு விடாத வகையில் கம்பியைத் தூக்கிப் பிடித்தபடியே காவல் கூண்டின் பின்னாலேறிச் சுற்றிச் சென்றபோது இன்னொருமுறை திரும்பி நோக்கினான். இன்னமும் அவ்விடத்தில் எவரையுமே காணவில்லை. சாலையில் அவன் அடிவைத்த போதும் அவ்விதமே இருந்தது. சாலையின் கீழ்ப்புறத்தில் அறுத்தோடியிருந்த சிறுவாய்க்காலையொட்டித் துரிதமாக நடக்கலானான்; கம்பி தொய்ந்துவிடாத முறையில் பிடித்துக் கொண்டபடியே அவன் அப்படிப் பின்புறமாக நடந்தது பேஸ்பால் விளையாட்டில் ஆட்டக்கள விளிம்போரமாக இருப்பவன் உயர எழும்பி ஊசலாடி வரும் பந்தைப் பிடிப்பதற்காகப் பின்னோக்கிப் போவது போலவே இருந்தது. அவ்வாறு அவன் நடந்து நடந்து, ஆன்ஸெல்மோ பதுங்கியிருந்த குறிக்கல்லை அநேகமாக அடைந்து விட்டான். அப்போதும் கூடச் சாலைவளைவு நடமாட்டமேதுமற்றே புலப்பட்டது.

அதன் பிறகே சாலையில் லாரியொன்று வந்த அரவம் அவன் காதில் விழுந்தது. சற்றே திரும்பிப் பார்த்தபோது சாலையின் நெடிய சரிவுப் பகுதியில் அது ஏறத் தொடங்கியதைக் கண்டான். உடனே

கம்பியை மணிக்கட்டில் ஒரு சுற்றுச் சுற்றிக்கொண்டபடியே, “பாலத்தைப் பிளந்தெறியும்!” என ஆன்ஸெல்மோவை நோக்கிக் கூவினான். தானும் குதிகால்களைத் தரையில் நன்கு ஊன்றிக் கொண்டான். மணிக்கட்டில் சுற்றிக்கொண்டதால் முறுக்கி நின்ற கம்பியைப் பின்னோக்கிச் சாய்ந்தபடியே பலமாக இழுக்கலானான். பின்புறத்திலிருந்து லாரியின் சப்தம் தொடர்ந்து வந்தது. அவன் முன்னாலோ, காவற்காரன் இறந்து விழுந்து கிடந்த சாலைப்பரப்பும் பாலமும் இருந்தன. கீழ்ப்புறச் சாலையில் இன்னமும் எவ்வித நடமாட்டமும் தென்படவில்லை. அதே நேரத்தில் ஏதோ முறியும் பேரொலியொன்று கேட்டது; பேரலையொன்று பம்மி யெழுவது போலப் பாலத்தின் மையப் பகுதி உயர்ந்தெழுந்ததைக் கண்டான். கூழாங்கற்கள் செறிந்திருந்த அந்த அறுத்தோடியில் மண்டையைக் கெட்டியாகப் பிடித்துக்கொண்டபடியே குப்புறப் படுத்த போது அந்த வெடியதிர்ச்சி அலையெறிந்து வந்து தன் மீது மோதியதை அவனால் நன்கு உணரமுடிந்தது. பிய்ந்தெழுந்த பாலம் திரும்பக் கீழே வந்து விழுந்த போதுகூடக் கூழாங்கற்களுக்கிடையேதான் அவனது முகம் புதைந்திருந்தது. நெடிமிக்க வெடிப் புகை அவனுக்கு வழக்கமான கந்தக நாற்றத்தை அவன்மீது வாரி வீசியது. அதை யடுத்து உருக்குத் துண்டுகள் மழையெனப் பொழியலாயின. அந்த மாரி முடிந்த பிறகும்கூடத் தான் உயிரோடிருந்ததை உணர்ந்து தலையைத் தூக்கியவனாய்ப் பாலத்தைப் பார்த்தான். அதன் மத்தியப் பகுதி மறைந்துவிட்டிருந்தது. அப்போதே பிய்த்துக் கொண்டதால் பளபளத்தக் கோணலும் கூடுமான முனைகளையுடைய உருக்குத் துண்டுகள் பாலத்தின் பேரில் மட்டுமின்றிச் சாலை யெங்கிலும் சிதறிக் கிடந்தன. சுமார் நூறு கஜ தூரத்துக்கப்பால் லாரி நின்றிருந்தது. அதை ஓட்டி வந்தவனும், அவனோடு வந்திருந்த இருவரும் ஒரு கண்மாயை நோக்கி ஓடிக்கொண்டிருந்தனர். ஆற்றங்கரையில் ஃபெர்னாண்டோ கிடந்தான், அப்படியே. இன்னமும் அவன் மூச்சு நின்றுவிடவில்லை. இரு கரங்களும் தளர் வடைந்தவையாய்த் தோன்றினாலும் சற்றும் வளையாமல் விலாப் புறங்களையொட்டி நேராக நீண்டு கிடந்தன.

ஆன்ஸெல்மோவோ குறிக்கல்லின் பின்னாலேயே குப்புறக் கிடந்தான். அவனது தலையின் கீழ் இடது புயம் மடிந்திருந்தது. வலது கையோ நேராக முன்னால் நீண்டிருந்தது. அதன் மணிக் கட்டைச் சுற்றிக் கம்பிவளையம் இன்னமும் இருந்தது தெரிந்தது. எழுந்து நின்ற ஜார்டன், சாலையைத் தாண்டிச் சென்று அவனருகில் மண்டியிட்டான்; அவன் மடிந்துவிட்டான் என்பதைப் பார்த்த மாத்திரத்திலேயே தெரிந்து கொண்டான். எஃகுத் துண்டு என்ன செய்திருந்தது என்பதையறிய அவனைப் புரட்டிப் பார்க்கப்

புகவில்லை. இறந்துதான் விட்டானே, இன்னுமென்ன ஐயமெனத் தீர்மானித்தான். செத்துக்கிடந்த அந்த நிலையில் அவன் மிகச் சிறியவனாகவே ஜார்டனுக்குத் தோன்றினான். சிறுத்திருந்ததோடு நரைத்த முடி வேறு. 'இதுதான் இவனது மெய்யான ஆகிருதி என்றால் எப்படி இவனால் அத்தனைப் பெரிய சுமைகளைத் தூக்கிச் செல்ல முடிந்ததோ!' என்று அவன் வியந்தான். அப்போது, இடையர்கள் அணியும் இறுக்கமான சாம்பல் வண்ணச் சராய்களின் அடியில் மறைந்திருந்த ஆன்ஸெல்மோவின் துடை, ஆடுதசையின் உருவம் அவன் கண்ணில் பட்டது. கயிற்றால் முடைந்த காலணிகளின் தேய்ந்துபோன பாதப்பகுதிகளையும் பார்த்தான். ஆன்ஸெல்மோவின் துப்பாக்கியையும், அப்போது அநேமாகக் காலியாகியிருந்த இரு பைகளையும் மட்டுமின்றி ஃபெர்னாண்டோவிடம் சென்று அவனது பக்கத்தில் கிடந்த துப்பாக்கியையும் எடுத்துக்கொண்டான். முறுக்கித் தெறித்துச் சீரற்ற முனைகளுடன் கிடந்த உருக்குத் துண்டொன்றைச் சாலையிலிருந்து எட்டியுதைத்தான். குழல்களைப் பிடித்தபடி இரு துப்பாக்கிகளையும் தூக்கித் தோளில் மாட்டிக்கொண்டு, காட்டில் புகவேண்டி சரிவில் ஏறத் தொடங்கினான். அதன்பின் அவன் திரும்பிப் பார்க்கவேயில்லை. பாலத்திற்கு அப்பாலிருந்த சாலைப் பரப்பைக் கூட நோக்கவில்லை. இப்புறமிருந்த வளைவுக்குப்பின் இன்னமும் துப்பாக்கிப் பிரயோகம் நடந்துகொண்டிருந்தது. ஆனால் அதை அவன் அப்போது சற்றும் பொருட்படுத்தவில்லை. வெடி மருந்துப் புகையின் விளைவாக அவனுக்கு இருமல் கண்டது. உடல் முழுதுமே மரத்துவிட்டது போலிருந்தது. மரத்தின் பின் மறைந்து கிடந்த பிலாரை அடைந்ததும் ஒரு துப்பாக்கியை அவளருகில் வைத்தான். திரும்பி நோக்கிய அவள் அதன்மூலம் தன்னிடம் இருந்த துப்பாக்கிகளின் தொகை மீண்டும் மூன்றாகிவிட்டதைக் கண்டாள்.

"ஆனாலும் அதிக உயரத்தில் இருக்கிறீர்கள் நீங்கள். கீழே சாலையில் ஒரு லாரி நிற்கிறது; அதை இங்கிருந்து பார்க்க முடியாது. ஏதோ விமானம்தான் வந்துவிட்டது என்று நினைத்து அவர்கள் ஓடிப் பதுங்கியிருக்கிறார்கள். நீங்கள் இன்னும் கொஞ்சம் இறங்கிப் போய் இருப்பதே நல்லது. பாப்லோவுக்குப் பக்கபலமாக இருப்ப தற்காக நானும் அகஸ்டினுடன் இறங்கப் போகிறேன்" என்று அவளிடம் ஜார்டன் கூறினான்.

"சரி கிழவன் என்னவானான்?" என்று அவள் கேட்டாள், அவன் முகத்தை நோக்கியபடி.

"இறந்துவிட்டான்!" எனப் பதிலளித்தவனாய் மீண்டும் பலமாக இருமிவிட்டுக் கோழையைக் கீழே துப்பினான்.

"உங்கள் பாலம் என்னவோ பிளந்துவிட்டது, இங்கிலீஷ்காரரே. அதை இனிமேல் மறக்கமாட்டீரே?" என்று வினவியபடி அவனை அவள் மீண்டும் உற்றுப் பார்த்தாள்.

எதையுமே நான் மறப்பதில்லை. அது இருக்கட்டும், உங்கள் குரல்தான் பெரிதாயிற்றே, நீங்கள் கர்ஜித்துத்தான் நான் கேட்டிருக்கிறேனே? எங்கே, மேரியாவுக்குக் குரல் கொடுங்கள், பார்ப்போம். நான் சௌக்கியமாக இருக்கிறேன் என்று அவளுக்குச் சொல்லுங்கள்."

"அறுப்பாலையில் இருவரை இழந்து விட்டோம்" என்று கூறித் தங்கள் கஷ்ட நஷ்டத்தின் பேரளவை அவனுக்குப் புரியவைக்க அவள் மறுபடியும் முயன்றாள்.

"ஆமாம், பார்த்தேன். அங்கே மடத்தனமாக ஏதாவது செய்தீர்களா, என்ன?"

"நீர் நாசமாய்ப்போக! ஃபெர்னாண்டோவும் எலாடியோவும் மனிதர்களாகவே உமக்குப் படவில்லையா?"

"அது சரி, குதிரைகள் இருக்குமிடத்துக்குப் போய் விடுங்களேன். இங்கே உங்களைவிட நான் நன்றாகக் கண்காணிப்பேன், போங்கள்."

"பாப்லோவுக்கு உதவப் போவதாகவல்லவா சொன்னீர்?"

"பாழாய்ப் போகட்டும் அவன்! தன்னைத் தானே காத்துத் தொலைத்துக் கொள்ளட்டும்."

"இல்லை, இங்கிலீஷ்காரரே. அவன் திருந்தித்தான் திரும்பி வந்தான். கீழே கடுமையாகச் சண்டை போட்டான்; உம் காதில் விழவில்லையா அது? இப்போதும் பலமான எதையோ எதிர்த்துப் போராடுகிறான்; காது கொடுத்துக் கேளும்!"

"சரி சரி, போய் உதவித் தொலைக்கிறேன். இருந்தாலும் நீங்க ளெல்லோரும் நாசமாகித்தான் தீரவேண்டும்! நீங்களும் பாப்லோவும் பாழாகித்தான் போகவேண்டும்!"

"இப்படியெல்லாம் பதறாதீர், இங்கிலீஷ்காரரே. சபித்துக் கொட்டாமல் மனதைச் சமாதானப்படுத்திக் கொள்ளும். இந்த வேலையில் என்னைவிட உம்மை அதிகமாக ஆதரித்து நின்றது யார்? உமக்குப் பாதகம் செய்தாலும் பாப்லோவும் திருந்தித் திரும்பி விட்டான். அப்படிப்பட்ட எங்களையா இந்தமாதிரி ஏசுவது?"

"திரிப்பெட்டி மட்டும் என்னிடம் இருந்திருக்குமானால் அந்தக் கிழவன் கொல்லப்பட்டிருக்கமாட்டான் அல்லவா? இங்கிருந்தபடியே என்னால் அதைத் தகர்த்திருக்க முடியுமே!"

"இருந்தால்... ஆனால்... போனால்... நல்ல பல்லவிதான் போம்!" என்றாள் பிலார்.

நற்றிணை பதிப்பகம் ✦ 617

பாலம் தகர்ந்ததும் தான் பதுங்கிக் கிடந்த இடத்திலிருந்து தலையைத் தூக்கிப் பார்த்தபோது ஆன்ஸெல்மோ இறந்து கிடந்ததைக் கண்டமாத்திரத்தில் ஜார்டனின் மனத்தில் மூண்ட வெஞ்சினமும் வெறுமையும், வெறுப்பும் இன்னமும் உச்சி முதல் உள்ளங்கால் வரையில் ஊடுருவியோடிக் கொண்டிருந்தன. அந்தத் திடீர் இழப்பினால் அதனால் ஏற்பட்ட துயரத்தினால் விளைந்த விரக்தியும் அவனுள் நிறைந்திருந்தது. தாங்கள் தொடர்ந்து போராடும் பொருட்டு வெறுப்பாகச் சிப்பாய்கள் மாற்றிக்கொள்ளும் நிராசையே அது. பாலவேலை பூர்த்தியாகி விட்டபடியால் அந்நிலையில் அவனைத் தனிமையுணர்வு திரும்பக் கவ்வியது. எதிலும் பற்றுதலோ உற்சாகமோ அற்றிருந்த அவன், தன் கண்ணில் பட்ட பேரையெல்லாம் கட்டோடு வெறுத்தான், அதனால்தான் பிலாரிடம் அவன் அப்படிப் பேசினான். அவளோ அதையெல்லாம் பொருட்படுத்தாதவளாக, “பனி மட்டும் பெய்யாமல் இருந்திருக்குமானால்” என்று சொல்ல ஆரம்பித்தாள். அப்போதுதான் தன்னுணர்வு திரும்பப் பெற்றான் அவன். அவள் அவனை அணைத்துக் கொள்வதுபோல ஏதாவது செய்து புலன்களைத் தூண்டியிருந்தால் ஏற்பட்டிருக்கக் கூடியது போலத் திடுமென அல்லாமல் மெதுவாகவே உச்சியிலிருந்து உறைக்கத் துவங்கியது அது. எதிர்த்துப் போராட முற்படாமல் அதை ஏற்றுக்கொண்டவனாய் வெறுப்பு விலகியோட வழிவிட்டான். ஆமாம், பனிதான் இத்தனை இன்னல்களுக்கும் காரணம், அதில் ஐயமேயில்லை. அதுதான் மற்றவர்களைப் பாடாய்ப்படுத்தியது, மரணப் படுகுழியிலும் தள்ளியது. எந்த நிகழ்ச்சியையும் மற்றவர்களின் மனநிலையிலிருந்து மறுபடி நோக்கவேண்டும்; உன்னைப் பற்றிய நினைவை அறவே ஒழித்துவிடவேண்டும். குறிப்பாகப் போரில் அந்நினைவு கூடவே கூடாது? எந்நேரமும் அதை உதறிக் கொண்டேயிருக்க வேண்டும். ஏனெனில், போரில் ‘நான்’ என்ற நினைப்புக்கே இடம் கிடையாது; அதை அடியோடு இழந்துவிட வேண்டும். நினைப்பை மட்டுமல்ல, உன்னையே நீ இழப்பதற்காக ஏற்படுவதே ‘போர்’ என்றெல்லாம் எண்ணித் தன்னை இழந்தவனாய் நின்றபோது “ஸோர்டோ” என்று பிலார் ஏதோ கூறத் தொடங்கியது அவன் காதில் விழுந்தது. “என்ன சொன்னீர்கள்?” என உணர்வு திரும்பியவனாய் வினவினான்.

“ஸோர்டோ” என்று மீண்டும் துவக்கி, முடிக்காமலே நிறுத்தினாள் அவள்.

“ஆமாம்” என ஆமோதித்த அவன் சட்டெனச் சிரித்தான். முறுக்கேறிய முகத்தில் இறுக்கமான இளிப்பு அது; திடுமென வெடித்து விரிந்தது போன்ற நகைப்பு. “தவறாகப் பேசிவிட்டேன்.

அதற்காக வருந்துகிறேன், பிலார். நான் சொன்னதையெல்லாம் மறந்துவிடுங்கள். இந்த வேலையை எல்லோரும் சேர்ந்து நன்றாகவே செய்துமுடிப்போம். நீங்கள் சொன்னதுபோலப் பாலமும் தகர்ந்து தான் தீர்ந்து விட்டது” என்றான் அவன்.

“ஆமாம். எல்லா விஷயங்களையும் அததற்குத் தகுந்த தரத்துடனும் நேரத்திலுமே நினைத்துப்பார்க்க வேண்டும் நீர்.”

“சரி, அப்படியானால் அகஸ்டினுடன் நான் கீழே போகிறேன். சாலையில் நெடுந்தூரம் பார்க்கும் வகையில் ஜிப்ஸியை இறங்கி யிருக்கச் சொல்லுங்கள். அந்தத் துப்பாக்கிகளைப் பிரிமிடிவோவிடம் கொடுத்துவிட்டு இந்த இயந்திர பீரங்கியை நீங்கள் வைத்துக் கொள்ளுங்கள், இதை எப்படி இயக்குவது என்பதை இதோ உங்களுக்குச் செய்து காட்டுகிறேன்.”

“இயந்திரத் துப்பாக்கியை நீங்களே வைத்துக் கொள்ளுங்கள். நாங்கள் இங்கு அதிக நேரம் இருக்க நேரிடாது. பாப்லோ உடனே இங்கே வருவான். நாம் அப்போது புறப்படலாம்” என்றாள் பிலார்.

“ரஃபேல் என்னுடன் சற்று இறங்கிவாரும்” என்றான் ஜார்டன்.

“நல்லது!”

“பாலத்திலிருந்து வருகிறவர்களைப் பார்த்தீர்களா? லாரியை நோக்கி யாராவது வருகிறதைப் பார்த்தீரா? அதில் ஒருவனைச் சுட்டு வீழ்த்தும் சாவதானமாக இங்கேயே இரும்.”

ஜிப்சி குறிபார்த்துச் சுட்டான். “நீர் சுட்டது அவன் தலைக்கு மேலே போய்விட்டது. குண்டு பாறையில் போய் பாய்ந்து விட்டது. அதன் சிதில்களைப் பாரும்” என்றான் ஜார்டன்.

“தாழ்மையாகக் குறிவையும். இரண்டடி கீழே. கவனமாக அடியும். அவர்கள் ஓடுகிறார்கள். அது சரி, உன் குறி சரியானதுதான்!”

ஒருவன்தான் வீழ்ந்தான். பாலத்துக்கும் லாரிக்கும் இடையே பாதித் தூரத்தில் அவன் குண்டுபட்டு வீழ்ந்தான், மற்ற இருவரும் அவனைப்பற்றிக் கவலைப்படவில்லை. அவர்கள் பாலத்தடியில் புகுந்து ஓடி விட்டனர்.

“இனி அவர்களை நோக்கிச் சுடவேண்டாம். லாரியின் முன் சக்கர டயரைக் குறிவைத்துச் சுடும். அதைக் குறி வைக்க முடியா விட்டால் இன்ஜினைப் பார்த்துச் சுடும்” என்று கூறி ஜார்டன் தொலைநோக்கி மூலம் பார்த்தான். பிறகு ஜிப்ஸியிடம் “சற்றே தாழ்த்தும்! நீர் நன்றாகச் சுடுகிறீர். அடுத்த தடவை லாரியின் ரேடி யேட்டரைக் குறிவையும். நீர் அதில் வல்லவர்தான். இந்த வழியாக யாராவது வருகிறார்களா என்றும் பார்த்துக் கொள்ளும்!”

"லாரியின் முன் கண்ணாடியை இதோ தகர்க்கிறேன் பாரும்!" என்றான் ஜிப்ஸி.

"அப்படிச் செய்யாதேயும். வழியில் ஏதும் வரும்வரை சுடாதீர். பாலத்தருகே ஏதாவது வந்தால் அப்போது சுடும். டிரைவரைக் குறி வையும். அப்போது நீங்கள் எல்லோருமாகச் சேர்ந்து சுட வேண்டும்!"

பிலார் சொன்னாள்: "அகஸ்டினிடம் போய் உங்கள் காரியத்தைக் கவனியும். இங்கே சொற்பொழிவு ஆற்றியது போதும்! எனக்கும் இதெல்லாம் கொஞ்சம் தெரியும்!"

"பிரிமிடிவோவை அந்தப் பக்கமாக மாறி நிற்கச் சொல். அங்கே மலைச்சரிவில் நிற்கட்டும்" என்றான் ஜார்டன்.

"முதலில் இங்கிருந்து நகரும் இங்கிலீஷ்காரரே! நீயும், உன் குறிபார்த்தலும் போதும். இங்கே அப்படிப்பட்ட பெரிய பிரச்சனை ஒன்றும் இல்லை" என்றாள் பிலார்.

அப்போது விமானங்கள் அவர்களை நெருங்கிவரும் ஒலி கேட்டது.

மேரியா நெடுநேரமாக, குதிரைகளுடன் காத்துக் கொண்டிருந் தாள். அவளுக்குத் துணையாக யாரும் இல்லை. குதிரைகளைச் சமாளிக்க அவளுக்கு உதவியும் இல்லை. அவள் இருந்த இடத்தி லிருந்து பாலமோ சாலையோ எதுவுமே தெரியவில்லை. வேட்டுச் சத்தம் கேட்கும்போது அவள் வெள்ளைப் புள்ளியுள்ள குதிரையின் கழுத்தில் கையைப் போட்டு அணைத்துக் கொண்டு நின்றிருந்தாள்.

வேட்டொலியைக் கேட்டு குதிரை மிரண்டது. குண்டுச் சத்தம் அதைப் பதறச் செய்துவிட்டது, வேட்டொலியும் குண்டுச் சப்தமும் கேட்டதும் மூக்குத் துவாரங்கள் விரியத் தலையை ஆட்டி உதறியது அது. மேரியாவினால் வாளாவிருக்க முடியவில்லை; குதிரைகளைத் தட்டிக்கொடுத்துத் தடவியபடியே சுற்றிச் சுற்றி வந்தாள். அதன்மூலம் அவற்றை மேலும் அச்சமுற்று அதிரவே வைத்தாள். அவள் என்னவோ அந்தத் துப்பாக்கிப் பிரயோகத்தைப் பயங்கர நிகழ்ச்சி யாக நினைக்காமல் இருக்கத்தான் முயன்றாள்; புதிய ஆட்களுடன் கீழே பாப்லோவும், மற்றவர்களுடன் மேலே பிலாரும்தான் போராடுகின்றனர், அதனால் கவலையோ கலக்கமோ கொள்ளாமல் ராபர்ட்டோவின் திறமையில் நம்பிக்கையுடன் இருக்கவேண்டும் என்றுதான் எத்தனித்தாள். ஆனால் அது அவளால் இயலவில்லை, அவள் இருந்த இடத்துக்கு மேலேயும், கீழே பாலத்துக்குப் பக்கத்திலும் மட்டுமின்றி தூரத்தே கணவாயிலும் நடந்த போராட்டத்தின் ஒலியானது தொலைவில் சடசடத்து அலைபாயும் சூறாவளியின் சப்தத்தைப்போல அவளது காதில் வந்து மோதியது. அதனுடன்

அவ்வப்பொழுது குண்டுகள் எழுப்பிய முழக்கமும் சேர்ந்து கொள்ளவே, அந்தப் பேரோசைப் பயங்கரத்தில் அவளது மூச்சே நின்றுவிடும் போலிருந்தது. அதன் பிறகுதான் கீழே குன்றுப்புறத்தில் எங்கிருந்தோ எழுந்த பிலாரின் பெருங்குரல் தன்னைக் கூவிக் கூப்பிட்டு அசிங்கமான வார்த்தைகளை வீசியதை அவள் கேட்டாள். 'அட ஆண்டவனே! வேண்டாம், வேண்டாம்! அவர் ஆபத்தில் இருக்கும் இந்த நிலையிலா இப்படியெல்லாம் பேசுவது? எவர் மனசையும் நோகடித்து, அனாவசியமாக அபாயத்தை வரவழைத்துக் கொள்ளாதே, எவரையும் எந்தவிதத்திலும் ஆத்திரப்படுத்தித் தூண்டி விட்டுவிடாதே?' பிலார் என்ன திட்டினாள் என்பது புரியா விட்டாலும், அவள் தன் மனத்துக்குள்ளேயே இவ்விதம் வேண்டிக் கொண்டாள்.

பின்னர் ராபர்ட்டோவுக்காக மேரியா பிரார்த்திக்கப் புகுந்தாள்: பள்ளிப் பிராயத்தில் செய்தது போலவே துரிதமாகவும், தானே அறியாமலும் தொழலானாள்! தன்னால் முடிந்தமட்டிலும் வேக மாகப் பிரார்த்தனை மொழிகளை உதிர்த்தாள். இரண்டேயிரண்டு துதிகளைத்தான் அவள் திரும்பத் திரும்பக் கூறினாள்; இடது கை விரல்களால் எண்ணியபடி, ஒவ்வொன்றையும் பத்து முறை சொன் னாள். அந்நேரத்தில் பாலம் வெடித்துப் பிளந்தது. அந்தச் சப்தத்தைச் செவிமடுத்ததும் துடித்தெழுந்த குதிரையொன்று கழுத்துக் கயிற்றை அறுத்துக்கொண்டது. பெருமுழக்கத்தால் வெருண்டதாய் தலையைச் சிலிர்த்தபடி காட்டுக்குள் ஓடலாயிற்று. அதைப் பின்தொடர்ந்த மேரியா முடிவில் ஒருவழியாக அதைப் பிடித்துத் திருப்பியோட்டி வந்தாள். மார்பு முழுவதும் வியர்வையால் கறுத்திருக்க, சேணம் சரிந்து நழுவ, நடுநடுங்கிய அதனை இட்டுவந்தபோது கீழேயிருந்து வேட்டொலி கேட்டது. உடனே அவளது எண்ணக் குதிரை பறந்தது! 'இனியும் என்னால் இந்த அவதியைத் தாங்கமுடியாது. என்ன ஆயிற்று என்பதை அறியாமல் இனியொரு கணமும் இருக்கக்கூடாது. மூச்சு முட்டுகிறது எனக்கு; நாக்கும் உலர்ந்துவிட்டது. பயந்து நடுங்குகிறேன் நான்; என்னால் ஏதுமே பிரயோசனமில்லை. என்னைக் கண்டதும் குதிரைகளும் அஞ்சுகின்றன. இந்தக் குதிரையை யும்கூடத் தற்செயலாகத்தான் என்னால் பிடிக்க முடிந்தது; மரத்தின் மீது மோதியதால் சேணம் சரிந்து விழுந்து பாதமுடுக்கியும் காலில் மாட்டிக்கொண்டு விட்டதால்தான் இது என்னிடம் சிக்கியது. சேணத்தைத் திரும்ப வைக்கும்போதே இந்தத் திடீர் வேட்டொலி கிளம்பிவிட்டது. ஐயோ ஆண்டவனே! அவருக்கு என்ன ஆயிற்றோ தெரியவில்லையே! இந்த வேதனையை என்னால் தாங்க முடிய வில்லையே! அவருக்கு எதுவும் ஆபத்து நேர்ந்துவிடாமல் காத்தருள்! என் இதயம், உயிர் முழுவதும் அந்தப் பாலத்தில்தான் இப்போது

இருக்கிறது, கடவுளே! குடியரசு முக்கியம்தான், நாங்கள் வெற்றி பெறவேண்டியதும் அவசியம்தான். இருந்தாலும் அவரைப் பாலத்தி லிருந்து பத்திரமாகக் கொண்டுவந்து சேர்த்துவிடு, இனியவளே! நீ எப்போது எதைச் சொன்னாலும் செய்யச் சித்தமாக இருக்கிறேன், மனிதக் கன்னியே! ஏனென்றால் "இங்கே என் உடல்தான் இருக்கிறது. உயிர் இல்லை. அது அவரிடமே இருக்கிறது; அவரே என் உயிர். ஆகவே, எனக்காக அவரைக் காப்பாற்று: அதன்மூலம் என்னைக் காத்தவளாக ஆவாய். அதன் பிறகு உன் ஆக்ஞைகளையெல்லாம் நிறைவேற்றுவேன்; அவர் தடுக்கவே மாட்டார். அப்படிக் காப்பாற்று வது குடியரசுக்கும் கெடுதலாகுமா என்ன...? ஐயோ, என்னென்னவோ சொல்கிறேனே, தயவுசெய்து என்னை மன்னித்துவிடு. என் மனம் ஒரேயடியாகக் குழம்பிக் கிடக்கிறது. இருந்தாலும் ஒன்று உறுதி. அவரை நீ காப்பாற்றிவிட்டாயானால் எது சரியோ அதை நிச்சயம் செய்வேன். அவர் சொல்வதையும் சரி, உன் கட்டளையையும் சரி, கட்டாயம் நிறைவேற்றுவேன். அவருக்கும் சேர்த்துச் சந்தேகமில் லாமல் செய்வேன். அப்பப்பா, அவரைப்பற்றி எதுவும் தெரியாத இந்த நிலையை என்னால் தாங்கவே முடியவில்லையே!"

இப்படி அவள் சிந்தித்து வந்தனை செய்து கொண்டே குதிரை யைத் திரும்பக் கட்டிவிட்டாள்.

"சேணத்தை மறுபடி முதுகில் போட்டு கம்பளியையும் சுருக்கமில்லாமல் நீவி விட்டாள். தோல் வார்களை இழுத்துக் கொண்டு அக்குதிரை துடித்து நின்ற அவ்வேளையில் கீழேயிருந்த காட்டிலிருந்து பிலாரின் ஆழ்ந்த பெருங்குரல் அலைமோதிப் பாய்ந்தது, "மேரியா, மேரியா! உன் இங்கிலீஷ்காரர் பத்திரமாக இருக்கிறார். நான் சொன்னது காதில் விழுந்ததா? அவர் சௌக்கிய மாகவே இருக்கிறார். அவ்வளவுதான், வேறு விசேஷமில்லை" என்ற செய்தியைத் தாங்கித் தாவி வந்தது அது. காதில் விழுந்ததும் சேணத்தை இரு கரங்களாலும் கெட்டியாகப் பிடித்துக் கொண்டு தன் குட்டைமயிர்த் தலையையும் ஆழ அழுத்தியபடியே மேரியா உவகைக் கண்ணீர் உகுத்தாள். அந்த ஆழ்ந்த குரல் மீண்டும் கூவியது கேட்டதும் சேணத்திலிருந்து திரும்பித் தழுதழுத்தபடியே. "காதில் விழுந்தது. உங்களுக்கு என் நன்றி" என்று பதில் கூப்பாடு போட் டாள். "நன்றி, நிறைய நிறைய நன்றி" என்று தொண்டை அடைக்கத் திரும்பவும் கூவினாள்.

விமானங்கள் வரும் ஒலி கேட்டதும் அனைவரும் அண்ணாந்து பார்த்தனர். செகோவியா இருந்த திசையிலிருந்து அவை வந்ததைக் கண்டனர், ஆகாயத்தில் அதி உயரத்தில் வெள்ளிமீன்களெனப்

பிரகாசித்தபடி வந்த அவற்றின் பேரொலி மற்றெல்லாச் சப்தங்களையும் அமுக்கிவிட்டது.

"இவை வேறா? இனிக் குறைச்சலில்லைதான்!" என அலுத்துக் கொண்டாள் பிலார்.

அந்த விமானங்களைக் கவனித்தபடியே அவள் தோள்களை ஆதரவுடன் அணைத்துக்கொண்ட ஜார்டன், "இல்லை பிலார். இவை நம்மைத் தேடிவரவில்லை. நம்மைப் போன்ற அற்பப் பேர்வழிகளைக் கவனிக்க அவகாசமேது? ஆகவே, பதறாதீர்கள்" என்றான்.

"இந்த விமானங்களை நான் கட்டோடு வெறுக்கிறேன்."

"நானும்தான். ஆனால் அதற்கெல்லாம் இப்போது எனக்கு நேரமில்லை. நான் அகஸ்டினிடம் போயாக வேண்டும்" என்று கூறியபடி பைன் மரங்களினூடே புகுந்து ஜார்டன் புறப்பட்டான். குன்று பகுதியை வளைத்துக்கொண்டு அவன் சென்ற நேரம் பூராவிலும் விமானங்களின் இடைவிடாத ரீங்காரம் தவிர தகர்ந்து கிடந்த பாலத்துக்கு அப்பால் சாலை வளைவின் பக்கத்தில் பெரிய ரக இயந்திர பீரங்கியொன்று சடசடவெனப் பொழிந்ததும் இடையிடையே கேட்டது. தானியங்கித் துப்பாக்கியை முன்னால் வைத்துக் கொண்டபடி அகஸ்டின் பதுங்கிக் கிடந்த பைன் செடிப் புதரை அடைந்ததும் அவனும் பக்கத்திலேயே படுத்தான். மேன் மேலும் விமானங்கள் வந்தவண்ணமாக இருந்தன.

"கீழே என்ன நடக்கிறது? பாப்லோ என்ன செய்து கொண்டிருக்கிறான்? பாலம் பிளந்துவிட்ட விஷயம் அவனுக்குத் தெரியாதோ ஒருவேளை?" என அகஸ்டின் வினவினான்.

"அவனால் அங்கிருந்து கிளம்பி வந்து சேரமுடியாமல் இருக்கிறதோ என்னவோ" என்றான் ஜார்டன்.

"அப்படியானால் நாம் புறப்பட்டுவிடுவோமே, அவன் எக்கேடாவது கெட்டுப் போகட்டுமே."

"முடிந்தால் அவன் வராமல் இருக்க மாட்டான். விரைவில் வந்துவிடுவான், பாரும்."

"ஐந்து நிமிஷமாகிறது, அவன் இருந்த இடத்திலிருந்து எவ்வித அரவமும் வரவில்லை... இல்லையில்லை காது கொடுத்துக் கேளுங்கள். அதோ இருக்கிறான், அவன் சுடும் சப்தம்தான்" என்று அகஸ்டின் கூறிக் கொண்டிருக்கையிலேயே சடசடவென வெடித்து ஓய்ந்த குதிரைவீரனின் இயந்திர பீரங்கி மறுபடியும் சுடத் தொடங்கியது. சற்றைக்கெல்லாம் மீண்டும் சரமாரியாகச் சுட்டது."

"அந்த பஜாரிப் பயல்தான் சுடுகிறான்" என ஆமோதித்த ஜார்டன், மேகங்கள் அறவேயற்ற நீல வானத்தில் மேலும் விமானங்கள் வந்ததைக் கண்டான். கூடவே அவற்றை நிமிர்ந்து நோக்கிய அகஸ்டினின் முகத்தையும் கவனித்தான். பின்னர், தகர்ந்து கிடந்த பாலத்தையும், இன்னமும் எவ்வித நடமாட்டமுமே இல்லாமலிருந்த சாலைப் பகுதியையும் பார்த்தான். இருமித் துப்பிவிட்டு, சாலை வளைவுக்கு அப்பால் பெரிய இயந்திர பீரங்கி மீண்டும் சுடுவதைச் செவிமடுத்தான். முன்னிருந்த இடத்திலேயே அது சுட்டதாகத் தோன்றியது."

"அது என்ன சப்தம்? எந்த இழவெடுத்த பீரங்கியின் முழக்கம் அது?" என்று அகஸ்டின் புரியாமல் கேட்டான்.

"நான் பாலத்தைத் தகர்ப்பதற்கு முன்னாலிருந்தே அது கேட்டுக் கொண்டிருக்கிறது" என பதிலளித்தபடியே பாலத்தை நோக்கிய ஜார்டன், இடிந்து விழுந்திருந்த அதன் நடுப்பகுதி வழியாக ஓடை ஓடக் கண்டான். தன்னைக் கடந்து சென்ற விமானங்களின் முதலணி அப்போது கணவாய்க்கு அருகே வீசிய குண்டுகளின் ஒலி அவனது காதைத் தாக்கியது. மேன்மேலும் விமானங்கள் வந்து கொண்டிருந்ததைப் பார்த்தான். அவற்றின் என்ஜின்கள் எழுப்பிய பேரிரைச்சல் ஆகாயம் முழுவதையும் நிறைத்து அதிரவைத்தது. அவற்றின் மேலே தொடர் விமானங்கள் சின்னஞ்சிறு புள்ளிகளாகச் சுற்றிச் சுற்றி வந்ததும் அவன் கண்ணில் பட்டது.

"அன்று காலையில் பார்த்தோம், அப்போது இந்த விமானங்கள் எல்லையைக் கடந்து போனதாக நான் நினைக்கவில்லை. இந்தப் பகுதியைத் தாண்டியதும் மேற்குத் திசையில் திரும்பியிருக்க வேண்டும். அப்புறம் அங்கேயிருந்து திரும்பி வந்திருக்கின்றன அவ்வளவு தான். ஏனென்றால், இந்த விமானங்களைப் பார்த்திருந்தால் நம்மவர் தாக்குதலைத் தொடங்கியிருக்க மாட்டார்கள் அல்லவா?" என்றான் பிரிமிடிவோ.

"இந்த விமானங்களில் பெரும்பாலானவை புதிதாகவல்லவா தென்படுகின்றன?" என்று கூறிய ஜார்டன் சாதாரணமாகத் துவங்கிய சிறிய காரியமொன்று மகத்தான பிரம்மாண்டமான விளைவுகளை ஏற்படுத்தி விட்டது போன்ற ஒரு உணர்வுக்கு உள்ளானான். ஏரியில் எறிந்த சிறு கல் எழுப்பிய சிற்றலை வட்டமொன்று வரவர விரிந்து வலுத்துக்கொண்டே போய்ப் பெரு முழக்கமிட்ட பேரலையாய்த் திரும்பி வந்து தாக்கியது போலவும், தான் போட்ட கூப்பாட்டின் எதிரொலி ஏறி ஏறிச் சாகடிக்கும் சக்தி படைத்த பேரிடி முழக்கங்களாக மீண்டுவந்து சாடியது போன்றும், ஒருவனை அடித்து வீழ்த்தியதும் ஆயுதபாணிகளான ஏராளமானோர் எழுந்து சூழ்ந்தது

போலவும் அவனுக்குத் தோன்றியது. அந்த நேரத்தில் கோல்ஸுடன் கணவாய்க்கருகே தான் இருக்க நேராதது குறித்துப் பேறு உவகை கொண்டான். அகஸ்டினுக்குப் பக்கத்தில் படுத்தபடி விமானங்களை நோக்கிக் கொண்டும், தனக்குப் பின்னால் வேட்டொலி கிளம்புகிறதா என்று காதை தீட்டிக் கேட்டவாறும், என்னவென்று தெரியாத ஏதோவொன்று வருவதை எதிர்பார்த்துச் சாலையைக் கவனித்துக் கொண்டும் இருந்த அந்த வேளையில், உவகை இருந்த போதிலும் அவன் உணர்வு மரத்துத்தான் இருந்தான். பாலத்தில் தான் கொல்லப்படாததால் அவனுக்கு ஏற்பட்ட ஆச்சரியத்தின் விளைவே அது. அப்போது தான் சாகடிக்கப்பட்டுவிடுவது உறுதி என்பதை அவன் முற்றிலுமாக ஏற்றிருந்தான். எனவே, அதன்பின் தொடர்ந்த அந்நேர நிகழ்ச்சிகள் அனைத்தும் அவனுக்குக் கனவு போலவே தோன்றின. 'இந்தப் பிரமையின் பிடியை உடைத்தெறி. அறவே உதறியெறி. இன்று செய்யவேண்டிய காரியங்கள் எத்தனையெத் தனையோ இருக்கின்றன' எனத் தனக்குத் தானே உத்தரவிட்டுக் கொண்டான். ஆயினும் அந்த மாயை அவனை விட்டு விலகும் வழியாயில்லை. 'வெடிப் புகையை நீ மிதமிஞ்சிக் குடித்து விட்டாய். அதன் விளைவுதான் இது' என்று சமாதானம் கூறிக்கொண்ட போதிலும் கலக்கத்துக்கு மெய்க் காரணம் அதுவல்ல என்பதை அவன் அறிந்தே இருந்தான். அத்தனையும் எத்தனைக்குப் பொய்த் தோற்றம் என்பதைப் பிரத்தியட்ச மெய்ப்பொருளைஅறிந்தகற்ற எண்ணியவனாய்ப் பாலத்தையும், சாலையில் செத்துக் கிடந்த காவல் வீரனையும் நோக்கினான். பின்னர் ஆன்ஸெல்மோவின் பேரிலும், ஃபெர்னாண்டோ மீதும் பார்வையை ஓட்டினான். பிறகு ஒடிந்து நின்ற லாரியையும் பார்த்தான். ஆயினும் அந்தப் பிரமை போனபாடில்லை.

அந்தக் காட்சிகளைக் கண்ணுற்றதும், 'நீயும் சீக்கிரமாகச் செத்துத் தொலைப்பதே நல்லது. சண்டைக் களத்தில் காயமடைந்த சேவலின் நிலையில்தான் நீ இருக்கிறாய். அது காயமுற்றதை யாரும் கண்டிருக்க மாட்டார்கள். பின்னரும் எவர் கண்ணிலும் அந்தப் படுகாயம் பட்டிருக்காது. ஆனால் சேவலோ அதனால் செத்துக் கொண்டிருக்கும்' என்று தனக்குத் தானே அவன் கூறிக்கொண்டான். எனினும் பின்னர், 'என்ன உளறல் இதெல்லாம்? உன் தலை சற்றுக் கிறுகிறுக்கிறது. காரியத்துக்கு உதவியவர்கள் கைநழுவி விட்டதால் கடமை கூடிவிட்டது போன்ற உணர்வு வேறு அதனுடன் சேர்ந்து கொண்டிருக்கிறது, அவ்வளவுதான். அனாவசியமாக அலட்டிக் கொள்ளாதே' என்று தானே அறிவுரையும் சொல்லிக் கொண்டிருந்த போது அகஸ்டின் அவனது கையைப் பிடித்திழுத்து காட்டினான். அவன் குறித்த திசையில் ஆற்றுப்பள்ளத்துக்கு அப்பால் பார்த்த

போது பாப்லோ சாலைத் திருப்பத்தைக் கடந்து ஓடிவரக் கண்டான். சாலையை மறைக்கத் தொடங்கிய செங்குத்தான பாறையை அடைந்ததும் பாப்லோ நின்றான். பாறை மீது சாய்ந்து கொண்டபடி அப்புறம் நோக்கிச் சுட்டான். கட்டைகுட்டையான அவனது தலையில் குல்லாயைக் காணாததால் அவன் முன்னிலும் குள்ளமாகத் தென்பட்டான். அவனது கையில் இருந்த குதிரைப் படைத் தானி யங்கித் துப்பாக்கியும் குட்டையானதே. பாறைமீது சாய்ந்து கொண்டு அவன் சுட்டபோது அதிலிருந்து பொழிந்த பித்தளை ரவையுறைகள் பகலவனொளி பட்டுப்பளபளத்தன. பதுங்கியபடியே அவன் இன்னொரு முறையும் தோட்டாமாரி பெய்ததை ஜார்டனும் அகஸ்டினும் கவனித்தனர். அதன்பின் ஒரு முறை பாராமலே பாலத்தை நோக்கி அவன் ஓடிவரத் தலைப் பட்டான்; தலையைத் தாழ்த்திக் கொண்டபடியே தன் வளைந்த கால்களால் சீற்றடி வைத்து விரைந்தோடி வந்தான். அதற்கிடையில் அகஸ்டினை அப்புறம் நகர்த்திவிட்டு பெரிய ரகத் தானியங்கித் துப்பாக்கியின் தண்டைத் தன் தோளிலேயே தாங்கியிருந்தான் ஜார்டன். சாலைத் திருப்பத்தையே அவன் குறிவைத்தான். அவனது சிறியரக இயந்திர பீரங்கி இடப்புறத்தில் சும்மாக் கிடந்தது. இருந்த இலக்கை அதைக் கொண்டு அவ்வளவு சரியாகச் சுடவியலாதிருந்ததே அதை அவன் புறக்கணிக்கக் காரணம். ஆனால் திருப்பத்திலிருந்து பாப்லோவைப் பின்தொடர்ந்து எவருமோ எதுமோ வரவில்லை. அதற்குள் பாலத்தை பாப்லோ எட்டிவிட்டான். ஒருமுறை திரும்பப் பார்த்த பின் பாலத்தை நோக்கினான் அவன். பிறகு இடதுபுறம் திரும்பி ஆற்றுப் பள்ளத்தில் இறங்கி மறைந்து விட்டான். இன்னமும் திருப்பத்தையே ஜார்டன் கவனித்துக் கொண்டிருந்தான்; ஆனால் அப்போது யாரும் அதில் திரும்பி வரவில்லை. அகஸ்டினோ ஒரு முழங்காலை நிமிர்த்தியெழுந்து பார்த்தான். ஆட்டைப் போல ஆற்றுப் பள்ளத்தில் பாப்லோ பாய்ந்து இறங்கியதை அவன் கண்டான். பாப்லோவை முதன் முறையாகப் பார்த்ததிலிருந்து அதுவரையில் அவர்களின் காதுகளில் வேட்டொலியேதும் விழவேயில்லை.

"மேலே ஏதாவது கண்ணில் படுகிறதா? மேலேயுள்ள பாறை களைப் பற்றித்தான் கேட்கிறேன்" என்று ஜார்டன் வினவினான்.

"ஒன்றும் தென்படவில்லை" என்றான் அகஸ்டின்.

சாலை மூலையை ஜார்டன் நோக்கினான். அதையடுத்திருத்த சுவர் எவராலும் ஏறமுடியாத அளவுக்கு செங்குத்தானது என்பதை அவன் அறிவான். ஆனால் அதற்கப்பால் ஏறுவது அவ்வளவு கடினமில்லை. எனவே, எவராவது அங்கே ஏறிச் சுற்றிக்கொண்டு மேலே வந்திருப்பது சாத்தியமேயென அவன் எண்ணினான். அதற்கு முன் அனைத்தும் அவனுக்கு மாயையாகத் தோன்றியபோதிலும்

அப்போது திடுமெனப் பிரத்தியட்சபாவம் பெற்றுவிட்டன. பிரதி பலிப்புக் கண்ணாடி பொருத்தப்பட்ட புகைப்படக் கருவியொன்று திடீரெனச் சரியான தூரத்தில் உரிய கோணத்தில் வந்து நின்று விட்டது போலவே அது இருந்தது. அந்நேரத்தில்தான் குட்டையான உடலும், கோண மூக்கும், சப்பையான தலையும் கூடியதாய் டாங்கி யொன்று திருப்பத்தைத் தாண்டி வெயிலில் வந்தது. பச்சை, பழுப்பு, சாம்பல் வர்ணங்கள் வாரியிறைக்கப்பட்டிருந்த அதன் தலையிலிந்து இயந்திர பீரங்கி துருத்தி நின்றது. அதன்மீது ஜார்டன் சுட்டான். தோட்டா பட்ட ஒலி பட்டெனக் கேட்டது அவன் காதில். உடனே அந்தச் சிறிய டாங்கி சட்டெனப் பாறைச் சுவருக்குப் பின்னால் பதுங்கியது, அந்த மூலையையே நோக்கிய ஜார்டன், சற்றைக்கெல்லாம் மூக்கு சற்றே தெரிந்ததையும், பின்னர் தலை புலப்பட்டதையும் கண்டான். அதையடுத்து சாலையை நோக்கும் வகையில் அந்தத் தலை திரும்பியது.

“பாருங்கள் இங்கிலீஷ்காரரே! வளையிலிருந்து எலி வருவது போல இல்லை அது?” என அகஸ்டின் அதிசயத்துக் கேட்டான்.

“அதில் இருப்பவர்களுக்குச் சுயநம்பிக்கையே இல்லை” என்றான் ஜார்டன்.

“பாப்லோ போராடிக்கொண்டிருந்த பூதம் இதுதானா?, இங்கிலீஷ்காரரே. இன்னொரு தடவை சுடுங்கள்.”

“வேண்டாம். அதை என்னால் துளைக்க முடியாது. அதில் இருப்பவர்கள் நாம் எங்கே இருக்கிறோம் என்பதை அறிவதை நான் விரும்பவில்லை.”

அப்போது அந்த டாங்கி சுடத் தொடங்கியது. சாலைப் பரப்பைத் தொட்டுத் தெறித்த குண்டுகள் பின்னர் பாலத்தின் இரும்புக்கிராதிகள் மீது பட்டு விண்ணென ஒலித்தன. சற்றுமுன் கீழேயிருந்து ஒலிக்கக் கேட்ட அதே இயந்திர பீரங்கிதான் அது.

“சுத்தக் கோழைகள்!” என்று இகழ்ந்த அகஸ்டின் “டாங்கியென்று புகழ்கிறார்களே, அதுதானா இது இங்கிலீஷ்காரரே?” என வினவினான்.

“டாங்கிகளில் குட்டி ரகம் இது.”

“கோழைகள்!” என மீண்டும் ஏசிய அகஸ்டின்,

“என்னிடம் மட்டும் இப்போது ஒரு சிறிய பெட்டியில் பெட்ரோல் இருந்தால் போதும். அதில் ஏறித் தீ வைத்துவிடுவேன்... அது சரி, இப்போது அது என்ன செய்யும் இங்கிலீஷ்காரரே?” என்று கேட்டான்.

“சற்றுப் பொறுத்து மறுபடியும் நோட்டம்விடும்.”

“பூ, இதற்குத்தானா அப்படிப் பயந்து நடுங்குகிறார்கள், இங்கிலீஷ்காரரே, காவல்காரர்களை அது மீண்டும் சுடுகிறது!”

“வேறு இலக்கு இல்லையல்லவா அதனால்தான் இப்படி விளாசித் தள்ளுகிறது. இதற்காக அதைத் திட்டாதீர்” என்று ஜார்டன் கூறியபோதிலும், ‘இவ்வாறுதான் அதைக் கிண்டல் செய்யவேண்டும்’ என்று மனதுக்குள் கூறிக்கெண்டான். எனினும் மறுகணமே அப்போக்கு மாறியது. ‘இது உன்னுடைய நாடாக இருக்கிறதென்று எண்ணிக்கொள். அதே மாதிரி டாங்கியில் நீ இருக்கிறாய் என்றும் வைத்துக் கொள். முக்கிய ரஸ்தாவில் உன்னை எதிரி நிறுத்தி விடுகிறான். போதாக்குறைக்குப் பாலமொன்றும் பிளக்கப்பட்டு விடுகிறது. அந்நிலையில், அப்பால் கண்ணியோ பொறியோ வைத்திருப்பான் என்று எண்ணி நீ அஞ்சமாட்டாயா? நிச்சயமாக அப்படித்தான் நீ நினைப்பாய். சரியானதைத்தான் டாங்கியில் இருப்பவர்கள் செய்திருக்கிறார்கள். வேறு ஏதாவது வருகிறதா என்று வழிமேல் விழிவைத்துக் காத்திருக்கிறார்கள். எதிரியுடன் போராட்டத்தை எதிர்பார்க்கிறார்கள். அந்த எதிரி நான்தான். ஆனால் இது அவர்களுக்குத் தெரியாது. அந்த டாங்கியும் இதை அறியாது. அந்தக் குட்டிப் பிசாசைத்தான் பாரேன்!’ என்று அவன் எண்ணிக்கொண்டிருக்கையிலேயே அந்த மூலைக்கு இப்புறம் தன் மூக்கை மேலும் சிறிதளவு நீட்டிவிட்டது அந்த டாங்கி.

அவ்வேளையில் ஆற்றுப் பள்ளத்திலிருந்து பாப்லோ மேலே தாவுவதை அகஸ்டின் கவனித்தான்; மயிர் மண்டிய முகமெல்லாம் வியர்த்துக்கொட்ட, கைகளை அழுத்தி எம்பியும், முழங்கால்களால் உந்தியும் அவன் ஏறியதைக் கண்டதும், “இதோ வருகிறான் பஜாரிப் பயல்” என்றான்.

“யாரது?” என ஜார்டன் கேட்டான். “பாப்லோதான்” என்று அகஸ்டின் பதில் கூறியதும் அந்தப் பக்கம் திரும்பிப் பாப்லோவைப் பார்த்தான். பின்னர் டாங்கியின் தலையை நோக்கிச் சுடலானான்; இயந்திர பீரங்கிக்கு மேல் ஓட்டை இருக்கும் இடத்தை நோக்கிச் சுட்டான், அந்தத் தலை பலவர்ணங்கள் பூசப்பட்டுச் சாமர்த்தியமாக மறைக்கப்பட்டிருந்த போதிலும் உடனே அந்தச் சிறிய டாங்கி சரசரவெனப் பின்னோக்கிச் சென்று பதுங்கிவிட்டது. தானியங்கித் துப்பாக்கியை எடுத்து, முக்காலியை மடக்கினான் ஜார்டன். இன்னமும் கொதித்துக் கொண்டிருந்த அதன் குழலைத் தோளில் வைத்துக் கொண்டான். அது சுட்டுப்பொசுக்கவே, மேலே படாத படிப் பின்னோக்கித் தள்ளினான். தண்டையும் திருப்பி மடித்துத் தட்டையாக்கியதும், “என் ரவைச் சுற்றுகளையும், சிறிய இயந்திர பீரங்கியையும் எடுத்துக் கொண்டு ஓடிவாரும்” என அகஸ்டினை நோக்கிக் கூவிக்கொண்டே மரங்களுக்கிடையே விரைந்தேறலானான்.

அகஸ்டின் அவனை வேகமாகப் பின்தொடர அவனுக்குப் பின்னால் பாப்லோ வந்தான்.

"இங்கே வாருங்கள், பிலார்" என்று ஜார்டன் உரக்கக் கூவினான். அவனும் மற்ற இருவரும் முடிந்த மட்டிலும் வேகமாக அந்தச் சரிவில் ஏறிக்கொண்டிருந்தனர்; செங்குத்துப் பாங்காக இருந்தபடியால் அவர்களால் முன்னைப்போல் ஓடமுடியவில்லை. எனவே, லேசு ரகமான குதிரைப்படைச் சிறு பீரங்கியை மட்டுமே சுமந்து வந்தபடியால் பாப்லோ மற்ற இருவரையும் எட்டிப்பிடிக்க இயன்றுவிட்டது. "உன் புது ஆட்கள் என்னவானார்கள்?" என அவனை நோக்கி அகஸ்டின் வினவினான்; விரைவின் விளைவாக அவன் வாய் வறண்டு உலர்ந்திருந்தது.

"அவர்கள் எல்லாரும் செத்துவிட்டார்கள்" என்று மூச்சுமுட்ட பாப்லோ பதிலளித்தான். அகஸ்டின் திரும்பி அவனை உற்றுப் பார்த்தான், ஆனால் அவனோ அதைக் கண்டுகொள்ளாமல், "இப்போது நம்மிடம் நிறைய குதிரைகள் இருக்கின்றன, இங்கிலீஷ்காரரே" என்றான்.

"பலே!" என்றான், ஜார்டன். 'கொலைபாதகக் குச்சுக்காரி மகனே' என மனதுக்குள்ளேயே திட்டியவனாய். பின்னர், "எப்படி பட்ட படைகளை நீங்கள் எதிர்ப்பட நேர்ந்தது?" என்று கேட்டான்.

"எல்லா ரகங்களையும்தான்... அது கிடக்கட்டும், பிலாரின் சேதி எப்படி ஆயிற்று?" பெருமூச்சு விட்டபடியே பாப்லோ வினவினான்.

"ஃபெர்னாண்டோவையும் இரண்டு சகோதரர்களில் ஒருவனையும் அவள் இழந்தாள்."

"எலாடியோவைத்தான்" என அகஸ்டின் விளக்கினான்.

"உங்கள் சமாச்சாரம் என்ன?" என்று பாப்லோ கேட்டான்.

"நான் ஆன்ஸெல்மோவை இழக்க நேர்ந்தது" என்றான் ஜார்டன்.

"அப்படியானால் குதிரைகள் நிறையவே இருக்கும். சாமான் களைகூட நாம் ஏற்றிச் செல்லலாம்" என்று பாப்லோ சொன்னதைக் கேட்டதும் அகஸ்டின் தன் உதட்டைக் கடித்துக் கொண்டான். ஜார்டனை நோக்கித் தலை ஆட்டினான். அவர்களுக்குக் கீழே டாங்கி சுட்டுத் தள்ளிக் கொண்டிருந்தது. சாலை மீதும் பாலத்தின் பேரிலும் அது மீண்டும் குண்டுகளைப் பொழிந்ததை மரங்கள் மறைத்துவிட்டன; எனினும் வெடியொலி அவர்களுடைய காதுகளில் விழுந்தபடியிருந்தது. அந்தத் திசையை நோக்கித் தலையை அசைத்தவனாக, "அந்த டாங்கியை எப்படிச் சமாளித்து தப்பி

வந்தீர்கள்?" என ஜார்டன் வினவினான். பாப்லோவைப் பார்க்க அவன் விரும்பவில்லை. காற்றுப் படுவதற்கு மனம் இல்லை. ஆனால் அவன் கூறுவதைக் கேட்க மட்டும் ஆசைப்பட்டான்.

"அது இருந்தவரையில் அங்கிருந்து என்னால் அசையவே முடியவில்லை. காவல் சாவடிக்குப் பக்கத்திலிருக்கும் திருப்பத்தில் நாங்கள் வளைக்கப்பட்டு விட்டோம் என்றாலும் முடிவில் எதையோ தேடிக்கொண்டு அது திரும்பிப் போயிற்று. அந்தச் சமயம் பார்த்து நான் ஓடி வந்துவிட்டேன்" என்று பாப்லோ பதில் சொன்னான்.

"அது சரி, அந்த வளைவில் எதை நோக்கி நீ சுட்டுக்கொண் டிருந்தாய்?" என்று அகஸ்டின் குறுக்கிட்டு கேட்டான். பாப்லோ அவனைப் பார்த்து இளிக்கத் தொடங்கினான். அப்புறம் என்ன நினைத்துக் கொண்டானோ வாயைத் திறக்காமலே இருந்துவிட்டான். "உன் ஆட்கள் எல்லாரையுமே நீ சுட்டு விட்டாயா, என்ன?" என்று விடாமல் வினவினான் அகஸ்டின்.

"அகஸ்டின் பேசிக்கொள்ளட்டும். நீ வாயை மூடிக்கொண்டிரு. இதில் உனக்கு இப்போது எவ்விதச் சம்பந்தமும் கிடையாது. நீ எதிர்பார்க்கக்கூடியதை செய்யலாம், ஏன், அதற்கும் அதிகமாகவே இவர்கள் செய்து முடித்துவிட்டார்கள். இது முற்றிலும் இவர் களுடைய சொந்த விவகாரமே. ஆகவே அனாவசியமாகத் தலை யிட்டு, நியாய அநியாயம் பற்றித் தீர்ப்புக் கூறப்புகாதே. ஒரு கொலைகாரனிடமிருந்து வேறு எதைத்தான் நீ எதிர்பார்க்க முடியும்? அப்படிப்பட்டவனுடன்தான் ஒத்துழைத்துக் கொண் டிருக்கிறாய். இந்த நிலையில், நீ வாயைத் திறக்காமல் இருப்பதே விவேகம். இவனைப் பற்றி உனக்கு முன்பே தெரியாதா, என்ன? இப்போது எதைப் புதிதாகக் கண்டுபிடித்துவிட்டாய், சொல்லு... இருந்தாலும் இவன் கேடுகெட்ட தட்டுவாணி மகன்தான், நாற்றமெடுத்த பஜாரிப் பயல்தான்" என்று தனக்குத் தானே கூறிக் கொண்ட ஜார்டனின் மார்பு, ஏறிவந்த சிரமம் காரணமாக வெடித்து விடும் போல வலித்தது, அந்நேரத்தில் எதிரே மரங்களுக்கு அப்பால் குதிரைகள் இருந்தது அவன் கண்ணில் பட்டது.

"ஏன் வாயை மூடிக்கொண்டிருக்கிறாய்? சொல்லேன். அவர்களைச் சுட்டுக் கொன்றுவிட்டதை ஏன் சொல்லமாட்டேன் என்கிறாய்?" என அகஸ்ன்டின் பிடிவாதமாகக் கேட்டான்.

"சரிதான், வாயை மூடு. இன்று நான் நிறைய சண்டை போட் டிருக்கிறேன். இங்கிலீஷ்காரரை வேண்டுமானால் கேளு, சொல்வார்" என்றான் பாப்லோ.

“அதோடு போயிற்று? இன்று எங்களைத் தொல்லையின்றி தப்பவைக்க போவதும் நீர்தான். இங்கிருந்து இட்டுப்போக உங்கள் ஒருவரிடம்தான் திட்டம் இருக்கிறது” என்று கூறினான்.

“ஆமாம் நல்ல திட்டமாக வைத்திருக்கிறேன். கொஞ்சம் அதிருஷ்டம் மட்டும் இருந்துவிட்டால் எல்லாருமே எளிதாகத் தப்பிச் சென்றுவிடலாம்” என்று பாப்லோ நிதானமாக மூச்சு விடலானான்.

“எங்களிடையே எவரையும் நீ கொன்றுவிடப் போவதில்லையே? அப்படி ஏதாவது திட்டம் இருந்தால் சொல்லிவிடு; உன்னை இப்போதே சுட்டுப்போட்டு விடுகிறேன்” என்றான் அகஸ்டின்.

“சட் வாயை மூடு. உன் நலனை மட்டுமா? நம் கோஷ்டி பூராவின் நலனையும் கவனித்துக்கொண்டாக வேண்டியிருக்கிறது. இப்போது நாம் போரில் ஈடுபட்டிருக்கிறோம் நினைவிருக்கட்டும். நம் மனம் போல எதையும் செய்துவிட முடியாது.”

“கோழையடா நீ! குண்டுச் சட்டியில் குதிரை ஓட்டுபவனடா! ஆதாயமுண்டு என்றால் எந்த அக்கிரமும் செய்பவனடா!”

“கீழே எதையெல்லாம் எதிர்ப்பட நேர்ந்தது என்பதை நீர் இன்னும் சொல்லவில்லையே” என்று கூறிப் பேச்சைத் திருப்பினான் ஜார்டன்.

“எல்லா விதமான விபத்துகளும் இருந்தன என்றுதான் சொன்னேனே?” என்றான் பாப்லோவுக்கு மார்பு வெடித்துவிடுவது போல இன்னமும் இறைப்பு இருந்து கொண்டுதான் இருந்தது. எனினும் அவனால் நிதானமாகப் பேசமுடிந்தது. முகத்திலும் மண்டையிலும் வியர்வைப் பெருகித் தோளையும் மார்பையும் தெப்பலாக நனைந்திருந்தது. மெய்யாகவே நேச பாவத்துடன் பேசு கிறானா என்பதை அறியும் பொருட்டு ஜார்டன் எச்சரிக்கையுடன் நோக்கினான். அவன் பின்னர் இளித்தபடியே, “எல்லா ரகங்களை யும்தான்” என்றான், மீண்டும் “முதலில் சாவடியை நாங்கள் பிடித் தோம். அதைத் தொடர்ந்து மோட்டார் சைக்கிளில் ஒருத்தன் வந்தான். அப்புறம் அதே மாதிரி இன்னொருத்தன். பிறகு ஆபத்துதவி மோட்டார் வண்டியொன்று. அப்பால் ஒரு கவச மோட்டார். அதையடுத்துத்தான் டாங்கி வந்தது. நீங்கள் பாலத்தைப் பிளப்ப தற்குச் சற்று முன்னால்தான் அது வந்து சேர்ந்தது” என விவரித்தான்.

“அப்புறம்”

“அந்த டாங்கியால் எங்களை எதுவும் செய்துவிட முடியவில்லை. இருந்தாலும், அது சாலையை வளைத்திருந்தபடியால் எங்களால் அங்கிருந்து கிளம்ப முடியவில்லை. அது போனபிறகே வரமுடிந்தது.”

"உன் ஆட்கள் என்ன ஆனார்கள் என்பதைத்தான் சொல்லித் தொலையேன்" என மறுபடியும் வம்பு வளர்த்தான் அகஸ்டின்.

"மூடடா வாயை! அவர்களொன்றும் நம் கோஷ்டியைச் சேர்ந்தவர்களல்ல" சற்றும் கூச்சமின்றி அவனை உற்றுப் பார்த்தபடியே பாப்லோ கூறினான். வேறெதும் நிகழுமுன் நன்கு சண்டை போட்டவனைப் போலவே ஒரு பெருமிதக் களை அதில் தென்பட்டது.

மரங்களில் குதிரைகள் கட்டப்பட்டிருந்ததை அவர்களால் அப்போது நன்கு காண முடிந்தது. பைன்மரக் கிளைகளினூடே கசிந்த கதிரவனொளி அந்தக் குதிரைகள் மீது பாய்ந்தது. தலைகளைச் சிலிர்த்தும் கால்களால் உதைத்தும் அவை ஈக்களை விரட்டிக் கொண்டிருந்தன. அப்போது மேரியா அங்கே இருக்கக் கண்டான் ஜார்டன். அவ்வளவுதான் அடுத்த கணமே அவளை அவன் ஆரத் தழுவிக் கொண்டு விட்டான். பக்கவாட்டில் வைத்திருந்த தானியங்கித் துப்பாக்கியின் கூம்பு விலாவில் அழுந்தி வலித்ததையும் பொருட்படுத்தாமல் மேன்மேலும் அவளை இறுக்க கட்டிக்கொண்டான்! மேரியாவோ, ராபர்ட்டோ "நீங்களா", "ராபர்ட்டோ! நீங்கள்தானா!" என ஆச்சரியப்பட்டு ஆனந்தித்தாள்.

"ஆமாம் முயல்குட்டி. நானேதான். இனி இங்கிருந்து புறப்பட்டு விடலாம் வா" என்றான் ஜார்டன்.

"நிஜமாகவா நீங்கள் இங்கே வந்துவிட்டீர்களா?"

"ஆமாம், நிஜமாகவே வந்துவிட்டேன், என் செல்லக் குட்டி" என்ற அவன் சண்டையிடையே பெண்ணுக்கும் இடமுண்டு என்பதை அதற்குமுன்தான் அறிந்திருந்ததாக எண்ணவேயில்லை. அவன் உடலில் எப்பகுதியும் சண்டைச் சமயத்தில் அதை ஒருபோதும் உணர்ந்தது கிடையாது; உணர்ந்து இணங்கியதுமில்லை. அப்படியொரு பெண்பிள்ளை இருந்தால் அவளுக்கு உருண்டு திரண்ட சிறு மார்பகங்கள் இருக்கக்கூடும். அவை சட்டையைச் சட்டைசெய்யாமல் தன் மீது அழுத்தமாகப் பதியும் என்றெல்லாம் அவன் நினைத்ததேயில்லை. அவர்கள் சண்டையில் ஈடுபட்டிருந்தது குறித்து அந்த மார்பகங்களுக்குத் தெரிந்திருக்க முடியுமா என்ன? எப்படியோ அவை இருந்தது நிஜமே. நிஜம் மட்டுமல்ல, நேர்த்தியாகவும் அவை அமையப் பெற்றிருந்தன. 'ஆம், நல்லபடியாகத்தான் அமைந்துள்ளன. இப்படி இருப்பது சாத்தியமென நான் நினைத்ததே கிடையாது' எண்ணியவனாக அவளைக் கெட்டியாகக் கட்டிக் கொண்டான். ஆயினும் அந்நேரம் பூராவிலும் அவளை அவன் நோக்கவேயில்லை. பின்னர் அவளைத்தான் ஒரு முறைகூடத் தட்டியிராத இடத்தில் அடித்தவனாக, "உம், ஏறு, ஏறு. அந்தக் குதிரையின் மீது ஏறிக்கொள், செல்லக்குட்டி" என்று ஏவினான்.

அதன்பின் அவர்கள் குதிரைகளை அவிழ்த்து விடலானார்கள். தானியங்கித் துப்பாக்கியை அகஸ்டினிடம் திரும்பக் கொடுத்த ஜார்டன், தன் சொந்த இயந்திர பீரங்கியை முதுகில் மாட்டிக் கொண்டான். ஜேபிகளில் இருந்த கையெறி குண்டுகளை சேணப் பைகளில் கொட்டினான். காலியாகிருந்த தன் மூட்டை பைகளில் ஒன்றை மற்றொன்றினுள் திணித்தான். பிறகு அதைத் தன் சேணத் துக்குப் பின்புறத்தில் வைத்துக் கட்டினான். அவ்வமயம் பிலாரும் வந்து சேர்ந்தாள். ஏறி வந்த சிரமத்தில் அவளால் பேசக்கூட இயல வில்லை. இறைத்தபடி ஜாடையே காட்ட இயன்றது. குதிரைகள் திரியாமல் தடுப்பதற்கான கொக்கிகளில் மூன்றைக் கையில் வைத்திருந்த பாப்லோ, அவற்றை ஒரு சேணப் பையில் புகுத்திவிட்டு எழுந்து நின்றபடி, "என்ன சேதி, பிலார்?" என வினவினான். அவளோ, வாய் திறவாமல் தலையை மட்டும் ஆட்டினாள். அதை யடுத்து அவர்கள் அனைவரும் குதிரைகள் மீது ஏறலாயினர்.

முதல் நாள் காலையில் பனியிடையே அவன் முதன் முதலில் கண்ட பெரிய பழுப்புக் குதிரைமீது ஜார்டன் ஏறிக்கொண்டான். அதன் முதுகில் அமர்ந்து லகானைப் பிடித்ததும் அது அரியதொரு குதிரை என்பதை அவன் உணர்ந்துவிட்டான். கயிற்றினால் முடையப்பட்ட பாதப் பகுதி கொண்ட ஜோடுகளையே அப்போது அவன் அணிந்திருந்தான். அவனது உயரத்திற்கேற்றபடி அல்லாமல் சற்றுக் குட்டையான மட்டத்தில் தொடங்கிய பாதந்தாங்கி முடுக்கி களில் அவற்றை அவன் வைத்துக் கொள்ள நேர்ந்தது. சிறியரக இயந்திர பீரங்கியைத் தோளில் மாட்டியிருந்தான். எல்லா ஜேபி களிலும் ரவைச் சுற்றுகள் நிறைந்திருந்தன. லகானை ஒரு கையில் இறுகப் பிடித்துக்கொண்டான்; பயன்படுத்தப்பட்ட ரவைச் சுற்றுக்கு இன்னொரு கையினால் மாற்று ரவை போட்டபடியே பிலாரைப் பார்த்தான். இளமஞ்சள் நிறக் குதிரையின் சேணத்துடன் பொருந்திக் கட்டப்பட்டிருந்த முரட்டுக் கம்பளியினாலான விசித்திர இருக்கை மீது ஏறியமர அவள் முயன்று கொண்டிருந்தாள்.

"உனக்குப் புண்ணியமாகப் போகட்டும், அந்தக் கம்பளிப் பொதியை அறுத்துதெறிந்துவிடு, அதன்மீது உட்கார்ந்தால் நீ சறுக்கி விழுந்துவிடுவாய். அதுமட்டுமல்ல, குதிரையாலும் அந்தச் சுமையை யும் உன்னையும் சேர்த்துச் சுமக்கமுடியாது" என்று பிரிமிடிவோ எச்சரித்தான்.

"சரிதான், வாயை மூடு, புதிய இடத்தில் வாழ்க்கையைத் தொடங்க இதெல்லாம் இல்லாமல் முடியுமா?" என எரிந்து விழுந் தாள் பிலார்.

"அதன் மீது உட்கார்ந்து உன்னால் சீராகச் சவாரி செய்ய முடியுமா பிலார்?" என்று பாப்லோவும் அவளது சீற்றத்தைப்

பொருட்படுத்தாமல் கேட்டான். செம்பழுப்புக் குதிரையின் முதுகில் சிவில் காவலர் உபயோகித்த ஆசனத்தின் மீது அவன் அமர்ந் திருந்தான்.

"பயப்படாதே பால்காரர் போலப் பாங்காகப் போவேன். அது சரி, எந்த வழியாக நாம் போக வேண்டும், சொல்லு?"

"நேராகக் கீழிறங்க வேண்டும். சாலையைக் கடந்ததும் தொலை விலுள்ள சரிவில் ஏற வேண்டும். அப்புறம் அந்தச் சரிவு குறுகிச் சேரும் காட்டில் நுழைந்துவிட வேண்டும்."

"என்னது, சாலையைக் கடக்கவேண்டுமா? பக்கத்தில் இருந்த அகஸ்டின் பதறியவனாய்க் கேட்டான். அந்த இரவில் பாப்லோ புதிதாகத் திரட்டிய குதிரைகளிலொன்றின் முதுகில் அவன் அமர்ந்திருந்தான். சற்றும் அசைந்து கொடுக்காமல் விறைத்து நின்ற அக்குதிரையின் வயிற்றில் தன் ரெட்டுத் துணி ஜோடுகளால் உதைத்தபடியே திடுமெனத் திரும்பியவாறே அவ்வினாவை அவன் விடுத்தான்.

"ஆமாம் அப்பா. அதுதான் நமக்கு இப்போதிருக்கும் ஒரே வழி" என்று பதிலளித்தபடியே சுமைக் குதிரைகளை இட்டுச் செல்வ தற்கான கயிறுகளிலொன்றை அவன் கையில் பாப்லோ கொடுத்தான். மற்ற பொதிக் குதிரைகளின் கயிறுகளைப் பிரிமிடிவோவும் ஜிப்சியும் பிடித்திருந்தனர். அப்புறம் ஜார்டனின் பக்கம் திரும்பிய அவன், "நீர் விரும்பினால் கடைசியில் வரலாம், இங்கிலீஷ்காரரே. எதிரியின் இயந்திர பீரங்கியின் குண்டுகள் எட்ட முடியாத உயரத்தில்தான் நாம் தாண்டப் போகிறோம். இருந்தாலும் தனித்தனியாகப் பிரிந்து தாவிச் சென்றபின் மேலே குறுகும் இடத்தில் மறுபடியும் சேர்வது தான் நல்லது" என்றான்.

"அதுவே நல்லது. அப்படியே செய்வோம்" என ஜார்டன் ஆமோதித்தான். அதையடுத்து மரங்களிடையே குதிரைகளைச் செலுத்தி சாலையோரத்தை நோக்கி அவர்கள் இறங்கலானார்கள். அம்மரங்கள் காரணமாக மேரியாவின் பக்கத்தில் தன் பரியை ஜார்டனால் ஓட்ட முடியவில்லை; எனவே, அவளை ஒட்டியவாறு பின்தொடர்ந்தான். வேகமாக இறங்கி மரங்களை ஊடுருவத் தொடங்கியபோது பாதமுடுக்கிகளைப் பயன்படுத்த முடியவில்லை யாதலால் தன் துடைகளை அதன் முதுகில் அழுத்தித் தேய்த்தே குதிரையை அவன் இறக்க நேர்ந்தது. லகானை இறுக்க பிடித்துக் கொண்டபடியே மேரியாவை அழைத்த அவன்.'

"சாலையை இரண்டாவதாக நீ தாண்ட வேண்டும். ஆபத்தாகத் தோன்றினாலும் முதலாவது ஆசாமியாகக் கடப்பதில் அபாய மில்லைதான். இருந்தாலும் இரண்டாவதாகப் போவதே நல்லது.

அதற்கு அப்புறம்தான் எதிரிகள் எச்சரிக்கை அடைந்து எல்லோரை யும் கவனிக்கத் தொடங்குவார்கள்” என்றான்.

“அப்படியானால் நீங்கள்” என்று அவள் ஆட்சேபிக்க ஆரம் பித்தாள்.

“நான் திடீரென்று தாண்டிவிடுவேன்; அதிலொன்றும் கஷ்டமே யில்லை. வரிசை வகுத்து, நேரக்கிரமப்படித் தாவுவதில்தான் ஆபத் தெல்லாம்” என்று பதிலளித்தபடியே பாப்லோாவை ஜார்டன் நோக்கினான். மண்டை தாழ்ந்து குனிந்திருந்தது; அவன் தோளில் தொடங்கிய தானியங்கித் துப்பாக்கி அதைக் கீழே இழுத்து கழுத்தில் புதைத்தது போலிருந்தது. அடுத்தது பிலாரைப் பார்த்தான். அவள் தலையில் தொப்பியேதுமில்லை? எனவே, அவள் தோள்கள் இன்னும் அகன்று காணப்பட்டன. கம்பளி மூட்டைகளில் குதிக்கால்களைச் செருகியபடி குந்தியிருந்தபடியால் அவளுடைய துடைகளை விட முழங்கால்கள் தூக்கிய வாக்கில் தென்பட்டன. அவன் தன்னை நோக்கியதும் அவள் திரும்பிப் பார்த்துத் தலையை அசைத்தாள்.

“சாலையைக் கடப்பதற்குமுன் பிலாரைத் தாண்டி விடு” என்று மேரியாவிடம் மேலும் கூறியதும் வர வரக்குறையத் துவங்கிய மரங்களூடே பார்வையைச் செலுத்தினான். கீழே எண்ணெயேறிக் கறுப்பாகவிருந்த சாலையும், அதற்கப்பால் பசுமையாகப் படர்ந்திருந்த குன்றுச் சரிவும் அவன் கண்களில் பட்டன. ‘நாம் இப்போது கண் மாய்க்கு மேலே இருக்கிறோம்; பாலம் வரையில் நேராக நீண்டிறங்கத் தொடங்கும் இடத்துக்குச் சற்று இப்பால்தான் உள்ளோம். அதாவது, பாலத்திலிருந்து சுமார் எண்ணூறு கஜதூரத்தில் நாம் சாலையைக் கடக்க நேரும். பாலம் வரையில் டாங்கியை எதிரிகள் கொண்டு வந்திருந்தார்களானால் அதிலுள்ள ஃபியட் பீரங்கி எட்டக்கூடிய வட்டத்துக்குள்தான் இந்தத் தொலைவு இருக்கும்’ என்று மனத் துள்ளேயே கணக்குப் போட்டவனாக “மேரியா, சாலையை நாம் அடையுமுன் பிலாரைத் தாண்டிவிடு. அதைக் கடந்ததும் பரவிப் பாய்ந்தவாறே சரிவில் ஏறு” என்று மீண்டும் ஏவினான்.

அவன் அவளைத் திரும்பிப் பார்த்தானே தவிர வாயைத் திறக்கவில்லை. அவனும் அவள் புரிந்து கொண்டாளா என்பதை யின்றி வேறெதையும் அவள் முகத்தில் நாடி நோக்கவில்லை. “புரிந்த தல்லவா?” என அவன் வினவியதும் அவள் தலையசைத்தாள். “அப்படியானால் முன்னே போ!” என்றான் அவன். அவளோ, ‘முடியாது’ என்னும் முறையில் தலையை ஆட்டினாள். “போ முன்னால் போய்விடு” என்று அவன் மீண்டும் முடுக்கவே, தலையைத் திரும்பவும் ஆட்டியவளாய், “முடியாது, எனக்குரிய முறையில்தான் நான் போவேன்” எனக்கூறி மறுத்தாள் மேரியா.

அதே நேரத்தில் தன் செம்பழுப்புக் குதிரையின் விலாப் புறங்களில் பாத முடுக்கிகளை ஆழப்பதித்த பாப்லோ, சரிவின் கடைசிப் பைன் மரங்களை விரைவாகத் தாண்டினான், குதிரையின் குளம்புகள் இடித்துப் பொறியெழுப்பச் சாலையில் பாய்ந்து கடந்தான். அவனுக்குப் பின்னால் சென்ற மற்றவர்களும் அவ்வாறே விரைவாகத் தாண்டிப் பசுஞ்சரிவில் ஏறியதை ஜார்டன் பார்த்தான். அவ்வேளையில் பாலத்தை நோக்கி இயந்திர பீரங்கி சுட்டுக் கொண்டிருந்த சப்தமும் அவன் காதில் விழுந்தது. அவர்கள் கடந்ததுமே உஸ்ஸென்ற சீறலையடுத்துப் பேரொலியொன்று கேட்டது. திடீரென வெடித்துப் பெருமுழக்கமாகப் பெருகிப் பரவிய அதைத் தொடர்ந்து குன்றுப்புறத்திலிருந்து சாம்பல் நிறப் புகைக் கற்றையுடன் சிறு மண் குவியலொன்று சீறியெழுந்ததை அவன் கண்டான். மீண்டும் கீறல் பீடிகையுடன் சட்டென வெடித்துப் பேரோசை எழும்பியது; ஆகாய விமானம் பாயும் சப்தம்போலவே அந்தச் சீறல் இருந்தது. பின்னர், குன்றுச் சரிவில் இன்னும் சற்று மேலே மண்ணும் புகையும் எழும்பியதை அவன் கவனித்தான். அந்தக் குண்டுகளைக் கண்டதும், அவனுக்கு முன்னால் சென்று கொண்டிருந்த ஜிப்ஸி சாலை விளிம்பையொட்டினாற் போல இருந்த கடைசி மரங்களின் மறைவில் நின்று விட்டான். குன்றுச் சரிவை நோக்கிவிட்டுத் தன்னைத் திரும்பிப் பார்த்த அவனை, "போ, ரஃபேல், போ, பாய்ந்து தாண்டு" என்று ஜார்டன் தூண்டினான். அவனுடைய கையிலிருந்த கயிற்றுடன் பிணைக்கப்பட்டுப் பின்னாலிருந்த பொதிக்குதிரை இடக்குச் செய்ததைக் கண்டதும், "சுமைக் குதிரையை விட்டு விடு. நாலுகால் பாய்ச்சலில் சாலையைக் கடந்துபோ" மீண்டும் முடுக்கினான்.

எனினும் பொதிக்குதிரையை இழுத்தபடியே ஜிப்ஸி புறப் பட்டான். தான் அமர்ந்திருந்த குதிரையைக் குதிகால்களால் உதைத்து உந்தியபடியே அவன் பாய்ந்தான். சுமைக்குதிரையும் இழுத்துச்செல்ல அவன் பின்னால் நீட்டிய கை மேன்மேலும் உயர்ந்து கொண்டேபோயிற்று, முடிவேயிராது போல. எனினும் இறுக நீண்ட அக்கயிறு இறுதியில் இற்று விழவே, சட்டெனச் சாலையைத் தாண்டினான் அவன். பொதிக்குதிரையோ பயந்து பின்னால் பாய்ந்து ஜார்டனின் முழங்காலில் முட்டியது. இதற்குள் கறுத்துக் கெட்டியாகக் கிடந்த சாலையைக் கடந்துவிட்டது ஜிப்ஸி ஏறியிருந்த குதிரை. குன்றுச் சரிவில் அதன் குளம்பொலிக்கேட்கத் தொடங்கிய அதே நேரத்தில் மீண்டும் குண்டு சீறிவந்து வெடித்தது. வளைவு நெளிவின்றி நேராக வந்து விழுந்து அது, ஜிப்ஸியின் முன்புறத்தில் கருப்பு மண்ணையும் சாம்பல் வண்ணப் புகையையும் சீறியெழ வைத்து மிரண்டோடும் காட்டுப் பன்றிபோலத் தன் மீது

அது படாமல் லாகவமாகக் குனிந்து கொடுத்தான் ஜிப்ஸி. அதை யடுத்து சற்று மெதுவான பாய்ச்சலிலேயே சென்ற அவன் நீண்ட பசுஞ்சரிவில் ஏறியதையும் அவனுக்கு முன்னும் பின்னும் குண்டுகள் பாய்ந்தது. மண் மண்டலங்களில் மறைவில் அவன் ஆழ்ந்து விட்டதையும் கவனித்தான்.

'இந்தப் பாழாய்ப்போன பொதிக் குதிரையை என்னால் இழுத்துச் செல்ல இயலாதுதான். இடப்புறத்தில் இருத்தி வைத்துக் கொண்டபடியே பாய்ந்து கடக்க விரும்புகிறேன். அப்போது இது எனக்கும், அந்த பீரங்கி வீசும் 47 மில்லிமீட்டர் குண்டுகளுக்கும் இடையில் இருக்கும் அல்லவா? ஆனாலும் இதைச் சாகடிக்க எனக்கு இஷ்டமில்லை; சேர்ந்தழைத்துச் செல்லவே முயல்வேன்' என்று எண்ணி சுமைக் குதிரையை அவன் அடைந்தான்.

பின்னர், அந்தக் குதிரையின் பிணைக் கயிற்றைப் பிடித்துக் கொண்டான். அது தன்னைப் பின்தொடர்ந்து வர, சுமார் ஐம்பது கஜ தூரம் வரை சென்றான். மர வரிசைக் கோடியை அடைந்ததும் கீழே நோக்கினான். காலையில் நின்ற லாரிக்கு அப்பால் பார்வையை ஓடவிட்டுப் பாலத்தில் பதித்தான். அங்கே சிலர் நின்றது தெரிந்தது. அதற்குப் பின்னாலிருந்த சாலைப் பகுதியில் வண்டிகள் தேக்கம் ஏற்பட்டிருந்தது போலவும் தென்பட்டது. சுற்றிலும் நோக்கிய ஜார்டன், தான் விரும்பித் தேடியதை இறுதியில் கண்டான்; ஒரு பைன் மரத்தை நோக்கிக் கையை உயர்த்தி, உளுந்த கிளையொன்றை ஒடித்தான். சுமைக் குதிரையின் தலைக்கயிற்றை விட்டவனாய் அதைச் சாலையை நோக்கி இறங்கிய சரிவின் உச்சியில் நகர்த்தி நிறுத்தினான். பிறகு அதன் பிருஷ்ட பாகத்தில் மரக்கிளையால் ஓங்கி அடித்தான். சாலையைத் தாண்டிச் சரிவில் ஏறத் தொடங்கிய அதை, "அட பஜாரிப் பிண்டமே" என்றபடியே அதன் பின்னால் மரக்கிளையை வீசியெறிந்தான். கிளை தாக்கவே, அதுவரை சாதாரணமாக ஓடிக்கொண்டிருந்த அக்குதிரை நாலு கால் பாய்ச்சலில் தாவி ஏறலாயிற்று.

அப்புறம் இன்னும் முப்பது கஜ தூரம் வரையில் சென்றான் ஜார்டன். சாலைக்கரை உயர்ந்து செங்குத்தாக இருந்தபடியால் அதற்கப்பால் அவனால் செல்ல முடியவில்லை. ஆகாசவாணச் சீறலுடன் அதையடுத்து மண்ணை வாரி வீசிய பேரோசையுடனும் பீரங்கி தொடர்ந்து முழங்கிக் கொண்டிருந்தது. "வாடா, பாழாய்ப் போன ஃபாஸிஸ்டே!" என்று தன் சாம்பல் நிறப் பெருங்குதிரையை நோக்கிக் கூறியபடியே அதைச் சரிந்து பாயவைத்தான்.

இமைப் பொழுதில் திறந்தவெளிக்கு வந்து, சாலையைத் தாண்டத் தொடங்கி விட்டான். அந்தக் கெட்டித் தரையில் குதிரையின் குளம்புகள் பட்டுப் படபடத்த அதிர்ச்சி அவனுடைய

தோள்களைத் துளைத்தது. கழுத்தைக் கடந்து பற்களையும் எட்டிக் கிடுகிடுக்க வைத்தது. சரிவின் மென்தரையைச் சடுதியிலேயே எய்தி விட்டான். ஒவ்வொரு குளம்பாக அதை அடைந்ததும் மண்ணை வெட்டிப் புடைத்து வீசியபடியே விரைந்த போது திரும்பி நோக்கினான். சரிவுக்கு அப்பால் இருந்த பாலம் அதுவரை அவன் பார்த்திராத புதிய கோணத்தில் புலப்பட்டது. முன்பு முன்புறத்திலிருந்து தெரிந்தது போலக் குறுகியிராமல் நீண்டு தென்பட்டது அது. மத்தியப் பகுதி பிளந்து கிடந்ததும் தெளிவாகத் தெரிந்தது. சாலையில் நின்ற சிறிய டாங்கிக்குப் பின்னால் இப்போது பெரிய டாங்கியொன்றும் இருந்தது. அதன் பீரங்கி மஞ்சளொளியும் கண்ணாடிப் போலப் பளபளத்து, அதிலிருந்து காற்றைப் பிளந்து கொண்டு பாய்ந்துவந்த கிறீச் ஒலி, அவன் முன்னால் நீண்டிருந்த குதிரையின் கழுத்தைத் தொட்டுத் தடவியதுபோலவே தோன்றிய குன்றுச்சரிவில் அந்தக் குண்டு விழுந்ததால் எழுந்த மண் படாதபடி முகத்தைத் திருப்பிக் கொண்டான் அவன். முன்னால் ஓடிய பொதிக் குதிரையின் வேகம் மட்டுப்பட்டுவிட்டதை மட்டுமின்றி அது வலது புறத்தில் வெகு தூரம் பிறழ்ந்து சென்றுவிட்டதையும் அவன் கண்டான். பாலத்தின் பக்கமாகத் தலையைச் சற்றே திருப்பியவாறு தொடர்ந்து பாய்ந்த அவன் கண்ணில், திருப்பத்துக்கப்பால் தேங்கி நின்று விட்ட லாரிகளின் வரிசை தென்பட்டது. முன்னைவிட அதிக உயரத்துக்குப் போய்விட்டபடியால் முன்னிலும் தெளிவாக அவை இப்போது தெரிந்தன. உஸ்ஸென்ற சீறலுக்கும் பெருமுழக்கத்துக்கும் முன்னோடியான மஞ்சள் வண்ண ஒளிப்பிழம்பையும் அவன் தெளிவுறப் பார்த்தான். அதையடுத்துப் பாய்ந்த குண்டு அவனை எட்ட முடியாமல் தொலைவிலேயே விழுந்துவிட்டபோதிலும் அது கிளப்பிய மண்மாரியூடே உலோகச் சிதறலின் ஒலியை அவனால் நன்றாகவே கேட்க முடிந்தது.

எதிரேயிருந்த காட்டுக்கோடியில் எல்லோரும் தன்னையே கவனித்துக் கொண்டிருந்ததையும் அவன் கண்டான்.

பாலத்தை மறுபடியும் திரும்பிப் பார்த்தான். மண் வண்ணத்துடன் கட்டை குட்டையாக நின்ற டாங்கி பளிச்செனப் புலப்பட்டது. ஆனால் அதற்கப்புறம் வழக்கமாக உஸ்ஸொலி அவன் காதில் விழவில்லை. நாசியை எரித்த கார நெடியுடன், பெரிய அண்டாவொன்று விண்டது போன்ற பேரொலி மட்டுமே கேட்டது. அடுத்து கணம் அந்தச் சாம்பல் நிறக் குதிரையின் கீழே தான் கிடந்ததை அவன் உணர்ந்தான். அந்தப் பெரிய குதிரை உதைத்து உதற, தன்னை அழுத்திய அதன் சுமையிலிருந்து விடுவித்துக் கொள்ள அவன் முயன்றான். அவனால் அசைய முடியாமலில்லை; வலது புறத்தில் நன்றாகவே நகர இயன்றது. ஆனால் அப்படிச்

செய்ய அவன் யத்தனித்தபோதோ, குதிரையின் கீழே சிக்கியிருந்த இடது கால் இம்மியும் சலனமுறவில்லை. அதில் புதிதாக ஏதோ மூட்டு முளைத்துவிட்டது போலவே தோன்றியது; இடுப்பு இணைப்பு அல்ல, வேறேதோதான் பக்கவாட்டில் கதவுக்கீல் போன்று பிரிந்து சென்றது. அது எதனால் என்பதை அக்கணமே அவன் தெளிவுறத் தெரிந்து கொண்டுவிட்டான். அதே நேரத்தில் அந்தச் சாம்பல் நிறக் குதிரையும் முட்டிக்காலிட்டு எழுந்து நின்றது. அதன் பயனாக, பாதந்தாங்கி முடுக்கியைத் தட்டிவிட்டிருந்த வலது கால் சேணத்தின் மேலாகச் சறுக்கியிறங்கி அவன் பக்கத்தில் வந்து விழுந்தது. அதைத் தொடர்ந்து தரையோடு துவண்டு கிடந்த இடது துடையெலும்பை இரு கைகளாலும் அவன் தொட்டு தடவிப் பார்த்தான். முறிந்த எலும்பு மேலெழும்பிச் சதையைத் துளைத்துச் சருமத்தை முட்டி நின்றதை அவனால் திட்டமாகக் கண்டுகொள்ள முடிந்தது.

எழுந்த குதிரை அவனுக்குமேல் கிட்டத்தட்டக் குடை பிடித்தாற்போல நின்றுகொண்டிருந்தது; அதன் விலாவெலும்புகள் விம்மி விம்மித் தணியக் கண்டான். அவன் அமர்ந்திருந்த இடத்தில் பசும்புல் படர்ந்திருந்தது; அதில் அங்குமிங்கும் மலர்களும் பூத்திருந்தன. சரிவுக்கப்பால் சாலையில் பார்வையைச் செலுத்தினான். பாலத்தை யும் பள்ளத்தையும் பார்த்தான்; மீண்டும் சாலையையும் அதில் நின்ற டாங்கியையும் நோக்கியபடி, அடுத்து குண்டின் ஒளிப்பிழம் புக்காகக் காத்துக் கிடந்தான். அடுத்த கணமே அது புலப்பட்டது. முன் தடவை போலவே இப்போது உஸ்ஸொலி இல்லை; பெரு முழக்கம் மட்டுமே கேட்டது. அதோடு, அந்த உருக்குக் குண்டிலிருந்து தெறித்துச் சிதறிய துண்டுகள் விர்ரெனப் பாய்ந்த ஓசையும் காதில் விழுந்தது. கூடவே, அதிலிருந்த சக்தி வாய்ந்த வெடிமருந்து எழுப்பிய நெடியும் மூக்கைத் துளைத்தது; அதேபொழுதில், ஏதோ சர்க்கஸ் விளையாட்டு காட்டுவதேபோல, மண்கட்டிகள் மாரியெனச் சீறிச்சிதறின. அந்தச் சாம்பல்நிறக் குதிரை தன்னருகில் அடக்கமாக அமர்ந்ததை அவன் கண்டான்; அதன் மூச்சு முட்டிய ஒலியும் அவன் காதை எட்டியது. அகஸ்டினும் பிரிமிடியோவும் தன் அக்குளில் கை கொடுத்துத் தூக்கியதுதான் அதன்பின் அவன் அறிந்ததெல்லாம். சரிவின் கடைசி கட்டத்தில் அவனை இழுத் தேற்றினர் அவர்கள். அப்போது, அவனது காலில் கிளைத்திருந்த புதிய பூட்டு, தரை இழுத்த போக்கிலெல்லாம் புரண்டு கொடுத்தது. அந்நேரத்தில் ஒரு குண்டு அவர்களது தலைக்கு மேலாகத் தாழ்ந்து பறந்தது. உடனே அவர்கள் அவனை அப்படியே போட்டுவிட்டுக் குப்புறப்படுத்தனர் தங்களைத் தொடாமலே மண்ணும் உலோகத் துணுக்குகளும் அப்பால் விழுந்ததும் திரும்ப எழுந்து அவனைத் தாங்கிப் பிடித்தனர். அப்படியே தூக்கிச் சென்று மரவரிசைக்குப்

பின்புறத்தில் குதிரைகள் இருந்த மறைவை அடைந்தனர். அங்கு போய்ச் சேர்ந்ததும் மேரியா, பிலார், பாப்லோ ஆகிய மூவரும் ஜார்டனைச் சூழ்ந்துகொண்டு விட்டனர்.

அவன் பக்கத்தில் மண்டியிட்டு அமர்ந்த மேரியா "உங்களுக்கு என்ன நேர்ந்துவிட்டது, ராபர்ட்டோ?" என்று பதைத்துக் கேட்டாள்.

"என் இடதுகால் முறிந்துவிட்டது. செல்லக் குட்டி" என்றான் அவன், வியர்வையை ஆறாகப் பெருக்கியவாறே.

"நாங்கள் அதைத் திரும்பிச் சேர்த்துவைத்துக் கட்டிவிடுகிறோம், அதோ அந்தக் குதிரைமீது நீர் ஏறி வரலாம்" என்றபடி ஒரு பொதிக் குதிரையை பிலார் சுட்டிக் காட்டினாள். "அதன் மேலே இருக்கும் மூட்டைகளை எடுத்துவிடு என்று பாப்லோவையும் பணித்தாள். ஆனால் பாப்லோவோ அவநம்பிக்கையுடன் தலையை ஆட்டினான். ஜார்டன் அதைக் கவனித்ததோடு ஆமோதிக்கும் முறையில் தானும் தலையசைத்து "நீங்கள் போங்கள்" என்றான். பின்னர், "இங்கே வாரும், பாப்லோ, இதைக்கேளும்" என்று கூப்பிட்டான். உடனே மயிர் முளைகளூடே வியர்வைக் கோடுகள் வரியிட்டிருந்த பாப்லோ வின் முகம் அவனை நோக்கிக் குனிந்தது. அவனது முழு நாற்றத்தை யும் அப்போதே முதல் முறையாக முகர்ந்தவனாய் பாப்லோவுடன் நான் கொஞ்சம் பேச வேண்டும். நீங்கள் சற்று அப்பால் போயிருங்கள்" என்று பிலாரையும் மேரியாவையும் பார்த்து ஜார்டன் சொன்னான்.

அவன்மீது முன்னிலும் கவிந்துகொண்டவனாய் "தாங்க முடியாதபடி வலிக்கிறதா, என்ன?" என்று பாப்லோ வினவினான்.

"இல்லை, அப்படியொன்றுமில்லை; நரம்பு நசுங்கி விட்ட தாலேயே வலியில்லை என்று நினைக்கிறேன். இனி என்னால் நகரக்கூட முடியாது தெரிகிறதல்லவா? ஆகவே, நீங்கள் போய் விடுங்கள், அதற்குமுன் அந்தப் பெண்ணுடன் நான் சற்றுப் பேச வேண்டும். அவளை அழைத்துப் போகும்படி நான் சொன்னதும் இட்டுச் சென்றுவிடுங்கள். இங்கேயே என்னுடன் தங்கத்தான் அவள் விரும்புவாள்; இருந்தாலும் அழைத்துப் போய்விடுங்கள். ஒரே நொடியில் அவளுடன் பேச்சை முடித்துவிடுகிறேன்."

"ஆமாம் பேச்சைச் சுருக்க முடித்துவிட வேண்டும்; அவகாசம் அதிகமில்லை."

"அது எனக்கும் தெரியும், தெளிவாகவே... அதற்கு முன் உம்மைப் பற்றியும் ஒரு வார்த்தை. குடியரசில் நீர் நன்றாகச் சோபிப்பீர் என்றே நினைக்கிறேன்."

"ஊஹூம், கிரிடோஸுக்குப் போகவே எனக்கு ஆசை."

“வேண்டாம், நான் சொல்வதை நன்றாக யோசித்துப் பாரும்!”

“அது கிடக்கட்டும், மேரியாவுடன் சீக்கிரம் பேசி முடியும். அவகாசம் அதிகமில்லை... இப்படி உமக்கு நேர்ந்துவிட்டதை பற்றி நான் மிகவும் வருந்துகிறேன், இங்கிலீஷ்காரரே.”

நடந்ததென்னவோ நடந்துவிட்டது; அதைப் பற்றிப் பேசிப் பயனில்லை ஆகவே அந்தப் பேச்சு இனி வேண்டாம். ஆனால் நான் சொன்னதை மட்டும் நீர் சிந்தித்துப் பார்க்க வேண்டும். உம்மிடம் மூளைக்குக் குறைவா என்ன? அதை உபயோகித்து யோசித்துப் பாரும்.”

“யோசிக்காமல் இருப்பேனா என்ன? ஆனால் அதை அப்புறம் வைத்துக் கொள்ளலாம். இப்போது மேரியாவுடன் நீர் விரைவாகப் பேசியாக வேண்டும். இனி வீணாக்கப் பொழுதில்லை” என்று கூறிவிட்டு அனைத்திலும் அருகில் இருந்த மரத்தடிக்குச் சென்ற பாப்லோ அங்கிருந்தபடி சரிவை நோக்கினான். அப்புறம் சாலை யையும், ஆற்றுப் பள்ளத்துக்கு அப்பாலும் பார்த்தான். பின்னர் சரிவுக்குப் பார்வையைத் திருப்பினான்; அங்கே விழுந்து கிடந்த சாம்பல் வண்ணக் குதிரை கண்ணில் பட்டதும் அவன் முகத்தில் மெய்யான வருத்தக்குறி மேலிட்டது. அதற்கிடையில் மரமொன்றின் மீது சாய்ந்திருந்த ஜார்டனிடம் மேரியாவும் பிலாரும் திரும்பி வந்தனர்.

“என் சராயைச் சற்றுக் கிழிக்கிறீர்களா?” என்று பிலாரை ஜார்டன் கேட்டான். அவன் பக்கத்தில் குனிந்தபடி குந்தியிருந்தாள் மேரியா. கதிரவனொளி அவளது குட்டை மயிரில் பட்டுப் பளபளத் தது. வாயைத் திறக்கவில்லை அவள். ஆனால் அவளது முகம் அழ விருக்கும் குழந்தையைப் போல முறுக்கித் துடி துடித்தது; ஆயினும் அவள் அழவில்லை.

ஜார்டன் கேட்டுக்கொண்டபடி பிலார் தன் கத்தியை எடுத்தாள். அவனது சராயின் இடதுபுற ஜேபிக்குக் கீழே கிழித்தாள். அப்படிக் கிழித்த துணியைத் தானே பிரித்து விலக்கியபின் தன் துடையைப் பார்த்தான் ஜார்டன். இடுப்பு இணைப்புக்குப் பத்து அங்குலம் கீழே கூரிய முனையுடன் கூடிய சிவந்த வீக்கமொன்று இருந்தது. கூர்மையான உச்சியை உடைத்து சிறிய கூடாரம் போல அது காணப்பட்டது. விரல்களால் அதைத் தொட்டுப் பார்த்தபோது முறிந்துவிட்ட துடையெலும்பு அங்கு சருமத்தை முட்டி நின்றதை அவனால் உணர முடிந்தது. விசித்திரமானதொரு கோணத்தில் அந்தக் கால் கிடந்தது. நிமிர்ந்து பிலாரை நோக்கினான். மேரியா வைப் போலவே அவளது முகபாவமும் இருக்கக் கண்டதும், “நீங்கள் போங்கள்” என்றான்.

தலை தாழ்த்தியபடியே அவள் அகன்றாள். அவள் வாயைத் திறக்கவுமில்லை, திரும்பிப் பார்க்கவுமில்லை. அவளுடைய தோள்கள் குலுங்கியதை ஜார்டனால் தெளிவாகக் காணமுடிந்தது. முடிவில் அவளிடமிருந்து பார்வையைத் திருப்பியவனாய் மேரியாவின் இரு கைகளையும் பிடித்துக்கொண்டு “இதோ பார் செல்லக்குட்டி, இனி நாம் மாட்ரிட்டுக்குப் போகமுடியாது” என்று அவன் பேசத் துவங்கியதும் அவள் அழவாரம்பித்து விட்டாள். “வேண்டாம் செல்லக்குட்டி, அழாதே. நாம் இப்போது மாட்ரிட்டுக்குப் போக முடியாவிட்டாலும் இனி நீ போகுமிடமெல்லாம் நான் நிச்சயம் வருவேன். என்ன, நான் சொல்வது புரிகிறதல்லவா?” என்று அவன் வினவினான். அவள் பதிலேதும் பேசாமல் அவனை அணைத்துக் கொண்டபடி தன் தலையை அவனது தாடையில் தேய்த்தாள். “இதை நன்றாகக் கேட்டுக்கொள், என் முயல்குட்டி” என்று அவன் தொடர்ந்தான். அவசரம் அதியவசியமான நேரம் அது என்பதை அவன் நன்கு உணர்ந்தேயிருந்தான். அதோடு அவனுக்கு வெகுவாக வியர்த்து கொட்டியது. எனினும் நான் சொல்ல வேண்டியதைச் சொல்லியேயாக வேண்டும். அதை அவள் புரிந்துகொண்டே தீரவேண்டும் என்று தீர்மானித்துக் கொண்டவனாய், “இப்போது இங்கிருந்து நீ போயாக வேண்டும், முயல்குட்டி. ஆனால் நீ எங்கு போனாலும் நான் உன்னுடனேயே இருப்பேன். நம் இருவரில் ஒருவர் உள்ளவரையில் இருவருமே இருந்து வருவோம் புரிந்ததா?” என்றான், மீண்டும்.

“ஊஹும், நான் இங்கேயேதான் இருப்பேன்” என்று மேரியா மறுத்தாள்.

“கூடாது, முயல்குட்டி. நான் இப்போது செய்யப் போவதைத் தனித்துத்தான் செய்யவேண்டும். நீ இங்கே இருந்தால் அதை என்னால் சரிவரச் செய்ய முடியாது. நீ போனாலோ நானும் உன்கூட வருவேன். அது எப்படி முடியும் என்று இன்னமும் உனக்கு விளங்கவில்லையா? நம்மில் எவர் மிஞ்சியிருந்தாலும் இருவரும் இருப்பதாகத்தான் ஆகும்.”

“போகமாட்டேன்; நான் உங்களுடனேயேதான் தங்குவேன்.”

“வேண்டாம், முயல்குட்டி, நான் சொல்வதைக் கேள். நான் இப்போது செய்யப் போவதைக் கூட்டாகச் செய்யமுடியாது; அதை ஒவ்வொருவரும் தனித்தனியாகத்தான் செய்ய வேண்டும். நான் அதைச் செய்தாலும் நீ போகும்போது நானும் உன்னுடன் வருவேன், அந்த முறையில்தான் என்னால் உன்கூட வரமுடியும். ஆகவே, நீ இப்போது போய் விடுவாய் என்பது எனக்குத் தெரியும். நீ நல்லவள். அன்பு உள்ளம் கொண்டவள் அல்லவா? அதனால் நம் இருவருக்கு மாக நிச்சயம் நீ புறப்பட்டு விடுகிறாய் பார்!”

"இல்லை, இங்கு உங்களுடன் தங்குவதுதான் எனக்குச் சுலபம், அதுதான் என் உள்ளத்துக்கு ஆறுதல் அளிக்கும்."

"வாஸ்தவம்தான். அதனால்தான் என்னிடம் பிரிவு காட்டிப் போய்விடச் சொல்கிறேன். அவ்விதம் செல்வது உன்னால் சாத்தியமே. அதை எனக்காகச் செய்யக்கூடாதா?"

"என்னைப் புரிந்து கொள்ளமாட்டேன் என்கிறீர்களே, ராபர்ட்டோ! என் நிலையை நினைக்க மறுக்கிறீர்களே! நான் என்ன ஆவேன், எண்ணிப்பாரும். இங்கிருப்பதைவிடப் போவதல்லவா எனக்குப் பாதகம்?"

"அதில் சந்தேகமில்லைதான். என்னைவிட உன் நிலைமை கடினமானதுதான். இருந்தாலும் அப்போது நீயாகவும் நான் ஆகிவிடவில்லையா?"

மேரியா மறுமொழியேதும் கூறவில்லை. அவளை ஜார்டன் உற்றுப்பார்த்தான். அவளை அங்கிருந்து அகலச் செய்யும் முயற்சியில் அவன் முன்னிலும் முனைந்து ஈடுபட்டான்; அவன் வாழ்வில் அதற்குமுன் எக்காரியத்திலும் அத்தனை கடுமையான முயற்சியை அவன் மேற்கொண்டதே கிடையாது. "நம் இருவருக்குமாக நீ இப்போது போகவேண்டும். நீ சுயநலம் பார்க்கக் கூடாது. என் முயல்குட்டி. உன் கடமையை நீ இப்போது செய்வது அவசியம்" என்றான்.

அவளோ தலையை ஆட்டித் திட்டமாக மறுத்துவிட்டாள்.

"இப்போது நானாகிவிட்டாய் நீ. இப்படி என்னில் கலந்ததை நீ நிச்சயம் உணர்ந்தேயிருக்க வேண்டும் முயல்குட்டி. நீ இங்கிருந்து போனால்தான் நான் மெய்யாக உன்னுடன் வரமுடியும். அப்படி வருவேன் என்று ஆணையும் வைக்கிறேன், போதுமா?"

அப்போதும் அவள் பதிலேதும் புகலவில்லை. ஆகவே "ஆஹா, இப்போது தெரிந்துவிட்டாய் தெளிவாகப் புரிந்துகொண்டு விட்டாய். சபாஷ்! இனி இங்கிருந்து புறப்பட்டுவிடுவாய் அப்படித்தான் சொல்கிறாய், இல்லையா?" என்று அவன் கேட்டான்.

அதற்கு அவள் விடையெதுவும் வழங்கவில்லை. இருந்தாலும் அந்தப் பல்லவியை அவன் விடாப்பிடியாகத் தொடர்ந்தான். "இப்படி இசைந்ததற்காக உனக்கு என் நன்றி. இனி சீராக, சீக்கிரமாக போய்விடுவாய், வெகுதூரம் சென்றுவிடுவாய். அப்படிப் போகும் உன்னில் நாம் இருவருமே இருப்போம் எங்கே, உன் கையை இங்கே வை. பார்ப்போம். உன் தலையையும் தாழ்த்து. இல்லை. இன்னும் நன்றாகக் குனி. ஆமாம், அதுதான் சரி. இப்போது என் கையை அதன் மீது வைக்கிறேன்... பலே!... நீ மிகமிக நல்லவள் இல்லையா? ஆகவே, இனிமேல் யோசித்துக் குழம்பவே கூடாது. நீ செய்ய

வேண்டியதைத்தான் இப்போது செய்கிறாய். பணிந்து நடக்கிறாய். எனக்கல்ல நம் இருவருக்கும்தான்; உன்னில் ஒன்றியிருக்கும் எனக்குத்தான். நம் இருவரின் பொருட்டு நீ இப்போது புறப்படுகிறாய். மெய்யாகத்தான் சொல்கிறேன். நாம் இருவருமே இப்போது உன்னுள் உள்ளோம், உன்னுடன் செல்கிறோம். இப்படி நான் உனக்கு முன்பே உறுதி கூறியாகிவிட்டது. அதன்படி நீ போவது மெத்த நல்ல காரியம், பரிவு மிகுந்த பணி."

மரத்தடியில் நின்றபடியே தன்னைப் பார்த்துக் கொண்டிருந்த பாப்லோவை நோக்கி அதன்பின் தலையை அசைத்தான் ஜார்டன். அவன் வர ஆரம்பித்ததும் பிலாரையும் விரலையாட்டிக் கூப்பிட்டான். பின்னர், "மாட்ரிட்டுக்குப் பின்னொரு முறை போவோம். முயல்குட்டி! மெய்யாகவே சொல்கிறேன். எங்கே, எழுந்திருந்து புறப்படு, பார்ப்போம். இருவருமே போகிறோம் தெரியவில்லை?" என்றான்.

"இல்லவேயில்லை முடியாது" என்று கூறியபடி அவன் கழுத்தை முன்னிலும் இறுக்கக் கட்டிக்கொண்டாள் மேரியா.

"எழுந்திரு. நீ இப்போது நானுமாகிவிட்டாய் என்னில் எஞ்சியிருப்பதெல்லாம் நீயே, எழுந்திரு" என்றான் ஜார்டன். அவனிடம் அப்போது முன்னிலும் அமைதி கூடியிருந்தது; நயமாகப் பேசிய போதிலும் அதிகரித்தது.

மேரியா மெள்ள எழுந்தாள். தலையைத் தாழ்த்தியவாறே கண்ணீரைப் பெருக்கினாள். பின்னர் அவன் பக்கத்தில் சட்டென மீண்டும் அமர்ந்தாள்.

"எழுந்திரு. செல்லக்குட்டி" என அவன் மறுபடியும் பணித்ததும் மிகுந்த அசதியுடன் மெதுவாகத் திரும்பி எழுந்து நின்றாள். அருகில் நின்ற பிலார் அவள் கையைப் பிடித்துக் கொண்டவளாய், "வா, போகலாம்" என்று அவளை வலிய அழைத்தாள். பிறகு ஜார்டனை நோக்கி, "உமக்கு ஏதாவது தேவையா இங்கிலீஷ்காரரே?" என்று வினவியபடியே தலையை அசைத்தாள்.

"ஏதும் வேண்டாம்!" எனப் பதிலளித்துவிட்டு மேரியாவிடம் பேச்சைத் தொடர்ந்தான் அவன். "நாம் இணை பிரியவில்லை; சேர்ந்தேயிருக்கிறோம். ஆகவே, விடையளிப்பு வார்த்தையெதையும் நான் கூறப்போவதில்லை, என் செல்லக்குட்டி, கிரிடோஸில் உனக்கு எல்லாம் நல்லபடி நடக்க வேண்டும் என்பது தவிர வேறெதுவும் வேண்டவில்லை. புறப்படு நல்லபடியாகப் போ" என்று அவன் கூறிக்கொண்டிருக்கையிலேயே மேரியாவைக் கையைப் பிடித்தபடி பிலார் இட்டு செல்லலானாள். அவன் பேச்சில் அமைதியும் நயமும் இன்னும் அதிகரித்திருந்தன. "வேண்டாம், திரும்பிப் பார்க்காதே,

ஏறு, பாத முடுக்கியில் காலை பொருத்திக்கொள். ஆமாம் பாதங் களைத்தான்" என்றவன் பிலாரைப் பார்த்து, "மேரியா ஏற உதவுங்கள். குதிரையின் முதுகில் அமர்த்துங்கள்" என்று கேட்டுக்கொண்டான். அதையடுத்து மீண்டும் மேரியாவிடம், "எங்கே இப்போது தாவியேறு பார்ப்போம்" என்றான். வியர்வை ஆறாகப் பெருகத் தலையைத் திருப்பிச் சரிவை நோக்கினான். அவன் மறுபடித் திரும்பியபோது குதிரையின் முதுகில் மேரியா உட்கார்ந்திருந்தாள். பிலார் பக்கத்தில் இருக்க பாப்லோவோ பின்னால் இருந்தான். "சரி, இனி நீ புறப்பட லாம், போ" என்றான் இறுதியாக.

அவள் அவனைத் திரும்பி பார்க்க முற்பட்டாள். உடனே, ஜார்டன், "வேண்டாம், திரும்பிப் பார்க்காதே. புறப்பட்டுவிடு" என்றான். அதே நேரத்தில் வாரொன்றினால் குதிரையின் பின்பகுதி யில் பாப்லோ அடித்துக் கிளப்பினான். சட்டெனச் சரிந்திறங்க மேரியா முயன்றதாகத் தோன்றியது. ஆனால் பிலாரும் பாப்லோவும் தங்கள் குதிரைகளை நெருங்கிச் செலுத்தியதால் அவளால் இறங்க முடியவில்லை, போதாக்குறைக்கு அவள் கையையும் பிலார் தொடர்ந்து பிடித்துக்கொண்டிருந்தாள். எனவே, மூன்று குதிரைகளும் சேர்ந்தாற் போலச் சொல்லலாயின. எனினும் மேரியா திரும்பி நோக்கி, "என்னை இருக்க விடுங்கள், ராபர்ட்டோ. இங்கேயே இருக்க அனுமதியுங்கள்" என்று கூவினாள்.

"நான் உன்னுடன் இருக்கிறேன்; இப்போது உன்னில்தான் இணைந்திருக்கிறேன். போ, இருவருமே உன்னிடம்தான் ஒன்றி யிருக்கிறோம், போ" என ஜார்டனும் பதில் கூப்பாடு போட்டான். அதையடுத்து அம்மூவரும் திருப்பத்துக்கப்பால் மறைந்து விட்டனர். வியர்வையை மேன்மேலும் பெருக்கியவாறே தொடர்ந்து சூனியத்தையே வெறித்து நோக்கிக் கொண்டிருந்தான் அவன்.

அவ்வேளையில் அவனருகே வந்து குனிந்த அகஸ்டின், "சுட்டுக் கொல்லப்படவா பிரியப்படுகிறீர் இங்கிலீஷ்காரரே? சுடுகிறேன். எனக்கு அது பெரிய காரியமில்லை, சுலபமானதுதான்" என்றான்.

"வேண்டாம். அன்பார்ந்த நண்பரே. நீர் போம் எனக்கொன்றும் அசௌகரியமில்லை, கவலைப்படாதீர்"

"செல்கிறேன், இங்கிலீஷ்காரரே, வணக்கம்."

அகஸ்டின் விடைபெற்றபோது அவன் கண்கலங்கியது காரண மாக அவனால் ஜார்டனைத் தெளிவாகப் பார்க்க முடியவில்லை.

"வணக்கம், நண்பரே. அந்தக் குட்டைமயிர்க் குட்டியை நன்றாகக் கவனித்துக்கொள்ளும். அப்படிச் செய்வீர், இல்லையா?" சரிவை நோக்கியபடியே ஜார்டன் கேட்டான்.

“அதொன்றும் கஷ்டமில்லை... ஆமாம் உமக்குத் தேவையான தெல்லாம் இருக்கிறதல்லவா?”

“இந்த இயந்திர பீரங்கியில் சொற்பத் தோட்டாக்களே இருக்கின்றன. உங்களால் வேறெங்கும் இதற்கு வேண்டிய ரவைகளை சம்பாதிக்க முடியாது. ஆகவே, இதை நானே வைத்துக் கொண்டு விடுகிறேன். அந்த இன்னொரு பீரங்கிக்கும், பாப்லோவிடம் இருக்கும் துப்பாக்கிக்கும் தேவையான தோட்டாக்கள் கிடைக்கும்.”

“குதிரையோடு நீர் கீழே விழுந்தபோது தரையில் குத்திக் குழலில் மண்புகுந்து விட்டது. அதை நான் சுத்தமாகத் துடைத்து விட்டேன்.”

“அது சரி, பொதிக்குதிரை என்னவாயிற்று?”

“ஜிப்ஸி அதைப் பிடித்துவிட்டான்” என்று பதிலளித்தபடியே தன் குதிரை மீது அகஸ்டின் ஏறி விட்டபோதிலும் அங்கிருந்து புறப்பட அவன் விரும்பவில்லை. ஜார்டன் கிடந்த மரத்தடியை நோக்கி எட்டிக் குனிந்தவாறே தயங்கினான்.

“கிளம்பும், நண்பரே. சண்டை என்றால் இப்படியெல்லாம் நடப்பது சகஜம்தான்” என ஆறுதலாகக் கூறி அவனை முடுக்கினான் ஜார்டன்.

“சுத்தச் சாக்கடைதான் இந்தச் சண்டை” எனச் சபித்தான் அகஸ்டின்.

“ஆமாம், ஐயா, மெய்தான். அது கிடந்துவிட்டுப் போகட்டும். நீர் கிளம்பும்.”

“வணக்கம், இங்கிலீஷ்காரரே” என்று கூறி விடைபெறும் முகமாக வலது முஷ்டியை அகஸ்டின் இறுக மூடிக் காட்டினான்.

“வணக்கம். புறப்படுமய்யா, சீக்கிரம்” என்று ஜார்டன் சொன்னதும் சட்டெனத் தன் குதிரையைத் திருப்பிய அகஸ்டின், திரும்பவும் திட்டுவதே போல வலது முஷ்டியை விசுக்கெனக் கீழிறக்கியவனாய் விரைந்தகன்றான். மற்றவர் அனைவரும் பார்வையிலிருந்து மறைந்து எத்தனையோ நேரமாகிவிட்டது. எனினும் மரங்களிடையே புகுமுன் திரும்பிப் பார்த்து மறுபடியும் முஷ்டியை ஆட்டினான் அவன். ஜார்டனும் பதிலுக்குக் கையசைத்து வழியனுப்பினான். அடுத்து அகஸ்டினும் மறைந்துவிடவே அவன் திரும்பிப் பார்க்கலானான். பசுஞ்சரிவுக்கப்பால் சாலையும் பாலமும் பளிச்செனப் புலப்பட்டன. ‘எந்த நிலைக்கும் இந்த இடம் வசதிக் குறைவானதல்ல. குப்புறப்படுத்தபடி ஊர்ந்துபோய்ப் பார்ப்பது வீண்வேலைதான். மேல்தோல் வரையில் எலும்பு எழும்பி நிற்பதால் அது ஆபத்தானதும்கூட. மேலும் இந்த நிலையிலேயே என்னால்

இன்னும் நன்றாகப் பார்க்க முடியும்' என்று எண்ணியவாறே கிடந்தான் அவன். அதுவரை அனுபவிக்க நேர்ந்தவை அனைத்துமாக ஆயாசம் மேலிடச் செய்திருந்தன. அதோடு, அவர்கள் அனைவரும் சென்றுவிட்டதால் சக்தி முழுவதுமே குன்றி விட்டாற்போலிருந்தது. உள்ளம் சூன்யமாகி விட்டது. வாயிலோ பித்தநீர்க் கசப்பு. 'ஒரு வழியாக இப்போது இறுதிக்கு வந்துவிட்டோம். இனி எவ்விதப் பிரச்சனையும் கிடையாது. எல்லாமே எப்படி நடந்திருந்த போதிலும் சரி இனி எவ்விதம் அமையுமானாலும் சரியே, என்னைப் பொறுத்த வரையில் இனி எந்தவிதமான பிரச்சனைக்கும் இடமேயில்லை' என நினைக்கலானான் அவன்.

எல்லோரும் போயாகிவிட்டது. மரமொன்றின் மீது முதுகைச் சாய்த்தபடி தனித்திருந்தான் ஜார்டன். கீழே பரந்திருந்த பசுஞ் சரிவின் மீது அவன்பார்வை சென்றது. அகஸ்டின் சுட்டுப்போட்ட இடத்தில் கிடந்த சாம்பல் நிறக் குதிரை பேரில் சற்று நேரம் அது நிலைத்து நின்றது. பின்னர் சரிவின் மேலேயே ஓடி, முடிவில் சாலையைச் சென்றடைந்தது. அதன் பின்னணியில் இருந்த மரங்கள் செறிந்த பிரதேசத்தையும் பார்த்தபின் பாலத்தை நோக்கினான். அதன் மீதும் சாலையிலும் நடமாட்டங்களைக் கவனிக்கப் புகுந்தான். கீழ்ச்சாலை நெடுகிலும் லாரிகள் நிற்பது தெரிந்தது; அவற்றின் சாம்பல் வண்ணம் மரங்களூடேயும் நன்கு புலப்பட்டது. பின்னர் குன்றிலிருந்து சாலை கீழிறங்கத் தொடங்கும் இடத்தை நோக்கினான்; அவன் எண்ணக் குதிரை களிநடைபோட்டுச் சுற்றித் திரியத் துவங்கிவிட்டது: 'எதிரிகள் இனி விரைவில் வந்துவிடுவார்கள். வரட்டும் வந்துவிட்டுப் போகட்டும். என் கவலையெல்லாம் இப்போது மேரியாவைப்பற்றியே. அவளை பிலார் நன்றாகப் பார்த்துக்கொள்வாள் அது நிச்சயம்; எவரையும்விடச் சீராகவே கவனித்துக்கொள்வாள். அது உனக்குத் தெரியாதா என்ன? கிரி டோஸுக்குப் போக பாப்லோவிடம் நல்லதொரு திட்டம் இருந்தே யாக வேண்டும்; இல்லாவிட்டால் அவன் இம்முயற்சியில் இறங்கி யிருக்கவே மாட்டான். அவனைப் பற்றி நீ அலட்டிக் கொள்ளவே தேவை கிடையாது. மேரியாவைக் குறித்துக் கவலைப்படுவதிலும் பயனில்லை. நீ அவளிடம் சொன்னதை நீயே நம்ப முயல வேண்டும். அதுதான் அனைத்திலும் சிறந்தது. அது மெய்யல்ல என்று எவர்தான் சொல்ல முடியும்? யார் சொன்னாலும் நீ சொல்லவியலாது என்பது திண்ணம்.

இதுவரை நடந்திருக்கும் விஷயங்கள் நடக்கவேயில்லை என்று உன்னால் கூற முடியுமா? அதேபோலத்தான் அந்தப் பேச்சையும் நீ மறுத்துரைக்கவியலாது. இப்போது நீ நம்புவதையெல்லாம் அப்படியே இருத்தி வைத்துக் கொள்வதுதான் நல்லது. வீணுக்கு

விரக்தி கொள்ளாதே. உனக்கு எஞ்சியிருக்கும் அவகாசம் குறைவு; அவளையும் சற்றுமுன்தான் அனுப்பி வைத்திருக்கிறாய். இந்தக் கொஞ்ச நேரத்துக்குள்ளா நம்பிக்கையிழந்து நிற்பது? ஒவ்வொருவரும் தன்னால் இயன்றதைத்தான் செய்ய முடியும். இப்போது உன் பொருட்டு நீ எதுவும் செய்துகொள்ள வியலாது.

பிறருக்காக ஏதாவது செய்ய முடிந்தாலும் முடியலாம். எப்படியோ, கடந்த நான்கு நாட்களில் நிறைய அதிருஷ்டம் கிட்டியது உனக்கு. இல்லை, நான்கு நாட்களில்லை. நீ அங்கு போய்ச் சேர்ந்த போது மாலை மயங்கிவிட்டது. இன்றோ, இன்னும் உச்சிப் பொழுது வரவில்லை. ஆக, மூன்று பகற்பொழுதுகள், மூன்று இரவுகள்கூட முழுக்க முடியவில்லை. எப்போதும் கணக்கை நீ சரியாக வைத்துக் கொள்ள வேண்டும். கொஞ்சம் கூடப் பிசகக்கூடாது... நீ இப்போது கீழிறங்கிப் போவதே நல்லதென நினைக்கிறேன். நாடோடிபோல இந்த மரத்தில் இப்படிச் சாய்ந்து கிடப்பதை விட எங்காவது பயனுள்ள இடத்தில் ஊன்றிக்கொள்வதே தரமானது. அமோக அதிருஷ்டத்தை அனுபவித்துவிட்டாய் நீ. இந்த நிலையை விட மோசமானவை எவ்வளவோ உண்டு. இன்றில்லா விடினும் நாளை ஒவ்வொரு மனிதனும் சாகத்தான் வேண்டும். அதற்குத்தான் இப்போது நீ ஆளாகப் போகிறாய். அதைக் குறித்துத்தானே உனக்கு இப்போது அச்சம்...? இல்லை, மெய்யாகவே இல்லை. எனினும் நரம்பு நசுங்கிவிட்டது நல்லதிருஷ்டமே என்று என்னால் எண்ணாமல் இருக்க முடியவில்லை. முறிந்த இடத்துக்குக் கீழே ஏதும் இருப்பதாகக்கூட எனக்கு உணர்ச்சி இல்லை.' – இவ்விதம் சிந்தித்தவனாகத் தன் காலின் கீழ்ப்பகுதியை அவன் தொட்டுப் பார்த்தான். தன் உடலில் சேராத உறுப்புபோலவே அது அவனுக்குத் தோன்றியது. குன்றுச் சரிவை மீண்டும் நோக்கிவிட்டு நினைவு நெசவைத் தொடர்ந்தான்: 'இவ்வுலகை விட்டுச்செல்ல எனக்குக் கட்டோடு பிடிக்கவில்லை, அவ்வளவுதான் விஷயம். இதில் ஏதோ சில நற்காரியங்களையாவது செய்திருப்பேன் என்றே நம்புகிறேன். எனக்கு இருந்த சொற்ப சக்தி – புத்தியைக் கொண்டு இயன்றதைச் செய்ய முயன்றிருக்கிறேன்... 'இருந்த' என்றால் நீ இறந்துவிட்டதாக அல்லவா பொருள்? நீதான் இன்னும் சாகவில்லையே! ஆகவே, 'இருக்கும்' என்ற அர்த்தத்தில் தான் சொல்லியிருக்க வேண்டும்... சரி, அப்படியே தான் வைத்துக் கொள்வோமே...! நான் நம்பிய லட்சியத்துக்காக ஓராண்டு காலம் போராடி வந்திருக்கிறேன். இங்கு வெற்றி பெற்றால் எல்லா இடங்களிலும் அது தொடர்வது திண்ணம். 'ஆஹா, இந்த உலகம்தான் எவ்வளவு நேர்த்தியானது! இதில் இருக்க எத்தனை வேண்டுமானாலும் சண்டை போடலாமே! ஆகவேதான் இதைவிட்டுச் செல்ல எனக்கு அடியோடு பிடிக்கவில்லை. நீ மிகுந்த அதிருஷ்டசாலிதான் என்பதில் ஐயமில்லை; அரியதொரு வாழ்

வல்லவா இவ்வுலகில் உனக்கு வாய்த்தது? உன் தாத்தாவைப்போல நீண்ட காலம் வாழ உனக்குக் கொடுத்து வைக்கவில்லையென்பது நிஜம்தான்; ஆயினும் அவரளவுக்கு வசதியான வாழ்வே உனக்கும் கிடைத்தது என்பது உறுதி. குறிப்பாக இந்தக் கடைசிச் சில நாட்களில் எவருடையதையும்விட இம்மியும் குறைவில்லாத இனிய வாழ்வு உனக்கு அமைந்தது. இந்த அளவுக்கு அதிருஷ்டம் கிட்டி யிருக்கும்போது நீ குறைகூற விரும்பலாமா...? எனினும் நான் கற்றதைப் பிறருக்குப் போதிக்க ஏதாவது வழி துலங்காதா என்று எனக்கு ஏக்கமாக இருக்கிறது என்பதை ஏற்கவே வேண்டும். அடடா, இறுதி நாட்களில்தான் நான் எத்தனைத் துரிதமாகக் கற்றேன்! இதுபற்றி கார்க்கோவிடம் பேச எனக்குப் பெருவிருப்பாக இருக்கிறது. ஆனால் அவர் மாட்ரிட்டில் அல்லவா இருக்கிறார்? இருந்தாலும் என்ன, அதோ அந்தக் குன்றுகளைக் கடந்து சமவெளியையும் தாண்டினால் அந்த நகரத்தை அடைந்துவிடலாமே! சாம்பல்நிறப் பாறைகள், பைன் மரங்கள், முட்புதர்களையெல்லாம் பின்னுக்குத் தள்ளிவிட்டால் போதும், மஞ்சள் வண்ணப் பீடபூமிக்கு அப்பால் வெண்ணிறத்துடன் எழில்மிக அது எழும்பி நிற்பதை எளிதாகப் பார்க்கலாமே! பிலார் கூறிய கிழவிகள் கசாப்புக் கொட்டடிகளில் குருதியைக் குடிப்பது மெய்யென்றால் அது அங்கே நிமிர்ந்து நிற்பதும் நிஜம்தான். ஏதாவது ஒன்று மட்டும்தான் உண்மை என்று கூறுவதற்கில்லை; எல்லாமே மெய்தான். நம்முடையதாக இருந்தா லென்ன, எதிரிகளுடையனவாக இருந்தால் என்ன? – விமானங்கள் வெகு அழகாக இருந்ததை வாஸ்தவமல்ல என்று கூறிவிட முடியுமா? பாழாய்ப் போன அவை தான் எப்படிப் பொலிந்தன...! இதோ பார், இப்படியெல்லாம் அனாவசியமாக அலட்டிக் கொள்ளாதே. பொழுதிருக்கும் போதே கவிழ்ந்துவிடு. அதற்கு முன் ஒரேயொரு விஷயத்தை மட்டும் கேட்டுக்கொள்: உன் கையைப் பார்த்து பிலார் சொன்னாளே, உனக்கு நினைவிருக்கிறதா? அந்தப் பிதற்றலை நீ நம்புகிறாயா சொல்லு... இல்லவேயில்லை... இத்தனையும் நடந்த பிறகுமா நீ நம்பவில்லை? இல்லை நிச்சயமாக நான் நம்பவேயில்லை. இன்று காலை காரியத்தில் அது பற்றித்தான் எவ்வளவு பாங்காக நடந்து கொண்டாள்; அந்த அபத்தத்தை நான் நம்பியிருக்கக் கூடுமோ என்று அவளுக்கு அச்சம். நானென்னவோ அதை நம்ப வில்லை. ஆனால் அவள் நம்புகிறாள். அவளைப் போன்றவர்கள் எதையோ கண்டுவிடுகிறார்கள், அல்லது உணர்ந்து கொண்டு விடுகிறார்கள். எல்லாம் வேட்டை நாயைப் போலத்தான். புலன் களுக்குப் புறம்பான உணர்வு என்கிறார்களே, அதுவாக இருக்குமோ இது? சேச்சே, என்ன இழவாக இருந்தாலென்ன...? அது கிடக்கட்டும், என்னிடம் அவள் விடைபெற்றுக் கொள்ளவேயில்லை; அவ்விதம்

தான் ஏதாவது சொல்லப் புகுந்தால் மேரியா நகரவே மாட்டாள் என்பதை அவள் அறிந்திருந்ததுதான் அதற்குக் காரணம். ஆனாலும் அரிய பெண்மணிதான் அவள்; 'அது சரி, ஜார்டன், 'திரும்பப் படு', பார்ப்போம்' – ஆனால் அப்படித் தனக்குக் கட்டளையிட்டுக் கொண்டானே தவிரக் குப்புறப்படுக்க முயல அவனுக்கு மனமே இருக்கவில்லை.

தன் இடுப்பு ஜேபியில் மதுக்குப்பி இருந்தது. அப்போது அவனுக்கு ஞாபகம் வந்தது. உடனே, 'அந்த சர்வநாச சஞ்சீவியை வாய் நிறைய அருந்திவிட்டு முயன்று பார்த்தால் என்ன ?' என்று அவனுக்குத் தோன்றியது. ஆனால் துழாவிப் பார்த்தபோது அந்தப் புட்டி தட்டுப்படவில்லை. அதன் விளைவாக அவனது தனிமைத் தவிப்பு முன்னிலும் அதிகரித்தது? அதுகூட இல்லையே என்ற ஏக்கம் வாட்டியது. 'அதை நம்பியிருந்ததாலேயே இந்த ஏக்கம் என்று எண்ணுகிறேன். ஒருவேளை பாப்லோ அதை எடுத்துப் போயிருப்பானோ...? சேச்சே, எத்தனை மடத்தனமான நினைப்பு! பாலத்தில்தான் நீ அதைத் தொலைத்திருக்க வேண்டும். போனால் போகட்டும் போ... எங்கே, குப்புறப்படு, பார்ப்போம்... உம்... திரும்பு' என்று தனக்குத் தானே உத்தரவிட்டுக் கொண்டவனாக இடது காலை இரு கைகளாலும் பிடித்துப் பாதத்தை நோக்கிப் பலமாக இழுக்கலானான். மரத்தடியில் படுத்தபடியே அவ்வேலையில் அவன் ஈடுபட்டான். முறிந்த எலும்பு துடையைத் துளைத்துக்கொண்டு வெளிவந்து விடாதபடி லாவகமாகக் காலை இழுத்தபடியே மெதுவாகத் திருப்பினான். பிடரி தரையில் பொருந்தும் வகையில் திரும்பியதும், இரு கைகளாலும் இன்னமும் கெட்டியாகப் பிடித்துக் கொள்ளப்பட்டிருந்த இடது காலை வலது பாதத்தால் அழுத்தத் தொடங்கினான். வியர்த்துக் கொட்டியபடியே இடது உள்ளங்காலை அப்படி உந்திப் புரண்டதும் முகமும் மார்பும் தரையில் படிய இயன்றுவிட்டது. பின்னர் முழங்கைகளால் ஊன்றி எழும்பியதும் இரு கைகளாலும் இடது காலை நன்றாகப் பின்னோக்கி நீட்டினான். வியர்வை வெள்ளத்திடையே வலது பாதத்தினால் நெம்பித் தள்ளியதும் விரும்பிய நிலையை விரைவில் எய்திவிட்டான். இடது துடையை விரல்களால் வருடிப்பார்த்தான்; மேற்கொண்டு விபரீத மேதும் நேர்ந்திராததைத் தெரிந்து கொண்டான் – எலும்பு முனை தோலைத் துளைத்துவிடவில்லை; முறிந்திருந்த பகுதி தசையினுள் ஆழப் புதைந்தேயிருந்தது.

அந்தப் பாழாய்ப்போன குதிரை என்மீது விழுந்து புரண்டபோது பெரிய நரம்பு பூராவாக நசுங்கித்தான் போயிருக்கவேண்டும். அதனால்தான் கொஞ்சம்கூட வலியே இல்லை. ஏதாவது ஒருசில நிலைகளில்தான் நோவு எடுக்கிறது: அதாவது, வேறே ஏதாவது

எலும்பு முட்டும் போதுதான் வலிக்கிறது. பார்த்தாயல்லவா, உன் அதிருஷ்டம் எப்படி இருக்கிறது என்பதை? இப்படி அடியோடு நோவே இல்லாத போது எல்லா உணர்வுகளையும் சாகடித்துவிடும் மது உனக்கு எதற்காகத் தேவை,, சொல்லு' என்று தனக்குத் தானே கூறிக்கொண்ட அவன், சிறிய இயந்திர பீரங்கியை எட்டிப் பிடித் தான். அதனுள் இருந்த ரவைச் சுற்றை வெளியிலெடுத்தான். வேறு சுற்றுகள் இருக்கின்றனவா என்று தன் ஜேபியில் தேடிப் பார்த்தான். கொக்கிப் பகுதியைத் திறந்து குழல் வழியாக நோக்கினான். பின்னர் ரவைச் சுற்றைத் திரும்பப் போட்டுக் கெட்டித்து விட்டுக் குன்றுச் சரிவு வழியாகக் கீழே நோக்கினான். 'அதிகமாகப் போனால் இன்னும் அரை மணி நேரம்தான் ஆகக்கூடும். அதற்குள் அலட்டிக் கொள்ளாதே' என்று தானே ஆசுவாசப்படுத்திக் கொண்டவனாகச் சரிவை நோட்டம் விட்டான்; மரங்களைப் பார்த்தான். எதைப் பற்றியுமே எண்ணாதிருக்க முயன்றவனாக ஓடையையும் நோக் கினான். ஆனால் அதைப் பார்த்த மாத்திரத்தில், பாலத்தினடியில் நிழலின் தண்மையில் இருந்த நிலை அவனுக்கு ஞாபகம் வந்து விட்டது. 'எதிரிகள் விரைந்து வரமாட்டார்களா என்றே இருக்கிறது எனக்கு. ஏனெனில், அவர்கள் வருமுன் எந்தவிதமாகவும் கலங்கி மயங்கிவிடுவதை நான் விரும்பவில்லை' என்று எண்ணமிட்ட அவன் திரும்பவும் தன்னையே நோக்கி மனத்துள் பேசத் தொடங்கி விட்டான்.

'சாவு யாருக்குச் சுளுவாக இருக்குமென நினைக்கிறாய் – மதப்பற்று மிகுந்தவர்களுக்கா, அல்லது வாழ்வின் வெறும் முடிவாக அதை எண்ணி ஏற்பவர்களுக்கா? மதபக்தி மிகுந்த ஆறுதல் தருகிறது என்பது மெய்தான். ஆயினும் அது இல்லாததற்காக நாம் சாவு குறித்துச் சிறிதும் அஞ்சத் தேவையில்லை என்பதும் நமக்குத் தெரியும். கிட்டத்தில் வந்தும் கூடச் சாவைக் கைநழுவ விடுவதே கெடுதலானது. நெடுங்காலம் இழுத்தடித்துக் கடும் நோவும் தரும் போதுதான் சாவு சுத்த மோசமாகிறது. அந்தத் தாளாத வலி நமக்குத் தலைக்குனிவையும் தருவித்துத் தந்துவிடுகிறது. இதில்தான் இருக்கிறது உன் அதிருஷ்டமெல்லாம்; பார், உனக்குக் கொஞ்சம்கூட வலியே யில்லை!... நம்மவர் இங்கிருந்து போய்விட்டதைப் போல நல்லது வேறிருக்க முடியாது என்றே சொல்வேன். அவர்கள் யாவரும் அகன்றுவிட்டபடியால் இந்த நிலையை நான் இப்போது சற்றும் பொருட்படுத்தவேயில்லை; இதைப்பற்றி எனக்குக் கொஞ்சமும் கவலையே கிடையாது.... எந்தவிதமாகவும் கலங்கி மயங்கிவிடக் கூடாது என்று சற்றுமுன் சொன்னேனே, அந்த நிலை இப்போது அநேகமாக வந்துவிட்டது என்றே நினைக்கிறேன். இது இருக்கட்டும். சாம்பல்நிறக் குதிரை கிடக்கும் அந்தக் குன்றுப் பகுதியில் நம்மவரெல்

லாம் இறந்து இறைந்திருந்தார்களானால் எத்தனை வித்தியாசமாகத் தோன்றும். அதை எண்ணிப்பார். அங்கில்லாவிடில் இங்கே சாவை எதிர்நோக்கிப் பதுங்கிக் கிடந்திருந்தாலும் அப்படியேதான் இருக்கும். இல்லை, அவ்வாறில்லை; அவர்களெல்லோரும் போய்விட்டார்கள்; அப்பால் சென்றுவிட்டார்கள்.... தாக்குதல் மட்டும் வெற்றி பெற்றிருக்குமானால் நிலைமை எப்படி இருக்கும், நினைத்துப்பாரேன்... என்ன இது, நீ என்னதான் விரும்புகிறாய்?... அனைத்தையும்தான். எல்லாப் பலன்களையுமே விரும்புகிறேன். இருந்தாலும், எது கிடைக் கிறதோ, அதை ஏற்றுக்கொள்வேன். இந்தத் தாக்குதல் தோற்றுப் போனால் இன்னொன்று வெற்றி பெறாமலா போய்விடப் போகிறது?... அடடா, அந்த விமானங்கள் எப்போது திரும்பி வந்தன என்பதை நான் கவனிக்காமலே இருந்துவிட்டேனே...! ஆண்டவனறிய அதுதான் பேரதிருஷ்டம், மேரியாவைப் போக வைக்க முடிந்ததுதான் எல்லாப் பேறிலும் பெரியது என்பேன்...

'இந்த விவகாரம்பற்றித் தாத்தாவிடம் சொல்ல நான் மிகமிக ஆசைப்படுகிறேன். என்மாதிரி எதிரிகளிடையே சென்று நம் ஆட்களைத் தேடிப்பிடித்து இப்படிப்பட்ட காரியத்தைச் செய்யும் கட்டாயம் அவருக்கு ஒருநாளும் ஏற்பட்டிருக்காது என்று பந்தயம்கூடக் கட்டுவேன்... அது எப்படி உனக்கு அவ்வளவு நிச்சயமாகத் தெரியும்? இதுபோலவே ஐம்பது வேலைகளை அவர் செய்திருக்கக்கூடுமே...! இருக்காது: எதையும் கணக்காகவே சொல்லு. எவரும் இது போன்ற ஐம்பது காரியங்களைச் செய்திருக்கவே முடியாது. ஏன், ஐந்தைக்கூடச் செய்திருக்கவியலாது. ஒன்றைக்கூட இதுபோலச் செய்திருப்பது சந்தேகம்தான்... இல்லையில்லை, யாராவது நிச்சயமாகச் செய்திருக்கத்தான் வேண்டும்... எதிரிகள் எப்போதுதான் வரப்போகிறார்களோ, தெரியவில்லையே! அடிபட்ட காலோ வலிக்கத் தொடங்கிவிட்டது. வீக்கம்தான் அதற்குக் காரணமாக இருக்கவேண்டுமெனக் கருதுகிறேன். ஆகவே, அவர்கள் உடனே வருவதையே விரும்புகிறேன்... வெற்றிகரமாகத் தப்பிச் சென்று கொண்டிருந்த வேளையிலல்லவா வந்து தாக்கித் தொலைத்துவிட்டது, அந்த டாங்கி! இருந்தாலும், நான் பாலத்தின் அடியில் வேலை செய்தபோது அது வராதது வரப்பிரசாதம்தான். கோணல் காரியத்தில் இறங்கினால் கோளாறு நேராமல் எப்படி இருக்கும்? கோல்ஸுக்கு எப்போது அப்படிக் கட்டளையிட்டார்களோ, அப்போதே உன் முடிவு முடிவாகிவிட்டது. அது உனக்கே தெரியும். ஒருவேளை பிலாரும் அதைத்தான் உணர்ந்திருக்கக் கூடும். போனால் போகட்டும், இனிமேல் இப்படிப்பட்ட காரியங்களை இன்னும் சிறப்பிக்கத் திட்டமிட்டுச் செயற்படுத்தினால் போகிறது போ. எங்கும் எளிதாக எடுத்துச் செல்லக்கூடிய சிற்றலை ஒலிபரப்பிகள்

நம்மிடம் இருந்தாக வேண்டும். ஆம், அதுபோல இன்னும் எவ்வளவோ நமக்குத் தேவை. மாற்றுக் காலொன்றைக் கூட நான் இனி எடுத்துவருவது அவசியம்!

இவ்விதம் காலைப்பற்றிக் கிண்டலாக எண்ணியதும் அவனையும் மீறிச் சிரிப்பு வந்துவிட்டது. ஆனால் நரம்பு நசுங்கிய அந்தக் காலோ அப்போது பெருவேதனை தந்தது. வெள்ளமென வியர்வையும் வழிந்தது. 'ஐயோ, ஏன்தான் எதிரிகள் வந்து தொலையமாட்டோம் என்கிறார்களோ?' என் தந்தையைப் போலச் சுட்டுக்கொண்டு சாக எனக்கு மனமேயில்லை. என்னால் அதைச் சீராகவே செய்துமுடிக்க முடியும். என்றாலும், அப்படிச் செய்ய நேராதிருப்பதிலேயே எனக்கு விருப்பம். அந்த முறையை நான் முற்றிலும் எதிர்க்கிறேன்... வேண்டாம், அதைப்பற்றி எண்ணாதே கொஞ்சம்கூட நினைக்காதே...! என் துடிப்பு தெரியவில்லையே எதிரிகளுக்கு! அந்த வேசிப் பயல்கள் விரைந்து வராமல் இருக்கிறார் களே!' என்று நினைத்துத் தவித்த அந்நேரத்தில் அவன் காலில் மரண வலி கண்டுவிட்டது. நகர்ந்தபின் தொடர்ந்த வீக்கத்தினால் திடுமெனக் கிளர்ந்துவிட்டது, அந்தக் கடும் நோவு. 'சரிதான், இனி என்னை நானே சுட்டுக்கொண்டுதான் சாகவேண்டும் போலிருக்கிறது. எப்போதுமே என்னால் வலியைப் பொறுத்துக்கொள்ள முடிந்த தில்லை. சொல்லு இப்போது அப்படி தான் செய்தேனானால் என்னை நீ தவறாகப் புரிந்து கொண்டுவிடமாட்டாயே...? என்ன இது, யாருடன் பேசுகிறாய் நீ... யாருடனும் இல்லை...

இல்லை, தாத்தாவுடன்தான் பேசுகிறேன்... இல்லையில்லை, எவருடனுமே பேசவில்லை... இதென்னெடா இழவு, அவர்கள் வரவே போவதில்லையா...? நான் கலங்கியோ மயங்கியோ போய்விட்டால் எவ்விதத்திலும் பிரயோசனம் இல்லை. எனக்குத் திரும்ப உணர்வூட்டியதும் எதிரிகள் பல கேள்விகளைப் போட்டு என்னைத் துளைத்தெடுத்து விடுவார்கள்; பலவித சித்திரவதைகளுக்கு உட்படுத்துவார்கள். அதெல்லாம் கெடுதலே. ஆகவே, நான் சுட்டுக்கொண்டு செத்துவிடுவதே நல்லது. சித்திரவதையைவிட அது எத்தனையோ மேல். அப்படிச் சாவதை இப்போதே செய்து விடுவது தரமல்லவா?

'சுட்டுக்கொள்ள உனக்குச் சாமர்த்தியம் போதாது; போதவே போதாதுதான். அப்படியானால் யார்தான் அதில் நிபுணர்...? அது எனக்குத் தெரியாது; இந்தக் கணத்தில் அதை அறிந்துகொள்ள எனக்கு அக்கறையும் கிடையாது... எப்படியோ, உனக்கு அதில் திறமை இல்லை; அறவே இல்லை, அது உறுதி... எதற்கும் இப்போதே சுட்டுக் கொண்டுவிடுவதுதான் சரி என்று நான் நினைக்கிறேன். நீ என்ன எண்ணுகிறாய்...? இல்லை, இது சரியான நேரமில்லை.

ஏனென்றால், இன்னமும் உன்னால் ஏதாவது செய்யமுடியும். அது என்ன என்பதை உன்னால் அறிந்துகொள்ள இயலும் வரையில் நீ அதைச் செய்துதான் தீரவேண்டும். அது என்ன என்பது உன் நினைவில் நீடிக்கும்வரையில் நீ காத்துத்தான் கிடக்க வேண்டும். விழித்தெழு, தயாராயிரு. எதிரிகள் வரட்டும், வந்து சேரட்டும்: உன் கைவரிசையைக் காட்டலாம். அதற்கிடையே நம்மவர் அப்பால் போய்விட்டதைப் பற்றி எண்ணிக் கொண்டிரு. ஆனால் இந்த அளவுக்குமேல் அவர்களைப் பொறுத்து என் எண்ணத்தை எட்ட விட இயலவில்லையே என்ன செய்வேன்...?

'அப்படியானால் மொன்டானாவைப் பற்றி நினைத்துப் பார்... ஊஹும், அது என்னால் முடியவில்லை... சரி, மாட்ரிட்டைப் பற்றிச் சிந்தியேன்... இல்லை, அதுவும் இயலாது... போனால் போகிறது, வாய் நிறையக் குளிர்ந்த நீர் அருந்துவதாகக் கூடவா எண்ண முடியாது...? அது முடியும், நன்றாக முடியும்... நான் சொன்ன சாவு அது போன்றதுதான்; குளிர்ந்த தண்ணீரைக் குடிப்பது போலத்தான்... சேச்சே, ஆனாலும் புளுகன்தான் நீ... இல்லை, அதொன்றும் பெரிய காரியமேயில்லை. குளிர் நீரைப் பருகுவது போலச் சுளுவானதுதான் சுட்டுக்கொள்வது. அற்ப சமாச்சாரமே அது; செய்துபார்; தெரியும்... அவ்வளவுதான் என்றால் செய்யேன்... தயக்கமே வேண்டாம், உடனேயே அதைச் செய். இந்தக் கணமே செய்வதில் எந்தவிதப் பிசகும் இல்லை. செய், உடனடியாகவே சுட்டுக்கொள்... கூடாது, பொறுத்திருந்துதான் பார்க்கவேண்டும்... எதற்காக? நடக்கப்போவது உனக்குத் தெரியாதா என்ன...? தெரியுமல்லவா? அப்படியானால் காத்திரு... இயலாது, இனியும் என்னால் பொறுத்திருக்க முடியாது. அப்படிக் காத்துக் கிடந்தேனானால் மயங்கிச் சரிந்து விடுவேன்.

அது எனக்குத் திட்டமாகத் தெரியும். ஏனென்றால், அப்படிக் கிறக்கம் கிளம்பியதை நான் மூன்று முறை உணர்ந்தாகிவிட்டது. ஒவ்வொரு தடவையும் அதை அடக்கி அமுக்கிவிட்டேன். அம்மாதிரித் தடுப்பது இனி என்னால் சாத்தியமா என்பது எனக்குத் தெரியாது. துடையெலும்பு துண்டுபட்ட இடத்தில் உள்ளூர ரத்தப்பெருக்கு ஏற்பட்டிருக்கிறது என்றே எண்ணுகிறேன். புரண்டு படுத்தேனே, குறிப்பாக அப்போதுதான் அது பெருகத் தொடங்கி யிருக்க வேண்டும். அதனால்தான் இந்த வீக்கம், பலவீனம், மயக்க மெல்லாம். ஆகவே, சுட்டுக்கொள்ள இதுதான் சரியான சமயம். மெய்யாகவே சொல்கிறேன், இப்போது அதைச் செய்வது மிகமிக உகந்ததுதான்...

'இன்னும் சிறிது நேரம் நீ காத்திருந்தாயானால் – சில நிமிஷங் களுக்காவது எதிரிகளைத் தேக்கி நிறுத்துவாயானால் –

அவர்களுக்குத் தலைமை தாங்கும் அதிகாரியையாவது தாக்கித் தீர்த்துக் கட்டுவாயானால், நிலைமை எப்படி மாறிவிடும் என்பதை நினைத்துப்பார். சரியான முறையில் ஒரு காரியத்தைச் செய்தாலும் போதும்–'

'சரி, சரி, செய்துவிடுகிறேன்' என்று முடிவாகக் கூறிவிட்டு அப்படியே அமைதியாகக் கிடந்தான் ஜார்டன். மலைச் சரிவில் பனி இறங்கத் துவங்குவது போன்று நழுவவாரம்பித்த நினைவை இறுக்கிப் பிடித்துக்கொள்ள முயன்றபடியே, 'எதிரிகள் வருமளவும் தரித்து நிற்கப் பார்க்கிறேன்' என்றான்; அப்படிக் கூறிக் கொள்கையில் அவனிடம் முன்னிலும் அமைதி கூடிவிட்டது.

அந்நிலையிலும் அவனது அதிருஷ்டம் நீடித்தது; காட்டிலிருந்து குதிரைப் படையினர் வெளிவந்து சாலையைக் கடந்ததை அந்நேரம் அவன் கண்டான். சரிவு வழியே அவர்கள் ஏறிவருவதையே கண்கொட்டாமல் கவனித்தான். செத்துக்கிடந்த சாம்பல் நிறக் குதிரையைக் கண்டதும் ஒரு சிப்பாய் நின்று தன் அதிகாரியைக் கூவியழைத்தது அவன் காதில் விழுந்தது. அதையடுத்து அவ்வதிகாரி அங்கே சென்றதையும், இருவரும் குதிரையை நோக்கியபடியே நின்றதையும் பார்த்தான். தங்கள் படையைச் சேர்ந்த குதிரையே அது என்பதை அவர்கள் அடையாளம் கண்டுகொண்டு விட்டார்கள். அதுவும், அதைச் செலுத்திய வீரனும் முன்னாள் விடிகாலையிலிருந்து காணாமற் போயிருந்தது அவர்களுக்கா தெரியாது?

தனக்குச் சமீபத்திலேயே சரிவில் அவ்விருவரும் நின்றதை ஜார்டன் நன்கு கண்டான். கீழேயிருந்த சாலையும் பாலமும், அதற்கு அப்பால் நின்ற லாரிகளின் நீண்ட வரிசையும் தெளிவாகவே தெரிந்தன. சூழ்நிலையுடன் முற்றிலும் ஒன்றியவனாய் எல்லா வற்றையும் நன்றாக நோக்கினான். பிறகு அண்ணாந்து வானத்தைப் பார்த்தான். அதில் அப்போது பெரிய வெண்மேகங்கள் திரண் டிருந்தன. தான் படுத்திருந்த இடத்தில் கிடந்த பைன் இலைகளை உள்ளங்கையினால் தொட்டுப்பார்த்தான். தன்னை மறைத்த பைன் மரத்தின் பட்டைகளையும் துழாவித் தடவினான். அதையடுத்து இயன்றவரையில் வசதியாக அந்த ஊசி இலைகள்மீது முழங்கைகளை ஊன்றிக்கொண்டான். அடிமரம் ஏந்தும் வகையில் இயந்திர பீரங்கியின் குழலையும் வைத்தான். பாப்லோவும் பிறரும் போன பாதையை எதிரியதிகாரி பின்தொடர்ந்து போவதானால் அப்போது தானிருந்த இடத்துக்குச் சரியாக இருபது கெஜ தூரத்தில் கடந்தாக வேண்டுமெனக் கணக்கிட்டான். அதொன்றும் எட்டமுடியாத தொலைவல்லவே!

லெப்டினெண்ட் ஃபெரெண்டோதான் அந்த அதிகாரி. கீழ்க்கரைச் சாவடியின் மீது தாக்குதலைப் பற்றிய முதல் செய்தி

கிடைத்ததுமே அவனும் அவனது பிரிவினரும் லாகிராஞ் ஜாவிலிருந்து கிளம்பிவரக் கட்டளையிடப்பட்டுவிட்டது. கடும் வேகத்தில் குதிரையைச் செலுத்தி வந்த அவர்கள் பாலத்தை விரைவில் அடைந்து விட்டார்கள். ஆனால் அது பிளந்து கிடந்த காரணத்தினால் அவர்கள் பின்னுக்குப் போக நேர்ந்து விட்டது: ஆற்றுப் பள்ளத்தைத் தவிர்க்கும் பொருட்டு குன்றின் மேலாகச் சுற்றிச் சென்று காட்டு வழியாக வெளியே வந்தபோதுதான் அந்தச் சாம்பல் நிறக் குதிரையை அவர்கள் கண்டனர். குன்றேறிய காரணத்தினால் அவர்களது குதிரைகளுக்கு வியர்த்துக்கொட்டி மேல்மூச்சு வாங்கியது. ஆகவே, அவற்றை முடுக்கித்தான் பாப்லோ கோஷ்டியின் சுவடுகளை அவர்கள் பின்தொடர முடிந்தது.

சுவடுகளையே கூர்ந்து நோக்கியபடி ஃபெரெண்டோ முன்னேறி வந்தான். அவனது முகத்தில் சிடுசிடுப்பும் சிந்தனை லயிப்பும் செறிந்திருந்தன; இடது புஜத்தை மடித்துத் தாங்கியபடி தன் இயந்திர பீரங்கியைக் குதிரையின் முதுகுமீது அவன் கிடத்தியிருந்தான். கைகள் பதறாமலிருக்கும் பொருட்டுத் தன் சக்தியை மிகுந்த கவனத்துடனும் லாவகத்துடனும் தேக்கி வைத்துக் கொண்டவனாய் மரத்தின் பின்னாலேயே மறைந்து கிடந்தான் ஜார்டன். பசும்புற் சரிவுடன் பைன் மரங்களின் முதல் வரிசைக் கூடிக் கலந்த வெளிச்சமான இடத்தை ஃபெரெண்டோ அடையும்வரை அவன் காத்திருந்தான். ஊசியிலைகள் போர்த்திருந்த காட்டுத் தரைமீது தன் இதயம் முட்டி மோதுவது அவ்வேளையில் அவனுக்குத் தெளிவாகக் கேட்டது.

முற்றும்.

●